செருந்தி

ரம்யா அருண் ராயன்

வாசகசாலை..!

வாசகசாலை பதிப்பக வெளியீடு – 115

செருந்தி | கவிதைத் தொகுப்பு | விலை: ரூ.150 | ஆசிரியர்: ரம்யா அருண் ராயன் | உரிமை: ஆசிரியருக்கு | முதல் பதிப்பு: நவம்பர் 2022 | வெளியீடு: வாசகசாலை பதிப்பகம், சென்னை- 600073 | தொடர்பு எண்கள்: 9942633833 / 9790443979 | மின்னஞ்சல்: vasagasalaipublication@gmail.com | இணையதளம்: www.vasagasalai.com | நூல் வடிவமைப்பு: ந.ரமேஷ் குமார் | அட்டை வடிவமைப்பு: சௌம்யா இயல் | அச்சாக்கம்: காம்பூ பிரிண்ட்ஸ், கோபாலபுரம், சென்னை -600086.

நிறமிகள் வழங்குவதும், கனிக்குள் சாறாகுதலும், மலர் நிரம்பிச் சாகாத தேனாகுதலும் கலையாகிறது என சொல்லிப் பார்க்கலாம். ரம்யாவுக்கு அந்தக் கலை வாய்த்திருக்கிறது என்றே நம்புகிறேன்.

நேசமித்ரன்

கிருஷ்ணன்கோவில்

20.10.2022

என்னுரை

என் ஆத்மா சுதந்திரமாய்த் திரிந்த பொழுதுகளின் தடயங்களே இக்கவிதைகள். காற்றின் அலைக்கற்றையில் மிதந்துகொண்டிருந்த தடயங்களை காகிதத்திலேற்றும் முதல் முயற்சி இது.

இத்தொகுப்பில் நான்கு உபதலைப்புகளின் கீழ் கவிதைகளைத் தொகுத்துள்ளேன்.

'உப்பு பிஸ்கட்டுகள்' என்னும் தலைப்பின்கீழ் பெரும்பாலும் விளிம்புநிலை மனிதர்களையும் சமூகத்தையும் பற்றிய கவிதைகளைத் தொகுத்திருக்கிறேன். 'தேறல் குவளை' என்னும் தலைப்பில் காதல் மற்றும் ரசனை சார்ந்த கவிதைகளைத் தொகுத்திருக்கிறேன். 'தோரணத் துளிகள்' தலைப்பின்கீழ் முழுவதும் இயற்கைசார் கவிதைகள். 'நிலாக்கொம்பு' தலைப்பு பெண் சார்ந்த நுண்ணுணர்வுகளால் நிரம்பிய கவிதைகளைத் தன்னகத்தே கொண்டுள்ளது.

எழுத வாய்த்த நாட்களெல்லாம் நானும், சங்கிலிகள் கழற்றப்பெற்ற செல்லப்பிராணியாய் என் எழுத்தும் கடற்கரையில் அலை விளையாடுவதுபோல் ஒரு மனநிலையில் இருந்திருக்கிறோம். கற்பனையில் மிதக்கிற இந்தப் பித்துக்காரியின் பிழைகளையும் திறமையெனக் கொண்டாடுகிற என் இணையர், வாழ்க்கைத் தோழர் அருண் மஸ்கரனாஸ் அவர்களுக்கு இந்தத் தொகுப்பைச் சமர்ப்பிக்கிறேன். என் எழுத்தைக் கொண்டாடியவர்களுக்கும், என் எழுத்துகளில் வாழ்கிறவர்களுக்கும் மனமார்ந்த நன்றி. என் ஆதர்ச கவிஞர் நேசமித்ரன் அவர்களுக்கு சிறப்பு நன்றியும் அன்பும்.

செருந்தி என்பது ஒரு நெய்தல் நிலப் பொன்னிற மலர். 'செருந்தி' இது சற்று செருக்குடைய தீ!

ரம்யா அருண் ராயன்

ஒரு நெடிய பயணியின் வழிப்பெற்ற கெண்டைக்கால் நரம்புத் தென்னல்கள்...

ஓர் உறைபனி தேசத்தின் அகழாய்வில் கிட்டிய உயிர்ப் படலத்திலிருந்து, உயிர்த் தொகுப்பை ஆய்ந்து, ஓர் உடலை, பின் ஓர் உயிரை உண்டுசெய்தல் அல்லது அதன் சாரங்களுடன் பிறிதொரு மாதிரியை வளர்த்தெடுத்தல் அறிவியலின் தீராத விளைவாக இருக்கிறது. ஒரு புதைந்த வாழ்விலிருந்து, உறைந்த ஞாபகங்களிலிருந்து கவிதைகளை எழுதுவதும் மேற்சொன்ன செயல்முறைக்கு இணைவினைதான் என்று தோன்றுகிறது.

'செருந்தி' என்ற இந்தத் தொகுப்பினுள் ஒரு மீன் கவிச்சி அடிக்கும் நெய்தல் நிலத்தில், எப்போதோ புதைந்த பருவத்தின் நோவா கப்பலில் இருந்து, ஒவ்வொரு ஜீவனாக, ஒவ்வொரு பருவத்தின் ஆடைகளாக அதன் உதிரக்கறைகள் மற்றும் தழும்புகளுடன் உயிர்ப்பித்து ஒரு சர்க்கஸ் அரங்கத்தில் விளையாட்டுக் காட்டுவது போல் கவிதைகளில் உலவ விட்டிருக்கிறார் ரம்யா. மொழிச்செறிவும், படிமங்களின் பல்லாங்குழி ஆட்டமும் இயல்பான ஒரு நடத்தை போல வாய்ப்பது சற்றே பிரயத்தனம் வேண்டுமொரு வினைப்பாடு. கவிஞர் இந்த நெடிய பயிற்சியில் தன்னாலான தூரத்தை நிறைவாகவே கடந்திருக்கிறார் என்று தோன்றுகிறது.

பாபல் கோபுரம் கட்டி முடிக்கப்படுவதில்லை என்பதுதான், கவிதை எழுதுவதற்கும் பொருந்தும். இவரது கவிதைகளின் மொழியை, அதன் பாடுபொருளை, அக்கணத்துச் சேர்மானங்களை அந்தந்த தருணங்களே தீர்மானிக்கின்றனவே அன்றி எந்தவொரு முன்தீர்மானங்களோ, கற்பிதங்களோ

அல்ல. ஒரு நெடிய பயணியின் பாதங்களில் வலுப்பெற்ற கெண்டைக்கால் நரம்பு தென்னியிருப்பதைக் காண வாய்க்கும் ஒரு லட்சணம் வாய்த்திருக்கிறது.

வாசிப்பின் வழி உருவாகும் மொழியறிவு, சொற்கிடங்கு, கற்பிதங்கள் இவற்றை, தான் வாழ்ந்த ஒரு நிலத்தின் ஞாபகங்களை ஊடறுத்துப் பார்த்து எழுதுகிற நல்வாய்ப்பு ரம்யாவுக்கு வாய்த்திருக்கிறது. நெய்தல் நிலத்துப் பதின்பருவத்துச் சிறுமி ஒருத்தி பல் புதைத்து, வான் பார்த்து, உப்புக்காற்று உதடு படர, முதல் உதிரப்போக்கு கண்டு, முதல் காதலில் கடல்நிலா பார்த்து விதிர்த்து நிற்கும் சித்திரத்தை, தூரத்துச் சமிக்ஞைகளாக அங்கங்கே இந்தக் கவிதைகளுள் இடற முடிகிறது. நிலம், நிலம் சார்ந்த அவதானிப்புகள், உயிரியல்புகள், பறவைகள், மலர்கள், கானுயிர்கள் இவற்றின் நடத்தைகள், நடத்தைகளை மனிதப்படுத்தும் எத்தனங்கள் இவரது கவிதைகளில் உவமைகளாக, படிமம் என்ற வடிவத்திற்கு இணக்கமான வடிவங்களுடன் நிகழ்வதைப் பார்க்கிறோம்.

'நான்', 'நீ' என்ற விளிப்புகளால் நகரும் கவிதைகள், சற்றே நாடகத்தன்மை கொண்டவையாக மாறிவிடுகிற அதே நேரத்தில், ஒரு முதல் தொகுப்பு அதன் நேர்மையான பயணத்தை, தடுக்கி நடந்த பாதைகளுடன் தொகுக்கப்பட்டிருப்பதை வாழ்த்துகிறேன். பொதுவாக, கலைக்கு பால்பேதம் கிடையாது என்று நம்புகிற அதேநேரத்தில், பெண்ணால் மட்டுமே எழுத முடிகிற வலிகளை, மிக அந்தரங்கமான உணர்வுத் தருணங்களை மிகச்சரியாக மொழிப்படுத்துகிறவர்களை, அதன் கவித்துவமான கணங்களை வார்த்தைவழி திறந்து காட்டுகிறவர்களை ஒரு மென்வியப்புப் படர வாழ்த்துவோம். ஆசிரியரும் அத்தகைய நுட்பமான கணங்களை இந்தத் தொகுப்பு முழுக்க பல இடங்களில் எழுதிப் பார்த்திருக்கிறார் என்பது என் எளிய அவதானம்.

ஒவ்வொரு கலைஞனின் மனதிலும் ஒரு பால்யத்தின் உலகம் உண்டு. பூமி எங்கும் கண்ணாடியாய் அங்கங்கே கிடக்கும் நீர்நிலைகள் அதன் பக்கங்கள், அதில் அலைவுறும் மேகங்கள்தான் ஞாபகங்கள் என கற்பித்துக் கொண்டால், இந்த அலையும் கூடவே கலையும் இந்த மேகங்களை இழுத்துக் கட்டி மழையாக்குதல், மழையால் பூமிக்கு

உப்பு பிஸ்கட்டுகள்

கரைசேரும் படகு

ஜிப் பழுதாகிய
பழைய கவுன் பின்திறப்பின்
மேலிருமுனை இழுத்து
ஊக்கு குத்திவிடுகிறாள் தாய்

முழுவதும் மூடாமல்
படகு வடிவில்
திறந்து தெரிகிறது
மகளின் முதுகு

எண்ணெய்க் குறைவினால்
பழுப்பு நிறமான கேசம்
பின்னப்பட்டதும் மரத்துடுப்பாகி
படகின்மேல் அமர்கிறது

இனி புத்தகப்பையை மட்டும்
ஏற்றிவிட்டால் போதும்
கரை சேர்ந்துவிடும்
இந்தப் படகு.

●

மீட்பனை மீட்டவன்

கிறிஸ்துமஸ் குடிலில்
இயேசுபாலனுக்குப் பதிலாய்
கிருஷ்ணபாலனை
வைத்துப்போயிருக்கிறார்கள்
யாரோ...

மேரிமாதா, சூசையப்பன்
சாந்தமான புன்னகை
கிஞ்சித்தும் குறையவில்லை

ஆடு மாடுகளிடமும்
கேப்ரியேலிடமும் கூட
சலனங்கள் ஏதுமில்லை

மூன்று அரசர்கள் கையிலிருந்த
பொன் தூப வெள்ளைப்போளம்
வெண்ணெய்த்தாழியாய்த் தெரிகிறது

சரி! சரி!
பரபரக்காதீர்கள்!

வருடாவருடம் நீங்கள்
அறைந்த சிலுவையிலிருந்து
எவனோ மீட்டிருக்கிறான்
இயேசு பாலனை!

ஆத்மனே !

இரைகொண்ட அலகுடன்
தரையிறங்கும் தாய்ப்பறவையை எட்டுவதில்லை
தொண்டைக்குழிக்குள் துடிக்கும்
இரையான உயிரின் மரணத்துடிப்பு

சிறைக்கு வெளியே தவழும் தன்
மதலையைக் கையேந்த முடியாமல்
மருகியழும் அன்னையாகிறது
நாம் மழையைச் சபித்த அதே காலத்தில்
அடைமழை நகரத்து
கான்க்ரீட் சாலையின்கீழ் பூமி...

ஈரம் உலரா புது சிமெண்ட் தரையில்
யாருமறியா நேரத்தில் தடம் பதித்து நகர்கிறான்
கால் அறுவைச்சிகிச்சைக்கு
நாள் குறிக்கப்பட்ட சர்க்கரை நோயாளி

எதை நேர்மையற்றது என்கிறாய் நீ ஆத்மனே!

காலையில் நீ கண்டும் காணாது வந்த
நடைபாதை விற்பனைக்காரனின்
காலை வணக்கம் வீழ்ந்த இடத்தின் அண்மையில்தான்
கவிழ்ந்து கிடக்கிறது பார்
உன் காருண்யம்.

●

உப்பு பிஸ்கட்

பாசிக்குளத்தில் முகம் பார்க்கும்
காலையின் கதிரவன்,
பச்சைக்களிம்பேறிய அவளின்
பொன்முலாம் காதணி

விடியலில் தொலைந்த
கற்கண்டு நட்சத்திரங்கள்,
அவள் கண்ணாடி வளையலின்
மங்கிய மினுக்கல்கள்

தினக்கூலியை முழுதாய்ப்பெற
அவளின் பிரயத்தனம்தான்
தனம் பெருக்கா பன்னிரு வயதை
இருபதாய்க்காட்ட சுற்றிய தாவணி

செங்கல் துகள் படியப்போகிற
கூந்தலுக்குச் செம்பருத்தி சூடி,
நடக்கிறாள் குமரிக்குழவி
மாளிகை கட்ட மண்ணேந்தும் குளவி

கைவீச்சுக்கு இசைந்தாடும் ஒயர்க்கூடை வழி
புகுகின்ற வெயிலின் சதுரங்கள்,
உண்ண நினைத்து முடியாமலே
இருக்கும் உப்பு பிஸ்கட்டுகள்.

புல்லாங்குழல் கைப்பிடி

சினை பிடிக்கிற ஊசி போட
ஆஸ்பத்திரிக்கு
மாடு ஓட்டிப்போய் வரும் வழியில்
வேறென்ன வாங்கி வரவேண்டும்?

பிள்ளைகளுக்குச் சத்துமாவு
எனக்கு நீரிழிவு மாத்திரை
உனக்கு கால்சியம் மாத்திரை...

அடடா... இந்தக் கட்டைப்பையின்
கைப்பிடி உடைந்தது பார்!

முன்னமொரு காலத்தில்
பசுவோடு காளை கூடுகிற ஆனந்த ஓசை
காதுகளுக்கு எட்டாதிருக்க
நான் கண்மூடி லயித்து வாசிப்பேனே...
அந்தப் புல்லாங்குழல்
பரணில் இருக்குது பார்...
அதைக்கொண்டு வா!

இந்தக் கட்டைப்பையின்
உடைந்த கைப்பிடிக்கு
சரியாய் இருக்கும்!

செங்குருதி பட்டாம்பூச்சி

பழைய உடுப்புகளை
தானமேற்று வந்த அம்மாவின் பையை
குதித்தபடி கவிழ்த்தவளின்
கண்ணுக்குச் சிக்கியதொரு
அரைப்பாவாடை

இப்பவே இப்பவே என
ஆர்ப்பரிக்கும் மகளை
அதட்டி அடக்கி பாவாடையை
ஆராய்ந்தது அம்மாவின் கண்கள்

பின்வெயில் வீழ்கிற
வெண்முயல் காதுநிற பாவாடையின் மேல்
பொன்னிறத்தில் வரையப்பட்ட
ஏராளம் செருந்திப்பூக்கள்

பதின்பருவத்து விடாய் நாட்களின்
சொல்லத்தெரியா உணர்வுகள் போலவே
குழப்பமான உருவமுடன்
பாவாடையின் பாதிவுயரத்தில்
மங்கலாய் ஓர் உதிரக்கறை.

எந்த மகளின் வலியோ அது,

கரங்களால் நீவிவிட்டு
கவனமாய்த் தையலிடுகிறாள்
வேறொரு கிழிசலிலிருந்து
கத்தரித்தெடுத்த பட்டாம்பூச்சியை

உலகின் முதல்
செங்குருதியுடல் பட்டாம்பூச்சி
சுழன்று சுழன்று பறக்கத் தொடங்குகிறது
மகளின் இடுப்பேறிய
செருந்திப்பூக்களின் மேல்.

●

நடுவில் ஒரு 7 1/2யாவது பக்கம்

ஏழாம்பக்கத்தில் அழகிய ஓவியம்
திருமகள்,
குடம் சரித்து கைவிரித்து
தங்கக்காசு பொழிந்தபடி
தட்டில் அவை வழிந்தபடி

எட்டாம்பக்கத்தில் அவல ஒளிப்படம்
அழுக்குச் சிறுவன்,
கோணி சுமந்து, குப்பை திணித்து
எதையோ தேடியபடி
எதற்கோ வாடியபடி

புத்தகத்தை மூடிவிட்டேன்
தங்கக்காசுத்தட்டு நிச்சயமாய்
கவிழ்ந்திருக்கும் கோணிப்பையில்.

●

தாத்தனின் தலை

ஏரிக்கரை பாறைகளுக்கு
வேறென்ன வேலை,
நீரின் உயரக்கோடுகளை
ஞாபகமாய் குறித்து வைப்பதைத்தவிர?

ஒவ்வொருமுறை ஊர்த்திருவிழா முடிந்து
விடைபெறும்போதும் நீவக் கேட்கிறது
தாத்தனின் தலை,
ஒரு நூற்றாண்டு நெற்றிச் சுருக்கத்துடன்.

●

சாலையோர ஜனநாயகம்

எங்கும் அமைதியாய் இருக்கிற
பின்மதியச் சாலையில்,
பகல்
தன்னந்தனியாய் பயணிக்கிற பச்சோந்தி

அதன் வட்டக்கண்ணை
பதுங்கியிருந்து பார்த்தபடி இருக்கிறது,
சாலையோரக் குழாய்களை
வதிவிடமாய்க் கொண்டவர்கள்
மூட்டை முடிச்சுகளின் இருள்.

●

பிள்ளைத்தாயம்

தன் அப்பன் கல்லறையில்
குனிந்து கிடந்து ஐந்துபேர்
துக்கித்து அழுத சமயத்தில்
மல்லாந்து தாயம் விழுந்த
ஒற்றைச்சோழியாய் குட்டிம்மா மட்டும்
பல்வரிசையை ஆகாயம் காட்டி
ஆடுகிற மேல்வரிசை முன்பல்லை
அசைத்துக்கொண்டிருந்தாள்

கையோடு வந்துவிட்ட பல்லை
தகப்பன் குழியிலேயே
குட்டிக்குழி செய்து
புதைத்து வந்தாள்
சமாதி செய்வது எப்படியென
சமீபத்தில் வாய்த்த பட்டறிவில்

முதல் பல் முளைத்தபோது
'கடி... கடி...'யென அவள் வாய்க்குள்
தன் விரல்நுழைத்துக் கூசிய
அப்பனின் ஆள்காட்டி விரலுக்கு
அதை எப்படியாகிலும்
சேர்த்துவிடும் நோக்கத்தோடுதான்
ஒற்றைத்தூறலாய்
தொடங்கியிருக்கிறது மழை.

●

ஏலி! ஏலி!

கழுத்தறுக்கப்பட்டவனின் மரணம்
தற்கொலை போலவே முன்பொருநாள்
சித்தரிக்கப்பட்ட இடத்தின்
அதே புதருக்குள்,
கழுத்து கவ்விய
மரணத்தின் பற்களுக்கிடையில்
தன் இறுதிக்கேவலை
'ஏலி!... ஏலி!...'
என ஒலிக்கிற அந்த
கருவாலிக்குஞ்சின் கண்களை
இன்று சந்தித்திருக்கக்கூடாது நான்...

அந்தரத்தில் ஆடுகிற
கடைசி கவுச்சி வாசக் குரல்களுக்கு
கட்டாய சாட்சியாகிற காற்றுபோல
கனக்காமல் இருக்க முடியவில்லை
என் மனத்துக்கு!

●

காணாமல் போன ஆறு

கர்த்தரின் இரண்டாம் வருகை நிகழுமென
அடித்துச் சொல்கிற அப்பத்தா
காணாமல்போன ஆறு பற்றிக் கேட்டால்
வறண்டு சிரிக்கிறாள்.

●

திருஷ்டி பொம்மை

நீட்டிய நாவில் எச்சில் முத்தமிட்டு
தலை வருடி மடி கிடத்தி
ஆராட்டுப் பாடுகிறது
சாலையோரக் குழந்தை
குப்பையிலிருந்து கண்டெடுத்த
திருஷ்டி பொம்மையை

வெயில் மழை சுமந்த
கடின காலங்களில் மட்டுமல்ல,
எதிர்பாராமல் வாய்க்கிற
ஓர் எளிய அன்பின் முன்னும் கூட
விழிகள் விரிய விரிய
தூக்கம் பிடிக்காமல்தான்
இருக்கும் போலிருக்கிறது.

●

சமனப்படுத்தும் முத்தம்

ஒரு முதிய கரத்தை முத்தமிடும்
ஓரிணை முதிய உதடுகளை
கண்ணுற நேர்ந்தது இன்று...
கனம் கனமான ஆயுதங்களால் கீறல்களேறிய
பெரும்போர் நிறைவுற்ற களத்தில்
மழைக்காற்றால் சமனப்படும்
நிலமொன்றைக் கண்டேன்
என்றும் கூறலாம்.

●

சந்திக்க இயலாத பார்வை

அகண்ட கடலில் உச்சிவெயிலில்
அலைமோதும் பாய்மரக்கலமாக
எதற்காகவோ சுழல்கிற
கருவிழிகளைக் கொண்டவளிடம்
கேட்கத்தான் நினைத்தேன்
'என்னதான் தேடுகிறாய் நீ
பார்க்கும் ஒவ்வொரு முகத்திலும்'
நகரச்சாலையை கடக்க இயலாத
மரவட்டை ஒன்றின் கனவில் வருகிற
எதிர்வரிசை சாலையோர மரங்களின்
நிழல் படிந்த அவள் விழிகளை
என்னைநோக்கியும் திருப்பினாள்…

ஏன் சந்திக்க இயலவில்லை
என்னாலும் அந்தப் பார்வையை…?

சந்தித்துதான் பாருங்களேன்…
மனம்பிறழ்ந்தவர்கள் என
அடையாளம் காட்டப்படுபவர்களின்
கருவிழிகளை.

●

சிறுவாட்டுக்காசு வாசம்

ஓர் இசைக்கு
கண்மூடிச் சொக்குவதுபோல
'ஏன்டி இவ்ளோ சீக்கிரம் போன...'
என்ற வசைக்கும்
கண்மூடி சொக்கிக்கிடக்கும் பேறு
அடைந்துவிட்ட மனைவியின்
இறுதிச்சடங்கு நிறைவேற்ற
அவளது சிறுவாட்டுக் காசினையே
துழாவுகிற
உழைக்க மட்டுமே தெரிந்த கணவன்...
திறந்த வெந்தய டப்பாவில்
நிறைந்திருந்த அவளது வாசத்தை
சரசரவென மூடி முணுமுணுக்கிறான்
'வேறெனக் கூட இல்லாது போனாலும்
வெந்தய வாசமாகவாவது இரு
அதில் நான் வீழ்ந்துவிடாதிருப்பேன்'.

●

தலைகுப்புற வீழ்ந்த நிழல்

தாகமாய் இருப்பவர்களை
இளைப்பாற்றுகிற திருவசனம்தான்
சத்தமாய் வாசிக்கப்படுகிறது

ஒட்டக தானம் பெற்ற
மாட்டுவண்டிக்காரன் மாதிரி
செய்வதறியாமல் திகைக்கிறாள்
பசிக்கு வீறிடும் சிசுவை
திருவிழாக்கூட்டத்தில்
சுமந்த தாய்

ஆலயத்தின் மேல் நிற்கிற
உலக ரட்சகர் சுரூபத்தின்
தலைகுப்புற கவிழ்ந்திருக்கிற
நிழலில் சுதந்திரமாய்
குட்டிகளுக்கு முலையூட்டுகிறது
தெருநாய்.

●

இதயஇலை சீந்தில்

இருதயக்கோளாறில்
மகன் மரித்தபிறகு
மராமத்து இல்லாதிருந்த
கோடிவீட்டுக் கிழவியின்
கோணிக்கதவு குடிசையில்
இலுப்பம் புண்ணாக்கும்
முட்டாமஞ்சளும்
இழுத்தரைத்துப் பூசி
குளிக்கத் தொடங்குகிறாள்
முந்தாநாள் சமைந்த பேத்தி,
குடிசையின் கொல்லை
செத்தைக் கிடுகுகளிலேறி
பொத்தல்களை மறைத்து
பச்சைத் தடுக்கமைக்கிறது
இதயம் இதயமாய்
இலை சுமந்த சீந்தில்கொடி.

●

பரவாயில்லைதான்

இரை வேண்டி அலகு திறந்த
இளம் கழுகுகளின்
வாய்போல மஞ்சள் செடிகள்
வானம் பார்த்துக்கொண்டிருந்த
கொல்லை ஒன்றின் ஓரத்தில்,

தரை சிதறிக்கிடந்த புங்கம்பூக்களை
தக்காளி சாதமென்றும்,
வெயில் வாடிக்கிடந்த வேப்பம்பூக்களை
தேங்காய் சாதமென்றும்
சொப்பு வைத்து விளையாடுகிற
பொம்மைக்கடைக்காரனின் குழந்தைக்கு
ஏக வருத்தம்...
கண்ணை உருட்டும் கரடிபொம்மை
விலைபோனதை நினைத்து
ஆனாலும் பரவாயில்லை,
இன்றிரவு நிஜசோற்றைப் பார்க்கலாம்.

●

உப்பில் ஊறியவை

கடல் நம் தொட்டிலென்று
நம்பித்தான் ஆடுகிறோம்!
தூளித்துணி முறுக்கேறி
மூச்சடைத்த பிள்ளை அவன்!

என்றாகிலும் இப்படித்தான்
நம் வலைகளில்
உதற இயலாத கனத்துடன்
மரணமும் சிக்கிவிடுகிறது!

உப்பில் ஊறியவை
கெடுவதும் இல்லை
முளைப்பதும் இல்லை
நம் வாழ்வைப்போல!

●

அதனால் என்ன?

சற்று கறுப்புதான்
அதனால் என்ன?
நடவுசெய்து வரப்பேறியவன்
நக இடுக்குச் சகதி அரைவட்டம்
நிலவைவிட எழில்

சற்று சிறியதுதான்
அதனால் என்ன?
பிரார்த்தனை நேரத்து
பாசாங்கற்ற கண்ணீர்
மழையினும் பவித்திரம்

சற்று கோணலானதுதான்
அதனால் என்ன?
தாயின் சுகவீனத்தில் தந்தை
மகளுக்கு எடுக்கும் வகிடு
அரச அலங்காரங்களினும் அற்புதம்.

●

துவர் வாசம்

புயல் எழுந்த கடலில்
கரை திரும்புகிறவனுக்கு
காத்திருப்பவள் இருதயத்தை,
டயர் ஓட்டி விளையாடும்
சிறுவன் போல்
தட்டிச் சொடுக்குகிறது காற்று

இடிஇடியென பிடிவாதம் பிடித்து
சிணுங்குகிற மேகத்துக்கு
பனை வேகமாய்
கிலுகிலுப்பை ஆட்டுகிறது

கூராபாய்க்கு சாயமேற்ற வேகும்
புளியங்கொட்டையின்
துவர்வாசமுடன்
அவளின் ஒவ்வொரு பிராத்தனைக்கும்
ஒரு கற்பூரச் சுடரொளியை
ஏற்றி அணைகிறது மின்னல்,

யார் வீட்டிலிருந்தோ
கேட்கத் தொடங்கிய அந்தப் பாடல்
இத்தனை நேரம்
வெறித்துக்கொண்டிருந்த
அவள் கண்களின்
முதல் மழையைத் தொடங்கி வைக்கிறது.

●

வளைந்த புளியமரம்

அவன் பாதங்கள்
உழைப்பின் உளிகள்,
அவை
உராய்ந்து உராய்ந்து
சிலை செதுக்கத் தொடங்கியிருந்தன
அவனது செருப்பில்

செருப்புச் சிற்பத்தில் துளைவிழுந்து
திறந்துகொண்டன
சிலை திருவிழிகள்

விழிதிறந்த திருவுருவை
அந்தப் புளியமரத்தின்
கிளையிடுக்கில்
சொருகிவிட்டு நகர்கிறான்

அவ்வப்போது கக்கத்தில்
செருப்பு இடுக்கப் பழகிய
அவனைப்போலவே மரம்
வளைந்து வளர்கிறது
இப்போது.

முதுமையில்...

தெய்வ தரிசனம் தெரிவதற்கு
விலக்கப்பட்டுக் கொண்டிருக்கிற
சன்னதி திரைச்சீலை மடிப்புகள்
தோல் சுருக்கங்கள்

கரும்பாறையில் உழன்ற
காலங்கள் போதுமென
பறக்கிற பால்வெள்ளை அருவி
நரைமுடி

காலம் கருஞ்சட்டையுடன்
கால்வளைத்துச் செய்கிற
தனுராசனம்
கண்கீழ் கருவளையங்கள்

அருந்த அருந்த மட்டம் உயர்கிற
மந்திரபானம் நிரம்பிய கோப்பை
இந்த வாழ்க்கை,
அதன் நிறைவுத் தழும்பல் முதுமை.

●

தேறல் குவளை

சலஞ்சலச் சங்கு

இதயம் என்பதென்ன?
தனக்கே தனக்கென்று
வாய்க்கப்பெற்ற
இசைத்தோல்கருவி,
ஓர் அணைப்பின் கணப்பில்
இன்னும் இன்னும்
மெருகேறும் அதன் பாடல்

தோள்பட்டை என்பதென்ன?
இரண்டாய் வார்க்கப்பட்ட
தூபக்கால் கிண்ணம்,
செவ்விதழ்க் கங்கு தீண்ட
சுறுசுறுவென நறும்புகையாய்
கன்னம் கவியும் வெட்கம்

செவிமடல் என்பதென்ன?
கேச அலைகளை அதட்டி
ஒதுக்கிவைக்கும் தூண்டில் வளைவு,
பேசாத வார்த்தைகளின்
பெருமூச்சு இரைகிற
சலஞ்சலச் சங்கு.

●

உயிர்ப்பிழம்பின் சன்னதம்

பிரயத்தனித்து வதனமொன்றை
வரைந்தபிறகும் திருப்தியின்றி
மச்சம் வரைய இடம் தேடுகிற
ஓவியன் விழிகளாய்
ஆகிறதென் மனது,
அன்பை விவரிக்கும் உன்
நீண்ட விளக்கத்திற்குப்பின்

பேச்சு... பேச்சு...
அதிலென்ன இருக்கிறது...

ஓங்கி முழக்கும் தண்டோராக்கள்
இருந்தால் என்ன,
திணறித்திணறி வரும்
உருமிக்கல்லவா
சன்னதம் கொண்டாடுகிறது
இந்த உயிரின் பிழம்பு
பளிச்சிடும் நாள் மத்திமத்துச் சூரியனை
நிமிர்ந்து பார்க்க
கண்கள் கூசாதோ
எனதன்பு ராஜ திராவகனே!
அன்பைக் கொஞ்சம்
மறைக்கவும் பழகு!

அது போதுமே

ஆயுசுக்கும் ஒட்டிக்கொள்ள
வக்கற்றுப்போன விதிதான்
பல உறவுகளுக்கு...
ஆனாலும் என்ன?
காலியான கருப்பட்டிக்கொட்டான்
நாசிக்குள் இனிப்புவாசம்
கிளர்த்துகிறார்ப்போல்
பிரிந்தபிறகும் நினைக்கும்போது
முகம் விகசிக்கச் செய்யும்
உறவொன்றாய் இரு
அதுபோதும்.

●

சிறுமாரிச் சாரலே!

கோபத்தில் அறைந்து சாத்தப்படுகிற
கதவின் சத்தமெல்லாம்
மிகவும் பிரமாதம்தான்,
உட்புறத்தில் தாழிடும் சத்தம்
இன்னும் கேட்கவில்லையென்பது
அதைவிடவும் பிரமாதம்

சித்திரைச்சுழியனுக்குள் அகப்பட்ட
என் சிறுமாரிச் சாரலே!
எவ்வளவும் சுழன்றோடு!
என்றாலும் கொண்டாடும்
என்னிடமே வந்துவிடு!
நதி தாண்டி பரிசல் எதைச் சாதிக்க?

●

அக ஆடி

முகச்சவரத்தில் மழித்த முடியாய்
அங்குமிங்கும் பறந்திருக்கின்றன
தத்துப்பித்தென உன்முன்
உளறிக்கொட்டிய வார்த்தைகள்,
நீ நகர
எஞ்சிய வார்த்தைகளின்
தாவாங்கட்டை பிடித்து
இடம்வலமாய்த் திருப்பி
அழகு பார்க்கிறேன் அக ஆடியில்.

●

நுண்பொக்கிஷம்

பெரிதுபெரிதாய் இருப்பதில்லை
பொக்கிஷங்கள்,
கைக்குள் அடங்கிவிடுமளவு
நுண்ணியதாய்...
சொல்லப்போனால்
எஞ்சிய நம்மிடையேயான நாட்களின்
நினைவுகள் போல.

●

கோபமும் ஒரு விபத்தே

விபத்தில் அடிபட்ட
பிடித்தமான நாய்க்குட்டியை
தோள்சுமந்து ஓடுபவன் தன்
பின்னங்கழுத்து வெம்மையில்
உணராமலா இருப்பான்
அதன் இதயத்துடிப்பின் பதற்றத்தை

உன் கோபமும் ஒரு விபத்தே
பதறாதே! சரிசெய்வேன்!

அது அப்படித்தான்

யாருக்கோ பேய் பிடித்ததற்காக
சம்பந்தமே இல்லாமல்
ஆணியால் அறையப்பட்ட
வேப்பமரத்தைப் போலவேதான்,
யாரிடமெல்லாமோ காட்டவேண்டிய
கோபங்களுக்கு
தன் செவியை தாராளமாய்த் திறந்துவிட்டு
வலி ஏந்திக்கொள்கிறது நேசம்.

மறந்தேன் என்பதொரு மாயை

காயம் கடந்தபின் நிலைப்பது
தழும்பா ஊனமா
என்பதிலுள்ளது மறதி
ஆனால் ஒன்று...
மறந்தவர்கள்
மறந்துவிட்டேன் என
கூறித் திரிவதில்லை,
மறக்கத் தவிப்பவர்கள்தான்..

●

மருகும் பிரியம்

செவித்திறனற்ற மழலையிடம்
புரியவைப்பதெப்படி அதற்கென
தேடித்தேடித் தேர்ந்தெடுத்த பெயரை
என திக்கித்திணறும் தாய் போலவே
மருகி நிற்கிறது பிரியம்,
பிரிய நேர்ந்தவரின் புகைப்பட முன்.

●

கள்ளிப்பழ விரல்நுனி

மருதாணி விரல்களுடன்
மீசை முறுக்கும் அவன்,
பழம் பழுத்த கள்ளிச்செடி.

●

சிரிப்பின் சிரசு

ஆழமானதொரு பார்வைக்குப்பின்
அழுகைபோன்றே அர்த்தமுடைய
குட்டையானதொரு சிரிப்புக் கன்றினை
ஈனுகிறது உன் இதழ் எல்லை

நானோ அந்த
சிரிப்பின் சிரசு தடவி
புதிதாய் முளைத்திருக்கும்
கோபக் கொம்பினை
அடையாளம் கண்டு திணறுகிறேன்.

குட்டி மச்சம்

நீள்கழுத்தின் கீழ்ஓர மச்சத்துக்கு
இவ்வளவு செல்லம்
கொடுக்கக்கூடாது நீ!
நனைக்கும் மழைத்துளியை
அணை வைத்து அனுப்புகிறது
உன் முகவாய்,
பிள்ளையைக் குளிப்பாட்ட
நெற்றிக்குக் கைவைத்து
மறைக்கும் தாய் போன்று...

●

முத்தமிட யாருமற்றவன்

தாடிவைத்த கன்னங்களில்
படிகிற முத்தம்
ஒரு மயங்கொலிப்பிழை

மேலுதட்டை மீசைக்குள்
மறைத்தே வைத்திருப்பவர்களின்
முத்தத்தின் மீது
ரட்டினக்கால் தோரணையில்
அமர்ந்து கொள்கிறது
ஒரு நிரந்தரக் குறுகுறுப்பு

தாடியும் மீசையும் வளர்ந்தும்
மனம் பிறழ்ந்தவன்
மனம் பிறழ்ந்தவனாகவே
இருக்கிறான்
மனமார்ந்த முத்தங்கள் தர
யாருமற்றவன் என்பதால்.

●

சிறுமஞ்சள் பறவை

வாழ்ந்த காலத்தை
வக்கிர வார்த்தைகளால்
களங்கப்படுத்துவதைவிட
மிச்சமின்றிச் சுட்டுச் சாம்பலாக்கி
பிரியுங்கள்,
பிரிவதென்று முடிவெடுத்த
ஒரு நேசத்தை..
சடைத்து நிற்கிற
ஆலின் தண்ணிழலில்,
தன்னுடம்பைச் சிச்சிறிதாய்
எறும்பு உண்பதை
பார்த்தபடியேச் செத்துக்கொண்டிருந்த
குற்றுயிர் சிறுமஞ்சள் பறவையொன்றை
கண்டேன் இன்று!

துமிச்சிதறல்

அபூர்வ மூலிகையின்
மீந்திருக்கும் ஒரே ஒரு செடி,
பிரிவுக்குப்பின் துளிர்க்கிற
பொசஸிவ்நெஸ் கோபம்,
உன் படுகையில் சிறிது
துமியைச் சிதறச்செய்
என் பேராறே!
பிழைத்திருக்கத் தவிக்கிறது
வெதும்பும் வேர்கள்.

●

பாடலாடும் தூரி

அஞ்சனத்துக் கருமை கன்னம் படர
அழுகின்ற ஒரு பிள்ளையாய்
கலைந்து திரண்டு கெஞ்சுகிறது
அவன் கண்களின் உறக்கம்...
இன்னும் ஊடல் தீராதவளால்
வேறென்ன இயலும்
அள்ளிச் சமாதானம் செய்வதைவிட..
இன்றிரவின் பொய்ச் சமாதானம்
நாளை புலரியின் பொய்க்கோபம்
இரண்டுக்கும் மத்தியில் மிதமாய்
தூரி ஆடத் தொடங்கியிருக்கிறது
மீள மீள ஒலிக்கப் பணிக்கப்பட்ட
இருவருக்கும் பிடித்த பாடல்.

ஏதுமற்ற உள்ளங்கை

நான் பசித்திருக்கிற பட்சிதான்
நீ ஆகச்சிறந்த வள்ளல்தான்

உன் கடைசிப்பிடி தானியமும்
இரைக்கப்பட்ட பிறகே
உன்னைத்தேடி வருவேன்

உன்னிடமிருந்து எனக்கு
தேவைப்படுவதெல்லாம்
ஏதுமற்ற ஓர் உள்ளங்கையே!
அதில் ஏறியமர ஓர் இடமே!

●

கரிப்பின் புனிதம்

நேசத்தைத் தக்கவைக்க
நீர்வழிய நிற்கிற விழிகள்...
கரிப்பு புனிதமாகிப்போன
புண்ணியத்தலத்தின் கடல்

ஆறேழு வயிறுகளின் பசி
தன் அரூப ஒற்றைக்காலுக்கு
மிதியணியாய்ப் படகுகொண்டு
அத்துவானக்கடல்மீது
அலையத்தொடங்கும்
ஒரு நற்கணத்தில்தான்
அவள் இமைகளின் மீது அந்த
முத்தம் தொடங்கியிருந்தது.

●

பசிய அவதாரம்

கைவிடப்பட்ட சுவரானால்தான் என்ன?
யாரும் நட்டு வைக்காத
வெல்வெட் பசுமையொன்றை
ஈரம் ஊறிய சமயங்களில்
தனக்குத்தானே
படர்த்திக்கொள்ளாதா?
கைவிடப்பட்டுக் கிடக்கும்
நம் நினைவுகளுக்கான
கண்ணீர் நிமிடங்களின்
பசிய அவதாரம் போன்று.

●

மௌனத்தை மௌனத்தால்...

ஒரு நெடிய மௌனத்தில்
விலகிக்கொள்ளப் பழகியவர்கள்
எவ்வளவு நாகரிகம் உடையவர்கள்...
ஆனாலும்,
தன்னைத்தானே அணைப்பதுபோல்
மார்பின் குறுக்கே
கைகட்டி முறைத்தபடி
நெடும் மௌனம்
உடையும்வரை கால்கடுக்க
காத்திருக்கப் பழகியவனின்
கரங்கள் நீளுகின்ற நேரம்
அந்தப் பெருநதி சுழன்றோட
இரு மருங்கு ஆகாதோ
அவன் கரங்கள்...

இப்படியே இருக்கட்டும்

இதயக்கிடக்கையை இணுக்கி இணுக்கி
நாணமாய்ப் படர்த்துவதற்கும்
மௌனமென்றா பெயரிட்டுள்ளாய்?
வாசனைதிரவியக் கலனுக்கான மூடி
இறுக்கமாய் இருத்தல்தானே நியாயம்.

●

பிரதிபலிக்கும் புன்னகை

எவ்வளவு பெரிய இருட்டைக் கடக்க
சின்னதொரு ஒளித்துண்டை
பிறையென்ற பேரில்
வைத்திருக்கிறது இவ்விரவு...
இத்தனை அழுத்தங்களிலும்
நீ இதழில் வளைத்திருக்கும்
குட்டிச்சிரிப்பும் அப்படித்தான்
நீ இப்படியே இரு!
உன் வானின் கீழ் நான்
மழையாய்... பெருமழையாய்...
அழுது கரைந்துகொள்கிறேன்!
பிறகு பார்!
என் நிலம் முழுக்க
பிரதிபலித்தபடி இருக்கும் உன் புன்னகை!

உப்பிட்டு உலுக்கிய முத்தம்

போய்த்தான் ஆகவேண்டும்
இல்லையா?
சரி பரவாயில்லை...
புறப்படும்முன் சொல்!
இன்னும் சில முத்தங்களை
உப்புப்போட்டு உலுக்கி
தந்தனுப்புகிறேன்.

●

வக்கற்ற வார்த்தைகள்

பிரார்த்தனைக்காய் ஏற்றப்பட்ட
கற்றை ஊதுபத்தியில்,
பற்றாமல் விடுபட்ட ஒன்றிரண்டாய்
பரிதாபித்து மீந்திருக்கிறது...
அணுகவியலா தூரம்
சென்றுவிட்ட உன்னிடம்
சொல்லாமல் விடுபட்ட சொற்கள்

கொஞ்சமே இருக்கும் நீராகாரத்தை
பசித்த குழந்தைகளுக்குப் பகிர
தண்ணீர் நிரந்து கொடுக்கும் ஒருத்தியாய்
இப்போது,
வதைக்கும் ஒவ்வொரு நொடிகளிடமும்
தனித்தனியே சமாதானம் சொல்கிறது
அந்த வக்கற்ற வார்த்தைகள்.

●

நிலவென்னும் தேறல் குவளை

இந்த மௌனம்...

அண்மையில் விழியிழந்த ஓவியன்
மனது நிறைய காட்சிகளிருந்தும்
வரையத் திணறும் தள்ளாட்டம்...

நெடுநாள் நோய்மைக்காரன்
தரையழுந்த ஏற்படும் பாதக்கூச்சம்...

பாகம் பிரிக்கப்பட்ட வீட்டில் வருகிற
முதல் சுபநிகழ்விற்கான
அழைப்பு நிகழ்வின் இறுக்கம்...

நமக்கிடையேயான இந்த மௌனம்...
என்ன செய்யலாம் இதை?

அலுத்துக் களைத்து திரும்புகையில்
காடிக்காரர் நீட்டும் தேறல் குவளை
இந்த மொட்டைமாடியின் நிலா!
வா! ஆளுக்கொருவாய் மாந்தியபடி
அளவளாவத் தொடங்கலாம்!

●

பாடலாவது முழுமையடையட்டும்

கேட்க விரும்பாத பாடல் ஒன்று
ஒலிக்கத் தொடங்குகிறது...
        பெருமழையை யூகித்து
        வெருண்டோடி வீடு திரும்பும்
        மேய்ச்சல்போன ஆடாக,
        பல்லவிக்கு முன்இசையிலேயே
        பரபரக்கிறது மனது
யாராகிலும் அந்தப் பாடலை
நிறுத்தினால் நன்றாயிருக்கும்
        சுற்றிச்சுற்றி நூலிழுக்கும்
        கூட்டுப்புழுவாகி ஞாபகங்கள்
        உள்ளடங்கிப் பார்க்கின்றன,
        கூட்டுக்குள்ளேயே இறகு முளைப்பதை
        தடுப்பதற்கு எவருமிலர்
கேட்க விரும்பாத பாடல் என்பதற்கு
பிடிக்காத பாடல் என்பது அர்த்தமல்ல
        நெஞ்சுக்கூட்டில் கீச்சிட்டு
        பசித்த அலகுகளை அகலத் திறக்கிறது
        உணர்வென்னும் சிறுகுருகுகள்,
        அப்பாவி விழிப்பறவை
        எப்படியும் ஊட்டிவிடும் கண்ணீரை
பாதியில் நிறுத்திவிடாதீர்கள் பாடலை
பாடலாவது முழுவதும் முடியட்டும்.

அகமூடி

எதிரிமுன் கூட இலகுவாய்
புன்னகைத்துவிட இயல்கிறது...
மிகுந்து நேசிக்கும் ஒருவரிடம்
சமாதானிக்க மட்டும் ஏன்
இத்தனை போராட்டம்?

பார்த்துவிட்டுத்தான் பார்க்காமல்
திமிர்த்தனமாய் நகர்கிறேன்

பிணக்குகொண்ட தங்கை
தமையன் பிள்ளைகளை
எட்டநின்று பார்த்துக் கலங்குவதாய்,
தூக்குச்சட்டியின் நீரூறிக் கிடக்கும் பழஞ்சோறு
வரப்போர புதுநெல்மணிகள்மேல்
நீச்சத்தண்ணி வழிய கலங்குது பார்.

●

தவறெனும் நிமித்தம்

விலகலின்பின் நெருங்குவது என
எதைச் சொல்கிறாய் நீ?

திறக்கச் சக்தியற்று ஓட்டினுள்ளிருந்து
குனுகுகிற நாரைக்குஞ்சின்
மீச்சிறு சலனமும் உணர்ந்து
ஓடுடைக்கும் தாய்நாரையாய்தான்
இருந்தது உன் நேசம்!

மாரிக்காலத்தில் கதவு
சிக்கித் திறப்பது போலொரு
ஈரம் தடவிய குரலோடு
கதறிக்கதறி மரித்தபோது
உணர்ந்துகொண்டது என் நேசம்,
குஞ்சுகளில் நோய்மையுற்ற ஒன்றை
கொல்லத் துணிகிறதும்
அதே தாய் நாரைதான் என!

மீண்டும் வந்து முன்நிற்கும்
உன்னை என்ன செய்யலாம்?

பூமியெனும் ஈமத்தாழியை
இடையறாது வனைகிற காற்றுக்கு
ஒத்தடம் தந்து பறக்கிற இரவுப்பறவை
தவறு தவறென நிமித்தம் கூவிப்பறக்கிறது!

●

சொல்லுக்கென்ன தேவை

இது இருவர் செல்லும் யாத்திரை
உன்னிடம் ஒரு சொற்பொட்டலம்
என்னிடம் ஒரு சொற்பொட்டலம்
சில சொற்களை
அவரவரே விழுங்குகிறோம்
சில சொற்களை
ஆதுரமாய்ப் பரிமாறுகிறோம்
பாதையின் முடிவெல்லையில்
தொலையத் தோதாக அடர் கானகம்
என் சொற்பொட்டலம் தீர்ந்திருந்தது
உன்னிடம் ஒன்றே ஒன்று மீந்திருந்தது
பரிமாறுவாயா விழுங்குவாயா
பார்த்துக்கொண்டே நிற்கிறேன்
நீ பரிமாறிய இறுதி வாக்கியம்
'என் கைகளைப் பற்றிக் கொள்'
பிறகு
சொற்களின் தேவை இருக்கவில்லை.

●

வாகான சிருஷ்டிப்பு

நெடுநாள் கோப நோய்மையில்
கிடையாய்க் கிடந்து
சுணங்கித் தள்ளாடுகிற
உன் பார்வைக்கு
எனைக் கண்டதும் முளைக்கின்றன
கண்ணீரினாலான இரு கால்கள்

துணையாய் என் பார்வைக்கும்
முளைத்துவிட்டன அதே கால்கள்

இருவர் கோபமும்
தோள்மேல் கைபோட்டு
ஊர்சுற்றப் போகட்டும்

உன் உள்ளங்கை குழிந்திருப்பதும்
என் கன்னக்கதுப்பு குவிந்திருப்பதும்
எத்தனை வாகான சிருஷ்டிப்பு

வா! ஏந்திக்கொள்ள வசம் செய்!

●

மோக நேரத்துக் கண்கள்

நெருங்கும்போது,
தூவிகள் அசைத்து நான்
நீந்துவதற்குச் சிறிது
இடைவெளி விட்டேகும்
நாகரிகம்
உன் நெருக்கம்

விலகும்போது,
வட்டிலின் உணவு
பிள்ளைகளுக்கானது எனக்கண்டு
நீர்க்குடம் நோக்கி நகரும்
பசிபொறு கருணை
உன் விலகல்

அடைகாக்கும் பறவையின்
ஆசுவாசச் சிறகசைவில் பறக்கின்ற
சிறு பஞ்சு இறகுகள்
உன் கனத்த நாட்களின்
அழகிய சினம்

பேடை கூடும் வேளையில்
மயிலுதிர்த்த பீலிகளிரண்டு
புதிதாய் கிடைத்த விடுதலையில்
பரபரக்கிற சாயல்
உன் மோகநேரத்துக் கண்கள்.

ரம்யா அருண் ராயன்

ஊமத்தம்பூ உதடுகள்

துயிலெழுந்ததும் கண்ணில்பட்ட
முதல் ஒளிப்படம் அவனது...

அவன் தாடையேந்திக் கொஞ்ச
அலைபேசியின் கீழ் அகலத்தை
நீள்வட்டமாக்க முயலுகிற
பித்து எனது

இந்தச் சித்தப்பிரமைக்காரியின்
உன்மத்தம் தெளிவிக்க
உச்சிதேய்த்து குளிக்க வைப்பதற்காக
வெந்நீரில் ஊறிக்கிடக்கும்
மென்ஊதா ஊமத்தம்பூ
அவன் உதடுகள்...

இரட்டைப்பிடி கொண்ட
டெரகோட்டா பாண்டம்
வளைந்த கன்னங்கள்...
அதற்கும்மேல் சலனமாகிறது ஆவி
அலாதி விழிகளில்...

சற்று தணியட்டும் !
ஆற அமர அள்ளி நனைகிறேன் !

●

மொழியடங்கு காலம்

நெருப்பு வளையம் தாண்டும்
வித்தைக்காரனின் உடலாய்
ஒடுங்கி நீளும் உன் விழிகள்
மன்னிப்பை இறைஞ்சுகின்றன

கண்ணாடி ஜன்னலின்
அந்தப் பக்கத்து மழையை
கைகட்டி நடுங்கும் காய்ச்சல்காரியாக
வேடிக்கை பார்க்கிறது என் நேசம்

அடைகாக்கும் பறவையின்
அடிவயிற்று வெப்பத்திற்குள்
வளரும் சிற்றுயிர் ஓடுடைக்கும் நாளில்
மௌன கனம் கலையும் கீச்சொலியில்

அதுவரை பொறுத்திரு!

●

விலகும் அண்மை

குளத்துச் சூரியனை அள்ளிவந்த குழந்தை
விரல்களின் இடுக்கில்
வழிந்ததை அறியாமல்,
கைகளின் இறுக்கத்துக்குள்
கதிரவன் இருப்பதாய் நம்புவதுபோலவே
நீயும் நானும் நம்பிக்கொண்டிருக்கிறோம்
நமக்குள் கோபம் இருப்பதாய்...

உள்ளங்கையின் தானியத்தைக் கொத்திய பறவை
விட்டுச்சென்ற வடுவாக
கன்றிக் கிடக்கிறது காலத்தின் சுவடுகள் மனதில்...

தூபப் புகையில் மூச்சுத்திணறிய உன் கடவுளும்
கண்ணாடிப்பெட்டிக்குள்
பளிங்குக்கண் கூசிய என் கடவுளும்
ஒருவரை ஒருவர் சந்தித்தபோது,
நம் பிரார்த்தனைகளின் பாரத்தை
பேசிப்பேசி புலம்பியிருப்பார்கள்...

கண்ணில் மை எழுதுபவளின்
விரல்களைப் போன்ற கவனத்துடன்,
மௌனத்தைக் கோடிழுத்து
விலகுகிறது நம் அண்மை.

●

பெருவனத்தீ முன் மலர்

சொல்லாத நேசத்தை
சுமந்தலைகிறவனின் சட்டைப்பையை
பதவிசான குட்டித்தூளியாக்கிப் படுத்திருக்கிறது
பகிரப்படாத பன்னீர் ரோஜா

தூளிவிட்டு இறக்கி அடிக்கடி
அகங்கையில் ஏந்துகிறவனை,
பெருவனம் பற்றியெரிகிறபோது
ஊதி அணைக்க முயன்று குவிகிற
சின்னஞ்சிறுமியின் இதழ்கள்
போன்றதொரு இயலாமையுடன்
அலமலந்து பார்க்கிறது
அந்த மலர்.

●

மீதிக்கு நான் எழுதுவேன்

நீயோ பிரார்த்தனையில் மண்டியிட்டு
கெஞ்சிக்கொண்டிருக்கும் பக்தன்,
நானோ பூக்களுக்கு ஊழியம் செய்து
கூடு நிறைக்கும் தேனீ
நம் நம்பிக்கைகள் வேறுவேறு
நம் சாயல்கள் வேறுவேறு எனினும்
உன் பிரார்த்தனை மெழுகின்
உயரம் வளர்க்காதோ
என் தேன்கூட்டின் சுவர்கள்!
உன் மீதியைத் திருத்தமாய் எழுதாதோ
என் நேசத்தின் கரங்கள்!

●

கனசதுரக் காகம்

எத்தனை காகங்கள்
மிதித்து மிதித்து
சொல்லியனுப்பியதோ
மின்சாரத்திடம்,
இந்நள்ளிரவின் மின்விசிறி
காக்கை நிறத்துக் காற்றை
இந்த அறைமுழுக்க நிரப்பி
அறையையே ஒரு
கனசதுரக் காகமாக்கியிருக்கிறது

அதன் அடிவயிற்றுச்சூட்டின்
கணப்புக்குள் நானும்
நீ சொன்ன அந்தச் சொல்லும்
கதகதத்தபடி இருக்கிறோம்

தன்னைத்தான் கொல்ல
முன்பு எறியப்பட்டதென அறியாமல்,
இந்த இரவு
தன் முட்டையென நினைத்து
அடைகாக்கிற
உண்டிவில் கல்
உன் சொல்.

●

பழக்கப்பட்ட நாய்க்குட்டி

கருப்பஞ்சாற்றுக் கவிதைக்காரனே !

உன் எழுதுகோல்
எனக்குள் நிகழ்த்தியவை ஏராளம்...

மொழியறியா அயல்தேசத்தில்
எவரோ வாஞ்சையுடன் ஏந்தியிருக்கும்
தாய்மொழி பொறித்த வரவேற்புப் பதாகை
தருகிற ஆசுவாசம்...

நடக்கத் திராணியற்றிருப்பதை
மறைக்க விரும்புகிற போர்மீள் பேரரசிக்கு
எவரோ தோள்கொடுத்த சிவிகை
தருகிற மிடுக்கு...

மூழ்கிய நீர்த்தேக்கத்தினடியில்
கடைசிமூச்சைக் காப்பதற்காய்க் கைக்கிடைத்த
எவரோ ஆழ்த்திய சிறுமூங்கில்குழல்
தருகிற வாழ்தலுக்கான நம்பிக்கை...

இத்தனையும் எனக்குச் செய்துவிட்டு
அங்கு என்ன செய்துகொண்டிருக்கப்போகிறது
உன் பேனா....

உன் காகிதத்தில் எழுத்துகள்
புரளத் தொடங்குகிறபோது
பழக்கப்பட்ட நாய்க்குட்டிபோல் செல்லமாய்
உன் முகத்திற்கு நேராய்
வாலாட்டிக்கொண்டிருக்கப் போகிறது
அந்தப் பேனா.

●

ஆலயத்தின் சாளர வெயில்

மிகப்பிடித்த ஒரு முகத்தை
நாளின் ஆரவாரம் வடிந்த
ஓர் அந்தியில் தேடுவதற்கு
பெரிதாய்க் காரணங்கள்
ஏதும் இருப்பதில்லை
தினமும்
ஒரே நேரத்துக்கு
ஒரே இடத்துக்கு
காரணமே இன்றி வந்து
அமர்ந்து போகிற
ஆலயத்தின் சாளரத்து வெயிலுக்கு
ஏது பிரார்த்தனை?

●

தோரணத் துளிகள்

மிதமாய்ப் பரவும் வாசம்

மரவள்ளிக்கிழங்கு அகழ்ந்த தோட்டத்தில்
மழைக்கிறது வானம்,
பிள்ளைப்பேறு முடித்த பெண்
குளிக்கச்செய்யும் தாதியிடம்
தன்னை ஒப்புவித்து அமர்ந்திருப்பதாய்
செந்நீர் பரவுகிறது பூமி
காற்றில் மிதமாய்ப் பரவும்
வெந்தயக்களி கிளறும் வாசம்.

●

கடல் கிழத்தி

சவுக்குத் தோப்பு நிழலாகிய
கருவெண் கோட்டழகு
மத்திம வயது மீசையுடன்
கரையில் அமர்ந்திருக்கிறான்
அந்தி

பலகாலம் உடுத்தச் சுருங்கிய
காமாட்டுப் பழஞ்சேலையை
நாணம் ததும்ப இழுத்திழுத்து
கால் மறைக்கிறாள்
கடல் கிழத்தி.

●

நாளின் பிறந்தநாள்

நள்ளிரவு பிரசவ வலி
வந்தவளின் கணவன்
அவசரமாக பித்தான்களிட்ட
சட்டையின் கீழ்ப்பகுதியென
உயர மாறுபாடுகளுடன்
கடிகாரத்தின் முட்கள்
தோன்றும் ஒரு காலைப்பொழுது,
சுகமாய்ப் பிறந்திருக்கிறது நாள்.

●

வாடகைக்குக் கொடுத்தாயிற்று

இரவின் நிலாவையும்
உபரியாய் விண்மீன்களையும்
வலசைப்பறவைகளின் சப்தங்களையும்
வாடகைக்குக் கொடுத்தாயிற்று
மாடிமீது கட்டப்பட்ட
புதுவீட்டோடு சேர்த்து
இப்போது
வெறித்தபடி இருக்கிறது
நிலா தெரியாத திசையில்
என் படுக்கையறைச் சாளரம்.

நாணலின் கழுத்து

புரண்டு படுக்க இயலாத
உடல் மரத்த சீக்காளியாய்
அசையாதிருக்கிறது
வறண்ட நதியின் கூழாங்கல்...

கூழாங்கல்மேல் கண்வைத்தபடியே,
ஒரு பெரும் மழைக்கு நீர்சேர்க்க
அங்குமிங்கும் ஓடி மேகமாய்
தவிக்கிறது நதியின் ஆன்மா

ஆதித்தாயான வானம் வழங்கப்போகும்
மங்கல நாண் நீர்த்தாரைக்காக
நதிக்கரையில் வளைந்திருக்கிறது
நம்பிக்கையுடன் நாணலின் கழுத்து.

●

நிழலாடைகள்

இரவோடு இரவாய்
எவ்வளவு பெரிய கறுப்புத்துணியை
கத்தரிக்க வேண்டும் இந்த
பரிதி என்கிற தையல் கலைஞன்...
விடிந்ததும் எழுந்து வீதிக்கு வந்தால்
கன கச்சிதமாய் அளவெடுத்து
தயாராய் இருக்கும்
நிழலாடைகள்.

●

மயக்குறு மணிச்சத்தம்

செம்மறிக்கூட்டமாய்
குபுகுபுவென ஒரேதிசையில்
மேற்கூரை மின்விசிறி
வலிந்தனுப்பும் வீட்டுக்காற்றினை
வாயில்தோரண சிறுமணிகளால்
சிரித்துப் பகடி செய்கிறது...
கீதாரியறியா வரையாடாக
துள்ளித்திரியும் திடல் காற்று,

பிள்ளைத்துணி காய்கிற கொடியில்
தூளியாடும் திண்ணைக்காற்று
மயக்குறு மணிச்சத்தத்தில்
குலுங்கிக்குலுங்கி சிரிக்கிறது
பால் சாம்பிராணி வாசமுடன்.

●

அந்திச்சூரியன்

எந்தச் சித்தாள்
கழட்டி வைத்திருக்கிறாளோ
இந்தச் சும்மாடு...
செங்கற்பொடி வண்ணம் உதிரும்
அந்திச்சூரியன்.

●

மாயச்சிறுத்தை

நெடுந்தொலைவிலிருந்தே இரையை
கூர்ந்து நோக்குகிறது அது
புள்ளிகள் அசைய முதலில்
பதுங்கிப்பதுங்கி மெதுவாய்த்தான்
புறப்படுகிறது
மிதவேகம்...
வேகம்...
மிகவேகம்...
புள்ளிகளெல்லாம் பார்ப்பதற்கு
கோடுகளாய்த் தோன்றுமளவு
அதிவேகம்...
மந்திரத்திற்குக் கட்டுப்பட்டவன்
பலிபீடத்தில் அசையாதிருப்பதாய்
படுத்திருக்கிறது பயமற்ற இரை
வந்த வேகத்தில் இரைமேல் மோதி
உடல் மொத்தம் சிதறி
இரைக்கு இரையாகிறது
அந்த மாயச்சிறுத்தை மழை.

●

தோரணத் துளிகள்

இரவில் பூத்த எலுமிச்சஞ்செடிக்கு
நீராட்டுவிழா நடந்த தடயம்,
தோட்டமெங்கும் கிளைகளில் மின்னும்
நீர்த்துளி சீரியல் செட்டுகள்.

●

வெக்கை

பழுத்த இலையின் முகுதுப்புறத்தில்
பணி ஓய்வுக்காக
பரிதி போர்த்துகிற பொன்னாடை
இந்த அந்தி வெயில்

சுடரின் இறுதி கணங்களிலும்
மீந்திருக்கும்
பாவை விளக்கின் நெஞ்சுச் சூடாய்
வெக்கையேறிக் கிடக்கிறது நிலம்

ஒருபக்கத்துக் கொங்கை
வெளிவந்தது பற்றிய
லஜ்ஜைகள் ஏதுமற்று முற்றத்தில்
வெற்றிலை குதப்பும்
வெண்சேலைக் கிழவி இந்த
மஞ்சு துஞ்சும் மேற்குவான் முகில்.

●

அலை நாவு

பிரசவத்தில் கன்று
உயிர் பிரிந்ததை அறியாமல்
நாவால் நக்கும் பசுவாகியிருக்கிறது
இப்போது கடல்,
கரையொதுங்கிய
மீனவன் சடலத்தை
அலையால் வருடியபடி...

●

அசையா சாட்சி

காடை முட்டை ஓட்டின்
கருவெண் புள்ளிகளை
முயன்று வரைகிறது
வெண்மணல் முற்றத்தில்
மழையின் ஆரம்பச்சுவடு

பெட்டைக்கான கூதல் நேரத்துச் சண்டையில்
சேவல்களின் சினந்த விரிகண்கள்
கல் இழந்த மூக்குத்தியின்
அழுக்குப்பள்ளம் சூழ்
தங்கச் சிறுவட்டம்

புறாக்குஞ்சின் உடல் கீறி
இளஞ்சூட்டு இரத்தத்தைக் காலில்
பூசிக்கொள்கிற வாதக்காரி
குறுமிளகு இழுத்தரைக்கிற அம்மியோசை
மழைச்சாமி வருகைக்கான உருமிச்சத்தம்

வெம்மை தேடி விறகடுக்கு
நுழைந்த சாரைப்பாம்பு
இதுவரை யாரையும் தீண்டாத
தன் நியாயத்தைக் கேட்பாரற்று
ஆவி பிரிய வாங்குகிற கடைசி அடிக்கு
கனம் கூட்டுகிறது மாமழை

வேர்களால் சட்டென வேண்டாமென
கால் மணல் தட்டிவிட்டு
கிளம்பிவிட முடிவதில்லை
அத்தனைக்கும் சாட்சியாய்
அசையாமல் நிற்கிறது வேம்பு.

●

புண்ணியத் தலத்தின் கடல்

நீ கோவில் கொண்டாய்
என்பதற்காக இப்போது
என் பெயர்
புண்ணியத் தலத்தின் கடல்...
ஆனாலும்
தீர்த்தமென்று கலயத்தில்
நீரள்ளுவோருக்காக
கற்கண்டைக் கரைத்துத் தருவதில்லை
அப்படித்தான் கரிப்பேன்...
பழகிக்கொள்!

●

புலம் பெயர்ந்தவரின் கிராமத்துவீடு

தாத்தா காற்று
ஓய்ந்திருக்கிறது
கூடத்து சாய்வு நாற்காலி மீது

முற்றத்து வேம்பின்
கிளைதொற்றி ஆடிய
பேரன் காற்று
கதவைத் திறக்காமல்
கால்கள் நிலம் பாவாமல்
ரகசியமாய் கூடம் நுழைந்து
கையோடு கொணர்ந்த
புறா இறகெடுத்து
தாத்தா காதில் குறுகுறுக்கிறது

விலுக்கென சிலிர்த்த
தாத்தா காற்று
இப்போது அநேகமாய்
பேரன் காற்றை
அள்ளியெடுத்து தன்மடியில்
கிடத்தியிருக்கவேண்டும்

வேகமாய் அசைகிறது
சாய்வு நாற்காலி.

மழைக்கு சற்று முன்

கறுத்த அடர்மீசை அடியில்
மறைத்த புன்னகை கட்டறுந்து
ஒளிர் குறும்பற்கள் காட்டி
மழைக்கு முன் மின்னலிடுகிறான்
கருமுகிலன்

ரகசியம் பேச ஒவ்வா ஆண்குரலில்
யுகங்களுக்கு மூத்த இடிமொழியில்
காற்றின் அலைவரிசை மீது
'மற்றவை நேரில்' என அனுப்புகிறான்
குரல் குறுஞ்செய்தி

தலைவன் வரும்வேளையில்
மழலைகளை உறங்கவைக்கும்
தலைவியாய்ப் புற்றுகளில்
எறும்புக் கூட்டமதை
நிலமகள் பதுக்குகிறாள்

தாழப்பறக்கும் தட்டான்களை
தாவிப்பிடித்த அலகுகளின் இறுக்கத்திற்குள்
தன் கூட்டின் பசியாற்றும் பாடலை
ஏந்தியபடி பறக்கிறது
நாகணவாய்ப்பறவை.

●

செக்கல்

இடுப்பில் இடுக்கிய
குழந்தையின் செருப்பை
சுமக்கும் தாயாய்
படகேறும் மீனவனின்
காற்தடங்களை
தேடி அள்ளிக்கொள்ளும் கடல்

குளிரும் வெயிலும்
மாறிமாறி மத்தளமிடும்
உயிர்த்தோற்காளையாகிய கடலோடியின்
தங்குகடல் வலையில்
தப்பித்த விண்மீன்கள்
செக்கலுக்கு தவமிருக்கும்

கடலில் பிரியும் ஆவி
மேகமாகி மழையாகி
மீண்டும் கடல் திளைப்பதால்
சமுத்திரத்தின் மேல்நிகழும்
ஆவிபிரிதல் என்பது மரணமல்ல
அது நித்தியவாழ்வு.

●

எதுவும் காலியாக இல்லை

காலியான பறவைக்கூட்டின்
வளைந்திருக்கும் சிறு சுள்ளிகளுக்கு
பிரசவித்த பெண் வயிற்று
சுருக்கக்கோடுகளின் சாயல்

காலியான பறவைக்கூட்டின்
சிக்கியிருக்கும் இறகுகளுக்கு
காற்று வந்து கற்றுத் தருகிறது
பறப்பதற்கான வித்தையை

காலியான பறவைக்கூட்டின்
மெத்தென்ற தும்புப்படுக்கையில்
நிழல் நீட்டிச் சாய்ந்திருக்கிறது
அந்திநேரத்து வெயில்

காலியான பறவைக்கூட்டின்
இல்லாப் பறவைகளின் உறக்கத்திற்கு
கிளைத்தொட்டிலை ஆட்டியபடி
விழித்திருக்கிறது மரம்.

●

வேள்விச் சாகரம்

அத்தனை புரவிகளும்
வான் கொட்டிலில்
அடங்கியிருக்க,
அவிழ்த்துவிடப்பட்ட
ஒற்றை வெந்நிற
அசுவமேத யாக
குதிரையாகியிருக்கிறது
அருவி!

அது பீடுநடை நடக்கிற
இடந்தோறும்
நாட்டிச்செல்கிற
வெற்றிக்கொடிகளே
விருட்சங்கள்!

யாகக்குதிரையின்
தேகம் புசிக்க
விடியலின் கங்குமூட்டி
வேள்வியுடன் காத்திருக்கும்
சாகரம்!

●

அது என்னவாக இருக்கும்?

எதுவோ அசைந்துகொண்டிருக்கிறது
நள்ளிரவின் ஜன்னலில்...
பார்வையால் நடுங்கியபடி பார்க்கிறேன்..
அது என்னவாக இருக்கும்?

உடம்பு முழுக்க ரோமம் அரும்பி,
தெருவோர மின்கம்பம் ஏறி,
ஜன்னல் எட்டிப் பார்க்க முயற்சிக்கும்
அது ஒரு முசுமுசுக்கைக் கொடியோ?

இல்லையில்லை...
அது என்னவாக இருக்கும்?

கறுத்து நீண்ட இரட்டை வாலுடன்,
மணிக்கண் சிமிட்டி உருட்டி,
யாமப்பாடலைப் பாடும்
அது ஓர் ஆனைச்சாத்தன் பறவையோ?

இல்லையில்லை...
அது என்னவாக இருக்கும்?

சருகுச்சலங்கையை காலில் அணிந்து,
சாளரத்துச் சட்டங்களை
அசைத்துப் பார்க்கும்
அது தென்மேற்குப் பருவக்காற்றோ?

இல்லையில்லை...
அது என்னவாக இருக்கும்?

இங்கிதமற்ற ஒரு பெருங்கேவலுடன்,
நிறச்செருக்கை அழித்த நிலவொளியில்,
வான்நோக்கி அகவும்
அது எதிர்மாடி மயிலின் நிழலோ?

இல்லையில்லை...
அது என்னவாக இருக்கும்?

இன்னமும் அசைந்துகொண்டிருக்கிறது...
நான் தூக்கத்தை இழுத்து
போர்த்திக்கொண்டேன்...

அது என்னவாக இருக்கும்?

●

முதியோர் இல்லத்து முற்றம்

மைதானத்தில் திமிர்ந்து
ஆடிக்கொண்டிருந்த மழையை
காற்று காது திருகி இழுத்துவந்து
வணங்கப் பணிக்கிறது
முதியோரில்ல முற்றத்தவர்களின் கால்களுக்கு
சாரலாக.

●

கடலோர விடியல்

தேவ விக்கிரகத்தின்
பல வண்ணம் தோய்ந்த
பரிபூரண அலங்காரங்கள்
யாவர் விழிகளுக்குமானது
சில்லிட்ட அதன் கரும் மேனி
திருத்தொண்டர் தம்
விழிகளுக்கே வாய்க்கும்

கடலம்மை தன்
கரியபெரிய மேனியில்
செம்மஞ்சள் சரிகையோடிய
நீலச்சீலை அலங்காரம்
வாய்க்கும் முன்பே அவள்
நுரைக்கொலுசு அலைப்பாதம்
தண்டனிடுகிறான் மீனவன்.

நிசிநேரத்துக் கவிதை

கர்ப்பத்தின் வெதுவெதுப்பான
மையிருட்டு இந்த இரவு
இதில் கனவுகண்டு விரலசைக்கும்
சிசு அந்தத் தென்னங்கீற்று

பிரார்த்தனையில் ஏற்றப்பட்ட
ஒற்றை தீபம் இந்த நிலவு
அதைப் பிரதிபலிக்கும் பக்தர்களின்
கோடிவிழி அந்த விண்மீன்கள்

சொற்கேட்காமல் சிலநேரம் வதைக்கும்
வளர்ப்புப்பிராணி அந்த உறக்கம்
எதிர்பாரா ஆறுதலாய்த் தோளில் அமரும்
பட்டாம்பூச்சி இந்தக் கவிதை.

●

மெரிகோ ரவுண்ட் பூக்கள்

வெளிநாடு சென்றவன்
வீடு திரும்பி முதல்முறை
தன் தொட்டில் சிசுவை
பொதியாடைகள் விலக்கி
கண்ணுறுவதாக
மழைமேகங்கள் ஒதுக்கி
எட்டிப் பார்க்கிறது கதிரவன்

பால் கவிச்ச சிறுநீருடன்
அணத்துணி புரண்டு
சுணங்கிக் கண்விழித்து
மிரண்டு சிணுங்கும்
பிள்ளையாய்
இரவின் மழையைப் பூசி
கண்விழிக்கிறது பூமி

கதிர்விரல் நீட்டி
பிஞ்சுவிரலில் கோத்து
சிணுங்கலை அடக்க
மெரிகோ ரவுண்ட் பூக்களை
சுழலவிடுகிறான் தகப்பன்
விர்ரெனப் பறக்கின்றன
விடியலில் பறவைகள்.

●

நிலாக்கொம்பு

காய்கிற பிறை

பிறந்து அழாமலிருக்கும் சிசுவை
அழச்செய்ய சிறுகிள்ளல்
செய்கிற விரல்களை
கருணையற்றது என
சபிப்பவர் எவருளர்?

நானும் உன்னைச் சபியேன்
நல்லிரவே!
இன்னும் சில மணித்தியாலம்
முடியாமல் காத்திரு!
உன்னைவிட்டால் வேறார் மார்பிலும்
சாய்ந்து அழத்தெரியாது அவளுக்கு

திருவிழா முடித்த பலியாட்டின்
தீவனத்தொட்டி மருங்கில் மீந்திருக்கும்
சீமைக்கருவேலங்காயாய்
எதற்காகவெனப் புரியாமலே
காய்கிறது இந்தப் பிறை.

மருமகனுக்கு தலைசாய்க்க இடமுண்டு

கல்யாணம் கூடி வந்தால்
ராயப்பர் கோவிலுக்குச் சிலுவை செய்ய
நேர்ந்து வளர்க்கப்பட்ட பலா மரம்

அறுத்ததில் சிலுவைக்குப்போக
மீதி அடிமரத்துக்கட்டைதான்
திருமண வரவேற்புமேடையில்
மாமாவுடன் உயரத்தை
சமன்செய்ய அத்தைக்கு
காலுக்குக்கீழே வைக்கப்பட்ட
செம்மஞ்சள் நிறத்து மரப்பலகை

அதே பலகை மேல்தான்
அடுக்களையில் அத்தை
இன்றுவரை தோள்கள் எக்கியபடி
நின்று சோறாக்குகிறாள்

புனித வெள்ளியிலிருந்து
உயிர்ப்பு ஞாயிறு வரையாவது
சிலுவையிலிருந்து இறக்கப்பட்டு
கிடத்தப்பட்டிருக்கும்
கல்லறை ஆண்டவரிடம்
கண்ணில் ஏக்கம் வழிய
ஜெபித்துக்கொண்டிருந்த அத்தையால்
எப்போதும் சொல்ல முடிவதேயில்லை
“எல்லாம் நிறைவேறிற்று”.

●

வேப்பம்பூ மணக்கிறவள்

பேருந்துக்கம்பி பற்றியபடி
நெரிசலில் களைத்து நிற்கிறவள்
கக்கத்தில் கசியவிடுகிறாள்
வேனில் நேரத்து மாலைச் சிறுமழையின்
வேம்பம்பூ மணத்தை

'ரோஜாவைத் தாலாட்டும் தென்றல்... '
இசைக்கிற ஒலிப்பெருக்கிக்கு
விரலசையத் தாளமிடுகிறாள்

சினைத்த பசுவொன்று
கால் மாற்றி கால் மாற்றி
நின்றபின் அமரும்போது
வெளியேறும் செல்லப்பெருமூச்சு ஒன்றை
உணர்ந்தேன் அவளிடம்.

●

காயம் பழகு கண்மணி!

உன் கடும் பாலையில்
சோலை வளர்க்க
திராணியற்றிருக்கலாம் எனக்கு
என்றாலும் கண்மணி!
குட்டி மீது தன் நிழல்வீழ நிற்கிற
செந்நாயின் சாயலடி நானுனக்கு

புறாக்கூட்டம் வளர்க்கிறவன்
எண்ணிப் பார்க்காமலே கண்டறிவான்
எந்தப்புறா இன்னும்
வீடு திரும்பவில்லையென,
நீ மறைக்கிற கண்ணீர்த்துளிகளே
முதலில் கரிக்கின்றன என் மனதில்

முள்மரங்களிடையே நாவு சுழற்றி
தழையுண்ணும் கானகத்துயிர் நாம்
காயம் பழகு கண்மணி!

ஞானம் செழித்த நுதல்காரி!
நான் இருக்கும்வரை
எப்போதும் உண்டு என்னிடம்
சத்தியமான வாக்கியம் ஒன்று
'உனக்காக நான் இருக்கிறேன்'.

●

எச்சில் உயவு

இடுப்பில் ஒரு குடமும்
தலையில் மறு குடமும்
சுமந்து நடக்கிறவள்
சுமைதாங்காமல் குருதி கசிகிற
தன் யோனியை
இறுக்க முயன்று இயலாமையில்
உதடுகள் மடித்து வாய்க்குள்
வலி அடக்குகிறாள்

நுகத்தடி பூட்டப்பட்டு
பாரம் இழுக்கிற இரட்டைமாடுகளில்
ஒன்றின் வலக்கண்ணும்
மற்றதன் இடக்கண்ணும்
பரிமாறிக்கொள்ளும் ஈரப்பார்வைபோல்
அந்த மடித்த உதடுகளுக்கு
எச்சில் உயவிடுகிறது நாவு.

●

இரவுக் கருப்பா!

இமைச் சிறகறைந்து பதறுகிற
கரிய சேவல் இக்கண்ணுறக்கம்...
இதுவா காவு வேண்டும் உனக்கு
இரவுக்கருப்பா!

மஞ்ஞைகளை ஆட்டுவிக்கத் துப்பற்ற
நிசிநேர மழை மேகங்களுக்கிடையே,
மின்னற்சங்கிலி தூக்கி
என் ஆவி அள்ளவோ கிளம்பிவிட்டாய்
இரவுக்கருப்பா!

கர்ப்பம் தரிக்கிற ஆண் கடற்குதிரை போன்று
சற்றேனும் கருணையோடிருக்க
உன் குதிரையிடம் சொல்லிவை
இரவுக்கருப்பா!

நாளிரண்டுக்கான இடைவெளியை
வகிர்ந்தபடி அது என்
இருதயத்திலேயே ஓடுகிறது
இரவுக்கருப்பா!

●

தோள் வேண்டோம்

சிறகு கத்தரிக்க
ஆயுதம் எடுக்கும் விரல்களினும்,
வேட்டைத் துப்பாக்கியின்
விசை இழுக்கும் விரல்கள்
நேர்மையானவை சகி!
இளைப்பாறத் தேவையில்லை
எவர் தோளும்,
வா... கடுகிப் பறப்போம்!

ஏனிந்த மாற்றம்?

அறுபட்டுக் கொண்டிருந்தபோதெல்லாம்
வெறுமனே பார்த்துத்தானே
கடந்தீர்கள் அந்த மரத்தை

இழைப்பு உளியின் கீழ் செதில் செதிலாய்
அது சிதறிய காட்சிக்கு
சாட்சியாய் நின்றதும் நீங்களே

இன்று அரியாசனமாய் உருப்பெற்றதும்
உங்கள் தலைக்கு
கிரீடம் தேடி அலைகிறீர்கள்.

நினைவுப் பெருமிருகம்

சிறு விடிவிளக்காவது இல்லாமல்
உறங்க அஞ்சுபவள் விழிகள் இப்போது
இருள் வெறிக்கப் பழகுகின்றன

அதிவெளிச்சத்தில் பறவையின்
கண்மறைக்கும் மென்வெண்
மூன்றாம் இமைப்படலமாய்,
கூசும் காட்சிமிகு இவ்வுலகுக்கும்
அவள் கண்களுக்குமிடையில்
கவிகின்றன அரூபக்காட்சிகள்

சிவந்த விழிக்கோடுகளில்
நினைவுப் பெருமிருகம் வேட்டையாடி
இரையாய் அவள் நிமிடங்களை
இழுத்துச்சென்ற இரத்தத் தடயங்கள்

அவளை
மனம் பிறழ்ந்தவள் என்கிறார்கள்
நல்லவேளை!
அவளை மட்டும்தான்
மனம் பிறழ்ந்தவள் என்கிறார்கள்.

சற்றும் சளைத்ததல்ல

நட்டநடுஞ் சாகரத்துப் படகுள்
நீர்மட்டம் ஏறிவர
உயிர் நடுங்கப் பார்த்திருக்கும்
படகின் துளை...

பஞ்சுச்சிறகால் மார்பறைந்து
பதறுகிற தாய்ப்பறவையின்
முட்டைகளோடு தரிக்கப்பட்டு வீழ்
கிளை தொக்கிய கூடு...

தோற்றுப்போன சுயசாவு முயல்வில்
உயிரெஞ்சி நிற்கும் தொண்டைக்குழியை
வளைத்து இறுகியிருக்கும்
சுருக்காங்கண்ணி... என

எந்த வட்டத்திற்கும்
சற்றும் சளைத்ததல்ல

தரிசு நிலத்து வெக்கைப் பெருமூச்சுடன்
நாட்காட்டியின் இந்த மாதத்திலும்
விடாயின் முதல் நாள் தேதியை
வளைத்து அவளிடும் சிறு வட்டம்.

●

கூராப்பு மேகங்கள்

கனவுகள் குவித்து
கரிமூட்டம் அடுக்கி
பற்றாது அணையாது
புகையப் புகைய
காவல் இருக்கிறேன்

கூராப்பு கட்டிக்கொண்டு
வருகிற மேகங்களே!
உங்கள் கருணையை
சற்று எட்டச்சென்று
பொழியுங்கள்!

●

ராசாளியின் ரசிகர்கள்

உங்களுக்கு
ராசாளிதான் பிடிக்கிறதென்றால்
ராசாளியை ரசிப்பதோடு
நிறுத்திக்கொள்ளுங்கள்!
ராசாளிகள் உதிர்க்கும் இறகுகளை
ஓடி ஓடிப் பொறுக்கியெடுத்து
தேன்சிட்டுக்குப் பொருத்திவிட்டு
'பற! பற! நீயும் பறவைதான்!'
எனாதீர்கள்!
தவ்விக்கொண்டே இருப்பது
கடினமாய் இருக்கிறது.

●

கண்ணே நீ வாழி!

மெலிந்து துறுத்தத் தொடங்கியிருக்கும்
உன் தோளெலும்பு ஊடான குழிகள்,
கல்லறைத்திருநாளின் மறுதினம்
கவனிப்பாரற்றுக் கிடக்கும் அகல்விளக்குச் சுட்டிகள்
நானோ...
காற்றில் என் புலன் வீசித் தேடுகிறேன்
காணாமல்போன அச்சுடரை

காம்புகளில் முள் கொய்யாத பூங்கொத்தொன்றை
வலிந்து உன் கையில் திணித்திருக்கிற
வாழ்க்கையிடமிருந்து
பரப்பிக்கொண்டிருக்கிறாய் மலர்ச் சுகந்தத்தை
நானோ...
உன் உள்ளங்கையின் குருதிவீச்சத்தில்
மூச்செடுக்கத் திணறுகிறேன்

உன் கண்களின் அடிவானில் உதித்திருக்கிற
உவர்நீர்ப் பிறை இரண்டின்
அமாவாசைக்காய் அலைகிற
சாமக்கோடங்கி ஆகியிருக்கிறது
என் ஆவியும் சீவனும்

வார்த்தைகள் தொலைந்த காட்டில்
மீண்டும் மீண்டும் செபிக்க
ஒரே ஒரு வாக்கியம்
நினைவிருக்கிறது எனக்கு
கண்ணே! நீ வாழி!

●

14. அணைந்திருப்பாள்

கரும்பாறை மேடுபள்ளத்துக்கு
கோடையின் சன்ன நீரோடை
மினுக்கத்துடன் கூடியதோர்
தட்டைப்பரப்பு வழங்கினாற்போல்...
அவள் தோல்சுருக்கங்களை
மழுக்கிவிட்டிருக்கிறது
தீக்குளித்த தழும்பு

என்னிடம் அவளுக்கு
ஒரு கேள்வி இருந்தது

அணைந்துவிட்டாயா?

தீ கருக்காத மென்முலைமீது
அழுகின்ற பிள்ளை பொத்தி
அமுதூட்டத் தொடங்கினாள்...
அணைந்திருப்பாள்...

ஆண்சட்டை

சிலிண்டர் வண்டிக்காரர்
பால்காரர்
தண்ணிக்கேன்காரர்
காய்கறிக்காரர்
கூரியர் பையன்
குப்பை வண்டிக்காரர்
என்று யாருக்கெல்லாமோ
பொருத்திப் பார்க்கிறது
ஊர்
அவளது மாடியில் காய்கிற
ஆண்சட்டையை

சூட்கேஸில் ஒட்டப்பட்ட
அவன் புகைப்படத்திலிருந்து
உதிர்ந்த சந்தனங்குங்குமத்தை
உதறியபடி அன்றிரவும்
ஒரு சட்டையெடுத்து
அணிந்துகொண்டாள்,
அப்பன் நெஞ்சிலேயே
சாய்ந்துறங்கி
பழகிய பிள்ளைக்காக.

●

நதியல்ல... கடல்

நிமிர்ந்த கொம்பு
காளைக்குத் திமிரென்கிறாய்!
நிலம் நோக்கிய கொம்புள்ள
யானையை வேண்டுமானால்
உன் நுகத்தடியில்
பூட்டிப் பாரேன்!
அல்லது
திமிரைச் சகி!
நீ மடைமாற்றிக் கொண்டுவர
இது நதியல்ல
கடல்!

●

மழைக்கு எது சொந்தஊர்

'குட்டிம்மா...!'
யாரோ எந்தக் குட்டிம்மாவையோ அழைக்கிறார்கள்
ஏராளம் குட்டிம்மாக்கள்
வயதின் பற்கள் மாயமாகி
ரெட்டை பாறபற்கள் பார்வையில் முளைத்து
திரும்பிப் பார்க்கிறார்கள்

இந்த ஊர் மழை
அந்த ஊர் மழை
என என்ன இருக்கிறது பூமிக்கு?
எல்லா மழையும்
விண்ணோடு மண்ணை இணைக்கும் தொப்புள் கொடிகள்.

●

கடந்தே போம்

வனவிலங்கு கடக்க
பதுங்கிப் பதட்டத்துடன்
காத்திருக்கும் பொழுதொன்றில்
மடிமீது காற்று வீழ்த்தும்
மரமல்லி மலர்கள் போல்
நிரந்தரமற்றதுதான்
உனக்கு என்னால் தரமுடிகிற
ஆதுரமான இந்த அரவணைப்பு!
ஆனால் இந்த
காட்டுமிருக ஊர்வலமும்
கடந்துவிடும் என்பதையும்
கவனத்தில் கொள் கண்மணி!

●

பக்குவம்

நேசம்
கோபம்
வெறுப்பு
குமட்டல்
பிரமிப்பு
எல்லா உணர்வுகளும்
வடிந்துபோம் நண்பனே!
அறைபட்ட கன்னத்தை
அவமானம் துடைத்து
மீண்டும் நீ அறையுமளவு
ஆரத்தில் வைக்கிறேன்!

தகப்பனின் நிர்வாணம் கூசாத
ஒரு பக்குவத்தை
அந்திமச்சூரியன் முன்
அடைந்திருக்கிறது பார் பூமி!

●

ரகசிய அவஸ்தை

ஆய்வுக்கூட ஃபார்மலினில்
மிதக்கும் மூளையின் நியூரான்களில்
எந்த நினைவுகள் மிச்சமிருக்கும்?

அப்படியொரு மறதிக்குள்
அமிழ்த்து வைத்துவிட்டேன்
நீ பரிசளித்த பழைய துரோகத்தை...

மீன்குஞ்சுகள் மொய்க்க
தன் காலை ஒப்புக்கொடுத்து
ஏரிக்கரையில் அமர்ந்திருப்பவளின்
விழிச்செருகலுடன்
ரசித்தபடி இருக்கிறேன்
நீ திட்டமிடும் புது துரோகத்தை...

நீ யாரோ நான் யாரோ
என்றிருக்கிற பதட்டத்தைவிட,
ஒரு துரோகத்தைத் திட்டமிடவாவது
இரவு பகலாய்
என்னை நீ சிந்திப்பது,
பொதுவிடத்தில் நடமாடுகையில்
உள்ளாடை கொக்கி
தற்செயலாய் அறுபட்டவளின்
ரகசியமான அவஸ்தை போன்று
சற்று சமாளிக்கூடிய
பதட்டமாகவே இருக்கிறது.

வாழுங்கிணறு நீ!

துலாக்கிணறாகி
இறைக்கும்தோறும் முணங்கி
தேம்புகிறவளிடமிருந்து
ஒவ்வொரு வாளி சொற்களாய்
எடுத்துக்கொட்டுகிறேன்

அவள் தோட்டத்துப் பாத்தி நிரம்ப
வார்த்தைகள் ஓடுவதற்குள்
என் ஆவி குறையச் செய்வாளோ
பாவப்பட்ட அந்தப் பாதகத்தி

அல்லும் பகலும் உறுத்துப் பார்க்க
ஆகாயத்தில் என்ன இருக்கிறது என்கிறேன்
வெறுமை வெறுமை என்கிறாள்

உன் மேற்புறத்து நீலத்தை முதலில்
ஓயாமல் உடைக்கிறேன் பார்...
அதுவே நாட்பட நாட்பட நீ
பச்சையாகாமல் தடுக்க என் தந்திரம்

பாழுங்கிணறென யாருனைச் சொன்னது?
வாழுங்கிணறு நீ கண்மணி!
வாழ்விக்கும் நீரூற்று!

●

மழைமறைவுப் பிரதேசம்

மழை பெய்கிற ஊரிலிருந்து
மழையற்ற ஓர் ஊருக்கு
பயணமாகிற பேருந்து
சுமந்து வந்து
உதறிச் செல்கிற நீர்த்துளி மாதிரி
எவ்வளவு இலகுவாய்
உதறிச் சென்றிருக்கிறான்
வயதான தாயை
திருவிழாக் கூட்டத்தில்

புறப்பட்ட இடத்திற்கு
வந்து சேர்வது எப்படியென
நீர்த்துளி அறியாதா?
ஆனால் இனி
அவன் ஒரு
மழை மறைவுப் பிரதேசம்.

●

புதைபடும் மரப்பூக்கள்

ஆற்றாமையின் மாதங்கள்
எத்தனை எனக் கணக்கிட்டு
காலம்
பேரிழப்பைச் சந்தித்தவர்களின்
துருத்தும் நெஞ்சாங்கூட்டில்
தன் கரிக்கோடுகளை
ஏன் படுக்கைவசமாய்
கிறுக்குகிறது?

கழுத்துகள் இருமுனையிலும்
பிணைக்கப்பட்ட சங்கிலியுடன் தப்பித்து
இணையாகவேத் திரிந்த
சர்க்கஸ் மிருகங்களில்
ஒன்று மரித்தால்
மற்றது எஞ்சி இருப்பதன் பேர்
வாழ்வா? சாவா?

சில விசித்திரங்கள்
புரிவதே இல்லை

சவப்பெட்டிகளில் பார்த்துப் பார்த்து
செதுக்கப்படும் மரப்பூக்கள்
யாரைத் திருப்திப்படுத்த?

அனுசரி

முறைக்கிறாளா...
அசட்டுச் சிரிப்பு செய்!

குதிக்கிறாளா...
அடங்கிப்போ!

கத்துகிறாளா...
கேட்டுத் தொலை!

ததும்பத் ததும்ப நீர் நிறைந்த
கண்ணாடிக்குவளை
அவள் கோபம்

விலக விரும்புகிறவள்
துளிகூடச் சிந்தாமல்
அலுங்காது நகர்வாள்

குவளை உடையும்வரை
குதித்துக் குதித்து
அத்தனையும் சிந்துபவளை
அனுசரி! அவள்
உன்னுடன் நிலைக்க விரும்புகிறவள்.

●

அழுகைமானிகள்

விடை கொடுத்தனுப்ப
யாருமற்றவளின்
வழிச்செலவு மூட்டையை அவிழ்த்து
தனிமை உருண்டோடுவதை
ஏன் பகடி செய்கிறீர்கள்?

அங்கத்தோடு பாறாங்கல் பிணைத்து
ஆழியில் குதிக்க
ஆயத்தமாகுபவளுக்கு
கச்சிதமாய் கயிறு கட்ட
ஏன் கற்றுத் தருகிறீர்கள்?

படிக்க முடியாமல் பாதியில்
கவிழ்க்கப்பட்ட புத்தகம்
அவள் கூரை,
அதைப் புரட்டுவதற்கு ஏன்
புயலை எதிர்பார்க்கிறீர்கள்?

கன்றுக்காகவும் சுரக்க
மடுவுக்கு உரிமையுண்டு!

அவள் கண்ணீரைச் சற்று
தனியே விட்டு
உங்கள் அழுகைமானியின்
ஆராய்ச்சிக் கட்டுரைகளை
அகற்றிப்போங்கள்!

●

நிலாக்கொம்பு

மருந்து அரைத்துச் சங்கில் வலிந்தூட்டும்
தளர்தோல் கிழவியின்
பருத்திக் கொசுவத்திலேயே
அழுதடங்கி உறங்கிப்போவது போலவே
உறங்கியிருக்கிறேன்
மறதியின் மடிக்குள் சுருண்டு

நிலா தன் விளிம்புகளை
காட்டெருமைக் கொம்புகளாக்கிய
அதே கொடுங்கனவிலிருந்து
வியர்த்துக் கண்விழித்து
உறுதி செய்துகொள்கிறேன்...

இன்னும்தான் இருக்கிறேன்...

●

வாழிய!

ஒரு நெடும் பிரார்த்தனையின்
நிறைவாய் ஒலித்த ஆலய மணியோசை
என் செவியேறிய உன் முதல் குரல்!

எனை நானே அகழ்ந்த கேணியில்
பீறிட்ட செஞ்சேற்று நிறத்து
ஊற்றுக்கண் நீர் நீ!

என் அடிமரத்து ஆண்டு வளையங்களுள்
வைரமேறிய வளையம் சேர்ந்தது
உன் வரவில்!

என் வாழ்வென்னும் வழிபாடு
ஆயுதக்கரங்களையே காட்டிவந்த
சாமி சிலையாய் இருந்தது,
அதில் அபய முத்திரைக் கரம்
துலங்கியது உன்னாலே!

வாழிய கண்ணே செழுந்தமிழாய்!

வாழ்வின் அடையாளம்

தச்சன் காதுமடலில்
இளைப்பாறும் பென்சிலுக்கு
சிச்சிறிதாய்க் கரைவதுதான் விதி
அதனாலென்ன?
இளைப்பாறட்டுமே கொஞ்சம்

உயர வேறுபாடு மரங்களுக்குதான்,
நிழல்கள் எல்லாமே தட்டை...
மரணத்தின்முன் வயதென்ன வயது?
உயிர்த்தெழத் தெரியாதவர்களையும்
சிலுவையில் அறைகிறது காலம்

வெயிலுக்குப் பயந்து ஒதுங்க
மரங்கள் நிழலைத் தேடுவதில்லை,
மச்சம் பிறப்பின் அடையாளம்
கண்ணே!
தழும்புகளே வாழ்வின் அடையாளம்
வாழலாம்!

●

அவ(ள்) நம்பிக்கை

உயரத்தில் பறந்தபடியே
திரும்பும் வழிக்கான நீர்ச்சுனையை
குறித்து வைத்துக்கொள்கிற
பறவை ஒன்றைப்போல்
அவள் விழிகளை ஆழ்ந்து நோக்கியபடி
அவசரச் சிகிச்சை அறைக்குள்
இட்டுச் செல்லப்படுகிறான்

பிரார்த்திக்க மண்டியிடுகிறவளின்
நடுக்கமிடும் இதழ்களுக்கு
ஒருசேர வாய்த்திருக்கிறது,
பரம எதிரி பரிமாறிய பானத்தை
பருகக் குனிகிற இதழ்களின்
நம்பிக்கையும் அவநம்பிக்கையும்.

●

திணறல்

திமிர் பிடித்தவள் என
எவ்வளவு இலகுவாய்
பெயரிட முடிகிறது
உங்களால்...

கத்தரித்த சிறகுகளுடன்
காற்றில் எறியப்பட்டு,
'பழகிக்கொள் இனி
பறக்கும் வித்தையை'
என்றபோது வந்த திணறல்...

சன்னக்குரலில்
'சரிதானே நான் செய்வது'
என முணகியவளின்
கழுத்து நெறித்து
'குரல் அடக்கிக் கொள்'
என்றபோது வந்த திணறல்...

நேசத்தை எலும்புத்துண்டாய்
வீசி எறிந்து,
'நீ சிங்கமல்ல நாய் என
மனதில் பதிய வை'
என்றபோது வந்த திணறல்...

திணறல்கள் திமிறல்களாக
மாறிப்போன நொடியில்தான்,
நீங்கள் அவளுக்கு
பெயரிட்டுக் கொண்டிருந்தீர்கள்....

'திமிர் பிடித்தவள்'.

பூத்தந்தம்

நிலா முற்றத்தில் எங்கோ வெறித்தபடி
திரும்பி நிற்கிறவளின் இருபுறமும்
காற்றில் பறக்கிற கருநிற துப்பட்டா
இந்த மெல்ல நகர்கிற
இரவென்னும் களிறின்
காதுகள்

எதைத்தேடி நெடுநேரம்
நிற்கிறது இவ்விரவு?

கறுத்து நீண்ட சடை
தும்பிக்கை

அதன் இருபுறமும்
இத்தனை நாள் அலங்கரித்து
காலத்திடம் களவுபோன
மல்லிச்சரம் தந்தம்

அதைத்தேடி...

●

விலாக்கூட்டு மகுடி

உனக்காக எழுதிய கவிதைகளை
சொல் சொல்லாய் உருவியெடுத்து
நெட்டுவாக்கில் அடுக்குகிறேன்

ஓர் அரவம் போல்
அது சடுதியில் தன்
தலைவரியை மேலேயும்
கடைவரியை கீழேயும் திருப்பி
பிரமாண்டமாய் நிற்கிறது

அடுக்க அடுக்க முதல்வரிக்கும்
உனக்குமான இடைவெளி
நீண்டுகொண்டே வருகிறது

நீ சிறுத்துக்கொண்டே போவதை
எப்படிச் சகிப்பேன் நான்...

கொஞ்சம் பொறு!

என் விலாக்கூட்டை
மகுடியாக்கி இதயம்
இப்போது இசைக்கத் தொடங்கிவிடும்
பின் எனக்குள்ளேயே
பதுங்கிவிடும் இந்தப் பேரரவம்.

தலைச்சன்

தலையீத்து ஈனுகிற ஆடு
அடித்தொண்டையில் கத்துகிற சத்தத்திற்கு
தலைச்சன் சுமக்கிற
உன் வயிற்றை நீ
அனிச்சையாய் நீவுவது ஏனென
எனக்கும் புரிகிறது
நிறைசூலியே!

முதல் பிரசவம் வரை
வெருள வெருள மிரட்டுவது இந்த
பல பிரசவம் கண்டவர்களின்
அறிவுரைதான்!

பிறந்தபிறகும் கூட
யார் சாயலென்று
எட்டி எட்டிப் பார்ப்பார்கள்!

உனக்கென ஒரு சாயல்
நிலைக்கும் நாள் வரும்போது
சகல சத்தங்களும்
பழகிப்போய்விடும்!

நானும்கூட என்
தலைச்சன் எழுத்துகளை
நீவிவிட்டுக்கொண்டேதான்
சொல்கிறேன் இதை!

பொருள்முதல்வாதமும்
அனுபவவாத விமர்சனமும்

உலகத் தொழிலாளர்களே, ஒன்றுபடுங்கள்!

வி.இ. லெனின்

பொருள்முதல்வாதமும் அனுபவவாத விமர்சனமும்

ஒரு பிற்போக்குத் தத்துவத்தின் மீதான விமர்சன ஆய்வு[1]

தமிழில்:

எஸ். தோதாத்ரி

மணியம்

அலைகள்

வெளியீட்டகம்

சென்னை–600 089.

அலைகள் வெளியீட்டகம், முதல் பதிப்பு: 2024

அலைகள் வெளியீட்டகம்
எண்.5/1ஏ, இரண்டாவது தெரு,
நடேசன் நகர், இராமாபுரம்,
சென்னை-600 089.
கைப்பேசி: 9841775112.

பொருள்முதல்வாதமும்
அனுபவவாத விமர்சனமும்
வி.இ.லெனின்

தமிழில்: எஸ்.தோதாத்ரி
மணியம்

பக்கங்கள்: 475

அச்சு: பிரின்டெக் இந்தியா
சென்னை-600 005.

ISBN: 978-93-92213-85-4

விலை: ரூ.500.00

பதிப்புரை

இந்தியா தத்துவங்களின் நாடு. இங்கு பல்வேறு தத்துவங்கள் தோன்றி வளர்ந்தும் மறைந்தும் இருக்கின்றன. எல்லாத் தத்துவங்களுமே பிரபஞ்சத்தின் தோற்றம், பூமியில் உயிர்களின் வாழ்க்கைப் பற்றிப் பேசுகின்றன. பிரபஞ்சத்தைக் கடவுள் என்ற ஒருவர் படைத்தார் என்றே கூறுகின்றன. நம்மைச் சுற்றி இயங்கும் இயற்கையையும் கடவுள்தான் படைத்தார் என்கின்றன. வேத காலம் முதல் இன்றுவரை இந்தக் கருத்தை மாற்ற இயலவில்லை. இந்தக் கருத்தை முதலில் மறுத்தவர் புத்தர். ஆனால் அவரையே கடவுளாக்கி அவரது கருத்துகளைப் பலமிழக்கச் செய்துவிட்டனர் பார்ப்பன புரோகிதக் கூட்டத்தார். அவர்களே இந்தியாவின் மதத் தலைவர்களாக உருவாகி, சில நூற்றாண்டுகளாக 'இந்து மதம்' என்று பெயரிட்டு இன்று 'இந்துத்துவா'வாக உழைக்கும் வர்க்க ஒற்றுமை உருவாகாமல் இருக்க முயற்சிக்கின்றனர்.

இந்தியாவில் மட்டுமல்ல, புத்தருக்குப் பிறகு உலகில் தோன்றிய கிறித்தவம், இஸ்லாம் அனைத்தும் கடவுளரின் தலைமையை ஏற்றுக்கொண்டு அவரது கட்டளைப்படியே உலகம் இயங்குவதாகக் கற்பித்து வருகின்றன. சிறு வேறுபாடு என்னவென்றால், இன்றுவரை இந்தியாவில் கடவுளே மனிதனாகப் பிறப்பெடுக்கின்றார். கிறித்துவத்தில் கடவுள் நேராக வராமல் தனது குமாரனை அனுப்பி வைத்தார். இஸ்லாம் மார்க்கம் இந்த இரண்டு கருத்துகளையும் மறுத்து கடவுள் தனது தூதரை அனுப்பியதாகக் கூறுகிறது. இவ்வாறு இந்தக் கருத்துகள் உலகளவில் மதமோதல்களாக உருவாகி பல இலட்சக்கணக்கான உயிர்களைப் பலியிட்டு வருகின்றன.

கடவுளை மறுப்பவனை 'சாத்தான்', 'சைத்தான்' என்றும், தீய சக்தி என்றும் எல்லா மதவாதிகளும் கூறுகின்றனர். இந்தியாவில் கடவுளை மறுத்தவர்கள் 'சார்வாகர்கள்' என்று புராணங்கள் கூறுகின்றன. ஒரு வினைக்கு எப்போதும் எதிர்வினை உண்டென்றும் ஒன்றில்லாமல் மற்றொன்று இல்லை என்றும் இயற்கையின் செயல்பாட்டை விளக்கும் தத்துவவாதிகள் கூறிவருகின்றனர். இயற்கை என்பது நம்மைச் சுற்றி இயங்கும் பருப்பொருள்கள் என்றும் அவை நமது புலன்களைச் சாராமல் புறத்தே சுயேச்சையாக இயங்குபவை என்பதால் இயற்கையின் செயல்பாடுகளே உயிர்களின் வாழ்வியலைத் தீர்மானிக்கின்றன என்ற கருத்தை ஏற்றுக்கொண்டவர்கள் 'பொருள்முதல்வாதிகள்' என்று அழைக்கப்படுகின்றனர். இக்கருத்தை மறுத்து, நம்மைச் சுற்றி பருப் பொருள்கள் ஏதும் இல்லை, 'அனைத்தும் மாயை', கடவுளை நாம் பார்க்க முடியாவிட்டாலும் அவர்தான் அனைத்தையும் வழிநடத்துகிறார் என்ற கருத்தைக் கொண்டவர்கள் 'கருத்துமுதல்வாதிகள்' என்று அழைக்கப்படு கின்றனர். 'பொருள்முதல்வாதிகள்', 'கருத்துமுதல்வாதிகள்' என்ற இரு பிரிவினரும் தங்களது கருத்துகளில் உறுதியாகவே நின்று விவாதிக்கின்றனர்.

மாமேதை மார்க்சும் எங்கெல்சும் இந்த இரண்டு தத்துவங்களையும் ஆராய்ந்து, 'கருத்துமுதல்வாதமானது' ஆளும் வர்க்கத்துக்கும் உடைமை வர்க்கத்துக்குமே சேவை செய்யக்கூடியது என்றும் ''பொருள்முதல்வாதமானது உழைக்கும் வர்க்கத்துக்கு (அறிவு உழைப்பு உள்ளிட்ட) சேவை செய்யக் கூடியது'' என்றும் வகைப்படுத்தினர். மார்க்சின் கருத்தை ஏற்றுக்கொண்டவர் களில் தலை மாணாக்கரான ரசியப் புரட்சியின் தளகர்த்தர் வி.இ.லெனின்

இந்தத் தத்துவங்களை உழைக்கும் வர்க்கத்துக்கு விளக்கிக் கூற கடமைப் பட்டவரானார். அதன் காரணமாக அவரால் எழுதப்பட்டதே 'பொருள்முதல் வாதமும் அனுபவவாத விமர்சனமும்' (Materialism and Empirio Criticism) என்ற இந்த நூலாகும்.

மார்க்சிய வாசகர்களிடையே ஒரு தொடர் கேள்வியாகப் 'பொருள்முதல் வாதமும் அனுபவவாத விமர்சனமும்' என்ற லெனினின் இந்த நூல் ஏன் தமிழில் படிக்கக் கிடைக்கவில்லை என்பதாக இருந்து வருகிறது. சோவியத் திலிருந்து வெளியான நூல்களின் வரிசையில் லெனினின் இந்த நூல் தமிழாக்கம் செய்யப்படவில்லை என்பதே இதற்கான பதிலாகவும் சொல்லப்படுகிறது.

இந்நிலையில்தான், மார்க்சிய நூல்களைத் தொடர்ந்து தமிழாக்கம் செய்துவருபவரும் ஆய்வாளருமான மூத்த தோழர் எஸ்.தோதாத்ரி அவர்கள் இந்நூலை தமிழாக்கம் செய்துள்ளார் என்றும் தகுந்த பதிப்பாளரைத் தொடர்பு கொள்ள விரும்புகிறார் என்றும் தோழர் ஓடை துரையரசன் அவர்கள் என்னிடம் கூறினார். மேலும் அவரே முன்னின்று தோழர். எஸ்.தோதாத்ரி அவர்களோடு தொடர்புகொண்டு இந்தப் பணியில் எங்களை இணைத்துவைத்தார்.

பதிப்புப் பணியில் எந்த நூலுக்கான வெளியீட்டிற்கும் நாங்கள் அவசரப் படுவதில்லை. விற்பனையில் முந்திக்கொள்ள முயற்சிப்பதும் இல்லை. எந்த ஒரு நூலும் தன்னைத் தானேதான் காப்பாற்றிக்கொள்ள வேண்டும். மேலும், ஒரு மொழிபெயர்ப்பாளரின் மொழியாக்கத்தை மேலும் திருத்தங்கள் செய்து செம்மைப்படுத்துவதை எமது எல்லா நூல்களிலும் செயல்படுத்தி வருகிறோம். இந்த விளக்கத்தைக் கூறியபொழுது தோழர் தோதாத்ரி அவர்களும் ஏற்றுக் கொண்டார். அந்தப் பணியில் ஏற்பட்ட தொய்வு காலதாமதத்திற்குக் காரணமாகி விட்டது. காத்திருத்தல், தமிழ் வாசகர்களுக்குப் பழக்கமானதுதானே!

இந்நூலில், 'அனுபவவாத விமர்சனம்' என்ற புதிய பெயரை தனக்குத் தானே சூட்டிக்கொண்டு வெளிவந்த கருத்துமுதல்வாதத்தை தோழர் லெனின் தோலுரித்துக் காட்டியுள்ளார். அதேபோல பல புதிய பெயர்களில் எப்போ தெல்லாம் கருத்துமுதல்வாதம் வெளிவருகிறதோ அப்போதெல்லாம் அவரை அடியொற்றி லெனினின் மாணவர்கள் பொருள்முதல்வாதத்தின் துணை கொண்டு போராடி முறியடிக்கவும், உந்துதல் வழங்கும் என்று நம்புகிறோம்.

வள்ளுவன் கூறியபடி 'நன்றி மறத்தல் நன்றன்று'. ஆம். இந்த நூல் வெளியிட எமக்கு உறுதுணையாக இருந்து உதவிய தோழர் ஓடை துரையரசன், தமிழ் நூலாசிரியர் தோழர் எஸ்.தோதாத்ரி, மொழியாக்கத்தை செப்பம் செய்ய ஏற்றுக் கொண்டு தனக்கான பல கடமைகளினூடே செய்து முடித்த எனது மருமகனும் வழக்குரைஞருமான மணியம் ஆகிய மூவருக்கும் எமது முதற்கண் நன்றி. தட்டச்சுப் பணியை சிறப்பாகச் செய்த திருமதி. சசிகலா, நூல் வடிவமைப் பையும் முகப்பையும் செம்மையுறச் செய்த நண்பர் குமார், பிழை திருத்துதலில் உதவிய வரலாற்றியல் மாணவர் பா.வெங்கடேசன், நூல் உருவாக்கத்தில் பெரும் பங்காற்றிய எனது மகள் வழக்குரைஞர் சி. திலகா ஆகியோருக்கும் எமது நன்றி உரியது.

பெ.நா.சிவம்

பொருளடக்கம்

முதற் பதிப்பிற்கான முன்னுரை 21
இரண்டாவது பதிப்பிற்கான முன்னுரை 24
ஒரு விரிவுரையாளருக்குப் பத்துக் கேள்விகள் 25
முன்னுரைக்கு மாற்றாக 1908ஆம் ஆண்டில் சில "மார்க்சிய வாதிகளும்" 1710ஆம் ஆண்டில் சில கருத்துமுதல்வாதிகளும் எவ்வாறு பொருள்முதல்வாதத்தை மறுத்தனர் 28

அத்தியாயம் ஒன்று

அனுபவவாத விமர்சனம் மற்றும் இயங்கியல் பொருள் முதல்வாதம் ஆகியவற்றின் அறிவுக் கொள்கை. I

1. புலன் உணர்ச்சிகளும் அவற்றின் அமைப்புகளும் 49
2. "உலக ஆக்கக் கூறுகளைக் கண்டறிதல்" 65
3. முதன்மையான இணைப்பும் "இயல்பான அல்லது எளிமையான எதார்த்தவாதமும்" 82
4. மனிதனுக்கு முன்னரே இயற்கை இருந்ததா? 91
5. மனிதன் மூளையின் உதவியுடன்தான் சிந்திக்கிறானா? 106
6. மாக் மற்றும் அவெனரியஸ் ஆகியோரின் ஆன்மீகவாதம் 115

அத்தியாயம் இரண்டு

அனுபவவாத விமர்சனம் மற்றும் இயங்கியல் பொருள் முதல்வாதம் ஆகியவற்றின் அறிவு பற்றிய கோட்பாடு. II

1. "தானாக உள்ள பொருள்", அல்லது வி.செர்னோவ் எங்கெல்சை மறுக்கிறார் 120
2. "அறிவுக்கு அப்பாற்பட்ட நிலை" அல்லது எங்கெல்சை வி. பசரோவ் "சரிசெய்கிறார்" 131
3. தானாக உள்ள பொருள் பற்றி ஃபூயர்பாக் மற்றும் ஜே. டியட்ஸ்ஜென் 146
4. புறவயமான உண்மை என்பது நிலவுகிறதா? 152

8

5. முழுமையான உண்மையும் ஒப்பீட்டு ரீதியான உண்மையும், அல்லது ஏ. போக்தனோவ் கண்டறிந்த எங்கெல்சிடம் உள்ள கதம்பவாதம் 163

6. அறிவுத்தோற்றக் கொள்கையில் நடைமுறை என்ற தேர்வுமுறை 171

அத்தியாயம் மூன்று

இயங்கியல் பொருள்முதல்வாதம் மற்றும் அனுபவவாத விமர்சனம் ஆகியவற்றின் அறிவு பற்றிய கோட்பாடு. III

1. பருப்பொருள் என்பது என்ன? அனுபவம் என்பது என்ன? 179

2. “அனுபவம்” என்ற கருத்து குறித்த பிளெக்கனோவின் தவறான கருத்து 187

3. இயற்கையில் காரணகாரியத்தொடர்பும் இன்றியமையாமையும் 190

4. “சிந்தனைச் சிக்கனக் கொள்கையும்”, “உலகின் ஒருமை” என்ற பிரச்சனையும் 210

5. வெளியும் காலமும் 216

6. சுதந்திரமும் இன்றியமையாமையும் 232

அத்தியாயம் நான்கு

அனுபவவாத விமர்சனத்தைப் பின்பற்றுபவர்களாகவும் சகத் தோழர்களாகவும் உள்ள கருத்துமுதல்வாத தத்துவவாதிகள்

1. கான்டியம் பற்றிய இடதுசாரி விமர்சனமும் வலதுசாரி விமர்சனமும் . 240

2. “அனுபவவாதக் குறியீட்டியலாளரான” யுஷ்கேவிச் ‘‘அனுபவவாத விமர்சகர்’’ செர்னோவை எவ்வாறு விமர்சனம் செய்கிறார்! 254

3. மாக் மற்றும் அவெனரியசின் சக தோழர்களாக இறைக் கோட்பாட்டாளர்கள் 258

4. அனுபவவாத விமர்சனம் எந்தத் திசை நோக்கி வளர்கிறது? 268

5. எ.போக்தனோவின் “அனுபவ ஒருமைவாதம்” 279

6. “குறியீட்டுக் கொள்கையும்” (அல்லது மறைபொருள் குறியீடு) ஹெல்ம்ஹோல்ட்ஸ் பற்றிய விமர்சனமும் 287

7. டூரிங் பற்றிய இருவகை விமர்சனங்கள் 294

8. ஜே. டியட்ஸ்ஜெனை எவ்வாறு பிற்போக்குத் தத்துவவாதிகள் ஆதரிக்க முடியும்? 299

அத்தியாயம் ஐந்து

இயற்கை விஞ்ஞானத்திலும் கருத்துமுதல்வாதத் தத்துவத்திலும் அண்மைக்காலத்தில் நிகழ்ந்துள்ள புரட்சி

1. தற்கால இயற்பியலில் உள்ள நெருக்கடி 310
2. "பருப்பொருள் மறைந்து விட்டது" 318
3. பருப்பொருள் இல்லாத இயக்கத்தை எண்ணிப்பார்க்க முடியுமா? .. 327
4. தற்கால இயற்பியலின் இரு போக்குகளும், ஆங்கிலேய ஆன்மீகவாதிகளும் 336
5. தற்கால இயற்பியலின் இரு போக்குகளும், ஜெர்மானியக் கருத்துமுதல்வாதமும் 346
6. தற்கால இயற்பியலின் இரு போக்குகளும், பிரெஞ்சு நம்பிக்கை வாதமும் 356
7. ஒரு ரசிய "கருத்துமுதல்வாத இயற்பியலாளர்" 366
8. "இயற்பியல்" ரீதியான கருத்துமுதல்வாதத்தின் முக்கியத்துவமும் சாராம்சமும் 369

அத்தியாயம் ஆறு

அனுபவவாத விமர்சனமும் வரலாற்றுப்பொருள்முதல் வாதமும்

1. ஜெர்மானிய அனுபவவாத விமர்சகர்கள் சமூக விஞ்ஞானத்தில் பயணித்தமை 383
2. போக்தனோவ் எவ்வாறு மார்க்சை திருத்தி "வளர்த்தெடுக்கிறார்" .. 392
3. சுவோரோவின் "சமூகத் தத்துவத்தின் அடிப்படைகள்" 402
4. தத்துவத்தில் பல தரப்பினரும், தத்துவரீதியிலான முட்டாள்களும் .. 408
5. எர்னஸ்ட் ஹெக்கலும், எர்னஸ்ட் மாக்கும் 420

முடிவுரை *432*

அத்தியாயம் நான்கில், பகுதி ஒன்றிற்கான இணைப்பு -
என்.ஜி. செர்னிஷெவ்ஸ்கி எந்தக் கோணத்திலிருந்து கான்டியத்தை விமர்சனம் செய்தார்? 434

குறிப்புகள் 437

கலைச்சொற்கள் 474

மொழிபெயர்ப்பாளரின் அறிமுக உரை

எஸ்.தோதாத்ரி

லெனின் எழுதிய "பொருள்முதல்வாதமும் அனுபவவாத விமர்சனமும்" என்ற நூல் மிக முக்கியமானது. ஆனால் சற்றுக் கடினமான நூல். இதனைப் புரிந்து கொள்வதற்கு சற்று சிரமப்பட வேண்டும். காரணம் இது தத்துவம் பற்றிய நூல். அதுவும் தத்துவத்தில் அறிவு பெறுவது எப்படி என்ற ஒரு பிரிவைச் சார்ந்தது. இது மிக நுணுக்கமான ஒரு பிரிவு. மிகவும் கடினமான பிரிவும் கூட. இது 'அறிவுத் தோற்றவியல்' எனப்படுகிறது. இது பற்றி பல தத்துவவாதிகள் பல கொள்கைகளை உருவாக்கியுள்ளனர். இந்தியாவில் பல தத்துவவாதிகள் இது பற்றி ஏராளமாக எழுதி உள்ளனர். மேலை நாடுகளிலும் அவ்வாறே.

நமது தத்துவவாதிகள் அறிவைப் பெறும் வழிகளாக மூன்றைக் கொள்கின்றனர். ஒன்று *பிரத்தியட்சம்.* இதில் நமது ஐம்பொறிகள் வாயிலாகக் கிடைப்பதே அறிவு எனப்படுகிறது. இரண்டாவது *அனுமானம்* என்பது. ஒன்று இருப்பதைக் கொண்டு மற்றொன்று இருப்பதாகக் கூறுவது. மூன்றாவது *ஆப்தவாக்கியம்.* இது நமக்கு முன் சென்றவர்கள் கூறியது ஆகும். இவற்றைக் *காண்டல் கருதல் உணர்தல்* என்றும் கூறுவர். இவ்வாறு நமது தத்துவவாதிகள் அறிவு பெறும் வழிகளை வகைப்படுத்துகின்றனர்.

இதேபோன்ற நிலை மேலையத் தத்துவத்திலும் வேறுவிதமாக உள்ளது. அதில் பொருள்கள் மூலமாகக் கிடைப்பது மட்டும் தான் உண்மை என்று கூறும் தத்துவப் போக்கினை *அனுபவ வாதம்* என்று அழைக்கின்றனர். இது பற்றிய விரிவான ஆய்வுதான் லெனினது இந்த நூல். இந்த நூல் பற்றிக் காண்பதற்கு முன்னர் ஓர் அடிப்படையை மார்க்சியவாதிகள் நினைவில் கொள்ள வேண்டும். மார்க்சியம், தத்துவத்தை இரு பெரும் முகாம்களாகக் காண்கிறது. ஒன்று, பொருள்தான் எல்லாவற்றிற்கும் அடிப்படையானது, எண்ணங்கள் அதிலிருந்து தோன்றுபவை என்ற பிரிவு. இது *பொருள்முதல்வாதம்* எனப்படுகிறது. இது சுபாவப் பொருள் முதல் வாதம் (Spontaneous), இயந்திரகதியிலான பொருள் முதல்வாதம் (Mechanical), இயங்கியல்

பொருள்முதல்வாதம் (Dialectical) என்று பிரிந்துள்ளது. இரண்டாவது, எண்ணங்கள் தாம் அடிப்படை, பொருள் அதன் வழி நிலையானது என்பது கருத்து முதல் வாதம். இது அகவயக் கருத்து முதல்வாதம் (Subjective), புறவயக் கருத்து முதல் வாதம் (Objective) என்று பிரிந்துள்ளது. இதில் கடவுள் நம்பிக்கை, ஐயுறவு வாதம் (Scepticism), அறியொணாவாதம், ஆவி நம்பிக்கை, ஆன்மீக வாதம் போன்றவை எல்லாம் அடங்கும். இந்த இரு பெரும் பிரிவுகளைப் பற்றித் தெளிவு இல்லாவிட்டால், அல்லது இவற்றை இணைக்கலாம் என்று முயற்சித்தால் அது பெரும் கருத்துக் குழப்பமாக முடியும். இது பற்றி லெனின் இந்த நூலில் பல இடங்களில் கூறுகிறார். எல்லா வற்றையும் இணைத்து ஒரு தத்துவத்தை முன்வைப்பதை அவர் பல் திரட்டுவாதம் (Eclecticism) என்று கூறுகிறார். அதனை கடுமையாக விமர்சிக்கிறார்.

இந்த நூலின் மையக் கருத்தைக் காண்பதற்கு முன்னர் லெனின் கூறும் அனுபவவாத விமர்சனம் தொடர்பாகச் சிலரைப் பற்றியும் காண வேண்டியுள்ளது.

இந்த அனுபவவாத விமர்சகர்களுக்கு முன்னோடிகளாக இருந்தவர்கள் மூவர். ஒருவர் இம்மானுவேல் கான்ட்; மற்றொருவர் ஹியூம். இன்னுமொருவர் பெர்க்கிலி பாதிரியார். இவர்களது தாக்கம் அனுபவ வாத விமர்சகர்கள் மீது உண்டு. எனவே இவர்கள் பற்றிச் சுருக்கமாகக் காண வேண்டியுள்ளது.

இவர்களில் கான்ட்டின் தத்துவம் கருத்து முதல்வாதத் தத்துவம் ஆகும். கான்ட் விஞ்ஞானத்தில் பல சாதனைகள் புரிந்தவர். ஆனால் இவரது தத்துவப்படி புறத்தே உள்ள பொருள் *அதுவாக உள்ள பொருள்* எனப்படுகிறது. ஆனால் நமக்குக் கிடைப்பதெல்லாம் அந்தப் பொருள் பற்றிய தொகுப்பு மட்டும் தான். இதனை அவர் "நமக்காக உள்ள பொருள்" என்று அழைக்கிறார். அதாவது புறத்தே உள்ள பொருளை நாம் அணுக முடியாது அல்லது புரிந்து கொள்ள முடியாது.

கான்ட்டைப் போலவே மற்றொரு பெரிய தத்துவவாதி பெர்க்கிலி பாதிரியார் ஆவார். இவர் ஓர் ஆங்கிலேயர். இவரது கருத்துப்படி மனிதன் எதனையும் நேரடியாக உணர முடியாது. அவனது கருத்துகளைத்தான் அவனால் உணர முடியும் (புலன் உணர்வு). அவன் உணர்ந்தபடி தான் பொருள்கள் உள்ளன. இந்தக் கருத்துகள் இயக்கமற்றவை; இதனை ஆன்மாவினால் மட்டும்தான் உணர முடியும். இக்கருத்துகள் கடவுளின் மனதில் மறைவாக உள்ளன. ஆனால் இவை மனிதனது மனதில் உள்ளன. பொருள்கள் முரண்பாடுகள் உள்ளவை. பயனற்றவை. இது அப்பட்டமான கருத்து முதல்வாதம்.

அக்காலத்தில் பிரபலமாக இருந்த மற்றொரு கருத்துமுதல்வாதி டேவிட் ஹியூம் என்பவர். இவரும் ஓர் ஆங்கிலேயர், உளவியல் அறிஞர்; வரலாற்று ஆசிரியர். இவரைப் பொறுத்தமட்டிலும் அறிவிற்குப் பொருத்தமானது கணிதம். ஏனென்றால் அது பொது மைகள் பற்றி சந்தேகங்கள் மூலம் பேசுகிறது. உதாரணமாக x என்பது எதையும் குறிக்கலாம்; குறிக்காமலும் இருக்கலாம். இதில் தர்க்கம் இல்லை. எல்லாமே அனுபவத்தை அடிப்படையாகக் கொண்டவை. யதார்த்தம் என்பது மனப்பதிவுகளின் வெளிப்பாடு ஆகும். இதற்கான காரணத்தை அறிய இயலாது. புறவயமான உலகம் இருக்கிறது, இல்லை என்பதற்குத் தீர்வு காண முடியாது. காரணகாரியத் தொடர்பு என்பது இல்லை. அதனை உள்ளுணர் வாலும் ஆய்வுகளின் மூலமும் நிறுவ முடியாது. நம்பிக்கை தான் *எல்லாவற்றிற்கும் அடிப்படை.* இவர் ஓர் ஐயுறவுவாதி. எல்லா வற்றையும் சந்தேகப்படுபவர். அது மட்டுமல்ல. இவர் ஓர் அறி யொணாமைவாதியும்கூட. இந்தத் தத்துவம் *புதிய பாசிட்டிவிசம்* (நேர்க்காட்சி வாதம்) என்பதற்கு அடிகோலியது. நேர்க்காட்சி வாதம் என்பது ஒரு தத்துவக் கொள்கை. இதன்படி அறிவு இயற்கை நிகழ்வுகளை மட்டுமே அடிப்படையாகக் கொண்டது ஆகும். புலன் அறிவு மூலம் பெறும் தகவல்களைப் பகுத்தறிவின் மூலம் விளக்கம் பெற்று அறிவாகிறது. இதன் தொடர்ச்சியாக உள்ளது புதிய நேர்க்காட்சி வாதம். அனுபவ ரீதியான உற்றுநோக்கல் மூலம் சரிபார்க்கப்பட்ட விவரங்களே அர்த்தமுள்ளவை ஆகும். இது அனுபவவாதத்துடன் நெருங்கிய தொடர்புடையது. விஞ்ஞான முறைகள், சூத்திரங்கள் ஆகியன அதிகம் இதில் இடம் பெறு கின்றன. இது மிகை விஞ்ஞானக் கொள்கையாகும்.

இந்தத் தத்துவப் போக்குகள் அனுபவவாத விமர்சனத்தில் காணப்படுகின்றன. இந்தப் போக்கினைப் பின்பற்றி அனுபவவாத விமர்சனம் உருவாகியது. இதில் முக்கியமானவர்கள் ரிச்சர்ட் அவெனரியஸ், ஏர்னஸ்ட் மாக், போக்தனோவ் ஆகியோர். இவர்களில் அவெனரியஸ் ஜெர்மானியத் தத்துவவாதி *(1843 - 1896)*. இவரது கருத்துப்படி விஞ்ஞான ரீதியான தத்துவம் என்பது பொருள் முதல் வாதம், கருத்துமுதல்வாதம் என்பனவற்றைச் சாராமல் இருக்க வேண்டும் என்பதாகும். இவர் அனுபவவாத விமர்சனம் என்ற கொள்கையை உருவாக்கியவர். இதன்படி சுத்த அனுபவத்தின் மூலம் உலகம் பற்றிய ஓர் இயல்பான கருத்தை உருவாக்க வேண்டும் என்று இவர் கூறினார். இதனைப் பெற வேண்டும் என்றால் அனுபவத்தின் மூலம் பெறும் தகவல்களை மட்டுமே நாம் எடுத்துக் கொள்ள வேண்டும். இதில் கருத்துமுதல்வாதம், பொருள் முதல்வாதம் என்ற குறுக்கீடு இருக்கக் கூடாது. ஒவ்வொரு மனிதனுக்கும் உள்ளே

இருக்கும் அனுமானங்களின் மாறுபட்ட வடிவமே அறிதலின் உள்ளடக்கம் ஆகும். விஞ்ஞான அறிவு என்பது அதற்கு முன்பு இருந்த அறிவின் விரிவாக்கமே தவிர வேறு எதுவும் இல்லை. அறிதல் பற்றி ஓர் உயிரியல் அணுகுமுறையை இவர் கையாண்டார். அறிவை உயிரியல் செயல்முறையுடன் தொடர்புபடுத்திக் காண வேண்டும் என்று இவர் கூறினார். மனிதனது நரம்பு மண்டலத்தில் (மத்தியபதம்) மனிதனுடன் சுற்றுப்புறம் இணைகிறது என்று இவர் கூறினார். எந்தவிதமான இடையூறு அல்லது குறுக்கீடும் இல்லாத சுத்த அனுபவத்தினையே அறிவின் அடித்தளமாகக் கொள்ள வேண்டும். இதனைச் *சிந்தனைச் சிக்கனம்* என்று இவர் அழைத்தார்.

இவருக்கு அடுத்தபடியாக உள்ளவர் ஏர்னஸ்ட் மாக் என்பவர் *(1783 - 1816)*. இவர் ஆஸ்திரிய நாட்டவர். இவர் ஓர் இயற்பிய லாளர். தத்துவவாதியும்கூட; இவர் நியூட்டனின் கொள்கையை விமர்சனம் செய்தவர். ஐன்ஸ்டைனின் ஒப்பியல் கொள்கைக்கு முன்னோடியாக இருந்தவர். இவரது கொள்கைகள் புத்தமதத் தத்துவத்திற்குச் சமமாக இருந்தபடியால், இவர் "விஞ்ஞானத்தின் புத்தர்" என்று அழைக்கப்பட்டார். விஞ்ஞானம், தத்துவம் ஆகிய வற்றைக் கலந்து ஒரு கொள்கையை உருவாக்கினார். இது நிகழ்வியல் சார்ந்தது. இது யதார்த்தத்திற்கு எதிரானது. உணர்வுகள் மட்டும் தான் உண்மை என்று கூறுவது. அணுக்கள், மூலக்கூறுகள் புறவயமானவை. மனது அதனைச் சாராதது என்பதுடன் முரண்படுவது இக்கொள்கை. அது மட்டுமல்ல விஞ்ஞான விவரங்கள் யாவும் நாம் உருவாக்கியவை. எனவே இவை முன்கூட்டியே தீர்மானிக்கப்பட்டவை. அவை இருக்க முடியாது. எனவே விஞ்ஞான விவரங்களுக்கான அடிப்படை அனுபவம் மட்டும் தான். இந்தக் கண்ணோட்டம் உள்ள மாக் பொருள் முதல்வாதத்தை மறுத்தார். அணுக்களே இல்லை என்று கூறும் அளவுக்குச் சென்றார். பொருள், மனது, என்ற இருமையை அவர் மறுத்தார். புலன் உணர்வுதான் முக்கியம் என்று அவர் கூறினார். இவர் ஹியூமின் தத்துவத்தைப் பின்பற்றியவர். எனவே காரண - காரியத் தொடர்பு இல்லை என்று கூறினார். ஏனென்றால் இவை நமது அனுபவத்தில் இல்லை என்று வாதிட்டார். இவர் ஓர் அகவயக் கருத்து முதல்வாதி ஆவார். இந்தப் போக்கினை விஞ்ஞானத்துடன் இணைத்தார். இவரது கொள்கையால் ஈர்க்கப்பட்டவர் ரஷ்யரான போக்தனோவ் என்பவர்.

போக்தனோவ் என்பவர் ஒரு ரஷ்யர். இவரது இயற்பெயர் அலெக்சாந்தர் அலக்சாந்ரோவிச் என்பது *(1873 - 1928)*. இவர் ஒரு தத்துவவாதி. பொருளாதார அறிஞர், சமூக-ஜனநாயகவாதி. இவர் ஒரு மருத்துவர். இவர் ஏர்னஸ்ட் மாக்கின் கொள்கையை ஆதரித்தார். ஆனால் மாக்கிடம் இருந்து வேறுபட்டார். இதன் மூலம் அனுபவ

ஒருமைவாதியாக மாறினார். இதன் மூலம் எல்லா விஞ்ஞானங்களையும் ஒன்றாக இணைக்கும் “டெக்னாலஜி” என்ற சொல்லைப் பயன்படுத்தினார். இவர் மார்க்சிய இயங்கியலை மறுத்தார். இதற்கு மாறாக சமநிலைக் கொள்கை (Equilibrium) என்ற ஒன்றை முன் வைத்தார். இவர் அனுபவங்களை மூலகங்கள் என்று அழைத்தார். இத்தகைய பல்திரட்டுப் போக்கினை லெனின் மற்றும் பிளெக்கனோவ் ஆகியோர் விமர்சனம் செய்தனர். “புரோலிகல்ட் இயக்கம்” என்ற ஒன்றை போக்தனோவ் ஆரம்பித்தார். இதன்படி முதலாளித்துவ கலாச்சாரம் முழுவதையும் அழிக்க வேண்டும் என்று கூறினார். இதனை லெனின் எதிர்த்தார். ஏனென்றால், அத்தகைய நிலைப்பாடு ‘இன்மை வாத’த்திற்கு இட்டுச் செல்லும் என்று லெனின் கூறினார். இது அராஜகவாதம் என்று லெனின் கூறினார். இதுதான் 1890லிருந்து 1910 வரையில் ரஷ்யாவில் நிலவிய கருத்தியல் சூழல். இதில் மதவாதிகளின் செயல்களும் அடங்கும்.

II

இயங்கியல் பொருள்முதல்வாதியான லெனினுக்கு இவற்றை மறுக்க வேண்டிய சூழல் இருந்தது. ஓர் அரசியல்வாதி எல்லாத் துறைகளிலும் செயல்பட வேண்டும் என்பது லெனினியம். தத்துவப் பிடிப்பு இல்லாத தலைமை கட்சியைச் சீரழித்துவிடும் என்பது லெனினது கருத்து. 1905ஆம் ஆண்டில் முதல் புரட்சி தோல்வியடைந்த பிறகு ரஷ்ய கருத்து உலகிலும் அரசியலிலும் பெரும் குழப்பம் இருந்தது. எந்தப் பாதையில் செல்வது, புரட்சியை அடுத்த கட்டத்திற்கு எவ்வாறு நகர்த்துவது என்ற வாதங்கள் அங்கு அதிகமாக இருந்தன. இந்தக் குழப்பங்களுக்கிடையே லெனின் மார்க்சியப் பாதையை உறுதியாகப் பின்பற்றினார். எனவே மார்க்சியத்தைக் குழப்புபவர்களுக்குப் பல இடங்களில் பதில் கொடுத்தார். அதன் சிகரமாகத்தான் இந்த நூலை எழுதினார்; இதனைப் பலர் “குட்டி முதலாளித்துவப் பொருள் முதல் வாதம்” என்று விமர்சித்தனர். நமது இடதுசாரிகளில் சிலர், லெனினது தாறுமாறான குறிப்புகள் என்று விமர்சனம் செய்துள்ளனர். ஆனால் இந்த நூல் மார்க்சியம் பயில்பவர்களுக்குப் பல தெளிவுகளை ஏற்படுத்தும் நூலாகவே உள்ளது. இந்த நூலை எழுதுவதற்கு லெனின் ஜெனிவா, லண்டன் ஆகிய இடங்களில் உள்ள நூலகங்களை பயன்படுத்தி ஒன்பதே மாதங்களில் எழுதி முடிக்கப்பட்டவை. இந்தப் புத்தகம் தீவிரமான படிப்பு, ஆய்வு ஆகியவற்றின் விளைவாகும். இது பல நெருக்கடிகளுக்கு இடையே ரஷ்யாவில் வெளியிடப்பட்டது. இது கருத்து முதல்வாதப் போக்கிற்கு ஒரு பலத்த அடியாக இருந்தது. குறிப்பாக கட்சி உறுப்பினர்களே பல கருத்துகளைக் கூறி வந்த

காலத்தில் அவர்களுக்கு இது வழி காட்டியாக இருந்தது. இதில் லெனின் என்ன கூறுகிறார்?

இந்த நூலிற்கான அடிப்படையை லெனின் இந்த நூலின் முடிவுரையில் நான்கு பத்திகளில் விளக்குகிறார். அதில் முதலாவது மிக முக்கியமானது ஆகும். இந்த அனுபவ வாத விமர்சனம் என்பதற்கான தத்துவ அடிப்படையை இயங்கியல் பொருள் முதல்வாதத்துடன் ஒப்பிட வேண்டும் என்று அவர் கூறுகிறார். இந்த ஒப்பீடு முதல் மூன்று அதிகாரங்களில் இடம்பெறுகிறது. இது அறிவுத் தோற்றவியல் ரீதியாக இந்தத் தத்துவத்தின் பிற்போக்குத் தன்மையைக் காட்டு கிறது. பொருள்முதல்வாதம் பற்றிய தெளிவின்மை, மார்க்ஸ் மற்றும் எங்கல்ஸ் ஆகியோரின் இயங்கியல் பொருள் முதல்வாதம் பற்றிய அறியாமை, ஆகியன தாம் மார்க்சியத்தையும், அனுபவவாத விமர் சனத்தையும் இணைக்கலாம் என்று கூறத் தோன்றும். மேலும் இந்தத் தத்துவங்களுக்குப் பின்னால் உள்ள வர்க்கச் சார்பையும் ஒருவர் கணக்கிலெடுக்க வேண்டும். சார்பு நிலையற்ற தத்துவம் என்பது எதுவும் இல்லை என்பதையும் நாம் மனதில் கொள்ள வேண்டும்.

இந்த அடிப்படையில் லெனின் அனுபவவாத விமர்சனத்தை விமர்சிக்கிறார். கான்ட், பெர்க்கிலி, ஹியூம் ஆகிய எல்லோரும் இதில் விமர்சிக்கப்படுகின்றனர். மார்க்சியவாதிகளில் சிலரும் கருத்துமுதல் வாதிகளும் பொருள் முதல்வாதத்தை மறுக்கின்றனர். கருத்து முதல்வாத அடிப்படையில் மார்க்சியத்தை மறுப்பதோடு மட்டு மல்லாமல் அதனை மாற்ற வேண்டும் என்றும் கூறுகின்றனர். லெனின் பார்வையில் இவர்கள் திரிபுவாதிகள் ஆவர்.

இந்த நூல் முழுவதும் தத்துவத்தின் அடிப்படைப் பிரச்சனைகள் பற்றியது. முதல் மூன்று அத்தியாயங்கள் அனுபவவாத விமர்சனத்தின் அறிவுத் தோற்றவியல் பற்றியவை. அதன் அடிப்படைகளை லெனின் ஆழமாக விமர்சனம் செய்கிறார். அதனை இயங்கியல் பொருள் முதல்வாதத்துடன் ஒப்பிட்டுக் காட்டுகிறார். நான்காவது அத்தி யாயத்தில் புலன் உணர்வு விமர்சனம் மற்றும் கான்டின் தத்துவம் ஆகியவற்றிற்கு இடையிலான உறவை விளக்குகிறார். ஐந்தாவது அத்தியாயத்தில் இந்தத் தத்துவவாதிகள் விஞ்ஞானத்தை எவ்வாறு மறுத்தனர் என்பதை எடுத்துக் காட்டுகிறார். இது இயற்பியல் நெருக் கடி எனப்படுகிறது. இந்தக் கருத்தைத் தான் பின்னால் கிருஸ்டோபர் காட்வெல் (Crisis In Physics), மாரிஸ் கான்போர்த் (Idealism and Science) ஆகியோர் விரிவாக்கினர். கடைசி அத்தியாயத்தில், வரலாற்றில் பொருள்முதல் வாதம் பற்றி புலன் உணர்வு விமர்சகர்கள் ஒரு கருத்தை முன்வைத்தனர். அது வெளியிலிருந்து திணிக்கப்பட்டது. உபரிமதிப்பு போன்றவை இல்லை என்பன போன்றவை அக்கருத் தாகும். இதனை லெனின் விமர்சிக்கிறார்.

இந்த நூலின் சாராம்சமான கருத்து இதுதான். மார்க்சியத்தை மறுப்பவர்கள், அதனைப் புதுப்பிக்க வேண்டும் என்று கூறுபவர்கள் ஆகியோரை லெனின் மறுத்துரைக்கிறார். இந்த நூல் முழுவதும் தத்துவத்தில் அடிப்படையாக உள்ள பிரச்சனையாக அறிவுத் தோற்ற வியல் பற்றியது. எல்லாத் தத்துவவாதிகளும் இது பற்றிக் கூறியுள்ளனர். இந்த உலகைப் புரிந்து கொள்ள புலன் உறுப்புகளைச் சாதனமாக்கிக் கொள்கின்றனர். இதனைத் திருவள்ளுவர் மிகத் தெளிவாகக் கூறுகிறார்.

"சுவை, ஒளி, ஊறு, ஓசை, நாற்றம் ஐந்தின்
வகை தெரிவான் கட்டே உலகு"

என்று வள்ளுவர் புலன்கள் மூலம் தான் உலகைப் புரிந்து கொள்ள முடியும் என்கிறார்.

இதனைப் பேரா. நா.வா. விளக்கியுள்ளார். இது பொருள் முதல்வாதம். இவ்வாறு ஒவ்வொரு தத்துவவாதியும் உலகம் பற்றிச் சிந்திக்கின்றனர். இவர்களில் பலர் உலகத்தைப் புரிந்து கொள்ள முடியாது என்று கூறுகின்றனர். இவர்களை அறியொணாவாதிகள் என்று அழைப்பர்.

இந்த இரு முகாம்களில் புலன்கள் மூலம் கிடைக்கும் அனுபவத் தையே அடிப்படையாகக் கொண்டு வாதிட்டவர்தாம் மாக்கிய வாதிகள்.

இவர்கள் கூறுகிறார்கள்: "புலன் உணர்வு என்பவை பொருள்களின் குறியீடு அல்ல. ஒரு பொருள் என்பது சிக்கல் நிறைந்த புலன் உணர்வுகளின் குறியீடு, வண்ணங்கள், ஒலி, அழுத்தம், வெளி, காலம் எல்லாமே உலகின் உண்மையான ஆக்கக் கூறுகள்". மாக்கியர்கள் புலன் உணர்வுக் குறியீடுகளை ஆக்கக் கூறுகள் என்ற பெயரால் அழைத்தனர். இதன் சுருக்கத்தை லெனின் தருகிறார்.

1. இருப்பவை எல்லாமே புலன் உணர்வு தாம்.
2. புலன் உணர்வுகள் தாம் ஆக்கக் கூறுகள்.
3. ஆக்கக் கூறுகளைப் பௌதிகமானவை என்றும், உளவியல் சார்ந்தவை என்றும் பிரிக்கலாம். உளம் சார்ந்தவை, நரம்புகள் மனித உடல் ஆகியவற்றைச் சார்ந்தவை. மற்றவை அவ்வாறு அல்ல.
4. பௌதிக ஆக்கக் கூறுகள் உளவியல் ஆக்கக் கூறுகள் ஆகிய வற்றிற்கு இடையிலான தொடர்பு தனித்தனியாக இல்லை. இவை ஒன்றிற்கொன்று தொடர்பு உள்ளவை.
5. இவற்றிற்கிடையே உள்ள தொடர்பை தற்காலிகமாக மட்டுமே அறியலாம்.

6. இந்தக் கொள்கை ஒருதலைப்பட்சமானது அல்ல.

லெனின் இதனை விமர்சிக்கிறார். ஏனென்றால், இது கருத்து முதல்வாதம், பொருள்முதல்வாதம் என்ற இரு பிரிவுகளையும் மறுக்கிறது. எதிர் எதிரான இரண்டு விஷயங்களை ஒன்றாகக் குழப்பிக் காட்டுகிறது. இங்கு பொருள், மனம் ஆகியவற்றிற்கு இடையிலான எதிர்வினை அகற்றப்படுகிறது. இவ்வாறு இக்கொள்கையை மறுத்து விட்டு இயங்கியல் பொருள்முதல்வாதம் என்ன கூறுகிறது என்று அவர் விளக்குகிறார். பொருள் பற்றிய ஒரு தெளிவான வரையறையை லெனின் இதில் தருகிறார்.

"பொருள் என்பது ஒரு தத்துவ வகையினம். இது மனிதனது புலன் உணர்வு மூலம் அவனுக்குக் கிட்டும் புறவய யதார்த்தம் ஆகும். இதனைப் புலன் உணர்வு பிரதி செய்கிறது; படமாக்குகிறது; பிரதிபலிக்கிறது." இந்தக் கருத்தானது பழமையானது என்றும், இது தவறு என்றும் கூறுவது பிற்போக்கான தத்துவம் ஆகும்.

மாக்கியர்கள் "எண்ணம் தான் பொருள்" என்று கூறுகின்றனர். இதனை லெனின் மறுத்துவிட்டு பொருள்முதல்வாதம் கூறும் அறிவுத் தோற்றவியலை விளக்குகிறார். அதன்படி மூன்று அடிப் படைகளைக் கூறுகிறார். முதலாவதாக, நமது எண்ணம் அல்லது நனவைச் சாராமல் பொருள்கள் உள்ளன. இரண்டாவது நிகழ் விற்கும் பொருளுக்கும் வேறுபாடு எதுவுமில்லை. வேறுபாடு எதில் உள்ளது என்றால் இதுவரை தெரிந்தது தெரியாதது என்பதில் தான் உள்ளது. மூன்றாவது நாம் இயங்கியல் முறையில் சிந்திக்க வேண்டும் அதாவது நமது அறிவு என்பது மாறாதது என்றோ ஆயத்தமானது என்றோ கருதக் கூடாது.

அறிவானது அறியாமையிலிருந்து (தெரியாமல் இருப்பதிலிருந்து) எவ்வாறு உருவாகிறது என்பதைக் காண வேண்டும். இவற்றின் மூலம் தான் நாம் ஒரு முடிவுக்கு வர முடியும். அதாவது நமது அறிவு என்பதெல்லாம் புற உலகின் பிம்பம் என்பதாகும். இதற்கு மாறாக மாக்கியவாதிகள் "பொருள் என்பது புலன் உணர்வின் தொகுப்பு" என்று கூறுகிறார்கள். இது பொருளை மறுப்பதாகும். அறியாமை யிலிருந்து அறிவு தோன்றுகிறது என்பதற்கு லெனின் ஓர் உதாரணம் தருகிறார். இது எங்கெல்ஸ் கொடுத்த உதாரணம். அதாவது, தார் எண்ணெயில் அலிசாரின் என்ற பொருள் இருக்கிறது. ஒரு காலத்தில் இது பற்றித் தெரியாது. ஆனால் நமக்கு இது இன்று தெரியும். எனவே அறியாமை அல்லது தெரியாமை மறைந்து தெரியும் என்ற நிலை ஏற்படுகிறது. இது தான் உண்மையை நோக்கி மனிதனை அழைத்துச் செல்கிறது. ஆனால் மாக்கியர்களைப் பொறுத்தமட்டிலும் இது மனதில் உள்ளது, புறத்தே உள்ளது அல்ல. நம் மனதில் உள்ளதைப்

பொருளுக்குப் பொருத்திப் பார்க்கிறோம் என்கின்றனர். இதனை லெனின் மறுக்கிறார்.

இதற்கு அடுத்தபடியாக உண்மை எது என்பது பற்றிய விவாதம் உள்ளது. மார்க்சியம் உண்மையை இருவிதமாகக் காண்கிறது. ஒன்று முழு உண்மை. மற்றொன்று சார்பு உண்மை அல்லது தராதர உண்மை (நா.வா.). மனிதனது சிந்தனையானது முழு உண்மையை நோக்கி நகரும். இந்த முழு உண்மை என்பது சார்பு உண்மைகளின் தொகுப்பாகும். விஞ்ஞான வளர்ச்சி முழு உண்மைக்கு அணுஅணு வாகத் தகவல்களை அளிக்கிறது. இந்தச் சார்பு உண்மைகள் சிலநேரம் விரிவடையும். சில நேரம் பின்னடையும்.

அறிவின் தன்மையைக் கண்டுகொள்ள நடைமுறை மிக முக்கியமானது. அதாவது உண்மையை அறிய நடைமுறை என்பது அவசியம். மாக் இதனை மறுக்கிறார். நடைமுறை என்பது ஒவ்வொரு நேரத்திலும் ஒவ்வொரு முடிவைத் தரும் என்று அவர் கூறுகிறார். எனவே அதனை உறுதியாக ஏற்றுக் கொள்ள முடியாது என்கிறார்.

இதனை மார்க்சியம் மறுக்கிறது. இங்கு நடைமுறையிலிருந்து விடுபட்ட எல்லாமே உண்மையாகிவிடாது என்ற நிலை ஏற்றுக் கொள்ளப்படுகிறது. நடைமுறையிலிருந்து விலகிய சிந்தனை வெறும் பண்டிதச் சிந்தனையாகும். நடைமுறையிலிருந்தே தத்துவம் பிறக்கிறது என்பது தான் மார்க்சியம்.

லெனின் இந்த நூலில் சில தத்துவ வகையினங்கள் பற்றிப் பேசுகிறார். அதில் ஒன்று காரண காரியத் தொடர்பு. இயங்கியல் பொருள் முதல்வாதம் காரணமின்றி காரியம் இல்லை என்கிறது. புலன் உணர்வுவாதிகள், ஒன்று மற்றொன்றிற்குக் காரணம் அல்ல, நிகழ்ச்சிகள் நடக்க புறத்தூண்டல் தேவையில்லை என கூறுகிறார்கள்.

புலன் உணர்வு விமர்சகர்கள் மறுக்கும் மற்றொரு கொள்கைக் காலம் இடம் (வெளி) பற்றியது. இவை புறவயமானவை என்பது இயங்கியல் பொருள்முதல்வாதம். பொருள்களின் மாறுதல்கள் கால வெளிக்குள் தான் இடம்பெறும். ஆனால் புலன் உணர்வு விமர்சகர்கள் இதனைத் "தொடர்ச்சியான உணர்வுகளின் வரிசை" என்று அழைக்கின்றனர். இவர்கள் கருத்துப்படி காலம் வெளி ஆகியன நமது உணர்வுகள் தாம். புறவயமானவை அல்ல. மனதில் உள்ளவை.

இந்த நூலின் ஓர் அத்தியாயம் இயற்பியலில் ஏற்பட்ட நெருக்கடி பற்றியது. லெனின் இதில் ஒரு விமர்சனத்தை முன்வைக்கிறார். அவர் காலத்தில் விஞ்ஞானத்தில் பல மாறுதல்கள் நிகழ்ந்து கொண்டிருந்தன. அணுக்கொள்கை அக்காலத்தில் பிரபலமாகிக் கொண்டிருந்தது.

அதற்கு முன்னர் நியூட்டன் போன்றவர்கள் பெரிய அளவிலான பொருள்களின் இயக்கம் பற்றி ஆராய்ந்தனர். புதியதாகத் தோன்றிய அணுக்கொள்கை மிகச் சிறு துகள்கள் பற்றியவையாக இருந்தன. இத்துகள்கள் பற்றிய ஆய்வில் இவை இறுதியில் மறைவதைக் கண்டனர். இதனால் நியூட்டனின் கொள்கைக்கு ஒரு நெருக்கடி ஏற்பட்டது. இதன் காரணமாக விஞ்ஞானிகளில் சிலர் "அணு சிதைகிறது பொருள் மறைகிறது" என்று கூறினர். அவர்கள் கருத்து முதல்வாத நிலைப்பாட்டை மேற்கொண்டனர். சிலரால் பொருள் முதல்வாதம், கருத்துமுதல்வாதம் ஆகிய இரண்டையும் ஏற்றுக் கொள்ள முடியவில்லை. இது விஞ்ஞானத்தில் ஒரு நெருக்கடியை ஏற்படுத்தியது. இதனை லெனின் மறுத்து "இயங்கியல் பொருள் முதல்வாத" அணுகுமுறைக்கும் விஞ்ஞானத்திற்கும் உள்ள தொடர்பை விவரிக்கிறார்.

புலன் உணர்வு விமர்சகர்கள் வரலாற்றுப் பொருள்முதல்வாதம் பற்றியும் பேசியுள்ளனர். "உணர்வு என்பது சமுதாய இருப்பின் பிரதிபலிப்பு" என்கிறார் மார்க்ஸ். இதனைப் புலன் உணர்வு விமர்சகர்கள் மறுக்கிறார்கள். மார்க்சின் கொள்கை சமுதாயத்தில் இல்லாதது. வெளியிலிருந்து கொண்டு வரப்பட்டது என்று கூறு கின்றனர். சமுதாய உணர்வும் இருப்பும் ஒன்றுதான். பொருளாதார உறவுகள் முக்கியமானவை அல்ல என்று கூறுகிறார்கள். எனவே சமுதாய இயக்கங்களை உடலியல் ரீதியாகவும் இன ரீதியாகவும் காண வேண்டும் என்று இவர்கள் கூறுகிறார்கள். இதனை இந்த நூலின் கடைசி அதிகாரத்தில் லெனின் மறுக்கிறார்.

இந்த நூலின் முடிவுரை மிக முக்கியமானது. அதில், லெனினது அணுகுமுறை மிகச் சுருக்கமாகக் கூறப்பட்டுள்ளது.

இறுதியாக ஒரு வார்த்தை. இந்த நூலை எளிதாகப் படித்துவிட முடியாது. பல தடவை முயற்சித்துப் பார்க்க வேண்டிய நிலையை இது உருவாக்குகிறது. மூல நூலில் லெனின் ஏராளமான மேற்கோள் களைத் தருகிறார். இது சமயத்தில் குழப்பமாக இருக்கும். அவர்களது மொழிநடை குழப்பமாக இருப்பதால் ஆங்கில மொழி பெயர்ப்பு தடுமாறத் தான் செய்கிறது. அதன் தாக்கத்தை தமிழ் மொழி பெயர்ப்பிலும் காணலாம். கூடியவரை எளிமைப் படுத்தியுள்ளேன். கலைச் சொற்களை விரிவாகவே எழுதியுள்ளேன்.

இதனை அன்புடன் ஏற்று வெளியிட முன்வந்த அலைகள் வெளியீட்டக உரிமையாளர் திரு. பெ.நா. சிவம் அவர்களுக்கு நன்றி.

திருநெல்வேலி
02.06.2024

எஸ். தோதாத்ரி
9894783657

முதல் பதிப்பிற்கான முன்னுரை

மார்க்சியர்களாக வர விரும்புகிற பல எழுத்தாளர்கள், இந்த ஓராண்டிற்குள்ளாக மார்க்சியத் தத்துவத்திற்கு எதிராகத் தீவிரமான பிரச்சாரத்தை மேற்கொண்டுள்ளனர். அரையாண்டு காலத்திற் குள்ளாக இயங்கியல் பொருள்முதல்வாதத்தினை மட்டுமே தாக்கி அதற்கென்றே நான்கு நூல்கள் வெளிவந்துள்ளன. இதில் முதலா வதும், முக்கியமானதுமானது *மார்க்சியத் தத்துவம் பற்றிய ஆய்வு (?-*"எதிராக" என்று தான் இது இருக்க வேண்டும்) (செயின்ட் பீட்டர்ஸ்பர்க், *1908*), இது பசரோவ், போக்தனோவ், லுனாசார்ஸ்கி, பெர்மன், ஹெல்பாண்ட், யுஷ்கேவிச், சுவோரோவ் ஆகியோரின் கருத்தரங்கக் கட்டுரைகள்; யுஷ்கேவிச்சின், *பொருள்முதல்வாதமும் விமர்சன எதார்த்தவாதமும்;* பெர்மனின் *தற்காலத்திய அறிவுத்தோற்றக் கொள்கை அடிப்படையில் இயங்கியல்,* வாலன்டினோவின், *மார்க்சியத்தின் தத்துவ கட்டமைப்புகள்* போன்றவை.

மார்க்சும் எங்கெல்சும், அவர்களது தத்துவக் கருத்துகளை இயங்கியல் பொருள்முதல்வாதம் என்று பல தடவை கூறியுள்ளார்கள் என்பது பற்றி இவர்கள் அறியாமல் இருக்க மாட்டார்கள். இவர்களது அரசியல் கருத்துகளில் பல வேறுபாடுகள் இருந்தாலும், இவர்கள் எல்லோரும் இயங்கியல் பொருள்முதல்வாதத்தை எதிர்க்க ஒன்றுபடுகிறார்கள்; ஆனால் தத்துவ அடிப்படையில் தங்களை மார்க்சியவாதிகள் என்று உரிமை கொண்டாடுகிறார்கள்! எங்கெல்சின் இயங்கியல் "புதிர்வாதம்" என்று பெர்மன் கூறுகிறார். போகிற போக்கில், அதுதான் சுயமான உண்மை என்பதுபோல, எங்கெல்சின் கருத்துகள் காலாவதியாகிவிட்டன என்று பசரோவ் கூறுகிறார். இந்தத் துணிச்சலான போர் வீரர்களால் பொருள்முதல்வாதம், மறுக்கப்பட்டதாகத் தோன்றுகிறது. இவர்கள் "தற்கால அறிவுத் தோற்றவியல் கொள்கை", "சமீபத்திய தத்துவம்" (அல்லது நேர்க் காட்சி வாதம்), "தற்கால இயற்கை விஞ்ஞானத்தின் தத்துவம்" ஆகியவற்றினைக் குறிப்பிடுகின்றனர். இந்த அண்மைக்காலக் கொள்கைகளின் ஆதரவுடன், நமது இயங்கியல் பொருள்முதல் வாதத்தை அழிப்பவர்கள், துணிச்சலாக, அப்பட்டமான நம்பிக்கைக்

கொள்கைக்குச் (fideism)*² செல்லுகின்றனர் (இதில் மிகத் தெளிவானது லுனாசார்ஸ்கியின் நிலை. இவரது நிலை மட்டுமல்ல இது³). ஆனால் மார்க்ஸ் மற்றும் எங்கெல்ஸ் ஆகியோரின் அணுகுமுறை பற்றிய விளக்கம் என்று வரும்பொழுது அவர்களது நம்பிக்கை மீதான தைரியமும், மரியாதையும் அவர்களை விட்டுச் சென்று விடுகின்றன. உண்மையில் இயங்கியல் பொருள்முதல்வாதம் முற்றிலும் மறுக்கப்படுகிறது. அதாவது சுருக்கமாகக் கூறினால், குழப்பங்கள், பிரச்சனையின் சாராம்சத்திலிருந்து விலகுதல், அவர்களது பின்னடைவை மூடி மறைக்க, பொதுவானப் பொருள்முதல்வாதம் என்பதற்குப் பதிலாக, ஏதேனும் ஒருவகை பொருள்முதல்வாதத்தை முன்வைத்தல், மார்க்ஸ் மற்றும் எங்கெல்ஸ் ஆகியோரின் எண்ணற்றப் பொருள்முதல்வாதக் கூற்றுகளை நேரடியாக ஆய்வதற்கு மறுத்தல் போன்றவை அது. ஒரு மார்க்சியவாதி சரியாகக் கூறியதுபோல இது ஒரு "கையாலாகாத கலகமாகும்." இது மிகச் சரியான தத்துவ திரிபு வாதம் ஆகும். மார்க்சின் அடிப்படைக் கருத்துகளில் இருந்து விலகியதன் காரணமாக திரிபுவாதிகள் மோசமான புகழைத் தான் பெற்றனர். அவர்கள் கைவிட்ட கருத்துகளுடன் வெளிப்படையாகவும் பகிரங்கமாகவும் அவர்களது "கணக்கைத் தீர்த்துக்கொள்ள" முடியாமை, அச்சம் அல்லது இயலாமை, உறுதியற்றநிலை ஆகிய வற்றையும் பெற்றனர். பழைமைவாத மார்க்சியவாதிகள், மார்க்சின் சில காலங்கடந்த கருத்துகளுக்கு எதிராக நிற்கும்பொழுது (உதாரண மாக சில வரலாற்றுக் கூற்றுகளை மறுக்கும் பொழுது பிரான்ஸ் மெஹ்ரிங்) மிகத் தெளிவாகவும் ஆழமாகவும் இதனைச் செய்தனர். இந்தக் கூற்றுகளில் யாரும் ஐயத்திற்குரியவற்றைக் காண முடிய வில்லை.

"மார்க்சிய தத்துவம் பற்றிய ஆய்வுகள்" என்பதில் உண்மைபோல் தோன்றும் ஒரு சொற்றொடர் உள்ளது. இது லுனாசார்ஸ்கியின் கூற்று:

"ஒருவேளை, நாங்கள் [இந்த ஆய்வில் பங்கு பெற்றவர்கள் எல்லோரும்]** எங்கிருக்கிறோம் என்று தெரியவில்லை. ஆனால் நாங்கள் தேடிக்கொண்டிருக்கிறோம்" (பக். 161). இந்த வாக்கியத்தின்

---

* நம்பிக்கைக் கொள்கை (அ) நம்பிக்கைவாதம் எனப்படுவது அறிவுக்கு மாற்றாக நம்பிக்கையை வைக்கும் கோட்பாடு அல்லது நம்பிக்கைக்குப் பொதுவாக முக்கியத்துவம் வழங்கும் கொள்கை.

** சதுரவடிவான அடைப்புக் குறிக்குள் உள்ள இடைச் செருகல்கள், குறிப்பிடாதவரை லெனினால் (மேற்கோள் காட்டிய பகுதியில்,) அறிமுகப்படுத்தப் பட்டவை. - பதிப்பாசிரியர்

முதற் பகுதி முழுமையான உண்மையையும், இரண்டாவது பகுதி ஒரு சார்பு உண்மையையும் கொண்டுள்ளது. இந்த நூலில் இதனை விரிவாக நான் எடுத்துக்காட்ட முயற்சிப்பேன். நமது தத்துவ வாதிகள் ஒருவேளை மார்க்சியத்தின் பெயரால் பேசாமல், சில *"தேடும்"* மார்க்சியர்களின் பெயரால் பேசும் பொழுது, தங்களுக்கும் மார்க்சியத்திற்கும் அதிக மரியாதை அளித்திருப்பார்கள் என்று மட்டும் நான் இங்கு கூறுகிறேன்.

என்னைப் பொறுத்தவரை தத்துவத் துறையில் நானும் ஒரு *"தேடுபவன்"* தான். அதாவது இந்த விளக்கங்களில் நான் எனக்கு ஏற்படுத்திக் கொண்ட வேலை என்னவென்றால், மார்க்சியப் போர்வையில் இந்த நம்ப முடியாத குழப்பமும், தெளிவற்றும் உள்ள பிற்போக்கான இவர்களுக்கு எது தடையாக உள்ளது என்பதைக் காண்பதாகும்.

செப்டம்பர், 1908   *வி.இ. லெனின்*

இரண்டாவது பதிப்பிற்கான முன்னுரை

நூலில் சில திருத்தங்கள் தவிர, இந்தப் பதிப்பு, முந்தையதிலிருந்து வேறுபடவில்லை. ரஷ்ய "மாக்கியர்களுடனான" விவாதங்கள் இருந்தபோதிலும், மார்க்சியத் தத்துவம், இயங்கியல் பொருள்முதல் வாதம், இயற்கை விஞ்ஞானத்தின் அண்மைக் காலக் கண்டுபிடிப்பு களில் இருந்து பெற்ற தத்துவ முடிவுகளுடன் பரிச்சயமாவதற்கு இது உதவும் என்று நான் நம்புகிறேன். ஏ.ஏ. போக்தனோவின் சமீபத்திய படைப்புகளை ஆராய எனக்குச் சந்தர்ப்பம் கிடைக்கவில்லை. இருப்பினும் இத்துடன் இணைக்கப்பட்டுள்ள, தோழர் வி.ஐ. நெவ்ஸ்கியின் கட்டுரை, தேவையான தகவல்களைத் தருகிறது.[4] ஒரு பிரச்சாரகராகவும் கட்சிப் பள்ளியில் ஒரு செயல்துடிப்பான ஊழியராகவும் உள்ள தோழர் நெவ்ஸ்கிக்கு, ஏ.ஏ. போக்தனோவ் "பாட்டாளி வர்க்கக் கலாச்சாரம்"[5] என்ற போர்வையில் முதலாளித்துவக் கருத்துகளையும், பிற்போக்குக் கருத்துகளையும் பரப்புகிறார் என்பதை அறிய போதுமான சந்தர்ப்பம் உள்ளது.

செப்டம்பர் 2, 1920   வி.இ. லெனின்

ஒரு விரிவுரையாளருக்குப் பத்துக் கேள்விகள்[1]*

1. மார்க்சிய தத்துவமானது *இயங்கியல் பொருள்முதல்வாதம்* கொண்டது என்று விரிவுரையாளர் ஏற்கிறாரா? அவ்வாறு அவர் ஏற்கவில்லை என்றால், அவர் ஏன் இந்தப் பொருள் குறித்து எங்கெல்சின் ஏராளமான கூற்றுகளைப் பகுப்பாய்வு செய்யாமலே இருக்கிறார்?

   அவ்வாறு ஏற்றால், மாக்கியர்கள் ஏன் தாம் இயங்கியல் பொருள் முதல்வாதத்தை "திருத்துவது" என்பதை "மார்க்சியத் தத்துவம்" என்று அழைக்கின்றனர்?

2. தத்துவரீதியான அமைப்புகளைக் கருத்துமுதல்வாதம் என்றும் *பொருள்முதல்வாதம்* என்றும் எங்கெல்ஸ் அடிப்படையிலேயே பிரித்துக் கையாள்வதை விரிவுரையாளர் ஏற்கிறாரா? இவை இரண்டிற்கும் இடைப்பட்டதாக உள்ளவற்றை ஊசலாடுபவற்றை நவீன தத்துவத்தில் ஹியூமிய வழிமுறை, "அறியொணாவாதம்" என்றும், கான்டியம் என்பதே அறியொணாவாதத்தின் ஒரு வகைமாதிரி என்றும் எங்கெல்ஸ் கூறுவதை அறிவாரா?

3. புற உலகை அங்கீகரிப்பதும், மனித மூளையில் அது பிரதி பலிக்கப்படுவதும்தான் இயங்கியல் பொருள்முதல்வாதத்தின் அறிவு பற்றிய கோட்பாட்டின் அடிப்படையாக நிகழ்கிறது என்பதை விரிவுரையாளர் ஏற்கிறாரா?

---

* மொ.ர். குறிப்பு: லெனின் தொகுப்பு நூல்கள், ஆங்கிலப் பதிப்பு, தொகுதி 14இல் இத்தலைப்பானது ஒரு மறுபதிப்பாக உள்ளது. மாஸ்கோவின் முன்னேற்றப் பதிப்பகத்தார் ஆங்கிலத்தில் வெளியிட்ட பதிப்பில் இது இடம்பெறவில்லை. ஆனால் மக்கள் சீனத்தினுடைய பீகிங்கில் இருந்து செயல்படும் மக்கள் பதிப்பகத்தார் வெளியிட்ட ''பொருள்முதல்வாதமும் அனுபவவாதமும்'' என்ற ஆங்கில நூலில் இத்தலைப்பிலான கட்டுரை இடம்பெற்றுள்ளது. இக்கட்டுரையானது 1908ஆம் ஆண்டு மே-ஜூன் மாதங்களின்போது லெனின் அவர்களால் எழுதி வெளியிடப்பட்ட ஆய்வுரையாகும். இது ஜெனிவாவில் ஏ.போக்தனோவ் அவர்களால் ஏற்பாடு செய்யப்பட்ட தத்துவரீதியான கருத்தரங்கில் திரு.துப்ரோவின்ஸ்கி எனப்படுபவர் உரையாற்றுவதற்கு எழுதப்பட்ட ஆய்வுரையாகும். அவர் போல்சவிச் மையத்தின் உறுப்பினராகவும் புரோலிட்டரி எனப்படும் செய்தித்தாளின் ஆசிரியர்களில் ஒருவராகவும் செயல்பட்டவர் ஆவார்.

4. ''தானாக உள்ள பொருட்கள்'' எனப்படுபவை ''நமக்கான பொருட்களாக'' மாற்றம் பெறுவது குறித்த எங்கெல்சின் வாதத்தைச் சரியானது என்று விரிவுரையாளர் ஏற்கிறாரா?

5. ''உலகின் மெய்யான ஓர்மை என்பது அதன் பொருளாயதத் தன்மையில் உள்ளது'' (டூரிங்குக்கு மறுப்பு, 2-வது பதிப்பு, 1886, பக்.28, பிரிவு i, தொகுதி IV உலக வரைவியல் பற்றியது)[2] என்ற எங்கெல்சின் வலியுறுத்தலை விரிவுரையாளர் ஏற்கிறாரா?

6. ''பருப்பொருள் இல்லாத இயக்கத்தை எண்ணிப் பார்க்க முடியாததுபோல இயக்கம் இல்லாத பருப்பொருளையும் எண்ணிப் பார்க்க முடியாது'' (டூரிங்குக்கு மறுப்பு, 1886, 2-ம் பதிப்பு, பக்.45, இயற்கை தத்துவம், விண்கோளியல், இயற்பியல் மற்றும் இரசாயனவியல் பற்றியது)[3] என்ற எங்கெல்சின் வலியுறுத்தலை விரிவுரையாளர் ஏற்கிறாரா?

7. காரணகாரியத் தொடர்புக் கோட்பாடு, இன்றியமையாமை, விதி போன்ற இதரவை மெய் உலகின் இயற்கையான விதிகள் மனித மூளையில் ஒரு பிரதிபலிப்பாக உள்ளன என்ற கருத்துகளை விரிவுரையாளர் ஏற்கிறாரா? அல்லது எங்கெல்ஸ் அவ்வாறு கூறுவது தவறானதா? (டூரிங்குக்கு மறுப்பு, பிரிவு 20-21, பாகம் III, காரண காரியத் தொடர்புவாதம் மற்றும் பிரிவு 103-104, பாகம் XI, சுதந்திரமும் இன்றியமையாமையும் பற்றியது.[4]

8. ஷுப்பே என்ற இறைமைக் கோட்பாட்டாளர் பிரிவின் தலைவருடன் தான் உடன்பாட்டில் இருந்ததையும் தனது இறுதியான முதன்மையான படைப்பை அவருக்கு அர்ப்பணித்ததையும் விரிவுரையாளர் அறிவாரா? அப்பட்டமான கருத்துமுதல்வாதத் தத்துவவாதியான, திருச்சபைவாதத்தின் ஒரு பாதுகாவலனான, அத்துடன் பொதுவான ஒரு தத்துவத்தில் ஒரு மோசமான பிற்போக்குவாதியுமான ஷுப்பே அவர்களுக்கு இணக்கமாக மாக் இருப்பதை எவ்வாறு விரிவுரையாளர் விளக்கம் அளிக்கிறார்?

9. நேற்றுவரை தனது தோழராக இருந்த மென்ஷ்விக்கான யுஷ்கேவிச் (ஆய்வுகளை[5] அடிப்படையாகக் கொண்டு) என்பவர் தற்போது போக்தனோவ்[6] (ராக்மெடாவ்[7] என்பவரைப் பின்பற்றி) ஒரு கருத்துமுதல்வாதி என்று அறிவிக்கும் அவரின் ''சாகசம்'' பற்றி அமைதியாக ஏன் விரிவுரையாளர் இருக்கிறார்? பெட்சோல்ட் தன்னுடைய கடைசி நூலில் மாக்கின் சீடர்கள் பலரை கருத்துமுதல்வாதிகள் மத்தியில் வகைப்படுத்தி வைத்திருப்பதைப் பற்றி விரிவுரையாளர் அறிந்திருக்கிறாரா?[8]

10. *போல்ஷ்வியத்துடன் பொதுவாக மாக்கியத்துக்கு ஏதுமில்லை என்ற உண்மையை விரிவுரையாளர் உறுதிப்படுத்துகிறாரா? அத்துடன் லெனின் அவர்கள் மாக்கியத்துக்கு எதிராக மீண்டும் மீண்டும் எதிர்ப்புத் தெரிவித்தாரா? அதோடு, அந்த மென்ஷ்விக் யுஷ்கேவிச்சும் வாலன்டினோவும்[9] ''தூய'' அனுபவவாத விமர்சகர்களா?*

1908 மே-ஜூனில் எழுதப்பட்டது — *கையெழுத்துப்படியின்படி பதிப்பிக்கப்பட்டது.*

1925ஆம் ஆண்டில் முதல் முறையாகப் பதிப்பிக்கப்பட்டது.

குறிப்புகள்

1. ''ஒரு விரிவுரையாளருக்குப் பத்துக் கேள்விகள்'' என்பது 1908ஆம் ஆண்டு மே - ஜூன் மாதங்களில் லெனினால் எழுதப்பட்டது. I.F. டுப்ரோவின்ஸ்கி ஆற்றிய உரைக்கு கருத்துரையாக எழுதப்பட்டது. அவர் போல்ஷ்விக் மையத்தின் உறுப்பினர் மற்றும் *புரோலிடரி* செய்தித்தாளின் ஆசிரியர்களுள் ஒருவர். ஜெனிவாவில் ஏ. போக்தனோவ் நிதியுதவி அளித்து நடத்தப்பட்ட ஒரு தத்துவரீதியான கருத்தரங்கில் இக்கட்டுரை வாசிக்கப்பட்டது.
2. *டூரிங்குக்கு மறுப்பு*, ஆங்கிலப் பதிப்பு, அயல் மொழி பதிப்பகம், மாஸ்கோ, 1954, பக். 65-66.
3. மேற்சொன்ன நூல், பக். 86.
4. மேற்சொன்ன நூல், பக். 55-56 மற்றும் பக். 157-58.
5. அதாவது, *மார்க்சியத் தத்துவத்தில் ஆய்வுகள்.*
6. அலெக்சாண்டர் மாலினாவ்ஸ்கி என்பது போக்தனோவின் புனைப்பெயர்.
7. ஆஸ்கார் பிளம் என்பவர் ஒரு மென்ஷ்விய - பிளெக்கனோ வியர். அவரது புனைப்பெயர் ராக்மெடாவ்.
8. மாக்சிம் கார்க்கிக்கு லெனின் எழுதிய 25.02.1908 நாளின் கடிதம். *வி.ஐ. லெனின் படைப்புகள்,* 4-வது இரசிய பதிப்பு, தொகுதி 13, பக். 411 - 17.
9. நிகோலாய் வோஸ்கியின் புனைப்பெயர் வாலன்டினோவ் ஆகும்.

முன்னுரைக்கு மாற்றாக

1908 ஆம் ஆண்டில் சில "மார்க்சியவாதிகளும்" 1710 ஆம் ஆண்டில் சில கருத்துமுதல்வாதிகளும் எவ்வாறு பொருள்முதல்வாதத்தை மறுத்தனர்

தத்துவ நூல்களில் சிறிதளவேனும் பழக்கமுள்ள ஒருவருக்கு பொருள்முதல்வாதத்தை நேரடியாகவோ அல்லது மறைமுகமாகவோ மறுக்காத சமகால தத்துவப் (அல்லது இறையியல்) பேராசிரியரைக் கண்டிப்பாகத் தெரிந்திருக்க வேண்டும். பொருள் முதல்வாதிகளை அவர்கள் ஆயிரம் தடவை மறுத்துள்ளனர். இருப்பினும் ஆயிரத்தோராவது தடவையும் தொடர்ந்து மறுத்துக் கொண்டிருக்கின்றனர். நமது திரிபுவாதிகள் எல்லோரும் பொருள் முதல்வாதத்தை மறுப்பதில் ஈடுபட்டுள்ளனர். ஆனால் பொருள் முதல்வாதியான பிளெக்கனோவை மறுப்பது போலவும், பொருள் முதல்வாதி எங்கெல்சை, அல்லது பொருள்முதல்வாதி பூயர்பாவை (ஃபாயர்பாக்- Feuerbach) அல்லது பொருள்முதல்வாதி J.டியஸ்ஜனை (J.Dietzgen) மறுக்காதது போலவும் நடிக்கின்றனர். மேலும், "அண்மைக் கால" அல்லது "சமீபத்திய" நேர்காட்சிவாதம், இயற்கை விஞ்ஞானம் போன்றவற்றின் அடிப்படையில் அவர்கள் இதனை மறுக்கிறார்கள். மேலே குறிப்பிட்ட நூல்களிலிருந்து நூற்றுக் கணக்கில் மேற்கோள்களை எடுக்க முடியும், விரும்புபவர்கள் காட்ட முடியும் என்றாலும், அவற்றைக் கூறாமலேயே பசரோவ், போக்தனோவ், யுஷ்கேவிச், வாலன்டினோவ், செர்னோவ்* மற்றும் பிற மாக்கியர்கள் பொருள்முதல்வாதத்தினை எதிர்ப்பதற்கான வாதங்களை நான் குறிப்பிடுவேன். இந்தப் பிந்தைய பதத்தை நான் "அனுபவவாத விமர்சகர்" என்பதற்குச் சமமாகப் பயன்படுத்துவேன். ஏனென்றால் இது சுருக்கமானதும் எளிமையானதும் ஆகும். இது ஏற்கெனவே ரஷ்ய வழக்காற்றில் அங்கீகரிக்கப்பட்டுள்ளது.

---

* *தத்துவயியல் மற்றும் சமூகவியல் ஆய்வுகள் - வி. செர்னோவ், மாஸ்கோ, 1907. இவர் அவெனரியசின் தீவிர ரசிகர். பசரோவ் குழுவைப் போன்று பொருள்முதல்வாதத்தின் எதிரி.*

தற்காலத்தில், ஏர்னஸ்ட் மாக் என்பவர் அனுபவவாத விமர்சனத்தின் மிகவும் பிரபலமான பிரதிநிதி ஆவார். இது தத்துவ வழக்காற்றியலில் எல்லா இடத்திலும் அங்கீகரிக்கப்பட்டுள்ளது.* அதேசமயத்தில், போக்தனோவ், யுஷ்கேவிச் ஆகியோர் ''தூய'' மாக்கியத்திலிருந்து விலகியுள்ளது இரண்டாம்தர முக்கியத்துவம் வாய்ந்ததாக மட்டுமே உள்ளது. இதனைப் பின்னர் பார்ப்போம்.

பொருள்முதல்வாதிகள், சிந்திக்க முடியாத, அறியாத, "தானாக இருக்கும் பொருளை", "அனுபவத்திற்குப் புறத்தே உள்ள பொருளை", அறிவிற்குப் புறத்தே உள்ள பருப்பொருளை ஏற்றுக் கொள்கின்றனர். "அனுபவ"த்தின் எல்லைகளைக் கடந்து உள்ள ஒன்றை ஏற்றுக் கொள்வதன் மூலம் அவர்கள் சுத்தமான புதிர்வாதத்திற்குச் (mysticism) செல்கிறார்கள். நமது புலன் உறுப்புகள் மூலம் செயல்புரிந்து பருப் பொருளானது உணர்வுகளைத் தோற்றுவிக்கிறது என்று அவர்கள் கூறும் பொழுது பொருள்முதல்வாதிகள் "தெரியாததை", "ஒன்று மில்லாததை" இன்மையை அடிப்படையாகக் கொள்கின்றனர். புலன் உணர்வுகள்தாம் அறிவு பெறுவதற்கான ஒரே ஆதாரம் என்று அவர்களே கூறவில்லையா? பொருள்முதல்வாதிகள் "கான்டியத் திற்குள்" செல்கின்றனர் (பிளெக்கனோவ் தானாகவே இருக்கும் பொருளை அதாவது நமது உணர்வுக்கு அப்பால் உள்ளதை ஏற்றுக் கொள்கிறார்) அவர்கள் உலகை "இரட்டிப்பாக்குகிறார்கள்", "இருமை வாதம்" (Dualism) பேசுகிறார்கள். ஏனென்றால் தோற்றத்திற்கு அப்பால், தானாகவே இருக்கும் பொருள் உள்ளது என்று பொருள்முதல் வாதிகள் நம்புவர்; உடனடியாக உள்ள புலன் விவரங்களுக்கு அப்பால், வேறு ஒன்று உள்ளது, ஒரு வழிபாட்டுப் பொருள், "ஒரு சிலை", ஒரு முழுமை, "இயக்க மறுப்பியல் தத்துவத்தின்" மூலம், மதத்தின் இரட்டிப்பு (பசரோவ் கூறுவது போல் "ஒரு புனிதமான பொருள்") என்று அவர்கள் கூறுகிறார்கள்.

பொருள்முதல்வாதத்திற்கு எதிராக மாக்கியர்கள் முன் வைக்கும் விவாதங்கள் இத்தகையவை. மேலே குறிப்பிடப்பட்ட எழுத்தாளர் கள் இதனைப் பல சுரங்களில் திரும்பத் திரும்பக் கூறுகிறார்கள்.

இந்த விவாதங்கள் புதியனவா என்று சோதிக்கவும், "கான்டி யத்தை நோக்கிச் சென்ற", ஒரு ரஷ்யப் பொருள்முதல்வாதிக்கு எதிராக உண்மையில் பயன்படுத்தப்பட்டனவா என்பதைக் காணவும் ஒரு பழைய கருத்துமுதல்வாதியான ஜார்ஜ் பெர்க்கிலி யிடமிருந்து சில விரிவான மேற்கோள்களை நாம் கொடுப்போம்.

---

* காண்க, Dr. ரிச்சார்ட் ஓனிக்ஸ்வால்டின், *புற உலகின் எதார்த்தம் பற்றிய ஹியூமின் கோட்பாடு,* பெர்லின், 1904, பிரிவு 26.

நமது விளக்கங்களுக்கு ஓர் அறிமுகமாக இந்த வரலாற்று ரீதியான ஆய்வு மிகவும் தேவை. ஏனென்றால், பெர்க்கிலியையும் அவரது தத்துவப் போக்கையும் அடிக்கடி நாம் அவசியம் குறிப்பிட வேண்டும். ஏனெனில், மாக்கியர்கள் பெர்க்கிலிக்கும் மாக்கிற்கும் உள்ள உறவையும், பெர்க்கிலியுடைய தத்துவப் போக்கின் சாரத்தையும் தவறாகக் கூறுகிறார்கள்.

1710 ஆம் ஆண்டு *மனித அறிவின் கொள்கைகள் பற்றிய ஆய்வு நூல்* (Treatise Concerning the Principles of Human Knowledge)* என்ற ஜார்ஜ் பெர்க்கிலியின் இந்தப் படைப்பு வெளியாயிற்று. பின்வரும் கூற்றுடன் இது தொடங்குகிறது: "மனித அறிவிற்கான *பொருள்களை* ஆராயும் ஒவ்வொருவருக்கும், அவை புலன்கள் மீது பதியும் கருத்துகள் அல்லது மனதின் செயல் உணர்ச்சிகள் ஆகியவற்றைக் கவனிப்பதால் தோன்றுபவை அல்லது கடைசியாக நினைவாற்றல், கற்பனை ஆகியவற்றால் உருவாகும் கருத்துகள் என்று ஒவ்வொருவருக்கும் புலப்படும். ...பார்வை மூலம் எனக்கு நிறம், ஒளி ஆகியன பற்றிய கருத்துகள் அவற்றின் பல்வேறு அளவுகள், மாறுதல்களுடன் எனக்குத் தோன்றுகின்றன; தொடுதல் மூலமாக கரடுமுரடானது, மென்மையானது, வெப்பம், குளிர்ச்சி, இயக்கம், தடை ஆகிய வற்றை உணர்கிறேன்... நுகர்தல் வாசனைகளைக் காட்டுகிறது; ருசி உணர்வு ருசியைக் காட்டுகிறது; கேட்பதன் மூலம் ஓசைகள் தோன்று கின்றன... இவற்றில் பல இணைந்து புலப்படுவதால், அவை ஒரே பெயரில் குறிக்கப்படுகின்றன, ஒரே பொருளாக இடம்பெறுகின்றன. உதாரணமாக சில நிறம், ருசி, வாசனை, உருவம், தொடர்ச்சி ஆகியன ஒன்றாக இணைவதால், ஆப்பிள் என்று குறிக்கப்படும் தெளிவான ஒன்றாக எடுத்துக்கொள்ளப்படுகின்றன. இதுபோன்று மற்ற கருத் துகள் இணைந்து ஒரு மரம், கல், புத்தகம் போன்ற புலன்களுக்கு உட்படும் பொருள்களாக அமைகின்றன..." *(பகு.1).*

பெர்க்கிலியின் நூலின் முதல் பாகத்தின் உள்ளடக்கம் இதுதான். "கரடுமுரடானது, மென்மை, வெப்பம், குளிர்ச்சி, நிறம், ருசி, நாற்றம்" ஆகியவற்றை இவர் தனது தத்துவத்தின் அடிப்படையாகக் கொள்கிறார் என்பதை நாம் நினைவில் கொள்ள வேண்டும். பெர்க்கிலியைப் பொறுத்தமட்டிலும் பொருள்கள் என்பவை "எண்ணங்களின் தொகுப்பு" ஆகும். இந்தச் சொல் மேற்கூறிய பண்புகள் அல்லது புலன் உணர்வுகளைக் குறிக்கிறது பொதுமை யான சிந்தனைகளை அல்ல என்று நாம் கூறலாம்.

---

* *ஜார்ஜ் பெர்க்லியின் படைப்புகள்,* பகுதி 1, தொகுப்பு : ஏ. ஃபிரேசர், ஆக்ஸ்போர்டு, 1871. இதில் ஒரு ரசிய மொழிபெயர்ப்பும் உள்ளது.

இந்த "எண்ணங்கள் அல்லது அறிவிற்கான பொருள்கள்" தவிர, இவற்றை உணரக் கூடிய ஒன்று உள்ளது என்று பெர்க்கிலி கூறுகிறார். அது "மனது, ஆவி, ஆன்மா அல்லது *நான்*" (பகு.2). "எண்ணங்கள்" அவற்றை உணரும் மனதிற்கு வெளியே இருக்க முடியாது என்று இந்தத் தத்துவவாதி முடிவுகட்டுவது தெளிவாகவே உள்ளது. இதன் அர்த்தத்தை நாம் தெளிவாகப் புரிந்துகொள்ள, "இருத்தல்" என்ற சொல்லின் பொருளைப் பற்றி நாம் காண வேண்டும். "நான் எழுதும் மேஜை இருக்கிறது. அதாவது அதனை நான் காண்கிறேன், உணர்கிறேன். எனது படிப்பறைக்கு வெளியே நான் இருந்தால், அது இருந்தது என்று நான் கூற வேண்டும்; நான் படிப்பறைக்குள் இருந்தால், நான் அதனை உணர்வேன் என்று இதன் பொருள்..." அவரது நூலின் 3ஆவது பகுதியில் பெர்க்கிலி கூறுவது இதுதான். இதன்பிறகு, பொருள்முதல்வாதிகள் என்று அவர் அழைப்பவர்கள் மீது வாதங்களை முன்வைக்கத் தொடங்குகிறார் (பகு. 18, 19 போன்றவை). அவர் கூறுகிறார்: "சிந்திக்காத பொருள்களின் முழுமையான இருப்பு என்பது அவற்றைப் புலனால் உணர்வதன் தொடர்பு குறித்து ஏதுமின்றி கூறப்பட்டுள்ளவை எனக்கு அறிவுக்குப் பொருத்தமற்றவையாகத் தோன்றுகின்றன." இருப்பது என்பது உணரப்படுவது என்பதாகும். (தத்துவத்தின் வரலாற்று நூல்களில் அடிக்கடி மேற்கோளாகக் காட்டப்படும் பெர்க்கிலியின் கூற்றாகும்). "மனிதர்களிடையே ஒரு விநோதமான அபிப்பிராயம் உள்ளது. அதாவது, வீடுகள், மலைகள், ஆறுகள் அல்லது ஒரே வார்த்தையில் புலன்கள் உணர்வுக்குட்படும் எல்லாப் பொருள்களுக்கும் அவை பற்றிய உணர்விலிருந்து வேறுபட்டு, இயல்பான அல்லது உண்மையான இருப்புடன் உள்ளது அது" (பகு.4). இந்த அபிப்பிராயம் "அப்பட்டமான முரண்பாடாக" உள்ளது என்று பெர்க்கிலி கூறுகிறார். "புலன்கள் மூலம் உணரப்படும் பொருள்கள் அல்லாமல் மேலே கூறப்பட்டவை எல்லாம் எவை? நமது எண்ணங்கள் அல்லது கருத்துகள் தவிர வேறு எவற்றை நாம் உணர்கிறோம்? இவற்றில் ஏதேனும் ஒன்று அல்லது இவற்றின் இணைப்புகளில் ஒன்று உணரப்படாமல் இருக்க முடியும் என்பது பொருந்தாததாக இருக்கிறதா இல்லையா?" (பகு.4).

"எண்ணங்களின் தொகுப்பு" என்ற சொற்றொடருக்குப் பதிலாக இதற்குச் சமமான ஒன்றாக அவருக்குத் தோன்றும், *புலன் உணர்வுகளின் இணைப்பு* (Combination of sensation) என்பதை பெர்க்கிலி பயன்படுத்துகிறார். இந்த உணர்வுகளின் இணைப்பு என்ற அமைப்பிற்கான மூலத்தைத் தேடும், பொருள்முதல்வாதிகளின் "பொருந்தாத" போக்கினை அவர் கண்டிக்கிறார். பகுதி ஐந்தில், ஓர் அருவமானதுடன் அற்பமாக இணைத்துக் கொள்ளும் பொருள்

முதல்வாதிகளைக் குற்றஞ்சாட்டுகிறார். ஏனென்றால், பொருளி லிருந்து புலன் உணர்வைப் பிரித்தல் என்பது பெர்க்கிலியின் கருத்துப்படி, ஒரு வெறுமையான மனக்கண் தோற்றமாகும். இரண்டாவது பதிப்பில் விடுபட்ட பகுதி 5-ன் இறுதியில் அவர், "உண்மையில் புலன் உணர்வும் பொருளும் ஒன்றேதான், எனவே ஒன்றை மற்றொன்றிலிருந்து பிரித்துப்பார்க்க முடியாது" என்று கூறுகிறார். பெர்க்கிலி மேலும் தொடருகிறார்: "மனதைச் சாராமல் கருத்துகள் இருப்பதில்லை என்றபோதிலும் அவற்றைப் போன்றே பொருள்களும் இருக்கலாம்; அவற்றின் பிரதியாக அல்லது அவற்றின் நகல்களாக அவை இருக்கலாம்; ஒரு சிந்திக்காத பொருளில், இருப்பது போன்று, மனம் இல்லாமல் பொருள்கள் இருக்கின் றனவே அதுபோன்றது என்று நீங்கள் கூறுகிறீர்கள். இதற்கு நான் பதில் கூறுகிறேன், ஒரு கருத்து என்பது வெறும் கருத்து மட்டுமே யன்றி வேறில்லை. ஒரு நிறம் அல்லது உருவம் என்பது மற்றொரு நிறம் அல்லது உருவம் போன்றதேயன்றி வேறில்லை. நமது கருத்துகள் என்பது பிரதியாக அல்லது அவற்றின் படமாக உள்ள அனுமானிக்கப்பட்ட அந்த மூலங்கள் அல்லது புறப் பொருள்கள், உணரப்படக் கூடியவையா இல்லையா? அவை உணரப்படக் கூடியவை என்றால் அவை கருத்துகளே ஆகும். இங்கு நாம் தெளிவாக உள்ளோம். அவை அவ்வாறு இல்லை என்று நீங்கள் கூறினால், கட்புலனாகாத ஒன்றினைப்போன்று ஒரு நிறம் உள்ளது என்று கூறுவது அறிவுக்குப் பொருத்தமானதா என்று நான் எல்லோ ரையும் கேட்கிறேன்; கைவசப்படாத ஒன்று கடினமானது அல்லது மிருதுவானது என்று கூறுவது பொருத்தமானதா; இதுபோன்று தான் மற்றவை" *(பகு.8)*

பொருள்கள் நமக்குப் புறத்தே இருக்க முடியும் என்பது பற்றிய பிளெக்கனோவின் வாதங்களுக்கு பசரோவ் வைக்கும் "எதிர் வாதங்கள்" பெயர் குறிப்பிடாத பொருள்முதல்வாதிகளுக்கு எதிராகப் பெர்க்கிலியின் வாதங்களிலிருந்து வேறுபட்டதாக இல்லை என்பதை வாசகர்கள் கண்டுகொள்வர். "பருப்பொருள் அல்லது சடப் பொருளான அடிப்படை" (Corporeal substance) *(பகு. 9)* என்பதைப் பெர்க்கிலி ஒரு "முரண்பாடு" என்றும், "முட்டாள்தனம்" என்றும் அதுபற்றி அம்பலப்படுத்த நேரம் செலவழிப்பது பயனற்றது என்றும் கருதுகிறார். அவர் கூறுகிறார்: "ஆனால் பருப்பொருள்களின் இருப்புப் பற்றிய விதிகள் தத்துவவாதிகளின் மனதில் ஆழமாக வேர்விட்டு உள்ளபடியாலும், அதனால் பல தீய விளைவுகள் இடம் பெறுவ தாலும், இந்தக் கண்டுபிடிப்பு, ஒருதலைப்பட்சமான முடிவு ஆகிய வற்றை அகற்ற நான் சற்று அதிகமாகவும் அலுப்புத் தருவதாகவும் உள்ள பாதையைத் தெரிவு செய்துள்ளேன்" *(பகு.9)*.

எந்தத் தீய விளைவுகளை பெர்க்கிலி குறிப்பிடுகிறார் என்பதை நாம் விரைவில் காண்போம். முதலில், பொருள்முதல்வாதிகளுக்கு எதிரான இந்தக் கொள்கை ரீதியான வாதங்களுக்கு முடிவு கட்டுவோம். பொருளின் "முழுமையான" இருப்பினை மறுத்து, அதாவது மனித அறிவிற்குப் புறத்தே பொருள் இருப்பதை மறுத்து பெர்க்கிலியின் எதிரிகள் "தானாகவே உள்ள பொருளை" (thing-in-itself) ஏற்றுக் கொள்கின்றனர் என்று குருட்டுத்தனமாக வரையறை செய்கிறார். 24ஆவது பகுதியில் சாய்வு எழுத்துகளில் பெர்க்கிலி எழுதுகிறார். அவர் மறுக்கும் கருத்து *"புலன் உணர்விற்குட்பட்ட பொருள்கள் தானாகவோ அல்லது மனது இல்லாமலேயோ முழுமையாக உள்ளன என்பதை ஏற்றுக் கொள்கிறது"* (எதிரே மேற்கோள்காட்டப் பட்ட பக். 167 - 168). செவ்வியல் தத்துவவாதிகளிடமிருந்து நமது காலத்தில் "புதிய" அமைப்புகளைக் கண்டுபிடிப்பவர்களை வேறுபடுத்திக் காட்டும் தத்துவத்தில் உள்ள இரு அடிப்படையான போக்குகள் இங்கு நேர்மையாகவும், தெளிவாகவும், துல்லியமாகவும் விளக்கப்படுகின்றன. பொருள்முதல்வாதம் என்பது "தானாகவே இருக்கும் பொருளை" அல்லது மனதிற்கு வெளியே உள்ளதை அங்கீகரிப்பதாகும். கருத்துகள், புலன் உணர்வுகள் ஆகியன இந்தப் பொருள்களின் பிரதிபலிப்புகள் ஆகும். இதற்கு எதிரான கொள்கை (கருத்துமுதல்வாதம்) "மனது இல்லாமல்" பொருள்கள் இருப்பதில்லை என்று கூறுகிறது. அதாவது அவை "புலன் உணர்வுகளின் இணைப்பு" என்கிறது.

இது இம்மானுவல் கான்ட் பிறப்பதற்குப் பதினான்கு வருடங்களுக்கு முன்னால் 1710இல் எழுதப்பட்டது. இருந்தும் "தற்காலத்திய" தத்துவத்தின் அடிப்படையில் நமது மாக்கியர்கள் "தானாகவே இருக்கும் பொருள்" என்பது, கான்டியம் பொருள் முதல்வாதத்தை தொற்றுதல் அல்லது திரித்தல் என்பதின் விளைவாகும்! என்று நமது மாக்கியர்கள் கண்டுபிடித்து உள்ளனர். மாக்கியர்களின் இந்தப் "புதிய" கண்டுபிடிப்புகள் அடிப்படையான தத்துவப் போக்கின் வரலாறு பற்றிய அறியாமையின் விளைவாகும்.

அவர்களின் அடுத்த "புதிய" சிந்தனை என்பது: அது "பருப் பொருள்" அல்லது "சாரம்" (substance) என்பது பழைய விமர்சனமற்ற கருத்துகளின் மிச்சம் என்பதாகும். மாக்கும் அவெனரியசும் தத்துவச் சிந்தனையை விரிவாக்கியுள்ளனர், ஆய்வினை ஆழப்படுத்தியுள்ளனர்; இந்த "முழுமைகளை", "மாறாத உள்பொருள்களை" நீக்கி யுள்ளனர். மூல நூல்களுடன் இத்தகைய கூற்றுகளைச் சரிபார்க்க வேண்டும் என்றால் பெர்க்கிலியிடம் செல்லுங்கள். இவை மிகை யான கட்டுக்கதைகள் என்று நீங்கள் காண்பீர்கள். பருப்பொருள் என்பது "ஒன்றுமில்லாதது" (பகு. 68), "அது இல்லாதது" (பகு. 80)

என்று பெர்க்கிலி மிகத் தெளிவாகக் கூறுகிறார். அவர் பின்வருமாறு பொருள்முதல்வாதிகளை கேலி செய்கிறார், ''நல்லது என்று தோன்று கையில், நீங்கள் 'பருப்பொருள்' என்பதை மற்றவர்கள் 'இல்லாமை' என்று கூறுவது போல பயன்படுத்தலாம்'' (எதிரே மேற்கோள் காட்டப்பட்ட பக். 196-97). பெர்க்கிலி கூறுகிறார், ஆரம்பத்தில் நிறங்கள், வாசனைகள் போன்றவை "உண்மையில் இருக்கின்றன" என்று நம்பப்பட்டது. ஆனால் பின்னர் இத்தகைய கருத்துகள் கைவிடப்பட்டன. அவை நமது புலன் உணர்வுகளைச் சார்ந்தே இருக்கின்றன என்று கண்டுபிடிக்கப்பட்டது. ஆனால் இந்தப் பழைய தவறான கருத்துக்கள் முழுமையாக அழிக்கப்படுவதில் பூர்த்தி பெறவில்லை. இதன் மிச்சம்தான் "சாரம்" (substance) என்ற கருத்தாகும் (பகு. 73) இதுவும் "ஒருதலைப் பட்சமானது" (பகுதி. 195). இதனை பெர்க்கிலி பாதிரியார் 1710 ஆம் ஆண்டில் இறுதியாக அம்பலப்படுத்திக் காட்டினார்! 1908 ஆம் ஆண்டில் அவெனரியஸ், பெட்சோல்ட், மாக் மற்றும் குழுவினர் ஆகியோர், "அண்மைக் கால நேர்க்காட்சி வாதம்", "சமீபத்திய இயற்கை விஞ்ஞானம்" ஆகியன மட்டும் தான் இத்தகைய "இயக்க மறுப்பியல்" கருத்து களை அகற்றுவதில் வெற்றி கண்டன என்று கூறுவதை பல நகைச் சுவையாளர்கள் இன்னும் நம்புகிறார்கள்.

நிரந்தரமாக மறுக்கப்படுவதாக உள்ள பொருள்முதல்வாதி களுடைய "உலகத்தை இரட்டித்தல்" என்ற கோட்பாட்டின் தவறை இந்தப் புதிய தத்துவம் தான் விளக்கியது என்று இந்த நகைச்சுவை யாளர்கள் (இவர்களில் போக்தனோவ்வும் ஒருவர்) உறுதியளிக் கின்றனர். இந்தப் பொருள்முதல்வாதிகள் உணர்வுகளுக்குப் புறத்தே உள்ள பொருள்களை மனிதனது உணர்வு "பிரதிபலிக்கிறது" என்று கூறுகிறவர்களாவார்கள். இந்த "இரட்டித்தல்" என்பது பற்றிய மிகையான சொல்லலங்காரம் உள்ள நூல்கள் ஏராளமாக இந்த ஆசிரியர்களால் எழுதப்படுகின்றன. மறந்துவிட்டதாலோ அல்லது அறியாமையினாலோ, இந்தப் புதிய கண்டுபிடிப்புகள் 1710 ஆம் ஆண்டு பெர்க்கிலியால் ஏற்கெனவே கண்டுபிடிக்கப்பட்டுவிட்டன என்று கூற இவர்கள் தவறி விடுகிறார்கள். பெர்க்கிலி கூறுகிறார்:

"நமது அறிவானது [அதாவது கருத்துகள் அல்லது பொருள்கள்] தெளிவற்றதாகப் பெரும் குழப்பத்திற்குள்ளாக்கப்பட்டுள்ளது. புலன்களுக்குரிய பொருள்கள் இரண்டு விதமான இருப்பாக உள்ளன என்ற மோசமான தவறுதலுக்கு நாம் ஆளாகியுள்ளோம். அதில் ஒன்று *அறிவுக்குப் புலனாவது* அல்லது மனதில் உள்ளது. மற்றொன்று *உண்மையானது* ஆனால் அறிவுக்கு அப்பாற்பட்டது" (அதாவது உணர்வுகளுக்கு வெளியே உள்ளது). சிந்திக்க முடியாததை சிந்திக்கும் சாத்தியத்தை அனுமதிக்கும் இந்த "மூடத்தனமான"

கருத்தை பெர்க்கிலி கேலி செய்கிறார்! இந்த மூடத்தனத்திற்கான அடிப்படை என்பது "பொருள்கள்" மற்றும் "கருத்துகள்" "புறப் பொருளின் இருத்தல் என்ற அனுமானம்" ஆகியவற்றிற்கு இடை யிலான வேறுபாட்டில் உள்ளது (பகு. 87). 1710 ஆம் ஆண்டு பெர்க்கிலியால் கண்டுபிடிக்கப்பட்ட மற்றும் 1908 ஆம் ஆண்டு போக்தனோவினால் மறுபடியும் கண்டுபிடிக்கப்பட்ட - இதே ஆதாரம் மூடநம்பிக்கைகள் மற்றும் உருவ வழிபாட்டின் மீது நம்பிக்கையை தோற்றுவித்துவிடுகிறது. பெர்க்கிலி கூறுகிறார், "பருப்பொருளின் இருப்பு அல்லது உணரப்படாத பொருள் என்பது நாத்திகவாதிகள், விதிக் கொள்கையாளர்கள் ஆகியோருக்கு முக்கிய ஆதரவு ஆகும். இதைச் சார்ந்து உருவ வழிபாடு என்பது பல வடிவங்களில் உள்ளது" (பகு. 94).

இந்தக் கொள்கையை கோட்பாட்டு ரீதியாகவும் உணர்ச்சிகர மாகவும் மறுப்பதற்கும், அதன் ஆதரவாளர்களை எதிரிகள் என்று ஆவேசமாகத் துரத்துவதற்கும் பெர்க்கிலியைக் கட்டாயப்படுத்திய புற உலகம் என்ற ஒன்று இருக்கிறது என்ற "மூடத்தனமான" கொள்கையின் "தீய விளைவுகளுக்கு" இப்பொழுது நாம் வருகிறோம். "ஏனென்றால், நாம் காட்டிய படி, பருப்பொருள் அல்லது சடப் பொருளான சாரம் என்பது ஐய வாதத்திற்கு (Scepticism) முக்கியத் தூணாகவும் ஆதரவாகவும் இருப்பதுபோல, இதே அடிப்படையின் மீது நாத்திகம் மத விரோதம் போன்ற தீய கொள்கைகள் கட்டப் பட்டுள்ளன... எல்லாக் காலங்களிலும் நாத்திகவாதிகளுக்கு பொருள் (Material substance) ஒரு பெரிய நண்பனாக இருந்து வந்துள்ளது என்பது பற்றிக் கூறத் தேவையில்லை. அவர்களது பூதாகரமான அமைப்புகள், கட்புலனாகும், அவசியமான ஆதாரமாக அதைக் கொண்டுள்ளன. இந்த ஆதாரக்கல் அகற்றப்பட்ட பின்னர், அதன் மேற்கட்டுமானம் தரைமட்டமாவது தவிர வேறுவழியில்லை. எனவே ஒவ்வொரு கீழ்த்தரமான நாத்திகவாதக் குழுவின் மூட்டாள்தனங்கள் பற்றி குறிப்பாகக் கவனிக்க வேண்டிய அவசியம் ஏதும் இல்லை" (பகு. 92, மேற்கோள்காட்டப்பட்ட பக். 203 - 4).

"இயற்கையிலிருந்து பருப்பொருளை வெளியேற்றிய பிறகு, அதனுடன், பல சந்தேகமும், சமய நம்பிக்கையை இகழ்கிற கருத்து களையும் அது எடுத்துக் கொண்டு செல்கிறது; நம்ப முடியாத சச்சரவு களையும், குழப்பமான கேள்விகளுக்கும் இழுத்துச் செல்கிறது ["சிந்தனைச் சிக்கன கோட்பாடு," என்று மாக்கால் எழுபதுகளில் கண்டறியப்பட்டது, "குறைந்தபட்ச முயற்சியின் வழியாக உலகத் தைக் கருத்தறியும் தத்துவம்" - அவெனரியஸ், 1876!], இவை தெய்வீகமானவர்கள், தத்துவவாதிகள் ஆகியோருக்கு முட்களாக இருந்தன. இவை மனித குலத்திற்குப் பலனற்ற வேலையை அளித்தன.

நாங்கள் முன் வைத்த விவாதங்கள் நிரூபணத்திற்குச் சமமாக இல்லாவிட்டால் (என்னைப் பொறுத்தவரை அவை தெளிவாக உள்ளன), அறிவு, அமைதி, மதம் ஆகியவற்றின் நண்பர்கள் அவை அவ்வாறு இருக்க வேண்டும் என்றே கருதுவர்" (பகு. 96).

பெர்க்கிலி பாதிரியார் மனந்திறந்து, வலுவாக வாதிடுகிறார்! நமது காலத்தில் இதே சிந்தனைகள்தான் தத்துவத்திலிருந்து "பருப் பொருளை" "சிக்கனமாக" அகற்றி, முன்னேறிய கலை வடிவத்தில் அச்சிந்தனை அலங்காரம் செய்யப்பட்டுள்ளது; "புதிய" கலைச் சொற் களால் குழப்பப்பட்டுள்ளது. ஒன்றும் தெரியாத மக்கள் இந்தச் சிந்தனைகள் "சமீபத்திய" தத்துவம் என்று எடுத்துக் கொள்ளலாம்!

தத்துவப் போக்குகள் தொடர்பாக பெர்க்கிலி வெளிப்படையாக இருப்பதோடு மட்டுமல்லாமல், அவரது கருத்துமுதல்வாதத்தை அப்பட்டமாக மறைக்க முயற்சித்தார். அதில் குழப்பங்கள் இல்லை என்றும், "பொது அறிவுக்கும்" அது பொருத்தமானது என்றும் காட்ட முயற்சித்தார். தற்காலத்தில் அகவயக் கருத்துமுதல்வாதம் மற்றும் ஆன்ம நித்தியவாதம் (Solipsism) என்ற குற்றச்சாட்டிற்கு எதிராக இயல் பாகத் தன்னைப் பாதுகாக்கும் முறையில் அவர் கூறுவதாவது, நமது தத்துவத்தின்படி "இயற்கையில் உள்ள எது ஒன்றிலிருந்தும் நாம் இழக்கச் செய்யப்படவில்லை" (பகு. 34). இயற்கை இருக்கிறது; உண்மைக்கும் கற்பனைத் தோற்றங்களுக்கும் இடையிலான வேறுபாடுகள் உள்ளன. அவை இரண்டும் "மனதில் சமமாக உள்ளன". "புலன்கள் மூலமாக அல்லது பிரதிபலிப்பு மூலமாக நாம் புரிந்து கொள்ள முடியும் என்பவற்றின் இருப்பிற்கு எதிராக நான் வாதிட வில்லை. நான் கண்ணால் பார்க்கிற, தொடுகிற பொருள்கள் இருக் கின்றன; உண்மையில் இருக்கின்றன. இது பற்றி நான் எந்தக் கேள்வியும் கேட்கவில்லை. *தத்துவவாதிகள்* [சாய்வு எழுத்து பெர்க்கிலியுடையவை] பருப்பொருள் அல்லது சடப்பொருளுடைய அடிப்படை சாரம் என்று கூறுவதைத்தான் நாங்கள் மறுக்கிறோம். இதனைச் செய்யும் பொழுது, மனிதகுலத்தின் பிற பகுதியினருக்கு எந்த இடையூறும் செய்யவில்லை. எனது கருத்துப்படி புரியாமல் எப்போதும் இருக்க மாட்டார்கள்... அவர்களது சமயத்தை இகழும் தன்மையை மறைக்க நாத்திகவாதிகளுக்கு ஏதாவது ஒரு பெயர் என்ற வண்ணம் தேவைப்படுகிறது..."

பகு.37 இல் அவரது தத்துவம் சடப் பொருளுடைய அடிப் படையை மறுக்கிறது என்ற குற்றச்சாட்டிற்கு பெர்க்கிலி பதில் கூறுகிறார்: "சாரம் (அ) அடிப்படை என்ற சொல் புலன் உணர்விற் குரிய பண்புகளான விஸ்தரிப்பு, திடத்துவம், எடை போன்றவற்றின் இணைப்பைக் குறிக்கும் கொச்சையான பொருளில் எடுத்துக்

கொள்ளப்பட்டால், இவற்றை நாங்கள் எடுத்துக் கொண்டோம் என்று குற்றம் சாட்டக்கூடாது. ஆனால் தத்துவ ரீதியாக எடுத்துக் கொண்டால், உதாரணமாக மனதிற்கு அப்பாற்பட்ட விபத்துகள் அல்லது பண்புகள் ஆகியவற்றைக் காட்ட எடுத்துக் கொண்டால், நாங்கள் அதனை அகற்றுகிறோம் என்று ஒப்புக்கொள்கிறோம்; இல்லாத ஒன்றை எடுத்துவிடுகிறோம், கற்பனையில் கூட இல்லாததை எடுக்கிறோம் என்றால் சரிதான்."

விளக்கங்களுடன் பெர்க்கிலியின் நூல்களைப் பதிப்பித்தவரும், கருத்துமுதல்வாதியும், பெர்க்கிலியியத்தைப் பின்பற்றுபவருமான ஆங்கிலேயத் தத்துவவாதி பிரேசர் தகுந்த காரணங்களுடன் பெர்க்கிலியின் கொள்கையை "இயல்பான எதார்த்தவாதம்" (natural realism) என்று அழைத்தார் (மேற்கோள் காட்டப்பட்ட படைப்பு பக்.x). இந்த வினோதமான கலைச் சொல்லை கவனித்துக் கொள்ள வேண்டும். ஏனென்றால், எதார்த்த வாதத்தினை பகடி செய்யும் பெர்க்கிலியின் நோக்கத்தை இது காட்டுகிறது. இதனை மேலும் விரிவாக்கினால், "சமீபத்திய நேர்க்காட்சிவாதிகள்" இதே தந்திரத்தை அல்லது புனைவை வெவ்வேறு வடிவங்களில், சொற்களில் திருப்பிப் பயன்படுத்துவதைக் காண்கிறோம். உண்மையான பொருள்களின் இருப்பை பெர்க்கிலி மறுக்கவில்லை! ஒட்டுமொத்த மனிதக்குலத்தின் கருத்துக்கு எதிராக பெர்க்கிலி செல்லவில்லை! தத்துவவாதிகளின் போதனையை "மட்டுமே" பெர்க்கிலி மறுக்கிறார். அதாவது புறப்பொருளையும் அது மனித மனதில் பிரதிபலிப்பதையும் அடிப்படையாக ஏற்றுக் கொள்ளும் அறிவுக் கொள்கையை அவர் மறுக்கிறார். இந்தப் பொருள்முதல் வாத அறிவுக் கொள்கையை எப்பொழுதுமே பின்பற்றுகிற (பெரும்பாலும் உணர்வில்லாமல்) இயற்கை விஞ்ஞானத்தை அவர் மறுக்கவில்லை. அதாவது அறிவு பற்றிய பொருள்முதல்வாத கோட்பாடு. பகு.59இல் பின்வருமாறு காண்கிறோம்: "அனுபவத்தி லிருந்து [பெர்க்கிலி - "தூய அனுபவத்தின் தத்துவம்"]* நமது மனதில் தொடர்ச்சியாக எண்ணங்கள் தோன்றுகின்றன... தற்பொழுது நாம் இருக்கும் சூழ்நிலையிலிருந்து வேறு சூழலில் இருந்தாலும் நமக்குத் தோன்றுவது பற்றிய முடிவிற்கு வர முடியும். இதில் இங்கு இயற்கை பற்றிய அறிவு உள்ளது. இது [இதைக் குறிக்கவும்!] ஏற்கெனவே கூறியதற்கு ஏற்ப தனது பயன் மற்றும் உறுதியை தொடர்ந்து நிலைநிறுத்தலாம்."

---

* பிரேசர் தனது முன்னுரையில் பெர்க்கிலியும் மாக்கும் ''அனுபவத்துக்கு தனிச்சிறப்பான வகையில்'' கவனம் தருவதாக வலியுறுத்துகிறார் (பக். 117).

நமது மனதில் ஒரு தெய்வத்தால் தோற்றுவிக்கப்பட்ட ஒரு "புலன் உணர்வுகளின் தொகுப்பாக" இயற்கையும் புற உலகும் உள்ளது என்று நாம் வைத்துக் கொள்வோம். இதனை ஏற்றுக் கொண்டு, இந்த உணர்வுகளுக்கான "ஆதாரத்தை" மனதிற்கு வெளி யேயும், மனிதனுக்கு வெளியேயும் தேடுவதை விட்டுவிடுங்கள். எனது கருத்துமுதல்வாத அறிவுக் கோட்பாட்டின் அமைப்பிற் குள்ளாக *எல்லா* இயற்கை விஞ்ஞானம், அதன் அனைத்துப் பயன்பாடு, அதன் முடிவுகளின் உறுதித் தன்மை ஆகியவற்றை நான் அங்கீகரிப்பேன். "அமைதி மற்றும் மதம்" ஆகியவற்றிற்காக இந்த அமைப்பு மட்டுமே எனக்குத் தேவைப்படுகிறது. பெர்க்கிலியின் சிந்தனைப் போக்கும் இத்தகையதே. இது அவரது கருத்துமுதல் வாதத் தத்துவத்தின் சாராம்சம், அதன் சமூக முக்கியத்துவம் ஆகியவற்றைத் தெளிவாகக் காட்டுகிறது. பின்னர் மாக்கியத்திற்கும் இயற்கை விஞ்ஞானத்திற்கும் ஆன உறவு பற்றி பேசும் பொழுது இதனை நாம் காண்போம்.

அண்மைக்கால நேர்க்காட்சிவாதியும், விமர்சன எதார்த்தவாதி யுமான பி. யுஷ்கேவிச் என்பவர் பெர்க்கிலி பாதிரியாரிடம் இருந்து கடன் வாங்கிய புதிய கண்டுபிடிப்பைப் பற்றி நாம் இப்பொழுது காண்போம். இந்தக் கண்டுபிடிப்பு "அனுபவவாதக் குறியீட்டியல்" (Empirio symbolism) எனப்படுகிறது. பிரேசர் கூறுகிறார், "உலகளாவிய இயற்கைக் குறியீடு என்ற அவருக்குப் பிடித்தமான கொள்கைக்கு பெர்க்கிலி திரும்புகிறார்" (மேற்கோள் காட்டப்பட்ட படைப்பு பக்.190). 1871 ஆம் ஆண்டு பதிப்பில் இச்சொற்கள் இல்லாமல் இருந்தால், இந்த ஆங்கிலேய நம்பிக்கைவாதத் (fideist) தத்துவவாதி யும் தற்காலக் கணிதவியலாளரும் இயற்பியலாளருமான பாயின் கரிடமிருந்தும் ரஷ்ய "மார்க்சியரான" யுஷ்கேவிச்சிடமிருந்தும் திருடி விட்டார் என்ற சந்தேகத்திற்குள்ளாவார்!

பிரேசரை ஆனந்தக் கூத்தாட வைத்த இந்தக் கொள்கையை பாதிரியார் பின்வருமாறு விளக்குகிறார்:

"கருத்துகளின் இணைப்பு (பெர்க்கிலியை பொறுத்தவரை கருத்து களும் பொருள்களும் ஒன்றுதான் என்பதை மறந்துவிடக் கூடாது) என்பது காரணக் காரிய உறவைக் குறிப்பது அல்ல. அது *குறிப்பிட்ட* பொருள் பற்றிய ஒரு குறி அல்லது *அடையாளம்* மட்டுமே ஆகும்" (பகு. 65). "எனவே விளைவுகளைத் தோற்றுவிக்கும் அல்லது ஒத்துழைப்பதற்கான காரணம் என்ற கருத்தின் கீழ் இயங்கும் பொருள் என்பது விளக்கமுடியாத ஒன்றாகும். இது பல குழப்பங் களுக்கு நம்மை இட்டுச் செல்கிறது. எனவே அவற்றை நமது தகவல் களுக்கான குறி அல்லது அடையாளம் என்று நாம் கண்டால்

மட்டுமே எளிதில் விளக்க முடியும்" (பகு. 66). பெர்க்கிலி, பிரேசர் ஆகியோரது அபிப்பிராயப்படி, கடவுள் மட்டும் தான் இந்த "அனுபவவாதக் குறியீடு" என்பதன் மூலம் நமக்குக் கூறுகிறார். பெர்க்கிலியின் கொள்கையில் உள்ள அறிவுத் தோற்றவியலில் *குறியீட்டியலின்* முக்கியத்துவம் என்பது பொருள் சார்ந்த காரணங்கள் மூலம் விளக்கும் "கொள்கையை நீக்குவது ஆகும்" (பகு. 66).

காரண-காரியத் தொடர்பு (causality) என்ற பிரச்சனையில் நம் முன்னே இரண்டு தத்துவப் போக்குகள் உள்ளன. ஒன்று, "எல்லாவற்றையும் பொருள் சார்ந்த காரணங்கள் மூலம் விளக்க முற்படுகிறது". இது "பருப்பொருள் என்ற கொள்கையுடன்" தொடர்புடையது என்பது தெளிவு. இதனை பெர்க்கிலி பாதிரியார் "முட்டாள்தனம்" என்று மறுத்துள்ளார். மற்றொன்று "காரணம் என்ற கருத்தை" "ஒரு குறியீடு அல்லது அடையாளம்" என்று காண்கிறது. இது "நமது தகவலுக்கு" உதவுகிறது (இதனைக் கடவுள் தருகிறார்). மாக்கியம் மற்றும் இயங்கியல் பொருள்முதல்வாதம் ஆகியன இப்பிரச்சனை தொடர்பான அணுகுமுறையை பற்றி நாம் ஆராயும் பொழுது, இந்த இரு போக்குகளையும் இருபதாம் நூற்றாண்டிற்கான வடிவில் நாம் சந்திப்போம்.

மேலும், எதார்த்தம் (reality) தொடர்பான பிரச்சனையில் மனதிற்குப் புறத்தே பொருள் இருப்பதை மறுக்கும் பெர்க்கிலி, உண்மையானது, கற்பனையானது ஆகியவற்றிற்கு இடையே வேறுபாடு காட்ட ஓர் அளவுகோலை உருவாக்க முயற்சிக்கிறார் என்பதைக் குறிப்பிட்டே ஆக வேண்டும். 36-வது பகுதியில், புலன்கள் மூலம் உணரப்படும் கருத்துகளுடன் காணும் பொழுது, மனிதர்கள் மகிழ்ச்சிக்காக உருவாக்கும் "கருத்துகள்", "பலவீனமானவை, உறுதியற்றவை" என்று அவர் கூறுகிறார்: "இயற்கையின் சில விதிகளுடன் அது அவர்கள் மீது பதியச் செய்யும் பொழுது, மனித ஆன்மாவை விட, சக்தி வாய்ந்த ஒரு மனதின் விளைவுகளைப் பற்றி அது பேசுகிறது. முதலில் கூறப்பட்டதைவிட, பின்னால் கூறப்பட்டவை *அதிகமான எதார்த்தம்* கொண்டவை அதாவது, அவை வலுவானவை; ஒழுங்கானவை; தெளிவானவை; அவை அவற்றை உணரும் மனதின் கற்பனைகள் அல்ல..." வேறு ஓர் இடத்தில் ஒரே உணர்வினை, ஒரே சமயத்தில் பலர் உணர்வதுடன் எதார்த்தம் என்பதை இணைக்க பெர்க்கிலி முயற்சிக்கிறார் (பகு. 84). உதாரணமாக, தண்ணீர் சாராயமாக மாற்றப்படுவது தொடர்பாக நமக்குக் கூறப்பட்டது பற்றிய பிரச்சனைக்கு உண்மை எது என்று எவ்வாறு தீர்வு காண்பது? "ஒரே இடத்தில் எல்லோரும் இருக்கும் பொழுது, சாராயத்தைப் பார்ப்பது, நுகர்வது, ருசிப்பது, குடிப்பதன் மூலம் விளைவுகளை உணர்வது என்று இருந்தால், அதன் உண்மை பற்றி

எந்த ஐயமும் இல்லை." இதனை பிரேசர் விளக்குகிறார்: "ஒற்றை" தனி நபரின் உணர்வுகள் மற்றும் கற்பனைகள் ஆகியவற்றில் இருந்து வேறுபட்டு.... "ஒரே" வகையான உணர்வு கருத்து போன்றவற்றை பலர் உணர்வது என்பது முதலில் கூறப்பட்டதுதான் *உண்மைக்கான* சோதனையாக இங்கு எடுத்துக் கொள்ளப்படுகிறது."

பெர்க்கிலியின் அகவயக் கருத்துமுதல்வாதம், தனி நபர் உணர்வு, கூட்டு உணர்வு ஆகியவற்றிற்கு இடையிலான வேறுபாட்டைப் புறக்கணிக்கிறது மற்றும் அதனை விளக்கக் கூடாதது என்பது தெளிவாகிறது. இதற்கு மாறாக இந்த வேறுபாட்டின் அடிப்படையில் அவர் எதார்த்தம் பற்றிய ஓர் அடித்தளத்தை உருவாக்க முயற்சிக்கிறார். மனித மனதின் மீது தெய்வத்தின் செயல்களால் தோன்றும் "கருத்துகளைக்" கொண்டு, புறவயக் கருத்துமுதல்வாதத்தை பெர்க்கிலி அணுகுகிறார். இந்த உலகம் என் கருத்து அல்ல. வலிமையான ஒரே ஆன்மீகக் காரணியின் படைப்பு; அது "இயற்கை விதிகளையும்" "கூடுதல் உண்மை தன்மை உடைய" கருத்துகளையும், அதைவிடக் குறைவான உண்மைத் தன்மை கொண்ட கருத்துகளையும் வேறுபடுத்தும் விதிகளையும் மற்ற இதரவற்றையும் தோற்றுவிக்கிறது.

ஹைலாஸ் மற்றும் பிலோனஸ் ஆகியோருக்கிடையிலான மூன்று உரையாடல்கள் (The Three Dialogues between Hylas and Philonous) (1713) என்ற மற்றொரு நூலில் அவர் தனது கருத்துகளை எளிமையான வடிவத்தில் கூற முற்படுகிறார். அவரது கொள்கைக்கும் பொருள்முதல்வாதக் கொள்கைக்கும் இடையிலான முரண்பாட்டைப் பின்வரும் முறையில் முன்வைக்கிறார்:

"நானும் நீங்களும் [பொருள்முதல்வாதிகள்] கூறுகிறோம், நாம் புறத்தே இருந்து பாதிக்கப்படுவதால், புறத்தே உள்ள ஒரு சக்தியை, நம்மிடமிருந்து வேறுபட்ட ஒன்றை அனுமதிக்க வேண்டும். ஆனால் இந்த சக்தி எது என்பதில் நாம் வேறுபடுகிறோம். நான் அதனைப் புனித ஆவி என்கிறேன், நீங்கள் பருப்பொருள் என்கிறீர்கள் அல்லது என்னவென்று தெரியாத (உங்களுக்கு எது தெரியாதோ அதையும் கூட என்னால் சேர்க்க இயலும்) மூன்றாம் இயற்கை (மேற்கோள் காட்டப்பட்ட படைப்பு பக். 335).

பிரேசர் கருத்துரைக்கிறார்: இது தான் பிரச்சனையின் முழு சாரம்; பொருள்முதல்வாதிகளைப் பொறுத்தமட்டிலும், உணர்வுள்ள நிகழ்வு எல்லாம் பொருளுடைய சாராம்சம் அல்லது தெரியாத "மூன்றாம் இயற்கையின்" காரணமாக உள்ளவை. பெர்க்கிலியின் கருத்துப்படி, அது அறிவுள்ள ஆன்மாவின் காரணமானது. ஹியூம்

மற்றும் நேர்க்காட்சிவாதிகளின் கருத்துப்படி அவற்றின் மூலம் பற்றி ஒன்றும் தெரியாது. அவற்றை மெய்நிகழ்வுகள் என்று பழக்கங்களை உண்மையாகக் கொண்டு தொகுப்பாய்வு முறைப்படி பொதுமைப் படுத்த மட்டுமே நம்மால் முடியும்.

பொருள்முதல்வாதியான எங்கெல்சால் மிகத் தெளிவாக உருவாக்கப்பட்ட தத்துவத்தில் உள்ள அடிப்படைப் "போக்குகளை" ஆங்கிலேய பிரக்கிலியவாதியான பிரேசர் அவரது தெளிவான கருத்துமுதல்வாதக் கண்ணோட்டத்தில் அணுகுகிறார். *லுத்விக் பூயர்பாக்* என்ற தனது நூலில், எங்கெல்ஸ் தத்துவவாதிகளை பொருள்முதல்வாதிகள் மற்றும் கருத்துமுதல்வாதிகள் என்று "இருபெரும் முகாம்களாகப்" பிரிக்கிறார். பிரேசர் விளக்கும் இரு போக்குகளைவிட, உள்ளடக்கத்தில் அதிகம் வளர்ச்சி பெற்ற முழுமையான இருவேறு போக்குகள் பற்றி எங்கெல்ஸ் கூறும் பொழுது, இவற்றிற்கு இடையே உள்ள வேறுபாட்டை பின்வரு மாறு காண்கிறார்: பொருள்முதல்வாதிகளுக்கு இயற்கை அடிப் படையானது உணர்வு இரண்டாம்பட்சமானது, இதற்கு நேர் எதிரானவர் கருத்துமுதல்வாதிகள். இந்த இரண்டு முகாம் களிடையே எங்கெல்ஸ் - ஹியூம், கான்ட் ஆகியோரை வைக்கிறார். ஏனெனில், இவர்கள் உலகைத் தெரிந்துகொள்ளும் சாத்தியத்தை அல்லது முழுமையாகத் தெரிந்து கொள்வதை மறுப்பதால் அறி யொணாவாதிகள் (agnostics) என்று கூறுகிறார்.[6] அவரது "*லுத்விக் பூயர்பாக்கில்*" எங்கெல்ஸ் இந்தச் சொல்லை ஹியூமின் ஆதரவாளர் களுக்கு (பிரேசர் கூறும், தங்களையே நேர்க்காட்சிவாதிகள் என்று அழைத்துக் கொள்பவர்கள்) மட்டுமே புயன்படுத்துகிறார். ஆனால் "வரலாற்றுப் பொருள்முதல்வாதம்" என்ற அவரது கட்டுரையில் "*புதிய கான்டிய அறியொணாவாதிகளின்*[7] புதிய கான்டியம்[8] என்பது ஒருவகை அறியொணாவாதத்தின் நிலைப்பாடு என்று எங்கெல்ஸ் விளக்குகிறார்.*

எங்கெல்சின் இந்த மிகவும் சரியான ஆழமான மதிப்பீட்டைப் பற்றி இங்கு நாம் அதிகம் காண முடியாது (மாக்கியர்களால் வெட்க மில்லாமல் புறக்கணிக்கப்படும் மதிப்பீடு), இது பற்றி பின்னர் விரிவாக விவாதிப்போம். தற்பொழுது, மார்க்சியக் கலைச் சொல் லையும், அடிப்படையான தத்துவப் போக்குகள் அடிப்படையில் முரணற்ற பொருள்முதல்வாதமும் முரணற்ற கருத்துமுதல்வாதமும் கொண்டிருக்கும் நிலைப்பாடுகள் எதிரெதிராக நின்று சந்திப்பதை யும் மட்டுமே இங்கு சுட்டிக் காட்டுவோம். இந்தப் போக்குகளை

★ எங்கெல்ஸ், *வரலாற்றுப் பொருள்முதல்வாதம்*, Neve Zeit,[9] (1892 1893).

விளக்க (இவை பற்றி மேலும் எழுதும்பொழுது, நிரந்தரமாக விளக்க வேண்டியுள்ளது), பதினெட்டாம் நூற்றாண்டின் வேறு முக்கியமான தத்துவவாதிகளின் கருத்துகளைக் காண்போம். இவர்கள் பெர்க்கிலியின் பாதையிலிருந்து வேறுபட்டு வேறு ஒரு பாதையைப் பின்பற்றினர்.

மனிதப் புரிதல் பற்றிய ஓர் ஆய்வு (An Enquiry Concerning Human Understanding) என்ற நூலில், ஐயுறவுவாத தத்துவம் பற்றி XII ஆவது அத்தியாயத்தில் ஹியூம் பின்வருமாறு கூறுகிறார்: "இயற்கையான உள்ளுணர்வு அல்லது முன்சார்பு காரணமாக மனிதர்கள், அவர்களது புலன்கள் மீது நம்பிக்கை வைக்கிறார்கள். ஆராய்ந்து பார்க்காமலேயே அல்லது பகுத்தறிவைப் பயன்படுத்துவதற்கு முன்பே, நமது புலன் உணர்வைச் சார்ந்து உள்ள நாமோ அல்லது எல்லாவகையான உணர்ச்சியுள்ள உயிரினங்கள் இல்லாமல் இருந்தாலும் அல்லது அழிக்கப்பட்டாலும் இருக்கக் கூடிய புற உலகத்தை நாம் அனுமானிக்கிறோம். விலங்குகள்கூட இதே போன்ற எண்ணங்களால் கட்டுப்படுத்தப்படுகின்றன. அவற்றின் சிந்தனைகள், திட்டங்கள், செயல்கள் எல்லாவற்றிலும் புறநிலையில் உள்ள பொருட்கள் என்ற இந்த நம்பிக்கையைப் பாதுகாக்கின்றன... ஆனால் எல்லோருடைய இந்தப் பொதுவான, அடிப்படையான அபிப்பிராயம், எளிய தத்துவம் ஒன்றால் அழிக்கப்பட்டுவிடுகிறது. பிம்பம் அல்லது புலன் உணர்வு தவிர மனதிற்கு எதுவும் புலப்படாது; புலன்கள் வெறும் வாயில்கள் மட்டுமே, அவற்றின் மூலம் பிம்பங்கள் உள்ளே செலுத்தப்படுகின்றன, மனதிற்கும் பொருளுக்கும் எந்த உறவையும் ஏற்படுத்த முடியவில்லை என்று இந்தத் தத்துவம் கூறுகிறது. நாம் பார்க்கும் மேஜை, அதனிடமிருந்து நாம் விலகிச் செல்லும் பொழுது சிறியதாகத் தோன்றுகிறது. ஆனால் நம்மைச் சாராமல் இருக்கும் உண்மையான மேஜை இத்தகைய மாறுதலுக்கு உள்ளாவதில்லை. எனவே மனதில் இருப்பது பிம்பம் தவிர வேறு ஒன்றும் இல்லை. இவைதான் அறிவின் கட்டளைகள் ஆகும். "சிந்திக்கும் எந்த மனிதனும், "இந்த வீடு", "அந்த மரம்" என்று நாம் கூறும் பொழுது அவை மனதில் உள்ள புலன் உணர்வு அன்றி வேறில்லை என்பதைச் சந்தேகப்பட்டதில்லை... புறப்பொருள்கள் புலன் உணர்வு தோன்றக் காரணமாக இருக்க வேண்டும் என்பதை எந்த விவாதத்தினால் நிரூபிக்க முடியும், ஏனென்றால் இப்பொருள்கள் அவற்றைப்போல இருந்தாலும் (சாத்தியமானால்), அவற்றிலிருந்து முற்றிலும் வேறுபட்டவையாக இருந்தாலும், அவற்றை ஒத்ததாக இருந்தாலும், மனதின் சக்தியிலிருந்து அல்லது கட்புலனாகாத தெரியாத ஓர் புனித ஆவி மூலம், அல்லது நமக்குத் தெரியாத பிற காரணி மூலம் தோன்ற முடியாதவை. இப்பிரச்சனைக்கு எவ்வாறு தீர்வு காண்பது? உறுதியாக,

அனுபவத்தின் மூலமாகத்தான். இதுபோன்ற ஓர் இயல்பு கொண்ட இதர அனைத்துப் பிரச்சனைகளுக்கும் இவ்வாறே தீர்வுகாண வேண்டும். ஆனால் இங்கு அனுபவம் என்பது முற்றிலும் அடக்க மாகவே இருக்கிறது, இருக்க வேண்டும். புலன் உணர்வுகள் தவிர மனதிற்கு வேறு ஒன்றும் இல்லை. பொருள்களுடன் தொடர்புள்ள எந்த அனுபவத்தையும் மனதால் அடைய முடியாது. அத்தகைய தொடர்பு உள்ளது என்ற அனுமானத்திற்கு அறிவின் எந்த ஆதாரமும் இல்லை. நமது புலன்களின் உண்மையை எடுத்துக்காட்ட எல்லாம் வல்ல ஒருவன் பற்றிய உண்மையை நாடுவது என்பது சுற்றி வளைத்துச் செல்வதாகும்... புறஉலகைப் பற்றி ஒருவேளை கேள்விக் குள்ளாக்க அனுமதித்தால் நம்மால் கடவுளின் இருப்பை அல்லது அவரது குணங்கள் பற்றி விவாதிக்க முடியாது."*

அவரது *மனித இயல்பு பற்றிய ஆய்வுத் தொகுப்பு* என்ற நூலிலும் இதையே அவர் கூறுகிறார் (பகுதி. IV. பிரிவு. II. "புலன் உணர்ச்சிகள் பற்றிய ஐயுறவுவாதம்": "நமது புலன் உணர்வுகள் என்பது மட்டுமே நமது பொருள்களாகும் ரெனோவியர், பில்லான் பக்கம் 281, 1878 ஆகியோரின் பிரஞ்சு மொழிபெயர்ப்பு). ஐயுறவுவாதத் தைக் கொண்டு, ஹியூம் புறப் பொருள்கள், புனித ஆவி போன்ற இதரவற்றின் விளைவுகளாகப் பெறுவது தான் புலன் உணர்வு என்பதை ஹியூம் விளக்க மறுக்கிறார். அதாவது ஒருபுறம் புற உலகிற்குப் புலன் உணர்வுகளை குறுக்க மறுப்பதும் மற்றொரு புறம் ஒரு கடவுள் உருவத்துக்கோ அல்லது ஓர் அறியப்படாத புனித ஆன்மாவுக்கோ புலன் உணர்வுகளை குறுக்க மறுப்பது என்று குறித்துக் காட்டுகிறார். ஹியூமின் நூல்களை பிரெஞ்சில் மொழி பெயர்த்த எஃப். பில்லான் - மாக்கைப் போன்ற தத்துவவாதி (நாம் பின்னர் காண்போம்), சரியாகப் பின்வருமாறு கூறுகிறார்: ஹியூமிற்கு அறிவன் மற்றும் அறிபொருள் ஆகியன "பல்வேறு புலன் உணர்வுத் தொகுப்புகளாக", குறுக்கப்பட்டுள்ளதாகும். "அதாவது உணர்வின் ஆக்கக் கூறுகளாக, பதிவுகள், கருத்துகள் போன்றவைகளாகக் குறுக் கப்பட்டதாகும்". "இந்தத் தொகுப்புகள் இந்த ஆக்கப் பொருட் களின் இணைப்பு மற்றும் தொகுப்புகள்" ஆகியன மட்டுமே முக்கியமானவை.** ஆங்கிலேய ஹியூமியவாதியான ஹக்ஸ்லி "அறியொணாவாதம்" என்ற சரியான சொல்லை ஹியூம் பற்றிய

---

* டேவிட் ஹியூம், *மனிதப் புரிதல் பற்றி ஓர் ஆய்வு* என்ற *கட்டுரைகளும் ஆய்வுத் தொகுப்புகளும்*, தொகுதி II, 1882, இலண்டன், பக்.-124-26.

** *ஹியூமின் உளவியல் மற்றும் மனித இயல்பு பற்றிய ஆய்வுத் தொகுப்பு*, ரெனாவியர் மற்றும் பில்லானின் மொழிபெயர்ப்பு, பாரிஸ் 1878, அறிமுகம், பக். X.

அவரது நூலில் பயன்படுத்தினார். இதில் "புலன் உணர்வுகள் என்பது உணர்வு நிலையின் அடிப்படை, பிரிக்கப்பட முடியாதவை" என்று ஹியூம் கூறும் பொழுது, புலன் உணர்வுகளின் தோற்றத்தை எவ்வாறு விளக்குவது, புறப் பொருள் மனிதன் மீது செயல்புரிவதன் மூலமா? அல்லது மனதின் படைப்புச் செயல் மூலமா என்பது பற்றி உறுதி யாக இல்லை, "எதார்த்தமும் கருத்துமுதல்வாதமும் சமமான தற்காலிகக் கருதுகோள்கள் ஆகும்" (அதாவது, ஹியூமிற்கு). ஹியூம் புலன் உணர்ச்சிகளுக்கு அப்பால் செல்லவில்லை. "இவ்விதமாக சிவப்பு, நீலம் என்ற நிறங்களும், ரோசாப் பூவின் வாசனையும், சாதாரண உணர்வுகளே ஆகும்... சிவப்பு ரோஜா என்பது ஒரு தொகுப்பான கருத்துணர்வை நமக்கு அளிக்கிறது. இவற்றை சிவப்பு நிறம், ரோஜா வாசனை போன்ற பல எளிமையான பதிவுகளாகக் குறைக்கலாம்" (மேற்கோள் பக். 64-65). ஹியூம் "பொருள்முதல் வாத நிலைப்பாட்டையும்" ஏற்றுக் கொள்கிறார். "கருத்துமுதல்வாத நிலையையும்" ஏற்றுக் கொள்கிறார் (பகு. 82). "புலன் உணர்வுகளின் தொகுப்பு" என்பது பிச்டிய கொள்கையின் "தன்னிலை ஆளுமை யாக" இருக்கலாம், அல்லது "குறியீடாக" இருக்கலாம் அல்லது "அடையாள மாக" இருக்கலாம் அல்லது "உண்மையான வேறு ஒன்றாக" இருக்கலாம். ஹியூமை இந்த முறையில் ஹக்ஸ்லி விளக்கு கிறார்.*

பொருள்முதல்வாதிகளைப் பொறுத்தமட்டிலும் கலைக் களஞ்சிய வாதிகளின்[10] தலைவரான திதரோ, பெர்க்கிலி பற்றி கொண்டுள்ள அபிப்பிராயம் பின்வருமாறு இருக்கிறது: "சில தத்துவவாதிகளை *கருத்துமுதல்வாதிகள்* என்று அழைக்கப்படுகிறார்கள், தங்களது இருப்பு, அவர்களுக்குள்ளே ஒன்றன்பின் ஒன்றாகத் தோன்றும் புலன் உணர்வுகள் ஆகியவை தவிர வேறு எதையும் இவர்கள் ஏற்றுக் கொள்வதில்லை. என்னைப் பொறுத்தமட்டிலும் இது ஒரு கண் பார்வையற்றவன் மட்டுமே உருவாக்கிய ஒரு மிகையான அமைப் பாகும். மனித அறிவு, தத்துவம் ஆகியன வெட்கப்பட வேண்டிய இதனை முட்டாள்தனமாக இருந்தாலும் எதிர்த்துப் போராடுவது கடினம்."** சமகாலப் பொருள்முதல்வாதத்திற்கு நெருக்கமாக வரும் திதரோ (கருத்துமுதல்வாதத்தை மறுக்க முக்கூற்றுகள், விவாதங்கள் ஆகியன மட்டும் போதாது. இது கொள்கை ரீதியான விவாதம் அல்ல), கருத்துமுதல்வாதியான பெர்க்கிலி, புலன் உணர்வுவாதியான கான்டிலக் ஆகியோருக்கு உள்ள ஒற்றுமைகளைக் குறிப்பிடுகிறார். புலன் உணர்வுகள் மட்டுமே அறிவிற்கான ஒரே

---

* ஹக்ஸ்லி, *ஹியூம்,* இலண்டன், 1879, பக். 74.

** *திதரோவின் முழுமையான படைப்புகள்,* அசிசாட் தொகுத்தது, பாரிஸ், 1875, தொகுதி I, பக். 304.

ஆதாரம் என்ற முட்டாள்தனமான முடிவினைத் தவிர்க்க, பெர்க்கிலியை கான்டிலக் மறுத்திருக்க வேண்டும் என்று அவர் கருத்துத் தெரிவித்துள்ளார்.

"டி அலம்பெர்ட், திதரோ ஆகியோருக்கிடையிலான உரையாடல்" என்பதில் திதரோ தனது தத்துவ நிலைப்பாட்டைத் தெளிவாகக் கூறுகிறார்: "...ஒரு பியானோ உணர்வு மற்றும் நினைவாற்றல் ஆகிய வற்றை பெற்றிருந்தால், அதுவே நீங்கள் வாசித்த சுரங்களை வாசிக்க முடியாதா? உணர்வுகளும் நினைவாற்றலும் உள்ள கருவிகள் நாம். சுற்றியுள்ள இயற்கையை மீட்டும் பல்வேறு சுரங்களுக்கான விரல் கட்டைகள் தான் நமது புலன் உணர்வுகள்; இவை அவற்றையே அடிக்கடி தம்மீது அடித்து தாமே வாசித்துக் கொள்கின்றன. எனது கருத்துப்படி உங்களையும் என்னையும் போன்றே அமைக்கப் பட்டுள்ள பியானோவில் இது தான் நடக்கிறது." இத்தகைய கருவிகள் அதற்குரிய உணவுபெறும் முறைக்கான திறன் பெற்றிருக்க வேண்டும். சிறிய பியானோக்களை உருவாக்கும் சக்தியை பெற்றிருக்க வேண்டும் என்று டி அலம்பெர்ட் கூறுகிறார். "சந்தேகமேயில்லை" என்று திதரோ பதில் கூறுகிறார் - ஆனால் ஒரு முட்டையை எடுத்துக் கொள்ளுங்கள். "இது தான் எல்லா இறை யியல் பிரிவுகளையும், பூமியில் உள்ள எல்லாக் கோயில்களையும் மறுக்கிறது. இந்த முட்டை என்பது என்ன? கரு நுழைவதற்கு முன்பு வரை ஒரு உணர்ச்சியற்ற பிண்டம். உணர்ச்சியற்ற பிண்டம் ஒன்றினுள் கரு நுழையும் பொழுது அது என்ன? அது மறுபடியும் உணர்ச்சியற்ற பிண்டம் தான். ஏனென்றால் அது உயிரற்ற, உருவமற்ற திரவம்தான். இந்தப் பிண்டமானது எவ்வாறு பல்வேறு அமைப்புகளையும், உணர்ச்சியையும், உயிரையும் பெறுகிறது? இவையனைத்தும் வெப்பத்தின் மூலமாகத் தான். அப்படி யென்றால் எது வெப்பத்தை உற்பத்திச் செய்கிறது? இயக்கம் (motion)..." முட்டையிலிருந்து வெளிவரும் உயிரினத்திற்கு உன்னிடம் உள்ள புலன் உணர்வுகள் அனைத்தும் உள்ளன. அது உன் செயல்கள் அனைத்தையும் செய்கிறது. "இது ஒருபோல இயங்கும் இயந்திரம் என்று தெஸ் கார்த்தேயுடன் சேர்ந்து கூறுவீர்களா? உங்களைக் கண்டு சிறு குழந்தைகளும் சிரிப்பார்கள். இது ஓர் இயந்திரம் என்றால் நீங்களும் இயந்திரம் தான் என்று தத்துவவாதிகள் கூறுவர். விலங்குகளுக்கும் உங்களுக்கும் உள்ள வேறுபாடு அமைப்பில்தான் உள்ளது என்றால், உங்கள் பொது அறிவையும் புத்திசாலித் தனத்தையும் நிரூபிப்பீர்கள் என்றால் நீங்கள் சரியாக இருக்கலாம். ஆனால் இதிலிருந்து உங்களுக்கு எதிரான முடிவு தோன்றுகிறது; அதாவது மற்றொரு சடப் பொருளான வெப்பம் மற்றும் இயக்கம் காரணமாக கருக்கொண்ட குறிப்பிட்ட முறையில் அமைக்கப்பட்ட சடப் பொருளிலிருந்து

உணர்வு, உயிர், நினைவாற்றல், பிரக்ஞை, உணர்ச்சிகள், சிந்தனை ஆகியன தோன்றுகின்றன." பின்வரும் இரண்டில் ஏதோ ஒன்றை ஏற்க வேண்டும் என்று திதரோ கூறுகிறார். அதாவது, முதலில் சொல்லப்படுவது என்னவென்றால், முட்டையில் அதன் வளர்ச்சியுடைய ஓர் குறிப்பிட்ட கட்டத்தில் சில "மறைமுக மான ஆக்கக் கூறு", ஓர் அறியப்படாத வழியில் அதனுள் நுழைகிறது என்றும் அது வெளியை ஆக்கிரமிக்கிறதா, அது பொருளா அல்லது இதற்காகவே படைக்கப்பட்டதா என்றும் தெரியாத ஒரு ஆக்கக் கூறாக இருப்பதை ஏற்றுக்கொள்ள வேண்டும். பொது அறிவுக்கு முரண்பாடானதாக, முன்னுக்குப் பின் முரணானதாக, நகைப்புக் குரியதாக மேலே முதலாகச் சொன்னதை ஏற்க வேண்டும், அல்லது இரண்டாவதாக "உணர்வின் இயல்பு என்பது பருப்பொருளின் ஒரு பொதுவான பண்பாகவோ அல்லது பருப்பொருட்களின் அமைப்பினால் ஏற்படும் ஒரு விளைவு என்றோ அனைத்தையும் விளக்கும் வகையிலான ஒரு எளிய நம்பிக்கைக்கு" நாம் வந்தடைய வேண்டும். பொருளுடன் அதன் சாரத்திலேயே பொருந்தாததாக உள்ள இத்தகைய ஒரு நம்பிக்கையின் பண்பு குறித்து மறுப்புக் கூறும் டி. அலம்பர்ட்டுக்கு திதரோ பின்வருமாறு பதில் கூறுகிறார்:

"உங்களுக்கு பொருளா அல்லது புலன் உணர்வா என்று எதனுடைய சாரத்தைப் பற்றியும் ஒன்றும் தெரியாது, ஆகையால் உணர்வு என்பது பருப்பொருளுக்குப் பொருத்தமற்றது என்று உங்களுக்கு எப்படித் தெரியும்? பொருளில் இயக்கம் இருப்பது, அதன் இருப்பு, ஒரு பொருளில் இருந்து மற்றொன்றிற்கு அது செல்வது ஆகிய வற்றை உங்களால் புரிந்துகொள்ள முடிகிறதா?" டி. அலம்பெர்ட் கூறுகிறார்: "புலன் உணர்வின் இயல்பு அல்லது பருப்பொருளின் தன்மை பற்றித் தெரியாமலேயே, புலன் உணர்வு என்பது ஓர் எளிமையான வினைத்திறன், பிரித்துணரக்கூடியப் பொருள் (subject) அல்லது அடிப்படையுடன் முரண்படும் ஒரு, பிரிக்க முடியாத ஒன்று என்று நான் காண்கிறேன்." திதரோ : "இயக்க மறுப்பியல் தன்மை யான இறையியல் முட்டாள்தனம்! நமது புலன்களுக்குப் புலப்படும் பருப்பொருள் வடிவங்கள், பொருள்களின் எல்லாப் பண்புகள் ஆகியன, சாராம்சத்தில் பிரிக்க முடியாதவை என்று நீங்கள் காண வில்லையா? பெரிய அல்லது சிறிய அளவுக்கூட நுழையும் திறன் என்பது கிடையாது. பாதி உருண்டையான பொருள் உண்டு. ஆனால் உருண்டை என்ற தன்மையில் பாதி என்பது கிடையாது... காரணம்-காரியம் ஆகியவற்றிற்கு இடையிலான உறவை உங்களால் விளக்க முடியாவிட்டாலும், ஒரு விளைவு ஏற்படும் பொழுது, ஓர் இயற்பியலாளராக இருந்து ஒன்றிலிருந்து ஒன்று வருவிக்கப்பட்டது என்ற தன்மையை ஏற்றுக் கொள்ளவும் பகுத்தறிவு பூர்வமாக

சிந்திப்பீர். எண்ணிப்பார்க்க இயலாத இதர சில காரணம் மூலமாக நிலவிக் கொண்டும், விளக்கிக் கொண்டும் இருக்கிற ஒரு காரணத்தை மாற்றீடு செய்யாதீர். அத்துடன் இக்காரணம் ஏற்படுத்தும் விளைவானது எண்ணிப்பார்ப்பதற்கு இன்னும் கூடுதல் சிரமமானதாகவும் உள்ள நிலையில் அது ஓர் ஒற்றை சிரமத்தையும் கூட தீர்க்காமல் எல்லையற்ற அளவில் ஏராளமான சிரமங்களைத் தோற்றுவிக்கிறது என்பதால் அதை மாற்றீடு செய்யாதீர்." டி. அலெம்பெர்ட் : "இந்தக் காரணத்தை நான் கைவிட்டால் என்ன நடைபெறும்?" திதரோ: "இந்த உலகத்தில், மனிதனிடமும் விலங்குகளிடமும் இருப்பது ஒரே பொருள்தான். கைக் கருவி மரத்தால் ஆனது; மனிதனுக்கு அது தசையால் உள்ளது; ஒரு குருவிக்கும் அது தசைத் தொகுதி. ஒரு பாடகனும் தசைத் தொகுப்புதான்; ஆனால் வெவ்வேறுவிதமாக அமைக்கப்பட்டுள்ளன. ஆனால் இவற்றின் மூலம் ஒன்றுதான், அமைப்பும் ஒன்றுதான், ஒரே மாதிரியான வேலைகளும், இலக்கும் உள்ளவை தான்." டி அலெம்பெர்ட்: "உங்களது இரண்டு பியானோக்களுக்கு இடையே உள்ள ஒலியின் ஒற்றுமையை எது உருவாக்குகிறது ?" திதரோ: "... உணர்வுத் திறன் உள்ள கருவி அல்லது விலங்குகள் அவற்றின் அனுபவத்தின் மூலம், குறிப்பிட்ட ஒலிக்குப் பின்னர், ஒரு குறிப்பிட்ட விளைவு தொடரும் என்று கற்றுக் கொண்டுள்ளது. இதே போன்ற பிற புலன் அறிவுள்ள கருவிகளும் அல்லது விலங்குகளும் அணுகுதல், பின்வாங்குதல், கோருதல், காயப்படுத்துதல், கொஞ்சுதல், இந்த விளைவுகள் எல்லாம் அதன் நினைவுத் தடத்தில் இணைக்கப்பட்டுள்ளன. இந்த ஒலிகளின் உருவாக்கத்துடன், மற்ற விலங்குகளின் நினைவுத் தடத்தில் இணைக்கப்பட்டுள்ள, மக்களிடையே உள்ள உறவில், ஒலி மற்றும் செயல்கள் தவிர வேறு ஒன்றும் இல்லை என்பதை நினைவிற்கொள். பெர்க்கிலி கூறிய பொருள்களின் இருப்பிற்கு எதிராக உள்ள கடக்க முடியாத கஷ்டங்களை எனது உடல் சந்திக்கிறது என்பதை மீண்டும் கவனிக்கவும். புலனறிவோடு உயிருள்ள பியானோ, அது மட்டும் தான் உலகில் ஒரே பியானோ என்றும் உலகின் பண்ணிசை எல்லாமே அதற்குள்ளாகவே இருந்தது என்றும் அது கற்பனை செய்த பொழுது, ஒரு பைத்தியக்காரத் தனமான காலமாக இருந்தது.''*

இது 1769ஆம் ஆண்டில் எழுதப்பட்டது. இத்துடன் வரலாறு பற்றிய நமது சுருக்கமான ஆய்வை முடித்துக் கொள்வோம். "சமீப கால நேர்க்காட்சிவாதத்தை" நாம் ஆய்வு செய்யும் பொழுது மனிதனுக்குள்ளாக இடம் பெறும் உலக ஒழுங்கு (harmony of the

---

* அதே நூல், தொகுதி II, பக். 114 - 18.

Universe) மற்றும் "முட்டாள் பியானோ" ஆகியவற்றைக் காண பல சந்தர்ப்பங்கள் நமக்கு கிடைக்கும்.*

தற்பொழுது நாம் ஒரே ஒரு முடிவுடன் நிறுத்திக் கொள்வோம்: "அண்மைக்கால மாக்கியர்கள்" பொருள்முதல்வாதத்திற்கு எதிராகப் பெர்க்கிலி பாதிரியார் கூறாத எந்த ஒரு வாதத்தையும் முன்வைக்க வில்லை.

வாலன்டினோவ் என்ற மாக்கியர், ஆர்வம் காரணமாக, அவரது நிலைப்பாட்டின் தவறை லேசாக உணர்ந்து, பெர்க்கிலிக்கும் அவருக்கும் உள்ள உறவை, வினோதமான முறையில் மூடிமறைக்க முயற்சித்ததை நாம் குறிப்பிடுவோம். அவரது புத்தகத்தின் 150-வது பக்கத்தில் நாம் படிப்பது: "...மாக்கைப் பற்றிப் பேசுபவர்கள் பெர்க்கிலி யைக் குறிப்பிடுகிறார்கள். நாம் கேட்கிறோம், எந்த பெர்க்கிலியை நீங்கள் குறிப்பிடுகிறீர்கள் என்று? ஆன்மீகவாதியாகத் தன்னைக் கருதும் பெர்க்கிலியையா? [அவ்வாறு அவர் கருதினார் என்று வாலன்டினோவ் கூற விரும்புகிறார்]. கடவுளின் இருப்பு, மேலாதிக்கம் ஆகியவற்றை ஆதரிக்கும் பெர்க்கிலியையா? பொதுவாகக் [?] கூறினால், தத்துவவாதி யான பாதிரியார், நாத்திகத்தை அழிப்பவர் யார் என்ற பெர்க்கிலியை அவர்கள் குறிப்பிடுகிறார்களா? அல்லது சிந்தனைமிக்க ஆய்வாளர் என்ற பெர்க்கிலியைக் குறிப்பிடுகிறார்களா? ஆன்மீகவாதியும், மதவாத இயக்கமறுப்பியல் தத்துவத்தைப் பிரச்சாரம் செய்பவரான பெர்க்கிலிக் கும், மாக்கிற்கும் தொடர்பு எதுவுமில்லை." வாலன்டினோவ் குழம்பியிருக்கிறார்: "சிந்தனைமிக்க ஆய்வாளர்" பெர்க்கிலியையும், திதரோவிற்கு எதிராக கருத்துமுதல்வாதியான பெர்க்கிலியையும் ஏன் பாதுகாக்க வேண்டும் என்று அவரால் தெளிவுபடுத்திக் கொள்ள முடிய வில்லை. திதரோ, தத்துவத்தின் இரு அடிப்படைகள் பற்றி தெளிவாக வேறுபடுத்தினார். வாலன்டினோவ் அவற்றைக் குழப்புகிறார். அவ்வாறு செய்யும்பொழுது, நம்மை வேடிக்கையாக சமாதானப்படுத்த முயற்சிக்கிறார்: "பெர்க்கிலியின் கருத்துமுதல்வாதக் கருத்துகளுடன் மாக்கிற்கு உள்ள "தொடர்பினை" அவ்வாறு இருந்தாலும் ஒரு தத்துவக் குற்றம் என்று நாம் கருத முடியாது" (பக்.149). தத்துவத்தில் உள்ள இரு இணைய முடியாத அடிப்படைப் போக்கினைக் குழப்புவது என்பது - என்ன "குற்றம்?" ஆனால் மாக் மற்றும் அவெனரியஸ் ஆகியோரது அறிவு முழுவதும் இவ்வாறாகவே உள்ளது. இந்த அறிவு பற்றி நாம் இப்பொழுது ஆராயத் தொடங்குவோம்.

---

* லெனின் அவர்களது ஒப்புமை: புலனறிவு கொண்ட பியானோ ஒன்று பல இசைகளின் ஒழுங்கமைந்த தொகுப்பான பண்ணிசை தனக்குள் இருப்பதாகக் கற்பனை செய்வது "நேர்க்காட்சிவாத" மனிதன் உலக ஒழுங்கமைதி தனக்குள் இருப்பதாகக் கற்பனை செய்வது. (மொ-ர்)

அத்தியாயம் ஒன்று

அனுபவவாத விமர்சனம் மற்றும் இயங்கியல் பொருள்முதல்வாதம் ஆகியவற்றின் அறிவுக் கொள்கை. I

1. புலன் உணர்ச்சிகளும் அவற்றின் அமைப்புகளும்

மாக் மற்றும் அவெனரியஸ் ஆகியோரின் அறிவுக் கொள்கையின் அடிப்படைக் கூற்று - பகிரங்கமாகவும் எளிமையாகவும் தெளிவாகவும் அவர்களது முதல் தத்துவ நூல்களில் விவரிக்கப் பட்டுள்ளன. இந்த நூல்கள் பற்றி இப்பொழுது நாம் காண்போம். இந்த எழுத்தாளர்கள், இதில் செய்த திருத்தங்கள் இடைச் செருகல்கள் ஆகியன பற்றி பின்னர் காண்போம்.

1872 ஆம் ஆண்டில் மாக் எழுதியது: "விஞ்ஞானத்தின் வேலை என்பது 1. கருத்துகளுக்கு இடையில் உள்ள தொடர்பைத் தீர்மானித்தல் (உளவியல்).

2. உணர்வுகளுக்கு இடையே உள்ள தொடர்புப் பற்றிய விதிகளைக் கண்டுபிடித்தல் (இயற்பியல்).

3. உணர்வுகள், கருத்துகள் ஆகியவற்றிற்கு இடையே உள்ள உறவு பற்றிய விதிகளை விளக்குதல் (உளவியல் - இயற்பியல்) என்பது மட்டுமே ஆகும்."* இது மிகத் தெளிவாக உள்ளது.

பருப்பொருள்கள் அல்லது பொருட்களுக்கு இடையிலான இணைப்புப் பற்றி ஆய்வுப்பொருளாக இயற்பியல் இல்லாமல், புலனுணர்ச்சிகளுக்கிடையிலான இணைப்புப் பற்றிய ஆய்வுப் பொருளாக உள்ளது. அதில் நமது புலனுணர்ச்சிகள் என்பவை

---

* மாக், வேலைப் பாதுகாப்பின் கொள்கையுடைய வரலாறும் வேர்களும், பொகேமிய அரசு வழிவந்த அறிவியல் கழகத்தில், நவம்பர் 15, 1871 அன்று ஆற்றிய உரை. பிரேக், 1872, பகு. 57-58.

பருப்பொருள்கள் அல்லது பொருட்களின் பிம்பமாக உள்ளவை யாகும். 1883 ஆம் ஆண்டு இயந்திரவியல் (Mechanics) என்ற தனது படைப்பில் இதே கருத்தை மாக் திரும்பக் கூறுகிறார்: "புலன் உணர்வுகள் 'பொருள்களின் குறியீடு' அல்ல. புலன் உணர்ச்சி அமைப்புகளின் ஒப்பீட்டு (relative) ரீதியில் நிலையான மனக் குறியீடு தான் 'பொருள்.' இந்த உலகின் உண்மையான ஆக்கக்கூறுகள் என்பது: நிறம், ஒலி, அழுத்தம், வெளி, காலம் (புலன் உணர்வு என்று நாம் வழக்கமாக அழைப்பது) ஆகியவையன்றி, பொருள்கள் (உடல்கள்) அல்ல.*

பன்னிரண்டு ஆண்டுகாலச் "சிந்தனையின்" விளைவான "ஆக்கக் கூறுகள்" என்ற இச்சொல் பற்றி நாம் பின்னர் பேசுவோம். பொருள்கள் அல்லது பருப்பொருள் தான் புலன் உணர்வுகளுக்கான காரணம் என்றும், புலன் உணர்வுகள் தான் பொருள்களின் குறியீடு (பொருள் களின் பிம்பம் அல்லது பிரதிபலிப்பு என்பது மிகவும் சரியாக இருக்கும்) என்று கூறும் நேர் எதிரான கொள்கைக்கு முரணாகவும் தனது அணுகுமுறையை மாக் தெளிவாகக் கூறுகிறார். பிந்தைய கொள்கை *பொருள்முதல்வாதத் தத்துவம்* ஆகும். எடுத்துக்காட்டாக மார்க்சுடன் செயலாற்றியவரும், மார்க்சியத்தை நிறுவியவருமான எங்கெல்ஸ் அவரது நூல்களில் விதிவிலக்கு எதுவுமின்றியும் தொடர்ச்சியாகவும், பொருள்கள், அவற்றின் மனப்படிமங்கள் அல்லது சித்திரங்கள் பற்றிப் பேசுகிறார். இந்த மனப்படிமங்கள் புலன் உணர்வுகள் மூலம் மட்டுமே தோன்றுகின்றன என்பது தெளிவு. "மார்க்சியத் தத்துவத்தின்" இந்த அடிப்படையான நிலைப்பாடு பற்றி மார்க்சியம் பேசுபவர்கள் எல்லோருக்கும் தெரிந்திருக்க வேண்டும். அதுவும் தத்துவம் என்ற *பெயரில்* அச்சில் வெளியிட விரும்பும் எல்லோருக்கும் தெரிந்திருக்க வேண்டும். நமது மாக்கியர்கள் உருவாக்கிய அசாதாரணமான குழப்பம் காரணமாக, பொதுவாகத் தெரிந்ததை மறுபடியும் கூறவேண்டி யிருக்கிறது. "*டூரிங்கிற்கு மறுப்பு*" என்பதன் முதல் பகுதிக்கு இப்பொழுது செல்கிறோம். அங்கு பின்வருமாறு உள்ளது: "...பொருள்களும் அவற்றின் மனப் படிமங்களும்".** அல்லது தத்துவப் பகுதியின் முதல் பிரிவு பின்வருமாறு உள்ளது: "சிந்தனை யானது எங்கிருந்து இந்த விதிகளைப் பெறுகிறது?" [அதாவது, அறிவிற்கான அடிப்படை விதிகள்] அதிலேயே, இருந்ததா?

---

* மாக், *இயந்திரவியல், அதன் வளர்ச்சி பற்றி வரலாற்று ரீதியான, விமர்சன பூர்வமான பார்வை* ஆஃப்லேஜ், லீப்சிக், 1897, பிரிவு 473.

** எங்கெல்ஸ், *திரு டூரிங்கின் அறிவியல் புரட்சி*. ஆஃப்லேஜ், ஸ்டுட்கார்ட், 1904, பிரிவு 6.

இல்லை... புற உலகம் இல்லாமல், தன்னிடமிருந்தே சிந்தனையானது இந்த வடிவங்களைப் படைக்க முடியாது... விதி முறைகளே, ஆய்வின் தொடக்கப் புள்ளிகள் அல்ல. அவை இறுதி முடிவுகளே. [பொருள்முதல்வாதியாக இருந்தாலும், டூரிங்கால் பொருள்முதல்வாதத்தை உறுதியாகப் பின்பற்ற இயலவில்லை] இறுதியாக அவற்றை இயற்கை, மனிதகுல வரலாறு ஆகியவற்றிற்குப் பயன்படுத்தப்படவில்லை. அவற்றிலிருந்து இவை பிரித்தெடுக்கப் படுகின்றன. இயற்கை, மனித குலம் ஆகியன இந்த விதிகளுக்கு இசைவாக இருப்பதில்லை; மாறாக, இயற்கைக்கும் வரலாற்றுக்கும் பொருந்தும் வரையில் இருந்தால் மட்டுமே இவ்விதிகள் நேர்மை வாய்ந்ததாகும். இதுதான் பருப்பொருள் பற்றிய ஒரே பொருள் முதல்வாதக் கருத்து ஆகும். திரு. டூரிங்கின், இதற்கு மாற்றான கருத்து என்பது, கருத்துமுதல்வாதக் கருத்து ஆகும். இது தலைகீழாகப் பார்ப்பது ஆகும்; உண்மையான உலகினை கருத்துகளில் இருந்து உருவாக்குவது ஆகும்" (மேல் சொன்ன நூல். பிரிவு. 21).[11] பொருள்முதல்வாதத்திலிருந்து கருத்துமுதல் வாதத்திற்குச் சிறிது சென்றாலும், டூரிங்கை அயராமல் எல்லா இடத்திலும் விமர்சனம் செய்வதன் மூலம் இந்தப் "பொருள் முதல்வாதக் கண்ணோட்டத்தினை" எங்கெல்ஸ் பயன்படுத்துகிறார் என்பதை நாம் திரும்பக் கூறுகிறோம். *டூரிங்கிற்கு மறுப்பையும், லுத்விக் பூயர்பாக்கையும்* சிறிதளவேனும் படிக்கும் ஒருவர் பொருள்கள், மூளையிலும் உணர்விலும் அவற்றின் பிரதிபலிப்புகள் ஆகியன பற்றிப் பல இடங்களில் பேசுவது பற்றிக் காண முடியும். புலன் உணர்வுகள் பொருள்களின் "குறியீடு" என்று எங்கெல்ஸ் எங்கும் கூறவில்லை. ஏனென்றால், பின்னால் நாம் விரிவாகக் காணப்போவது போல, உறுதியான பொருள்முதல்வாதம் என்பது, "குறியீடு" என்பதற்குப் பதிலாக, "படிமம்", "படம்" அல்லது பிரதிபலிப்பு என்றுதான் கூற வேண்டும். ஆனால், இங்கு கேள்வி, பொருள்முதல்வாதம் பற்றிய இந்த அல்ல அந்த உருவாக்கம் அல்ல; அது தத்துவத்தில் இரு அடிப்படைப் *போக்குகளான* பொருள் முதல்வாதம், கருத்துமுதல்வாதம் ஆகியவற்றிற்கு இடையிலான எதிர்ப்பு மற்றும் வேறுபாடு பற்றியதாகும். அதாவது பொருள்களில் இருந்து சிந்தனைக்கும் புலன் உணர்வுகளுக்கும் நாம் செல்லவா? அல்லது எண்ணம், புலன் உணர்வு ஆகியவற்றில் இருந்து பொரு ளுக்குச் செல்லவா? முதல் போக்கான பொருள்முதல்வாதப் போக்கினை எங்கல்ஸ் பின்பற்றுகிறார். இரண்டாவது போக்கான கருத்துமுதல்வாதப் போக்கினை மாக் பின்பற்றுகிறார். புலன் உணர்வு அமைப்புகள் என்பது அகவயக் கருத்துமுதல்வாதம், பெர்க்கிலி யியத்தின் எளிய ஒத்திகை என்று மாக்கின் இந்த தெளிவான கொள்

கையைத் தப்பித்தலோ அல்லது போலிவாதமோ (இதுபோன்ற எண்ணற்றவற்றை நாம் சந்திப்போம்) அகற்றிவிட முடியாது. பொருள்கள்தான் "புலன் உணர்வுகளின் அமைப்பு" என்று மாக் கூறுவது போல, "புலன் உணர்வுகளின் இணைப்பு" என்று பெர்க்கிலி கூறியது போன்றதாக இருந்தால், இந்த உலகம் முழுவதும் எனது கருத்து தான் என்று தவிர்க்க முடியாமல் ஆகிவிடுகிறது. இத்தகைய கருதுகோளில் இருந்து தொடங்கினால், தன்னைத் தவிர மற்றவர்கள் இருப்பதைக் காண முடியாது. இது தூய ஆன்மீகவாதம். மாக், அவெனரியஸ், பெட்சோல்ட் மற்றும் குழுவினர் ஆன்மீகவாதத்தைத் தவிர்க்கலாம், உண்மையில் அவர்கள் ஊளையிடும் பகுத்தறிவற்ற முட்டாள்தனமான உளறல்களில் வீழாமல் ஆன்மீகவாதத்தை விட்டுத் தப்பிக்க முடியாது. மாக்கியத் தத்துவத்தின் அடிப்படை கூறுகளைத் தெளிவாக உறுதிப்படுத்த மாக்கின் படைப்புகளில் இருந்து இன்னும் கூடுதலாக சில மேற்கோள்களைத் தருகிறோம். *புலன் உணர்வுகள் பற்றிய ஆய்வு* * என்ற நூலில் இருந்து இங்கு ஒரு மேற்கோள் உள்ளது; (கோட்ளியரின் ரஷ்ய மொழிபெயர்ப்பிலிருந்து நான் மேற்கோள்காட்டுகிறேன். இதனை வெளியிட்டவர் ஸ்கிர்முன்ட், மாஸ்கோ, 1907):

"S என்ற புள்ளியுடைய ஒரு பொருளை நாம் காண்கிறோம். நாம் S என்பதைத் தொட்டால், அதாவது அதனை நமது உடலுடன் இணைத்தால், நமக்கு ஒரு குத்தும் உணர்வு ஏற்படுகிறது. இந்தக் குத்துதலை உணராமலேயே நம்மால் S என்ற புள்ளியைப் பார்க்க முடியும். ஆனால் குத்திய உடன் 'S' என்ற புள்ளியை நமது தோலில் காண்கிறோம். காண்பதால் அறியப்படும் புள்ளி நிரந்தரமான மையப் பகுதியாகும் (nucleous). சூழ்நிலைக்கு ஏற்ப குத்துவது என்பது தற்செயலான நிகழ்வு. ஒரே மாதிரியான செயல்கள் அடிக்கடி திரும்பத் திரும்ப இடம் பெறுவதால், பொருள்களின் *எல்லாப்* பண்புகளையும் 'விளைவுகளாக' நாம் பழக்கப்படுத்திக் கொள் கிறோம். இந்த விளைவுகள் நிரந்தரமான மையப்பகுதிகளிலிருந்து தொடங்குகின்றன. உடல் என்ற ஊடகத்தின் மூலம் *நான்* (self) எனும் தன்மைக்கு செல்கின்றன; இந்த விளைவுகளை நாம் *புலன் உணர்வுகள்* என்று அழைக்கிறோம்..." (பக். 20).

வேறுவிதமாகக் கூறினால், பொருள்முதல்வாத நிலைப் பாட்டினை, நமது புலன் உறுப்புகள் மீது பொருள்கள், இயற்கை ஆகியவற்றின் செயல்களை மக்கள் "பழக்கப்படுத்திக்" கொள் கின்றனர். கருத்துமுதல்வாதத் தத்துவவாதிகளுக்கு விஷம் போல்

---

* மாக், புலன் உணர்வுகள் பற்றிய ஆய்வு, 1885 பதிப்பு.

உள்ள இந்தப் "பழக்கம்" (மனிதகுலம், இயற்கை விஞ்ஞானம் ஆகியன பெற்றுள்ள இந்தப் பழக்கம்!) மாக்கிற்குப் பிடிக்காத ஒன்று. எனவே அதனை அழிக்க அவர் முற்படுகிறார்:

"....இவ்விதமாக, இந்த மையப் பகுதிகளிலிருந்து முழு புலன்சார் உள்ளடக்கம் அகற்றப்படுகிறது. அது அப்பட்டமாகக் கருத்துருவான குறியீடாக மாற்றப்படுகிறது..."

மதிப்பிற்குரிய பேராசிரியரே, இது ஒரு பழைய பல்லவிதான்! பருப்பொருள் என்பது அப்பட்டமான கருத்துருவான குறியீடு என்று பெர்க்கிலி கூறியதைத் திருப்பிக் கூறுவது ஆகும். உண்மையில் எர்னஸ்ட் மாக் தான் நிர்வாணமாக உள்ளார். "உணர்வுள்ள உள்ளடக்கம்" (Sensible Content) நம்மைச் சாராத புறவய எதார்த்தம் என்று அவர் ஏற்றுக் கொள்ளா விட்டால், மிஞ்சுவது "அப்பட்டமான கருத்துருவான" *நான்*, இந்த *நான்* என்பது எதற்குச் சமமானது என்றால் "இந்த உலகத்தில், தான் மட்டுமே இருப்பதாகக் கற்பனை செய்த பைத்தியக் காரத்தனமான பியானோவிற்குச் சமமானது ஆகும். "உணர்வுள்ள உள்ளடக்கம்" என்ற நமது புலன் உணர்வுகளில் உள்ளவை புற உலகம் என்று இல்லாவிட்டால், வெற்றான "தத்துவ" கழைக்கூத்தில் ஈடுபட்ட இந்த அப்பட்டமான *நான்* என்பதைக் காக்க எதுவுமில்லை. இது ஒரு பலனற்ற, முட்டாள்தனமான செயல் ஆகும்!

"... இந்த உலகம் நமது புலன் உணர்வுகளால் ஆனது என்பது சரியானது தான். எனவே இந்தப் புலன் உணர்வுகள் பற்றிய அறிவே நமக்கு உண்டு. நமது புலன் உணர்வுகள் தோன்றுகிற, அந்த மையப் பகுதிகள் பற்றிய அனுமானம், அவற்றிற்கு இடையிலான செயல்கள் யாவும் மிகையாகவும், வெற்றுத் தன்மை உள்ளதாகவும் மாறுகிறது. இந்தக் கருத்து *அரைமனது* எதார்த்தம், அல்லது *அரைமனது* விமர்சனம் என்பதற்கு மட்டும் கவர்ச்சிகரமாக இருக்க முடியும்."

மாக்கின், "இயக்க மறுப்பியல் எதிர்ப்புக் கருத்துரைகளின்" ஆறாவது பத்தியை நாம் முழுவதுமாக மேற்கோளாகக் காட்டி யுள்ளோம். இது பெர்க்கிலியின் கருத்துகளை அப்பட்டமாகத் திருடியது ஆகும். "நமது புலன் உணர்வுகளை மட்டுமே நாம் உணர் கிறோம்" என்பது தவிர, எந்தக் கருத்தும் சிந்தனைக் கீற்றும் புதியது அல்ல. இதிலிருந்து ஒரே ஒரு முடிவு மட்டும் தான் சாத்தியமானது ஆகும். அதாவது, "இந்த உலகம் என்பது எனது புலன் உணர்வு களால் மட்டுமே ஆனது." மாக் பயன்படுத்தும், நமது என்பதற்குப் பதிலான "எனது" என்ற சொல், நியாயமற்ற முறையில் பயன் படுத்தப்பட்டுள்ளது. இந்தச் சொல் மூலம் மட்டுமே, மற்றவர்களை "அரைகுறை மனது" என்று குற்றம்சாட்டும் அவர் மறைக்க முடியாமல்

வெளிப்படுத்துகிறார். புற உலகம் இருப்பது "செயலற்றது" என்று "கற்பிதம்" செய்தால், ஊசி என்பது என்னைச் சாராமல் இருக்கிறது என்று "கற்பிதம்" செய்தால் எனது உடலுக்கும் ஊசி முனைக்கும் இடையே ஒரு பரஸ்பர வினைச்செயல் நடைபெறுகிறது என்பது. பிற மக்கள் இருப்பதும், செயலற்றதும், தேவைப்படாததாகும். *நான் மட்டுமே இருக்கிறேன்*. மற்றவர்களும், புற உலகமும், இந்த செயலற்ற "மையப்பகுதி" என்ற வகையினத்தின் கீழ் வருகின்றன. இந்தக் கண்ணோட்டத்தினை உடைய ஒருவர் "*நமது*" புலன் உணர்வுகள் என்பது பற்றிப் பேச முடியாது. மாக் இது பற்றிப் பேசும் பொழுது, அது அவரது அரைகுறை மனதின் வெளிப்பாடாக உள்ளது. அவரது தத்துவம் என்பது வெறும் செயலற்ற வெறுமை யான சொற்களின் குழப்பமே என்பதை இது நிரூபிக்கிறது. இதில், இதன் ஆசிரியருக்கே நம்பிக்கையில்லை.

மாக்கின் அரைகுறை மனதிற்கும் குழப்பத்திற்கும் இது ஒரு சிறந்த எடுத்துக்காட்டு ஆகும். புலன் உணர்வுகள் பற்றிய ஆய்வு என்ற நூலின் அதிகாரம் XI -ன் 6-வது பகுதியில் நாம் பின்வருமாறு படிக்கிறோம்: "புலன் உணர்வுகளை நான் அனுபவிக்கிறேன் என்று நான் கற்பனை செய்தால், நானோ அல்லது வேறு ஒருவரோ எனது மூளையை எல்லாவகையான இயற்பியல், வேதியியல் முறைகள் மூலம் உற்றுநோக்கினால் தான், குறிப்பிட்ட உணர்வு எந்தப் பகுதி யுடன் இணைக்கப்பட்டுள்ளது என்பதைத் தீர்மானிக்க முடியும்…" (பக்.197).

நல்ல வேடிக்கைதான்! இதன் பொருள், நமது புலன் உணர்வுகள் குறிப்பாக மூளையின் குறிப்பிட்ட செயல்முறையுடனும் மற்றும் உடலில் இடம் பெறும் பொதுவான செயல்முறையுடனும் தொடர் புள்ளது என்பதாகும் இல்லையா? ஆம், மாக் உறுதியாக இந்த "அனுமானத்தை" மேற்கொள்கிறார் - இயற்கை விஞ்ஞானத்தின் நிலைப்பாட்டிலிருந்து இந்த முடிவை எடுக்க முடியாது! ஆனால் நமது தத்துவவாதிகள் செயலற்றவை, தேவையற்றவை என்று கூறிய அதே "மையப்பகுதி மற்றும் அதன் பரஸ்பர செயல்" என்ற அதே அனுமானம் தானே இது? பொருள்கள் உணர்வுகளின் அமைப்பு என்று நமக்குக் கூறப்படுகிறது. இதற்கும் அப்பால் செல்வது, மாக் அடித்துச் சொல்வது, பொருள்கள் நமது புலன் உறுப்புகளின் மீது செயல்புரிவதன் விளைவு தான் புலன் உணர்வுகள் என்று கருதுவது, இயக்க மறுப்பியல் தத்துவம் ஆகும். இது செயலற்ற மிகையான அனுமானம் போன்றவை எல்லாம் பெர்க்கிலியின் கருத்து. ஆனால் மூளை என்பது ஒரு பொருள். எனவே மூளை என்பதும் புலன் உணர்வு அமைப்பு அன்றி வேறில்லை. ஆகையினால் புலன் உணர்வு

களின் அமைப்பு மூலம் நான் (*நான்* என்பதும் புலன் உணர்வுகளின் அமைப்பின்றி வேறில்லை), இந்த அமைப்பை உணர்கிறேன். என்னே ஒரு மகிழ்ச்சிக்குரிய தத்துவம்! முதலில் புலன் உணர்வுகள் "உலகின் உண்மையான ஆக்கக் கூறுகள்" என்று கூறப்படுகின்றன. இதன் மீது ஓர் "அசலான" பெர்க்கிலிய அமைப்பு கட்டப்படுகிறது. பின்னர் இதற்கு நேர் எதிரான கருத்து உள்ளே நுழைக்கப்படுகிறது. அதாவது, உயிரினத்தின் குறிப்பிட்ட செயல்முறையுடன் இந்த புலன் உணர்வுகள் இணைக்கப்படுதல் என்ற கருத்து அது. இந்தச் "செயல் முறைகள்", "உயிரினத்துக்கும்" புற உலகிற்குமான பருப்பொருளின் வளர்சிதைமாற்ற செயலுடன் தொடர்புள்ளவை அல்லவா? குறிப்பிட்ட ஒரு உயிரினத்தின் புலன் உணர்வுகள் அதற்கு உலகம் பற்றிய புறவயமாக சரியான கருத்தைத் தெரிவிக்காவிட்டால் இந்தப் பருப்பொருளின் வளர்சிதை மாற்றம் நடைபெற முடியுமா?

பொருள்முதல்வாத அறிவுக் கொள்கையை இயல்பாகப் பின்பற்றும் இயற்கை விஞ்ஞானத்தின் கண்ணோட்டத்துடன் பெர்க்கிலியியத்தின் துணுக்குகளை இயந்திரகதியில் இணைக்கும் பொழுது மாக் இத்தகைய குழப்பமான கேள்விகளைக் கேட்டுக் கொள்வதில்லை... அதே பத்தியில், மாக் எழுதுகிறார்: "தனக்குத் தானே "பருப்பொருள்" (உயிரற்றது) உணர்வினை அனுபவிக்கிறதா என்று சில சமயங்களில் கேட்கப்படுகிறது..." இதன் பொருள் *உயிர்ப் பொருள் கூறான* பொருள் (Organic) உணர்வினை அனுபவிக்கிறது என்பதில் ஐயமில்லை தானே? இதன் பொருள் புலன் உணர்வு என்பது பருப்பொருளின் முதன்மையானது மட்டும் அல்ல, அது பருப்பொருள்களின் பண்புகளில் ஒன்று என்பது தானே? பெர்க்கிலியியத்தின் முட்டாள்தனங்களையெல்லாம் மாக் புறந்தள்ளி விடுகிறார்!... "தற்போது பரவலாக உள்ள இயற்பியல் ரீதியான கருத்துப் படி பருப்பொருளானது *உடனடியாக* மறுக்க முடியாத *எதார்த்தமாக* உள்ளதென்றும், அதிலிருந்துதான் உயிர்ப்பொருள் கூறாகவும் உயிரற்றவையாகவும் கட்டியமைக்கப்படுகிறது என்பதை ஏற்றுக் கொண்டால், இப்பிரச்சனையானது இயல்பாக எழுவது தான்..." என்று அவர் உறுதியாகச் சொல்கிறார். பருப்பொருள் என்பது உடனடியான எதார்த்தம் எனும் இன்றைய இயற்பியல் சிந்தனை மற்றும் எதார்த்தத்தின் ஒருவகையான (உயிர்ப்பொருள் கூறானவை) நன்கு வரையறுக்கப்பட்ட உணர்வினைப் பெற்றிருக்கின்றன என்ற மாக்கின் இந்த உண்மையான ஒப்புதலை நாம் மனதில் கொள்வோம்... மாக் தொடருகிறார்: "அவ்வாறாயின், பருப்பொருளுடைய இந்த அமைப்பில் ஏதோ ஓர் இடத்திலிருந்து திடீரென்று உணர்வு தோன்ற வேண்டும் அல்லது அதன் அடிப்படையில் ஏற்கெனவே இருந்திருக்க வேண்டும். *நமது* கண்ணோட்டத்தின்படி,

இப்பிரச்சனை தவறான ஒன்றாகும். நம்மைப் பொறுத்தவரை பருப் பொருள் என்பது முதல் நிலையானது அல்ல. மாறாக முதல் நிலையாக கொடுக்கப்பட்டது. ஆக்கக்கூறுகள் (elements) ஆகும். (இவை குறிப்பிட்ட பழக்கமான உறவில், புலன் உணர்வுகள் என்று அழைக்கப்படுகின்றன)..."

புலன் உணர்வுகள், உயிர்ப்பொருள் கூறுள்ள பொருளின் குறிப் பிட்ட செயல்முறையுடன் "இணைக்கப்பட்டுள்ளன" என்று இருந்த போதிலும், முதல் நிலையாக அவை உள்ளன! புலன் உணர்வுகள் எங்கிருந்து தோன்றுகின்றன என்று பொருள்முதல்வாதம் (தற்போது பரவலாக உள்ள இயற்பியல் கருத்துப்படி) பதிலளிக்கவில்லை என்ற, தனது முட்டாள்தனமான கருத்துகளை வெளியிடும்பொழுது, மாக் குறை கூறுகிறார். இதுவே ஆன்மீகவாதிகளும், அவர்களைப் பின்பற்றுபவர்களும் பொருள்முதல்வாதிகளை "மறுக்கும்" ஒரு மாதிரியாகும். தீர்வுக்கான எல்லா புள்ளி விவரங்களையும் சேகரிப்ப தற்கு முன்னரே, எந்த ஒரு தத்துவ பார்வையாவது பிரச்சனையைத் "தீர்க்கிறதா?" அதே பத்தியில் மாக் பின்வருமாறு கூறவில்லையா: "(உயிர்ப்பொருள் கூறான (Organic) உலகில் புலன் உணர்வு எந்தள வுக்கு உள்ளது) இந்தப் பிரச்சனைக்கு எந்தவொரு தனிச் சிறப்பான சூழலில்கூட தீர்வு காணாமல் இருக்கும்பொழுது இந்தக் கேள்விக்குப் பதில் சாத்தியமில்லை."

பொருள் முதல்வாதம், மாக்கியம் ஆகியவற்றிற்கு இடையிலான வேறுபாடு பின்வருமாறு உள்ளது. இயற்கை விஞ்ஞானத்திற்கு முழு வதும் இசைவாக உள்ள பொருள் முதல்வாதம், பருப்பொருளை முதல் நிலையாகவும், உணர்வு, சிந்தனை ஆகியவற்றை இரண்டாம் நிலையாகவும் கொள்கிறது. ஏனென்றால் புலன் உணர்வு என்பது அதன் தெளிவான வடிவத்தில், பருப்பொருளின் உயர்மட்ட வடிவத் துடன் (உயிர்ப் பொருள் கூறுள்ள) மட்டுமே தொடர்பு உடையது. அதே சமயத்தில் "பருப்பொருள் அமைப்பின் அடித்தளத்தில்" புலன் உணர்வுக்கு ஒத்த இயல்புள்ள ஒரு திறன் இருப்பதை மட்டுமே ஊகிக்க முடியும் என்பதுதான், ஜெர்மானிய விஞ்ஞானி ஏர்னஸ்ட் ஹெக்கல் (Ernst Haeckel), ஆங்கிலேய உயிரியல் அறிஞர் லாயிட் மார்கன் மற்றும் சிலரின் அனுமானங்கள் ஆகும். மேலே குறிப்பிட்ட திதரோவின் ஊகங்கள் பற்றிக் கூறவேண்டியதில்லை. மாக்கியம் இதற்கு நேர் எதிரான கண்ணோட்டத்தை, கருத்து முதல்வாதக் கண்ணோட்டத்தை மேற்கொண்டுள்ளதால் முதலில் குறிப்பிட்ட வகையில், பருப்பொருளில் மாறாத செயல்முறையுடன் மட்டும் இணைக்கப்பட்ட உண்மையாகப் புலனுணர்வு என்பது இருந்த போதிலும் அதுவே முதன்மையானது என்று எடுக்கப்படும் காரணத்

தினால் அது அபத்தமானதாகிறது. இரண்டாவதாக, புலனுணர்வு களின் சிக்கல் வாய்ந்த தொகுதிகளாகப் பருப்பொருட்கள் இருக் கின்றன என்ற அடிப்படையின் மீது இதர உயிரினங்கள் நிலவுகின்றன என்ற அனுமானத்தால் அது மீறப்படுவதோடும், பொதுவில் இதர "சிக்கல் வாய்ந்த தொகுதிகளுடன்" (complexes) கூடுதலாக மாபெரும் *நான்* என்பது உள்ளது என்ற காரணத்தினாலும் அது அபத்தமான தாகிறது.

ஒன்றும் தெரியாத பலர் "ஆக்கக் கூறு" என்ற சொல்லை (நாம் காணப்போவது போல) ஒரு புதிய கண்டுபிடிப்பாகக் காண்பர். உண்மையில் இது பிரச்சனையை மூடிமறைக்கிறது. உண்மையில் இது ஓர் அர்த்தமற்ற சொல். ஒரு தீர்வு அல்லது முன்னேற்றம் ஏற்பட்டுள்ளது என்ற ஒரு பொய்யான அபிப்பிராயத்தை இது ஏற்படுத்துகிறது. இவ்வாறான இத்தோற்றமே பொய்யானது. ஏனெனில், வெளிப்படையாகவும், முழுமையாகவும் புலனுணர் வைக் கொண்டிராத பருப் பொருளானது, அதே அணுக்கள் (அல்லது எதிர்மின் துகள் - எலக்ட்ரான்) கொண்டு உருவாக்கப்பட்டதாக இருந்தபோதிலும், இன்னும் ஒரு சிறப்புத் தன்மைகொண்ட உணர்வுத்திறத்தை இயல்பாகவே பெற்றதாக உள்ள பருப் பொரு ளுடன் எவ்வாறு தொடர்பு கொண்டதாக இருக்கிறது என்பது இன்னும் ஒன்றுக்கு இரண்டு முறை அலசி ஆராயப்பட வேண்டிய தாகவே நீடிக்கிறது. இந்தத் தீர்வு காணாத பிரச்சனையைப் பொருள் முதல்வாதம் தெளிவாக வரையறுக்கிறது; அதனைத் தீர்ப்பதற்கான முயற்சியை மேற்கொண்டு பரிசோதனை செய்வதைத் தூண்டுகிறது. குழப்பம் மிகுந்த கருத்துமுதல்வாதத்தின் ஒரு வகையான மாக்கியம் இந்த பிரச்சனையை மூடிமறைக்கிறது; "ஆக்கக் கூறு" என்ற பலனற்ற சொற்சிலம்பத்தின் மூலம் இதனை திசைதிருப்புகிறது.

மாக்கின் விரிவான, இறுதியான சமீபத்திய தத்துவப் படைப் பிலிருந்து இங்கு ஒரு பகுதி உள்ளது. இது அவரது கருத்துமுதல்வாத பொய்மையை வெளிக்காட்டுகிறது. *அறிவும் பிழையும்* (Knowledge and Error) என்ற அவரது நூலில் இதை நாம் காண்கிறோம்: "உளவியல் ஆக்கக் கூறுகளான புலன் உணர்வுகளின் மூலம் *எல்லா* உடல் அனுபவங்களையும் காட்டுவதில் கஷ்டம் எதுவுமில்லை. அதாவது தற்கால இயற்பியலில் கையாளப்படும் நிறை, இயக்கம் போன்ற ஆக்கக்கூறுகள் வாயிலாக எவ்வாறு எந்த வகையிலான உளவியல் அனுபவத்தையும் காட்டுவது என்பதை கற்பனை செய்தல் சாத்திய மற்றதாகும். (நிறை மற்றும் இயக்கம் - இத்தனிச்சிறப்பான அறிவிய லுக்கு தமது மாறாத்தன்மையும், சேவை செய்கிற வகையில்)*

---

* மாக், *அறிவும் பிழையும்,* 1906, பிரிவு. 12.

பல தற்கால விஞ்ஞானிகளின் இறுக்கமான கண்ணோட்ட மாகிய, அவர்களது இயக்க மறுப்பியல் கருத்து (அதாவது மார்க் சியத்தின்படி இயங்கியலுக்கு எதிரான) ஆகியன பற்றி, எங்கெல்ஸ் திரும்பத் திரும்ப மிகவும் தெளிவாகப் பேசுகிறார். ஆனால் இந்த இன்றியமையாத இடத்தில் தான் மாக் பாதை தவறினார் என்பதைப் பின்னர் காண்போம். ஏனென்றால், இடையுறவு வழிக்கோட்பாடு (relativism) (உண்மை, சரி, தவறு ஆகிய இதரவற்றுடனான தொடர்பில் மட்டுமே மதிப்பிட முடியும், அத்துடன் எல்லா சூழ்நிலைகளிலும் அனைத்தும் உண்மையாக சரியாக எதுவும் இருக்க முடியாது என்ற நம்பிக்கை - relativism- மொ-ர்.) மற்றும் இயங்கியல் ஆகியவற்றிற்கு இடையே உள்ள உறவினை அவர் புரிந்து கொள்ளவில்லை அல்லது தெரிந்து கொள்ளவில்லை. இங்குதான் மாக் வழி தவறுகிறார். புதிய குழப்பமான கலைச் சொற்கள் இருந்தாலும், மாக்கின் *கருத்துமுதல் வாதம்* இங்கு மிகவும் தெளிவாக வெளிப்படுவதைக் காண்கிறோம். புலன் உணர்விலிருந்து, அதாவது உளவியல் ஆக்கக் கூறுகளில் இருந்து, உடல் ஆக்கக்கூறுகளை உருவாக்குவதில் எந்தக் கஷ்டமும் இல்லை. ஆம். இத்தகைய அமைப்புகளை உருவாக்குவது எளிதானவை. ஏனென்றால் அவை வெறும் சொற்கட்டுமானங்களே; வெற்று மடாலய வாதம் (மத்திய கால தத்துவமுறை - சமய நுணுக்கமுறை - மொ.ர்.); ஆன்மீகவாதத்திற்கு இடமளிப்பவை. இதன் பின்னர் மாக் தனது படைப்புகளை இறை நம்பிக்கையாளர் களுக்கு அர்ப்பணிக்கிறார்; மிகவும் பிற்போக்கான கருத்துமுதல் வாதத் தத்துவத்தைப் பேசும் இவர்கள் மாக்கை இரு கரம் விரித்து வரவேற்கிறார்கள் என்பதில் நமக்கு வியப்பேதுமில்லை. ஏர்னஸ்ட் மாக்கின் "அண்மைக்கால நேர்க்காட்சி வாதம்" வெறும் இருநூறு ஆண்டுகளுக்குப் பிந்தையது. "புலன் உணர்வுகளிலிருந்து, அதாவது உளவியல் ஆக்கக் கூறுகளில்" இருந்து, *ஆன்மீகவாதம்* தவிர வேறு எதையும் "அமைக்க" முடியாது என்று பெர்க்கிலி ஏற்கெனவே எடுத்துக் காட்டியுள்ளார். எதிரிகளை வெளிப்படையாகப் பெயர் சொல்லாமலேயே, பொருள்முதல்வாதத்தைப் பொறுத்த மட்டிலும், மாக் அவரது எதிர் கருத்துகளை முன்வைக்கிறார். இதனை நாம் திதரோவின் விடயத்திலும் பொருள்முதல்வாதிகளின் உண்மை யான கருத்து என்ன என்று முன்னமே கண்டோம். பருப்பொருளின் இயக்கத்திலிருந்து புலன் உணர்வினைப் பெறுவதில் அல்லது பொருளைப் புலன் உணர்வாகக் குறைப்பதில் இக்கருத்துகள் இல்லை; மாறாக புலன் உணர்வு என்பது இயங்கக் கூடிய பருப் பொருளின் ஒரு பண்பாகக் காண்பதில் இது உள்ளது. இந்த விடயத்தில் திதரோவின் நிலையை எங்கெல்ஸ் மேற்கொண்டார். கல்லீரல் பித்தநீரை உற்பத்திச் செய்வது போல் மூளை சிந்தனையைச் சுரக்கிறது என்று நம்பிய வாக்ட், பூக்னர், மொலாஸ்சாட் போன்ற

"கொச்சையான" பொருள்முதல்வாதிகளுடன் எங்கெல்ஸ் சேர வில்லை. பொருள்முதல்வாதத்திற்கு எதிராகத் தனது கருத்துகளை முன்வைக்கும் மாக் - திதரோ, ஃபூயர்பாக், மார்க்ஸ், எங்கெல்ஸ் போன்ற மாபெரும் பொருள்முதல்வாதிகளைப் புறக்கணிக்கிறார். இதையேதான் மற்ற அங்கீகரிக்கப்பட்ட பேராசிரியர்களும் செய்கின்றனர்.

அவெனரியசின் ஆரம்பகால அடிப்படைக் கருத்துகளை விளக்க, குறைந்தபட்ச முயற்சியை செலவிடும் கொள்கைக்கேற்றபடி உலகைப் பற்றிய கருத்தின் தத்துவம் என்ற அவெனரியசின் முதல் சுதந்திரமான தத்துவப் படைப்பை நாம் எடுத்துக் கொள்வோம். இது 1876ஆம் ஆண்டில் வெளியிடப்பட்டது. *அனுபவ ஒருமை வாதம்* (Empirio - monism) என்ற அவருடைய நூலில் போக்தனோவ் கூறுகிறார் (நூல் 1, 2ஆம் பதிப்பு, 1905 ஆம் ஆண்டு பக். 9இல் உள்ள குறிப்பு), "மாக்கின் கருத்துகளை வளர்ப்பதில் உள்ள ஆரம்பப் புள்ளி கருத்து முதல்வாதத் தத்துவம் ஆகும். அதில் உள்ள எதார்த்தத் தன்மை ஆரம்பத்திலிருந்தே அவெனரியசுடையதாகும்." போக்தனோவ் இவ்வாறு கூறினார். ஏனென்றால், மாக் கூறியதை அவர் நம்பினார் (காண்க, *புலன் உணர்வுகள் பற்றிய ஆய்வு*, ரஷ்ய மொழி பெயர்ப்பு, பக். 288). போக்தனோவ் மாக்கை நம்பியிருக்கக் கூடாது. அவரது கூற்று உண்மைக்கு நேர் எதிரானது. இதற்கு நேர் எதிராக, அவரது 1876ஆம் ஆண்டு நூலில் அவெனரியசின் கருத்துமுதல்வாதம் மிகத்தெளிவாக உள்ளது.

1891ஆம் ஆண்டில் அவெனரியசே அதனை ஒப்புக்கொள்ள வேண்டியிருந்தது. *உலகம் பற்றி மனிதனின் கருத்து* (The Human concept of world) என்பதன் முன்னுரையில் அவர் கூறுகிறார்: "எனது முறையான முதல் தத்துவ நூலைப் படித்தவர்கள் சுத்த அனுபவம் பற்றிய பிரச்சனையை நான் 'கருத்துமுதல்வாதக்' கண்ணோட்டத்தில் விளக்க முற்பட்டுள்ளேன் என்று கருதுவார்கள்" *(உலகம் பற்றி மனிதனின் கருத்து, 1891* முன்னுரை பிரிவு IX). ஆனால் "கருத்து முதல்வாதத் தத்துவத்தின் வறட்டுத் தனம் எனது முந்தைய பாதையில் சரியான தன்மையை சந்தேகப்பட வைத்தது." (பிரிவு.x). அவருடைய இந்தக் கருத்துமுதல்வாத நிலைப்பாடு அவெனரியசின் தத்துவ நூல்களில் ஒப்புக் கொள்ளப்பட்டுள்ளது. பிரஞ்சு எழுத்தாளர் களில் கவிலெர்ட் (Cauwelaert) என்பவரை நான் குறிப்பிடுவேன். *தூய அனுபவத் திற்கான முன்னுரையில் அவெனரியசின் தத்துவ நிலைப் பாடு என்பது கருத்துமுதல்வாத ஒருமைவாதம்* (Monistic Idealism) *ஆகும் என்று அவர் கூறுகிறார்.**

---

* F. வான் கவிலர்ட், *அனுபவவாத விமர்சனம்*, Revue neo-scolastique,[12] 1907, Feb., p. 51.

ஜெர்மானிய எழுத்தாளர்களில் ருடால்ப் வில்லியை நான் குறிப்பிடுவேன். இவர் அவெனரியசின் மாணவர். இவர் கூறுவதாவது, "அவெனரியஸ் தனது இளமையில், குறிப்பாக அவரது 1876 ஆம் ஆண்டு நூலில், கருத்துமுதல்வாத அறிவுத் தோற்றவியலின் தாக்கத்திற்குள்ளாகியிருந்தார் என்று அவர் கூறுகிறார்." *

அவெனரியசின் *முன்னுரையில்* கருத்துமுதல்வாதம் இருப்பதை மறுப்பது கோமாளித்தனமாக இருக்கும். அதில் அவர் தெளிவாகக் கூறுகிறார்: *புலன் உணர்வு என்பது ஒன்று மட்டுமே இருப்பதாகக் கருதமுடியும்* " (பக்.10 மற்றும் 65, இரண்டாவது ஜெர்மானியப் பதிப்பு. சாய்ந்த எழுத்துக்கள் நம்முடையவை). அவரது படைப்பில் பகுதி 116இல் அவெனரியஸ் அதன் உள்ளடக்கத்தினைப் பின்வருமாறு கூறுகிறார். இதோ அந்தப் பத்தி முழுவதும் "இருக்கும் பொருள் புலன் உணர்வுடன் உள்ளது; பொருள் அகன்று விடுகிறது [இது "மிகவும் சிக்கனமானது", இதனை நீங்கள் காணவில்லையா? "பொருளும்" புறஉலகமும் இல்லை என்று எண்ணும் பொழுது அதிக முயற்சி தேவையில்லை!] *புலன் உணர்வு* மட்டுமே இருக்கிறது. இருப்பதை நாம் புலன் உணர்வு என்றே கருத வேண்டும். இதற்கு அடிப்படையாகப் புலன் உணர்வு இல்லாதது எதுவும் இல்லை."

"பொருள்" இல்லாமல் புலன் உணர்வு இருக்கிறது. அதாவது மூளை என்பது இல்லாமல் சிந்தனை உள்ளது! இந்த மூளையில்லாத தத்துவத்தை ஆதரிக்கக் கூடிய தத்துவவாதிகள் உண்மையில் இருக்கிறார்களா? இருக்கிறார்கள்! பேராசிரியர் ரிச்சர்ட் அவெனரியஸ் அவர்களில் ஒருவர். ஒரு சாதாரண மனிதன் இதுபற்றி அதிகம் சிந்திக்க சிக்கலாக இருந்தபோதிலும், இந்த வாதத்தைக் காண நாம் சற்று நிற்க வேண்டும். அதே நூலின் பகுதி 89, 90 ஆகியவற்றில் அவெனரியசின் வாதம் பின்வருமாறு:

"...இயக்கம் தான் புலனுணர்ச்சியைத் தோற்றுவிக்கிறது என்ற கூற்று மேற்போக்கான அனுபவத்தை மட்டுமே அடிப்படையாகக் கொண்டது ஆகும். இந்த அனுபவத்தில் புலனுணர்வுத் திறனுக்கான செயல்பாடும் (act of perception) அடங்கும்; செலுத்தப்பட்ட இயக்கத்தின் (தூண்டல்) விளைவாகக் குறிப்பிட்ட பொருளில் (மூளை) புலன் உணர்வு இருப்பதாகக் கருதப்படுகிறது, இதற்குப் பிற பொருட் சூழல் உதவுகிறது (உதாரணம்: இரத்தம்). இருப்பினும் - இந்த அனுபவம் காணப்படவே இல்லை என்ற உண்மை இருந்தபோதிலும் - அனுபவத்தை அதன் சேர்மானப் பகுதிகள் அனைத்திலும், ஓர் உண்மையான அனுபவமாக கருதப்படும் அனுபவத்தை கட்டமைக்க

---

* ருடால்ப் வில்லி, *பள்ளிக்கூட பகுத்தறிவுக்கு எதிராக ஒரு தத்துவ விமர்சனம்* முனிச், 1905, பிரிவு 170.

ஏதோ ஒரு வகையில் பொருளில் புலனுணர்வானது ஏற்கெனவே நிலவவில்லை என்றும், அந்த ஒரு குறிப்பிட்ட பொருளில்தான் புலனுணர்வானது கடத்தப்பட்ட இயக்கத்தின் மூலமாக ஏற்படுகிறது என்றும் காட்ட குறைந்தபட்ச அனுபவச் சான்று தேவைப்படுகிறது. எனவே புலன் உணர்வின் தோற்றம் என்பது செலுத்தப்பட்ட இயக்கத்தின் ஆக்கப் பூர்வமான செயல் என்பதன்றி வேறு வழியில் கருத முடியாது. ஆதலால், இப்பொழுது தோன்றும் புலன் உணர்வு சிறிதளவு கூட இதற்கு முன்னர் இருந்ததில்லை என்று நிரூபிக்க வேண்டும். இதன் மூலம் தான், படைப்பின் சில செயலைக் குறிக்கும் உண்மையை நிறுவ முடியும். இது அனுபவங்கள் தரும் முடிவிற்கு முரணாக இருக்கும். இது இயற்கைப் பற்றிய நமது கண்ணோட்டம் அனைத்தையும் தீவிரமாக மாற்றும். ஆனால் அத்தகைய நிரூபணத்தை எந்தவொரு அனுபவமும் அளிக்கவில்லை, அளிக்க முடியாது. இதற்கு மாறாக, உணர்வுகள் முற்றிலுமாக இல்லாத பொருள், பின்னர் உணர்வுகளை அனுபவிக்கின்றது என்பது ஒரு கருதுகோள் மட்டுமே. ஆனால் இந்தக் கருதுகோள் நமது புரிதலை எளிமைப்படுத்துவதற்குப் பதிலாகச் சிக்கலாக்குகிறது, குழப்புகிறது.

அனுபவம் என்று சொல்லப்படுவது, அதாவது, இத்தருணத்தில் ஒரு பொருளானது, ஒரு கடத்தப்பட்ட இயக்கத்தின் வாயிலாக புலனுணர்ச்சியை உணர்வதானது, நெருங்கிச் சென்று ஆய்வு செய்யும் போது அது மேம்போக்கானது என்று மெய்ப்பிக்கப்படுமானால், அனுபவத்தின் உள்ளடக்கத்தில் இயக்கத்தின் நிலைமை களில் இருந்து புலனுணர்ச்சிக்கான குறைந்தபட்சமான ஒப்பீட்டு ரீதியான தோற்றத்தை உறுதிப்படுத்த இன்னும் போதிய தகவல் சான்று நீடிக்கிறது. அதாவது உள்ளார்ந்ததாகவோ அல்லது குறைந்த பட்சமாகவோ அல்லது வேறு இதரக் காரணத்தினால் உணர்வுக்கு வெளிப்படாததாகவோ இருக்கும் புலனுணர்ச்சியானது கடத்தப்பட்ட இயக்கத்தின் காரணமாக விடுவிக்கப்படுவதாகவோ அல்லது அதிகரிக்கப்படுவதாகவோ அல்லது உணர்வுக்குத் தெளிவாக வெளிப்படுத்த வைக்கப்படுவதாகவோ மாறுவதை உறுதிப்படுத்துவதற்கு அனுபவத்தின் உள்ளடக்கத்தில் இன்னும் போதிய தகவல் சான்று நீடிக்கிறது. இருப்பினும், ஒரு தோற்றமாக மட்டுமே அனுபவத்தின் எஞ்சியிருக்கும் உள்ளடக்கத்தின் துணுக்கு உள்ளது. 'அ' என்ற அசையும் பொருளில் இருந்து, கவனமான உற்றுநோக்கல் மூலம் 'ஆ' என்ற உணர்வுள்ள பொருளை பல இடைநிலைக் கட்டங்கள் மூலம் இயக்கம் ஏற்படுவதைப் பதிவு செய்தால், உள்ளே வரும் இயக்கத்தின் மூலம் 'ஆ'வில் உள்ள உணர்வு கூடுகிறது அல்லது வளர்கிறது. ஆனால் இயக்கத்தின் விளைவாகத் தோன்றியது என்று இதனைக் காணக் கூடாது...."

பொருள்முதல்வாதத்தை அவெனரியஸ் மறுப்பதை நாம் வேண்டுமென்றே முழுவதுமாகக் காட்டியுள்ளோம். "சமீபத்திய" அனுபவவாத விமர்சனத் தத்துவம் வெளியில் உண்மை போல காணப்படும் மோசமான செப்படி வித்தைகளில் இறங்குகிறது என்று வாசகர்கள் கண்டுகொள்வதற்காகத் தொகுத்துள்ளோம். கருத்துமுதல் வாதியான அவெனரியசின் வாதங்களை, *பொருள் முதல்வாத அடிப்படையிலான* தத்துவ வாதங்களைப் போக்த னோவைத் கண்டிக்க வேண்டும் என்றால் அவருடன் ஒப்பிடுவோம். ஏனென்றால் போக்தனோவ் பொருள்முதல்வாதத்தினைக் காட்டிக் கொடுக்கிறார்!

கடந்த காலங்களில், ஒன்பது வருடங்களுக்கு முன்பு போக்தனோவ் பாதி இயற்கை அறிவியல் பொருள்முதல்வாதியாக இருந்தார். (அதாவது அக்கால விஞ்ஞானிகள் இயல்பாகப் பின் பற்றிய பொருள்முதல்வாத அறிவுக் கொள்கையைப் பின்பற்றினார்). அப்பொழுது குழப்பவாதி ஆஸ்வால்ட் அவரைப் பாதி மாற்றி யிருந்தார். அவர் எழுதினார்: "பண்டைக் காலத்திலிருந்து தற்காலம் வரை, விரிவான உளவியல் உணர்வுநிலை பற்றிய உண்மைகளை மூன்று வகையினங்களாகப் பிரித்துள்ளது: புலன் உணர்வுகளும் கருத்துகளும் உள்ள பகுதி; மனக்கிளர்ச்சிகளின் பகுதி; தூண்டுதல் களின் (impulse) பகுதி... முதல் பிரிவில், உணர்வு நிலையில் இடம் பெறும் புற அல்லது அக உலக நிகழ்வுகளின் *பிம்பங்கள்* உள்ளன... உணர்வில் அவற்றால் அப்படியே எடுத்துக் கொள்ளப்படுகிறது. பொருத்தமான புற உலக நிகழ்ச்சி மூலம் புலன் உறுப்புகள் வழியாக உருவாகும் பிம்பம் 'புலன் உணர்வு' எனப்படுகிறது."* மேலும் அவர் கூறுகிறார்: "புலனுணர்ச்சி... புறத்தில் உள்ள புலன் உறுப்புகள் வெளிப்புற சூழ்நிலையில் இருந்து வரும் ஒரு குறிப்பிட்ட தூண்டு தலின் விளைவால் உணர்வில் ஏற்படுகிறது" (பக்கம் 222). அத்துடன் மேலும் அவர் கூறுவதாவது: "புலன் உணர்ச்சிதான் மனதிற்கு அடிப் படை; அதுதான் புறஉலகத்துடன் அதற்கான உடனடித் தொடர்பு ஆகும்" (பக். 240). "புலன் உணர்வுச் செயல் முறையின் ஒவ்வொரு அடியிலும், உணர்வு நிலைக்குள்ளாகச் செல்லும் புறத்தூண்டலின் சக்தி மாற்றம் பெறுகிறது" (பக்.133). 1905ஆம் ஆண்டிலேயே கருத்துமுதல் வாதத்திற்காக போக்தனோவ், ஆஸ்வால்ட், மாக் ஆகியோ ருடன் பொருள்முதல்வாத நிலைப் பாட்டைக் கருத்துமுதல்வாதத் துக்காக ஏற்கெனவே தத்துவத் துறையில் கைவிட்டிருந்ததுடன் (நினைவின்றி!) தனது *அனுபவவாத ஒருமைவாதம்* என்ற அவரது நூலில் எழுதினார்: "புறத்தூண்டலின் சக்தியானது, 'தந்தி' வகையான

* ஏ. போக்தனோவ், *இயற்கையின் வரலாற்றுக் கண்ணோட்டத்தின் அடிப்படைக் கூறுகள்,* புனித பீட்டர்ஸ்பர்க், 1899, பக். 216.

நரம்பு மின்சாரமாக நரம்பு முனைகளில் மாற்றம் பெறுகிறது (இது இன்னும் போதுமான அளவு ஆராயப்படவில்லை. ஆனால் இதில் புதிர் ஒன்றுமில்லை) இது முதலில் நியூரான்களை அடைகிறது. இவை, 'கீழ்' மையங்களில் உள்ளன. அதாவது "நரம்பு மையம் சார்ந்த மூளைக்கும் - முதுகுத் தண்டுவடத்துக்கும் ஒருங்கே தொடர்புடைய, மூளையின் வெளிப்புறப் பகுதி போன்ற இதரவை." (நூல் I, 2ஆம் பதிப்பு, *1905, பக்.118*).

இந்த பேராசிரியர்களது தத்துவத்தினால் குழப்பப்படாத ஒவ்வொரு விஞ்ஞானிக்கும் ஒவ்வொரு பொருள்முதல்வாதிக்கும் புலன் உணர்ச்சிதான் உணர்வுக்கும் புற உலகிற்குமான தொடர்பு என்று தெரியும். அது புறத்தூண்டலின் சக்தியை உணர்வின் பகுதியாக மாறுவதாகும். இந்த மாறுதலை நாம் ஒவ்வொருவரும் கோடிக் கணக்கான தடவை காண்கிறோம். கருத்துமுதல்வாதத்தின் சொற்புரட்டு என்பது, புலன் உணர்வைப் புறஉலகிற்கும் உணர்விற்கும் உள்ள தொடர்பாகக் காணாமல், புற உலகையும் உணர்வையும் பிரிக்கும் ஒரு வேலியாக, புலன் உணர்விற்குச் சமமான புறஉலகின் பிம்பமாக புலன் உணர்வுடன் தொடர்புடைய புற உலகின் பிம்பமாக காணாமல், "தனித்த ஒன்றாகக்" காண்பதில் உள்ளது. இந்தப் பழைய புரட்டு வாதத்திற்கு, அதாவது பெர்க்கிலி பாதிரியார் ஏராளமான முறை அணிந்து கந்தலாக்கிப் போட்ட இந்த ஆடைக்கு சிறிதளவு மாறிய ஒரு வடிவத்தை அவெனரியஸ் கொடுத்தார். புலன் உணர்விற்கும், ஒரு குறிப்பிட்ட முறையில் அமைக்கப்பட்ட பருப்பொருளுக்கும் உள்ள எல்லாத் தொடர்பு களும் பற்றி நமக்கு இன்னும் தெரியவில்லை. ஆகையினால் புலன் உணர்ச்சி மட்டுமே இருப்பதை நாம் ஏற்றுக் கொள்வோம் - இதுதான் அவெனரியசின் புரட்டுவாதம் ஆகும்.

அனுபவவாத விமர்சனத்தின் அடிப்படையான கருத்துமுதல் வாத அடித்தளத்தின் கூறுகளைப் பற்றிய நமது விளக்கத்தை முடிவுக்குக் கொண்டுவர, இந்தத் தத்துவப் போக்கின் ஆங்கிலேய, பிரஞ்சு பிரதிநிதிகள் பற்றிச் சுருக்கமாகக் காண்போம். கார்ல் பியர்சன் என்ற ஆங்கிலேயர் பற்றி மாக் தெளிவாகக் கூறுகிறார். அதாவது, அவர் (மாக்) "எல்லா முக்கிய அம்சங்களிலும், அவருடைய அறிவுத் தோற்றவியல் கருத்துகளுடன் இசைந்து செல் கிறார்". (*இயந்திரவியல்*, முன்னர் மேற்கோள் காட்டிய பதிப்பு, பக்கம் IX.) பியர்சன் மாக்குடன் ஒத்துப் போகிறார்.* பியர்சனைப்

---

* *அறிவியலின் இலக்கணம்,* கார்ல் பியர்சன், 2ஆம் பதிப்பு, இலண்டன், ஆண்டு 1900, பக். 326.

பொறுத்தவரை "மெய்யான பொருட்கள்" என்பவை "புலனுணர்ச்சிப் பதிவுகளாகும்". புலன் உணர்வு பதிவுகளுக்கு அப்பாற்பட்டு உள்ள பொருளை அங்கீகரிப்பது இயக்க மறுப்பியல் தத்துவம் என்று அவர் கூறுகிறார். பொருள்முதல்வாதத்திற்கு எதிராக, தீவிரமாக பியர்சன் போராடுகிறார் (ஃபூயர்பாக் அல்லது மார்க்ஸ், எங்கெல்சை பற்றி ஒன்றும் தெரியாமலேயே); நாம் மேலே ஆய்வு செய்த வாதங்களிலிருந்து வேறுபட்டதாக அவருடையவை இல்லை. இருப்பினும் பொருள்முதல்வாதி போன்ற வேடம் அணிவது பியர்சனுக்குப் ஒவ்வாதது (இது ரஷ்ய மாக்கியர்களின் தனிப்பண்பு). பியர்சன் மிகவும் சிந்தித்து செயலாற்றாதவராக உள்ளார். அவர் அவரது தத்துவத்திற்கு எந்தப் புதுப்பெயரையும் கண்டுபிடிக்கவில்லை. அவரது தத்துவம் *"கருத்து முதல்வாதம்"* என்று அவர் அறிவிக்கிறார் (மே.நூ.பக்.326)! தனது பரம்பரையைப் பெர்க்கிலி, ஹியூம் ஆகியோரிடமிருந்து காட்டுகிறார். நாம் ஏற்கெனவே அடிக்கடி கண்டது போல, அதன் நாணயத்திலும், உறுதியிலும் பியர்சனின் தத்துவம் மாக்கிடமிருந்து வேறுபடுகிறது.

பிரஞ்சு இயற்பியலாளர்களான பியரி டுஹெம், ஹென்றி பாயின்கர் ஆகியோரிடம் தனக்குள்ள தொடர்பினை மாக் தெளிவாகக் கூறுகிறார்.* புதிய இயற்பியல் என்ற அத்தியாயத்தில் இந்த எழுத்தாளர்களது குழப்பமான, முரண்பாடுள்ள கருத்துக்கள் பற்றி நாம் காண வேண்டியிருக்கிறது. பாயின்கரை பொறுத்தவரை, பொருள்கள் என்பது புலன் உணர்ச்சிகளின் தொகுப்பு மட்டுமே என்று கூறி இங்கு நிறுத்திக் கொள்வோம்.** இதே கருத்தைத் தான் டுஹெமும் வெளியிடுகிறார்.***

இப்பொழுது, தமது கருத்துமுதல்வாத பார்வையை ஒப்புக்கொண்டு, மாக்கும் அவெனரியசும் எவ்வாறு அதனை தங்களின் பின்வரும் படைப்புகளில் *திருத்தி* எழுதினர் என்று காண்போம்.

---

* *புலனுணர்ச்சிகளின் பகுப்பாய்வு*, பக். 4, அறிவும் பிழைக்குமான முன்னுரை, இரண்டாவது பதிப்பு,

** ஹென்றி பாயின்கர், *அறிவியலின் மதிப்பு*, பாரீசு, 1905, (ஓர் இரசிய மொழிபெயர்ப்பும் உள்ளது).

*** P. டுஹெம் (இயற்பியல் கோட்பாடு, அதன் இலக்கும் கட்டமைப்பும், பாரீசு, 1906, பக்கம் 6 மற்றும் 10.

2. "உலக ஆக்கக் கூறுகளைக் கண்டறிதல்"

சூரிச் பல்கலைக்கழகத்தில் பேராசிரியராக இருக்கும் பிரெடரிக் அட்லர் என்பவர் மார்க்சுடன் மாக்கை இணைக்கும் ஆர்வத்தில் இந்தத் தலைப்பில் மாக் பற்றி எழுதுகிறார்.* இந்த ஒன்றும் தெரியாத பல்கலைக்கழகப் பேராசிரியருக்கு உரிய மரியாதை கொடுக்க வேண்டும்: அவரது அப்பாவித்தனமான நிலையில் அவர் மாக்கியத்திற்கு நன்மை செய்வதைவிடத் தீமையே செய்கிறார். குறைந்தபட்சம் அவர் கேள்வியை நேரடியாகவே கேட்கிறார்: மாக் உண்மையில் "உலக ஆக்கக் கூறுகளைக் கண்டுபிடித்தாரா?" அவ்வா றாயின் மிகவும் பின்தங்கிய அறியாத மக்களே பொருள்முதல்வாதி களாக இருக்க முடியும். அல்லது இந்தக் கண்டுபிடிப்பு பழைய தத்துவப் பிழைகளுக்கு மாக் செல்லுதலாகுமா?

1872ஆம் ஆண்டில் மாக்கும், 1876ஆம் ஆண்டில் அவெனரியசும் சுத்தமான கருத்துமுதல்வாதக் கண்ணோட்டத்தையே கொண்டிருந் தனர் என்பதை நாம் கண்டோம். அவர்களுக்கு உலகம் என்பது நமது புலன் உணர்ச்சி மட்டும்தான். 1883ஆம் ஆண்டு மாக்கின் *இயந்திரவியல்* என்ற நூல் வெளிவந்தது. இதன் முதல் பதிப்பின் முன்னுரையில் அவெனரியசின் *முன்னுரையை* குறிப்பிடுகிறார். அவரது கருத்து தனது தத்துவத்திற்கு "நெருக்கமாக" உள்ளது என்று வாழ்த்து கூறுகிறார். ஆக்கக்கூறுகள் தொடர்பான வாதங்கள் *இயந்திரவியலில்* உள்ளன. "நாம் சாதாரணமாகப் *புலன் உணர்ச்சி* என்று அழைக்கும் *ஆக்கக் கூறுகளின்* அமைப்பினைத் தான் எல்லா இயற்கை விஞ்ஞானங்களும். சித்திரிக்கவும், பிரதிபலிக்கவும் முடியும். இந்த ஆக்கக் கூறுகளின் தொடர்பு பற்றியது இது... 'அ' (வெப்பம்) என்பதற்கு 'ஆ' (ஜுவாலை) என்பதனுடனான தொடர்பு *இயற்பியலின்* பிரச்சனை. 'அ' என்பதற்கு 'இ' (நரம்புகள்)யுடனான தொடர்பு உடலியலின் பிரச்சனை. இவை *தனித்தனியாக* இல்லை; இவை இணைந்தே உள்ளன. தற்காலிகமாக மட்டுமே நாம் இவற்றைப் புறக்கணிக்க முடியும். தூய இயந்திரவியல் செயல் முறைகள் கூட எப்பொழுதுமே உடலியல் செயல்முறைகளாக உள்ளன" (அதே நூல், ஜெர்மன் பதிப்பு, பிரிவு. 499). இதனையே நாம் *புலன் உணர்ச்சிகள் பற்றிய பகுப்பாய்வு* (Analysis of sensation)

---

* பிரெடரிக் அட்லர், *உலக ஆக்கக்கூறுகளைக் கண்டறிதல்* (மாக் அவர்களின் 70-வது பிறந்தநாளை முன்னிட்டு), எதிர்ப்பு[13],1908,. *சர்வதேச சோசலிச மறுசீராய்வு*[14] 1908, எண். 10 (ஏப்ரல்). *வரலாற்றுப் பொருள்முதல்வாதம்* என்ற கருத்தரங்கில் அட்லருடைய கட்டுரைகளில் ஒன்று இரசிய மொழியில் மொழியாக்கம் செய்யப்பட்டது.

என்பதில் காண்கிறோம்: 'ஆக்கக் கூறு' என்பதற்குப் பதிலாக அல்லது இணையாக எப்பொழுதெல்லாம் "புலன் உணர்ச்சி" "புலன் உணர்ச்சிகளின் அமைப்பு" என்ற சொற்கள் பயன்படுத்தப்படுகின்றனவோ, அவற்றை இந்த உறவு நிலையில் தான், [அதாவது; அ, ஆ, இ, ஈ என்பனவற்றை க, ல, ம என்பனவற்றுடன் இணைத்து, அதாவது நாம் பொருள்கள் என்று சாதாரணமாக அழைக்கும் அமைப்புகளை நமது உடல் என்ற அமைப்புடன் இணைத்து] மற்றும் உறவு இந்த இயல்பான செயல்முறை சார்ந்த நிலையில் உள்ள ஆக்கக்கூறுகளைத் தான், நாம் புலன் உணர்ச்சிகள் என்று அழைக்கிறோம்" (ரஷ்ய மொழிபெயர்ப்பு, பக். 23, 17). "ஒரு நிறம் என்பது அது எடுத்துக்காட்டாக ஒளிரச்செய்யும் தோற்றுவாயை சார்ந்து இருப்பதாகக் காணும் பொழுது ஒரு பௌதிகப் பொருள் ஆகும் (மற்ற நிறங்கள், வெப்பம், வெளி போன்றவையும் அவ்வாறே) விழித்திரையைச் சார்ந்து அது இருப்பதை நான் காணும் பொழுது, (க, ல, ம போன்ற ஆக்கக்கூறுகள்) அது ஒரு உளவியல் பொருள், ஓர் புலன் உணர்ச்சி ஆகும்" (அதே நூல் பக். 24).

இவ்விதமாக உலக ஆக்க கூறுகளைக் கண்டுபிடித்தது பின் வருமாறு உள்ளது:

1. இருப்பவை எல்லாம் புலன் உணர்ச்சிகளே,
2. புலன் உணர்ச்சிகளே ஆக்கக் கூறுகள் என்று அழைக்கப் படுகின்றன,
3. ஆக்கக் கூறுகள் இயற்பொருள், உளவியல் என்று பிரிக்கப் படுகின்றன. பின்னால் கூறப்பட்டது மனிதனது நரம்புகளை, மனித உறுப்புகளைச் சார்ந்தது; முதலில் சொல்லப் பட்டவை அவ்வாறாக சார்ந்தது இல்லை.
4. இயற்பொருள் சார்ந்த ஆக்கக்கூறுகள், உளவியல் ஆக்கக் கூறுகள் ஆகியவற்றிற்குரிய தொடர்பு தனித்தனியாக இருப்பதில்லை என்று கூறப்படுகிறது. இவை இணைந்தே உள்ளன.
5. தற்காலிகமாக மட்டுமே இவற்றில் எதையேனும் உள்ள தொடர்புகளை விட்டுவிட முடியும்.
6. இந்தப் "புதிய" கொள்கை "ஒருதலைப்பட்சமானது" அல்ல என்று அறிவிக்கப்பட்டது.*

---

* மாக் தனது *புலன் உணர்ச்சிகள் பற்றிய பகுப்பாய்வு* எனும் நூலில் : "இந்த ஆக்கக் கூறுகளை வழக்கமாகப் புலன் உணர்ச்சி என்கிறோம். ஆனால் இச்சொல் ஒருதலைப்பட்சமான கொள்கையைக் குறிப்பதால், நாங்கள் ஆக்கக் கூறு என்ற சொல்லை முன்வைக்கிறோம் (ப.27-28).

இங்கு உள்ளது ஒருதலைப்பட்சமானது மட்டுமல்ல; எதிர் எதிரான தத்துவப் போக்குகள் ஒழுங்கற்று இணைக்கப்பட்டும் உள்ளன. புலன் உணர்ச்சிகளை *மட்டுமே* நீங்கள் அடிப்படையாகக் கொண்டுள்ளதால், "ஆக்கக் கூறு" என்பதன் மூலம் குறிக்கப்படும் கருத்துமுதல்வாத "ஒருதலைப்பட்சத்தை" நீங்கள் திருத்திக் கொள்ளவில்லை. பிரச்சனையைக் குழப்புகிறீர்கள்; உங்கள் கொள்கையிலிருந்தே கோழைத்தனமாகப் பின்வாங்குகிறீர்கள். வேறுவிதமாகக் கூறினால் இயல்பொருள், உளவியல் ஆகியவற்றிற்கு இடையே உள்ள எதிர் நிலையை நீங்கள் நீக்கி விடுகிறீர்கள்*; பொருள்முதல்வாதம் (இதில் இயற்கை மற்றும் பருப்பொருள் முதல் நிலையாக கருதுவது); கருத்துமுதல்வாதம் (இங்கு ஆன்மா, மனது, புலன் உணர்ச்சி முதல் நிலையாக கருதுவது) ஆகியவற்றிற்கு இடையே உள்ள எதிர்நிலையை உண்மையில் உடனுக்குடன் மீண்டும் கொண்டுவந்து விடுகிறீர்கள். உங்களது அடிப்படைக் கூற்றிலிருந்து விலகி, இதனை நீங்கள் மறைமுகமாகக் கொண்டு வருகிறீர்கள்! ஏனென்றால், ஆக்கக் கூறுகள் தான் புலன் உணர்ச்சி என்றால், எனது நரம்பு, மனது ஆகியவற்றைச் *சாராமல்* அவை இருப்பதை நீங்கள் சிறிதளவு கூட ஏற்றுக் கொள்ள உரிமையே இல்லை. ஆனால் எனது நரம்புகள், புலன் உணர்வுகள் ஆகியவற்றைச் சாராமல் பௌதிகப் பொருள்கள் உள்ளன என்றும், எனது விழித்திரை மீது செயல்புரிவதன் மூலம் புலன் உணர்ச்சியைத் தோற்றுவிக்கின்றன என்றும் நீங்கள் ஒப்புக் கொண்டால் நீங்கள் உங்களது "ஒருதலைப்பட்சமான" கருத்துமுதல் வாதத்தை அவமான கரமாகக் கைவிட்டு "ஒருதலைப்பட்சமான" பொருள்முதல்வாத நிலைப்பாட்டை மேற்கொள்கிறீர்கள்! நிறம் என்பது விழித் திரையைச் சார்ந்த புலன் உணர்ச்சி என்றால் (இயற்கை விஞ்ஞானம் உங்களை ஒப்புக் கொள்ளக் கட்டாயப் படுத்துகிறது), விழித்திரையில் விழும் ஒளிக்கதிர்கள் நிறம் என்ற உணர்வைத் தோற்றுவிக்கின்றன. இதன் பொருள், நமக்குப் புறத்தே நம்மைச் சாராமல், பருப்பொருளின் இயக்கம் உள்ளது; ஒரு குறிப்பிட்ட நீளமும் திசைவேகமும் உள்ள அண்டவெளியில் வியாபித்திருப்பதாக சொல்லப்படும் பொருள் மற்றும் ஈதர் அலைகள் நமது விழித்திரை மீது செயல் புரிந்து மனிதனுக்கு நிறம்

---

* "உலகிற்கும், *தனிநபருக்கும்* இடையிலான, புலனுணர்ச்சி அல்லது தோற்றம் மற்றும் பொருளுக்கும் இடையிலான எதிர்நிலையானது பின்னர் மறைந்துபோய்விடுகிறது, அத்துடன் இவை அனைத்தும் தாமே ஆக்கப் பொருட்களுடைய ஒரு தொகுதியாகத் தம்மைக் குறுக்கிக் கொள்கின்றன.'' (மேலே சொன்ன நூல், பக். 21).

என்ற உணர்ச்சியை அளிக்கின்றன. இயற்கை விஞ்ஞானம் இவ்வாறு தான் இதனைக் காண்கிறது. மனிதனது விழித்திரைக்கு மனிதனைச் சாராமல் வெளியே இருக்கும் பல்வேறு அலை நீளமுள்ள பல்வேறு நிறங்களின் புலன் உணர்ச்சிகளை அது விளக்குகிறது. இதுதான் பொருள்முதல்வாதம்: நமது புலன் உறுப்புகளின் மீது செயல்புரியும் பருப்பொருள் தான் உணர்ச்சிகளைத் தோற்றுவிக்கிறது. புலன் உணர்ச்சி குறிப்பிட்ட முறையில் அமைக்கப்பட்டுள்ள மூளை, நரம்பு, விழித்திரை, அதாவது பருப்பொருள் பொறுத்து உள்ளது. பருப்பொருளின் இருப்பு புலன் உணர்ச்சியைச் சார்ந்து இருக்க வில்லை. பருப்பொருள் முதல் நிலையானது. ஒரு குறிப்பிட்ட முறையில் பருப்பொருள் அமைக்கப்பட்டதன் விளைவுதான் புலன் உணர்ச்சி, சிந்தனை, பொதுவான பார்வை உணர்வு ஆகியன. இந்த பார்வை பொருள்முதல்வாதமாகும், குறிப்பாக மார்க்ஸ் எங்கெல்சின் கண்ணோட்டம் ஆகும். "ஆக்கக்கூறு" என்ற சொல்லின் மூலம் பொருள்முதல்வாதத்தை மாக்கும் அவெனரியசும் *ரகசியமாகக்* கொண்டு வருகின்றனர். இது அவர்களது "ஒருதலைப் பட்சமான" அகநிலைக் கருத்துமுதல்வாதம் என்ற கொள்கையை விடுவிக்கிறது. மனது என்பது விழித்திரை, நரம்புகள் போன்றவற்றைச் சார்ந்து உள்ளது என்பதையும், பொருள் என்பது மனிதனை சாராமல் உள்ளது என்பதையும் அனுமதிப்பது போல் தோன்றுகிறது. "ஆக்கக் கூறு" என்ற சொல் மூலமாக செய்யும் வித்தை என்பது வெறுக்கத்தக்க ஏமாற்றுவாதம், ஏனென்றால் மாக், அவெனரியஸ் ஆகியோரைப் படிக்கும் ஒரு பொருள்முதல்வாதி "ஆக்கக் கூறு" என்றால் என்ன என்று கேட்பான்? ஒரு புதிய சொல்லைக் கண்டு பிடிப்பதன் மூலம் அடிப்படையான தத்துவப் போக்கினை ஒருவன் கைவிடுவான் என்று எதிர்பார்ப்பது குழந்தைத்தனமானது ஆகும். மாக், அவெனரியஸ் மற்றும் பெட்சோல்ட்* ஆகிய அனுபவவாத விமர்சகர்கள் கருதுவது போல ஆக்கக்கூறுகள் ஒரு புலன் உணர்ச்சி என்றால், பெரியவர்களே, உங்கள் தத்துவம் ஆன்மீகவாதத்தை "புறவயத் தன்மையுள்ள" ஆடை மூலம் மூடிமறைக்க முயற்சிக்கும் கருத்துமுதல்வாதம் ஆகும். அல்லது "ஆக்கக் கூறு" என்பது புலன் உணர்ச்சி இல்லை என்றால் இந்தப் "புதிய" சொல்லுடன் எந்தக் கருத்தும் இணைக்கப்படவில்லை; இது அற்பமான வெத்துவேட்டு ஆகும்.

---

* ஜோசப் பெட்சோல்ட், *தூய அனுபவத் தத்துவத்திற்கான ஒரு அறிமுகம்*, லிப்சிக் 1900, பகுதி 113: "ஆக்கப் பொருட்கள் என்பவை புலனுணர்ச்சிகளின் எளிய, குறுக்கமுடியாத புலனுணர்வுகளின் சாதாரண வடிவமாகும்."

உதாரணமாக பெட்சோல்ட்டை எடுத்துக் கொள்ளுங்கள். வி. லிசெவிச் என்ற முதலாவது புகழ்பெற்ற ரஷ்ய அனுபவவாத விமர்சகர் இவரை நிகரில்லாத நிபுணர் என்று அழைக்கிறார்.*
மேலே குறிப்பிட்ட நூலின் இரண்டாவது பாகத்தில் ஆக்கக் கூறு களைப் புலன் உணர்ச்சிகள்தான் என்று வரையறை செய்த பின்னர், அவர் கூறுகிறார்: "புலன் உணர்ச்சிகள் தான் உலகின் ஆக்கக் கூறுகள் என்ற கூற்றில், புலன் உணர்வு என்பது அகவயமானது என்று மட்டும் சொல்வதோடு, எனவே அது புலன் கடந்தது என்று குறிப்ப தாக எடுத்துக் கொள்ளக் கூடாது; இதன் மூலம் உலகம் பற்றிய சாதாரண சித்திரத்தை ஒரு பொய்த் தோற்றமாகக் கொள்ளக் கூடாது." **

ஒன்றையே திரும்பத் திரும்பக் கூற முடியாது. புலன் உணர்ச்சிகள் உலக ஆக்கக் கூறுகளாகக் கருதப்படும் பொழுது, உலகம் "ஆவியாகி விடுகிறது" அல்லது பிரமையாக மாறிவிடுகிறது என்று பெட்சோல்ட் கருதுகிறார். புலன் உணர்ச்சியினை அகவயமானது மட்டும்தான் என்று கருதக் கூடாது என்று கூறுவதன் மூலம் அவர் இந்த விஷயத்திற்கு உதவுகிறார் என்று கற்பனை செய்கிறார்! இது ஒரு கோமாளித்தனமான ஏமாற்று வேலை அல்லவா? புலன் உணர்ச்சியைப் புலன் உணர்ச்சி "என்று" கருதுகிறோமா? அல்லது இதன் பொருளை விரிவுபடுத்துகிறோமா? என்பதில் ஏதேனும் வேறுபாடு உள்ளதா? மனிதனின் புலன் உணர்ச்சிகள் பொதுவாக நரம்புகள், விழித்திரை, மூளை ஆகியவற்றுடன் தொடர்புடை யவை, புற உலகம் நமது புலன் உணர்ச்சிகளைச் சாராமல் இருக்கிறது என்ற உண்மையை இது கைவிடுகிறதா? ஏமாற்றுவதன் மூலம் இந்தப் பிரச்சனையை நீங்கள் தவிர்க்க விரும்பினால், அகவயம், ஆன்மீகவாதம் ஆகியவற்றிற்கு எதிராக உங்களைப் "பாதுகாத்துக்" கொள்ள விரும்பினால், முதலில் உங்கள் தத்துவத்தின் அடிப்படையான கருத்துமுதல்வாதக் கருதுகோளில் இருந்து உங்களைப் பாதுகாத்துக் கொள்ள வேண்டும்; உங்களது கருத்துமுதல்வாதப் போக்கிலிருந்து (புலன் உணர்ச்சியிலிருந்து புற உலகத்திற்கு) நீங்கள் பொருள்முதல்வாதப் போக்கிற்கு மாற வேண்டும் (புற உலகில் இருந்து புலன் உணர்ச்சிக்கு); ஒன்றுமற்ற குழப்பமான சொல்லான "ஆக்கக்கூறு" என்பதை நீங்கள் கைவிட வேண்டும். நிறம் என்பது ஒரு பௌதிகப் பொருள் விழித்திரை மீது

---

* V. லிசெவிச், அறிவியல் (இதனை புதுப்பாணியான, பேராசிரியர்தனமான, தேர்ந்தெடுக்கப்பட்டது என்று படிக்க) *தத்துவம் என்றால் என்ன?* புனித பீட்டர்ஸ்பர்க், 1891, பக். 229-247.

** பெட்சொல்ட், லிப்சிக், 1904, பிரிவு 329.

செயல்புரிவதன் விளைவு என்று நீங்கள் கூற வேண்டும். இது, புலன் உணர்ச்சியானது நமது புலன் உறுப்புகளின் மீது பருப்பொருளின் செயலால் ஏற்படும் விளைவு என்று கூறுவதற்கு இணையானது.

மறுபடியும் நாம் அவெனரியசை எடுத்துக் கொள்வோம். அவருடைய கடைசி நூலில் "ஆக்கக் கூறுகள்" பற்றிய மிகவும் மதிப்புள்ள விஷயம் காணப்படுகிறது (அவரது தத்துவத்தைப் புரிந்து கொள்ள மிக முக்கியமானது என்று இதனை ஒருவர் கூறலாம்). *உளவியலின் பொருள் பற்றிய கருத்து மீதான குறிப்புகள்.* * இந்த ஆசிரியர் இங்கு ஒரு வரைப்பட "அட்டவணையினை" தருகிறார் (தொகுதி. XVIII, ப. 410). அதன் முக்கிய பகுதியை நாம் இங்கு தருகிறோம்:

1. பொருள்கள், அல்லது திடமானவை	ஆக்கக் கூறுகள், ஆக்கக் கூறுகளின் அமைப்புகள்: உடல் சார்ந்த சடத்தன்மையான பொருள்கள்.
2. சிந்தனைகள், அல்லது மனம் சார்ந்தவை	பருப்பொருள் சாராதவை, உடல் அல்லது சாராதவை, நினைவுகள், கற்பனைகள்.

"ஆக்கக் கூறுகள்" பற்றிய அவரது பக்கம் விளக்கத்திற்குப் பின் (*புலன் உணர்ச்சிகள் பற்றிய பகுப்பாய்வு* - ப. 33) மாக் கூறுவதுடன் ஒப்பிட்டுப் பாருங்கள்: "பொருள்கள் புலன் உணர்வைத் தோற்றுவிப்பது இல்லை. ஆக்கக் கூறுகளின் தொகுப்பு தான் (புலனுணர்ச்சிகளின் தொகுப்பான அமைப்புகள்) பொருள்களை அமைக்கின்றன." கருத்துமுதல்வாதம், பொருள்முதல்வாதம் ஆகியவற்றின் ஒருதலைப்பட்சத்தை வெற்றி கொள்ளும் "உலக ஆக்கக்கூறுகள் பற்றிய கண்டுபிடிப்பு" இங்கு உள்ளது! முதலில் நமக்கு ஆக்கக் கூறுகள் ஒருவிதமாக புதியது ஒரே சமயத்தில் பௌதிகமானதாகவும், உளவியல் சார்ந்தவையாகவும் உள்ளது என்று உறுதியளிக்கப்படுகிறது. பின்பு மறைமுகமாக ஒரு சிறு திருத்தம் நுழைக்கப்படுகிறது: பொருள்முதல்வாத ரீதியில் பருப்பொருளுக்கும் (பொருள்கள், சடப் பொருள்கள்) உளம் சார்ந்தவற்றுக்கும் (புலனுணர்ச்சிகள், நினைவுகள், கற்பனைகள்) மனத்தால் பற்றமுடியாத வகையில் வரையறை விளக்கம் கொடுப்பதற்குப் பதிலாக திடமான (substantial) ஆக்கப்பொருட்கள் மற்றும் மன ரீதியான ஆக்கக்கூறுகள் என்ற "அண்மை நேர்க்காட்சிவாத" ரீதியான கோட்பாடு நம் முன் வைக்கப்

* அவெனரியஸ், *உளவியலின் பொருள் பற்றிய கருத்து மீதான குறிப்புகள், அறிவியல் தத்துவத்திற்கான காலாண்டு இதழ்,*[15] XVIII(1894) மற்றும் XIX (1895).

படுகிறது. "உலக ஆக்கக்கூறுகளின் கண்டுபிடிப்பில்" இருந்து அட்லர் (ஃபிரிட்ஸ்) பெரிதாக எதையும் பெற்றுவிடவில்லை!

பிளெக்கனோவிற்கு எதிராக வாதிட்ட போக்தனோவ் 1906 ஆம் ஆண்டு எழுதினார்: "...தத்துவத்தில் என்னை ஒரு மாக்கியர் என்று கூற முடியாது. 'இயற்பொருள் சார்ந்தவை' மற்றும் 'உளம் சார்ந்தவை' என்ற தன்மை கொண்ட தொடர்பில் அனுபவத்தின் ஆக்கக்கூறுகள் நடுநிலையுடன் இருப்பது என்பதோடு இத்தனிச் சிறப்புப் பண்புகள் அனுபவத்துடனான *இணைப்பின் மீது* சார்ந்திருப்பது போன்ற கருத்தைத் தான் பொதுவான தத்துவார்த்த திட்டத்தில் நான் மாக்கிடம் கடனாகப் பெற்றேன்." (*அனுபவவாத ஒருமைவாதம்*. செயின்ட் பீட்டர்ஸ்பர்க், 1906, பக். Xli). இது ஒரு மதவாதி கூறுவதைப் போல் உள்ளது. நான் என்னை மத நம்பிக்கை உள்ளவன் என்று கூறிக் கொள்ள முடியாது. ஏனென்றால் நம்பிக்கை யாளர்களிடமிருந்து நான் "ஒன்றே ஒன்றைக்" கடன் வாங்கியுள்ளேன். அது கடவுள் நம்பிக்கை. மாக்கிடம் இருந்து போக்தனோவ் இந்த "ஒன்றை" மட்டும் கடன் வாங்கினார் என்பது மாக்கியத்தின் *அடிப் படைப் பிழையாகும்*, அவரது தத்துவம் முழுவதும் பிழையும் ஆகும். அனுபவவாத விமர்சனத்திலிருந்து போக்தனோவின் விலகல்கள் மூலம் இதற்கு அவர் அதிக முக்கியத்துவம் கொடுக்கிறார் என்பது இரண்டாம் தர முக்கியத்துவம் உள்ளவை. இவை மாக் அங்கீகரித்த, மாக்கை அங்கீகரிக்கிற பல்வேறு அனுபவவாத விமர் சகர்களிடையே உள்ள தனி வேறுபாடுகள் தவிர வேறு ஒன்று மில்லை (இது பற்றி விரிவாகப் பின்னர் பேசுவோம்). எனவே மாக்கியர்களுடன் அவரைக் குழப்புவதைக் கண்டு போக்தனோவ் எரிச்சலடைந்த பொழுது, போக்தனோவிடமிருந்த பொதுவான பொருள்முதல்வாதத்தை, மற்ற மாக்கியர்களிடமிருந்தும் *முற்றிலு மாக* வேறுபடுத்துவதைப் புரிந்து கொள்ளத் தவறியதைக் காட்டு கிறார். மாக்கியத்தை எவ்வாறு போக்தனோவ் வளர்த்தார், அல்லது மோசமாக்கினார் என்பது இங்கு முக்கியமல்ல. இங்கு முக்கிய மானது என்னவென்றால் அவர் பொருள்முதல்வாத நிலைப்பாட் டைக் கைவிட்டார்; இதனால் அவர் தவிர்க்க முடியாமல் தன்னைக் குழப்பிக் கொள்வதற்கும், கருத்துமுதல்வாத விலகல்களுக்கும் உள்ளாக்கிக் கொண்டார்.

1899இல் அவர் எழுதிய பொழுது போக்தனோவின் நிலைபாடு சரியாக இருந்தது: "எனது பார்வைக்கு நேரடியாக என் முன் நிற்கும் ஒரு மனிதனின் பிம்பம்தான் புலன் உணர்ச்சியாகும்."* அவருடைய

---

* *அடிப்படையான ஆக்கக் கூறுகள்* போன்ற இதரவை, பக்கம் 216, மேலே சொல்லப்பட்ட மேற்கோள்கள்.

இந்த ஆரம்பகால நிலை பற்றி போக்தனோவ் விமர்சனம் செய்ய வில்லை. அவர் குருட்டுத்தனமாக மாக்கை நம்பினார். அவரைப் பின்பற்றி, அனுபவம் தொடர்பான "ஆக்கக் கூறுகள்" இயற் பொருள், உள்ளம் ஆகியவற்றைப் பொறுத்த மட்டிலும் நடுநிலை யாக தொடர்புடையவை என்று கூறினார். *அனுபவவாத ஒருமை வாதம்* என்ற நூலின் முதல் பாகத்தில் (2-வது பதிப்பு, பக். 90) அவர் எழுதினார்: "பொதுவாக, அண்மைக்கால நேர்க்காட்சிவாதத் தத்துவப்படி, உள அனுபவத்தின் ஆக்கக்கூறுகள் இயற்பொருள் சார்ந்த அனுபவத்தின் ஆக்கக் கூறுகளுடன் எவ்வாறு எல்லாக் கூறுகளிலும் ஒப்பானதாக இருக்கிறதோ அதேபோன்றுதான் இயற் பொருள் அனுபவம் என்பதற்கு எல்லாக் கூறுகளிலும் ஒப்பானவை. அல்லது "கருத்துமுதல்வாதத்தை பொறுத்தவரையில், 'இயற்பொருள் அனுபவத்தின்' ஆக்கக்கூறுகள், 'உளவியல் அனுபவத்தின்' ஆக்கக் கூறுகள் அல்லது அடிப்படையான புலனுணர்ச்சிகளுடன் ஒப்பான வையாக உள்ளன என்ற போதிய காரணத்தினாலேயே வெறுமனே அதைக் கருத்துமுதல்வாதம் என்று சொல்ல முடியுமா? ஏனெனில் இது இவ்வாறு ஓர் ஐயத்துக்கிடமற்ற மறுக்கவியலாத உண்மையாக இருக்கும்போது அவ்வாறு எப்படிச் சொல்ல முடியும்?" (நூல் III, பக். XX 1906).

போக்தனோவின் எல்லா தத்துவக் குழப்பங்களுக்கும் மூலக் காரணம் இதுதான். இதனை அவர் மற்ற மாக்கியர்களுடன் பகிர்ந்து கொள்கிறார். "இயற்பொருளான பௌதிக அனுபவங்களின் ஆக்கக் கூறுகள்" (உடல், புற உலகம், பருப்பொருள்) புலன் உணர்ச்சிக்குச் சமமானவை என்று கருதும் பொழுது அதனை நாம் கருத்து முதல்வாதம் என்று அழைக்க முடியும்; அழைக்க வேண்டும். இது அப்பட்டமான பெர்க்கிலியம். இங்கு அண்மைக்காலத் தத்துவம் அல்லது நேர்க்காட்சிவாதம் ஐயத்துக்கிடமற்ற மறுக்க வியலாத உண்மை ஆகிய எதற்கும் இடமில்லை. இது மிகப் பழைய கருத்து முதல்வாத ஏமாற்றுவேலை. "மறுக்கவியலாத உண்மையான" பௌதிகமானது புலன் உணர்வுக்குச் சமமானது என்று எவ்வாறு நீங்கள் நிரூபிப்பீர்கள் என்று ஒருவர் போக்தனோவைக் கேட்டால், கருத்துமுதல்வாதிகளின் நிரந்தரப் பல்லவி தவிர வேறு எதையும் ஒருவர் பெற முடியாது: நான் எனது புலன் உணர்ச்சியினை மட்டுமே, எனது "உணர்வின் சாட்சியை" மட்டுமே அறிகிறேன் (அவெனரியசின் முன்னுரையில் உணர்வின் சாட்சி, 2ஆம் ஜெர்மன் பதிப்பு, பகு.93, பக். 56); அல்லது: நமது அனுபவத்தில் [நாம் "புலனறிவாற்றல்" கொண்ட உண்மைப்பொருள் என்பதை இது நிரூபிக்கிறது] பொருளை விட புலன் உணர்ச்சிதான் கூடுதல் உறுதி யானதாக இடம் பெறுகிறது" (மேற்சொன்ன நூல், பகுதி 91, பக்கம்

55). ஒரு பிற்போக்கான தத்துவ தந்திரத்தை "ஐயத்திற்கு இட மில்லாத உண்மை" என்று போக்தனோவ் (மாக்கை நம்பி) ஏற்றுக் கொண்டார். புலன் உணர்ச்சி என்பது புற உலகத்தின் பிம்பம் என்ற கருத்தை மறுக்க எந்த உண்மையையும் கொடுக்க முடியாது. இக் கருத்தை 1899இல் போக்தனோவ் ஏற்றுக் கொண்டிருந்தார். இன்றுவரை இயற்கை விஞ்ஞானம் இதனை ஏற்றுக் கொண்டிருக் கிறது. அவரது தத்துவக் குழப்பங்களில், இயற்பியலாளர் மாக் "தற்கால விஞ்ஞானத்தின்" பாதையிலிருந்து முற்றிலும் விலகி விட்டார். போக்தனோவ் புறக்கணித்த இந்த முக்கியமான சூழலைப் பற்றிப் பின்னால் நாம் நிறையக் கூற வேண்டியுள்ளது.

இயற்கை விஞ்ஞானிகளின் பொருள்முதல்வாதத்திலிருந்து மாக்கின் குழப்பமான கருத்துமுதல்வாதத்திற்கு போக்தனோவ் விரைவாக மாறியதற்குரிய சூழல்களில் (ஆஸ்வால்டின் தாக்கம் தவிர) ஒன்று அவெனரியசின் அனுபவங்களின் சார்புநிலை, சுயேச் சையான நிலைக் கொள்கை ஆகும். *அனுபவவாத ஒருமைவாதம்* என்ற அவரது நூலில் முதல் பாகத்தில் அவரே பின்வருமாறு விளக்குகிறார்: "*குறிப்பிட்ட நரம்பு மண்டலத்தின் நிலையைச் சார்ந்து அனுபவத்தின் விவரங்கள் இடம்பெறுவதனால், அவை குறிப்பிட்ட நபரின் உள ரீதியான உலகத்தினை உருவாக்குகின்றன; இவ்வாறான ஒரு சார்பு நிலையிலிருந்து அவை வெளியே எடுக்கப்பட்டவுடன், நமக்கு முன்னால் இயற்பொருள் ரீதியான உலகம் உள்ளது.* எனவே அவெனரியஸ் இந்த இரு அனுபவப் பகுதிகளை, *சார்புநிலை வரிசை* (dependent series) என்றும் *சுயேச்சையான நிலை வரிசை* (independent series) என்றும் அழைக்கிறார்." (பக்.18)

இதுதான் இங்கு உள்ள பிரச்சனை. *சுயேச்சையான நிலை "வரிசை*" என்ற கொள்கை, (மனித புலன் உணர்ச்சியைச் சாராமல் இருத்தல்) பொருள் முதல்வாதத்தை மறைமுகமாக இறக்குமதி செய்வது ஆகும். சடப்பொருட்கள் என்பவை புலனுணர்ச்சிகளின் தொகுப்பு அமைப்புகள், இயற்பொருள் ரீதியான "ஆக்கக்கூறு களோடு" புலனுணர்ச்சிகள் "ஒப்பானவை" என்று அணுகும் தத்து வத்தின் நோக்குநிலையிலிருந்து பார்த்தால் இது முறையற்றது, தான் தோன்றித்தனமானது மற்றும் கதம்பத்திரளான தன்மை கொண்ட தாகும். ஏனென்றால், ஒளியின் மூலத்தைக் கண்டறிந்த பிறகு, ஒளிக் கதிர்கள் மனிதனையும் அவனது உணர்வையும் *சாராமல்* இருக் கின்றன என்று ஏற்றுக் கொண்டபின்னர், நிறம் என்பது இந்த அலைகள் விழித்திரை மீது செயல்புரிவதால் தோன்றுகிறது என்று ஏற்றுக்கொண்ட பின்னர் நீங்கள் பொருள்முதல்வாதக் கண்ணோட் டத்தை ஏற்றுக் கொண்டுள்ளீர்கள். "கருத்துமுதல்வாதத்தின் ஐயத்திற்கு இடமில்லாத" உண்மைகளை, புலன் உணர்ச்சிகளின்

அமைப்புகளை, அண்மைக்கால நேர்க்காட்சிவாதத்தின் கண்டு பிடிப்பான "ஆக்கக் கூறுகளை" முற்றிலுமாக நீங்கள் *அழித்து விட்டீர்கள்.*

இதுதான் இங்கு உள்ள முழுச் சிக்கல். மாக், அவெனரியஸ் ஆகியோர் பின்பற்றிய கருத்துமுதல்வாதக் கண்ணோட்டத்தை, அவர்களது அடிப்படையான கருத்துமுதல்வாதக் கூற்றுகளை, பொருள்முதல்வாதத்தை மறைமுகமாக உள்ளே நுழைத்த பொருத்த மின்மையை, குழப்பல்வாதத்தை போக்தனோவ் (பிற ரஷ்ய மாக்கியர்களைப் போன்று) கண்டுகொள்ளவே இல்லை. அவர்களது அடிப்படையான கருத்துமுதல்வாத அடித்தளத்தைப் புரிந்து கொள்ளாததுடன் மறைமுகமாகப் பொருள்முதல்வாதத்தைக் கடத்தும் அவர்களது அடுத்தடுத்த முயற்சிகளுக்கான அவர்களது முறை கேட்டையும், கதம்ப வாதத்தையும் புரிந்துகொள்ளத் தவறி விட்டார். இருப்பினும் தத்துவத்தில் மாக், அவெனரியஸ் ஆகியோரின் ஆரம்பகாலக் கருத்துமுதல்வாதம் பொதுவாக ஏற்றுக் கொள்ளப்பட்டது போல, அனுபவவாத விமர்சனம் பொருள்முதல் வாதத்தை நோக்கி நகர முயற்சித்தது. நாம் மேலே குறிப்பிட்ட கவ்விலேயர்ட் என்ற பிரஞ்சு எழுத்தாளர், அவெனரியசின் *முன்னுரை* ஒரு "கருத்துமுதல்வாத ஒருமைவாதம்" என்றும், *தூய அனுபவத்தின் விமர்சனம்* The Critique of Pure Experience) என்பது (1888 - 90) முழுமையான எதார்த்த வாதம் என்றும், *உலகைப் பற்றிய மனிதக் கருத்து* (1891) என்பது மாறுதலைச் "சித்திரிக்கும்" முயற்சி என்றும் கூறுகிறார். எதார்த்தவாதம் என்பது இங்கு கருத்துமுதல் வாதம் என்பதற்கு நேர் எதிராகப் பயன்படுத்தப்படுகிறது என்பதை நினைவில் கொள்வோம். எங்கெல்சைப் பின்பற்றி இந்த அர்த்தத்தில் தான் நான் இச்சொல்லைப் பயன்படுத்துகிறேன். இதனையே சரியான கலைச் சொல் என்று கருதுகிறேன். முக்கியமாக பொருள்முதல்வாதம், கருத்துமுதல்வாதம் ஆகியவற்றிற்கு இடையே ஊசலாடும் நேர்க்காட்சிவாதிகளும் பிற குழப்பல்வாதிகளும் "எதார்த்தவாதம்" என்பதை கறைபடுத்தி வைத்துக் கொண்டதி லிருந்து இவ்வாறு கருதுகிறேன். கவ்விலேயர்ட்டைப் பொறுத்த மட்டிலும், *முன்னுரையில் (1876)*, அவெனரியசின் கருத்துப்படி புலன் உணர்ச்சி என்பது மட்டுமே உள்ளது. "சிந்தனைச் சிக்கனம்" என்ற விதியின்படி "சாராம்சம்" என்பது அகற்றப்பட்டு விட்டது என்பதாகும்! *தூய அனுபவத்தின் விமர்சனம்* என்பதில் இயற்பொருள் சார்ந்தவை *சுயேச்சையான நிலையிலான வரிசையாக* இருக்கிறதென்றால், உளம் சார்ந்தவையும் அதன் விளைவாகப் புலனுணர்ச்சிகளும் சார்பு நிலையிலான வரிசையாக எடுத்துக் கொள்ளப்படுகிறது என்பதாகும்.

அவெனரியசின் மாணவர் ருடால்ப் வில்லி என்பவர் 1876 ஆம் ஆண்டில் அவெனரியஸ் முழு கருத்துமுதல்வாதியாக இருந்தார் என்று ஒப்புக் கொள்கிறார். பின்னர் "இயல்பான எதார்த்தவாதத்துடன்" (மனிதகுலம் பின்பற்றும் இயல்பூக்கமான, உணர்வற்ற பொருள்முதல்வாதம். இதன்படி புற உலகம் மனித மனதைச் சாராமல் இருக்கிறது) "சமரசம்" செய்து கொண்டார்.

அனுபவவாத விமர்சனத்தின் நிறுவனராக அவெனரியஸ் என்ற நூலின் ஆசிரியரான ஆஸ்கர் இவால்ட் என்பவர், இந்தத் தத்துவம் முரண்படக் கூடிய கருத்துமுதல்வாதம் மற்றும் எதார்த்தவாத (பொருள்முதல்வாதம் என்று அவர் கூறியிருக்க வேண்டும்) ஆக்கக் கூறுகள் (மாக்கியக் கருத்தில் அல்ல, ஆக்கக் கூறு என்ற சாமான்ய மனிதப் பார்வையிலிருந்து) ஆகிய போக்குகளை இணைக்கிறது என்கிறார். உதாரணமாக அவர் கூறுகிறார்: "முழுமை என்பது [ஆழ்ந்து சிந்திக்கும் முறை] இயல்பான எதார்த்தவாதத்தை நீடித்து நிலைத்து வைத்துக் கொள்கிறது; மாறாக சார்புநிலை என்பது தனித்த கருத்துமுதல்வாதத்தை நிரந்தரம் என்கிறது."* நமது உடலுக்கு வெளியே உள்ள "ஆக்கக் கூறுகள்" நமக்குத் தொடர்பு கொள்வதை மாக் முழுமையான ஆழ்ந்து சிந்திக்கும் முறை என்று அழைக்கிறார்; நமது உடலைச் சார்ந்து உள்ள ஆக்கக் கூறுகளின் தொடர்பை மாக் சார்பு நிலையானது என்று அழைக்கிறார்.

ஆனால், இங்கு இதன் தொடர்பாக நமது கவனத்திற்குரியவர் வன்ட் என்பவர். இவர் மேலே குறிப்பிட்ட பெரும்பான்மையான எழுத்தாளர்கள் போல குழப்பமான கருத்துமுதல்வாத நிலையைப் பின்பற்றுகிறார். ஆனால் இவர் மற்றவர்களைவிட அனுபவவாத விமர்சனத்தை கவனமாக ஆராய்ந்தார். இது தொடர்பாக பி.யுஷ்கேவிச் பின்வருமாறு கூறுகிறார்: "அனுபவவாத விமர்சனத்தை சமீபத்திய, விஞ்ஞான ரீதியான, பொருள்முதல்வாத வடிவம் என்று வன்ட் கருதுகிறார்.** அதாவது உடலியல் செயல்முறைகளின் ஓர் செயல் தான் மனச் செயல் என்று கருதும் பொருள்முதல்வாதிகள் (இவர்களை வன்ட் ஸ்பினோசியம்,[16] முழுமையான பொருள்முதல்வாதம் ஆகியவற்றிற்கு இடையில் நிற்பவர்கள் என்று விளக்கம் தருகிறார்).***

---

* ஆஸ்கர் இவால்ட், *அனுபவவாத விமர்சனத்தின் நிறுவனர் ரிச்சர்ட் அவெனரியஸ்,* பெர்லின், 1905, பிரிவு 66.

* P. யுஷ்கேவிச், *பொருள்முதல்வாதமும், விமர்சனரீதியான எதார்த்த வாதமும்,* புனித பீட்டர்ஸ்பர்க், 1908, பக். 15.

*** W. வன்ட், இயல்பான மற்றும் விமர்சன ரீதியான எதார்த்தவாதம் [17] 1897, பிரிவு. 334.

வன்ட்டின் இக்கருத்து ஆர்வமூட்டுவதாக உள்ளது. ஆனால் அவர் விளக்கும் தத்துவம் பற்றிய நூல்கள் பற்றி யுஷ்கேவிச் மேற்கொள்ளும் நிலை இதனைவிட ஆர்வமூட்டுவதாக உள்ளது. இத்தகைய விஷயங்களில் மாக்கியர்கள் மேற்கொள்ளும் நிலைப்பாட்டிற்கு இது ஒரு வகை மாதிரியான எடுத்துக்காட்டு ஆகும். எழுத்துகள் எப்பொழுதுமே இணைந்து சொற்களை உருவாக்குகின்றன என்பதைப் படிக்கவும் காணவும் கோகாலின் பெட்ருஷ்கா வழக்கமாகக் கொண்டுள்ளார்.[18] திரு. யுஷ்கேவிச் வன்ட்டைப் படித்து, வன்ட் அவெனரியசின் பொருள்முதல்வாதத்தை குற்றம் சாட்டுவது ஆர்வமூட்டுவதாக இருப்பதைக் கண்டார். வன்ட் தவறு செய்தால், அவரை ஏன் இவர் மறுக்கவில்லை? அவர் செய்தது சரி என்றால் பொருள்முதல்வாதத்திற்கும், அனுபவவாத விமர்சனத்திற்கும் உள்ள எதிர் ஆய்வுரையை ஏன் அவர் விளக்கவில்லை? ஆனால் கருத்துமுதல்வாதி வன்ட் கூறுவதை "ஆர்வமூட்டுவதாக" யுஷ்கேவிச் காண்கிறார். ஆனால் இந்த சர்ச்சையின் அடிப்படைக்குச் செல்வது பயனற்ற முயற்சி என்று இந்த மாக்கியர் கருதுகிறார் (ஒரு வேளை, "சிந்தனைச் சிக்கனம்" என்ற விதிப்படி இருக்கலாம்)...

அவெனரியஸ் ஒரு பொருள்முதல்வாதி என்று அவரை வன்ட் குற்றஞ்சாட்டுவதை வாசகர்களுக்குத் தெரிவிக்கும்போது, அனுபவவாத விமர்சனத்தின் சில அம்சங்களைப் பொருள்முதல்வாதம் என்றும் மற்றவற்றைக் கருத்துமுதல்வாதம் என்று வன்ட் தெரிவிப்பதை அவர் கூறவில்லை; இவை இரண்டிற்கும் உள்ள தொடர்பு செயற்கையானது என்றும் அவர் கூறவில்லை. இதன் மூலம் யுஷ்கேவிச் *பொருளை முழுமையாக திரித்துவிடுகிறார்*. இந்த மனிதர் அவர் படித்ததைப் புரிந்து கொள்ளவில்லை; அல்லது வன்ட்டின் உதவியுடன் ஒரு சுய புகழ்ச்சியில் ஈடுபடும் ஆசையால் தூண்டப்பட்டார் என்று கூறலாம். இது எவ்வாறு உள்ளதெனில் அங்கீகரிக்கப்பட்ட பேராசிரியர்களே கூட "நம்மை பொருள்முதல்வாதிகள் என்றும் குழப்பல்வாதிகள் அல்ல என்றும்" கூறுவது போல் உள்ளது.

மேலே குறிப்பிட்ட வன்ட்டின் கட்டுரை ஒரு பெரிய புத்தகமாக (300+ பக்கங்கள்) உள்ளது. இதில் முதலில் ஆன்மீக நம்பிக்கையாளர்கள் பற்றிய விரிவான ஆய்வு உள்ளது. பின்னர் அனுபவவாத விமர்சகர்கள் பற்றி உள்ளது. வன்ட் ஏன் இந்த இரு பிரிவுகளையும் ஒன்றாக இணைக்கிறார்? ஏனென்றால் இவை நெருங்கியத் தொடர்புடையவை என்று அவர் கருதுகிறார். மாக், அவெனரியஸ், பெட்சோல்ட் மற்றும் இறைமைக் கோட்பாட்டாளர்கள் ஆகியோரும் இதே கருத்தைக் கொண்டவர்களாக இருக்கிறார்கள். இது முற்றிலும் சரியானது என்பதைப் பின்னர் காண்போம். அந்தக் கட்டுரையின் முதல் பாகத்தில் இறைமைக் கோட்பாட்டாளர்களை கருத்துமுதல்

வாதிகள், அகவயவாதிகள், ஆவி நம்பிக்கையாளர்கள் என்று வன்ட் எடுத்துக் காட்டுகிறார். நாம் பின்னர் பார்க்கப் போவது போல இந்தக் கருத்தும் முற்றிலும் சரியானதே. ஆனால், வன்ட் பண்புப் புலமை ஆடம்பரத்துடனும் மிகையான அலங்காரங்களுடனும் நிபந் தனைகளுடனும் இதனைக் கூறுகிறார். வன்ட்டும் ஓர் இறைமைக் கோட்பாட்டு நம்பிக்கையாளர் மற்றும் கருத்துமுதல்வாதி என்பதை இது விளக்குகிறது. ஆன்மீக நம்பிக்கையாளர்களைக் கருத்துமுதல் வாதிகள், இறைமைக் கோட்பாட்டு நம்பிக்கையாளர் என்பதால் வன்ட் விமர்சனம் செய்யவில்லை. ஆனால் இவர்கள் சரியான வழியில் இதனை அணுகவில்லை என்பதால் விமர்சனம் செய் கிறார். மேலும் வன்ட்டின் கட்டுரையில் இரண்டாவது மூன்றாவது பகுதிகள் அனுபவவாத விமர்சனம் பற்றியது. இங்கு அனுபவவாத விமர்சனத்தின் முக்கியமான கோட்பாட்டு முன்மொழிவுகளை எடுத்துக் காட்டுகிறார் (அதாவது, நாம் பின்னால் பேசப் போகும்; "அனுபவம்" என்பது பற்றிய விளக்கம் மற்றும் "முதன்மையான இணைப்பு" (Principal Co-ordination) போன்றவை பற்றியது). இக் கூற்றுகள் ஆன்மீக நம்பிக்கையாளர்களது கருத்துகளைப் *போன்றவை* என்கிறார் *(இறையியல் தத்துவத்திற்கு ஏற்ப அனுபவவாத தத்துவமும் ஒத்து போகிறது*, பிரிவு. 382). பொருள்முதல்வாதத்திலிருந்தும் பொதுவாக அனுபவவாத விமர்சனத்திலிருந்தும் அவெனரியஸ் கடன் வாங்கிய மற்ற கூற்றுகள் எல்லாம் ஒரு "*கலவை*" ஆகும். இதன் பகுதிகள் யாவும் *பல்வேறு வகையானவை.*

அவெனரியஸ்-மாக் ஆகியோரின் பொருள்முதல்வாத அவியலி லிருந்து பெற்றவற்றுள் அவெனரியசின் கொள்கையான "*சுதந்திர மான முக்கியத்துவமிக்க வரிசைகள்*" (independent vital series) என்பதை முதன்மையாக வன்ட் சேர்த்துக் கொள்கிறார். "இ' என்ற அமைப்பி லிருந்து" நீங்கள் தொடங்கினால் (பண்டித சொற்களுடன் விளையாடு வதில் ஆர்வமுள்ள அவெனரியஸ் பொதுவாக மனித மூளை அல்லது நரம்பு மண்டலத்தை இவ்வாறு அழைக்கிறார்), உங்களை பொறுத்த வரை மனது என்பது மூளையின் வேலை என்றால், இந்த "இ என்ற அமைப்பு" "இயக்க மறுப்பியல் அடிப்படை பொருள்" இப்பொழுது உங்களுடைய கொள்கை பொருள்முதல்வாதம் ஆகும் என்று வன்ட் கூறுகிறார் (அதே நூல் பக். 64). பல கருத்துமுதல்வாதிகளும் அறியொணாவாதிகளும், (கான்ட்டியர்கள், ஹியூமியர்கள் உட்பட) பொருள்முதல்வாதிகளை இயக்க மறுப்பியல் தத்துவவாதிகள் என்கின்றனர். ஏனென்றால் அவர்களுக்கு மனித மனதைச் சாராமல் இருக்கும் உலகினை ஏற்றுக்கொள்வது அனுபவத்தின் எல்லையைத் தாண்டுவதாகும் என்று தோன்றுகிறது. இந்தக் கலைச்சொல் மார்க்சிய நோக்கில் முற்றிலும் தவறானது என்பன பற்றி நாம்

பொருத்தமான இடத்தில் காண்போம். அவெனரியஸ் (மாக், இதனை வேறுவிதமாகக் கூறுகிறார்) "சுதந்திரமான வரிசை" என்பதை ஏற்றுக் கொள்வது என்பது பல்வேறு பிரிவைச் சேர்ந்த தத்துவவாதிகளின் (பல்வேறு போக்குகள்) பொதுவான கருத்துப்படி, *பொருள்முதல் வாதத்தில் இருந்து எடுத்துக் கொள்ளப்பட்டதாகும்.* இருப்பன எல்லாம் புலன் உணர்ச்சிகள் அல்லது பொருள்கள், *புலன் உணர்ச்சி யின் அமைப்புகள்* என்று ஏற்றுக்கொண்டால், உங்களது அடிப்படை கருத்துகள் பங்கமில்லாதவை என்று ஏற்றுக் கொண்டால், உங்கள் "*தத்துவம்*" முழுவதும், நமது மனதைச் *சாராமல் இயற்பொருள்கள்* இருக்கின்றன என்ற முடிவிற்கு வருகிறது; புலன் உணர்ச்சி என்பது ஒரு குறிப்பிட்ட முறையில் அமைக்கப்பட்ட பருப்பொருள் என்றா கிறது. அவர்களது தத்துவத்தில் மாக்கும் அவெனரியசும் கருத்து முதல்வாதத்தின் அடிப்படைகளை, பொருள்முதல்வாதத்தின் சில தனி முடிவுகளுடன் இணைக்கிறார்கள். ஏனென்றால் அவர்களது கொள்கை எங்கெல்ஸ் வெறுப்புடன் குறிப்பிடும் "பிச்சைக்காரன் எடுத்த வாந்தி"[19] என்பதற்கு உதாரணமாக உள்ளது.*

மாக்கின் சமீபத்திய தத்துவ நூல் "*அறிவும் பிழையும்*" (2ஆவது பதிப்பு, 1906) என்பதில் கதம்பமான குழப்பல் வாதம் குறிப்பாக இடம்பெற்றுள்ளது. "எல்லா இயற்பொருள் சார்ந்த ஆக்கக் கூறு களையும் உள ரீதியான ஆக்கக் கூறான புலன் உணர்ச்சியிலிருந்து அமைப்பதில் எந்தச் சிரமமும் இல்லை" என்று மாக் கூறினார். அதே புத்தகத்தில் நாம் பின்வருமாறு காண்கிறோம்: "'யு' என்ற எல்லைக்கு அப்பால் உள்ள (அதாவது "நமது உடலின் எல்லைக்கு அப்பால் உள்ள", பகுதி 8) பொருள்கள் பொதுவாக பௌதிகமானவையே" (பகுதி 323, தொகு. 4). "இந்தச் சார்புநிலைப் பொருள்களை சுத்த மான நிலையில் பெறுவதற்கு, 'யு'விற்கு உள்ளாக இருக்கும் உற்று நோக்குபவனது தாக்கத்தினை முடிந்த அளவிற்கு அகற்ற வேண்டியது

---

* *லுத்விக் ஃபூயர்பாக்* நூலுக்கான முன்னுரை. பிப்ரவரி 1888. எங்கெல்சின் இச்சொற்கள் ஜெர்மானியத் தொழில் ரீதியான பேராசிரியர்களைப் பொதுவாகக் குறிக்கும். மார்க்சியர்களாக விரும்பும் மாக்கியர்கள், எங்கெல்சின் இக்கருத்தின் முக்கியத்துவம் பொருள் ஆகியவற்றைப் புரிந்து கொள்ளாமல் அவ்வப்போது இழிவான மழுப்பலில் தஞ்சம் புகுகிறார்கள். ''எங்கெல்சிற்கு இன்னும் மாக்கைத் தெரியாது'' (*வரலாற்றுப் பொருள் முதல்வாதம்*, பிரட்ஸ் அட்லர். பக். 370) எந்த அடிப்படையில் இக்கருத்து தோன்றுகிறது! மாக், அவெனரியஸ் ஆகியோரை எங்கெல்ஸ் மேற்கோளாகக் காட்டவில்லை என்பதாலா? வேறு எந்த ஆதாரமும் இல்லை. அந்த ஆதாரங்களும் சாரமற்றவை. ஏனென்றால், எந்தக் குழப்பல் வாதிகளின் பெயரையும் எங்கெல்ஸ் கூறவில்லை. 1876 முதலாக 'விஞ்ஞான'த் தத்துவம் என்ற காலாண்டு இதழைப் பதிப்பித்த அவெனரியசை எங்கெல்சுக்குத் தெரியாது போவதற்கு அரிதான வாய்ப்பே உள்ளது.

அவசியம்". (அதே மேற்கோள்) நல்லது, ஒரு சிறு பறவை கடலைத் தீ வைத்துக் கொளுத்துவதாகக் கூறியது... அதாவது, பௌதிக ஆக்கக் கூறுகளை உள ரீதியான ஆக்கக் கூறுகளிலிருந்து உருவாக்குவதாகக் கூறுகிறது. பின்பு பௌதிக ஆக்கக் கூறுகள், உள ரீதியான ஆக்கக் கூறுகளின் எல்லைக்கு அப்பாற்பட்டு உள்ளன என்று கண்டது. "இவை நமது உடலுக்குள் இருக்கின்றன!" என்றது இது ஓர் அற்புதமான தத்துவம்!

மற்றொரு உதாரணம்: "முழுமையான வாயு, ஒரு முழுமையான திரவம், ஒரு முழுமையான நெகிழும் பொருள், இருப்பதில்லை. அவனது கற்பனைகள் உண்மைகளுடன் சுமாராக ஒத்துப் போகின்றன அவற்றை எளிமையாக்குகின்றன என்பது ஓர் இயற்பியலாளருக்குத் தெரியும். அவனுக்கு வேறுபாடுகள் தெரியும். மற்றும் இதனை நீக்க முடியாது என்றும் தெரியும்" (பகுதி 418, தொகுதி 30).

எந்த வேறுபாடு பற்றி இங்கு குறிப்பிடப்படுகிறது? எதிலிருந்து எது வேறுபடுகிறது? சிந்தனை (இயற்பியல் கொள்கை) உண்மைகளிலிருந்து வேறுபடுகிறதா? சிந்தனைகள், எண்ணங்கள் என்பன யாவை? எண்ணங்கள் "புலன் உணர்வின் தடங்கள்" (பகுதி 9). உண்மைகள் என்பன யாவை? அவை "புலன் உணர்ச்சிகளின் அமைப்புகள்". எனவே, புலன் உணர்ச்சிகளின் அமைப்பிலிருந்து அவற்றின் தடங்கள் வேறுபடுவது என்பது தவிர்க்க முடியாதது.

இதன் பொருள் என்ன? இயற்பியலின் பல்வேறு பிரச்சனைகள் பற்றிப் பேசும் பொழுது மாக் தன்னுடைய கொள்கையை *மறக்கிறார்*. அதாவது கருத்துமுதல்வாதச் சிக்கல்கள் இன்றி பொருள்முதல்வாத ரீதியாகத் தெளிவாகப் பேசுகிறார். எல்லா "புலன் உணர்ச்சிகளின் அமைப்புகளும்" பெர்க்கிலிய ஞானமும் மறைந்து விடுகின்றன. நமக்கு வெளியே உள்ள பொருள்கள், நம்மை விட்டு சுயேச்சையாக உள்ள திரவங்கள் மற்றும் வாயுக்கள் பெரும்பாலும் ஓர் பிரதிபலிப்பு என்பதை இயற்பியலாளர்களின் கோட்பாடு நிரூபிக்கிறது. அந்த பிரதிபலிப்பானது நிச்சயமாகப் பெரிதும் ஒத்ததாக இருந்தாலும், இவ்வாறு ஒத்து இருப்பதையோ அல்லது எளிமைப்படுத்துவதையோ "மனம் போன போக்கில்" எனச் சொல்வது என்பது தவறானதாகும். உண்மையில் புலன் உணர்ச்சி என்பதை எல்லா விஞ்ஞானமும் கருதுவதுபோல, பெர்க்கிலி, ஹியூம் ஆகியோரின் சீடர்களால் 'சுத்தப்படுத்தப்படாத,' *புற உலகின் பிம்பமாக மாக்கும்* இங்கு காண்கிறார்; மாக்கின் கொள்கை அகவயக் கருத்துமுதல்வாதம்; ஆனால் புறவயத் தன்மை தேவைப்படும் பொழுது நேர் எதிரான அதாவது பொருள்முதல்வாத அறிவுக் கொள்கையின் கூற்றுகளை

மாக் சத்தமின்றி அவரது வாதங்களில் நுழைக்கிறார். எட்வர்ட் வான் ஹார்ட்மன் என்பவர் தத்துவத்தில் உறுதியான கருத்துமுதல்வாதி, பிற்போக்காளர். இவர் *பொருள்முதல்வாதத்திற்கு எதிராக மாக்கியர்கள் போராடுவதை ஆதரிக்கிறார்.* மாக்கின் தத்துவ நிலைப்பாடு, "எளிமையான இயல்பான எதார்த்தவாதம் முழுமையான மாயா வாதம் ஆகியவற்றின் கலவை ஆகும்"* என்று இவர் கூறுகிறார். இது உண்மையாகும். பொருள்கள் புலன் உணர்ச்சிகளுடைய அமைப்புகள் மற்றும் இதரவை என்ற கொள்கை முழுமையான மாயாவாதம் ஆகும். அதாவது ஆன்மீக வாதம் ஆகும். இந்தக் கண்ணோட்டத்தின் படி உலகம் என்பது என்னுடைய பிரமை. அதே சமயத்தில் மாக்கின் மேற்கூறப்பட்ட விவாதம் மற்றும் பல சிறுசிறு கூற்றுகள் என்பன "எளிமையான இயல்பான எதார்த்தவாதம்" என்று அறியப்பட்டுள்ளது. அதாவது விஞ்ஞானிகளிடமிருந்து இயல்பாக, தன்னையறியாமல் எடுத்துக் கொள்ளப்பட்ட பொருள்முதல்வாத அறிவுக் கொள்கையாகும்.

இவரைப் பின்பற்றும் அவெனரியசும் மற்ற பேராசிரியர்களும் "முதன்மையான இணைப்பு" என்ற கொள்கை மூலம் இந்தக் கலவையை விளக்க முற்பட்டனர். இக்கொள்கை பற்றி நாம் விரைவில் பரிசீலிப்போம். முதலில் அவெனரியஸ் ஒரு பொருள் முதல்வாதி என்பதற்கு ஒரு முடிவு கட்டுவோம். வன்ட்டின் கொள்கையைப் புரிந்துகொள்ளத் தவறிய யுஷ்கேவிச்சிற்கு அது "ஆர்வமூட்டுவதாக" இருந்தது. ஆனால், அதனைக் கற்றுக் கொள்ள அவர் ஆர்வம் காட்டவில்லை அல்லது அவெனரியசின் நெருங்கிய சீடர்கள் மற்றும் வாரிசுகள் இந்தக் குற்றச்சாட்டிற்கு எவ்வாறு பதில் அளித்தார்கள் என்று கூறவும் முயற்சிக்கவில்லை. ஆனால் மார்க்சியத் தத்துவத்திற்கும் அதாவது பொருள்முதல்வாதத்திற்கும் அனுபவவாத விமர்சனத்திற்கும் உள்ள உறவு பற்றிய ஆர்வம் இருந்தால், நாம் இதனைத் தெளிவுபடுத்திக் கொள்ள வேண்டியிருக்கிறது. மேலும் மாக்கியம் என்பது ஒரு குழப்பமான; பொருள்முதல்வாதம், கருத்துமுதல்வாதம் ஆகியவற்றின் கலவை என்றால், இது பொருள்முதல்வாதத்திற்கு இடமளித்த காரணத்தால் அங்கீகரிக்கப்பட்ட கருத்துமுதல்வாதிகள் இதனை எவ்வாறு கைவிடத் தொடங்கினர், பின்னர், இச்சமகால போக்கு என்ன ஆகும் என்பதைத் தெரிந்து கொள்வது முக்கியமாகும்.

அவெனரியசின் இரு பழைமைவாத மற்றும் முழுமையான மாணவர்களான ஜே. பெட்சோல்ட், கார்ஸ்டன்ஜன் ஆகியோர் வன்ட்டிற்குப் பதில் கூறியுள்ளனர். ஒரு ஜெர்மானியப் பேராசிரி

---

* எட்வர்ட் வான் ஹார்ட்மன், *தற்கால இயற்பியலின் உலகக் கண்ணோட்டம்,* லிப்சிக், 1902, பிரிவு 219.

யருக்கு கேவலமாக தோன்றும் பொருள்முதல்வாதம் என்ற குற்றச் சாட்டை பெட்சோல்ட் இறுமாப்பான கோபத்துடன் மறுத்துள்ளார். அவெனரியசின் *முன்னுரையில்* என்ற அடிப்படை பொருள் பற்றிய கருத்து உண்மையில் அழிக்கப்பட்டுவிட்டது என்கிறார். இது பற்றி என்ன நினைக்கிறீர்கள்? இது ஒரு வசதியான கொள்கை. இதனைக் கொண்டு தூய கருத்துமுதல்வாதப் படைப்புகளையும் மனம்போன போக்கில் பொருள்முதல்வாதக் கூற்றுகளையும் இணைக்க முடியும்! பெட்சோல்ட் எழுதுகிறார்: அவெனரியசின் *தூய அனுபவம் பற்றிய விமர்சனம்* என்பது பொருள்முதல்வாதத்துடன் முரண்படவில்லை. மேலும் அது இதற்கு நேர் எதிரான ஆன்மீகவாதக் கொள்கைக்கும் நேர் முரணாக இல்லை.* அற்புதமான தற்காப்பு! இதனைத் தான் எங்கெல்ஸ் "ஒரு பிச்சைக்காரன் எடுத்த வாந்தி" என்று அழைத்தார். தன்னை ஒரு மாக்கியவாதி என்று காட்டிக்கொள்ள விரும்பாத மார்க்சியவாதி (*தத்துவத்தில்*) என்று கூற விரும்புகிற போக்தனோவ், பெட்சோல்ட்டைப் பின்பற்றுகிறார். அவர் கூறுகிறார், "அனுபவவாத விமர்சனம் என்பது பொருள்முதல்வாதம் அல்லது ஆன்மீகவாதம் அல்லது பொதுவாக இயக்க மறுப்பியல் தத்துவம் என்பது பற்றிய தல்ல"**, உண்மை என்பது முரண்படும் போக்குகளுக்கு [பொருள் முதல்வாதம் மற்றும் ஆன்மீக வாதம்] இடையிலான "போட்டியில் இரண்டு போக்குக்கும் நடுநிலையில் இல்லை. இவற்றிற்கு வெளியே உள்ளது***. போக்தனோவிற்கு உண்மை என்று தோன்று வது, பொருள்முதல்வாதம், கருத்துமுதல்வாதம் ஆகியவற்றிற்கு இடையிலான ஓர் ஊசலாட்டம் மிக்க குழப்பம் ஆகும்.

"தூய அனுபவத்தை விமர்சனம் செய்வதற்கு அந்நியமான "ஒரு பொருள்முதல்வாத தத்துவத்தை இறக்குமதி செய்வதை, கார்ஸ்ட்டன்ஜென் முற்றிலுமாக வன்ட்-டை மறுக்கும்போது கூறினார்." **** "அனுபவவாத விமர்சனம் என்பது (முக்கியமாக) அதன் உள்ளடக்கத்திற்கும் கருத்துக்குமான தொடர்பினைப் பொறுத்தமட்டிலும் அது ஐயுறவுவாதம் ஆகும்." மாக்கியத்தின் நடுநிலையை வலியுறுத்தும் சிறிதளவு உண்மை இதில் உள்ளது. மாக்கும் அவெனரியசும் தங்கள் அசலான கருத்துமுதல்வாதத்திற்கு

---

* ஜே. பெட்சோல்ட், *தூய அனுபவ தத்துவத்திற்கான அறிமுகம்.* பிரிவு 351, 352.

** அனுபவவாத - ஒருமைவாதம் நூல் - 1, 2ஆம் பதிப்பு, பக். 21.

*** அதே நூல், பக்.93

**** கார்ஸ்ட்டன்ஜென், ''அனுபவவாத விமர்சனம், வன்ட்டின் கட்டுரைகளுக்கு ஒரு பதில்'', *அறிவியல் தத்துவத்திற்கான காலாண்டு இதழ்,* 1898, பிரிவு 73, 43.

திருத்தங்கள் செய்ததன் மூலம் பொருள்முதல்வாதத்திற்கு சிறு சலுகை வழங்கினர். புற உலகம் எனது அனுபவம் மட்டுமே என்ற பெர்க்கிலியின் உறுதியான நிலைப்பாட்டிற்குப் பதிலாக சில சமயங்களில் நாம் ஹியூமின் நிலைப்பாட்டைக் காண்கிறோம். அதாவது புலன் உணர்ச்சிகளுக்கு அப்பால் ஏதேனும் இருக்கிறதா என்ற பிரச்சனையை நான் தவிர்க்கிறேன். இந்த அறியொணாமை நிலைப்பாடு ஒருவரை பொருள்முதல்வாதம், கருத்துமுதல்வாதம் ஆகியவற்றிற்கு இடையே ஊசலாட வைக்கிறது.

3. முதன்மையான இணைப்பும் "இயல்பான அல்லது எளிமையான எதார்த்தவாதமும்"

உலகம் பற்றிய மானுடப் பார்வை மற்றும் குறிப்புகள் என்ற அவரது படைப்பில் அவெனரியஸ் அவரது "முதன்மையான இணைப்பு" (Principal co-ordination) என்ற கொள்கையை வெளியிட்டார். இரண்டாவதாக உள்ளது பின்னால் எழுதப்பட்டது. இரண்டாவதில், சிறு மாறுதல்களுடன் "*தூய அனுபவம் பற்றிய விமர்சனம் மற்றும் உலகம் பற்றிய மானுடப் பார்வை*" (*குறிப்புகள்*, 1894, மேலே கூறிய ஆய்விதழில் பக். 137) ஆகியவற்றில் இருந்து வேறுபடாமல் அதே கருத்தை வெளியிடுகிறேன் என்று அவர் வலியுறுத்தினார். இக் கொள்கையின் சாராம்சம் வருமாறு: "தான் (self) என்பதும், சுற்றுப் புறமும் பிரிக்க முடியாத இணைப்பினைக் கொண்டுள்ளன [அதாவது உறவுநிலைத் தொடர்பு]" (பக்கம்.146). தத்துவ ரீதியாகக் கூறினால் "அதாவது *தான் என்றும் தான் அல்லாதது*" (not - self) என்று ஒருவர் சொல்லலாம். *தான்* என்பதையும், தான் அல்லாத (அதாவது சுற்றுப் புறம்) ஆகியவற்றை நாம் *எப்பொழுதும்* ஒன்றாகவே அல்லது இணைந்தே காண்கிறோம் என்று அவெனெரியஸ் கூறுகிறார். "நாம் காணும் எதனையும் வர்ணிக்கும் பொழுது, *தான்* இல்லாமல் சுற்றுப் புறம் இருக்க முடியாது. *தான்* என்பதன் சுற்றுப்புறம் அது; இருப் பினும் *தான்* என்பதுதான் காண்பதை வர்ணிக்கிறது" (பக். 146). தான் எனும் தன்மைதான் இணைப்பின் *மையமான நிபந்தனை* அல்லது *விதிமுறை* (central term) எனப்படுகிறது. சுற்றுப்புறம் என்பது அதற்கு எதிரான நிபந்தனை அல்லது விதிமுறை (counter - term) எனப்படுகிறது. (அதே நூல்)

இக்கொள்கை மூலம் *எளிமையான எதார்த்தவாதம்* என்பதை முழுவதுமாக ஏற்றுக் கொள்கிறோம் என்று அவெனரியஸ் கூறு கிறார்; அதாவது நாங்கள் இருக்கிறோமா, சுற்றுப்புறம் இருக்கிறதா அல்லது வெளி உலகம் இறுக்கிறதா என்பது பற்றிக் கவலைப் படாமல் சாதாரண மக்கள் கொண்டுள்ள இயல்பான எளிமையான,

தத்துவம் சாராத கருத்தை ஏற்றுக் கொள்கிறோம் என்கிறார். அவெனரியசுடன் இணைந்து இருப்பதைக் காட்ட மாக் இந்த "இயல்பான எளிமையான எதார்த்தவாதத்தை" ஆதரிப்பவர் போல் காட்டிக் கொள்கிறார் (*புலன் உணர்ச்சி பற்றிய ஆய்வு*, பக். 39). ''இது எளிமையான எதார்த்தவாதத்தை'' ஆதரிப்பதாகும் என்பதை வேறுபாடு எதுவுமின்றி, மாக்கையும் அவெனரியசையும் ஆதரிக்கும் ரஷ்ய மாக்கியர்களும் இதனை நம்பினர். *தான்* என்பது ஏற்றுக் கொள்ளப்படுகிறது. சுற்றுப்புறமும் ஏற்றுக் கொள்ளப்படுகிறது. வேறு என்ன வேண்டும்?

யாரிடம் அதிகமான *இயல்பான எளிமையான தன்மை* உள்ளது என்பதைத் தீர்மானிக்க, நாம் ஒரு தொலைதூரப் புள்ளியிலிருந்து தொடங்குவோம். இங்கு ஒரு தத்துவவாதிக்கும் அவரது வாசக ருக்கும் இடையில் வெகுமக்கள் பேசும் வகையில் உரையாடல் உள்ளது:

"*வாசகர் :* பொருள்களின் அமைப்பு இருப்பானது தேவைப் படுகிறது. [சாதாரணத் தத்துவத்தின்படி] இதிலிருந்து மட்டும் தான் உணர்வைப் பெறவேண்டும்.

ஆசிரியர் : இப்பொழுது நீங்கள் ஒரு தொழில் ரீதியான தத்துவ வாதி போல் பேசுகிறீர்கள்... மனிதனது பொது அறிவு, உண்மை யான உணர்வு ஆகியவற்றின்படி பேசவில்லை.

நீங்கள் விடையளிப்பதற்கு முன்னர் சிந்தித்துச் சொல்லுங்கள்: ஒரு பொருளானது, அப்பொருளைப் பற்றிய உங்களது உணர் வுடனும் உணர்வின் மூலமாக உங்களுக்குள் தோன்றுகிறதா? இல்லையெனில் அப்பொருள் பற்றிய உங்கள் உணர்வுடன் அப் பொருளானது உங்களுக்குள் தோன்றுவதோடு; உங்களுடன் இருப்ப தோடு உங்களுக்குள் இடம் பெற்று விடுகிறதா?

வாசகர்: போதுமான சிந்தனைக்கு பிறகு இதனை நான் உங்களிடம் ஒப்புக் கொள்ள வேண்டும்.

ஆசிரியர் : இப்பொழுது நீங்கள் உங்கள் மூலமாகப் பேசுகிறீர்கள். உங்கள் இதயத்திலிருந்து பேசுகிறீர்கள். கவனமாக இருங்கள், எனவே இது உணர்வு என்றும் அது பொருள் என்றும், இது பொருள் அது உணர்வு என்றும்; உங்களது மனதுக்குப் புறம்பாக எதையும் புரிந்து கொள்ள முடிந்ததைத் தவிர வேறு எதையும் விரைந்து புரிந்து கொள்ளாதீர்கள்; அல்லது இன்னும் துல்லியமாக இதுவும் இல்லை அதுவும் இல்லை, அதற்கு மாறாக எது அடுத்ததாக முழுமையாகவே அகநிலையான புறநிலையாகவும் புறநிலையான அகநிலையாகவும் என்று இரண்டு நிலைகளில் தீர்க்கப்படுகிறதோ அதில் புரிந்து

கொள்ள முடிந்ததைத் தவிர வேறு எதையும் புரிந்து கொள்ளா தீர்கள்."

இங்கு அனுபவவாத விமர்சனத்தின் முதன்மையான இணைப்பு தன்மை கொண்ட சாராம்சம் முழுவதும் உள்ளது. இது அண்மைக் கால நேர்க்காட்சிவாதம் "எளிமையான எதார்த்தவாதத்தை" ஆதரிப்பது ஆகும்! இங்கு "பிரிக்க முடியாத" இணைப்பு என்ற கருத்து மிகத் தெளிவாகக் கூறப்பட்டுள்ளது. இது "தொழில் ரீதியான தத்துவவாதிகளின்" அலங்காரங்களால் சிதைக்கப்படாத சாதாரண மனிதனின் கருத்தாகக் கூறப்பட்டுள்ளது. உண்மையில் இந்த உரை யாடல் *அகவயக் கருத்துமுதல்வாதத்தின்* சிறந்த பிரதிநிதியான ஜோஹன் கோட்லிப் *பிக்டே 1801 ஆண்டு பதிப்பிக்கப்பட்ட* அவரது படைப்பில் இருந்து பெறப்பட்டது.*

நாம் பரிசீலிக்கும் மாக் அவெனரியசின் போதனைகளில் அகவயக் கருத்துமுதல்வாதம் பற்றிய பொழிப்புரை தவிர வேறு எதுவும் இல்லை. பொருள்முதல்வாதம், கருத்துமுதல்வாதம் ஆகியவற் றிற்கும் மேலாகச் சென்றுவிட்டதாக அவர்களால் இங்கு கூறப்படு கிறது. அதாவது பொருளிலிருந்து உணர்வுக்குச் செல்லுகிற, உணர் விலிருந்து பொருளுக்குச் செல்லுகிற கண்ணோட்டத்தில் உள்ள எதிர் நிலையானது நீக்கப்பட்டுவிட்டது என்று உரிமை கோரப்படு கிறது. இது பிச்டேயிசத்தின் சாரமற்ற விளக்கமாகும். இது பிச்டே யிசத்தின் புதுப்பிக்கப்பட்ட ஒரு கூற்றாகும். பிச்டே "சுற்றுப் புறத்தையும்" "தான்" என்பதையும் "பிரிக்க முடியாதபடி" இணைத்த தாக, உணர்வையும் பொருளையும் இணைத்ததாகக் கற்பனை செய் தார். மனிதன் தன்னை விட்டு வெளியே செல்ல முடியாது என்று அடித்துக்கூறும் அனுமானத்தின் அடிப்படையில் இவர் பிரச்சனைக் குத் "தீர்வு கண்டார்". வேறு விதமாகக் கூறினால், பெர்க்கிலிய விவாதம் திரும்பக் கூறப்படுகிறது: நான் என் புலன் உணர்ச்சிகளை மட்டுமே உணருகிறேன்; அவற்றிற்கு அப்பால் "தானாகவே உள்ள பொருள்களை" (objects in themselves) அனுமானிக்க எனக்கு உரிமை இல்லை. 1710இல் பெர்க்கிலி, 1801இல் பிச்டே மற்றும் 1891-94இல் அவெனரியஸ் இதன் சர்ராம்சத்தை அதாவது அகவயக் கருத்துமுதல்வாதத்தின் அடிப்படை தத்துவப் போக்கினை மாற்றி விடவில்லை. பல்வேறு முறைகளில் விளக்கம் அளித்தனர். உலகம் என்பது என் புலன் உணர்ச்சி; *நான்* என்பதன் மூலமாக, நான் - அல்லாததால் அனுமானிக்கப்படுகிறது (இது உருவாக்கப்பட்டது,

---

* ஜோகன் கோட்லிப் பிச்டே, *சமீபகால தத்துவத்தின் உண்மையான இயல்பைப் பற்றி வெகுமக்களுக்கான தெளிவான மதிப்பு. வாசகர் புரிந்துகொள்வதற்காக ஒரு முயற்சி,* பெர்லின், 1801, பிரிவு 178-80.

படைக்கப்பட்டது); பொருள் என்பது உணர்வுடன் பிரிக்க முடியாத படி இணைக்கப்பட்டுள்ளது. *நானும்* சுற்றுப்புறமும் பிரிக்க முடியாத இணைப்பு என்பது அனுபவவாத விமர்சனத்தின் முதன்மையான இணைப்பு என்ற கொள்கையாகும்; இது சிறிது சரி செய்யப்பட்ட; மறுபடியும் வண்ணம் பூசப்பட்ட அதே பழைய குப்பைத் தொட்டிதான், அதே பழைய கூற்றுதான்.

இந்தத் தத்துவவாதிகள் ஆதரிப்பது போன்ற "எளிமையான எதார்த்தவாதத்தைக்" காட்டுவது, மிக மட்டரகமான *ஏமாற்று வேலை* ஆகும். மனநல மருத்துவமனையில் இல்லாத அல்லது கருத்துமுதல்வாதத் தத்துவவாதிகளின் சீடர் அல்லாத ஓர் ஆரோக் கியமான மனிதனின் "எளிமையான எதார்த்தவாதம்" என்பது, சுற்றுப்புறம், உலகம், நமது புலன் உணர்ச்சி, *தான்* எனும் தன்மையை (self) பொதுவாக மனிதனைச் *சாராமல்* இந்த உலகம், சுற்றுப்புறம் மற்றும் பொருட்கள் இருக்கிறது என்ற கருத்தில் உள்ளது. நம்மைச் *சாராமல்* மற்ற மனிதர்கள் இருக்கிறார்கள், உயரம், குட்டை, மஞ்சள், கடினம் போன்றவை வெறும் புலனுணர்ச்சிகளின் அமைப்பு களாக இல்லாமல் உள்ளன என்ற அதே *அனுபவம்* (மாக்கியக் கண்ணோட்டத்தில் இல்லாமல் மாறாக அச்சொல்லுக்கான மனிதப் பொருளில்), உலகம், சுற்றுப்புறம் ஆகியன நம்மைச் *சாராமல்* இருக் கின்றன என்ற நம்பிக்கையைத் தருகிறது. நமது புலன் உணர்ச்சி மற்றும் நமது உணர்வு என்பது புற உலகின் *பிம்பம்* மட்டுமே ஆகும். பிம்பத்திற்குரிய பொருள் இல்லாமல் பிம்பம் இருக்க முடியாது. பின்னால் கூறப்பட்ட பிம்பமானது பொருளைச் சாராமல் இருக்க முடியாது. மனிதனது *இயல்பான எளிமையான நம்பிக்கையைப்* பொருள்முதல்வாதம் அதன் அறிவுக் கொள்கைக்கு அடிப்படை யாகக் கருத்தூன்றி எடுத்துக் கொள்கிறது.

"முதன்மையான இணைப்பு" என்பது பற்றிய இந்த மதிப்பீடு, மாக்கியத்திற்கு எதிரான பொருள்முதல்வாத எதிர்சார்புடைய விளைவா? முற்றிலும் இல்லை. பொருள்முதல்வாதத்தின் மீது சார்புடையவர் எனக் குற்றம் சாட்ட முடியாத அதன் மீது வெறுப் புள்ள தத்துவ நிபுணர்கள் ஏதேனும் ஒரு கருத்துமுதல்வாத அமைப் பினை ஏற்றுக் கொள்பவர்கள், அவெனரியஸ் குழுவினரின் "முதன் மையான இணைப்பு" என்பது அகவயக் கருத்து முதல்வாதம் என்று கூறுகின்றனர். எடுத்துக்காட்டாக வன்ட் என்பவரின் ஆர்வமூட்டும் கருத்தினை மரியாதைக்குரிய யுஷ்கேவிச் புரிந்து கொள்ளவில்லை. அவெனரியசினுடைய கோட்பாட்டின்படி, சில *தான்* எனும் தன்மை - ஓர் உற்றுநோக்குபவர் அல்லது விவரிப்பாளர் இல்லாமல் காணப் பட்டதையோ அல்லது குறிப்பிட்டதையோ பற்றி ஒரு முழுமை யான விவரிப்பு என்பது, "உண்மையான அனுபவத்தின் உள்ளடக்கம்

மற்றும் அதைப் பற்றிய பிரதிபலிப்புகள் ஆகியவற்றின் ஓர் ஆதார மற்ற குழப்பம்" என்று வன்ட் வெளிப்படையாகவே தெரிவிக்கிறார். ஒவ்வொரு உற்று நோக்குபவரிடமிருந்து இயற்கை அறிவியலானது முழுவதுமாகப் பிரித்தெடுக்கப்படுகிறது என்றும் வன்ட் கூறுகிறார். "அனுபவத்தினுடைய ஒவ்வொரு உள்ளடக்கத்தையும் அனுபவிக்கும் ஒரு தனிநபர் கற்பித்துக் கூறுவதால் மட்டுமே இவ்வாறான பிரித் தெடுத்தலானது சாத்தியப்படுவதாக உள்ளது. அதைத்தான் இறைமைக் கோட்பாட்டு தத்துவத்துடன் உடன்படும் வகையில் அனுபவவாத விமர்சன தத்துவமானது உண்மையான அனுபவம் என்றும் அதைப் பற்றிய பிரதிபலிப்புகளின் உள்ளடக்கத்தைப் பற்றிய ஓர் ஆதாரமற்ற குழப்பத்தில் இருந்து எழுவது பொதுவில் அனுபவரீதியான அடிப் படையற்ற ஊகம்தான் என்று புனைந்து கொள்கிறது" (மேற்கோள் காட்டப்பட்ட இடம், பிரிவு 382). ஆன்மீகவாதிகளும் (ஷுப்பே, ரெஹ்ம்கே, லெக்லெயர், ஷுபர்ட் - சோல்டன்) முழு மனதுடன் அவெனரியசுக்கு அனுதாபம் காட்டுகின்றனர், இதனை நாம் பின்பு காண்போம். அவர்களும் இதே கருத்திலிருந்து - அறிவன் மற்றும் அறிபொருள் ஆகியவற்றின் "பிரிக்க முடியாத" இணைப்பிலிருந்து - தொடங்குகின்றனர். அவெனரியசின் கருத்துகளை ஆய்வதற்கு முன்னர், வன்ட், கடவுள் நம்பிக்கைத் தத்துவம் பெர்க்கிலியத்தின் ஒரு "மாறுபட்ட வடிவம்" என்று வன்ட் விரிவாக எடுத்துக் காட்டி னார். பெர்க்கிலிக்கும் அவர்களுக்கும் உள்ள உறவை எவ்வாறு தான் ஆன்மீகவாதிகள் மறுத்தாலும், "இந்த தத்துவக் கோட்பாடுகளின் ஆழ்ந்த உள்ளடக்கத்தின்" (பெர்க்கிலியம் அல்லது பிச்டேனியம்*) சொல் வேறுபாடுகள் நம்மிடமிருந்து இதனை மறைப்பதற்கு இட மளிக்கக் கூடாது.

அவெனரியசின் *தூய அனுபவத்தின் தத்துவத்தைப்* பகுப்பாய்வு செய்யும் நார்மன் ஸ்மித் என்ற ஆங்கில எழுத்தாளர் இன்னும் கூடுதலாகவே நேரடியாகவும் முக்கியத்துவம் தரும் வடிவத்திலும் தனது விமர்சனத்தை வைக்கிறார்.

"அவெனரியசின் *உலகம் பற்றிய மானுடக் கண்ணோட்டம்* என்பதைப் படித்த பெரும்பாலானவர்கள், (கருத்துமுதல்வாதம்) பற்றிய விமர்சனம் அதில் வலுவாக இருந்தாலும் ஆக்கபூர்வமான போதனையில் அது ஒரு பிரமையாகவே உள்ளது என்று ஒப்புக் கொள்வர். எவ்வளவுதான் எதார்த்தமாக இருந்தாலும், அனுபவம்

---

* இறைமைக் கோட்பாட்டு தத்துவம், பெர்க்கிலிய கருத்துமுதல்வாதம்'', பிரிவு 373 - 375, தொடர்ச்சி 386-407. ''இந்நோக்கு நிலையிலிருந்து ஆன்மீக வாதத்தின் தவிர்க்க முடியாதத் தன்மை'', பிரிவு 381.

பற்றிய அவரது கொள்கையை விளக்க நாம் முற்பட்டாலும், அது புரிந்துகொள்ள முடியாததாகவே உள்ளது: அது தூக்கி எறியும் அகவயம் என்பதை மறுப்பதிலேயே அதன் அர்த்தம் முழுவதும் செலவழிந்து விடுகிறது. அவெனரியசின் கலைச் சொற்களை சாதாரண மொழியில் விளக்கும் பொழுதுதான், குழப்பத்தின் மூலம் எங்கு உள்ளது என்பதை நாம் காண்கிறோம். அவரது கொள்கைக்கு ஆபத்தாக இருந்த (கருத்துமுதல்வாதம்) பலவீனத்தினைத் தாக்குவதிலேயே கவனம் செலுத்துவதன் மூலமாக அவரது நிலையின் குறைபாட்டில் கவனம் செலுத்தவில்லை"* "இந்த வாதம் முழுவதிலும் அனுபவம் என்ற சொல்லின் மர்மத் தன்மை அவரை ஒரு சாதகமான நிலையில் வைக்கிறது. சில சமயங்களில் அது அனுபவிப்பது என்றும், சில சமயங்களில் அனுபவிக்கப்படுவது என்றும் அது பொருள் தருகிறது. *நான்* என்பதன் தன்மை கேள்விக்குள்ளாகும் பொழுது பிந்தைய அர்த்தம் வலியுறுத்தப்படு கிறது. அனுபவம் என்பதன் இந்த இரு அர்த்தங்களும் முழுமை நிலை, சார்பு நிலை (relative) என்ற அவரது வேறுபாட்டுடன் இசைந்து உள்ளது [அவெனரியசிற்கு இந்த வேறுபாடு எவ்வளவு முக்கியம் என்பதை நான் மேலே பரிசோதித்துள்ளேன்]; இந்த இரு கண் ணோட்டங்களும் அவரது தத்துவத்தில், உண்மையில் இசைவாக இல்லை. அனுபவம் என்பது முழுவதுமாக சிந்தனையில் கற்பனை யாக முற்றுப் பெறுகிறது [ஒரு உற்றுநோக்குவது *நான்* என்பதால் சுற்றுப்புறம் பற்றிய முழுமையான விவரணை என்பது கற்பனையில் நிறைவு செய்யப்படுகிறது] *நான்* என்பதன் உறவு இல்லாமல் எதுவும் இருப்பதில்லை என்ற கூற்றை அவர் அனுமதிக்கும் பொழுது, இதனை அவரால் வெற்றிகரமாக இணைக்க முடியவில்லை. எந்த வொரு மனிதனும் புரிந்துகொள்ள முடியாத பொருள்களை ஆக்கக் கூறுகளாக ஆய்வு செய்வது, [இயற்கை விஞ்ஞானம் கண்டுபிடித்த ஆக்கக் கூறுகள், அணுக்கள், எலக்ட்ரான்கள் போன்றவை; மாக், அவெனரியஸ் ஆகியோர் கண்டுபிடித்த கற்பனையான பொருள்கள் அல்ல] அல்லது பூமியில் மனிதனே இல்லாத காலத்திற்குச் செல்வது என்பன அனுபவத்தினைப் பூர்த்தி செய்வது அல்ல. மாறாக, அனுபவிக்கப்பட்டதைப் பூர்த்தி செய்வதாகும். பிரிக்க முடியாதது என்று அவெனரியஸ் கூறிய இரண்டு விஷயங்களில் ஒன்றை மட்டுமே இது பூர்த்தி செய்கிறது. இது நம்மால் அனுபவிக்க முடியாததற்கு இட்டுச் செல்கிறது; நம்மைப் போன்றவர்கள் அனுபவிக்க சாத்திய மில்லாதவற்றிற்கும் இட்டுச் செல்கிறது. அனுபவம் என்பதில் உள்ள

---

* நார்மன் ஸ்மித் ''அவெனரியஸ் தத்துவத்தின் தூய அனுபவம்'', *மனது* (mind)[20], தொகுதி XV, 1906, பக். 27-28.

சந்தேகம் அவெனரியசிற்கு அரணாக வருகிறது. புலன் உணர்ச்சி போன்று, சிந்தனையும் அனுபவத்தின் ஒருவகை வடிவம் என்று வாதிடும் அவர் காலங்காலமாக உள்ள பழைய அகவயக் கருத்து முதல்வாதத்திற்குச் செல்கிறார். இதன்படி சிந்தனை, எதார்த்தம் ஆகியன பிரிக்க முடியாதவை; ஏனென்றால் எதார்த்தத்தை சிந்தனையில் மட்டுமே உருவாக்க முடியும்; சிந்தனை என்பதில் சிந்திப்பவன் என்று ஒருவன் இடம் பெறுகிறான். ஆகையினால் எதார்த்த வாதத்தை ஏதாவது அசலாகவும், ஆழமாகவும் மீண்டும் நிலை நாட்டுவதாக இல்லாமல், மாறாக அகநிலைக் கருத்துமுதல் வாதத்தின் நன்கறிந்த நிலையுடைய பண்படாத வடிவத்தை மீண்டும் தெரிவிப்பதாக மட்டுமே அவெனரியசின் நேர்மறையான ஊகங்களின் இறுதி வெளிப்பாடு உள்ளது (பக். 29)."

பிச்டேயின் தவறை முழுமையாகவே மீண்டும் இழைக்கும் அவெனரியசினுடைய புதிர்த் தன்மை வாய்ந்த பணி இங்கு சிறப்பாக அம்பலப்படுத்தப்படுகிறது. பொருள்முதல்வாதம் (நார்மன் ஸ்மித் என்பவர் இதனைத் தவறுதலாக எதார்த்தவாதம் என்று அழைக்கிறார்) மற்றும் கருத்துமுதல்வாதம் ஆகியவற்றிற்கு இடையே உள்ள எதிர் நிலையை, "அனுபவம்" என்ற சொல் மூலம் அகற்றுவது என்பது, நாம் உறுதியான பருண்மையான பிரச்சனைகளுக்குச் செல்லும் பொழுது ஒரு கட்டுக்கதையாகவே உள்ளது. எடுத்துக்காட்டாக, மனிதனுக்கு *முன்னர்*, புலனறிவுள்ள எந்த சிற்றுயிருக்கும் *முன்னர்* பூமி இருந்தது என்ற பிரச்சனை இதில் ஒன்று. இதுபற்றி நாம் தற்போது விரிவாகப் பேசுவோம். இக்கொள்கையை எதிர்க்கும் நார்மன் ஸ்மித் மட்டுமல்லாமல் இறை நம்பிக்கையாளர் ஷுப்பேயும் அடங்குவார். இவர் *எளிமையான எதார்த்தவாதத்தை உறுதிப்படுத்தும், உலகம் பற்றிய மானுடக் கருத்தை* வரவேற்றவர்).* அவெனரியசையும், அவரது கற்பனையான எதார்த்த வாதத்தையும் முகத்திரையை கிழித்துக் காட்டுகின்றனர். ஷுப்பே, *இத்தகைய* எதார்த்தவாதத்தை, அதாவது பொருள்முதல்வாதத்தை அவெனரியஸ் மர்மமாக்குவதை, *முழுவதுமாக* ஒப்புக்கொள்கிறார். அவெனரியசிற்கு அவர் எழுதினார்: "அகவயக் கருத்துமுதல்வாதி என்ற வசைக்குள்ளாகும் இறை நம்பிக்கையாளராகிய நான் உங்களுக்கு உள்ள உரிமையைப் போல உரிமையுடன் நானும் கோருகிறேன். "எனது சிந்தனை பற்றிய கருத்து... உங்களது "தூய அனுபவம் என்ற கொள்கையுடன் ஒத்துப் போகிறது" (பக். 384). "இணைப்பின் இரு விதிமுறைகளுடைய தொடர்பையும் பிரிக்க

---

* அறிவியல் தத்துவத்துக்கான காலாண்டு இதழில் அவெனரியசுக்கு வில்லியம் ஷுப்பே எழுதிய திறந்த மடலைக் காணவும்.

முடியாதத் தன்மையையும்" உண்மையில் நான் எனும் தன்மையால் மட்டுமே வழங்கப்படுகிறது, (மனக்கண் தோற்றம், அருவமான பிச்டேயிய தன்னுணர்வு, மூளையை விட்டு விலகிய சிந்தனை). "எதை நீக்க வேண்டும் என்று நினைத்தீர்களோ அதைக் குறிப்பறிந்து கருதிக் கொண்டீர்கள்" - இவ்விதமாக ஷுப்பே அவெனரியசிற்கு எழுதினார் (பக். 388). மர்மத் தன்மையுள்ளதாக்கும் அவெனரியசின் முகத்திரையை யார் அதிகத் தீவிரமாக கிழிக்கிறார் என்று கூறுவது கடினம். அது நேரடியான, தெளிவான பதில் மூலமாக ஸ்மித்தா அல்லது அவெனரியசின் சிறந்த புடைப்பினைப் பற்றிய தனது ஆர்வமுள்ள கருத்து மூலம் ஷுப்பேவா என்று கூறுவது கடினம். தத்துவத்தில் வில்லியம் ஷுப்பே அளிக்கும் முத்தம் அரசியலில் பீட்டர் ஸ்ட்ருவ், அல்லது மென்ஷிக்கோவ் அளிக்கும் முத்தத்தை விடச் சிறந்தது அல்ல.*

பொருள் முதல்வாதத்திற்கு இடமளிக்கவில்லை என்று மாக்கைப் பாராட்டும் ஒ.ஈவால்ட் என்பவர் முதன்மையான இணைப்புப் பற்றி இதுபோன்றே பேசுகிறார். "அறிவு தோற்றவியலுக்கு இன்றியமையாத மையமான விதிமுறையும் எதிர் விதிமுறையும் தொடர்புடன் இருப்பது தவிர்க்க முடியாதது என்று ஒருவர் கூறினால், 'அனுபவ வாத விமர்சனம்' என்ற சொற்களை தங்களது அறிவிப்புப் பலகையில் ஆடம்பரமாக எழுதினாலும், முழுமையான கருத்துமுதல்வாதத்தில் இருந்து வேறுபடாத ஒரு நிலையைத் தான் ஒருவர் மேற்கொள்கிறார் [இந்தச் சொல் சரியானது அல்ல; அவர் அகவயக் கருத்துமுதல்வாதம் என்று கூறியிருக்க வேண்டும். ஏனென்றால், ஹெகலது முழுமை யான கருத்துமுதல்வாதம் என்பது மனிதன் இல்லாத பூமி, இயற்கை, பௌதிக உலகு ஆகியவற்றுடன் இசைவாக உள்ளது. ஏனென்றால், இயற்கை என்பதே முழுமுதற் கருத்தின் "மறுபக்கமாக" உள்ளது]. மறுபுறம், இந்த இணைப்பை உறுதியாகப் பற்றிக் கொள்ளாததோடு எதிர் விதிமுறைகளுக்கு நாம் அதற்கான சுயேச்சைத் தன்மையை வழங்காவிட்டால், பின்பு ஒவ்வொரு வகையான இயக்க மறுப்பியல் சாத்தியத் தன்மைக்கான, தனிச்சிறப்பாக பகுத்தறிவுக்கு அப்பாற்பட்ட எதார்த்தவாதத்துக்கு இட்டுச் செல்லும் பாதை திறந்து விடப் படுகிறது." (மேற்கோள் காட்டப்பட்டது, பக். 56 - 57).

இயக்க மறுப்பியல் தத்துவம், பகுத்தறிவுக்கப்பாற்பட்ட எதார்த்த வாதம் என்பனவற்றின் மூலம், ஈவால்ட் என்ற புனைப் பெயரில்

---

* ஸ்ட்ருவ்: முன்னாள் மார்க்சியர், எதிர்புரட்சியாளர், கேட்ட கட்சியின் நிறுவனர். மென்ஷிக்கோவ்: இவரை லெனின், ''ஜாரின் கறுப்பு நூறு அமைப்பின் நன்றியுள்ள நாய்'' என்று கூறுவார் - மொ.பெ.

மறைந்து கொண்டிருக்கும் திரு ஃப்ரெய்ட்லாண்டர் *பொருள்முதல் வாதம்* என்று பொருள் கொள்கிறார். கருத்துமுதல்வாதத்தின் ஒரு பிரிவைப் பின்பற்றும் அவர், பொருள்முதல்வாதத் தத்துவத்தை இயக்க மறுப்பியல்வாதம் என கூறும் மாக்கியர்கள், கான்டியர்கள் ஆகியோருடன் முழுவதும் ஒத்துப் போகிறார். "ஆரம்பத்திலிருந்து முடிவு வரை மூர்க்கமாக இயக்க மறுப்பியல் தத்துவம்" என்கிறார் (பக்.134). அவர் பொருள்முதல்வாதத்தின் இயக்க மறுப்பியல் தன்மை மற்றும் "பகுத்தறிவு கடந்த நிலை" ஆகியவை மீதான சிக்கல் பற்றி பசரோவ் மற்றும் நமது மாக்கியர்கள் அனைவருடனும் அவர் கருத்தொருமித்து இருக்கிறார். பின்னர் இதைப் பற்றி நாம் விரிவாகக் காண்பதற்கான சமயம் வாய்க்கும். பொருள் முதல்வாதத்தையும் கருத்துமுதல்வாதத்தையும் கடந்து விட்டதாக அறிவாழமற்றவாறும், கல்விச் செருக்கோடும் உரிமை கோரிய தானது எவ்வாறு மறைந்து விடுகிறது என்பது இங்கு மீண்டும் கவனத்தில் கொள்ள வேண்டிய முக்கியமான ஒன்றாகும். அதேபோன்று இச்சிக்கலானது எவ்வாறு அமைதிப்படுத்த முடியாத கடினமான ஒன்றாக எழுகிறது என்பதையும் முக்கியமாக கவனத்திற் கொள்ள வேண்டும். "எதிர் விதிமுறைகளுக்கு சுயேச்சைத் தன்மை அளிப்பது" என்பது (அவெனரியசின் செயற்கையான மொழியை சாமானிய நடையில் கூறினால்) இயற்கை புறஉலகம் என்பது மனிதனின் உணர்வைச் சாராமல் இருக்கிறது என்பதாகும். இதுதான் பொருள்முதல்வாதம் எனப்படுகிறது. பொருள், மனிதனது புலன் உணர்ச்சி ஆகியவற்றின் பிரிக்க முடியாத இணைப்பின் அடிப் படையில் அறிவுக் கொள்கையை வகுத்தால் (பொருள்களுக்குச் சமமான "புலன் உணர்ச்சிகளின் அமைப்புகள்"; உளம் சார்ந்த வற்றுக்கும் இயற்பொருள் சார்ந்தவற்றுக்கும் இணையாக "உலக ஆக்கக் கூறுகள்"; அவெனரியசின் இணைப்பு போன்றவை) கருத்து முதல்வாதத்திற்கு இட்டுச் செல்லும். அவெனரியஸ், ஷுப்பே, ஈவால்ட் போன்றவர்களின் அரைகுறைப் பண்புக் கலைச்சொற் களுக்குப் பின்னால் சற்றுக் கவனத்துடன் கண்டால், இந்த எளிமை யான உண்மையைக் காண முடியும். இவை சாமானிய மனிதனை அச்சுறுத்தி, தத்துவத்தில் இருந்து விரட்டுகின்றன.

அவெனரியசின் கொள்கையையும் "எளிமையான எதார்த்தவாதத் தையும்" சமரசம் செய்து வைத்தது, அவரது சீடர்களிடையே கூட தவறான எண்ணத்தை உருவாக்கியது. அவெனரியஸ் "எளிமையான எதார்த்தவாதத்தை'' இணைத்தார் என்ற கூற்றினை தான் நம்ப வில்லை எனினும் சில ஐயங்களுடன் ஏற்பது என்று எடுத்துக் கொள்ள வேண்டும் என வில்லி கூறுகிறார். "ஒரு வறட்டுவாதமாக மனிதனுக்கு வெளியே உணரக்கூடிய வடிவில் உள்ள தானேயாகிய

பொருட்களின் மீதான நம்பிக்கைத் தவிர "எளிமையான எதார்த்த வாதம் என்பது வேறெதுவும் இல்லை."* வேறு விதமாகக் கூறினால், எளிமையான எதார்த்தவாதத்துடன்" கற்பனையாக இல்லாமல் உண்மையாக இணைந்து செல்வது, வில்லியின் கருத்துப்படி பொருள்முதல்வாதம் தான் ஒரே அறிவுக் கோட்பாடாகும்! ஆனால் இவர் பொருள்முதல்வாதத்தை மறுக்கிறார். ஆனால் "*உலகம் பற்றிய மானுடக் கருத்து*" என்ற நூலில் அவெனரியஸ் அனுபவம், நான், சுற்றுப்புறம் ஆகியவற்றின் ஒருமையைப் பல சிக்கலான, ஓரளவிற்கு மிகவும் செயற்கையான, துணைக் கருத்துகள் மூலம் மீட்டெடுத்தார் என்பதை கட்டாயத்தின் விளைவாக ஒப்புக் கொள்கிறார் (பக். 171). *உலகு பற்றிய மானுடக் கருத்து* என்பது அவெனரியசின் ஆரம்பக் கருத்துமுதல்வாதத்திற்கு எதிர்வினை யானது. "பொது அறிவு சார்ந்த எளிமையான எதார்த்தவாதம், சீடர் பரம்பரையின் தத்துவமான அறிவுத் தோற்றவியல் சார்ந்த கருத்து முதல்வாதம் ஆகியவற்றிற்கு இடையிலான ஒரு *சமரசத்தைக்* காட்டுகிறது. "ஆனால் அத்தகைய ஒரு சமரசமானது அனுபவத்தின் ஒற்றுமையையும், ஒழுங்கையும் பழைய இடத்தில் மீண்டும் கொண்டு சேர்க்கும் என்பதை நான் [வில்லி இதை அடிப்படையான அனுபவம் என்கிறார் - மற்றொரு புதிய உலகம்!] உறுதியாகக் கூற மாட்டேன்" (பிரிவு. 170) என்கிறார்.

இது ஒரு மதிப்புமிக்க ஒப்புதல்! அவெனரியசின் "அனுபவம்" என்பது கருத்துமுதல்வாதம் பொருள்முதல்வாதம் ஆகியவற்றினை இணைக்கத் தவறிவிட்டது. "அடிப்படை" அனுபவத்தின் ஒரு தத்துவத்தால் மாற்றீடு செய்ய வேண்டியே அனுபவத்தின் தத்துவப் பிரிவை வில்லி மறுப்பதாகத் தோன்றுகிறது. இது மும்மடங்கு குழப்பமானது.....

4. மனிதனுக்கு முன்னரே இயற்கை இருந்ததா?

இந்தப் பிரச்சனையானது மாக், அவெனரியஸ் ஆகியோரின் தத்துவத்துக்கு எதிரானதாக உள்ளது என்று ஏற்கெனவே நாம் பார்த்தோம். மனிதர்களோ வேறு எந்த உயிரினங்களோ இல்லாத ஒரு காலத்திலும் பூமி இருந்தது என்று இயற்கை விஞ்ஞானம் தெளிவாகக் கூறுகிறது. உயிரியக்கவியல் தன்மை கொண்ட பொருள் என்பது பிந்தைய கால நிகழ்வு. இது நீண்ட பரிணாமத்தின் விளைவு. இதிலிருந்து புலனுணர்ச்சித் தன்மை கொண்ட பருப்பொருள், "புலனுணர்ச்சிகளின் அமைப்புகள்", அவெனரியசின்

---

* R. வில்லி, பள்ளிப் பருவ ஞானத்திற்கு எதிராக, பிரிவு. 170.

கோட்பாட்டுப் படி சுற்றுப்புறத்துடன் "பிரிக்க முடியாதபடி" இணைக்கப்பட்டுள்ளதாகக் கருதப்படும் *'தான்'* எனும் தன்மை ஆகியன இல்லை என்பதாகும். பருப்பொருள் அடிப்படையானது, மிகவும் உயர்ந்த கட்ட வளர்ச்சியின் விளைவே சிந்தனை, உணர்வு ஆகியன. இது தான் பொருள் முதல்வாத அறிவுக் கொள்கை. இதனை இயற்கை விஞ்ஞானம் இயல்பாக வலியுறுத்துகிறது.

அனுபவவாத விமர்சனக் கொள்கைக்கும் இயற்கை விஞ்ஞானத் திற்கும் இடையில் இந்த முரண்பாடு இருப்பதை இதன் பிரதிநிதிகள் கண்டார்களா? என்ற கேள்வி எழுகிறது. இதனைக் கண்டார்கள். இந்த முரண்பாட்டை எந்த வழியில் தீர்க்க முடியும் என்று தங்களைக் கேட்டுக் கொண்டார்கள். பொருள்முதல்வாதிகளின் நோக்கு நிலையில், அவெனரியஸ் அவரின் சீடர்கள் ஜே. பெட்சோல்ட், ஆர். வில்லி ஆகியோர் இந்தப் பிரச்சனைக்கு வைத்த மூன்று அணுகுமுறைகள் முக்கியமானவை.

இணைப்பில் உள்ள "உள்ளார்ந்த ஆற்றல்மிகு" மையமான விதி முறை என்ற கோட்பாட்டின் வாயிலாக (the theory of the "potential" central term in the coordination) இயற்கை அறிவியலுடனான முரண்பாட்டை நீக்க அவெனரியஸ் முயற்சிக்கிறார். சுற்றுப்புறம், *"நான்"* ஆகியவற்றுக்கு இடையே "பிரிக்க முடியாத" தொடர்பு என்பது, இணைப்பு ஆகும். இது நமக்கு ஏற்கெனவே தெரியும். இக்கொள்கையில் உள்ள முட்டாள்தனத்தை நீக்குவதற்காக, உள்ளார்ந்த "ஆற்றல்மிகு" மையமான விதிமுறை என்ற கருத்து அறிமுகப்படுத்தப்பட்டது. உதாரணமாக, கருவில் இருந்து மனிதனின் வளர்ச்சி எத்தகையது? ஒரு கருவினால் "மையமான விதிமுறை" பிரதிநிதித்துவம் செய்யப்படுமானால் சுற்றுப்புறம் (என்ற "எதிர் விதிமுறை") நிலவுகிறதா? கருவின் அமைப்பு - "சி" - எனப்படுவது தான் "வருங்காலத்தில் தனிப்பட்ட சுற்றுப்புறம் தொடர்பான உறவில் உள்ளார்ந்த ஆற்றல்மிகு மையமான விதிமுறை" என்று அவெனரியஸ் பதிலளிக்கிறார் (*உளவியலின் பொருள் குறித்த கருத்துகளின் குறிப்புகள்*, பக். 140). உள்ளார்ந்த ஆற்றல்மிகு விதிமுறை இன்னும் பெற்றோர்களே இல்லாது போனாலும் கூட எப்போதுமே இல்லாத ஒன்றாக (பூஜ்யமாக) ஆவது இல்லை, மாறாக அது பெற்றோர்களாக மாற வல்லமை கொண்ட "சுற்றுப் புறத்தின் முழுமைவாய்ந்த பகுதிகளாக" மட்டுமே இருக்கும் (பிரிவு. 141).

இந்த இணைப்பு என்பது பிரிக்க முடியாதது. அவர்களது தத்து வத்தின் அடிப்படைகளை, அதாவது புலன் உணர்ச்சிகளை அவற்றின் அமைப்புகளைப் பாதுகாக்க அனுபவவாத விமர்சகர்கள் இதனைக்

கூற வேண்டியுள்ளது. மனிதன் தான் இந்த இணைப்பின் மையமான விதிமுறை. மனிதன் இல்லாமல் இருந்தபொழுது, அவன் தோன்றாமல் இருந்த பொழுது, இருப்பினும் இந்த மையமான விதிமுறை பூஜ்யத் திற்குச் சமமானது அல்ல; அது ஓர் *ஆற்றல்மிகு* மையமான விதி முறையாக மட்டுமே இருந்தது. இத்தகைய வாதங்களை முன் வைக்கும் ஒரு தத்துவவாதியை தீவிரமாகப் பின்பற்றும் மனிதர்கள் இருக்கிறார்கள் என்பது வியப்பிற்குரியது! எல்லா வகையான இயக்க மறுப்பியல் தத்துவத்திற்கும் (அதாவது நம்பிக்கை வாதம்) எதிரி அல்ல என்று கூறிக் கொள்ளும் வன்ட் அவர்கள் கூட, ஒட்டு மொத்தமான இணைப்பையே தகர்க்கிற "உள்ளார்ந்த ஆற்றல்" என்ற சொல்லின் மூலமாக "அனுபவக் கருத்தியலின் அறிவு நிலை கடந்த புதிரான தன்மையை" ஒத்துக்கொள்ள நிர்ப்பந்திக்கப்பட்டார் (மேற்கோள் பக். 379). அத்துடன், ஓர் இணைப்பில் உள்ள விதி முறைகளில் ஒன்று உள்ளார்ந்த ஆற்றல்மிக்கதாக இருக்கிறது என்ற நிலையில், அந்த இணைப்பினுடைய பிரிக்க முடியாதத் தன்மை யைப் பற்றி ஒருவரால் உண்மையில் எவ்வாறு பொறுப்புணர்ச்சி யுடன் பேச முடியும்?

இது நம்பிக்கை வாதத்துக்கு இட்டுச் செல்லும், கடவுளை புலனுணர்ச்சியின்றி உள்ளுணர்வால் காணும் வாதம் இல்லையா? ஒரு வருங்காலச் சுற்றுப்புறம் தொடர்பான உள்ளார்ந்த ஆற்றல்மிக்க விதிமுறையைப் பற்றி சிந்திக்க வாய்ப்பிருக்கிறது என்றால், *கடந்த காலச்* சூழலுடன், இது கொண்டுள்ள தொடர்பு பற்றி அதாவது மனிதனது *மரணத்திற்குப் பின்,* இது கொண்ட தொடர்பு பற்றி ஏன் சிந்திக்க முடியாது? தனது கோட்பாட்டில் இருந்து அவெனரியஸ் இந்த முடிவை எடுக்கவில்லை என நீங்கள் சொல்லுவீர்கள்? ஏற்றுக் கொள்வோம். இத்தகைய முட்டாள்தனமான பிற்போக்குக் கொள்கை மிகவும் கோழைத்தனமானது. ஆனால் இது ஒன்றும் சிறந்தது அல்ல. 1894 ஆம் ஆண்டு அவெனரியஸ், இக்கொள்கைகளை அதன் தர்க்க ரீதியான முடிவிற்குக் கொண்டுவரவில்லை, அல்லது அவ்வாறு செய்வதற்கு அஞ்சினார். ஆனால் நாம் பார்க்கப்போவது போல ஆர். ஷுபர்ட்- சோல்டன், 1896இல் *இக்கொள்கையைப் பின்பற்றினார்.* மதம் சார்ந்த முடிவுகளுக்கு வந்தார். 1906இல் இதனை மாக் *அங்கீகரித்தார்.* ஷுபர்ட்- சோல்டன் (மாக்கியத்திற்கு) "*நெருக்கமான பாதையில்*" வருகிறார் என்று கூறினார் (*புலனுணர்ச்சிகளின் பகுப் பாய்வு* பக். 4). ஒரு தீவிரமான நாத்திகரான டூரிங்கை, அவருடைய தத்துவத்தில் தொடர்ச்சியின்றி நம்பிக்கைவாதத்திற்கு இடமளித்த தற்காக எங்கெல்ஸ் தாக்கியது சரியானதாகும். குறைந்தபட்சம் எழுபதுகளில் டூரிங், மதம் சார்ந்த முடிவுகளை மேற்கொள்ளாமல் இருந்தாலும் எங்கெல்ஸ் அவருக்கு எதிராக இந்தக் குற்றச்சாட்டினை

பல தடவை முன்வைத்தார். நம்மிடையே மார்க்சியவாதிகளாகத் தம்மை கருதச் சொல்லும் நபர்கள் உள்ளனர். ஆனால் அவர்கள் மக்களிடம், நம்பிக்கைவாதத்திற்கு நெருக்கமாக உள்ள ஒரு தத்துவத்தையே கொண்டு செல்கின்றனர்.

அவெனரியஸ் எழுதினார்: "அனுபவவாத விமர்சனக் கண்ணோட்டத்தின்படி, மனித பிறப்பிற்கு முன்பே தோன்றிய, தற்போது இருக்கும் சுற்றுப்புறத்தின் காலங்கள் பற்றி இயற்கை அறிவியல் ஆய்வு செய்வது என்பது தங்களின் உரிமை இல்லை (பிரிவு 144)." அவெனரியஸ் பதில் கூறுகிறார், "தன்னை மன ரீதியாக முன்னிறுத்துவதை ஆய்வாளர் தவிர்க்க முடியாது" (அதாவது ஒரு நபர் தான் இருப்பதாகக் கற்பனை செய்வது). அவெனரியஸ் தொடருகிறார், "விஞ்ஞானம் விரும்புவதெல்லாம் (அவனுக்கு அது தெளிவாகப் புலப்படாவிட்டாலும்) இது மட்டும் தான்: நான் என்னை மன ரீதியாக உற்றுநோக்குபவன் என்று முன்னிறுத்தினால், அதாவது பார்வையாளன் நல்ல கருவிகள் மூலம் இந்த பூமியிலிருந்து மற்றொரு சூரிய மண்டலத்தை அல்லது நட்சத்திரத்தை உற்று நோக்குவது போல முன்னிறுத்தினால், உயிரினங்கள் அல்லது மனிதன் தோன்றுவதற்கு முன்னால் இருந்த பூமியை எவ்வாறு வர்ணிப்பது?

ஒரு பொருள் நமது உணர்வு சாராமல் தன்னிச்சையாக இருக்க முடியாது. "பொருள் பற்றி புரிந்து கொள்வதற்கு முயற்சிக்கும் அறிவு என்ற முறையில், நாம் எப்பொழுதும் மனரீதியாக நம்மை முன்னிறுத்துகிறோம்."

மனிதனுக்கு முன்னால் இருந்த ஒவ்வொரு பொருளுக்கும் இயற்கைக்கும் "மனரீதியாக முன்னிறுத்தும்" தேவை என்ற கொள்கை "அண்மைக்கால நேர்க்காட்சிவாதி"யான அவெனரியஸ் என்பவரின் சொற்களில் முதல் பத்தியிலும், அகவயக் கருத்து முதல்வாதி ஜே.ஜி. பிச்டேவின் சொற்களில் இரண்டாவது பத்தியிலும் என்னால் கொடுக்கப்பட்டுள்ளது.* இதனை ஆய்வு செய்ய முடியாதபடி திகைப்பூட்டும் முறையில் இக்கோட்பாட்டின் ஏமாற்று வேலை அமைந்துள்ளது. "மனரீதியாக நம்மை" முன்னிறுத்த முடியும் என்றால் நமது இருப்பு என்பது *கற்பனையானது* ஆகும். ஆனால் மனிதனுக்கு முன்னால் பூமி இருந்தது என்பது *உண்மை*. எரிந்து கொண்டு ஒளிரும் நிலையில் பூமியின் தோற்றத்தைப் பார்க்கும் முறையில் மனிதன் உற்றுநோக்குபவனாக *இருக்க முடியாது*. அந்தக் காலத்தில் அவன் இருந்தான் என்று *கற்பனை* செய்வது கண்மூடித்

---

* J.G. பிச்டே, *எய்னசிடெமஸ் பற்றிய மதிப்புரை*, 1794, *மொத்த படைப்புகள்*, புத்தகம் 1, பிரிவு 19.

தனம் ஆகும். இது, நரகத்தின் இருப்பினை மெய்ப்பித்துக் காட்டு வதற்கு "நான்" ஓர் உற்று நோக்குபவனாக என்னை மனரீதியாக முன்னிறுத்திக் கொண்டால் நரகத்தைக் காணமுடியும் என்று கூறுவது போன்று உள்ளது. அனுபவவாத விமர்சனம், இயற்கை விஞ்ஞானம் ஆகியவற்றை "இணைப்பது" என்பது பின்வருவதில் உள்ளது. அதாவது இயற்கை விஞ்ஞானம் *தவிர்த்த* ஒன்றை அவெனரியஸ் "*மன ரீதியாகக்* காண விரும்புகிறார். இந்த உலகில் எந்த உயிரினமும் *இருக்கமுடியாத* நிலை இருந்த காலத்திலும், எந்தப் புலனுணர்ச் சியோ அல்லது எந்த "மையமான விதிமுறையோ" இல்லாதபோதும் உலகம் நிலவியது என்பதை படித்தவனாகவோ அல்லது தெளிந்த மனதுள்ளவனாகவோ இருக்கும் எவனும் ஐயப்படுவதில்லை. அத்துடன் இதன் விளைவாக உலகம் என்பதே ஒரு புலனுணர்ச்சி களின் தொகுதி ("பொருள்கள் என்பதே புலனுணர்ச்சி களின் அமைப்புகள்") அல்லது "உளம் சார்ந்தவையும் இயற்பொருள் சார்ந்தவையும் ஒத்த தன்மை கொண்டவையாக உள்ள ஆக்கக் கூறு களின் அமைப்புகள்", அல்லது "ஒரு மையமான விதிமுறை ஒன்று மில்லாததாக (பூஜ்யமாக) எப்போதுமே ஆகாத ஓர் எதிர் விதி முறை", என்ற மாக் மற்றும் அவெனரியசின் ஒட்டுமொத்த கோட் பாடும் *தத்துவரீதியாக கண்மூடித்தனமாகிறது.* இது அக நிலைக் கருத்துமுதல்வாதத்தை முட்டாள்தனத்துக்கு இட்டுச் செல்வதாகும்.

அவெனரியஸ் அடைந்துள்ள முட்டாள்தன நிலையைக் கண்டு ஜே. பெட்சோல்ட் வெட்கமடைந்தார். அவரது *தூய அனுபவத்தின் தத்துவத்திற்கு ஓர் அறிமுகம்*" என்ற நூலில் (தொகுதி. II) "பூமியின் ஆரம்பகால எதார்த்தத்தின் சிக்கல் பற்றி" ஒரு முழு பத்தியையே எழுதியுள்ளார் (பகுதி. 65).

பெட்சோல்ட் கூறுகிறார், "ஷூப்பேயின் போதனைகளிலிருந்து வேறுபட்டு, அவெனரியசில் *நான்* என்பது வேறு ஒரு பங்கினைப் பெற்றுள்ளது. [பெட்சோல்ட், பகிரங்கமாகவும் மறுபடியும் மறு படியும் பின்வருமாறு கூறுகிறார்: எங்கள் தத்துவம் *மூன்று பேர்களால்* - அவெனரியஸ், மாக், ஷூப்பே - உருவாக்கப்பட்டது] இருப்பினும் இக்கொள்கைக்கு இந்தப் பங்களிப்பு மிக முக்கியமானது." எல்லாமே *நான்* என்பதில் தான் உள்ளது என்பதை எடுத்துக்காட்டுவதன் மூலம் ஷூப்பே அவெனரியசை வெளிப்படுத்துகிறார். பெட்சோல்ட் இதில் ஒரு திருத்தம் கொண்டு வர முயற்சிக்கிறார். பெட்சோல்ட் தொடரு கிறார், "இதுவரை மனிதக் காலடி படாத ஓர் இடத்தைப் பற்றி நம்மால் சிந்திக்க முடியும். ஆனால், அத்தகைய ஓர் சுற்றுப்புறத் தைப் பற்றி *சிந்திக்கும்* [அழுத்தம் அவெனரியசுடையது] திறன் பெற *நான்* என்று நம்மால் குறிக்கப்படும் விதிமுறை தேவைப்படுகிறது, *அந்த* [அழுத்தம் அவெனரியசுடையது] நான் என்று சிந்திப்பதுதான்

சிந்தனையாகிறது. (*அறிவியல் தத்துவத்திற்கான காலாண்டு இதழ் - 1894, பிரிவு. 146*)

பெட்சோல்ட் விடை சொல்கிறார் : "எவ்வகையிலேனும் அத்தகைய ஒரு பகுதியைப் பற்றி நம்மால் சிந்திக்க முடியுமா இல்லையா என்பதல்ல மாறாக அவ்வாறு தனிப்பட்ட எந்த ஒரு மனித மூளையில் இருந்து விலகி சுயேச்சையாக நிலவிக் கொண் டிருப்பதாகவோ அல்லது நிலவியதாகவோ சிந்திக்கும் உரிமை யானது உண்டா இல்லையா என்பதுதான் அறிவுத் தோற்றவியல் ரீதியில் முக்கியத்துவமிக்க கேள்வியாகும்".

உண்மை எனப்படுவதுதான் உண்மை. மக்கள், எல்லா வகையான நரகத்தையும் சாத்தான்களையும் "மனரீதியாக" எண்ண முடியும்". மென்மையாகக் கூறினால், லூனாசார்ஸ்கி கூட, மதக் கருத்துகளை "மனரீதியாகக் கற்பனை" செய்து கொண்டார்.[21] ஆனால் இத்தகைய உண்மையல்லாத, வினோதமான மற்றும் பிற்போக்குத் தன்மை யுள்ள மனப் பதிவுகளை வெளிப்படுத்திக் காட்டுவது அறிவுக் கோட்பாட்டின் குறிக்கோளாகும்.

"...சி என்ற அமைப்பு [அதாவது மூளை] சிந்தனைக்கான இன்றியமையாத ஒன்று. அவெனரியசிற்கும், இங்கு முன் வைக்கப்படும் தத்துவத்திற்கும் இது தெள்ளத்தெளிவாக உள்ளது..."

இது உண்மையல்ல. 1876இல் அவெனரியசின் கோட்பாடானது மூளை இல்லாத சிந்தனையின் கோட்பாடாகும். நாம் காணப் போவது போல 1891 - 94களின் இடையிலான அவரது கொள்கை யில் இதே போன்ற கருத்துமுதல்வாத முட்டாள்தனம் இருந்தது.

...இருப்பினும் *இருத்தலுக்கான ஒரு நிபந்தனையான* [சாய்வு எழுத்துகள் பெட்சோல்டிற்குரியது] என்ற அமைப்பு சி உலகத்தின் மெஸோசாயிக் (Mesozoic) காலகட்டத்துக்கு உரியதா?"

ஏற்கெனவே நான் கூறியபடி, அவெனரியசின் இந்த வாதங்களை முன்வைக்கும் பொழுது பெட்சோல்ட், விஞ்ஞானம் எதனை விரும்புகிறது, பார்வையாளனை "மனரீதியில் நாம் எவ்வாறு முன்னிறுத்த முடியும்" போன்றவை பற்றி பின்வருமாறு ஆட்சேபித்துக் கூறுகிறார்:

"இல்லை, மிகவும் பழங்காலத்தில் பூமி இருந்தது போன்றே நேற்றோ அல்லது ஒரு நிமிடத்திற்கு முந்தியோ பூமி அதேபோல் இருந்தது என்பதை சிந்திக்க உரிமை எனக்கு உண்டா? இல்லையா? என்று நாம் தெரிந்து கொள்ள விரும்புகிறோம். அல்லது உலகம்

நிலவுவதை நமது உரிமைப்படி அந்தக் குறிப்பிட்ட காலகட்டத்தில், குறைந்தபட்ச வளர்ச்சிக் கட்டத்தில் இருந்தாலும் சரி, 'சி' என்ற அமைப்பிற்கு இணையாக நிலவிய அமைப்பு பற்றி குறைந்த அளவுக்காவது ஊகிக்கும் நமது உரிமை மீது வில்லி உரிமை கோரிய வாறு உண்மையில் நிபந்தனையாக்கப்பட வேண்டுமா?" வில்லியின் இக்கருத்து பற்றி தற்போது நாம் பேசுவோம்.

"வில்லியின் வினோதமான முடிவை அவெனரியஸ் தவிர்க்கிறார். அதாவது இந்தக் கேள்வியைக் கேட்பவர் மன ரீதியாகத் தன்னைப் பிரித்துக் கொள்ள முடியாது என்பது அவெனரியசின் வாதம் (அதாவது தன்னை தானே இல்லை என்று எண்ணுவது) மனரீதியாகத் தன்னை முன்னிறுத்திக் கொள்ளவும் முடியாது. (பார்க்க அவெனரியசின் *உலகைப் பற்றிய மனிதக் கருத்து*, பக். 130) எனினும் பின்னர் இக் கேள்வியை எழுப்பும் நபரின் தனிப்பட்ட *தான்* எனும் தன்மை யையோ அல்லது அத்தகைய ஒரு *தான்* எனும் தன்மையின் சிந்தனையையோ, வசிக்கமுடியாத உலகைப் பற்றிய சிந்திக்கும் நடவடிக்கை மட்டுமின்றி மாறாக அச்சமயத்தில் உலகம் நிலவியது என்பதை நம்புவதற்கு நியாயப்படுத்தவும் கூட அவெனரியஸ் நிபந்தனை விதிக்கிறார்.

நான் என்பதற்கு அதிகமான கொள்கை முக்கியத்துவம் கொடுக் காமல் இருந்தால் இந்தப் பொய்யான பாதைகளை எளிதாகத் தவிர்த்துவிடலாம். காலத்திலோ அல்லது வெளியிலோ மிகத் தொலைவில் இருக்கும் ஒன்றைப் பற்றிய சிந்தனைகள், அவற்றை மனதால் உணர முடியும் என்பது மட்டுமே அறிவுத் தோற்றவியல் கொள்கை கோர முடியும். பிற விவகாரங்கள் எல்லாம் பிரத்தியேக விஞ்ஞானங்களுக்குரியவை" (பாகம் II, பக். 325).

தனித்தன்மை வாய்ந்த தீர்மானித்தலின் விதி என்ற காரண காரியத் தொடர்பின் விதியை பெட்சோல்ட் மறுபெயரிட்டதோடு தனது கோட்பாட்டினுள் நுழைத்தார். இந்த விதியின் *காரணகாரிய வாதத் தன்மையைப்* பின்னர் காண்போம். இதன் பொருள், அவெனரியசின் அகவயக் கருத்துமுதல்வாதம் ஆன்மீகவாதம் ஆகியவற்றில் இருந்து தன்னைக் காப்பாற்றிக் கொண்டார் என்பதாகும். ("அவர் *நான்* என்பதற்கு ஒரு மிகையான முக்கியத்துவம் கொடுத்தார்") இதற்குக் கான்டியத்தைத் துணையாகக் கொண்டார். அவெனரியசின் கொள்கையில் புறவயக்கூறு இல்லாமையாலும், உயிரினங்கள் தோன்று *(அறிவன்)* வதற்கு முன்பே பூமி *(அறிபொருள்)* இருந்தது என்று இயற்கை விஞ்ஞானம் கூறுவதனுடன் சமரசம் செய்ய முடியாமையாலும், காரணகாரியத் தொடர்பு விதி (தனித்தன்மை வாய்ந்த தீர்மானித்தல்) என்ற கொள்கையைப் பின்பற்றும்

நிர்ப்பந்தம் பெட்சோல்ட்டிற்கு ஏற்பட்டது. பூமி இருந்தது, ஏனென்றால் மனிதனுக்கு முன்னரே அது இருந்தது, தற்போதைய இருப்புடன் காரணகாரிய ரீதியாக அது தொடர்புடையது. முதலாவதாக, காரணகாரிய தொடர்பு விதி என்பது எங்கிருந்து வருகிறது? பொது உண்மையில் இருந்து குறிப்பிட்ட விளைவு நோக்கி ஆய்கிற முறை என்று பெட்சோல்ட் கூறுகிறார். இரண்டாவதாக, நரகம் சாத்தான்கள் லுனாசார்ஸ்கியின் "மனரீதியான மதிப்பீடுகள்" காரணகாரியத் தொடர்பு விதியுடன் தொடர்புடையனவா? மூன்றாவது, "புலன் உணர்ச்சிகளின் அமைப்புகள்" என்ற கொள்கை பெட்சோல்ட்டால் அழிக்கப்படுகிறது என்று தோன்றுகிறது. அவெனரியசிடம் கண்ட முரண்பாட்டைத் தீர்க்க பெட்சோல்ட் தவறிவிட்டார்; அவர் அதிகக் குழப்பத்திற்கு உள்ளானார், இதற்கு ஒரே ஒரு தீர்வு தான் சாத்தியம். அதாவது, நமது மனதால் பிரதிபலிக்கப்படும் புற உலகம் மனதைச் சாராமல் வெளியே இருக்கிறது என்பது தான் அது. பொருள்முதல்வாதத் தீர்வு மட்டுமே விஞ்ஞானத்திற்குப் பொருந்துவது ஆகும். அது மட்டுமே காரணகாரியத் தொடர்பு விதி பற்றிய சிக்கலுக்கான மாக் - அவெனரியஸ் ஆகியோரின் கருத்துமுதல்வாதத் தீர்வை அகற்றுகிறது. இது பற்றிப் பின்னர் தனியாக நாம் பேசுவோம்.

1896ஆம் ஆண்டில் எழுதப்பட்ட அனுபவவாத விமர்சனம் - *ஒரே விஞ்ஞானக் கண்ணோட்டம்* என்ற கட்டுரையில் மூன்றாம் அனுபவவாத விமர்சகரான ஆர். வில்லி என்பவர், அவெனரியசின் தத்துவத்தில் உள்ள சிக்கல் பற்றி முதன்முதலாகக் கூறினார். மனிதனுக்கு முன்னரான உலகம் எத்தகையது? இவ்வாறு வில்லி இங்கு கேட்கிறார்.* முதலில் அவெனரியஸின் வழிநின்று பேசுகிறார். "நாம் *மனரீதியாகப்* பழங்காலத்திற்குச் செல்கிறோம்" ஆனால் அந்த *அனுபவத்தை* நாம் மானுட அனுபவம் என்று கருத வேண்டிய அவசியமில்லை என்று அவர் பின்னர் கூறுகிறார். "ஏனென்றால், அற்பமான புழுவாக இருந்தாலும், விலங்கினத்தைப் புராதன சக மனிதனாகக் கருத வேண்டும். விலங்கு வாழ்க்கைப் பொது அனுபவத்துடன் தொடர்பு உள்ளது என்றால் இவ்வாறு தான் காண வேண்டும்" (பக். 73 - 74). இவ்விதமாக மனிதனுக்கு முன்னால் பூமி என்பது ஒரு புழுவின் "அனுபவம்" ஆகும். அவெனரியசின் இணைப்பு என்பதைப் பாதுகாக்கவும், அவரது தத்துவத்தைப் பாதுகாக்கவும் "மையமான விதிமுறையாக" இது பயன்பட்டது! எனவே முட்டாள் தனத்தின் உச்சமான ஒரு விவாதத்திலிருந்து விலக பெட்சோல்ட் முயற்சித்ததில் வியப்பில்லை

---

* *அறிவியல் தத்துவத்திற்கான காலாண்டு இதழ்* XX, 1896, பிரிவு 72.

(புவியியல் நிபுணர்கள் பூமி பற்றிக் கொண்டுள்ள கருத்துகள் ஒரு புழுவினுடையவை எனக் கற்பித்துக் கூறப்படுகின்றன), ஆனால் இது எந்த வழியிலும் நமது தத்துவவாதிக்கு உதவவில்லை. ஏனென்றால், பூமியானது மனிதனுக்கு முன்னர் மட்டுமல்லாமல் பொதுவாக அனைத்து உயிரினங்களுக்கு முன்னரே இருந்தது.

இப்பிரச்சனைக்கு வில்லி 1905இல் திரும்ப வந்தார். இப்பொழுது புழு ஒதுக்கி வைக்கப்பட்டது.* ஆனால் பெட்சோல்டின் "தனித் தன்மையான தீர்மானித்தல் விதி" என்பது வில்லிக்கு திருப்தியாக இல்லை. இது வெறும் "காரணகாரிய விதிமுறைக் கண்டிப்பு" என்று அவர் அதனைக் கருதினார். பெட்சோல்ட் சொல்வது போல மனிதனுக்கு முன்னரான உலகம் என்ற கருத்து, "பொது அறிவு சார்ந்த தானாக இருக்கும் பொருள் என்பதற்கு மறுபடியும் நம்மைக் கொண்டு செல்லாதா?" (அதாவது பொருள்முதல்வாதத்திற்கு! உண்மையில் இது எவ்வளவு பயங்கரமானது!)

உயிரினங்கள் இல்லாத கோடிக்கணக்கான ஆண்டுகள் என்பதன் பொருள் என்ன? "காலம் என்பதே ஒருவேளை தானாக உள்ள பொருள்தானா? உறுதியாக இல்லை!** இதன் பொருள், மனிதர் களுக்குப் புறத்தே உள்ள பொருள் நம்மைச் சுற்றியுள்ளதைப் பற்றிய சில துணுக்குகளை வைத்துக் கொண்டு, மனிதர்கள் செய்த வினோதக் கற்பனைத் துகள்கள். எண்ணப் பதிவுகள் மட்டுமே என்று ஏன் அவ்வாறு இருக்கக்கூடாது? தத்துவவாதி வாழ்க்கை நீரோட்டத்தைக் கண்டு பயப்பட வேண்டுமா?... நான் எனக்குக் கூறிக்கொள்கிறேன்: எல்லா ஒழுங்கு முறைகளின் மீதான பற்றைக் கைவிடுங்கள். இந்த உயிர் வாழும் நொடி நேரத்தை மட்டும் பற்றிக் கொள்ளுங்கள். நீங்கள் வாழும் இந்த நொடி நேரம் மட்டுமே இன்பத்தை அளிக்கிறது" (பக். 177 - 78).

சரிதான்! ஒன்று பொருள்முதல்வாதம் அல்லது ஆன்மீகவாதம் - மனிதனுக்கு முன்னரே இயற்கை இருந்தது என்ற பிரச்சனையைப் பகுப்பாய்வு செய்யும் பொழுது தான் சொல்வதே சரி என்று சிந்தனைகள் இருப்பினும் வில்லி இந்த முடிவிற்கு வருகிறார்.

சுருக்கமாகக் கூறினால், அனுபவவாத விமர்சனத்தின் மூன்று குறி சொல்பவர்கள் நம்முன் தோன்றியுள்ளனர். வியர்வை சிந்தி உழைத்து, அவர்களது தத்துவத்தை இயற்கை விஞ்ஞானத்துடன் இணைக்கப் பாடுபட்டுள்ளனர். ஆன்மீகவாதத்தின் ஓட்டைகளை

---

* R. வில்லி, தத்துவத்தின் விமர்சனம், *பள்ளிப் பருவ ஞானத்திற்கு எதிராக*, 1905, பி. 173-78).

** இதைப் பற்றி மாக்கியர்களிடம் நாம் பின்னர் விவாதிப்போம்.

அடைக்க இவ்வாறு செய்துள்ளனர். அவெனரியஸ், பிச்டேவின் விவாதங்களைத் திரும்பக் கூறி, உண்மையான உலகிற்குப் பதிலாக ஒரு கற்பனை உலகத்தை முன்வைத்தார். பெட்சோல்ட் பிச்டேயின் கருத்துமுதல்வாதத்திலிருந்து நகர்ந்து கான்டியக் கருத்துமுதல் வாதம் நோக்கிச் சென்றார். "புழுவை" வைத்துச் சொன்ன எடுத்துக் காட்டு தோல்வி தந்ததால், எதிர்ப்பை கைவிட்டு, பணிந்து தன்னை அறியாமலேயே உண்மையை உளறினார்: ஒன்று பொருள்முதல் வாதம் அல்லது ஆன்மீகவாதம் அல்லது இந்தக் கணம் தவிர வேறு எதையும் ஏற்றுக் கொள்ளாமை.

கடைசியாக மிஞ்சி இருப்பது நமது நாட்டு மாக்கியர்கள் இந்தப் பிரச்சனையை எவ்வாறு புரிந்து கொண்டனர், எவ்வாறு அதனை விளக்கினர் என்பதை நமது வாசகர்களுக்குக் கூறவேண்டியுள்ளது, *மார்க்சியத் தத்துவத்தில் ஆய்வுகள்* (பக். 11) என்பதில் பசரோவ் பின்வருமாறு கூறுகிறார்:

"ஆன்மீகவாதம் சொல்லும் நரகத்தின் இறுதியான, படுபயங்கர மான வட்டத்தில் நமது நம்பிக்கைக்குரிய வழிகாட்டியின் (அதாவது பிளெக்கனோவ்) வழிகாட்டுதலில் இறங்க வேண்டியதுதான் நாம் தற்போது செய்வதற்கு எஞ்சியுள்ளது. ஒரு காலத்தில் இந்த உலகத்தில் வசித்த இக்தியோசாருசெஸ்கள் மற்றும் ஆர்க்கியோப்டெ ரிக்ஸ்கள் (மொ-ர். குறிப்பு: ichthyosauruses-25 கோடி ஆண்டிலிருந்து - 9கோடி ஆண்டுக்கு முன்பு வரை நிலத்திலிருந்து கடலுக்குள் சென்று வாழ்ந்து மறைந்து போன ஓர் உயிரினம்; Archaeopteryxes - பறவைகளின் மூதாதையரான இவை 15 கோடி ஆண்டுகளுக்கு முன்னர் வாழ்ந்து மறைந்து போன ஓர் உயிரினம்) இறங்கிய அந்தப் பயங்கர வட்டத்தில் அவை எப்படி உலகைப் பற்றி ஆழ்ந்து சிந்திக்க நேர்ந்திருக்குமோ அவ்வாறே ஒவ்வொரு அகநிலை கருத்துமுதல் வாதியும் உலகத்தைப் பற்றி சிந்திக்க வேண்டிய அச்சுறுத்தலுக்கு ஆளாக வேண்டியிருக்கும் என்று பிளெக்கனோவ் உறுதியாகச் சொல்கிறார். பிளக்கனோவ் எழுதுகிறார்: "நாம் மனோரீதியாக மனிதனது பண்டைய மூதாதையர்கள் வசித்த அந்தக் காலத்திற்கே செல்வோம். உதாரணமாக, மெசோசாயிக் (மொ-ர் - ஊர்வன பெருகிய ஊழி) காலம் அது. இப்பொழுது எழும் கேள்வி: அப்போது மனிதனுடைய மிகவும் தூரத்து மூதாதையரே இருந்த அக்காலகட்டத்தில் வெளி மற்றும் காரணகாரியத் தொடர்பு விதி போன்றவற்றின் நிலை என்ன? யாருடைய அகவய வடிவங்கள் அவை? அவை இக்தியோசாருசஸ்களின் அகவய வடிவமா? யாருடைய அறிவு அக்காலத்தில் இயற்கைக்கு விதிகளை உருவாக்கியது? இந்தக் கேள்விகளுக்கு கான்டியத் தத்துவம் பதில் அளிக்க முடியாது. அத்துடன் இவை "தற்கால இயற்கை

விஞ்ஞானத்திற்குப் பொருத்தமற்றவை என்பதால் இது மறுக்கப்பட வேண்டும்" (*லு. ஃபூயர்பாக், பக். 117*).

ஒரு முக்கியமான பகுதி தொடங்கும் இடத்தில் பசரோவ் இந்த பிளெக்கனோவின் மேற்கோளை நிறுத்திவிடுகிறார். இதனை நாம் இங்கு காண்போம்: அதாவது "கருத்துமுதல்வாதம் கூறுகிறது, அறிவன் (அகநிலை) இல்லாமல் அறிபொருள் (புறநிலை) இல்லை. அறிவன் (அகநிலை) தோன்றுவதற்கு முன்னரே அறிபொருள் (புறநிலை) இருந்தது என்று பூமியின் வரலாறு கூறுகிறது. அதாவது உணரக்கூடிய தன்மையுள்ள உணர்வுள்ள உயிரிகள் தோன்றுவதற்கு முன்பே இருந்தது.... வளர்ச்சியின் வரலாறு பொருள்முதல் வாதத்தின் உண்மையை வெளிக்காட்டுகிறது."

பசரோவின் மேற்கோளை நாம் தொடருவோம்.

"...பிளெக்கனோவின் தானாகவே இருக்கும் பொருள் எதிர் பார்த்த தீர்வைத் தருகிறதா? பிளெக்கனோவின் கருத்துப்படியும், தானாக இருக்கும் பொருள்களைப் பற்றி நமக்கு எந்தக் கருத்தும் இல்லை என்பதை நாம் நினைவில் கொள்வோம். நமது புலன் உறுப்புகளின் மீதான அவற்றின் செயல் விளைவுகள், வெளிப் பாடுகள் ஆகியன மட்டுமே நமக்குத் தெரியும். 'இந்தச் செயல் தவிர அவற்றிற்கு எந்த மதிப்பும் இல்லை' (*லு. ஃபூயர்பாக், பக். 112*). இக்தியோசாருசெஸ்கள் காலத்தில் எந்தப் புலன் உறுப்புகள் இருந்தன? அவற்றின் புலன் உறுப்புகளும் அவற்றைப் போன்ற வற்றின் புலன் உறுப்புகளுமே இருந்தன. இக்தியோசாருசெஸ்களின் கருத்து மட்டுமே தாமாகவே இருக்கும் பொருள்களின் வெளிப் பாடாக இருந்தது. ஆகவே பிளெக்கனோவின் கருத்துப்படி, ஒரு புதைபடிவ (Paleontologist) ஆய்வாளன் 'வலுவான' அடித்தளத்தின் மீது இருக்க வேண்டும் என்றால், இக்தியோசாருசெஸ்களின் ஆழ்ந்த சிந்தனைகளின்படி மெசோசாயிக் காலத்தின் வரலாற்றை எழுத வேண்டும். இங்கு ஆன்மீக வாதத்தினைவிட ஒருபடிகூட முன்னேற்றம் ஏற்படவில்லை.

இதுதான் ஒரு மாக்கியவாதியின் முழு வாதம் ஆகும் (நீண்ட மேற்கோளுக்கு வாசகர்கள் மன்னிப்பார்களாக - நாம் இதனைத் தவிர்க்க முடியாது), இது முட்டாள்தனத்துக்கு ஒரு முதல் தரமான எடுத்துக்காட்டாக என்றென்றும் பேணப்படும் ஒரு வாதமாகும்.

பிளெக்கனோவை வீழ்த்தி விட்டோம் என்று பசரோவ் கற்பனை செய்கிறார். நமது புலன் உறுப்புகளின் மீதான செயல் தவிர, தானாகவே உள்ள பொருளுக்கு வேறு எந்த மதிப்பும் இல்லா விட்டால், மெசோசாயிக் காலத்தில் இக்தியோசாருசெஸ்ஸின் புலன்

உறுப்புகளின் ஓர் அம்சமாக மட்டுமே இருந்திருக்க வேண்டும். இது தான் ஒரு பொருள்முதல்வாதியின் வாதம்! "தானாகவே உள்ள பொருள்கள்" புலன் உறுப்புகளின் மீது செயல்படுவதன் விளைவு "ஓர் அம்சம்" என்றால் புலன் உறுப்புகளை ஏதோ ஒரு வகையில் *சாராமல்* பொருள்கள் *இல்லை* என்பதாகிறது அல்லவா?

பிளெக்கனோவை, பசரோவ் உண்மையில் தவறாகப் புரிந்து கொண்டார் என்று எடுத்துக் கொள்வோம். அவரது சொற்கள் அவருக்குப் புரியாமல் இருந்தன என்று நாம் ஒரு நிமிடம் அனுமானித்துக் கொள்வோம் (அத்தகைய ஓர் ஊகம் உண்மையாகத் தோன்றலாம்). அவ்வாறே ஆகட்டும். நாம் கேட்கிறோம்: பசரோவ் பிளெக்கனோவுடன் வாள் சண்டையிடுகிறாரா? (பொருள்முதல் வாதத்தின் ஒரே பிரதிநிதி என்று மாக்கியவாதிகளே பிளெக்க னோவை உயர்வாக வைத்துள்ளனர்!), அல்லது அவர் *பொருள் முதல்வாதப்* பிரச்சனையிலிருந்து தப்பிக்க முயற்சிக்கிறாரா? பிளெக்கனோவ் உங்களுக்குப் புதிராகவும், முரண்படுபவராகவும் இருந்தால் நீங்கள் ஏன் மற்ற பொருள்முதல்வாதிகளைக் காணக் கூடாது? அவர்களைத் தெரியாது என்பதாலா? ஆனால் அறியாமை என்பது ஒரு வாதம் ஆகாது.

பொருள்முதல்வாதத்தின் அடிப்படைக் கருதுகோள் என்பது புற உலகின் இருப்பினை, மனதிற்கு வெளியே அதனைச் சாராமல் பொருள் இருப்பது என்பது ஆகியன பசரோவிற்கு மெய்யாகவே தெரியாமல் இருந்தால் அது அப்பட்டமான அறியாமை ஆகும். மனதைச் சாராமல் வெளியே இருக்கும் மனதினால் பிரதிபலிக்கப் படும் "தாமாகவே இருக்கும் பொருள்களை" ஏற்றுக் கொள்ளும் பொருள்முதல்வாதிகளை 1710 ஆம் ஆண்டு பெர்க்கிலி கண்டித் ததை நாம் நினைவுகூரலாம். ஒவ்வொருவருக்கும் பொருள்முதல் வாதிகளுக்கு *எதிராக* பெர்க்கிலியுடன் அல்லது வேறு எவருடனும் இணைந்து நிற்கும் உரிமை நிச்சயமாக உண்டு என்பதை மறுக்க முடியாது. ஆனால் அனைத்துப் பொருள்முதல்வாதிகள் பற்றியும் அவர்களது கொள்கை அடிப்படைகளை சிதைப்பதும் புறக் கணிப்பதும், இப்பிரச்சனையை மோசமாகக் குழப்புவது ஆகும். இதுவும் அதுபோன்றே மறுக்க முடியாததாகும்.

கருத்துமுதல்வாதத்திற்கு அறிவன் (அகநிலை) இல்லாமல் அறிபொருள் (புறநிலை) இல்லை. அதேசமயத்தில் பொருள்முதல் வாதத்தில் பொருள்கள் மனதைச் சாராமல் இருக்கின்றன, அறிவனின் (அகநிலையில்) மனதில் பொருள் கூடவோ குறைவோ பிரதி பலிக்கின்றன என்று பிளெக்கனோவ் கூறியது சரியா? இது *தவறு* என்றால், மார்க்சியத்திற்கு சிறிதளவு மரியாதை கொடுக்கும்

எவருமே பிளெக்கனோவை எதிர்க்காமல், மார்க்ஸ், எங்கெல்ஸ், ஃபூயர்பாக் ஆகியோரின் பொருள்முதல்வாதம் பற்றியும் இயற்கைக்கு முன்னரே மனிதன் இருந்தான் என்பது பற்றியும் எதிர்க்க வேண்டும். ஆனால் இது சரி என்றாலோ அல்லது, குறைந்தது இங்கு உம்மால் ஓர் தவறை காண இயலவில்லை என்றாலோ, சீட்டுக்கட்டில் அட்டைகளைக் கலைத்துப் போடுவது போன்ற உங்களது முயற்சியானது பொருள்முதல்வாதத்தின் மிகவும் தொடக்க நிலை கருத்தினை, அது கருத்துமுதல்வாதத்தில் உள்ளதைப் போலன்றி எவ்வாறு வேறுபட்டு இருக்கின்றது என்பதைப் பற்றி வாசகர்களின் மனதைக் குழப்புவதாகும். இது ஓர் இலக்கிய வகைப்பட்ட இழிவான செயலாகும்.

பிளெக்கனோவ் கூறிய ஒவ்வொரு சிறு சொல்லுக்கும் *அப்பால்* இச்சிக்கலில் ஆர்வமுள்ள மார்க்சியவாதிகளைப் பொறுத்தவரை லு. ஃபூயர்பாக்கின் கருத்தை மேற்கோள் காட்டுவோம். இவர் ஒரு பொருள்முதல்வாதி என்று தெரியும் (*ஒரு வேளை* பசரோவுக்குத் தெரியவில்லையோ?), இவர் மூலமாகத் தான் மார்க்சும், எங்கெல்சும் ஹெகலின் கருத்துமுதல்வாதத்திலிருந்து பொருள் முதல்வாதத் தத்துவத்திற்கு வந்தனர் என்பது நன்கு தெரிந்ததே. R. ஹெய்ம் என்பவருக்கு ஃபூயர்பாக் எழுதிய பதிலில் இவ்வாறு எழுதுகிறார் :

"மனிதனுக்கு அல்லது மனதிற்குப் புறநிலையாக அல்லாத இயற்கை என்பது ஊகத்தன்மையான தத்துவத்திற்கு அல்லது கருத்து முதல்வாதத்திற்கு ஒரு கான்டியவாத தானாக இருக்கும் பொரு ளாகும் [கான்டியவாத - தானாக உள்ள பொருளை, பொருள்முதல் வாத தானாக உள்ள பொருளுடன் மாக்கியர்கள் குழப்புவதை நாம் பின்னர் விரிவாகப் பேசுவோம்], உண்மையில்லாத மனக்கண் தோற்ற மாகும். ஆனால் இயற்கைதான் கருத்துமுதல்வாதத்தை வீழ்த்து கிறது. இன்றைய நிலையில் இயற்கை விஞ்ஞானமானது, மனிதனது இருப்பிற்கான சூழல் இல்லாத ஒரு கட்டத்திற்கு நம்மைப் பின்னோக்கிக் காண இட்டுச் செல்கிறது. அதாவது பூமியானது மனிதனது கண்ணுக்குப் புலப்படாமல், மனதிற்குத் தெரியாமல் இருந்த ஒரு கட்டத்திற்குச் செல்கிறது. அப்பொழுது இயற்கையானது மனிதன் அல்லாத தனித்தன்மையான ஒன்றாகும். கருத்துமுதல் வாதம் இதை இவ்வாறு எதிர்க்கலாம்: ஆனால் இந்த இயற்கையும் நீ சிந்தித்த ஒன்று தான். எனினும் நிச்சயமாக ஒரு காலத்தில் இயற்கை உண்மையாகவே இருந்ததில்லை என்றாகி விடாது. இது எவ்வாறு உள்ளதென்றால் சாக்ரடீசையும் பிளாட்டோவையும் பற்றி நான் சிந்திக்காமலிருப்பதால், என்னைப் பொறுத்தவரை அவர்கள் இருவரும் இல்லை என்று கூறுவது போலாகிறது. எனவே இதிலிருந்து

நானே இல்லாத ஒரு சமயத்தில் சாக்ரடீசும் பிளாட்டோவும் உண்மையில் இருந்ததேயில்லை என்று பொருளாகாது."*

இவ்வாறுதான் மனிதன் தோன்றுவதற்கு முன்னரே இயற்கை நிலவியது என்ற நோக்கு நிலையில் தான் பொருள்முதல்வாதம், கருத்துமுதல்வாதம் ஆகியவற்றை ஃபூயர்பாக் கருதினார்.

அவெனரியசின் சொற்புரட்டு ("உற்று நோக்குபவன் மன ரீதியாக மதிப்பீடு செய்தல்") ஃபூயர்பாக்கால் மறுக்கப்படுகிறது. இவருக்கு "அண்மைக்கால நேர்க்காட்சிவாதம்" தெரியாது; ஆனால் பழைய கருத்துமுதல்வாத சொற்புரட்டுகள் நன்கு தெரியும். பசரோவ் புதியதாக எதையும் நமக்குக் கூறவில்லை. கருத்துமுதல்வாதிகளின் சொற்புரட்டுகளைத் திரும்பக் கூறுகிறார்: "(மனிதனுக்கு முன்னரே உலகத்தில்) நான் அங்கு இருந்தால் உலகம் இருப்பதைக் கண்டிருப்பேன்" (*மார்க்சிய தத்துவத்தில் ஆய்வுகள்* பக். 29). வேறு விதமாகக் கூறினால், இயற்கை விஞ்ஞானத்திற்கு முரணாகவும், அபத்தமாகவும் நான் அனுமானித்தால் (மனிதன் இருப்பதற்கு முன்பே ஓர் ஊழிக்காலத்தில் மனிதனால் ஓர் உற்றுநோக்குபவனாக இருக்க முடியும் என்பது), எனது தத்துவத்தில் உள்ள ஓட்டைகளை நான் அடைக்க முடியும்!

இப்பொருள் பற்றி பசரோவின் அறிவையும் அவரது இலக்கிய முறையையும் பற்றி இது நமக்கு ஒரு மதிப்பீட்டைத் தருகிறது. அவெனரியஸ், பெட்சோல்ட், வில்லி ஆகியோருடன் போராடிய "சிரமம்" பற்றி பசரோவ் குறிப்பிடவேயில்லை. மேலும் இந்த விஷயத்தை மேலும் குழப்பி, வாசகர் முன்பு நம்ப முடியாத ஒன்றை முன் வைத்தார். ஆனால் இறுதியாகப் பொருள்முதல்வாதத்திற்கும் ஆன்மீகவாதத்திற்கும் வேறுபாடு இல்லை என்ற தோற்றத்தைத் தந்தார். கருத்துமுதல்வாதம் "*எதார்த்தவாதம்*" என்று காட்டப்படு கிறது. புலன் உறுப்புகள் மீது பொருள்களின் செயல்களுக்கு அப்பாற் பட்டு, பொருள்களுக்கு இருப்பு இல்லை என்று கூறப்படுகிறது! ஒன்று பொருள்முதல்வாதம் கருத்துமுதல்வாதம் ஆகியவற்றிற்கு இடையிலான அடிப்படை வேறுபாடு ஃபூயர்பாக்கிற்குத் தெரியாது இருக்க வேண்டும். அல்லது அதோடுகூட தத்துவத்தின் அடிப்படை உண்மைகளை பசரோவ் கூட்டத்தினர் முற்றிலுமாக மாற்றிவிட்டனர்.

அல்லது நாம் வாலன்டினோவ்வை எடுத்துக் கொள்வோம். அவர் ஒரு தத்துவவாதி. பசரோவிடம் ஈடுபாடு உள்ளவர்: 1) "அறிவன்

* லு. ஃபூயர்பாக், *படைப்புகள் தொகுப்பு*, 1903 பிரிவு. 510; *அவரது கடிதங்கள், இறந்தபின்பு வெளியான படைப்புகள் மற்றும் தத்துவ வளர்ச்சி*, லீப்சிக், 1874, பிரிவு 423-35.

(அகநிலை) அறிபொருள் ஆகியனவற்றின் சார்புத் தன்மை பற்றிய ஒன்றுக் கொன்று தொடர்புடைய கோட்பாட்டை (corelative theory) உருவாக்கியவர் பெர்க்கிலி" (பக். 148). ஆனால் இது பெர்க்கிலி யின் கருத்துமுதல்வாதம் அல்ல! இது ஓர் "ஆழமான ஆய்வு". 2) கருத்துமுதல்வாத விளக்க வடிவங்களைச் சாராமல், [விளக்கம் மட்டும் தான்] அதிகமான எதார்த்தவாதத் தன்மையுடன் [!] இந்தக் கொள்கையின் அடிப்படைக் கூறுகளை அவெனரியஸ் உருவாக்கு கிறார்" (பக். 148). நாம் காண்கிறபடி இங்கு மாயாவாதம் மூலம் குழந்தைகள் கவரப்படுகிறார்கள்! 3) அறிவுத் தோற்றத்தின் ஆரம்பப் புள்ளி பற்றிய அவெனரியசின் கருத்து என்பது, ஒரு தனிநபர் தன்னை ஒரு குறிப்பிட்ட சூழலில் காண்கிறான் என்பதாகும். வேறு விதமாகக் கூறினால், மனிதனும் புறஉலகமும் ஒரே வகையான இணைப்பின் பிரிக்க முடியாத [!] *பிணைப்பில்* உள்ள விதிமுறைகள் ஆகும்" (பக். 148). மகிழ்ச்சி! இது கருத்துமுதல்வாதம் அல்ல. ("பசரோவும், வாலன்டினோவும் பொருள்முதல்வாதம் மற்றும் கருத்துமுதல்வாதத்தைக் கடந்து விட்டார்கள்) அதாவது அறிவன் (அகநிலை), அறிபொருள் (புறநிலை) ஆகியவற்றின் இந்த பிரிக்க முடியாத தன்மை, என்ற அதனையே "எதார்த்தவாதம்" என்கிறோம். 4) இதற்கு எதிரான கூற்று சரிதானா? அதாவது இணையான மைய மான விதிமுறை (தனி நபர்) இல்லாத ஓர் எதிர் விதிமுறை இல்லை என்பது. இயல்பாக [!] இது சரியல்ல ..... முதல் ஊழியைச் சார்ந்த கால கட்டத்தில் காடுகள் பசுமை நிறைந்து காணப்பட்டன... இருப் பினும் அப்போது எந்த மனிதனும் இல்லை" (பக். 148). பிரிக்க முடியாததைப் *பிரிக்க முடியும்* என்பதே இதன் பொருளாகும்! இது "இயல்பானது" இல்லையா? 5) "இருப்பினும் அறிவுத் தோற்ற கோட்பாட்டின் நோக்குநிலையிலிருந்து, தானாகவே இருக்கும் புறநிலையின் சிக்கலானது நகைப்புக்கிடமானதாகும்" (பக். 148). நிச்சயமாக! எனினும் புலனறிவாற்றல் கொண்ட உயிரினங்கள் இல்லாதபோது பொருள்கள் என்பவை புலனுணர்ச்சிகளுடன் *ஒத்தத் தன்மை* கொண்ட "ஆக்கக் கூறுகளின் அமைப்புகளாக" மட்டுமே இருந்தன! 6) "இவ்வாறான சிந்தனைகளை இறைக்கோட்பாட்டு மரபைப் பின்பற்றும் ஷுபெர்ட் - சோல்டர்ன், ஷுப்பே போன்றோர் ஓர் ஏற்க முடியாத வடிவில் உருமறைப்பு செய்ததோடு [!] ஆன்மீகவாத *முட்டுச்சந்தில்* கொண்டு வந்துவிட்டனர்" (பக்.149). ஆனால் இந்த "சிந்தனைகளில்" அவற்றின் அளவில் ஆன்மீகவாதம் எதுவுமில்லை. அனுபவவாத விமர்சனம் என்பது இறைக் கோட்பாட்டாளர்களின் பிற்போக்கான கொள்கைகளுக்கான ஒரு பொழிப்புரை அல்ல; அவெனரியசை ஆதரிக்கிறோம் என்று கூறும் பொழுது இவர்கள் பொய் சொல்லுகிறார்கள்!

மாக்கிய கனவான்களே, இது தத்துவம் அல்ல; வெறும் சொற் குவியல் மட்டுமே.

5. மனிதன் மூளையின் உதவியுடன்தான் சிந்திக்கிறானா?

இந்தக் கேள்விக்குப் பசரோவ் ஆம் என்று ஒப்புதல் கொடுத்து அழுத்தமான பதில் அளிக்கிறார். அவர் எழுதுகிறார்: "உணர்வு என்பது பருப்பொருளின் உள்ளேயே இருக்கும் நிலை (? பசரோவ்) என்ற பிளெக்கனோவின் ஆய்வுரைக்கு ஒரு பொருத்தமான வடிவம் கொடுத்தால், எடுத்துக்காட்டாக அதாவது ஒவ்வொரு மனச் செயலும் பெரு மூளையின் அலுவல் என்று நிறைவுதரும் வகையில் வடிவம் கொடுத்தால், மாக்கோ அவெனரியசோ அதுபற்றி கேள்வி கேட்க மாட்டார்கள்" *(மார்க்சிய தத்துவத்தில் ஆய்வுகள், பக். 29).*

சுண்டெலிக்கு பூனையை விட வலுவான விலங்கு எதுவும் இல்லை. ரஷ்ய மாக்கியர்களுக்குப் பிளெக்கனோவை விட வலுவான பருப்பொருள்முதல்வாதி எவரும் இல்லை. உணர்வு என்பது பருப்பொருளின் உள்ளேயே இருக்கும் நிலை என்ற பொருள்முதல்வாதக் கருதுகோளை பிளெக்கனோவ் மட்டும் தான் முதலில் முன்மொழிந்தாரா? பிளெக்கனோவின் விளக்கத்தை பசரோவ் விரும்பவில்லை என்றால், அவரை ஏன் எடுத்துக் கொள்கிறார்? ஏன் எங்கெல்சையோ அல்லது ஃபூயர்பாக்கையோ எடுத்துக் கொள்ளவில்லை?

ஏனென்றால் மாக்கியர்கள் உண்மையை ஒப்புக்கொள்ள அஞ்சு கின்றனர். அவர்கள் பொருள்முதல்வாதத்துடன் போராடுகின்றனர். ஆனால் பிளெக்கனோவுடன் போராடுவதாக அவர்கள் நடிக்கின் றனர். இது ஒரு கொள்கை நெறியற்ற கோழைத்தனமான முறை யாகும்.

ஆனால் நாம் அனுபவாத விமர்சனத்திற்கு வருவோம். சிந்தனை என்பது மூளையின் செயல் என்பதை அவெனரியஸ் "கேள்விக் குள்ளாக்கமாட்டார்." பசரோவின் இச்சொற்கள் உண்மைக்கு மாறான ஒன்றைக் கொண்டுள்ளன. அவெனரியஸ் பொருள்முதல் வாத ஆய்வுரையை கேள்விக்குள்ளாக்குவதோடு மட்டுமல்லாமல், அதனை மறுக்க ஒரு முழுக் "கொள்கையையே" உருவாக்குகிறார். *உலகைப் பற்றி மானுடக் கருத்து* என்பதில் அவர் கூறுகிறார்: "மூளை யானது சிந்தனைக்கான இருப்பிடமோ, இருக்கையோ, கருவியோ அல்லது உறுப்போ அல்ல. ஆதாரம், அடித்தளம் அல்ல" *(பிரிவு. 76). (புலன் உணர்ச்சிகள் பற்றிய பகுப்பாய்வு* என்பதில் மாக் இதனை மேற்கோளாகக் காட்டுகிறார் பக். 32). "சிந்தனை என்பது மூளைக்கு

உள்ளே குடியிருக்கும் ஓர் ஆளாக இல்லை அல்லது தளபதியாகவோ இல்லை. அது மேலும் மூளையின் மற்றொரு பகுதியாகவோ அல்லது பக்கமாகவோ, இது போன்ற இதரத் தன்மை கொண்டதாகவோ இல்லை. கூடுதலாக சிந்தனையானது மூளையின் ஒரு விளைபொருளாகவோ, உடலியக்கச் செயல்பாடாகவோ அல்லது பொதுவான ஒரு நிலையாகவோ கூட இல்லை" (அதே நூல்). அவெனரியஸ் தன்னுடைய குறிப்புகளில்: "புறத்தோற்றங்கள் மூளையின் செயல்பாடுகள் (உடலியக்க செயல், உளவியல் செயல், உளரீதியான உடல் சார்ந்த செயல்பாடுகள்) இல்லை" (எதிரே மேற்கோள் பகுதி 115, பிரிவு 419). "புலனுணர்ச்சிகள் என்பவை மூளையின் உள ரீதியான செயல்பாடுகள்" அல்ல (பகுதி. 116) என்கிறார்.

இப்படியாக அவெனரியசின் கருத்துப்படி மூளை என்பது சிந்தனைக்கான உறுப்பு அல்ல; சிந்தனை என்பது மூளையின் செயல் அல்ல. எங்கெல்சை எடுத்துக் கொள்ளுங்கள். இதற்கு நேர் எதிரானதை உண்மையான பொருள்முதல்வாத அடிப்படைகளை இங்கு காண்கிறோம். டூரிங்கிற்கு மறுப்பு என்பதில் அவர் கூறுகிறார்: "சிந்தனையும் உணர்வும் மூளையின் விளைவுகள்" (5 ஆம் ஜெர்மன் பதிப்பு, பக். 22)²². இக்கருத்து இந்த நூலில் அடிக்கடி இடம் பெறுகிறது. "லுத்விக் ஃபூயர்பாகில்" ஃபூயர்பாக், எங்கெல்ஸ் ஆகியோரின் விளக்கம் பின்வருமாறு உள்ளது: "நாமே உரியவராக உள்ள இப்பொருளாயத வகைப்பட்ட, புலன் உணர்வு மூலம் உணரக்கூடிய இந்த உலகம் ஒன்று தான் எதார்த்தம்", "எவ்வளவு தான் புலன்களுக்கு அப்பாற்பட்டது போன்று இருந்தாலும், நமது உணர்வு மற்றும் சிந்தனை ஆகியன பொருள், உடல் சார்ந்த உறுப்பு மற்றும் மூளையின் விளைவு ஆகும்; பருப்பொருள் மனதின் விளைவு அல்ல. ஆனால் மனதே பருப்பொருளின் உயர்மட்ட விளைவு ஆகும்; இது தான் உண்மையில் தூய பொருள்முதல்வாத மாகும்" (4-வது ஜெர்மன் பதிப்பு, பக். 18). அல்லது நான்காவது பக்கத்தில் அவர் "சிந்திக்கும் மூளையில்" இயற்கையின் செயல் முறைகள் பிரதிபலிப்பது பற்றிப் பேசுகிறார்,²³ போன்ற இதரவை.

அவெனரியஸ் இந்தப் பொருள்முதல்வாத நிலைப்பாட்டை மறுக்கிறார். "சிந்திக்கும் மூளை" என்பது "இயற்கை விஞ்ஞானத்தின் மூடநம்பிக்கை" என்று அவர் கூறுகிறார் (உலகைப் பற்றிய மானுடக் கருத்து, 2-வது ஜெர்மன் பதிப்பு, பக். 70). இயற்கை விஞ்ஞானத் துடன் முரண்படும் இந்த விடயத்தில் அவெனரியசிற்கு எந்த விதமான கற்பனையும் இல்லை. மாக்கும் அனைத்து இறைக்கோட் பாட்டாளர்களும், இயற்கை விஞ்ஞானத்தில் இயல்பான தன்னுணர் வற்றப் பொருள்முதல்வாத நிலைப்பாடு உள்ளது என்று கூறுவதை

அவர் ஏற்றுக் கொள்கிறார். "*நடைமுறையில் உள்ள உளவியலி லிருந்து*" *அவர் முற்றிலும் வேறுபடுகிறார்* என்பதை அவர் ஒப்புக் கொள்கிறார் (*குறிப்புகள்*, பக். 150, இதரவை). இந்த உளவியலில் பின்வரும் குறைகள் உள்ளன. அது "உயிர்ப்பண்பு அளித்தல்" (introjection) என்ற குறைபாடு உடையது. அதாவது, நமக்கு உள்ளே மூளையில், சிந்தனையை அல்லது புலன் உணர்ச்சிகளை நுழைத்தல் என்பது இதன் பொருளாகும். இதுதான் நமது தத்துவவாதியால் திட்டமிட்டு உருவாக்கப்பட்ட புதிய சொல்லாகும். "இந்த இரு சொற்களில் *(நமக்கு உள்ளே)* அனுபவவாத விமர்சனம் மறுக்கும் அனுமானம் உள்ளது. கண்ணுக்குப் புலனாவதை, இதரவற்றை மனிதனுக்குள் *செலுத்துதல்* என்பதைத் தான் நாங்கள் *உயிர்ப்பண்பு அளித்தல்* என்கிறோம் (பகுதி 145, பிரிவு 153).

(உண்மையான) உலகத்தின் ஓர் ஆக்கக் கூறான பகுதியை (கற்பனையான) சிந்தனையின் ஓர் ஆக்கக் கூறான பகுதியாக மாற்று வதன் மூலமாக "எனக்கு முன்னே" என்பதற்குப் பதிலாக "எனக்கு உள்ளே" என்று மாற்றீடு செய்ததன் மூலமாக உயிரற்றவைக்கு உயிர்ப் பண்பேற்றும் செயலானது "உலகைப் பற்றிய இயற்கையான கருத்துருவாக்கலில்" இருந்து "கொள்கை ரீதியில்" திசைவிலகிப் போகிறது (மேற்சொன்ன நூல்). அனுபவப்பட்டதில் (அல்லது கண்டுபிடிக்கப்பட்டதில்) தன்னை சுயேச்சையாகவும் தெளிவாகவும் வெளிப்படுத்திக் கொள்கிற *இயல்நிலை இயக்கமற்றவை* (a mechanical) ["*மனரீதியான*" என்பதன் இடத்தில் ஓர் புதிய சொல்] மைய நரம்பு மண்டலத்தில் தம்மை விளங்காதவகையில் மறைத்துக் கொள்கிறவாறு [அவெனரியஸ் சொல்கிறபடி மற்றொரு புதிய சொல்] உயிர் அற்றவைக்கு உயிர்ப் பண்பேற்றுவதை நிறைவேற்றி விடுகிறது (மேற்சொன்ன நூல்).

அனுபவவாத விமர்சகர்களும், இறைக் கோட்பாட்டாளர்களும் "இயல்பான எளிமையான எதார்த்தவாதத்தினை" ஆதரித்ததில் உள்ள அதே *புரியாததாக்கும் தன்மையை* நாம் இங்கு காண்கிறோம். அவெனரியஸ் இங்கு துர்கனேவ் (Turgenev) என்ற போலி அறிஞனின் ஆலோசனைப்படி நடந்து கொள்கிறார்.[24] அதாவது உங்களிடம் உள்ள தீய குணங்களை விட்டு விடுங்கள். கருத்து முதல்வாதத்தை எதிர்த்துப் போரிடுவதாக அவெனரியஸ் நடிக்கிறார்: தத்துவார்த்த ரீதியான கருத்துமுதல்வாதம் என்பது உயிர்ப் பண்பேற்றுவதில் இருந்து வழக்க மாக உய்த்துணர்ந்து பெறப்படுகிறது; புறஉலகம் புலன் உணர்ச்சியாக, கருத்தாக, மற்ற இதரவையாக கருத்துமுதல்வாதத்தில் மாற்றப்படு கிறது. அதே சமயத்தில் நான் "இயல்பான எதார்த்த வாதத்தை" ஆதரிக் கும்போது, *நான்*, சூழ்நிலை என்ற ஒவ்வொன்றின் ஒரே சீரான உண் மையை, மனித மூளையில் எதனையும் நுழைக்காமல் ஆதரிக்கிறேன்.

இணைப்பு என்பதில் நாம் கண்ட அதே ஏமாற்றுவேலையைப் போன்றதுதான் இது. கருத்துமுதல்வாதத்தைத் தாக்கி, வாசகர்களது கவனத்தைத் திருப்பும் பொழுது அவெனரியஸ் சற்று வேறு சொற்களில் அதனை ஆதரிக்கிறார்: சிந்தனை என்பது மூளையின் செயல் அல்ல; மூளை என்பது சிந்தனைக்கான உறுப்பு அல்ல; புலன் உணர்ச்சிகள் நரம்பு மண்டலத்தின் செயல் அல்ல; இல்லை! புலன் உணர்ச்சிகள் - "ஆக்கக்கூறுகள்", ஒரு வழியில் மனரீதியான தொடர்பு மட்டுமே உள்ளவை. மற்றொரு வழியில்; பௌதிகத் தொடர்புடையவை. இந்தப் புதிய குழப்பமான கலைச் சொற்களுடன், இந்தப் புதிய, போலியான - பகட்டாரவாரமான அடைமொழிகளுடன், ஒரு புதிய "கொள்கையை" வெளியிடுவது போன்று, அவெனரியஸ் வெறுமனே சுற்றி வளைத்து பேசிக் கொண்டே பழைய கருத்து முதல்வாதக் கருதுகோளிற்கே திரும்பினார்.

அத்துடன் நமது ரசிய மாக்கியர்கள் (எடுத்துக்காட்டாக போக்தனோவ்) "நம்பவைத்து ஏய்க்கும் தன்மையை" காணத் தவறியதோடு கருத்துமுதல்வாதத்தின் இப்புதிய" ஆதரவில் கருத்து முதல்வாதத்தின் ஒரு மறுப்பை உய்த்துணர்கிறார்கள். தொழில் முறை தத்துவவாதிகளுடைய அனுபவவாத விமர்சனம் பற்றிய பகுப்பாய்வில் அவெனரியசின் கருத்துக்களுடைய உண்மையான தன்மையின் அறிவுத் தெளிவுடைய மதிப்பீட்டை நாம் காண்கிறோம். இதன் போலியான கலைச்சொற்கள் அகற்றப்பட்ட பிறகு அம்பலப்படுத்தப்படுகிறது.

1903இல் போக்தனோவ் எழுதினார்: *(சமூகத்தின் உளவியலில் இருந்து* என்ற கருத்தரங்கின் "தகுதிபெற்ற சிந்தனை" என்று கட்டுரை பக். 19) "மனது உடல் ஆகியன பற்றிய இருமைவாதத்தின் வளர்ச்சி பற்றிய ஒத்திசைவானதும், முழுமைபெற்றதுமான தத்துவச் சித்திரத்தை ரிச்சர்ட் அவெனரியஸ் முன்வைத்துள்ளார். "உயிர்ப் பண்பளித்தல் கொள்கை" என்பதன் சாராம்சம் பின்வருமாறு: (hypothesis) [பௌதிகப் பொருள்களை நாம் நேரடியாகவே காண்கிறோம். மற்றவர்களது அனுபவத்தை நாம் அனுமானிக்கிறோம். அதாவது கருதுகோள் மூலம் மற்றவர்களது மனதைக் காண்கிறோம்]... மற்றவர்களது அனுபவம் என்பது அவர்களது உடலில் உள்ளது, அவர்களது உறுப்பில் உயிர்ப்பண்பேற்றுதல் நுழைக்கப்படுகிறது, என்ற அனுமானத்தினால் இந்தக் கருதுகோள் சிக்கலாகிறது. இது ஏற்கெனவே மிகையான கருதுகோள். இது பல முரண்பாடுகளுக்கு இடமளிக்கிறது. இருமைவாதம், தத்துவக் கருத்துமுதல்வாதம் ஆகியவற்றின் வளர்ச்சியில் தொடர்ச்சியான பல வரலாற்றுக் காரணிகளைக் கூறி முறையாக இம்முரண்பாடுகளின் மீது நமது கவனத்தைத் திருப்புகிறார் அவெனரியஸ். இங்கு நாம் அவெனரி

யசைத் தொடர வேண்டியதில்லை." "...உயிர்ப் பண்பளித்தல் என்பது மனம் உடல் ஆகியவற்றின் இருமைக்கான ஒரு விளக்கமாக உள்ளது."

தத்துவப் பேராசிரியர்கள் அளித்த உயிர்ப்பண்பேற்றுதல் என்ற ஆசை வார்த்தையைப் போக்தனோவ், கருத்துமுதல்வாதத்திற்கு எதிரானது என்று நம்புவதன் மூலம் மோசம் போனார். உயிர்ப் பண்பு அளித்தல் என்பதை அவெனரியஸே *மதிப்பிட்ட அதன் வெளித் தோற்றத்தைக்* கண்டு அவர் ஏற்றுக்கொண்டார். ஆனால் பொருள்முதல்வாதத்திற்கு எதிராக இந்த *அம்பு* இருப்பதை அவர் கவனிக்கத் தவறிவிட்டார். உயிர்ப் பண்பு அளித்தல் சிந்தனை என்பது மூளையின் செயல், புலன் உணர்ச்சிகள் மத்திய நரம்பு மண்டலத்தின் செயல் என்பன மறுக்கப்படுகின்றன. அதாவது பொருள்முதல்வாதத்தை அழிப்பதற்காக உடலியலின் அடிப்படை உண்மையை அது மறுக்கிறது. "இருமை" என்பது *கருத்துமுதல்வாத* அடிப்படையில் மறுக்கப்படுகிறது (கருத்துமுதல் வாதத்திற்கு எதிரான அவெனரியசின் தந்திரமான வெறுப்பு இருந்தாலும்). ஏனென்றால், இங்கு புலன் உணர்ச்சி சிந்தனை ஆகியன பருப்பொருளின் விளைவு என்றில்லாமல், அடிப்படையானவை *முதன்மையானவை* என்று ஆகிவிடுகின்றன. அதாவது *கருத்துமுதல் வாத ரீதியாக* அறிவன் இல்லாமல் அறிபொருள் இருப்பது, சிந்தனை என்பது இல்லாமல் பருப்பொருள் இருப்பது, புலன் உணர்ச்சியைச் சாராமல் புற உலகம் இருப்பது ஆகியவற்றைப் பொறுத்த அளவில் அவெனரியஸ் "மறுக்கும்" அளவுக்கு மட்டும் இங்கு இருமையை மறுக்கிறார். மரத்தின் பிம்பம் என்பது விழித்திரை, நரம்புகள், மூளை ஆகியவற்றின் செயல் என்பதை முட்டாள்தனமாக மறுப்பது, அவெனரியசின் "பிரிக்க முடியாத" "முழுமையான" அனுபவம் என்ற கொள்கையை வலுப்படுத்த அவருக்குத் தேவைப்பட்டது. இதில் *நான்* என்பது மட்டுமல்லாமல் மரம் அதாவது - சுற்றுப்புறம் என்பதும் அடங்குகிறது.

உயிர்ப் பண்பளித்தல் என்ற கொள்கையே ஒரு குழப்பம்; அது கருத்துமுதல்வாதக் குப்பைகளைக் கடத்திக்கொண்டு வருகிறது. இது இயற்கை அறிவியலுக்கு முரணானது; சிந்தனை என்பது மூளையின் செயல் புலன் உணர்ச்சிகள், அதாவது *புற உலகின்* பிம்பங்கள் *நமக்குள்ளேயே* இருக்கின்றன, புலன் உறுப்புகளின் செயல் மூலம் அவை உருவாக்கப்பட்டன என்பன உறுதியாக ஏற்றுக் கொள்ளப்படு கின்றன. "உடல், மனது என்ற இருமையை" பொருள்முதல்வாத ரீதியான அகற்றுதல் (அதாவது பொருள்முதல்வாத ஒருமை வாதம்) என்பது மனது உடலிலிருந்து சுதந்திரமாக இல்லை, மனது இரண்டாம் நிலையானது, மூளையின் செயல், புற உலகின்

பிரதிபலிப்பு என்ற கூற்றுகளில் அடங்கியுள்ளது. "மனம், உடல் பற்றிய இருமையைக்" கருத்துமுதல்வாதமுறையில் அகற்றுதல் என்பது (அதாவது கருத்துமுதல்வாத ஒருமைவாதம்) மனது உடலின் *செயல் அல்ல,* எனவே இதன் விளைவாக மனது தான் முதல் நிலையானது, *சுற்றுப்புறம், நான் என்பன,* "ஒரே ஆக்கக் கூறுகளின் அமைப்பின்" பிரிக்க முடியாத இணைப்பாக உள்ளன என்று கூறுவதில் உள்ளது. இந்த "மனது மற்றும் உடலின்" இருமையை அகற்றுவதற்கான இந்த இருவேறு எதிர் எதிரான முறைகள் தவிர மூன்றாவது முறை என்ற ஒன்று கிடையாது. பல கருத்து கதம்பவாதத்தினைத் (eclectic) தவிர்த்தாலும், இது பொருள்முதல் வாதம், கருத்துமுதல்வாதம் என்பனவற்றின் அர்த்தமற்ற குழப்பமாக இருக்கும். அவெனரியஸ், போக்தனோவ் குழுவினருக்கு, "பொருள்முதல்வாதம், கருத்துமுதல்வாதம் ஆகியவற்றைக் கடந்த உண்மையாக" அது இருந்தது.

ஆனால் ரஷ்ய மாக்கியர்களைப் போன்று, தொழில் ரீதியான தத்துவவாதிகள் ஒன்றும் தெரியாதவர்கள் அல்ல. உண்மை, இந்த சாமானியப் பேராசிரியர்கள் ஒவ்வொருவரும் பொருள்முதல் வாதத்தை மறுப்பதில் அல்லது பொருள்முதல்வாதத்தையும் கருத்துமுதல்வாதத்தையும் "இணைப்பதில்" "அவரவர்களுடைய" முறையை முன்வைத்தனர். ஆனால் ஒரு போட்டியாளர் வந்தவுடன் கூச்சமின்றி பல்வேறு "சமீபத்திய" மற்றும் "அசலான" அமைப்புகள் மூலமாக இந்த இரு தத்துவத்திற்கு தொடர்பற்றப் பகுதிகளை வெளிச்சம் போட்டுக் காட்டுகின்றனர். ஒரு சில இளம் அறிவாளிகள் அவெனரியஸ் கூறிய ஆசை வார்த்தைக்கு மயங்கினாலும், வயதான வன்ட்டை அவ்வளவு எளிதாக மயக்கிவிட முடியாது. *உயிர்ப் பண்பளித்தல்* என்ற அவெனரியசின் பொருள்முதல்வாத எதிர்ப்புக் கொள்கையை அவர் பாராட்டிய பொழுதும் கருத்துமுதல்வாதியான வன்ட், வேடதாரியான அவெனரியசின் முகத்திரையைக் கிழித்தார்.

வன்ட் எழுதினார், "அனுபவவாத விமர்சனம் கொச்சையான பொருள்முதல்வாதத்தை விமர்சிக்கிறது. ஏனென்றால், மூளையில் சிந்தனை உள்ளது அல்லது அது சிந்தனையைத் தோற்றுவிக்கிறது என்று கூறும்பொழுது உண்மையை உற்று நோக்கி விவரிக்க முடியாத ஓர் உறவை அது கூறுகிறது [தெளிவாகவே, ஒருவன் மூளையின் உதவி இன்றிச் சிந்திக்கிறான் என்பது வன்ட்டிற்கு "உண்மை" யாகும்!]... உண்மையில் இந்த விமர்சனம் தகுந்த ஆதாரங்களைக் கொண்டுள்ளது (எதிரே மேற்கோள் காட்டப்பட்டது பிரிவு, 47-48)."

சரி, உறுதியாகப் பொருள்முதல்வாதத்தைத் தாக்குவதில் அரைகுறை மனதுள்ள அவெனரியஸ் மாக் ஆகியோருடன்

கருத்துமுதல்வாதிகளும் கண்டிப்பாக சேருவார்கள்! வன்ட் கூறுகிறார், "சுதந்திரமான உயிர்நிலை வரிசை (independent vital series) என்ற இந்தக் கொள்கையுடன் உயிர்ப் பண்பளித்தல் என்ற கொள்கைக்கு எந்தத் தொடர்பும் இல்லை. பொதுவாக, இது பின்னால் தோன்றிய ஒரு சிந்தனையாக அதனுடன் செயற்கையான முறையில் இணைக்கப் பட்டது" (பிரிவு *365*).

ஓ. இவால்ட் கூறுகிறார், "உயிர்ப்பண்பளித்தல் என்பது அனுபவ வாத விமர்சனத்தின் கற்பனை தவிர வேறில்லை. அதன் தவறுகளை மறைக்க அதற்கு இந்த உயிர்ப் பண்பளித்தல் தேவைப்பட்டது. "(எதிரே உள்ள மேற்கோள், பிரிவு, *44*)" நாம் ஒரு விநோதமான முரண்பாட்டை உற்று நோக்குகிறோம்: ஒருபுறம் உயிர்ப்பண் பளிப்பதை நீக்குவதோடு உலகுக்கு வாழும் எதார்த்த தன்மையை மீண்டும் கொண்டுவரும் நோக்கில் இயற்கையான ஊகக் கருத்தினை மீண்டும் நிலைநாட்டுதல்; மறுபுறம், மையமான விதிமுறை மற்றும் எதிர் விதிமுறையின் ஒரு முழுமைபெற்ற தொடர்பின் கருத்துமுதல்வாதக் கோட்பாட்டுக்கு இட்டுச் செல்லும் அனுபவவாத விமர்சனத்தின் முதன்மை இணைப்பைக் காண்கிறோம். அவெனரியஸ் இவ்விதமான ஒரு சூழலில் மாட்டிக் கொண்டுள்ளார். அவர் கருத்துமுதல்வாதத்துடன் போராடப் புறப்பட்டார். ஆனால் அது பகிரங்கமாக எதிர்க்க வரும் பொழுது ஆயுதத்தைத் துறந்தார். அறிபொருள் என்ற உலகினை அறிவன் என்ற நுகத்தடியிலிருந்து விடுவிக்க அவர் விரும்பினார். ஆனால் மறுபடியும், உலகினை அறிவனுடன் கட்டிப்போட்டார். அதன் உண்மையான அறிவுத் தோற்றக் கருத்தை அழிக்காமல், கருத்துமுதல்வாதத்தின் கேலிச் சித்திரத்தினையே அவர் அழித்தார்" (மே. நூ. பிரிவு, *64 - 65*).

"[அவெனரியசின்] இந்த அறிக்கையில் அடிக்கடி குறிப்பிடப்படும் மேற்கோள்" பற்றி நார்மன் ஸ்மித் சொல்கிறார்: "மூளை என்பது சிந்தனையின் உறுப்போ பிறப்பிடமோ ஆதாரமோ அல்ல, அவற்றின் தொடர்பினைக் காட்டும் வகையில் நாம் வைத்திருக்கும் சொற்களை மட்டுமே அவெனரியஸ் ஏற்க மறுக்கிறார். (மேற்குறித்த நூல், பக். 30).

வன்ட் அங்கீகரிக்கும் உயிர்ப்பண்பளித்தல் கொள்கை வெளிப் படையான கருத்துமுதல்வாதியான ஜேம்ஸ் வார்டின்* அனுதாபத் தைப் பெறுகிறது என்பதில் வியப்பேதும் இல்லை. குறிப்பாக

---

* ஜேம்ஸ் வார்ட், *இயற்கைவாதமும், அறியொணாவாதமும்,* 3-வது பதிப்பு, இலண்டன், 1906, தொகுதி II, பக். 171-172.

டி.எச். ஹக்ஸ்லியின், இயற்கைக் கடவாத சமய நம்பிக்கை, அறியொணாவாதம் ஆகியவற்றிற்கு எதிராக இவர் முறையாகப் போரிடுகிறார் (அவர் உறுதியான வெளிப்படையல்லாத பொருள் முதல்வாதி இல்லை என்று எங்கெல்ஸ் அவரை விமர்சித்துள்ளார்). ஆனால் இது பொருள்முதல்வாதத்தை மறைக்க அறியொணா வாதம் பயன்பட்டது என்பதற்கான எதிர்ப்பாகும்.

கார்ல் பியர்சன் என்ற ஆங்கிலேய மாக்கியவாதி, எல்லா தத்துவச் "சூழ்ச்சிகளையும்" தவிர்த்து விடுகிறார். இவர் உயிர்ப் பண்பளித்தல், இணைப்பு, "உலக ஆக்கக்கூறுகளின் கண்டுபிடிப்பு" ஆகியவற்றை ஏற்றுக் கொள்ளவில்லை. மேற்கண்ட அத்தகைய மாறுவேடங்களை நீக்கிய பிறகு உள்ள தூய அகநிலை கருத்துமுதல்வாதமான மாக்கி யத்திற்கு இவர் வருகிறார். மனிதன் மூளையின் உதவியுடன் சிந்திக் கிறான் என்பது பற்றி இவர் சந்தேகப்படவே இல்லை. பியர்சனுக்கு எந்த "ஆக்கக் கூறும்" தெரியாது; "புலன் உணர்ச்சித் தடங்கள்" (Sense impression) தான் அவரது தொடக்கமும் முடிவும் ஆகும். மனிதன் மூளையின் உதவியுடன் சிந்திக்கிறான் என்பதில் அவர் ஐயப்பட வில்லை. எனவே அவரது இந்தக் கொள்கைக்கும் (இது மட்டுமே விஞ்ஞானத்துடன் ஒத்துப்போகிறது) அவரது தத்துவத்திற்கும் உள்ள முரண்பாடு வெளிப்படையாகவும், தெளிவாகவும் உள்ளது. நமது புலன் உணர்ச்சித் தடங்களைச் சாராமல் பருப்பொருள் இருக்கிறது என்பதை எல்லா வழிகளிலும் அவர் எதிர்க்கிறார் (*அறிவியலின் இலக்கணம்*, அத் - VII). பெர்க்கிலியின் எல்லா வாதங்களையும் திரும்பக் கூறி பருப்பொருள் என்ற தனித்தன்மையானது எதுவும் இல்லை என்று பியர்சன் கூறுகிறார். ஆனால் மூளைக்கும் சிந்த னைக்கும் உள்ள உறவு பற்றிப் பேசும் பொழுது அவர் அழுத்தமாகப் பின்வருமாறு கூறுகிறார்: "பொருளாயத பொறியமைவின்றி விருப்பம் மற்றும் உணர்வு பற்றி நம்மால் எதையும் உய்த்துணர முடியாதது போலவே, அத்தகைய பொருளாயத பொறியமைவுடன் இணைத்துக் காணப்படும் விருப்பம் மற்றும் உணர்விலிருந்தும் எதையும் உய்த் துணர முடியாது."* இந்தத் துறையில் அவரின் ஆய்வின் முடிவாக அவர் பின்வரும் ஆய்வுரையை முன்வைக்கிறார்: "நம்மிடம் உள்ள நரம்பு மண்டலத்திற்கு அப்பால் உணர்வுக்கு எந்த அர்த்தமும் இல்லை; எல்லா பருப்பொருள்களுக்கும் உணர்வு இருக்கிறது என்று கூறுவது காரண காரியத் தொடர்பற்றது [புலன் உணர்ச்சிக்குச் சமமான, பிரதிபலிக்கும் பண்பு பொருளுக்கு உண்டு என்பது காரண காரியத் தொடர்புள்ளது]. மேலும் உணர்வு அல்லது விருப்பம் என்பது பொருளுக்கு அப்பால் உள்ளது என்பதும் இன்னும் கூடுதலாகக்

---

* *அறிவியலின் இலக்கணம்,* 2ஆம் பதிப்பு, இலண்டன், 1900, பக். 58.

காரணகாரியத் தொடர்பற்றதாகும்." (மே.நூ : பக்.75. 2-வது ஆய்வுரை). பியர்சனது குழப்பம் மிகத் தெளிவாக உள்ளது! பருப்பொருள் என்பது புலனுணர்ச்சித் தடங்களின் தொகுப்பன்றி வேறு இல்லை. இவை தான் அவரது அடிப்படை, தத்துவம் ஆகியன. எனவே புலன் உணர்ச்சியும், சிந்தனையும் முதல் நிலையானவை; பருப்பொருள் இரண்டாம் நிலையானது. ஆனால் அதுதான் இல்லை, பருப்பொருள் இல்லாமல், நரம்புமண்டலம் இல்லாமல், உணர்வு நிலை இல்லை! அதாவது உணர்வு நிலையும், புலன் உணர்ச்சியும் இரண்டாம் நிலையானவை. தண்ணீர் பூமியின் மீது உள்ளது, பூமி திமிங்கலத்தின் மீது உள்ளது, திமிங்கலம் தண்ணீரின் மீது உள்ளது. மாக்கின் ஆக்கப்பொருட்களும், அவெனரியசின் இணைப்பு உயிர்ப் பண்பளித்ததும் இந்தக் குழப்பத்தைத் தீர்க்கவில்லை. அவை செய்வதெல்லாம் பொருளை அதன் பதிவுகளை மெத்தப் படித்த தத்துவ உளறல்களின் உதவியோடு மூடிமறைக்கின்றன.

இத்தகைய உளறல்களுக்கு உதாரணமாக, ஒரு சில சொற்களைக் கூறினாலே போதும்: நோட்டல் (notal), பாதுகாப்பான (secural), நம்பிக்கைக்குரிய (fidential) மற்றும் பல. இவற்றை அவெனரியஸ் உருவாக்கினார். நமது ரஷ்ய மாக்கியர்கள் வெட்கத்துடன், இந்தப் பேராசிரிய பாணியிலான சுற்றிவளைத்தப் பேச்சைத் தவிர்க்கின்றனர். ஆனால் வாசகர்களுக்கு அவ்வப்பொழுது அதிர்ச்சிக் கொடுப் பதற்காக "புறநிலை உண்மை" வலியுறுத்துகிற போன்ற சொற்களைப் பயன்படுத்தித் தாக்குகின்றனர். ஆனால் ஒன்று மறியாத மக்கள் இச்சொற்களை உயிர் இயந்திரவியல் (bio-mechanics) என்று எடுத்துக் கொண்டால், பண்டிதச் சொற்களை நேசிக்கும் ஜெர்மானியத் தத்துவவாதிகளும் கூட அவெனரியசைக் கண்டு சிரிக்கிறார்கள். "அனுபவவாத விமர்சனத்தின் சமய நுணுக்க முறை தன்மை" என்பதில் வன்ட் கூறுகிறார்: "நோட்டல்" (notus - தெரிந்த) என்பது அல்லது வேறு எதையேனும் கூறுவது, எனக்குத் தெரிந்தது என்று கூறுவது எல்லாம் ஒன்றேதான். இதனைப் பகிரங்கமாகவே ஒப்புக்கொள்ளும் துணிச்சல் ஆர். வில்லிக்கு இருந்தது. "உயிர் இயந்திரவியல் பற்றி அவெனரியஸ் கனவு கண்டார். ஆனால் மூளையின் செயல் பற்றிய புரிதலை உண்மையான கண்டுபிடிப்புகள் மூலமே அடைய முடியும். அவெனரியஸ் அடைய முயற்சித்த வழியில் அது சாத்தியமற்றது. அவெனரியசின் உயிர் இயந்திரவியல் என்பது எந்தப் புதிய உற்று நோக்கலையும் அடிப்படையாகக் கொண்டது அல்ல. அதன் தன்மை என்பது கருத்துகளைத் திட்டமிட்ட முறையில் அமைப்பதில் உள்ளது. இந்த அமைப்பானது பல புதிய வழிகளைக் காட்டும் தற்காலிகக் கருதுகோளின் தன்மையைக் கூடக் கொண்டிருக்க

வில்லை. மாறாக வகை மாதிரியான ஊகங்களைக் கொண்டுள்ளது. ஒரு சுவர் போல நமது கண்ணை மறைப்பதாக இருக்கிறது."*

ரஷ்ய மாக்கியர்கள் விரைவில் ஐரோப்பிய முதலாளித்துவ தத்துவவாதிகள் தூக்கி எறிந்த தொப்பியைக் கண்டு பரவசம் அடையும் நாகரிக மோகம் உள்ளவர்களாக மாறுவர்.

6. மாக், அவெனரியஸ் ஆகியோரின் ஆன்மீகவாதம்

அனுபவவாத விமர்சன தத்துவத்தின் தொடக்கம், அகவயக் கருத்துமுதல்வாதம் என்று நாம் கண்டோம். உலகம் என்பது நமது புலன் உணர்ச்சி- இதுதான் அடிப்படைக் கருத்து. இது, "ஆக்கக்கூறு", "சுதந்திரமான வரிசை", "இணைப்பு" "உயிர்ப் பண்பளித்தல்" போன்ற கொள்கைகளால் குழப்பப்படுகிறது. ஆனால் மாற்றப்படவில்லை. இந்தத் தத்துவத்தின் அபத்த நிலை என்னவென்றால், இது ஆன்மீகவாதத்திற்கு இட்டுச்செல்கிறது. தத்துவம் பேசும் ஒரு தனி நபரின் இருப்பை மட்டுமே அங்கீகரிக்கிறது. மாக்கை ''கருத்துமுதல்வாதி, ஆன்மீகவாதி என்று குற்றம் சாட்டுவது" என்பது "அதீதமான அகநிலைவாதம்" என்பதாகும் என்று நமது ரஷ்ய மாக்கியர்கள் அவர்களது வாசகர்களுக்குக் கூறுகிறார்கள். *புலன் உணர்ச்சிகள் பற்றிய ஆய்வு* என்ற நூலின் ரஷ்ய மொழிப்பெயர்ப்பின் முன்னுரையில் போக்தனோவ் இவ்வாறு கூறுகிறார். மாக்கியப் பட்டாளம் முழுவதுமே, பல்வேறு சுரங்களில் இதனைத் திரும்பப் பாடுகின்றனர்.

மாக், அவெனரியஸ் ஆகியோர் அவர்களது ஆன்மீகவாதத்தை மறைக்கப் பயன்படுத்திய முறைகளை நாம் ஆய்வு செய்துவிட்டோம், இப்பொழுது ஒன்றை மட்டும் கூற வேண்டியுள்ளது: "அதீதமான அகநிலைக் கருத்துமுதல்வாதம்" என்பது போக்தனோவ் கூட்டத்தினரிடம் உள்ளது. ஏனென்றால் தத்துவ நூல்களில், பல்வேறு போக்குகள் உள்ள எழுத்தாளர்கள் மாக்கியத்தின் அடிப்படையான பாவத்தைப் பல்வேறு கூற்றுகளினால் மறைத்துள்ளனர். அவர்களது அபிப்பிராயங்களின் *சுருக்கத்தை* மட்டும் நாம் வரம்பிட்டு காண்போம். இவை நமது மாக்கியர்களின் "அகவய" *அறியாமையைப்* போதுமான அளவு காட்டுகின்றன. இச்சந்தர்ப்பத்தில், தொழில்

---

* *R.* வில்லி, *Gegen die Schulweisheit,* பிரிவு, 169, உண்மையாகவே, தலைக்கனம் பிடித்த பெட்சோல்ட் இந்த வகையில் எந்த ஒப்புதல்களையும் தரமாட்டார். அவெனரியசின் உயிரியல் தன்மை கொண்ட சமய நுணுக்க முறையை அற்பவாதியின் சுயதிருப்தியோடு அசை போட்டு வருகிறார். (தொகுதி I, அத். II)

ரீதியான ஒவ்வொரு தத்துவவாதியும், ஏதேனும் ஒருவகை கருத்து முதல்வாதத்தை ஆதரிப்பவர்களாகவே உள்ளனர். மார்க்சியவாதி களாகிய நம்மைப் போன்று அல்லாமல் அவர்களுக்கு கருத்துமுதல் வாதம் *வெறுக்கத் தகுந்தது* அல்ல. ஆனால் அவர்கள் மாக்கின் *உண்மையான* தத்துவப் போக்கினை சுட்டிக் காட்டுகின்றனர். ஒரு கருத்துமுதல்வாத அமைப்பை மற்றொன்றிற்கு எதிராக வைக்கின் றனர். அவர்களுக்கு அவை உறுதியாக உள்ளது போலத் தோன்று கின்றன.

அவெனரியசின் போதனைகளைப் பற்றிய ஆய்வுக்கு என்றே எழுதப்பட்ட நூலில் ஓ. இவால்ட் பின்வருமாறு எழுதுகிறார்: "அனுபவவாத விமர்சனத்தை உருவாக்கியவர் *பிடிக்கிறதோ இல்லையோ,* ஆன்மீக"வாதத்திற்குத் தன்னை அர்ப்பணித்துக் கொள்கிறார் (எதிர் மேற்கோள், பக். 61-62).

ஹான்ஸ் கிளென்பீட்டர் என்கிற மாக்கிய சீடர் பின்வருமாறு கூறுகிறார்: "இயற்கை விஞ்ஞானத்தின் தேவைகளையும், கருத்து முதல்வாத அறிவுத்தோற்றவியலையும் பொருத்திக் காட்டுவதற்கு மாக் சிறந்த உதாரணம் ஆவார் [குழப்பல்வாதிகளுக்கு எல்லாமே பொருத்தமானதுதான்!]. விஞ்ஞானமானது ஆன்மீகவாதத்தில் தொடங்க முடியும் என்ற உண்மையைக் கூறியவர் அவர். அவரது "*அறிவும் பிழையும்*" என்ற நூலில் மாக்கை ஆதரிக்கிறார் (முறையான தத்துவத்திற்கான காப்பகம்,[25] 1900, பிரிவு 87).

மாக்கின் *புலன் உணர்ச்சிகள் பற்றிய ஆய்வினை* விளக்கும் பொழுது லூக்கா பின்வருமாறு கூறுகிறார்: "இந்தத் தவறானப் புரிதலுக்கு அப்பால், மாக் தூய்மையான கருத்துமுதல்வாதத்தையே பின்பற்றுகிறார். தன்னை ஒரு பெர்க்கிலியன் அல்ல என்று மாக் கூறுவதைப் புரிந்து கொள்ள முடியவில்லை (கான்டிய ஆய்வுகள்[26] Bd. VIII, 1903, S. 416-17).

மிகவும் பிற்போக்கான கான்டியவாதியான W. ஜெருசலத்துடன் தனது ஒற்றுமையை மேலே கூறிய முன்னுரையில் மாக் வெளியிடு கிறார் (இதற்கு முன்னர் மாக் கற்பனை செய்ததைவிட மிக "நெருக்கமான சிந்தனை ஒற்றுமை *அறிவும் பிழையும்*, 1906,II"). அவர் கூறுகிறார்: "தொடர்ச்சியான அறிவின் அடிப்படை நிகழ்ச்சி யுணர்வுகள் என்ற கோட்பாடு (Phemomenalism) ஆன்மீகவாதத்திற்கு இட்டுச் செல்கிறது." எனவே கான்ட்டிடம் இருந்து சிறிது கடன் வாங்கிக் கொள்ள வேண்டும்! (*விமர்சன ரீதியான கருத்துமுதல் வாதமும் தூய காரண காரியத் தொடர்பும்*, 1905, பிரிவு 26).

ஆர். ஹோனிக்ஸ்வால்ட் கூறுகிறார்: "... பிச்டே, ஷெல்லிங் அல்லது ஹெகல் போன்றோரின் உணர்வில் ஆன்மீகவாதம் அல்லது

இயக்க மறுப்பியலுக்கான மாற்றை இறைக்கோட்பாட்டாளர்களும், அனுபவவாத விமர்சகர்களும் எதிர்கொள்கின்றனர்!" (*புற உலகின் எதார்த்தம் பற்றிய ஹியூமின் கோட்பாடு*, 1904, பிரிவு 68).

பொருள்முதல்வாதியான ஹெக்கலை (Haeckel) அவரது நூலில் விமர்சனம் செய்த ஆங்கிலேய இயற்பியலாளர் ஆலிவர் லாட்ஜ் போகிறப் போக்கில் கூறுகிறார், "பொதுவாகத் தெரிந்த ஆன்மீக வாதிகளாகிய மாக், கார்ல் பியர்சன் போன்றவர்கள்" ஆவர். (*வாழ்வும் பொருளும்*, பாரீசு, 1907, பக். 15).

இயற்கை (Nature)[27] என்ற ஆங்கிலேய விஞ்ஞானிகளின் பத்திரிகை யில் வரைகணிதவியலாளர் இ. டி. டிக்சன் மாக்கியவாதியான பியர்சன் பற்றி ஒரு தெளிவான கருத்தை வெளியிட்டார். இது மேற்கோளாகக் காட்டப்படும் தகுதி உள்ளது. இது புதியதாக இருக்கிறது என்பதற்காக அல்ல, மாறாக ரஷ்ய மாக்கியர்கள் அவரது தத்துவக் குழப்பத்தை, "இயற்கை விஞ்ஞானத்தின் தத்துவம்" என்று ஒன்றும் அறியாமல் ஏற்றுக் கொண்டுள்ளனர் (ஏ. போக்தனோவ், *புலனுணர்ச்சிகளின் பகுப்பாய்வுக்கான, அறிமுகம்*, பக். XII).

இந்தப் புத்தகத்தின் அடிப்படை முழுவதும் பற்றி டிக்சன் எழுதுகிறார், "புலன் உணர்ச்சிப் பதிவுகள் தவிர வேறு எதையும் நம்மால் அறிந்துகொள்ள முடியாது என்பதால், புறவயமானவை அல்லது நமக்குப் புறத்தே உள்ளவை எனப்படும் பொருள்கள், அவற்றின் வகைகள், புலனுணர்ச்சிப் பதிவுகளின் தொகுப்பு அன்றி, அத்தகைய பதிவுகளின் வரிசையன்றி வேறில்லை என்று கருத் துரைப்பதாகும். ஆனால், பேராசிரியர் பியர்சன் தனது உணர்வை விட மற்றவர்களது உணர்வையும் ஏற்றுக் கொள்கிறார். அவர் இதைத் தனது புத்தகத்தை எழுதும்போது அது மற்றவர்களுக்காக எழுதப்பட்டது என்பதை மறைமுகமாக உணர்த்தியதோடு மட்டுமின்றி, மாறாக அந்தப் புத்தகத்தில் இடம்பெற்றுள்ள பல பத்திகளில் வெளிப்படை யாகவும் திட்டவட்டமாகவும் கூறுகிறார்". மற்றவர்களது உடல் இயக்கங்களைக் காண்பதன் மூலம் ஒப்பிட்டு, மற்றவர்களது உணர்வை ஊகிக்கிறார். மற்றவர்களது உணர்வு உண்மை யானது என்றால், நமக்குப் புறத்தே மனிதர்கள் இருப்பதையும் ஏற்றுக் கொள்ள வேண்டும்! "புறப்பொருள் மட்டுமல்லாமல், பிறருடைய உணர்வுகள் எல்லாமே உண்மையல்ல, கற்பனையில் மட்டும் தான் இருக்கின்றன என்று தொடர்ந்து கூறும் ஒரு கருத்து முதல்வாதியை மறுப்பது சாத்தியமற்றது; ஆனால் பிறரின் உணர்வு உண்மையானது என்பதை ஏற்றுக் கொள்வது; அதனை நாம் உணரும் வழியை ஏற்றுக் கொள்வதாகும்... இது மனிதர்களது உடலுக்கு வெளியே உள்ள அம்சமாகும்." இந்தச் சிக்கலில் இருந்து விடுபட நமது புலன்

உணர்ச்சிப் பதிவுகளுக்கு சமமாகப் புறத்தே உள்ள புறவய எதார்த்தம் உள்ளது என்ற "கருதுகோளை" ஏற்றுக் கொள்வதாகும். இந்தக் கருதுகோள் நமது புலன் உணர்ச்சிப் பதிவுகள் குறித்து திருப்திகரமான விளக்கமாக உள்ளது. "பேராசிரியர் பியர்சனும் மற்ற வர்களைப் போல இவற்றை நம்புகிறார் என்பதை சந்தேகப்பட என்னால் முடிய வில்லை. இதனை அவர் வெளிப்படையாக ஒப்புக் கொள்ள வேண்டும் என்றால் *அறிவியலின் இலக்கணம்* என்பதன் ஒவ்வொரு பக்கத்தையும் அவர் மறுபடியும் எழுத வேண்டியிருக்கும்."*

மாக் வானளாவப் பாராட்டும், கருத்துமுதல்வாதத் தத்துவத்தை சிந்திக்கும் ஒவ்வொரு விஞ்ஞானியும் இகழ்ச்சியுடன் தான் எதிர்வினை ஆற்றுவார்.

எல். போல்ட்ஸ்மன் என்ற ஒரு ஜெர்மானிய இயற்பியலாளரது கருத்து இறுதியாக வருகிறது. பிரெடெரிக் அட்லர் சொன்னது போல, மாக்கியர்கள் பழைய மரபு இயற்பியலாளர் வரிசையைச் சேர்ந்த ஒருவர்தான் அவர் என்று கூறுவார்கள். ஆனால் *இப்போது* நாம் இயற்பியல் கொள்கைகள் பற்றிப் பேசவில்லை. மாறாக அடிப் படைத் தத்துவப் பிரச்சனை பற்றிப் பேசுகிறோம். "புதிய அறிவுத் தோற்றவியல் வறட்டுக் கொள்கை"யைப் பின்பற்றுபவர்களை எதிர்த்து எழுதும் பொழுது போல்ட்ஸ்மன் கூறுகிறார்: "உடனடி யான புலனுணர்ச்சிப் பதிவுகளிலிருந்து மட்டுமே நம்மால் ஊகித்து உணர முடிகிற கருத்துகள் மீது அவநம்பிக்கை கொள்வதானது, முன்னர் நிலவுகிற இயல்பான நம்பிக்கைக்கு நேர் எதிரான ஓர் அதீத மான நிலைக்கு இட்டுச் செல்கிறது. புலனுணர்ச்சிப் பதிவுகள் மட்டுமே நமக்குக் கொடுக்கப்படுகின்றன. அத்துடன், ஓர் அடி கூட இதைக் கடந்து செல்ல நமக்கு உரிமை இல்லை என்றும் சொல்லப்படுகிறது. இருப்பினும் முரண்பாடற்ற வகையில் இருக்க வேண்டி ஒருவர் கூடுதலாக கட்டாயம் கேட்க வேண்டும்: நேற்று இருந்த நமது புலனுணர்ச்சிப் பதிவுகளும் கொடுக்கப்பட்டது மட்டும்தானா? உடனடியாக கொடுக்கப்பட்டுள்ளது என்பது ஒரு புலனுணர்ச்சிப் பதிவு மட்டும் தான்; அல்லது ஒரே ஒரு சிந்தனை தான், அதாவது இந்தக் கணத்தில் நாம் சிந்திப்பதுதான். எனவே, தெளிவாக முரண்பாடற்றவாறு இருக்க வேண்டும் என்றால், ஒருவன் தனக்கு (self) புறத்தே உள்ள மற்றவர்களின் இருப்பை மறுக்க வேண்டும் என்பது மட்டுமல்ல, அதற்கு மாறாக முன்னர் இருந்த கருத்துகளையும்கூட மறுக்க வேண்டும்." **

---

* லுட்விக் போல்ட்ஸ்மென், *வெகுமக்களுக்கான கட்டுரைகள்,* லீப்சிக், 1905, பிரிவு. 132.

** *இயற்கை,* ஜூலை 21, 1892, பக். 269.

மாக்கியவாதிகளின் இந்தப் "புதிய" அறிவியல் அடிப்படை இயற்காட்சிவாத கோட்பாட்டாளர்கள்" பார்வையானது, அகவயக் கருத்துமுதல்வாதத் தத்துவத்தின் முட்டாள்தனம் என்று இந்த இயற்பியலாளர் சரியாகவே கேலி செய்கிறார்.

இல்லை, "அகநிலையான" கண்மூடித்தனத்தினால் பீடிக்கப் பட்டிருப்பவர்கள் மாக்கின் அடிப்படைத் தவறு, ஆன்மீகவாதம் என்பதைக் "காணத் தவறிவிட்டனர்."

அத்தியாயம் இரண்டு

அனுபவவாத - விமர்சனம் மற்றும் இயங்கியல் பொருள்முதல்வாதம் ஆகியவற்றின் அறிவு பற்றிய கோட்பாடு. II

1. "தானாக உள்ள பொருள்", அல்லது வி. செர்னோவ் எங்கெல்சை மறுக்கிறார்

நமது மாக்கியர்கள் "தானாகவே இருக்கும் பொருள்" பற்றி நிறைய எழுதியுள்ளனர். அவற்றைத் தொகுத்தால் அச்சிட்ட நூல்கள் மலைபோன்று குவியும். போக்தனோவ், வாலன்டினோவ், பசரோவ், செர்னோவ், பெர்மன், யுஷ்கேவிச் ஆகியோருக்கு தானாக இருக்கும் பொருள் என்ற சொல் உண்மையில் ஓர் இரக்கமற்ற *கொடுமைக் காரன்* ஆகும். அதன் மீது அவர்கள் கூறாத வசைகள் இல்லை; அவர்கள் செய்யாத இகழ்ச்சி இல்லை. இந்தக் கெடுவாய்ப்புடைய "தானாகவே இருக்கும் பொருளுக்காக'' அவர்கள் யாரை எதிர்த்து ஈட்டி எறிகிறார்கள்? இங்கு அரசியல் கட்சிகளின் அடிப்படையில் ரஷ்ய மாக்கியத் தத்துவவாதிகள் இங்கு பிரிந்து நிற்கின்றனர். மாக்கியர்களுக்கு மத்தியில் உள்ள மார்க்சியர்களாக வர விரும்பு கிறவர்கள் *பிளெக்கனோவின்* "அதுவாக உள்ள பொருளை" *எதிர்த்துப்* போரிடுகின்றனர்; பிளெக்கனோவ், கான்ட்டியத்தில் சிக்கிக் கொண்டார், அதனை நோக்கிச் செல்கிறார் என்றும் எங்கெல்சைக் கைவிட்டுவிட்டார் என்றும் குற்றம் சாட்டுகின்றனர். (முதல் குற்றச் சாட்டு பற்றி நான்காவது அத்தியாயத்தில் விவாதிப்போம். இரண் டாவதை இப்பொழுது எடுத்துக் கொள்வோம்).

நரோத்னிக்கும், மார்க்சியத்தின் தீவிர எதிரியுமான மாக்கியவாதி விக்டர் செர்னோவ் "தானாக இருக்கும் பொருளை" முன்னிட்டு *எங்கெல்சிற்கு எதிராகப்* பிரச்சாரம் செய்கிறார்.

ஆனால் நமது கட்சியில் உள்ள தோழர்களையும் தத்துவ எதிரி களைவிட திரு. விக்டர் செர்னோவ் இச்சமயத்தில், மார்க்சியத்தின்

பகிரங்கமான எதிரியாக மாற்றியுள்ளது என்ற உண்மையை மறைக்கக் கூடாது.[28] இதனை ஒப்புக்கொள்வதில் நாம் வெட்கப்பட வேண்டும். *குற்றமுள்ள மனசுதான்* (மேலும் ஒருவேளை பொருள்முதல்வாதம் பற்றிய அறியாமை?) மார்க்சியர்களாக வர விரும்புகிற மாக்கியர்கள் எங்கெல்சை தந்திரமாக ஒதுக்கி வைத்தது, ஃபூயர்பாகை முற்றிலும் புறக்கணித்தது, பிளெக்கனோவ் மட்டும் முதன்மையாக சுற்றி வருவது ஆகியவற்றிற்குப் பொறுப்பாக இருக்க முடியும். எங்கெல்சின் மாணவரை சிறுபிள்ளைத்தனமாகத் தாக்குவது அவரது ஆசிரியரைப் பற்றி திறந்த மனதுடன் ஆய்வு செய்யாமல் கோழைத் தனமாகத் தவிர்ப்பது என்ற ஒரே புள்ளியைச் சுற்றி வருகிறார்கள். இந்த விளக்கங்களின் நோக்கம் மாக்கியர்களின் பிற்போக்குத் தன்மையை வெளிப்படுத்துவதும், மார்க்ஸ், எங்கெல்ஸ் ஆகியோரின் பொருள் முதல்வாதம் சரியானதென்று காட்டுவதுமாகும். எனவே, வருங் கால மார்க்சியர்களான மாக்கியர்கள், பிளெக்கனோவ் பற்றிப் போடும் இரைச்சலைத் தவிர்த்துவிட்டு, நாம் எங்கெல்ஸிற்கு நேரிடையாகச் செல்வோம். இவரை தான் அனுபவவாத விமர்சக ரான திரு.வி. செர்னோவ் மறுக்கிறார். அவருடைய *தத்துவரீதியான ஆய்வுகளும் சமூகவியல் ரீதியான ஆய்வுகளும்* (மாஸ்கோ. 1907 ஒரு சில கட்டுரைகள் தவிர மற்றவை 1900க்கு முன்னர் எழுதப் பட்டவை) "மார்க்சியமும் அறிவுகடந்த உள்ளுணர்வு தத்துவமும்" என்ற கட்டுரையில், மார்க்சை எங்கெல்சிற்கு எதிராக நிறுத்தி, எங்கெல்ஸ் "பண்படாத பொருள்முதல்வாத வறட்டுத்தனம்" உள்ளவர், "இயல்பான வறட்டுப் பொருள்முதல்வாதி" என்று குற்றம் சாட்டுகிறார் (பக்.29-32). கான்ட்டின் தானாகவே இருக்கும் பொருள், ஹியூமின் தத்துவப் போக்குக்கு எதிரான எங்கெல்சின் வாதம் இதற்குப் "போதுமான" ஆதாரம் என்று திரு. வி. செர்னோவ் கூறுகிறார். இந்த விவாதத்திலிருந்து நாம் தொடங்குவோம்.

அவரது *லுத்விக் ஃபூயர்பாக்* என்ற நூலில் அடிப்படையான தத்துவப் போக்குகள் என்பவை கருத்துமுதல்வாதமும், பொருள் முதல்வாதமும் என்று கூறுகிறார். பொருள்முதல்வாதம் இயற்கை முதல் நிலையானது; ஆன்மா (மனது) இரண்டாம் நிலையானது என்று கருதுகிறது. கருத்துமுதல்வாதம் இதற்கு நேர் எதிரானது. பொருள்முதல்வாதமானது வாழ்நிலைக்கு முதன்மையான இடத் தையும், சிந்தனைக்கு இரண்டாம் தரமான இடத்தையும் வழங்கு கிறது. கருத்துமுதல்வாதம் மற்றும் பொருள்முதல்வாதத்தின் "பல்வேறு பள்ளிகளைச்" சேர்ந்த தத்துவவாதிகளை இந்த அடிப்படை வேறுபாட்டைக் கொண்டு "இரு மாபெரும் முகாம்கள்" என்று பிரித்ததை எங்கெல்சு இன்றியமையாத ஆய்வாக கருதுகிறார்.

வேறு வழிகளில் கருத்துமுதல்வாதம், பொருள்முதல்வாதம் ஆகிய வற்றைப் பயன்படுத்துபவர்களை "குழப்பவாதிகள்" என்று அவர் நேரிடையாகவே தாக்குகிறார்.

"வாழ்நிலைக்கும் சிந்தனைக்கும் இடையிலான உறவு, ஆன்மா விற்கும் இயற்கைக்கும் இடையிலான உறவு ஆகியன குறித்தே அனைத்து வகைப்பட்ட தத்துவத்தின் அதிலும் தனிச்சிறப்பாக நவீன வகைப்பட்ட தத்துவத்தின் மாபெரும் அடிப்படைத் தன்மைவாத சிக்கலாக உள்ளது" என்று எங்கெல்ஸ் கூறுகிறார். தத்துவவாதிகளை "இருவேறு முகாம்களாக" இவ்வாறு பிரித்த பின்னர் இதற்கு மற்றொரு பக்கம் இருக்கிறது என்று எடுத்துக் காட்டுகிறார். அதாவது, நம்மைச் சுற்றியுள்ள உலகுக்கும் நமது சிந்தனைக்கும் எத்தகைய உறவு உள்ளது? நமது சிந்தனையின் மூலம் உலகினை அறிந்து கொள்ள இயலுமா? உண்மையான உலகம் பற்றிய நமது எண்ணங்கள் கருத்துகள் மூலம் எதார்த்தத்தின் ஒரு சரியான பிரதிபலிப்பை நம்மால் தரமுடியுமா?*

"மேலே சொல்லப்பட்ட இக்கேள்விக்கு ஆகப் பெரும் பான்மையான தத்துவவாதிகள் உடன்படும் பதில்கள் மட்டுமே கூறுகின்றனர்" என்கிறார் எங்கெல்ஸ், தத்துவவாதிகளில், அனைத்துப் பொருள்முதல்வாதிகள் மட்டுமின்றி மாறாக மிகவும் விடாப்பிடியான கருத்துமுதல்வாதிகள் கூட அவ்வாறு கூறுகிறார் களாம். எடுத்துக்காட்டாக, முழுமையான கருத்துமுதல்வாதியான ஹெகல், "முழுமையான கருத்து" என்ற இவ்வுலகின் தோற்றத்துக்கு முன்பேயான ஒரு கருத்தின் மெய்யாக்கமாகவே எதார்த்த உலகைக் கருதினார், மேலும் அதே சமயத்தில் மனித ஆன்மா, எதார்த்த உலகைச் சரியாகப் புரிந்து கொள்ளும் செயல்முறையிலும், அச்செயல்முறையின் வாயிலாகவும் "முழுமையான கருத்தைப்" புரிந்து கொள்வதாகக் கருதினார்.

---

* ஃபிரெடரிக் எங்கெல்ஸ், லுத்விக் ஃபூயர்பாக் மற்றும் இதரவை, 4-வது ஜெர்மன் பதிப்பு, பக். 15, இரசிய மொழிபெயர்ப்பு, ஜெனிவா பதிப்பு, 1905. பக்.12-13. செர்னோவ் *Spiegelbild* என்ற ஜெர்மன் சொல்லை நேர் பொருளில் (ஒரு கண்ணாடி பிரதிபலிப்பு) மொழிபெயர்க்கிறார், எங்கெல்சின் கோட்பாட்டை ஒரு கண்ணாடி பிரதிபலிப்பு என்பதற்குப் பதிலாக ஒரு பிரதிபலிப்பு என்று இரசிய மொழியில் எளிமையாகச் சொல்லி ஒரு பலவீனமான வடிவில் வழங்குவதாக பிளெக்கனோவை குற்றம் சாட்டுகிறார். இது வெறுமனே அற்பமான தடுப்புதான். ஜெர்மானிய மொழியில் *Spiegelbild* என்பது (பிரதிபலிப்பு, பிம்பம்) என்ற பொருளிலும் எளிமையாகக் கையாளப்படுகிறது.

இவர்கள் தவிர (பொருள் முதல்வாதிகள், உறுதியான கருத்து முதல்வாதிகள்) மற்றொருவகைத் தத்துவவாதிகள் உள்ளனர் - புரிந்து கொள்ளும் சாத்தியம் உள்ளதா என்று கேள்விகேட்கும் அல்லது முழுமையாக முடியுமா என்று கேட்கும் வகையான தத்துவவாதிகள் உள்ளனர். தற்காலத்தில் உள்ளவர்களில் ஹியூம், கான்ட் இவர்களில் அடங்குவர். இவர்கள் தத்துவ வளர்ச்சியில் முக்கியப் பங்கு பெற்றவர்கள் ஆவர்..."[29]

எங்கெல்சின் இந்தக் கூற்றை மேற்கோளாகக் காட்டி வி. செர்னோவ் தனது தாக்குதலைத் தொடங்குகிறார். கான்ட் என்ற சொல்லுக்கு அவர் பின்வரும் உரை எழுதுகிறார்:

"*1888* ஆம் ஆண்டில் கான்ட், குறிப்பாக ஹியூம் போன்ற தத்துவ வாதிகளை "தற்காலத்தவர்கள்" என்று கூறுவது சற்று வினோத மானது. அந்தக் காலத்தில் கோகன், லாங், ரெய்ச்சல், லாஸ், ஸெய்ப்மன், கோரிங் போன்ற பெயர்கள் தாம் இயல்பானவை. ஆனால், எங்கெல்ஸிற்கு 'தற்கால'த் தத்துவம் நன்கு தெரியவில்லை என்று தெரிகிறது." *(அதே மேற்கோள் பக். 33, குறிப்பு 2).*

வி. செர்னோவ் தனக்குத்தானே உண்மையாக உள்ளார். பொருளா தாரம், தத்துவம் ஆகிய பிரச்சனைகளில், துர்க்கனேவின் வோரோஷி லோவ் போன்று[30] ஒன்றும் தெரியாத காவுட்ஸ்கியை அழிப் பதிலும்,* ஒன்றுமே தெரியாத எங்கெல்சை அழிப்பதிலும் பல மேதைகளான "புலவர்களின்" பெயர்களைக் கூறுகிறார். திரு. செர்னோவ் குறிப்பிடும் எல்லாப் பெயர்களும் *புதிய கான்டியர்கள்* ஆவர். '*லுத்விக் ஃபூயர்பாக்' என்பதில் அதே பக்கத்தில்* கொள்கை ரீதியான *பிற்போக்காளர்கள்* என்று எங்கெல்ஸ் இவர்களைக் குறிப் பிடுகிறார். மேலும், கான்ட், ஹியூம் ஆகியோரின் மறுக்கப்பட்ட தத்துவப் பிணத்திற்கு இவர்கள் உயிர் கொடுக்க முயற்சிக்கின்றனர் என்று எங்கெல்ஸ் கூறுகிறார். இந்த குழப்பல்வாதிகளாகவும், அதிகாரப்பூர்வமானவர்களாகவும் உள்ள (மாக்கியத்திற்கு) பேராசிரி யர்களைத் தான் எங்கெல்ஸ் மறுக்கிறார் என்பது செர்னோவிற்குப் புரியவில்லை!

ஹியூம், கான்ட் ஆகியோருக்கு எதிராக ஹெகல் "தீர்மானகர மான" வாதங்களை முன்வைத்தது, மேலும் ஃபூயர்பாக் முன்வைத்த ஆழமான வாதங்கள் என்பதை விட அறிவுநுட்பமான திறமையான வாதங்களைச் சுட்டிக்காட்டி எங்கெல்ஸ் தொடருகிறார்:

---

* வி.லெனின், விவசாயப் பிரச்சனை, பகுதி-*I*, புனித பீட்டர்ஸ்பர்க், 1908, பக்.195. (பார்க்க லெனின் தொகுப்பு நூல்கள், தொகுதி-*5*, *P. 151* பதிப்பு)

“இந்தத் தத்துவத்துக்கும், இதர அனைத்துத் திடீரெனத் தோன்றும் தத்துவங்களுக்கும் மெய்யான மறுப்புரையாக இருப்பது நடைமுறைதான் அதாவது பரிசோதனையும், தொழிலும் ஆகும். ஓர் இயற்கையான செயல்முறையைப் பற்றிய நமது கருத்தின் சரியான தன்மையை, அதாவது அந்த செயல்முறையை நமக்கானதாக மாற்றிக் கொள்வதன் மூலமாக நமது கருத்தின் சரியான தன்மையை நம்மால் மெய்ப்பிக்க இயலும் என்றால், அந்த இயற்கையான செயல் முறையின் அதன் நிலைமைகளில் இருந்து வெளியே கொண்டு வந்து நடைமுறைப் படுத்துவதோடு அதை நமது கொடுக்கல் வாங்கலில் கொண்டுவந்து நம்முடைய நோக்கங்களுக்குப் பயன்படுத்துகையில், கான்டிய வாதத்தின் புரிந்துகொள்ள முடியாத [அல்லது உள்வாங்கிக்கொள்ள முடியாதது - இந்த முக்கியச் சொல்லானது பிளெக்கனோவின் மொழிபெயர்ப்பிலும் அதேபோன்று வி. செர்னோவின் மொழிபெயர்ப்பிலும் விடுபட்டிருக்கிறது] தானேயாகிய பொருளுக்கு ஒரு முடிவு ஏற்பட்டு விடுகிறது. கரிம வேதியியல் ஒன்றன்பின் ஒன்றாக, உற்பத்திச் செய்வதற்கு முன்னர் தாவரங்கள் விலங்குகள் ஆகியவற்றின் உடலில் உற்பத்தியான வேதிப் பொருள்கள் “தாமாக உள்ள பொருள்களாக” இருந்தன. அதன் பின்னர் ‘தானாக உள்ள பொருளானது நமக்கான ஒரு பொருளாக மாறியது. உதாரணமாக மஞ்சிட்டி (Madder) செடியில் உள்ள சிவப்புச் சாயப் பொருளான அலிசரின் (Alizarin), என்பதை தார் எண்ணெயிலிருந்து மலிவாகவும், சுலபமாகவும் நாம் உற்பத்திச் செய்கிறோம். இதனை இனிமேலும் இச்செடியின் வேர்களில் இருந்து தயாரிக்க வேண்டியதில்லை. *(அதே மேற்கோள், பக். 16).*[31]

இந்த வாதத்தை மேற்கோளாகக் காட்டி, செர்னோவ் பொறுமையற்றவராகி அப்பாவி எங்கெல்சை அடியோடு மறுக்கிறார். இதைக் கவனிக்கவும்: “தார் எண்ணெயில் இருந்து நாம் அலிசரினை ‘மலிவாகவும், சுலபமாகவும்'' உற்பத்திச் செய்ய முடியும் என்பது கண்டு எந்தப் புதிய கான்டியனும் ஆச்சரியப்படமாட்டான். ஆனால், அலிசரினுடன் சேர்த்து தார் எண்ணெயிலிருந்து மலிவாக “தானாக இருக்கும் பொருளை” மறுக்க முடியும் என்பது தான் உண்மையில் ஆச்சரியமாகவும், முன்னெப்போதும் நிகழ்ந்திராத கண்டுபிடிப்பாகவும் இருக்கிறது. இது புதிய கான்டியர்களுக்கு மட்டும் தோன்றுவ தல்ல.

கான்டின் கருத்துப்படி, ‘தானாக உள்ள பொருள்’ என்பது அறிய முடியாதது என்று தெரிந்துகொண்ட எங்கெல்ஸ் இந்தத் தேற்ற வாய்ப்பாட்டைத் தலைகீழாக மாற்றுகிறார். தெரியாத பொருள் எல்லாம் தானாக உள்ள பொருள் என்கிறார்” *(பக்.33).*

மாக்கியரே கவனிக்கவும்: பொய் சொன்னாலும், அதனை மிகைப்படுத்திக் கூறாதீர்! மக்களது கண்களுக்கு முன்னால் நீங்கள் "துண்டு துண்டாகக் கிழிக்க" விரும்பும் எங்கெல்சின் இந்த மேற்கோளை நீங்கள் தவறாகக் கூறுகிறீர்கள். இதில் விவாதிக்கப் படும் விஷயத்தை நீங்கள் புரிந்து கொள்ளவில்லை!

முதலாவதாக, எங்கெல்ஸ் "தானாக உள்ள பொருளை மறுக்க வில்லை". *காண்டின் அறிவுக்கு உள்வாங்கிக் கொள்ள முடியாத* (அல்லது அறிந்துகொள்ள முடியாத) தானாக உள்ள பொருளைத் தான் மறுக்கிறேன் என்று எங்கெல்ஸ் தெளிவாகவும் பகிரங்க மாகவும் கூறுகிறார்.

நமது உணர்வை சாராமல் புறத்தே பொருள் இருக்கிறது என்கிற எங்கெல்சின் பொருள்முதல்வாதக் கண்ணோட்டத்தினை திரு. வி. செர்னோவ் குழப்புகிறார். இரண்டாவது, காண்டின் தேற்ற வாய்ப்பாட்டின்படி, தானாக உள்ள பொருளைத் தெரியாது என்றால் இதனை "*மறுதலையான*"த் தேற்றவாய்ப்பாடின்படி, *தெரிந்து கொள்ள முடியாதது* தானாகவே உள்ள பொருளாகும். திரு. செர்னோவ் தெரிந்துகொள்ள முடியாதது என்பதற்குப் பதிலாக *இன்னதென்று தெரியாதது* என்பதைப் பயன்படுத்துகிறார். இத்தகைய பயன்பாடு எங்கெல்சின் பொருள்முதல்வாதக் கண்ணோட்டத்தைக் குழப்பும் சிதைக்கும் என்று தெரியாமலேயே இதனைச் செய்கிறார்!

வி. செர்னோவ் அவரது வழிகாட்டிகளாக ஏற்றுக் கொள்ளும் அதிகாரபூர்வமான பிற்போக்குத் தத்துவவாதிகளால் குழப்பமடைந் துள்ளார். அதனால் மேற்கோளாகக் காட்டப்பட்ட எங்கெல்சின் கூற்றுக்கான அர்த்தத்தைச் *சிறிதளவு கூடப் புரிந்து கொள்ளாமல்* அவருக்கு எதிராகக் கூச்சலிடுகிறார். இது எதைப் பற்றியது என்பதை இந்த மாக்கியப் பிரதிநிதிக்கு நாம் விளக்க முற்படுவோம்.

ஹியூமையும் கான்டையும் எதிர்ப்பதாக எங்கெல்ஸ் மிகத் தெளி வாகவும் வெளிப்படையாகவும் கூறுகிறார். ஆனால் ஹியூமிடம், "தெரிந்துகொள்ள முடியாத தானாக இருக்கும் பொருள் பற்றி" எதுவும் இல்லை. இந்த இரு தத்துவ வாதிகளுக்கும் பொதுவாக எது உள்ளது? *கொள்கை ரீதியாக,* இவர்கள் தோற்றத்தைத் தோன்றுவதிலிருந்தும் உணரப்படுவதை உணர்விலிருந்தும், நமக்காக உள்ள பொருளி லிருந்து, "தானாக உள்ள பொருளாக" *பிரித்து வைக்கின்றனர்.* மேலும், "தானாக உள்ள பொருள்" என்பது பற்றிக் கேட்கவே ஹியூம் விரும்பவில்லை. அவருக்கு இது பற்றிய சிந்தனையே தத்துவ ரீதியாக ஏற்றுக்கொள்ளத்தக்கதல்ல. அது "இயக்க மறுப்பியல் தத்துவம்" என்று அவர் கருதுகிறார் (ஹியூமியர்களும், காண்டியர்

களும் இவ்வாறு தான் அழைக்கின்றனர்). அதே சமயத்தில், “தானாகவே உள்ள பொருளின்” இருப்பை காண்ட் ஏற்றுக் கொள்கிறார். ஆனால், அதனைத் “தெரிந்து கொள்ள முடியாதது”, அடிப்படையில் அது தோற்றத்திலிருந்து வேறுபட்டது, வேறு ஒரு பகுதியை “அப்பால்” உள்ளப் பகுதியைச் சேர்ந்தது, அறிவுக்குப் புலப்படாதது, மாறாக நம்பிக்கைக்குப் புலப்படுவது என்று அவர் கூறுகிறார்.

எங்கெல்சின் மறுப்பில் உள்ள முக்கியமான அம்சம் என்ன? தார் எண்ணெயில் அலிசரின் இருக்கிறது என்பது நேற்றுவரை தெரியாது. அது இருக்கிறது என்று இன்று நமக்குத் தெரியும்.[32] நேற்று கரி எண்ணெயில் (Coal tar) அலிசரின் இருந்ததா என்பது தான் கேள்வி?

ஆம் இருந்தது. அதனைச் சந்தேகப்படுவது தற்கால விஞ்ஞானத்தைக் கேலி செய்வதாகும்.

அவ்வாறாயின், மூன்று அறிவுத் தோற்றவியல் முடிவுகள் இடம் பெறுகின்றன:

1. நமது சிந்தனையையும், புலனுணர்வுகளையும் விட்டு சுயேச்சையாக, நமக்குப் புறத்தே பொருள்கள் நிலவுகின்றன. எனவே அலிசரின் நேற்று இருந்தது என்பது நமது ஐயத்துக்கு அப்பாற்பட்டதாக உள்ளது; அதன் இருப்பு பற்றி நேற்று நமக்கு ஒன்றும் தெரியாது என்பதில் சந்தேகமில்லை; அது பற்றிய புலனுணர்ச்சிகள் எதுவும் நாம் பெறவில்லை.

2. கொள்கை அளவில் இயற்கையில் காணப்படும் மெய்மைக்கும் தானாக உள்ள பொருளுக்கும் எந்த வேறுபாடும் இல்லை. அத்தகைய வேறுபாடு இருக்க முடியாது. தெரிந்தது, தெரியாதது என்ற வேறுபாடு மட்டுமே உண்டு. அத்துடன் ஒன்றுக்கும் மற்றவைக்கும் இடையிலான குறிப்பிடத்தக்க வரம்புகள் பற்றிய தத்துவரீதியான கண்டுபிடிப்புகள், அதாவது தானாக உள்ள பொருளானது இயற்கையில் காணப்படும் மெய்மைக்கு “அப்பால்” உள்ளதென்ற கண்டுபிடிப்புகள் (காண்ட்) அல்லது நமக்குப் புறத்தே நிலவுகிற உலகின் ஏதோ ஒரு பகுதியில் இன்னும் நமக்கு தெரியாததாக உள்ள சிக்கலில் இருந்து நம்மை நாமே தத்துவரீதியாக விலகியிருக்க வேண்டும், அவ்வாறு விலகியிருக்கவும் முடியும் அல்லது இன்னும் புலப்படாதது, ஆனால் நமக்கு புறத்தே இருப்பது. (ஹியூம்) இவ்வாறான அனைத்துமே, ஆக மோசமான முட்டாள்தனம், *எண்ணக்கோளாறு* தற்பெருமை கொண்ட கண்டுபிடிப்புகளாகும்.

3. அறிவு பற்றிய கோட்பாட்டிலும், விஞ்ஞானத்தின் மற்றப் பகுதிகளில் உள்ளதைப் போல, நாம் இயங்கியல் ரீதியாகச் சிந்திக்க

வேண்டும். அதாவது, நமது அறிவு ஆயத்த நிலையில் உள்ளது, மாற்ற முடியாதது என்று கருதக் கூடாது. ஆனால் *அறியாமை யிலிருந்து அறிவு* எவ்வாறு தோன்றுகிறது என்று தீர்மானிக்க வேண்டும். முழுமை பெறாத, பிழையான அறிவு எப்படி முழுமை யாவும், சரியானதாகவும் இருக்கிறது என்று காண வேண்டும்.

அறியாமையிலிருந்து அறிவு வளருகிறது என்ற கண்ணோட்டத்தை நாம் ஒப்புக்கொண்டால், தார் எண்ணெயில் அலிசரினைக் கண்டு பிடித்தது போன்ற கோடிக்கணக்கான உதாரணங்களை நாம் காணலாம். தொழில்நுட்பம் மற்றும் விஞ்ஞானத்தின் வரலாற்றில் மட்டுமல்லாமல், ஒவ்வொருவரது வாழ்க்கையிலும் "தானாக இருக்கும் பொருள்", "நமக்காக உள்ள பொருளாக" மாறும் கோடிக் கணக்கான உதாரணங்கள் உள்ளன. புறப் பொருளில் இருந்து நமது புலன் உறுப்புகள் ஒரு தாக்கத்தின் அனுபவத்தைப் பெறும் பொழுது "இயற்கை மற்றும் சமூகத்தில் காணப்படும் மெய்மைகள்" தோன்று வது, நமது புலன் உறுப்புகள் மீது பொருள் செயல்படுவதை ஏதோ ஒன்று (நமக்கு தெரிந்த) தடுக்கும் பொழுது "இயற்கை மற்றும் சமூகத்தில் காணப்படும் மெய்மைகள்" மறைவது ஆகியவற்றைக் காண்கிறோம். நமக்கு வெளியில், நம்மை விட்டு சுயேச்சையாக பொருள்கள், நிகழ்வுகள், சாதனங்கள் ஆகியன நிலவுகின்றன என்பதோடு நமது புலனுணர்வுகள் புற உலகினுடைய பிம்பங்களாக உள்ளன. இத்தகைய உய்த்துணர்ந்த ஒரே தவிர்க்க இயலாத அனுமானத்தை நாம் அனைவரும் நம்முடைய தினசரி நடை முறையில் எடுக்கிறோமே அதைத்தான் பொருள்முதல்வாதமானது ஆழமான ஆராய்ச்சியின் துணையுடன் தனது அறிவுத் தோற்ற வியலில் அடிப்படையாகக் கொள்கிறது. மாக்கின் மறுதலை கோட் பாடானது இரங்கத்தக்க (அதாவது பொருள்கள் என்பது புலனுணர்ச்சிகளின் அமைப்புகள்) கருத்துமுதல்வாத ரீதியான முட்டாள்தனமாகும். எங்கெல்ஸ் பற்றிய அவரது "ஆய்வில்", திரு. செர்னோவ் அவரது வோரோஷிலோவ் தன்மைகளை வெளிப் படுத்தினார்; எங்கெல்ஸின் எளிய உதாரணம் அவருக்கு "வினோத மாகவும் அப்பாவித்தன மாகவும்" இருந்ததாம்! *புலவர்களின் புனைவுகளை* மட்டுமே அவர் உண்மையான தத்துவம் என்று அழைக்கிறார். பேராசிரியர்களது கதம்ப வாதத்தைத் தெளிவான பொருள்முதல்வாத அறிவுக் கொள்கையிலிருந்து அவரால் வேறுபடுத்த முடியவில்லை.

திரு. செர்னோவின் மற்ற வாதங்களை ஆய்வது சாத்தியமானது அல்ல தேவையும் அல்ல. அவை எல்லாமே பகட்டான உளறல் ஆகும். (பொருள் முதல்வாதிகளுக்கு அணுவும் தானாக உள்ள பொருள் என்பது போல!) நமது வாதத்திற்குத் தொடர்பான

கருத்தை மட்டுமே இங்கு குறிப்பிடுவோம் (சிலரைத் தடம் மாறச் செய்த விவாதம்). அதாவது மார்க்ஸ் எங்கெல்சிடம் இருந்து வேறு பட்டார் என்ற அனுமானம் ஃபூயர்பாக் பற்றிய *இரண்டாவது* ஆய்வுரையில் இருந்தும் அதில் பிளெக்கனோவ் மொழி பெயர்த்த *இந்த பக்கச் சார்பான* என்ற சொல்லில் இருந்தும் ஏற்பட்டது.

இதோ அந்த இரண்டாவது ஆய்வுரை:

"மனித சிந்தனை புறவயமான உண்மையைச் சார்ந்திருப்பதாக எண்ணுவதா வேண்டாமா என்ற சிக்கலானது கோட்பாடு பற்றிய சிக்கல் அல்ல, மாறாக அது ஒரு நடைமுறைச் சிக்கலாகும். நடை முறையில், உண்மையை மனிதன் கட்டாயம் மெய்ப்பிக்க வேண்டும். அதாவது மனிதன் நடைமுறையில் தனது வேலைத்திறத்தையும், தனது சிந்தனையுடைய "இவ்வாறான பக்கச் சார்பையும் பொருளின்" மூல இயல்பையும் மெய்ப்பித்துக் காட்ட வேண்டும். நடைமுறை யில் இருந்து துண்டிக்கப்பட்டதாக உள்ள சிந்தனையின் மெய்மையை அல்லது சிந்தனையின் கற்பனையான தன்மையைப் பற்றி வாய்ச் சண்டை போடுவது என்பது ஓர் தூய்மையான மயிரிழைவாதச் சிக்க லாகும்."[33]

"சிந்தனையின் இந்தப் பக்கச் சார்பை மெய்ப்பிப்பது" (நேரிடை யான மொழி பெயர்ப்பு) என்பதற்குப் பதிலாக பிளெக்கனோவ் எழுதியுள்ளார்: "இயற்கையில் காணப்படும் நிகழ்வுகளின் இந்த பக்கச் சார்பிலேயே சிந்தனை நின்றுவிடுவதில்லை" என்று மெய்ப் பிக்க சொல்கிறார். அத்துடன் வி. செர்னோவ் ஒப்பாரி வைக்கிறார், "எங்கெல்சைப் போலவே மார்க்சும் தாமேயாகிய பொருள்களுடைய அறியப்படக் கூடிய தன்மையையும் சிந்தனையின் "மறுபக்கச் சார்பினையும்" உறுதியாகக் கூறுவது போலவே தோன்றுகிறது... மார்க்சுக்கும், எங்கெல்சுக்கும் இடையிலான முரண்பாடு எளிமை யாக நீக்கப்பட்டு விடுகிறது." (அதே நூல், பக். 34, குறிப்பு).

ஒவ்வொரு சொல்லையும் மிக மோசமாகக் குழப்பும் வோரோஷி லோவை என்ன செய்வது! தானாக உள்ள பொருளை அறிந்து கொள்ள முடியும் என்று எல்லாப் பொருள்முதல்வாதிகளும் கூறு கிறார்கள் என்பது பற்றி செர்னோவ் தெரியாமல் இருப்பது அப்பட்ட மான அறியாமை. திரு. விக்டர் செர்னோவ் அவர்களே! இந்தக் கருதுகோளின் *முதல் சொற்றொடரை* விட்டுவிடுவது சிந்தனையின் புறவய உண்மை என்பதன் பொருள் சிந்தனை மூலம் *பிரதிபலிக்கப் படும்* பொருளின் *இருப்பு* அதாவது தாமேயாகிய பொருள்கள் என்பது தவிர வேறு எதுவுமில்லை. "அதுபோலத் தோன்றுகிறது" என்ற பிளெக்கனோவின் கூற்றிலிருந்து (பிளெக்கனோவ் விளக்கம் கொடுத்தாரே ஒழிய மொழிபெயர்க்கவில்லை), சிந்தனையின் *மறு*

பக்கத்தை மார்க்ஸ் ஆதரித்தார் என்று கூறுவது திரு. விக்டர் செர்னோவ் அவர்களே, அப்பட்டமான அறியாமை ஆகும். ஏனென்றால் ஹியூமியவாதிகளும் கான்டியர்களும் மட்டுமே "இயற்கையில் காணப்படும் நிகழ்வுகள் பற்றிய சிந்தனையின் இந்த பக்கச் சார்பு" என்பதுடன் நின்று விடுகிறார்கள். பெர்க்கிலி பாதிரியார் அழித்த பதினேழாம் நூற்றாண்டு பொருள்முதல்வாதிகள் (அறிமுகத்தைப் பார்க்கவும்) உட்பட எல்லாப் பொருள்முதல்வாதிகளும், "இயற்கையில் காணப்படும் நிகழ்வுகள்" என்பது "நமக்காக உள்ள பொருள்" அல்லது "தானாக உள்ள பொருள்களின்" *நகல்* ஆகும் என்றனர். மார்க்சைத் தெரிந்து கொள்ள விரும்புபவர்களுக்கு பிளெக்கனோ வின் விளக்கம் கட்டாயமான ஒன்று அல்ல. ஆனால் மார்க்ஸ் என்ன கூற விரும்பினார் என்பதைப் புரிந்து கொள்வது அவசியமானது. வோரோஷிலோவ் போல பகட்டுத் தனமானது அல்ல.

சோசலிஸ்டுகள் என்று கூறிக் கொள்ளுபவர்களிடையே, மார்க்சின் "ஆய்வுரைகளின்" அர்த்தத்தைப் புரிந்துகொள்ள இயலாமை அல்லது விருப்பமின்மையை நாம் காண்கிறோம். அதே சமயத்தில் தத்துவத்தில் நிபுணர்களாக உள்ள முதலாளித்துவ எழுத்தாளர்கள் மிகக் கவன மாக இருக்கிறார்கள். ஃபூயர்பாகின் தத்துவத்தை மார்க்சின் "ஆய்வுரைகளுடன்" தொடர்புபடுத்திக் கற்ற ஓர் எழுத்தாளரை எனக்குத் தெரியும். அவர் பெயர் ஆல்பர்ட் லெவி. ஃபூயர்பாக் பற்றிய அவரது நூலின் இரண்டாவது பாகம், மூன்றாவது அத்தியாயத்தில், மார்க்சின் மீது ஃபூயர்பாகின் தாக்கத்தை ஆராய்ந்துள்ளார்.* ஃபூயர்பாக்கை லெவி சரியான முறையில் விளக்குகிறாரா அல்லது சாதாரண முதலாளித்துவ கண்ணோட்டத்தில் மார்க்சை அவர் எவ்வாறு விமர்சிக்கிறார் என்ற ஆய்விற்குள் செல்லாமல், மார்க்சின் புகழ் பெற்ற அந்த "ஆய்வுரைகளின்" தத்துவ உள்ளடக்கம் பற்றிய அவரது கூற்றை மேற்கோளாகக் காட்டுவோம். முதல் ஆய்வுரை பற்றி லெவி கூறுகிறார்: "ஒருபுறம் மற்ற எல்லா முந்தையப் பொருள்முதல் வாதிகள் போல மார்க்சும் ஃபூயர்பாக் உடன், நமது எண்ணங்களுக்கு இணையாகப் புறத்தே உண்மையானதாகவும் தெளிவாகத் தெரிபவை யாகவும் பொருள்கள் இருக்கின்றன என்பதை அங்கீகரிக்கிறார்...."

வாசகர்கள் காண்பதுபோல, மார்க்சியப் பொருள்முதல்வாதம் மட்டுமல்லாமல் *எல்லாப்* பொருள்முதல்வாதத்திலும் "*ஆரம்ப*

---

* ஆல்பர்ட் லெவி, *ஃபூயர்பாக்கின் தத்துவமும் ஜெர்மானிய இலக்கியத்தின் மீதமான அதன் செல்வாக்கும்*, பாரிசு, 1904, பக். 249-238, மார்க்ஸ் மீதான ஃபூயர்பாக்கின் செல்வாக்கு மற்றும் ''ஆய்வுரைகள்'' பற்றிய மேலாய்வு, பக். 290-98.

காலப்" *பொருள்முதல்வாதத்திலும்* நமக்கு புறத்தே நிலவுகிற மெய்யான பொருள்களுக்கு "ஒத்திசைவான" வகையில் நமது எண்ணங்கள் நிலவுகின்ற என்பதை அங்கீகரிப்பதுதான் அடிப்படையான நிலைப்பாடு என்பது ஆல்பர்ட் லெவிக்குத் தெளிவாகத் தெரிகிறது. பொதுவாகப் பொருள்முதல்வாதத்திற்குப் பொருத்தமான இந்த எளிய உண்மை, நமது ரஷ்ய மாக்கியர்களுக்கு மட்டும் தெரியவில்லை. லெவி தொடருகிறார்:

"...மறுபுறம் செயல்புரியும் சக்திகளின் [அதாவது மனித நடைமுறை] முக்கியத்துவத்தை உணர்வதைப் பொருள்முதல்வாதம் கருத்துமுதல்வாதத்திற்கு விட்டுக் கொடுத்துவிட்டது என்று மார்க்ஸ் வருந்துகிறார். பொருள்முதல்வாத அமைப்பில் இணைப்பதற்காக இந்த செயல்புரியும் சக்திகளை கருத்துமுதல்வாதத்திலிருந்து பிரிக்க வேண்டும் என்பது மார்க்சின் கருத்து; கருத்துமுதல்வாதம் அளிக்க முடியாத உண்மையான, உணர்வுள்ள தன்மையை இந்த செயல் புரியும் சக்தியான நடைமுறைக்குக் கொடுக்க வேண்டியது அவசியம். எனவே மார்க்சின் கருத்து பின்வருமாறு இருக்கிறது: நமக்குப் புறத்தே உள்ள மெய்யான புறநிலைத்தன்மை கொண்ட பொருள்களுக்கு இணையாக அப்படியே கருத்துகள் இருக்கின்றன, அதன் விளைவாக நமது புலன்களால் உணரத்தக்க செயல்பாட்டுக்கு ஒத்திசைவாக நமக்குப் புறத்தே பொருள்களின் செயல்பாடு என்ற ஒரு மெய்யான செயல்பாடு உள்ளது. இந்தக் கண்ணோட்டத்தில் தான், கோட்பாட்டு ரீதியான அறிவின் மூலம் மட்டுமல்லாமல், நடைமுறைச் செயல் மூலமாகவும் மனித குலம் முழுமையும் பங்கு பெறுகிறது, எனவே கோட்பாட்டுடன் இணைந்து முன்னேற இடமளிக்கும் ஓர் உண்மையான மதிப்பு மற்றும் ஒரு மேன்மையை எல்லா மானுடச் செயலும் பெறுகிறது. புரட்சிகரச் செயல் இதன் மூலம் ஓர் இயக்க மறுப்பியல் ரீதியான முக்கியத்துவத்தைப் பெறுகிறது...."

ஆல்பர்ட் லெவி ஒரு பேராசிரியர். ஒரு சரியான பேராசிரியரால், பொருள்முதல்வாதிகளை இயக்க மறுப்பியல் தத்துவவாதிகள் என்று குற்றஞ்சாட்டாமல் இருக்க முடியாது. பேராசிரியத் தன்மை கொண்ட கருத்துமுதல்வாதிகளான ஹியூமியர்கள், கான்டியர்கள் ஆகியோருக்கு எல்லா வகையான பொருள்முதல்வாதமும் "இயக்க மறுப்பியல் தத்துவம்" தான். ஏனென்றால், இயற்கையாகக் காணப்படும் நிகழ்வுக்கு அப்பால் (தோற்றம் மற்றும் நமக்காக உள்ள பொருள்) அது நமக்குப் புறத்தே உள்ள எதார்த்தத்தையே உற்றுக் காண்கிறது. மார்க்சின் கருத்துப்படி, மனிதனின் "புலன்களால் உணரத்தக்க செயல் பாட்டுக்கு" ஒத்திசைவாக "பொருள்களின் ஓர் செயல்பாடும்" உள்ளது என்ற லெவியின் கருத்து, மிகவும் சரியானதாகிறது. அதாவது மனிதனது

நடைமுறை என்பது வெறும் புலன்களால் உணரத்தக்கது மட்டுமல்ல (ஹியூம், கான்ட் ஆகியோரது கருத்துப்படியான) அதற்குப் புறவயமான உண்மை என்ற முக்கியத்துவம் உண்டு என்பதாகிறது. இதனை லெவி சரியாகவே கூறுகிறார். மாக்கிற்கும், மார்க்சிற்கும் நடைமுறையின் விதி என்பது (பகுதி 6இல் இது பற்றி விரிவாகக் காண்போம்) முழுவதுமாக வெவ்வேறான அர்த்தம் உள்ளதாகும். "மனித குலம் முழுமையில் பங்கெடுக்கிறது" என்பதன் பொருள், மனித அறிவு முழுமையான உண்மையைப் பிரதிபலிக்கிறது என்பதாகும் (கீழே பார்க்கவும், பகுதி 5); நமது எண்ணங்களைச் சரிபார்ப்பதன் மூலம், நடைமுறையானது முழுமையான உண்மைக்குச் சமமான எண்ணங்களை நிலைநிறுத்துகிறது. லெவி மேலும் தொடருகிறார்:

"...இந்த நிலைக்கு வந்த பின்னர், மார்க்ஸ் இயல்பாக அவரது விமர்சகர்களின் மறுப்புகளை எதிர்கொள்கிறார். அவர் தாமாகவே இருக்கும் பொருள்களுக்கு மனிதன் வேறொரு வடிவத்துக்கு மாற்றுதல் அல்லது விளக்கம் அளித்தல் என்ற நமது கோட்பாடு இருக்கிறது என்ற நிலையில் தாமாகவே இருக்கும் பொருள்களுடைய இருப்பை ஒத்துக் கொள்கிறார். அவரால் வழக்கமாக எழுப்பப்படும் இவ்வாறான மறுப்பைத் தவிர்க்க முடியாது. மனிதன் இவ்வாறான வேறொரு வடிவத்துக்கு மாற்றுதல் அல்லது விளக்கம் அளித்தலுக்கு உங்களால் உறுதியளிக்க முடியுமா? மனித மனது புறவய உண்மையை அளிக்கிறது என்பதற்கு உங்களிடம் என்ன ஆதாரம் உள்ளது? இந்த மறுப்பிற்கு மார்க்ஸ் அவரது இரண்டாவது ஆய்வுரையில் பதில் கூறுகிறார்" (பக். 291).

தாமாகவே உள்ள பொருள்களின் இருப்பினை மார்க்ஸ் அங்கீகரிக் கிறார் என்பதை லெவி சந்தேகப்படவேயில்லை என்பதை வாசகர்களே காண்பார்கள்!

2. "அறிவுக்கு அப்பாற்பட்ட நிலை" அல்லது எங்கெல்சை வி. பசரோவ் "சரிசெய்கிறார்"

மார்க்சியர்களாக வர விரும்புகிற ரஷ்ய மாக்கியர்கள் எங்கெல்சின் மிக முக்கியமான தெளிவான கூற்றைத் தந்திரமாகத் தவிர்த்துள் ளனர். செர்னோவ் போன்றே, மற்றொரு கூற்றை திருத்தியுள்ளனர். மேற் கோள்களின் அர்த்தத்தினை மாற்றுதல், திருத்தங்கள் ஆகியன எவ்வளவு அலுப்பூட்டுவதாகவும் சிக்கலாகவும் இருந்தாலும், ரஷ்ய மாக்கியர் களைப் பற்றி பேச விரும்புபவர்கள் எவரும் இதனைத் தவிர்க்க முடியாது.

எங்கெல்சை பசரோவ் திருத்தம் செய்வது இங்கு உள்ளது.

"வரலாற்றுப் பொருள்முதல்வாதம்" என்ற கட்டுரையில்* எங்கெல்ஸ் ஆங்கிலேய அறியொணாவாதிகள் (ஹியூமின் தத்துவ மரபில் உள்ள தத்துவவாதிகள்) பற்றிப் பேசுகிறார்:

"...நமது புலன்கள் மூலம் நமக்குக் கிடைக்கும் தகவலை நமது அறிவு அடிப்படையாகக் கொண்டுள்ளது" என்று நமது அறியொணா வாதிகள் ஒப்புக் கொள்கின்றனர்...

நமது மாக்கியர்களின் வசதிக்காக அறியொணாவாதிகளும் (ஹியூமி யர்கள்) புலன் உணர்ச்சிகளிலிருந்து தொடங்குகின்றனர்; அறிவுக் கான எந்த மூலத்தையும் அவர்கள் ஏற்றுக் கொள்வதில்லை என்பதை நாம் குறிப்பிடலாம். "அண்மைக்கால நேர்க்காட்சிவாதத்தினை" ஆதரிப்பவர்களுக்கு, அறியொணாவாதி ஒரு "தூய நேர்க்காட்சி வாதி" என்று கூறலாம்!

...நாம் உணரும் பொருளின் மூலம் நமது புலன்கள் எவ்வாறு சரியான பிரதிபலிப்பைத் தருகின்றன, என்று நமக்கு எவ்வாறு தெரியும் என்று அவன் [அறியொணாவாதி] கேட்கிறானா? மற்றும் நம்மிடம் இவர் கூறுகிறார். பொருள்கள் அல்லது அவற்றின் பண்புகள் ஆகியவற்றைப் பற்றிப் பேசும் பொழுது அந்தப் பொருள்கள், அவற்றின் பண்புகள் ஆகியவற்றைப் பற்றி அவன் குறிப்பிடவில்லை என்கிறான். இவை பற்றி நமக்கு ஒன்றும் உறுதியாகத் தெரியாது என்றும், புலன் உறுப்புகளின் மீது, அவை ஏற்படுத்தும் பதிவு மட்டுமே தெரியும் என்கிறான்..."[34]

எந்த இரு தத்துவப் போக்குகளை இங்கு எங்கெல்ஸ் வேறு படுத்திக் காட்டுகிறார்? ஒரு போக்கு, புலன்கள் நமக்குப் பொருள்கள் பற்றிய உண்மையான பிம்பத்தைத் தருகின்றன; நமக்கு அந்தப் பொருள்களையே தெரியும்; புற உலகம் நமது புலன் உறுப்புகளின் மீது செயல்புரிகிறது; இது பொருள்முதல்வாதம், இதனை அறியொணாவாதிகள் ஒப்புக்கொள்ள மாட்டார்கள். அறியொணா வாதத்தின் *சாராம்சம்* என்ன? அவன் புலன் உணர்ச்சிகளுக்கு அப்பால்

---

* இக்கட்டுரை கற்பனாவாத சோசலிசமும் விஞ்ஞான சோசலிசமும் என்பதன் முன்னுரையாக உள்ளது. இதனை எங்கெல்சே ஜெர்மனியில் Neue Zeit (புதிய காலம்) என்ற இதழுக்காக மொழிபெயர்த்தார். எனக்குத் தெரிந்த அளவிற்கு *வரலாற்றுப் பொருள்முதல்வாதம்* என்ற கருத்தரங்கக் கட்டுரைத் தொகுப்பில் இதன் ஒரே இரசிய மொழிப்பெயர்ப்பு உள்ளது (பக். 162) *மார்க்சியத் தத்துவத்தில் ஆய்வுகள்* என்பதில் பசரோவ் இதனை மேற்கோளாகக் காட்டுகிறார் பக். 64.

செல்வதில்லை. புலன்களால் அறியப்படக்கூடிய இயற்கையில் காணப்படும் நிகழ்வுகள் *பக்கமே அவன் நின்று விடுகிறான்;* புலன் உணர்ச்சிகளின் எல்லைக்கு அப்பால் உள்ள எதையும் காண மறுக்கிறான். *இவ்வாறான தாமேயாகிய பொருள்களைப்* (அதாவது பெர்க்கிலி எதிர்த்த தாமேயாகிய பொருள்களைப் பொருள்முதல் வாதிகள் "தாமேயாகிய புறநிலையில் உள்ள பொருட்கள்") பற்றி நமக்கு உறுதியாக ஒன்றும் தெரியாது! இவ்விதமாக அறியொணா வாதிகள் வலியுறுத்துகிறார்கள். எனவே, எங்கெல்ஸ் பேசும் சர்ச்சையில், பொருள்முதல்வாதிகள் தானாக உள்ள பொருளின் இருப்பையும், அவற்றை அறிந்துகொள்ள முடியும் என்பதையும் அவர் கூறுகிறார். அறியொணாவாதிகள் தாமாக உள்ள பொருள் பற்றிய *எண்ணத்தைக் கூட அனுமதிப்பதில்லை.* அவை பற்றி நமக்கு உறுதியாக ஒன்றும் தெரியாது என்று கூறுகின்றனர்.

அறியொணாவாதிகளின் நிலை பற்றி எங்கெல்ஸ் விவரித்தது மாக்கின் நிலையிலிருந்து எவ்வாறு வேறுபடுகிறது என்று கேட்கப் படலாம்? "ஆக்கக்கூறு" என்ற "புதிய" சொல்லிலா? அது ஒரு பெயரே, ஒரு தத்துவப் போக்கை மாற்றும் வகையில் புலன் உணர்ச்சிகளை "ஆக்கக்கூறுகள்" என்று அழைக்கும் பொழுது அவை புலன் உணர்ச்சிகளாக இருப்பதில்லை என்று இருப்பினும் நம்புவது, அப்பட்டமான குழந்தைத்தனம் ஆகும்! அல்லது ஒரே ஆக்கக்கூறானது ஒரு பக்கத்தில் பௌதிகமானதாகவும், மற்றொரு பக்கத்தில் மனம் சார்ந்தும் இருக்கிறது என்ற "புதிய" கருத்தில் இந்த வேறுபாடு உள்ளதா? ஆனால் எங்கெல்சின் அறியொணாவாதிகளும் தானாக உள்ளப் பொருளுக்குப் பதிலாக, "பதிவுகள்" என்பதை முன் வைக்கின்றனர் என்பதை நீங்கள் கவனிக்கவில்லையா? இதன் பொருள் அறியொணாவாதிகளும்கூட, இயற்பொருள் ரீதியான "பதிவுகள்" என்றும் உளவியல் ரீதியான பதிவுகள் என்றும் *சாராம்சத்தில்* வேறுபடுத்திக் காண்கின்றனர் என்பதாகும்! இங்கும்கூட, இந்த வேறுபாடு பெயர் வேறுபாடு *மட்டுமே* ஆகும். பொருள்கள் என்பது புலன் உணர்ச்சிகளின் தொகுப்பு என்று கூறும் பொழுது மாக் ஒரு பெர்க்கிலியவாதியாகிறார்; மாக் தன்னை திருத்திக் கொண்ட பிறகு அவர் சொல்கிறார், ஆக்கக் கூறுகள் (புலன் உணர்ச்சிகள்) என்பது ஒரு வகையில் இயற்பொருள் சார்ந்ததாகவும் இருக்கலாம் அல்லது மற்றொரு வகையில் உளவியல் சார்ந்ததாகவும் இருக்கலாம், மாக் ஒரு ஹியூமியவாதியும் அறியொணாவாதியும் ஆவர். தத்துவத்தில் இந்த இரு *போக்குகளுக்கு* அப்பால் அவர் செல்லவில்லை. இந்தக் குழப்பல் வாதியின் சொற்களை ஒன்றுமறியாத நிலையில் தான் ஏற்றுக் கொள்ள வேண்டும்; அவர் பொருள்முதல்வாதம், கருத்துமுதல்வாதம் ஆகிய இரண்டையும்

"கடந்து விட்டார்" என்று நம்புவது மிகவும் அப்பாவித்தனமாக உள்ளது.

எங்கெல்ஸ் அவரது விளக்கத்தில் வேண்டுமென்றே எந்தப் பெயரையும் குறிப்பிடவில்லை. ஹியூமிய கொள்கையைப் பின்பற்றும் தனிப்பட்ட நபர்களை அவர் விமர்சனம் செய்யவில்லை (தொழில்முறையான தத்துவவாதிகள் அசலான தத்துவமுறைகளை விடுத்து தமது வாதத்திலோ அல்லது துறை சார்ந்த சொல் தொகுதியிலோ, ஏதோ ஒரு வகையில் அற்பமான வேறுபாடுகள் கொண்டதாக அழைக்கும் மோசமான பண்பைக் கொண்டுள்ளனர்), ஆனால் ஹியூமியப் போக்கு முழுவதையுமே விமர்சனம் செய்கிறார். எங்கெல்ஸ் தனியானவற்றை விமர்சனம் செய்யவில்லை மாறாக இன்றியமையாத கூற்றைத்தான் விமர்சனம் செய்கிறார். எல்லா ஹியூமியர்களும் பொருள்முதல்வாதத்திலிருந்து மாறுபடுகிற *அடிப்படைகளை* அவர் ஆராய்கிறார். எனவே அவரது விமர்சனம் மில், ஹக்ஸ்லி, மாக் ஆகியோரை சமமாக உள்ளடக்கியதாக இருக்கிறது. பருப்பொருள்தான் புலன் உணர்ச்சியின் நிரந்தரச் சாத்தியம் (ஜே.எஸ்.மில்லிடம் இருந்து) என்று நாம் கூறினாலும் அல்லது (மாக் கூறுவது போல) பருப்பொருள் என்பது கூடவோ குறைவோ ஆக்கக் கூறுகளின் அமைப்பு புலனுணர்ச்சிகள் என்று கூறினாலும், நாம் அறியொணாவாதம் அல்லது ஹியூமியத்தின் *எல்லைக்குள்ளேயே* இருக்கிறோம். இந்த இரு நிலைப்பாடுகளையும் அல்லது இந்த இரு கருத்தாக்கங்களையும் அறியொணாவாதத்தை விளக்கும் பொழுது எங்கெல்ஸ் எடுத்துக் கொள்கிறார். அறியொணாவாதி, புலன் உணர்ச்சிக்கு அப்பால் செல்லவில்லை. புலன் உணர்ச்சிகளின் மூலம் பற்றியும் அதன் ஆதாரம் பற்றியும் எதுவும் அறிந்துகொள்ள முடியாது என்று அவன் கூறுகிறான். மில்லுடன் உள்ள தனது கருத்து வேறுபாட்டை அதிகமாக மாக் கூறுகிறார் என்றால், எங்கெல்ஸ் கூறும் சாமானியப் பேராசிரியர்களது வகையில் அவர் இடம் பெறுகிறார் என்பதாகும்: ஆம்! மேன்மைக்குரியவர்களே, அடிப்படையான நிலைப்பாட்டை அரை மனது கொண்ட நிலைப்பாட்டை முற்றிலும் கைவிடுவதற்குப் பதிலாக நீங்கள் அற்பமான திருத்தங்களையும் துறைச்சொல்லையும் மாற்றியிருக்கிறீர்கள். அதாவது நீங்கள் பூனையைப் பிடித்து வைத்துக் கொண்டு புலியையே பிடித்தது போன்று பெருமை பேசுவதற்கு இது சமமாகும்.

பொருள்முதல்வாதியான எங்கெல்ஸ் எவ்வாறு தனது கட்டுரையின் ஆரம்பத்தில் அழுத்தமாகவும் தெளிவாகவும் அவரது பொருள்முதல்வாதத்தை அறியொணாவாதத்திலிருந்து வேறுபடுத்திக் காட்டுவதோடு மேலே உள்ள விவாதங்களை மறுக்கிறார்?

"...இப்பொழுது, இந்த வகையான பகுத்தாய்வை வெறும் விவாதத்தின் மூலம் தோற்கடிப்பது கடினம். ஆனால் விவாதத்திற்கு முன்னால் செயல் இருந்தது. மனிதனது திறமை இதனைக் கண்டு பிடிப்பதற்கு முன்பே மனிதனது செயல்பாடானது சிக்கலான நிலையைத் தீர்த்துவிட்டது. உண்பதால் தெரியும் பணியாரத்தின் ருசியும், திறமும். நாம் இந்தப் பொருள்களில் காணும் தன்மைக்கு ஏற்ப இவற்றை நமக்குப் பயன்படுத்தும் பொழுது, புலன் உணர்வுகள் சரியா தவறா என்பதை உறுதியான சோதனைக்கு உள்ளாக்குகிறோம். புலன் உணர்வுகள் மூலம் உள்ளத்தில் ஏற்படும் இப்புறக்காட்சிகள் தவறு என்றால் ஒரு பொருளைப் பயன்படுத்துவது பற்றிய நமது மதிப்பீடும் தவறாகி விடுகிறது; நமது முயற்சி தோல்வியடைகிறது; மாறாக நமது இலக்கை அடைவதில் நாம் வெற்றி கண்டால், நமது கருத்துகளுக்கு ஏற்ப பொருள் இருந்தால், நமது நோக்கத்தினை அவை பூர்த்தி செய்தால், அவை பற்றிய நமது புலன் உணர்வு மூலம் உள்ளத்தில் ஏற்பட்ட புறக்காட்சிகள், நமக்கு வெளியே உள்ள எதார்த்தத்துடன் இசைந்துள்ளது என்பதற்கு இது உடன்பாடான சான்றாகும்..."

இவ்விதமாக, நமது மனதில் பொருள்கள் பிரதிபலிக்கின்றன என்ற கொள்கை பொருள்முதல்வாதக் கொள்கை மிகத் தெளிவாக இங்கு கூறப்பட்டுள்ளது. பொருள்கள் நமக்குப் புறத்தே உள்ளன. நமது புலன் உணர்வு மூலம் உள்ளத்தில் ஏற்படும் புறக்காட்சிகளும், கருத்துகளும் அவற்றின் பிம்பங்களே ஆகும். இந்தப் பிம்பங்களைச் சரிபார்த்தல், உண்மையான, பொய்யான பிம்பங்களையும் வேறுபடுத்துதல் என்பது நடைமுறையால் வழங்கப்படுகிறது. நாம் எங்கெல்ஸை இன்னும் சற்றே கூடுதலாக காண்போம் (இந்த இடத்தில் எங்கெல்சிடமிருந்த அல்லது பிளெக்கனோவிடம் இருந்த மேற்கோளை பசரோவ் முடித்து விடுகிறார். ஏனென்றால், எங்கெல்சிடம் விவாதிப்பது தேவையற்றது என்று அவர் கருதுகிறார்):

"...அத்துடன் எப்பொழுதாயினும் ஒரு தோல்வியை நாம் நேருக்கு நேர் சந்திக்கையில், பொதுவாக இத்தோல்வியைத் தந்த காரணத்தை பற்றி நாம் முடிவு செய்வதில்லை. நமது செயலுக்கு அடிப்படையாக உள்ள புலன் உணர்வு மூலம் ஏற்பட்ட உள்ளத்தின் புறக்காட்சியானது முழுமையற்றது, மேம்போக்கானது என்று காண்கிறோம், அல்லது தேவையில்லாத மற்ற புலன் உணர்வுகளுடன் கலந்துள்ளதைக் காண்கிறோம்" (*வரலாற்றுப் பொருள்முதல்வாதம்* என்பதன் ரஷ்ய மொழிபெயர்ப்பில் இது சரியாக இல்லை). "நமது புலன்களுக்குப் பயிற்சியளித்தல் மூலமாக" அதை உரிய முறையில் பயன்படுத்தவும் நாம் கவனம் கொடுக்கும் வரையில்தான்; உரிய முறையில் ஏற்படும், பயன்படுத்தப்படும் புலனுணர்வுகள் மூலம் உள்ளத்தில்

ஏற்பட்ட புறக்காட்சிகள் விதிக்கின்ற வரம்புகளுக்குள் நமது செயல் பாட்டை வைத்துக் கொள்ளும் போது, நமது புலன்களால் உணரப் பட்ட பொருள்களுடைய புறநிலையான இயல்புடன் நமது புலன் உணர்வு மூலம் ஏற்பட்ட புறக்காட்சிகளானது பொருந்தியிருப்பதை நமது செயல்பாட்டின் விளைவால் மெய்ப்பிக்கப்படுவதை நாம் காண்போம். அறிவியல் பூர்வமாக கட்டுப்படுத்தப்படும் நமது புலனுணர்வுகள் மூலம் உள்ளத்தில் ஏற்படும் புறக்காட்சிகளானது, புற உலகைப் பற்றி நமது மூளையில் தூண்டும் கருத்தானது அதன் சொந்த இயல்பிலேயே எதார்த்தத்துடன் வேறுபட்டு இருப்ப தாகவோ அல்லது புற உலகிற்கும் அதைப் பற்றி நமது புலனுணர்வு மூலம் உள்ளத்தில் ஏற்படும் புறக் காட்சிகளுக்கும் ஓர் உள்ளார்ந்த வகையில் பொருந்திப் போகாத வகையில் இருக்கிறதாகவோ நாம் முடிவு செய்யும் வகையில் எடுத்துக்காட்டான ஒற்றை நேர்வு கூட நமக்கு ஏற்படவில்லை.

ஆனால் புதிய கான்டிய அறியொணாவாதிகள் கூறுகின்றனர்...[35]

புதிய கான்டியர்களின் வாதங்களை வேறு ஓர் இடத்தில் நாம் விவாதிப்போம். இந்தப் பொருளுடன் சிறிதளவேனும் பழக்க முள்ளவர்கள் கூட, அல்லது கொஞ்சம் கவனித்தவர்கள்கூட, மாக்கியர்கள் எதிர்த்துப் போராடும் அதே பொருள்முதல்வாதத்தைத் தான் இங்கு எங்கெல்ஸ் விவரிக்கிறார் என்பதைக் குறிப்பிடுவோம். எங்கெல்சை பசரோவ் திருத்துகிற முறையைக் கவனியுங்கள்:

நாம் காட்டிய ஒரு பகுதி மேற்கோள் தொடர்பாகப் பசரோவ் எழுதுகிறார்: "இங்கு எங்கெல்ஸ் உண்மையில் கான்டிய கருத்து முதல்வாதத்தைத் தாக்குகிறார்...."

இது உண்மையல்ல. பசரோவ் பிரச்சனைகளைக் குழப்புகிறார். அவர் மேற்கோளாகக் காட்டிய பகுதியிலும், நாம் முழுமையாகக் காட்டிய பகுதியிலும் கான்டியத்திற்கோ அல்லது கருத்துமுதல் வாதத்திற்கோ எதிராக ஒரு சொல்கூட இல்லை. எங்கெல்சின் கட்டுரை முழுவதையும் பசரோவ் படித்திருந்தால் எங்கெல்ஸ் புதிய கான்டியத்தைப் பற்றிப் பேசுகிறார் என்பதைக் காணாமல் இருக்க முடியாது. அவர், கான்டின் மொத்த நிலைப்பாட்டை *அடுத்த பத்தியில்* நாம் மேற்கோளை நிறுத்திய இடத்தில்தான் கூறுகிறார். அவரே மேற்கோளாகக் காட்டிய பகுதியை அவர் கவனமாகப் படித் திருந்தார். ஆனால் எங்கெல்ஸ் மறுக்கும் அறியொணாவாதிகளின் வாதங்களில் கான்டியம் அல்லது கருத்துமுதல்வாதம் பற்றி எந்தத் தடமும் இல்லை என்பதை அவர் காணாமல் இருக்க முடியாது. ஒரு தத்துவவாதி, பொருள்கள் நமது புலனுணர்ச்சிகள்தான் என்று கூறும்பொழுது கருத்துமுதல்வாதம் தோன்றுகிறது, தானாக உள்ள

பொருள் இருக்கிறது. ஆனால் நாம் அறிந்து கொள்ள முடியாதது என்று கூறும்பொழுது கான்டியம் தொடங்குகிறது. பசரோவ் கான்டியத்தை ஹியூமியத்துடன் குழப்புகிறார். இவ்வாறு அவர் குழப்புவதற்குக் காரணம், அவரே ஒரு மாக்கிய கிளைப் பிரிவின் அரை - பெர்க்கிலியவாதி, அரை ஹியூமியவாதி ஆவார். கான்ட்டியத்திற்கு எதிராக பொருள்முதல்வாத நிலை, ஹியூமியன் நிலை ஆகியவற்றிற்கு உள்ள வேறுபாட்டை அவர் புரிந்து கொள்ளவில்லை (பின்னர் நாம் விரிவாகக் காண்போம்).

பசரோவ் கூறுகிறார், "ஆ! அவரது வாதம் கான்டியத் தத்துவத் திற்கு எதிராக உள்ளது போல பிளெக்கனோவின் தத்துவத்திற்கும் எதிராக உள்ளது. மரபு வழுவாத பிளெக்கனோவ் சிந்தனையில் ஏற்கெனவே போக்தனோவ் சுட்டிக்காட்டியபடி, உணர்வுநிலை பற்றிய ஒரு தவறான புரிதல் உள்ளது. பிளெக்கனோவிற்கும் அதே போல எல்லாக் கருத்துமுதல்வாதிகளுக்கும், புலன் உணர்வு மூலம் கிடைப்பன எல்லாம், "அகவயமானவை" ஆகும். அதாவது அறியப் படுபவை அனைத்தும் கொடுக்கப்பட்டவற்றில் இருந்து மட்டும் தொடங்குவது என்பது ஓர் ஆன்மீகவாதியாக இருப்பதாகும். உடனடியாக உள்ளவற்றின் எல்லைக்கு அப்பால் தான் உண்மையான இருப்பைக் காண முடியும்..."

இது செர்னோவின் முழுமையான மனநிலையும் நம்பிக்கையும் மூலமாக அவர், லீப்க்னெக்ட் ஓர் உண்மையான ரஷ்ய நரோத்னிக் என்று கூறுவதைப் போன்றுள்ளது! பிளெக்கனோவ் ஒரு கருத்து முதல்வாதி என்றால், அவர் எங்கெல்சைக் கைவிட்டார் என்றால், எங்கெல்சைப் பின்பற்றுவதாகக் கருதப்படும் நீங்கள் ஏன் பொருள் முதல்வாதியாக இல்லை? தோழர் பசரோவ் அவர்களே, இது மிக மோசமான ஏமாற்றுவேலை தவிர வேறு ஒன்றும் இல்லை! மாக்கியச் சொற்றொடரான "*உடனடியாக உள்ள*" என்பதன் மூலம், அறியொணா வாதம், கருத்துமுதல்வாதம், பொருள்முதல்வாதம் ஆகியவற்றிற்கு இடையிலான வேறுபாட்டை நீங்கள் குழப்பத் தொடங்குகிறீர்கள். "உடனடியாக உள்ள", "உண்மையில் உள்ள" போன்ற சொற்றொடர்கள் மாக்கியர்கள், இறைக்கோட்பாட்டாளர்கள் மற்றும் பல பிற்போக்குத் தத்துவவாதிகள் ஆகியோரின் சுற்றி வளைத்துப் பேசும் குழப்ப மாகும். இதன் மூலம் அறியொணாவாதி (சில நேரங்களில் மாக் போன்ற கருத்துமுதல்வாதிகளும்) பொருள் முதல்வாத வேடம் போட்டுத் தன்னை மறைத்துக் கொள்கிறான். பொருள்முதல்வாதிக்கு "உண்மையில் உள்ள" என்பது புற உலகம் ஆகும். அந்தப் புற உலகின் பிம்பமாகவே நமது புலனுணர்ச்சிகள் உள்ளன. கருத்துமுதல்வாதி களுக்கு, "உண்மையில் உள்ளது" என்பது புலன் உணர்ச்சியும், புற உலகம் "புலன் உணர்ச்சிகளின் அமைப்பு" ஆகும். அறியொணா

வாதிக்கு, "உடனடியாக உள்ளது" என்பது புலன் உணர்ச்சியாகும். ஆனால் அறியொணா வாதி, பொருள்முதல்வாதி ஏற்றுக்கொள்ளும் புற உலகத்தின் எதார்த்தத்திற்கும் *செல்வதில்லை*, அல்லது உலகம் நமது புலன் உணர்ச்சி என்று கருத்துமுதல்வாதி கூறுவதற்கும் *செல்வதில்லை*. எனவே "உடனடியாக உள்ளவற்றின் எல்லைகளுக்கு அப்பால் [பிளெக்கனோவின் கூற்றுப்படி] உண்மையான இருப்பைக் காண முடியும்" என்று நீங்கள் கூறுவது அப்பட்டமான முட்டாள்தனம்; இது உங்கள் மாக்கிய நிலையின் தொடர்ச்சியாகும். மாக்கிய நிலைப்பாடு உட்பட, எந்தவகையான நிலைப்பாட்டையும் தேர்வு செய்ய உங்களுக்கு உரிமை உண்டு. ஆனால் எங்கெல்சைப் பற்றிப் பேசும் பொழுது அவரைப் பொய்யாகக் காட்டுவதற்கு உங்களுக்கு எந்த உரிமையும் இல்லை. ஒரு பொருள்முதல்வாதி என்பவனுக்கு உண்மையான இருப்பு என்பது "புலன் உணர்வு மூலம் உள்ளத்தில் ஏற்படும் புறக்காட்சிகள்" ஆகியவற்றின் *எல்லைக்கு அப்பால்* இருக்கிறது என்பது எங்கெல்சின் கூற்றில் தெளிவாக உள்ளது. அதே சமயத்தில் ஒரு அறியொணாவாதிக்கு இந்தப் புலன் உணர்வுகளின் *எல்லைக்கு அப்பால்* செல்வது சாத்தியமற்றது. வாசகரால் கவனிக்கப்படாத உடனடியாக (அல்லது உண்மையாக) கொடுக்கப்பட்டது என்பது பிரபலமான "பிரிக்க முடியாத" இணைப்போடும் முயற்சிகளோடும், உணரப்படும் சுற்றுப் புறத்துடன், புலனால் உணரும் *தான்* எனும் தன்மையை இணைகிறது என்று. இந்த முட்டாள்தனத்தினை செயல் காரணமாக பொருள் முதல்வாதியான எங்கெல்சை குற்றம் சாட்டியதை வாசகர்கள் கவனிக்கவில்லை! சுட்டிக்காட்டும் வகையில் மாக், அவெனரியஸ் மற்றும் ஷூபே சொன்னபோது பசரோவ் நம்பினார்!

"...மேலே குறிப்பிட்ட எங்கெல்ஸ் எழுதிய பகுதி, அவரால் திட்டமிட்டு மிகவும் வெகுமக்களுக்குரிய வடிவில், புரிந்துகொள்ளக் கூடிய முறையில் இந்தக் கருத்துமுதல்வாதத் தவறான புரிதலை விளக்க எழுதப்பட்டது போன்று உள்ளது..."

அவெனரியசின் சீடராக பசரோவ் காரணமின்றி இருக்கவில்லை! அவரது குழப்பத்தைத் தொடருகிறார்: கருத்துமுதல்வாதத்தை எதிர்க்கிறேன் என்ற போர்வையில் (இது பற்றி எங்கெல்ஸ் இங்கு பேசவில்லை), அவர் *கருத்துமுதல்வாத "இணைப்பு"* என்பதை உள்ளே கொண்டு வருகிறார். மோசமில்லை, தோழர் பசரோவ் அவர்களே!

"...அறியொணாவாதி கேட்கிறான், நமது அகவயமான புலன்கள் புறநிலையான பொருள்களை சரியாகக் காட்டுகிறது என்பது நமக்கு எப்படித் தெரியும்?"...

தோழர் பசரோவ் அவர்களே! நீங்கள் பிரச்சனைகளைக் குழப்பு கிறீர்கள், "*அகவய*" புலன்கள் என்பது பற்றி எங்கெல்சே பேசவில்லை; அவரது எதிரியான அறியொணாவாதியிடம் முட்டாள்தனமான இக்கருத்து உள்ளது என்று கூட அவர் கூறவில்லை. மனிதனது புலன்கள் தவிர அதாவது "அகநிலையான" உணர்வுகள் தவிர வேறு எந்தப் புலன்களும் இல்லை. ஏனென்றால், நாம் மானுடக் கண்ணோட்டத் திலிருந்து பேசுகிறோம், குறளிப் பேய் கண்ணோட்டத்திலிருந்து அல்ல. நீங்கள் மாக்கியத்தை எங்கெல்ஸ் மீது குற்றமாக சுமத்து கிறீர்கள், அவர் கூறுவதாகக் கூறுகிறீர்கள்: புலன்கள் அல்லது துல்லி யமாகக் கூறினால் புலன் உணர்ச்சிகள் மட்டுமே அகநிலையானது என்று அறியொணாவாதி கருதுகிறான் (இதனை அறியொணாவாதி கூறவில்லை!). அதே சமயத்தில் அவெனரியசும் நாமும் அறிவனுடன், அறிபொருளை பிரிக்க முடியாத "இணைப்பில்" இணைத்துள்ளோம்" என்கிறீர்கள். மோசமில்லை, தோழர் பசரோவ் அவர்களே!

"... ஆனால் 'சரியானது' என்று எதனைக் கூறுகிறீர்கள்? - எங்கெல்ஸ் பதில் கூறுகிறார்; நடைமுறை மூலம் உறுதி செய்யப் பட்டது தான் சரியானது. நமது புலன் உணர்வுகள் மூலமாக உள்ளத்தில் ஏற்பட்ட புறக்காட்சிகள் அனுபவத்தின் மூலம் உறுதி செய்யப்படுவதால், அவை 'அக நிலையானவை' அல்ல அதாவது அவை தன் மனப்போக்கானவை அல்ல, பிரமை அல்ல. ஆனால், அவை சரியானவை, உண்மையானவை..."

தோழர் பசரோவ் அவர்களே! நீங்கள் பிரச்சனைகளைக் குழப்பு கிறீர்கள். நமது புலன்கள், உணர்வுகள் எண்ணங்கள் ஆகியவற்றிற்கு புறத்தே உள்ள இந்த "நிலையானவையாக உள்ள பொருள்கள்" என்பதற்குப் பதிலாக, "இவ்வாறான இப்பொருள்களைப்" பற்றிய நமது எண்ணங்களின் சரியான தன்மையுடைய சோதனைமுறையின் பிரச்சனையைக் கொண்டு வருகிறீர்கள். முந்தைய பிரச்சனையை, பிந்தைய பிரச்சனை மூலம் *மறைக்கிறீர்கள்*. எனினும், தன்னையும் அறியொணாவாதியையும் வேறுபடுத்துவது நம்முடைய பிம்பங்கள் "சரியானதா" இல்லையா என்ற அறியொணாவாதியின் ஐயம் மட்டுமல்ல, மாறாக அவ்வாறான பொருள்கள் பற்றியே நாம் பேசலாமா அல்லது வேண்டாமா, அப்பொருள்களது இருப்பு குறித்த "உறுதியான" அறிவு நமக்கு இருக்கலாம் அல்லது இல்லா மலும் போகலாம் என்ற அறியொணாவாதியின் ஐயமும் கூட வேறு படுத்துவதாக உள்ளது என்று வெளிப்படையாகவும் தெளிவாகவும் எங்கெல்ஸ் கூறுகிறார். பசரோவ் ஏன் இந்த ஏமாற்று வேலை செய்கிறார்? நமது மனதிற்கு வெளியே உள்ள பொருள்களின் இருப்பு, அவை நமது புலன்கள் மீது செயல்புரிந்து உணர்வுகளைத்

தோற்றுவிப்பது என்ற பொருள்முதல்வாதத்தின் *அடிப்படைப்* பிரச்சனையைக் (ஒரு பொருள்முதல்வாதியான எங்கெல்சிற்கு) குழப்பி, மறைப்பதற்காக இதனை அவர் செய்கிறார். இந்தக் கேள்விக்கு உடன்பாடான பதில் அளிக்காமல் ஒருவர் பொருள் முதல்வாதியாக இருக்க முடியாது. ஆனால் புலன்கள் தரும் பிம்பங் களின் சரியான தன்மைக்கான அடிப்படை சோதனைமுறையில் உள்ளவை பற்றி வேறுபட்டுக் கொண்டே ஒருவர் பொருள்முதல் வாதியாக இருக்க முடியும்.

அறியொணாவாதிகளுடன் ஆன சர்ச்சையில் எங்கெல்ஸ், நமது புலன் உணர்ச்சிகள் மூலம் உள்ளத்தில் ஏற்படும் புறக்காட்சியானது "*அனுபவத்தின்*" மூலம் உறுதி செய்யப்படுகின்றன என்று கூறிய தாகக் கூறி பசரோவ் இந்தச் சிக்கலை இன்னும் குழப்புகிறார். எங்கெல்ஸ் இந்தச் சொல்லை *இங்கு* பயன்படுத்தவில்லை; பயன் படுத்தியும் இருக்க முடியாது. ஏனென்றால் கருத்துமுதல்வாதி பெர்க்கிலி, அறியொணாவாதி ஹியூம் பொருள்முதல்வாதி திதரோ ஆகிய எல்லோரும் அனுபவத்திடம் புகலிடம் நாடியுள்ளனர் என்று எங்கெல்சிற்கு நன்றாகத் தெரியும்.

"...நடைமுறையில் பொருள்களுடன் *செயல்படுகிற எல்லைக் குள்ளாக, அவை பற்றிய புலன் உணர்வுகளும், அவற்றின் பண்புகளும், புறத்தே உள்ள* எதார்த்தத்திற்குத் துல்லியமாக *ஒத்திருப்பதாக உள்ளன.* 'துல்லியமாக ஒத்திருத்தல்' என்பது 'ஒரு விளங்காத எழுத்திலிருந்து' வேறுபட்டது. 'அவர்கள் துல்லியமாக ஒத்திருத்தல்' என்பதன் பொருள், கொடுக்கப்பட்ட எல்லைக்கு உள்ளாக, புலன் உணர்வு நமக்கு வெளியே *உள்ள* எதார்த்தம் ஆகும்..." [சாய்வு எழுத்து பசரோவினுடையது].

ஒரு படைப்பு வெற்றிகரமாக முடிக்கப்பட்ட பின்பு மட்டுமே அதன் மதிப்பு முழுவதுமாக தெரிய வரும். (பண்டைய ரோமானிய காலத்து இலத்தீன் பழமொழி - மொ-ர்.) படைப்பாளி இங்கு ஒரு போற்றுதலுக்குரிய சமையற்காரராக தம்மைப் பாவித்துக் கொண்டு எங்கெல்சை பக்குவப்படுத்துவதாக எண்ணி அவரை மாக்கைப் போன்று கருதி, வறுத்தெடுத்தோடு மாக்கையும் ஊறுகாயாக சேர்த்துப் பரிமாறுகிறார். இருப்பினும் போற்றுதலுக்குரிய சமையற்காரரே! கவனம், நீங்கள் சமைத்ததை உண்கிறேன் என்று உங்கள் தொண்டையை *அடைத்துக்கொள்ளப்* போகிறீர்கள்!

"நமக்குப் புறத்தே உள்ள எதார்த்தம் புலனறிவுக் காட்சியாகும்!" இது ஓர் அடிப்படையான குழப்பம், முட்டாள்தனம்; மாக்கியத்தின் பொய்மை ஆகியனவாம். இதிலிருந்து பல சொற்கதம்பம் தத்துவக் குழப்பங்கள் தோன்றுகின்றன. இதன் காரணமாகத்தான் தீவிரமான

பிற்போக்காளர்கள், மதபோதகர்கள், இறைக் கோட்பாட்டாளர்கள் ஆகியோர் அவெனரியஸ் கூட்டத்தினரை தழுவிக் கொள்கின்றனர். எவ்வளவு தான் வி. பசரோவ் நெளிந்தாலும் பிரச்சனையான விஷயங்களில் இருந்து தப்பிப்பதில் எவ்வளவுதான் தந்திரமாக இருந்தாலும், கடைசியில் அவர் சரணடைந்து, அவரது உண்மை யான மாக்கியத் தன்மையை வெளிப்படுத்துகிறார்! "புலனறிவுக் காட்சிதான் புறத்தே உள்ள எதார்த்தம்" என்று கூறுவது, *ஹியூமியம் அல்லது பெர்க்கிலியத்திற்கு திரும்பச் செல்வதாகும்;* இதனை "இணைப்பு" என்ற மூடுபனியில் மறைப்பதாகும். இது கருத்துமுதல் வாதப் பொய் அல்லது அறியொணாவாத ஏமாற்றுவேலை. தோழர் பசரோவ் அவர்களே, புலனறிவுக் காட்சி என்பது புறத்தே உள்ள எதார்த்தம் அல்ல; அது அந்த எதார்த்தத்தின் *பிம்பம் மட்டுமே* ஆகும். ஒன்றுக்கு மேற்பட்ட பொருள் தரக்கூடியதாக உள்ள ரஷ்ய மொழிச் சொல்லான Sovpadat என்பதிலிருந்து ஆதாயம் பெற முயற்சிக்கிறீர்களா? இங்கு நீங்கள் Sovpadat என்ற சொல்லுக்கு "முழுவதும் ஒத்ததாக இருக்க வேண்டியதற்கு "ஒரே மாதிரியாக" இருக்க வேண்டும் என்று பொருள் தருகிறதேயன்றி "ஒத்திருப்ப தற்கு" என்ற அல்ல, என அனுபவமற்ற வாசகரை நம்ப வைப்பதற்கு முயற்சிக்கிறீர்களா? மாக் மீது எங்கெல்ஸ் சொன்ன ஒரு மேற்கோளின் பொருளை ஏமாற்றும் நோக்கில் மாறுதல் செய்து ஒரு முறை கேட்டை செய்வதைத் தவிர அதற்கு மேல் எதுவுமில்லை என்பது தான் இதன் பொருளாகும்.

ஜெர்மன் மொழி மூலத்தை எடுத்துக் கொண்டீர்களானால் Stimmen mit என்ற சொல்லைக் காண்பீர்கள், அதன் பொருளாக "அதனுடன் ஒத்திருப்பதற்கு" அல்லது "உடன் குரல் கொடுப்பதற்கு" என்று உள்ளது. Stimme என்பதன் பொருள் குரல் என்பதால், பின்னர் உள்ள மொழிபெயர்ப்பு அதன் நேர்பொருளாகும். "முழுவதும் ஒத்ததாக *இருக்க வேண்டிய*" ("to be identical) என்ற உட்கருத்தில் "ஒரே சமயத்தில் சென்று பொருந்துவது" ("to coincide") என்ற பொருளை "Stimmen mit" என்ற சொல் *தரமுடியாது.* அத்துடன் ஜெர்மன் மொழியை அறியாத போதிலும் குறைந்த அளவு கவனத்துடன் எங்கெல்சை வாசிப்பவருக்கு கூட, எங்கெல்சு தனது வாதம் முழுவதிலும் "புலனறிவுக் காட்சி" என்ற சொல்லை நமக்குப் புறத்தே உள்ள எதார்த்தத்தின் *பிம்பமாகவே* குறிப்பிடுகிறார் என்பதும் எனவே "ஒரே சமயத்தில் பொருந்த (coincide)" என்ற சொல்லை இரசிய மொழியில் "ஒத்திசைவு" (correspondence) "முற்றும் பொருந்துதல்" போன்ற இதர சொற்களின் உட்கருத்தில் பயன்படுத்த முடியும் என்பதை அவர் தெளிவாகப் புரிந்துகொள்கிறார்.

"புலனறிவுக் காட்சி என்பது நமக்குப் புறத்தே உள்ள எதார்த்தம்" என்று எங்கெல்ஸ் கூறினார் என்பது மாக்கியக் குழப்பத்தின் சிகரம் ஆகும். இது அறியொணாவாதம், கருத்துமுதல்வாதம் ஆகியவற்றை பொருள்முதல்வாதம் என்று முலாம் பூசுவதாகும். இதில் பசரோவ் எல்லா சாதனைகளையும் வென்றுவிட்டார்!

தெளிவான மனதும் நல்ல நினைவாற்றலும் உள்ள அறிவுள்ள மனிதர்கள் "புலனறிவுக் காட்சி என்பது [எந்த எல்லைக்குள் இருக்கிறது என்பது முக்கியமல்ல!] நமக்குப் புறத்தே உள்ள எதார்த்தம்" என்று எவ்வாறு கூற முடியும்? பூமி நமக்குப் புறத்தே உள்ள எதார்த்தம். அது நமது புலனறிவுக் காட்சியுடன் (முழுதும் ஒத்த தன்மையுள்ளது என்ற உட்கருத்தில்) "ஒரே சமயத்தில் பொருந்தியதாக" இருக்க முடியாது, அல்லது அதனுடன் பிரிக்க முடியாத இணைப்பில் இருக்க முடியாது அல்லது புலனுணர்ச்சியுடன் ஒத்ததன்மை கொண்ட ஓர் "ஆக்கக் கூறுகளின் அமைப்பாக" மற்றொரு ஒட்டுறவில் இருக்க முடியாது; ஏனெனில் மனிதர்களே இல்லாத நிலையில், புலனுறுப்புகள் இல்லாத நிலையில், எந்த வகையிலும் தெளிவாக உய்த்துணரத்தக்க வகையில் புலனுணர்ச்சியின் பண்போடு மேம்பட்ட வடிவில் எந்தப் பருப்பொருளும் ஒருங்கிணைந்த அமைப்பாக இல்லாத ஒரு காலத்திலும் உலகம் நிலவியது.

இதுதான் இங்கு இன்றியமையாத கூறாக இருப்பதாகும். நீண்ட சிக்கல்மிக்க கோட்பாடுகளான "இணைப்பு", "உயிர்ப்பண்பேற்றுதல்" "புதியதாகக் கண்டுபிடிக்கப்பட்ட உலக ஆக்கக் கூறுகள்" ஆகியன பற்றி நாம் அதிகாரம் ஒன்றில் ஆராய்ந்தோம். இவை இந்த கருத்துமுதல்வாத அபத்தங்களை மூடிமறைப்பவை ஆகும். கவனமின்றியும், சாதாரணமாகவும், பசரோவ் உருவாக்கிய கருத்துகள் இந்த அபத்தங்களைத் தெளிவாக வெளிப்படுத்துகின்றன. இல்லாவிட்டால் இவற்றைப் பண்டிதக் குப்பைகள், போலி விஞ்ஞான, பேராசிரியத் தன்மை வாய்ந்த உளறல்கள் ஆகியவற்றிலிருந்து தோண்டி எடுக்க வேண்டும்.

தோழர் பசரோவ் அவர்களே! உங்களுக்கு எல்லாப் பாராட்டுகளும் உரித்தாகுக! உங்களது வாழ்நாளில் உங்களுக்கு ஒரு நினைவுச் சின்னத்தை ஏற்படுத்துவோம். ஒரு பக்கத்தில் உங்களது பொன் மொழியைப் பொறிப்போம். "ரஷ்ய மார்க்சியர்களிடையே, மாக்கியக் கல்லறையைத் தோண்டும் ரஷ்ய மாக்கியருக்காக" என்று மற்றொரு பக்கத்தில் பொறிப்போம்!"

★ ★ ★

மேலே உள்ள மேற்கோளில் பசரோவ் குறிப்பிட்ட இரு இன்றியமையாக் கூறுகள் பற்றிப் பின்னர் பேசுவோம். அதாவது அறியொணாவாதிகளும் பொருள்முதல்வாதிகளும் கூறும் நடைமுறை என்ற தேர்வுமுறை; (மாக்கியர்கள் உட்பட) அத்துடன், பிரதிபலிப்பின் (அல்லது பிம்பங்கள்) கோட்பாட்டுக்கும் குறியீடுகளின் (அல்லது மறைபொருள் குறியீடு) கோட்பாட்டுக்கும் இடையிலான வேறுபாடு ஆகியவற்றை எடுத்துக் கொள்வோம். இப்பொழுது பசரோவிடமிருந்து மேலும் ஒரு மேற்கோளை காட்டுவோம்:

"...ஆனால் எல்லைகளுக்கு அப்பால் என்ன உள்ளது? இது பற்றி எங்கெல்ஸ் எதையும் கூறவில்லை. அவர் எங்குமே அறிவுக்கு அப்பாற்பட்ட நிலையை நிறைவேற்றும் ஒரு விருப்பத்தை, அதாவது புலனறிவின் துணையால் கூர்ந்து அறியப்படும் உலகின் வரம்பு களைக் கடப்பதை வெளிப்படுத்தவில்லை. இதுதான் பிளெக்கனோ வின் அறிவு பற்றிய கோட்பாட்டின் அடித்தளமாக உள்ளது..."

எந்த "எல்லைகளுக்கு" அப்பால்? "நான்" என்பதைப் பிரிக்க முடியாதபடி சூழ்நிலையுடன் இணைக்கிற, அறிவனை அறிபொரு ளுடன் இணைக்கிற மாக் அவெனரியஸ் ஆகியோரின் "இணைப்பு" என்கிற எல்லைகளை அவர் குறிப்பிடுகிறாரா? பசரோவ் கேட்கும் கேள்வியே அர்த்தமற்றது. ஆனால், இக்கேள்வியை அவர் புத்தி சாலித்தனமாகக் கேட்டிருந்தால், புற உலகமானது, மனிதனது புலனுணர்வு மூலம் உள்ளத்தில் ஏற்படும் புறக்காட்சிகள், புலன் உணர்ச்சிகள் கருத்துகள் ஆகியவற்றின் "எல்லைகளுக்கு அப்பால் இருக்கிறது" என்று கண்டிருப்பார். ஆனால் "அறிவுக்கு அப்பாற் பட்ட நிலை" என்ற சொல் பசரோவை மீண்டும் ஒருமுறை காட்டிக் கொடுக்கிறது. கொள்கை ரீதியாக, *தோற்றம் தானாக இருக்கும் பொருள் ஆகியவற்றிற்கு இடையே ஓர் எல்லையை உருவாக்குவது ஒரு கான்டிய, ஹியூமிய 'போலித்தோற்றம்'* ஆகும். கான்ட் கூறுகிறார்: தோற்றத்திலிருந்து கடந்து செல்லுதல் அல்லது நீங்கள் விரும்புவது போல, நமது புலனுணர்ச்சி, புலனுணர்வால் ஏற்படும் உள்ளத்தின் புறக்காட்சி போன்ற இதரவற்றிடமிருந்து புலன் உணர்வால் ஏற்படும் உள்ளத்தின் புறக்காட்சிக்கு வெளியே நிலவுகிற பொருளுக்குச் செல்வது ஓர் *அறிவுக்கு அப்பாற்பட்ட நிலை* ஆகும். நம்பிக்கை அல்லது கடவுள் பற்று போன்றவற்றுக்கு அனுமதிக்கக் கூடியதான அறிவுக்கு அப்பாற்பட்ட நிலை என்பது மாறாக அறிவுக்கு ஏற்கத்தக்கதல்ல. ஹியூம் இதனை மறுக்கிறார். "அறிவுக்கு அப்பாற்பட்ட நிலை" என்பதை அனுமதிக்க முடியாது என்கிறார். அவர் ஹியூமியர்களைப் போன்றே கான்டியர்களும் பொருள்முதல்

வாதிகளை *அறிவுக்கு அப்பாற்பட்ட* எதார்த்தவாதிகள், “இயக்க மறுப்பியல்” தத்துவவாதிகள் என்று அழைக்கிறார். அடிப்படையிலேயே வெவ்வேறு வகையான பகுதிகளுக்கு அவர்கள் முறை தவறிச் செல்கிறார்கள். கான்ட், ஹியூம் ஆகியோரின் பிற்போக்கான வழியைப் பின்பற்றும் தற்கால தத்துவப் பேராசிரியர்களின் நூல்களில், பொருள்முதல்வாதம் “அறிவுக்கு அப்பாற்பட்டது'' ‘‘இயக்க மறுப்பியல்” தத்துவம் என்று எல்லையற்று ஆயிரம் சுரங்களில் திரும்பத் திரும்பக் கூறப்படுவதைக் காணலாம் (வோரோஷிலோவ் - செர்னோவ் ஆகியோர் பட்டியலிடும் பெயர்களை மட்டும் எடுத்துக் கொள்ளுங்கள்). இந்தச் சொல்லையும், சிந்தனைப் போக்கினையும் பசரோவ் இந்தப் பிற்போக்கான பேராசிரியர்களிடமிருந்து கடன் வாங்கி, “அண்மைக்கால நேர்க்காட்சி வாதம்!” என்று அவற்றைக் காட்டுகிறார். “அறிவுக்கு அப்பாற்பட்ட நிலை” என்ற இந்தக் கருத்தே, அதாவது *கொள்கை ரீதியில்* தோற்றம் மற்றும் தானாக உள்ள பொருள் ஆகியவற்றிற்கு இடையில் உள்ள எல்லை என்பதே, அறியொணாவாதிகள், கருத்துமுதல்வாதிகள் ஆகியோரின் (ஹியூமியர்கள், கான்டியர்கள் உட்பட) முட்டாள்தனமான கருத்தாகும். எங்கெல்சின் அலிசரின் (alizarin) உதாரணம் தொடர்பாக நாம் ஏற்கெனவே விளக்கியுள்ளோம். இதனை ஃபூயர்பாக், ஜோசப் டியட்ஸ்ஜென் ஆகியோரின் சொற்களிலேயே இதனை மறுபடியும் விளக்குவோம். ஆனால், அதற்கு முன்னால் எங்கெல்சை பசரோவ் “திருத்தியதை” முதலில் முடிவு கட்டுவோம்:

“...*தனது டூரிங்கிற்கு மறுப்பில்* எங்கெல்ஸ் ஓரிடத்தில் புலன் உணர்வின் மூலம் ஏற்படும் உள்ளத்தின் புறக்காட்சியினுடைய எல்லைக்கு அப்பால் உள்ள ‘இருப்பு’ (being) என்பது ஒரு சிறந்த கேள்வி என்கிறார். அதாவது இதற்குரிய விடை பற்றி நமக்கு எந்த விவரங்களும் இல்லை” என்கிறார்.

பிரெடெரிக் அட்லர் என்ற ஜெர்மானிய மாக்கியரைப் பின்பற்றி பசரோவ் இந்த வாதத்தைத் திரும்பக் கூறுகிறார். “நமக்குப் புறத்தே உள்ள எதார்த்தத்தினுடைய”, “புலனறிவுக் காட்சி” என்பதைவிட இந்தக் கடைசி உதாரணம் மிகவும் மோசமானது. *டூரிங்கிற்கு மறுப்பில்* (பக். 31, 5-வது ஜெர்மானியப் பதிப்பு) எங்கெல்ஸ் கூறுகிறார்: “உலகின் ஒருமைக்கான முன் நிபந்தனையாக அதன் இருப்பு இருந்தபோதிலும், உலகு ஒருமை என்பது அதன் இருப்பில் இல்லை. *ஒன்றாக* இருப்பதற்கு முன்னர் *இருத்தல்* தான் இருந்திருக்க வேண்டும். நமது உற்று நோக்கும் பகுதி முடிவடையும் பகுதிக்கு அப்பால் இருக்கும் இருப்பு என்பது பற்றி பலவிதமான கருத்துகள் இருப்பினும் எது சரியானது என்பதை எவராலும்

சொல்ல முடியாத நிலை உள்ளது. உலகின் உண்மையான ஒருமை என்பது அதன் பொருட் தன்மையில் உள்ளது. இதனை சில ஏமாற்றும் தன்மை கொண்ட சொற்றொடர்களால் மெய்ப்பிக்க முடியாது, மாறாக தத்துவம், இயற்கை விஞ்ஞானம் ஆகியவற்றின் மீது கடினமான வளர்ச்சி மூலம் தான் மெய்ப்பிக்க முடியும்."[36]

நமது சமையல்காரர் தயாரித்த புதிய கொத்துக் கறியைப் பாருங்கள். நமது உற்று நோக்கும் எல்லைக்கு அப்பால் உள்ள ஒரு புள்ளியைப் பற்றி, உதாரணமாக செவ்வாய்க் கிரகத்தில் மனிதன் இருப்பது பற்றி, எங்கெல்ஸ் பேசுகிறார். தெளிவாகவே இத்தகைய இருப்பு பற்றி பலவிதமான கருத்துகள் இருப்பினும் எது சரியானது என்பதை எவராலும் சொல்லமுடியாத நிலை உள்ளது. மேற்கோளை முழுவதுமாகக் காட்டுவதற்குப் பதிலாக, பசரோவ் வேண்டு மென்றே, *"புலனறிவின் மூலம் ஏற்படும் உள்ளத்தின் புறக்காட்சியின் பரப்புக்கு அப்பாற்பட்ட இருத்தல்"* என்பது பற்றி சரியான கருத்தை எவராலும் சொல்ல முடியாதவாறு பலவிதமான கருத்துகள் உள்ளன என்று எங்கெல்ஸ் சொன்னதாகப் பொழிப்புரையாற்றுகிறார்! இது அப்பட்டமான முட்டாள்தனம். இங்கு, பசரோவ் சொல்லுக்குச் சொல் ஏற்றுக் கொள்ளும் தத்துவப் பேராசிரியர்களது கருத்தினை எங்கெல்ஸ் மீது சுமத்துகிறார். இந்தப் பேராசிரியர்களை திருச்சபை வாதத்தின் அல்லது நம்பிக்கைவாதத்தின் படித்த அற்பர்கள் என்று டியட்ஸ்ஜென் அழைத்தார். "புலன் உணர்வின் மூலம் ஏற்படும் உள்ளத்தின் புறக்காட்சியுடைய எல்லைக்கு அப்பால் ஏதோ ஒன்று இருக்கிறது" என்று நம்பிக்கைவாதம் கூறுகிறது. இயற்கை விஞ்ஞானத்தை ஏற்றுக் கொள்ளும் பொருள்முதல்வாதிகள் இதனை மறுக்கின்றனர். ஓர் இடைப்பட்ட நிலையை இந்த கான்டியர்கள், ஹியூமியர்கள், (மாக்கியர்கள் உட்பட) போன்ற பேராசிரியர்கள் மேற்கொள்கின்றனர். இவர்கள் "பொருள்முதல்வாதம், கருத்து முதல்வாதம் ஆகியவற்றிற்கு அப்பால் ஓர் உண்மையைக் கண்டு உள்ளோம்" என்கின்றனர். இது பற்றி சரியான கருத்தை எவராலும் சொல்ல முடியாதவாறு பலவிதமான கருத்துகள் உள்ளன என்று "சமரசம்" செய்து கொள்கின்றனர். எங்கெல்ஸ் இவ்வாறு கூறியிருந்ததாகச் சொல்லும் ஒருவன் தன்னை மார்க்சியர் என்று கூறுவது வெட்கத்திற்கும் அவமானத்திற்கும் உரியது.

இதுவே போதும்! பசரோவிடமிருந்து மேற்கோளாகக் கொடுக்கப் பட்ட அரைப் பக்கமே நமக்கு முழுச் சிக்கலைத் தருகிறது. ஏற்கெனவே கூறப்பட்டதுடன் நாம் திருப்தியடைய வேண்டியவர் களாக உள்ளோம். மாக்கிய சிந்தனையின் அனைத்துத் தள்ளாட்டங் களையும் காண வேண்டும் என்பதில்லை.

3. தானாக உள்ள பொருள் பற்றி
லூ. ஃபூயர்பாக் மற்றும் ஜே. டியட்ஸ்ஜென்

பொருள்முதல்வாதியான மார்க்சும் எங்கெல்சும் தானாக உள்ள பொருள்களின் (thing-in-themselves) இருப்பை (அதாவது புலன் உணர்ச்சிகள் மற்றும் புலனறிவின் மூலம் ஏற்படும் உள்ளத்தின் புறக்காட்சி ஆகியவற்றிற்கு வெளியே உள்ள) மறுத்தனர். அவற்றைப் புரிந்து கொள்ளும் சாத்தியத்தை மறுத்தனர் என்று மாக்கியர்கள் கூறுகின்றனர். மேலும் அவர்கள் தோற்றம், தானாக உள்ள பொருள் ஆகியவற்றிற்கு இடையே ஓர் முழுமையான எல்லை உண்டு என்பதை ஏற்றுக்கொண்டனர் என்றும் கூறுகின்றனர். இது எவ்வளவு அபத்தமானது என்று காட்ட ஃபூயர்பாக்கிடமிருந்து சில மேற்கோள் களைக் காட்டுவோம். இயங்கியலையோ *அல்லது* பொருள்முதல் வாதத்தையோ என்னவென்று தெரியாமலேயே, மாக்கியர்கள், பிற்போக்கான பேராசிரியர்களின் சொற்களைக் கிளிப்பிள்ளைகள் போல் இயங்கியல் பொருள்முதல்வாதம் பற்றிக் கூறுகின்றனர்.

ஃபூயர்பாக் கூறுகிறார், "தற்கால ஆன்மீகவாதத் தத்துவம், கருத்து முதல்வாதம் என்று தன்னைக் கூறிக் கொண்டு, பொருள்முதல் வாதத்தின் மீது நிர்மூலமாக்கும் வகையிலான கண்டனத்தைத் தெரிவிக்கிறது. அதாவது பொருள்முதல்வாதம் ஒரு வறட்டுக் கொள்கை என்கிறது. அதாவது, பொருள்முதல்வாதமானது சர்ச்சைக் கிடமற்ற புறநிலை மெய்மைப் போன்ற ஒன்றிலிருந்து தொடங்கு வதாக கூறிக்கொண்டு புலன்சார் உலகிலிருந்து தொடங்குவதோடு தன்னை தானோகிய உலகம் என்று நாமின்றி நிலவுவதாக கருதிக் கொள்கிறது. அதே வேளையில் உலகம் என்பதோ மெய்யாக காணும் போது உணர்வின் ஓர் படைப்பாக மட்டுமே உள்ளது. (*முழுமையான படைப்பு 10, 1866, பி. 185*)."

இது தெளிவாகத் தோன்றுகிறது. *நாம் இல்லாமலே* நிலவுகிற இந்த உலகம் என்பது தானாகவே உள்ள ஓர் உலகமாகும். பெர்க்கிலி பாதிரியாரால் எதிர்க்கப்பட்ட பதினேழாம் நூற்றாண்டுப் பொருள்முதல்வாதம் போன்று, ஃபூயர்பாக்கின் இந்தப் பொருள் முதல்வாதமும், "தானாக உள்ள பொருள்கள்" நமது மனதிற்குப் புறத்தே உள்ளது என்று கூறுகிறது. ஃபூயர்பாக்கின் தன்னிலை என்பது கான்ட்டின் தன்னிலை அல்லது தானாக என்பதற்கு நேர் எதிரானது. ஏற்கெனவே மேற்கோளாகக் காட்டி ஃபூயர்பாக்கின் மேற்கோளை நினைவுகூர்வோம். அதில் கான்ட்டிற்கு 'தானாக உள்ள பொருள்' என்பது "எதார்த்தம் இல்லாத மனக்கண் தோற்ற"மாகும் என்பதை அவர் விமர்சனம் செய்கிறார். ஃபூயர்பாக்கிற்கு "தானாக உள்ள பொருள்" *எதார்த்தத்துடன் கூடிய*

மனக்கண் தோற்றம் ஆகும். அதாவது "தோற்றத்திலிருந்து" அடிப்படையில் வேறுபடாத முழுவதுமாக அறிந்து கொள்ளக் கூடிய, நமக்குப் புறத்தே உள்ள உலகம் ஆகும்.

ஃபூயர்பாக் மிகத் திறமையாகவும், தெளிவாகவும் இதனை விளக்குகிறார். அதாவது, இயற்கையில் காணப்படும் மெய்மையின் நிகழ்வுகள் கொண்ட உலகிலிருந்து தானாக உள்ள உலகிற்கு ஓர் "அறிவுக்கு அப்பாற்பட்ட நிலையைக்" காட்டுவது எவ்வளவு கேலிக் கூத்தானது என்று கூறுகிறார். இது ஒரு வகையில் மதகுருமார்கள் உருவாக்கிய கடந்து செல்ல முடியாத இப்பெரும் பிளவினை அவர் களிடமிருந்து தத்துவப் பேராசிரியர்கள் கைப்பற்றிக் கொண்டு விட்டனர். அவரது பல விளக்கங்களில் ஒன்று இங்கு உள்ளது:

"கற்பனைகளின் பொருள்கள் இயற்கையின் பொருள்களே, மற்ற எல்லா மனித சக்திகளைப் போன்றே கற்பனையின் சக்திகள், இறுதி யான *ஆய்வின்* அடிப்படையிலும் அவற்றின் ஆரம்பத்திலும் ஓர் இயற்கை சக்தியே ஆகும்; இருப்பினும், சூரியன், சந்திரன், நட்சத்திரங்கள், கற்கள், விலங்குகள், தாவரங்கள் ஆகியவற்றி லிருந்து மனிதன் என்பவன் "இயற்கை" என்பதிலிருந்து வேறு பட்டவன் என்று ஒரே சொல்லில் சொல்லலாம். இந்த மனிதன் தான் வழங்கும் பொதுவான பெயராகிய 'இயற்கை' என்பதும், அதன்மூலமாக மெய்ம்மைக்கு, சூரியன், சந்திரன், நட்சத் திரங்கள் உள்ளிட்ட இயற்கையின் பொருள்கள் பற்றிய மனிதனது கருத்துக் கள் வேறுபட்டவை. இவை இயற்கையின் விளைவாக இருந்தா லும், இயற்கையில் உள்ள பொருள்களில் இருந்து *வேறுபட்டவை* ஆகும்." *(படைப்புகள், ஸ்டுட்கார்ட், 1903)*

"நமது எண்ணங்களிலான பொருள்கள் என்பது, நமது எண்ணங் களிலிருந்து வேறுபட்டது. தானாக உள்ள பொருள் என்பது நமக்காக உள்ள பொருளில் இருந்து வேறுபட்டது. ஏனென்றால், பின்னால் கூறப்பட்டது, முதலில் கூறப்பட்டதன் ஒரே ஒரு பகுதி அல்லது ஓர் அம்சம் ஆகும். இது இயற்கையின் ஒரு சிறிய துணக்காக உள்ள மனிதன் தனது எண்ணங்களில் இயற்கையைப் பிரதிபலிப்பதைப் போன்றதாகும்.

"...நமது சுவை நரம்பு என்பது உப்பைப் போன்றே இயற்கையின் ஒரு விளைபொருளே ஆகும். ஆனால் உப்பின் சுவை அதன் புறவயமான பண்பு என்பதல்ல. உப்பின் பண்பு என்பது புலன் நுகர்வின் ஒரு பொருள் மட்டுமல்ல அது தானாகவே அதனுள் உள்ளது. எனவே நாக்கில் ஏற்படும் சுவையுணர்ச்சி என்பது அந்த உணர்ச்சி இல்லாமல் உப்பு பற்றிய சிந்தனையின் ஒரு பண்பு

ஆகும்..." பல பக்கங்களுக்கு முன்னதாக: "உப்புத் தன்மை என்பது ஒரு சுவை என்ற முறையில் உப்பின் புறவயப் பண்பின் அகவய வெளிப்பாடு" (மே.நூ.பி. 514).

நமக்குப் புறத்தே உள்ள தானாக உள்ள பொருள்கள் நமது புலன் உறுப்புகளின் மீது செயல்புரிவதன் விளைவுதான் புலன் உணர்ச்சி யாகும். இதுதான் ஃபூயர்பாக்கின் கொள்கை. புலன் உணர்ச்சி என்பது புறவய உலகின் அகவயப் பிம்பம். அதாவது இந்த உலகின் உள்ளே உலகிற்காகவே உள்ள உலகம்தான்.

"...எனவே, சூரியன், சந்திரன், நட்சத்திரம், தாவரம், விலங்கு, கல் ஆகியன போன்று மனிதனும் இயற்கையின் ஒரு பொருள் என்று இருப்பினும் மனிதன் இயற்கையிடமிருந்து வேறுபட்டவன். மனிதனது மூளையிலும் இதயத்திலும் உள்ள இயற்கை அவனது மூளை, இதயம் ஆகியவற்றிற்கு வெளியே உள்ள இயற்கை யிலிருந்து வேறுபட்டது."

"இருப்பினும், கருத்துமுதல்வாதிகளின் கூற்றுப்படி இந்த மனிதன் என்ற பொருளில் (அதாவது மனிதன்) மட்டும் தான் "அறிவன் மற்றும் அறிபொருள்" ஆகியவற்றிலிருந்து ஒத்திசைவானது நிறைவேற்றப்படுகிறது. ஏனென்றால், எனது இருப்புடன் சமமாகவும் இணைந்தும் உள்ள பொருள் மனிதன் என்பது சாத்தியமுள்ள அனைத்து சந்தேகங்களுக்கும் அப்பாற்பட்டது... மிக நெருக்கமாக இருந்தாலும்கூட, ஒரு மனிதனுக்கு மற்றொரு மனிதன் கற்பனை யான பொருளா என்ன? ஒவ்வொரு மனிதனும் அவனது மனப்படி, மற்றொரு மனிதனைப் புரிந்து கொள்ளவில்லையா? மேலும், மனிதனுக்கு மனிதன், மனதிற்கும் மனதிற்கும் நிறைய வேறுபாடுகள் உள்ளன. இதனைப் புறக்கணிக்க முடியாது. சிந்திக்க முடியாத அதாவது சிந்தனையற்ற முற்றிலும் ஒத்திராத, மனிதனல்லாத பொருளுக்கும் நமக்கும் எவ்வளவு வேறுபாடு இருக்க வேண்டும். நம்முடன் முற்றிலும் ஒத்திராமல் தானாக உள்ள இந்தப் பொருளை நாம் உணருகிறோம், புரிந்து கொள்கிறோம் இது பற்றி சிந்திக ்கிறோம் எனும்போது எவ்வளவு வேறுபாடு இருக்கும்?" (மே. நூ.பக். 518).

இயற்கையிலோ, சமூகத்திலோ காணப்படும் மெய்மை தானாக உள்ள பொருள் ஆகியவற்றிற்கு இடையிலான விளங்காத, மர்ம மான வேறுபாடு, வெறும் தத்துவ இரைச்சல் ஆகும். எண்ணற்ற தடவை நாம் ஒவ்வொருவரும் நடைமுறையில் "தானாக உள்ள பொருள்" இயற்கையில் காணப்படும் மெய்யான நிகழ்வாகவும், "நமக்காக உள்ள பொருளாகவும்" மாறுவதைக் காண்கிறோம். இந்த

மாறுதல்தான் துல்லியமாக அறிதல் எனப்படுகிறது. நமக்குப் புலன் உணர்ச்சி மட்டுமே தெரியும், அதன் எல்லைக்கு அப்பால் உள்ள இருப்பு பற்றி எதுவும் தெரியாது என்ற மாக்கியக் "கொள்கை" என்பது கருத்துமுதல்வாத, அறியொணாவாத தத்துவத்தின் பழைய ஏமாற்று வேலை ஆகும். இது புதிய இலையில் பரிமாறப் பட்டுள்ளது.

ஜோசப் டியட்ஸ்ஜென் ஒரு இயங்கியல் பொருள்முதல்வாதி. அவர் கூறும் முறையானது சரியில்லாமல் இருக்கிறது, அவரிடம் குழப்பம் இல்லாமல் இல்லை என்பதை நாம் கீழே காட்டுவோம். இந்த உண்மையைப் பல முட்டாள்தனமானவர்கள் இறுகப் பற்றிக் கொண்டுள்ளனர் (இவர்களில் யூஜென் டியட்ஸ்ஜெனும் உண்டு). இவர்களில் நிச்சயமாக மாக்கியர்களும் உண்டு. ஆனால் அவரது தத்துவத்தின் முக்கியமானதை ஆராய இவர்கள் முயற்சிக்கவில்லை அல்லது இவர்களால் முடியவில்லை. பல அன்னியமான கூறு களிலிருந்து அவரது பொருள் முதல்வாதத்தை பிரித்தறியவில்லை.

அவரது "மனித மனது வேலை செய்யும் தன்மை" என்ற நூலில் டியட்ஸ்ஜென் கூறுகிறார்: "தானாக உள்ள உலகமும் நமக்கு தோற்றம் தருகிற உலகமும், உலகின் இயற்கையான மெய்நிகழ்வுகள் என்பவை அனைத்தும் ஒன்றுக்கொன்று முழுமையிலிருந்து பகுதிகள் வேறு படுவதை நாம் எளிதாக காணலாம்" (ஜெர்மன் பதிப்பு, 1903, பக். 65). "எவ்வாறு பத்து மைல் நீளமுள்ள சாலை, சாலை என்பதி லிருந்து வேறுபடவில்லையோ அதே போன்று ஒரு இயற்கையில் காணப்படும் மெய்நிகழ்வை தோற்றுவிக்கும் பொருளில் இருந்து அம்மெய் நிகழ்வும் வேறுபடுவதில்லை" (பக். 71 - 72). இங்கு எந்த வேறுபாடும் இல்லை; இருக்கவும் முடியாது. இங்கு எந்த "அறிவுக்கு அப்பாற்பட்ட நிலையோ" அல்லது "உள்ளார்ந்த வேறுபாடோ" இல்லை. ஆனால் ஒரு வேறுபாடு உள்ளது, புலனறிவுக் காட்சியின் எல்லைக்கு அப்பாலிலிருந்து நமக்குப் புறத்தே உள்ள பொருளின் *இருப்பிற்குச்* செல்லும் வேறுபாடு அது.

அறிவுப் பற்றிய கோட்பாட்டின் ஆட்சிப் பரப்பில் ஒரு *சோசலிசத்தின் பயணம்* என்ற நூலில் டியட்ஸ்ஜென் கூறுகிறார்: "நாம் அனுபவத்தின் மூலம் கற்றுக் கொள்கிறோம். கான்ட்டின் சொற்களில் கூறினால், ஒவ்வொரு அனுபவமும், "அனைத்து அனுபவத்தின் எல்லைக்கு அப்பாற்பட்ட" ஒரு பகுதியாகும்... தனது சொந்த இயல்பை உணர்ந்த ஓர் உணர்வு நிலையானது, ஒவ்வொரு துகளும், அது தூசாகவோ அல்லது கல்லாகவோ அல்லது மரமாகவோ எதுவாக இருப்பினும் *தனது முழு அளவிற்கும் அறிந்துகொள்ள முடியாத* நிலையில் இருக்கிறது. அதாவது ஒவ்வொரு துகளும் மனித

அறிதலுடைய செயல் திறத்தால் தீர்ந்து போகாததாக இருக்கிறது. அத்துடன் இதன் விளைவாக, அனுபவத்தைக் கடந்த குறிப்பிடப் படாத ஒன்றாகிறது". (*சிறிய தத்துவக் கட்டுரைகள்,* 1903, பிரிவு 199.)

'கான்ட்டின் சொற்களில் என்பதில் - வெகு மக்களுக்குப் புரிய வேண்டும் என்ற பிரத்தியேகமான நோக்கம், மாறுபடுதல் என்ப தற்காக - கான்டின் *தவறுதலான* மற்றும் குழப்பமான கலைச் சொல்லில், டியட்ஸ்ஜென் "அனுபவத்தின் எல்லைக்கு அப்பால்" செல்வதைக் காண்கிறார். பொருள்முதல்வாதத்திலிருந்து அறி யொணாவாதத்திற்குச் செல்லும் பொழுது மாக்கியர்கள் எடுத்துக் கொள்ளும் பகுதிக்கு இது நல்லதொரு உதாரணம்: நாங்கள் "அனுபவத்தின் எல்லைக்கு அப்பால்" செல்வதை விரும்பவில்லை என்று அவர்கள் கூறுகிறார்கள்; நமக்கு "புலனறிவுக் காட்சி என்பது நமக்குப் புறத்தே உண்மையில் இருப்பது ஆகும்."

"வழக்கத்துக்கு மாறான இறையுணர்வுக் கோட்பாடானது [இத்தகைய தத்துவத்தை துல்லியமாக மறுப்பதாக டியட்ஸ்ஜென் கூறுகிறார்] விஞ்ஞானத்திற்குப் புறம்பாக, முழு உண்மையை சார்பு உண்மையிலிருந்து பிரிக்கிறது. தோன்றும் பொருள் மற்றும் அதுவாக உள்ள பொருள் அதாவது தோற்றம் மற்றும் மெய்மையில் வானத்தின் *முழு அளவிலும்* [அடிப்படையில் முழுமையாக] வேறுபடுகிற இரு வகையினங்கள் மற்றும் ஒத்த ஒரு பொதுவான வகையினத்திலும் அடங்குவதில்லை." (பிரிவு. 200).

இப்பொழுது ரஷ்ய மாக்கியரான போக்தனோவின் அறிவு மற்றும் திறமை ஆகியவற்றை மதிப்பிடலாம். இவர் தன்னை ஒரு மாக்கியர் என்று கூறிக் கொள்ள விரும்பவில்லை; ஒரு மார்க்சிய தத்துவவாதி யாகவே தான் கருதப்பட வேண்டுமென விரும்புகிறார்.

"பொருள்முதல்வாதிகளில் விமர்சனப் பாங்கு உள்ளவர்கள் ஒரு நடுப்பாதையை ["அனைத்து உளவியல்வாதத்துக்கும் அனைத்து பொருள்முதல்வாதத்துக்கும்" இடையில்] தேர்ந்தெடுக்கின்றனர். இவர்கள் 'தானாக உள்ள பொருளை' *முழுவதும்* அறிந்து கொள்ள முடியும் என்பதை மறுக்கின்றனர். ஆனால் அதே சமயத்தில் இது இயற்கையில் காணப்படும் மெய்யான நிகழ்விலிருந்து *அடிப்படை யில்* வேறுபாடு உடையதாக கருதுவர் [சாய்வு எழுத்து போக்தனோ வினுடையது]. எனவே இதனை இயற்கையில் காணப்படும் மெய் யான நிகழ்வில் 'மங்கலாகவே' காண முடியும், இதன் உள்ளடக் கத்தைப் பொறுத்தமட்டிலும் இது அனுபவத்திற்கு வெளியே உள்ளது [அதாவது மறைமுகமாக, "ஆக்கக்கூறுகளைப்" பொறுத்த

மட்டிலும், இவை அனுபவத்திற்கான ஆக்கக்கூறுகளைப் போன்றது அல்ல]. ஆனால், அனுபவத்தின் வடிவங்கள் எனக் கூறப்படும் எல்லைக்குள்ளாக உள்ளது அதாவது வெளி, காலம், காரணம், காரிய தொடர்பு கோட்பாடு. இதுதான் பதினெட்டாம் நூற்றாண்டின் பிரஞ்சுப் பொருள்முதல்வாதிகள், தற்காலத் தத்துவவாதிகள் எங்கெல்ஸ் மற்றும் அவரது ரஷ்ய ஆதரவாளர் பெல்ட்டோவ் ஆகியோரது தோராயமான நிலைப்பாடு ஆகும்"[37] (*அனுபவவாத ஒருமைவாதம்,* நூல் II, 2வது பதிப்பு, 1907, பக். 40-41).

இது முழுமையான குழப்பமாகும். 1) பெர்க்கிலியை எதிர்த்து வாதிக்கும் *பதினேழாம் நூற்றாண்டுப்* பொருள்முதல்வாதிகள், "தாமாக உள்ள பொருள்களை" முழுமையாகத் தெரிந்து கொள்ள முடியும் என்றனர். ஏனென்றால் நமது கருத்துகள், எண்ணங்கள் ஆகியன இந்தப் பொருள்களின் பிரதிபலிப்புகள் அல்லது படிகளே ஆகும். இவை நமது "மனதிற்கு வெளியே" உள்ளன (முன்னுரையை பார்க்கவும்). 2) இவர்களுக்குப் பின் ஃபூயர்பாக்கும் ஜே. டியட்ஸ் ஜெனும், தானாக உள்ள பொருளுக்கும் இயற்கையில் காணப்படும் நிகழ்விற்கும் இடையில் உள்ள அடிப்படை வேறுபாட்டை தீவிர மாக விவாதிக்கவில்லை. எங்கெல்ஸ் "தானாக உள்ள பொருள்" "நமக்காக உள்ள பொருளாக" மாறுவது பற்றி சுருக்கமான உதாரணங் கள் கொடுத்து விட்டு விடுகிறார். 3) இறுதியாக, பொருள்முதல் வாதிகள் "தாமாக உள்ள பொருள்கள்" இயற்கையில் காணப்படும் மெய்யான நிகழ்வில் மங்கலாகத் தெரிகின்றன" என்று கருது கிறார்கள் என்பது அப்பட்டமான முட்டாள்தனம். அறியொணா வாதிகளை எங்கெல்ஸ் மறுப்பதில் இதனைக் கண்டோம். முழு உண்மை, ஒப்பீட்டு ரீதியான உண்மை ஆகியவற்றிற்கிடையே உள்ள வேறுபாட்டைப் புரிந்து கொள்ள போக்தனோவ் தவறியதன் காரணமாக அவர் பொருள்முதல்வாதத்தை சிதைத்து விட்டார் (இது பற்றிப் பின்னர் பேசுவோம்). "அனுபவத்திற்குப் புறத்தே உள்ளது", "தானாக உள்ள பொருள்" "அனுபவத்தின் ஆக்கக்கூறுகள்" ஆகியன மாக்கியக் குழப்பத்தின் ஆரம்பம் ஆகும். இவை பற்றி நாம் ஏற்கெனவே நிறையக் கூறியுள்ளோம்.

பொருள்முதல்வாதிகளைப் பற்றி பிற்போக்கான பேராசிரியர்கள் கூறிய நம்பகமற்ற உளறல்களைக் கிளிப்பிள்ளைப் போன்று திரும்பக் கூறுவது, 1907 ஆம் ஆண்டில் எங்கெல்சுக்கு மறுப்புத் தெரிவிப்பது, அத்துடன் 1908 ஆம் ஆண்டில் எங்கெல்சை அறியொணாவாதத்துக்குள் "திருத்த" முயற்சிப்பது ஆகிய இவை அனைத்தும் ரசிய மாக்கியர்களுடைய "சமீபத்திய நேர்க்காட்சி வாதத்தின்" தத்துவமாகும்!

4. புறவயமான உண்மை என்பது நிலவுகிறதா?

போக்தனோவ் அறிவிக்கிறார்: "நான் புரிந்து கொண்ட வரையில், எல்லா வகையான உண்மையின் நிபந்தனையற்ற புறவயத் தன்மையை மார்க்சியம் மறுக்கிறது. எல்லா நிரந்தர உண்மைகளையும் மறுக்கிறது" (*அனுபவவாத ஒருமைவாதம் நூல்* III, பக் IV-V). "*நிபந்தனையற்ற* புறவயத் தன்மை" என்பதன் பொருள் என்ன? "எல்லாக் காலத்திற்குமான உண்மை" என்பது "அதன் முழுமையான பொருளில் புறவயமான உண்மையாகும்." இவ்வாறு கூறும் போக்தனோவ் அதே பத்தியில் "ஒரு குறிப்பிட்ட முழு ஊழிக்கால எல்லைக்குள்ளாக புறவய உண்மையை" அங்கீகரிக்க அவர் ஒப்புக் கொள்கிறார்.

இங்கு இரு கேள்விகள், குழப்பப்படுகின்றன என்பதை எளிதாகக் காணலாம்: 1) புறவய உண்மை என்ற ஒன்று உண்டா? அதாவது ஓர் அறிவனைச் சாராத, மனிதனை அல்லது மனிதக் குலத்தைச் சாராத உள்ளடக்கம் மனிதனின் கருத்துகளுக்கு உண்டா? 2) அவ்வாறாயின், புறவய உண்மையைக் காட்டும் மனிதனது கருத்துகள் ஒரே சமயத்தில், மொத்தமாக, நிபந்தனையற்று, முழுமையாகக் காட்டுகின்றனவா அல்லது தோராயமாக ஒப்பீட்டு ரீதியில் காட்டுகின்றனவா? இந்த இரண்டாவது கேள்வி முழு உண்மைக்கும், ஒப்பீட்டு ரீதியான உண்மைக்கும் இடையிலான உறவைக் காட்டுவதாகும்.

இரண்டாவது கேள்விக்குப் போக்தனோவ் தெளிவாகவும் வெளிப்படையாகவும் உறுதியாகவும் விடையளிக்கிறார். முழு உண்மையை சிறிதளவுகூட அவர் ஏற்றுக் கொள்ளவில்லை. இவ்வாறு ஏற்றுக் கொண்டதற்கு எங்கெல்ஸை *கதம்பவாதி* என்று குற்றஞ் சாட்டுகிறார். எங்கெல்சிடம் கதம்பவாதத் தன்மை உண்டு என்பதை போக்தனோவ் கண்டுபிடித்தது பற்றி நாம் பின்னர் பேசுவோம். இப்பொழுது நாம் முதல் கேள்வியை எடுத்துக் கொள்வோம். வெளிப்படையாகக் கூறாமல் போக்தனோவ் இதற்கு எதிர்மறையான பதிலைக் கூறுகிறார் - ஏனெனில் புறவயமான உண்மை நிலவுவதை மறுக்காமல் ஏதோ ஒரு வகையில் மனிதனது எண்ணத்தினுடைய ஒப்பீட்டுத் தன்மையை மறுப்பது சாத்தியமென்றபோதிலும்*, புறவயமான உண்மை நிலவுவதை மறுக்காமல் முழுமையான உண்மை நிலவுவதை மறுப்பது சாத்தியமற்றதாகும்.

மேலும் போக்தனோவ் கூறுகிறார் (IX பக்கத்தில்): "...பெல்ட்டோவின் கருத்துப்படியான புறவய உண்மைக்கான அடிப்படை என்பது

---

* இது ஒரு பிழையாக இருக்கலாம், ''முழுமையின் தன்மை'' என்று பிரதியில் இருந்திருக்க வேண்டும் - பதிப்பாசிரியர்.

இல்லை. இது ஒரு கருத்தியல் வடிவம்; மனித அனுபவத்தை ஒழுங்குபடுத்தும் அமைப்பு ஆகும்..."

"பெல்ட்டோவின் கருத்து" எனப்படும் சிக்கலைப் பொறுத்தவரை அது அடிப்படையான தத்துவப் பிரச்சனைகளில் ஒன்றாக இருப்பதால் அதை பெல்டோவினுடைய சிக்கலாக இல்லை. அதேபோல, உண்மையின் அடிப்படை எனப்படுவதை தனியாக பரிசீலிக்கப்பட வேண்டியுள்ளது. ஆகவே, புறவயமான உண்மை நிலவுகிறதா இல்லையா என்ற கேள்விக்கு வரம்பிட்டு கொள்ளாமல் அவர் இங்கு அவரைக் கையாள்வதில் எவ்வித பொருத்தமும் இல்லை. புறவய உண்மை இருக்கிறதா என்ற பிரச்சனையுடன் குழப்பாமல், இங்கு உள்ள பிரச்சனைக்குத் தொடர்பற்றவையாகக் காணவேண்டும். பிந்தைய கேள்விக்குப் போக்தனோவ் தரும் எதிர்மறையான பதில் தெளிவாக உள்ளது. உண்மை என்பது ஒரு கருத்தியல் வடிவம் மட்டுமே என்றால், அறிவனை, மனிதனை மனித குலத்தைச் சாராத உண்மை என்பது இருக்க முடியாது. ஏனென்றால், போக்தனோ விற்கோ நமக்கோ மனிதனது கருத்தியல் தவிர வேறு கருத்தியல் தெரியாது. இந்தக் கூற்றின் இரண்டாவது பகுதி போக்தனோவின் எதிர்மறைப் பதிலில் வெளிப்படுகிறது: உண்மை என்பது மனிதனது அனுபவத்தின் ஒரு வடிவம் என்றால், மனிதனைச் சாராமல் சுயேச்சையாக எந்த உண்மையும் இருக்க முடியாது; புறவய உண்மை என்பதும் இருக்க முடியாது.

புறவய உண்மையைப் போக்தனோவ் மறுப்பது அகநிலை வாதம், அறியொணாவாதம் ஆகியனவாம். மேலே மேற்கோளாகக் காட்டிய விஞ்ஞான உண்மையிலிருந்தே இந்த மறுப்பின் அபத்தத் தன்மை தெளிவாகும். மனிதனுக்கு முன்னரே பூமி இருந்தது என்று கூறுவதில் இயற்கை விஞ்ஞானம் எந்த சந்தேகத்திற்கும் இடமளிக்கவில்லை. இது பொருள்முதல்வாத அறிவுக் கொள்கைக்கு முற்றிலும் பொருத்தமானது: பிரதிபலிப்பவனைச் சாராமல் பிரதிபலிக்கப்பட்ட பொருள் இருப்பது (மனதைச் சாராமல் புற உலகம் சுயேச்சையாக இருப்பது) பொருள்முதல் வாதத்தின் அடிப்படை விதி ஆகும். மனிதனுக்கு முன்னரே பூமி இருந்தது என்ற கூற்று ஒரு புறவய உண்மையாகும். இயற்கை விஞ்ஞானத்தின் இந்தக் கூற்று மாக்கியத் தத்துவம், உண்மை பற்றிய அவர்களின் கொள்கை ஆகியவற்றிற்குப் பொருத்தமற்றது: உண்மை என்பது மனித அனுபவத்தின் ஓர் ஒழுங்கமைக்கும் அமைப்பு என்றால், மனித அனுபவத்திற்குப் புறத்தே பூமி இருந்தது என்ற கூற்று உண்மையாக இருக்க முடியாது.

ஆனால் இதுமட்டுமல்ல. உண்மை என்பது அனுபவத்தின் ஓர் ஒழுங்கமைக்கும் அமைப்பு என்றால், கத்தோலிக்கத்தின் போதனை களும் கூட உண்மையே. ஏனென்றால், "கத்தோலிக்கம் என்பதும் மனித அனுபவத்தின் ஒழுங்கமைக்கும் அமைப்பு" என்பதில் ஐய மேதுமில்லை. அவரது கொள்கையில் உள்ள பொய்மையைப் போக்தனோவ் உணருகிறார். அவர் விழுந்த சகதியிலிருந்து அவர் தன்னை எவ்வாறு விடுவித்துக் கொள்கிறார் என்பதைக் காண்பது மிகவும் ரசனைக்குரியது.

தனது *அனுபவவாத - ஒருமைவாதத்தின்* முதலாவது நூலில் நாம் காண்கிறோம்: "புறவயத் தன்மைக்கான அடித்தளம் என்பது கூட்டு அனுபவத்தில் இருக்க வேண்டும். நமக்கும் மற்றவர்களுக்கும் ஒரே அர்த்தத்தைத் தரக் கூடிய அனுபவங்களின் தரவுகளை நாம் புறவய உண்மை என்கிறோம். அந்த தரவுகளின் அடிப்படையில் நாம் முரண்பாடற்ற வகையில் நமது செயல்பாடுகளை அமைத்து கொள்வது மட்டுமின்றி மாறாக பிற மனிதர்களும் முரண்பாடு களைத் தவிர்க்க வேண்டி தமது செயல்பாடுகளைக் கூட அதே அடிப்படையில் அமைத்துக் கொள்ள வேண்டும் என்பதை நாங்கள் உறுதியாக நம்புகிறோம். பௌதிக உலகின் புறவயத் தன்மை என்பது அது எனக்கு மட்டும் தனிப்பட்ட முறையில் இருக்கவில்லை, அது எல்லோருக்குமாக இருக்கிறது [இது உண்மையல்ல! இது "ஒவ்வொருவரையும்" சாராமல் *சுயேச்சையாக* நிலவுகிறது!]. எனக்கு உள்ளது என்று நான் நம்புவது போன்று, எல்லோருக்கும் அது ஓர் அர்த்தத்தைக் கொடுக்கிறது. பௌதிகக் கூறுகளின் புறவயத் தன்மை என்பது அதன் *அனைத்தும் தழுவிய முக்கியத்துவம்* ஆகும் (ப. 25. சாய்வு எழுத்துகள் போக்தனோவினுடையவை). "நமது இறுதியான ஆய்வில் நாம் நமது அனுபவத்தில் சந்திக்கும் பௌதிகப் பொருளின் புறவயத் தன்மை என்பது பல்வேறு நபர்களின் பரஸ்பர ஒருங்கிணைப்பு, சரிபார்த்தல் ஆகியவற்றின் மூலம் நிறுவப் படுகிறது. வேறு விதமாகக் கூறினால் பௌதிக உலகம் என்பது சமூக ரீதியாக ஒருங்கிணைக்கப்பட்ட, சமூக ரீதியாக ஒழுங்கு செய்யப்பட்ட ஒன்றாகும், ஒரே வார்த்தையில் அது *சமூக ரீதியாக அமைக்கப்பட்ட அனுபவம்*" (பக். 36. சாய்வு எழுத்துகள் போக்தனோவினுடையவை).

இது அடிப்படையிலேயே உண்மையற்ற கருத்துமுதல்வாதக் கூற்று என்பதையும், பௌதிக உலகம் மனிதனுக்கும் அவனது அனுபவத்திற்கும் புறத்தே உள்ளது என்பதையும் "சமூகத் தன்மை," மனித அனுபவத்தை "அமைப்பது" ஆகியன சாத்தியமற்ற காலத் திலும் பௌதிக உலகம் இருந்தது என்பதையும் நாம் திரும்பக் கூறப்

போவதில்லை. இப்பொழுது மாக்கியத் தத்துவத்தை வேறு ஓர் அம்சத்தில் விமர்சிப்போம். அதாவது, "அனைத்தும் தழுவிய முக்கியத்துவம்" என்றிவ்வாறான இதரத் தன்மைகள் உள்ள மதக் கொள்கைகளும், மறுபடியும் இடம் பெறுகின்ற முறையில் புற வயம் என்பது வரையறுக்கப்படுகிறது. ஆனால் போக்தனோவ் கூறுவதை மறுபடியும் கேளுங்கள்: "புறவய அனுபவம் என்பது சமூக அனுபவம் என்பதைப் போன்றதல்ல என்று வாசகர்களுக்கு நாம் நினைவூட்டுகிறோம். சமூக அனுபவம் என்பது முற்றிலுமாக சமூக ரீதியாக அமைக்கப்பட்டதல்ல. அதில் பல முரண்பாடுகள் உண்டு. அதில் சில பகுதிகள் மற்றவற்றுடன் இணைந்து செல்வதில்லை. உதாரணமாக விவசாயிகளது சமூக அனுபவத்தில் ஆவிகளும் குட்டிச்சாத்தான்களும் இருக்கலாம். ஆனால், இவற்றை சமூக ரீதியாக அமைக்கப்பட்ட அனுபவத்தில் அல்லது புறவய அனுப வத்தில் சேர்க்க வேண்டும் என்பதில்லை. ஏனென்றால், மற்ற கூட்டு அனுபவத்துடன் அவை பொருந்துவதில்லை. அதன் வடிவத்திற்குப் பொருத்தமாக இல்லை, அதாவது காரணகாரியத் தொடர்புக் கொள்கை என்பதுடன் பொருந்துவதில்லை." *(பக். 45)*

ஆவிகள், குட்டிச்சாத்தான்கள் ஆகியன பற்றிய சமூக அனுபவத் தைப் புறவயமான சமூக அனுபவத்தில் போக்தனோவ் "சேர்க்க வில்லை" என்பது திருப்தி தருகிறது. ஆனால் நம்பிக்கைவாதத் துக்கு எதிராக உள்ள இந்தத் திருத்தம், போக்தனோவின் மொத்த நிலைப்பாட்டின் அடிப்படைப் பிழையைச் சரிசெய்யவில்லை. மதக்கொள்கைக்கு விஞ்ஞானக் கொள்கையைவிட அனைத்தும் தழுவிய முக்கியத்துவம் உண்டு என்றால், பௌதிக உலகம், புறவயம் ஆகியவை பற்றிய போக்தனோவின் வரையறை தவிடு பொடியாகி விடுகிறது. மக்களில் பெரும் பகுதியினர் முந்தைய கொள்கையையே பின்பற்றுகின்றனர். பல நூற்றாண்டு வளர்ச்சி காரணமாக, கத்தோலிக்க சமயக் கோட்பாடுகள் "சமூக ரீதியாக நேர்ப்படுத்தப்பட்டு அமைக்கப்பட்டது, ஒருங்கிணைக்கப்பட்டது" ஆகும். கேள்விக்கு அப்பாற்பட்டு, "காரணகாரியத் தொடர்பின் சங்கிலியில்" அது *"பொருந்தி விடுகிறது"*; ஏனென்றால், காரணம் இல்லாமல் மதங்கள் தோன்றுவதில்லை. தற்காலச் சூழ்நிலையில் அவை மக்கள் மீது ஆதிக்கம் செலுத்துவது தற்செயலானது அல்ல. தத்துவப் பேராசிரியர்கள் அவற்றுடன் அனுசரித்துச் செல்வது "உலக வழக்கமாகி விடுகிறது." சந்தேகத்திற்கு இடமில்லாமல், இந்த அனைத்தும் தழுவிய முக்கியத்துவம் வாய்ந்ததும் நன்கு அமைக்கப் பட்டதுமான மத சமூக அனுபவமும் விஞ்ஞானத்தின் "அனுபவத் துடன்" இயல்பாகப் பொருந்துவதில்லை. ஏனென்றால் இவை

இரண்டிற்கும் இடையில் அடிப்படையான வேறுபாடு உள்ளது. புறவய உண்மையை மறுக்கும் பொழுது போக்தனோவ் இதனை மறைத்து விட்டார். நம்பிக்கைவாதம் அல்லது திருச்சபைவாதம் விஞ்ஞானத்திற்கு இசைவாக இல்லை. போக்தனோவ் தன்னைத் "திருத்திக் கொள்ள" எவ்வளவு முயன்றாலும், புறவய உண்மையை அவர் மறுப்பது என்பது நம்பிக்கைவாதத்துக்கு இசைவாக உள்ளது என்ற மறுக்க முடியாத உண்மை அப்படியே உள்ளது. தற்கால நம்பிக்கைவாதம் விஞ்ஞானத்தை மறுக்கவில்லை. "விஞ்ஞானத்தின் மிகையான கோரிக்கைகளை" மறுக்கிறது; அது புறவய உண்மைக்கு விஞ்ஞானம் கோரும் உரிமையை மறுக்கிறது. புறவய உண்மை என்பது இருக்குமானால் (பொருள் முதல்வாதிகள் நினைப்பது போல்), மனித "அனுபவத்தில்" புறஉலகத்தில் பிரதிபலிப்பதைக் காட்டும் இயற்கை விஞ்ஞானம் மட்டுமே புறவய உண்மையைக் கொடுக்குமானால், நம்பிக்கைவாதம் முழுவதுமே மறுக்கப்பட்டு விடுகிறது. ஆனால் புறவய உண்மை என்பது இல்லையென்றால், உண்மை என்பது மனித அனுபவத்தை ஒழுங்கமைக்கும் ஒரு வடிவம் என்றால், இது (அறிவியல் உண்மை உட்பட) திருச்சபை வாதத்தின் அடிப்படைக் கருதுகோளை ஏற்றுக் கொள்ளும் நிலை வருகிறது. அதற்குக் கதவு திறந்து வைக்கப்படுகிறது. மத அனுபவத்தின் "ஒழுங்கமைக்கும்" ஓர் இடம் ஒதுக்கப்படுகிறது.

இப்பொழுது ஒரு கேள்வி எழுகிறது. புறவய உண்மையை மறுக்கும் வாதம் போக்தனோவினுடையதா? (அவர் தன்னை ஒரு மாக்கியவாதி இல்லை என்று கூறுகிறார், அல்லது புறவய உண்மையை மறுக்கும் வாதம் மாக், அவெனரியஸ் ஆகியோரின் அடிப்படையான போதனையிலிருந்து தோன்றுகிறதா? பின்னால் கூறப்பட்டதுதான் இக்கேள்விக்கான சாத்தியமான விடை ஆகும். புலன் உணர்ச்சிகள் மட்டுமே உலகில் இருக்கின்றன என்றால் (1876இல் அவெனரியஸ்), பொருள்கள் என்பது புலன் உணர்ச்சி களின் அமைப்புகள் என்றால் (மாக்கின், *புலனுணர்ச்சிகள் பற்றிய ஆய்வு*) நாம் அகநிலைவாதத் தத்துவத்தைச் சந்திக்கிறோம். இது தவிர்க்க முடியாமல் புறவய உண்மையை மறுப்பதில் முடிவடை கிறது. புலன் உணர்வினை "ஆக்கக்கூறுகள்" என்று அழைக்கும் பொழுது இது ஒரு பக்கத்தில் பௌதிகத் தொடர்புள்ளதாகவும், மற்றொரு பக்கத்தில் உளவியல் தொடர்புள்ளதாகவும் இருக்கிறது. இது நாம் ஏற்கெனவே கண்டபடி குழப்பம் தருகிறது, மாறாக அனுபவவாத விமர்சனத்தின் அடிப்படையான பாதை மாறுதலை இது மறுக்கவில்லை. எனவே இவர்கள் அனுபவவாதத்தைப் பின்பற்றுகிறார்கள் (அறிவு எல்லாமே அனுபவத்திலிருந்து வருகிறது)

அல்லது புலன் உணர்ச்சிவாதத்தைப் (எல்லா அறிவும் புலன் உணர்ச்சியிலிருந்து வருகிறது) பின்பற்றுகிறார்கள். இந்த நிலைப்பாடு கருத்துமுதல்வாதம், பொருள்முதல்வாதம் என்ற அடிப்படையான தத்துவத்திற்கு இடையிலான இந்த வேறுபாட்டை முடிவுக்கு கொண்டுவருவதுமில்லை. எத்தகைய "புதிய" சொற்களின் ஆடையை அணிந்து வந்தாலும் ("ஆக்கக் கூறுகள்") இந்த வேறுபாட்டை அகற்றவில்லை. ஆன்மீகவாதிகளும் அகநிலைவாதக் கருத்துமுதல் வாதிகளும், பொருள்முதல்வாதிகளும் புலன் உணர்ச்சிகளை நமது அறிவின் மூலமாகக் கொள்ளலாம். பெர்க்கிலியும் திதரோவும், லாக்கிடமிருந்து தொடங்கினர். அறிவுத் தோற்றக் கொள்கையின் முதல் அடிப்படையான மெய்க்கோள், சந்தேகமில்லாமல், நமது அறிவிற்கான ஒரே மூலம் புலன் உணர்ச்சி என்பதாகும். இந்த முதல் அடிப்படையான மெய்க்கோளை ஒப்புக்கொண்ட மாக், இரண்டாவது முக்கியமான அடிப்படை மெய்க்கோளைக் குழப்புகிறார். அதாவது புலன் உணர்ச்சிகள் மூலம் மனிதனுக்குக் கிடைக்கும் புறவய எதார்த்தத்தை அல்லது மனிதனது புலன் உணர்ச்சிகளை உருவாக்கும் எதார்த்தத்தை அவர் குழப்புகிறார். புலன் உணர்ச்சிகளிலிருந்து ஆரம்பித்து அகநிலைவாதப் போக்கினை ஒருவர் பின்பற்றலாம், அது ஆன்மீகவாதத்திற்கு இட்டுச் செல்கிறது ("பொருள்கள் புலன் உணர்வுகளின் அமைப்பு அல்லது இணைப்பு") அல்லது புறநிலைவாதத்தினைப் பின்பற்றலாம், இது பொருள்முதல் வாதத்திற்கு இட்டுச் செல்கிறது (புலன் உணர்ச்சிகள் பொருள்களின் அல்லது புற உலகின் பிம்பம்), முதல்நோக்கு நிலையைப் பொறுத்த வரை அறியொணாவாதம் அல்லது இன்னும் தெளிவாகக் கூறினால், அகநிலையான கருத்துமுதல்வாதம் என்ற முதல் கண்ணோட்டத் திற்குப் புறவய உண்மை என்பது இல்லை. இரண்டாவது கண் ணோட்டத்திற்கு, அதாவது பொருள்முதல்வாதத்திற்கு புறவய உண்மையை அங்கீகரிப்பது என்பது அவசியம். இந்த இரு போக்குகளின் அல்லது அனுபவவாதம், புலன்உணர்ச்சிவாதம் என்ற அடிப்படையிலிருந்து வருகிற இரு பழைய தத்துவப் போக்குகளில் இருந்து வருகிற பழைய தத்துவப் பிரச்சனையை மாக் தீர்த்து வைக்கவில்லை, அதனை அகற்றவில்லை அல்லது வெற்றி கொள்ள வில்லை. ஆனால் "ஆக்கக் கூறு" என்ற சொல்லினைக் கொண்டு மோசடியான சொல் வழிமுறை மூலம், இது *குழப்பப்படுகிறது*. புறவய உண்மையைப் போக்தனோவ் மறுப்பது மாக்கியத்தின் தவிர்க்க முடியாத மொத்த விளைவாகும். மாக்கியத்திலிருந்து ஒரு திசை விலகலாக மறுப்பை அவர் செய்யவில்லை.

லுத்விக் ஃபூயர்பாக் என்ற அவரது நூலில் எங்கெல்ஸ், "உலகைப் பற்றி புரிந்து கொள்ளும் ஏதேனும் சாத்தியத்தை அல்லது ஒன்று

விடாமல் யாவும் அளாவியவாறு புரிந்து கொள்ளும் சாத்தியத்தை" கேள்விக்குள்ளாக்கும் தத்துவவாதிகள் கான்ட் மற்றும் ஹியூம் ஆகியோர் என்று அழைக்கிறார். எனவே இந்த இருவருக்கும் பொது வானவற்றுக்கு எங்கெல்ஸ் அழுத்தம் கொடுக்கிறார். அவர்களைப் பிரிப்பதை அவர் பெரிதுபடுத்தவில்லை. "இந்தக் கருத்தை மறுப் பதில் முக்கியமானவற்றை [கான்டிய, ஹியூமியக் கண்ணோட்டம்] ஏற்கெனவே ஹெகல் கூறிவிட்டார் (4-வது ஜெர்மன் பதிப்பு பக். 15-16).[38] "பொருள்முதல்வாதம் என்பது அனுபவவாத முறை" என்று ஹெகல் எழுதியதைக் குறிப்பிடுவது எனக்கு ஆர்வமூட்டாத தாக இல்லை. "அனுபவவாதத்துக்குப் பொதுவாகப் புற நிலையில் இருப்பது மெய்யானதாகும், ஒரு புலனுணர்வுக்கு எட்டாததைக் கூட ஒப்புக்கொள்ளப்படுமானால், அதைப் பற்றிய அறிவு ஏற்பட முடியாது. அத்துடன் புலனுணர்வு மூலம் ஏற்படும் உள்ளத்தின் புறக் காட்சிக்கு உரித்தானதை மட்டும்தான் ஒருவர் எடுத்துக் கொள்ள வேண்டும். ஆயினும் *பொருள்முதல்வாதம்* என்று பின்னர் சொல்லப் படுவதைத்தான் இந்தக் கொள்கையானது செயல்வடிவம் பெற்று உருவாக்கியது. இந்தப் பொருள்முதல்வாதம் தான் அவ்வாறான பொருளே மெய்யாக புறநிலையில் உள்ளதென்று கருதுகிறது."*

எல்லா அறிவும் அனுபவத்திலிருந்து, கருத்தூன்றிப் பார்த்தல் புலன் உணர்ச்சியிலிருந்து வருகிறது. இது உண்மை. ஆனால் *புறவய எதார்த்தம்* "கருத்தூன்றிப் பார்த்தல் அல்லது உணர்ந்தறியும் ஆற்றல்" (Perception) சார்ந்ததா என்ற கேள்வி எழுகிறது. அல்லது அது தான் உணர்ந்தறியும் ஆற்றலின் மூலமா? சரி என்று நீங்கள் பதில் கூறினால் நீங்கள் ஒரு பொருள்முதல்வாதி. "இல்லை" என்றால் நீங்கள் உறுதி யற்றவர்கள்; அகநிலைவாதத்தை நோக்கி அல்லது அறியொணா மையை நோக்கி தவிர்க்க முடியாமல் செல்வீர்கள். தானாக உள்ள பொருளைப் புரிந்து கொள்ள முடியும் என்பதை மறுப்பது அல்லது காலம், இடம், காரணம் ஆகியவற்றின் புறவயத் தன்மையை மறுப்பது (கான்ட்டுடன்) அல்லது தானாக உள்ள பொருள் என்ற சிந்தனை யையே மறுப்பது (ஹியூமுடன்) என்பது எப்படி இருந்தாலும் அகநிலைவாதத்தை நோக்கிச் செல்கிறீர்கள். நீங்கள் அனுபவத்தின் புறவய உள்ளடக்கத்தை அனுபவத்தின் மூலம் கிடைக்கும் செய்முறை அறிவின் புறவய உண்மையை மறுப்பதில், உங்கள் அனுபவவாதத் தத்துவத்தின் முன்னுக்குப்பின் முரணான தன்மை உள்ளது.

கான்ட் அல்லது ஹியூமின் (மாக், அவெனரியஸ் ஆகியோர், சுத்தமான பெர்க்கிலியர்கள் ஆகாதவரை) பாதையைப் பின்பற்று

---

* ஹெகல், "தத்துவ ரீதியான அறிவியல்களின் சுருக்கம் பற்றிய கலைக் களஞ்சியம்" படைப்புகள், 1843, பிரிவு. 83.

பவர்கள், எங்களைப் பொருள்முதல்வாதிகள், “இயக்க மறுப்பியல் தத்துவவாதிகள்” என்கின்றனர். ஏனென்றால், அனுபவத்தின் மூலம் கிடைக்கும் புறவய எதார்த்தத்தை நாங்கள் ஏற்றுக் கொள்கிறோம். புலன் உணர்விற்கான மூலமாகிய, மனிதனைச் சாராத புறவய எதார்த்தத்தை நாங்கள் ஏற்றுக் கொள்கிறோம். கான்டியர்களையும் ஹியூமியர்களையும் *அறியொணாவாதிகள்* என்று நாங்கள் அழைப் பதில் எங்கெல்சைப் பின்பற்றுகிறோம். ஏனென்றால் அவர்கள் புலனுணர்ச்சிகளுக்கு தோற்றுவாயாகத் திகழும் புறவய எதார்த் தத்தை மறுக்கிறார்கள். Agnostic (அறியொணாமை) என்பது ஒரு கிரேக்கச் சொல். கிரேக்க மொழியில் ‘a’ என்பது “இல்லை” என்றாகும். *‘gnosis’* என்றால் அறிவு என்பதாகும். நமது புலன்களால் படியெடுக்கப்பட்டு பிரதிபலிக்கப்படும் புறவய எதார்த்தம் என்பது பற்றி *எனக்கு ஒன்றும் தெரியாது* என்று ஓர் அறியொணாவாதி கூறுகிறான். இதனைப் புரிந்து கொள்ள எந்த வழியும் இல்லை (அறியொணாவாதிகளின் நிலையைப் பற்றி எங்கெல்ஸ் கூறியதைக் காண்க). எனவேதான் அறியொணாவாதிகள் புறவய உண்மையை மறுக்கிறார்கள். பண்பற்ற, கோழைத்தனமான முறையில் ஆவிகள், குட்டிச்சாத்தான்கள் கத்தோலிக்கப் பாதிரியார்கள் போன்றவர்களைச் சகித்துக் கொள்கிறார்கள். “புதியதொரு” கலைச் சொல்லையே, ‘‘புதியதொரு’’ கண்ணோட்டத்தையோ கூறுவதாக நடித்துக் கொண்டு, மாக்கும் அவெனரியசும், குழப்பமான முறையில் அறியொணா வாதிகளின் பதிலையே திருப்பிக் கூறுகிறார்கள். ஒரு பக்கத்தில் பொருள்கள் புலன் உணர்ச்சிகளின் அமைப்புகள் (தூய அகநிலை வாதம் தூய பெர்க்கிலியனியம்); மற்றொரு பக்கத்தில், நமது புலன் உணர்ச்சிகளுக்கு “ஆக்கக் கூறுகள்” என்று புதிய பெயர் சூட்டினால், அவை புலன் உறுப்புகளைச் சாராமல் இருக்கின்றன என்று நாம் எண்ண முடியும்!

புலன் உறுப்புகளின் சாட்சியத்தை முற்றிலுமாக நம்புகிற, நமக்கு எவ்வாறு தெரிகிறதோ அவ்வாறே உலகினை ஒலிகளும், வண்ணங் களும் மற்ற இதரவையும் நிறைந்ததாகக் கருதுகிற எண்ணத்தைக் கொண்டுள்ள தத்துவவாதிகளாகக் கூறிக் கொள்ள மாக்கியர்கள் விரும்புகிறார்கள். பொருள்முதல்வாதிகளுக்கு, உலகம் என்பது உயிரற்ற, வண்ணமும் ஓசையும் அற்ற எதார்த்தம் என்பது தோற்றத் திலிருந்து வேறுபடுகிற ஒன்றாக உள்ளது என்று அவர்கள் கூறுகிறார்கள். எடுத்துக்காட்டாக இதுபோன்ற அறிக்கைகளை ஜே. பெட்சோல்ட் வெளியிடுகிறார். அவர் தனது *தூய அனுபவத்தின் தத்துவத்துக்கு அறிமுகம்* மற்றும் *நேர்க்காட்சிவாதிகள் நோக்கு நிலையில் இருந்து உலகப் பிரச்சனை* (1906) என்ற இரு நூல்களிலும் உரக்கக் கூறுகிறார். இந்தப் புதிய கருத்தினைப் புகழ்ந்து திரு. விக்டர்

செர்னோவ், பெட்சோல்ட்டை கிளிப்பிள்ளை போல் திரும்பக் கூறுகிறார். ஆனால் உண்மையில் மாக்கியர்கள் அகநிலைவாதிகளும் அறியொணாவாதிகளும் ஆவர். ஏனென்றால், அவர்கள் புலன் உறுப்புகளின் சாட்சியத்தை *முழுவதுமாக* நம்பவில்லை. புலன் உணர்ச்சிவாதத்தில் அவர்கள் உறுதியாக இல்லை. மனிதனைச் சாராமல் நமது புலன் உணர்ச்சிக்கு ஆதாரமாக உள்ள புறவய எதார்த்தத்தை அவர்கள் ஏற்றுக் கொள்வதில்லை. புலன் உணர்ச்சிகள் இந்தப் புறவய எதார்த்தத்தின் உண்மையான படி என்று அவர்கள் கருதுவதில்லை. இதனால் இயற்கை விஞ்ஞானத்துடன் முரண்படுகின்றனர்; நம்பிக்கைவாதத்திற்குக் கதவினைத் திறந்து வைக்கின்றனர். இதற்கு மாறாக பொருள்முதல்வாதிகளுக்கு, உலகம் என்பது வளமையானது, உயிருள்ளது, பன்முகத் தன்மையுள்ளது; ஏனென்றால் விஞ்ஞான வளர்ச்சியின் ஒவ்வொரு கட்டத்திலும் புதிய பண்புகள் கண்டுபிடிக்கப்படுகின்றன. பொருள்முதல்வாதிகளுக்கு நமது புலன் உணர்ச்சிகள் இறுதியான, ஒரே எதார்த்தத்தின் பிம்பங்கள் ஆகும். முழுவதுமாக அறியப்பட்டுள்ளது என்ற பொருளில் அல்லாமல், வேறு எதுவும் இருக்கவும் முடியாது என்ற அர்த்தத்தில் இது ஒன்றே எதார்த்தம். இந்தக் கருத்து நம்பிக்கைவாதத்திற்கு எதிராகக் கதவைச் சாத்துகிறது. நமது புலன்களுக்கு ஆதாரமாகப் புறவய எதார்த்தம் என்பதை ஏற்றுக் கொள்ளாமல், புறவய எதார்த்தம் பற்றிய கருத்துகளை நம்பிக்கைவாதத்தின் அனைத்து வகைகளையும் மறுப்பது மட்டுமின்றி செயற்கையான சொற்கட்டுமானங்களான அனைத்தும் தழுவிய முக்கியத்துவம், சமூக ரீதியாக அமைக்கப்படுவது போன்ற தொழில் ரீதியான நூற்புலமைவாதத்திற்கும் கதவைச் சாத்துகிறது. இதில், புறவய எதார்த்தத்திலிருந்து ஆவிகள், குட்டிச் சாத்தான்கள் மீதான நம்பிக்கையைப் பிரிக்க முடியவில்லை; பிரிக்க விரும்பவும் இல்லை.

வறட்டுச் சித்தாந்தவாதிகளான, *பொருளை* இன்னும் இறுகப் பற்றிக் கொண்டிருப்பவர்களான, “அண்மைக்கால விஞ்ஞானம்”, “நேர்க்காட்சிவாதம்” ஆகியவற்றால் மறுக்கப்பட்டுள்ள பொருள்முதல்வாதிகளைக் கண்டு மாக்கியர்கள் வெறுப்புடன் முகம் சுளிக்கிறார்கள். பொருளின் அமைப்பு பற்றிய இயற்பியலின் புதிய கொள்கைகள் பற்றி நாம் பின்னர் பேசுவோம். இருப்பினும் பொருளின் கட்டுமானம் பற்றி குறிப்பிட்ட எந்தக் கோட்பாட்டையும் அறிவுத் தோற்றவியல் வகையினத்துடன் குழப்புவது, பொருளின் புதிய அம்சங்களினுடைய புதிய பண்புகள் பற்றிய (எடுத்துக்காட்டாக எலக்ட்ரான்கள்) பற்றிய சிக்கலை அறிவுக் கோட்பாட்டின் பழைய சிக்கலுடன் குழப்புவது, நமது அறிவின் தோற்றுவாய்கள் பற்றிய சிக்கலுடன், புறவய உண்மையினை

இருப்புடன் குழப்புவது போன்ற இதர பலவற்றை மாக்கியர்கள் முற்றிலும் மன்னிக்க இயலாத வகையில் குழப்புகின்றனர். மாக் "உலக ஆக்கக் கூறுகளைக் கண்டுபிடித்தார்": சிவப்பு, பச்சை, கரடுமுரடான தன்மை, மிருதுவானது, பலத்த ஓசை, நீளம் இதரவை. ஒருவன் சிவப்பாக ஒன்றைக் காணும் பொழுது, கரடுமுரடான ஒன்றை உணரும் பொழுது புறவய எதார்த்தம் அவனுக்குக் கிடைக் கிறதா? இல்லையா? இந்தப் பழைய தத்துவப் பிரச்சனையை மாக் குழப்புகிறார். கிடைக்கவில்லை என்று நீங்கள் கருதினால், மாக்குடன் தவிர்க்க முடியாமல் நீங்களும் அகநிலைவாதம் அறியொணாவாதம் ஆகியவற்றில் ஆழ்ந்து விடுகிறீர்கள். அதனால் இறைக் கோட்பாட் டாளர்கள், அதாவது மென்ஷிக்கோவ் (தான்தோன்றித்தனமான எதேச்சதிகார ஜார் பாணியில் - மொ.ர்.) தத்துவவாதிகளின் பிடிக்குள் அகப்படுகிறீர்கள். கொடுக்கப்பட்டது என்று நீங்கள் கூறினால், எதார்த்தம் பற்றிய ஒரு தத்துவக் கருத்து தேவை என்றால், அந்தக் கருத்து நீண்ட காலத்திற்கு முன்னரே உருவாக்கப்பட்டுள்ளது எனலாம். இந்தக் கருத்தாக்கம் தான் *பருப்பொருள்.* பருப்பொருள் என்பது ஒரு தத்துவ வகையினம். இது புறவய எதார்த்தத்தைக் குறிக்கிறது. இது புலன் உணர்ச்சிகள் மூலம் மனிதனுக்குக் கிடைக் கிறது. இதனை நமது புலன் உணர்ச்சிகள் பிரதி செய்கின்றன; படம் எடுக்கின்றன. அவற்றில் இவை பிரதிபலிக்கின்றன. இவை அவற்றைச் சாராமல் இருக்கின்றன. எனவே இத்தகைய கருத்து "காலாவதியாகிவிட்டது" என்று கூறுவது ஒரு *சிறுபிள்ளைத்தனமான பேச்சு; பிற்போக்கான* தத்துவத்தின் வாதங்களை அர்த்தமற்றுத் திருப்பிக் கூறுவதாகும். பொருள் முதல்வாதம், கருத்துமுதல்வாதம் ஆகியவற்றிற்கு இடையிலான போராட்டம், பிளாட்டோ மற்றும் டெமாக்ரிட்டஸ் ஆகியோரது தத்துவப் பாதைகளுக்கு இடையி லான போராட்டம், மதங்களுக்கும் விஞ்ஞானத்திற்குமான போராட் டம், புறவய உண்மையை மறுத்தல் மற்றும் ஏற்றுக் கொள்ளுதல், புலன் உணர்வுக்கு எட்டாத அறிவினை ஆதரிப்பவர்கள், அதன் எதிரிகள் ஆகியவர்களுக்கு இடையிலான தத்துவத்தின் போராட்டம் என்பது இரண்டாயிரம் ஆண்டு வளர்ச்சியில் பழைமையாகி விட முடியுமா என்ன?

மனிதன் தனது புலன் உறுப்புகளுடைய சாட்சியத்தின் மீது நம்பிக்கை வைத்திருப்பது என்பதைச் சார்ந்தது பருப்பொருள் பற்றிய கருத்தை ஏற்றுக் கொள்வது அல்லது மறுப்பது ஆகும். அது அறிவின் மூலத்தைப் பற்றியது; தத்துவம் தோன்றிய காலத்திலிருந்தே விவாதிக்கப்பட்ட, கேட்கப்பட்ட கேள்வி அது. இது ஏட்டறிவு மட்டும் கொண்ட பேராசிரியக் கோமாளிகளால் பல்வேறு வடிவங் களில் காட்டப்படலாம். ஆனால், மனிதனது அறிவுக்கு ஆதாரம்

பார்வை, தொடுதல், கேட்டல், வாசனை என்பதைவிட இது என்றும் பழமையானது அல்ல. நமது புலன் உணர்ச்சிகள் புறஉலகின் பிம்பம் என்பது புறவய உண்மையை ஏற்றுக் கொள்வது, பொருள் முதல்வாத அறிவுக் கொள்கையைப் பின்பற்றுவது ஆகியன எல்லாமே ஒன்றானவை. இதனை விளக்க, நான் ஃபூயர்பாக் கிலிருந்தும் மற்றும் தத்துவக் கல்விக்கான இரு பாடநூல்களில் இருந்தும் மேற்கோள்காட்டுகிறேன். இப்பிரச்சனை எவ்வளவு சாதாரணமானது என்பதை வாசகர்களே தீர்மானிக்கட்டும்.

"அதாவது புலனுணர்ச்சிதான் ஒரு புறவயமான கடவுளின் நற்செய்தி, விவிலியக் கோட்பாடு என்பதை மறுப்பது எவ்வளவு அற்பமானது," என்று ஃபூயர்பாக் எழுதினார்.* நீங்கள் காண்பது போல் இது ஒரு வினோதமான, அறிவுக்குப் பொருந்தாத சொல்லாக்கமாக இருப்பினும் ஒரு தெளிவான தத்துவப் போக்கு இதில் உள்ளது: புலன் உணர்ச்சி மனிதனுக்குப் புறவய உண்மையைக் காட்டுகிறது. "எனது புலன் உணர்ச்சி அகவயமானது. ஆனால் அதற்கான அடித்தளம் அல்லது காரணம் புறவயமானது (ப. 195). இந்த மேற்கோளை மேலே கொடுக்கப்பட்டதுடன் ஒப்பிட்டுப் பாருங்கள். அதில் புறவய உண்மையின் ஒரு மூல ஆதாரமாக இருக்கின்ற கண்டுணர்தல் சார்ந்த உலகம் என்பதிலிருந்து பொருள்முதல் வாதம் தொடங்குகிறது என்கிறார் அவர்.

புலன் உணர்ச்சிவாதம் என்பது பற்றி பிராங்கின் தத்துவ அகராதியில் பின்வருமாறு காண்கிறோம்.** "புலன் உறுப்புகளுடைய அனுபவத்திலிருந்து அனைத்து அறிவையும் புலனுணர்ச்சி மூலமாக ஏற்படுதல்" என்று நம்முடைய அனைத்து எண்ணங்களையும் பற்றி முடிவு செய்து ஒரு கோட்பாடாக புலனுணர்ச்சிவாதம் உள்ளது. அகநிலையான புலனுணர்ச்சிவாதம் (ஐயுறவு வாதமும்[39], பெர்க்கிலியனியமும்), ஒழுக்கத் தன்மை கொண்ட புலனுணர்ச்சிவாதம் (எபிகூரியனியம்)[40] மற்றும் புறவயமான புலனுணர்ச்சிவாதம் என பல வகை உள்ளன. "புறவயப் புலன் உணர்ச்சி வாதம் என்பது பொருள்முதல்வாதம் ஆகும். ஏனென்றால் பொருள்முதல்வாதி களின் கருத்துப்படி, பருப்பொருள் அல்லது பொருள்கள் என்பவை மட்டும்தான், நமது புலன்களைப் பாதிக்கக்கூடிய புறநிலையில் உள்ள பொருள்களாகும்."

ஷ்வெக்லர் என்ற நூலாசிரியர் தன்னுடைய தத்துவத்தின் வரலாறு*** என்ற நூலில், "புலனுணர்ச்சிவாதமானது" உண்மை

---

* ஃபூயர்பாக், முழுமையான படைப்புகள், தொகுதி X, 1866, பிரிவு 194-95.

** தத்துவரீதியான அறிவியல்களின் அகராதி பாரீசு, 1875.

*** முனைவர் ஆல்பர்ட் ஷ்வெக்லர் தத்துவ வரலாற்றின் சுருக்கம்.

அல்லது இருத்தல் என்பதைப் புலன்களால் மட்டுமே தனிச் சிறப்பாகப் புரிந்துகொள்ள முடியும் என்று வலியுறுத்தினால், இந்த முன்மொழிவை [ஷ்வெக்லர் பிரான்சு நாட்டில் 18ஆம் நூற்றாண்டின் இறுதியில் இருந்த தத்துவத்தைக் கூறுகிறார்] ஒருவர் தெளிவாக விருப்பு வெறுப்புக்கு அப்பாற்பட்டு உணர்வுக்குப் புறம்பாக வகுத்து விளக்கும்போது பொருள்முதல்வாத ஆய்வுரையைப் பெறுகிறார்: பொருளாயதத் தன்மைவாய்ந்த இருத்தல் தவிர வேறு எந்த வகையான இருத்தலும் இல்லை; கண்டுணர்தல் சார்ந்த பொருள்களே நிலவுகின்றன."

பாடப் புத்தகங்களில் கூட இடம் பெற்றுள்ள இந்த ஆரம்பக் கட்ட உண்மைகளை நமது மாக்கியர்கள் மறந்து விட்டார்கள்.

5. முழுமையான உண்மையும் ஒப்பீட்டு ரீதியான உண்மையும், அல்லது ஏ. போக்தனோவ் கண்டறிந்த, எங்கெல்சிடம் உள்ள கதம்பவாதம்

போக்தனோவ் அவரது *அனுபவவாத ஒருமைவாதம்* என்ற நூலின் மூன்றாம் பாகத்திற்கான முன்னுரையில், 1906 ஆம் ஆண்டு இதனைக் கண்டுபிடித்துள்ளார். "உண்மையின் சார்பியல் தன்மையை நான் வர்ணித்தபடியே *டூரிங்கிற்கு மறுப்பு* என்ற நூலில் எங்கெல்ஸ் கூறுகிறார்." (பக். V). அதாவது, எல்லா நிரந்தர உண்மையையும் மறுக்கும் அர்த்தத்தில் "உண்மைக்கான நிபந்தனையற்றப் புறவயத் தன்மையை மறுக்கும்" முறையில் அவர் கூறியுள்ளார். "எங்கெல்ஸ் அவரது துவக்கத்தில் தவறு செய்து விட்டார். அவரிடம் வஞ்சப்புகழ்ச்சி இருந்தாலும், அவர் சில நிரந்தர உண்மைகளை மோசமாக இருந்தாலும் ஏற்றுக் கொள்கிறார்..." (பகுதி. VIII). "எங்கெல்ஸ் போன்ற கதம்பவாத தயக்கங்கள் போன்றவைகளை மாறும் மனநிலைக் கொண்டோரால் மட்டுமே அனுமதிக்க இயலும்" (பக். IX). எங்கெல்சின் கதம்பவாதத்தைப் போக்தனோவ் மறுக்கும் ஓர் உதாரணத்தைக் காட்டுவோம். "நிரந்தர உண்மைகள்" என்ற அத்தியாயத்தில் *டூரிங்கிற்கு மறுப்பு* நூலில் எங்கெல்ஸ் கூறுகிறார்: "1821 ஆம் ஆண்டு மே மாதம் 5ஆம் தேதி நெப்போலியன் காலமானார் என்ற கூற்றினைக் கொண்டு, ஒருவர் வரலாற்று அறிவியலில் நிரந்தர உண்மைகளைக் கண்டுபிடிப்பதற்கு உரிமை கொண்டாடும் நிலையில் அவர் தன்னைத்தானே கட்டுப்படுத்திக் கொள்ள வேண்டிய "வெற்றுரைகள்" பற்றி டூரிங்குக்கு எங்கெல்ஸ் நினைவுபடுத்துகிறார். எங்கெல்சிற்கு போக்தனோவ் பின்வருமாறு பதில் கூறுகிறார்: "இது எந்த வகையான 'உண்மை?' இதில் 'நிரந்தரம்' என்பது எங்கு உள்ளது? நமது தலைமுறைக்குத் தொடர்

பில்லாத ஒரு தனி நிகழ்ச்சியைப் பதிவு செய்வது, எந்தச் செயலுக்கு மான ஆரம்ப நிலையாக இருக்க முடியாது. இது எங்கும் இட்டுச் செல்லாது" (பகுதி. IX). மேலும் VIII ஆம் பக்கத்தில்: வெற்றுரை என்பதை உண்மை என்று அழைக்க முடியுமா? 'வெற்றுரை' உண்மையாகுமா? உண்மை என்பது அனுபவத்தின் உயிருள்ள அமைப்பாகும்; இது நமது செயலில் நம்மை ஏதேனும் ஓரிடத்திற்கு இட்டுச் செல்கிறது, வாழ்க்கைப் போராட்டத்தில் நமக்கு ஓர் ஆதாரமாக விளங்குகிறது."

இந்த இரு மேற்கோள்களில் இருந்து போக்தனோவ், எங்கெல்சை மறுப்பதற்குப் பதிலாக அழகாக *உரை நிகழ்த்துகிறார்* என்று தெரிகிறது. பொய்யோ, சரியில்லையோ, "நெப்போலியன் மே 5, 1821இல் காலமானார்" என்ற கூற்றை உங்களால் வலியுறுத்த முடியா விட்டால், அது உண்மை என்று நீங்கள் ஏற்றுக் கொள்கிறீர்கள். வருங்காலத்தில் இதனை மறுக்க முடியும் என்று நீங்கள் வலியுறுத்திக் கூறாவிட்டால், இந்த உண்மை நிரந்தரமானது என்று நீங்கள் ஒப்புக் கொள்கிறீர்கள். ஆனால் உண்மை என்பது "அனுபவத்தின் உயிருள்ள அமைப்பு" என்று கூறுவது, *வெறும் சொற்குவியலை* தத்துவம் என்று பூசி மெழுகிக் காட்டுவது ஆகும். மண்ணியலில் இடம் பெற்றுள்ள வரலாறு பூமிக்கு உள்ளதா, அல்லது பூமி ஏழு நாட்களில் படைக்கப் பட்டதா? எங்கேயும் "இட்டுச்" செல்லும் உயிருள்ள உண்மை (இதன் அர்த்தம் என்ன?) பற்றிப் பேசுவதன் மூலம் இந்தப் பிரச்சனை யிலிருந்து ஒருவர் தப்பிக்க அனுமதிப்பதா? பூமியின் வரலாறு, மனிதகுல வரலாறு பற்றிய அறிவு என்பதற்கு "உண்மையான முக்கியத்துவம்" கிடையாதா? இதுதான் *பின்வாங்குவதை* மறைக்க போக்தனோவ் பயன்படுத்தும் பகட்டான முட்டாள் தனம். நிரந்தர உண்மைகளை எங்கெல்ஸ் ஒப்புக் கொள்வது கதம்பவாதம் என்று நிரூபிக்க முயற்சிக்கும் பொழுது போக்தனோவ், பிரச்சனை யிலிருந்து வெற்று இரைச்சல், சொற்குழப்பம் ஆகியவற்றின் மூலம் நழுவுகிறார். நெப்போலியன் மே 5, 1821இல் இறந்தார் என்ற *உண்மையை* மறுக்காமல் விட்டுவிடுகிறார். வருங்காலத்தில் இந்த உண்மை மறுக்கக் கூடியதாக இருக்கும் என்று கருதுவது அபத்த மானது ஆகும்.

எங்கெல்ஸ் கொடுத்த உதாரணம் ஆரம்ப நிலையானது, நிரந்தர மாகவும் முழுமையாகவும் உள்ள ஏராளமான *உண்மைகள்* பற்றி சிரமம் எதுவும் இன்றி எல்லோரும் எண்ணிப் பார்க்க முடியும். மூளையைப் பயன்படுத்தாதவன் தான் அவற்றைச் சந்தேகப்படுவான் ("பிரான்சில் பாரிஸ் இருக்கிறது" என்று மற்றொரு உதாரணத்தை எங்கெல்ஸ் தருகிறார்). இங்கு, ஏன் எங்கெல்ஸ் "வெற்றுரை" என்பது

பற்றிப் பேசுகிறார்? ஏனென்றால், அவர் முழுமையான உண்மை, ஒப்பீட்டு ரீதியான உண்மை ஆகியவற்றின் உறவுகளுக்கு இயங்கிய லைப் பயன்படுத்த முடியாத, வறட்டுத்தனமான, இயக்க மறுப்பியல் பொருள்முதல்வாதியான டூரிங்கை மறுக்கிறார், கேலி செய்கிறார். நமது புலன் உறுப்புகள் மூலம் நமக்குக் கிட்டும் புறவய உண்மையை ஏற்றுக் கொள்வது என்பது ஒரு பொருள்முதல்வாதியாக இருப்ப தாகும். இங்கு புறவயமான உண்மையானது எல்லா வழிகளிலும் மனிதனையோ, மனிதக் குலத்தையோ சாராதது ஆகும். இது முழுமையான உண்மையை ஏற்றுக் கொள்வதாகும். இந்த "எல்லா வழிகளிலும்" என்பது இயக்க மறுப்பியல் பொருள்முதல்வாதி டூரிங்கை, இயங்கியல் பொருள்முதல்வாதி எங்கெல்சிடமிருந்து வேறுபடுத்துகிறது. பொதுவாக விஞ்ஞானம் பற்றிய சிக்கலானப் பிரச்சனைகளிலும், குறிப்பாக வரலாற்று விஞ்ஞானம் பற்றிய பிரச்சனைகளில், இறுதியானது, முடிவானது, நிரந்தர உண்மை என்றெல்லாம் சொற்களை டூரிங் எல்லாப் பக்கங்களிலும் தூவி யுள்ளார். எங்கெல்ஸ் அவரைக் கண்டு நகைத்தார். உறுதியாகவே நிரந்தர உண்மைகள் உள்ளன. ஆனால் சிறிய விஷயங்களுக்காக கனமான சொற்களைப் பயன்படுத்துவது புத்திசாலித்தனம் அல்ல என்று எங்கெல்ஸ் கூறினார். பொருள்முதல்வாதத்தினை முன்னேற்ற விரும்பினால் நாம் "நிரந்தர உண்மை" என்ற சொல்லுடன் அற்பமாக விளையாடுவதை நிறுத்திக்கொள்ள வேண்டும்; முழுமையான உண்மை, ஒப்பீட்டு ரீதியான உண்மை ஆகியவற்றிற்கு இடை யிலான உறவு பற்றிய பிரச்சனையை இயங்கியல் ரீதியாக அணுக வேண்டும். இந்தப் பிரச்சனை பற்றி தான் முப்பதாண்டுகளுக்கு முன்னர், எங்கெல்சுக்கும் டூரிங்குக்கும் இடையிலான போராட்ட மாக இருந்தது. *இதே அத்தியாயத்தில்*, முழுமையான உண்மை, ஒப்பீட்டு ரீதியான உண்மை ஆகிய்வற்றிற்கு இடையிலான பிரச்சனை பற்றி எங்கெல்ஸின் விளக்கத்தை "*திட்டமிட்டுக் கவனிக்காமல்*" எல்லோருக்கும் தெரிந்த உண்மையைப் பொருள்முதல்வாதம் முழு வதற்கும் பொருத்திக் காட்டும் "கதம்பவாதி" என்று எங்கெல்சைக் குற்றம் சாட்ட முயற்சித்த போக்தனோவ் தான், பொருள்முதல் வாதம், இயங்கியல் பற்றிய தனது அப்பட்டமான அறியாமையை வெளிப்படுத்துகிறார்.

எங்கெல்ஸ் தனது *டூரிங்குக்கு மறுப்பு* நூலில் குறிப்பிடப்பட்ட அத்தியாயத்தின் தொடக்கத்தில் (பகுதி I, அத். IX) எழுதியது, "இப்போது நாம் சிக்கலுக்கு வருகிறோம், மனிதனது அறிவின் படைப்புகளில் உண்மைக்கு எப்பொழுதும் மாறாமல் இறை யாளுமைமிகு செல்லுபடியாகும் தன்மையும், ஒரு நிபந்தனையற்ற உரிமை கொண்டாடுவதாகவும் ஏதாவது இருக்கிறதா, இல்லையா?

அப்படியிருந்தால் எந்தப் படைப்பிற்கு இருக்கும்" (5ஆவது ஜெர்மன் பதிப்பு, பக்.79) என்ற இந்த சிக்கலுக்கு எங்கெல்சே விடை கூறுகிறார்.

"சிந்தனையின் இறையாளுமையானது, ஏராளமான மிகவும் இறையாளுமையேயின்றி சிந்திக்கிற மனிதர்களின் சிந்தனையால் தான் செயல்வடிவம் பெறுகிறது; உண்மைக்கு நிபந்தனையற்ற உரிமைகளைக் கொண்டாடும் அறிவானது எண்ணற்ற ஒப்பீட்டு ரீதியான தவறுகளில் தான் செயல்வடிவம் பெறுகிறது; முடிவே யின்றி மீண்டும் மீண்டும் நிகழ்கிற மனித இருத்தல் என்பது இல்லாமல் இதுவோ அல்லது அதுவோ முழுவதுமாக [அதாவது முழுமையான உண்மையான அறிவோ அல்லது இறையாளுமைமிகு சிந்தனையோ] செயல்வடிவம் பெற முடியாது.

முழுமையாக உள்ளது என்று கருதப்படும் மனிதனது சிந்தனை யின் தன்மை, ஒரு எல்லைக்குள்ளே சிந்திக்கும் தனி நபர் எண்ணத்தின் எதார்த்தம் ஆகியவற்றில் உள்ள முரண்பாட்டை நாம் முன்பு கண்டது போல மறுபடியும் காண்கிறோம். இந்த முரண் பாட்டை, இடையறாது இடம்பெறும் முன்னேற்றத்தின் பொழுது தான் நீக்க முடியும். நம்மைப் பொறுத்த அளவில், மனிதக் குலத்தின் பல்வேறு தலைமுறை வளர்ச்சி மூலம் தான் நடைமுறையில் நீக்க முடியும். இந்தக் கண்ணோட்டத்தில் மனிதச் சிந்தனை எந்த அளவிற்கு உறுதியாக இறையாளுமைக் கொண்ட தாக உள்ளதோ அந்த அளவிற்கு இறையாளுமை அற்றதாகவும் உள்ளது. அறிவிற்கான அதன் திறன் எந்த அளவிற்கு எல்லை யற்றதோ அந்த அளவிற்கு எல்லைக்குட்பட்டது. அதன் தன்மை, செயல், சாத்தியம், வரலாற்று ரீதியான இறுதி இலக்கு ஆகியவற்றில் அது இறையாளுமைமிக்கதாகவும் வரம்பற்றதாகவும் உள்ளது; அது ஒவ்வொரு குறிப்பிட்ட தருணத்தில் செயல்வடிவம் பெறுகையில் அதன் தனிப்பட்ட வெளிப்பாட்டில் இறையாளுமை அற்றதாகவும் வரம்புக்குட்பட்டதாகவும் உள்ளது." (ப.81)*

"இது தான் நிரந்தர உண்மைகள் விடயத்திலும் தொடருகிறது"[41] இவ்வாறு எங்கெல்ஸ் தொடருகிறார்.

---

* ஒப்பிடுக, வி.செர்னோவ், மேற்கோள் காட்டப்பட்ட இடம் பக்.64 மற்றும் தொடர். தன்னை ஒரு மாக்கியவாதியாகக் காட்டிக் கொள்ள விரும்பாத செர்னோவ், போக்தனோவின் நிலைப்பாட்டை ஒப்புக் கொள்கிறார். வேறுபாடு என்னவென்றால், எங்கெல்சுடன் அவருக்குள்ள வேறுபாட்டை மூடிமறைக்க முயற்சிக்கிறார். அதனை சாதாரண விஷயமாகக் காட்ட முயற்சிக்கிறார். ஆனால் இது பொருள்முதல்வாதம், இயங்கியல் ஆகியவற்றிற்கு எதிரான ஒரு போராட்டம் என்று செர்னோவ் எண்ணுகிறார்.

சார்பியல் வாதம் (relativism) (*இடையுறவு வழிக்கோட்பாடு*) என்பதுடன், அதாவது நமது அறிவின் ஒப்பீட்டு ரீதியான தன்மையுடன் சார்பியல் தன்மை பற்றியது, நெருங்கிய தொடர்புடையதாக உள்ள இந்த வாதம் முக்கியத்துவம் வாய்ந்தது ஆகும். இதனை எல்லா மாக்கியர்களும் வலியுறுத்துகின்றனர். *எல்லா மாக்கியர்களும் தம்மைச் சார்பியல்வாதிகள் என்று வலியுறுத்துகின்றனர். ஆனால் ரஷ்ய மாக்கியர்கள், ஜெர்மானிய மாக்கியர்களின் கூற்றுகளைத் திரும்பக் கூறுகையில், இயங்கிய லுக்கும் சார்பியல்வாதத்திற்குமான உறவை நேரடியாகக் கூற அஞ்சுகின்றனர். அல்லது முன் வைக்க முடியாமல் இருக்கின்றனர்.* போக்தனோவைப் பொறுத்தமட்டிலும் (அனைத்து மாக்கியர்களும் இதுபோன்றே), முழுமையான உண்மையை சிறிதளவு கூட ஏற்றுக் கொள்ள முடியாத நிலை தான் அறிவின் சார்பியல் தன்மை ஆகும். ஆனால் எங்கெல்சைப் பொறுத்தமட்டிலும் முழுமையான உண்மை சார்பியல் உண்மைகளால் உருவாக்கப்படுகிறது என்பதாகும். போக்தனோவ் ஒரு சார்பியல்வாதி. எங்கெல்ஸ் ஓர் இயங்கியல்வாதி. "டூரிங்கிற்கு மறுப்பு" நூலிலிருந்து ஏற்கெனவே மேற்கோளாகக் காட்டிய அத்தியாயத்திலிருந்து எங்கெல்சின் முக்கியமான மற்றொரு வாதம் உள்ளது:

"*எதிர்த் துருவங்களாகச் செயல்படும் எல்லா சிந்தனைகளையும் போல உண்மையும் பொய்யும் ஒரு குறுகிய எல்லைக்குள் தான் முழுமையான மதிப்பு உள்ளவை. இதனை ஏற்கெனவே கண்டோம். திரு. டூரிங் கூட எதிர் எதிர்த் துருவங்களாகச் செயல்புரியும் எண்ணங் களினுடைய போதாமை பற்றி துல்லியமாகக் கையாளும் இயங் கியலின் அடிப்படை விதிகளுடன் அறிமுகமிருந்தால் இதனைப் புரிந்து கொண்டிருப்பார். மேலே குறிப்பிட்ட குறுகிய எல்லைக்கு வெளியே உள்ள உண்மை, பிழை ஆகியவற்றிற்கு இடையே முரண் பாட்டை பயன்படுத்தும் பொழுது அது சார்பியல் தன்மை உள்ளதா கிறது. எனவே துல்லியமான விஞ்ஞான விளக்கங்களுக்கு இதனைப் பயன்படுத்த முடியாது. இந்த எல்லைக்கு அப்பால் நாம் அதனைப் பயன்படுத்தினால் நாம் முற்றிலுமாகத் தோல்வியுறுகிறோம். முரண்பாட்டின் இரு துருவங்களும் அவற்றிற்கு எதிர் நிலையாக மாறுகின்றன. உண்மை பிழையாகிறது, பிழை உண்மையாகிறது*" (*பக். 86*).[42] இங்கு பாயில் விதி (Boyle's Law) உதாரணமாகக் கொடுக்கப்படுகிறது (வாயுவின் கொள்ளளவு, அழுத்த விகிதத்திற்கு தலைகீழ் பொருத்தம் கொண்டது) இந்த விதியில் உள்ள "உண்மை யின் கூறு", ஒரு குறிப்பிட்ட எல்லைக்குள் மட்டுமே முழுமையான உண்மையாகும். இந்த விதி "தோராயமான உண்மை" மட்டுமே என்று தோன்றுகிறது.

மனிதச் சிந்தனையானது, முழுமையான உண்மையைத் தரும், தரவும் முடியும். இந்த உண்மையானது ஒப்பீட்டு ரீதியான உண்மைகளின் மொத்தம் ஆகும். விஞ்ஞான வளர்ச்சியில் ஒவ்வொரு அடியும், முழுமையான உண்மைக்குப் புதிய தகவல்களைத் தருகிறது. ஆனால் ஒவ்வொரு விஞ்ஞானக் கூற்றின் உண்மையின் எல்லை என்பது ஒப்பீட்டு ரீதியானது. இது அறிவின் வளர்ச்சியைப் பொறுத்து முன்னேறும் அல்லது பின்வாங்கும். ஜே. டியட்ஸ்ஜென் அவரது அறிவுக் கோட்பாட்டின் ஆட்சி பரப்புக்குள் ஒரு *சோசலிசவாதியின் சாகசப் பயணம்* என்பதில் கூறுகிறார்: "முழுமையான உண்மையைக் கேட்க முடியும், காண முடியும், நுகர முடியும், தொட முடியும், அறிந்துகொள்ள முடியும். ஆனால் அறிவில் அது முழுவதுமாக இணைக்கப்படுவதில்லை (பிரிவு. 195)." "ஓர் ஓவியம் அதன் பொருள் முழுவதையும் காட்டுவதில்லை என்பதைக் கூறத் தேவையில்லை, மாதிரிக்குப் பின்னால் ஓவியன் இருக்கிறான்... ஓர் ஓவியமும் அதன் மாதிரியும் எவ்வாறு ஒத்ததாக இருக்க முடியும்? தோராயமாகவே இருக்க முடியும்" (பிரிவு. 197). "எனவே நாம் இயற்கையையும், அதன் பகுதிகளையும் ஒப்பீட்டு ரீதியாகவே அறிந்துகொள்ள முடியும். இயற்கையின் ஓர் உறவாக இருக்கிற ஒரு பகுதி என்றாலும், அது இயற்கையின் ஒரு பகுதியாக இருக்கிற காரணத்தினால், அது முழுமையின் இயல்பினைக் கொண்டிருக்கிறது. அதாவது, அறிவினால் ஓர் ஒட்டுமொத்த அளவில் இயற்கையின் இயல்பினைப் பற்றி இயன்ற அனைத்தையும் கூறிவிட முடியாது.... அவ்வாறென்றால் பின்னர், இயற்கையின் அல்லது சமூகத்தின் மெய்யான நிகழ்வுக்குப் பின்னால், ஒப்பீட்டு ரீதியான உண்மைகளுக்குப் பின்னால் தன்னை மனிதனிடம் முழுவதுமாக காட்டிக் கொடுக்காத, அனைத்தும் தழுவிய வகையில், வரம்பற்றதாக இருக்கிற முழுமையான இயற்கை உள்ளது என்பதை நாம் எவ்வாறு அறிந்துகொள்வது... இந்த அறிவு எவ்விடத்திலிருந்தது? அது பிறக்கும் போதே உள்ளது; அது உணர்வு நிலையுடன் நம்மிடம் வழங்கப்படுகிறது" (பிரிவு. 198). இறுதியாக சொல்லப்பட்ட டியட்ஸ்ஜெனின் இந்தக் கூற்று, அவரது நுட்பமில்லாத கருத்து என்று மார்க்ஸை கருத வைத்தது, எனவே தான் அவர் கூகல்மெனுக்கு எழுதிய கடிதம் ஒன்றில் டியட்ஸ்ஜெனின் நோக்குநிலையில் உள்ள குழப்பம் குறித்து எழுதினார்.[43] இத்தகைய தெளிவற்றப் பகுதிகளை எடுத்துக் கொண்டு இயங்கியல் பொருள் முதல்வாதத்திலிருந்து டியட்ஸ்ஜெனின் தத்துவம் வேறுபடுவதை ஒருவரால் கூற முடியும். ஆனால் அதே பக்கத்தில் டியட்ஸ்ஜென் தன்னைத் திருத்திக் கொள்கிறார்: "முழுமையான நிரந்தரமான உண்மை பற்றிய உணர்வு நிலை நம்மிடம் உள்ளார்ந்து உள்ளது என்று நான் கூறும் பொழுது, அது காரணகாரிய முறைப்பட்ட

அறிவாகும். அனுபவமும், இந்த உள்ளார்ந்த உணர்வு நிலையை (innate) உறுதி செய்கின்றது" (பிரிவு. 198).

எங்கெல்ஸ் மற்றும் டியட்ஸ்ஜெனின் இத்தகைய கூற்றுகளில் இருந்து இயங்கியல் பொருள்முதல்வாதத்தில், ஒப்பீட்டு ரீதியான உண்மை அல்லது சார்பியல் உண்மை, முழுமையான உண்மை ஆகியவற்றிற்கு இடையே கடக்க முடியாத எல்லை என்பது எதுவுமில்லை என்பது தெளிவாக உள்ளது. அவர் இவ்வாறு எழுத முடியும் என்றால் போக்தனோவ் இதனைப் புரிந்து கொள்ளத் தவறிவிட்டார் என்றாகிறது: "அது [பழைய பொருள்முதல்வாதத்தின் உலகக் கண்ணோட்டம்] *பொருட்களுடைய சாராம்சம் பற்றிய முழுமையான புறவய அறிவாகத் தன்னைத்தானே பொருத்திக் கொள்கிறது* [போக்தனோவின் அழுத்தம்] *அத்துடன் அது அனைத்துக் கருத்தியல்களுடைய வரலாற்று வயப்பட்ட நிபந்தனைரீதியான இயல்புடன் பொருந்தாததாகும்*" (*அனுபவவாத ஒருமைவாதம்,* நூல்.III பகுதி. IV). தற்காலப் பொருள்முதல்வாதத்தில், அதாவது மார்க்சியத்தின்படி, நமது அறிவின் தன்மைக்கான எல்லை புறவய மானது. புறவயமான, முழுமையான உண்மைக்கு நமது அறிவு துல்லியமாக இல்லாதது ஏறத்தாழ சரியாக இருப்பதற்கான வரம்புகள் வரலாற்று ரீதியான வரம்புக்குட்பட்டவை. ஆனால் அத்தகைய உண்மையின் இருத்தல் என்பது *நிபந்தனையற்றது* என்பதோடு உண்மைக்கு மேலும் அருகாமையில் நாம் நெருங்கி சென்று கொண்டேயிருக்கிறோம் என்பது கூட நிபந்தனையற்றது தான். இந்தச் சித்திரத்தில் உள்ள வெளிப்பரப்பின் தோற்ற அமைப்பு வரலாற்று ரீதியாகத் தீர்மானிக்கப்பட்டவை. ஆனால் இந்தச் சித்திரம் புறவயமாக இருக்கும் மாதிரியைச் நுட்பமாக விளக்கிக் காட்டுகிறது என்பது நிபந்தனையற்றது. கரி எண்ணெயில் அலிசரினைக் கண்டுபிடித்தது, அல்லது அணுவில் எலக்ட்ரானைக் கண்டுபிடித்தது பொருள்களுடைய இன்றியமையாத இயல்புகள் பற்றி நமது அறிவு எந்தச் சூழ்நிலைகளில் எப்போது நமக்குக் கிடைத்தது என்பது வரலாற்று ரீதியாக நிபந்தனைக்குட்படுவது ஆகும்; ஆனால் ஒவ்வொரு கண்டுபிடிப்பும் "முழுமையான புறநிலை அறிவை" நோக்கிய முன்னேற்றம் என்பது நிபந்தனை யற்றது. சுருக்கமாகக் கூறினால் எல்லாக் கருத்தியல்களும் வரலாற்று நிபந்தனைக்குட்பட்டவை. அதே சமயத்தில், ஒவ்வொரு விஞ்ஞானக் கருத்திற்கும் (மதக் கருத்திலிருந்து வேறுபட்டு) இணையாக ஒரு புறவய உண்மை, முழுமையான இயற்கை உள்ளது. முழுமையான உண்மை, சார்பியல் உண்மை ஆகியவற்றிற்கு இடையிலான இந்த வேறுபாடு எல்லையற்றது என்று நீங்கள் கூறலாம். இதற்கு நான் பதில் கூறுகிறேன்: விஞ்ஞானமானது அதன்

மோசமான அர்த்தத்தில் ஒரு வறட்டுச் சித்தாந்தமாக, இறுகிப்போன ஒன்றாக, உறைந்ததாக, தடுப்பதற்குப் போதுமான அளவிற்கு அது "எல்லையற்றதாக உள்ளது". அதே சமயத்தில், நம்பிக்கைவாதம், அறியொணாவாதம், கருத்துமுதல்வாதத் தத்துவம், ஹியூம், கான்ட் ஆகியோரைப் பின்பற்றுபவர்களின் பகட்டுத்தனம் ஆகியவற்றில் இருந்து நாம் விலகிக் கொள்ளுவது நிச்சயமானதாக இருக்கிறது. இங்கு ஓர் எல்லை உள்ளது. அதனை நீங்கள் காணவில்லை. அதனால், நீங்கள் பிற்போக்குத் தத்துவச் சகதியில் விழுந்து விட்டீர்கள். இது இயங்கியல் பொருள்முதல்வாதத்திற்கும் சார்பியல்வாதத்திற்கும் இடையில் உள்ள எல்லையாகும்.

மாக், அவெனரியஸ், பெட்சோல்ட் ஆகியோர் தங்களைச் சார்பியல்வாதிகள் என்று கூறிக் கொள்கின்றனர். செர்னோவும் மார்க்சியர்களாக விரும்புகிற சில ரஷ்ய மாக்கியர்களும் இதனை எதிரொலிக்கின்றனர். ஆம், செர்னோவ் மற்றும் மாக்கிய தோழர்களே உங்களது தவறு இதில் தான் உள்ளது. ஏனென்றால் சார்பியல் வாதத்தை அறிவுத் தோற்றக் கொள்கைக்கு அடிப்படையாகக் கொள்ளும் பொழுது, ஒருவர் தவிர்க்க முடியாமல், முழுமையான ஐயுறவுவாதம், அறியொணாவாதம், சொற்புரட்டு, அகவயக் கருத்து முதல்வாதம் ஆகியவற்றிற்கு உள்ளாகிறார். அறிவுத் தோற்றக் கொள்கைக்குச் சார்பியல் வாதத்தை அடிப்படையாகக் கொள்வது, நமது அறிவின் சார்பியல் தன்மையை ஒப்புக் கொள்வது மட்டு மில்லாமல், நமது அறிவிற்கு இணையான ஒரு புறவய மாதிரி அல்லது அளவீடு மனிதனைச் சாராமல் இருக்கிறது என்பதை மறுப் பதும் ஆகும். அப்பட்டமான சார்பியல் வாதத்தின் நிலைப்பாட்டில் இருந்து, எந்த விதமான சொற்புரட்டையும் நியாயப்படுத்த முடியும். நெப்போலியன் மே 5, 1821இல் இறந்தார் என்பது "நிபந் தனைக்குட்பட்டது" அல்லது இல்லை என்று ஒருவர் கருதலாம்; விஞ்ஞானக் கருத்தியலுடன் (ஒரு வகையில் "வசதியானது") மதக் கருத்தியலும் (வேறு ஒருவகையில் "வசதியானது) மனிதக் குலத் திற்கு "வசதியானது" என்று இவ்வாறே ஒருவர் ஒப்புக் கொள்ளலாம்.

ஹெகல் அவரது வாழ்நாளில் விளக்கியபடி, இயங்கியல் என்பதில் சார்பியல்வாதம், மறுப்பு, ஐயுறவுவாதம் ஆகியவற்றின் கூறுகள் உள்ளன. ஆனால் சார்பியல்வாதமாக குறைக்க முடியாது. மார்க்ஸ் எங்கெல்ஸ் ஆகியோரின் இயங்கியல் பொருள்முதல்வாதத்தில் சார்பியல் அல்லது ஒப்பீட்டு ரீதியான தன்மை உள்ளது. ஆனால் இதனைச் சார்பியல்வாதமாகக் குறைக்க முடியாது. அதாவது, நமது முழு அறிவின் சார்பியல் தன்மையை இது ஏற்றுக் கொள்கிறது. அது புறவய உண்மையை மறுக்கும் அளவிற்கு அல்ல. அதற்கு மாறாக உண்மை பற்றிய நமது அறிவு துல்லியமாக இல்லாமல் ஏறத்

தாழ சரியாக இருப்பதற்கான வரம்புகள் வரலாற்று நிபந்தனைக்குட் பட்டவை என்ற அளவில் ஆகும்.

போக்தனோவ் சாய்வு எழுத்துகளில் எழுதுகிறார்: "*தெளிவான மார்க்சியம் இத்தகைய வறட்டு நம்பிக்கையை இத்தகைய நிலைத்த கருத்துக்களை நிரந்தர உண்மை என்று ஏற்றுக் கொள்வதில்லை* (*அனுபவவாத ஒருமைவாதம்*, நூல் III, பகுதி. IX). இது ஒரு குழப்பமாகும். வளர்ந்து கொண்டிருக்கும் மனித உணர்வு நிலையில் பிரதிபலிக்கப்படுவதும், இந்த உலகம் என்பது எப்போதுமே இயங்கிக் கொண்டிருப்பதாக, வளர்ந்து வருகிற மனித உணர்வினால் பிரதிபலிக்கப்படுவதாக, (மார்க்சியவாதிகள் நினைப்பது போன்று) இருக்கிறது என்றால், இங்கு "நிலையாக" என்ன உள்ளது? பொருட்களின் மாறாத சாராம்சமோ அல்லது மாறாது உணர்வு நிலையோ இங்கு பிரச்சினைக்குரிய அம்சமாக இல்லை, மாறாக இயற்கையை பிரதிபலிக்கும் உணர்வு நிலைக்கும், உணர்வு நிலையில் பிரதிபலிக்கப்படும் இயற்கைக்கும் இடையிலான ஒத்திசைவுதான் பிரச்சினைக்குரிய அம்சமாகும். இந்தப் பிரச்சனை தொடர்பாக மட்டுமே, "வறட்டு நம்பிக்கைவாதம்" என்பதற்கு ஒரு தனிச் சிறப்பான தத்துவப் பண்பு உள்ளது: கருத்துமுதல்வாதிகளும், அறியொணாவாதிகளும் பொருள்முதல்வாதிகளுக்கு எதிராகப் பயன்படுத்தும் அவர்களுக்குப் பிடித்தமான சொல் ஆகும், இது. இதனை ஏற்கெனவே பழைய பொருள்முதல்வாதி ஃபூயர்பாக் விஷயத்தில் நாம் ஏற்கெனவே கண்டோம். அண்மைக்கால நேர்க்காட்சி வாதத்தின் நிலைப்பாட்டிலிருந்து பொருள்முதல்வாதத்திற்கு எதிராக முன் வைக்கப்படும் மறுப்புகள் எல்லாமே எப்போதோ கழித்துக் கட்டிய உதவாத குப்பைதான்.

6. அறிவுத்தோற்றக் கொள்கையில் நடைமுறை என்ற தேர்வுமுறை

1845இல் மார்க்சும் 1888, 1892 ஆகிய ஆண்டுகளில் எங்கெல்சும், நடைமுறை என்பதைப் பொருள்முதல்வாத அறிவுத்தோற்றக் கொள்கைக்கு தேர்வு முறையாகக் கொண்டனர் என்பதை ஏற்கெனவே நாம் பார்த்தோம்.[44] "நடைமுறையிலிருந்து விலகிய பொருளின் எதார்த்தம் என்பது உண்மையா அல்லது உண்மையற்றதா என்பது பற்றிய சர்ச்சை நூற்புலமைவாதப் பிரச்சனையாகும்." இவ்வாறு ஃபூயர்பாக் பற்றிய இரண்டாவது ஆய்வுரையில் மார்க்ஸ் கூறுகிறார். கான்டிய, ஹியூமிய அறியொணாவாதம், ஏனைய தத்துவக் கோமாளிகளின் வாதம் ஆகியவற்றிற்குத் தகுந்த பதிலாக நடைமுறை இருக்கும் என்று எங்கல்ஸ் கூறுகிறார். "புலன்களால் உணரப்பட்ட பொருள்களின் புறவயமான இயல்பும் புலனுணர்வு

மூலம் ஏற்படும் உள்ளத்தின் புறக்காட்சிகளும் இசைந்து இருப்பது நமது செயலின் வெற்றியைக் குறிக்கிறது" என்று அறியொணா வாதிகளுக்குப் பதில் அளிக்கையில் அவர் இவ்வாறு கூறுகிறார்.[45]

நடைமுறை பற்றி மாக்கின் தேர்வுமுறையுடன் இதனை ஒப்பிட்டுப் பாருங்கள்: "சாதாரணமாக சிந்திக்கும் பொழுதும் பேசும் பொழுதும் *தோற்றம், மாயத்தோற்றம்* ஆகியன *எதார்த்தத்திலிருந்து* வேறு படுத்திக் காட்டப்படுகின்றன. நமக்கு நேராகப் பிடிக்கப்படும் பென்சில் நேராகக் காணப்படுகிறது; தண்ணீரில் அதனைச் சாய்வாக வைக்கும் பொழுது அது வளைந்து காணப்படுகிறது. பிந்தைய உதாரணத்தில் நாம், *உண்மையில்* நேராக இருந்தாலும், அது *வளைந்து* காணப்படுகிறது என்று கூறுகிறோம். ஓர் உண்மையை எதார்த்தம் என்றும், *மற்றொன்றைத்* தோற்றம் என்றும் நாம் எதனை வைத்துக் கூறுகிறோம்?... வழக்கத்திற்கு மாறான நேர்வு நடை பெறும் போதிலும் நாம் பழக்கப்பட்டதை எதிர்பார்க்கிற இயல்பான பிழையில் வீழ்கிறபோது நமது எதிர்பார்ப்பானது ஏமாற்றத்துக்கு ஆளாகிறது. இதற்காக உண்மைகளைக் குறை கூறக்கூடாது. இந்த நேர்வுகளில் *தோற்றம்* பற்றிப் பேசுவதில் ஒரு நடைமுறை ரீதியான முக்கியத்துவம் உள்ளது. ஆனால் இதற்கு விஞ்ஞான முக்கியத்துவம் கிடையாது. அதேபோன்று உலகம் என்பதே மெய்யானதா, இல்லையா அல்லது அதைப்பற்றி அனைத்து அறிவியல் வகைப் பட்ட முக்கியத்துவமும் இல்லாதவாறு நாம் வெறுமனே அதைக் கனவில் காண்கிறோமா என்று அவ்வப்போது வினவப்படுகிறது. மிக மோசமான கனவுகூட மற்ற எவற்றையும் போன்று ஒரு மெய் நிகழ்வாகும்" (*புலனுணர்ச்சிகள் பற்றிய பகுப்பாய்வு*, பக். 18-19).

பயங்கரமான கனவும் உண்மை என்பதுபோல குழப்பமான தத்துவமும் உண்மைதான். எர்னஸ்ட் மாக்கின் தத்துவத்தை அறிந்த பின்னர், இதனைச் சந்தேகப்படுவதற்கு சாத்தியமில்லை. அதிர்ச்சி தரும் வகையிலான வாதப்புரட்டராக இருக்கிற அவர், மனிதனின் பிழைகள் பற்றிய விஞ்ஞான - வரலாற்று ஆய்வு, உளவியல் ஆய்வு, மனிதனின் "விநோதமான கற்பனைகள்", அதாவது ஆவிகள், குறளிப் பேய்கள் ஆகியவற்றில் நம்பிக்கை, உண்மை, கற்பனை ஆகியவற்றின் இடையிலான அறிவியல் வேறுபாடு போன்றவற் றுடன் குழப்புகிறார். உழைப்பாளியின் "கடைசி நேர" வேலை யிலிருந்து முதலாளியின் லாபம் முழுவதும் கிடைக்கிறது என்ற சீனியரின் கொள்கையும்* மார்க்சின் கொள்கையும் ஒன்றுதான் என்று

---

* மூலதனம் தொகுதி 1 நூலில் கொச்சைப் பொருளாதார அறிஞர் சீனியர் என்பவரது கோட்பாட்டை மார்க்ஸ் விமர்சிக்கிறார். டூமா உறுப்பினர், முடியரசுவாதி, கடைக்கோடித்தனமான பிற்போக்குவாதி மொ-ர்.

சொல்கிற ஒரு பொருளாதார அறிஞனின் கூற்று போன்று உள்ளது. விஞ்ஞானக் கண்ணோட்டத்தில், எந்தக் கொள்கை முதலாளிகளின் லாப நோக்கமா, அதன் ஒருதலைபட்சமான, கைக்கூலிப் பேராசிரியர்களின் நிலையா - எது புறவய உண்மையைக் காட்டுகிறது என்று கேட்பது அர்த்தமற்றது. தோல் தொழிலாளியான ஜோசப் டியட்ஸ்ஜென் பொருள்முதல்வாத அறிவுக் கொள்கையை, "மத நம்பிக்கைக்கு எதிரான உலகளாவிய ஆயுதம்" என்று கருதினார். (*சிறு தத்துவக் கட்டுரைகள்*, பிரிவு 55). ஆனால், சாதாரணப் பேராசிரியர் எர்னஸ்ட் மாக்கிற்கு பொருள்முதல்வாதக் கொள்கை, அகவயக் கருத்துமுதல்வாத அறிவுக் கொள்கை ஆகியவற்றின் வேறுபாட்டில், "எந்த வகையான விஞ்ஞான முக்கியத்துவமும் இல்லை*!*". பொருள்முதல்வாதத்திற்கும் கருத்துமுதல்வாதத்திற்கும் இடையிலான போராட்டத்தில் விஞ்ஞானம் சார்பு நிலையற்றது ஆகும். மாக் மட்டுமல்ல, மாறாக எல்லா தற்கால முதலாளியப் பேராசிரியர்களுக்கும் மதம் என்பது பிடித்த கருத்தாக உள்ளது என்று இவர்கள் பற்றி டியட்ஸ்ஜென் சரியாகவே கூறுகிறார், "திரிக்கப் பட்ட கருத்துமுதல்வாதத்தின் மூலம் மக்களை முட்டாளாக்கும் பட்டம் பெற்ற சேவகர்கள் இவர்கள்" என்கிறார்.

எதார்த்தத்திற்கும் பொய்த் தோற்றத்துக்கும் உள்ள வேறு பாட்டைக் காட்டும் நடைமுறையை மாக் விஞ்ஞானத்திலிருந்தும் அறிவுக் கொள்கையிலிருந்தும் நீக்குவது ஒரு திரிபுவாதத் தன்மை கொண்ட தேர்ச்சி பெற்ற கருத்துமுதல்வாதம் ஆகும். நடைமுறை யின் உதவியின்றி அறிவுத் தோற்றவியலின் அடிப்படைப் பிரச் சனையைத் தீர்க்க முயற்சிப்பதை "நூற்புலமைவாதம்" "தத்துவ ஏமாற்றுவேலை" என்று மார்க்சும் எங்கெல்சும் கண்டித்தனர். நடை முறையானது பொருள்முதல்வாத அறிவுக் கொள்கை சரி என்பதைக் காட்டுகிறது என்று அவர்கள் கூறினர். ஆனால் மாக்கிற்கு நடைமுறை என்பது ஒன்று; அறிவுத்தோற்றக் கொள்கை என்பது வேறானது; ஒன்றிற்கொன்று தொடர்பில்லாமல் அவற்றை அருகருகே நிபந்தனைகள் இல்லாமல் வைக்கலாம். அவரது கடைசி நூல் "*அறிவும் பிழையும்*" என்பதில், மாக் கூறுகிறார்: "உயிரியல் ரீதியாக அறிவு என்பது எப்பொழுதுமே பயனுள்ள மனத்தின் அனுபவம் ஆகும்" (2-வது ஜெர்மானியப் பதிப்பு, பக்.115). "வெற்றி தான் அறிவை பிழையிலிருந்து பிரிக்க முடியும்" (பக்.116). "இக்கருத்து என்பது ஒரு பௌதிகமான நடைமுறைக் கருதுகோள் ஆகும்" (ப.143). அப்பாவித்தனமாக, மார்க்சியர்களாக வர விரும்புகிற ரஷ்ய மாக்கியர்கள், மாக் மார்க்சியத்திற்கு *நெருக்கமாக வருகிறார்* என்று வியத்தகு முறையில் கூறுகின்றனர். இங்கு, பிஸ்மார்க் உழைப்பாளர் இயக்கத்திற்கு நெருக்கமாக வந்தது போல,

அல்லது யுலோஜியஸ் பாதிரியார்[46] ஜனநாயகத்திற்கு நெருக்கமாக வந்தது போன்றே மாக்கும் நெருங்கி வருகிறார். மாக்கைப் பொறுத்தமட்டிலும், இத்தகைய கூற்று அவரது கருத்துமுதல்வாத அறிவுக் கொள்கைக்கு அருகே இருக்கிறது, அறிவுத் தோற்றவியலில் எந்தப் போக்கினையும் இது தீர்மானிப்பது இல்லை. புறவய உண்மையைப் பிரதிபலிக்கும் பொழுது, மனிதனைச் சாராத உண்மையைப் பிரதிபலிக்கும் பொழுது உயிரியல் ரீதியாகவும், மனித நடைமுறையிலும், வாழ்வைப் பாதுகாப்பதிலும், உயிரினங் களைப் பாதுகாப்பதிலும், அறிவு பயனுள்ளதாக இருக்கிறது. ஒரு பொருள்முதல்வாதிக்கு நாம் உணரும் பொருள்களின் புறவயத் தன்மை நமது எண்ணங்கள் ஆகியவற்றிற்கு இடையிலான ஒத்திசைவினை மனித நடைமுறையின் "வெற்றி" நிரூபிக்கிறது. ஒரு ஆன்மீகவாதிக்கு என்னுடைய நடைமுறையிலிருந்து தேவைப் படுவது "வெற்றியாகும்." இதனை அறிவுக் கொள்கையின் தேர்வு முறையாக நடைமுறையை சேர்த்தால் நாம் தவிர்க்க இயலாமல் பொருள்முதல்வாதத்திற்கு வருகிறோம் என்று மார்க்சியவாதி கூறுகிறார். நடைமுறை பொருள்முதல்வாதமாக இருக்கட்டும். ஆனால் கொள்கை என்பது வேறு விஷயம், என்று மாக் கூறுகிறார்.

"நடைமுறையில், ஒரு பொருளைப் பற்றிக் கொள்ளும் பொழுது பொருள் என்ற எண்ணம் இல்லாமலே செய்வது போல, நாம் ஒரு செயலைச் செய்யும் பொழுது *நான்* என்ற எண்ணம் இல்லாமலேயே செய்யலாம். சூரியன் மீண்டும் உதிப்பதை எப்பொழுதுமே காண்பதுபோல, உடலியல் ரீதியாக நான் மட்டும் தான் என்ற எண்ணம் கொண்டவராகவும் பொருள்முதல்வாதியாகவும் அதே உறுதியுடன் இருக்கிறோம். ஆனால் கோட்பாடு ரீதியாக இக்கருத்தை நாம் பின்பற்ற முடியாது" (பக். 284-85). இவ்வாறு மாக் அவருடைய *புலனுணர்ச்சிகளின் பகுப்பாய்வு* என்பதில் எழுதுகிறார்.

தான் (egoism) என்ற எண்ணம் கொண்டிருப்பதானது எடுத்துக் கொண்ட பொருளுடன் தொடர்பற்ற ஒன்றாகும். ஏனெனில் தான் என்ற எண்ணம் ஓர் அறிவாதார முறை இயலின் வகையினமாக இல்லை.

உலகைச் சுற்றி சூரியன் வலம் வருவதாக மேலீடாகத் தோன்றுகிற இயக்கம் என்ற சிக்கலும் கூட இங்கு எடுத்துக்கொண்ட பொருளுடன் தொடர்பற்றதுதான், ஏனெனில் அறிவு பற்றிய கோட்பாட்டில் ஒரு தேர்வுமுறையாக செயல்படும் நடைமுறை இருக்கும் நிலையில், நாம் வான் ஆராய்ச்சி சார்ந்த கண்டுபிடிப்பு களையும், காட்சிப்பதிவுகளையும் மற்றும் இதுபோன்ற இதர வகை யான நடைமுறைகளையும் நாம் சேர்த்துக் கொள்ள வேண்டும்.

நடைமுறை வாழ்க்கையில் மனிதர்களுக்குப் பொருள்முதல்வாத அறிவுக் கொள்கை வழிகாட்டியாக உள்ளது என்று மாக் ஒப்புக் கொண்டது மிக முக்கியமானதாக உள்ளது; இதனைக் "கோட்பாட்டு ரீதியாக அகற்றும்" முயற்சி மாக்கிற்கே *உரித்தான* நூற்புலமை வாதமும், திரித்துக் கூறப்படும் கருத்துமுதல்வாதமும் ஆகும்.

அறிவுத்தோற்றக் கொள்கைக்குப் பொருத்தமில்லாத ஒன்றைப் போல, நடைமுறையை நீக்குவதற்கு மேற்கொள்ளப்படும் முயற்சிகளில் புதுமை எதுவும் இல்லை. அறியொணாவாதம், கருத்துமுதல்வாதம் ஆகியவற்றிற்கு இடமளிப்பதற்காக, இதனைச் செய்த பல உதாரணங்களை ஜெர்மானியத் தத்துவ வரலாற்றி லிருந்தே காணலாம். கான்ட், பிச்டே ஆகியோருக்கு இடையே ஜி.ஈ. ஷுல்ட்ஸ் என்பவர் வருகிறார் (தத்துவத்தின் வரலாற்றில் ஷுல்ட்ஸ் அனிசிடெமியுஸ் என்று அறியப்பட்டவர்). இவர் தத்துவத்தில் ஐயுறவுவாதத்தைப் பகிரங்கமாக முன்வைக்கிறார். ஹியூமைப் பின்பற்றுபவர் என்று தன்னை அழைத்துக் கொள்கிறார் (பழங்காலத்தவர்களில் பய்ரோ மற்றும் செக்ஸ்டஸ் ஆகியோரும்). தானாக உள்ள பொருளையும் புறவய அறிவின் சாத்தியத்தையும் இவர் மறுக்கிறார்; நாம் "அனுபவத்திற்கு" அப்பால், புலனுணர்ச்சி களுக்கு அப்பால் செல்லக் கூடாது என்கிறார். இது தொடர்பாக எதிர் முகாமிலிருந்து பின்வரும் எதிர்ப்பு வரும் என்கிறார்: "தினசரி வாழ்க்கை நிகழ்ச்சிகளில் பங்கெடுக்கும் பொழுது ஐயுறவுவாதி புறவய உண்மையின் எதார்த்தத்தை சந்தேகமற்றதாக ஏற்றுக் கொள்கிறான்; அதன்படி நடக்கிறான் மற்றும் உண்மைக்கான அடிப்படையை ஏற்றுக் கொள்கிறான். அவனது சொந்த நடத்தையே அவனது ஐயுறவுவாதத்தை மிகத் தெளிவாக மறுக்கிறது."* "இத்தகைய சான்றுகள் யாவும் மந்தை போன்ற மனிதக் கும்பலுக்கு மட்டுமே அர்த்தமுடையவையாகும். ஏனெனில், எனது ஐயுறவு வாதமானது நடைமுறை வாழ்வின் தேவைகளைப் பற்றி அக்கறை கொள்வதற்கு மாறாக அது தத்துவத்தின் வரையறைக்கு நீடிப்பதாகும்" (பிரிவு. 254, 255) என்று ஷுல்ட்ஸ் உடனே கொதிப்புடன் பாய்கிறார்.

இதே போன்றே, அகவயக் கருத்து முதல்வாதியான பிச்டேவும் கருத்துமுதல்வாத எல்லைக்குள்ளாக தனக்கு ஒரு இடத்தை கண்டுபிடிக்க நம்பிக்கையுடன் தேடுகிறார். நாம் அனைவருக்கும் எதார்த்தவாதம் அவசியமானது, அதுவும் உறுதியான கருத்துமுதல்

---

* G. E. ஷுல்ட்ஸ், *தொடக்க நிலை தத்துவத்தின் அடிப்படைகளை - ஜெனாவில் பேராசிரியர் ரெய்ன்ஹோல்ட் முன்வைத்தவை,* 1792, பிரிவு 253.

வாதிக்கு, செயல் என்று வரும் பொழுது பொருள்கள் நம்மைச் சாராமல் நமக்குப் புறத்தே உள்ளன என்ற கற்பிதமானது அவசியமாகிறது" (*படைப்புகள்,* I, 455).

மாக்கின் அண்மைக்கால நேர்க்காட்சிவாதம் ஷுல்ஸ், பிச்டே ஆகியோரிடமிருந்து அதிகம் வேறுபடவில்லை! வேடிக்கையாக இங்கு ஒன்றைக் கூறலாம். பசரோவிற்கு பிளெக்கனோவை விட வேறு யாரும் கண்ணில் படவில்லை. அதாவது பூனையை விட வலுவான விலங்கு அவருக்கு ஒன்றுமேயில்லை. "பிளெக்கனோ வின் தத்துவ அடிப்படையை பசரோவ் கேலி செய்கிறார்" (*மார்க்சிய தத்துவத்தில் ஆய்வுகள்,* பக். 69). "பிளெக்கனோவ் ஓர் அபத்தமான கூற்றை முன்வைத்தார். புற உலகம் இருப்பது பற்றிய "நம்பிக்கை" யானது தத்துவத்தின் ஒரு தவிர்க்க முடியாத *உயிர்ப்பாய்ச்சல்* ஆகும்" (*லுத்விக் ஃபூயர்பாக் பற்றிய குறிப்புகள்,* பக்.111). மேற்கோள் குறிக்குள் கொடுக்கப்பட்டுள்ள "நம்பிக்கை" என்ற சொல் (ஹியூமிடம் இருந்து பெற்றது) பிளெக்கனோவிடம் ஒரு குழப்பத் தைத் தருகிறது. இது பற்றி எந்த ஐயமும் இல்லை. ஆனால் பிளெக்கனோவிற்கும் இதற்கும் என்ன தொடர்பு? பசரோவ் ஏன் ஃபூயர்பாக் போன்ற வேறு ஒரு பொருள்முதல்வாதியை எடுத்துக் கொள்ளவில்லை? அவரைத் தெரியாது என்பதாலா? ஆனால் அறியாமை என்பது ஒரு வாதமாகாது. மார்க்ஸ், எங்கெல்சைப் போன்றே ஃபூயர்பாக்கும் (ஷுல்ட்ஸ், பிச்டே, மாக் ஆகியோரது கண்ணோட்டப்படி) அறிவுத் தோற்றவியலின் அடிப்படையில் நடைமுறை பற்றி அனுமதிக்க முடியாத பாய்ச்சலை மேற் கொண்டார். கருத்துமுதல்வாதத்தை விமர்சனம் செய்யும் பொழுது, பிச்டேயிடமிருந்து பின்வரும் மேற்கோளைக் காட்டி ஃபூயர்பாக் விளக்குகிறார், இது மாக்கியத்தை சிறப்பாக அழித்து விடுகிறது. பிச்டே எழுதுகிறார்: "பொருள்கள் உண்மை என்று நீங்கள் அனுமானிக்கிறீர்கள்; அவை உங்களுக்கு வெளியே உள்ளன என்கிறீர்கள். ஏனென்றால், நீங்கள் அதனைக் காண்கிறீர்கள், கேட்கிறீர்கள், தொடுகிறீர்கள். ஆனால் பார்வை, தொடுதல், கேட்டல் ஆகியன புலன் உணர்ச்சிகள் மட்டுமே... நீங்கள் பொருள் களை உணர்வதில்லை; மாறாக உங்கள் புலன் உணர்ச்சிகளை மட்டுமே உணருகிறீர்கள்" (ஃபூயர்பாக், *படைப்புகள்,* பிரிவு 85). இதற்கு ஃபூயர்பாக் பின்வருமாறு பதில் கூறுகிறார்: மனிதன் என்பவன் அருவமான தன்னிலை ஆளுமை (அதாவது நான்) அல்ல, மாறாக ஒரு பெண் அல்லது ஆண் ஆகும். இந்த உலகம் புலன் உணர்ச்சி மட்டும் தானா என்ற பிரச்சனையை ஆணோ அல்லது பெண்ணோ எனது புலனுணர்ச்சி மட்டும்தானா? அல்லது நடைமுறை வாழ்வில் உள்ள நமது உறவுகள் இதற்கு முரணாகச்

சான்று பகர்கின்றனவா? என்ற மற்றொரு பிரச்சனையுடன் ஒப்பிடலாம். ''கருத்துமுதல்வாதமானது உலகத்தின் எதார்த்தத் தன்மை அல்லது எதார்த்தமற்ற தன்மை பற்றியும், புறவயத் தன்மையா அல்லது அகவயத்தன்மையா என்று கேள்வி எழுப்பி, அதற்கு கோட்பாட்டின் நோக்குநிலையிலிருந்து மட்டும் அதற்கு விடை கொடுப்பதும் அதன் அடிப்படையான குறைபாடாக உள்ளது'' (அதே நூல், 189). அறிவுக் கொள்கைக்கு மனிதனது நடைமுறையைப் ஃபூயர்பாக் அடித்தளமாகக் கொள்கிறார். *நான், நீ* என்பதன் உண்மையைக் கருத்துமுதல்வாதிகளும் நடைமுறை வாழ்க்கையில் ஏற்றுக் கொள்கின்றனர் என்று ஃபூயர்பாக் கூறுகிறார். கருத்துமுதல்வாதிக்கு, "இந்தக் கண்ணோட்டம் நடைமுறை வாழ்க்கைக்கும் பொருந்தும்; ஆனால் ஊகத்திற்கு அல்ல. ஆனால் மரணம், உடலிலிருந்து பிரிந்த ஆன்மா என்பதை உண்மையின் நிலைப்பாடாகக் காட்டும் ஊகம், பொய்யான உயிர்த் தன்மையற்ற ஊகம் ஆகும்" (பக்.192). *உணர்வதற்கு* முன்னால் நாம் சுவாசிக்கிறோம். காற்று, உணவு, நீர் ஆகியன இன்றி நம்மால் உயிர்வாழ முடியாது.

"உலகம் கருத்தியல் ரீதியாக உள்ளதா அல்லது எதார்த்தத்தில் உள்ளதா என்ற சிக்கலைப் பற்றி ஆய்வு செய்யும்போது நாம் என்ன உண்கிறோமோ என்ன குடிக்கிறோமோ என்ற கேள்விகளையும் கையாள வேண்டும் என்று பொருளாகிறதா என்ன? என கருத்துமுதல்வாதி இவ்வாறு கோபித்துக் கொள்கிறார். எவ்வளவு மோசமானது! தத்துவ அரியாசனத்திலிருந்தும் இறையியலுக்குரிய பிரசங்க மேடையிலிருந்தும் பொருள்முதல்வாதத்தை முழுமையாக கண்டிப்பதெல்லாம், முழுமனதோடு அதை உணவு உண்பதில் மிக அருவருப்பூட்டும் வகையில் கடைபிடிப்பதற்குத்தான் எனும்போது அது நல்லொழுக்கத்தின் மீது எத்தகைய களங்கமாகி விடும்" (ப. 195). அத்துடன் ஃபூயர்பாக் புறவயமான உலகத்துடன் அகவயமான புலனுணர்ச்சியை முழுதும் ஒத்தது என்பது "இனப்பெருக்கத்தை மாசுபடுத்துவதோடு முழுதும் ஒத்ததாக கருதுவதாகிவிடும்" என்று அதிர்ச்சியை வெளிப்படுத்துகிறார்.

இது ஒன்றும் மரியாதையுடன் எழுதப்பட்ட விமர்சனம் அல்ல. புலனறிவுக் காட்சிதான், புறத்தே உள்ள எதார்த்தம் என்று போதிக்கும் தத்துவவாதிகளை இது வலுவாகத் தாக்குகிறது.

அறிவுத்தோற்றக் கொள்கையில் வாழ்க்கைக் கண்ணோட்டம், நடைமுறை ஆகியன தாம் அடிப்படையாக இருக்க வேண்டும். இது பொருள்முதல்வாதத்திற்கு இட்டுச் செல்கிறது. பேராசிரியர்களுக்குரிய நூற்புலமைவாதத்தின் எல்லையற்றக் கட்டுக்கதைகளை இது புறந்தள்ளுகிறது. ஆனால் நடைமுறை என்ற தேர்வு முறையானது

பொருளின் இயல்பு பற்றிய பிரச்சனையில், மனிதனது கருத்தை முழுவதுமாக உறுதிபடுத்தவோ அல்லது மறுக்கவோ முடியாது என்பதை நாம் மறக்க கூடாது. மனிதனது அறிவு "முழுமையாவதைத்" தவிர்க்க இந்த அளவுகோல் போதுமான அளவு "எல்லையற்றதாக" உள்ளது. அதே சமயத்தில் எல்லா வகையான கருத்துமுதல் வாதம், அறியொணாவாதம் ஆகியவற்றிற்கு எதிராகத் தொடர்ந்து போராட எல்லைக்குட்பட்டதாகவும் உள்ளது. நமது நடைமுறையானது முழுமையான புறவயமான உண்மையை உறுதி செய்வதிலிருந்து, இந்த உண்மைக்கான ஒரே வழி விஞ்ஞானத்தின் வழி என்பதாகிறது. விஞ்ஞானம், பொருள்முதல்வாதக் கண்ணோட்டத்துடன் உள்ளது. உதாரணமாக, பண சுழற்சி என்பதை புறவய உண்மையை அடித்தளமாகக் கொள்ளும் மார்க்சின் கொள்கையை போக்தனோவ், "நமது காலத்திற்கான" புறவய உண்மை என்று ஏற்றுக் கொள்கிறார். ஆனால் இந்தக் கொள்கையை "வரலாற்றுக்கு அப்பாற்பட்ட புறவய உண்மையாகக்" கொள்வது "வறட்டு சித்தாந்தம்" என்று அவர் கருதுகிறார் (*அனுபவவாத ஒருமைவாதம், நூல் III, பகுதி. VI*). மறுபடியும் இது ஒரு குழப்பம் ஆகும். மே 5, 1821இல் நெப்போலியன் காலமானார் என்பது *நிரந்தர உண்மை* என்பது போல, இக்கொள்கைக்கும் நடைமுறைக்கும் உள்ள ஒத்திசைவை எவ்விதமான எதிர்கால நிலைமைகளாலும் மாற்ற முடியாது. ஆனால் நடைமுறை என்ற அடித்தளமானது, அதாவது கடந்த சில பத்தாண்டுகளில் முதலாளித்துவ நாடுகளில் ஏற்பட்ட வளர்ச்சியானது, மார்க்சின் முழுமையான சமூக பொருளியல் கோட்பாட்டின் புறவயத் தன்மை கொண்ட உண்மையை மெய்ப்பிக்கிறது. எனவே மார்க்சின் "வறட்டுச் சித்தாந்தம்" என்று பேசுவது முதலாளித்துவப் பொருளாதாரத்துக்கு விட்டுக் கொடுப்பதான மன்னிக்க முடியாத தவறைச் செய்வதாகும். மார்க்சின் கொள்கை புறவய உண்மை என்று மார்க்சியர்கள் கூறுவதிலிருந்து நாம் பெறும் முடிவு இக்கொள்கையைப் பின்பற்றுவதன்மூலம், நாம் புறவய உண்மைக்கு நெருக்கமாகச் செல்கிறோம் என்பதாகும் (எப்போதும் குறையாத ஊக்கத்துடன்); *வேறு ஏதேனும் ஒரு பாதையைப் பின்பற்றுவதன் மூலம் நாம் குழப்பங்களுக்கும் பொய்களுக்கும் உள்ளாவோம்.*

அத்தியாயம் மூன்று

இயங்கியல் பொருள்முதல்வாதம் மற்றும் அனுபவவாத-விமர்சனம் ஆகியவற்றின் அறிவு பற்றிய கோட்பாடு. III

1. பருப்பொருள் என்பது என்ன? அனுபவம் என்பது என்ன?

கருத்துமுதல்வாதிகள், மாக்கியர்கள் உள்ளிட்ட அறியொணா வாதிகள் ஆகியோர் பொருள்முதல்வாதிகளிடம் இந்த முதல் கேள்வியைக் கேட்கின்றனர். இரண்டாவது கேள்வியைப் பொருள் முதல்வாதிகள் மாக்கியர்களிடம் கேட்கின்றனர்.

பருப்பொருள் என்பது பற்றி அவெனரியஸ் கூறுகிறார்:

"தூய்மைப்படுத்தப்பட்ட 'முழுமையான அனுபவத்தில்' இயக்க மறுப்பியல் தத்துவக் கருத்துப்படியான, 'பௌதிகமான பொருள்' என்று ஒன்றும் இல்லை. இக்கருத்துப்படி, 'பருப்பொருள்' என்பது ஒரு மனக்கண் தோற்றம் தான்; பருப்பொருள் எனப்படுவது ஒவ்வொரு மையமான விதிமுறையிலிருந்து பிரித்தெடுக்கப்பட்ட எதிர் விதிமுறைகளின் கூட்டுத் தொகையாக இருக்கும். முதன்மை யான இணைப்பில் உள்ளது போன்றே, அதாவது "முழுமையான அனுபவமானது", ஒரு மையமான விதிமுறை இல்லாமல் ஓர் எதிர் விதிமுறையானதைப்" பற்றி எண்ணிப் பார்க்க முடியாது, ஆகவே பருப்பொருள் பற்றிய இயக்க மறுப்பியல் வகையிலான முழு மையான கருத்து என்பது ஒரு கட்டற்றக் கற்பனைதான் (*குறிப்புகள்*, பக். 2. மேற்கோள்காட்டப்பட்ட சஞ்சிகையில், பகுதி. 119).

இந்தச் சொற்சிலம்பத்தில் ஒன்று தெளிவாக உள்ளது. ஏனென்றால் அவெனரியஸ் பௌதிகத்தை அல்லது பருப்பொருளை முழுமை யானது இயக்க மறுப்பியல் ரீதியானது என்று அழைக்கிறார். ஏனென்றால், அது முதன்மையான இணைப்பு என்ற கொள்கையின் படி (அல்லது புதிய முறையில் "முழுமையான அனுபவம்") எதிர் விதிமுறையை மையமான விதிமுறையிலிருந்து பிரிக்க முடியாது. அதாவது சூழ்நிலையை தான் எனும் தன்மையிலிருந்து (self) பிரிக்க

முடியாது. *தான் எனும் தன்மை அல்லாததை, தான் எனும் தன்மையிலிருந்து* பிரிக்க முடியாது (பிச்டே கூறியபடி). இக்கொள்கை மாறுவேடமிட்ட அகவயக் கருத்துமுதல்வாதம் என்று நாம் ஏற்கெனவே காட்டியுள்ளோம். எனவே “பருப்பொருளை” அவெனரியஸ் தாக்குவது, இயல்பானதே: கருத்துமுதல்வாதி மனதைச் சாராதப் பௌதிகப் பொருளை மறுக்கிறான். எனவே, அதற்காகத் தத்துவத்தினால் விளக்கப்படும் எந்தக் கருத்தையும் அவன் மறுக்கிறான். பொருள் “பௌதிகமானது” மனிதனுக்குப் பழக்கமான ஒன்று, உடனே கொடுக்கப்பட்டது அதன் இருப்பை மனநல மருத்துவமனையில் உள்ளவன் தவிர வேறு யாரும் சந்தேகப் படமாட்டார்கள் என்பதை அவெனரியஸ் மறுக்கவில்லை. *தான்* என்ற தன்மைக்கும், சூழ்நிலைக்குமான பிரிக்க முடியாத தொடர்பு பற்றிய “*அவரது*” கொள்கையை ஒப்புக்கொள்ள வேண்டும் என்று அவர் கூறுகிறார்.

தத்துவ அலங்காரங்கள் எதுவுமில்லாமல் இதே கருத்தை மாக் வெளியிடுகிறார்: “நாம் பருப்பொருள் என்று அழைப்பது முறையாக அமைக்கப்பட்ட ஆக்கக் கூறுகளே ஆகும்” (*புலனுணர்ச்சிகளின் பகுப்பாய்வு,* பக். 265). உலகக் கண்ணோட்டத்தில் இவ்வாறு கூறுவதன் மூலம் ஒரு “தீவிரமான மாறுதலைக்” கொண்டு வருகிறோம் என்று மாக் எண்ணுகிறார். உண்மையில் இது மிக மிகப் பழைமையான அகவயக் கருத்துமுதல்வாதம் ஆகும். இதன் வெட்கக்கேட்டை “ஆக்கக் கூறு” என்ற சொல் மூடிமறைக்கிறது.

இறுதியாக, பொருள்முதல்வாதத்தின் தீவிர எதிரியான ஆங்கிலேய மாக்கியர், பியர்சன் கூறுகிறார்: “கூடுதலாகவோ அல்லது குறைவாகவோ குறிப்பிட்ட நிரந்தரமான புலன் உணர்ச்சிப் பதிவுகளை பருப்பொருள் என்று வகைப்படுத்துவதற்கு விஞ்ஞான ரீதியாக மறுப்பு இருக்க முடியாது. இதன் மூலம் ‘புலன் உணர்ச்சியின் நிரந்தர சாத்தியம்’ என்ற ஜான் ஸ்டுவர்ட் மில்லின் பருப்பொருள் பற்றிய வரையறைக்கு அருகில் நாம் செல்கிறோம். ஆனால் பருப்பொருள் பற்றிய இந்த வரையறையானது இயங்கும் பருப்பொருள் என்ற புரிதலிலிருந்து நம்மை முற்றிலும் விலகச் செய்கிறது” (*அறிவியலின் இலக்கணம்,* 2ஆம் பதிப்பு, 1900, பக். 249). இங்கு “ஆக்கக் கூறு” என்ற சமாளிப்பு முறை எதுவும் இல்லை. இங்கு கருத்துமுதல்வாதி அறியொணாவாதியுடன் பகிரங்கமாகக் கைகுலுக்குகிறான்.

வாசகர்கள் காண்பதுபோல, அனுபவவாதத்தின் நிறுவனர்களின் இந்த வாதங்கள் எல்லாம் முழுமையாகவும், தனிச்சிறப்பாகவும், சிந்தனைக்கும் இருப்பிற்கும் புலன் உணர்ச்சிக்கும் பொருளுக்கும்

உள்ள பழைய அறிவுத் தோற்றவியல் பிரச்சனையைச் சுற்றி உள்ளன எனலாம். "தற்கால நேர்க்காட்சி வாதத்திற்கும்" அல்லது "தற்கால விஞ்ஞானத்திற்கும்" உள்ள தொடர்பே இல்லாத ஒன்றைக் காண ரஷ்ய மாக்கியர்கள் மிகவும் அப்பாவித்தனமாக முயன்றார்கள். நாம் குறிப்பிட்ட எல்லாத் தத்துவவாதிகளும் பகிரங்கமாக அல்லது மறைமுகமாக, பொருள்முதல்வாதத்தின் தத்துவப் போக்கிற்குப் பதிலாக (வாழ் நிலையிலிருந்து சிந்தனைக்கு, பருப்பொருளில் இருந்து புலனுணர்ச்சிக்கு) கருத்துமுதல்வாதப் போக்கினை முன் வைக்கின்றனர். பருப்பொருளை அவர்கள் மறுப்பது, ஒரு பழைய அறிவுத் தோற்றவியல் பிரச்சனைக்கு விடையாக உள்ளது. அதாவது நமது புலன் உணர்விற்கான புறவயமான மூலத்தை, இதற்கு இணையான புறவய எதார்த்தத்தை மறுப்பதில் உள்ளது. மற்றொரு பக்கத்தில் கருத்து முதல்வாதிகளும் அறியொணாவாதிகளும் மறுக்கும் தத்துவப் போக்கினை அங்கீகரிப்பது பின்வரும் வரையறையில் உள்ளது: நமது புலன் உறுப்புகளின் மீது செயல் புரிவதன் மூலம் புலன் உணர்வுகளைத் தோற்றுவிப்பது பருப்பொருள் ஆகும்; பருப்பொருள் என்பது நமது புலன்கள் மூலம் நமக்குக் கிடைக்கும் புறவய எதார்த்தம் ஆகும்.

பெல்டோவிற்கு எதிராக வாதமிடுவது போல நடித்து, கோழைத் தனமாக எங்கெல்சைப் புறக்கணிக்கும் போக்தனோவ், பின்வரும் வரையறையைக் கண்டு சினமடைகிறார். அதாவது ஒரு தத்துவப் போக்கில் பருப்பொருள்தான் பொருள் முதல்நிலையானது, ஆன்மா இரண்டாம் நிலையானது; மற்றொரு போக்கில் இது நேர்மாறானது. இந்த வரையறை பழைய "சூத்திரத்தை" (எங்கெல்சுடையது என்று நமது மார்க்சியர்கள் கூற மறந்து விடுகின்றனர்) திரும்பக் கூறுவதாகும். எல்லா ரஷ்ய மாக்கியர்களும் போக்தனோவின் இந்த "மறுப்பினை" மகிழ்வுடன் எதிரொலிக்கின்றனர்! ஆனால் அறிவுத் தோற்றவியலின் இந்த இரண்டு முடிவான கருத்திற்கு, இதைத் தவிர வேறு வரையறை அளிக்க முடியாது என்பது சிறிதளவு சிந்தித்தால்கூட இவர்களுக்குத் தெரிந்திருக்கும். தவிர இவற்றில் எது முதன்மையானது என்பது தான் முக்கியமானது. ஒரு வரையறைக் கொடுத்தல் என்பதன் அர்த்தம் என்ன? அது ஒரு கருத்தை மிகத் தெளிவான முறையில் கூறுவது என்பதாகும். உதாரணமாக "கழுதை ஒரு விலங்கு" என்று நான் கூறும் பொழுது "கழுதை" என்ற கருத்தை இன்னும் தெளிவான கருத்திற்குள் கொண்டு வருகிறேன் என்பதாகும். இங்கு கேள்வி என்னவென்றால் இருப்பு, சிந்தனை, பருப்பொருள் புலன் உணர்ச்சி, பௌதிகம், மனம் ஆகியன இல்லாமல் அறிவு பற்றிய கோட்பாடு செயல் புரிவதற்கான சிறந்த கருத்தாக்கம் உள்ளதா? இல்லை. அறிவுத்

தோற்றவியலில் மீற முடியாத இறுதியான தெளிவான கருத்தாக்க மாக உள்ளது இதுதான் (*பெயர்களில் ஏற்படும் மாற்றம் தவிர*; இது எப்போதும் சாத்தியமானது தான்). "மறுபடியும் கூறுவது" என்று இல்லாமல், தெளிவான இந்த இருவகைப்பட்ட இறுதிக் கருத்தாக்கத்தை "வரையறை" செய்ய வேண்டும் என்பவன் ஒரு மரமண்டையாக அல்லது முட்டாளாக இருக்க வேண்டும் இரண்டிலொன்றுதான் முதன்மையானதாக இருக்க வேண்டும். பருப்பொருள் பற்றி மேலே குறிப்பிட்ட மூன்று வாதங்களையும் எடுத்துக் கொள்ளுங்கள். இவையாவும் எதைக் காட்டுகின்றன? அதாவது இந்தத் தத்துவவாதிகள் மையமான விதிமுறையிலிருந்து எதிர் விதிமுறைக்குச் செல்வது போன்று மனம் அல்லது *தான்* எனும் தன்மையிலிருந்து பௌதிகம் அல்லது சுற்றுப்புறத்திற்குச் செல்கின்றனர்; அல்லது புலன் உணர்ச்சியிலிருந்து பருப்பொரு ளுக்குச் செல்வது ஆகும். அவர்களது தத்துவப் போக்கினைச் சுட்டிக் காட்டுவது தவிர, அவெனரியஸ், மாக், பியர்சன் ஆகியோர் இந்த அடிப்படைக் கருத்தாக்கம் பற்றி வேறு ஏதேனும் "வரையறையைக்" கொடுத்துள்ளனரா? வேறு ஏதேனும் ஒரு வழியில் *தான்* எனும் தன்மை, புலனுணர்ச்சி, புலனறிவுக்காட்சி என்பவற்றிற்கு குறிப்பான முறையில் வரையறை தந்துள்ளனரா? இயற்கை, இருப்பு, பருப் பொருள் பௌதிகமானது என்ற முறையில் முதன்மையான ஆன்மா, மனரீதியானது, உணர்வு ஆகியன இரண்டாம் நிலை யானது துணைமையானது என்று கூறுவதன் மூலம் பொருள் முதல்வாதிகள் கொடுக்கும் அதே வரையறையை திரும்ப மாக்கியர் பேசுவது எவ்வளவு முட்டாள்தனமானது என்பதைக் காண தான் இதனைத் தெளிவாக விளக்க வேண்டும்.

புதிய சொற்கள், புலமை வாதங்கள், புதிரான "இசம்கள்" என்ற இயல்கள் ஆகியவற்றுடன் விளையாடுவதை வெறுத்ததில் மார்க்ஸ், எங்கெல்சின் மேதமை உள்ளது. அவர்கள் தெளிவாகவே கூறினார்கள். தத்துவத்தில் பொருள்முதல்வாதப்போக்கு, கருத்துமுதல்வாதப் போக்கு என்று மட்டுமே உள்ளது. இவற்றிற்கு இடையே பல்வேறு அறியொணாவாதப் போக்குகள் உள்ளன. தத்துவத்தில் ஒரு "புதிய" போக்கினைக் கண்டுபிடிக்க முயற்சிப்பது என்பது "புதிய" மதிப்புக் கொள்கையை, வாடகைக் கொள்கையை உருவாக்குவதற்கு முயற்சி செய்து தமது பயனற்ற வீண் வேலையை செய்து தமது அறியாமையை வெளிப்படுத்திக் கொள்வதில்தான் முடிகிறது.

அவெனரியசின் சீடரான கார்ஸ்டன்ஜன் ஒரு தனிப்பட்ட உரையாடலில் தான் கூறியதை பின்வருமாறு விளக்குகிறார்: "எனக்குப் பௌதிக ரீதியானது, உளவியல் ரீதியானது என்பது பற்றி தெரியாது; ஆனால் மூன்றாவதாக ஒன்றைத் தெரியும்". மூன்றாவது

பற்றிய கருத்தாக்கத்தை அவெனரியஸ் உருவாக்கவில்லை என்று ஓர் எழுத்தர் குறிப்பிட்ட பொழுது பெட்சோல்ட் கூறினார்: "அத்தகைய கருத்தாக்கத்தை ஏன் அவர் முன்வைக்க வில்லை என்பது நமக்குத் தெரியும். மூன்றாவதற்கு ஓர் எதிர்க் கருத்து இல்லை. மூன்றாவது என்பது என்ன என்ற கேள்வி பகுத் தறிவுக்கு ஒவ்வாதவாறு கேட்கப்பட்டுள்ளது (*தூய அனுபவத்தின் தத்துவத்துக்கு அறிமுகம்*, தொகுதி II, பக். 329). இறுதியான கருத்தாக்கத்தை வரையறுக்க முடியாது என்று பெட்சோல்டிற்குத் தெரியும். "மூன்றாவதாக" ஒன்றிற்கு செல்வது ஒரு சூழ்ச்சி தலைக்கீட்டு வாதமுறை (Subterfuge) ஆகும் என்பதை அவர் புரிந்து கொள்ளவில்லை. ஏனென்றால் பௌதிகம், மனம் என்பன எல்லோருக்கும் தெரியும். தற்சமயம் "மூன்றாவது" எது என்பது யாருக்கும் தெரியாது. இந்த சூழ்ச்சி தலைக்கீட்டு வாதமுறை மூலம் அவெனரியஸ் அவரது பாதையை மூடிமறைக்கிறார். அத்துடன் அவர் *தான்* எனும் தன்மைதான் உண்மையில் அடிப்படையானது, முதன்மையானது (மையமான விதிமுறை) என்பதோடு இயற்கை (சுற்றுப்புறம்) தான் இரண்டாம் நிலையானது துணைமையானது (எதிரான விதிமுறை) என்கிறார்.

மனது, பருப்பொருள் ஆகியவற்றிற்கு இடையிலான எதிர் நிலை யானது, ஒரு குறிப்பிட்ட பகுதிக்குள்ளாக மட்டுமே முக்கியத்துவம் உள்ளது. இங்கு எது முதலாவது, எது இரண்டாவது என்ற அடிப்படையான அறிவுத் தோற்றவியலின் பிரச்சனைக்குள்ளாக மட்டுமே முக்கியத்துவம் உள்ளது. இந்த எல்லைக்கு அப்பால், இந்த எதிர் நிலைகளின் ஒப்பீட்டு ரீதியான தன்மை ஐயத்திற்கு இடமற்றதாகும்.

இப்பொழுது அனுபவவாத - விமர்சனத் தத்துவத்தில் "அனுபவம்" என்ற சொல் எவ்வாறு பயன்படுத்தப்பட்டுள்ளது என்று காண்போம். "*தூய அனுபவம் பற்றிய விமர்சனம்*" என்பதன் முதல் பத்தியில் பின்வரும் "அனுமானம்" விளக்கப்படுகிறது: "நமது சுற்றுப்புறம் மனிதனுடன் கொண்டுள்ள உறவு பின்வருமாறு உள்ளது. சுற்றுப்புறம் இருக்கிறது, எனவே மனிதன் அவனது அனுபவம் பற்றிப் பின்வரு மாறு பேசுகிறான்: "இது அனுபவிக்கப்பட்டது", "இது ஓர் அனுபவம்" அல்லது "இது நமது அனுபவத்தைப் பொறுத்து உள்ளது" (ரஷ்ய மொழிபெயர்ப்பு, பக்.1). இங்கு அனுபவம் என்பது 'தான்' எனும் தன்மை, சுற்றுப்புறம் என்ற அதே கருத்துகள் மூலம் வரையறுக்கப்படுகிறது. அப்போது அவரது உறுதியான இணைப்புப் பற்றிய "கோட்பாடானது" சிறிது காலத்துக்குப் பதுக்கி வைக்கப் பட்டது. அவர் கூடுதலாக "*தூய அனுபவம் பற்றி தொகுத்துப் பார்க்கிற மையக் கருத்து*" அதாவது, சுற்றுப்புறத்தின் பகுதிகளை

மட்டும் ஓர் அடிப்படைக் கூறாக தனது உள்ளூறுப்புகள் அனைத்திலும் கொண்டுள்ள ஓர் அறிவித்தலாக அனுபவம் உள்ளது" என்கிறார் (பக்.1-2). மனிதனின் "அறிவித்தல்கள்" மற்றும் "வலியுறுத்தல்கள்" ஆகியவற்றுக்கு சுயேச்சையாக சுற்றுப்புறம் நிலவுகிறது என்று நாம் ஊகித்தோம் என்றால், ஒரு பொருள்முதல்வாத வழியில் அனுபவத்தை விளக்குவது சாத்தியப்படக் கூடியதுதான்! "தூய அனுபவத்தின் பகுப்பாய்வான மையக்கருத்து" - "அதாவது தனது முறையில் அனுபவம் ஆகாத எவற்றுடனும் கலக்கப்படாத ஓர் அறிவித்தலாக இருப்பது, அத்துடன் அது தானாகவே அனுபவம் ஆகிறது என்பதைத் தவிர வேறொன்று மில்லை" (பக்.2) அனுபவம் என்பது அனுபவம்தான். இந்த அரை வேக்காட்டு அறிக்கைகளை உண்மையான ஞானம் என்று கருதும் மனிதர்களும் உள்ளனர்!

"தூய அனுபவம் பற்றிய விமர்சனம்" என்பதன் இரண்டாவது பாகத்தில் அவெனரியஸ் "அனுபவம்" என்பதை மனதின் ஒரு "தனி வகையான நேர்வு" என்று கூறுகிறார். அதனைப் *பொருள் மதிப்பு* என்றும் *சிந்தனை மதிப்பு* என்றும் பிரிக்கிறார். "பொதுவான கருத்தில் அனுபவம்" என்பது பின்னால் கூறப்பட்டதில் அடங்கும்; "முழுமையான அனுபவம்" என்பது முதன்மையான இணைப்புடன் சமமாகக் கருதப்படுகிறது. அதாவது பணம் கொடுத்து வேண்டியதைப் பெறுகிறீர்கள். "அனுபவம்" என்பது தத்துவத்தில் உள்ள கருத்துமுதல்வாத, பொருள்முதல்வாதப் போக்குகளை இணைத்து இவற்றிற்கு இடையிலான குழப்பத்தை புனிதப்படுத்துகிறது. நமது மாக்கியர்கள் நம்பிக்கையுடன் "தூய அனுபவத்தை" நாணயத்துக்கு நிகராக ஒப்புக்கொள்ளும் பொழுது தத்துவத்தில் பல்வேறு போக்குகளின் பிரதிநிதிகள் அவெனரியஸ் இதனைத் தவறாகப் பயன்படுத்துவதைச் சுட்டிக் காட்டுகின்றனர். ஏ. ரெய்ல் எழுதுகிறார், "தூய அனுபவம் என்பது அவெனரியஸ்ஸிடம் தெளிவாக இல்லை. தனது விளக்கத்தில் அனுபவம் ஆகாததும் கலக்கப்படாமல் இருக்கிற அனுபவம்தான் தூய அனுபவம் என்று கூறுவது ஒரு சுழல் போன்று உள்ளது" (*முறைப்படுத்தப்பட்ட தத்துவம்*), லீப்சிக், 1907, பிரிவு. 102). வன்ட் எழுதுகிறார், "அவெனரியசிற்கு, தூய அனுபவம் என்பது ஒரு சமயத்தில் ஒருவகை வினோதக் கற்பனை, மற்றொரு சமயத்தில், "சடப்பொருள்" தன்மையுள்ள ஒரு கணிப்பு ஆகும்." (*தத்துவவியல் ஆய்வுகள்*, XIII, பி. 92-93). அனுபவம் என்ற கருத்தை அவெனரியஸ் *அதிகமாக நீட்டுகிறார்* (பி. 382). கவ்வெலர்ட் எழுதுகிறார், "அனுபவம், கணிப்பு அனுபவம் என்பதை வரையறை செய்வதில் தான் இத்தத்துவத்தின் அர்த்தம் முழுவதும் உள்ளது. அவெனரியஸ் துல்லியமான வரையறை கொடுக்கவில்லை *புலமைவாதம் பற்றிய விமர்சனம்*, பிப்ரவரி, 1907, பக்.61)." "அனுபவம் என்ற பதத்தின் தெளிவின்மை,

கருத்துமுதல்வாதத்தை எதிர்க்கும் பாவனையில் அதையே கடத்திக் கொண்டு வருவதாக" நார்மன் ஸ்மித் கூறுகிறார் (*மனம்*, தொகுதி *XV*, *பக். 29*).

"ஒரு மனிதன் அனுபவத்தைத் தவிர வேறெதையும் பெற்றிருக்க வில்லை என்பதுதான் எனது தத்துவத்தின் ஆன்மாவாக உள்ளுணர் வாக உள்ளது என்பதை நான் பகிரங்கமாக அறிவிக்கிறேன்; ஒரு மனிதனுக்குக் கிடைப்பதெல்லாம் அவனது அனுபவத்தின் மூலம் மட்டுமே..." தூய அனுபவத்தின் தீவிரமான ஒரு தத்துவவாதி இவர் தான் இல்லையா? இந்த வாசகத்தின் ஆசிரியர், அகவய கருத்து முதல்வாதியான பிச்டே ஆவார். செவ்வியல் பொருள்முதல்வாதி களை கருத்துமுதல்வாதிகளிடமிருந்து பிரித்தது "அனுபவம்" பற்றிய விளக்கம் என்பது தத்துவத்தின் வரலாற்றிலிருந்து நமக்குத் தெரியும். இன்று "அனுபவம்" பற்றி ஆடம்பரமாகப் பேசுவதன் மூலம், பேராசிரியர்கள் முன்மொழியும் தத்துவமானது அதன் அனைத்து ரகங்களும் தமது பிற்போக்குத்தனத்தை மறைத்துக் கொள்கின்றன. இறைக்கோட்பாட்டாளர்கள் எல்லோரும் அனுபவம் என்பதைப் பற்றிக் கொள்கின்றனர். *அறிவும் பிழையும்* என்ற அவருடைய நூலில் மாக் (இரண்டாவது பதிப்பின் முன்னுரையில்) பேராசிரியர் வில்ஹெல்ம் ஜெருசலம் என்பவரது புத்தகத்தைப் புகழ்ந்து எழுதுகிறார்: "ஒரு தெய்வீக தொடக்க நிலை உயிர்ப்பொருளை ஏற்றுக்கொள்வது அனுபவம் என்பதற்கு முரண்பாடானது இல்லை."

பொருள்முதல்வாதம், கருத்துமுதல்வாதம் ஆகியவற்றிற்கு இடையிலான "காலாவதியான" வேறுபாட்டை "அனுபவம்" என்பதன் மூலம் நீக்க முடியும் என்று அவெனரியசையும் அவரது ஆதரவாளர்களையும் நம்புகிறவர்களுக்காக வருந்த வேண்டியிருக் கிறது. "அனுபவம்" என்ற சொல்லைக் கொச்சைப்படுத்துவதன் மூலம் போக்தனோவ் தூய மாக்கியத்திலிருந்து விலகிவிட்டார் என்று வாலன்டினோவும் யுஷ்கேவிச்சும் அவரைக் குற்றஞ்சாட்டும் பொழுது அவர்களது அறியாமையை காட்டுகின்றனர். இங்கு போக்தனோவ் "குற்றவாளியல்ல". அவர் கண்மூடித்தனமாக, மாக், அவெனரியஸ் ஆகியோரது குழப்பத்தை மட்டுமே கடன் வாங்கினார். "உணர்வு நிலை, உடனடியான மன அனுபவம் ஆகியன ஒரே மாதிரியான கருத்துகள், (*அனுபவவாத ஒருமைவாதம்*, நூல் *II*, பக். *53*), பருப்பொருள் என்பது "அனுபவம் அல்ல" ஆனால் "அறிந்ததை எல்லாம் தூண்டும் அறியாத ஒன்று" (*அனுபவவாத ஒருமைவாதம்*, நூல் *III*, பக். *XIII*), என்றெல்லாம் போக்தனோவ் கூறும் பொழுது அவர் *கருத்துமுதல்வாத ரீதியில்* விளக்குகிறார். "அனுபவம்" என்ற சொல்லின் அடிப்படையில் அற்பமான கருத்துமுதல்வாத

அமைப்புகளை உருவாக்கியதில் முதலானவரும்*, கடைசியானவரும் இவர் அல்ல". அனுபவத்தின் எல்லைகளைத் தாண்டி முயற்சிக்கும் பொழுது, அது "வெறுமையான மனக்கண் தோற்றங்களுக்கும் முரண்படும் பிம்பங்களுக்கும் இட்டுச் செல்கிறது. இதற்கான ஆக்கக் கூறுகள் எல்லாமே அனுபவத்திலிருந்து எடுத்துக் கொள்ளப் படுகின்றன" (பக். 48). இவ்வாறு பிற்போக்கான தத்துவவாதி களுக்குப் பதில் அளிக்கும்பொழுது, அவர் மனித மனதின் வெறுமையான மனக் கண் தோற்றங்களுக்கும், அவனுக்கு வெளியே அவனைச் சாராமல் இருக்கும் பொருளுக்கும் உள்ள வேறுபாட்டை அவர் காட்டுகிறார். வேறு விதமாகக் கூறினால் பொருள்முதல்வாத அடிப்படையில் அனுபவத்தை அவர் விளக்குகிறார்.

இதேபோன்று, கருத்துமுதல்வாதத்தை தனது ஆரம்ப நிலையாகக் கொண்டாலும் (பொருள்கள் தான் புலன் உணர்ச்சிகள் அல்லது "ஆக்கக் கூறுகளின்" அமைப்புகள்), அடிக்கடி "அனுபவம்" பற்றிய பொருள்முதல்வாத விளக்கத்திற்கு மாக் செல்கிறார். "நம்மைக் கொண்டே தத்துவம் பேசக்கூடாது, மாறாக அனுபவத்திலிருந்து எடுத்துக் கொள்ள வேண்டும்" என்று *இயந்திரவியல்* நூலில் (மூன்றாம் ஜெர்மன் பதிப்பு, 1897, பி. 14) கூறுகிறார். இங்கு அனுபவமும், நம்மை வைத்துத் தத்துவம் பேசுவதும் வேறுபடுத்திக் காட்டப்படுகிறது. அதாவது அனுபவம் என்பதைப் புறவயமான, மனிதனுக்குப் புறத்தே உள்ள ஒன்றாகக் காட்டப்படுகிறது. இது பொருள்முதல்வாத ரீதியாக விளக்கப்படுகிறது. இங்கு மற்றொரு உதாரணம் உள்ளது: "நாம் இயற்கையை உற்றுநோக்குவது நமது எண்ணங்களில் பதிவு செய்யப்பட்டுள்ளது, இது புரிந்து கொள்ள முடியாததாகவும் ஆய்வுக்குட்படாததாகவும் இருந்தபோதிலும் இவை பொதுவான, தெளிவான முறையில் இயற்கையின் செயல் முறைகளைப் பின்பற்றுகின்றன. இந்த அனுபவத்தில் தான் நமக்கு கைக்கு கிட்டும் புதையல்கள் இது எப்பொழுதுமே உள்ளது..." (மேற்கோள் காட்டப்பட்ட படைப்பு, பி. 27) இங்கு இயற்கை

---

* நெடுங்காலமாக இவ்வாறான வழியில்தான் இங்கிலாந்தில் தோழர் பெல்ஃபோர்ட் பாக்ஸ் தன்னை ஈடுபடுத்திக் கொண்டுள்ளார். அவரது நூல் பற்றி ஒரு பிரெஞ்சு ஆய்வாளர், *எதார்த்தத்தின் வேர்கள்* என்பதில் கடிந்து கொள்ளும் வகையில் நீண்ட நாட்களுக்கு முன்னர் சொல்ல வில்லை: "உணர்வுக்கு மற்றொரு சொல்லாக மட்டுமே அனுபவம் என்பது உள்ளது" என்றால் பின்னர் பகிரங்கமாக ஒரு கருத்துமுதல்வாதியாக வெளியில் வாருங்கள்! *"தத்துவம் பற்றிய மீளாய்வு"*[47] என்ற பிரெஞ்சு கருத்துமுதல்வாத சஞ்சிகை, எண். 10, ஆண்டு 1907, பக். 399.

முதலாவதாகவும், புலன் உணர்ச்சியும், அனுபவமும் இரண்டாவ தாகவும் உள்ளன. அறிவுத் தோற்றவியலின் அடிப்படைப் பிரச்சனை யில் இந்த நிலைப்பாட்டினை மாக் தொடர்ந்திருந்தால் மனித குலத்துக்குப் பல முட்டாள் தனமான "அமைப்புகளைக்" கூறாமல் இருந்திருப்பார். மூன்றாவது உதாரணம்: "சிந்தனை, அனுபவம் ஆகிய வற்றின் நெருக்கமான தொடர்பு தற்கால இயற்கை விஞ்ஞானத்தை உருவாக்குகிறது. அனுபவமானது ஒரு சிந்தனையைத் தோற்று விக்கிறது. விஞ்ஞானம் மேலும் விரிவாக்கப்பட்டு, அனுபவத்துடன் ஒப்பிடப்படுகிறது" (*அறிவும் பிழையும்*, பி. 200) மாக்கின் சிறப்புத் தன்மை கொண்ட "தத்துவம்" இங்கு தூக்கி எறியப்படுகிறது. அனுப வத்தைப் பொருள்முதல்வாத ரீதியில் காணும் இயற்கை விஞ்ஞானி களின் வழக்கமான நிலையை இவர் இயல்பாக ஏற்றுக் கொள்கிறார்.

சுருக்கமாகக் கூறினால்: தங்களது தத்துவ அமைப்பை உருவாக்க, மாக்கியர்கள் பயன்படுத்தும் "அனுபவம்" என்ற சொல், கருத்து முதல்வாதத் தத்துவங்களுக்கு ஒரு கவசமாகப் பயன்பட்டுள்ளது. அவர்களது கருத்துமுதல்வாத நிலையிலிருந்து எல்லாம் கலந்த பொருள்முதல்வாத நிலைக்கும், இதிலிருந்து கருத்துமுதல்வாதத் திற்கும் மாறுவதற்கு அவெனரியசுக்கும் அவரது ஆதரவாளர்கள் ஆகியோருக்கும் இன்று இச்சொல் பயன்படுகிறது. இக்கருத்துகள் பற்றிய வெவ்வேறு "வரையறைகள்" எங்கெல்ஸ் மிகத் தெளிவாக எடுத்துக் காட்டிய தத்துவத்தின் இருவேறு போக்குகள் பற்றியவையே ஆகும்.

2. "அனுபவம்" என்ற கருத்து குறித்த பிளெக்கனோவின் தவறான கருத்து

லூ. ஃபூயர்பாக் என்ற நூலின் முன்னுரையில் அதாவது அதன் பக். X-XI *(1905 பதிப்பு)* பிளெக்கனோவ் கூறுகிறார்:

"*அனுபவம்* என்பது அனுபவவாத விமர்சனத்தில் ஆய்விற்குரிய பொருள் மட்டுமே. அது அறிவிற்கான சாதனம் அல்ல என்று ஒரு ஜெர்மானிய எழுத்தாளர் கூறியுள்ளார். அவ்வாறாயின் அனுபவவாத விமர்சனத்தையும் பொருள்முதல்வாதத்தையும் வேறுபடுத்திக் காட்டுவதில் அர்த்தம் எதுவுமில்லை. அனுபவவாத விமர்சனம், பொருள்முதல்வாதத்திற்குப் பதிலாக இடம் பெறுமா இல்லையா என்ற விவாதம் அர்த்தமற்றதும் வெறுமையானதும் ஆகும்."

இது ஒரு முழுமையான குழப்பம்.

அனுபவவாத "விமர்சனம்" பற்றிய அவரது கட்டுரையில் (வன்டிற்கு மறுமொழியாக), அவெனரியசின் "பழமைவாத"

ஆதரவாளர்களில் ஒருவரான கார்ஸ்டன்ஜென் பாதிரியார் கூறுகிறார், "*தூய அனுபவத்தின் விமர்சனத்தில்* அனுபவம் என்பது அறிவு பெறும் சாதனம் அல்ல. மாறாக அது ஆய்விற்குரிய பொருள்." பிளெக்கனோவின் கருத்துப் படி, கார்ஸ்டன்ஜென் பாதிரியாரின் கருத்தையும் பொருள்முதல்வாத தத்துவத்தையும் வேறுபடுத்துவது அர்த்தமற்றது என்றாகும்!

கார்ஸ்டன்ஜென் பாதிரியார் அவெனெரியசை அப்படியே மேற்கோளாகக் காட்டுகிறார். அவரது *குறிப்பு* என்பதில், "கிடைக்கின்ற அனுபவம், நாம் காணும் அனுபவம் என்பதை "அறிவிற்கான சாதனமான" என்று அனுபவம் பற்றிய தனது கருத்தாக்கத்தை வேறுபடுத்திக் காட்டுகிறார். இதனை முழுவதுமான இயக்க மறுப்பியல் தத்துவ அறிவுக் கொள்கையின்படி விளக்குகிறார் (அதே மேற்கோள், பி. 401)." *தூய அனுபவத்தின் தத்துவம்* என்ற அவரது நூலின் முன்னுரையில் பெட்சோல்ட்டும் இதனையே செய்கிறார். இவ்விதமாக, பிளெக்கனோவின் கருத்துப்படி, கார்ஸ்டன்ஜென், அவெனரியஸ், பெட்சோல்ட் ஆகியோரின் கருத்துகளை பொருள் முதல்வாதத்திலிருந்து வேறுபடுத்துவது அர்த்தமற்றதாகிறது! கார்ஸ்டன்ஜென் மற்றும் அவரது ஆதரவாளர்கள் ஆகியோரது நூல்களை பிளெக்கனோவ் படிக்கவில்லை (அவர் முழுவதுமாகப் படித்திருக்க வேண்டும்) அல்லது ஒரு மூன்றாந்தர "ஜெர்மானிய எழுத்தாளர்" கருத்துகளை ஆதாரமாக எடுத்திருக்க வேண்டும்.

சில பிரபலமான அனுபவவாத விமர்சகர்கள் கூறிய, பிளெக்கனோவ் புரிந்து கொள்ளாத, இக்கூற்றின் அர்த்தம் என்ன? "தூய அனுபவத்தின் விமர்சனம்" என்பதில் அவெனரியஸ், அனுபவத்தை அதாவது அனைத்து "மனிதனின் கணிப்புகளை" ஆய்வுப் பொருளாக எடுத்துக் கொள்கிறார் என்று கார்ஸ்டன்ஜென் கூறுகிறார். இது உண்மைதானா அல்லது இவை உதாரணமாகப் *பேய்களைப்* பற்றியவையா என்று அவெனரியஸ் ஆராயவில்லை என்று கார்ஸ்டன்ஜென் கூறுகிறார் (அதே நூல், பி. 50). *பொருள்முதல்வாத கருத்துமுதல் வாத* கணிப்புகளை அவர் ஒழுங்குபடுத்துகிறார்; வகைப்படுத்துகிறார் அவ்வளவுதான்; இப்பிரச்சனையின் சாராம்சத்திற்குச் செல்லவில்லை. "இது சிறந்த ஐயுறவுவாதம்" என்று கார்ஸ்டன்ஜென் இதனைக் கூறுவது மிகவும் சரியானதே (பி. 213). அவரது மரியாதைக்குரிய தலைவரை ஒரு பொருள்முதல்வாதி என்று வன்ட் மோசமாகக் குற்றஞ்சாட்டுவதிலிருந்து (ஒரு ஜெர்மானியப் பேராசிரியருக்காக) இங்கு கார்ஸ்டன்ஜென் பாதுகாக்கிறார். பொருள்முதல் வாதிகளாக இருந்து நாங்கள் எவ்வாறு வழிபட முடியும்? - இது தான் கார்ஸ்டன் ஜெனின் கவலை. "அனுபவம்" என்று நாம் பேசும் பொழுது, சாதாரண அர்த்தத்தில் அதனைப் பேசவில்லை. இவ்வாறு

பேசுவது பொருள்முதல்வாதத்திற்கு இட்டுச் செல்கிறது அல்லது இட்டுச் செல்லும். அனுபவம் என்று மக்கள் "கணிக்கும் அனைத் தையும்" ஆய்வு செய்யும் அர்த்தத்தில் தான் பேசுகிறோம். பொருள் முதல்வாதி போன்று அனுபவம் என்பது அறிவு பெறும் சாதனம் என்று அவெனரியசும் கார்ஸ்டென்ஜெனும் கருதுகின்றனர் (இது பொதுவான அபிப்பிராயம். ஆனால் இது உண்மையல்ல என்பதை பிச்டே விஷயத்தில் நாம் கண்டோம்). மூளை சிந்தனையின் உறுப்பு, "உயிர்ப் பண்பேற்றுதல்" மற்றும் "இணைப்பு" என்ற கொள்கைகளை அது புறக்கணிக்கிறது என்ற "வழக்கத்தில்" "உள்ள" "இயக்க மறுப்பியல்" தத்துவக் கருத்திற்கு எதிராக அவெனரியஸ் தன்னைப் பாதுகாத்துக் கொள்கிறார். இருப்பது அல்லது கொடுக்கப்பட்டது என்பதற்கு அவெனரியஸ் *தான் எனும் தன்மைக்கும்* சுற்றுப்புறத் துக்கும் இடையிலான பிரிக்க முடியாத இணைப்பு என்று பொருள் கொள்கிறார். இது "அனுபவம்" பற்றிய ஒரு குழப்பமான கருத்து முதல்வாத விளக்கத்திற்கு இட்டுச் செல்கிறது.

எனவே, தத்துவத்தில் உள்ள பொருள்முதல்வாதப் போக்கு, கருத்துமுதல்வாதப் போக்கு, ஹியூமிய, கான்டியப் போக்குகள் ஆகியவற்றை "அனுபவம்" என்ற சொல்லால் மறைத்து விடலாம். ஆனால் அனுபவம் ஓர் ஆய்வுக்குரிய பொருள்* அல்லது அறிவிற் கான சாதனம் என்று வரையறை செய்வது இங்கு தீர்மானகரமானது அல்ல. வன்ட்டிற்கு எதிராக கார்ஸ்டன்ஜென் கூறுவது, அனுபவ வாத விமர்சனத்தினையும் பொருள் முதல்வாதத்தினையும் வேறு படுத்திக் காட்டுவதுடன் தொடர்புடையது அல்ல.

பிளெக்கனோவிற்கு இதுபற்றிப் பதில் கூறும்பொழுது, போக்தனோவும் வாலன்டினோவும் எந்தப் பெரிய அறிவையும் வெளிப்படுத்தவில்லை. போக்தனோவ் கூறினார்: "இது தெளிவாக இல்லை (நூல் III, பக். XI). இந்தக் கருத்தாக்கத்தினை பரிசோதிப்பதா, அதனை ஏற்றுக் கொள்வதா அல்லது மறுப்பதா என்பது அனுபவ வாத விமர்சகர்களின் பணி". இது ஒரு வசதியான நிலை: "நான் ஒரு மாக்கியர் அல்ல. எனவே எந்தக் கண்ணோட்டத்தில் அவெனரியஸ் அல்லது கார்ஸ்டென்ஜன் "அனுபவம்" பற்றிப் பேசுகிறார்கள்

---

* "அறிவிலிருந்து சுயேச்சையாக உள்ள அறிவதற்கான ஒரு பொருள்" மற்றும் "அது ஆய்வுக்குரிய பொருள் அல்ல" என்று கார்ஸ்டன்ஜென் சொன்னதாக பிளெக்கனோவ் ஒருவேளை எண்ணியிருக்கலாம். இது உண்மையில் பொருள்முதல்வாதம்தான். ஆனால் கார்ஸ்டன்ஜென்னோ அல்லது அனுபவவாத விமர்சனத்தைத் தெரிந்த எவரும் அத்தகைய ஒன்றை சொல்லமாட்டார் - சொல்லியிருக்கவும் முடியாது.

என்பதை நான் காண வேண்டியதில்லை! போக்தனோவ் மாக்கியத்தைப் பயன்படுத்த விரும்புகிறார் (''அனுபவம்'' பற்றிய மாக்கியக் குழப்பத்தையும்), ஆனால் அதற்குப் பொறுப்பாக இருக்க மட்டும் அவர் தயாராக இல்லை.

"தூய அனுபவவாத விமர்சனவாதியான வாலென்டினோவ் பிளெக்கனோவின் கூற்றை எடுத்துக்காட்டி, பகிரங்கமாக மகிழ்ச்சி தாண்டவம் ஆடுகிறார். பிளெக்கனோவ், ஆசிரியர் பெயரைக் குறிப் பிடவில்லை, என்ன விஷயம் என்று விளக்கவில்லை என்று அவர் பிளெக்கனோவ் மீது பாய்கிறார் (மேற்கோள் காட்டப்பட்ட படைப்பு, பக். 108 - 09). பிளெக்கனோவை "மூன்று தடவையும் அதற்கு மேலாகவும்" படித்தேன் என்று கூறிய பொழுதிலும், (எதையும் புரிந்து கொள்ளாமல்) இந்த அனுபவவாதத் தத்துவவாதி அவரது பதிவில், இந்த கருப்பொருள் பற்றி ஒரு வார்த்தைகூடக் கூறவில்லை. அந்தோ மாக்கியர்களே!

3. இயற்கையில் காரணகாரியத்தொடர்பும் இன்றியமையாமையும்

இன்றைய "இஸங்களின்" தத்துவப் போக்கினைத் தீர்மானிப்பதில் காரண காரியத்தொடர்பு என்பது மிக முக்கியமானது. எனவே இது பற்றி நாம் சற்று விரிவாகக் காண வேண்டும்.

இந்த விடயம் பற்றி பொருள்முதல்வாத அறிவுக் கொள்கையை விளக்குவதிலிருந்து தொடங்குவோம். ஆர். ஹெய்ம் என்பவருக்கு அளித்த பதிலில் ஃபூயர்பாக்கின் கருத்துகள் மிகத் தெளிவாகக் கூறப்பட்டுள்ளன.

" 'இயற்கையும் மனிதனது பகுத்தறிவும்' 'அவருக்கு (ஃபூயர்பாக் கிற்கு) முழுவதுமாக வேறானவை. எந்தப் பக்கத்திலிருந்தும் இதனை ஆராய முடியாது. இவற்றிற்கு இடையே ஒரு பிளவு உள்ளது.' என்னுடைய *மதத்தின் சாராம்சம்* என்பதில் பகுதி 48இல் உள்ளதை ஹெய்ம் அவரது விமர்சனத்திற்கு அடிப்படையாகக் கொள்கிறார். அதில் இயற்கை என்பதை இயற்கையாகவே காண வேண்டும். அதன் இன்றியமையாமை என்பது மனிதத் தன்மையோ தருக்க முறையோ உள்ளது அல்ல, இயக்கமறுப்பியல் தத்துவம் அல்லது கணிதத் தன்மையோ உள்ளது அல்ல, மனிதனது அளவு கோல்களை இயற்கைக்குப் பயன்படுத்துவது சாத்தியமல்ல, இருப் பினும் புரிந்து கொள்வதற்காக இயற்கையில் நடக்கும் மெய்யான நிகழ்வுகளை ஒப்பிடுகிறோம்; பெயரிட்டு அழைக்கிறோம்,

பொதுவாக மனிதனது கருத்துகளையும் எண்ணங்களையும் அதற்குப் பயன்படுத்துகிறோம். உதாரணமாக: ஒழுங்கு, நோக்கம், சட்டம்; நமது மொழியின் தன்மை காரணமாக இவ்வாறு செய்கிறோம்." இதன் அர்த்தம் என்ன? இயற்கையில் ஒழுங்கு என்பது இல்லையா? உதாரணமாக, இலையுதிர் காலத்தைத் தொடர்ந்து கோடைகாலம் வருகிறது. வசந்தத்தைத் தொடர்ந்து மாரிக்காலம் வருகிறது, மாரிக் காலத்தைத் தொடர்ந்து கோடை வருகிறது, நோக்கம் எதுவும் இல்லையா? உதாரணமாக, நுரையீரலுக்கும் காற்றிற்கும் பொருத்தம் இல்லையா? ஒளிக்கும் கண்ணுக்கும், ஒலிக்கும் காதுக்கும் பொருத்தம் இல்லையா? ஒழுங்கே இல்லாததால், பூமி தற்போது நீள்வட்டப் பாதையில் சுற்றலாம், தற்போது வட்டமாகச் சுற்றலாம், அது சூரியனை இப்பொழுது ஒரு வருடம் சுற்றலாம், அல்லது கால் மணி நேரத்தில் சுற்றலாம்? என்ன முட்டாள்தனம்! இந்தப் பகுதியின் அர்த்தம் என்ன? இயற்கைக்குச் சொந்தமானது, மனிதனுக்குச் சொந்த மானது ஆகியவற்றை வேறுபடுத்திக் காட்டுவது மட்டும்தான். ஒழுங்கு, நோக்கம், விதி ஆகியவற்றின் சொற்கள் மற்றும் சிந்தனை களுக்கு இணையாக இயற்கையில் எதுவுமில்லை என்று இங்கு கூறவில்லை. சிந்தனை, பொருள் ஆகியவற்றின் ஒத்தத் தன்மையை மறுப்பது மட்டும் தான் உள்ளது. மனிதனது மூளையில் இருப்பது போல் இயற்கையில் இருக்கிறது என்பதை இது மறுக்கிறது. தான் புரிந்து கொள்வதற்காக இயற்கையின் செயல்களை, ஒழுங்கு, நோக்கம், சட்டம் என்ற சொற்களில் மாற்றி மனிதன் கூறுகிறான். இந்தச் சொற்களுக்கு அர்த்தம் புறவய உள்ளடக்கமாக எதுவுமில்லை என்று கருதக்கூடாது. இருப்பினும் மூலத்திற்கும் மொழி மாற்றத் திற்கும் ஒரு வேறுபாடு ஏற்படுத்தப்பட வேண்டும். மனிதனது கண்ணோட்டத்தின்படி, ஒழுங்கு, நோக்கம், சட்டம் ஆகியன காரண அடிப்படையோ திட்ட ஒழுங்கோ கொண்டிராத எதையோ வெளிப்படுத்துகின்றன.

இயற்கையில் உள்ள தற்செயலான ஒழுங்கு, சட்டம், நோக்கம் ஆகியவற்றிலிருந்து இறைமைக் கோட்பாடு அவற்றிற்கான தன் மனப்போக்கான தோற்றுவாயை *வெளிப்படையாக அனுமானிக் கிறது. இயற்கை அதனளவில் குழப்பமானது, எந்தத் தீர்மானத்திற்கும் உட்படாதது என்று கூறி, அதற்கு ஒழுங்கு, சட்டம் ஆகியவற்றைக் கொண்டு வரும், அதிலிருந்து வேறுபட்ட இருப்பு ஒன்றை அது அனுமானிக்கிறது, மதவாதிகளின் வாதம்.... இயற்கைக்கு முரணானது; அதன் சாராம்சத்தை முற்றிலும் புரிந்து கொள்ளாதது. மதவாதிகளின் வாதம் இயற்கையைப் பொருள் என்றும் ஆன்மா என்றும் இரண்டாகப் பிரிக்கிறது.*" (*படைப்புகள்* VII, 1903, பி. 518-20)

ஃபூயர்பாக் இயற்கையில் புறவயமான விதியையும் புறவயமான காரணகாரியத் தொடர்பையும் ஏற்றுக் கொள்கிறார். ஒழுங்கு, சட்டம் போன்ற மானுடக் கருத்துகளுடன் தோராயமான நம்பகத் தன்மையை இவை பிரதிபலிக்கின்றன. நமது மனதால் பிரதிபலிக்கப் படுகிற பொருள்கள், நிகழ்வுகள், சூழ்நிலைகள் ஆகியவற்றின் வெளிப்புற உலகத்துடைய புறவயமான எதார்த்தத் தன்மையை அங்கீகரிப்பதானது, இயற்கையில் உள்ள புறவயமான விதியை அங்கீகரிப்பதோடு பிரிக்கமுடியாத வகையில் இணைக்கப்பட்டுள்ள தாக ஃபூயர்பாக் கருதுகிறார். அவரது கருத்துகள் யாவும் உறுதி யாகவே பொருள் முதல்வாதத்துக்குட்பட்டவை தான். இதர அனைத்துக் கருத்துகளும் அல்லது அதைவிட, காரணகாரியத் தொடர்பு பற்றிய சிக்கலின் மீதான தத்துவரீதியான திசைவழி, புறவயமான விதியை மறுத்தல், இயற்கையில் உள்ள காரணகாரியத் தொடர்பு விதி மற்றும் இன்றியமையாத் தன்மையை மறுத்தல், ஆகியனவற்றை ஃபூயர்பாக் நம்பிக்கைவாத போக்குக்குரியது என்று மிகச் சரியாகவே கருதினார். காரணகாரியத் தொடர்பு விதி பற்றிய சிக்கலின் மீதான அகநிலைவாதத் தன்மையிலான போக்கு, இயற்கையின் ஒழுங்கையும் இன்றியமையாதத் தன்மையையும் வெளியில் இருக்கிற புறவயமான உலகில் இருந்து உய்த்துண ராமல், அதற்கு மாறாக உணர்வு, பகுத்தறிவு, தருக்கமுறை போன்ற இதரவற்றில் இருந்து ஊகித்து உணர்வது, உண்மையில் இயற்கை யிலிருந்து மனிதனுடைய பகுத்தறிவைத் துண்டிப்பது மட்டுமின்றி, அகநிலையானவைக்காகப் புறவயமானவற்றை எதிர்க்கிறது, மேலும் இது இயற்கையின் ஒரு பகுதியாகப் பகுத்தறிவைக் கருதுவதற்குப் பதில், அதற்கு மாறாகப் பகுத்தறிவின் ஒரு *பகுதியாக* இயற்கையை ஆக்குகிறது என்பது தெளிவாகிவிடுகிறது. எனவே இந்தக் காரணத்தால்தான் மேற்கண்ட வகையில் ஃபூயர்பாக் நம்பிக்கைவாத போக்காகக் கருதினார். காரணகாரியத் தொடர்பு பற்றிய அகவயப் போக்கு கருத்துமுதல்வாதத் தத்துவம் ஆகும் (இதன் வெவ்வேறு வகைகள் தாம் ஹியூம், கான்ட் ஆகியோரின் கொள்கைகள்). அதாவது, பலவீனமான நம்பிக்கைவாதம் ஆகும். இயற்கையில் புறவயமான விதியை அங்கீகரிப்பது, இந்த விதி தோராயமான நேர்மையுடன் மனித மனதில் பிரதிபலிக்கிறது என்பது பொருள்முதல்வாதம் ஆகும்.

காரண காரியம் பற்றிய குறிப்பான பிரச்சனையில் எங்கெல்சைப் பொறுத்தமட்டிலும், நான் தவறாக நினைக்கவில்லை என்றால், அவரால் தன்னுடைய பொருள்முதல்வாதக் கொள்கையை மற்ற வற்றிலிருந்து வேறுபடுத்த சந்தர்ப்பம் எதுவும் கிடைக்கவில்லை. அவ்வாறு அவர் செய்ய வேண்டிய தேவையும் இல்லை. பொதுவாக

உலகின் புறவயத் தன்மை பற்றிய பிரச்சனையில் அவர் எல்லா அறியொணாவாதிகளிடமிருந்தும் தன்னை வேறுபடுத்திக் கொண்டார். ஆனால் அவரது நூல்களைக் கவனமாகப் படித்த எவருக்கும் இயற்கையில் புறவயமான விதி, காரண காரியத் தொடர்பு விதி மற்றும் இன்றியமையாத் தன்மையும் உள்ளது என்பது பற்றிச் சிறிது கூட ஐயம் கொள்ளவில்லை என்பது தெரியவரும். ஒரு சில உதாரணங்களை மட்டும் நாம் காட்டுவோம். *டூரிங்கிற்கு மறுப்பு* என்பதன் முதல் பிரிவில் எங்கல்ஸ் கூறுகிறார்: "இந்த விவரங்களைப் புரிந்து கொள்ள [உலகில் இயற்கையாகக் காணப்படும் நிகழ்வுகளைப் பற்றிய ஒரு பொதுவான சித்திரம்] அவற்றை நாம் அவற்றின் இயற்கைச் சூழலில் இருந்து அல்லது வரலாற்றுத் தொடர்பிலிருந்து பிரிக்க வேண்டும்; ஒவ்வொன்றையும் தனித் தனியாகக் காண வேண்டும். அவற்றின் இயல்பு, பிரத்தியேகக் காரணங்கள், விளைவுகள் ஆகியவற்றை ஆராய வேண்டும் (பக். 5-6)". இந்த இயல்பான தொடர்பு, இயற்கையில் இயல்பாகவும் மெய்யாகவும் காணப்படும் நிகழ்வுகளின் தொடர்பு, புறவயமாக உள்ளது என்பது தெளிவு. காரணம் - காரியம் ஆகியவற்றிற்கு இடையிலான இயங்கியல் ரீதியான பார்வையை எங்கெல்ஸ் வலியுறுத்தினார்: "இதே போன்று, காரணம், விளைவு ஆகியன தனிப்பட்ட ஆராய்ச்சிக்குரிய பொருண்மைகளுக்குப் பயன்படும் பொழுது சரியாகப் பொருந்துகின்றன; மாறாகத் தனிப்பட்ட ஆராய்ச்சிக்குரிய பொருண்மைகளை ஒரு முழு பிரபஞ்சத்துடன் அவை கொண்டுள்ள பொதுவான தொடர்பினை நாம் கருதிய உடன், அவை ஒன்றுகலந்துவிடுகின்றன, அத்துடன் நாம் காரணமும் விளைவுகளும் என்றும் நிலைத்திருக்கும் வகையில் இடங்களை மாற்றிக் கொண்டேயிருக்கும் பிரபஞ்ச அளவிலான செயலையும், அவற்றின் எதிர்ச்செயலையும் ஆழமாக ஆய்வு செய்யும்போது பிரித்துணர முடியாதவாறு மயக்கமூட்டுகின்றன. எனவே இங்கு எது விளைவாக உள்ளதோ அது தற்போது அங்கு காரணமாகிவிடும். அத்துடன் எதிர்மாறாக மாற்றம் அடைந்து விடுகின்றன(பக். 8). இவ்விதமாக, காரண காரியம் பற்றிய மனித சிந்தனை தோராயமாகப் பிரதிபலித்தலுக்கும் இயற்கையின் மெய்யான நிகழ்வுகளின் புறவயத் தொடர்பினை ஓரளவிற்கும் எளிமையாக்குகிறது. ஒரே உலகச் செயல்முறையின் ஏதேனும் ஓர் அம்சத்தை செயற்கையாகத் தனிமைப்படுத்துகிறது. சிந்தனைக்கான விதிகள், இயற்கையின் விதிகளுக்கு இணையாக உள்ளன என்று நாம் கண்டால், பகுத்தறிவு, உணர்வுநிலை ஆகியன "மனித மூளையின் படைப்பு என்பதோடு மனிதனே இயற்கையின் ஒரு படைப்புதான்" என்பதை நாம் கணக்கிலெடுத்தால் புரிந்துகொள்ளக் கூடியது என்று எங்கெல்ஸ் கூறுகிறார். "மனித மூளையின் படைப்புகள், இறுதியில் இயற்கையின் படைப்பு, இயற்கையின் பிற உட்தொடர்புகளுடன்

முரண்படுவதில்லை, மாறாக அவற்றிற்குப் பொருத்தமாக உள்ளன" (பக். 22).[48] உலகில் இயற்கையாகக் காணப்படும் மெய்யான நிகழ்வுகளுக்கு இடையே இயல்பான, புறவயமான தொடர்புகள் உள்ளன என்பதில் ஐயமில்லை. பொருள்முதல்வாதத்தின் பொது விதிகளை விளக்க வேண்டும் என்பது இல்லாமலேயே, எங்கெல்ஸ், "இயற்கையின் விதிகள்" மற்றும் "இயற்கையின் அத்தியாவசியம்" என்பன பற்றி தொடர்ந்து பேசுகிறார்.

லுத்விக் ஃபூயர்பாக்கில் பின்வருமாறு காண்கிறோம். "புறஉலகம், மனிதனது சிந்தனை பற்றிய இரு பொதுவான இயக்க விதிகள், சாராம்சத்தில் ஒத்த தன்மை கொண்டவையாக உள்ளன. ஆனால் மனித மனதை உணர்வுபூர்வமாகப் பயன்படுத்தும் பொழுது வேறுபடுகின்றன. ஆனால் இயற்கையிலும் இதுவரை மனித குல வரலாற்றிலும் இந்த விதிகள் முடிவில்லாத தொடர் சம்பவங்களுக்கு மத்தியில் வெளியில் உள்ள கட்டாய நிலையின் வடிவில் உணர்வற்றுத் தங்களை உறுதிப்படுத்திக் கொள் கின்றன."(பக். 38). அத்துடன் எங்கெல்ஸ் "(இயற்கையில் காணப்படுகிற மெய்யான நிகழ்வுகளின்) அதாவது மெய்யானவையாக இருந்தபோதிலும் இதுவரை அறியப்படாதவையாக உள்ள இடைத் தொடர்புகளை மனப்பதிவு வகைப்பட்டவையாகவும் கற்பனை யானவையாகவும்" (பக்.42)[49] மாற்றீடு செய்கிற காரணத்தினால் பழைய இயற்கை தத்துவத்தைக் மீண்டும் அணுகுகிறார். இயற்கையில் உள்ள புறவயமான விதி, காரண காரியத்தொடர்பு விதி மற்றும் அத்தியா வசியக் கட்டாய நிலை போன்றவற்றை எங்கெல்ஸ் அங்கீகரிப்பது முற்றிலும் தெளிவாக உள்ளது. அதேபோல பல்வேறு நமது கருத்து களிலும் இந்த புறவயமான விதியானது மனிதனுடைய தோராயமான பிரதிபலிப்புகளில் உள்ளதைக் கொண்டு அவர் அதன் ஒப்பீட்டு ரீதியான தன்மைக்கு அழுத்தம் தருவதும் தெளிவாக இருக்கிறது.

ஜோசப் டியட்ஸ்ஜெனுக்கு செல்லும் பொழுது, நமது மாக்கியர்கள் செய்துள்ள எண்ணற்ற பல குழப்பங்களில் ஒன்றை நாம் முதலில் குறிப்பிட வேண்டும். *மார்க்சியத் "தத்துவத்தில்" ஆய்வுகள்* என்பதன் ஆசிரியர்களுள் ஒருவரான திரு. ஹெல்பான்ட் என்பவர் எழுதுகிறார்: "டியட்ஸ்ஜெனின் உலகக் கண்ணோட் டத்தின் அடிப்படைக் கூறுகளைப் பின்வருமாறு சுருக்கிக் கூறலாம்: '...9. பொருள்களில் இருப்பதாக நாம் கூறும் காரணத் தொடர்புடைய சார்புநிலை என்பது எதார்த்தத்தில் பொருள்களில் இல்லை'" (பக். 248). இது *அப்பட்டமான முட்டாள் தனம்.* பொருள்முதல்வாதம், அறியொணாவாதம் ஆகியவற்றினைக் குழப்பிக் காட்டும் ஹெல்பான்ட், *மிக மோசமான முறையில்*

டியட்ஸ்ஜெனை *பொய்யாகக் காட்டுகிறார்.* டியட்ஸ்ஜெனின் கருத்துக்களில் குழப்பம், சரியற்ற நிலை, பிழைகள் ஆகியவற்றை நிறையவே காணலாம். இவை மாக்கியர்களுக்கு மகிழ்ச்சியாக உள்ளன. டியட்ஸ்ஜென் ஓர் உறுதியான தத்துவவாதியல்ல என்று பொருள்முதல்வாதிகளை இது கருதச் செய்கிறது. காரண காரியத் தொடர்பு விதி பற்றிய பொருள்முதல்வாதக் கண்ணோட்டத்தினை மறுப்பவர் என்று பொருள்முதல்வாதி டியட்ஸ்ஜெனைப் பற்றி ஒரு ஹெல்பான்ட் மட்டுமே, ரஷ்ய மாக்கியர்கள் மட்டுமே கற்பித்துக் கூறுவார்கள்.

மனித மனத்தின் செயல்பாடுகளின் இயல்பு (ஜெர்மன் பதிப்பு, *1903)* என்பதில் டியட்ஸ்ஜென் கூறுகிறார்: "புறவயமான விஞ்ஞான அறிவு என்பது காரணத்தினை நம்பிக்கை அல்லது ஊக அடிப்படையில் தேடுவதில்லை. மாறாக அனுபவம், எடுத்துக்காட்டுகளிலிருந்து கண்டுபிடித்தல், *காரண காரிய* முறையின்றி மாறாக *காரியத்தில் இருந்து காரணத்துக்குச்* செல்லும் வழிகளில் தான் தேடுகிறது. இயற்கை விஞ்ஞானம் என்பது இயற்கையின் மெய்யான நிகழ்வுகளுக்கு வெளியே அல்லது பின்னால் காரணத்தைத் தேடுவதில்லை. அவற்றிற்கு உள்ளாக அல்லது அவற்றின் மூலமாகவே காண்கிறது" (பி. 94-95). "காரணங்கள் என்பவை சிந்தனையுடைய செயல்முறையின் படைப்புகள். ஆனால் அவற்றின் சுத்தமான படைப்புகள் அல்ல. அவை உணர்வுள்ள பொருள்களுடனான தொடர்புடன் தான் தோற்றுவிக்கப்படுகின்றன. இவ்வாறு தோற்றுவிக்கப்பட்ட உணர்வுள்ள பொருள் காரணங்களுக்கு அவற்றின் புறவய இருப்பு கொடுக்கிறது. உண்மை என்பது ஒரு புறவய இயற்கையுடைய மெய்யான நிகழ்வின் உண்மையாக இருக்க வேண்டும் என்று நாம் தேடுவது போல, புறவயமான ஒரு விளைவிற்கு அது காரணமாக இருக்க வேண்டும் என்றும் கோரலாம் *(பி. 98-99).* "ஒரு பொருளின் காரணம் அதன் தொடர்பாகும்" *(பி. 100).*

இதிலிருந்து, திரு. ஹெல்பான்ட் *உண்மைக்குப் புறம்பான ஒன்றைக்* கூறுகிறார் என்பது தெளிவாகிறது. "பொருள்களிலேயே காரணத் தொடர்புடைய சார்புநிலை உள்ளது" என்பது டியட்ஸ்ஜென் விளக்கும் பொருள்முதல்வாதத்தில் உள்ளது. காரண காரியத் தொடர்புக் கோட்பாடு பற்றிய பிரச்சனையில் பொருள்முதல்வாதப் போக்கினையும் கருத்துமுதல்வாதப் போக்கினையும் ஹெல்பான்ட் குழப்புவது மாக்கியர்களுக்குத் தேவையாக இருக்கிறது.

பின்னால் கூறப்பட்ட போக்கினை நாம் இப்பொழுது காண்போம். அவரது முதல் நூலில் அவெனரியஸ் இப்பிரச்சனை பற்றி தெளிவாகக் கூறுவது பகுதி *81*ல் உள்ளதை நாம் காண்கிறோம்:

“இயக்கத்திற்குக் காரணமான விசை என்பதை நாம் அனுபவிக்க வில்லை என்பதுபோல, இயக்கத்திற்கான எந்தவொரு *இன்றியமையா நிலையையும்* நாம் அனுபவிக்கவில்லை... நாம் அனுபவிப்பது எல்லாம் ஒன்றைத் தொடர்ந்து மற்றொன்று இடம் பெறுகிறது என்பதுதான்,” இது அதன் தூய வடிவத்திலான ஹியூமிய நிலைப் பாடு ஆகும்: புலன் உணர்ச்சி, அனுபவம் ஆகியன இன்றியமையா நிலை பற்றி எதையும் கூறவில்லை. புலன் உணர்ச்சி மட்டுமே இருக்கிறது (“சிந்தனைச் சிக்கனம்” என்ற விதிப்படி) என்று கூறும் ஒரு தத்துவவாதி வேறு எந்த முடிவிற்கும் வர முடியாது. நாம் மேலும் வாசிக்கும்போது. “விளைவுக்கு முழுமையான பகுதிகளாக விசையையும் இன்றியமையா நிலையையும் அல்லது வலுக்கட்டாய நிலையையும் *காரண காரியக்* கோட்பாடு என்ற கருத்தியலானது கோருகிற காரணத்தால், அதன்பின் காரணகாரியத் தொடர்பானது விளைவுடன் ஒத்திசைந்தவாறு நிகழ்கிறது” (பகுதி. *82*). “ஆகையால், இன்றியமையா நிலையானது எதிர்பார்க்கப்படுகிற விளைவை அல்லது எதிர்பார்க்கப்படலாம் என்ற விளைவை கொண்டிருக்கிற குறிப்பாக நிகழக்கூடிய ஒரு அளவினை வெளிப்படுத்துகிறது” (பகுதி. *83*, ஆய்வுரை).

இது காரண காரியத் தொடர்பு பற்றிய சிக்கலின் மீது வெளிப் படையாகக் கூறப்பட்ட அகநிலைவாதமாகும். அத்துடன் நமது புலனுணர்ச்சிகளுக்குத் தோற்றுவாயாக புறவய எதார்த்தத்தை அங்கீகரிக்காத, அனைத்திலும் கொள்கை மாறாத வகையில் இருக்க வேண்டுமானால் வேறு எந்த முடிவுக்கும் ஒருவர் வர முடியாது.

மாக்கை எடுத்துக் கொள்வோம். “காரண காரியத் தொடர்பும் அனுபவமும்” என்ற ஒரு தனி சிறப்பு வாய்ந்த அத்தியாயத்தில் இதை நாம் காண்கிறோம்: “(காரண காரியத் தொடர்பு பற்றிய கருத்தின் மீதான) ஹியூமிய விமர்சனம் பொருத்தமாக உள்ளது”. கான்ட்டும் ஹியூமும் (மாக் மற்ற தத்துவவாதிகளை எடுத்துக் கொள்ளவில்லை!) காரண காரியத் தொடர்பு என்ற பிரச்சனைக்கு வெவ்வேறு தீர்வு காண்கின்றனர். நாங்கள் ஹியூமின் தீர்வை “ஏற்றுக் கொள்கிறோம்.” “*தர்க்க* [மாக்கின் சாய்வு எழுத்து] ரீதியான இன்றியமையா நிலை தவிர பௌதிக அத்தியாவசியம் போன்ற, வேறு எந்த இன்றியமையா நிலையும் இல்லை”. இந்தக் கருத்தைத்தான் ஃபூயர்பாக் மிகத் தீவிர மாக எதிர்த்தார். ஹியூமுடன் ஆன தனது உறவை மறுக்க வேண்டும் என்று கூட மாக்கிற்குத் தோன்றவில்லை. ஹியூமின் அறியொணா வாதத்தை மார்க்ஸ் - எங்கெல்சின் பொருள்முதல்வாதத்துடன் இணைக்கலாம் என்று கூறும் அளவிற்கு ரஷ்ய மாக்கியர்கள் செல்வர். மாக்கின் *இயந்திரவியல்* என்பதில் நாம் காண்கிறோம்: “இயற்கையில் காரணமும் இல்லை விளைவும் இல்லை” (பி. 474,

மூன்றாம் பதிப்பு, 1897). "காரண காரியத் தொடர்பு விதியின் எல்லா வகையான வடிவங்களும் அகவய உந்துதலிலிருந்து தோன்றுகின்றன - இதனை நான் பல தடவை நிரூபித்துள்ளேன், இயற்கை அவற்றிற்குப் பொருத்தமாக இருக்க வேண்டும் என்பது அவசியமில்லை" (பி.495).

காரண காரியத் தொடர்பு விதி மீதான அனைத்து வாதங்களையும் பற்றிய பொருள்முதல்வாத போக்கா அல்லது கருத்துமுதல்வாதப் போக்கா என்ற சிக்கலை இவ்விதியின் ஏதோ ஒரு கருத்தாக்கம் பற்றிய சிக்கலால் நமது ரசிய மாக்கியவாதிகள் வியப்புக்குரிய வகையில் சூதுவாதற்ற முறையில் மாற்றீடு செய்கிறார்கள் என்பதை நாம் இங்கு குறித்துக்கொள்ள வேண்டும். "செயல் சார்ந்த இணைப்பு" என்று வெறுமனே கூறுவது, "அண்மைக்கால நேர்க்காட்சிவாதம்" என்பதில் ஒரு கண்டுபிடிப்பு செய்வதற்குத்தான் என்பது "இன்றியமையாமை", "விதி" போன்றவற்றின் மீதான "நம்பிக்கை யிலிருந்து" விடுவிப்பது என்ற ஜெர்மானிய அனுபவவாத விமர்சனப் பேராசிரியர்களை அவர்கள் நம்பினார்கள். இது முற்றிலும் அபத்தமானது. இத்தகைய *சொல் மாறுதல்கள்* உண்மையில் எந்த மாறுதலையும் தராது என்று வன்ட் கேலி செய்வது நியாயமானது ஆகும் (*தத்துவ ரீதியான ஆய்வுகள்* என்ற கட்டுரையிலிருந்து காட்டப்பட்டது, பிரிவு. 383, 388). அவரது *அறிவும் பிழையும்* (இரண்டாம் பதிப்பு, பி. 278) என்பதில் மாக்கே காரண காரியத் தொடர்பு பற்றிய விதிகளின் அனைத்து வடிவங்கள் பற்றிப் பேசுகிறார். கருத்துச் செயல்பாடானது, ஆய்வு முடிவுகளை அளவிடக்கூடிய அளவுகளில் வெளிப்படுத்தும் சாத்தியத்தை அடையும்போது மட்டுமே "ஆக்கக் கூறுகளின் சார்புநிலையை" மிகவும் துல்லியமாக வெளிப்படுத்த முடியும் என்றும், வேதியியல் போன்ற அறிவியல்களிலே கூட இது பகுதியளவு மட்டுமே சாதிக்கப்பட்டிருக்கிறது என்றும் தனது நூலில் மாக் தெளிவான தயக்கத்தை முன்வைத்துள்ளார். பேராசிரியர்களின் கண்டுபிடிப்பு களை நம்புகிற நமது மாக்கியர்களின் கருத்துப்படி, கருத்துகளின் ஒழுங்கு, விதி போன்றவற்றைச் சில சூழ்நிலைகளில் கணிதவியல் ரீதியான செயல்பாட்டு உறவாக வெளிப்படுத்த முடியும் என்பது ஃபூயர்பாக்கிற்குத் (எங்கெல்சைக் குறிப்பிட வேண்டியதில்லை) தெரியாததாகும்.

தத்துவப் போக்குகளைப் பிரிக்கும் உண்மையான அறிவுத் தோற்றவியல் பிரச்சனை என்பது காரண காரியத் தொடர்பினை நாம் விவரிப்பதில் உள்ள துல்லியத் தன்மையின் அளவு அல்லது இவற்றைச் சரியான கணிதச் சமன்பாடுகளின் மூலம் காட்டுவது என்பதல்ல. ஆனால் நமது அறிவிற்கான ஆதாரம் இந்தத் தொடர்பு

களின் புறவயமான இயற்கை விதிகளா அல்லது மனதின் பண்புகளா, குறிப்பிட்ட *காரணகாரியத்* தொடர்புடைய உண்மைகளையும் அது போன்றவற்றையும் உணரும் அதன் உள்ளார்ந்த திறனா என்பவை ஆகும். இதுதான் பொருள்முதல்வாதிகளான ஃபூயர்பாக், மார்க்ஸ், எங்கெல்ஸ் ஆகியோரை அவெனரியஸ், மாக் போன்ற அறியொணா வாதிகளிடமிருந்து (ஹியூமியர்கள்) நிரந்தரமாகப் பிரிக்கிறது.

தெளிவில்லை என்று குற்றம் சாட்டுவதற்குக் கூட தகுதியற்ற மாக், அடிக்கடி ஹியூமிற்கும் அவருக்கும் உள்ள ஒற்றுமையையும் காரண காரியத் தொடர்புக் கோட்பாடு பற்றிய அவரது அகவய கொள்கை யையும் "மறந்துவிட்டு" இயல்பானப் பொருள்முதல் வாதக் கண்ணோட்டத்திலிருந்து ஓர் இயற்கை விஞ்ஞானிபோல வாதிடுகிறார். உதாரணமாக, அவரது *இயந்திரவியல்* என்பதில் "அதன் மெய்யான நிகழ்வுகளில் ஓர் ஒழுங்கு இருப்பதை இயற்கை காட்டுகிறது" என்று கூறுகிறார் (பிரெஞ்சு பதிப்பு பக். 182). இயற்கை நிகழ்வுகளில் ஒழுங்கு இருப்பதை *நாம் கண்டால்,* இந்த ஒழுங்கு நமது மனதிற்குப் புறத்தே புறவயமாக உள்ளது என்பதல்லவா? இல்லை. இயற்கையில் உள்ள ஒழுங்கு பற்றிய பிரச்சனை யில் மாக் பின்வருமாறு கூறுகிறார்: "அரைகுறையாகக் காணப்பட்ட உண்மைகளை நமது சிந்தனையில் முழுமையாக்கும் சக்தி என்பது இணைக்கும் சக்தியாகும். திரும்பச் செய்தல் என்பதன் மூலம் அது வலுவாக்கப்படுகிறது. இது அறிவனைச் சாராமல், நமது இச்சை யைச் சாராமல் இருப்பது போன்று தோன்றுகிறது. இது நமது சிந்தனை *மற்றும்* [மாக்கின் சாய்வு எழுத்து] உண்மையையும் நெறிப்படுத்து கிறது. இது இந்த இரண்டையும் கட்டுப்படுத்தும் *விதியாக* இடம் பெறுகிறது. இந்த விதியின் உதவியுடன் நாம் கணிப்புகளைச் செய்ய முடியும் [!] என்று கருதுகிறோம். இது சுற்றுப் புறத்தில் போதுமான ஒழுங்கு இருக்கிறது என்பதை நிரூபிக்கிறது. ஆனால் நமது ஊகங் களின் வெற்றிக்கான *இன்றியமையா நிலையை* இது நிரூபிப்பது இல்லை."

சுற்றுப்புறத்தில் (அதாவது இயற்கையில்!) உள்ள ஒழுங்கைத் *தவிர்த்து* இன்றியமையா நிலையை நாம் காணவேண்டும் என்று இதிலிருந்து தோன்றுகிறது. இதனை எங்கு காண்பது என்பது தான் கருத்துமுதல்வாதத் தத்துவத்தின் ரகசியம் ஆகும். இதில் மனிதனது புலன் உணர்வுத் திறன் என்பது இயற்கையின் பிரதிபலிப்பு என்பதைக் கூற அது அஞ்சுகிறது. அவரது கடைசி நூலான *அறிவும் பிழையும்* என்பதில் இயற்கையின் விதி என்பதை "எதிர்பார்ப்பின் கட்டுப் பாடு" (இரண்டாம் பதிப்பு, பி. 450) என்று அவர் வரையறுக்கிறார்! இதில் தான் அவரது ஆன்மீகவாதம் தலை தூக்குகிறது.

இதே தத்துவப் போக்குள்ள மற்ற எழுத்தாளர்களது நிலையையும் காண்போம். கார்ல் பியர்சன் என்ற ஆங்கிலேயர், அவருக்கே உரித்தான தெளிவுடன் (*அறிவியலின் இலக்கணம்,* 2ஆம் பதிப்பு) பின்வருமாறு கூறுகிறார் :

“விஞ்ஞானத்தின் விதிகள் என்பது புற உலகின் காரணிகளை விட, மனித மனதின் படைப்பு ஆகும்” (பக். 36). “மனிதனுடைய இறையாளுமை என இயற்கையைப் போற்றும் கவிஞர்களோ அல்லது பொருள்முதல்வாதிகளோ இருவரும் பாராட்டும் ஒழுங்கு, அமைப்பு ஆகியன எல்லாம் மனிதனது புலன் உணர்வுத் திறன், பகுத்தறிவுத் திறன், நினைவுகள், எண்ணங்கள் ஆகியவற்றின் படைப்பு என்பதை மறந்து விடுகிறார்கள்” (அதே நூல், பக். 185). மூன்றாவது அத்தியாயத்தில் (பகுதி. 4) “*மனிதன் தான் இயற்கை விதிகளை உருவாக்குபவன்*”. “மனித மனதின் புதுப்புனைவுத்திறன் காரணமாகவே இயற்கை விதியானது அகண்ட விரிவான தன்மை கொண்டதாக உள்ளது” (அதே நூல்). “இயற்கை மனிதனுக்கு விதியை அளிக்கிறது என்பதைவிட மனிதன் இயற்கைக்கு விதியை அளிக்கிறான் என்ற கூற்றில் அதிக அர்த்தம் உள்ளது.” முதலாவது சொன்னது (பொருள் முதல்வாதம்) “கெடுவாய்ப்பாக இன்று மிகச் சாதாரணமானது ஆகும்” என்று மதிப்பிற்குரிய பேராசிரியர் வருத்தத்துடன் ஒப்புக் கொள்கிறார் (பக். 87). காரணகாரியத் தொடர்பு பற்றிய பிரச்சனை குறித்து உள்ள 4ஆவது அத்தியாயத்தில் பியர்சன் பின்வருமாறு கூறுகிறார்: “*இன்றியமையாமை என்பது கருத்து உலகில்தான் உள்ளது; புலன் உணர்வு உலகில் அல்ல*”. பியர்சனைப் பொறுத்தமட்டிலும் புலன் உணர்வு அல்லது புலன் தடங்கள் என்பவை, நமக்கு புறத்தே உள்ள எதார்த்தம் ஆகும். “புலன் உணர்வு வரிசைகள் ஒரே ஒழுங்கில் இடம் பெறுவதில் (புலன் உணர்வுகளின் வழக்கம்) எந்த உள்ளார்ந்த இன்றியமையா நிலை இல்லை. ஆனால் சிந்திக்கும் மனிதனுக்குப் புலன் உணர்வுகளில் ஒழுங்கு இருக்க வேண்டும் என்பது இன்றியமையாத நிபந்தனை ஆகும். எனவே சிந்திக்கும் மனிதனிடம் தான் இன்றியமையாமை உள்ளதேயன்றி புலன் உணர்வுகளில் அல்ல. எனவே இது புலன் உணர்வுத்திறனின் நம்புதற்குரிய படைப்பாகும்” (பக். 139).

மாக்கே ஏற்றுக்கொள்ளும் தூய கான்டியக் கருத்துமுதல்வாதத்திற்கு நமது மாக்கியர் வருகின்றார். மனிதன் தான் இயற்கைக்கு விதிகளை அளிக்கிறான். இயற்கை மனிதனுக்கு விதிகளை அளிக்கவில்லை! கான்ட்டின் காரணகாரியத் தொடர்புவாதம் என்ற கொள்கை இங்கு திரும்பக் கூறப்படுவது முக்கியமல்ல. இதில் கருத்துமுதல்வாதத் தத்துவப்போக்கு அப்படியே வரையறுக்கப்படவில்லை. அதன் ஒரு வடிவம் மட்டுமே உள்ளது. எனினும்

பகுத்தறிவு, மனது, உணர்வு நிலை ஆகியன முதலாவது; இயற்கை இரண்டாவது என்ற உண்மை இங்கு உள்ளது. இங்கு பகுத்தறிவு என்பது இயற்கையின் ஒரு பகுதி அல்ல, அதன் உயர் மட்ட படைப்பு ஆகும், அதன் செயல்முறைகளின் பிரதிபலிப்பு ஆகும்; இயற்கைதான் பகுத்தறிவின் ஒரு பகுதி, டியட்ஸ்ஜென் கூறுவது போல, இது சாதாரண எளிமையான நமக்குத் தெரிந்த ஒன்றிலிருந்து "அசாதாரண", புதிரான, தெய்வீகமான ஒன்றாகக் காட்டப்படுகிறது. "மனிதன் இயற்கைக்கு விதிகளைக் கொடுக்கிறான்" என்ற கான்டிய - மாக்கியச் சூத்திரம் என்பது நம்பிக்கைவாதச் சூத்திரம் ஆகும். பொருள்முதல்வாதத்தின் அடிப்படைப் பண்பு, ஆன்மாவைத் தவிர்த்து இயற்கையை முதல்நிலையாக ஏற்றுக் கொள்வது என்று எங்கெல்ஸ் கூறுவதைப் படிக்கும் பொழுது கண்களை அகலத் திறந்து விழித்தால், அது போலியான பேராசிரியர்களது பகட்டு மொழியிலிருந்து முக்கியமான தத்துவப் போக்குகளை வேறுபடுத்தி நமது மாக்கியர்கள் அறியவில்லை என்பதைக் காட்டுகிறது.

ஜே. பெட்சோல்ட் அவரது இரு பாகங்களான நூலில், அவெனரியசை ஆராய்ந்து வளர்த்தெடுத்தார். மாக்கிய நூற்புலமை வாதத்திற்கு இவர் ஒரு சிறந்த உதாரணமாக இருக்கிறார். அவர் கூறுகிறார்: "இன்றும்கூட, ஹியூமிற்கு நூற்றைம்பது ஆண்டுகள் கழித்தும் கூட, சிந்தனைத் தெளிவை காரணகாரியத் தொடர்பு கோட்பாடும் புறப்பொருள் வாய்மைக் கோட்பாடும் (substantiality) ஸ்தம்பிக்க வைக்கின்றன" *(தூய அனுபவத்தின் தத்துவத்திற்குள் செல்லுதல், பி. 31)* இவர்களில் "துணிச்சலானவர்கள்" ஆன்ம நித்தியவாதிகள் என்று சொல்லாமலே தெரியும். உயிர்ப்பொருள் கூறான பருப்பொருள் இன்றி புலன் உணர்ச்சியை, மூளையின்றி சிந்தனையை, புறவய விதியின்றி இயற்கையை இவர்கள் கண்டு பிடித்தார்கள்! "நாங்கள் இன்னும் கூறாத, காரணகாரியத் தொடர்பு பற்றிய கடைசியான கருத்தாக்கம் *இயற்கையில்* இன்றியமையாமை என்பது புதிரான ஒன்றைக் கொண்டுள்ளது" என்பதாகும் ("வழிபாட்டு வாதம்", "மனிதப் பண்பேற்றுதல்" போன்றவை (பக். 32 - 34). இரங்கத்தக்க வகையில் அறிவுகடந்த மெய்யுணர்வாளர்களாக, ஃபூயர்பாக், மார்க்ஸ், எங்கெல்ஸ் போன்றவர்கள் ஆகிவிட்டனர்! இவர்கள் தாம் இயற்கையின் இன்றியமையாமை பற்றிப் பேசுகின்றனர்; ஹியூமிய நிலைப்பாட்டை ஏற்றுக் கொள்பவர்களைக் கொள்கை ரீதியான பிற்போக்காளர்கள் என்று அழைக்கின்றனர்! "எல்லா மனிதப் பண்பேற்றுதலுக்கும்" மேலாக பெட்சோல்ட் நிற்கிறார். இவர்தான் "*ஒருமைத் தீர்மான விதியைக்*" (Law of unique determination) கண்டுபிடித்தார். இது இருண்மையையும், வழிபாட்டு வாதத்தையும் பிற இதரவற்றையும் நீக்கி விடுகிறது. உதாரணமாக

விசையின் நாற்கரவிதி உள்ளது (பிரிவு. 35), இதனை "நிரூபிக்க" முடியாது; இதனை "அனுபவரீதியான உண்மை என்றே ஒப்புக் கொள்ள வேண்டும். ஒரே வகையான தூண்டல்களுக்கு உட்பட்ட ஒரு பொருள் பல்வேறு வழிகளில் இயங்கும் என்று கூற முடியாது. "இயற்கைக்கு இத்தகைய எல்லைத் தெளிவற்ற நிலை, தன்மனப் போக்கான தன்மை உண்டு என்று நாம் ஒத்துக்கொள்ள முடியாது; அதனிடமிருந்து தெளிவையும் விதியையும் நாம் கோர வேண்டும்" (பி. 35). நல்ல வேடிக்கைதான்! இயற்கை என்பது விதிக்கு உட்பட வேண்டும் என்று நாம் கோர வேண்டும். முதலாளித்துவ வர்க்கம் தனது எல்லாப் பேராசிரியர்களது எதிர்வினையை எதிர்பார்க் கிறார்கள். "இயற்கையில் தெளிவு வேண்டும் என்று நமது சிந்தனைக் கூறுகிறது, இயற்கை இதற்கு உட்படுகிறது; இன்னொரு கண் ணோட்டத்தில் இதற்கு இயற்கை கட்டாயமாக உட்பட வேண்டும் என்று கருதலாம்" (பி. 36). 'அ ஆ' என்ற திசையில் உள்ள கோட்டில் தூண்டப்பட்ட பிறகு, ஒரு பொருள் ஏன் 'இ'யை நோக்கிச் செல்கிறது. ஏன் 'ஈ' 'எ' என்ற திசைகளில் செல்வதில்லை?

"இயற்கை ஏன் மற்ற எண்ணற்றத் திசைகளைத் தெரிவு செய்ய வில்லை" (பி. 37). ஏனென்றால் இது *'பன்முகத் தீர்மானம்'* (Multiple determination) ஆகும். ஆனால் ஜோசப் பெட்சோல்ட் என்ற அனுபவவாத விமர்சகரது மிகப் பெரிய கண்டுபிடிப்பு "ஒருமைத் *தீர்மானம்*" (Unique determination) ஆகும்.

"அனுபவவாத விமர்சகர்கள்" இத்தகைய சொல்லத் தகுதியற்ற முட்டாள்தனங்களை பக்கம் பக்கமாக எழுதுகிறார்கள்!

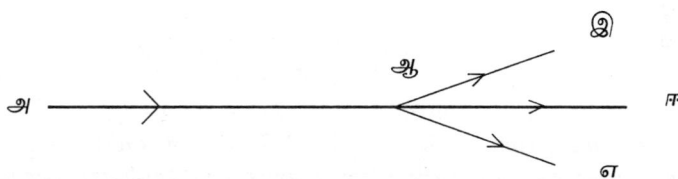

"...தனித்தனி அனுபவங்களில் இருந்து நமது ஆய்வுரை அதன் பலத்தைப் பெறவில்லை என்று நாம் பல தடவை எடுத்துக் காட்டி யுள்ளோம். இதற்கு மாறாக, இயற்கை அதன் மதிப்பை செலுபடித் தன்மையை ஏற்றுக்கொள்ள வேண்டும் என்று நாம் கூறுகிறோம். ஒரு விதியாக மாறுவதற்கு முன்னரேயே அது நமக்கு, எதார்த்தத்தை அணுகுவதற்கான ஒரு கொள்கை, ஓர் அடிப்படை நிலை ஆகும். எல்லா தனித்தனி அனுபவங்களையும் சாராததாக, காரண காரிய தொடர்புடையதாக கூறுவோமெனில் செல்லுபடித் தன்மை

கொண்டதாக இருக்கிறது. தூய அனுபவத்தின் தத்துவவாதி *காரண காரியத்* தொடர்புள்ள உண்மைகளைப் பேசுவதும், மலட்டுத்தன மான இயக்க மறுப்பியல் தத்துவத்தில் நுழைவதும் பொருத்த மற்றது. இதன் காரணகாரியவாதம் தர்க்க ரீதியாக இருக்க முடியுமே ஒழிய, உளவியல் ரீதியாகவோ அல்லது இயக்க மறுப்பியல் ரீதியாகவோ இருக்க முடியாது" (பி. 40). சரி, நிச்சயமாக நாம் காரணகாரிய வாதத்தைத் தர்க்கரீதியானது என்றால் இந்தக் கருத்தின் பிற்போக்குத் தன்மை மறைகிறது. இது "அண்மைக் கால நேர்க்காட்சிவாதமாக" உயர்வு பெறுகிறது!

உளவியல் ரீதியான இயற்கையான மெய் நிகழ்வுகளில் ஒருமைத் தீர்மானம் என்பது இருக்க முடியாது. பெட்சோல்ட் நமக்கு மேலும் போதிக்கிறார்: கற்பனையின் பங்கு, பெரிய கண்டுபிடிப்புகளின் முக்கியத்துவம் போன்றவை விதிவிலக்கானவை. ஆனால் இயற்கை யின் அல்லது ஆன்மாவின் விதி ஆகியவை விதிவிலக்குகளை ஏற்றுக் கொள்வதில்லை (பி. 65). தற்செயல் நிகழ்வு, அத்தியாவசியம் ஆகியவற்றின் வேறுபாட்டிற்கான சார்பியல் தன்மை பற்றிய அறிகுறி கூடத் தெரியாத, ஒரு தூய இயக்க மறுப்பியல் தத்துவவாதி நம்முன் இருக்கிறார்.

பெட்சோல்ட் தொடருகிறார்: "ஒரு வரலாற்று நிகழ்வுகள் அல்லது இலக்கியத்தில் ஒரு கதாபாத்திரம் ஆகியவற்றிற்குப் பின்னால் உள்ள தூண்டலை யாராவது ஒருவேளை எனக்கு நினைவூட்டலாம். இதை நாம் கவனமாக ஆராய்ந்தால், ஒருமைத் தீர்மானம் என்பது இல்லை என்று தெரிகிறது. ஒரே வகையான உளவியல் ரீதியான சூழலில் பங்கு பெறுபவர்கள் எந்த நாடகத்திலும் அல்லது வரலாற்று நிகழ்விலும் வெவ்வேறு விதமாக நடந்து கொள்வார்கள் என்று நாம் கற்பனை செய்ய முடியாது"(பி. 73). "உளம்சார்ந்த துறையில் ஒருமைத் தீர்மானம் இல்லாமல் போவது மட்டுமின்றி எதார்த்தத்திலிருந்து அது இல்லாமல் போக வேண்டுமென கோருவதற்கு நாம் உரிமை வழங்கப்பட்ட வர்களாவோம். (பெட்சோல்டின் சாய்வு எழுத்து). நமது கொள்கை *அடிப்படையான* ஒன்றாக உயர்ந்துள்ளது. அதாவது முன்கூட்டியே உள்ள அனுபவத்திற்கான அதாவது அதன் *தருக்க ரீதியான காரணகாரியத் தொடர்பாக* ஓர் இன்றியமையாத நிபந்தனையாக அது உள்ளது" [சாய்வு எழுத்து பெட்சோல்டி னுடையது] (பி. 76).

அத்துடன் பெட்சோல்ட் இந்தத் "தர்க்க ரீதியான *காரணகாரியத்* தொடர்புடன்" அவரது *அறிமுகம்* என்பதன் இரு பாகங்களிலும் 1906இல் வெளியான சிறு நூலான, *நேர்க்காட்சிவாதியின் நோக்கு நிலையிலிருந்து உலகப் பிரச்சனை* என்பதிலும் தொடர்ந்து

விளக்குகிறார்.* தன்னையறியாமலேயே காண்டியத்திற்குச் சென்று, சற்று வித்தியாசமான முறையில் மிகவும் பிற்போக்கான கொள்கைக்குச் சென்ற புகழ்பெற்ற அனுபவவாத விமர்சகர் பற்றிய இரண்டாவது உதாரணம் இது. இது ஒன்றும் தற்செயலானது அல்ல; மாக், அவெனரியஸ் ஆகியோரது காரண காரியத் தொடர்புக் கோட்பாடு பற்றிய போதனைகளில் அடிப்படையாகக் கருத்துமுதல்வாதப் பொய் கூற்று உள்ளது. இதனை, “நேர்க்காட்சிவாதம்” பற்றிய அலங் காரப் பேச்சு மூடிமறைத்துவிடாது. காண்டியவாதிகள், ஹியூமிய வாதிகள் ஆகியோரின் காரண காரிய விதி கோட்பாடுகளுக்கிடை யேயான வேறுபாடு என்பது அறியொணாவாதிகளுக்கு இடை யிலான இரண்டாம்பட்சமான வேறுபாடாகும். ஏனெனில், இயற் கையின் புறவயமான விதியை மறுப்பதில் அவர்கள் அடிப்படையில் ஒன்றுபட்டுள்ளனர். இந்த இரண்டாம்பட்ச வேறுபாடு காரணமாக இவ்வாறு தம்முடைய ஏதோ ஒரு வகையான கருத்துமுதல்வாத முடிவுகளுக்கு தமக்குள்ளேயே தவிர்க்க முடியாமல் கண்டித்துக் கொள்கிறார்கள். ஜே. பெட்சோல்ட்டைவிட “அக்கறையான” அனுபவவாத விமர்சகர் ருடால்ப் வில்லி என்பவர் இறைக்கோட் பாட்டாளர்களுடனான அவரது உறவுக்கு வெட்கப்படுகிறார். இவர் பெட்சோல்ட்டின் “ஒருமைத் தீர்மானம்” என்ற கொள்கையை முற்றிலுமாக மறுக்கிறார். இது “தர்க்கரீதியான கடுங்கோட்பாட்டு வாதத்துக்கு” மட்டுமே இட்டுச் செல்லும் என்கிறார். இவ்வாறு கூறி தன்னை உயர்வாகக் காட்டிக் கொள்ளும் பொழுது வில்லி தனது நிலையைத் திருத்திக் கொள்கிறாரா? சிறிது கூட இல்லை. இவர் காண்டிய அறியொணாவாதத்தை, ஹியூமிய அறியொணாவாதத்திற் காக விட்டுக் கொடுக்கிறார். அவர் எழுதுகிறார்: “ஹியூமின் காலத் திலிருந்து நெடுநாட்களாக அறிந்தது தான், ‘இன்றியமையாமை’ என்பது தர்க்கப் (ஓர் அறிவுக்கு அப்பாற்பட்ட தர்க்க) பண்பு அல்லது நான் கூறுவது போல, ஒரு சொல்லலங்காரம் ஆகும்.”

‘அறியொணாவாதிகள்’ நமது பொருள்முதல்வாதிகளை இன்றி யமையாமை பற்றிய கருத்துக்காக “அறிவெல்லைக் கடந்த கருத்து” என்று அழைக்கின்றனர். காண்டிய, ஹியூமிய நிலைப்பாட்டின்படி, இவ்வாறு அழைக்கப்படுவதை அனுபவத்தின் மூலம் நமக்குக் கிடைக்கும் எந்தவொரு புறவய எதார்த்தமும் முறைகேடான

---

* J. பெட்சோல்ட், ‘‘அனுபவவாத நிலைப்பாட்டிலிருந்தும் கூட ஒரு தருக்க ரீதியான *காரணகாரியத்* தொடர்பானது இருக்க முடியும்; *காரணகாரியத்* தொடர்பு கோட்பாடானது நமது சுற்றுப்புறத்துடைய அனுபவத்தின் ஒரே சீரான தன்மையின் தருக்க ரீதியான *காரணகாரியத்* தொடர்பாகும்.’’

அறிவெல்லைக் கடந்த நிலையாகும் என்று அங்கீகரிப்பதை வில்லி மறுக்கவில்லை, விளக்கிக் கூறுகிறார்.

நாம் ஆய்வு செய்யும் தத்துவப் போக்கினைக் கொண்டுள்ள பிரஞ்சு எழுத்தாளர்களில் ஹென்ரி பாயின்கர் இருக்கிறார். இவர் அறியொணாவாதப் பாதையில் தொடர்ந்து செல்கிறார். இவர் ஒரு பிரபல இயற்பியலாளர். ஆனால் சரியான தத்துவவாதியல்ல. இவரது தவறுகளை அண்மைக்கால நேர்க்காட்சிவாதத்தின் இறுதிச் சொற்கள் என்று யுஷ்கேவிச் கூறினார். உண்மையில் மிகவும் "அண்மைக் காலத்தியது", அதாவது அனுபவ - குறியீட்டியல் என்ற ஓர் புதிய "இசமே" அதற்கு தேவைப்பட்டது. பாயின்கரைப் பொறுத்த மட்டிலும் (இவரது கருத்துகளை புதிய இயற்பியல் என்ற அத்தியாயத்தில் காண்போம்) இயற்கையின் விதிகள் எல்லாம் மனிதனது *"வசதிக்காக,"* அவன் உருவாக்கிய குறியீடுகள், மரபுகள் ஆகும். "உண்மையான புறவய எதார்த்தம் என்பது உலகின் உள்ளார்ந்த இசைவுதான்," புறவயம் என்பதைப் பொதுவாக எல்லோராலும் அல்லது பெரும்பான்மையோரால் ஏற்றுக் கொள்ளப்படுவது என்பதைப் புறவயம் என்றும் பாயின்கர் கருதுகிறார்.* எல்லா மாக்கி யர்களும் செய்வது போல அவர் புறவய உண்மையை அகவயமான முறையில் அழிக்கிறார். "ஒருமை" என்பது *வெளியே இருக்கிறதா* என்ற கேள்விக்கு, அவர் "உறுதியாக இல்லை" என்று பதில் கூறு கிறார். பழைய அறியொணாவாதத்தின் தத்துவ நிலைப்பாட்டை இந்தப் புதிய பதங்கள் மாற்றவில்லை. ஏனென்றால் பாயின்கரின் "உண்மையான" கொள்கையின் சாராம்சம் புறவய யதார்த்தத்தை, புறவய விதிகளை மறுத்தல் ஆகும் (இதில் கூட அவர் உறுதியாக இல்லை). பழைய தவறுகள் பற்றிய புதிய கருத்தாக்கங்களைப் புதிய கண்டுபிடிப்புகள் என்று ரஷ்ய மாக்கியர்கள் ஏற்றுக் கொள்வதி லிருந்து வேறுபட்டு ஜெர்மானிய கான்டியர்கள் இத்தகைய கருத்து களைத் தங்களுடையதாக மாற்றிக் கொண்டனர். அதாவது தத்து வத்தின் அடிப்படைக் கேள்வியில் அறியொணாவாதத்தை ஏற்றுக் கொண்டனர். கான்டியரான பிலிப் பிராங் என்பவர் தனது படைப்பில் பாயின்கர் (பிரெஞ்சு கணிதவியலாளர்) பற்றி எழுதுகிறார், "இயற்கை விஞ்ஞானக் கொள்கையின் பொதுவான விதிகள் (இயக்கத் திறன் இன்மை அல்லது அசையா நிலை பற்றிய விதி, ஆற்றலின் அழிவின்மை பற்றிய விதி;) யாவுமே, மனித மனது சார்ந்த மரபுக் கூற்றுகள் ஆகும். இவை அனுபவம் சார்ந்தவையா அல்லது காரணகாரியத் தொடர்பின் தோற்றுவாயால் தீர்மானிக்கப்

---

* ஹென்ரி பாயின்கர், *அறிவியலின் மதிப்பு*, பாரிஸ், 1905, பக். 7-9, இதில் ஒரு ரசிய மொழிபெயர்ப்பும் உள்ளது.

பட்டவையா என்று கூறுவது கடினம்" இவ்வாறு (காண்டியர்கள் மகிழ்கிறார்கள்) அண்மைக்கால இயற்கைத் தத்துவத்தின் வரலாற்று பதிவேட்டில் இயற்கையிலிருந்து மனிதன் எடுத்துக் கொள்ளும் அனுபவமானது வெறுமனே ஓர் ஆதாரக் கட்டமைப்பை நிரப்பி விமர்சன ரீதியான கருத்துமுதல்வாதத்தின் அடிப்படை கருத்தை எதிர்பாராத விதமாக புதுப்பிக்கிறது." *

நமது யுஷ்கேவிச் குழுவினரின் அறியாமையைக் காட்டுவதற்கு இதனை நாம் மேற்கோளாகக் காட்டினோம். இவர்கள் "குறியீட்டியல் கோட்பாட்டை" உண்மையான *புதிய* ஒன்றாகக் கொள்கிறார்கள். ஆனால் தங்கள் தத்துவத்தினைச் சிறிதளவு தெரிந்த தத்துவவாதிகள் தெளிவாகவும் வெளிப்படையாகவும் பின்வருமாறு கூறுகின்றனர்: இவர் விமர்சனக் கருத்துமுதல்வாத நிலைப்பாட்டிற்கு மாறி விட்டார்! ஏனென்றால் இக்கண்ணோட்டத்தின் சாராம்சம், கான்ட்டின் கருத்துகளைத் திருப்பிக் கூறுவதில் இல்லை, ஹியூம், கான்ட் ஆகியோருக்கான *பொதுவான* அடிப்படைக் கருத்தினை, அதாவது இயற்கையில் புறவயமான விதிகள் இருப்பதை மறுத்தல். இயற்கையிடம் இருந்து இல்லாமல் *அறிவனிடம் இருந்து*, உணர்வு நிலையிலிருந்து "*அனுபவத்தின் குறிப்பிட்ட சூழலை*" குறிப்பிட்ட விதிகளை, கருதுகோள்களை, கூற்றுகளை ஏற்றுக் கொள்வதில் உள்ளது. பொருள்முதல்வாதத்தின் அல்லது கருத்துமுதல்வாதத்தின் எந்தப் பிரிவை ஒரு குறிப்பிட்ட தத்துவவாதி சேர்ந்தவர் என்பது முக்கியமல்ல. அவர் இயற்கை, புறஉலகம், இயங்கும் பொருள் அல்லது ஆன்மா, பகுத்தறிவு, உணர்வு நிலை என்பதில் எதனை முதன்மையான அடிப்படையாகக் கொள்கிறார் என்பது முக்கியமானது என்று எங்கெல்ஸ் சரியாகவே கூறினார்.[51]

மற்ற தத்துவப்போக்குகளில் இருந்து வேறுபட்டு, இந்தப் பிரச்சனை பற்றிய மாக்கியத்தின் ஓர் அம்சத்தை, கான்டிய நிபுணரான இ. லூக்கா என்பவர் காட்டுகிறார்; காரண காரியத் தொடர்புக் கோட்பாடு என்ற பிரச்சனையில் "மாக், ஹியூமுடன் முழுவதும் ஒத்துப்போகிறார்."*

---

* இயற்கைத் தத்துவத்திற்கான வரலாற்றுப் பதிவேடு - நேர்க்காட்சிவாத தன்மை கொண்ட ஒரு சஞ்சிகை 1901 முதல் 1921 வரை லீப்சிக்கில் வில்ஹெல்ம் ஆஸ்வால்ட் வெளியிட்டது. எர்னஸ்ட் மாக் பங்களிப்பு வழங்கினார்.[50] VI, B, 1907, பிரிவு. 443-447

* E. லூக்கா - ''அறிவின் பிரச்சனை மற்றும் புலன் உணர்ச்சி பற்றி மாக்கின் ஆய்வு''. கான்டிய ஆய்வுகள், VIII, பி. 409.

"இயற்கையுடைய செயல்முறைகளின் இன்றியமையாமை யிலிருந்து சிந்தனையின் இன்றியமையாத் தன்மையை வோல்க்மன் வந்தடைகிறார். இந்நிலைப்பாடு மாக்கிடமிருந்து வேறுபட்டு இன்றியமையாமை எனும் மெய்மையை காண்ட் உடன் ஒத்துப் போகும் வகையில் அங்கீகரிக்கிறது; ஆனால் அவரது நிலைப்பாடு காண்ட் உடன் முரண்படும் வகையில் இன்றியமையாமைக்கான மூலத்தை சிந்தனையிலிருந்து தேடுவதற்கு மாறாக இயற்கையின் செயல்முறைகளில் நாடுகிறது." (ப. 424).

வி. வோல்க்மன் ஓர் இயற்பியலாளர். இவர் அறிவுத் தோற்றவியல் பற்றி நிறைய எழுதுகிறார். பெரும்பான்மை இயற்கை விஞ்ஞானி களைப் போன்றே இவரும் பொருள்முதல்வாதியாக இருக்க விரும்புகிறார். ஆனால் உறுதியானவர் அல்ல. இருந்த போதிலும் அஞ்சுகிற, தெளிவற்ற, பொருத்தமற்ற பொருள்முதல்வாதியாக விரும்புகிறார். இயற்கையில் இன்றியமையாமையை காணுதல், அதிலிருந்து சிந்தனையில் இன்றியமையாமையை பெறுதல் என்பது பொருள்முதல்வாதம் ஆகும். ஆனால் சிந்தனையில் இருந்து இன்றி யமையாமை, காரண காரியத் தொடர்பு கோட்பாடு விதி போன்ற இதரவற்றைப் பெறுவது கருத்துமுதல்வாதம் ஆகும். மேற் கோளாகக் காட்டப்பட்ட இந்தப் பகுதியில் உள்ள ஒரே பிழை இன்றியமையாமையை மறுப்பது மாக்கியனுடையது என்று காட்டப்பட்டுள்ளது. மாக்கிடம் அல்லது பொதுவாக அனுபவ வாதப் போக்கில் இது உண்மையல்ல என்று நாம் ஏற்கெனவே கண்டோம். இது பொருள்முதல்வாதத்திலிருந்து திட்டவட்டமாக விலகி விட்டதால் தவிர்க்க முடியாமல் கருத்துமுதல்வாதத்திற்குள் வீழ்ந்து விடுகிறது.

ரஷ்ய மாக்கியர்கள் பற்றி குறிப்பாகச் சில சொற்களைக் கூற வேண்டியுள்ளது. இவர்கள் மார்க்சியர்கள் ஆக விரும்புகின்றனர். ஹியூமியப் போக்கிலிருந்து எங்கெல்ஸ் பொருள்முதல்வாத வழியில் தீர்மானகரமாகப் பிரிந்து வேறுபட்டுள்ளது பற்றி இவர்கள் "படித் துள்ளார்கள்". மாக்கிடமிருந்தோ அல்லது அவரது தத்துவத்தில் பழக்கமுள்ளவர்களிடமிருந்தோ, மாக்கும் அவரது ஆதரவாளர் களும் தத்துவத்தில் ஹியூமியப் போக்கினைப் பின்பற்றுகிறார்கள் என்பதை அறிந்து கொள்ளாமல் இருக்கமாட்டார்கள். ஆனால், இவர்கள் காரண காரியத் தொடர்புக் கோட்பாடு பற்றிய ஹியூமிய பொருள்முதல்வாதக் கருத்துகள் பற்றி *ஒரு வார்த்தைகூடக் கூற வில்லை!* இவர்கள் முழுவதும் குழம்பியுள்ளார்கள். நாம் ஒரு சில உதாரணங்களைத் தருவோம். திரு. பி. யுஷ்கேவிச், "புதிய" அனுபவ வாதக் குறியீட்டியல்' பற்றிப் பேசுகிறார். "நீலம், கடினமானது," போன்ற புலன் உணர்ச்சிகள் ஆகியன எல்லாமே "சுத்த அனுபவம்"

ஆகும். வினோதத் தோற்றங்கள், செஸ் விளையாட்டு எல்லாமே "பகுத்தறிவின் படைப்புகள்" - இவை எல்லாமே "அனுபவவாதக் குறியீடுகள்" ஆகும் (மார்க்சிய தத்துவத்தில் ஆய்வுகள் மற்றும் இதரவை, பக். 170). "அறிவு என்பதே அனுபவவாதக் குறியீடு. அது வளரும் பொழுது அதிகமான அளவிற்கு குறியீட்டு மயமாகிறது ......இயற்கையின் விதிகள் என்பனவும் அனுபவவாதக் குறியீடுகள் ஆகும்" (மே. நூ). "உண்மையான எதார்த்தம் எனப்படுவது, நமது அறிவிற்குப் பொருந்தக் கூடிய, இறுதியான எல்லையற்ற குறியீட்டு அமைப்பு ஆகும்" [யுஷ்கேவிச் பயங்கரமான படிப்பாளி!]* (பக். 188). 'நமது அறிவிற்கு அடித்தளமான அனுபவம் என்பது.... பகுத்தறிவிற்குப் புறம்பானது... காரணகாரியத் தொடர்பற்றது" (பக். 187, 194). "அறிவியலின் அடிப்படையான கருத்தாங்களான ஓர் பொருளைப்போன்று, காலம், வெளி, நிறை போன்றவையை ஒத்த ஓர் சிறிதளவானவைதான் ஆற்றல் எனப்படுவதும்: ஆற்றல் என்பது ஓர் நிரந்தரமானது, மற்றக் குறியீடுகளைப் போல ஓர் அனுபவவாதக் குறியீடு. இது பகுத்தறிவுக்கு ஒவ்வாத அனுபவத் தொகுப்பில், பகுத்தறிவு, தர்க்கம் ஆகியவற்றை அறிமுகம் செய்வதற்கான அடிப் படைத் தேவைகளைப் பூர்த்தி செய்ய பயன்படுகின்றது" (பக். 209).

பல வண்ணங்களால் ஆன கிழிந்த ஆடை அணிந்த கோமாளிக் கூத்தாடிபோல, புதிய கலைச் சொற்களைக் கையாளும் ஒரு அகவயக் கருத்துமுதல்வாதி நம்முன் நிற்கிறான். இவனுக்குப் புற உலகம், இயற்கை, அதன் விதிகள் எல்லாமே நமது அறிவின் குறியீடுகள் ஆகும். அனுபவத் தொகுப்பு என்பதில் பகுத்தறிவு, ஒழுங்கு, விதி என்பன இல்லை: நமது அறிவு அதில் ஒழுங்கைக் கொண்டு வருகிறது. விண்வெளிப் பொருள்களும் பூமியும் மனித அறிவின் குறியீடுகள் ஆகும். மனிதனும் உயிர்ப்பொருள் கூறானவையும் தோன்றுவதற்கு முன்பே பூமி இருந்தது என்று விஞ்ஞானம் கற்றுக் கொடுத்தால், நாங்கள் எல்லாவற்றையும் மாற்றிவிட்டோம் பார்த்தீர்களா! கிரகங்களின் இயக்கத்தில் *நாம்* ஒழுங்கைக் கொண்டு வருகிறோம். அது நமது அறிவின் விளைவு. மனிதனது பகுத்தறி வினை இந்த அளவிற்குப் பெரிதாக்கிக் காட்டுவதைக் கண்ட யுஷ்கேவிச், பகுத்தறிவு என்ற சொல்லுக்கு அருகில் *லோகஸ்* (Logos) என்ற சொல்லை வைக்கிறார். அதாவது, இயல்பான வாழ்க்கை சாராது, கருத்தியலானதாக உள்ள பகுத்தறிவு, பகுத்தறிவு இல்லை தான், எனினும் மனித மூளையின் ஒரு செயல்பாடாக இல்லாத, எந்த வகையான மனித மூளை நிலவுவதற்கும் முன்னரே வந்து

---

* இந்த ஆச்சரியக் குறிக்குக் காரணம் இங்கு யுஷ்கோவிச் அந்நியச் சொல் infinite என்பதை ரஷ்யச் சொல்போலப் பயன்படுத்துகிறார் (மொ.ர்.)

நிலவியது, ஏதோ தெய்வத்தன்மை வாய்ந்த பகுத்தறிவுதான். ஃபூயர்பாக் ஏற்கெனவே அம்பலப்படுத்தி விமர்சனம் செய்த நம்பிக்கைவாதம் தான் "அண்மைக்கால நேர்க்காட்சிவாதத்தின்" இறுதிநிலை ஆகும்.

ஏ. போக்தனோவை எடுத்துக் கொள்வோம். 1899இல் அவர் ஓர் அரைகுறைப் பொருள்முதல்வாதியாக இருந்தார். மிகப்பெரிய வேதியியலாளரும் குழப்பமான தத்துவவாதியுமான வில்ஹெல்ம் ஆஸ்வால்டின் தாக்கத்தின் விளைவாக திசைமாறிச் சென்ற பொழுது எழுதினார்: "இயற்கையில் உள்ள மெய்நிகழ்வு பற்றி பிரபஞ்ச ரீதியான காரண காரியத் தொடர்புடைய இணைப்பு தான் மனித அறிவின் கடைசியாகப் பிறந்த மிகச் சிறந்த குழந்தையாகும். இது தான் பிரபஞ்ச ரீதியான விதியாகும், விதிகளிலேயே ஆக உயர்ந்த விதியாக உள்ள இதை ஒரு தத்துவவியலாளரின் சொற்களில் கூறுவ தெனில், இயற்கைக்கு மனிதனது பகுத்தறிவு ஆணையிடுகிறது என்று கூறவேண்டும்" *(அடிப்படையான ஆக்கக்கூறுகள், இதரவை, பக். 41).*

எங்கிருந்து இந்த மேற்கோளைப் போக்தனோவ் பெற்றார் என்பது அல்லாவுக்கு மட்டுமே தெரியும். இந்த "மார்க்சியவாதியால்" நம்பிக்கையுடன் திரும்பக் கூறப்படும் "*ஒரு தத்துவவாதியின் சொல்*" என்பது *கான்ட்டின்* சொற்கள் ஆகும். ஒரு மோசமான நிகழ்வுதான்! அத்துடன் ஆஸ்வால்டின் "வெறும்" தாக்கம் மட்டும் தான், இந்த மோசமான நிகழ்வுக்கு காரணம் கூறுவது இன்னும் மோசமான ஒன்றாகும்.

1904ஆம் ஆண்டு, இயற்கை விஞ்ஞானப் பொருள் முதல்வாதத் தையும் ஆஸ்வால்ட்டையும் கைவிட்டப் பிறகு, போக்தனோவ் எழுதினார்: "...நவீனமான நேர்க்காட்சிவாதமானது காரணகாரியத் தொடர்புக் கோட்பாட்டின் விதியை இயற்கையில் காணப்படும் மெய்யான நிகழ்வுகளை ஒரு தொடர்ச்சியான வரிசையாக அறிவாற்றல் ரீதியாக இணைக்கும் ஒரு வழிமுறையாக மட்டும் கருதுகிறது" *(சமூகத்தின் உளவியலிலிருந்து,* பக். 207). இந்தத் தற்கால நேர்க் காட்சிவாதத்தை அறியொணாவாதம் என்றும் மனிதனுக்கு முன்னரே, அறிவுக்கும் எல்லா மனிதர்களுக்கும் அப்பாற்பட்ட இயற்கையின் புறவயமான இன்றியமையா நிலையை மறுக்கிறது என்றும் போக்த னோவிற்குத் தெரியாது அல்லது அவர் அதனை ஒப்புக் கொள்ளவும் மாட்டார். நம்பிக்கையின் அடிப்படையில் ஜெர்மானியப் பேராசிரி யர்கள் "நேர்க்காட்சிவாதம்" என்று கூறியதை அவர் ஒப்புக் கொண் டார். இறுதியாக 1905 ஆம் ஆண்டு, முந்தைய கட்டங்களை கடந்து, அனுபவவாத விமர்சனக் கட்டம், ஆகியவற்றைக் கடந்து

அனுபவவாத ஒருமை வாதம் என்ற கட்டத்தில் இருக்கும் பொழுது போக்தனோவ் எழுதினார்: "விதிகள் அனுபவங்கள் என்ற தளத் தினைச் சார்ந்தவை அல்ல... அவை அதில் இல்லை. மாறாக அவை அனுபவத்தை உருவமைப்பில் சரிநுட்பமாக ஒன்றையொன்று ஒத்துள்ள இரண்டு சரிபாதிக் கூறுகளை உடைய ஒரு முழுமைத் தொகுதியாக ஒத்திசைவுடன் ஒருங்கிணைக்கும் வழிமுறையாக சிந்தனையால் படைக்கப்படுகிறவை." (*அனுபவவாத ஒருமை வாதம்*, I. பக். 40). "விதிகள் அறிவின் மனக்கண் தோற்றங்கள் ஆகும்; உளவியல் விதிகளில் எந்த அளவிற்கு உளவியல் பண்புகள் உள்ளனவோ, அதே போன்றே பௌதிக விதிகள் பௌதிகப் பண்பு களைக் கொண்டு உள்ளன" (மே. நூ).

எனவே இலையுதிர்க் காலத்தைத் தொடர்ந்து குளிர்காலம் வருகின்றது. அத்துடன், இளவேனில் குளிர்காலம் என்று நமது அனுபவத்தில் இல்லை. ஒருங்கிணைக்கவும், திட்டமிடவும், ஒத்திசைய வைக்கவும் நமது சிந்தனையால் கொடுக்கப்பட்டது இது... தோழர் போக்தனோவ் அவர்களே, எதோடு எதை?

"எல்லையற்ற முரண்பாடுகளில் இருந்து விடுவித்து அறிவானது அனுபவத்தை ஒத்திசைய வைக்கிறது; அதற்குப் பிரபஞ்ச ரீதியான அமைப்பாக்கும் வடிவங்களைக் கொடுக்கிறது; இதில் புராதனமான குழப்பமான ஆக்கக்கூறுகளின் உலகிற்குப் பதிலாக, தருவிக்கப்பட்ட, ஒழுங்கான உறவுகளின் உலகினைக் கொண்டு வருகிறது. எனவே *அனுபவவாத ஒருமைவாதம்* என்பது சாத்தியமாகிறது" (பக். 57). இது உண்மையல்ல. அறிவானது பிரபஞ்ச ரீதியான வடிவங்களைப் "படைக்க" முடியும், புராதனமான குழப்பத்தை ஒழுங்கின் மூலம் நீக்க முடியும் என்பது கருத்துமுதல்வாதச் சிந்தனை ஆகும். உலகம் என்பது விதிக்குட்பட்டு இயங்கிக் கொண்டிருக்கும் பருப்பொருள். இயற்கையின் உயர்ந்தபட்ச படைப்பான நமது அறிவு என்பது இந்த விதிக்கான ஒத்துப்போகும் பொருத்தத்தைப் *பிரதிபலிக்கும்* நிலையில் மட்டுமே உள்ளது.

தொகுப்பாகக் கூறினால், நமது மாக்கியவாதிகள், "சமீபத்திய" பிற்போக்கான பேராசிரியர்களைக் கண்மூடித்தனமாக நம்புகின்றனர். எனவேதான் அவர்கள் மார்க்சியத்துக்கு அதாவது பொருள்முதல் வாதத்துக்கு முற்றிலும் முரண்பாடான காரண காரியத் தொடர்புக் கோட்பாடு பற்றிய சிக்கலின் மீதான கான்ட்டியவாத, ஹியூமிய அறியொணாவாதத்தின் தவறுகளை மீண்டும் கூறுவதோடு, இக் கோட்பாடுகள் மார்க்சிய அதாவது, பொருள்முதல்வாதத்திற்கு முற்றிலும் முரண்பாடாக உள்ளதையும் காணத் தவறுகின்றனர். இவ்வாறு அவர்களாகவே கருத்துமுதல்வாதப் புதைச்சேற்றை நோக்கி வழுக்கிச் செல்கின்றனர்.

4. "சிந்தனைச் சிக்கனக் கொள்கையும்" "உலகின் ஒருமை" என்ற பிரச்சனையும்

"மாக், அவெனரியஸ் மற்றும் பலரும் தங்களின் அறிவுக் கொள்கையினை அடிப்படையாகக் கொண்ட 'ஆற்றலின் குறைந்தபட்ச செலவு விதி' என்பது... சந்தேகமில்லாமல், அறிவுத் தோற்றவியலில் ஒரு 'மார்க்சியப்' போக்கு ஆகும்."

ஆய்வுகள் (பக். 69) என்பதில் பசரோவ் இவ்வாறு கூறுகிறார்.

மார்க்சிடமும் "சிக்கனம்" உள்ளது. மாக்கிடமும் "சிக்கனம்" உள்ளது. ஆனால், உண்மையில் இந்த இருவரும் ஏதோ ஒரு அம்சத்திலாவது ஒத்திருக்கிறார்கள் என்பது "கேள்விக்கு அப்பாற்பட்டதா" என்ன?

அவெனரியசின் படைப்பில் *குறைந்தபட்ச ஆற்றலின் செலவின் மூலம் உலகத்தைப் பற்றிய சிந்தனை தத்துவம்* (1876), நாம் ஏற்கெனவே கண்டபடி, "சிந்தனைச் சிக்கனம்" என்ற பெயரால் *புலன் உணர்ச்சி மட்டுமே* இருப்பதாக அறிவிக்கப்பட்டுள்ளது. சிக்கனம் என்ற பெயரால் "காரணகாரியக் கோட்பாடு, பொருள்" (''முக்கியத்துவத்தின் நிமித்தமாக'', மரியாதைக்குரிய பேராசிரியர்கள் விரும்பும், துல்லியமான மற்றும் தெளிவான சொல்லாகப் பருப்பொருள்), ஆகியவை "நீக்கப்பட்டுள்ளன." இதனால், நமக்கு பருப்பொருள் இல்லாமல் புலன் உணர்ச்சியும் மூளை என்பது இல்லாமல் சிந்தனை யும் கிடைக்கிறது. ஒரு புதிய வேடத்தில் *அகவயக் கருத்துமுதல் வாதத்தை* உள்ளே கொண்டு வரும் முயற்சி தான் இந்த அடிமுட்டாள்தனம். இந்த பண்பை வெளிப்படுத்துவது தான் "புகழ் பெற்ற சிந்தனைச் சிக்கனம்" இந்த நூல் *பொதுவாக* தத்துவ இலக்கியத்தில் இது *ஏற்றுக் கொள்ளப்பட்டுள்ளது.* இதனை நாம் ஏற்கெனவே கண்டோம். அகவயக் கருத்துமுதல்வாதம் ஒரு "புதிய" கொடியுடன் இருப்பதை நமது மாக்கியர்கள் கவனிக்காமல் இருப்பது வினோதங்களில் ஒன்றாகும்.

புலனுணர்ச்சிகளின் பகுப்பாய்வு (1872) என்ற நூலில் மாக் இந்தப் பிரச்சனை பற்றிக் குறிப்பிடுகிறார். நாம் ஏற்கெனவே கண்டதுபோல, இந்த நூல் *தூய* அகநிலைவாதம் பற்றிப் பேசுகிறது; உலகினை வெறும் புலன் உணர்ச்சிகளாகக் காட்டுகிறது. இந்தப் புகழ்பெற்ற முறையை தத்துவத்தில் அறிமுகம் செய்த இந்த இரு நூல்களும் கருத்து முதல்வாதத்தையே பேசுகின்றன! இதற்குக் காரணம் என்ன? அறிவுக் கொள்கையின் *அடிப்படையாக* சிந்தனைச் சிக்கன விதியை எடுத்துக் கொண்டால், அது கருத்துமுதல்வாதத்தை நோக்கிச் செல்லும் என்பதாகும். *அறிவுத் தோற்றவியலில்* இத்தகைய

அபத்தமான கருத்தினை அறிமுகம் செய்தால், நானும், எனது புலன் உணர்வுகள் மட்டுமே இருக்கின்றன என்று "சிந்திப்பது சிக்கனமாக" இருக்கும்.

அணுவைப் பிளக்க முடியாது என்றோ, அல்லது நேர் மின்சக்தி மற்றும் எதிர் மின்சக்தி ஆகியவற்றால் அது ஆக்கப்பட்டது என்றோ "சிந்திப்பது" "மிகவும் சிக்கனமானதா?" ரஷ்ய முதலாளித்துவப் புரட்சியை தாராளவாதிகள் நடத்துகிறார்களா அல்லது அது தாராள வாதிகளுக்கு எதிரானதா என்று சிந்திப்பது "மிகவும் சிக்கனமானதா?" இங்கு, "சிந்தனைச் சிக்கனம்" என்பதைப் பயன்படுத்துவதன் அபத்தத்தை அல்லது அகநிலைவாதத்தைக் காண்பதற்கு மட்டுமே ஒருவர் இக்கேள்வியைக் கேட்கலாம். புறவய உண்மையை *சரியாகப்* பிரதிபலிக்கையில் மனிதனது சிந்தனைச் "சிக்கனமானதாகிறது", இதன் சரியான தன்மைக்கு *அடிப்படை* நடைமுறை, பரிசோதனை, செயல் ஆகியனவாம். புறவய எதார்த்தத்தை அதாவது, மார்க்சியத்தின் *அடிப்படைகளை* மறுப்பதன் மூலம், அறிவுத் தோற்றக் கொள்கையில் சிந்தனைச் சிக்கனம் என்பது பற்றி ஒருவர் தீவிரமாக பேச முடியும்.

மாக்கின் பிந்தையக் காலப் படைப்பினை நாம் எடுத்துக் கொண்டால், இந்தப் புகழ் பெற்ற விதிக்கான *விளக்கத்தைக்* காண முடியும். இது முற்றிலுமாக இதனை மறுப்பதாகவே உள்ளது. உதாரணமாக, *வெப்ப இயக்கவியலின் கொள்கை* என்பதில் "விஞ்ஞானத்தின் சிக்கனத் தன்மை", என்ற அவருக்குப் பிடித்தமான கருத்திற்குச் செல்கிறார் (2-வது ஜெர்மன் பதிப்பு, பி. 366). உடனே, நாம் ஒரு செயலை, அச்செயலுக்காகச் செய்வதில்லை என்று அவர் (பி. 366; மீண்டும் பி. 391இல்) கூறுகிறார். "விஞ்ஞானச் செயலின் நோக்கம் என்பது முழுமையான... உலகம் பற்றிய அமைதியான... சித்திரத்தைத் தருவதாகும்" (பி. 366). இதுதான் நிலை என்றால், அறிவுத் தோற்றவியலின் அடிப்படையில் இருந்தே "சிக்கனத்தின் கொள்கை" ஒழித்துக்கட்டப்படுவது மட்டுமின்றி மாறாக பொதுவில் அறிவுத் தோற்றவியலில் இருந்து கிட்டத்தட்ட நீக்கப்படுகிறது. விஞ்ஞானத்தின் நோக்கம் உலகம் பற்றிய ஓர் உண்மையான சித்திரத்தை அளிப்பது எனும்போது, (அமைதி (tranquility) என்பது இத்துடன் உள்ளது) அது பொருள்முதல்வாதம் ஆகும். படத்திற்கும் மாதிரிக்கும் உள்ள உறவுபோல, இவ்வாறு கூறுவது என்பது, நமது அறிவிற்கும் புறவய எதார்த்தத்திற்குமான உறவை ஒப்புக் கொள்வதாகும். "சரியானது" என்ற *சொல்லிற்குப்* பதிலாக, சிந்தனைச் *சிக்கனம்* என்பதை இங்கு பயன்படுத்துவது ஒரு அருவருப்பான, நகைப்பிற்குரிய பகட்டான சொல்லைப் பயன்படுத்துவது ஆகும்.

வழக்கம் போல மாக் இங்கு குழம்பியிருக்கிறார். மாக்கியர்கள் இதனைக் கண்டு துதிபாடுகிறார்கள்!

அறிவும் பிழையும் என்ற நூலில் "ஆய்வு முறையில் உதாரணங்கள்" என்ற அத்தியாயத்தில் நாம் பின்வருமாறு காண்கிறோம்:

'முழுமையான, எளிமையான சித்திரம்,' (கிர்சாஃப், 1874), 'உண்மையைச் சிக்கனமாகக் கூறுதல்' (மாக், 1872) 'சிந்தனைக்கும் இருப்பிற்குமான இசைவு' மற்றும் 'சிந்தனைச் செயல்முறையின் பரஸ்பர இசைவு,' (கிராஸ்மன், 1844) - இவை அனைத்துமே, சிற்சில வேறுபாடுகளுடன் ஒரே சிந்தனையையே குறிக்கின்றன."

இது குழப்பத்தின் ஒரு மூன்மாதிரியல்லவா? 1872ஆம் ஆண்டு, புலன் உணர்ச்சிகள் *மட்டுமே* உள்ளன என்று மாக் "சிந்தனைச் சிக்கனம்" என்பதிலிருந்து கண்டார் (இது கருத்துமுதல்வாதம் என்று அவரே பின்னர் ஏற்றுக் கொண்டார்). இது, கணிதவியலாளர் கிராஸ்மனின் சிந்தனையையும், வாழ்நிலையையும் *ஒருங்கிணைப்பது* என்று கூறிய பொருள்முதல்வாதக் கூற்று, புறவய எதார்த்தம் பற்றிய எளிமையான *வர்ணனை* ஆகியவற்றிற்கு இணையானது (*புறவயமான எதார்த்தம்* என்ற இதன் இருப்பு பற்றி கிர்சாஃபிற்கு ஐயம் தோன்றவில்லை!)."

"சிந்தனைச் சிக்கனம்" என்ற விதியை *இவ்வாறு* பயன்படுத்துவது என்பது மாக்கின் விநோதமான தத்துவ ஊசலாட்டத்தைக் காட்டுகிறது. இத்தகைய பகுதிகளை மிகையானவை என்று ஒதுக்கி விட்டால் சிந்தனைச் சிக்கனத்தின் கருத்துமுதல்வாதத் தன்மை உறுதியாகிறது. உதாரணமாக, கான்டியரான ஹோனிக்ஸ்வால்ட் என்பவர் மாக்கின் தத்துவத்தை கேள்விக்குள்ளாக்கினாலும், "சிந்தனைச் சிக்கனம்" என்பதை "கான்டிய கருத்துகளின் வளையத்திற்கான" *அணுகுமுறை* என்று கூறுகிறார் (டாக்டர் ரிச்சர்ட் ஹோனிக்ஸ்வால்ட், *மாக்கியத் தத்துவம் பற்றிய விமர்சன ஆய்வு*, பெர்லின், 1903, பி. 27). நமது புலன் உறுப்புகள் மூலம் நமக்குக் கிட்டும் புறவய எதார்த்தத்தை நாம் இனங் காணவில்லை என்றால், அறிவனிடமிருந்து அல்லாமல் வேறு எங்கிருந்து "சிந்தனைச் சிக்கனம்" என்பதைப் பெறுவது? புலன் உணர்ச்சிகளில் எந்தச் "சிக்கனமும்" இல்லை. எனவே புலன் உணர்ச்சிகளில் இல்லாத ஒன்றை சிந்தனை நமக்கு தருகிறது! எனவே "சிந்தனைச் சிக்கனம்" என்பது அனுபவத்திலிருந்து (= புலன் உணர்ச்சிகளிலிருந்து) பெறப்பட்டது அல்ல. இது எல்லா அனுபவத்திற்கும் முந்தையது. கான்ட்டிய வகையினம் போல அனுபவத்தின் ஒரு தர்க்கரீதியான நிபந்தனையை இது கொண்டுள்ளது. ஹானிக்ஸ்வால்ட்டின் *புலன் உணர்ச்சிகள் பற்றிய பகுப்பாய்வு* என்ற நூலிலிருந்து, பின்வரும்

பகுதியை மேற்கோளாகக் காட்டுகிறார்: "பௌதிக, ஆன்மீக உறுதியான தன்மைகளில் இருந்து இயற்கைச் செயல்முறையின் இசைவையும் உறுதியின் தனித் தன்மையையும் நாம் கண்டுகொள்ள முடியும்" (ரஷ்ய மொழி பெயர்ப்பு, பக். 281). இத்தகையக் கூற்றின் அகவயக் கருத்துமுதல்வாதத் தன்மை, காரணகாரியவாத தொடர்பு வரையில் சென்றுள்ள பெட்சோல்ட்டிற்கும் மாக்கிற்கும் உள்ள உறவு ஆகியவற்றைச் சந்தேகப்படாமல் இருக்க முடியாது.

"சிந்தனைச் சிக்கனம்" என்ற விதியின் தொடர்பாக, கருத்துமுதல் வாதியான வன்ட், மாக்கை "வெளியே தெரியும் கான்ட்டியர்" என்று சரியாகவே கூறியுள்ளார். *(முறையான தத்துவம்,* லீப்சிக், 1907, பி. 128). கான்டிடம் காரண காரியத் தொடர்பு மற்றும் அனுபவம் ஆகியவற்றைக் கூறினார். மாக்கிடம் அனுபவம் மற்றும் காரண காரியத் தொடர்பு என்று கூறுகிறார். ஏனென்றால், மாக்கின் கொள்கை காரண காரியத் தொடர்புத் தன்மை கொண்டது ஆகும். தொடர்பு என்பது பொருள்களில் புறவயமான இயற்கை விதியாக உள்ளது, [மாக் இதனை மறுக்கிறார்], அல்லது அது விவரிப்பதற்கான ஓர் அகவய விதியாகும்." மாக்கைப் பொறுத்த மட்டிலும், சிந்தனைச் சிக்கன விதி அகவயமாகும். (இது எங்கிருந்து வருகிறதென்று யாருக்கும் தெரியாது). இது பல்வேறு அர்த்தம் தரக்கூடிய இயல் திட்டவாத விதியாகும் (teleological). (இயல்திட்ட வாதம் - *telelogy* இயற்கை நிகழ்ச்சிகளின் காரண காரியத் தொடர்புகள் தற்செயல் நேர்வுகளல்ல இறுதி விளைவை நோக்கிய ஒரே மூலத் திட்ட அமைப்பின் கூறுகளே என்ற வாதம் - மொ.ர்.). தத்துவக் கலைச் சொற்களின் நிபுணர்கள் மாக்கியர்களைப் போன்று ஒன்று மறியாத வர்கள் அல்ல. ஒரு "புதிய" சொல் அகவயம், புறவயம், கருத்து முதல்வாதம், பொருள்முதல்வாதம் ஆகியவற்றிற்கு இடையே உள்ள வேறுபாட்டை அகற்றும் என்று மாக்கியர்களைப் போன்று நம்புகிறவர்கள் அல்ல.

இறுதியாக, நாம் ஆங்கிலேய தத்துவவாதி ஜேம்ஸ் வார்ட் என்பவரை எடுத்துக் கொள்வோம். சுற்றி வளைத்துப் பேசாமல் அவர் நேரடியாகவே தன்னை ஓர் ஆன்மீக ஒருமைவாதி என்று அழைத்துக் கொள்கிறார். இவர் மாக்கை மறுத்துரைக்கவில்லை. பின்னர் காணப்போவது போல, பொருள்முதல்வாதத்திற்கு எதிரான போராட்டத்தில் மாக்கியப் போக்கினை முழுவதுமாகப் பயன் படுத்துகிறார். மாக்குடன் சேர்ந்து இவர் உறுதியாகக் கூறுகிறார், "எளிமை என்பதன் அளவுகோல் புறவயம் அல்ல... அகவயம் தான்" *(இயற்கைவாதமும் அறியொணாவாதமும்,* தொகுதி I, 3ஆம் பதிப்பு, பக். 82).

மேலே கூறியவற்றை எல்லாம் காணும் பொழுது, சிந்தனைச் சிக்கனம் என்ற விதி ஜெர்மானியக் கான்டியர்களை மட்டுமல்லாமல் ஆங்கிலேய ஆன்மீகவாதிகளையும் திருப்தி செய்தது என்பது வியப்புக்குரியதாக இல்லை. மார்க்சியர்களாக விரும்புபவர்கள் பொருள்முதல்வாதி மார்க்சின் அரசியல் பொருளாதாரத்தை மாக்கின் அறிவுத் தோற்றவியல் சிக்கனத்துடன் இணைப்பது என்பது நகைப்பிற்குரியது ஆகும்.

"உலகின் ஒருமை" என்பது பற்றி இங்கு ஒரு சில சொற்கள் கூறுவது பொருத்தமாக இருக்கும். இந்தப் பிரச்சனை பற்றி பி. யுஷ்கேவிச் - ஒருவேளை ஆயிரத்தோறாவது தடவை - நமது மாக்கியர்கள் உருவாக்கிய ஆழமான பெருங்குழப்பத்தைக் கவர்ச்சிகரமாக விளக்குகிறார். சிந்தனை ஒருமையிலிருந்து உலக ஒருமையை ஊகிக்கிற டூரிங்கிற்கு விடை கூற "டூரிங்கிற்கு மறுப்பு" என்பதில் எங்கெல்ஸ் எழுதுகிறார்: "உலகின் உண்மையான ஒருமைப்பாடு அதன் பொருட் தன்மையில் உள்ளது. இது ஒரு சில குழப்பமான சொற்றொடர்களால் உருவாக்கப்படவில்லை. இது தத்துவம், இயற்கை விஞ்ஞானம் ஆகியவற்றின் நீண்டகால கடினமான வளர்ச்சியின் விளைவாக ஏற்பட்டது ஆகும்" (பி. 31)[52] யுஷ்கேவிச் இந்தப் பகுதியை மேற்கோளாகக் காட்டி எதிருரைக்கிறார்: முதலாவதாக, "உலகின் ஒருமை அதன் பொருட் தன்மையில் உள்ளது" என்ற கூற்றின் அர்த்தம் தெளிவாக இல்லை." (மேற்கோள் காட்டப்பட்டது, பக். 52).

நகைக்கத் தக்க வகையில் அழகாக இருக்கிறது இல்லையா? இவர் மார்க்சியம் பற்றி பொது இடங்களில் உயர்வாகப் பேசுகிறார். பொருள்முதல்வாதத்தின் அடிப்படைக் கூற்றுகள் "தெளிவாக இல்லை" என்று கூறுகிறார்! டூரிங்கை ஓர் உதாரணமாக முன்னிறுத்தி, எங்கெல்ஸ் கூறுகிறார், "தெளிவாக இருக்க விழையும் எந்தவொரு தத்துவமும், சிந்தனையிலிருந்து ஒருமையை உய்த்துணர முடியும். இதனால் அது ஆன்மீகவாதத்திற்கும் நம்பிக்கைவாதத்திற்கும் முன்னால் பலமிழந்து நிற்கிறது (டூரிங்குக்கு மறுப்பு, பி. 30) அதன் வாதங்கள் வெறும் அலங்காரச் சொற்றொடராக உள்ளன - அல்லது நமக்குப் புறத்தே உள்ள புறவய எதார்த்தத்திலிருந்து பெறுகிறது. இது அறிவுத் தோற்றவியல் கொள்கையில் பருப்பொருள் என்ற பெயரில் உள்ளது, இதனை இயற்கை விஞ்ஞானம் ஆராய்கிறது. இத்தகைய ஒன்று "தெளிவாக இல்லை" என்று கூறும் ஒருவரிடம் பேசுவதில் பயனில்லை. ஏனென்றால், எங்கெல்சின் தெளிவான பொருள்முதல்வாதக் கூற்றுகளுக்குப் பதில் அளிப்பதிலிருந்து தப்பிக்க இவர் இது "தெளிவாக இல்லை" என்று கூறுகிறார். அத்துடன் "வாழ்நிலைகளின் அடிப்படையான ஒத்தத்தன்மை மற்றும்

இணைப்புப் பற்றிய முதன்மைவாய்ந்த ஆராய்ச்சியின் அடிப்படை யாக ஏற்றமைவு கொள்ளப்பட்ட மெய்மை", என்ற தூய்மையான டூரிங் பாணியிலான முட்டாள்தனத்தையே பேசுகிறார் (யுஷ்கேவிச், மேற்கோள் காட்டப்பட்ட நூல், பக். 51). மேலும், அவர் ஆராய்ச்சி யின் அடிப்படையாக ஏற்றமைவு கொள்ளப்பட்ட மெய்மைகளை "முன்மொழிதல்களாக" கூறுகிறார். "இவை அனுபவத்திலிருந்து பெறப்பட்டவையா என்று சரியாகக் கூற முடியாது. இவற்றை ஆய்விற்கான அடிப்படைகளாகக் கொண்டால் தான் விஞ்ஞான ஆய்வு என்பது சாத்தியம்" *(மே.நூ)*. இது வெறும் உளறல். ஏனென்றால், அச்சில் உள்ள சொற்களுக்குச் சிறிதளவேனும் இவர் மரியாதை கொடுத்திருந்தால், அவற்றில் *கருத்துமுதல்வாதத்* தன்மையைப் பொதுவாகக் கண்டிருப்பார்; அனுபவத்தில் இருந்து பெறாத, அனுபவத்தை அடிப்படையாக ஏற்றமைவு கொள்ளப்பட்ட மெய்மை (Postulate) உண்டு, இவை இல்லாமல் அனுபவம் சாத்திய மல்ல என்ற *கான்டியத்* தன்மையையும் குறிப்பாகக் கண்டிருப்பார். பல்வேறு புத்தகங்களில் இருந்து பிரித்து எடுக்கப்பட்ட சொற்கள், பொருள்முதல்வாதி டியட்ஸ்ஜெனின் தவறுகள் - ஆகியவற்றைக் கொண்டது தான் திரு. யுஷ்கேவிச் மற்றும் அவரைப் போன்றவர் களது "தத்துவம்" ஆகும்.

மிகத் தீவிரமான அனுபவவாத விமர்சகரான ஜோசப் பெட்சோல்ட், உலகின் ஒருமை பற்றி வாதிப்பதை நாம் எடுத்துக் கொள்வோம். அது *அறிமுகம்* என்பதன் இரண்டாவது பாகத்தின், பகுதி 29 இல் பின்வரும் தலைப்பைக் கொண்டுள்ளது: "அறிவின் ஆட்சி பற்றி ஒரு சீரான கருத்துக்கான நடத்தை. நிகழ்கிற அனைத்தையும் குறித்த தனித் தன்மை வாய்ந்த தீர்மானித்தல் பற்றிய ஆராய்ச்சியின் அடிப் படையாக ஏற்றுக் கொள்ளப்பட்ட மெய்மை." இந்த வாதத்திற்குச் சில உதாரணங்கள் இதோ உள்ளன. "...*ஒருமையில்* மட்டும்தான் ஒருவரின் சிந்தனை செல்ல முடியாத இயற்கையான முடிவைக் காண முடியும். அத்துடன், இதன் விளைவாக சிந்தனையானது குறிப்பிட்ட தளத்தின் அனைத்து மெய் நடப்புகளையும் கருத்திற் கொள்ளுமானால், மோன நிலையை எய்த முடியும்" (பக். 79). "...*ஒருமைக்கான* கோரிக்கைக்கு இயற்கையானது எப்போதும் மறுமொழி கூறுவதில்லை என்பது ஐயத்துக்கு அப்பாற்பட்டது, எனினும் இன்று பல நேர்வுகளில் மோன நிலைக்கான கோரிக்கையை அது ஏற்கெனவே நிறைவு செய்கிறது என்பதோடு, நமது அனைத்து முந்தைய ஆய்வுகளுக்கும் ஏற்ப அனைத்து நேர்வுகளிலும் நிகழக் கூடிய அனைத்திலும் இந்தக் கோரிக்கையை வருங்காலத்தில் நிறைவுசெய்யும் என்பதையும் வலியுறுத்த வேண்டியது கூட, அதே போல ஐயத்துக்கு அப்பாற்பட்டதாகும். ஆகவே, உண்மையில்

மனமார உள்ள நடத்தையானது ஒருமை நிலைக்கான ஒரு போராட்டம் என்பதை விட உறுதியான நிலைக்கான ஒரு போராட்டமாக உள்ளது என்று விவரிப்பதுதான் மிகச் சரியாக இருக்கும்... உறுதியான நிலைகளுக்கான கொள்கையானது பரவலானதாகவும் ஆழமானதாகவும் உள்ளது.... புரோடிஸ்டா[53] இனக் குடும்பத்தைத் தாவர இனக் குடும்பம் மற்றும் விலங்கு இனக் குடும்பத்துக்கு ஒருங்கே வைப்பதற்கான ஹெக்கலின் முன்மொழிவானது, முன்னர் ஒன்றாக இருக்கும் சிரமத்தின் இடத்தில் இரு புதிய சிரமங்களை வைக்கும் காரணத்தினால் அது ஓர் ஏற்க முடியாதத் தீர்வாகும்: தாவரங்கள் மற்றும் விலங்குகளுக்கு இடையிலான எல்லை மட்டுமே ஐயத்துக்குரியதாக இருந்த வேளையில், தற்போது தாவரங்கள் மற்றும் விலங்குகளிடமிருந்து புரோடிஸ்டாவைப் பிரிப்பது சாத்தியமற்றதாகிவிடுகிறது... இந்த நிலை இறுதியானது அல்ல, கருத்துகள் பற்றிய இந்தச் சந்தேகம் ஏதோ ஒரு வழியில் நீக்கப்படவேண்டும். நிபுணர்களிடையே ஒற்றுமைக்கு வழியில்லை என்றால் பெரும்பான்மை வாக்குகள் மூலம் இது நீக்கப்பட வேண்டும்" (பக். 80-81).

போதும் என்று நினைக்கிறேன்? அனுபவவாத விமர்சகரான பெட்சோல்ட் டூரிங்கைவிட *இம்மியளவுகூட* சிறந்தவர் அல்ல. நாம் எதிராளிகளுக்கும் மரியாதை கொடுக்க வேண்டும்: பொருள்முதல் வாதம் என்பதை ஒரு தத்துவப்போக்கு என்று *இறுதியாகவும் மாற்ற முடியாத வகையில்,* மறுக்கும் குறைந்தபட்ச நாணயம் பெட்சோல்ட் டிடம் இருக்கிறது. அவர் தன்னை ஒரு பொருள்முதல்வாதி என்று தரம் தாழ்த்திக் கொள்ளவில்லை. அடிப்படையான தத்துவப் போக்கு களுக்கு இடையிலான மிகவும் தொடக்கநிலையிலான வேறுபாடுகள் "தெளிவாக இல்லை", என்று அவர் கூறவும் இல்லை.

5. வெளியும் காலமும்

நமது மனதைச் சாராது இயங்கும் பருப்பொருள் என்ற புறவய எதார்த்தத்தை ஏற்றுக் கொள்ளும் பொருள்முதல்வாதம், காலம், வெளி ஆகியவற்றின் புறவய எதார்த்தத்தையும் கான்டியத்திற்கு மாறான வகையில் ஒப்புக்கொள்ள வேண்டும். இதில் கான்டியம் கருத்துமுதல்வாதத்தின் பக்கமாக நிற்கிறது; காலம், வெளி ஆகிய வற்றைப் புறவய எதார்த்தமாகக் கருதாமல், மனிதனது புரிதலின் ஒரு வடிவமாகக் காண்கிறது. தெளிவான சிந்தனையுள்ள பல்வேறு எழுத்தாளர்கள் இந்த அடிப்படைத் தத்துவப் போக்குகளின் வேறு பாட்டினை ஏற்றுக் கொள்கிறார்கள். இப்போது நாம் பொருள்முதல் வாதிகளிடமிருந்து தொடங்குவோம்.

ஃபூயர்பாக் கூறுகிறார், "காலம், வெளி ஆகியன புறநிலையில் உள்ள மெய்யான நிகழ்வுகளின் வெறும் வடிவம் அல்ல. மாறாக அவை வாழ்நிலையின் அவசியமான நிபந்தனைகளாகும்..." (*படைப்புகள்,* II, 332). புலன்கள் மூலமாக உணரப்படும் உலகைப் பொறுத்தவரையில் நாம் புலனுணர்ச்சிகளின் வாயிலாக அறியப்படும் புறவயமான எதார்த்தமாக அது உள்ளது, ஃபூயர்பாக் இயல்பாகவே காலம் மற்றும் வெளி பற்றிய அறிவின் அடிப்படை நிகழ்ச்சியுணர்வுகள் மட்டுமே என்று சொல்லும் கோட்பாட்டாளர்களுடைய கருத்தையோ (தனது சொந்தக் கருத்தாக மாக் கூறுவது போல) அல்லது அறியொணாவாதிகளுடைய கருத்தையோ (எங்கெல்ஸ் கூறுவது போல) கூட மறுத்து ஒதுக்கி விடுகிறார். பொருள்கள் என்பவை வெறுமனே இயற்கையில் மெய்யாகக் காணப்படுகிற நிகழ்வுகளாக இல்லாமல், புலன் உணர்ச்சிகளின் அமைப்புகளாக இல்லாமல் மாறாக நமது புலன்களின் மீது செயல்படுகிற புறவயமான எதார்த்தங்களாக உள்ளன. ஆகவே காலம், வெளி போன்றவை இயற்கையில் காணப்படும் மெய்யான நிகழ்வுகளின் வெறும் வடிவங்கள் அல்ல, அதற்கு மாறாக அவை இருத்தலின் வாழ்நிலையின் புறவயமாக உள்ள எதார்த்தமான வடிவங்களாகும். இயங்கக் கூடிய பொருள் தவிர உலகில் வேறு எதுவும் இல்லை. இந்தப் பொருள் காலம், வெளி இல்லாமல் இயங்க முடியாது என்பதே இதன் பொருள். இவை பற்றிய மனிதனது கருத்துகள் ஒப்பீட்டு ரீதியிலானவை. ஆனால் இந்தக் கருத்துகள் தாம் முழு உண்மையை உருவாக்குகின்றன. இவை முழு உண்மையை நோக்கி நகருகின்றன. இயங்கும் நிலையில் உள்ள பருப்பொருளின் கட்டமைப்பையும் வடிவங்களையும் பற்றிய அறிவியல் பூர்வமான அறிவின் மாறும் தன்மை புற உலகின் புறவயமான எதார்த்தத்தை மறுக்கிறது என்பதைவிட, காலம் மற்றும் வெளி பற்றிய மனிதக் கருத்தாக்கங்களின் மாறும் தன்மையானது காலம் மற்றும் வெளியின் புறவயமான எதார்த்தத்தை இனிமேலும் மறுப்பதில்லை.

டூரிங்கின் தொடர்பற்ற குழப்பமான, பொருள்முதல்வாதத்தை விமர்சிக்கும் பொழுது, அவர் பேசும் பின் வருவது பற்றி, எங்கெல்ஸ் கண்டிக்கிறார். காலம் பற்றிய கருத்தில் மாறுதல் (*சிறிதளவு கூட முக்கியத்துவம் இல்லாத தத்துவவாதிக்குக்கூட பல்வேறு தத்துவப் போக்குள்ளவர்களுக்குக்கூட சந்தேகமில்லாத*) பற்றிப் பேசும் பொழுது அந்தக் கேள்விக்கு நேரடியாகப் பதில் கூறாமல் டூரிங் *விலகுகிறார்:* காலமும் வெளியும் உண்மையானவையா அல்ல கருத்தியல் சார்ந்தவையா, இவை பற்றிய நமது சார்பியல் கருத்துகள் புறவயமான இருத்தலின் வடிவங்களுக்கு *ஏறக் குறையப் பொருத்த*

மானவையா? அல்லது அவை மனித மனதின், வளர்த்தெடுக்கும் ஒருங்கிணைக்கும், ஒத்திசைக்கும் படைப்புகள் மட்டுமா? தத்துவ அடிப்படையில் உண்மையான பிரச்சனையில் வேறுபடும் அறிவுத் தோற்றவியல் கேள்வி இது ஒன்றுமட்டும்தான். "*டூரிங்கிற்கு மறுப்பு*" என்பதில் எங்கெல்ஸ் கூறுகிறார்: "திரு. டூரிங்கின் மூளையில் எந்தக் கருத்துகள் மாறுகின்றன என்பது பற்றி நாம் கவலைப்படவில்லை. இங்கு விஷயம், காலம் பற்றிய *கருத்து* அல்ல. மாறாக *உண்மை யான* காலம் பற்றியதாகும். இதனை டூரிங்கால் கூட அவ்வளவு எளிதாகப் புறந்தள்ள முடியாது [அதாவது, நமது கருத்துகளுடைய மாறும் தன்மை போன்ற சொற்றொடர்களைப் பயன்படுத்துவதன் மூலமாக]." (*டூரிங்குக்கு மறுப்பு*, 5வது ஜெர்மன் பதிப்பு, பி. 41).[54]

யுஷ்கேவிச்கள் கூட எளிதாகப் புரிந்து கொள்ளும் அளவிற்கு இது மிகத் தெளிவாகத் தோன்றும். *எதார்த்தம்* பற்றிய அதாவது, புறவய *எதார்த்தம்* பற்றிய டூரிங்கின் கூற்றுக்கு எதிராக எல்லாப் பொருள்முதல்வாதிகளும் அறிந்த அவர்கள் ஒப்புக்கொண்ட காலம் பற்றிய கருத்தை எங்கெல்ஸ் முன் வைக்கிறார். காலம், வெளி பற்றிய *கருத்தில்* மாறுதல் ஏற்படுவதை மட்டும் கொண்டே ஒருவர் இதற்கு நேரடியாக உண்டு அல்லது இல்லை என்று பதில் கூறாமல் தப்பிக்க முடியாது, என்று அவர் கூறுகிறார். காலம், வெளிப் பற்றிய கருத்தில் ஏற்படும் இம் மாறுதலை விஞ்ஞான ரீதியாக ஆராய்வதை எங்கெல்ஸ் மறுக்கவில்லை. நாம் மனித அறிவிற்கான ஆதாரம், அதன் முக்கியத்துவம் பற்றிய அறிவுத் தோற்றவியல் பிரச்சனைக்கு ஒரு தெளிவான பதில் கூறவேண்டும் என்கிறார் அவர். திறமையான கருத்துமுதல்வாதி - இது பற்றிப் பேசும் பொழுது எங்கெல்ஸ் செவ்வியல் கருத்துமுதல்வாதிகளையே மனதில் கொண்டுள்ளார் - காலம், வெளி பற்றிய நமது கருத்தின் வளர்ச்சியை தயக்கமின்றி ஒப்புக் கொள்வார்; இவை பற்றிய நமது வளரும் கருத்து, முழுமை யான கருத்தை நோக்கி நகருகிறது என்று கூறுவதன் மூலம், அவர் கருத்துமுதல்வாதத்தினை விட்டுவிட்டார் என்றாகி விடாது. காலம், வெளி பற்றிய நமது வளர்ந்துவரும் கருத்துகள் புறவயமான உண்மையான காலம், வெளி ஆகியவற்றைப் *பிரதிபலிக்கின்றன* என்பதை நாம் உறுதியாக ஏற்றுக் கொள்ளாவிட்டால், எல்லா வகை யான நம்பிக்கைவர்தம், கருத்துமுதல்வாதம் ஆகியவற்றிற்கு எதிரான ஒரு நிலைப்பாட்டினை தத்துவத்தில் பின்பற்ற முடியாது; இங்கும் கூட, பொதுவாக உள்ளது போல, அவர்கள் புறவய உண்மையை நெருங்குகிறார்கள்.

"எல்லா இருத்தலுக்கும் அடிப்படை வடிவம் என்பது வெளியும் காலமும் ஆகும். வெளிக்கு அப்பாற்பட்ட இருத்தல் என்பது காலத்திற்கு அப்பாற்பட்ட இருத்தல் என்பது போல அபத்தமானது" என்று டூரிங்கை எங்கெல்ஸ் விமர்சனம் செய்கிறார் (அதே நூல்).

இந்த மேற்கோளின் முதல் பாதியில், ஃபூயர்பாக்கின் கூற்றை அப்படியே எங்கெல்ஸ் ஏன் திரும்பக் கூறுகிறார்? மதவாதத்தின் முட்டாள்தனங்களுக்கு எதிராக அவர் நிகழ்த்திய போராட்டங்களை இரண்டாவது பகுதியில் ஏன் நினைவுகூர்கிறார்? ஏனென்றால், எங்கெல்சின் இதே அத்தியாயத்தில் காண்பது போல, "உலகிற்கான இறுதிக் காரணம்", "ஆரம்ப உந்துதல்" (இது "கடவுளைக்" குறிக்கும் மற்றொரு சொல் என்று எங்கெல்ஸ் கூறுகிறார்) போன்றவை இல்லாமல் டூரிங் தனது தத்துவத்தை நிலைநிறுத்த முடியாது. நமது மாக்கியர்கள் மார்க்சியவாதிகளாக விரும்பியதைவிட, ஒரு நாத்திக வாதியாகவும் பொருள்முதல்வாதியுமாக இருக்க டூரிங் உண்மையில் விரும்பினார் என்பதில் சந்தேகமில்லை. ஆனால், மதவாத, கருத்து முதல்வாத அடித்தளத்திலிருந்து விடுதலை பெறவும் தத்துவக் கண்ணோட்டத்தினை வலுவாக வளர்க்கவும் *அவரால் இயல வில்லை.* காலம், வெளி பற்றிய புறவய எதார்த்தத்தை அவர் ஏற்றுக் கொள்ளவில்லை. ஆகையினால் (ஊசலாட்டம் உள்ளவராகவும் குழப்பமானவராகவும் இருந்தார்) தவிர்க்க முடியாதபடி (தற்செய லாக அல்ல), "இறுதிக் காரணம்", "ஆரம்ப உந்துதல்" என்பதற்குள் அவர் சறுக்கி விழ வேண்டியிருந்தது; ஏனென்றால், காலம், வெளி ஆகியவற்றிற்கு அப்பால் செல்வதைத் தடுக்கும் புறவய எதார்த்தத் திலிருந்து அவர் தன்னை வேறுபடுத்திக் கொண்டார். காலம், வெளி ஆகியன *வெறும்* கருத்துகள் என்றால், அவற்றை உருவாக்கும் மனிதன் *அவற்றின் எல்லைக்கு அப்பால் செல்வது* சரியானதே. நேரடி யாகவோ அல்லது மறைமுகமாகவோ, மத்தியகால "முட்டாள் தனங்களை" ஆதரிக்க இந்த எல்லைகளுக்கு அப்பால் செல்ல, பிற்கால அரசாங்கங்களின் ஊதியத்தை முதலாளித்துவப் பேராசிரி யர்கள் பெறுவது நியாயமானதே.

காலம் மற்றும் வெளி பற்றிய புறவயமான எதார்த்தத்தை மறுப்ப தானது கோட்பாட்டு ரீதியாகச் சொன்னால் தத்துவக் குழப்பமாகும், அதே வேளையில் நம்பிக்கைவாதத்துக்கு முன்பாக மண்டியிட்டுப் பணிந்து போவதையோ அல்லது சொரணையற்ற தன்மையையோ நடைமுறையில் காட்டுவதாகும் என்று எங்கெல்ஸ் டூரிங்குக்கு கூறியுள்ளார்.

"அண்மைக் கால நேர்க்காட்சிவாதப்" "போதனைகள்" பற்றி, இப்பொழுது காண்போம். மாக்கிடம் பின்வருவதைக் காண்கிறோம்: "காலம், வெளி ஆகியன புலன் உணர்ச்சி வரிசைகளின் ஒழுங்கான அமைப்புகள் ஆகும்," (*இயந்திரவியல்,* மூன்றாம் ஜெர்மன் பதிப்பு, பக்.498), இது பொருள்கள் புலன் உணர்ச்சிகளின் அமைப்புகள் என்பதன் தொடர்ச்சியாக இடம் பெறும் கருத்துமுதல்வாத முட்டாள்தனமாகும். மாக்கின் கருத்துப்படி, வெளி, காலம் ஆகிய

வற்றில் புலன் உணர்ச்சிகள் உள்ள மனிதன் இருப்பதில்லை; வெளியும் காலமும் மனிதனிடம் உள்ளன; அவை மனிதனைச் சார்ந்து உள்ளன. அவை மனிதனால் உருவாக்கப்படுகின்றன. அவர் கருத்துமுதல்வாதத்திற்குச் செல்கிறார் என்று அவருக்குத் தெரியும். காலம் மற்றும் வெளி பற்றிய நமது கருத்தாக்கங்களில் மாறும் தன்மை மீதும், அவற்றின் சார்பியல் தன்மை மீதும் இதுபோன்ற இதரவை மீதும் நீண்ட நெடிய ஆராய்ச்சிக் கட்டுரைகளில் இந்தச் சிக்கலை டூரிங்கைப் போலவே மறைத்துக் கொள்வதோடு, தான் கருத்துமுதல்வாதத்தில் வீழ்வதை உணர்கிற அவர் அதை "எதிர்க்கும்" பாவனையில் இவ்வாறெல்லாம் செய்கிறார் *(அறிவும் பிழையும்* என்ற நூலைக் காணவும்), ஆனால், இது அவரை காப்பாற்றவில்லை - காப்பாற்றவும் முடியாது. ஏனெனில், இச்சிக்கலின் மீதான கருத்து முதல்வாத நிலைப்பாட்டை உண்மையில் கடப்பதற்கு, காலம் மற்றும் வெளியின் புறவய எதார்த்தத்தை அங்கீகரித்தால் மட்டுமே அவ்வாறு செய்ய முடியும். இதனை மாக் எந்தக் காரணம் கொண்டும் செய்யமாட்டார். சார்பியல்வாதத்தின் அடிப்படையில் மட்டுமே காலம் மற்றும் வெளி பற்றிய தனது அறிவுத் தோற்றவியல் கொள்கையை அவர் அமைக்கிறார். உண்மையில், இத்தகைய கருத்தாக்கம் அகவயக் கருத்துமுதல்வாதத்திற்குத்தான் இட்டுச் செல்லும். இதனை நாம் முழு உண்மை ஒப்பீட்டு ரீதியான உண்மை ஆகியன பற்றிப் பேசும் பொழுது தெளிவாக்கியுள்ளோம்.

அவரது அடிப்படை நிலைப்பாடுகளிலிருந்து தவிர்க்க முடியாமல் எழும் கருத்துமுதல்வாத நிலையைத் தடுக்க, மாக், கான்டிற்கு எதிராக வாதிடுகிறார் அதாவது, வெளி பற்றிய நமது கருத்து அனுபவத்திலிருந்து கிடைக்கிறது என்று வலியுறுத்துகிறார் *(அறிவும் பிழையும்,* பக். 350, 385). ஆனால், புறவய எதார்த்தத்தை அனுபவத்தின் மூலம் பெறவில்லை என்றால் (மாக் கூறுவதுபோல) இந்த நிலைப்பாடு, கான்ட், மாக் ஆகியோரின் அறியொணா வாதத்தின் பொதுவான நிலையை சிறிது கூட அழிக்கவில்லை என்பதாகிறது. நமக்குப் புறத்தே உள்ள புறவய எதார்த்தத்தைப் பிரதிபலிக்காத அனுபவம் என்பதிலிருந்து வெளி பற்றிய கருத்து நமக்குக் கிடைக்கிறது என்றால், மாக்கின் கொள்கை கருத்துமுதல் வாதமாகவே உள்ளது. கோடிக்கணக்கான ஆண்டுகள் என்ற முறையில் கணக்கிடப்பட்ட *காலத்தில்,* மனிதன் அவனது அனுபவம் ஆகியன *தோன்றுவதற்கு* முன்னாலேயே இயற்கை இருக்கிறது என்பது இந்தக் கருத்துமுதல்வாதக் கொள்கை எவ்வளவு அபத்தமானது என்பதைக் காட்டுகிறது.

மாக் எழுதுகிறார், "உடல் இயங்கியல் ரீதியான வகையில் பார்த்தால் காலம் மற்றும் வெளி ஆகியவை திசையமைவுக்கான

புலனுணர்ச்சிகளின் அமைப்பு முறைகளாகும். அவை புலனறிவுக் காட்சிகளுடன் கரங்கோர்த்துக் கொண்டு தகவமைப்புப் பொருத்தத்தின் உயிரியல் ரீதியிலான நோக்கமுள்ள எதிர்செயல்களை எவ்வாறு நிறைவேற்றுவது என்பதைத் தீர்மானிக்கின்றன. பௌதிக ரீதியில் சொன்னால், காலமும் வெளியும் பௌதிக ரீதியான ஆக்கக் கூறுகளின் ஒன்றையொன்று சார்ந்திருக்கும் தன்மை கொண்டவையாகும்". (அதே நூல் பக். 434)

சார்பியல்வாதியான (Relativism - சார்பியல்வாதம் என்ற கோட்பாடானது, காலம், இடம், மக்களுக்கு ஏற்ப முடிவுக்கு வருவது எனப்படுகிறது - (மொ-ர்.) மாக், காலம் என்ற கருத்தினைப் பல்வேறு உறவு நிலையில் ஆய்வு செய்கிறார்! டூரிங்கைப் போல இவர் எதையும் கண்டுபிடிக்கவில்லை. "ஆக்கக்கூறுகள்" தாம் புலன் உணர்ச்சிகள் என்றால் பௌதிக ஆக்கக் கூறுகள் ஒன்றையொன்று சார்ந்து இருப்பது மனிதனுக்குப் புறத்தே இருக்க முடியாது, மனிதனும் உயிர்ப் பொருள்களும் தோன்றுவதற்கு முன்னால் இருந்திருக்க முடியாது. காலம், வெளி பற்றிய புலன் உணர்ச்சிகள் உயிரியல் ரீதியான நோக்கமுள்ள திசையமைவு அல்லது நோக்கு நிலை என்றால், இந்தப் புலன் உணர்ச்சிகள் *புறவய எதார்த்தத்தைப் பிரதிபலித்தால்* மட்டுமே முடியும். மனிதனின் புலன் உணர்ச்சிகள் சரியாகப் புறவயத்தைப் பிரதிபலிக்காமல் இருந்தால் அவனால் சுற்றுப்புற சூழ்நிலைக்கு அனுசரித்து இருக்க முடியாது. காலம், வெளி பற்றிய கொள்கை அறிவுத் தோற்றவியலின் அடிப்படைப் பிரச்சனைக்கான பதிலுடன் பிரிக்க முடியாமல் பிணைக்கப் பட்டுள்ளது: நமது புலன் உணர்ச்சிகள் பொருள்களின் பிம்பங்களா? அல்லது பொருள்கள் புலன் உணர்ச்சிகளின் அமைப்புகளா? இந்த இரண்டு கேள்விகளுக்கான பதில்களை மாக் குழப்புகிறார்.

நவீன இயற்பியலில் முழுமையான காலம், வெளி பற்றிய நியூட்டனின் கருத்தானது காலம், வெளி உள்ளபடியே இருக்கின்றன என்றே நிலவுகிறது (பக். 442-44). இந்தக் கருத்து "நமக்கு" அர்த்த மற்றது என்று மாக் கூறுகிறார். பொருள்முதல்வாதிகளின் இருப்பு, பொருள்முதல்வாத அறிவுக் கொள்கையின் இருப்பு ஆகியவற்றைப் பற்றி அவர் கவலைப்படவில்லை. ஆனால் *நடைமுறையில்* இக் கருத்து *தீங்கற்றது (பி.442)*. எனவே, நீண்ட காலத்திற்கு இது விமர்சனத்துக்கு ஆளாகாமல் தப்பித்தது.

பொருள்முதல்வாதக் கருத்து தீங்கு விளைவிக்காதது என்ற இந்த அப்பாவித்தனமான கூற்று மாக்கை வெளிப்படுத்திக் காட்டுகிறது. முதலாவது, இக்கருத்தை கருத்துமுதல்வாதிகள் "நீண்ட காலமாக" விமர்சனம் செய்யவில்லை என்பதில் உண்மையில்லை. இந்தப்

பிரச்சனை பற்றிய பொருள்முதல்வாத, கருத்துமுதல்வாத அறிவுத் தோற்றக் கொள்கைகளுக்கு இடையிலான வேறுபாடுகளை மாக் புறக்கணிக்கிறார். இந்த இரண்டு கருத்துகள் பற்றி எளிமையான நேரிடையான பதிலைக் கூறாமல் அவர் தவிர்க்கிறார். இரண்டாவ தாக, பொருள்முதல்வாதக் கருத்துகள் "தீங்கு இல்லாதவை" என்று ஏற்றுக் கொள்வதன் மூலம் அவை சரியானவை என்று ஒப்புக் கொள்கிறார். ஏனென்றால், அவை சரியல்ல என்றிருந்தால் பல நூற்றாண்டுகளாக "தீங்கு இல்லாமல்" எவ்வாறு இருந்திருக்க முடியும்? மாக் விளையாட முயற்சித்த நடைமுறையின் தேர்வு முறை என்னவாயிற்று? காலம், வெளி ஆகியன பற்றிய பொருள் முதல்வாதக் கொள்கை "தீங்கு இல்லாதது". ஏனென்றால், இயற்கை விஞ்ஞானமானது காலம், வெளி ஆகியவற்றின் *எல்லையைக் கடப்பதில்லை.* பொருளாயத உலகத்தின் எல்லையைக் கடப்ப தில்லை. இந்த வேலையை அது பிற்போக்கான தத்துவப் பேராசிரியர்களுக்கு விட்டு விடுகிறது. இவ்வாறு "தீங்கு இல்லாமல்" இருப்பது சரியானது எனப்படுகிறது.

வெளி, காலம் ஆகியன பற்றிய மாக்கின் கருத்துமுதல்வாதக் கண்ணோட்டம்தான் ''*தீங்கானது*''. ஏனென்றால், அது முதலில் நம்பிக்கை வாதத்திற்குக் கதவைத் திறந்து வைக்கிறது. இரண்டாவதாக அது பிற்போக்கான முடிவுகளை எடுக்க மாக்கைத் *தூண்டுகிறது*. உதாரணமாக, 1872ஆம் ஆண்டு மாக் எழுதினார், "முப்பரிமாண உலகத்தில் வேதியியல் ஆக்கக் கூறுகள் இருப்பதாக ஒருவர் கற்பனை செய்ய வேண்டாம்'' (Erhaltungder Arbeit, பி. 29). அவ்வாறு செய்வது ''நம்மீது தேவையற்ற கட்டுப்பாட்டை ஏற்படுத்திக் கொள்ளுவதாகும். வெறும் சிந்தனை என்பது பற்றி வெளி சார்ந்த முறையில் எண்ணுவதற்கு இனிமேல் யாதொரு கட்டாய நிலையும் இல்லை, அதாவது ஒரு குறிப்பிட்ட தொனியில் என்று சிந்திப்பதை விட பார்வைக்குரிய வகையிலும், தொட்டறியத்தக்க வகையிலும் என்ற தொடர்பில் சிந்திப்பதற்கு கட்டாய நிலை இல்லை." (பக். 27) "மின்சாரம் பற்றி திருப்திகரமான கொள்கை இதுவரை உருவாக்கப்படவில்லை. ஏனென்றால், முப்பரிமாண வெளியில் மூலக்கூறுகளின் செயல் அடிப்படையில் ஒருவேளை மின்சாரம் தொடர்பான இயற்கையில் மெய்யாக உள்ள நிகழ்வை நாம் விளக்க வழக்கமாக விரும்பி இருக்கிறோம்''. (பி. 30)

1872 ஆம் ஆண்டு, மாக் பகிரங்கமாக முன்வைத்த தெளிவான நேரடியான மாக்கிய கண்ணோட்டத்தில் முன்வைத்த வாதம் விவாதத்திற்கு அப்பாற்பட்டது: மூலக்கூறுகளின் அணுக்களை அதாவது வேதியியல் ஆக்கக்கூறுகளை உணர முடியாது. ஏனென்றால் அவை "வெறும் எண்ணங்களே" ஆகும். அவ்வாறாயின், வெளி,

காலம் ஆகியவற்றிற்குப் புறவய எதார்த்தம் இல்லை என்றால் அணுக்களை *வெளி சார்ந்த முறையில்* இணைத்துச் சிந்திக்க வேண்டியது அவசியமில்லை! எனவே இயற்பியலும், வேதியியலும், பருப்பொருள் இயங்கும் முப்பரிமாண வெளியுடன் ''நின்று கொள்ளட்டும்''. ஏனென்றால் மின்சாரம் பற்றி விளக்குவதற்கு முப்பரிமாணமாக *இல்லாத* வெளியில்தான் அதன் ஆக்கக்கூறுகளை நாம் காணவேண்டியிருக்கும்!

அதாவது 1906 ஆம் ஆண்டில் மாக் திரும்பக் கூறும் இந்த அபத்தங்கள் எல்லாவற்றையும் நமது மாக்கியர்கள் சுற்றி வளைத்துத் தவிர்க்க வேண்டும் (*அறிவும் பிழையும்,* பக். 418). இது புரிந்து கொள்ளக் கூடியதே. இல்லாவிடில் வெளி பற்றிய கருத்துமுதல்வாத, பொருள்முதல்வாத கண்ணோட்டங்களை, தப்பிக்காமல் நேரடியாக, சந்திக்க வேண்டியிருக்கும், அதாவது, இந்த முரண்படும் நிலைப்பாடுகளுடன் சமரசம் செய்ய வேண்டியிருக்கும். எழுபதுகளில் மாக் பிரபலமாகாமல் இருந்தார். "பழைமைவாத இயற்பியலாளர்கள்" இவரது கட்டுரைகளை வெளியிட மறுத்தனர். இறைக் கோட்பாட்டாளர் பிரிவைச் சார்ந்த தலைவர்களில் ஒருவரான ஆன்டன் வான் லெக் லெயர் மாக்கின் இந்த வாதத்தினை *ஆர்வத்துடன் இறுகப்* பற்றிக்கொண்டார். அவர் மாக்கின் இந்த வாதமானது பொருள்முதல்வாதத்தை துறக்கக் கூடியதாகவும், கருத்துமுதல்வாதத்தை அங்கீகரிப்பதாகவும் துல்லியமாக உள்ளதென்று அதை ஆர்வமாகப் பற்றியிருக்க வேண்டும்! அச்சமயத்தில் ஷுப்பே, ஷுபெர்ட் சோல்டன், ஜே. ரெஹ்ம்கே, "இறைக்கோட்பாட்டாளர் பிரிவினர்'' ஆகியோரிடம் இருந்து அவர் ''புதிய'' புனைப் பெயர் கடன் வாங்கவில்லை. அல்லது எதையும் கண்டுபிடிக்கவில்லை. ஆனால், தன்னை ஒரு *விமர்சன ரீதியான கருத்துமுதல்வாதி* என்று அழைத்துக் கொண்டார்.* தனது தத்துவ நூல்களில் தொடர்ந்து நம்பிக்கை வாதத்தைப் பிரச்சாரம் செய்த இவர் இந்தக் கூற்றுகள் காரணமாக மாக்கை ஒரு பெரிய தத்துவவாதி என்று அறிவித்தார். "புரட்சியாளர் என்ற சொல்லுக்குரிய பொருளில் புரட்சியாளர் ஆவார்" என்று கூறினார் (பி. 252); அவர் சரியாகவே கூறினார். ஏனென்றால் மாக்கின் வாதங்கள் விஞ்ஞானத்தை நம்பிக்கை வாதத்திற்கு விட்டுக் கொடுப்பதாக இருந்தன. 1872ஆம் ஆண்டிலும், 1906 ஆம் ஆண்டிலும் மின்சாரத்தின் அணுக்கள் எலெக்ட்ரான், ஆகியவற்றை முப்பரிமாண வெளியில் தேடிக் கொண்டிருக்கும் அல்லது *அதை நோக்கிச் சென்று கொண்டுமிருக்கிறது*. அது ஆராயும்

---

* ஆன்டன் வான் லெக் லெயர், *பெர்க்கிலி மற்றும் கான்டின் அறிவு பற்றிய பகுப்பாய்வின் ஒளியில் நவீன அறிவியலின் எதார்த்த வாதம்,* 1879

பொருள் முப்பரிமாண வெளியில் இருக்கிறது என்று விஞ்ஞானம் ஐயப்படவில்லை. இப்பொருளின் துகள் பார்க்க முடியாத அளவிற்குச் சிறியனவாக இருந்தாலும் இந்த முப்பரிமாண வெளியில் இவை இருக்கின்றன என்று கருதப்படுகிறது. 1872 ஆம் ஆண்டிலிருந்து பருப்பொருளின் அமைப்பு பற்றிய முப்பதாண்டு கால பிரமிக்கத்தக்க விஞ்ஞானக் கண்டுபிடிப்புகளின் வெற்றியால் வெளி, காலம் பற்றிய பொருள்முதல்வாதக் கண்ணோட்டம் "தீங்கானவையாக இல்லை". அதாவது விஞ்ஞானத்திற்குப் "பொருத்தமாக" இருந்தது. அதே சமயத்தில் மாக், அவரது ஆதரவாளர்கள் ஆகியோரின் முரணான கருத்துகள் நம்பிக்கை வாதத்திற்குத் "தீங்கு விளைவிக்கும்" அடிபணிதலாக இருந்தன.

இயந்திரவியல் என்ற அவரது நூலில் மாக் (n) பல பரிமாணங்களில் (Dimensions) கிடைக்கும் வெளிகளில் உள்ள பிரச்சனையை ஆராயும் கணித அறிஞர்களுக்கு ஆதரவாக உள்ளார். இந்த ஆய்வுகளிலிருந்து "வினோதமான" முடிவுகளுக்கு அவர்கள் வருகிறார்கள் என்ற குற்றச் சாட்டை அவர் எதிர்க்கிறார். அந்த ஆதரவு முழுமையாகவும், சந்தேகம் இல்லாமலும் சரியானதே. ஆனால் இதில் மாக் மேற்கொண்ட "அறிவுத் தோற்றவியல்" நிலைப்பாட்டைக் காணுங்கள். மாக் கூறுகிறார், (n) பரிமாணங்களைக்* கற்பனை செய்யும் வெளி பற்றிய பிரச்சனையை அண்மைக் கால கணிதம் எழுப்பி உள்ளது. ஆனால், முப்பரிமாணம் "மட்டும் தான் உள்ளது". ஆகையினால் "நரகத்தை எங்கே கொண்டு வைப்பது என்று கஷ்டப்படும் பல மதவாதிகள்", ஆன்மீகவாதிகள் நான்காவது பரிமாணத்திற்குச் சென்று விடுகிறார்கள் (அதே நூல்).

மிக்க சரி! மதவாதிகள், ஆன்மீகவாதிகளுடன் கூட்டுச் சேர மாக் மறுக்கிறார். ஆனால் அவருடைய *அறிவுத் தோற்றவியல்* கொள்கை யிலிருந்து அவர் தன்னை எவ்வாறு விடுவித்துக் கொள்கிறார்? முப்பரிமாண வெளி மட்டுமே உண்மை என்று கூறுவதன் மூலம் இதனைச் செய்கிறார்! நீங்கள் வெளி, காலம் ஆகியவற்றிற்குப் புறவய எதார்த்தம் இல்லை என்று கூறும் பொழுது மதவாதிகளுக்கும் அவர்களைப் போன்றவர்களுக்கும் எதிராக இது எத்தகைய பாது காப்பாக இருக்க முடியும்? ஆன்மீகவாதிகளிடமிருந்து உங்களைத் துண்டித்துக் கொள்ளும் பொழுது, நீங்கள் பொருள்முதல்வாதி களிடமிருந்து தந்திரமாகக் கடன் வாங்கும் நிலைக்கு வந்துள்ளீர்கள்.

---

* இது ஒரு கணிதக் குறியீட்டு சொல். இதில் காலம் அல்லாத நீளம், அகலம், உயரம் போன்றவை எடுத்துக் கொள்ளப்படுகின்றன. இதில் எல்லாப் பொருள்களும் இருக்கின்றன எனப்படுகிறது (மொ-ர்.)

பொருள்முதல்வாதிகள், நாம் உணரும் பருப்பொருளுக்குப் *புறவய* எதார்த்தம் உண்டு என்று ஏற்றுக்கொள்கின்றனர். எனவே காலம், வெளி ஆகியவற்றின் எல்லைக்கு அப்பால் செல்லும் எல்லாச் சிந்தனைகளும் *உண்மையல்ல* என்று முடிவு செய்யும் உரிமை அவர்களுக்கு உண்டு. ஆனால், மாக்கியப் பெரியோர்களே, நீங்கள் பொருள்முதல்வாதத்திற்கு எதிராகப் போரிடும் பொழுது, புறவய எதார்த்தத்தின் மதிப்பை மறுக்கிறீர்கள்; இன்னும் தெளிவான, உறுதியான கருத்துமுதல்வாதத்தை எதிர்க்கும் பொழுது, அதனை ரகசியமாக அறிமுகப்படுத்துகிறீர்கள். காலம் மற்றும் வெளி என்ற *சார்பியல்* ரீதியான கருத்தாக்கத்தில் சார்பியல் தன்மையன்றி வேறு எதுவும் இல்லையென்றால், இத்தகைய சார்பியல் ரீதியான கருத்துகளால் பிரதிபலிக்கப்படும் புறவய எதார்த்தம், அதாவது மனிதனையும் மனித குலத்தையும் விடுத்து சுயேச்சையாக உள்ள எதார்த்தம் என்பது இல்லை என்றால் ஏன், மனிதகுலமானது, மனித குலத்தின் பெரும்பான்மையானது காலம் மற்றும் வெளிக்குப் புறத்தேயான இருத்தலைப் பற்றி கருத்திற் கொள்ள உரிமை இல்லாது இருக்க வேண்டும்? மின்சார அணுக்களை அல்லது பொதுவாக அணுக்களை முப்பரிமாண *வெளிக்கு அப்பால்* தேடுவதற்கு மாக்கிற்கு உரிமை உள்ளது என்றால், மனிதகுலம் முழுவதுமே, அணுக்கள் அல்லது நீதி நெறிகள் ஒழுக்கத்திற்கான அடிப்படைகளை இந்த முப்பரிமாண *வெளிக்கு அப்பால்* நாடிச் செல்லும் உரிமையற்று ஏன் இருக்க வேண்டும்?

மாக் கூறுகிறார், “நான்காவது பரிமாணத்தின் மூலம் பிள்ளைப் பெற உதவிய குழந்தை மருத்துவர் யாரும் இருந்ததில்லை.”

புறவய உண்மைக்கும், புலனுக்குக் கிட்டும் உலகின் *புறவயத்* தன்மைக்கும், நடைமுறை என்பதை அடித்தளமாகக் கொள்பவர்களுக்கு, இது ஒரு நல்ல வாதம். நம்மைச் சாராமல் இருக்கும், புற உலகம் பற்றிய புறவய உண்மையான பிம்பத்தை நமது புலன் உணர்வு தரும் என்றால் இந்தப் பேறுகால மருத்துவரை அடிப்படையாகக் கொண்ட வாதம், மனித நடைமுறை பற்றிய வாதம், பொருத்தமானது. அவ்வாறாயின் ஒரு தத்துவப் போக்கு என்ற நிலையில் மாக்கியம் பொருத்தமற்றது. “இதுபற்றி நான் கூறியது எழுதியது ஆகியவற்றின் மூலம் யாருமே இட்டுக்கட்டி எழுதப்படும் கதைகளை நியாயப்படுத்த மாட்டார்கள் என்று நான் நம்புகிறேன்” என 1872 ஆம் ஆண்டு அவர் எழுதிய நூல் தொடர்பாக மாக் கூறுகிறார்.

1821 ஆம் ஆண்டு மே 5ஆம் தேதி நெப்போலியன் காலமாகவில்லை என்று ஒருவர் நம்ப முடியாது. மாக்கியமானது இறைக்

கோட்பாட்டாளர்களுக்கு ஏற்கெனவே பயன்பட்டிருக்கிறது. தொடர்ச்சியாகவே சேவை செய்தும் வருகிறது எனும்போது, "இட்டுக்கட்டப்படும் பேய்க் கதைகளுக்கு" அது சேவை செய்யப் பயன்படாது என்பதை ஒருவரால் நம்ப முடியாது!

நாம் பின்னர் காணப்போவது போல, இறைக் கோட்பாட் டாளர்கள் மட்டுமல்லாமல், கருத்துமுதல்வாதத் தத்துவமும் மாறுவேடமிட்ட, அலங்கரிக்கப்பட்ட பேய்க்கதைகள் ஆகும். அனுபவவாத விமர்சனத்தின் பிரெஞ்சு, ஆங்கிலேயப் பிரதிநிதி களைப் பாருங்கள். இந்தத் தத்துவப் போக்கின் ஜெர்மன் பிரிவினர் கள் இவர்களைப் போன்று அதிகம் நடிக்கவில்லை. பாயின்கர் கூறுகிறார், "வெளி, காலம் ஆகிய கருத்துகள் ஒன்றுடன் ஒன்று தொடர்பானவை." இதிலிருந்து "இயற்கை நம்மீது அவற்றைச் சுமத்த வில்லை; நாம் இயற்கையின் மீது அதைச் சுமத்துகிறோம். ஏனெனில் இதுதான் நமக்கு வசதியாக இருப்பதைக் காண்கிறோம். (அதே நூல், பக்.6). இது ஜெர்மானியக் கான்டியர்களின் ஆனந்தத்தை நியாயப்படுத்தவில்லையா? உறுதியான தத்துவக் கொள்கைகள் இயற்கை அல்லது மனிதச் சிந்தனை என்பதை அடிப்படையாகக் கொள்ள வேண்டும் என்று எங்கெல்ஸ் கூறியதை இது உறுதிப்படுத்த வில்லையா?

ஆங்கிலேய மாக்கியர் கார்ல் பியர்சனின் கருத்துகள் மிகத் தெளிவாக உள்ளன. "காலத்தைப் பொறுத்தவரையில் வெளியைப் போலவே அதற்கு ஒரு மெய்யான இருத்தலை நம்மால் வலியுறுத்த முடியாது: அது பொருள்களில் இல்லை, மாறாக நமது மனதினால் அவற்றை உணரும் முறையில் உள்ளது." (மேற்கோள் காட்டப்பட்ட படைப்பு, பக். 184). இது தூய எளிய கருத்துமுதல்வாதம் ஆகும். "தலைசிறந்த தரம் பிரிக்கும் எந்திரமான மனிதனின் புலன் உணர்வுத் திறமானது, அதன் பொருள்களை ஒழுங்குபடுத்தும் பல திட்டங்களில் வெளியைப் போன்றே [காலமும்] ஒன்றாக உள்ளது என்று நமக்குத் தோன்றுகிறது." (அதே நூல்) மிகத் தெளிவான ஆய்வுரையாக, பியர்சனின் இறுதி முடிவுகள் பின்வருமாறு:

"காலமும் வெளியும் இயற்கையில் உள்ள மெய்யான நிகழ்வு உலகின் எதார்த்தங்கள் அல்ல, நாம் பொருள்களை உணரும் முறைகள் ஆகும். இவை முடிவற்ற வகையில் மிகப் பெரியவையும் அல்ல; முடிவற்ற வகையில் மிகச் சிறியவையும் அல்ல, நமது புலன் உணர்வுத் திறனின் நிபந்தனைகளுக்குக் கட்டுண்டவை" (காலம் மற்றும் வெளி பற்றிய அத்தியாயம் ஐந்தின் சுருக்கம், பக். 191).

பொருள்முதல்வாதத்தின் இந்த உணர்வுபூர்வமான, நியாயமான எதிரியுடன் மாக் ஒத்துப்போகிறார். அவரும் மாக்கினை ஏற்றுக்

கொள்கிறார். இவர் தனது தத்துவத்திற்கென்று தனியாக எந்தப் பெயரையும் கொடுக்கவில்லை. காண்ட், ஹியூம் ஆகிய செவ்விய லாளர்களிடம் இருந்து தனது தத்துவத்தைப் பெற்றதாக தெளி வாகவே இவர் கூறுகிறார்! (பக். 192)

அதே சமயத்தில், ரஷ்யாவில் மாக்கியம் வெளி, காலம் ஆகியன பற்றிய பிரச்சனைக்குப் ''புதிய'' தீர்வை அளித்துள்ளது என்று அப்பாவித்தனமாக நம்புகிறவர்கள் உள்ளனர். ஆனால் இங்கிலாந்தில் மாக்கியரான கார்ல் பியர்சனைப் பொறுத்தமட்டிலும், ஒரு பக்கத்தில் இயற்கை விஞ்ஞானிகளும், மற்றொரு பக்கத்தில் கருத்துமுதல்வாதி களும், உறுதியான நிலைப்பாடுகளை மேற்கொண்டுள்ளனர். லாயிட் மார்கன் என்ற உயிரியலாளர் கருத்து பின்வருமாறு: "இயற்பியல் அதன் நோக்கங்களில், ஆய்வாளரின் மனதைச் சாராத, புறத்தே உள்ள இயற்கையினுடைய மெய்யான நிகழ்வுகளின் உலகினை ஏற்றுக் கொள்கிறது... பெரும்பாலும் கருத்துமுதல்வாத நிலையை மேற்கொள்ளும் சூழலுக்கு அவர் [பேரா. பியர்சன்] உள்ளாக்கப் பட்டுள்ளார்..."* "வெளிப்படையாகப் புறவயமான சொற்றொடர் களில் காலம் மற்றும் வெளியைப் பற்றி இயற்பியல் கையாளுவதில் இருந்து, அதை அறிவியலில் ஒரு வகையாக நான் எடுத்துக் கொள்கி றேன், அத்துடன் தம்முடைய வாசகர்களுக்கு புலன் பதிவுகளுடன் சேகரிக்கப்பட்ட புலன் பதிவுகளையும் குறிப்பிட்ட சில வடிவங்களி லான புலனுணர்வுத் திறன் ஆகியவற்றையும் மட்டுமே தான் கையாண்டு கொண்டிருப்பதை மனதில் வைத்துக் கொண்டு உயிரிய லாளர் வெளியில் உள்ள உயிரினங்களுடைய விநியோகத்தையும், மண்ணூல் ஆராய்ச்சியாளர் காலத்தில் உயிரினங்களின் பரவலையும் பற்றி இன்னும் விவாதிக்கலாம் என்று நான் கருதுகிறேன்... இவை யாவும் உண்மையாக இருக்கலாம். ஆனால் இயற்பியலிலும் உயிரியலிலும் இதற்கு இடமில்லை" (பக். 304). "வெட்கங்கெட்ட பொருள்முதல்வாதி" என்று எங்கெல்ஸ் குறிப்பிடும் ஒருவகை அறியொணாவாதப் பிரிவின் பிரதிநிதி லாயிட் மார்கன் ஆவார். இத் தத்துவத்தின் போக்குகள் எத்தகைய சமரசம் செய்து கொண்டாலும், இயற்கை விஞ்ஞானத்துடன் பியர்சனின் கருத்துகளை ''சமரசம்'' செய்ய அதற்குச் சாத்தியப்படவில்லை என்று மெய்ப்பிக்கப்பட்டது. மற்றொரு விமர்சகர் பியர்சனுடன் சேர்ந்து கூறுகிறார்: "பியர்சனைப் பொறுத்தமட்டிலும், மனது என்பது முதலில் வெளியில் உள்ளது. அத்துடன் அதன் பின்னர் வெளி அதற்குள்"** இடம்பெறுகிறது.

---

* *இயற்கை அறிவியல்,*[55] தொகுதி I, 1892, பக். 300.

** J.M. பென்ட்லி, *தத்துவார்த்த ரீதியான மறுசீராய்வு*[56], தொகுதி VI, செப். 1897, பக். 523.

பியர்சனின் ஆதரவாளர்களில் ஒருவரான ஆர்.ஜே. ரிலே என்பவர் கூறுகிறார்: "கான்ட்டின் பெயருடன் தொடர்புள்ள காலம், வெளி ஆகியவற்றின் தன்மை பற்றிய கொள்கை பெர்க்கிலி பாதிரியார் காலத்திலிருந்து உள்ள மனித அறிவு பற்றிய கருத்துமுதல்வாதக் கொள்கைக்கு முக்கியமான பங்களிப்பாகும்; *அறிவியலின் இலக்கணம்* என்பதன் முக்கியமான அம்சம் என்னவென்றால், ஆங்கிலேய விஞ்ஞானிகளின் எழுத்துகளில் முதன்முதலாக, கான்ட்டின் கொள்கை பற்றிய பொது உண்மை முழுதாக ஏற்றுக் கொள்ளப்படுவதையும் சுருக்கமாக இருந்தபோதிலும் தெளிவாக அதை பற்றி விளக்கப்படுவதையும் நாம் காண்கிறோம்..."*

எனவே, இங்கிலாந்தில், மாக்கியர்களும் அவர்களை எதிர்க்கும் இயற்கை விஞ்ஞானிகளும், தொழில் ரீதியான தத்துவவாதி களிடையே உள்ள ஆதரவாளர்களும் காலம், வெளி பற்றிய மாக்கியக் கொள்கையின் கருத்துமுதல்வாதத் தன்மை பற்றி *எந்த ஒரு சந்தேகமும் படவில்லை.* மார்க்சியர்களாக வரவிரும்பும் ஒரு சில ரஷ்ய மாக்கியர்கள் அதனைக் "காணத் தவறிவிட்டனர்".

"எங்கெல்சின் குறிப்பிட்ட கருத்துகள் உதாரணமாக, 'தூய்மை யான, காலம்' வெளி பற்றிய கருத்துகள், தற்பொழுது காலாவதியாகி விட்டன" என்று பசரோவ் எழுதுகிறார். (*ஆய்வுகள்,* பக்.67)

உண்மைதான்! பொருள்முதல்வாதியான எங்கெல்சின் கருத்துகள் காலாவதியாகி விட்டன. கருத்துமுதல்வாதியான பியர்சனின் கருத்து கள், குழப்பல் தன்மை கொண்ட கருத்துமுதல்வாதியான மாக்கின் கருத்துகள், எல்லாம் புத்தம் புதியவையாம்! இந்த நூலாசிரியர் அடுத்து வருகிற வாக்கியத்தில் கூறுகிற *"உலகக் கண்ணோட்டத்தின் தொடக்கப்புள்ளி"* என்பதற்கு மாறுபட்ட தனிப்பண்பாக *"குறிப்பான நோக்குநிலைகள்"* உள்ளன. அவ்வாறான குறிப்பான நோக்குநிலைகள் மத்தியில் வகைப்படுத்த முடிவதான காலம் மற்றும் வெளி ஆகிய வற்றின் புறவய எதார்த்தத்தை அங்கீகரிப்பதாகவோ அல்லது மறுப்ப தாகவோ உள்ள நோக்குநிலைகளை பசரோவ் ஐயப்படாமல் கூட இருப்பதுதான் உள்ளதிலேயே மிகவும் விநோதமான ஒன்றாகும். பதினெட்டாம் நூற்றாண்டு ஜெர்மானியத் தத்துவம் பற்றிய எங்கெல்ஸ் கூறிய "பிச்சைக்காரன் எடுத்த வாந்தி" என்பதற்கான சிறந்த உதாரணம் இங்கு உள்ளது. ஏனென்றால், மார்க்ஸ் - எங்கெல்சின் பொருள்முதல்வாத உலகக் கண்ணோட்டத்தைக் காலம், வெளி பற்றிய அவர்களது "குறிப்பிட்ட ஒரு கருத்திலிருந்து" வேறுபடுத்து வது என்பது முட்டாள்தனமானது. இது மார்க்சின் பொருளாதாரக்

* R.J. ரிலே, *இயற்கை அறிவியல்,* ஆக. 1892, பக். 454.

கொள்கையின் "ஆரம்பப் புள்ளியை", உபரி மதிப்பு பற்றிய அவரது "குறிப்பான கருத்திலிருந்து" வேறுபடுத்துவது போன்றதாகும். "தாமேயாகிய பொருள்களை", "நமக்கான பொருள்களாக" மாற்றியமைப்பது என்ற எங்கெல்சின் கோட்பாட்டிலிருந்து காலம் மற்றும் வெளி ஆகியவற்றின் புறவய எதார்த்தம் என்ற அவரது மற்றொரு கோட்பாட்டைத் துண்டிப்பது, அடுத்ததாக நமது புலனுணர்ச்சிகளில் தெரியவரும் புறவய எதார்த்தம் மற்றும் இயற்கையில் உள்ள புறவயமான விதி, காரணகாரியத் தொடர்பு - கோட்பாடு இன்றியமையாமை போன்றவற்றின் மூலமாக எங்கெல்ஸ் அங்கீகரிக்கும் புறவயமான முழுமையான உண்மை என்பதிலிருந்து காலம் மற்றும் வெளி ஆகியவற்றுடைய புறவய எதார்த்தத்தைத் துண்டிப்பது ஒரு முழுமை வாய்ந்த தத்துவத்தை அக்கு வேறு ஆணிவேறாக சிறுமைப்படுத்திப் பிய்த்துக் காண்பதாகும்.

எல்லா மாக்கியர்களையும் போல, பசரோவ், காலம் மற்றும் வெளி பற்றிய மனிதக் கருத்தாக்கங்களின் மாறும் தன்மை, அவற்றின் தனித் துவமான சார்பியல் பண்பு ஆகியவற்றை, மனிதனும் இயற்கையும் காலம், வெளி ஆகியவற்றில் மட்டுமே இருக்கின்றன என்ற நிலையான உண்மையுடன் குழப்பி தவறிழைத்து விட்டார். அத்துடன் அதேபோல காலத்துக்கும் வெளிக்கும் அப்பால் உயிர்பொருட்கள் நிலவுவதாக மதகுருமார்களால் கண்டுபிடிக்கப்பட்டும் அறியாமை யில் உழலும் ஒடுக்கப்பட்ட மக்களின் கற்பனைகளால் பராமரிக்கப் பட்டும் உள்ள குழப்பமான கற்பனைகளும் கருத்துமுதல்வாத தத்துவத்தின் செயற்கையான படைப்புகளும் ஆகிய அழுகிப்போன சமூக அமைப்பின் அழுகிப்போன கற்பனைகளாக உள்ளவற்றுடன் காலம், வெளி குறித்த மனிதனின் கருத்தாக்கங்களை பசாரோவ் பிற அனைத்து மாக்கியர்களைப் போலவே குழப்பி தவறிழைத்து விட்டார். பொருளின் கட்டமைப்பு, உணவின் இரசாயன அமைப்பு, அணு, எலக்ட்ரான் ஆகியன பற்றிய விஞ்ஞானத்தின் போதனைகள் ஆகியன காலாவதியாகிவிடும். ஆனால் கருத்துகளில் மனிதன் உயிர் வாழ முடியாது, பொறியுணர்ச்சி இல்லாத காதல் மூலம் குழந்தை பெற முடியாது என்பது மட்டும் காலாவதி ஆகிவிடாது. அத்துடன் காலம் மற்றும் வெளி பற்றிய புறவய எதார்த்தத்தை மறுப்பதாக உள்ள ஒரு தத்துவமானது பின்னால் வெளிப்பட்ட இந்த உண்மை களை மறுப்பது என்பது முட்டாள்தனமானதாகவும், உள்ளார்ந்து அழுகிப்போனதாகவும் பொய்யானதாகவும் உள்ளது. கருத்துமுதல் வாதிகள் அறியொணாவாதிகள் ஆகியோரின் கற்பனைப் படைப்புகள் போன்றவை மொத்தமாகப் பொறியுணர்ச்சி இல்லாத காதல் குறித்து ஆசாரமான யூதர்கள் நல்லொழுக்க போதனை செய்வது போன்று பாசாங்குத்தனமானதாகும்!

அறிவுத்தோற்ற ஆய்வியலின் வரம்புகளுக்குள் காலம் மற்றும் வெளி பற்றிய நமது கருத்தாக்கங்களின் சார்பியல் தன்மைக்கும் முழுமையான எதிர்நிலைக்கும் இடையில் உள்ள இந்த வேறு பாட்டை, இச்சிக்கலின் மீதான பொருள்முதல்வாத மற்றும் கருத்துமுதல்வாத திசைவழிகளுக்கு இடையிலான இந்த வேறு பாட்டைத் தெளிவாக எடுத்துக்காட்ட வேண்டி பழைய, சுத்தமான "அனுபவவாத விமர்சகர்", ஹியூமியவாதியான ஷுல்ஸ் அனிசிடமஸ் என்பவரை நான் மேற்கோளாகக் காட்டுகிறேன். 1792 ஆம் ஆண்டு அவர் எழுதினார்:

"நமக்குள் இருக்கிற எண்ணங்கள், சிந்தனைகள் ஆகியவற்றி லிருந்து (வெளியே உள்ள பொருள்களைக்)" கண்டால், [பின்பு] காலம் வெளி ஆகியன உண்மையானவை ஆகும். நமக்குப் புறத்தே உள்ளவை ஆகும். ஏனென்றால், நிலவும் வெளிமூலம் தான் பொருள்களின் இருத்தலைக் காண முடியும். மாற்றங்களின் இருத்தலை நிலவும் காலத்தில் மட்டுமே கருத முடியும்" *(எதிரே காட்டப்பட்டுள்ளது. பி. 100).*

மிகச் சரி! பொருள்முதல்வாதத்தை மறுக்கும்பொழுது, அதனுடன் உள்ள சிறிய தொடர்பைக் கூட மறுக்கும் பொழுது, ஹியூமின் ஆதர வாளரான ஷுல்ஸ் 1792 ஆம் ஆண்டில் 1894 ஆம் ஆண்டு பொருள் முதல்வாதி (*டூரிங்கிற்கு மறுப்பின்* கடைசி முன்னுரை, மே. 23. 1894) எங்கெல்ஸ் கூறியதைப் போன்றே காலம், வெளி ஆகியவற்றிற்கும், புறவயமான எதார்த்தத்திற்கும் உள்ள உறவு பற்றி அப்படியே கூறினார்! கடந்த பல நூற்றாண்டுகளாக, காலம், வெளி பற்றிய நமது கருத்துகள் மாறுதல் அடையவில்லை என்றோ, அல்லது *வளர்ச்சிக்கான* இக்கருத்துகள் பற்றி ஏராளமான தகவல்கள் கிடைக்கவில்லை என்றோ இதன் பொருள் அல்ல (எங்கெல்சை மறுப்பதற்காக, வோரோஷிலோவ் - செர்னோவ், வோரோஷிலோவ் - வாலன்டினோவ் போன்றவர்கள் இவற்றைக் காட்டுகின்றனர்). நமது மாக்கியர்கள் முன்னிறுத்தும் பல ''புதிய'' பெயர்கள் இருந்தாலும், தத்துவத்தின் அடிப்படைப் பிரச்சனையில், பொருள் முதல்வாதம், அறியொணாவாதம் ஆகியவற்றுக்கு *இடையிலான உறவு* மாறியிருக்க முடியாது என்பது இதன் அர்த்தம்.

பழைய தத்துவமான கருத்துமுதல்வாதம், அறியொணாவாதம் ஆகியவற்றிற்குப் போக்தனோவும் "புதிய" பெயர்கள் கொடுப்ப தைத் தவிர வேறு எதையும் செய்யவில்லை. வரை கணித வெளி, பௌதிக வெளி ஆகியவற்றிற்கு இடையிலான வேறுபாட்டை, அல்லது கண்டுணர்தல் சார்ந்த வெளி மற்றும் அருவமான வெளி

இடையிலான வேறுபாட்டைப் பற்றிக் கூறும்போது (*அனுபவவாத ஒருமை வாதம் நூல்* I, பக். 26) ஹெறிங், மாக் ஆகியோரின் வாதங்களை இவர் திரும்பக் கூறுகிறார். அவர் டூரிங்கின் தவறையே திரும்பச் செய்கிறார். புலன் உறுப்புகளின் துணையுடன் மனிதன் வெளியை எவ்வாறு உணருகிறான், வரலாற்று வளர்ச்சியில் இந்த உணர்வுகளில் இருந்து வெளி பற்றிய அருவமான கருத்துகள் எவ்வாறு தோன்றின என்பன ஒன்று. மனிதனது இந்தப் புலன் அறிவு, கருத்துகள் ஆகியவற்றிற்குச் சமமான, மனிதனைச் சாராத புறவய யதார்த்தம் இருக்கிறதா என்பது முற்றிலும் வேறு விஷயம். இந்தப் பிந்தைய உண்மையான தத்துவப் பிரச்சனையை, முந்தையப் பிரச்சனை பற்றிய ஏராளமான, விரிவான ஆய்வுகளுக்குப் பின்னால், போக்தனோவ் "கண்டுகொள்ளவில்லை". எனவே, மாக்கின் குழப்பத்திற்கு மாற்றாக எங்கெல்சை முன்னிறுத்த அவரால் முடியவில்லை.

காலம் என்பது வெளியைப் போல "பல்வேறு வகையான மக்களின் அனுபவங்களின் சமூக ஒத்துழைப்பு" ஆகும். இவற்றின் புறவயத் தன்மை இவற்றின் "பொது முக்கியத்துவத்தில்" உள்ளது (*மே. நூல்*. பக்.34).

இது முற்றிலும் பொய். பெரும்பகுதி மனிதச் சமுதாய அனுபவத்தின் சமூக ஒத்துழைப்பு என்பது மதத்துக்கும் கூட "பொதுவான முக்கியத்துவம்" உள்ளது. ஆனால், மதத்தின் போதனைகளுக்குச் சமமான புறவய எதார்த்தம் என்பது இல்லை. உதாரணமாக பூமியின் பழங்காலம், உலகப் படைப்புப் பற்றி. ஆனால், விஞ்ஞானத்தின் போதனைகளுக்குச் *சமமான* புறவய எதார்த்தம் உள்ளது (மத வளர்ச்சியின் ஒவ்வொரு கட்டமும் ஒன்றுடன் ஒன்று சார்பானதுபோல, விஞ்ஞான வளர்ச்சியின் ஒவ்வொரு கட்டமும் சார்பானது). விஞ்ஞானப்படி, சமுதாயம் தோன்றுவதற்கு *முன்னரே*, மனிதன் தோன்றுவதற்கு முன்னரே உயிர்ப்பொருள் கூறான பொருள்களுக்கு *முன்னரே*, பூமி இருந்தது. அது *குறிப்பிட்ட* காலத்தில் *குறிப்பிட்ட* வெளியில் இருந்தது. மற்ற கிரகங்களுடன் *குறிப்பிட்ட* உறவு நிலையில் இருந்தது. போக்தனோவின் கருத்துப்படி, காலம், வெளி ஆகியவற்றின் பல்வேறு வடிவங்கள் மனிதனது அனுபவங்களுக்கு, புலன் உணர்வு திறனுக்கு அனுசரிக்கின்றன. மெய் நடப்பில் உண்மையானது இதற்கு முற்றிலும் தலைகீழானது. நமது "அனுபவம்" நமது அறிவு ஆகியவை *புறவயமான* காலத்துக்கும், வெளிக்கும் ஏற்ப தம்மைத் தகவமைத்துக் கொள்கின்றன. அத்துடன் அவற்றைச் சரியாகவும், ஆழமாகவும் *பிரதிபலிக்கின்றன.*

6. சுதந்திரமும் இன்றியமையாமையும்

ஆய்வுகள் என்ற நூலின் 140 - 41 ஆவது பக்கங்களில் *டூரிங்கிற்கு மறுப்பு* என்ற நூலில் எங்கெல்ஸ் இப்பிரச்சனை பற்றி விவாதிப்பதை எ. லுனாசார்ஸ்கி மேற்கோளாகக் காட்டுகிறார். குறிப்பிட்ட இந்த நூலின் அந்த "அற்புதமான பக்கங்களில்"* "மிகவும் சுருக்கமான, பொருத்தமான" கூற்றை அவர் முழுவதுமாக அங்கீகரிக்கிறார்.

இங்கு இன்றும் அதிகமான அற்புதங்கள் உள்ளன. லுனாசார்ஸ்கியோ, வருங்கால மார்க்சியர்களான மாக்கியக் கூட்டத்தினரோ, சுதந்திரம், *தவிர்க்க முடியாமை* ஆகியன பற்றிய எங்கெல்சின் அறிவுத் தோற்றவியல் விவாதங்களைக் ''கண்டுகொள்ளவில்லை''. அவர்கள் வாசித்தனர் நகலெடுத்தனர். எனினும், அதன் மெய்யான பொருளை உள்வாங்கிக் கொள்ளவில்லை.

எங்கெல்ஸ் கூறுகிறார்: "சுதந்திரத்திற்கும் தவிர்க்க முடியாமைக்கும் இடையிலான உறவு பற்றி ஹெகல் தான் முதலில் சரியாகக் கூறினார். அவரைப் பொறுத்தமட்டிலும் சுதந்திரம் என்பது தவிர்க்க முடியாமையை மதிப்பிட்டுப் புரிந்து கொள்வது ஆகும். *'அதனைப் புரிந்துகொள்ளாததன் காரணமாக மட்டுமே தவிர்க்க முடியாமை யானது கண்மூடித்தனமாக உள்ளது.'* இயற்கை விதிகளிலிருந்து விடுபடும் கற்பனையான சுதந்திரம் என்பதில் விடுதலை இல்லை. மாறாக அவ்விதிகளைப் பற்றிய அறிவில், குறிப்பிட்ட இலக்கு நோக்கி அவற்றைச் செயல்புரியச் செய்வதில்தான் அது உள்ளது. இது புற இயற்கை விதிகளுக்கும், மனிதர்களது உடல் இருத்தலையும் உள இருத்தலையும் நெறிப்படுத்தும் விதிகளுக்கும் பொருந்தும். இந்த இருவகை விதிகளை ஒன்றிலிருந்து மற்றொன்றாக சிந்தனை அளவில் பிரிக்க முடியும்; உண்மையில் பிரிக்க முடியாது. ஆகையால் விருப்பத்தின் சுதந்திரம் என்பது எடுத்துக்கொண்ட பொருளைப் பற்றிய அறிவுடன் முடிவுகளை எடுக்கும் திறனன்றி வேறில்லை. அதன் விளைவாக ஓர் உறுதியான திட்டவட்டமான சிக்கல் தொடர்பாக ஒரு மனிதனின் மதிப்பீடானது கூடுதல் சுதந்திரத்துடன் இருக்கும்போது, இந்த மதிப்பீட்டுடைய உள்ளடக்கம் தீர்மானிக்கப் படுவதற்கான இன்றியமையா நிலைமை இன்னும் கூடுதலாக

---

* லுனாசார்ஸ்கி கூறுகிறார்: ''...மதம் சார்ந்த பொருளாதாரத்தின் ஓர் அற்புதமான பக்கம். மதம் சாராத வாசகரிடமிருந்து ஓர் புன்முறுவலைத் தூண்டும் ஆபத்தில் நான் இதைக் கூறுகிறேன்.'' தோழர் லுனாசார்ஸ்கி அவர்களே, உங்கள் நோக்கம் எவ்வளவு தான் நல்லதாக இருந்தாலும், அது புன்முறுவல் அல்ல; அது மதத்துடன் நீங்கள் கொள்ளும் விளையாட்டுக் காதல் ஏற்படுத்தும் வெறுப்பின் வெளிப்பாடு தான் அந்தப் புன்முறுவல் ஆகும்.[57]

இருக்கும்... எனவே, சுதந்திரம் என்பது நம்மீதும், புற இயற்கை மீதும் உள்ள கட்டுப்பாட்டில் உள்ளது. இந்தக் கட்டுப்பாடு இயற்கையான தவிர்க்க முடியாமை பற்றிய அறிவை அடிப்படை யாகக் கொண்டது" (ஐந்தாம் ஜெர்மன் பதிப்பு, பக். 112-113)[58].

இந்த வாதத்திற்கு அடிப்படையாக உள்ள அறிவுத் தோற்றவியல் கூறுகளை முதலில் நாம் ஆய்வு செய்வோம்.

முதலாவது, அவரது வாதத்தின் ஆரம்பத்திலேயே எங்கெல்ஸ் இயற்கையின் விதிகளை, புறவய இயற்கையின் விதிகளை, அதன் தவிர்க்க முடியா தன்மையை ஏற்றுக் கொள்கிறார். அதாவது, இவற்றை மாக், அவெனரியஸ், பெட்சோல்ட் ஆகியோர் "இயக்க மறுப்பியல் தத்துவம்" என்கின்றனர். எங்கெல்சின் இந்த "அற்புதமான" வாதம் பற்றி லுனாசார்ஸ்கி சிந்திக்க விரும்பினால், பொருள்முதல்வாத அறிவுத் தோற்றக் கொள்கைக்கும் கருத்து முதல்வாதம், அறியொணாவாதம் ஆகியவற்றுக்கும் இடையிலான வேறுபாட்டைக் காணாமல் இருக்க முடியாது. இந்த கருத்துமுதல் வாத அறியொணாவாத தத்துவங்கள் தான் இயற்கையில் விதி இருப்பதையோ அல்லது அவ்வாறான விதியே கூட "தருக்க முறையிலானது" மட்டுமே, என்ற இதர பல வகைகளில் இவ்வாறு ஏற்க மறுத்துக் கூறுபவை ஆகும்.

இரண்டாவது, பிற்போக்கான பேராசிரியர்களும் (அவெனரியஸ் போன்றவர்கள்) அவர்களது சீடர்களும் (போக்தனோவ் போன்ற வர்கள்) பின்பற்றும் மயிரிழைவாத வரையறைகள் போன்றவற்றை, சுதந்திரம், தவிர்க்க முடியாமை ஆகியவற்றைப் பின்பற்ற எங்கெல்ஸ் முயற்சிக்க வில்லை. ஒரு பக்கத்தில் மனிதனது அறிவு, மனிதனது விருப்பம் ஆகியவற்றையும், மற்றொரு பக்கத்தில் இயற்கையின் தவிர்க்க முடியாதத் தன்மையையும் எடுத்துக் கொள்கிறார். வரையறைகள் கொடுப்பதற்குப் பதிலாக, இயற்கை யின் தவிர்க்க முடியாமை முதல் நிலையானது; மனித விருப்பமும், மனதும் இரண்டாம் நிலையானது என்று அவர் கூறுகிறார். பின்னால் கூறப்பட்டது முதலில் உள்ளதற்குக் கட்டாயமாகவும், வேறு வழியற்றும் அனுசரித்துச் செல்ல வேண்டும். இது மிகவும் தெளிவானது என்று எங்கெல்ஸ் கருதுவதால், எங்கெல்ஸ் இதற்காகச் சொற்களை வீணாக்கவில்லை. பொருள்முதல்வாதம் பற்றிய எங்கெல்சின் வரையறையைக் *குறை கூறுவது ரஷ்ய மாக்கியர்களுக்குத் தேவையற்றது.* (இயற்கை முதன்மையானது; மனது இரண்டாம் நிலை, இது பற்றி போக்தனோவின் குழப்பத்தை மறக்கக் கூடாது). அதே சமயத்தில் இந்தப் பொதுவான, அடிப்படையான வரையறையின் *பயன்பாடுகளில் ஒன்றினை*

மட்டும் "அற்புதமானது" என்றும் மிகவும் "பொருத்தமானது" என்றும் அவர்கள் கருதினர்.

மூன்றாவது, "கண்மூடித்தனமான தவிர்க்க முடியாமை" இருப்பதை எங்கெல்ஸ் சந்தேகப்படவில்லை. மனிதனுக்குத் தெரியாத தவிர்க்க முடியாமை இருப்பதை அவர் ஏற்றுக் கொள் கிறார். முன்பு மேற்கோளாகக் காட்டிய பகுதியிலேயே இது தெளிவாக உள்ளது. ஆனால், மாக்கியர்கள் கண்ணோட்டப்படி, மனிதனுக்குத் தெரியாத ஒன்று இருப்பதை மனிதன் எவ்வாறு கண்டுபிடிப்பான்? தெரியாத ஒரு தவிர்க்க முடியாமை பற்றி அவனுக்கு எப்படித் தெரியும்? இது "இறைநிலை கோட்பாடு", "இயக்க மறுப்பியல்" "மூடநம்பிக்கை" மற்றும் "சிலை வழிபாடு" ஏற்பது ஆகாதா? இது ''கான்டியர்களின் அறிய முடியாத தானாக உள்ள பொருள் இல்லையா? மாக்கியர்கள் சற்று சிந்தித்திருந்தார்கள் என்றால், புறவயமான பொருள்களை அறிந்துகொள்ளும் திறன், "தானேயாகிய பொருள்" "நமக்காக உள்ள பொருளாக" மாறுவது ஆகியன பற்றிய எங்கெல்சின் வாதங்கள் குருட்டுத்தனமாக, தெரியாத, தவிர்க்க முடியாமை பற்றிய வாதங்கள் ஆகியவற்றிற்கு இடையே *முழு ஒற்றுமை* இருப்பதைக் காணாமல் இருக்க முடியாது. ஒவ்வொரு தனிநபரின் உணர்வு நிலை வளர்ச்சியிலும், மனிதக் குலத்தின் மொத்த அறிவு வளர்ச்சியின், ஒவ்வொரு கட்டத்திலும், தெரியாத, கண்ணுக்குப் புலப்படாத, அறியப்படாதத் தவிர்க்க முடியாமை, என்பது "தானேயாகிய தவிர்க்க முடியாமை" அறியப்பட்ட "நமக்கான தவிர்க்க முடியாமையாக" மாற்றமடைகிற எடுத்துக்காட்டுகள் வளர்ச்சியின் ஒவ்வொரு அடிவைப்பிலும் நமக்கு முன் வெளிப்படுகிறது. "தானேயாகிய பொருள்" தெரிந்த "நமக்காக உள்ள பொருளாக மாறுவது", அறிவுத்தோற்றவியல் ரீதியாக, இந்த இரு மாறுதல்களுக்கும் வேறுபாடு எதுவுமில்லை. ஏனென்றால் இந்த இரு நேர்வுகளிலும் அடிப்படையான நோக்குநிலை பொருள்முதல்வாதம், ஒன்றேதான். அதாவது, புறவய உலகை ஏற்றுக்கொள்ளும், புறவய இயற்கை விதிகளை ஏற்றுக்கொள்ளும், இந்த உலகம் அதன் விதிகள் ஆகியன மனிதனுக்கு முழுவதுமாக அறிந்துகொள்ளக் கூடியதுதான். ஆனால், *கடைசி முடிவுதான் மனிதனால் அறிந்துகொள்ள முடியாததாக உள்ளது.* வானிலை என்ற இயற்கையில் காணப்படும் நிகழ்வில் இயற்கையினுடைய தவிர்க்க முடியாமையை நாம் அறிய மாட்டோம், அத்துடன் அந்தளவுக்கு வானிலைக்கு வேறு வழியின்றி அடிமைகளாக உள்ளோம் நாம். எனினும் இந்தத் தவிர்க்க முடியாமையை *நாம் அறியாத அதே சமயத்தில், அது நிலவுவதை நாம் அறிந்திருக்கி றோம்.* இந்த அறிவு எங்கிருந்து வருகிறது? இந்த அறிவானது நமது

மனதுக்கு வெளியில் உள்ள அதே தோற்றுவாயிலிருந்து பொருள்கள் நமது மனதிற்கு வெளியே அதனைச் சாராமல் உள்ளன என்பதிலிருந்து, அறிவின் வளர்ச்சியிலிருந்து, பல மில்லியன் கணக்கான உதாரணங்கள் இடம் பெறுகின்றன. அதாவது ஒவ்வொரு தனி அறிவும், புலன் உறுப்புகள் மீது ஒரு பொருள் செயல்புரியும் பொழுது, அறியொணாமையை அகற்றுகிறது. இத்தகைய சாத்தியம் இல்லாத பொழுது அறியொணாமை அறிவுக்குப் பதிலாக இடம் பெறுகிறது.

நான்காவதாக, மேலே உள்ள வாதத்தில் தத்துவத்திற்கு உயிர்த் துடிப்பான பாய்ச்சல் முறையை எங்கெல்ஸ் பயன்படுத்துகிறார். அதாவது, கொள்கையிலிருந்து நடைமுறைக்கு உடனடியாக மாறுகிறார். நமது மாக்கியர்கள் பின்பற்றுகிற கற்றறிந்த பேராசிரியர்கள் (முட்டாள்தனமானவர்கள் உள்ளிட்ட) எவரும் ''தூய அறிவியலின்'' வழிபாட்டாளர்களுக்கு அவமானகரமாக தெரியக் கூடிய வகையில் எங்கெல்சைப் போல விரைந்து உடனடியாக மாறமாட்டார்கள். அவர்களுக்குத் தந்திரமாக ''வரையறைகளைக்'' கலப்பது என்ற அறிவுத்தோற்றவியல் என்பது ஒன்று, நடைமுறை என்பது வேறு ஒன்று ஆகும். எங்கெல்சைப் பொறுத்தமட்டிலும், நடைமுறை முழுவதும் அறிவுத்தோற்றக் கொள்கையில் ஊடுருவிப் பரவுகிறது. அது உண்மைக்கான புறவய தேர்வு முறை என்ற அடித்தளத்தை அமைக்கிறது. நம்மைச் சாராமல், மனதிற்குப் புறத்தே உள்ள இயற்கை விதி பற்றி நமக்குத் தெரியும்வரையில், அது நம்மை, ''கண் மூடித்தனமான தவிர்க்க முடியாமையின்'' அடிமையாக வைக்கிறது. ஆனால், நமது விருப்பத்தையும், மனதையும் *சாராமல்* செயல்புரியும் இந்த விதி பற்றி நமக்குத் தெரிந்த உடன் (ஆயிரம் தடவைகள் மார்க்ஸ் இது பற்றிக் கூறியுள்ளார்) நாம் இயற்கையின் எசமானர்கள் ஆகிவிடுகிறோம். மனித நடை முறையில், இயற்கையை வெற்றி கொள்வது என்பது, இயற்கையில் காணப்படும் மெய்யான நிகழ்வு, செயல்முறை ஆகியன மிகச் சரியாக மனித மூளையில் பிரதிபலித்தது ஆகும். இந்தப் பிரதிபலிப்பு புறவயமானது, (நடைமுறைக்கு உட்பட்டு) முழுமையானது, இது நிலைபேறுடைய நிரந்தர உண்மையாகும்.

இதன் விளைவு என்ன? எங்கெல்சின் ஒவ்வொரு வாதத்தின் முன்வைப்பும், சொற்றொடரும், கூற்றும், இயங்கியல் பொருள் முதல்வாத அறிவுத்தோற்றவியலை அடிப்படையாகக் கொண்ட தாகும். பொருள்கள் புலன் உணர்ச்சிகளின் அமைப்புகள், ஆக்கக் கூறுகள், ''நமக்குப் புறத்தே உள்ள எதார்த்தத்துடன் புலனறிவுக் காட்சிகளின் தற்செயல் இணைவு'' போன்ற இதரப் பலவாறான மாக்கிய முட்டாள் தனம் பொருள் பற்றிக் கூறுவதிலிருந்து முற்றிலும்

வேறுபட்டதாகும். இது பற்றிக் கவலைப்படாமல் மாக்கியர்கள் பொருள்முதல்வாதத்தைக் கைவிடுகிறார்கள். இயங்கியல் பற்றி மோசமான அவதூறுகளைப் பரப்புகிறார்கள், அதே சமயத்தில் விரித்த கரங்களுடன் இயங்கியல் பொருள் முதல்வாதத்தின் பயன் பாடுகளில் ஒன்றை வரவேற்கிறார்கள்! பிச்சைக்காரனது பல்திரட்டுக் கஞ்சியிலிருந்து அவர்கள் தங்கள் தத்துவத்தை எடுத்துக் கொண் டுள்ளனர், இந்தத் தாறுமாறான கலவையை வாசகர்களுக்குத் தொடர்ந்து அளிக்கின்றனர். மாக்கிடமிருந்து அறியொணாவாதத்தின் ஒரு துண்டையும், கருத்துமுதல்வாதத்தின் ஒரு கவளத்தையும் எடுத்துக் கொள்கின்றனர். அதனுடன் மார்க்சிடமிருந்து ஒரு துண்டு இயங்கியல் பொருள்முதல்வாதத்தைச் சேர்க்கின்றனர். இந்தக் கதம்பமான கூளத்தை மார்க்சிய *வளர்ச்சி* என்று கூறுகின்றனர். இந்தப் பிரச்சனைக்கு மார்க்ஸ், ஹெகல் (தவிர்க்க முடியாமை, சுதந்திரம்) ஆகியோர் எவ்வாறு தீர்வுகண்டனர் என்பது பற்றி மாக், அவெனரியஸ், பெட்சோல்ட் ஆகியோருக்கும் மற்றவர்களுக்கும் சிறிதளவுக் கூடத் தெரியாமல் இருந்தால், இது வெறும் தற்செயல் என்றே கற்பனை செய்கின்றனர். ஏனென்றால், அவர்கள் சில பக்கங்களை விட்டுவிடுகின்றனர். இவர்கள் பத்தொன்பதாம் நூற்றாண்டில் தத்துவத்தில் ஏற்பட்ட *உண்மையான வளர்ச்சி* பற்றி ஒன்றும் தெரியாத அறிவிலிகள் அல்ல. ஆனால் இவர்கள் தத்துவத்தில் "ஆராய்ச்சி வெறுப்புவாதிகள்" ஆவர்.

எனவே இந்த நிலைக்கு வியன்னாப் பல்கலைக்கழகத்தில், சாதாரணப் பேராசிரியராக இருக்கும் இத்தகைய தத்துவவாதிகளில் ஒருவரான ஏர்னஸ்ட் மாக்கின் வாதம் பின்வருமாறு:

"நியதிவாதம் (determinism) அல்லது அகநிலை மறுப்புக் கோட்பாடு (indeterminism) என்பதன் சரியான நிலைபாட்டை விளக்க முடியாது. சரியான விஞ்ஞானம் அல்லது விளக்கச் சாத்தியப்படாத விஞ்ஞானம் மட்டுமே இதனைத் தீர்மானிக்க இயலும். இது, இதற்கு முந்தைய ஆய்வுகளின் வெற்றி அல்லது தோல்விக்கு அதிகமான அல்லது குறைந்த அகவய முக்கியத்துவம் கொடுப்பதைப் பொறுத்து பொருள் பற்றிய சிந்தனையில் நாம் கொண்டுவரும் முன்கூட்டிய கூற்றுகளின் தொடர் பானதாகும். ஆனால் ஆய்வுகளின் பொழுது ஒவ்வொரு சிந்தனை யாளனும் கொள்கை ரீதியில் நியதிவாதியாக இருக்க வேண்டியது தவிர்க்க முடியாத ஒன்றாகும்". (*அறிவும் பிழையும்*, 2வது ஜெர்மன் பதிப்பு, பக். 282-83).

தூய கொள்கையை நடைமுறையிலிருந்து கவனத்துடன் பிரிக்கப் படுவது ஆராய்ச்சி வெறுப்பு வாதம் இல்லையா, நியதிவாதம்

என்பது ''ஆய்வு'' எல்லைக்குள்ளாக மட்டும் வைக்கப்படும் பொழுது, ஒழுக்கம், சமூகச் செயல் ஆய்வு இல்லாத மற்றப் பகுதிகள் ஆகியவற்றில் "அகவய மதிப்பீட்டிற்கு" ஒதுக்கப்படுகிறது. இந்தப் புலமை மிகுந்த பண்டிதர் கூறுகிறார், "என்னுடைய படிப்பறையில் நான் ஒரு நியதிவாதி." ஆனால், நியதிவாதத்தின் அடிப்படையில் தத்துவவாதியானவர் நடைமுறை மற்றும் கொள்கை ஆகியவற்றை உள்ளடக்கிய, உலகம் பற்றிய ஓர் ஒருங்கிணைந்த கருத்தைப் பெற வேண்டும் என்பது பற்றி எதுவும் இதில் கூறவில்லை. மாக் உளறு கிறார், ஏனென்றால், சுதந்திரம், தவிர்க்க முடியாமை என்பது பற்றிய கொள்கைப் பிரச்சனையில் அவர் திக்குத் தெரியாமல் இருக்கிறார்.

"...ஒவ்வொரு புதிய கண்டுபிடிப்பும் நமது அறிவில் உள்ள குறை பாடுகளைக் காட்டுகிறது. இதுவரை கவனிக்கப்படாமல் இருந்த மிச்சம் இருக்கும் சார்புகளைக் காட்டுகிறது..." *(பக். 283)*. மிகவும் சிறப்பானதே! நமது அறிவு இன்னும் தெளிவாகப் பிரதிபலிக்கும் "தானாகவே உள்ள பொருள்" தான் இந்த ''மிச்சமா?'' இல்லவே இல்லை: ".... இவ்விதமாக, தீவிரமாக நியதிவாதத்தை ஆதரிக்கும் ஒருவர் நடைமுறையில் அகநிலை மறுப்பு கோட்பாடுடையவ ராகவே இருக்க வேண்டும்" *(பக். 283)*. எனவே விஷயம் சுமுக மாகப் பிரிக்கப்பட்டுள்ளது.* கோட்பாடு என்பது பேராசிரியர் களுக்கு, நடைமுறை என்பதோ இறையியலாளர்க்கு! அல்லது புறநிலைவாதம் (அதாவது ''வெட்கப்படும்'' பொருள்முதல்வாதம்) கோட்பாட்டில் இருக்கிறது என்றால் நடைமுறையில ''சமூகவியல் அகவயமான முறை''[59], லெஸ்சிவிச்சிலிருந்து செர்னோவ் வரையிலுமான நரோத்னிக்குகள், அற்பவாதத்தின் ரஷ்ய சித்தாந்தவாதிகள் இந்த அற்பமான தத்துவத்தை ஆதரிப்பதில் வியப்பேதும் இல்லை. ஆனால், மார்க்சியவாதிகளாக வரவிரும்பு பவர்கள் இத்தகைய முட்டாள் தனத்தால் கவரப்பட்டுள்ளனர் என்பது மாக்கின் அபத்தமான முடிவுகளால் ஈர்க்கப்பட்டுள்ளனர் என்பது வருத்தத்திற்குரியது ஆகும்.

ஆனால், விருப்பம் பற்றிய சிக்கலின் மீது அவர் குழப்பமாக இருக்கிறார் என்பது மட்டுமல்ல, அரைமனது அறியொணாவாதத் துடன் அவர் திருப்தியாக இல்லை. அவர் மேலும் கூறுகிறார்: *(இயந்திரவியல் என்பதில்)* "...பசி என்ற உணர்வு, கந்தக அமிலத்திற்கும் துத்தநாகத்திற்குமான உறவிலிருந்து ஒன்றும்

---

* *இயந்திரவியல்* என்பதில் மாக் கூறுகிறார்: மற்றவர்கள் மீது திணிக்காமல் இருக்கும்வரை, வேறு ஒரு பகுதியைச் சேர்ந்த விஷயங்களுக்குப் பயன்படுத்தாமல் இருக்கும்வரை மதக் கருத்துகள் யாவும் மக்களது தனிப்பட்ட கருத்துகளே. (பிரெஞ்சு மொழிபெயர்ப்பு, பக். 434)

வேறுபடவில்லை. கல்லைத் தாங்கும் அடிப்படை மீது அது அளிக்கும் அழுத்தத்திலிருந்து நமது விருப்பம் அவ்வளவாக ஒன்றும் வேறுபடவில்லை... புரிந்து கொள்ள முடியாத அணுக்களின் தொகுப்பாக அல்லது வினோதத் தோற்றமாக அவற்றை மனத்தில் ஆய்ந்து முடிவு செய்யாமலேயே நாம் இயற்கையை நெருங்க முடியும். (அதாவது, இத்தகைய கருத்தை நாம் மேற்கொண்டால்)" (பிரஞ்சு மொழிபெயர்ப்பு - ப. 434). எனவே பொருள்முதல்வாதம் தேவையில்லை (''எலக்ட்ரான்கள் அல்லது அணுக்களின் ஒண்மீன் படலம் (nebula) தொகுப்பு''. அதாவது, பொருள் உலகின் புறவய எதார்த்தத்தை அங்கீகரித்தல்) கருத்துமுதல்வாதமும் தேவை யில்லை. இது உலகத்தை ஆன்மாவின் மாற்றுப் பொருளாகக் காண்கிறது. எனினும், உலகினை *விருப்பம்* என்னும் ஒரு கருத்துமுதல்வாதம் சாத்தியமாகிறது. நாங்கள் பொருள்முதல்வாதம் மட்டுமல்ல ஹெகலின் கருத்துமுதல்வாதத்தையும் விட உயர்ந்த வர்கள்; ஆனால், ஷோபன் ஹயூரின் கருத்துமுதல்வாதத்தைப் பசப்பி ஏய்த்து வெறுப்பவர்கள் அல்லர்! கருத்துமுதல்வாதத் தத்துவத்துடன் மாக் கொண்டுள்ள உறவு பற்றி குற்றமுள்ள அப்பாவிகளாக நடிக்கும் நமது மாக்கியர்கள் இந்த நுணுக்கமான பிரச்சனையில்கூட மௌனம் சாதிப்பதை விரும்புகின்றனர். இன்னும் தத்துவரீதியான படைப்புகளில் *தன்னார்வத் தன்மை கொண்ட கருத்துமுதல்வாதத்தின்* பால் சாயும் தன்மை கொண்ட மாக்கின் நோக்குநிலைகளை குறிப்பிடாத ஓர் விளக்கத்தைக் காண்பது கடினமாகும். இதனை ஜே. பௌமன் என்பவர் சுட்டிக் காட்டினார்.* இவருக்குப் பதிலளிக்கையில் மாக்கியரான கிளெயின் பீட்டர் என்பவர் இக்கருத்தை மறுக்கவில்லை. ஆனால், மாக் "விஞ்ஞானத்தில் உள்ள இயக்க மறுப்பியல் அனுபவவாதத்தை விட, கான்ட்டிற்கும், பெர்க்கிலிக்கும் அருகில் வருகிறார்" என்று கூறுகிறார் (இயல்புணர்ச்சியுள்ள பொருள்முதல்வாதம். மே. நூல். பதிப்பு. 6. பி. 87). இதனை இ. பெச்சர் என்பவர் சுட்டிக்காட்டு கிறார். சில இடங்களில் மாக் தன்னார்வத் தன்மை கொண்ட இயக்க மறுப்பியல் தத்துவம் பேசினாலும், மற்ற இடங்களில் அதனைக் கைவிடுகிறார். இது இவரது கலைச்சொற்களின் தன்னிச்சைத் தன்மையைக் காட்டுகிறது. உண்மையில் இந்த மாக்கிற்கான தொடர்பு சந்தேகத்திற்கு அப்பாற்பட்டது.** லூக்காவும் கூட இயக்க

---

* *முறையான தத்துவத்திற்கான காப்பகம்,* 1898, பி.63. மாக்கின் தத்துவப் பார்வை பற்றிய கட்டுரை.

** ஈ. பெச்சர், ''எர்னஸ்ட் மாக்கின் தத்துவார்த்தப் பார்வை'', *தத்துவார்த்த விமர்சனம்.* தொ. XiV 1905 பக்.536, 546, 547, 548.

மறுப்பியல் தத்துவம் (அதாவது, கருத்துமுதல்வாதம்) "அறிவின் அடிப்படை நிகழ்ச்சியுணர்வுகள் மட்டும் என்ற கோட்பாட்டுடன்" ("Phenomenalism) (அதாவது, அறியொணாவாதம்) கலந்து உள்ளது என்பதை ஒத்துக் கொள்கிறார்*. இதை W. வன்ட் கூட சுட்டிக் காட்டுகிறார்** நவீன தத்துவத்தின் வரலாறு பற்றி ஊபெர்வெக் ஹென்செ எழுதிய பாடநூலில் கூட மாக் என்பவர் "தன்னார்வத் தன்மை கொண்ட கருத்துமுதல்வாதத்தை வெறுக்காத", ஓர் அறிவின் அடிப்படை நிகழ்ச்சியுணர்வுகள் மட்டும் எனச்சொல்லும் கோட்பாட்டாளர் என்றே குறிக்கப்பட்டிருக்கிறது.***

சுருக்கமாகச் சொன்னால், உண்மையில் ரஷ்ய மாக்கியர்கள் தவிர, மற்றவர்களுக்கு, மாக்கின் பல்திரட்டுவாதமும், கருத்து முதல்வாதச் சார்பும் தெளிவாகத் தெரிந்து இருக்கிறது.

* ஈ லூக்கா ''அறிவுப் பற்றியப் பிரச்சனை மற்றும் புலன் உணர்ச்சி பற்றிய காண்டின் ஆய்வு, ''காண்டிய ஆய்வுகள், 1903, பி.400.

** அமைப்பு ரீதியான தத்துவம் லீப்சிக், 1907, பி.131.

*** தத்துவத்தின் வரலாறுப் பற்றிய தளவமைப்பு, பதிப்பு, 9, பெர்லின், 1903, பி.250.

அத்தியாயம் நான்கு

அனுபவவாத-விமர்சனத்தைப் பின்பற்றுபவர்களாகவும் சகத் தோழர்களாகவும் உள்ள கருத்துமுதல்வாத தத்துவவாதிகள்

இதுவரை அனுபவவாத விமர்சனத்தை உள்ளபடியே ஆய்வு செய்தோம். இப்பொழுது அதனை அதன் வரலாற்று வளர்ச்சிப் போக்கிலும், மற்ற தத்துவப்போக்குகளுடன் அதன் உறவுகளிலும் ஆராய வேண்டியுள்ளது. முதலில் வருவது மாக், அவெனரியஸ் ஆகியோருக்கும் கான்ட்டிற்கும் ஆன உறவு பற்றிய சிக்கலாகும்.

1. கான்டியம் பற்றிய இடதுசாரி விமர்சனமும் வலதுசாரி விமர்சனமும்

மாக்கும், அவெனரியசும் எழுபதுகளில் (1870) தமது தத்துவ நடவடிக்கைகளைத் தொடங்கினர். அப்பொழுது ஜெர்மனியில் பிரபலமான முழக்கம் "கான்ட்டை நோக்கித் திரும்புவோம்!"[60] என்பதாகும். உண்மையில் அனுபவவாத - விமர்சனத்தினை நிறுவிய இந்த இருவரும் கான்ட்டிடமிருந்தே தொடங்கினர். மாக் கூறுகிறார், "நான் மனமார ஒப்புக் கொள்ளும் அவருடைய [கான்டின்] விமர்சனக் கருத்துமுதல்வாதம், எனது எல்லா விமர்சனச் சிந்தனைகளுக்கும் ஆரம்பப் புள்ளியாகும். ஆனால், இதற்கு உண்மையாக இருக்க என்னால் இயலவில்லை. வெகு விரைவில் நான் பெர்க்கிலிக்குத் திரும்பினேன்... [பின்னர்] ஹியூமின் கருத்துகளுக்கு நெருக்கமாக வந்தேன்.... இன்றுகூட, கான்ட்டைவிட, ஹியூம், பெர்க்கிலி ஆகியோரைத் தெளிவான சிந்தனையாளர்களாகக் கருதுகிறேன்" (*புலனுணர்ச்சிகளின் பகுப்பாய்வு*, பக். 292).

எனவே, கான்ட்டிடமிருந்து தொடங்கி, விரைவிலேயே பெர்க்கிலி, ஹியூம் ஆகியோரது பாதையைப் பின்பற்றியதாக மாக் தெளிவாகவே ஏற்றுக் கொள்கிறார். அவனெரியசின் கருத்துக்களைப் பார்ப்போம்.

அவரது (Prolegomena) வில் *"தூய அனுபவத்தின் விமர்சனம்" (1876)* என்பதன் முன்னுரையில் அவர் ஏற்கெனவே கூறியுள்ளார். காண்ட்டின் "தூய பகுத்தறிவு பற்றிய விமர்சனம்" குறித்த அவரது அணுகுமுறையை அது காட்டுகிறது. "காண்டின் மீது அது எதிர்நிலைப்பாட்டைக் காட்டுகிறது" *(1876* பதிப்பு, பக்.IV). காண்ட் பற்றிய அவெனரியசின் எதிர்ப்பு எதில் உள்ளது? அவெனரியசின் கருத்துப்படி காண்ட் போதுமான அளவு "அனுபவத்தைச் தூய்மைப் படுத்தவில்லை" என்பதாகும். அவருடைய முன்னுரையில் புரோலெக்மெனா நூலில் (Prolegomena) (பக் 56, 72 -மற்றும் பல இடங்களில்) இந்த *"அனுபவத்தைத் தூய்மைப்படுத்துதல்"* என்பது பற்றிப் பேசுகிறார். "அனுபவம் பற்றிய" காண்டியக் கொள்கையில் அவெனரியஸ் எதனை தூய்மைப்படுத்துகிறார்? முதலாவது, காரண - காரியத் தொடர்பு கோட்பாடு பகுதி. 56 இல் அவர் கூறுகிறார்: "அனுபவத்தின் உள்ளடக்கத்திலிருந்து தேவைக்கு மேற்பட்ட 'பகுத்தறிவு பற்றிய காரண காரியத் தொடர்பு' சார்ந்த கருத்தாக்கங் களை நீக்க வேண்டுமா வேண்டாமா என்பதோடு நீக்க முடியுமா முடியாதா என்றும், அதன் விளைவாக *தனிச்சிறப்புக்கு நிகரான தூய அனுபவம்* நிறுவப்படுகிறதா என்ற கேள்விக்கு எனக்குத் தெரிந்த வரையில், இவ்வாறான முறையில் இங்கு எழுப்பப்படுவது இதுவே முதன்முறையாகும்." *சுத்தமான அனுபவத்தை* உருவாக்க வேண்டும் என்பது முதன் முதலாக இங்கு இடம் பெறுகிறது. இந்த முறையில் தவிர்க்க முடியாமை மற்றும் காரணகாரியத் தொடர்பு கோட்பாட்டை அங்கீகரித்தல் ஆகியவற்றிலிருந்து, காண்டியத்தை அவெனரியஸ் ''தூய்மைப்படுத்தியுள்ளார்'' என்பதை நாம் ஏற்கெனவே கண்டோம்.

இரண்டாவது, பொருள் பற்றிய காண்ட்டின் அனுமானத்தை அவர் தூய்மைப்படுத்திவிடுகிறார் (பிரிவு. 95). அதாவது, அவெனரியசின் கருத்துப்படி, தானாக உள்ள பொருள் என்பது "அனுபவத்திற்கான உண்மையான பொருளில் இல்லை, மாறாக அது சிந்தனையால் செலுத்தப்படுகிறது."

அவெனரியசின் தத்துவப் போக்கானது, ஆடம்பரமான உருவாக்கமே தவிர, மாக்கின் போக்குடன் ஒத்துள்ளது என்பதை நாம் காண்போம். 1876ஆம் ஆண்டில் அவர் தான் *முதன்முதலாக* "அனுபவத்தைத் தூய்மைப்படுத்துதல்" என்ற பிரச்சனையை அதாவது, காரண காரியம் மற்றும் தானாக உள்ள பொருள் என்ற அனுமானம் முன் வைத்தார் என்ற *உண்மைக்குப் புறம்பான* ஒன்றை அவனெரியஸ் கூறுகிறார். உண்மையில் ஜெர்மானியச் செவ்வியல் தத்துவத்தின் வளர்ச்சியில், காண்ட்டிற்குப் பிறகு, அவெனரியஸ் பின்பற்றிய *அதேமுறையில்* காண்டியம் பற்றிய விமர்சனம் தோன்றியது. இந்தப்

போக்கின் பிரதிநிதிகளாக ஜெர்மானிய செவ்வியல் தத்துவத்தில் ஷுல்ஸ் அனிசிடமஸ் (ஹியூமிய அறியொணாவாதத்தை ஆதரிப்பவர்) ஜே.ஜி. பிச்டே (பெர்க்கிலிய அதாவது, அகவயக் கருத்துமுதல்வாத ஆதரவாளர்) ஆகியோர் இருந்தனர். 1792 ஆம் ஆண்டு, காரண காரியவாதம், தானாக உள்ள பொருள் ஆகியவற்றை அங்கீகரித்ததற்காக ஷுஸ்ஸ் அனிசிடமஸ் கான்ட்டை விமர்சித்தார். "அனைத்து அனுபவத்தின் எல்லைக்கு அப்பால் உள்ள" தானாக உள்ள பொருளை ஐயுறவுவாதிகளாகிய அல்லது ஹியூமிய ஆதரவாளர் களாகிய நாங்கள் மறுக்கிறோம் (பி. 57). *புறநிலை அறிவை* மறுக்கிறோம் (பி.25). நமக்குப் புறத்தே காலமும், வெளியும் இருக்கின்றன என்பதை மறுக்கிறோம்; தவிர்க்க முடியாமை (பி.100) என்பது நமது அனுபவத்தில் இருக்கிறது என்பதை மறுக்கிறோம். காரண காரியத் தொடர்பு கோட்பாடு, விசை போன்றவற்றை மறுக்கிறோம். 'நமது கருத்துகளுக்கு வெளியே எதார்த்தம்' இருப்பதை ஒருவரால் கற்பித்துக் கூற முடியாது (பி.114). கான்ட் காரணகாரியத் தொடர்பை வறட்டுத் தனமாக நிரூபிக்கிறார். அதாவது, வேறு வழியில் நாம் சிந்திக்க முடியாது. ஆகையினால் சிந்தனையில் ஒரு *காரணகாரியத்* தொடர்பின் விதி உள்ளது. "தத்துவத்தில், நீண்ட காலமாக, இந்த ''வாதமானது'' நமது எண்ணங்களுக்குப் புறத்தே உள்ளவற்றின் புறவயத் தன்மையை மெய்ப்பிப்பதற்குப் பயன்படுத்தப் பட்டு வந்தது (பி.124)." இவ்வாறு ஷுல்ட்ஸ் கான்ட்டிற்குப் பதில் கூறுகிறார். இவ்வாறு வாதிட்டு தானேயாகிய பொருள்களுக்கு காரண காரியத் தொடர்புக் கோட்பாட்டை கற்பித்துக் கூறலாம் (பி.141). "புறவயமான பொருள்கள் நம்மீது செயல்புரிவதன் மூலம் எண்ணங்களைத் தோற்றுவிக்கிறது என்று அனுபவம் எப்பொழுதுமே சொன்னதில்லை." "இந்த ஏதோ ஒரு பொருள் (நமது பகுத்தறிவிற்கு வெளியே உள்ளது), நமது புலன் உணர்ச்சியிலிருந்து வேறுபட்ட, தானாக உள்ள பொருளாக இருக்கும் என்று கான்ட் நிரூபிக்க வில்லை. ஆனால், நமது அறிவுக்கான *ஒரே* அடித்தளமாகப் புலன் உணர்ச்சியைக் கூட நாம் கருதலாம் (பி.265)." தூய அறிவு பற்றிய கான்ட்டிய விமர்சனம் பின்வருமாறு உள்ளது: "அறிதலின் ஒவ்வொரு செயலும் நமது புலன் உறுப்புகள் மீது புறவயமான பொருள்கள் செயல் புரிவதிலிருந்து தொடங்குகிறது." ஆனால், பின்னர் இந்த முன்மொழிவின் *உண்மைத் தன்மை* பற்றி அது கேள்வி கேட்கிறது'' (பி.266). கருத்துமுதல்வாதியான பெர்க்கிலியை கான்ட் மறுத்ததே இல்லை (பி.268-272).

ஹியூமியரான ஷுல்ட்ஸ், தானாக இருக்கும் பொருள் என்ற கான்ட்டியக் கொள்கை பொருள்முதல்வாதத்திற்கு இடமளிக்கும்

உறுதியற்ற சலுகை என்று கூறுகிறார். அதாவது, நமது புலன் உணர்ச்சிகள் மூலம் புறவய எதார்த்தம் கிடைக்கிறது, என்ற வரட்டுத் தனமான வலியுறுத்தல் அல்லது நமது எண்ணங்கள் புலன் உறுப்புகள் மீது புறவயமான பொருள்கள் (நமது மனதைச் சாராமல்) செயல் புரிவதன் மூலம் தோன்றுகின்றன என்ற கூற்று பொருள் முதல்வாதம் ஆகும். தானாகவே உள்ள பொருள் என்ற கான்ட்டின் அனுமானத்தின் அடிப்படையில் அறியொணாவாதி ஷுல்ஸ் அறியொணாவாதி கான்ட்டை மறுக்கிறார். சுயத்தைச் சாராத *தானாக* இருக்கும் பொருள் எதார்த்தம். "*எதார்த்தம்*" "கருத்துமுதல்வாதம்" ஆகியவற்றிற்கு இடையே ''தெளிவான முறையில்'' கான்ட் வேறுபடுத்திக் காணவில்லை என்ற அடிப்படையில் அகவயக் கருத்துமுதல்வாதியான பிச்டே தீவிரமாக கான்ட்டை விமர்சிக்கிறார். ''புறவய எதார்த்தத்திற்கு அடிப்படையாக'' உள்ள தானாக இருக்கும் பொருளைக் கான்ட்டும் கான்டியர்களும் கொள்ளும்பொழுது அதில் தீவிரமான முரண்பாடு இருக்கிறது என்று பிச்டே கூறுகிறார் (பி.480). விமர்சனக் கருத்துமுதல் வாதத்துடன் இது முரண்படுகிறது. கான்ட்டின் எதார்த்தவாதத்தை விளக்குபவர்களுடன் வாதிடும் பொழுது பிச்டே கூறுகிறார், "உங்களைப் பொறுத்தமட்டிலும், பூமியானது யானை மீது உள்ளது. யானையானது பூமியின் மீது இருக்கிறது. வெறும் எண்ணம் என்ற முறையில், உங்களது தானாக உள்ள பொருள்*தான் எனும் தன்மையின்* மீது செயல் புரிகிறது (பி.483)."

காரண காரியத் தொடர்பு, கோட்பாடு, தானாக உள்ள பொருள், ஆகியவற்றில் இருந்து "அனுபவத்தை ''தூய்மைப்படுத்தல்'' விடுவிப்பது" என்பதை அவர்தான் ''முதலில்'' மேற்கொண்டார் என்று கற்பனை செய்வதில் அவெனரியஸ் தவறு செய்துள்ளார். தத்துவத்தில் ஒரு ''புதிய'' போக்கினைத் தோற்றுவித்தார் என்பதிலும் தவறு செய்துள்ளார். உண்மையில் அவர் ஹியூம், பெர்க்கிலி, ஷுல்ட்ஸ் - அனெசிடிமஸ் ஆகியோரின் பழைய பாதையையே பின்பற்றுகிறார். ''அனுபவத்தை தூய்மைப்படுத்துவதாக'' அவெனரியஸ் கற்பனை செய்தார். உண்மையில் அவர் கான்ட்டின் *அறியொணாவாதத்தையே தூய்மைப்படுத்தினார்.* அவர் கான்ட்டின் அறியொணாவாதத்திற்கு எதிராகப் போராடவில்லை, மாறாக ஒரு *தூய அறியொணாவாதத்துக்காகப்* போராடினார், அதாவது, தானாகவே உள்ள பொருள் ஒன்று உள்ளது, எனினும் அது அறியப் படாததாகவும், உணர்வு உருவாகவும், மறுபக்கம் கொண்டதாகவும் உள்ளது. அதாவது, தவிர்க்க முடியாமையும், காரணகாரியத் தொடர்பானது என்ற நமது புரிதலில் உள்ளது. அத்துடன்

புறவயமான எதார்த்தத்தில் இல்லை என்ற கான்டின் ஊகமாக உள்ள இவ்வாறானவை அறியொணாவாதத்துக்கு முரணாக உள்ளன என்று அதை நீக்குவதற்குப் போராடினார். இதனால் பொருள்முதல் வாதிகளின் *இடதுசாரி* நிலையில் இருந்து விமர்சனம் செய்வதுபோல் அல்லாமல் கான்ட்டை, ஐயுறவுவாதிகள், கருத்துமுதல்வாதிகள் ஆகியோரின் *வலதுசாரி* நிலையில் இருந்து கான்ட்டை விமர்சனம் செய்யாமல் செய்தார். உண்மையில் அவர் முன்னேறுவதாக நினைத்தார். ஆனால், உண்மையில் அவர் கான்ட்டை விமர்சனம் செய்வதில் பின்வாங்கி இருந்தார். குனோ பிஷர் என்பவர் ஷுல்ட்ஸ் அனெசிடிமஸ் பற்றி எழுதுகிறார்: "தூய பகுத்தறிவைத் தவிர்த்து விட்டுத் தூய பகுத்தறிவைத் திறனாய்வு செய்வது [அதாவது காரணகாரியவாதம்] ஐயுறவுவாதமாகும். தானேயாகிய பொருளைத் தவிர்த்து விட்டுத் தூய பகுத்தறிவைத் திறனாய்வு செய்வது பெர்க்கிலிய கருத்து முதல்வாதமாகும்.'' *(தற்கால தத்துவத்தின் திறனாய்வு, 1869 (பி.115).*

எங்கெல்ஸ், மார்க்ஸ் ஆகியோருக்கு எதிராக நமது ரஷ்ய மாக்கியர்கள் நடத்தும் இயக்கமான "மாக்கியம்" என்பதில் ஒரு விறுவிறுப்பான கட்டத்திற்கு நாம் வந்துள்ளோம். "சிறிதளவு தெரியும் தானாக உள்ள பொருள் என்பதன் உதவியுடன் எங்கெல்சை கான்ட்டுடன் இணைக்கும் கெடுவாய்ப்பான முயற்சியை பிளெக்கனோவ் மேற்கொள்கிறார்" (*ஆய்வுகள்,* பக்கம் 67 மற்றும் பல இடங்கள்). என்பதை ஆயிரம் சுரங்களில் போக்தனோவ், பசரோவ், யுஷ்கேவிச், வாலன்டினோவ் ஆகியோர் இசைக்கின்றனர். இது அவர்களது சமீபத்திய கண்டுபிடிப்பு ஆகும். மாக்கியரின் இந்தக் கண்டுபிடிப்பு அவர்களது ஆழம் காண முடியாத குழப்பத்தையும், கான்ட்டையும், ஜெர்மானிய செவ்வியல் தத்துவத்தின் வளர்ச்சியையும் தவறாகப் புரிந்து கொண்டதையும் காட்டுகிறது.

கான்ட்டியத் தத்துவத்தின் முக்கிய அம்சம் பொருள்முதல்வாதத்திற்கும், கருத்துமுதல்வாதத்திற்கும் சமரசம் செய்தது ஆகும். இரு வேறு தத்துவங்கள், முரணான தத்துவப் போக்குகள், பல்வேறு முரண் கூறுகளைக் கொண்ட ஒரே அமைப்பு ஆகியவற்றைச் சமரசம் செய்தது ஆகும். நமக்கு வெளியே உள்ள ஒன்று, தானாக உள்ள பொருள்! நமது எண்ணங்களுக்குச் சமமாக உள்ளது என்று கான்ட் அனுமானிக்கும் போது, அவர் ஒரு பொருள்முதல்வாதி. தானாக உள்ள பொருளைப் பற்றி ஒன்றும் தெரியாது, அது அறிவுக்கு அப்பாற்பட்ட நிலை, மறுபக்கம் உள்ளது என்று கூறும் போது அவர் ஒரு கருத்துமுதல்வாதி. அனுபவம், புலன் உணர்ச்சிகள் ஆகியவற்றை நமது அறிவிற்கான ஒரே ஆதாரமாக ஏற்றுக்கொள்ளும் பொழுது அவர் புலன் உணர்ச்சிவாதத்தை நோக்கிச் செல்கிறார்.

அதன் மூலம், சில சூழ்நிலைகளில், பொருள்முதல்வாதம் நோக்கிச் செல்கிறார். காலம், வெளி, காரணகாரிய வாதக்கோட்பாடு போன்ற இதரவற்றின் காரண காரியவாதப் பண்பை அங்கீகரிக்கும் காண்ட், தனது தத்துவத்தைக் கருத்துமுதல்வாதம் நோக்கி வழிநடத்துகிறார். தீவிரமான பொருள்முதல்வாதிகளும், கருத்துமுதல்வாதிகளும் (அதேபோல "தூய" அறியொணாவாதிகள், ஹியூமியர்கள்) காண்ட்டின் உறுதியற்ற தன்மைக்காக அவரைக் கடுமையாக விமர்சனம் செய்தார்கள். அவரது கருத்துமுதல்வாதத்திற்காக காண்ட்டை பொருள்முதல்வாதிகள் விமர்சனம் செய்தனர், அவரது அமைப்பில் உள்ள கருத்துமுதல்வாதத் தன்மைகளை மறுத்தனர், தானாக உள்ள பொருளைப் புரிந்து கொள்ள முடியும் என்று நிரூபித்தனர், தானாக உள்ள பொருள், இயற்கையில் காணப்படும் மெய்யான நிகழ்வு ஆகியவற்றிற்கு இடையில் வேறுபாடு இல்லை என்றனர், பொருள்முதல்வாதிகள் காண்ட்டை நோக்கி காரணகாரிய தொடர்புக் கோட்பாடு மற்றும் இதரவற்றை உய்த்துணர தேவைப்படுவது சிந்தனையின் *காரணகாரியத் தொடர்பு* விதிகள் இல்லை, மாறாக புறவய எதார்த்தம்தான் என்று கூறினார்கள். பொருள்முதல்வாதம், ''எதார்த்தவாதம்'', ''எளிமையான எதார்த்த வாதம்'' ஆகியவற்றிற்குத் *தானாக* உள்ள பொருளை விட்டுக் கொடுத்துள்ளார் என்று அறியொணாவாதிகளும் கருத்துமுதல் வாதிகளும் காண்ட்டை விமர்சனம் செய்தனர். அறியொணாவாதிகள் தானாக உள்ள பொருள் மட்டுமல்லாமல் காரண காரிய வாதத்தையும் மறுத்தனர்; அதே சமயத்தில் கருத்துமுதல்வாதிகள் தூய சிந்தனையிலிருந்து புலனுணர்வுத் திறனின் காரணகாரியத் தொடர்பு வடிவங்களை மட்டுமின்றி அதற்கு மாறாக ஒட்டுமொத்த உலகையும் உறுதியாக உய்த்துணர வேண்டும் என்று கோரினார்கள் (ஓர் அருவமான *தான்* எனும் தன்மை அல்லது ஒரு "முழுமையான கருத்து" அல்லது "பிரபஞ்ச ரீதியான சர்வப் பொதுவான விருப்பம்" மற்றும் இதர, இதரவைப் போன்றவாறு மனித சிந்தனையை ஊதிப்பெருக்குவதன் மூலமாக!). நமது மாக்கியர்கள் இதனைக் ''கவனிக்காமல்'' ஐயுறவுவாதக் கண்ணோட்டத்திலிருந்தும் கருத்துமுதல்வாதக் கண்ணோட்டத்திலிருந்தும் விமர்சனம் செய்தவர்களைத் தங்கள் ஆசிரியர்களாக ஏற்றுக் கொண்டுள்ளனர். காண்ட்டை *நேர் எதிர்க் கண்ணோட்டத்திலிருந்து* விமர்சனம் செய்கிற பயங்கரமானவர்கள் முன்பு துயரம் மேலிட சட்டையைக் கிழித்துக் கொண்டு, தலை கவிழ்ந்து நிற்கிறார்கள். இந்த விமர்சகர் கள் தமது தத்துவ அமைப்பில் ஐயுறவுவாதத்தையும் அறியொணா வாதத்தையும் கருத்துமுதல் வாதத்தையும் முழுவதுமாக மறுத்தவர்கள்; தானாக உள்ள பொருள் உண்மை என்று நிரூபித்த வர்கள், அதனைப் புரிந்துகொள்ள முடியும் என்று கூறியவர்கள்.

ஆனால், அது தோற்றத்திலிருந்து வேறுபடவில்லை. தனிப்பட்ட மனிதனது உணர்வு நிலை வளர்ச்சியின் ஒவ்வொரு கட்டத்திலும் மனிதக் குலத்தின் கூட்டான உணர்வு நிலையுடைய வளர்ச்சியின் ஒவ்வொரு கட்டத்திலும் தோற்றமாக அது மாறுகிறது என்கிறார்கள். இது பொருள்முதல்வாதத்தையும், கான்டியத்தையும் முறை தவறிக் கலப்பது! என்று கூச்சல் போடுகிறார்கள்.

காலாவதியான பொருள்முதல்வாதிகளைவிட, மாக்கியர்கள் கான்ட்டை உறுதியாகவும் முழுமையாகவும் விமர்சனம் செய்கிறார்கள் என்று நான் படிக்கும்பொழுது, புரிஷ்கேவிச் நம்முடன் சேர்ந்து கத்துகிறார் என்று எனக்குத் தோன்றுகிறது: மார்க்சிய கனவான்களே! உங்களைவிட நான் அரசியலமைப்பு ஜனநாயகவாதிகளை[61] உறுதியாகவும் முழுமையாகவும் விமர்சனம் செய்துள்ளேன்! புரிஷ்கேவிச் அவர்களே, அது பற்றிக் கவலையில்லை. அரசியலில் உறுதியானவர்கள் அரசியலமைப்பு ஜனநாயகவாதிகளை அவர்கள் எதிர்நிலையில் இருந்து விமர்சனம் செய்வார்கள். ஆனால், நீங்கள் அவர்கள் *அதிக* ஜனநாயகத் தன்மை உள்ளவர்கள் என்கிறீர்கள். நாங்கள் அவர்களிடம் *போதுமான* ஜனநாயகத் தன்மை இல்லை என்றோம். இந்த வேறுபாட்டை மறந்துவிடக் கூடாது. கான்ட் அதிகமான பொருள்முதல்வாதத் தன்மை உள்ளவர் என்பதற்காக மாக்கியர்கள் விமர்சிக்கிறார்கள். அவரிடம் போதுமான பொருள்முதல்வாதத் தன்மை இல்லை என்று நாங்கள் அவரை விமர்சிக்கிறோம். மாக்கியர்கள் கான்ட்டை வலதுசாரி தன்மையிலிருந்து விமர்சிக்கிறார்கள். நாங்கள் இடதுசாரி தன்மையிலிருந்து விமர்சிக்கிறோம்.

ஜெர்மானியச் செவ்வியல் தத்துவத்தின் வரலாற்றில் முதல்வகை விமர்சகர்களுக்கு அகவயக் கருத்துமுதல்வாதி பிச்டே, ஹியூமியரான ஷுல்ஸ் ஆகியோர் உதாரணங்கள் ஆவர். நாம் ஏற்கெனவே கண்டபடி, அவர்கள் கான்டியத்தில் உள்ள "எதார்த்தவாதக்" கூறுகளை அகற்ற முயற்சிக்கின்றனர். ஷுல்சும், பிச்டேயும் கான்ட்டை விமர்சனம் செய்தது போல, ஹியூமிய அனுபவவாத விமர்சகர்களும், அகவய கருத்து முதல்வாதிகளான இறைக்கோட்பாட்டாளர்களான விமர்சகர்களும் பத்தொன்பதாம் நூற்றாண்டின் பிற்பகுதியில் இருந்த புதிய கான்டியர்களை விமர்சிக்கின்றனர். ஹியூம், பெர்க்கிலி ஆகியோரின் வாதத்தைச் சற்றே மறு ஒழுங்கமைப்பு செய்யப்பட்ட சொல்லலங்காரத்துடன் திரும்பவும் வந்தனர். தானாக உள்ள பொருள் என்பது பற்றிய கான்ட்டின் கருத்து போதுமான அளவு எதார்த்தமாக இருக்கவில்லை, போதுமான அளவு பொருள் முதல்வாதமாக இல்லை என்பதற்காக அல்லாமல்; அதன் இருப்பை அவர் *ஏற்றுக்கொள்கிறார்* என்பதற்காக மாக்கும் அவெனரியசும்

வி.இ.லெனின் ▸▸ 247

அவரை விமர்சனம் செய்தனர். அவர் இயற்கையில் உள்ள காரண காரியத் தொடர்பு கோட்பாட்டையும், தவிர்க்க முடியாமையையும் புறவயமான எதார்த்தத்திலிருந்து உய்த்துணர மறுக்கும் காரணத்துக்காக இல்லாமல், மாறாக எந்த ஒரு காரணகாரியத் தொடர்பு கோட்பாட்டையும், தவிர்க்க முடியாமையையும் அவர் ஏற்பதேயில்லை [தூய "தருக்க ரீதியிலான" தவிர்க்க முடியாத தன்மையாக இருக்கலாம்] என்ற காரணத்தால் அவரைக் கண்டித்தனர். கான்ட்டை ஹியூமிய - பெர்க்கிலிய நோக்குநிலையிலிருந்து விமர்சிக்கும்போது கூட அனுபவவாத விமர்சகர்களுடன் இறை கோட்பாட்டாளர்கள் கரங்கோர்த்து நிற்கின்றனர். உதாரணமாக, 1879ஆம் ஆண்டு லெக்லெயர் மாக்கை சிறந்த தத்துவவாதி என்று பாராட்டி எழுதிய அவரது நூலில், "எதார்த்தத்தின் பால் முன்னுக்குப் பின் முரணான தன்மையும் அதற்கு மறைமுக ஆதரவும்", "*தானேயாகிய பொருள்*" என்ற கருத்தை வெளிப்படுத்தியதில் - அதாவது, "கொச்சையான எதார்த்தவாதத்தின் பெயரளவிலான மிச்சம் மீதி" என்று இருத்தல் காரணமாக கான்ட்டை அவர் கண்டித்தார். லெக்லேர் தனது கருத்தை மேலும் வலுவாகச் சொல்ல வேண்டி பொருள் முதல்வாதத்தை "கொச்சையான எதார்த்தவாதம்" என்கிறார். - "எமது கருத்தின்படி, கருத்துமுதல்வாதத்தின் நோக்கு நிலையிலிருந்து கொச்சையான பொருள்முதல்வாதத்தை நோக்கி சரிந்து செல்கிற கான்டியக் கோட்பாட்டின் அனைத்துப் பகுதிகளையும் முன்னுக்குப் பின் முரணான படைப்புகள் என்றும் முறைதவறிப் பிறந்த படைப்புகள் என்றும் முறியடிக்கப்பட்டு ஒழித்துக்கட்டப்பட வேண்டும் (பி.41)." *(நவீன அறிவியலின் எதார்த்தவாதம்,* பி.9).

"கான்டிய அறிவுத்தோற்றக் கொள்கையில் உள்ள முரண்பாடுகள் எல்லாமே கருத்துமுதல்வாத விமர்சனத்தை, இன்னும் முறியடிக்கப் படாத மற்றும் மிச்சமிருக்கும், எதார்த்தத் தன்மை கொண்ட வறட்டு வாதத்துடன் கலப்பதால் [தோன்றுகின்றன] (பி.170)." எதார்த்தத் தன்மை கொண்ட வறட்டுவாதம் என்பது பொருள்முதல்வாதம் என்று லெக்லெயர் பொருள் கொள்கிறார்.

ஜோஹன்னஸ் ரெஹ்ம்கே என்ற மற்றொரு இறை நம்பிக்கை கோட்பாட்டாளர் கான்ட்டை விமர்சனம் செய்தார். ஏனென்றால் தானாக உள்ள பொருள் என்பதன் மூலம் அவர் எதார்த்த ரீதியில் பெர்க்கிலியிடமிருந்து *தன்னைப் பிரித்துக் கொண்டார்* (ஜோஹன்னஸ் ரெஹ்ம்கே, *கருத்து மற்றும் உணர்வுகளாலான உலகம்,* பெர்லின், 1880 (பி.9) "கான்ட்டின் தத்துவச் செயல்பாட்டில் சர்ச்சைக்குரிய தன்மை உள்ளது: தானாக உள்ள பொருள் என்பதன் மூலம் அவர் ஜெர்மானியப் பகுத்தறிவுவாதத்திற்கு எதிராக நின்றார். அதாவது, [பதினெட்டாம் நூற்றாண்டின் பழைய நம்பிக்கை வாதம்]. தூய

சிந்தனை மூலம் அவர் ஆங்கிலேய அனுபவவாதத்திற்கு எதிராக நின்றார். (பி.25)" "கான்ட்டியத்தின் தானாக உள்ள பொருளை ஒரு குழி மீது வைக்கப்பட்டுள்ள அசையும் மூடிக்கு நான் ஒப்பிடுவேன்: அந்தப் பொருள் ஒன்றுமறியாதது போலவும் பாதுகாப்பாகவும் உள்ளது. அதன் மீது ஓர் அடி எடுத்து வைத்தால் அது *'தானாக உள்ள உலகத்தினுள்'* விழுந்து விடுகிறது... அதனால் தான் மாக், அவெனரியஸ் ஆகியோரின் ஆதரவாளர்கள், இறைக்கோட்பாட்டாளர்கள் ஆகியோருக்கு கான்ட்டைப் பிடிப்பதில்லை. ஏனென்றால், சில அம்சங்களில் அவர் பொருள்முதல்வாதம் என்ற "குழியை" நெருங்குகிறார்!

இடதுசாரி தன்மையிலிருந்து கான்ட் மீதான விமர்சனத்திற்கு இங்கு சில உதாரணங்கள் உள்ளன. அவருடைய ''எதார்த்தவாதத்திற்காக'' அல்லாமல், அவரது கருத்துமுதல்வாதத்திற்காக கான்ட்டை ஃபூயர்பாக் விமர்சனம் செய்கிறார். "அனுபவவாதத்தை அடிப்படையாகக் கொண்ட கருத்துமுதல்வாதம்" என்று அவரது அமைப்பைக் குறிப்பிட்டார். *(படைப்புகள், II. பி. 296).*

கான்ட் மீதான ஃபூயர்பாக்கின் முக்கியமான கூற்று இங்கு உள்ளது. "கான்ட் கூறுகிறார்: நமது புலன் உணர்விற்கான பொருள்கள் வெறும் தோற்றம் என்று நாம் கருதினால் - கருத வேண்டும் - அடித்தளத்தில் தானாக உள்ள பொருள் இருக்கிறது என்பதை ஏற்றுக் கொள்கிறோம். அது எவ்வாறு உண்மையில் கட்டமைக்கப்பட்டுள்ளது என்று தெரியாவிட்டாலும், மாறாக அதன் தோற்றம் பற்றி நமக்குத் தெரிகிறது. அதாவது, இந்த அறியப்படாத ஒன்றினால், நமது தோற்றத்தால் புலன் உறுப்புகள் பாதிக்கப்படுவது பற்றித் தெரியாமல் இருந்தாலும் அதன் தோற்றம் பற்றித் தெரிகிறது. ஆகையால், எனது பகுத்தறிவு, தோற்றங்களை ஒப்புக்கொள்வதன் மூலம், தாமாக உள்ள பொருள்களின் இருத்தலையும் அனுமதிக்கிறது; இந்த அளவிற்கு, தோற்றங்களின் அடித்தளத்தில் இருக்கும் இத்தகைய கூறுகளை நாம் ஏற்றுக்கொள்ள முடியும். இவை இறுதியாக நமது சிந்தனைக் கூறுகள் மட்டுமே. இதனை அனுமதிப்பது மட்டுமல்ல மாறாக இது தவிர்க்க முடியாததும் கூட..." தானாக உள்ள பொருள் வெறும் மனசம்பந்தமானது, சிந்தனைக்கூறு, உண்மையானது அல்ல என்று கூறுகிற ஒரு பகுதியை கான்ட்டிடம் இருந்து தேர்வு செய்து, ஃபூயர்பாக் தனது விமர்சனத்தை அதனை வைத்தே செய்கிறார். அவர் கூறுகிறார்: "புலன்களுக்கான பொருள்கள் (அனுபவத்திற்கான பொருள்கள்) மனதிற்கு மட்டுமே வெறும் தோற்றங்கள் ஆகும்; அது உண்மையல்ல... இருப்பினும், சிந்தனைக் கூறுகள் மனதிற்கு

உண்மையான பொருள்கள் அல்ல! கான்டியத் தத்துவமானது, அறிவன், அறிபொருளுக்கு இடையில், தனிப் பண்புள்ள பொருள்களுக்கும் இயலுலகுக்கு இடையில், சிந்தனைக்கும் மற்றும் வாழ்நிலைக்கும் இடையில் உள்ள ஒரு முரண்பாடாகும். தனிப்பண்புள்ள பொருளானது மனதுக்கு ஒதுக்கப்படுகிறது, இயலுலகானது புலன்களுக்கு ஒதுக்கப்படுகிறது. தனிப்பண்புள்ள பொருள் இல்லாத இயலுலகானது [அதாவது, புறவய எதார்த்தம் இல்லாத தோற்றங்களின் இயலுலகு] வெறும் தோற்றம்தான் - புலன்களால் உணரக்கூடிய பொருள்கள் - அதே வேளையில் இயலுலகில் இல்லாத தனிப்பண்புப் பொருளானது (Entity) வெறும் சிந்தனைதான் - சிந்தனையில் உள்ள தனிப்பண்பு பொருள்கள், *புலன் சாராத் தூய அகநிலை அறிவுணர்வால் உணரப்படும் கருத்துப் படிவங்கள்*; அவை சிந்தனையில் உள்ளதுதான், ஆனால் அவை குறைந்தது நமக்கும் - அத்துடன் புறவயத் தன்மைக்கும் - அதாவது இயலுலகில் இல்லாமல் போகின்றன; அவைதான் தாமாகவே உள்ள பொருள்களாகும் - உண்மையான பொருள்கள், ஆனால் அவை எதார்த்தத்தில் இல்லாத புனைவான பொருள்களாகும்... ஆனால், உண்மையிலிருந்து பொருளின் மூல இயல்பு என்ற எதார்த்தத்தை யும், எதார்த்தத்திலிருந்து உண்மையையும் துண்டாடுகிற வகையில் என்னே ஒரு முரண்பாடு! (*படைப்புகள் II*, பிரிவு. 302-03). கான்ட் *தானாக உள்ள பொருளை* அனுமானிக்கிறார் என்பதற்காக அல்லாமல், அவற்றுக்கு எதார்த்தமாக அதாவது புறவய எதார்த்த மாக அங்கீகாரம் கொடுக்கவில்லை என்பதற்காக ஃபூயர்பாக் அவரை விமர்சிக்கிறார். ஏனென்றால், அவற்றை வெறும் "சிந்தனை யில் தனிப்பண்புப் பொருளாகக்" அவர் காண்கிறார். அவற்றை இயலுலகில் உள்ள தனிப்பண்புப் பொருள்களாக, அதாவது புனைவாக இல்லாமல் "எதார்த்தத்தில் உள்ளதாக", அதாவது உண்மையில் உள்ளதாக, அவர் காணவில்லை. பொருள் முதல்வாதத்திலிருந்து விலகியதற்காக கான்டை ஃபூயர்பாக் விமர்சனம் செய்கிறார்.

போலின் என்பவருக்கு, 1858 மார்ச் 26இல் ஃபூயர்பாக் எழுதினார், "கான்ட்டியத் தத்துவம் ஒரு முரண்பாடு ஆகும். அது தவிர்க்க முடியாமல் பிச்டியக் கருத்துமுதல்வாதத்திற்கு அல்லது புலன் உணர்ச்சிவாதத்திற்கு இட்டுச் செல்கிறது." முதலில் உள்ள முடிவு "பழங்காலத்திற்குரியது" பின்னால் உள்ளது "நிகழ்காலத் திற்கும், வருங்காலத்திற்கும் உரியது". (கையெழுத்துப் பிரதிகள் படைப்புகள், II பி.49) ஃபூயர்பாக் புறவயமான புலன் உணர்ச்சி வாதத்தை அதாவது பொருள்முதல்வாதத்தை முன்வைக்கிறார் என்று ஏற்கெனவே நாம் கண்டோம். கான்ட்டின் அறியொணா

வாதத்திலிருந்து ஹியூம், பெர்க்லி ஆகியோரின் கருத்துமுதல்வாதம் நோக்கி மாறுவது என்பது ஃபூயர்பாக்கின் கண்ணோட்டத்தின்படி கூட சந்தேகத்திற்கு இடமில்லாமல் *பிற்போக்குத்தனமானது*, அவரது தீவிரமான சீடர் ஆல்பிரக்ட் ரெள என்பவர், ஃபூயர்பாக்கின் சிறப்பு அம்சங்களுடன் அவரது குறைகளையும் பெற்றிருந்தார். இவற்றை மார்க்சும் எங்கெல்சும் வெற்றி கண்டனர். அவர் ஃபூயர்பாக்கின் பாதையிலேயே கான்ட்டை விமர்சித்தார்: "கான்டியத் தத்துவம் சொற்புரட்டானது (பொருள் தெளிவின்மை) ஆகும். அது ஒரே சமயத்தில் பொருள்முதல்வாதமும் கருத்துமுதல் வாதமும் கொண்டது ஆகும். இந்த இருமையில் தான் அதன் சாராம்சத்திற்கான திறவுகோல் உள்ளது. ஒரு பொருள்முதல்வாதி அல்லது அனுபவவாதி என்ற முறையில் கான்ட் நமக்குப் புறத்தே இருக்கும் பொருளை ஏற்க வேண்டியிருக்கிறது. ஆனால், ஒரு கருத்துமுதல்வாதி என்ற முறையில், ஆன்மா என்பது புலன் உணர்வு சார்ந்த பொருளில் இருந்து வேறுபட்ட தனிப்பண்புப் பொருள் என்ற அபிப்பிராயத்தை அவரால் தவிர்க்க முடியாது. எனவே, உண்மையான பொருள்கள் உள்ளன என்பதோடு அவற்றைப் புரிந்துகொள்ளும் மனதும் உள்ளது. ஆனால், அதிலிருந்து முற்றிலும் வேறுபட்ட பொருள்களை மனது எவ்வாறு அணுக முடியும்? இதற்கு கான்ட் கண்டுபிடித்த வழி பின்வருமாறு: குறிப்பிட்ட வகையிலான *காரணகாரியத் தொடர்பு* சார்ந்த அறிவை மனம் பெற்றுள்ளது, அதன் காரணமாக அந்த அறிவு எவ்வாறு செயல்படுமோ அதற்கேற்பவே பொருள்கள் அதற்குத் தோன்ற வேண்டும். எனவே, நாம் புரிந்துகொள்கிறபடியே பொருள்களைப் புரிந்துகொள்கிறோம் என்ற உண்மையானது நமது படைப்பின் ஓர் உண்மையாகும். ஏனென்றால், நமக்குள்ளே இருக்கும் மனது தெய்வீகமானது. ஒன்றுமில்லாததிலிருந்து கடவுள் உலகினைப் படைத்தது போல, பொருள்களில் இருந்து மனித மனது, தாமாகவே இல்லாத சிலவற்றைப் படைக்கிறது. இந்த முறையில், "தானாக உள்ள பொருள்" என்பதை கான்ட் உறுதி செய்கிறார். எனினும், கான்ட்டிற்கு ஆன்மா தேவைப்பட்டது. ஏனென்றால், இறவாப் புகழ்பெற்ற தன்மை என்பது அவருக்கு ஒழுக்கம் சார்ந்த கூற்று ஆகும். தானாக உள்ள பொருள் என்பது கான்ட்டின் கருத்துமுதல் வாதத்தை, பெர்க்கிலியின் கருத்துமுதல்வாதத்திலிருந்து பிரிக்கிறது [புதிய கான்டியர்களுக்குப் பொதுவாக மற்றும் குறிப்பாக ஏ. லாங் என்ற குழப்பவாதிக்கு ரெள கூறுகிறார். [ஏ.லாங் *பொருள் முதல்வாதத்தின் வரலாற்றின் உண்மைத் தன்மையை மாற்றிக் குலைத்துப் போட்டவர்*]; இது பொருள்முதல்வாதம், கருத்துமுதல் வாதம் ஆகியவற்றிற்கு இடையில் ஒரு பாலமாக உள்ளது. இது

தான் கான்ட்டிய தத்துவம் பற்றிய எனது விமர்சனம். இதனை மறுக்க முடிந்தவர்கள் மறுக்கட்டும்...." "பொருள்முதல்வாதிக்கு, *காரணகாரியம்* சார்ந்த அறிவிற்கும், ''தானாக உள்ள பொருளுக்கும்'' உள்ள வேறுபாடு முற்றிலும் மிகையானது ஆகும். ஏனென்றால் மனது, இயற்கை ஆகியவற்றை இருவேறு பொருளாக அவன் காணவில்லை, மாறாக ஒரே பொருளின் இரு அம்சங்களாகக் காண்கிறான். எனவே, பொருளையும் மனதையும் இணைக்கத் தனிச் சிறப்பான சூழ்ச்சிகள் எதுவும் தேவையில்லை." *

மேலும், நாம் ஏற்கெனவே கண்டபடி, உறுதியான அறியொணா வாதத்திலிருந்து விலகியதற்காக அல்லாமல், அறியொணாவாதி என்பதற்காக எங்கெல்ஸ் கான்ட்டை விமர்சனம் செய்தார். எங்கெல்சின் சீடரான லஃபார்க், 1900 ஆம் ஆண்டு, கான்டியர் களுக்கு (இவர்களில் சார்லஸ் ரப்போபோர்ட் என்பவரும் அப்போது இருந்தார்) எதிராகப் பின்வருமாறு வாதிட்டார்:

"...பத்தொன்பதாம் நூற்றாண்டின் ஆரம்பத்தில் நமது முதலாளித்துவ வர்க்கமானது தனது புரட்சிகரமான அழிவைப் பூர்த்தி செய்த பின்னர், அதன் வால்ட்டரிய சுதந்திரத் தத்துவத்தைக் கைவிட்டது. தலைமை அலங்கரிப்பவரான சாட்டோபிரியான் (Chateaubriand- 19ஆம் நூற்றாண்டு பிரெஞ்சு இலக்கியவாதி எழுத்தாளர். மொ.பெ) சித்திரித்ததுபோல கத்தோலிக்கம் புத்துயிர்ப் பெற்றது. செபஸ்டியன் மெர்சியர், கான்ட்டின் கருத்துமுதல் வாதத்தைக் கலைக் களஞ்சியவாதிகளுடைய பொருள்முதல் வாதத்தை *கருணைக்கொலை* செய்ய வேண்டி கொண்டு வந்தார். அதில் உள்ள பிரச்சாரகர்கள் ரோபெஸ் பியரால் கில்லட்டின் (guillotine) மூலம் கொல்லப்பட்டனர்.

பத்தொன்பதாம் நூற்றாண்டின் கடைசிப்பகுதி, இது வரலாற்றில் முதலாளி வர்க்கத்துக்கான நூற்றாண்டு என அழைக்கப்படும். அப்பொழுது அறிவாளிகள் மார்க்ஸ், எங்கெல்சின் பொருள்முதல் வாதத்தைக் கான்ட்டின் தத்துவத்தினால் நசுக்க முயன்றனர். இந்தப் பிற்போக்கு இயக்கம் ஜெர்மனியிலும் தொடங்கியது. இது மலோன் என்ற சோசலிசத் தலைவருடன் *முரண்படாமல்* இடம் பெற்றது. ஆனால், மலோன் தானாகவே சூரிச் நகரில் மார்க்சியத்தை சீர்திருத்திக் கொண்டிருந்த ஹாக்பெர்த், பெர்ஸ்டீன் டூரிங்கின் இதர சீடர்களுடைய பயிற்சி முகாமில் கலந்து கொண்டார்.

---

* ஆல்பிரெக்ட் ரௌள, *லுத்விக் ஃபூயர்பாக்கின் தத்துவம், இயற்கையான ஆராய்ச்சி, தற்காலம் பற்றிய தத்துவவாத விமர்சனம்*, லீப்சிக், 1882, பி. 87-89.

[எழுபதுகளின் பிற்பாதியில் ஜெர்மானிய சோசலிசத்தில் இடம் பெற்ற கருத்தியல் போராட்டத்தை லஃபார்க் குறிப்பிடுகிறார் [62]] ஜாரஸ், போர்னியர் போன்ற நமது அறிவாளிகளும், கான்ட்டைக் கற்றபின் அவரைப் போலவே நம்மையும் வழிநடத்த வேண்டும் என்று எதிர்பார்க்கப்பட்டது.... மார்க்சிற்கு "கருத்து சார்ந்ததும், உண்மை யானதும் ஒன்றேதான்" என்று கூறும்பொழுது, ராப்பபோர்ட் என்பவர் தவறாகப் புரிந்து கொண்டார். முதலில், நாம் இத்தகைய இயக்க மறுப்பியல் ரீதியான தத்துவச் சொற்றொடரைப் பயன்படுத்துவதே இல்லை. ஒரு கருத்து என்பது நமது மூளையில் பிரதிபலிக்கும் அதற்கான பொருளைப் போலவே உண்மையானது... முதலாளி, வர்க்கத் தத்துவத்தில் பழக்கம் பெறவிருக்கும் நமது தோழர்களுக்கு ஒரு சிறிய பொழுதுபோக்கிற்காக ஆன்மீகவாதி களின் மனதிற்குப் பெரும் பயிற்சியளித்த புகழ்பெற்ற இந்தப் பிரச்சனையின் சாரத்தை நான் விளக்குகிறேன்.

"மசாலா போட்ட பன்றி இறைச்சியை உண்டு நூறு காசுகள் ஊதியம் பெறுகிற ஓர் உழைப்பாளிக்கு அவனது எஜமானர் அவனிடமிருந்து திருடுவதற்கு, பன்றிக் கறி உணவைத் தருகிறார் என்று தெரியும், அந்த எஜமானர் ஒரு திருடன் என்றும் அந்த உணவு ருசியாகவும் உடலுக்கு நல்லதாகவும் உள்ளது. ஆனால், முதலாளி வர்க்க வாய்வீச்சுக்காரர்கள் இது அவ்வாறு இல்லை என்கிறார்கள். இவர்களைப் பைரோ அல்லது ஹியூம் அல்லது கான்ட் என்றோ அழைக்கலாம். இது அவனது தனிப்பட்ட கருத்து; முற்றிலும் அகவயமான கருத்து. சமமானவாத ஆதாரத்துடன் எஜமானர் நல்லவர், உணவு துண்டு துண்டாக வெட்டப்பட்ட தோலைக் கொண்டுள்ளது என்றும் அவன் கூறலாம். ஏனென்றால், அவனுக்குத் *தாமாக* உள்ள *பொருள்களைத்* தெரியாது.

"இந்தப் பிரச்சனை இங்கு சரியாக விளக்கப்படவில்லை... இதுதான் இங்குள்ள மொத்த இடர்ப்பாடு. ஒரு பொருளைத் தெரிந்துகொள்ள, அவனது புலன் உணர்வுகள் அவனை ஏமாற்று கின்றனவா இல்லையா என்று காண வேண்டும்... வேதியிய லாளர்கள் இதில் ஆழமாகச் சென்றுள்ளனர் - பொருள்களின் உள்ளே சென்றுள்ளனர், அவற்றை ஆராய்ந்துள்ளனர்; ஆக்கக்கூறு களாகச் சிதைத்துள்ளனர்; இதற்கு நேர் எதிராக மீண்டும் செயல் பட்டு, ஆக்கக் கூறுகளில் இருந்து அவற்றை மறுபடியும் உருவாக்கி யுள்ளனர். இந்த ஆக்கக் கூறுகளில் இருந்து தனது உபயோகத்திற்காக மனிதன் பொருள்களை உற்பத்திச் செய்யும் பொழுதிலிருந்தே எங்கெல்ஸ் கூறுவது போல, அவனுக்குத் *தாமாக உள்ள பொருள்கள்* தெரிய வருகின்றன. கிருத்துவர்களின் கடவுள் என்று ஒருவர்

இருந்தால், அவர் உலகினைப் படைத்திருந்தால், இதனை விட அவராலும் ஒன்றும் செய்ய முடியாது."*

லஃபார்க் எவ்வாறு எங்கெல்சைப் புரிந்து கொண்டார் என்றும் ஹியூம், கான்ட் ஆகியோருக்குப் பொதுவான அம்சங்களில் இருந்து அல்லாமல், இடதுசாரி நிலையிலிருந்து கான்ட்டை எவ்வாறு விமர்சித்தார் என்பதைக் காட்ட இந்த மேற்கோளை விரிவாகக் காட்டும் உரிமையை எடுத்துக் கொண்டோம். தானாக உள்ள பொருள் என்ற அவரது அனுமானத்திற்கு அன்றி, போதுமான அளவு பொருள்முதல்வாதக் கண்ணோட்டம் இல்லை என்பதற்காக அவரை லஃபார்க் விமர்சித்தார்.

கடைசியாக, ஹியூமியம், பெர்க்கிலியம் ஆகிய நிலைப்பாட்டிலிருந்து அல்லாமல், அதற்கு நேர் எதிரானதிலிருந்து கார்ல் காவுட்ஸ்கி அவரது 'ஒழுக்கவியல்' என்ற நூலில் கான்ட்டை விமர்சனம் செய்தார். கான்ட்டின் அறிவுத் தோற்றவியலுக்கு எதிராக வாதிடும்பொழுது அவர் கூறுகிறார், "பச்சை, சிவப்பு, வெள்ளை என்பதை நான் காண்பது எனது பார்வைத் திறனில் உள்ளது. ஆனால், பச்சை என்பது சிவப்பிலிருந்து வேறுபட்டு உள்ளது என்பது எனக்குப் புறத்தே உள்ள ஒன்றில் பொருள்களுக்கு இடையே உள்ள உண்மையான வேறுபாட்டில் உள்ளது... பொருள்களுக்கு இடையிலான உறவுகள், வேறுபாடுகள் (தனி வெளி, காலம் ஆகியவற்றால் எனக்குக் கிடைத்த) தாம் உண்மையான உறவுகள்; இவை தாம் புறஉலகத்தின் வேறுபாடுகள். இவை எனது இயற்கையான புலன் அறிவுத் திறனால் நெறிப்படுத்தப்பட்டவை அல்ல. அவ்வாறு உண்மையில் இருந்தால் [காலம், வெளி பற்றிய கான்ட்டின் கருத்துகள் உண்மை என்றால்] நமக்குப் புறத்தே உள்ள உலகத்தைப் பற்றி நமக்கு ஒன்றும் தெரியாது, அது இருக்கிறது என்பது கூடத் தெரியாது" (ரஷ்ய மொழிபெயர்ப்பு, பக். 33 - 34).

கருத்துமுதல்வாதம், அறியொணாவாதம் ஆகியவற்றை மறுத்த, இடதுசாரி நிலைக்கு ஃபூயர்பாக், மார்க்ஸ், எங்கெல்ஸ் ஆகிய குழுவினரின் *சிந்தனை பள்ளியினர்* கான்டிடமிருந்து வேறுபட்டுத் திரும்பினர். ஆனால், ஹியூம், பெர்க்கிலி ஆகியோரது நிலைப்பாட்டிலிருந்து விமர்சனம் செய்த மாக்கும், அவெனரியசும், தத்துவத்தில் பிற்போக்கு நிலையைப் பின்பற்றினர். அவர் விரும்பும் ஒரு பிற்போக்குக் கருத்தியல்வாதியைப் பின்பற்றுவது என்பது ஒவ்வொரு குடிமகனின், குறிப்பாக அறிவாளிகளின் புனிதமான

---

* பால் லஃபார்க், "மார்க்சின் பொருள்முதல்வாதமும் கான்டின் கருத்து முதல்வாதமும்" தி சோசலிஸ்ட் [63] 25.2.1900.

கடமை ஆகும். ஆனால் *மார்க்சியத்தின் அடிப்படைகளில்* இருந்து உறவுகளை அறுத்துக் கொண்டவர்கள், தத்துவத்தில் அவர்களும் மார்க்சியர்கள் தாம் என்று விஷயங்களைக் குழப்ப, "தாங்களும்" மார்க்சியர்கள் தாம் என்று உறுதியளித்தும், மார்க்சுடன் முழுவது மாக "ஒத்துப் போகிறோம்" என்று கூறிவிட்டு, மார்க்சியத்திற்கு சிலவற்றை "இணைத்துள்ளோம்" என்று கூறும் பொழுது பார்க்க அருவருப்பாக உள்ளது.

2. "அனுபவவாதக் குறியீட்டியலாளரான" யுஷ்கேவிச் "அனுபவவாத - விமர்சகர்" செர்னோவை எவ்வாறு விமர்சனம் செய்கிறார்!

திரு. பி. யுஷ்கேவிச் எழுதுகிறார், "அறியொணாவாதியும், நேர்க்காட்சிவாதியுமான காம்டேயியரும், ஸ்பென்சரியரும் ஆன மிக்கை - லோஸ்கியை மாக், அவெனரியஸ் ஆகியோருக்கு முன்னோடிகளாக திரு.செர்னோவ் ஆக்க முயற்சிப்பதைக் காண்பது நிச்சயமாக வேடிக்கையாக உள்ளது" (மேற்கோள் காட்டப்பட்ட படைப்பு, பக். 73).

முதலாவதாக, இங்கு வேடிக்கையானது என்னவென்றால், யுஷ்கேவிச்சின் வியப்பூட்டும் அறியாமை ஆகும். எல்லா வோரோஷிலோவ்கள் போல, அறிவுப் புலமைமிகு சொற்கள் பெயர்கள் ஆகியவற்றால் இந்த அறியாமையை அவர் மறைப்பது ஆகும். மேலே மேற்கோளாகக் காட்டப்பட்டுள்ள பகுதி, மாக்கியம், மார்க்சியம் இடையே உள்ள உறவு பற்றிய பத்தியிலிருந்து உள்ள தாகும். இந்த விஷயம் பற்றி அவர் பேச வந்தாலும், எங்கெல்சிற்கு (எல்லாப் பொருள்முதல்வாதிகளுக்கும்), ஹியூமைப் பின்பற்றுபவர் களும், கான்டைப் பின்பற்றுபவர்களும் அறியொணாவாதிகளே என்பது யுஷ்கேவிச்சிற்கு தெரியாது. எனவே, மாக்கே தன்னை ஹியூமைப் பின்பற்றுபவர் என்று ஒப்புக் கொண்ட பிறகும், அவரை அறியொணாவாதத்திலிருந்து வேறுபடுத்துவது என்பது தத்துவத்தில் ஒருவர் தன்னை ஒன்றும் தெரியாதவர் என்று நிரூபிப்பது ஆகும். "அறியொணாவாத நேர்க்காட்சி வாதம்" என்ற சொற்றொடரே அபத்த மானது. ஏனென்றால், ஹியூமைப் பின்பற்றுபவர்கள் உண்மையில் தங்களை நேர்க்காட்சிவாதிகள் என்று அழைத்துக் கொண்டனர். பெட் சோல்ட்டை தனது ஆசிரியராக ஏற்றுக்கொண்ட யுஷ்கேவிச்சிற்கு, அனுபவவாத விமர்சனத்தை நேர்க்காட்சிவாதம் என்று பெட்சோல்ட் வரையறுப்பது தெரிந்திருக்க வேண்டும். அத்துடன் இறுதியாக, மார்க்சியமானது ஒரு நேர்க்காட்சிவாதியிடமிருந்து மற்றொரு நேர்க் காட்சிவாதியை எது வேறுபடுத்துகிறது என்பதை ஏற்கவில்லை

என்பதால் அகஸ்ட் காம்டே மற்றும் ஹெர்பர்ட் ஸ்பென்சர் பெயர் களை இழுப்பது என்பது மீண்டும் பகுத்தறிவுக்குப் பொருந்தாத அபத்தமாகும். மார்க்சியமானது இந்தத் தத்துவவாதிகளிடையே பொதுவாக என்ன உள்ளது என்பதோடு, எது ஒரு தத்துவவாதியை ஒரு பொருள் முதல்வாதியாக மாற்றுவதற்குப் பதிலாக ஒரு நேர்க் காட்சிவாதியாக மாற்றுகிறது என்பதைத்தான் பார்க்கிறது.

விடயத்தின் சாராம்சத்திலிருந்து அவரது வாசகர்களின் கவனத்தைத் திருப்ப, அவர்களைப் பெரிய சொற்களால் அதிர்ச்சியடையச் செய்ய, "மயக்க முடிவு" செய்வதற்கு, நமது வோரோஷிலோவிற்கு இச்சொற்கள் தேவைப்பட்டன. விடயத்தின் சாராம்சம், பொருள் முதல்வாதம், நேர்க்காட்சிவாதத்தின் பொதுவான போக்கு ஆகிய வற்றிற்கு இடையே உள்ள தீவிரமான வேறுபாடு ஆகும். நேர்க்காட்சி வாதத்தில் அகஸ்ட் காம்டே, ஹெர்பர்ட் ஸ்பென்சர், மிக்கை லோவ்ஸ்கி, பல புதிய கான்டியர்கள், மாக், அவெனரியஸ் ஆகியோர் *அடங்குவர்*. இந்த விடயத்தின் சாராம்சத்தை எங்கெல்ஸ் அவரது *லுத்விக் ஃபூயர்பாக்* நூலில் மிகச் சரியாகக் கூறியுள்ளார். அந்தக் கால கட்டத்தின் (அதாவது, கடந்த நூற்றாண்டின் எண்பதுகளில்) இருந்த அனைத்து ஹியூமியர்கள், கான்டியர்கள் ஆகியோரை மோசமான பல்திரட்டுவாதிகள், கீழ்த்தரமான வழக்குரைஞர்கள், ஈ ஓட்டுபவர் கள் என்ற வகையில் அவர் சேர்க்கிறார்.[64] இந்த வகைப்பாடு யாருக்கெல்லாம் பொருத்த முடியும் பொருந்த வேண்டும் என்பதை வோரோஷிலோவ் சிந்திக்கவே இல்லை. அவர்களால் சிந்திக்க முடியாது என்பதால், நாம் ஒரு நல்ல உதாரணம் தரலாம். 1888, 1892 ஆகிய ஆண்டுகளில் கான்டியர்களையும் ஹியூமியர்களையும் பற்றி எங்கெல்ஸ் பொதுவாக பேசும்பொழுது பெயர்களை குறிப்பிட வில்லை.[65] அவர் ஆராய்ந்த நூலான ஃபூயர்பாக் பற்றி ஸ்டார்க்கேயின் படைப்பை மட்டுமே எங்கெல்ஸ் கூறுகிறார். "இன்று ஜெர்மனியில் பேராசிரியர்கள் எனப்படும் தத்துவவாதிகள் பெருத்த ஆரவாரத்துடன் ஃபூயர்பாக்கை தாக்கியதிலிருந்து அவரைப் பாதுகாக்க ஸ்டார்க்கே பெரும் முயற்சி எடுத்துக் கொண்டுள்ளார். ஜெர்மானிய செவ்வியல் தத்துவத்தின் இந்த மறு பிறவியில் ஆர்வமுள்ளவர்களுக்கு இது மிக முக்கியமான விஷயம். ஸ்டார்க்கே வுக்கும் இது அவசியம் என்று தோன்றியிருக்கலாம். ஆனால் வாசகர்களை நாம் இதிலிருந்து எவ்வாறு காப்பாற்றுவோம்" (*லுத்விக் ஃபூயர்பாக்*, பி. 25)[66].

தங்களைத் தத்துவவாதிகள் என்று கூச்சல் போடுபவர்களிட மிருந்து வாசகர்களை அதாவது, சமூக - ஜனநாயகவாதிகளைக் காப்பாற்ற எங்கெல்ஸ் விரும்பினார். இந்த "மறுபிறவியின்'' பிரதிநிதிகள் யாவர்?

நாம் ஸ்டார்க்கேயின் புத்தகத்தைப் பார்க்கும் பொழுது (ஸ்டார்க்கே, *லுத்விக் ஃபூயர்பாக்*, ஸ்டுட்கார்ட், 1885), அதில் *ஹியூம், கான்ட்* ஆகியோரின் சீடர்களை அவர் அடிக்கடி குறிப்பிடுகிறார் என்பதைக் காணலாம். ஸ்டார்க்கே ஃபூயர்பாக்கை இந்த இரு போக்குகளிலிருந்தும் பிரிக்கிறார். இதன் தொடர்பாக, அவர் *எ. ரெய்கல், வின்டல்பந்த், ஏ. லாங்* ஆகியோரை மேற்கோளாகக் காட்டுகிறார்.

1891 ஆம் ஆண்டு வெளியான அவெ்னரியசின் *உலகைப் பற்றிய மனிதக் கருத்து* என்பதைத் திறந்து பார்க்கிறோம். அதன் முதல் ஜெர்மானியப் பதிப்பின் 120ஆவது பக்கத்தில் நாம் படிக்கிறோம்: "நமது ஆய்வின் முடிவுகள் மற்ற ஆய்வாளர்கள் உதாரணமாக, *ஈ. லாஸ், ஈ. மாக், எ. ரெய்ஹல், வன்ட்* போன்றோர் பெற்ற முடிவுகளுடன் முழுமையாக இல்லாவிட்டாலும், பல்வேறு கண்ணோட்டங்களில் ஒத்துப் போகின்றன. *ஷோப்பனேரையும்* காண்க."

யாரைக் கண்டு நமது வோரோஷிலோவ்-யுஷ்கேவிச் இகழ்வான சொற்களைக் கூறுகின்றனர்?

குறிப்பிட்ட பிரச்சனைத் தொடர்பாக இல்லை, மாறாக அனுபவ வாத - விமர்சனத்தின் ''இறுதி முடிவு'' தொடர்பாக *கான்டியரான* ரெய்ஹல், லாஸ், *கருத்துமுதல்வாதியான* வன்ட், ஆகியோருடன் ஆன உறவை அவெனரியஸ் கொள்கையளவில் சிறிதும் மறுக்கவில்லை. இந்த இரு கான்டியர்களுக்கு இடையே மாக்கை அவர் குறிப்பிடுகிறார். இவர்கள் ஒரே குழுவினர்தானே? ஏனென்றால், ரெய்ஹல், லாஸ் ஆகியோர் ஹியூ*மிடமிருந்து* கான்ட்டை நீக்கினர். மாக்கும், அவெனரியசும் பெர்க்கிலி*யிடமிருந்து* ஹியூமை நீக்கினர்.

இந்த "ஈ ஒட்டும்'' ஜெர்மானியப் பேராசிரியர்களுடன் ஜெர்மானிய உழைப்பாளிகள் நெருக்கமாகப் புகுவதைத் ''தவிர்க்க'' எங்கெல்ஸ் விரும்பியதில் வியப்பேதும் இல்லை தானே?

ஜெர்மன் உழைப்பாளிகளை எங்கெல்ஸ் விட்டுவிடலாம். ஆனால் ரஷ்ய வாசகர்களை வோரோஷிலோவ் விட்டுவிடவில்லை.

ஏதேனும் ஒரு விஷயம் அல்லது கலவையின் மற்றொரு கூறு என்பதில் முதன்மையான பல வழிகளில் அழுத்தம் கொடுத்து கான்ட், ஹியூம் அல்லது ஹியூம், பெர்க்கிலி ஆகியோரது பல்திரட்டு வாதங்களை இணைத்துக் காட்ட முடியும். எச். கிளெயின் பீட்டர் என்ற ஒரு மாக்கியர் மட்டும், அவரும், மாக்கும் ஆன்மீகவாதிகள் (அதாவது, உறுதியான பெர்க்கிலியர்கள்) என்று ஒப்புக் கொள்கிறார். மற்றொரு பக்கத்தில், மாக், அவெனரியஸ் ஆகியோரிடம் உள்ள

ஹியூமியப் போக்கினை அவர்களின் சீடர்களான: பெட்சோல்ட், வில்லி, பியர்சன், ரஷ்ய அனுபவவாத விமர்சகர்கள் லெசிவிச், பிரெஞ்சுக்காரர் ஹென்றி டிலக்ரோயிக்ஸ்* ஆகியோர் வலியுறுத்தி யுள்ளனர். நாம் ஓர் உதாரணம் தரலாம் - இவர் ஒரு பிரபல விஞ்ஞானி. இவர் தத்துவத்தில் ஹியூமையும் பெர்க்கிலியையும் இணைத்தார். ஆனால், இந்தக் கலவையில் உள்ள பொருள்முதல் வாதக் கூறுகளை இவர் வலியுறுத்தினார். இவர் தான் பிரபல ஆங்கிலேய விஞ்ஞானியான டி.எச். ஹக்ஸ்லி. இவர்தான், "அறியொணாவாதி" என்ற சொல்லைப் பிரபலப்படுத்தினார். ஆங்கிலேய அறியொணாவாதம் பற்றிப் பேசும் பொழுது எங்கெல்ஸ் இவரைத் தான் முதன்மையாகவும் முக்கியமாகவும் மனதில் கொண்டிருந்தார். 1892ஆம் ஆண்டு, இத்தகைய அறியொணா வாதிகளை "வெட்கப்படும் பொருள்முதல்வாதிகள்" என்று எங்கெல்ஸ் அழைத்தார்.[67] ஆங்கிலேய ஆன்மீகவாதி ஜேம்ஸ் வார்ட், அவரது *இயற்கைவாதமும் அறியொணாவாதமும்* நூலில் "அறியொணாவாதத்தின் அறிவியல்பூர்வமான தீவிர ஆதரவாளர்" என்று ஹக்ஸ்லியை முதன்மையாகத் தாக்குகிறார் (தொகுதி II, பக். 229). மேலும் அவர், "ஹக்ஸ்லி தொடர்பான நேர்வுகளில் இயற்பியல் ரீதியான தரப்பின் முதன்மை நோக்கிச் சாயும் தன்மைதான் உண்மையில் அடிக்கடி அழுத்தம் திருத்தத்துடன் சொல்லப்படும் காரணத்தால் [இதை மாக் "ஆக்கக் கூறுகளின்" வரிசை என்கிறார்] இதை மிக அரிதாகவே இணை வளர்ச்சிப்போக்கு என்று கூற முடியும். அவரது களங்கமற்ற அறியொணாவாதத்துக்கு ஓர் அவமதிப்பாகப் பொருள் முதல் வாதி என்ற பட்டம் உள்ளதால், அதை ஆவேசத்துடன் அவர் மறுதலித்த போதும், இந்தப் பட்டத் துக்கு மிகவும் பொருத்தமான சில சமீபத்திய எழுத்தாளர்களை எனக்குத் தெரியும்" (தொகுதி II, பக். 30-31), என்று அவர் கூறியபோது எங்கெல்சின் கருத்தை வெளிப்படுத்துகிறார். அத்துடன், ஜேம்ஸ் வார்ட் தனது கருத்தை வலியுறுத்த ஹக்ஸிலியின் கூற்றுகளை மேற்கோளாகக் காட்டுகிறார்: பல ஆண்டுகளுக்கு முன்னர் இருந்ததைவிட அதன் முன்னேற்றம் என்பது, பொருள், காரண - காரியத் தொடர்பு ஆகியவற்றை விரிவாக்குவதும், மனிதச் சிந்தனையின் எல்லா அம்சங்களிலிருந்து, ஆன்மாவையும் தன்னியல்புத் தன்மையையும் படிப்படியாக நீக்குவது என்று,

---

* தத்துவத்திற்கான சர்வதேச மாநாட்டு நூலகம், தொ. IV. ஹென்றி டெலாக்ரோயிக்ஸ், *டேவிட் ஹியூமும் தத்துவ விமர்சனமும்*. ஹியூமின் ஆதரவாளர்களாக அவெனரியஸ், ஜெர்மானிய இறைக்கோட்பாட்டாளர்கள் பிரான்சில் ரெனோவியர் மற்றும் அவரது ஆதரவாளர்கள் (''புதிய விமர்சகர்கள்'') ஆகியோரை ஆசிரியர் சேர்க்கிறார்.

விஞ்ஞானத்தின் வளர்ச்சிப் பற்றி அறிந்த எவரும் ஒத்துக்கொள்வர்''. அல்லது: "பொருள் என்பதை ஆன்மா என்பதன் மூலம் கூறுவதா அல்லது ஆன்மாவைப் பொருள் என்பதன் மூலம் கூறுவதா என்ற இந்த இரு கூற்றுகளிலும் ஒப்பீட்டு ரீதியான உண்மை உள்ளது என்பது முக்கியமானதல்ல [மாக்கின் கருத்துப்படி, "சார்பியல் தன்மை உள்ள நிலையான ஆக்கக்கூறுகளின் அமைப்பு"]. ஆனால், ஒப்பீட்டு ரீதியான விஞ்ஞான முன்னேற்றத்திற்குப் பொருள்முதல் வாதச் சொற்களையே பயன்படுத்த வேண்டும். ஏனென்றால், அது சிந்தனையை பிரபஞ்சத்தில் மெய்யான நிகழ்வுகளுடன் இணைக்கிறது... ஆனால் இதற்கு மாற்றான, அல்லது ஆன்மீகச் சொற்கள் பயனற்றவை, கருத்துகளின் குழப்பம், இருண்மை ஆகிய வற்றிற்கே அவை இட்டுச் செல்கின்றன. விஞ்ஞானம் மேலும் முன்னேறும் பொழுது, பொருள்முதல்வாதச் சூத்திரங்கள், குறியீடு கள் மூலமாகவே இயற்கை நிகழ்வுகள் எல்லாம் விளக்கப்படும் என்பதில் ஐயமில்லை" (தொகுதி I, பக். 17-19).

பொருள்முதல்வாதத்தை "இயக்க மறுப்பியல் தத்துவம்" என்றும், "புலன் உணர்ச்சிகளின் தொகுப்பிற்கு" அப்பால் அது முறை தவறிச் செல்கிறது என்றும் பொருள்முதல்வாதத்தை மறுத்த ''வெட்கப்படும் பொருள்முதல்வாதியான'', ஹக்ஸ்லி இவ்வாறு வாதிட்டார். இதே ஹக்ஸ்லி எழுதினார்: "முழுமையான பொருள் முதல்வாதம், முழுமையான கருத்துமுதல்வாதம் என்பவற்றுடன் நான் தேர்வு செய்ய வேண்டியிருந்தால், பிந்தையதையே தேர்வு செய்ய வேண்டியிருக்கும்.... மன ரீதியான உலகம் நிலவுவதுதான் நமது ஒரே உறுதிப்பாடாக உள்ளது" (J. வார்ட், தொகுதி I, பக். 216).

மாக்கின் தத்துவத்தைப் போல ஹக்ஸ்லியின் தத்துவமும் ஹியூம், பெர்க்கிலி ஆகியோரது தத்துவங்களைக் கலந்ததுதான். ஆனால் ஹக்ஸ்லியிடம் பெர்க்கிலியப் போக்கு தற்செயலானது; அறியொணாவாதம் பொருள்முதல்வாதத்திற்கு மூடுதிரையாக உள்ளது. மாக்கிடம் இந்தக் கலவையின் நிறம் வேறுபாடானது. ஆன்மீக வாதியான வார்ட், ஹக்ஸ்லியை எதிர்க்கும் பொழுது, அவெனரியஸ், மாக் ஆகியோரை செல்லமாக முதுகில் தட்டுகிறார்.

3. மாக் மற்றும் அவெனரியசின் சக தோழர்களாக இறைக் கோட்பாட்டாளர்கள்

அனுபவவாத - விமர்சனம் பற்றிப் பேசும் பொழுது, இறைக் கோட்பாட்டாளர்கள் என்ற பிரிவினரை அடிக்கடிக் கூறாமல் இருக்க முடியாது. இவர்களில் ஷுப்பே, லெக்லெயர், ரெஹ்ம்கே, ஷுபர்ட் - சோல்டன் ஆகியோர் உள்ளனர். அனுபவவாத

விமர்சகர்களுக்கும் இவர்களுக்கும் உள்ள உறவையும் இவர்களது தத்துவத்தின் தன்மையையும் இச்சமயத்தில் ஆய்வது அவசியம்.

1902 ஆம் ஆண்டு மாக் எழுதினார்: "...நேர்க்காட்சிவாதிகள், அனுபவவாத விமர்சகர்கள், இறைக் கோட்பாட்டுத் தத்துவத்தைப் பின்பற்றுபவர்கள், சில இயற்கை விஞ்ஞானிகள் ஆகியோர் ஒருவருக்கொருவர் தெரியாமலேயே, தனி நபர் வேறுபாடுகள் இருந்தாலும், ஓர் இலக்கில் ஒன்றுபடுகின்றனர்" (*புலனுணர்ச்சி களின் பகுப்பாய்வு,* பக். 9). இங்கு மிகவும் பழமையான, ஹியூமிய - பெர்க்கிலியத் தத்துவத்தை ஆனால் "புதியது" என்று கருதப் படுவதை, *மிகச் சில* இயற்கை விஞ்ஞானிகளும் பின்பற்றுகின்றனர் என்று மாக் மனந்திறந்து ஒப்புக்கொள்வதை முதலில் குறிப்பிட்டாக வேண்டும். இரண்டாவது, இந்தப் "புதிய" *தத்துவம் மிகவும் விசால மானது,* இதில் இறைக் கோட்பாட்டாளர்கள், அனுபவவாதிகள், நேர்க்காட்சிவாதிகள் ஆகியோர் ஒரே பக்கத்தில் உள்ளனர் என்பது மாக்கின் கருத்து. *புலனுணர்ச்சிகளின் பகுப்பாய்வு (1906)* என்பதன் ரஷ்ய மொழிபெயர்ப்பின் முன்னுரையில் அவர் திரும்பவும் கூறுகிறார் "ஒரு பொது இயக்கம் ஆரம்பிக்கிறது..." (பக். 4). "எனது நிலை (மற்றொரு இடத்தில் மாக் கூறுகிறார்) இறைக் கோட்பாட்டு தத்துவத்தின் பிரதிநிதிகளுக்கு வெகு நெருக்கமாக உள்ளது... இந்த நூலில் (அதாவது ஷுப்பேவின் அறிவு மற்றும் தருக்க கொள்கைக் கான தளவமைப்பு) என்ற நூலில் ஒருவேளை ஒரு சிறிய மாறுபாடு எதுவும் காண்பது அரிதானது, அவ்வாறான சிறிய மாறுபாடு ஒருவேளை இருந்தால், நான் மகிழ்ச்சியோடு ஒப்புக்கொள்ள மாட்டேன்" (பக்.46) ஷுப்பர்ட் சோல்டனும் "நெருக்கமாக வருகிறார்" என்று மாக் கருதுகிறார். (பக்.4) வில்ஹெல்ம் ஷுப்பேக்கு தனது சமீபத்திய நூல் *அறிவும் பிழையும்* என்பதை *சமர்ப்பிக்கிறார்.* இது அவரது தத்துவ உழைப்பின் சுருக்கம் ஆகும்.

அனுபவவாத - விமர்சனத்தை உருவாக்கிய மற்றொருவரான அவெனரியஸ் அனுபவவாத விமர்சனத்தின்பால் ஷுப்பே கொண்டுள்ள அனுதாபத்திற்கு "மகிழ்ச்சி அடைகிறார்." ஊக்க மடைகிறார்" என்று 1894ஆம் ஆண்டில் எழுதினார். அவருக்கும் ஷுப்பேக்கும் உள்ள "வேறுபாடு தற்காலிகமாகவே உள்ளது"* என்றார். லெசெவிச் அனுபவவாத விமர்சனத்தின் இறுதி முடிவு என்று கருதுகிற, பெட்சோல்ட்டின் போதனைகளில் ஷுப்பே, மாக், அவெனரியஸ் ஆகிய மூவரை இந்தப் "புதிய" போக்கின் தலைவர்களாகக் கருதப்படுகின்றனர். இந்த விஷயத்தில்

---

* அறிவியல் தத்துவத்திற்கான காலாண்டு இதழ், 1894, 18 ஜார்க், பி.29.

பெட்சோல்ட், வில்லிக்கு எதிராகவே உள்ளார் (தூய அனுபவ தத்துவத்திற்கான அறிமுகம், பி.321). ஷுப்பேயுடன் ஆன உறவிற்காக வெட்கப்பட்ட ஒரே ஒரு பிரபல மாக்கியர் இவர். இவர் ஷுப்பேவிடமிருந்து விலக விரும்பினார். இதற்காக அவரது நேசத்திற்குரிய ஆசிரியர் அவெனரியஸ் இவரைக் கண்டித்தார். ஷுப்பேவுக்கு எதிரான வில்லியின் கட்டுரை பற்றிய ஓர் கருத்துரையில் அவெனரியஸ் ஷுப்பே பற்றி மேலே சொன்னவாறு குறிப்பிட்டுள்ளார். மேலும் அவர் "உண்மையில் தேவைப்படுவதை விட, வில்லியின் விமர்சனம் வலுவாக உள்ளது என்கிறார். (*அறிவியல் தத்துவத்திற்கான காலாண்டு இதழ்*, 1894, பி.29, ஷுப்பேவுக்கு எதிரான வில்லியின் கட்டுரை இதில் உள்ளது."

அனுபவவாத விமர்சகர்கள் இறைக் கோட்பாட்டாளர்களை மதிப்பீடு செய்ததைக் கண்ட பின்னர், இப்போது நாம் இறைக் கோட்பாட்டாளர்கள் அனுபவவாத விமர்சகர்களை மதிப்பீடு செய்வதைக் காண்போம். 1879 ஆம் ஆண்டு லெக்லெயர் தெரிவித்த தனது கருத்தை நாம் ஏற்கெனவே கண்டோம். 1882 ஆம் ஆண்டு ஷுப்பே, சோல்டன் ஆகியோர் "மூத்த பிச்டேயுடன் ஓரளவிற்கு "ஒத்துப் போவது" பற்றிக் கூறினர் (அதாவது, அகவயக் கருத்துமுதல்வாதத்தின் பிரபல பிரதிநிதியான ஜான் கோட்லிப் பிச்டே, ஜோசப் டியட்ஸ்ஜெனின் மகனைப் போல, இவரது மகனும் தத்துவத்தில் திறனற்றவர்). மேலும், "ஷுப்பே, லெக்லெயர், அவெனரியஸ், ஓரளவிற்கு ரெஹ்ம்கே ஆகியோருடன் ஒத்துப்போவதைக் கூறினர்." "இயற்கை - வரலாற்று இயக்க மறுப்பியல்" தத்துவத்திற்கு எதிராக* மாக்கை ஆர்வத்துடன் குறிப்பிட்டனர். ஜெர்மனியில் இருந்த எல்லா பிற்போக்குப் பேராசிரியர்களும், பல்கலைக்கழக விரிவுரையாளர் களும் இயற்கை - வரலாற்றுப் பொருள்முதல்வாதத்திற்கு அளித்த பெயர் இது. 1893ஆம் ஆண்டு அவெனரியசின் உலகைப் பற்றிய மனிதக் கருத்து என்ற நூல் வந்த பின்னர், "பேரா. அவெனரியசிற்குப் பகிரங்கக் கடிதம்" என்பதில் ஷுப்பே இது "எளிமையான எதார்த்தவாதத்தை உறுதி செய்யும்" என்று குறிப்பிட்டார். அதனை (ஷுப்பே) அவரும் பிரச்சாரம் செய்வதாகக் கூறினார். ஷுப்பே எழுதினார், "சிந்தனை பற்றிய எனது கருத்து உங்களது (அவெனரியஸ்) தூய அனுபவத்திற்கு முற்றிலும் பொருத்தமாக உள்ளது."** 1896ஆம்

---

* முனைவர் ரிச்சர்ட் வான். ஷுபெர்ட்-சோல்டெர்ன், புறநிலைக்கும் அகநிலைக்கும் அப்பாற்பட்ட நிலை பற்றி பி.37 மற்றும் அத். 5, மேலும் அவரது அறிவுத் தோற்றவியலின் அடிப்படைகள், 1884 பி.3 என்ற நூலையும் காண்க.

* *அறிவியல் தத்துவத்தின் காலாண்டு இதழ்*, 17. ஜார்க், 1893. பி.384.

ஆண்டில் ஷுப்பர்ட் சோல்டன், "அவருக்கு அடிப்படையாக உள்ள" "தத்துவத்தில் இருக்கும் முறையியல் போக்கினை"ச் சுருக்கிக் கூறும்பொழுது, பெர்க்கிலி, ஹியூம் வழியாக எப்.எ.*லாங்* வரை அவரது பரம்பரையை சுருக்கிக் கூறுகிறார் ("ஜெர்மனியில் இந்தப் போக்கு உண்மையில் லாங்கிடமிருந்து ஆரம்பிக்கிறது"). அதன்பின்னர் லாஸ், ஷுப்பே, *அவெனாரியஸ், மாக், ரெய்ஹல்* (ஜெர்மானிய புதிய கான்டியர்களில்) சார்லஸ் ரெனோவியர் ஆகியோரை (பிரெஞ்சுக் காரர்களுக்கு மத்தியில்) கூறுகிறார்.* இறுதியாக, பொருள்முதல் வாதத்திற்கு எதிரான போராட்டம், சார்லஸ் ரெனோவியருக்கு ஆதரவு ஆகியன இறைக் கோட்பாட்டாளர்களின் தத்துவப் பத்திரிக்கையின் முதல் இதழில் உள்ள திட்டம் பற்றிய ''முன்னுரையில்'' பொருள் முதல்வாதத்தின் மீதான போர்ப் பிரகடனத்துக்கு அக்கம்பக்கமாக சார்லஸ் ரெனொவியர் உடன் அனுதாபத்தைத் தெரிவிக்கும் வாசகம் உள்ளது: "இயற்கை விஞ்ஞானிகள் முகாம்களில் கூட, இயற்கை விஞ்ஞானத்தை கைப்பற்றிய தத்துவமற்ற தன்மைக்கு எதிரான அவர்களது சக அறிவியலாளர்களின் ஆணவத்திற்கு எதிராகத் தனிப்பட்டச் சிந்தனையாளர்கள் பேசுவது கேட்கிறது; இவ்வாறாக, இயற்பியலாளர் மாக்... இயற்கை அறிவியல்களின் தவறின்மை பற்றிக் கண்மூடித்தனமான நம்பிக்கையைத் தகர்ப்பதற்குப் புதிய சக்திகள் அனைத்து வகைகளிலும் செயல்பட்டு வருகின்றன, அத்துடன் உண்மையின் மாளிகைக்கான ஒரு நல்ல நுழைவாயிலை அடைய மர்மமான ஆழங்களில் இதரப் பாதைகளை மக்கள் மீண்டும் ஒருமுறை நாடுவதற்குத் தொடங்கியிருக்கிறார்கள்."**

ரெனோவியரைப் பற்றி ஒரு சில வார்த்தைகள் கூற வேண்டி யுள்ளது. இவர் பிரான்ஸ் தேசத்தில் புதிய விமர்சகர்கள் என்று அறியப்பட்ட, பிரபலமான செல்வாக்குள்ள போக்கின் தலைவர் ஆவார். அவரது தத்துவக் கொள்கையானது ஹியூமின் அறிவின் அடிப்படை நிகழ்ச்சியுணர்வுகள் மட்டுமே என்ற கோட்பாடு கான்ட்டின் *காரண - காரிய* வாதம் ஆகியவற்றின் கலவை ஆகும். தானாக உள்ள பொருள் என்பது முற்றிலும் மறுக்கப்படுகிறது. இயற்கையில் காணப்படும் மெய்யான நிகழ்வு, ஒழுங்கு, சட்டம் ஆகியவற்றிற்கு இடையே உள்ள தொடர்பு *காரண காரியத் தொடர்பு* அடிப்படையில் உள்ளது; சட்டம் என்பது பெரிய எழுத்துகளில் எழுதப்பட்டு. மதத்தின் அடிப்படையாக்கப்பட்டுள்ளது.

---

* முனைவர் ரிச்சர்ட் - வான் ஷுபெர்ட் - சோல்டெர்ன், மனித மகிழ்ச்சியும் சமூகச் சிக்கலும், 1896-பி.5,6.

** இறைக்கோட்பாட்டு தத்துவ சஞ்சிகை, பெர்லின், 1896, பி. 6-9.[68]

கத்தோலிக்கப் பாதிரியார்கள் இத்தத்துவம் கண்டு ஆனந்தக் கூத்தாடு கிறார்கள். மாக்கியரான வில்லி, ரெனோவியரை "இரண்டாவது இறைத்தூதர் பால்", என்று வெறுப்புடன் அழைக்கிறார். ''முதல் தரமான இருண்மைவாதி'' "விருப்பத்தின் சுதந்திரத்தை மயிரிழை வாத இயல்புடன் பிரச்சாரம் செய்பவர்" என்று அவரைக் கூறுகிறார். *(பள்ளிப்பருவ சிந்தனைக்கு எதிராக, பி.129)* இறைக் கோட்பாட் டாளர்களான இத்தகைய சக சிந்தனையாளர்கள் தாம் மாக்கின் தத்துவத்தை *வரவேற்கின்றனர்.* அவரது *இயந்திரவியல்* என்பதன் பிரெஞ்சு மொழிபெயர்ப்பு வெளிவந்த பொழுது, தத்துவார்த்த ஆண்டு இதழான புதிய விமர்சனத்தின் பத்திரிக்கையில்[69] *(பதிப்பாசிரியர் பில்லோன் ரெனோவியரின் ஆதரவாளர், மாணவர்)* "பொருள் பற்றிய இந்த விமர்சனத்தில் தானாக உள்ள பொருள் பற்றிப் பேச வேண்டிய அவசியம் இல்லை. மாக்கின் நேர்க்காட்சி விஞ்ஞானம் புதிய விமர்சனக் கருத்துமுதல்வாதத்துடன் ஒத்துப் போகிறது என்று எழுதினர். *(பகுதி. XV,1904, பக். 179).*

ரஷ்ய மாக்கியர்களைப் பொறுத்தமட்டிலும், அவர்கள் இறைக் கோட்பாட்டாளர்களுடன் உள்ள உறவிற்கு வெட்கப்படுகிறார்கள். ஸ்டர்வ், மென்ஷிக்கோவ் போன்றவர்களின் பாதையை உணர்வுப் பூர்வமாகப் பின்பற்றாதவர்களிடம் வேறு எதையும் எதிர்பார்க்க முடியாது. பசரோவ் மட்டுமே, "இறைக்கோட்பாட்டாளர்களில் சிலரை "எதார்த்தவாதிகள்" என்று அழைக்கிறார்.* இறைக்கோட் பாட்டுச் சிந்தனைப் போக்கு என்பது மட்டுமே கான்டியத்திற்கும், அனுபவவாத விமர்சனத்திற்கும் நடுவில் உள்ளது", என்று போக்தனோவ் சுருக்கமாகக் கூறுகிறார் *(அனுபவவாத ஒருமை வாதம், நூல் III, பக். XXII).* வி. செர்னோவ் எழுதுகிறார்: "பொதுவாகக் கூறும்பொழுது, இறைக்கோட்பாட்டாளர்கள் நேர்க்காட்சிவாதத்தை அவர்களது கொள்கையின் ஓர் அம்சத்தில் மட்டுமே அணுகு கின்றனர். மற்ற அம்சங்களில் அவர்கள் அதனை மீறிச் செல்கின்றனர்" *(தத்துவார்த்த மற்றும் சமூகவியல் ஆய்வுகள்).* வாலன்டினோவ் கூறுகிறார்: இந்த இறைக் கோட்பாட்டாளர்கள், [மாக்கியம்] என்ற ஆடையைப் பொறுத்தமற்ற முறையில் அணிந்த பிறகு, தங்களை ஆன்மவாதம் என்ற முட்டு சந்துக்குள் தாம் இருப்பதை உணர்ந்தனர். *(அதே நூல், பக்.149)* நீங்கள் பணம் கொடுக்கிறீர்கள். வேண்டி

---

* தற்காலத் தத்துவத்தில் எதார்த்தவாதிகள் - கான்ட்டியத்திலிருந்து தோன்றிய இறைக்கோட்பாட்டாளர்களின் பிரதிநிதிகள். மாக் - மறுப்பதற்கு ஆதாரம் இல்லை என்று இவர்கள் கூறுகிறார்கள். அவெனரியசின் சிந்தனை மரபும், பல இயக்கங்களும் இதில் உண்டு. எளிய எதார்த்தவாதத்தை மறுப்பதற்கு ஆதாரம் இல்லை என்று இவர்கள் கூறுகிறார்கள் *(ஆய்வுகள்,* ப. 26*).*

யதைப் பெறுகிறீர்கள். அமைப்புச் சட்டம், மீன்கறி, எதார்த்த வாதம், ஆன்மீகவாதம். இறைக்கோட்பாட்டாளர்கள் பற்றிய தெளிவான உண்மையை நமது மாக்கியவாதிகள் சொல்வதற்கு அஞ்சுகிறார்கள்.

மெய்யாகவே இறைக்கோட்பாட்டாளர்கள் மிக மோசமான பிற்போக்குவாதிகள், நம்பிக்கைவாதத்தைப் *பகிரங்கமாகப்* பறைசாற்றுபவர்கள்; மிகச் சுத்தமான இருண்மைவாதிகள். அறிவுத்தோற்றவியலில் அவர்களது படைப்புகள் வெளிப்படையாக மதத்தைப் பாதுகாப்பதாகவும், ஏதேனும் ஒரு மத்திய காலச் சிந்தனையைப் பாதுகாப்பதாகவும் உள்ளன - இது இல்லாதவர்கள் அவர்களில் *யாரும் இல்லை.* 1879ஆம் ஆண்டில் லெக்லெயர் "மதம் சார்ந்த மனதின் எல்லாத் தேவைகளையும்" திருப்தி செய்யும் ஒன்றாக அவரது தத்துவத்தைப் பரப்பியதாக அவர் கூறினார் *(எதார்த்தவாதம்* பி. 37). ஜே. ரெஹ்ம்கே, 1880 ஆம் ஆண்டு, அவரது "அறிவுத்தோற்றக் கொள்கையை" புராட்டஸ்டன்ட் பாதிரியார் பியர்டர்மனுக்கு அர்ப்பணித்தார். அவரது புத்தகத்தில் உணர்வுகளுக்கு அப்பாற்பட்ட கடவுள் பற்றி போதிக்காமல், கடவுளை "உண்மையான கடவுள்" என்று கூறி முடித்தார் (ஒருவேளை இதற்காகத்தான் பசரோவ் சில இறைக் கோட்பாட்டாளர்களை "எதார்த்தவாதிகள்" என்று அழைத்தாரோ?) மேலும் "இந்த உண்மையான கருத்தை புறவயமாக்குதல் என்பது கருத்து நடைமுறை வாழ்க்கைக்குரியது", பியடர்மன்னின் "கிருத்துவ நம்பிக்கை வாதம்" என்பது "விஞ்ஞான இறையியலுக்கு" மாதிரியாகக் கூறப்படுகிறது (ஜெ.ரெஹ்ம்கே, புலன்காட்சி மற்றும் கருத்தாக இந்த உலகம், பெர்லின், 1880, பி.312). ஷுப்பே இறைக்கோட்பாடு பற்றிய நூலில் அறிவுக்கு அப்பாற்பட்ட நிலையை இறைக்கோட்பாட்டாளர்கள் மறுத்தபோதிலும், இக்கருத்தியலின் கீழ் வருங்கால வாழ்வும், கடவுளும் இல்லை என்று உறுதி கொடுக்கிறார். தனது *அறவியல் ஆய்வேடு* நூலில் அவர் "ஒழுக்கத் தத்துவ விதியுடன்... ஓர் இயக்க மறுப்பியல் ரீதியான உலகக் கருத்தியலை இணைக்க" வலியுறுத்திக் கூறுகிறார், தேவாலயத்தை அரசாங்கத்திடமிருந்து பிரிப்பது என்பது 'அர்த்தமற்ற சொல்' என்று கண்டிக்கிறார். ஷீப்பே, *ஒழுக்கம் மற்றும் சட்ட தத்துவத்திற்கான கோட்பாடுகள்,* 1881, பி. 181, 325). ஷூப்பர்ட் - சோல்டர்ன் என்பவர், அவருடைய "*அறிதல் கோட்பாட்டின் அடித்தளங்கள்*" என்பதில் உடலுக்கு முன்னரேயே *தான்* எனும் தன்மை இருப்பதையும் உடல் அழிந்த பிறகும் *தான்* எனும் தன்மை இருப்பதையும் அதாவது, ஆன்மாவின் அழியாத் தன்மையையும் விளக்குகிறார். அவரது "*சமூகச் சிக்கல்*" என்பதில் பேபலுக்கு எதிராக வாதிடும்பொழுது, அவர் சமூகத்தில் வர்க்கப் பிரிவுகளை அடிப்படையாகக் கொண்ட தேர்தல், ''சமூகச்

சீர்திருத்தம்'' ஆகியவற்றை ஆதரிக்கிறார். "சமூக - ஜனநாயக வாதிகள், துன்பம் என்ற தெய்வீக வரம் இல்லாமல் இன்பம் என்பது இருக்க முடியாது" என்பதை மறந்து விடுகிறார்கள் என்கிறார். பொருள்முதல்வாதம் தொடர்ந்து செல்வாக்குப் பெற்று இருக்கிறது என்று அவர் வருந்துகிறார். "உடல் அழிந்த பிறகும் வாழ்வு உண்டு என்றும் அல்லது அது சாத்தியம் என்றும் நம்புகிறவன் முட்டாளாகி விடுகிறான்" என்கிறார் (அதே நூல்).

ரெனோவியரை விட தீவிரமான இருண்மை வாதிகளான ஜெர்மானிய மென்ஷிகோவ்கள், அனுபவவாத விமர்சகர்களுடன் தகாத உறவு கொண்டு வாழ்கிறார்கள். கொள்கை ரீதியான அவர்களது உறவு கேள்விக்கு அப்பாற்பட்டது. இறைக் கோட்பாட்டாளர்களான பெட்சோல்ட் அல்லது பியர்சன் ஆகியோரைவிட சிறந்த கான்ட்டியர்கள் எவரும் இல்லை. அவர்களே தங்களை ஹியூம், பெர்க்கிலி ஆகியோரின் மாணவர்களாகக் கருதினர் என்று நாம் மேலே கண்டோம். இறைக்கோட்பாட்டாளர்களின் இந்தக் கருத்துப் பொதுவாகத் தத்துவ படைப்புகளில் ஏற்றுக்கொள்ளப்பட்டிருக் கிறது. மாக், அவெனரியசின் இந்த சக தோழர்கள், எந்த அறிவுத் தோற்றவியல் அடிப்படையிலிருந்து தொடங்குகிறார்கள் என்பதைக் காட்ட, நாம் இறைக்கோட்பாட்டாளர்களின் நூல்களில் இருந்து சில அடிப்படைக் கொள்கைகளை மேற்கோளாகக் காட்டுவோம்.

1879ஆம் ஆண்டு "இறைமை" என்ற சொல்லை லெக்லெயர் இன்னும் கண்டுபிடிக்கவில்லை. இது உண்மையில் "பரிசோதனை", "அனுபவத்தில் கிடைப்பது" என்பதைக் குறிக்கிறது. ஐரோப்பிய முதலாளிவர்க்க கட்சிகளின் மோசடியை மறைப்பதற்கான போலி சொல்லைப் போன்றதே இது. அவரது முதல் நூலில் தன்னை ஒரு "விமர்சனக் கருத்துமுதல்வாதி" என்றே லெக்லெயர் வெளிப் படையாக அழைத்துக் கொள்கிறார் (எதார்த்தவாதம், பி.11, 21, 206 மற்றும் இதரவை). நாம் ஏற்கெனவே பார்த்தது போல பொருள்முதல்வாதத்திற்கு இடம் அளித்ததற்காக அவர் இந்த நூலில் கான்ட்டை விமர்சனம் செய்கிறார். *அவரது* பாதை கான்ட்டிடம் இருந்து *விலகிய* பிச்டே, பெர்க்கிலி ஆகியோரின் பாதை ஆகும் என்கிறார். லெக்லெயர் பொதுவாகப் பொருள் முதல்வாதத்தை எதிர்த்துப் போராடுகிறார். ஷூப்பே, ஷூபர்ட் - சோல்டன், ரெஹ்ம்கி ஆகியோரைப் போன்றே, *பெரும் பான்மையான இயற்கை விஞ்ஞானிகளிடம் உள்ள பொருள்முதல் வாதப்* போக்கினை எதிர்த்துக் குறிப்பாகப் போராடுகிறார்.

லெக்லெயர் கூறுகிறார், "நாம் விமர்சனக் கருத்துமுதல்வாத நிலைப்பாட்டிற்குத் திரும்பினால், இயற்கைக்கும், அதன் செயல்

முறைக்கும் ஓர் அறிவுக்கு அப்பாற்பட்ட இருப்பை [மனிதனது உணர்வுக்கு அப்பாற்பட்ட இருத்தலை] காட்டாவிட்டால் அறிவனுக்கு அவனது உடல் சார்ந்த பொருள்கள்யாவும், அவன் பார்த்து, உணரும் வரை, அதன் மாறுதல்களுடன் ஒரு மாறுதலடையும் நிகழ்வாகவே இருக்கும். அவை இடத்தோடு தொடர்பு கொண்டு இருக்கும். இயற்கை பற்றிய விளக்கம் முழுவதுமே இந்த இருப்பையும், மாறுதலையும் விளக்கும் விதிகளாக தன்னை சுருக்கிக் கொள்ளும்".

கான்ட்டை நோக்கிச் செல்லுங்கள்! - இவ்வாறு பிற்போக்கான புதிய கான்ட்டியர்கள் கூறினார்கள். பிச்டே, பெர்க்கிலி ஆகியோரை நோக்கிச் செல்லுங்கள்! - இவ்வாறு பிற்போக்கான இறைக்கோட்பாட்டாளர்கள் அடிப்படையில் கூறுகின்றனர். லெக்லெயருக்கு, இருப்பன எல்லாமே *"புலன் உணர்ச்சிகளின் அமைப்புகள்"* தாம் *(பி.38)*, நமது புலன் உறுப்புகள் மீது செயல்புரியும் சில வகைப் பண்புகள், 'எம்' *(M)* என்ற எழுத்து உள்ளவை, மற்றவை 'என்' *(N)* இயற்கையில் உள்ள மற்ற பொருட்கள் மீது செயல்புரியும் பண்புகளை *N* என்ற எழுத்து உள்ளவை என்று அவர் பிரிக்கிறார் (பி.150 மற்றும் இதரவை). மேலும் லெக்லெயர், இயற்கை என்பது ஓர் ஒற்றை மனிதனுடைய "சிந்தனையின் இயல்நிகழ்ச்சி" அல்ல மாறாக "மனிதகுலத்துடைய" சிந்தனையின் இயல்நிகழ்ச்சியாகும் என்று கூறுகிறார் *(பி.55-50)*. இயற்பியல் பேராசிரியராக பிரேக் மாநகரில் மாக் பணியாற்றியபோது, லெக்லெயர் தன்னுடைய நூலை பிரசுரித்தார் என்பதை நாம் நினைவில் கொண்டால், அத்துடன் 1872ஆம் ஆண்டு வெளிவந்த மாக்கின் படைப்பாகிய *வேலையின் அழியாத்தன்மை பற்றிய கொள்கையின் வரலாறும், அதன் வேர்களும்* என்ற நூலை அவர் உளமகிழ்வுடன் மேற்கோள் காட்டியதையும் நினைவிற் கொண்டால், தானாகப் பின்வரும் வகையில் கேள்வி எழுகிறது: மாக்கின் "அசலான" தத்துவத்துக்கு, நம்பிக்கைவாதத்தைப் பரிந்து ரைத்து வெளிப்படையான கருத்துமுதல்வாதியாக உள்ள லெக்லெயர் தான் "உண்மையான" ஆதரவாளராக உள்ளார் என்று நாம் கருத வேண்டாமா?

லெக்லெயரின் கருத்துப்படி, ஷுப்பேவும் "இதே முடிவிற்குத்" தான் வந்தார்.* நாம் ஏற்கெனவே பார்த்தபடி அவரும் "எளிமையான எதார்த்தவாதத்தை" ஆதரிக்கிறார். "பேராசிரியர் அவெனரியசுக்குப் பகிரங்கக் கடிதம் என்பதில்" அவரது அறிவுத் தோற்றக் கொள்கையைத் தற்காலத்தில் சிதைப்பது பற்றி அவர் குற்றம் சாட்டுகிறார். இறைக்கோட்பாட்டாளர் ஷுப்பேவின் எளிமையான எதார்த்த

---

* *அறிவு பற்றிய ஒருமைவாத கோட்பாடு தொடர்பான கட்டுரைகள்,* பிரெஸ்லாவ், 1882, பி. 10.

வாதத்திற்கு ஆதரவு என்று கூறும் கொள்கையின் பண்படாத மோசடியின் உண்மையான தன்மை, வன்ட்டிற்கு இவர் எழுதிய பதிலில் இருந்து தெளிவாகிறது. அவர் இறைக்கோட்பாட்டாளர் களை பிச்டேயர்களுடன், அகநிலைக் கருத்துமுதல்வாதிகளுடன் வகைப்படுத்த தயக்கம் கொண்டதில்லை (*தத்துவார்த்த ஆய்வுகள்,* மேற்கோள் அதே இடம், (பி. *386, 397, 407*).

வன்ட்டிற்கு ஷுப்பே *பதில்* அளிக்கிறார்: 'இருப்புதான் உணர்வு நிலை' என்ற கூற்றிற்கு புறஉலகம் இல்லாமல் அதை நினைக்க முடியாது என்று தான் பொருள் கொள்கிறேன். புறஉலகம் உணர்வுக் குரியது. அதாவது, ஒன்றுடன் ஒன்று முழுமையான தொடர்புடையது. இதனை நான் அடிக்கடி கூறியுள்ளேன், விளக்கியுள்ளேன். இந்த இரண்டும் முதன்மையான முழுமையின் இருப்பாக உள்ளன''.*

இத்தகைய எதார்த்த வாதத்தில் தூய அகவயக் கருத்து முதல் வாதத்தைக் காணாவிட்டால் ஒருவன் கண்டிப்பாக அப்பாவியாகத் தான் இருக்க வேண்டும்! "புறஉலகம் உணர்வுக்குரியது"! அதனுடன் *முழு மையான* தொடர்புடையது என்பது பற்றி சற்று எண்ணிப் பாருங்கள். அகவயக் கருத்துமுதல்வாதியுடன் அவரை வகைப் படுத்தி இந்த அப்பாவிப் பேராசிரியரைக் கொச்சைப்படுத்து கிறார்கள்! இத்தகைய தத்துவம் அவெனரியசின் 'முதன்மையான இணைப்பு' என்பதுடன் முற்றிலும் ஒத்துப்போகிறது. செர்னோவ், வாலன்டினோவ் ஆகியோர் என்னதான் எதிர்த்தாலும் இவற்றைப் பிரிக்க முடியும். ஜெர்மானியப் பேராசிரிய உலகின் பிற்போக்கான கற்பனை அருங்காட்சியகத்தில் இந்த இரு தத்துவங்களும் வைக்கப்பட வேண்டியவை. ஓர் ஆர்வத்திற்காக, வாலன்டினோ வின் தீர்மானிக்க முடியாமைக்கு ஒன்றை நாம் கூறுவோம். ஷுப்பேவை அவர் ஆன்மீகவாதி என்று அழைத்தார் (ஆனால் அவ்வாறு இல்லை என்று ஷுப்பே சத்தியம் செய்தார் - இதற்காகத் தனி கட்டுரைகள் எழுதினார் - மாக், பெட்சோல்ட் ஆகியோர் செய்தது போல இவரும் செய்தார்). ஆனால் *ஆய்வுகள்* என்பதில் பசரோவின் கட்டுரையைக் கண்டு ஆனந்தப்பட்டார்! பசரோவின் கூற்றான "நமக்குப் புறத்தே உள்ள எதார்த்தம்*தான்* புலனறிவுக் காட்சி" என்பதை ஜெர்மனியில் மொழி பெயர்த்து சற்று அறிவுள்ள இறைக் கோட்பாட்டாளருக்கு அனுப்ப நான் விரும்புகிறேன். ஷுப்பேக்கள், லெக்லெயர்கள், ஷுப்பர்- சோல்டன்கள் ஆகியோர் மாக்கையும், அவெனரியசையும் தழுவிக் கொண்டதுபோல அவர் பசரோவைத் தழுவிக் கொண்டு முத்தமிடுவார்.

---

* வில்ஹெம் ஷுப்பே, *இறைக்கோட்பாட்டு தத்துவமும் வில்ஹெம் வன்ட்டும்,* பக். 195.

ஏனென்றால், பசரோவின் ஆணைதான் இறைக்கோட்பாட்டாளர் குழாமின் கோட்பாடுகளது *முதலும் முடிவுமாகத்* திகழ்கின்றன.

கடைசியாக ஷுப்பர்ட் - சோல்டன் வருகிறார். "இந்தத் தத்துவ வாதியின் முக்கிய எதிரி: வெளி உலகின் புறவய எதார்த்தத்தை, ஏற்றுக்கொள்ளும் ''இயக்க மறுப்பியல்'' தத்துவம், இயற்கை விஞ்ஞானத்தின் பொருள்முதல்வாதம் ஆகும்" அறிவுத்தோற்ற வியலின் அடிப்படைகள், 1884, பக்.31 மற்றும் அத்.IIஇன் முழுவதும்; ''இயற்கை விஞ்ஞானத்தின் இயக்க மறுப்பியல்''). இயற்கை விஞ்ஞானம் உணர்வு நிலையின் எல்லா உறவுகளி லிருந்தும் பிரித்தெடுக்கிறது (பி.52). இதுதான் முக்கியமான தீமை - (இது தான் பொருள்முதல்வாதமாக அமைகிறது). ஏனென்றால் ஒரு தனி நபர் புலன் உணர்ச்சிகளிலிருந்தும் தன்னுணர்வு நிலையி லிருந்தும் ''வெளியே வர'' முடியாது (பி.33-34). நிச்சயமாக, 1896ஆம் ஆண்டில், தனது நிலைப்பாடு *அறிவுத் தோற்றவியல் ரீதியான ஆன்மீகவாதமே* தவிர "இயக்க மறுப்பியல்வாதமாக", "நடைமுறை சார்ந்த'' ஆன்மீகவாதம் இல்லை என்று ஷுப்பர்ட்-சோல்டான் ஒத்துக்கொண்டார்." "உடனடியாக நமக்குக் கிடைக்கப் பெறுவது புலனுணர்ச்சிகள் தான், இடைவிடாமல் மாறிக்கொண்டே யிருக்கும் புலனுணர்ச்சிகளின் அமைப்புகள்தான்." (*அறிவன் மற்றும் அறிபொருள் பற்றிய அறிவுக்கு அப்பாற்பட்ட நிலை*, பி. 73).

இயற்கை விஞ்ஞானம் பொதுவான புற உலகத்தினை தனி நபரின் அகஉலகிற்குக் காரணம் என்று கருதுவதுபோல, "மார்க்ஸ், உற்பத்தியின் பொருளாயத ரீதியான செயல்முறையை அகச் செயல்முறை, உள் நோக்கங்கள் ஆகியவற்றிற்குக் காரணமாகக் காட்டினார்" என்று ஷுப்பர். - சோல்டன் கூறுகிறார் (*சமூக சிக்கல்*, பி. XVIII). மார்க்சின் வரலாற்றுப் பொருள்முதல்வாதம் இயல்பான விஞ்ஞானப் பொருள் முதல்வாதத்துடனும், பொருள் முதல்வாதத் தத்துவத்துடனும் இணைக்கப்பட்டுள்ளது என்பது கூட மாக்கின் இந்த சகதோழருக்குத் தெரியவில்லை.

"பலர், ஒருவேளை பெரும்பாலானோர், அறிவுத் தோற்றவியல் ரீதியான ஆன்மீகவாதத்தின் நிலைப்பாட்டில் இருந்து காணும்போது எந்த இயக்கமறுப்பியலுக்கும் வாய்ப்பில்லை என்றே கருதுவார், அதாவது, இயக்கமறுப்பியல் என்பது எப்போதும் அறிவுக்கு அப்பாற் பட்டதாகும் என்று கருதுகின்றனர். ஆழ்ந்து சிந்தித்தால், எனக்கு இந்தக் கருத்தில் உடன்பாடில்லை. இதோ, அதற்கான காரணங் கள்... இருக்கின்ற எல்லாவற்றிற்கும் அடிப்படை ஆன்மீக ரீதியான இணைப்புதான் (ஆன்மீக வாதம்), இதன் மையமான பகுதி என்பது *தான்* எனும் தன்மை (சிந்தனையின் தனிநபர் பகுதி) ஆகும். உலகின் பிற பகுதி இல்லாமல் இந்த *தான்* எனும் தன்மையைக் கற்பனை

செய்ய முடியாததுபோல, *தான்* எனும் தன்மை இல்லாமல் உலகினைக் கற்பனை செய்ய முடியாது. தனிப்பட்ட *தான்* எனும் தன்மையை அழிக்கும்பொழுது, உலகமும் அழிக்கப்படுகிறது. இது சாத்தியமில்லை என்று தோன்றுகிறது - உலகின் எல்லா பாகங்களும் அழிக்கப்படும் பொழுது, தனிப்பட்ட *தான் எனும் தன்மைக்கு* எதுவும் மிஞ்சி இருப்பதில்லை. ஏனென்றால், *தான்* எனும் தன்மையை உலகிலிருந்து கருத்து ரீதியாகப் பிரிக்கலாம், ஆனால் காலம், வெளி ஆகியவற்றிலிருந்து பிரிக்க முடியாது. எனவே, ஒட்டுமொத்த உலகமும் *தான்* எனும் தன்மையுடன் அழிக்கப்படக் கூடாது என்றால், எனது தனிப்பட்ட *தான்* எனும் தன்மையான எனது இறப்புக்குப் பின்னர் கூட தொடர்ந்து நிலவ வேண்டும்...." (அதே நூல், பக். XXIII).

"முதன்மையான இணைப்பு," "புலன் உணர்ச்சிகளின் அமைப்பு" போன்ற பிற மாக்கிய அற்பக்கூற்றுகள் சரியானவர்களுக்கு உண்மை யாகச் சேவை செய்கின்றன!

"...ஆன்மீகவாதத்தின் நோக்குநிலையிலிருந்து இது முதற் கொண்டு அடுத்த பக்கம் என்பது என்ன? அது எனக்கு சாத்தியப் படக்கூடிய ஒரு வருங்கால அனுபவமாக உள்ளது...'' (அதே நூல்). "ஆன்மீக வாதமானது... அடுத்த பக்கம் என்பதன் இருப்பை நிரூபிக்க வேண்டியிருக்கிறது. ஆனால், இயற்கை விஞ்ஞானத்தின் பொருள்முதல்வாதத்தை ஆன்மீக வாதத்திற்கு எதிராகக் கொண்டுவர முடியாது. ஏனென்றால், நாம் ஏற்கெனவே கண்டபடி, இந்தப் பொருள்முதல்வாதம் எல்லா ஆன்மீக உறவுகளுக்கும் உள்ளான உலகச் செயல்முறையின் ஒரு பகுதியே ஆகும்''. ("முதன்மையான இணைப்பு") (பிரிவு. XXIV).

சமூகச் சிக்கல் என்பதன் தத்துவ முன்னுரையில் இவை அனைத்தும் கூறப்பட்டுள்ளன. இதில் மாக், அவெனரியஸ் ஆகியோரைத் தழுவிக் கொண்டு ஷுப்பர்ட் - சோல்டனும் இடம் பெறுகிறார். ரஷ்ய மாக்கியர்களில் ஒருசிலருக்கு மட்டுமே மாக்கியம் அறிவார்ந்த உளறலுக்குப் பயன்படுகிறது. அதன் தாய்நாட்டில் நம்பிக்கைவாதத்திற்கு ஒரு கையாள் என்று பகிரங்கமாகப் பறை சாற்றப்படுகிறது!

4. அனுபவவாத விமர்சனம் எந்தத் திசை நோக்கி வளர்கிறது?

மாக், அவெனரியஸ் ஆகியோருக்குப் பிறகான மாக்கியத்தின் வளர்ச்சி பற்றிக் காண்போம். அவர்களது தத்துவம், அறிவுத் தோற்றவியல் நிலைப்பாடுகளின் தொடர்பற்ற, முரண்படுகிற

கலவை தான் என்பதை நாம் கண்டோம். இப்பொழுது நாம் எவ்வாறு, எந்தத் திசை நோக்கி இந்தத் தத்துவம் வளருகிறது என்பதைக் காண வேண்டும். ஏனென்றால், இதன் மூலம் சந்தேகத்திற்கு இடமில்லாத வரலாற்று உண்மைகளைக் கூறி, சில விவாதத்துக்குரிய ''சிக்கல்களுக்குத் தீர்வு காண முடியும். அத்துடன்'' உண்மையில், நாம் ஆராய்ந்து கொண்டிருக்கிற போக்கு பற்றிய தொடக்கநிலைத் தத்துவரீதியான மெய்க்கோள்கள் பற்றிய கதம்பவாதம் மற்றும் பொருத்தமற்ற தன்மை காரணமாக, அதைப் பற்றிய மாறுபடக்கூடிய விளக்கங்களும், விவரங்கள் மீதான உப்பு சப்பற்ற சர்ச்சைகளும், அற்பமான விவாதங்களும் நடைபெறுவது முற்றிலும் தவிர்க்க முடியாததாகும். ஆனால், அனுபவவாத விமர்சனம், மற்ற கருத்தியல் அமைப்பு போல, வாழுகின்ற ஒன்று; அது வளருகிறது, முன்னேறு கிறது அல்லது ஏதோ ஒரு திசையில் அது வளருகிறது என்பது நெடிய விவாதங்களைவிட இந்தத் தத்துவத்தின் சாராம்சத்திற்குரிய *அடிப்படைப்* பிரச்சனைக்கு முடிவுகட்ட உதவும். ஒருவரை நாம் அவர் என்ன கூறுகிறார் அல்லது நினைக்கிறார் என்பதைக் கொண்டு தீர்மானிப்பதில்லை; மாறாக அவர் செய்வதைக் கொண்டு தான் தீர்மானிக்கிறோம். இதேபோல், தத்துவவாதிகளை, தமக்குத் தாமே அவர்கள் கொடுத்துக் கொள்ளும் பெயர்களைக் கொண்டு தீர்மானிக்கக் கூடாது (''நேர்க்காட்சி வாதம்'', ''அனுபவவாத ஒருமை வாதம்'', ''தூய அனுபவத்தின் தத்துவம்'', ''ஒருமைவாதம்'', ''இயற்கை விஞ்ஞானத் தத்துவம்'' போன்றவை). மாறாக அடிப்படை யான கொள்கைப் பிரச்சனை களை அவர்கள் எவ்வாறு தீர்க்கின்றனர், அவர்களது நண்பர்கள் மூலம் அவர்கள் போதிப்பது, அவர்கள் சீடர்களுக்குக் கற்றுக் கொடுத்தது ஆகியவற்றைக் கொண்டு தீர்மானிக்க வேண்டும்.

இந்தக் கடைசிப் பிரச்சனைதான் இப்பொழுது நமக்கு முக்கிய மானது. எவையெல்லாம் முக்கியமோ அவையாவும் மாக், அவெனரியஸ் ஆகியோரால் இருபதாண்டுகளுக்கு முன்பே கூறப் பட்டுவிட்டன. இந்த இடைப்பட்ட காலத்தில், இந்தத் ''தலைவர் களை'', அவர்களது வாரிசுகள் என்பவர்கள் அவர்களைப் *புரிந்து கொள்ள* விரும்புபவர்கள், *அவர்களை எவ்வாறு* புரிந்துகொண்டனர் என்பது தெளிவாகி விடுகிறது. தன்னுடன் பணியாற்றியவரைக் காத்து வாழ்ந்திருக்கிற மாக்கையாவது குறிப்பாகக் கூறினால், மாக், அவெனரியஸ் ஆகியோரின் *சீடர்கள்* எனப்படுபவர்களை, மாக்காலேயே அவ்வாறு கருதப்பட்டவர்களை நாம் எடுத்துக் கொள்வோம். இந்த முறையில், ஓர் இலக்கிய வினோதங்களின் தொகுப்பாக அல்லாமல், அனுபவவாத விமர்சனத்தின் சித்திரம் என்பது பற்றிய ஒரு தத்துவ ரீதியான *போக்காகப்* பெற முடியும்.

புலனுணர்ச்சிகளின் பகுப்பாய்வு என்ற நூலுக்கான ரஷ்ய மொழி பெயர்ப்பின் முன்னுரையில் மாக், ஹான்ஸ் கார்னிலியஸ் என்பவரை "அதே பாதை இல்லாவிட்டாலும், நெருக்கமான பாதையில்" வரும் "ஓர் இளம் ஆய்வாளர்" என்று சிபாரிசு செய்கிறார். இந்த நூலின் உட்பகுதியில், கார்னிலியஸ் மற்றும் பலரின் ''படைப்புகளை மகிழ்ச்சியுடன் குறிப்பிடுகிறார்:''. "அவெனரியசின் கருத்துகளின் மையத்தை விளக்கியவர்கள் வளர்த்தெடுத்தவர்கள்" என்று மாக் குறிப்பிடுகிறார் (பக்.48). கார்னிலியசின் *தத்துவத்துக்கு அறிமுகம்* என்பதை எடுத்துக் கொள்வோம். (ஜெர்மானியப் பதிப்பு, 1903). இதில் மாக், அவெனரியஸ் ஆகியோரின் பாதையில் செல்ல விரும்புவதாக அதன் ஆசிரியர் கூறுகிறார் (பி.VIII, 32). எனவே, *ஆசிரியர் பாராட்டிய ஒரு சீடர் நமக்கு முன்னே இருக்கிறார்.* இந்த மாணவரும் புலன் உணர்ச்சிகளின் ஆக்கக் கூறுகளுடன் தொடங்கு கிறார் (பி.17, 24). *அனுபவம் என்பதோடு மட்டும் தான் நிற்கப் போவதாகக் கூறுகிறார்;* அவரது கருத்துக்களை "உறுதியான அல்லது அறிவுத்தோற்றவியல் அனுபவவாதம்" என்று கூறுகிறார் (பி.335). கருத்துமுதல்வாதிகள், பொருள்முதல்வாதிகள் ஆகியோரின் "ஒருதலைச் சார்பு" மற்றும் "வறட்டுவாதத்தை" தீவிரமாகக் கண்டிக்கிறார் (பி.129). அவரது தத்துவ உலகமானது மனித மனதில் உள்ளது என்ற ''தவறான அபிப்பிராயத்தை'' மறுக்கிறார் (பி.123). அவெனரியஸ், ஷுப்பே, பசரோவை விட மிகத் திறமையாக எளிய எதார்த்தவாதத்துடன் சிறப்பாக விளையாடுகிறார் ("பார்க்கிற ஒவ்வொன்றும், மற்ற எல்லா புலன் அறிவுக்காட்சிகளும், நாம் காணும் இடத்தில் உள்ளன; சொல்லவேண்டும் என்றால், பொய்யான தத்துவம் தொடாத இயல்பான மனது காணும் இடத்தில் உள்ளது (பி.125). ஆசிரியரால் பாராட்டப்பட்ட இந்த மாணவர் *அழியாத் தன்மை உள்ள நிலையானது*, கடவுள் என்ற கருத்துகளுக்கு வருகிறார். பேராசிரியர் இருக்கையில் இருக்கும் இந்தப் போலீஸ் சார்ஜென்ட் (மன்னிக்கவும், அண்மைக் கால நேர்க்காட்சிவாதிகளின் மாணவர்), பொருள்முதல்வாதம் மனிதனைத் தானியங்கி இயந்திரமாக மாற்றுகிறது என்று முழங்குகிறார். "நமக்குள்ள தீர்மானிக்கும் சுதந்திரம் என்பதுடன் கூடி, நமது செயல்களுக்கான தார்மீக மதிப்பு, அவற்றிற்கான பொறுப்பு ஆகிய எல்லாவற்றையும் அது அழித்து விடுகிறது என்று கூறத் தேவையில்லை. மரணத்திற்குப் பின் நமது வாழ்வு தொடரும் என்ற "கருத்துக்கு இடம் இல்லை" (பி.116) என்கிறார். இந்த நூலின் இறுதி முடிவு வருமாறு: கல்வியானது செயலுக்கு (அறிவியலாளனால் வீணாக்கப்பட்ட இளைஞனுக்கு என்ற ஊகத்தில்) மட்டுமல்ல, "எல்லாவற்றுக்கும் மேலே போற்றி வணங்குதலை போதிப்பது என்பது... தற்செயலான மரபு ஒன்றின் கடந்து செல்லும் மதிப்புகளுக்கல்ல, மாறாக நமக்கு

உள்ளேயும் நமக்கு வெளியேயும் உள்ள தெய்வீகத் தன்மைக்காகவும், கடமை மற்றும் அழகின் அழிக்கப்பட முடியாத மதிப்பீடு களுக்காகவும் கட்டாயத் தேவையாகும் (பி.357)."

"மாக்கின் தத்துவத்தில் 'தானாக உள்ள பொருள்' என்ற ஒவ்வொன்றையும் மறுப்பதனால், கடவுள், விருப்பத்தின் சுதந்திரம் மற்றும் ஆன்மாவின் அழிவின்மை ஆகிய கருத்துகளுக்கு நிச்சயமாக இடம் இல்லை." (போக்தனோவின் *இந்தக் கூற்றுடன் இதனை ஒப்பிடுங்கள் (புலனுணர்ச்சிகளின் பகுப்பாய்வு,* பக். XII). இதே புத்தகத்தில் "மாக்கியத் தத்துவம் என்பது ஒன்றும் இல்லை" என்று கூறுகிறார். ஆனால், கார்னிலியசையும் இறைக் கோட்பாட்டாளர் களையும் சிபாரிசு செய்கிறார்! மாறாக அவெனரியசின் கருத்து களுடைய உருவாக்க மையத்தைத் தெரிவித்திருந்த கார்னெலிய சையும் கூட பரிந்துரைக்கிறார்! இவ்வாறாக முதலில் போக்தனோவ் நம்பிக்கைவாதத்தின் அரவணைப்பில் இருப்பதாக மட்டுமின்றி அதற்கு மாறாகத் தானே நம்பிக்கைவாதமாகக் கடும் முயற்சி செய்வதாக இருக்கிற "மாக்கிய தத்துவமானது" ஒரு வழக்கத்தில் உள்ளதாக *போக்தனோவ் முற்றிலும் அறியாமல் இருக்கிறார்.* இரண்டாவதாக, போக்தனோவிற்கு தத்துவத்தின் வரலாறு *முற்றிலு மாகத் தெரியாது.* ஏனென்றால், மேலே குறிப்பிட்ட கருத்துகளை மறுப்பதைத் தானாக உள்ள எல்லாப் பொருளையும் மறுப்பதுடன் இணைப்பது என்பது தத்துவத்தின் வரலாற்றைக் கேலி செய்வதாகும். தானாக உள்ள பொருளை மறுப்பதன் மூலம் ஹியூமின் எல்லா தீவிர ஆதரவாளர்களும் *இந்தக் கருத்துகளுக்கு இடம் அளிப்பார்கள்* என்று போக்தனோவ் மறுப்பாரா? தானாக உள்ள பொருளை மறுத்து, இக்கருத்துகளுக்கு இடமளிக்கும் அகவயக் கருத்துமுதல்வாதிகள் பற்றி போக்தனோவ் கேள்விப்பட்டதில்லையா? இக்கருத்துகளுக்குப் பின்வருமாறு போதிக்கும் தத்துவத்தில் "இடமேயில்லை" கண்டுணர்தல் சார்ந்த இருத்தல் தவிர வேறில்லை, உலகம் என்பதே இயங்கிக் கொண்டிருக்கும் பருப்பொருள், அதாவது, வெளிப்புற உலகமானது, நம் அனைவரும் நன்கறிந்த இயற்பொருளான உலகம் தான் ஒரே புறவயமான எதார்த்தம் என்கிறது பொருள்முதல்வாதத் தத்துவம். இதன் காரணமாகத்தான், பொருள்முதல்வாதத்தை, மாக் சிபாரிசு செய்யும் இறைக் கோட்பாட்டாளர்கள், மாக்கின் சீடர் கார்னிலியஸ், தற்காலத் தொழில்ரீதியான பேராசிரியர்கள் ஆகிய எல்லோரும் எதிர்க்கின்றனர்.

இந்தப் பண்பாடற்ற தன்மையைச் சுட்டிக் காட்டிய பின்னர் தான் நமது மாக்கியர்கள் கார்னிலியசை மறுத்தனர். இத்தகைய விமர்சனம் முக்கியமானது அல்ல. பிரெடெரிக் அட்லர் வெளிப்படையாக

"எச்சரிக்கப்படவில்லை". எனவே, கார்னிலியசை ஒரு சோசலிசப் பத்திரிகைக்கு அவர் சிபாரிசு செய்தார். (போராட்டம் 1908, பி. 235) ''படிப்பதற்கு எளிதான ஒன்று; வெகுவாகப் பாராட்ட வேண்டிய ஒன்று''). மாக்கியம் என்ற ஊடகம் மூலமாக அப்பட்டமான பிற்போக்குத் தத்துவவாதிகள், நம்பிக்கைவாதப் போதகர்கள் தொழிலாளிகளுக்கு ஆசிரியர்களாக ஏவப்படுகிறார்கள்!

எச்சரிக்கப்படாமலேயே இருந்தாலும்கூட, கார்னிலியஸிடம் உள்ள போலித் தன்மையை பெட்சோல்ட் கண்டுபிடித்தார். ஆனால் இந்தப் போலித் தன்மையை எதிர்க்கும் அவரது அணுகுமுறை பெரு மதிப்புக்குரிய ஒன்றாகும். இதைக் கவனியுங்கள்:

"அதாவது உலகம் என்பது ஒரு கருத்து என வலியுறுத்துவதற்கு (நாம் எதிர்க்கும் கருத்துமுதல்வாதிகள் வலியுறுத்துவதைப் போன்றே நகைச்சுவையல்ல!) பரப்புரை செய்பவனுடைய கருத்தையோ அல்லது நீங்கள் விரும்பினால் அனைத்து பரப்புரை செய்பவர்களுடைய கருத்தையோ அது மறைமுகமாக தெரிவிக்கும் போது மட்டுமே பொருந்தக் கூடியதாக இருக்கிறது. தனி நபர்கள் அல்லது தனி நபர்களின் கருத்து என்னும்பொழுதுதான் அது அர்த்தமுள்ளதாகிறது; அவன் நினைக்கும் வரை அது இருக்கிறது; அவன் நினைக்காதது இருப்பதில்லை. எதிரிடையாக தனிநபர் அல்லது தனி நபர்களின் சிந்தனையை அது சார்ந்துள்ளது என்று நாம் கருதுவதில்லை அல்லது தெளிவாகக் கூறினால், சிந்தனை முறையில் அல்லது உண்மையான சிந்தனையில் அது இல்லை. பொதுவான சிந்தனையில் உள்ளது. கார்னிலியஸிடம் காண்பது போல, கருத்துமுதல்வாதி எல்லாவற்றையும் குழப்பிக் கொள் கிறான். இதன் முடிவு அறியொணாவாதத் தன்மை கொண்ட அரை ஆன்மீகவாதம் ஆகும் (அறிமுகம், II, பி.317)."

அஞ்சல் துறையில் உளவுத் துறையினர் கடிதங்களை கண்காணித்து வந்ததை ஸ்டோலிபின் மறுத்தார்! [70] கருத்துமுதல்வாதிகளை பெட்சோல்ட் அழிக்கிறார்! கருத்துமுதல்வாதத்தை அழிப்பது என்பது அவர்களது கருத்துமுதல்வாதத்தை மறைப்பதற்கு இன்னும் அதிகக் கவனம் செலுத்த வேண்டும் என்று சிபாரிசு செய்வது வியக்க வைப்பதாக உள்ளது. உலகம் மனிதனது சிந்தனையைச் சார்ந்து உள்ளது என்பது தகாத வழியிலான கருத்துமுதல்வாதமாகும். உலகம் பொதுவான சிந்தனையைச் சார்ந்துள்ளது என்பது அண்மைக்கால நேர்க்காட்சி வாதம், விமர்சனக் கருத்துமுதல்வாதம் ஒரே வார்த்தையில் சொன்னால், முதலாளி வர்க்கப் பகட்டாரவார நடிப்பு ஆகும்! கார்னிலியஸ், அறியொணாவாத அரை ஆன்மீகவாதி

என்றால், பெட்சோல்ட், ஆன்மீகவாத அரை அறியொணாவாதி ஆவார். பெரியவர்களே, நீங்கள் ஈ அடித்துக் கொண்டிருக்கிறீர்கள்!

நாம் தொடருவோம். *அறிவும் பிழையும்* என்பதின் இரண்டாவது பதிப்பில் மாக் கூறுகிறார்: "[மாக் பார்வையில் கருத்துகளை] முறையாக விளக்கும் ஒரு விளக்கம் வேண்டும் என்றால் நான் பேராசிரியர் ஹான்ஸ் கிளெயின் பீட்டர் கூறியதைக் காட்டுவேன்" (*நவீன இயற்கை அறிவியல் பற்றிய அறிவின் கோட்பாடு,* லீப்சிக், 1905). இப்பொழுது இரண்டாவது நபராக ஹான்ஸை எடுத்துக் கொள்வோம். இவர் மாக்கியத்தைப் பரப்பும் அங்கீகரிக்கப்பட்ட எழுத்தாளர் ஆவார்: தத்துவப் பத்திரிகைகளில் மாக்கின் கருத்துகளைப் பற்றிய ஏராளமான கட்டுரைகள், ஜெர்மானிய; ஆங்கிலம், மாக் பரிந்துரைத்த மாக்கின் நூல்களின் மொழிபெயர்ப்பு, மாக்கின் முன்னுரையுடன் என பல உள்ளன - சுருக்கமாகக் கூறினால், இவர் "ஆசிரியரின்" வலது கரம் ஆவார். இவரது கருத்து கள் வருமாறு: "என்னுடைய (அக, புற) அனுபவங்கள், சிந்தனைகள், லட்சியங்கள் ஆகியன எனது உணர்வின் ஒரு பகுதியாகப் பௌதிகச் செயல்முறையாக எனக்கு உள்ளது" (மேற்கோள் காட்டப்பட்ட படைப்பு, பக். 18)."பௌதிகம் என்று நாம் அழைப்பது உண்மையில் உளவியல் கூறுகளின் அமைப்பு என்கிறோம்." *(பி.188)* "*புறவய உறுதி இல்லாத) அகவய நம்பிக்கைதான் அனைத்து விஞ்ஞானத்தின் இறுதி இலட்சியம் ஆகும்*" (பக்.9) (சாய்வு எழுத்துகள் கிளெயின் பீட்டருடையவை. அவர் மேலும் கூறுகிறார்: "*நடைமுறை ரீதியான பகுத்தறிவு பற்றிய திறனாய்வு என்பதில் கான்ட் இதே போன்ற ஒன்றைக் கூறியுள்ளார்*") "ஒருவரிடம் மற்ற மனங்கள் உள்ளன என்பதை அனுபவத்தினால் என்றுமே உறுதி செய்ய முடியாது (பக்.47)". "எனக்கு அப்பாற்பட்டு மற்ற தனித் தன்மைகள் இருக்கின்றன என்பது பொதுவாக... எனக்குத் தெரியாது"(பக்.43). 5ஆவது பகுதியில் "உணர்வு நிலையில் (தன்னிச்சை) செயல்", என்ற தலைப்பில் நாம் பின்வருமாறு காண்கிறோம். தானியங்கி இயந்திரம் போன்ற ஒரு விலங்கிடம், கருத்துகளின் தொடர்ச்சி என்பது இயந்திரகதியானது. இது நாம் கனவு காணும் பொழுதும் அப்படியே உள்ளது. "சாதாரணமான நிலையில் இருக்கும் உணர்வின் தன்மை இதிலிருந்து வேறுபடுகிறது. அவற்றில் இல்லாத ஒரு பண்பு [தானியக்கம்] இதில் உண்டு. இதனை இயந்திர கதியாகவோ அல்லது தானே இயங்குவதாகவோ விளக்குவது கடினம்: இது, *தான்* எனும் தன்மையின் தன்னியக்கம் என்று அழைக்கப்படுவதாகும். ஒவ்வொருவரும் அவரது உணர்வு நிலையிலிருந்து பிரித்துக் கொள்ள முடியும்; அதனைக் கையாள முடியும்; மிகத் தெளிவாக அதனை வைக்க முடியும், அல்லது பின்னுக்குத் தள்ள முடியும். அதன் மற்ற

பகுதிகளை ஒப்பிட முடியும், ஆராய முடியும். இவை அனைத்தும் உடனடி அனுபவத்தின் உண்மையாகும். எனவே, நமது *தான்* எனும் தன்மை என்பது உணர்வின் மொத்தத்திலிருந்து வேறானது ஆகும். அதற்குச் சமமாக இதனைக் கருத முடியாது. சர்க்கரையில் குறிப்பொருள், நீரியம் மற்றும் உயிரியம், கார்பன், ஹைட்ரஜன், ஆக்ஸிஜன் ஆகியன உள்ளன. இதற்கு ஆன்மா உண்டு என்றால், ஒப்புநோக்கினால் ஹைட்ரஜன், ஆக்சிஜன், கார்பன் ஆகியவற்றின் இயக்கத்தைத் தன்விருப்பப்படி இயக்குவிக்கும் திறனை அது கொண்டிருக்க வேண்டும். அதற்கேற்றபடி அதற்கு இயக்கம் இருக்க வேண்டும்". பின்வரும் அத்தியாயத்தின் 4ஆவது பகுதியின் தலைப்பு வருமாறு: "அறிதலின் செயல் - விருப்பத்தின் செயலாகும்". "எனது எல்லா உளவியல் அனுபவங்களும் இரு வேறு பிரிவாக உள்ளன என்பதை உறுதி செய்யப்பட்ட ஒன்றாகக் கருத வேண்டும்; ஒன்று கட்டாயமான செயல்கள்; இரண்டு உள் நோக்கத்துடனான செயல்கள். முதலாவது பிரிவில் புறஉலகின் தடங்கள் உள்ளன" (பக்.47). "ஒரு உண்மையின் அதிகார எல்லை பற்றி பல்வேறு கோட்பாடுகளை முன்னிறுத்துவது சாத்தியமானது... என்பது இயற்பியலாளர்கள் நன்கு அறிந்தது போன்றே அது ஒரு முழு முற்றான அறிவுக் கோட்பாட்டின் மெய்கோளுடன் பொருந்தி இருக்காது என்பதையும் நன்கு அறிவார்கள். இந்த உண்மையானது நமது சிந்தனையின் விருப்பாற்றல் தன்மையுடன் தொடர்புடையது; நமது விருப்பாற்றல் என்பது புறச் சூழலுக்குக் கட்டுப்படவில்லை என்றும் இது குறிக்கிறது. (பக். 50)."

மாக்கின் தத்துவத்தில் "சுதந்திரமான விருப்பம் என்பதற்கு முற்றிலும் இடமில்லை" என்று போக்தனோவ் எவ்வளவு துணிச்சலாகக் கூறுகிறார் என்று பாருங்கள். ஆனால், அதே மாக் கிளெயின் பீட்டர் என்பவரை ஒரு வகை மாதிரியாகப் பரிந்துரை செய்கிறார். மாக் அல்லது அவருடைய கருத்துமுதல்வாதத்தை கிளெயின் பீட்டர் மறைக்கவில்லை என்று ஏற்கெனவே கண்டோம். 1898 - 99களில்

---

* வில்லியம் கிங்டன் கிளிஃபோர்டு, *விரிவுரைகளும் கட்டுரைகளும்,* 3வது பதிப்பு, இலண்டன், 1901, தொகுதி - II , பக். 55, 65, 69: ''இந்த விவாதப் பொருளின் மீது நான் பெர்க்கிலியுடன் முற்றிலும் உடன்படுகிறேன். திரு. ஸ்பென்சருடன் அல்ல'' (பக். 58): ''பொருளானது, பின்னர், எனது உணர்வுநிலையின் மாற்றங்களுடைய ஒரு தொகுதி, அத்துடன் அதுவன்றி ஏதும் இல்லை'' (பக். 52).

* *ஒருமைவாதி,* தொகுதி XVI, 1906, ஜூலை, காரஸ், பேராசிரியர் மாக்கின் தத்துவம், பக். 320, 345, 333. கிளெய்ன்பீடரின் கட்டுரைக்குப் பதிலாக எழுதப்பட்ட இக்கட்டுரை அதே சஞ்சிகையில் வெளியானது.

அவர் எழுதினார்: "[அதாவது, மாக்கை] போன்றே ஷொட்சும் நமது கருத்துகளின் தன்மை பற்றிய அதே அகநிலைவாத பார்வையைக் கொண்டுள்ளார்... நமது *அனைத்து* கருத்துகள் மற்றும் அவற்றுக்கு இடையிலான இணைப்புகளின் அகவயரீதியான தோற்றுவாயை மாக்கும் ஹெர்ட்சும் (எந்த நியாயத்துடன் கிளெயின் பீட்டர் இங்குப் பிரபலமான இயற்பியலாளர்களை உட்படுத்துகிறார் என்பதைப் பற்றி நாம் விரைவில் பார்ப்போம்) அழுத்தம் கொடுத்தக் காரணத்தால் அவர்கள் கருத்துமுதல்வாதத்தின் நோக்குநிலையிலிருந்து பாராட்டுக் குரியவர்களாகிறார்கள் என்றால், அனுபவமானது அது தனியாகவே சிந்தனையிலிருந்து முற்றிலும் விடுபட்ட ஒரு நீதிமன்றமாக, அதன் சரியான தன்மை பற்றிய சிக்கலைத் தீர்க்க முடியும் என்று ஒத்துக் கொள்ளும் காரணத்தால் அனுபவவாதத்தின் நோக்குநிலையில் சில குறிப்பிட்ட தனிநபர்கள் குறைந்த பாராட்டுக் குரியவர்களாவதில்லை" *(அமைப்பு ரீதியான தத்துவத்திற்கான காப்பகம்,* பி. 169-70). 1900 ஆம் ஆண்டு அவர் பின்வருமாறு எழுதினார்: பெர்க்கிலி மற்றும் கான்ட் ஆகியோரிடமிருந்து மாக் பல இடங்களில் வேறுபட்டாலும், "இயற்கை விஞ்ஞானத்தில் நிலவி வரும் இயக்க மறுப்பியல் ரீதியான அனுபவவாதத்தை விட அவர்கள் மாக்கிற்கு நெருக்கமாக உள்ளனர். அதாவது, இத்தத்துவத்தையே (அதாவது பொருள்முதல்வாதமாம்! இந்தப் பேராசிரியர் சாத்தானைப் பெயர் சொல்லி அழைப்பதைத் தவிர்க்கிறார்) மாக் தனது தாக்குதலுக்கு முதன்மையான இலக்காக்கினார் (அதே நூல்)". 1903ஆம் ஆண்டு அவர் எழுதினார்: "மாக், பெர்க்கிலி ஆகியோர் ஆரம்பித்த இடம் மறுக்க முடியாதது... கான்ட் ஆரம்பித்ததை மாக் பூர்த்தி செய்தார்" *(கான்ட்டின் ஆய்வுகள்,* நூல் VIII, 1903, பி. 314, 274).

புலனுணர்ச்சிகளின் பகுப்பாய்வு என்பதன் ரஷ்ய மொழி பெயர்ப்பிற்கான முன்னுரையில் மாக், டி.சைஹென் என்பவரைக் குறிப்பிடுகிறார், "ஒரே பாதையாக இல்லாவிட்டாலும், இவர் மிக நெருக்கமாக வருகிறார்". பேராசிரியர் தியோடர் சைஹெனின் அறிவு பற்றிய உள-உடலியல் சார்ந்த கோட்பாடு என்ற நூலை நாம் எடுத்துக்கொண்டால், முன்னுரையிலேயே இந்தப் பேராசிரியர் மாக், அவெனரியஸ், ஷுப்பே போன்றவர்களைக் குறிப்பிடுகிறார். இங்கும் சீடரை குருநாதர் ஏற்றுக்கொண்டதை காண்கிறோம். சைஹெனின் "சமீபத்திய" கொள்கையாகிய "உண்மையான பொருள்கள் புலன் உணர்ச்சிகளைத் தூண்டுகின்றன" (பி.3), என்பதைக் கீழ்மக்களின் ''கும்பல்'' மட்டுமே நம்ப முடியும். "அறிவுத் தோற்றவியல் கோட் பாட்டின் மீது பெர்க்கிலியின் சொற்கள் தவிர வேறு எதுவும் இருக்க முடியாது. புறப்பொருள்கள் தாமாக இருப்பதில்லை. அவை நமது மனதில் மட்டுமே இருக்கின்றன!'. "நமக்குக் கிடைப்பதெல்லாம்

புலன் உணர்ச்சிகளும் எண்ணங்களுமே. இவற்றை உளம் சார்ந்த சொல் ஒன்றிணைக்கிறது. மனது அல்லாதது என்பது அர்த்தமற்ற சொல்!" (பி.100). இயற்கையின் விதிகள் என்பவை பொருள்கள் அல்ல. "குறைக்கப்பட்ட புலன் உணர்ச்சிகள்" ஆகும். (இந்தப் புதிய கருத்து, ''குறைக்கப்பட்ட புலன் உணர்ச்சிகள்'' - சைஹெனின் பெர்க்கிலியத்தில் உள்ள அசலானக் கருத்துகள் ஆகும்!).

1904 ஆம் ஆண்டிலேயே பெட்சோல்ட் தனது *அறிமுகம்* என்பதின் இரண்டாவது பாகத்தில், பெட்சோல்ட், சைஹெனை ஒரு கருத்து முதல்வாதி என்று விமர்சனம் செய்தார். 1906 ஆம் ஆண்டில் அவரது *கருத்துமுதல்வாதிகள் அல்லது உளவியல் ஒருமைவாதிகள்* என்ற பட்டியலில் கார்னிலியஸ், கிளெயின் பீட்டர், சைஹென், வெர்வோர்ன் ஆகியோரைக் காட்டினார் (*உலகப் பிரச்சனை போன்ற இதரவை*, பி. 137) இங்கு பேராசிரியர்களே "மாக், அவெனரியஸ்' ஆகியோரின் கருத்துகளைத் தவறுதலாக" விளக்கியுள்ளனர் என்பதைக் காணுங்கள்.

ஐயோ பாவம் அவெனரியசும் மாக்கும்! எதிரிகளால் அவர்களது கருத்துமுதல்வாதம், ஆன்மீகவாதம் ஆகியவற்றிற்காக மட்டும் தவறாகக் கூறப்பட்டனர் என்பதல்ல. (போக்தனோவ் கூறுவது போல) ஆனால் அவர்களது நண்பர்கள், சீடர்கள், பின்பற்றுபவர்கள், கைதேர்ந்த பேராசிரியர்களும் ஆகியோரும் அவர்களது ஆசிரியர் களை கருத்துமுதல்வாதக் கண்ணோட்டத்தில் தவறாகப் புரிந்து கொண்டார்கள். அனுபவவாத விமர்சனமானது கருத்துமுதல் வாதமாக வளர்ந்தது என்றால், அது குழப்பமான அடிப்படையான பெர்க்கிலியக் கூறுகளை ஒன்றும் நிரூபிக்கவில்லை. கடவுள் காப்பாற்றுவாராக! நாஸ்ட்ரவ் - பெட்சோல்ட்[71] கருத்துப்படியான ஒரு ''தவறான புரிதல்'' மட்டுமே.

இதில் வேடிக்கையானது என்னவென்றால், தூய்மை, அப்பாவித் தனம் ஆகியவற்றைப் பாதுகாக்கும் பெட்சோல்ட்டே, மாக், அவெனரியஸ் ஆகியோரின் தத்துவத்தில் "தர்க்க ரீதியான *காரணகாரியத் தொடர்பு*" என்பதை இணைத்தார். பின்னர் இதனை நம்பிக்கை வாதத்தின் கருவியான வில்ஹெல்ம் ஷுப்பேவின் கருத்துடன் இணைத்தார்.

மாக்கின் ஆங்கிலேய ஆதரவாளர்களை பெட்சோல்ட் அறிந்து கொண்டிருந்தால் மாக்கியர்களின் பட்டியலை அவர் விரிவாக்கி யிருப்பார். இவர்களில் பலர் (சிறு ''தவறான புரிதல்'' காரணமாக) கருத்துமுதல்வாதத்திற்குச் சென்றார்கள். கலப்படமற்ற கருத்து முதல்வாதி என்று மாக்கால் குறிப்பிடப்பட்ட கார்ல் பியர்சனைப் பற்றி ஏற்கெனவே நாம் கண்டோம். பியர்சன் பற்றி அதே கருத்தை

வெளியிடும் இரு "வசை பாடிகளின்" உதாரணம் இங்கு உள்ளது: "முதன்முதலாக மாபெரும் பெர்க்கிலியால் கூறப்பட்ட கொள்கை யைத் தான் பேரா. பியர்சன் மென்மையாக எதிரொலிக்கிறார்." (ஹாவர்ட் வி. நாக்ஸ், *மனது,* பகு. VI 1897, பக்.205). "அதன் உண்மையான அர்த்தத்தில், பேரா. பியர்சன் ஒரு கருத்துமுதல்வாதி என்பதில் சந்தேகமில்லை" (ஜார்ஜஸ் ரோடியர், *தத்துவ ஆய்வு சஞ்சிகை,*[72] 1888, தொகுதி II. ப. 200). அவரது தத்துவத்திற்கு மிக நெருக்கமாக உள்ள ஆங்கிலேய கருத்துமுதல்வாதியான வில்லியம் கிளிஃபோர்டு என்பவரை, மாக்கின் மாணவர் என்பதைவிட, ஆசிரியர் என்றே கூறலாம். ஏனென்றால், கிளிஃபோர்டின் தத்துவ நூல்கள் கடந்த நூற்றாண்டின் எழுபதுகளில் வெளிவந்தன. இங்கு மாக்கிற்கே இந்த "தவறான புரிதல்" ஏற்பட்டது. கிளிஃபோர்டின் கொள்கையில், இருந்த உலகம் என்பது "மனதின் பொருள்", "சமூகப் பொருள்", "நன்கு அமைக்கப்பட்ட அனுபவம்" கருத்துமுதல் வாதத்தைக் "காண அவர் தவறிவிட்டார்."* ஜெர்மானிய மாக்கியர் களின் பகட்டிற்கு உதாரணம், 1905ஆம் ஆண்டு கிளெயின்பீட்டர் இந்தக் கருத்துமுதல்வாதியை "தற்கால விஞ்ஞானத்தினுடைய அறிவுத்தோற்றவியலின்" நிறுவனர் என்ற நிலைக்கு உயர்த்தியது ஆகும்!

புலனுணர்ச்சிகளின் பகுப்பாய்வு என்பதன் 284 ஆம் பக்கத்தில், "உறவுக்கார" (பௌத்தத்திற்கும் மாக்கியத்திற்கும்) அமெரிக்கத் தத்துவவாதி பால் காரஸ் என்பவரை குறிப்பிடுகிறார். காரஸ் தன்னை மாக்கின் "ரசிகர், நெருங்கிய நண்பர்" என்று அழைத்துக் கொள்கிறார். இவர் சிகாகோவில் *ஒருமைவாதி*[73] என்ற தத்துவத்திற்கான பத்திரிக்கையையும் *வெளிப்படையான நீதிமன்றம்*[74] என்ற மதத்திற்கான பத்திரிக்கையையும் நடத்துகிறார். இந்த ஜனரஞ்சகமான சிறிய பத்திரிக்கையின் ஆசிரியர்கள் கூறுகிறார்கள், "விஞ்ஞானம் என்பது தெய்வீக வெளிப்பாடு," விஞ்ஞானம் என்பது மடாலயத்தில் சீர்திருத்தத்தைக் கொண்டுவர முடியும். இதன் மூலம் மடாலயம் அப்பொழுது "மதத்தில் உள்ள எல்லா உண்மைகளையும் நல்ல வற்றையும் கொண்டிருக்கும்." மாக் இந்தப் பத்திரிக்கையில் தொடர்ந்து எழுதுபவர். அவரது சமீபத்திய புத்தகத்திலிருந்து சில அத்தியாயங்கள் இதில் வெளிவந்தன. காரஸ், மாக்கை "ஒப்பிட முடியாத" கான்ட் என்று கூறினார். மாக் "ஒரு கருத்துமுதல்வாதி அதுவும் அகவயக் கருத்துமுதல்வாதி", "எனது கருத்துகளுக்கும், மாக்கின் கருத்து களுக்கும் வேறுபாடுகள் உள்ளன என்பதில் சந்தேகமில்லை." இருப்பினும் "அவர் எனக்கு நெருக்கமானவர்" என்று உணர்ந்தேன்.* காரஸ் கூறுகிறார், "எங்களது ஒருமைவாதம் என்பது பொருள்முதல் வாதம் அல்ல; இறையுணர்வுக் கோட்பாடு அல்ல; அறியொணா

வாதம் அல்ல; அது உறுதியானது மட்டுமே. அது அனுபவத்தை அதன் அடிப்படையாகக் கொள்கிறது, அனுபவங்களின் உறவுகளின் ஒழுங்கான வடிவங்களுக்கு இதனை ஒரு முறைமையாகப் பயன்படுத்துகிறது" (இது போக்தனோவின் "*அனுபவ ஒருமைவாதம்*" என்பதிலிருந்து களவாடப்பட்டது!). காரஸின் குறிக்கோள், "அறியொணாவாதம் அல்ல, நேர்க்காட்சி விஞ்ஞானம் ஆகும். இறையுணர்வு கோட்பாடு அல்ல, தெளிவான சிந்தனை ஆகும். மிகை இயற்பண்பு வாதம் அல்ல, பொருள்முதல்வாதம் அல்ல, உலகம் பற்றிய ஒருமைவாதக் கண்ணோட்டம் ஆகும். வறட்டுவாத சித்தாந்தம் அல்ல, மதம் ஆகும். கொள்கையல்ல, மாறாக நம்பிக்கை." இக்கொள்கையின் அடிப்படையில் காரஸ் ஒரு "புதிய இறையியலைப்" போதிக்கிறார். இது, "விஞ்ஞான ரீதியான இறை யியல்", இது பைபிளின் சொற்களை மறுக்கிறது. ஆனால் ''எல்லா உண்மைகளும் தெய்வீகமானவை. வரலாற்றில் உள்ளதுபோல, கடவுள் விஞ்ஞானத்திலும் தன்னை வெளிப்படுத்திக் கொள்கிறார்''. அறிவுத் தோற்றவியல் பற்றிய அவரது புத்தகத்தில் காரஸ், ஆஸ்வால்ட், அவெனரியஸ், இறைக் கோட்பாட்டாளர்கள் ஆகியோரை கிளெயின்பீட்டர் குறிப்பிடுகிறார். சிபாரிசு செய்கிறார் (பி.151-152). ஹெக்கல் ஒருமைவாதக் கூட்டுறவு என்பதைப் பற்றிய ஆய்வுரையை வெளியிட்ட பொழுது, காரஸ் அவரை எதிர்த்தார். முதலாவது, காரண காரியவாதத்தை தவறாக மறுக்க ஹெக்கல் முயற்சிக்கிறார் என்பதற்காக. இது "விஞ்ஞானத் தத்துவத்துடன் பொருந்துகிறது." இரண்டாவது, ஹெக்கலின் தீர்மானவாதக் கொள்கை "சுதந்திர விருப்பத்தை தவிர்க்கிறது" என்பதற்காக. மூன்றாவது, "மடாலயங்களின் பாரம்பரிய பழமைப் பாதுகாப்பிற்கு எதிராக உள்ள இயற்கை விஞ்ஞானிகள் கருத்தை, ஒருதலைப் பட்சமாக வலியுறுத்துகிறார். இவ்விதமாக அவர் மடாலயங்களுக்கு எதிரியாக இருக்கிறார். அவற்றின் கொள்கையினை புதியதாக விளக்கி, உயர் மட்டத்திற்கு அவை வளருவதைக் கண்டு அவர் மகிழவில்லை...". (அதே நூல், XVI 1906, பக்.122) காரஸ் பின்வருவதை ஒப்புக் கொள்கிறார்: "பல சுதந்திர சிந்தனையாளர்களுக்கு நான் பிற்போக்காகத் தோன்றுகிறேன். மதங்கள் எல்லாம் மூடநம்பிக்கை என்ற அவர்களது சேர்ந்திசைப் பாடலில் நான் சேர்ந்துகொள்ள வில்லை என்பதற்கு என்னைக் குற்றம் சாட்டுகிறார்கள்" (பி.355).

மதம் என்ற அபினியைக் கொடுத்து மக்களை ஏமாற்றும் அமெரிக்க மோசடிப் பேர்வழிகளின் கூட்டத்துடைய இலக்கியத் தலைவர் ஒருவர் இங்கு இருக்கிறார் என்பது தெளிவாகிறது. ஒரு ''சிறிய தவறான புரிதலின் காரணமாக'' மாக்கும் கிளெயின்பீட்டரும் இந்தக் கூட்டத்தில் சேர்ந்தனர்.

5. எ. போக்தனோவின் "அனுபவ ஒருமைவாதம்"

போக்தனோவ் தன்னைப் பற்றி எழுதுவதாவது, "எ.போக்தனோவ் என்ற ஒருவரைப் பற்றி எனக்கு நன்றாகத் தெரியும். அவர் மட்டும் தான் ஒரே ஓர் அனுபவ ஒருமைவாதி. ஆனால், அவரை எனக்கு நன்றாகத் தெரியும். மனதிற்கு அடிப்படையானது இயற்கை என்ற புனிதமான சூத்திரத்துடன் அவரது கருத்துகள் ஒத்துப்போகின்றன என்று என்னால் கூற முடியும். இருப்பன எல்லாம் தொடர்ச்சியான வளர்ச்சி என்று அவர் கருதுகிறார். இவற்றில் கீழ்மட்டத்தில் உள்ளவை ஆக்கக்கூறுகளின் அலங்கோலத்தில் மறைந்துவிட்டன. நமக்குத் தெரிந்த உயர்மட்ட உறவுகள், *மனிதனது அனுபவங்களைக்* காட்டுகின்றன [சாய்வெழுத்து போக்தனோவுடையது]. அதாவது உளவியல், இன்னும் உயர்வானவை, பௌதிக அனுபவங்கள் அவை. இந்த அனுபவம், இதிலிருந்து கிடைக்கும் அறிவு, பொதுவாக மனது என்று அழைக்கப்படுவதற்கு இணையாக உள்ளது" (*அனுபவ ஒருமைவாதம்,* III, XII).

"புனிதமான" சூத்திரம் என்று இங்கு போக்தனோவ் கேலி செய்வது எங்கெல்சின் பிரபலமான கூற்றாகும். மிகத் தந்திரமாக அவரது பெயரை போக்தனோவ் தவிர்த்து விடுகிறார்! இல்லவே இல்லை, நாங்கள் எங்கெல்சிடமிருந்து வேறுபடவில்லை!

ஆனால் போக்தனோவின் புகழ்பெற்ற "அனுபவ ஒருமை வாதம்" மற்றும் ''மாற்றுப்பொருள்நிலை'' (Substitution) ஆகியவற்றின் சுருக்கத்தை இங்கு கவனமாக நாம் ஆராய்வோம். பௌதிக உலகம் *மனிதர்களது அனுபவம்* என்று அழைக்கப்படுகிறது. வளர்ச்சிப் பாதையில் பௌதிக அனுபவம், உளவியல் அனுபவத்தைவிட *''உயர்ந்தது''* என்று அறிவிக்கப்படுகிறது. இது அப்பட்டமான முட்டாள்தனம்! எல்லாக் கருத்துமுதல்வாதங்களின் பண்பான முட்டாள்தனம் தான் இது. இந்த ''அமைப்பினை'' "பொருள் முதல்வாதம்" என்று வகைப்படுத்துவது கோமாளித்தனமானது. என்னுடன் சேர்ந்து இயற்கை தான் முதன்மையானது, மனது இரண்டாம் நிலையானது என்று போக்தனோவ் கூறுகிறார். எங்கெல்சின் வரையறையை இவ்வாறு திரித்துக் கூறினால் ஹெகலும் ஒரு பொருள்முதல்வாதியே ஆவார். ஏனென்றால், அவரிடமும் உளவியல் அனுபவம் முதலில் வருகிறது (முழு முதற்கருத்து என்ற தலைப்பின்கீழ்). அதன்பின் கீழ் மட்ட, ''உயர் மட்ட'', பௌதிக உலகம், இயற்கை வருகிறது. கடைசியில் மனித அறிவு வருகிறது. அது இயற்கையின் மூலம் முழு முதற் கருத்தைப் புரிந்து கொள்கிறது. இந்தக் கண்ணோட்டத்தில் இயற்கை முதன்மையானது என்று கூறுவதை எந்தக் கருத்துமுதல் வாதியும்

மறுக்க மாட்டான். ஏனென்றால், இது உண்மையாகவே முதன்மை அல்ல. உண்மையில் இயற்கை எனப்படுவது அறிவுத் தோற்றவியலின் தொடக்கப் புள்ளியாக உடனடியாகக் கொடுக்கப்பட்டதாக எடுத்துக் கொள்ளப்படவில்லை. இயற்கை என்பது ''உளவியல் தன்மை'' கொண்டது என்பதை மணக்கண் தோற்றங்கள் வாயிலாக ஓர் நெடிய செயல்போக்கின் விளைவில் அடையப் பெறுகிறது. இவ்வாறான மனக்கண் தோற்றங்களை முழுமையான கருத்து என்றோ, சர்வ பொதுவான அனைத்தும் தழுவிய *தான்* என்ற தன்மை என்றோ, உலக விருப்பம் என்றோ, மேலும் இதுபோன்று பலவாறு எப்படி வேண்டுமானாலும் அழைத்தாலும் அழைக்காவிட்டாலும் பொருட்படுத்த வேண்டியதில்லை. இந்தச் சொற்கள் கருத்துமுதல்வாதத்தின் *பல்வேறு* வகைகளை வேறுபடுத்திக் காட்டுகின்றன. அத்தகைய வகைகள் எண்ணற்ற அளவில் இருக்கின்றன. கருத்துமுதல்வாதத்தின் சாராம்சத்திற்கு உளவியல் ரீதியான தன்மைதான் ஆரம்பப் புள்ளி; அதிலிருந்து புறஉலகம் பெறப்படுகிறது, *அதன் பிறகுதான்* இயல்பான மானுட உணர்வு இயற்கையிலிருந்து பெறப்படுகிறது. எனவே, இந்த அடிப்படையான உளவியல் கூறு, நீர்த்துப் போன இறையியலை மறைத்துக் கொண்டிருக்கும் *உயிரற்றப் பொதுமையாக* மாறுகிறது. உதாரணமாக, மனிதனது *கருத்து* என்பது என்ன என்று எல்லோருக்கும் தெரியும்; ஆனால், மனிதனைச் சாராத, மனிதனுக்கு முந்தைய பொதுமையான, முழுமுதற்கருத்து என்பது கருத்துமுதல்வாதியான ஹெகலின் மதம் சார்ந்த கண்டுபிடிப்பு ஆகும். மனிதனது புலன் உணர்வு என்ன என்று எல்லோருக்கும் தெரியும்; ஆனால், மனிதனைச் சாராத, அவனுக்கு முந்தைய, புலன் உணர்வு என்பது முட்டாள்தனம், உயிரற்ற மனக் கண் தோற்றம், கருத்துமுதல்வாத உத்தியாகும். பின்வரும் அமைப்பை உருவாக்கும் பொழுது போக்தனோவ் இத்தகைய உத்தி ஒன்றையே மேற்கொள்கிறார்.

1. "ஆக்கக்கூறுகளின்" குழப்பம் (*புலன் உணர்வு* என்பது தவிர ''ஆக்கக்கூறு'' என்ற சொல்லுக்குப் பின்னால் வேறு எந்த மனிதக் கருத்தும் இல்லை என்பது நமக்குத் தெரியும்).

2. மனிதனது உளவியல் அனுபவம்.

3. மனிதனது பௌதிக அனுபவம்.

4. "இவற்றிலிருந்து தோன்றும் அறிவு."

மனிதன் இல்லாமல் புலன் உணர்ச்சிகள் இல்லை. எனவே இந்த வரிசையின் முதல்படி உயிரற்றக் கருத்துமுதல்வாத தன்மையிலான மனக்கண் தோற்றம் ஆகும். உண்மையில், எல்லோருக்கும் தெரிந்த *மானுடப்* புலன் உணர்ச்சிகள் இங்கு இல்லை. கற்பனையான,

பொதுமையான, முக்கியத்துவமற்ற *தெய்வீகமான* புலன் உணர்ச்சிகள் இங்கு உள்ளன - மனிதனது மூளையிலிருந்தும் மனிதனிடமும் இருந்து பிரிக்கப்பட்ட சாதாரண மானுடக் கருத்து, ஹெகலிடம் தெய்வீகமாக மாறுவதைப் போன்றது இது.

முதல்படியை விட்டுவிடுவோம்! இரண்டாவது படியையும் விட்டு விடுவோம். ஏனென்றால், *பௌதிகத்திற்கு முன்னரே* உள்ள உளவியல் (போக்தனோவ் இரண்டாவது படியை மூன்றாவது படிக்கு முன்னர் வைக்கிறார்). அனுபவம் என்பது மனிதனுக்கோ அல்லது விஞ்ஞானத்திற்கோ தெரியாது. உளவியல் உலகம் தோன்றுவதற்கு முன்பே பௌதிக உலகம் இருந்திருக்க முடியும். உயிரியக்க விளைவான பொருளின் உயர்ந்த வடிவங்களின் விளைவே உளவியல் உலகம். போக்தனோவின் இரண்டாவது படியும் உயிரற்ற மனக்கண் தோற்றம் ஆகும். அது மூளையல்லாத சிந்தனை. மனிதனிடமிருந்து பிரிக்கப்பட்ட மனித அறிவு.

முதல் இரண்டு அடுக்குகளை அகற்றிய பிறகு தான், இயற்கை விஞ்ஞானம், பொருள்முதல்வாதம் ஆகியவற்றிற்குப் பொருத்த மான உலகம் பற்றிய ஒரு சித்திரத்தை நாம் பெற முடியும். அதாவது, 1. பௌதிக உலகம் மனிதனின் *மனதைச் சாராமல்,* மனிதனுக்கு நீண்ட காலத்திற்கு *முன்னரே,* எல்லாவித ''மனித அனுபவங் களுக்கு'' *முன்னரே* இருந்தது என்பது; 2. உளம், மனது என்ப தெல்லாம் (அதாவது பௌதீக) பொருளின் உயர்மட்ட விளைவு, மனித மூளை என்ற பருப்பொருளின் சிக்கலான குறிப்பிட்ட அமைப்பின் செயல் ஆகும்.

"மாற்றுப்பொருள் நிலையின் அதிகார எல்லையானது பௌதிக ரீதியில் இயற்கையில் காணப்படும் மெய்யான பௌதிக நிகழ்வின் அதிகார எல்லையுடன் ஒரே சமயத்தில் நேரிடுகிறது; உளவியல் ரீதியில் இயற்கையில் காணப்படும் மெய்யான நிகழ்வுகளுக்காக நமக்கு மாற்றுப் பொருள்நிலையாக எதுவும் தேவையில்லை, ஏனென்றால், அவை உடனடியாக உள்ள அமைப்புகளாகும்" (பக். XXXIX) என்று போக்தனோவ் எழுதுகிறார்.

இதுதான் துல்லியமான கருத்துமுதல்வாதம் ஆகும். ஏனென்றால், உளம், உணர்வு, கருத்து, புலன் உணர்ச்சி ஆகிய இதுபோன்றவை உடனடியாக உள்ளதாக எடுத்துக்கொள்ளப்பட்டு பௌதிகம் என்பது அதிலிருந்து பெறப்படுகிறது. அதற்குப் மாற்றுப்பொருள் நிலையாக உள்ளது. உலகம் என்பது *தான்* என்பதினால் படைக்கப்பட்ட *தான் அல்லாதது* என்று பிச்டே கூறினார். உலகம் என்பது விருப்பம் என்று ஸ்ஹோப்பன்ஹாவ கூறினார். உலகம் முழு முதற்கருத்து என்றார் ஹெகல். இறைக் கோட்பாட்டாளர் ரெஹ்ம்கே, இந்த உலகம்

கற்பனையாற்றல் மற்றும் கருத்து என்றார். இறைக் கோட்பாட்டாளர் ஷுப்பே, இருப்பு என்பது உணர்வு என்று கூறினார். பௌதிகம் என்பது உளவியல் தன்மைக்கு ஒரு மாற்றுப் பொருள் நிலை என்கிறார் போக்தனோவ். இந்தப் பல்வேறு சொற் ஜாலங்களுக்குப் பின்னால் உள்ள ஒரே ஒத்தத் தன்மை கொண்ட கருத்துமுதல்வாத சாராம்சத்தை ஒருவர் காணாமல் இருக்கக் கூடாது.

அனுபவ ஒருமைவாதம் என்ற அவரது புத்தகத்தின் முதல் பாகத்தில் போக்தனோவ் எழுதுகிறார் (பக். 128 - 129), நாமே நம்மை கேட்டுக் கொள்வோம் "உயிர் உள்ளது என்பது (உதாரண மாக மனிதன்) எது?" அதற்கு அவர் பதில் அளிக்கிறார்: 'மனிதன் என்பவன் முதன்மையாக உடனடியாகக் கிட்டக்கூடிய அனுபவங் களின் திட்டவட்டமான அமைப்பு ஆவான். [''*முதன்மையாக*'', என்பதைக் கவனிக்கவும்] பின்னர், அனுபவத்தின் கூடுதலான வளர்ச்சியில், 'மனிதன்' இதர பௌதிக ரீதியான பொருள்களுக்கு மத்தியில் தனக்காகவும் இதரர்களுக்காகவும் ஒரு பௌதிக ரீதியான பொருளாக ஆகிறான்."

கடவுள் பற்றிய கருத்து அல்லது ஆன்மாவின் அழியாத்தன்மை ஆகியவற்றை மட்டுமே பெறத் தகுதிக்கொண்ட இந்த ''அமைப்பு'' என்ற முட்டாள்தனங்கள் எதற்கு? மனிதன் என்பவன் அடிப் படையில் உடனடியாகக் கிட்டக்கூடிய அனுபவத்தின் திட்டவட்ட மான வடிவம் ஆவான். *மேலும் வளரும் பொழுது* ஒரு பௌதிகப் பொருளாக மாறுகிறான்! இதன் அர்த்தம் பௌதிக ரீதியான பொருள் *இல்லாமல்* அனுபவம் உள்ளது. அதற்கு *முன்னரே* அனுபவம் உள்ளது என்பது இதன் பொருள். நமது மடாலய பயிற்சிப் பள்ளிகளில், இந்தப் பிரம்மாண்டமான தத்துவம் இன்னும் ஏற்கப்படவில்லை என்பது வருத்தத்திற்குரியது! அங்கு இதன் சிறப்புகள் யாவும் ஏற்றுக் கொள்ளப்படும்.

"...பௌதிக இயற்கையானது கிட்டக்கூடிய அமைப்பின் ஒரு *விளைவு*" (இதில் உளவியல் இணைப்பும் அடங்கும்) என்று நாம் ஒப்புக் கொண்டுள்ளோம். (சாய்வு எழுத்து போக்தனோவினு டையது) மற்றவற்றின் மீது இந்த அமைப்புகள் பிரதிபலிப்பது, அவற்றிற்கு இணையானது, ஆனால் மிகவும் சிக்கலானது (உயிரினங்களின் சமூக ரீதியில் அமைக்கப்படுகிற அனுபவத்தில்)'' (பக்.146) என்றும் ஏற்றுக்கொண்டுள்ளோம்".

பௌதிக இயற்கையே ஒரு விளைவுதான் என்று போதிக்கும் தத்துவம், தூய மற்றும் எளிமையான மதகுருமார்களின் தத்துவம் ஆகும். போக்தனோவே அனைத்து மதங்களையும் மறுப்பதிலிருந்து இதன் தன்மை எந்தவிதத்திலும் மாறவில்லை. டூரிங்கும் ஒரு நாத்திக

வாதி; அவரது “சோசலிச அமைப்பில்” மதத்தைத் தடை செய்வது பற்றிக் கூடக் கூறியுள்ளார். ஆனால், மதம் இல்லாமல் டூரிங்கின் ‘‘அமைப்பு’’ நிலை பெற்று இருக்க முடியாது என்று எங்கெல்ஸ் கூறியது முற்றிலும் சரியானதே.[75] இது போக்தனோவிற்கும் பொருந்தும். இங்கு மேற்கோளாகக் காட்டப்பட்ட பகுதி தற்செயலான முரண்பாடு உள்ளது அல்ல, அது அவரது “அனுபவ ஒருமை வாதம்” “மாற்றுப்பொருள் நிலை” ஆகியவற்றின் சாராம்சம் ஆகும். இயற்கை என்பது ஒரு விளைவு என்றால், அது அதனைவிட வலுவான, பெரிய, வளமான, விசாலமான இருக்கக் கூடிய ஒன்றின் விளைவு ஆகும். ஏனென்றால், இயற்கையை “தோற்றுவிக்க” அது இயற்கையிலிருந்து வேறுபட்டதாக இருக்க வேண்டும். இதன் பொருள் இயற்கைக்கு *வெளியே* ஏதோ ஒன்று உள்ளது அது இயற்கையைத் *தோற்றுவிக்கிறது*. எளிமையாகக் கூறினால், அது கடவுள் என அழைக்கப்படுகிறது. கருத்துமுதல்வாதத் தத்துவ வாதிகள் இந்தப் பெயரை மாற்றினர். அதனை கூடுதல் அருவமாகக் காட்ட, கூடுதல் மர்மத் தன்மை உள்ளதாக்க, (வசதிக்காக) அதனை “உளவியலுக்கு” நெருக்கமாக, “உடனடியாக அமைப்பிற்கு” நெருக்கமாகக் கொண்டு வர, இதனை மாற்றினர். உடனடியாக அருகாமையில் உள்ளவற்றுக்கு சான்று தேவைப்படாததால் இவ்வாறு மாற்றம் செய்ய முயற்சிக்கிறது. முழுமுதற் கருத்து, உலகப் பொது ஆன்மா, உலக விருப்பம், பௌதிகத்திற்குப் பதிலாக மனம் என்ற *‘‘பொதுவான மாற்றுப் பொருள் நிலை’’* ஆகியன எல்லாம் ஒரே கருத்தின் வெவ்வேறு உருவாக்கங்கள் ஆகும். இயல்பாக இயங்கும் மூளையின் செயல்தான், கருத்து, மனது, விருப்பம் என்று எல்லோருக்கும் தெரியும். விஞ்ஞானமும் அதனைத்தான் ஆராய்கிறது. குறிப்பிட்ட முறையில் அமைக்கப்பட்டிருக்கும் பருப்பொருளில் இருந்து இச் செயல்பாட்டைப் பிரித்து, இச்செயல்பாட்டை ஒரு சர்வ பொதுவான, பொதுமையான மனக்கண் தோற்றமாக மாற்றுவதற்கு, இந்த மனக்கண் தோற்றத்தை ஒட்டு மொத்தமாக உள்ள பௌதிகரீதியான இயற்கைக்கு ‘‘மாற்றுப்பொருளாக்குவதற்கு’’, என்ற பல வகைகளில் சொல்வதெல்லாம் கருத்துமுதல்வாதத்தின் உளறல் மற்றும் அறிவியலை அவமதிக்கும் செயலாகும். “உயிரினங்களின் சமுதாய ரீதியாக அமைக்கப்பட்ட அனுபவம்’’ என்பது பௌதிக இயற்கையின் விளைவு, அதன் நீண்டகால வளர்ச்சியின் முடிவு, சமுதாயமோ, அமைப்போ, அனுபவமோ, உயிரினங்களோ இல்லாத காலத்திலிருந்து ஏற்பட்ட வளர்ச்சியின் விளைவு என்று பொருள்முதல்வாதம் கூறுகிறது. பௌதிக இயற்கையானது, உயிரினங்களுடைய இந்த அனுபவத்தின் விளைவு என்று கருத்துமுதல்வாதம் கூறுகிறது. இதனைக் கூறும் பொழுது இயற்கையை கடவுளுக்கு (குறைவானதாக மதிப்பிடவில்லை என்றால்) சமப்படுத்துகிறது. ஏனென்றால்,

கடவுளும் மனிதர்களது சமுதாய ரீதியாக அமைக்கப் பட்ட அனுபவத்தின் விளைவே என்பதில் சந்தேகம் இல்லை. எந்தக் கோணத்திலிருந்து கண்டாலும், போக்தனோவின் தத்துவம் பிற்போக்கான குழப்பத்தையே கொண்டுள்ளது எனலாம்.

போக்தனோவ் அனுபவத்தை சமுதாய ரீதியாக அமைப்பது என்பதை "அறிதல் சோசலிசம்" என்று கருதுகிறார் (IIIஆம் புத்தகம், பக்.XXXIV). இது பைத்தியக்கார உளறல் ஆகும். இவ்வாறு சோசலிசத்தைக் கருதினால், இந்த அறிதல் ''சோசலிசத்தின்'' தீவிர ஆதரவாளர்கள் ஏசு சபையினரே ஆவர். ஏனென்றால், அவர்களது அறிவுத் தோற்றவியலின் ஆரம்பப் புள்ளி, "சமூக ரீதியாக அமைக்கப் பட்ட அனுபவமே தெய்வீகத்தன்மைதான்''. கத்தோலிக்கம் என்பதே சமூக ரீதியாக அமைக்கப்பட்ட அனுபவம் என்பதில் ஐயமில்லை. அது புறவய உண்மையைப் பிரதிபலிக்கவில்லை, (போக்தனோவ் இதை மறுக்கிறார் என்றாலும் அறிவியல் பிரதிபலித்து விடுகிறது.) மாறாக, குறிப்பிட்ட சமூக வர்க்கங்கள் மக்களின் அறியாமையை சுரண்டுவதைப் பிரதிபலித்து விடுகிறது.

ஏசு சபையினரைப் பற்றி ஏன் பேச வேண்டும்! மாக்கிற்குப் பிடித்தமான இறைக் கோட்பாட்டாளர்களிடையே போக்தனோவின் "அறிதல் சோசலிசம்" முழுவதுமாக உள்ளது. இயற்கை என்பது தனிப் பட்ட நபரை மட்டும் சார்ந்தது என்றில்லாமல் "மனித குலத்தின்" *(எதார்த்தவாதம், பி.55)* (தனிநபர் அல்ல) உணர்வு என்று லெக்லெயர் கருதுகிறார். முதலாளி வர்க்க தத்துவவாதிகள் இந்த பிச்டேயிய அறிதல் சோசலிசத்தை ஏராளமாக உங்களுக்கு அளிப்பார்கள் என்று ஷுப்பேயும் கூறுகிறார். *இது உணர்வின், பொதுப்படையான காரணியாகும் (அறிவியல் தத்துவத்திற்கான காலாண்டு இதழ், பி.379).* தனிநபர் உணர்வுக்குப் பதிலாக மனிதகுலத்தின் உணர்வை வைப்பது அல்லது ஒரு தனி நபரின் அனுபவத்திற்குப் பதிலாக சமூகரீதியாக அமைக்கப்பட்ட அனுபவத்தை வைப்பது என்பதால் கருத்துமுதல்வாதத் தத்துவம் மறைந்துவிடும் என்று எண்ணுவது ஒரு முதலாளியை அகற்றி விட்டு கூட்டுப் பங்கு நிறுவனத்தைக் கொண்டு வந்தால் முதலாளித்துவம் மறையும் என்பது போன்றதாகும்.

யுஷ்கேவிச், வாலன்டினோவ் போன்ற நமது ரஷ்ய மாக்கியர்கள், போக்தனோவ் ஒரு கருத்துமுதல்வாதி என்று பொருள்முதல்வாதி யான ராக்மெட்டோவ் (இவரைக் குற்றஞ்சாட்டிக் கொண்டே) கூறியதை எதிரொலிக்கிறார்கள். ஆனால், இந்த கருத்துமுதல்வாதம் எங்கிருந்து வந்தது என்று அவர்களால் சிந்திக்க முடியவில்லை. போக்தனோவ் ஒரு தனிநபர் நிகழ்வு மற்றும் தற்செயலான நிகழ்வு என்றும் அவர்கள் கருதுகிறார்கள். இது உண்மையல்ல. தான் ஓர்

''அசலான'' அமைப்பினை உருவாக்கியதாக போக்தனோவ் எண்ண லாம். ஆனால், மேலே குறிப்பிடப்பட்ட மாக்கின் சீடர்களுடன் அவரை ஒப்பிட்டால் இக்கருத்து பொய் என்று தெரியும். கார்னேலியஸ் காரஸ் ஆகியோருக்கிடையிலான வேறுபாட்டை விட, போக்தனோவிற்கும் கார்னேலியசிற்கும் உள்ள வேறுபாடு மிகவும் குறைவாகவே உள்ளது. காரஸ், சைஹென் ஆகியோருக்கிடையிலான வேறுபாட்டைவிட, (அவர்களுடைய தத்துவ ரீதியான முறைகளைப் பொறுத்தவரை, நிச்சயமாக, அவர்களது பிற்போக்கான தாக்கங்களின் கருத்தூன்றிச் செய்யப்பட்ட தன்மையை அல்ல) காரஸ், போக்தனோவ் ஆகியோருக்கு இடையில் உள்ள வேறுபாடு குறைவாக உள்ளது. "சமூகரீதியாக அமைக்கப்பட்ட அனுபவம்" என்பதன் வெளிப்பாடுகளில் ஒருவர் போக்தனோவ், இது மாக்கியம் கருத்துமுதல்வாதமாக மாறுவதைக் காட்டுகிறது. (இங்கு நாம் போக்தனோவ் என்ற தத்துவவாதியை மட்டுமே குறிப்பிடுகிறோம்) அவரது ஆசிரியர் மாக்கின் கொள்கையில் பெர்க்கிலிய... ''ஆக்கக்கூறுகள்'' என்பன இல்லாவிட்டால் போக்தனோவ் என்பவர் தோன்றியே இருக்க முடியாது. போக்தனோவின் *அனுபவ ஒருமைவாதம்* ஜெர்மனில் மொழிபெயர்க்கப்பட்டு மதிப்புரைக்காக லெக்லயர், ஷுப்பர்ட்- சோல்டன், கார்னிலியஸ், கிளெயின் பீட்டர், காரஸ், பில்லன் ஆகியோருக்கு அனுப்புவதைவிட ''பயங்கரமான பழி தீர்க்கும்'' செயலைக் காட்டிலும் (பிரெஞ்சு கூட்டுப் பணியாளர் மற்றும் ரெனோவியரின் மாணவர்) என்னால் கற்பனை செய்ய முடியாது. ''மாற்றுப் பொருள் நிலை'' என்பதற்கு இந்த சகப்போராளிகள், மாக்கின் நேரடி வாரிசுகள் கொடுக்கும் பாராட்டு மழை அவர்களது வாதங்களை விட அலங்காரமாக இருக்கும்.

ஆனால், போக்தனோவின் தத்துவம் முடிந்துபோன, மாறாத ஒன்று என்று கருதுவது சரியல்ல. அவரது தத்துவப் பிறவிகளில் போக்தனோவின் தத்துவம் 1889லிருந்து 1908வரை நான்கு கட்டங்களாக வளர்ந்தது. ஆரம்பத்தில் அவர் ஒரு "இயல்பான - வரலாற்று" பொருள்முதல்வாதி. (இயற்கை விஞ்ஞானத்திற்கு அரை உணர்வுநிலையுடனும் இயல்பாகவும் உண்மையாகவும் இருந்தார்). இந்தக் கட்டத்தின் கூறுகளை அவரது *இயற்கையின் மீதான வரலாற்றுரீதியான கண்ணோட்டத்தின் அடிப்படை ஆக்கக் கூறுகள்* என்பதில் காணலாம். தொண்ணூறுகளின் பிற்பகுதியில் பிரபலமாக இருந்த ஆஸ்வால்டின் "ஆற்றல் ஆய்வியல்'' என்பது இரண்டாவது கட்டம். இது குழப்பமான அறியொணாவாதம். இது சில சமயங்களில் கருத்துமுதல்வாதத்திற்குள் சென்றது (ஆஸ்வால்டின் *இயற்கை தத்துவம் மீதான விரிவுரைகளின்* முகப்புப் பக்கத்தில்; "ஈ.மாக்கிற்கு சமர்ப்பணம்" என்று உள்ளது). மாக்கின் தத்துவத்தைப் போலவே

முரண்படுவதாகவும் குழப்பமாகவும் இருந்த மாக்கிடமிருந்து போக்தனோவ் அகவயக் கருத்துமுதல்வாதத்திற்கான அடிப்படைகளைக் கடனாகப் பெற்றார். நான்காவது கட்டத்தில் மாக்கியத்தில் உள்ள சில முரண்பாடுகளை அகற்றுவதும், புறவயக் கருத்துமுதல் வாதம் போன்ற தோற்றத்தை உருவாக்குவதுமாகும். "பொதுவான மாற்றுப்பொருள் நிலை என்ற கொள்கை" அவரது ஆரம்ப நிலையிலிருந்து போக்தனோவ் 180° வளைவினைக் கொண்டவராக உள்ளார் என்பதைக் காட்டுகிறது. இந்தக் கட்டத்தில் இயங்கியல் பொருள்முதல்வாதத்திலிருந்து அவர் விலகியிருக்கிறாரா அல்லது அதன் அருகில் இருக்கிறாரா என்று குறிப்பிடலாமா? அவர் ஒரு இடத்தில் இருக்கிறார் என்றால், அவர் வெகு தூரம் விலகியே உள்ளார் என்பதாகும். கடந்த ஒன்பதாண்டு காலமாக அவர் பயணித்த அதே வளைவில் இருந்தால் அவர் குறைவான தூரத்தில் இருக்கிறார் என்பதாகும். இப்பொழுது தீவிரமாக முயற்சித்து பொருள்முதல் வாதம் நோக்கி அவர் மீண்டும் திரும்ப வேண்டும். அதாவது, சர்வப் பொதுவான மாற்றுப் பொருள் நிலை என்ற கொள்லகையைப் பொதுவான அனைத்து இடத்திலேயும் கைவிட வேண்டும். இந்த சர்வப் பொதுவான மாற்றுப் பொருள் நிலை ஒற்றை சீனப் பாணியிலான சடையைப் போல ஒன்றுதிரண்டு அரைமனதுள்ள கருத்துமுதல் வாதமாகவும், உறுதியான அகவயக் கருத்துமுதல்வாதத்தின் அனைத்து வகை பலவீனமாகவும் ஆவது பிச்டேயியத்தின் அனைத்துப் பலவீனங்களையும், கான்டியக் கருத்துமுதல்வாதத் துடைய அனைத்து முரண்பாடுகளையும் ஒன்று திரட்டிய ஹெகலின் "முழுமையான கருத்தை"ப் போன்று உள்ளது (மிகப் பெரியதை சிறியதுடன் ஒப்பிட அனுமதித்தால்!). பொருள்முதல்வாதத்துக்குத் திரும்ப வேண்டி ஃபூயர்பாக் ஒரே ஒரு பொறுப்புமிக்க முன் வைப்பைத்தான் செய்யவேண்டியிருந்தது. அதாவது, முழுமையான கருத்து என்ற பௌதிக ரீதியான இயற்கைக்கான "உளவியலின் மாற்றுப்பொருள் நிலை" என்ற ஹெகலிய முறையைப் பொதுவாக அனைத்து இடத்திலேயும் கைவிட்டு, முற்று முழுதாக விட்டொழிக்க வேண்டியிருந்தது. அதாவது, முழுமுதற் கருத்து, பௌதிக இயற்கைக்குப் பதிலாக ஹெகல் உளவியல் கூறுகளை முன்வைத்தது ஆகியவற்றை முற்றிலுமாகத் தவிர்த்து, முழுவதுமாக கைவிட்டார். கருத்துமுதல் வாதத் தத்துவம் என்ற சீனப் பாணியிலான சடையை ஃபூயர்பாக் வெட்டி எறிந்தார். அதாவது, 'மாற்றுப்பொருள் நிலை' எதுவும் இல்லாமல் அவர் இயற்கையை அடிப்படையாகக் கொண்டார்.

மாக்கிய கருத்துமுதல்வாதம் என்ற சீனப் பாணியிலான சடையானது நீளமாக வளருமா என்று நாம் பொறுத்திருந்து பார்க்க வேண்டியுள்ளது.

6. ''குறியீட்டுக் கொள்கையும்'' (அல்லது மறைபொருள் குறியீடு) ஹெல்ம்ஹோல்ட்ஸ் பற்றிய விமர்சனமும்

அனுபவவாதத்தின் சகப்போராளிகளுடைய வாரிசுகள் என்ற முறையில் கருத்துமுதல்வாதிகள் பற்றிக் கூறியதன் பின் இணைப்பாக, நமது நூலில் கையாளப்பட்ட சில தத்துவப் போக்குகள் பற்றிய மாக்கிய விமர்சனத்தையும் காண்போம். உதாரணமாக, மார்க்சியர் களாக வர விரும்புகிற நமது மாக்கியர்கள், மகிழ்ச்சியுடன் பிளெக்க னோவின் ''குறியீட்டுக் கொள்கையை'' (மறைபொருள் குறியீடு) இறுகப் பிடித்துக் கொண்டார்கள். அதாவது, மனிதனது புலன் உணர்ச்சிகள் கருத்துகள் யாவும் உண்மையான பொருள், இயற்கைச் செயல்முறை ஆகியவற்றின் பிரதிகள் அல்ல. அடையாளங்கள், குறியீடுகள், மறைபொருள் குறியீடுகள் (Hieroglyphs) என்ற கொள்கை யாகும்.[76] பசரோவ் இந்த மறைபொருள் குறியீட்டுப் பொருள்முதல் வாதத்தைக் கேலி செய்கிறார். அவர் மறைபொருள் குறியீடு அல்லாத *பொருள்முதல்வாதத்திற்காக,* இந்த மறைபொருள் குறியீட்டுப் பொருள்முதல்வாதத்தை விமர்சனம் செய்தால் *அவர் கூறியது சரியெனலாம்.* இங்கும் ''மறை பொருள் குறியீட்டை'' விமர்சனம் செய்யும் பொருள்முதல்வாதத்தை பசரோவ் மூடிமறைக்கிறார். குறியீடுகளையோ மறைபொருள் குறியீட்டையோ பற்றி எங்கெல்ஸ் பேசவில்லை. பொருள்களின் பிரதிகள், படங்கள், பிம்பங்கள், பொருள்களின் மெய்யான பிரதிபலிப்புகள் ஆகியன பற்றியே எங்கெல்ஸ் பேசுகிறார். எங்கெல்சின் பொருள்முதல்வாதக் கருத்துகளில் இருந்து பிளெக்க னோவ் தவறாக விலகியிருப்பதை சுட்டிக்காட்டாமல், எங்கெல்ஸ் கூறிய உண்மையை பிளெக்கனோ வின் தவறு மூலம் பசரோவ் மறைக்க முயற்சிக்கிறார்.

பிளெக்கனோவின் தவறையும் பசரோவின் குழப்பத்தையும் தெளிவுபடுத்த "குறியீட்டியல் கொள்கை" (குறியீடு என்பது மறை எழுத்துகளின் மாறுதல் மட்டுமே) முன்மொழிந்த ஹெல்ம் ஹோல்ட்ஸ் என்பவரை பொருள்முதல்வாதிகள் எவ்வாறு விமர்சனம் செய்தனர், மாக்கியர்களும், கருத்துமுதல்வாதிகளும் எவ்வாறு விமர்சனம் செய்தனர் என்பதைக் காண்போம்.

பெரும்பான்மையான இயற்கை விஞ்ஞானிகளைப் போன்று முதல்தர விஞ்ஞானியான ஹெல்ம்ஹோல்ட்ஸ் தத்துவத்தில் உறுதி யற்றவராகவே இருந்தார். கான்ட்டியம் நோக்கி அவர் நகர்ந்தார். ஆனால், தனது அறிவுத் தோற்றவியல் கொள்கையில் இந்த நிலைப்பாட்டிலும் அவர் உறுதியாக இல்லை. அவரது *உடல் இயங்கியல் சார்ந்த காட்சி ஒளியியல்* என்ற நூலில் இருந்து கருத்துகள், பொருள்கள் ஆகியவற்றிற்குள்ள உறவு பற்றிய சில

பகுதிகள் வருமாறு: "நான்... புலன் உணர்ச்சிகளைப் புறஉலகின் உறவுக்கான வெறும் குறியீடு என்று கூறுகிறேன். அவை காட்டும் எதற்கும் ஓர் ஒற்றுமை அல்லது சமநிலை இருப்பதை நான் மறுக்கிறேன்" (பிரெஞ்சு மொழிபெயர்ப்பு, பக். 579; ஜெர்மன் மூலம், பக். 442). இது அறியொணாவாதம். ஆனால், அதே பக்கத்தில், மேலும் நாம் காண்கிறோம்: "உணரப்பட்ட, புரிந்து கொள்ளக்கூடிய பொருள்கள், நமது உணர்வு மீதும், நரம்பு மண்டலத்தின் மீதும் ஏற்படுத்தும் *விளைவுகளே நமது எண்ணங்கள் கருத்துக்கள்*", இது பொருள்முதல்வாதமாகும். மேலும் உள்ள குறிப்புகளில் உள்ளபடி, ஹெல்ம்ஹோல்ட்ஸ் முழுமையான உண்மை, சார்பு உண்மை ஆகியவற்றிற்கு இடையிலான உறவு பற்றித் தெளிவாக இல்லை. உதாரணமாக "*நடைமுறை ரீதியான உண்மை என்பது தவிர, நமது எண்ணங்களின் உண்மை பற்றிப் பேசுவதற்கு சாத்தியமில்லை என்று நான் கருதுகிறேன். நமது இயக்கங்களையும், செயல்களையும் ஒழுங்குபடுத்த நாம் கொடுக்கும் குறியீடுகள் பொருள்களுக்குக் கொடுக்கப்பட்ட அடையாளங்கள் தவிர நமது எண்ணங்களில் வேறு எதுவும் இல்லை. இந்தக் குறியீடுகளைச் சரியாகப் பயன்படுத்த நாம் கற்றுக் கொண்ட பிறகு, நமக்குத் தேவையான முடிவை அவற்றின் உதவியால் பெற முடிகிறது...*" என்கிறார். இது சரியல்ல. இங்கு அகவயக் கருத்துமுதல்வாதத்திற்கு ஹெல்ம்ஹோல்ட்ஸ் செல்கிறார். புறவய எதார்த்தத்தையும், புறவய உண்மையையும் மறுக்கிறார். இந்தப் பத்தியை முடிக்கும்பொழுது அவர் உண்மையற்றதற்கு வருகிறார்: "*ஒரு கருத்தும், அது சித்திரிக்கும் பொருளும், வெவ்வேறு உலகங்களைச் சார்ந்தவை...*" என்கிறார். கான்டியர்களால் மட்டுமே இந்த முறையில் எதார்த்தத்திலிருந்து கருத்தைப் பிரிக்க முடியும், இயற்கையிலிருந்து உணர்வைப் பிரிக்க முடியும். மேலும், சில பகுதிகளுக்குச் சென்று நாம் படிக்கிறோம்: "புறஉலகின் பொருட்களுடைய பண்புகளைப் பொறுத்த வரையில், நாம் அதற்குக் கற்பித்துக் கூற உள்ள அனைத்துப் பண்புகளும் அவை நமது புலன்களிலோ அல்லது இதர இயற்கையான பொருள்கள் மீதோ ஏற்படுத்தும் விளைவுகளை வெறுமனே அடையாளம் காட்டுவதாக அவை இருக்கும் என்பதை அதைப் பற்றிய சிறு சிந்தனையானது புரிய வைத்துவிடுகிறது. (பிரெஞ்சு பதிப்பு, பக். 581, ஜெர்மன் பதிப்பு, பக். 445). இங்கு ஹெல்ம்ஹோல்ட்ஸ் பொருள்முதல்வாத நிலைக்குச் செல்கிறார். ஹெல்ட்ஹோல்ட்ஸ் ஓர் உறுதியற்ற கான்டியர். *சில சமயங்களில் சிந்தனைக்கான காரணகாரிய விதிகளை அங்கீகரிக்கிறார். சில சமயங்களில் காலம், வெளி பற்றிய "அறிவுக்கு அப்பாற்பட்ட எதார்த்தத்திற்குச்"* செல்கிறார் (காலம் பற்றிய பொருள் முதல்வாதக் கண்ணோட்டம்), சில சமயங்களில் மனிதனது புலன்

உணர்வுகளைப் புறப்பொருள் புலன் உறுப்புகளின் மீது செயல் படுவதிலிருந்து பெறுகிறார்; சில சமயங்களில் புலன் உணர்வுகளைக் குறியீடுகளாகக் காட்டுகிறார். அதாவது குறிப்பிட்ட பொருட்கள் என்பதிலிருந்து "முற்றிலும் வேறுபட்ட" செயற்கையான குறியீடு என்கிறார் (விக்டர் ஹெ : ஃபெல்டர், *ஹெல்ம்ஹோல்ட்ஸின் அனுபவம் பற்றிய கருத்தாக்கம்*, பெர்லின், 1897).

1878 ஆம் ஆண்டு "உணர்ந்தறியும் ஆற்றல் உண்மைகள்" என்ற வரையில் [எதார்த்தவாத முகாமிலிருந்து ஓர் குறிப்பிடத்தக்க முன்மொழிதல்" என்று லெக்லெயர் இந்த வரையறையைப் பற்றிக் குறிப்பிடுகிறார்] ஹெல்ம்ஹோல்ட்ஸ் பின்வருமாறு கூறினார்: "நமது புலன் உணர்ச்சிகள் நமது உறுப்புகளின் மீது செயல்புரியும் புறக்காரணிகளால் தோன்றுபவை; இந்த விளைவுகள் வெளிப்படும் முறையின் விளைவு; இந்த விளைவுகள் தோன்றும் உறுப்புகளின் தன்மையைப் பொறுத்து உள்ளவை. இந்தப் புலன் உணர்வுகளைத் தோற்றுவிக்கும் புறச் செயல்களின் தன்மையை, இந்த உணர்வுகள் காட்டும் அளவினைப் பொறுத்து புலன் உணர்ச்சியை ஒரு குறியீடு என்று கூறலாம். ஆனால், இது *பிம்பம்* அல்ல. ஏனென்றால், பிம்பத்தில் அதற்கான பொருளுடன் அதற்கு ஒற்றுமை எதிர்பார்க்கப் படுகிறது" (*விரிவுரை மற்றும் பேச்சுக்கள்*, 1884, பி.226). புலன் உணர்ச்சிகள் பொருள்களின் "பிம்பம் இல்லை", அடையாளங்கள், அல்லது குறியீடு என்றால் ஹெல்ம்ஹோல்ட்ஸின் ஆரம்பக்கட்ட பொருள்முதல்வாதக் கூற்று தகர்ந்து விடுகிறது; புறப்பொருளின் இருப்பு ஐயத்திற்கிடமாகிறது; ஏனென்றால், அடையாளங்கள் அல்லது குறியீடுகள் கற்பனையான பொருளைக் குறிக்கலாம். இத்தகைய குறியீடுகள் பற்றி எல்லோருக்கும் தெரியும். கான்ட்டைப் பின்பற்றி, ஹெல்ம் ஹோல்ட்ஸ், இயற்கையில் உள்ள மெய்யான "நிகழ்வு" "தானாக உள்ள பொருள்" ஆகியவற்றிற்கு இடையே ஒரு தெளிவான எல்லைக்கோட்டை வரைய முயற்சிக்கிறார். நேரடியான, தெளிவான மற்றும் வெளிப்படையான பொருள்முதல்வாதத்தின் மீது ஒரு வெறுப்பை ஹெல்ம் ஹோல்ட்ஸ் கொண்டுள்ளார். அவர் கூறுகிறார்: "வாழ்வே ஒரு கனவு என்று கருதக்கூடிய, தீவிரமான அகவயக் கருத்துமுதல்வாதம் என்ற அமைப்பை ஒருவர் ஏன் மறுக்க வேண்டும் என்று எனக்குப் புரிய வில்லை. இது சாத்தியமே இல்லை என்றும் திருப்திகரமாக இல்லை என்றும் ஒருவர் கூறலாம், நான் கூட இதனை மிகக் கடுமையாகக் கண்டிக்கலாம் - ஆனால், அதனைத் தெளிவாக முரணற்ற வகையில் கட்டமைக்கலாம்.... எதார்த்தவாத கருதுகோளானது, அதற்கு முரணாக சாதாரணமாக நடத்தப்படும் தனக்குத் தானே செய்கிற உற்றுநோக்கலை நம்புகிறது. இதன்படி, ஒரு செயலைத் தொடரும் புலன் அறிவின் மாறுதல்

களுக்கும், முன்னர் தோன்றும் விருப்பாற்றலின் உந்துதல்களுக்கும் எந்த உளவியல் ரீதியான தொடர்பும் இல்லை. நமது தினசரி புலன் உணர்வுகள் மூலம், எல்லாம் நிரூபிக்கப்படுகின்றன என்று இந்தக் கொள்கை கருதுகிறது. அதாவது, நமது எண்ணங்களுக்குப் புறத்தே நமது எண்ணங்களிலிருந்து சுயேச்சையாக உள்ள புற உலகத்தினால் தீர்மானிக்கப்படுகிறது.'' *(பி.242-243).* "சந்தேகமில்லாமல் நாம் உருவாக்கும் சுலபமான கருதுகோள் எதார்த்தவாதக் கருதுகோள் ஆகும். பரந்த அளவில் பயன்படுத்தப்பட்டு, சோதிக்கப்பட்டு, சரிபார்க்கப்பட்டுள்ளது. இது பல்வேறு பகுதிகளாகத் தெளிவாக வரையறுக்கப்பட்டுள்ளது. எனவே, செயலுக்கு அதிக அளவில் பயன்படுவதற்கு இது அடிப்படையாக இருக்கிறது." *(பி.243).* ஹெல்ம்ஹோல்ட்ஸின் அறியொணாவாதம், சில கான்ட்டிய திரிபு களுடன் கூடி, ''வெட்கப்படும் பொருள்முதல்வாதத்தைப்'' போன்று உள்ளது. ஹக்ஸ்லி, பெர்க்கிலியைத் திரித்துக் கூறியதிலிருந்தும் வேறுபட்டதாக இருந்தது.

ஃபூயர்பாக்கின் சீடரான ஆல்பர்க்ட் ரவு என்பவர், ''எதார்த்தவாதத்திலிருந்து பொருத்தமின்றி விலகியதற்காக ஹெல்ம்ஹோல்ட்சின் குறியீட்டுக் கொள்கையைக் கடுமையாக விமர்சனம் செய்கிறார். ஹெல்ம்ஹோல்ட்சின் கருத்து எதார்த்தவாதக் கருதுகோள் என்று ரவு கூறுகிறார். இதன்படி, "பொருள்களின் புறவயப் பண்புகளை நாம் நமது புலன்கள் மூலம் அறிகிறோம் என்பதாகிறது.''* இத்தகைய கருத்துடன் குறியீட்டுக் கொள்கையை இணைக்க முடியாது, [அது, நாம் கண்டவாறு, முழுவதுமாகப் பொருள்முதல்வாதத் தன்மை கொண்டது]. ஏனென்றால், புலன் உணர்வு, புலன் உறுப்புகளின் ஆதாரம் ஆகியவற்றில் அது நம்பிக்கை வைக்கவில்லை. ஒரு பிம்பம், அதன் மாதிரியுடன் முற்றிலும் ஒத்துப்போகாது என்பதில் சந்தேகமில்லை. ஆனால், பிம்பம் என்பது ஒன்று. *மரபுக் குறி* என்பது வேறு. எதன்னைப் பிரதி செய்கிறதோ அதனைப் பிம்பம் குறிக்கிறது. "மரபுக் குறி", குறியீடு, மறைபொருள் குறியீடு ஆகியன எல்லாம் அறியொணாவாதத்தின் தேவையற்றக் கூறுகளை இணைப்பவையாகும். எனவே, ஹெல்ம்ஹோல்ட்சின் குறியீட்டுக் கொள்கை கான்ட்டியத்திற்கு மரியாதை செலுத்துகிறது என்று ரவு சொல்வது முற்றிலும் சரியே. ரவு கூறுகிறார், "அவரது எதார்த்தவாதக் கருத்திற்கும், பொருள்களின் பண்புகள் அவற்றிற்கு இடையே உள்ள உறவினையும், நமக்கும் அவற்றிற்கும் உள்ள உறவையும் வெளிப்படுத்துகின்றன என்பதற்கும் உண்மையாக இருந்திருந்தால் ஹெல்ம்ஹோல்ட்சிற்கு குறியீட்டுக் கொள்கை

---

* ஆல்பர்க்ட்ரவு, *கருத்துகளும் உணர்ச்சிகளும்,* ஐசென், 1896, பி. 304.

தேவைப்பட்டிருக்காது. அப்பொழுது அவர் தெளிவாகவும் சுருக்கமாகவும் நமக்கு உருவாகும் புலன் உணர்ச்சிகள் பொருள்களின் இயற்கைக்குரிய பிரதிபலிப்பு ஆகும் என்று கூறியிருப்பார்" *(அதே நூல், பக். 320).*

இது தான் ஒரு பொருள்முதல்வாதி ஹெல்ம்ஹோல்ட்சை விமர்சனம் செய்யும் முறையாகும். அவர் ஹெல்ம்ஹோல்ட்சின் மறைபொருள் குறியீடு அல்லது குறியீட்டுப் பொருள்முதல்வாதம் அல்லது அரை - பொருள்முதல்வாதம் ஆகியவற்றை ஃபூயர்பாக்கின் உறுதியான பொருள்முதல்வாதத்திற்காக மறுக்கிறார்.

கருத்துமுதல்வாதியான லெக்லெயர் (இறைக்கோட்பாட்டாளர் பிரிவைச் சார்ந்தவர்; மாக்கிற்கு மிகவும் நெருக்கமானவர்) பொருத்த மற்ற தன்மைக்காகவும், பொருள்முதல்வாதம், ஆன்மீகவாதம் ஆகிய வற்றிற்கு இடையிலான ஊசலாட்டத்திற்காகவும் ஹெல்ம் ஹோல்ட்சை விமர்சனம் செய்கிறார். ஆனால், லெக்லெயருக்கு குறியீட்டுக் கொள்கை போதுமான அளவு பொருள்முதல்வாதத் தன்மையுள்ளதாக இல்லை என்பதைவிட, அது அதிகமான பொருள் முதல்வாதத் தன்மை உள்ளதாக இருக்கிறது என்பதாகும். தனது *எதார்த்தவாதம்* என்ற நூலில் அவர் கூறுகிறார்: "நமது உணர்வு நிலை யுடைய புலனுணர்வு மூலம் ஏற்படும் உள்ளத்தின் புறக்காட்சி யானது காலத்தின் தொடர்வரிசையுடைய அறிதலுக்கும் அதேபோல அறிவுக்கு அப்பாற்பட்ட காரணங்களின் ஒத்தத்தன்மையையோ அல்லது வேறு பட்ட தன்மையையோ அறிந்துகொள்வதற்கும் போதிய ஆதரவை வழங்குகிறது என்று ஹெல்ம்ஹோல்ட்ஸ் எண்ணுகிறார். அறிவுக்கு அப்பாற்பட்ட விதியை ஊகிப்பதற்கும் அறிந்து கொள்வதற்கும் இது போதுமானது என்பது ஹெல்ம்ஹோல்ட்சின் கருத்தாகிறது" *(அதாவது புறநிலையில் எதார்த்தம் என்பதன் செயல் பரப்பில், பக். 33).* "ஹெல்ம்ஹோல்ட்சின் இந்த வறட்டுவாத பாரபட்சத்தை" லெக்லெயர் கண்டிக்கிறார். அவர் கூறுகிறார், "ஒரு புறநிலையான பொருட்களின் உலகமாக நமது காரணகாரியத் தொடர்புக் கோட்பாட்டின் தேவையை நிறைவு செய்யும் திறனையாவது குறைந்து கொண்டுள்ளதாக நமது உள்ளத்தில் உள்ள கருத்துகளின் இயற்கை விதிக்குப் பொருந்தும் புனைவுகோளியலான காரணமாக பெர்க்லியின் கடவுள் உள்ளார்" *(பக்.34)* என்று அவர் வியந்து கூறுகிறார். "கொச்சையான (அதாவது, பொருள்முதல்வாதம்) எதார்த்தவாதத்தைக் கலக்காமல் குறியீட்டுக் கொள்கையைப் பயன்படுத்துவதால் எதுவும் ஏற்படாது."

இந்த முறையில் 1879 ஆம் ஆண்டு, ஒரு "விமர்சனக் கருத்து முதல்வாதி" ஹெல்ம்ஹோல்ட்சை அவரது பொருள்முதல்வாதத்

திற்காக விமர்சனம் செய்தார். இருபது ஆண்டுகள் கழித்து "எர்னஸ்ட் மாக், ஹென்றிச்ஹெர்ட்ஸ் ஆகியோரின் இயற்பியல் பற்றிய அடிப் படைக் கருத்துகள்" என்ற கட்டுரையில் மாக்கினால் பாராட்டப் பட்ட அவரது மாணவர் கிளெயின்பீட்டர், மாக்கின் அண்மைக் காலத் தத்துவத்தின் துணையுடன் காலாவதியான ஹெல்ம் ஹோல்ட்சை விமர்சனம் செய்தார்.* ஹெர்ட்சை இப்பொழுது விட்டு விடுவோம் (உண்மையில், இவரும் ஹெல்ம்ஹோல்ட்சைப் போன்று குழப்பமானவரே), மாக்கையும் ஹெல்ம்ஹோல்ட்சையும் கிளெயின்பீட்டர் எவ்வாறு ஒப்பிடுகிறார் என்பதைக் காண்போம். இந்த எழுத்தாளர்களது நூல்களில் இருந்து எண்ணற்றப் பகுதிகளை மேற்கோளாகக் காட்டிய பின்னர், புலன் உணர்ச்சிகளின் அமைப்புகளுக்கான மனக்குறியீடு தான் பொருள்கள் என்ற மாக்கின் கூற்றுகளை வலியுறுத்திய பின்னர் கிளெயின்பீட்டர் கூறுகிறார்:

"ஹெல்ம்ஹோல்ட்சின் சிந்தனையைப் பின்பற்றினால் நமக்குப் பின்வரும் அடிப்படையான கருதுகோள்கள் கிடைக்கின்றன:

1. புற உலகின் பொருள்கள் உள்ளன.

2. சில காரணங்களின் செயல் இல்லாமல் இந்தப் பொருள்களில் மாறுதல்களை எண்ணிப் பார்க்க முடியாது (இது உண்மை என எண்ணப்படுகிறது).

3. அதன் உண்மையான அர்த்தத்தின் காரணம் என்பது மாறும் இயற்கையில் உள்ள மெய்யான நிகழ்வுகளுக்குப் பின்னால் உள்ள மாறாத ஒன்றாகும். அதாவது பொருள் மற்றும் அதன் செயலுக்கான விதி, விசை என்பதாகிறது [ஹெல்ம்ஹோல்சிடமிருந்து கிளெயின் பீட்டர் மேற்கோளாக காட்டியது].

4. தர்க்க ரீதியான கறாரான முறையிலும் தெளிவான வழியிலும் காரணத்திலிருந்து இயற்கையில் உள்ள எல்லா நிகழ்வுகளையும் உய்த்துரண முடியும்.

5. இந்த முடிவைப் பெறுவது என்பது புறவய உண்மையைப் பெறுவது ஆகும். இதனைப் பெறுவது எண்ணிப் பார்க்கக் கூடியதே (பக்.163).

இந்தக் கருதுகோளினாலும் அவற்றின் முரண்படும் தன்மை, தீர்க்க முடியாத பிரச்சனைகளாலும் கோபமுற்ற கிளெயின்பீட்டர், ஹெல்ம்ஹோட்ஸ் இந்தக் கருத்துகளை உறுதியுடன் பின்பற்ற

---

* *தத்தவத்திற்கான காப்பகம் ," II, அமைப்பு சார்ந்த தத்துவம், V, 1899, பி. 163-64.*

வில்லை என்றும், "சில சமயங்களில் பொருள், விசை, காரண காரியத் தொடர்பு கோட்பாடு போன்றவற்றை மாக் புரிந்து கொண்டதைக் காட்டும் சொற்களை அவர் பின்பற்றுகிறார்" என்றும் கூறுகிறார்.

"மாக்கின் தெளிவான கூற்றுகளை நினைவுபடுத்தினால், ஹெல்ம்ஹோல்ட்ஸ் பற்றிய நமது அதிருப்திக்கான காரணத்தைக் கண்டுபிடிப்பது கஷ்டமானதல்ல. பொருண்மை விசை போன்ற சொற்களைத் தவறாகப் புரிந்து கொண்டதுதான் ஹெல்ம்ஹோல்ட்சின் வாதத்திற்கான பலவீனம் ஆகும். இவை அனைத்தும் கருத்துகள் மட்டுமே, நமது கற்பனையின் படைப்புகளே, நமது சிந்தனைக்கு வெளியே உண்மையில் இருப்பதல்ல. இந்தப் பொருள்களை அறிந்து கொள்ளக் கூடிய நிலையில்கூட நாம் இல்லை. நமது புலன்களைக் காணும் பொழுது, பொதுவாக, அவை குறைபாடுள்ளவை. ஆகை யினால், தெளிவான ஒரே ஒற்றை முடிவுக்கு நம்மால் வர முடியாது. ஒரு குறிப்பிட்ட அளவீட்டைக் குறித்தபின், ஒரு குறிப்பிட்ட விடையைப் பெறுவோம் என்று நம்மால் கூற முடியாது. ஒரு குறிப்பிட்ட எல்லைக்குள்ளாக, உற்று நோக்கிய விவரங்களுக் கிடையே எல்லையற்ற அளவுகள் சமமாக சாத்தியமாக உள்ளன என்று தோன்றுகிறது. நமக்குப் புறத்தே உள்ள ஒன்றைப் பற்றிய அறிவு என்பது முற்றிலும் சாத்தியமில்லை. இது சாத்தியம் என்று வைத்துக் கொள்வோம். எதார்த்தத்தைப் பற்றி தெரியும் என்று வைத்துக் கொள்வோம். அப்பொழுது, அதில் தர்க்க விதிகளைப் பயன்படுத்த நமக்கு உரிமை இல்லை. ஏனென்றால், அவை *நமது விதிகள்; நமது கருத்துகளுக்கு மட்டுமே பயன்படுபவை; அவை நமது மனதின் படைப்புகள் ஆகும்* [கிளெய்ன் பீட்டரின் அழுத்தம்]. உண்மைகளுக்கு இடையே தர்க்க ரீதியான உறவு இல்லை. ஓர் எளிமையான வரிசை மட்டுமே உள்ளது. துல்லியமான வலியுறுத்தல் கள் பற்றி இங்கு எண்ணிப் பார்க்கவே முடியாது. எனவே, ஒன்று மற்றொன்றிற்குக் காரணமாகிறது என்று கூறுவது சரியல்ல. எனவே, இந்தக் கருத்தின் அடிப்படையில் ஹெல்ம்ஹோல்ட்ஸ் பெற்ற முடிவுகள் அனைத்தும் தரைமட்டமாகி விடுகின்றன. இறுதியாக, நமது புலன் உறுப்புகளின் தன்மை காரணமாகவும், நமக்குப் புறத்தே என்ன இருக்கிறது என்று மனிதர்களாகிய நமக்கு ஒன்றும் தெரியாது என்பதனாலும், அறிவனைச் சாராத உண்மை அதாவது புறவய உண்மை என்ன என்பது தெரியாது (பக்.164)".

வாசகர்கள் பார்ப்பது போல, தன்னை ஒரு மாக்கியர் என்று கூறாத போக்தனோவின் கூற்றுகளைத் திருப்பிக் கூறும் மாக்கின் சீடரான இவர், கருத்துமுதல்வாதக் கண்ணோட்டத்தில் ஹெல்ம் ஹோல்ட்சின் கருத்துமுதல்வாத தத்துவத்தின் அனைத்து நிலைப்

பாட்டையும் மறுக்கிறார். கருத்துமுதல்வாதக் குறியீட்டுக் கொள்கையை மட்டும் தனியாகக் கூறவில்லை. ஏனென்றால், அது முக்கியமற்றது, பொருள்முதல்வாதத்திலிருந்து விலகியது என்று இவர் கருதுகிறார். "இயற்பியலில் அவரது பாரம்பரியக் கருத்துக் காகவும்'', "பெரும்பாலான இயற்பியலாளர்கள் இன்று பின்பற்றும் கருத்துகள்" என்பனவற்றின் பிரதிநிதியாகவும் ஹெல்ம்ஹோல்ட்சை கிளெயின்பீட்டர் தேர்ந்தெடுத்துள்ளார் (பக்.160).

பொருள்முதல்வாதத்தை விளக்குகையில் பிளெக்கனோவ் ஒரு தவறு செய்துவிட்டார். பசரோவ் பிரச்சனையை முற்றிலும் குழப்பி விட்டார், பொருள்முதல்வாதத்தைக் கருத்துமுதல்வாதத்துடன் கலந்துவிட்டார். இதற்கு மாற்றாக, "குறியீட்டுக் கொள்கை" "மறை பொருள் குறியீட்டுப் பொருள்முதல்வாதம்", "புலன் அறிவுக் காட்சி தான் நமக்குப் புறத்தே உள்ள எதார்த்தம்" என்ற கருத்து முதல்வாத முட்டாள்தனம் போன்ற முடிவுகளுக்கு நாம் வரவேண்டியுள்ளது. கான்ட்டிடமிருந்து விலகியது போன்றே கான்ட்டிய ஹெல்ம் ஹோல்ட்சை அவர்களிடமிருந்து பொருள்முதல்வாதிகள் விலகி இடதுசாரிகளானார்கள், மாக்கியர்களோ விலகி வலதுசாரி களானார்கள்.

7. டூரிங் பற்றிய இருவகை விமர்சனங்கள்

பொருள்முதல்வாதத்தை நம்ப முடியாத அளவிற்கு மாக்கியர்கள் சிதைத்ததன் மற்றொரு அம்சத்தைக் காண்போம். புக்னருடன் ஒப்பிட்டு மார்க்சியர்களைத் தோற்கடிக்க வாலன்டினோவ் முயற் சிக்கிறார். பிளெக்கனோவிற்கும் புக்னருக்கும் ஒற்றுமைகள் உண்டு. ஆனால், எங்கெல்ஸ் புக்னரிடம் இருந்து விலகியே இருந்தார். இதே பிரச்சனையை வேறு ஒரு கோணத்திலிருந்து அணுகும் போக்தனோவ், "இயற்கை விஞ்ஞானிகளின் பொருள்முதல்வாதம் வெறுப்புடனே பேசப்படுகிறது" என்று கூறுகிறார் (அனுபவவாத ஒருமைவாதம், புத்தகம் III, பக்.x). வாலன்டினோவும் போக்தனோவும் இந்த விஷயத்தில் மோசமாகக் குழம்பியுள்ளார்கள். மோசமான சோசலிஸ்டுகள் பற்றி மார்க்சும் எங்கெல்சும் "இகழ்ச்சியுடனேயே பேசினர்". அவர்கள் சரியான சோசலிசத்தை, விஞ்ஞான சோசலிசத்தை கற்றுக் கொடுக்க வேண்டும், அதிலிருந்து முதலாளிவர்க்க கருத்து களுக்குச் செல்லக் கூடாது என்று கோரினர். மோசமான பொருள் முதல்வாதத்தை மார்க்சும் எங்கெல்சும் கண்டித்தனர் குறிப்பாக (இயங்கியலுக்கு எதிரான). ஆனால், அதனை ஓர் உயர்ந்த முன்னேறிய இயங்கியல் பொருள்முதல்வாதத்தின் கண்ணோட் டத்தில் செய்தனர். ஹியூமியம் அல்லது பெர்க்கிலியம் என்ற

நிலைப்பாட்டிலிருந்து செய்யவில்லை. மார்க்ஸ், எங்கெல்ஸ், டியட்ஸ்ஜென் ஆகியோர் மோசமான பொருள்முதல்வாதிகளுடன் விவாதிப்பார்கள்; அவர்களைத் திருத்த முயற்சிப்பார்கள். ஆனால், அவர்கள் பெர்க்கிலியர்கள், ஹியூமியர்கள், அவெனரியஸ், மாக் ஆகியோருடன் விவாதிக்க மாட்டார்கள். அவர்களது போக்கு பற்றி ஒரே தன்மையான இகழ்ச்சியான கூற்றையே பின்பற்றுவார்கள். எனவே, நமது மாக்கியர்கள் ஹோல்பாக் மற்றும் குழுவினர், புக்னர் மற்றும் குழுவினர் போன்ற இதரர்கள் மீது மாக்கியவாதிகள் சொல்வது அனைத்தும் வெகுமக்களின் கண்களில் மண்ணைத் தூவுவதாகும். அதாவது பொதுவில் பொருள்முதல்வாதத்தின் அடித் தளங்களிலிருந்து ஒட்டுமொத்த மாக்கியத்தின் நழுவலை மறைக்கும் ஒரு திரையாகும். அத்துடன், எங்கெல்சைப் பொறுத்தவரையில் நேரடியாகவும் ஒரு தெளிவான நிலைபாட்டை எடுப்பதற்கும் உள்ள ஓர் அச்சமாகும்.

அவரது *லுத்விக் ஃபூயர்பாக்* என்ற நூலின் இரண்டாவது அத்தியாயத்தில் எங்கெல்ஸ் கூறியதுபோல, பதினெட்டாம் நூற்றாண்டு பிரெஞ்சுப் பொருள்முதல்வாதிகளான புக்னர், வாக்ட், மொலஸ்சோட் பற்றி தெளிவாகக் கூற எவராலும் முடியாது. எங்கெல்சை வேண்டுமென்றே ஒருவர் சிதைக்காவிடில் அவரைப் புரிந்துகொள்ளாமல் போவதற்கு *சாத்தியமில்லை.* மார்க்சும் நானும் பொருள்முதல்வாதிகள் ஆவோம் என்று இந்த அத்தியாயத்தில் எங்கெல்ஸ் கூறுகிறார். கருத்துமுதல்வாத முகாம்களிலிருந்து, கான்டியர்கள், ஹியூமியர்கள் ஆகியோரிடமிருந்து பொருள்முதல் வாதப் பிரிவுகள் அனைத்தும் அடிப்படையில் வேறுபடுவதை விளக்குகிறார். கோழைத்தனத்துக்காக, சிந்தனைச் சிதறலுக்காக, ஃபூயர்பாக்கை எங்கெல்ஸ் *விமர்சனம் செய்கிறார்.* அதாவது, பொருள்முதல்வாதப் பிரிவுகள் செய்யும் தவறுகளுக்காக அதனை மறுக்கும் பிழையை அவர் செய்கிறார் என்று கூறுகிறார். இந்த அலைந்து திரியும் போதனையாளர்களின் [புக்னர் போன்றவர்கள்] கூற்றுகளைப் பொதுவான பொருள்முதல்வாதத்துடன் குழப்பிக் கொள்ளக்கூடாது''[78] என்று எங்கெல்ஸ் கூறுகிறார். ஜெர்மானிய பிற்போக்குப் பேராசிரியர்களின் கொள்கைகளைக் கற்று, நம்புகிறவர்கள் மட்டுமே ஃபூயர்பாக் மீது எங்கெல்ஸ் வைக்கும் கண்டனங்களைத் *தவறாகப் புரிந்து கொள்வர்.*

புக்னரும் அவரது ஆதரவாளர்களும் "அவர்களது ஆசிரியர்களது குறைபாடுகளை எந்த வகையிலும் களையவில்லை" அதாவது, பதினெட்டாம் நூற்றாண்டு பொருள்முதல்வாதத்தின் குறைகளை என்றும், *ஓர் அடிகூட அவர்கள் முன்னேறவில்லை* என்றும்

எங்கெல்ஸ் தெளிவாகக் கூறுகிறார். *இதற்காக மட்டும்தான்,* எங்கெல்ஸ் புக்னரையும் அவரது ஆதரவாளர்களையும் கண்டிக்கிறார். இந்த அதிமேதாவிகள் நினைப்பதுபோல, அவர்களது பொருள்முதல் வாதத்திற்காக அல்ல; ஆனால் அவர்கள் பொருள்முதல்வாதத்தை *வளர்க்கவில்லை,* "*இந்தக் கொள்கையை* [பொருள்முதல்வாதத்தை] *மேலும் வளர்க்கும் முயற்சியில் அவர்கள் சிறிதுகூட முயற்சிக்க வில்லை*" என்பதற்காகக் கண்டித்தார். இதன் பின்னர் ஒவ்வொரு பகுதியாகப் பதினெட்டாம் நூற்றாண்டின் பிரெஞ்சு பொருள்முதல் வாதிகளின் *மூன்று* முக்கியக் குறைபாடுகளை எங்கெல்ஸ் பட்டியலிடுகிறார். இவற்றிலிருந்து மார்க்சும் எங்கெல்சும் தங்களை விடுவித்துக் கொண்டனர். ஆனால், புக்னரும் அவரது ஆதரவாளர் களும் இதிலிருந்து விடுபடவில்லை. முதல் குறைபாடு, பழைய பொருள்முதல்வாதிகளின் கருத்து "இயந்திரகதியிலானது" அவர்கள் "இயந்திரவியலின் விதிகளை வேதியியல் ரீதியான இயற்கையின் செயல்முறைகளுக்கும் உயிர்ப்பொருள் கூறான இயற்கையின் செயல்முறைகளுக்கும் பயன்படுத்தினர்'' (பி.19). எங்கெல்சின் இந்த அறிவுரையைப் புரிந்து கொள்வதினால், புதிய இயற்பியல் மூலம் கருத்துமுதல்வாதத்திற்கு இரையானதை அடுத்த அத்தியாயத்தில் நாம் காண்போம். "அண்மைக்கால" கருத்துமுதல்வாத (மாக்கியர் என அழைக்கப்படும்) இயற்பியலாளர்கள் சுட்டிக்காட்டும் குறைகளுக் காக எங்கெல்ஸ் *இயந்திரகதியான* பொருள் முதல்வாதத்தை மறுக்க வில்லை. இரண்டாவது குறைபாடு, ''*இயங்கியலுக்கு எதிரான அவர்களது தத்துவத்திற்*காகவும்'' பழைய பொருள்முதல்வாதிகளின் இயக்க மறுப்பியல் தன்மைக்காகவுமே குறை கூறுகிறார். இந்தக் குறைபாட்டில் புக்னரும் அவரது ஆதரவாளர்களும் மாக்கியர்களும் பங்கு பெறுகின்றனர். ஏற்கெனவே நாம் பார்த்தபடி, அறிவுத் தோற்றவியலுக்கு (அதாவது முழு உண்மை, சார்பியல் உண்மை) இயங்கியலை எங்கெல்ஸ் பயன்படுத்தியதை இவர்கள் புரிந்து கொள்ளவில்லை. மூன்றாவது குறைபாடு, சமூக விஞ்ஞானங்களில் கருத்துமுதல்வாதத்தை உயர்த்திப் பிடிப்பது, வரலாற்றுப் பொருள் முதல்வாதத்தைப் புரிந்து கொள்ளாமையும் ஆகும்.

இந்த *மூன்று* ''குறைபாடுகளையும்'' பட்டியலிட்ட பின், அவற்றை மிகத் தெளிவாக விளக்கிய பின் (பி.19-21), அவர்கள் (புக்னர் போன்றவர்கள்) *இந்தக் குறைபாடுகளைக்* களையவில்லை என்று *அவ்வப்பொழுது* கூறுகிறார்.

குறிப்பாக இந்த மூன்று விஷயங்களுக்காகவே மற்றும் இவற்றின் வரையறைக்காகவே பதினெட்டாம் நூற்றாண்டு பொருள்முதல்வாதி புக்னர், அவரது ஆதரவாளர்கள் ஆகியோரின் கொள்கையை எங்கெல்ஸ் மறுக்கிறார்! பொருள்முதல்வாதம் பற்றிய மற்ற

விவரங்கள், அடிப்படையான பிரச்சனைகள் (இவற்றை மாக்கியர்கள் சிதைக்கின்றனர்) ஆகியவற்றால் மார்க்ஸ், எங்கெல்ஸ் ஆகியோருக்கும் பழைய பொருள்முதல்வாதிகளுக்கும் *கருத்துவேறுபாடு இருக்க முடியாது.* தெளிவான இந்த விஷயத்தில் ரஷ்ய மாக்கியர்கள் தாம் குழப்பம் விளைவித்தனர். ஏனென்றால், இவர்களது மேலை நாட்டுச் சிந்தனையாளர்களுக்கு மாக்கின் போக்கிற்கும், பொருள் முதல்வாதிகளின் போக்கிற்குமான வேறுபாடு தெளிவாகவே உள்ளது. நமது மாக்கியர்கள், மார்க்சியத்திலிருந்து பிரிந்து சென்றதை விளக்கவும், மார்க்சியத்தில் "சிறு திருத்தங்கள்" என்ற நிலையில் முதலாளி வர்க்கத் தத்துவத்திற்குச் செல்வதை விளக்கவும், இதனைக் குழப்ப வேண்டியிருந்தது!

டூரிங்கை எடுத்துக் கொள்ளுங்கள். எங்கெல்ஸ் இவரைப் பற்றிக் கூறியதைவிட இழிவுக்குகந்தது எதுவும் இல்லை. *அதே சமயத்தில் டூரிங்கை எங்கெல்ஸ் விமர்சனம் செய்ததையும், லெக்லெயர் அவரை விமர்சனம் செய்ததையும் காணுங்கள்.* இவர் மாக்கின் புரட்சிகரத் தத்துவத்தைப் புகழ்கிறார். *"தீவிரமான இடதுசாரிப்"* பொருள்முதல் வாதி என்று லெக்லெயர் டூரிங்கை கருதுகிறார். இதன்படி, "பொதுவான புலன் உணர்ச்சி, உணர்வு நிலையின் நடவடிக்கைகள் ஆகியன விலங்கு உடலின் சுரப்பு, அலுவல், சிறந்த வெளிப்பாடு, மொத்த விளைவு ஆகும்" என்கிறார் *(எதார்த்தவாதம், 1879, பி.24).*

இதற்காகத்தான் எங்கெல்ஸ் டூரிங்கை விமர்சித்தாரா? இல்லை. இதில் மற்ற பொருள்முதல்வாதிகளைப் போலவே *முழுவதுமாக டூரிங்கை அவர் ஏற்றுக்கொண்டார்.* இதற்கு நேர்எதிரானக் கண்ணோட்டத்திலிருந்து டூரிங்கை அவர் விமர்சித்தார். அதாவது, அவரது பொருள்முதல்வாதத்தின் முன்னுக்குப்பின் முரணான தன்மை, கருத்துமுதல்வாதக் கற்பனைகள், அது நம்பிக்கைவாதத்திற்கு இடமளிப்பது போன்றவற்றிற்காக விமர்சித்தார்.

"சிந்திக்கும் உயிரிகளின் உள்ளேயிருந்தும், வெளியே இருந்தும் முறையாகக் கருத்துகளை உருவாக்கித் தேவையான அறிவைத் தோற்றுவிக்க இயற்கையே செயல்புரிகிறது." டூரிங்கின் இந்தச் சொற்களை லெக்லெயர் மேற்கோளாகக் காட்டுகிறார். இத்தகைய கண்ணோட்டத்தில் உள்ள பொருள்முதல்வாதத்தை *"வெறித்தனமாகத் தாக்குகிறார்",* இந்தப் பொருள்முதல்வாதத்தின் *"பண்படாத இயக்க மறுப்பியல் நிலை",* "சுய ஏமாற்று" என்றெல்லாம் இதனைக் கூறுகிறார். *(பிரிவு 160 மற்றும் 161-163).*

இதற்காக டூரிங்கை எங்கெல்ஸ் விமர்சித்தாரா? இல்லை. ஆடம்பரமான சொற்களை அவர் கேலி செய்தார். ஆனால், உணர்வால் பிரதிபலிக்கப்படும் புறவயமான இயற்கை விதிகள்

என்பதை ஏற்றுக்கொள்ளும்பொழுது பிற இதர பொருள்முதல் வாதிகளுடன் உடன்படுவது போலவே *அவர் டூரிங்கை முழுவதுமாக ஏற்றுக் கொண்டார்.*

"ஓய்வு என்பதைவிட எதார்த்தத்தின் ஓர் உயர்ந்த வடிவம்தான் சிந்தனை என்பது... சுதந்திரமாகவும் வேறாகவும் உள்ள உண்மை யான பொருளான உலகம் என்பது உணர்வு நிலைகளின் வெளிப் பாட்டிலிருந்து வேறுபடுவது என்பது ஓர் அடிப்படைக் கூற்று ஆகும்". இதனையும், டூரிங் கான்ட்டைத் தாக்குவதையும் லெக்லெயர் மேற்கோளாகக் காட்டுகிறார்... இதற்காக டூரிங்கை "இயக்க மறுப்பியல் தன்மை உள்ளவர்" "இயக்க மறுப்பியல் ரீதியான வறட்டுவாதத்துக்கு இரையானவர்" (பி.218-220) என்று தாக்குகிறார்.

இதற்குத்தானா டூரிங்கை எங்கெல்ஸ் விமர்சித்தார்? இல்லை. உலகம், மனதைச் சாராமல் இருக்கிறது. இதிலிருந்து விலகும் கான்ட்டியர்கள், ஹியூமியர்கள், பெர்க்கிலியர்கள் ஆகியோர் பொய் யானவர்கள் என்பதில் மற்றப் பொருள்முதல்வாதிகளுடன் ஒத்துப் போவதுபோல, டூரிங்குடனும் எங்கெல்ஸ் ஒத்துப்போனார். *எந்தக் கோணத்திலிருந்து,* மாக்கிய சிந்தனையுடன், லெக்லெயர் டூரிங்கை விமர்சித்தார் என்பதை எங்கெல்ஸ் கண்டிருந்தால், டூரிங்கை அழைத்ததுபோல *இன்னும் நூறு மடங்கு* இழிவான சொற்களால் அழைத்திருப்பார். லெக்லெயருக்கு, டூரிங் ஆபத்தான எதார்த்த வாதம், பொருள்முதல்வாதம் ஆகியவற்றின் அவதாரம் ஆவார் (நவீன அறிவுத் தோற்றவியலுக்கான பங்களிப்பு, 1882, பி.42). கருத்துமுதல்வாதிகளுக்கு எதிராக டூரிங் "கற்பனையான கருத்து முதல்வாதம்" என்று கூறியதற்கு, 1878 ஆம் ஆண்டு, W. ஷுப்பே (மாக்கின் ஆசிரியர், சகப் போராளி), டூரிங்கை "கற்பனையான எதார்த்தவாதம் உள்ளவர்" என்று குற்றம் சாட்டினார் (தர்க்கரீதியான அறிவுத் தோற்றவியல், பான், 1878, பி.56). ஆனால், எங்கெல்சைப் பொறுத்தமட்டிலும், இதற்கு மாறாக டூரிங் *போதுமான அளவு உறுதியாக, தெளிவாக, முரணற்றவராக இல்லை* என்பதாகும்.

அறிவாளிகளிடையேயும், குறிப்பாக உழைக்கும் மக்கள் வட்டாரத்திலும், பொருள்முதல்வாதம் வலுவாக இருந்த நேரத்தில் மார்க்சும் எங்கெல்சும், ஜே.டியட்ஸ்ஜெனைப் போலவே தத்துவ அரங்கில் பிரவேசித்தனர். எனவே பழைய கருத்துகளைத் திரும்பக் கூறாமல், பொருள்முதல்வாதத்தைத் தீவிரமாக வளர்ப்பது, அதனை வரலாற்றிற்குப் பயன்படுத்துவது, வேறுவிதமாகக் கூறினால் பொருள்முதல்வாதக் கட்டிடத்தை *அதன் உச்சத்திற்குக் கொண்டு செல்வது* என்பதில் அவர்கள் கவனம் செலுத்தினர். எனவே, அறிவுத் தோற்றவியலில், ஃபூயர்பாக்கின் பிழைகளைத் திருத்துவது,

டூரிங்கின் அபத்தமான கூற்றுகளைக் கேலி செய்வது, புக்னரின் தவறுகளை விமர்சிப்பது (ஜே. டியட்ஸ்ஜெனைப் பார்க்க), குறிப்பாக உழைப்பாளிகளிடையே உள்ள பிரபல எழுத்தாளர்களிடம் இல்லாததை அதாவது இயங்கியலை, சுட்டிக் காட்டுவது ஆகிய வற்றை அவர்கள் செய்தது, இயல்பானதே. ஏராளமான பிரச்சாரகர்கள் டசன்கணக்கான நூல்களில் வெளியிடும் பொருள்முதல்வாதத்தின் ஆரம்பக் கட்ட உண்மைகள் பற்றி, மார்க்ஸ், எங்கெல்ஸ், டியட்ஸ்ஜென் ஆகியோர் கவலைப்படவில்லை. ஆனால், இந்த உண்மைகளைக் கொச்சைப் படுத்தக்கூடாது, சிந்தனைத் தேக்கத்திற்கு இவை இடமளிக்கக் கூடாது (கீழேயும் பொருள்முதல்வாதம், மேலேயும் பொருள்முதல்வாதம்), கருத்துமுதல்வாதத்தின் மதிப்பு வாய்ந்த அம்சங்களை மறக்கக் கூடாது, ஹெகலிய இயங்கியல் கூடாது என்பதில் கவனமாக இருந்தனர். புக்னர்கள், டூரிங்குகள் (லெக்லெயர் போன்று மாக், அவெனரியஸ் போன்ற இதர பலர் பண்ணைச் சேவல்களைப் போல முழுமையான கருத்துமுதல்வாதம் என்ற குப்பை மேட்டிலிருந்து இந்த முத்துகளை எடுக்க முடியாது.

எங்கெல்ஸ் மற்றும் டியட்ஸ்ஜென் ஆகியோரின் தத்துவார்த்தப் படைப்புகள் எழுதப்பட்ட இவ்வரலாற்று நிலைமைகளைப் பற்றி ஒருவர் எப்போதும் ஆழ்ந்து சிந்தித்தால், அவர்கள் பொருள்முதல் வாதத்தின் தொடக்கநிலையான உண்மைகளைக் *காப்பதை* விட அவற்றைக் கொச்சைப்படுத்துவதிலிருந்து தம்மைத் தொலைவில் பிரித்து வைத்திருப்பதைப் பற்றி ஏன் கூடுதல் அக்கறையை செலுத் தினார்கள் என்பதைத் தெளிவாகப் புரிந்து கொள்ளலாம். அதே போல் மார்க்சும், எங்கெல்சும் அரசியல் ஜனநாயகத்தின் அடிப்படை யான கோரிக்கைகளைக் காப்பாற்றுவதைவிட அவற்றைக் கொச்சைப் படுத்துவதிலிருந்து தம்மைத்தாமே விலக்கி வைத்துக் கொள்வதற்கு அதிகமாக அக்கறை கொண்டிருந்தார்கள்.

தத்துவப் பிற்போக்காளர்களின் சீடர்கள் மட்டுமே, இந்தச் சூழ்நிலையைக் "காணத் தவறுவார்கள்." ஒரு பொருள்முதல்வாதி யாக இருப்பது மார்க்சிற்கும் எங்கெல்சிற்கும் என்னவென்று தெரியாது என்பது போல வாசகர்களுக்கு இதனைக் கூறுவர்.

8. ஜே. டியட்ஸ்ஜெனை எவ்வாறு பிற்போக்குத் தத்துவவாதிகள் ஆதரிக்க முடியும்?

இதற்கு முன்னர் கொடுக்கப்பட்ட ஹெல்போன்ட் பற்றிய உதாரணத்தில் விடை உள்ளது. நமது மாக்கியர்களிடம், டியட்ஸ்ஜென் ஹெல்போன்ட் பெற்ற அதே நடத்துமுறையைப் பெறுகிறார் என்பதற்கு நாம் இங்கு பல உதாரணங்களைக் காண்போம். அவரது

பலவீனத்தைக் காட்டுவதற்கு ஜே. டியட்ஸ்ஜெனிடமிருந்து பல மேற்கோள்களை இங்கு நாம் காட்டுவோம்.[79]

டியட்ஸ்ஜென் தனது (*மனித மூளை இயக்கத்தின் தன்மை*, 1903, பி. 52இல்) கூறுகிறார், "சிந்தனை என்பது மூளையின் செயல்." "சிந்தனை என்பது மூளையின் படைப்பு.... எனது சிந்தனையின் உள்ளடக்கத்தைப் போல, எனது மேஜை அதற்கு இணையாக உள்ளது. அதிலிருந்து வேறுபடவில்லை. ஆனால், எனது மூளைக்கு வெளியே உள்ள மேஜை அதிலிருந்து வேறுபட்ட, தனியான ஒன்றாகும்" (பி.53). இந்தத் தெளிவான பொருள்முதல் வாதக் கூற்றுகளை டியட்ஸ்ஜென் பின்வருமாறு விளக்குகிறார்: "இருப்பினும், புலன்களுக்குட்படாத கருத்தும் உணரக்கூடிய பொருளாக அதாவது, உண்மையானதாக மாறுகிறது. மனது என்பது மேஜை, ஒளி, ஒலி போன்ற தங்களுக்குள்ளேயே வேறுபடுவதைப் போல, மனதும் வேறுபடுகிறது" (பி.54). இது தவறானது, பருப்பொருளும் சிந்தனையும் உண்மையாக உள்ளவை என்பது சரியானதே. ஆனால் சிந்தனையும் பொருள் தான் என்று கூறுவது ஒரு தவறான அடியெடுத்து வைப்பதாகும். அதாவது பொருள்முதல் வாதத்தையும், கருத்துமுதல்வாதத்தையும் குழப்புவதாகும். இது டியட்ஸ்ஜெனின் தவறான ஒரு கூற்று. வேறு ஓர் இடத்தில் அவர் சரியாகவே கூறுகிறார்: "மனது, பொருள் ஆகியவற்றிற்கு அவை இருக்கின்றன என்பதுதான் குறைந்தபட்சம் பொதுவாக உள்ளது." டியட்ஸ்ஜென் கூறுகிறார், "சிந்தனை என்பது உடலின் செயல். சிந்திப்பதற்கு எனக்கு ஒரு பொருள் வேண்டும். இந்தப் பொருள், இயற்கை, வாழ்க்கை ஆகியவற்றின் நிகழ்வில் உள்ளது. பொருள் என்பது மனதின் எல்லை. அதற்கு அப்பால் மனது செல்ல முடியாது. மனது என்பது பொருளின் விளைவு. ஆனால், பொருள் என்பது மனதின் படைப்பு என்பதை விட அதிகமானது" (பி.64). பொருள்முதல்வாதியான டியட்ஸ்ஜெனின் இந்தப் பொருள்முதல் வாதக் கூற்றுகளை ஆராய்வதை மாக்கியர்கள் தவிர்க்கிறார்கள்! எங்கு அவர் குழம்பியிருக்கிறாரோ அந்தப் பகுதியை மட்டும் பற்றிக் கொள்கிறார்கள். உதாரணமாக, இயற்கை விஞ்ஞானிகள் அவர்களது துறைக்கு அப்பால் மட்டுமே கருத்துமுதல்வாதிகளாக இருக்க முடியும் என்று அவர் கூறுகிறார். இது அவ்வாறுதானா? இது ஏன் அவ்வாறு உள்ளது என்பன பற்றி மாக்கியர்கள் மௌனம் சாதிக்கின்றனர். ஆனால் ஒரு பக்கமோ, அல்லது அதன் முன் பகுதியோ அதில் டியட்ஸ்ஜென் "தற்காலக் கருத்துமுதல்வாதத்தின் ஆக்கபூர்வமான பகுதியை" ஏற்றுக்கொள்கிறார். "பொருள்முதல் வாதத்தின் போதாமை" பற்றிக் கூறுகிறார். இது மாக்கியர்களுக்கு மகிழ்ச்சி தரக்கூடியது. டியட்ஸ்ஜெனின் தவறான சிந்தனை

வெளிப்பாடு என்பது, பருப்பொருளுக்கும் மனதிற்கும் உள்ள வேறுபாடு *ஒப்பீட்டுரீதியிலானது, மிகையானது அல்ல* என்ற உண்மையில் சரியாகக் கூறாதது டியட்ஸ்ஜெனின் சிந்தனையில் உள்ளது. இது உண்மையானதே. இதிலிருந்து, பொருள்முதல் வாதம் குறையுடையது என்பதாகாது. ஆனால், இயக்க மறுப்பியல் நிலை, இயங்கியலுக்கு எதிரான பொருள்முதல்வாதமே குறையுடையது என்பதாகும்.

"எளிமையாக, சொல்ல வேண்டுமெனில் விஞ்ஞான உண்மை என்பது ஒரு மனிதனை அடிப்படையாகக் கொண்டது அல்ல. அதன் அடித்தளம் வெளியே உள்ளது [அதாவது, மனிதனுக்கு வெளியே,]. அதன் பொருட் தன்மையில் உள்ளது; அது புறவய உண்மை... நாம் நம்மைப் பொருள்முதல்வாதிகள் என்று அழைத்துக் கொள்கி றோம்... பொருள்முதல்வாதத் தத்துவவாதிகள், பொருளாயத உலகினை முதலில் வைக்கின்றனர். கருத்தை அல்லது ஆன்மாவை அதன் தொடர்ச்சியாகக் காண்கின்றனர். ஆனால், அவர்களது எதிரிகள் மதத்தைப் பின்பற்றி, சொற்களிலிருந்து, எண்ணங்களி லிருந்து பொருளாயத உலகினைப் பெறுகின்றனர்". புறவய உண்மையை ஏற்றுக்கொள்வதையும், பொருள்முதல்வாதம் பற்றிய எங்கெல்சின் வரையறையைத் திரும்பக் கூறுவதையும் மாக்கியர்கள் தவிர்க்கிறார்கள். டியட்ஸ்ஜென் மேலும் கூறுகிறார்: "நம்மைக் கருத்துமுதல்வாதிகள் என்று அழைத்துக் கொள்வதும் சரியானதே. ஏனென்றால், நமது அமைப்பு தத்துவத்தின் மொத்த முடிவு, கருத்து பற்றிய விஞ்ஞான ரீதியான ஆய்வு, மனதின் தன்மை பற்றிய நுண்ணறிவுத் திறம் ஆகியவற்றை அடிப்படையாகக் கொண்டது" (பி.63). பொருள்முதல்வாதத்தை மறுப்பதற்காக இந்தத் தவறான சொற்றொடரை வைத்து ஆதாயம் தேடுவது மிகவும் எளிதானது ஆகும். பழைய பொருள்முதல்வாதமானது (வரலாற்றுப் பொருள் முதல்வாதத்தின் உதவியுடன்) எண்ணங்களை அறிவியல் ரீதியாக ஆய்வு செய்யமுடியாது என்ற டியட்ஸ்ஜெனின் கருத்தாக்கமானது உண்மையில் அவருடைய அடிப்படையான சிந்தனையை விட இன்னும் தவறானதாகும்.

பழைய பொருள்முதல்வாதம் பற்றிய டியட்ஸ்ஜெனின் கருத்துகள் பின்வருமாறு: "அரசியல் பொருளாதாரத்தை நாம் புரிந்து கொண்டதைப் போல, நமது பொருள்முதல்வாதமும் விஞ்ஞான வெற்றியும், வரலாற்று வெற்றி ஆகும். முற்கால சோசலிசவாதி களிடமிருந்து நம்மை வேறுபடுத்திக் கொள்வதைப் போல, பழைய பொருள் முதல்வாதிகளிடமிருந்தும் நம்மை நாம் வேறுபடுத்திக் கொள்கிறோம். பின்னால் கூறப்பட்டவர்களுக்கும் நமக்கும்

பொதுவாக இது மட்டுமே உள்ளது. அதாவது, பொருள் என்பது எண்ணத்திற்கு முதன்மையான அடிப்படை அல்லது முதற் கோள்"(பி.140). இந்த "மட்டுமே" என்ற சொல் முக்கியத்துவ மிக்கது. இதில் பொருள்முதல்வாத அறிவுத்தோற்றவியலின் *மொத்த அடிப்படையே* உள்ளது. இது அறியொணாவாதம், மாக்கியம், கருத்துமுதல்வாதம் ஆகியவற்றிலிருந்து *வேறுபட்டது*. ஆனால், கொச்சையான பொருள்முதல்வாதத்திலிருந்து தன்னை வேறுபடுத்திக் கொள்வதில்தான் இங்கு டியட்ஸ்ஜெனின் கவனம் உள்ளது.

ஆனால், சிறிது பின்னால் உள்ள பகுதியில் இது முற்றிலும் தவறாக உள்ளது: "பொருள் என்ற கருத்து விரிவுபடுத்தப்பட வேண்டும். அது எதார்த்தத்தின் எல்லா மெய்யான நிகழ்வுகளையும் உள்ளடக்குகிறது. இதில் நமது கருதும் திறன் அல்லது விளக்கும் திறன் ஆகியன அடங்கும்" (பி.141). பொருள்முதல்வாதத்தை விரிவுபடுத்த வேண்டும் என்ற போர்வையில் இது பொருள்முதல் வாதத்தையும் கருத்துமுதல்வாதத்தையும் குழப்புவதில் முடிவடையும். "விரிவாக்குதல்" என்பதைப் பற்றிக் கொள்வது, டியட்ஸ்ஜெனுடைய தத்துவத்தின் *அடிப்படையை* மறந்து விடுவதாகும். அது பொருளின் *அடிப்படையானது*, "அது மனதின் எல்லை" என்பதை ஏற்றுக்கொள்கிறது. ஆனால், உண்மையில் சில பகுதிகளுக்கு அப்பால் டியட்ஸ்ஜென் தன்னைத் திருத்திக் கொள்கிறார். "முழுமை பகுதியைக் கட்டுப்படுத்துகிறது. பருப் பொருள் மனதைக் கட்டுப்படுத்துகிறது... இந்தக் கண்ணோட் டத்தில் நாம் பருப்பொருளை உலகின் முதல் காரணியாக, சொர்க்கத் தையும் பூமியையும் படைத்ததற்காக, நேசிக்கலாம், மதிக்கலாம்". பொருள் பற்றிய கருத்தில் "எண்ணங்களும்" சேர்க்கப்பட வேண்டும் என்று டியட்ஸ்ஜென் கூறுவது ஒரு குழப்பமே ஆகும். ஏனென்றால், இவ்வாறு சேர்க்கப்பட்டால், மனது - பொருள், கருத்துமுதல்வாதம் - பொருள்முதல்வாதம் ஆகிய வற்றிற்கான அறிவுத் தோற்றவியல் வேறுபாடு, டியட்ஸ்ஜெனே வலியுறுத்தும் வேறுபாடு, அர்த்தமற்ற தாகி விடுகிறது. இந்த வேறுபாடு "மிகையாக" இருக்கக் கூடாது; மிகைப்படுத்தப்பட்டதாக இருக்கக்கூடாது! இயக்க மறுப்பியலாக இருக்கக் கூடாது என்பது சந்தேகத்திற்கு அப்பாற்பட்டது (*இயங்கியல்* பொருள்முதல்வாதியான டியட்ஸ்ஜெனின் சிறப்பு இதனை வலியுறுத்தியது ஆகும்). இது தொடர்பான வேறுபாட்டின் முழுமையான தேவை, முழுமையான உண்மை ஆகியவற்றின் எல்லை தான் அறிவுத் தோற்றவியல் ஆய்வின் போக்கை வரையறுப்பது ஆகும்.

எங்கெல்சைப் போன்று அல்லாமல், டியட்ஸ்ஜென் தனது கருத்துகளைத் தெளிவற்ற வகையில் குழப்பமான முறையில் வெளியிடுகிறார். இவ்வாறு கூறும் முறையில் உள்ள குறைகள், தனிப்பட்ட தவறுகள் ஆகியவற்றை விட்டுவிட்டால், அவர் *பொருள்முதல்வாத அறிவுத் தோற்றக் கொள்கை, இயங்கியல் பொருள்முதல்வாதம்* ஆகியவற்றை பயனற்றவாறு ஆதரிக்க வில்லை. டியட்ஸ்ஜென் கூறுகிறார், "பொருள்முதல்வாத அறிவுக் கொள்கை என்பது, மனிதனது புலன் உறுப்புகள் இயக்க மறுப்பியல் ரீதியான எந்த ஒளியையும் பாய்ச்சுவதில்லை. அவை இயற்கையின் ஒரு பகுதி, இயற்கையின் பிற பகுதிகளைப் பிரதிபலிக்கின்றன" என்றார். "நமது புலன் அறியும் திறன் உண்மையின் தெய்வீக ஆதாரம் அல்ல; அது கண்ணாடியில் பிரதிபலிப்பு போன்றது; உலகம் அல்லது இயற்கையின் பொருள்களை அது பிரதிபலிக்கிறது." நமது தீவிரமான மாக்கியர்கள் டியட்ஸ்ஜெனின் *பொருள்முதல்வாத அறிவுக் கொள்கையில்* உள்ள தனித் தனிக் கூறுகளை ஆராய்வதில்லை. அவரது குழப்பம், தெளிவின்மை, அக்கொள்கையிலிருந்து அவர் *விலகுவது* ஆகியவற்றினைப் பற்றிக்கொள்கின்றனர். அவர் சில சமயங்களில் குழம்புவதால், டியட்ஸ்ஜெனை பிற்போக்குத் தத்துவவாதிகள் ஆதரிக்கலாம். எங்கு குழப்பம் இருக்கிறதோ அங்கு மாக்கியர்கள் இருப்பார்கள் என்பதைக் கூறத் தேவையில்லை.

குகல்மன் என்பவருக்கு *1868* ஆம் ஆண்டு, டிசம்பர் 5 ஆம் தேதி மார்க்ஸ் எழுதினார்: "சிறிது நாட்களுக்கு முன்னர், டியட்ஸ்ஜென் ஒரு கையெழுத்துப் பிரதியின் பகுதியை அனுப்பினார். அது 'சிந்தனையின் வினைத்திறம்' என்பது பற்றியது. சில குழப்பங்கள், கூறியது கூறல் இருந்தாலும், சிறந்த விஷயங்கள் அதில் இருக் கின்றன. ஓர் உழைப்பாளியின் சுயேச்சையான படைப்பாக அது சிறப்பாக உள்ளது" (ரஷ்ய மொழிபெயர்ப்பு - பக். 53).[80] வாலன்டி னோவ் இதனை மேற்கோளாகக் காட்டுகிறார். ஆனால், டியட்ஸ் ஜெனின் *குழப்பம் என்ன என்று எதனை* மார்க்ஸ் கருதினார், எது டியட்ஸ்ஜெனை மாக்கிற்கு அருகில் கொண்டு வருகிறது, அல்லது எது வேறுபடுத்துகிறது என்பதைப் பற்றி கேட்க அவருக்கு தோன்ற வில்லை. ஆனால், வாலன்டினோவ் இந்தக் கேள்வியைக் கேட்கவே இல்லை. ஏனென்றால், அவர் கோகோலின் பெட்ருஷ்காவின் நடத்தையின் விளைவால் மார்க்ஸ் எழுதிய கடிதம் மற்றும் டியட்ஸ்ஜெனின் கடிதத்தையும் படித்திருந்தார். மார்க்ஸ் அவரது உலகக் கண்ணோட்டத்தை இயங்கியல் பொருள் முதல்வாதம் என்று அழைத்தார். எங்கெல்சின் *டூரிங்கிற்கு மறுப்பின் கையெழுத்துப் பிரதி முழுவதையும்* மார்க்ஸ் படித்து விட்டு,

அதுவும் இந்த உலகக் கண்ணோட்டத்தை விவரிக்கிறது என்றார். எனவே, டியட்ஸ்ஜெனின் *குழப்பமானது* இயங்கியலை, ஒரு முன்னுக்குப் பின் முரணற்ற வகையில் அமல்படுத்துவதிலிருந்து அவர் *திசைவிலகுவதில்,* உறுதியான *பொருள்முதல்வாதியிலிருந்து* திசை விலகுவதில், குறிப்பாக *டூரிங்குக்கு மறுப்பு* என்பதிலிருந்து திசை விலகுவதில் மட்டுமே இருக்க முடியும் என்று வாலன்டி னோவிற்கு புரிந்திருக்க வேண்டும்.

டியட்ஸ்ஜெனின் குழப்பம் என்று மார்க்ஸ் அழைக்க முடிவது *மட்டும் தான் அவரை மாக்கிற்கு நெருக்கமாகக் கொண்டு* வருகிறது என்பது வாலன்டினோவிற்கும் அவரது கூட்டாளிகளுக்கும் புலப்பட வில்லையா? அந்த மாக் தான் கான்ட்டிடம் இருந்து பொருள்முதல் வாதம் நோக்கிச் செல்லவிடாமல் பெர்க்லி, ஹியூம் ஆகியோரை நோக்கிச் சென்றார், அல்லது பொருள்முதல்வாதி மார்க்ஸ் டியட்ஸ்ஜெனின் பொருள்முதல்வாத அறிவுக் கொள்கையைக் குழப்பமானது, அல்லது பொருள்முதல்வாதியான மார்க்ஸ் டியட்ஸ் ஜெனின் பொருள்முதல்வாத ரீதியான அறிவு பற்றிய கோட்பாட்டைக் குழப்பமானது என்று அழைத்து, இன்னும் பொருள்முதல்வாதத்தி லிருந்து அவரது திசை விலகல்களை அவர் அனுமதித்தாரா? அதாவது மார்க்சின் பங்கேற்புடன் எழுதப்பட்ட *டூரிங்குக்கு மறுப்பு* என்பதில் இருந்து திசை விலகிப் போவதை அனுமதித்தாரா?

மார்க்சியர்களாக கருதப்பட வேண்டும் என்று விரும்புகிற நமது மாக்கியர்கள், "*அவர்களின்*" மாக், டியட்ஸ்ஜெனை ஏற்றுக் கொண்டார் என்று கூறி யாரை ஏமாற்றப் பார்க்கிறார்கள்? டியட்ஸ் ஜெனிடம் எது குழப்பமாக உள்ளது என்று மார்க்ஸ் கூறினாரோ அதை மட்டுமே மாக் ஏற்றுக் கொள்ள முடியும் என்பதை நமது கதாநாயகர்கள் ஊகிக்கத் தவறி விட்டனரா?

ஆனால், மொத்தமாக ஜே. டியட்ஸ்ஜெனை இவ்வளவு கடுமை யாக விமர்சனம் செய்ய வேண்டியதில்லை. அவர் பத்தில் ஒன்பது பங்கு பொருள்முதல்வாதி. சுயமான சிந்தனையாளர் என்று தன்னைக் கருதியதில்லை. அல்லது பொருள்முதல்வாத தத்துவத்திலிருந்து தனியாக ஒன்றைக் கொண்டிருந்தேன் என்று கூறவில்லை. அவர் மார்க்ஸ் பற்றி அடிக்கடி பேசினார். அத்துடன் பொருள்முதல்வாதப் *போக்கின் தலைமையாக* மார்க்ஸ் உள்ளதையும் உறுதிபடக் கூறுகிறார் (தத்துவரீதியான சிறிய எழுத்துக்கள், பி.4) இந்த கருத் தானது 1873ஆம் ஆண்டில் சொல்லப்பட்டது; பக்கம் 95இல் 1876ஆம் ஆண்டில் மார்க்சும் எங்கெல்சும் "இன்றியமையாத தத்துவ ரீதியான பயிற்சியை அதாவது, தத்துவரீதியான கல்வியைப் பெற்றுள்ளனர்; பக். 181இல், 1886 ஆம் ஆண்டில், மார்க்சையும்

எங்கெல்சையும் இப்போக்கின் ஏற்கப்பட்ட நிறுவனர்கள்" என்று கூறினார்). டியட்ஸ்ஜென் ஒரு மார்க்சியவாதிதான், அத்துடன் அவரது மகன் யூஜின் டியட்ஸ்ஜென்னும் தோழர் டாஜே என்பாரும் அந்தோ! "இயற்கை ஒருமைவாதம்", "டியட்ஸ்ஜெனியம்" போன்ற இதரக் கண்டுபிடிப்புகள் மூலமாக அவருக்குப் பரிதாபகரமான உதவியை வழங்குகிறார்கள். இயங்கியல் பொருள்முதல்வாதத்திலிருந்து வேறுபட்ட "டியட்ஸ்ஜெனியம்" என்பது ஒரு *குழப்பம்*. பிற்போக்குத் தத்துவத்தினை நோக்கிய அடிவைப்பு, டியட்ஸ் ஜென்னிடம் உள்ள நல்ல அம்சங்களில் இருந்து அல்லாமல், *அவரது பலவீனங்களில் இருந்து* ஒரு போக்கினை உருவாக்கும் முயற்சி ஆகும் (அவருடைய வழியிலேயே இயங்கியல் பொருள்முதல் வாதத்தைக் கண்டடைந்த அந்தத் தொழிலாளர் தத்துவவாதி உண்மையிலேயே பெரியவர்!).

தோழர் பி. டாஜெ, யுஜின் டியட்ஸ்ஜென் ஆகியோர் பிற்போக்குத் தத்துவம் நோக்கிச் செல்வதைக் காட்ட நான் இரு உதாரணங்கள் மட்டும் தருகிறேன்.

கையகப்படுத்துதல் (Akquisit) அக்விசிட் (ஜெர்மன் சொல்)[81] என்பதன் இரண்டாவது பதிப்பில் (பக். 273) டாஜெ எழுதுகிறார்: "முதலாளித்துவ விமர்சனம் கூட, டியட்ஸ்ஜெனின் தத்துவத்திற்கும், அனுபவவாத விமர்சனம் மற்றும் இறைக்கோட்பாட்டாளர் முகாம் ஆகியவற்றிற்கும் இடையில் உள்ள தொடர்பைச் சுட்டிக் காட்டு கிறது." மேலும், குறிப்பாக இதில் "லெக்லெயருக்கும் தொடர்பு உள்ளது" என்றும் கூறுகிறார் (ஒரு ''முதலாளித்துவ விமர்சன'' மேற்கோள்).

பி. டாஜெ, டியட்ஸ்ஜென்னை மதிக்கிறார் என்பதில் ஐயமில்லை. நம்பிக்கைவாதத்தினையும், முதலாளி வர்க்கத்தினரின் எடுபிடிப் பேராசிரியர்களையும் எதிர்க்கும் ஒருவரை, அதே நம்பிக்கை வாதத்தைப் பிரச்சாரம் செய்யும் லெக்லெயருடன் வகைப்படுத்தும் ஒரு முதலாளித்துவ துதிபாடியின் கருத்தை மேற்கோளாக *எதிர்ப் பின்றிக்* காட்டி அவர் பெயருக்குக் களங்கம் ஏற்படுத்துகிறார் என்பது சந்தேகமில்லாதது. இந்தப் பிற்போக்காளர்களின் நூல்களைப் படிக்காமலேயே இறைக்கோட்பாட்டாளர்கள் லெக்லெயர் ஆகியோர் பற்றிய வேறு ஒருவரின் கருத்தை டாஜெ திரும்பக் கூறினார் என்பதும் சாத்தியமானதே. ஆனால், இது அவருக்கு ஓர் எச்சரிக்கையாக இருக்கட்டும். மார்க்சிடமிருந்து *விலகி* டியட்ஸ் ஜெனின் தனித் தன்மைகளை, மாக்கை நோக்கிச் செல்வது என்பது சதுப்பு நிலத்தில் விழுவதுபோன்றது. அவரை லெக்லெயருடன் வகைப்படுத்துவது மட்டுமல்லாமல், மாக்குடன் வகைப்படுத்துவது

என்பது குழப்பல்வாதி டியட்ஸ்ஜெனை, இயங்கியல் பொருள் முதல்வாதி டியட்ஸ்ஜெனிடமிருந்து பிரித்து, வலியுறுத்துவதாகும்.

டாஜெயிடமிருந்து நான் டியட்ஸ்ஜெனை காக்க முயற்சிக்கிறேன். லெக்லெயருடன் வகைப்படுத்தும் அவமானத்தை டியட்ஸ்ஜெனுக்கு அளிக்கக் கூடாது. இதற்கு ஒரு சாட்சியை நான் காட்ட முடியும். லெக்லெயரைப் போன்ற நம்பிக்கைவாத, பிற்போக்கான தத்துவ வாதியும், இத்தகைய விஷயத்தில் நிபுணருமான ஷுப்பர்ட்-சோல்டனை உதாரணமாகக் காட்டுகிறேன். *1896*இல் அவர் எழுதினார்: "சமூக - ஜனநாயகவாதிகள் மனப்பூர்வமாக (கூட்டியோ, குறைத்தோ, வழக்கமாக குறைத்தே) ஹெகலின் ஆதரவை நாடுகிறார்கள். அதாவது, அவர்கள் ஹெகலியத் தத்துவத்தைப் பொருள்முதல்வாதமாக்குகிறார்கள்; உதாரணமாக ஜே. டியட்ஸ்ஜென்... டியட்ஸ்ஜென்னைப் பொறுத்தமட்டிலும் முழுமையே உலகப் பொதுவாகிறது, இது தானாகவே உள்ள பொருளாக மாறுகிறது, முழுமையான அறிவனாகிறது. அதன் தோற்றங்கள் தாம் இதன் தர்க்க முறையிலானவை. இந்த முறையில் அவரும் [டியட்ஸ்ஜென்] பருண்மையான செயல்முறையின் அடிப்படையாக ஒரு தூய மனக்கண் தோற்றத்தை ஏற்படுத்துகிறார். ஹெகலைவிட இவர் அதிகமாக ஒன்றும் செய்யவில்லை. அவர் அடிக்கடி, குழப்பமாக ஹெகல், டார்வின், ஹெக்கல், இயற்கை விஞ்ஞானப் பொருள்முதல்வாதம் ஆகிய எல்லாவற்றையும் சேர்த்துக் குறிப்பிட்டார்." *(சமூகப் பிரச்சனை, பி.* xxxiii*)* கான்ட்டிய ஜெருசலம் உள்ள ஒவ்வொன்றையும் கண்மூடித்தனமாகப் புகழும் மாக்கைவிட ஷுப்பர்ட் - சோல்டர்ன் ஒரு கூர்மையான நடுவராவார்.

யூஜின் டியட்ஸ்ஜென் தனது தந்தை ஜோசப் டியட்ஸ்ஜெனை ரசியாவில் உள்ள குறுகிய பொருள்முதல்வாதிகள் "அவமதித்திருந்த தாகவும்", அவர் பற்றிய டாஜே மற்றும் பிளெக்கானோவின் கட்டுரைகளை ஜெர்மானிய மொழியில் அவர் *மொழிபெயர்த்த தாகவும்* ஜெர்மானிய மக்களிடம் புகார் தெரிவிக்கும் அளவுக்கு எளிய உள்ளம் கொண்ட மனிதராவார் என்றும் கூறுகிறார். (காண்க, ஜோசப் டியட்ஸ்ஜென், *அறிவும் உண்மையும், ஸ்டூட்கார்ட், 1908, பிற்சேர்க்கை)* இந்த அப்பாவியான "இயற்கை ஒருமைவாதியின்" குற்றச்சாட்டு அவர் மீதே திரும்பியது. தத்துவம், மார்க்சியம் ஆகியன பற்றித் தெரிந்த பிரான்ஸ் மெஹ்ரிங், *டாஜெவிற்கு எதிரான கருத்தில் பிளெக்கனோவ் சரியாகவே உள்ளார்* என்று எழுதினார் (*புதிய காலம், 1908*, எண்.*38*, *19* ஜூன் தொடர், பி.*432*). மார்க்ஸ், எங்கெல்ஸ் ஆகியோரிடம் இருந்து *விலகும்* பொழுது ஜே. டியட்ஸ்ஜென் *தவறு செய்தார்* என்பது மெஹ்ரிங்கைப் பொறுத்த மட்டிலும் சந்தேகத்திற்கு அப்பாற்பட்டது. யுஜின் டியட்ஸ்ஜென்

மெஹ்ரிங்கிற்கு ஒரு நீண்ட கடிதத்தில் பதில் எழுதினார். *அதில்* ஜே. டியட்ஸ்ஜென் "போராடும் சகோதரர்களான, பழமைவாதிகள் மற்றும் திருத்தல்வாதிகள்" ஆகியோரை ஒன்றிணைக்கும் சேவையில் ஜே. டியட்ஸ்ஜென் பயன்படுவார் என்று கூறும் அளவுக்குச் சென்றார்.

தோழர் டாஜெ அவர்களே, மற்றொரு எச்சரிக்கை: மார்க்சிடமிருந்து* விலகி ''டியட்ஸ்ஜெனியம்", "மாக்கியம்'' செல்லும் பாதை *புதைசேற்றில் சிக்க வைக்கும் பாதையாகும்.* இது தனி நபர்களுக்கு மட்டுமல்ல ஒவ்வொரு குப்பனுக்கும், சுப்பனுக்கும் உள்ளதல்ல, மாறாக இது ஓர் இயக்கப் போக்கிற்கு உரியது.

நான் ''அறிஞர்களைக்'' குறிப்பிடுகிறேன் என்று மாக்கிய கனவான்களே, குறைகூறாதீர்; அறிஞர்களுக்கு எதிராக நீங்கள் போடும் கூச்சல், சோசலிச அறிஞர்களுக்குப் பதிலாக (மார்க்ஸ், எங்கெல்ஸ், லபார்க், மெஹ்ரிங், காவுட்ஸ்கி) நீங்கள் முதலாளி வர்க்க அறிஞர்களை (மாக், பெட்சோல்ட், அவெனரியஸ், இறைக்கோட்பாட்டாளர்) முன்னிறுத்துவதை மறைப்பதற்கான ஒரு திரை ஆகும். நீங்கள் "அறிஞர்கள்" "அறிஞர்களது ஆதிக்கம்" ஆகியன பற்றி பேசாமல் இருப்பது நல்லது.

அத்தியாயம் ஐந்து

இயற்கை விஞ்ஞானத்திலும் கருத்துமுதல்வாதத் தத்துவத்திலும் அண்மைக்காலத்தில் நிகழ்ந்துள்ள புரட்சி

ஓராண்டிற்கு முன்னர், *புதிய காலம்* (Die Neue zeit) என்ற இதழில் *(1906-07, எண். 52)* ஜோசப் டைனர் - டெனஸ் என்பவர் "மார்க்சியமும் இயற்கை விஞ்ஞானத்தில் அண்மைக் காலத்தில் நிகழ்ந்த புரட்சியும்" என்ற கட்டுரை ஒன்றை எழுதியிருந்தார். இந்தக் கட்டுரையின் குறைபாடு என்னவென்றால், ''புதிய'' இயற்பியலிலிருந்து கிடைக்கும் அறிவாராய்ச்சியியல் முடிவுகளை இது புறக்கணிப்ப தாகும். தற்போது இதில்தான் நாம் தனிப்பட்ட கவனத்தைச் செலுத்துகின்றோம். இந்தக் குறைதான் இந்த ஆசிரியரது கண்ணோட்டத்தையும், முடிவுகளையும் பற்றிய நமது ஆர்வத்தைத் தூண்டுகிறது. ஆசிரியரைப் போன்றே (லெனின்) ஜோசப் டைனர் - டெனசும் மாக்கியர்கள் வெறுப்புடன் பேசும் அடிமட்ட சராசரி மார்க்சியக் கண்ணோட்டத்தைக் கொண்டுள்ளவர்தான். உதாரண மாக, யுஷ்கேவிச் எழுதுகிறார்: "பொதுவாக, சராசரி அடிமட்ட மார்க்சியவாதி தன்னை ஒரு "இயங்கியல் பொருள்முதல்வாதி என்று அழைத்துக் கொள்கிறான் (தனது நூலின் முதல் பக்கம்)". இந்த சராசரி அடிமட்ட மார்க்சியவாதி, ஜே டைனர் - டெனஸ் என்பவர் வடிவத்தில், விஞ்ஞானத்தில் குறிப்பாக இயற்பியலில் ஏற்பட்ட புரட்சியை (எக்ஸ் கதிர், பெக்குரல் கதிர், ரேடியம் போன்றவை[82]) எங்கெல்சின் *டூரிங்கிற்கு மறுப்பு* என்பதுடன் நேரடியாக ஒப்பிடுகிறார். இந்த ஒப்பீட்டின் மூலம் அவர் என்ன முடிவுக்கு வந்தார்? டைனர் - டெனஸ் எழுதுகிறார்: "இயற்கை விஞ்ஞானத்தின் பல்வேறு துறைகளில் புதிய புரிதல் கிடைத்துள்ளது. இவை அனைத்தும் எங்கெல்ஸ் தெளிவுபடுத்த விரும்பிய ஒரு புள்ளியைச் சுட்டிக் காட்டுகின்றன. அதாவது, இயற்கையில் சமரசப்படுத்த முடியாத முரண்பாடு, வலுக்கட்டாயமான எல்லைகள், வேறு பாடுகள் என்பன இல்லை. இயற்கையில் முரண்பாடுகளும், வேறு பாடுகளும் சந்தித்துக் கொள்கின்றன எனில், அதற்குக் காரணம், அவற்றின் இறுக்கத்தையும் முழுமைத் தன்மையையும் நாம் தான் இயற்கைக்குள் புகுத்தினோம்." உதாரணமாக, இயற்கையின் ஒரே

ஆற்றலுடைய வெவ்வேறு வடிவங்களிலான வெளிப்பாடுதான் ஒளியும், மின்சாரமும் என்று கண்டுபிடிக்கப்பட்டுள்ளது.[83] வேதியியல் மின்னணுக் கூறுகளின் பிணைப்பை மின்சாரச் செயலாக மாற்ற முடியும் என்ற சாத்தியப்பாடு என்பது ஒவ்வொரு நாளும் சாத்தியமாகிறது. உலகின் ஒருமைப்பாட்டை பரிகாசம் செய்யும் வகையில் ஒவ்வொரு நாளும் கூடிக் கொண்டே செல்லும் அழிக்க முடியாத, பிளக்க முடியாத ஆக்கக்கூறுகளின் எண்ணிக்கையை வேதியியல் அழிக்க முடியும், சிதைக்க முடியும் என்று நிரூபிக்கப் பட்டுள்ளது. ரேடியம் எனப்படும் தனிமம், ஹீலியம் எனப்படும் தனிமமாக உருமாற்றம் செய்யப்பட்டுள்ளது.[84] "இயற்கையின் எல்லா சக்திகளும் ஒரே சக்தியாக மாற்றம் பெற்றது போல, அதன் எல்லாப் பொருட்களும் *ஒரே பொருளாக* மாற்றப்படுகின்றன" (டைனர் - டெனசின் சாய்வு எழுத்து). அணு என்பது ஈதரின் (Ether)[85] மாற்றமடைந்த வடிவமே என்று கருதும் எழுத்தாளர்களது கருத்தை மேற்கோளாகக் காட்டி அவர் வியப்புடன் எழுதுகிறார்: "முப்பது ஆண்டுகளுக்கு முன்பு, இயக்கம் என்பது பருப்பொருள் இருப்பதன் வடிவமே ஆகும் என்று எங்கெல்ஸ் கூறியதை இது எவ்வளவு சிறப்பாக உறுதிப்படுத்துகிறது". "இயற்கையில் உள்ள மெய்யான எல்லா நிகழ்வுகளும் இயங்கிக் கொண்டே இருக்கின்றன. மனிதர்களாகிய நாம் இதில் பல வடிவங்களைக் காண்பதில் தான் வேறுபாடுகள் உள்ளன... எங்கெல்ஸ் கூறியதுபோல, இயற்கை யானது வரலாற்றைப் போல, இயக்கத்தின் இயங்கியல் விதிக்கு உட்பட்டது ஆகும்."

மாக்கியர்கள் அல்லது மாக்கியம் பற்றி எழுதுபவர்களின் படைப்புகளை வாசிக்கும் போது, பொருள்முதல்வாதத்தை மறுதலிப்பதாகச் சொல்கின்ற புதிய இயற்பியலை மேற்கோள் காட்டுகின்ற போலித்தனமான குறிப்புகளைக் காணாமல் கடந்து போக முடியாது. இந்தக் கூற்றுகளுக்கு ஆதாரம் உண்டா இல்லையா என்பது வேறு ஒரு விஷயம். ஆனால், புதிய இயற்பியலுக்கும் அல்லது அதனைப் போதிக்கின்ற சிந்தனைப் பள்ளிக்கும் மாக்கியத்துக்கும் தற்காலக் கருத்துமுதல்வாதத் தத்துவத்தின் சில பிரிவுகளுக்கும் தொடர்பு உள்ளது என்பது ஐயத்திற்கு அப்பாற்பட்டது. மாக்கியத்தை ஆராய்வதும், அதே சமயத்தில், பிளெக்கனோவ் செய்தது போல[86] - இந்தத் தொடர்பைப் புறக் கணிப்பதும், இயங்கியல் பொருள்முதல்வாதத்தின் ஆன்மாவைக் கேலி செய்வது ஆகும் அல்லது எங்கெல்சின் அணுகுமுறையைத் தியாகம் செய்வது, அவரது சொற்களை மட்டும் பிடித்துக் கொள்வதாகும். "இயற்கை விஞ்ஞானத்திலும் கூட ஏற்படும் ஒவ்வொரு மகத்தான கண்டுபிடிப்புடன் ["மனிதகுல வரலாறு பற்றி

கூற வேண்டியதில்லை'']. பொருள்முதல்வாதம் தன் வடிவத்தை மாற்றிக் கொள்ள வேண்டும்'' (*லுத்விக் ஃபூயர்பாக்*, ஜெர்மன் பதிப்பு, பக். 19).[87] எனவே, எங்கெல்சுடைய பொருள்முதல் வாதத்தின் ஒரு "வடிவத்தை" மாற்றுவது, அவரது இயற்கைத் தத்துவத்தின் ஒரு வடிவத்தை மாற்றுவது என்பது "திரிபுவாதம்" அல்ல, அதற்கு மாறாக, அது மார்க்சியத்தின் அவசியத் தேவை ஆகும். இத்தகைய திருத்தலை ஏற்படுத்தியதற்காக நாம் மாக்கியர்களை விமர்சனம் செய்யவில்லை. அவர்கள் பொருள்முதல் வாதத்தின் *வடிவத்தை* விமர்சனம் செய்வதாகக் கூறிக் கொண்டு, அதன் *சாராம்சத்துக்குத்* துரோகம் செய்யும் தூய *திரிபுவாத* தந்திரத்தினையே நாம் விமர்சனம் செய்கிறோம். இந்த விசயத்தில் சந்தேகத்துக்கு இடமில்லாத வகையில் எங்கெல்சின் முக்கியத் துவம் வாய்ந்த கூற்றுகளை நேரிடையாகவும் வெளிப்படையாகவும் உறுதியாகவும் கேள்விக்கு உட்படுத்துவதில் சிறுமுயற்சியும் செய்யாது, பிற்போக்கு முதலாளித்துவத் தத்துவத்தின் அடிப்படை யான கூற்றுகளை மேற்கொள்வதற்காகவும், நாம் விமர்சனம் செய்கிறோம். உதாரணமாக எங்கெல்சின் "பொருள் இல்லாத இயக்க நிலையை எண்ணிப் பார்க்க முடியாது" என்ற கூற்றை இங்கு குறிப்பிடலாம். (*டூரிங்கிற்கு மறுப்பு* பக்.50).[88]

தற்கால இயற்பியலின் ஒரு பிரிவுக்கும் கருத்துமுதல்வாதத் தத்துவத்தின் மறுபிறப்பு ஆகியவற்றிற்கும் இடையில் உள்ள தொடர்பு பற்றிய நமது ஆராய்ச்சியில் குறிப்பிட்ட சில இயற்பியல் கொள்கை களை மட்டுமே ஆராய்வது நமது நோக்கமல்ல. குறிப்பிட்ட சில உறுதியான கூற்றுகள், பொதுவாகத் தெரிந்த கண்டுபிடிப்புகள் ஆகிய வற்றின் விளைவாக அடையப்பட்ட அறிவாராய்ச்சியின் விளைவாக முடிவுகள் மட்டுமே நமக்கு இங்கு ஆர்வத்தைத் தருகின்றன. இந்த முடிவுகள் முக்கியமானவை, பல இயற்பியலாளர்கள் ஏற்கெனவே இந்த முடிவுகளை நோக்கி வ்ந்துகொண்டிருக்கின்றனர். மேலும், இயற்பியலாளர்களிடையே பல பிரிவுகள் உள்ளன, இவற்றின் அடிப் படையில் பல சிந்தனைப் பிரிவுகள் தோன்றிக் கொண்டிருக்கின்றன. எனவே, இந்தப் பல்வேறு போக்குகளுக்கு இடையிலான வேறுபாடு களின் சாராம்சத்தை விளக்குவதும், தத்துவத்தின் அடிப்படைப் போக்குகளுடன் அவை கொண்டுள்ள உறவினை விளக்குவதும் மட்டுமே நமது நோக்கம் ஆகும்.

1. தற்கால இயற்பியலில் உள்ள நெருக்கடி

அறிவியலின் மதிப்பு என்ற நூலில் புகழ்பெற்ற பிரெஞ்சு இயற்பியலாளர் ஹென்றி பாயின்கர் கூறுகிறார்: இயற்பியலில் ''தீவிரமான நெருக்கடி தோன்றுவதற்கான அடையாளங்கள்

தெரிகின்றன". இந்த நெருக்கடி பற்றி சொல்வதற்காகவே ஒரு முழு அத்தியாயத்தை அவர் ஒதுக்கியுள்ளார்'' (அத். VIII, பக். 171). "ரேடியத்தின் பெரும் புரட்சி'' என்ற, ஆற்றலின் அழியாமை விதியைத் தகர்க்கிறது என்பது மட்டும் நெருக்கடி அல்ல, "மற்ற எல்லா விதிகளுமே நெருக்கடிக்குள்ளாகின்றன." உதாரணமாக, பொருண்மையின் அழிவின்மை விதி என்ற லவாசியரின் விதியானது பருப்பொருள் பற்றிய எலக்ட்ரான் கொள்கையால் தகர்க்கப்பட்டுள்ளது. இக்கொள்கையின்படி அணுக்கள் என்பவை எலக்ட்ரான் எனப்படும் மிகச் சிறிய துகள்களால் ஆனவை, இவை நேர் அல்லது எதிர்மின் சக்தியுள்ளவை. "இவை ஈதர் என்று நாம் அழைக்கும் ஊடகத்தில் மூழ்கி உள்ளன." இயற்பியலாளர்களின் பரிசோதனைகள் எலக்ட்ரானின் திசைவேகத்தையும் மற்றும் அதன் பொருண்மையையும் கணக்கிடத் தேவையான புள்ளி விவரங்களைத் தருகின்றன (அல்லது அவற்றின் மின்திறனுக்கும் பொருண்மைக்கும் உள்ள உறவு பற்றிக் கணக்கிட புள்ளி விவரங்களைத் தருகின்றன). இந்தத் திசைவேகம் ஒளியின் திசைவேகத்துடன் ஒப்பிடத்தக்கதாக உள்ளது (வினாடிக்கு 3,00,000 கி.மீ.). எலக்ட்ரானின் திசைவேகம், ஒளியின் திசைவேகத்தில் மூன்றில் ஒரு பங்குதான். இத்தகைய சூழ்நிலைமைகளில் முதலில் எலக்ட்ரான், இரண்டாவதாக ஈதர் ஆகிய இரண்டினது சடத்துவத்தை (inertia) விஞ்சி மேம்பட வேண்டிய இன்றியமையாத நிலைக்குப் பொருந்துமாறு, எலக்ட்ரானின் இருமடங்கு பொருண்மையைக் கணக்கிற்கொள்ள வேண்டியதாகிறது. முதலாவதாக உள்ளது, எலக்ட்ரானின் உண்மையான அல்லது இயந்திரவியல் பொருண்மையாகும். பின்னால் உள்ளது "மின்விசை இயக்கவியல் பொருண்மையாகும். இதில் ஈதரின் பொருண்மையும் அடங்கும்." இப்பொழுது முதல் பொருண்மை பூஜ்யத்திற்குச் சமமாகிறது. எலக்ட்ரானின் பொருண்மை முழுவதும், அல்லது எதிர்மின்சக்தி எலக்ட்ரானின் பொருண்மை முழுவதும் மின்விசை இயக்கவியல் மூலத்தைக் கொண்டுள்ளவை ஆகும்.[89] பொருண்மை மறைகிறது. இயந்திர வியலின் அடித்தளம் தகர்கிறது. செயல், எதிர்ச்செயல் என்பன சமம் என்ற நியூட்டனின் விதி தகர்கிறது.

பழைய இயற்பியல் விதிகளின் ''சிதைவுகளை'' இங்கு நாம் காண்கிறோம், "விதிகள் சிதைக்கப்பட்டுள்ளன", என்று பாயின்கர் கூறுகிறார். விதிகளில் இருந்து விலகுவது எல்லாம் மிகச் சிறிய பருமன்களையே குறிக்கின்றன. பழைய விதிகளுக்கு எதிராக மிகச் சிறிய அளவைகள் செயல்புரிவது பற்றி ஒன்றும் தெரியாமலேயே நாம் இருக்கிறோம். மேலும், ரேடியம் அறிதானது. இருப்பினும் "சந்தேகப்படும் கட்டத்தை" நாம் அடைந்துள்ளோம். இந்த

சந்தேகப்படும் கட்டத்திலிருந்து எத்தகைய அறிவுத் தோற்றவியல் அனுமானங்களுக்கு இந்த ஆசிரியர் வந்தார் என்பதை நாம் ஏற்கெனவே கண்டோம்: "வெளி, காலம் என்ற கருத்துகளை இயற்கை நம்மீது திணிக்கவில்லை [அல்லது ஆணையிடவில்லை], நாம் தான் இயற்கை மீது அதனைத் திணிக்கிறோம்;" "சிந்திக்கப் படாதது எல்லாமே, ஒன்றுமற்றது ஆகும்." இவை அனைத்தும் கருத்துமுதல்வாத அனுமானங்கள் ஆகும். இந்த அடிப்படையான விதிகளின் சிதைவு என்பது (இதுதான் பாயின்கரின் சிந்தனைப் போக்கு). இந்த விதிகள் அனைத்தும் இயற்கையின் பிரதிகளோ, அல்ல நகல்களோ அல்ல, மனிதனது உணர்வைப் பொறுத்த மட்டிலும் புறத்தே உள்ள ஒன்றின் பிம்பம் என்பதைக் காட்டவில்லை. மாறாக, இவை பாயின்கர் என்பவரின் உணர்வின் படைப்பு என்பதையே காட்டுகின்றன. இந்த அனுமானங்களை பாயின்கர் முரணற்ற வகையில் வளர்க்கவில்லை. இந்தப் பிரச்சனையின் தத்துவார்த்த அம்சத்தில் அவர் ஆர்வம் காட்ட வில்லை. இதனைப் பிரஞ்சு எழுத்தாளரான ஆபல் ரே (Abel Rey) என்பவர் *நவீன இயற்பியலாளர்களது இயற்பொருள் சார்ந்த கோட்பாடு* (1907). என்ற நூலில் விரிவாக ஆராய்ந்துள்ளார். உண்மைதான், இந்த ஆசிரியரே ஒரு நேர்க்காட்சிவாதி. அதாவது, குழப்பமானவர், அரைகுறை மாக்கியர். இந்த நேர்வில் இதுவே இவருக்குக் குறிப்பிடத்தக்க வகையில் சாதகமாக உள்ளது. ஏனென்றால், நமது மாக்கியர்கள் மீது அவர் ''சேறு இறைக்கின்றார்'' என்று கருதவும் முடியாது. தத்துவ வரையறைகள், குறிப்பாகப் பொருள்முதல்வாதம் பற்றிய ரேயின் கூற்றுகளின் கடவுளை நம்ப முடியாது. ஏனென்றால், ரேயும் ஒரு பேராசிரியர்தான். எனவே, பொருள்முதல்வாதிகள் மீது அவருக்கு வெறுப்பு உள்ளது (பொருள் முதல்வாத அறிவுத்தோற்றவியல் பற்றிய அவரது அறியாமையைக் காட்டுகிறார்). இத்தகைய "மாபெரும் *விஞ்ஞானிகளுக்கு*", மார்க்ஸ் அல்லது எங்கெல்ஸ் என்பவர்கள் இருந்ததேயில்லை என்றே சொல்ல வேண்டும். ஆனால், கவனமாகவும், உண்மையாகவும் இந்த விஷயம் பற்றிய விவரங்களைச் சுருக்கித் தருகிறார். இதில் பிரெஞ்சு, ஆங்கிலம், ஜெர்மன் மொழிகளில் உள்ளவை அடங்கும் (குறிப்பாக ஆஸ்வால்டும் மாக்கும்). எனவே, இவரது நூலைப் பற்றி நாம் அடிக்கடி கூற வேண்டியிருக்கும்.

பொதுவாக தத்துவவாதிகளின் கவனமும், ஏதேனும் ஒரு காரணத்திற்காக விஞ்ஞானத்தை விமர்சனம் செய்பவர்களின் கவனமும் குறிப்பாக, இயற்பியலை நோக்கித் திரும்பியுள்ளது. "பௌதிக அறிவின் மதிப்பு, எல்லைகள் ஆகியவற்றை விவாதிக்கும் பொழுது, நேர்க்காட்சி விஞ்ஞானத்தின் உண்மையான பொருளைப்

புரிந்துகொள்ளும் சாத்தியம் விமர்சனம் செய்யப்படுகிறது" (பக்.i-ii) "தற்கால இயற்பியலில் நெருக்கடி" என்பதிலிருந்து மக்கள் அவநம்பிக்கையான முடிவுகளையே முன்வைக்கின்றனர் (பக். 14). இந்த நெருக்கடிதான் என்ன? பத்தொன்பதாம் நூற்றாண்டின் பெரும் பகுதியில் இயற்பியலாளர்கள் அவசியமான "இயற்கையை இயந்திரவியல் ரீதியில் விளக்குவதை அவர்கள் நம்பி இருந்தார்கள்; இயற்பியல் என்பது சிக்கலான ஓர் இயந்திரவியல் தவிர வேறு ஒன்றும் இல்லை என்று அவர்கள் கருதினர். அதாவது, மூலக்கூறு இயந்திரவியல் (Molecular mechanics) என்றனர். இயற்பியலை ஓர் இயந்திரவியலாகக் காணும் முறை, இயந்திரவியலின் விவரங்கள் ஆகியவற்றில் மட்டுமே அவர்கள் வேறுபட்டனர்... தற்பொழுது இயற்பியல் - வேதியியல் அல்லது இயற்பியல் தன்மை கொண்ட வேதியியலின் அறிவியல் சித்திரம் முற்றிலுமாக மாறுபட்டு உள்ளது. பொதுவான ஒற்றுமைக்குப் பதிலாக இன்று கருத்து வேறுபாடுகள் அதிகமாக உள்ளன. இது விவரங்கள் பற்றியது மட்டுமல்லாமல், ஏற்கெனவே அறியப்பட்ட அடிப்படையான கருத்துகள் பற்றிய தாகவும் இருந்தது. ஒவ்வொரு விஞ்ஞானிக்கும் அவருடைய தனித்தப் போக்குகள் உண்டு என்று கருதினாலும், விஞ்ஞானங் களில், குறிப்பாக இயற்பியலில் கலையைப் போன்று பல்வேறு பிரிவுகள் உள்ளன. இவற்றின் முடிவுகள், ஒன்றிலிருந்து மற்றொன்று வேறுபடுகின்றன. நேர் எதிராகவும் பகைமையாகவும் உள்ளன...

"இதிலிருந்து, தற்கால இயற்பியலில் நெருக்கடி என்று அழைக்கப்படுவதன் முக்கியத்துவத்தையும் செயற்பரப்பையும் ஒருவர் எடைபோட முடியும்.

பத்தொன்பதாம் நூற்றாண்டின் மத்திய பாகம் வரை, பொருள் பற்றிய ஓர் இயக்க மறுப்பியலை உருவாக்குவதற்கு இயற்பியலை பயன்படுத்தலாம் என்று மரபு வகைப்பட்ட இயற்பியல் அனு மானித்தது. இந்த இயற்பியல் அதன் கொள்கைகளுக்கு இருத்தலின் தத்துவார்த்த ஆய்வு சார்ந்த ஆராய்ச்சி மதிப்பையே கொடுத்தது. இதன் கொள்கைகள் எல்லாம் இயந்திரகதியில் இருந்தன. மரபு வகைப்பட்ட இயந்திர நுட்பமானது [ரே இந்த வகையில் இயற்பியலை இயந்திரவியலாகக் குறைத்துக் காட்டும் வண்ணம் கருத்துகளின் ஒரு முறையினைக் குறிப்பிட்ட பொருளில் காட்டும் இச்சொல்லை பயன்படுத்துகிறார்], அனுபவம் தந்த படிப்பினை களைத் தாண்டியும், பொருளாயத ரீதியான பிரபஞ்சத்தைப் பற்றிய ஓர் *எதார்த்த* அறிவே என்று உரிமை கொண்டாடப்பட்டது. இது ஒன்றும் ஏனோதானோவென்று தற்காலிகமாகக் கொள்ளப்பட்ட கூற்றல்ல; வலிந்து திணிக்கப்படும் கருத்தாகும்..." (பக். 16).

இந்த மேன்மையுள்ள "நேர்காட்சிவாதியிடம்" இங்கு நாம் குறுக்கிட வேண்டியிருக்கிறது. மரபுசார்ந்த இயற்பியலின் பொருள் முதல்வாதத் தத்துவத்தை அவர் விவரிக்கிறார் என்பது தெளிவு. ஆனால், சாத்தானைப் (பொருள்முதல்வாதம்) பெயர் சொல்லி அழைக்க அவர் தயாராக இல்லை. ஒரு ஹியூமியருக்கு பொருள் முதல்வாதம் என்பது இயக்க மறுப்பியல் தத்துவம், திணிக்கப்படும் வாதம், அனுபவத்தின் எல்லைகளைத் தாண்டுவது என்பனவாம். பொருள்முதல்வாதம் பற்றி ஒன்றும் தெரியாத ஹியூமியரான ரேக்கு, எங்கெல்சின் கருத்துப்படியான இயங்கியல், இயங்கியல் பொருள்முதல்வாதம், இயக்க மறுப்பியல் பொருள்முதல்வாதம் ஆகியவற்றிற்கு இடையே உள்ள வேறுபாடு பற்றி ஒன்றும் தெரியாது. எனவே, முழுமையான உண்மை சார்பியல் உண்மை ஆகியவற்றுக்கு இடையேயான உறவும்கூட ரேக்கு முற்றிலுமே தெளிவாகவில்லை.

"...பத்தொன்பதாம் நூற்றாண்டின் இரண்டாம் பகுதி முழுவதும் மரபு வகைப்பட்ட இயந்திர நுட்பம் மீது தொடுக்கப்பட்ட விமர்சனங்கள், இயந்திர நுட்பத்துடைய இருத்தல் பற்றிய தத்துவார்த்த ஆய்வு சார்ந்த எதார்த்தத்தின் அடிப்படையான வாதத்தைப் பலவீனப்படுத்திவிட்டன. இந்த விமர்சனங்களின் அடிப்படையில், இயற்பியல் பற்றிய ஒரு தத்துவக் கருத்து உருவாக்கப்பட்டது. இது பத்தொன்பதாம் நூற்றாண்டின் முடிவில் அநேகமாக தத்துவார்த்தத் தளத்தில் ஒரு பாரம்பரியமாகவே மாறிவிட்டது. விஞ்ஞானம் என்பது குறியீட்டுச் சூத்திரம் தவிர வேறு எதுவும் இல்லை; சங்கேத முறை (குறிகள், அடையாளங்கள், குறியீடுகளை உருவாக்குதல்). இந்த சங்கேத முறை வெவ்வேறு சிந்தனைப் பிரிவுகளுக்குள் வேறுபடுவதால் ஏற்கெனவே சங்கேதத் திற்காக மனிதன் எவற்றைக் குறிப்பிட்டானோ அவை மட்டுமே மறுபடியும் அடையாளப்படுத்தப்படுகின்றன என்ற முடிவுக்கு வந்தது. கலை ஆர்வலர்களுக்கு விஞ்ஞானம் ஒரு கலைப் படைப்பாயிற்று; பயன்பாட்டுவாதிகளுக்கும் அவ்வாறே ஆயிற்று. விஞ்ஞானத்தின் சாத்தியத்தை மறுக்கும் கருத்துகள் விதிகளின்படி விளக்கப்பட்டன. இயற்கை மீது செயல்புரியும் ஒரு கலை உத்தி என்ற விஞ்ஞானம், வெறும் பயன்பாட்டு உத்தி என்ற அளவுக்குள் உள்ள விஞ்ஞானம் - இவற்றை விஞ்ஞானம் என்று அழைக்க முடியாது. விஞ்ஞானம் என்பது செயற்கைத்தனமான ஒன்றைத் தவிர வேறல்ல என்று கூறுவது அதன் உள்ளார்ந்த பொருளிலிருந்து பார்க்கத் தவறும் பொறுப்பற்ற செயலே.

மரபு வகைப்பட்ட இயந்திரநுட்பத்தின் தகர்வு, அது பற்றிய விமர்சனம், விஞ்ஞானமே தகர்ந்துவிட்டது என்ற முடிவிற்கு

இட்டுச் சென்றது. பாரம்பரிய இயந்திரவியலை கண்மூடித்தன மாகப் பின்பற்றும் சாத்தியமின்மை காரணமாக, விஞ்ஞானமே சாத்தியமற்றது என்ற முடிவுக்கு வந்தார்கள்" (பக். 16-17).

இந்த ஆசிரியர் கேட்கிறார்: "இயற்பியலில் எழுந்துள்ள இந்த நெருக்கடி தற்காலிகமானதா, விஞ்ஞான வளர்ச்சியில் இது புறத்தே உள்ள தற்செயல் நிகழ்வா அல்லது விஞ்ஞானமே முற்றிலும் மாறி விட்டதா அல்லது அது இதுவரை பின்பற்றிய பாதையை விட்டு விட்டதா?..."

"வரலாற்றில் எப்பொழுதுமே முன்னோடியாக உள்ள [இயற்பி யல் ரீதியானவை, வேதியியல் ரீதியானவை] விஞ்ஞானங்கள் தொழில்நுட்ப ரீதியான சில சூத்திரங்கள் மட்டுமே என்ற நிலைக்குத் தாழ்ந்து, இயற்கை பற்றிய அறிவு என்ற கண்ணோட்டத் திலிருந்து முக்கியத்துவம் அற்றதாகி விட்டால், தர்க்கம், கருத்துகளின் வரலாறு ஆகியவற்றில் ஒரு முழுப் புரட்சியே தேவை யாகிறது. இயற்பியல் அதன் கல்விசார் மதிப்பை இழந்துவிடுகிறது. அது பிரதிநிதித்துவப்படுத்தும் நேர்க்காட்சி விஞ்ஞானம் பொய்யான தாகவும் ஆபத்தமானதாகவும் மாறுகிறது''. விஞ்ஞானம் சில நடைமுறைக் குறிப்புகளை மட்டுமே தரமுடியும். உண்மையான அறிவை அல்ல. "உண்மை பற்றிய அறிவினை வேறு சாதனங்களின் மூலம் தான் பெற வேண்டும்... நாம் வேறு பாதைக்குச் செல்ல வேண்டும். அகவயமான உள்ளுணர்விற்குத் திரும்ப வேண்டும்; எதார்த்தம் பற்றிய புதிரான ஒன்றிற்குச் செல்ல வேண்டும்; சுருக்கமாகப் புதிர்வாதத்திற்குச் செல்ல வேண்டும்" (பக். 19).

ஒரு நேர்க்காட்சிவாதி என்ற முறையில், இத்தகைய கருத்து தவறு என்று இந்த ஆசிரியர் கருதுகிறார். இயற்பியலில் உள்ள நெருக்கடி தற்காலிகமானது என்கிறார். மாக், பாயின்கர், அவரது ஆதரவாளர்கள் ஆகியோரது கருத்தினை ரே எவ்வாறு தூய்மையாக்குகிறார் என்று காண்போம். இப்பொழுது இந்த "நெருக்கடியின்" உண்மையையும் அதன் முக்கியத்துவத்தையும் காண்போம்.

நாம் மேற்கோளாகக் காட்டிய ரேயின் கடைசிச் சொற்களிலிருந்து பிற்போக்குவாதிகள் எதைச் சாதகமாக எடுத்துக் கொண்டுள்ளார்கள், நெருக்கடியை எவ்வாறு தீவிரமாக்கியுள்ளனர் என்பது தெளிவா கிறது. அவரது நூலின் முன்னுரையில், "பத்தொன்பதாம் நூற்றாண்டின் இறுதியில் நம்பிக்கைவாதம் மற்றும் அறிவுத்துறைக்கு எதிர்ப்பான இயக்கங்கள் ஆகியன தற்கால இயற்பியலின் பொதுவான உணர்ச் சியை அடிப்படையாகக் கொள்ள முயற்சிக்கின்றன" என்று வெளிப் படையாகவே கூறுகிறார். பிரான்ஸ் நாட்டில் பகுத்தறிவிற்கு மேலாக நம்பிக்கையைப் பின்பற்றுபவர்களுக்கு "நம்பிக்கைவாதிகள்" என்று

பெயர். அறிவுத்துறைக்கெதிரான வாதம் எனப்படுவது பகுத்தறிவின் உரிமைகளையோ அல்லது உரிமைக் கோரல்களையோ மறுக்கும் ஒரு கோட்பாடாகும். எனவே, அதன் தத்துவத்தின்படி "தற்கால இயற்பியலின் நெருக்கடி" என்பது பழைய இயற்பியல் அதன் கொள்கைகளை "உலகம் பற்றிய உண்மையான அறிவு" என்றும், அதாவது "புற யதார்த்தத்தின் பிரதிபலிப்பு" என்றும் கருதியது என்பதாகும். ஆனால், இயற்பியலின் புதிய போக்கானது கொள்கைகளைக் குறியீடுகள், அடையாளங்கள், நடைமுறைக்கான குறிப்புகள் என்றே கருதுகிறது. அதாவது, நமது மனதைச் சாராமல், ஆனால் அதனால் பிரதிபலிக்கப்படும் ஒரு புறவய எதார்த்தம் இருப்பதை அது மறுக்கிறது. சரியான தத்துவச் சொற்களை ரே பயன்படுத்தி யிருந்தால், ஆரம்பகால இயற்பியலால் ஏற்றுக்கொள்ளப்பட்ட பொருள்முதல்வாத அறிவுக் கொள்கைக்குப் பதிலாக, கருத்து முதல்வாத அறியொணாவாதக் கொள்கை இடம் பெற்றுள்ளது என்றும் இதனை கருத்துமுதல்வாதிகள், அறியொணாவாதிகள் ஆகியோரின் விருப்பத்திற்கு மாறாக, நம்பிக்கைவாதிகள் சாதக மாக்கிக் கொண்டனர் என்றும் ரே கூறியிருப்பார்.

ஆனால், நெருக்கடிக்கு ஆதாரமான இதன் மூலம் எல்லா தற்கால இயற்பியலாளர்களும், பழைய இயற்பியலாளர்களை எதிர்க்கின்றனர் என்று ரே கூறவில்லை, அறிவுத்தோற்றவியல் போக்கில் தற்கால இயற்பியலாளர்கள் மூன்று சிந்தனைப் பிரிவுகளாக உள்ளனர் என்று ரே காட்டுகிறார்: ஆற்றல் ஆய்வியல் துறையினர் அல்லது கருத்தியல்வாதப் பிரிவினர்; இயந்திரவியல் அல்லது புதிய இயந்திரவியல் கொள்கை, இதனைப் பெரும்பாலான இயற்பியலாளர் பின்பற்றுகின்றனர்; இந்த இரண்டிற்குமிடையே உள்ள விமர்சனக் கொள்கையினர். முதலாவதில், மாக்கும் டுஹெமும் உள்ளனர்; மூன்றாவதில், ஹென்றி பாயின்கர் உள்ளார். இரண்டாவதில், கிரிச்சாப், ஹெல்ம்ஹோல்ட்ஸ், தாம்சன் (கெல்வின் பிரபு), மாக்ஸ்வெல் - பழைய இயற்பியலாளர்கள் மத்தியில் லாமர், லோரன்ட்ஸ் (புதிய இயற்பியலாளர்கள்) உள்ளனர். இந்த இரு அடிப்படைப் போக்குகளின் சாராம்சத்தை (மூன்றாவது போக்கு இடைப்பட்டதே, தனித்தது அல்ல) ரேயின் பின்வரும் சொற்களிலிருந்து காணலாம்:

"மரபுரீதியான இயந்திரவியல், பொருள் அடிப்படையிலான உலகம் என்னும் ஓர் அமைப்பினை உருவாக்கியது." பொருளின் அமைப்பினைப் பற்றிய அதன் கொள்கைக்கு அது அடிப்படையாக உள்ளது. "பண்பளவில் அவை ஒருபடித்தான ஒத்த தன்மை கொண்ட ஆக்கக் கூறுகள்" ஆகும். ஆக்கக்கூறுகள் மாற்ற முடியாதவை,

சிதைக்க முடியாதவை என்று கருத வேண்டும். இயற்பியலானது "உண்மையான பொருள்களின் உண்மையான அமைப்பினை உண்மையான சிமென்ட் (Cement) கொண்டு உருவாக்கியுள்ளது." இயற்பியலாளர்களிடம் பொருளாயத ஆக்கக் கூறுகள், அதன் காரணங்கள் செயல்முறைகள் அவற்றின் உண்மையான விதிகள் இருந்தன" (பக்.38). "இயற்பியலின் பார்வையில் ஏற்பட்ட மாற்றங்களானது எல்லாவற்றுக்கும் மேலே கோட்பாடுகளுடைய இருத்தல் பற்றிய ஆய்வின் முக்கியத்துவத்தை மறுத்தலையும் இயற்பியலில் மனிதனுடைய அகநிலை மற்றும் புற நிலைகள் பற்றிய அனுபவத்தின் ஆய்வுக்கான முக்கியத்துவம் மீது ஒரு மிகைப் படுத்தப்பட்ட அழுத்தம் தருவதை மறுத்தலையும் கொண்டுள்ளது". கருத்தியல் வாத பார்வையானது "தூய மனக்கண் தோற்றங்களை... அத்துடன் ஒரு தூய அருவமான கோட்பாட்டை நாடுகிறது. அதுதான் பொருள் பற்றிய கருதுகோளை எந்த அளவுக்கு சாத்தியப்படுமோ அந்த அளவுக்கு நீக்கிவிடுகிறது... ஆற்றலின் கருத்தானது இவ்வாறு புதிய இயற்பியலுடைய துணைக் கட்டுமானமாகி விடுகிறது. எனவேதான், கருத்தியல்வாத இயற்பியலானது பெரும்பாலும் அவ்வப்போது *ஆற்றல் ஆய்வுத்துறையினருக்கான இயற்பியல்* என்று அழைக்கப்படலாம்." இருந்தபோதிலும் கருத்தியல்வாத இயற்பியலின் ஒரு பிரதிநிதி என்று எடுத்துக்காட்டாக மாக்கிற்கு சிறப்புப் பெயர் அளிப்பது என்பது பொருத்தமானதாக இல்லை (பக்.46).

கருத்தியல்வாத (கருத்துமுதல்வாத வகை - மொ.ர்) கொள்கை யாளர்களுடன் ஆழ்ந்த கருத்து வேறுபாடு கொண்டிருந்த போதிலும், மாக்கியத்துடன் ஆற்றல் ஆய்வியல் துறையை ரே அடையாளப்படுத்திக் காண்பது நிச்சயமாகவே முற்றிலும் தவறுதான்; அது போன்றே, இயற்பியல் குறித்த புலப்பாட்டியல் வாத பார்வையை புதிய இயந்திரவியல் கொள்கையினர் நெருங்கி வருகின்றனர் என்று அவர் உறுதிபடக் கூறுவதும் தவறுதான். ரே அவர்களுடைய "புதிய" பெயரிடல் தெளிவுபடுத்துவதற்கு மாறாக சிக்கல்களை மறைக்கிறது; எனினும் வாசகர்களுக்கு இயற்பியலில் காணப்படும் நெருக் கடியை ஒரு "நேர்க்காட்சிவாதி" எவ்வாறு கருதுவார் என்பதைப் பற்றிய பார்வையை அளிக்க வேண்டு மென்றால் நம்மால் இதைத் தவிர்க்க முடியாது. மிக முக்கியமாக, "புதிய" பிரிவு, பழைய பிரிவினை எதிர்ப்பதை, வாசகர்களே காண்பதுபோல, கிளெயின் பீட்டரின் விமர்சனத்துடன் ஒத்துப் போகிறது. பல்வேறு இயற்பியலாளர்களின் கருத்துகளை ரே கூறும் பொழுது, அவர்களது தத்துவக் கருத்துகளின் உறுதியற்ற தன்மை, ஊசலாட்டம் ஆகியவற்றையே ரே பிரதிபலிக்கிறார். தற்கால

இயற்பியலின் நெருக்கடியின் *சாராம்சம்*, பழைய விதிகள், அடிப்படைக் கொள்கைகள் ஆகியவற்றின் சிதைவு, மனதிற்கு வெளியே புறவய எதார்த்தம் இருப்பதை மறுத்தல், பொருள்முதல் வாதத்திற்குப் பதிலாக கருத்துமுதல்வாதம், அறியொணாவாதம் ஆகியவற்றை இடம்பெறச் செய்தல் ஆகியவற்றில் உள்ளது. இந்த நெருக்கடியைத் தோற்றுவித்த பல பிரச்சனைகளின் அடிப்படை யான சிக்கல் காரணமாக, ஒருவர் "பருப்பொருள் மறைந்து விட்டது" என்று கூறலாம். இந்தச் சிக்கல் பற்றிக் காண்போம்.

2. "பருப்பொருள் மறைந்து விட்டது"

அண்மைக் காலக் கண்டுபிடிப்புகள் பற்றி தற்கால இயற்பிய லாளர்கள் பேசும் பொழுது இவ்வாறான கூற்றினைக் காண முடியும். உதாரணமாக, எல். ஹொலிவிக் என்பவர் அவரது புத்தகம் *அறிவியலின் பரிணாமம்* என்பதில், பருப்பொருள் பற்றிய புதிய கொள்கைகள் எனும் அத்தியாயத்தில் பின்வரும் தலைப்பைக் கொடுத்துள்ளார்: "பருப்பொருள் என்ற ஒன்று இருக்கிறதா?" அவர் கூறுகின்றார்: "அணு அதன் பொருட்தன்மையை இழக்கிறது... பருப்பொருள் மறைந்து விடுகிறது."* மாக்கியர்கள் எவ்வாறு அடிப்படையான தத்துவ முடிவுகளுக்கு இதிலிருந்து வருகின்றனர் என்பதைக் காண, வாலன்டினோவ் சொல்வதை நாம் பார்ப்போம். அவர் எழுதுகிறார்: "உலகம் பற்றிய விஞ்ஞான விளக்கத்திற்கு உறுதியான ஆதாரத்தைப் 'பொருள்முதல்வாதத்தில் *மட்டுமே*' காண முடியும் என்பது ஒரு கட்டுக்கதை. அது ஓர் அபத்தமான கதையும் கூட" (பக்.67). இந்தக் கட்டுக்கதையை அழிப்பவர் என பிரபல இத்தாலிய இயற்பியலாளர் அகஸ்டோ ரிகி என்பவரை மேற் கோளாகக் காட்டுகிறார். அவர் கூறுகிறார், "எலக்ட்ரான் கொள்கை என்பது பருப்பொருள் பற்றிய கோட்பாடாக இல்லாததைப் போன்று மின்சாரம் பற்றிய கோட்பாடாகவும் இல்லை. இந்தப் புதிய அமைப்பு மின்சாரததை, பருப்பொருளின் இடத்தில் வைக்கிறது". (*பௌதீக மெய்நிகழ்வுகளின் நவீன கொள்கை, 1905, பி.131*) இதனை மேற் கோளாகக் காட்டிய (பக்.64) பின்னர் திரு. வாலன்டினோவ் கூறுகிறார்:

"புனித வடிவிலான பொருளுக்கு எதிராக இந்தக் குற்றத்தை ஏன் ரிகி செய்கிறார்? அவர் ஆன்மீகவாதி, கருத்துமுதல்வாதி, முதலாளித் துவ விமர்சகர், அனுபவவாத ஒருமைவாதி அல்லது வேறு மோச மான ஒருவர் என்பதாலா?"

---

* எல். ஹொலிவிக் *'அறிவியலின் பரிணாமம்'* பாரிசு, 1908. பக். 63, 87, 88; காண்க அவரது கட்டுரை: ''பருப்பொருள் பற்றிய இயற்பியலாளர்களின் கருத்துகள்'' *உளவியலுக்கான ஆண்டு புத்தகம்*[90], 1908.

இக்கூற்றில் அடங்கியுள்ள வசை மூலமாகப் பொருள்முதல் வாதிகளை அழிப்பதுபோல வாலன்டினோவிற்குத் தோன்றுமானால், பொருள்முதல்வாதத் தத்துவம் பற்றிய அவரது சுத்தமான அறியாமை யைத்தான் காட்டுகிறது. கருத்துமுதல்வாதத் தத்துவத்திற்கும் "பருப்பொருள் மறைவதற்கும்" உள்ள உண்மையான தொடர்பை வாலன்டினோவ் புரிந்துகொள்ளத் தவறிவிட்டார். தற்கால இயற் பியலைப் பின்பற்றி அவர் பேசும் "பருப்பொருள் மறைகிறது" என்பதற்கும், பொருள்முதல்வாதம், கருத்துமுதல்வாதம் ஆகிய வற்றிற்கும் இடையிலான அறிவுத் தோற்றவியல் வேறுபாட்டிற்கும் எந்தத் தொடர்பும் இல்லை. இதனைத் தெளிவாக்க, மாக்கியர்களில் உறுதியானவரும், தெளிவானவருமான கார்ல் பியர்சனை எடுத்துக் கொள்வோம். அவரைப் பொறுத்த அளவில், பொருள் உலகம் என்பது புலன் தடங்களின் தொகுப்பினால் ஆனது. பின்வரும் படத்தின் மூலம் "பொருள் உலகத்தின் நமது கருத்தியல் மாதிரியை" அவர் விளக்குகிறார். (அறிவியலின் இலக்கணம், பக். 282).

ஈத்தர்   முதன்மை   ரசாயன   மூலக்கூறு   துகள்   பொருள்
அலகு   அணு   அணு   (– δ)   (– γ)

தனது படத்தை எளிமைப்படுத்த வேண்டி, கார்ல் பியர்சன் ஈதர் (Ether) மற்றும் மின்சாரத்துக்கு இடையிலான உறவு பற்றிய சிக்கலை முற்றிலுமாக விட்டுவிடுகிறார் அல்லது நேர்மின்னேற்றம் கொண்ட எலக்ட்ரான்கள் (Electrons) மற்றும் எதிர்மின்னேற்றம் கொண்ட எலக்ட்ரான்கள் (Electrons) ஆகியவற்றுக்கு இடையிலான உறவு பற்றிய சிக்கலை முற்றிலுமாக விட்டுவிடுகிறார். எனினும், அது முக்கியத்துவம் கொண்டது இல்லை (மொ.ர். குறிப்பு: Ether - ஈதர் என்ற சொல்லானது இயல் உலகில் எங்குமே நீக்கமற நிறைந்த தாக்வும் மின்காந்த அலைகளின் இயக்கத்துக்கு உரியதாகவும் கருதப்படுகிற ஊடுபொருள் பற்றி குறிப்பிடுகிறது).

பியர்சனின் கருத்துமுதல்வாத நிலையின்படி, திரளாக உள்ள முழுமையான பொருள்கள் புலன் தடங்களாக முதலில் கருதப்படு கின்றன. பின்னர், துகள்களில் இருந்து இந்த முழுமையான பொருள்களின் அமைப்பு, மூலக்கூறுகளில் இருந்து துகளின் அமைப்பு

பௌதிக உலகின் அமைப்பினை மாற்றுகின்றன. ஆனால், இது முழுமையான பொருள்கள் புலன் உணர்வுகளின் குறியீடுகள் அல்லது புலன் உணர்வுப் பொருள்களின் பிம்பம் என்பதைப் பாதிப்பதில்லை. நமது அறிவின் *தோற்றுவாய்* பற்றிய கேள்விக்குச் சொல்லும் விடைகளிலும், இயற்பியல் ரீதியான உலகுக்கும் அறிவுக்கும் அத்துடன் பொதுவாக ''மனதுக்கும்'' இடையிலான உறவு பற்றிச் சொல்லும் விடைகளிலும் பொருள்முதல்வாதமும் கருத்துமுதல் வாதமும் வேறுபடுகின்றன; பருப்பொருள்களின் கட்டமைப்பு பற்றிய சிக்கல், அதேபோல அணுக்கள் மற்றும் எலக்ட்ரான்களின் கட்டமைப்பு பற்றிய சிக்கல் ஆகிய எல்லாமே இந்த "இயற்பியல் உலகம்" தொடர்பானவைதான். பருப்பொருள் மறைகிறது என்று இயற்பியலாளர்கள் கூறும்பொழுது, இதுவரைக்கும் பருப்பொருள், மின்சாரம், ஈதர் ஆகிய மூன்றையும் இறுதிக் கருத்தாக தங்கள் ஆய்விற்கு எடுத்துக் கொண்டனர். ஆனால் பிந்தைய இரண்டு *மட்டுமே* இப்பொழுது இருக்கின்றன. பருப்பொருளை மின்சாரமாக குறுக்குவதற்கான சாத்தியப்பாடு ஏற்பட்டுவிட்டதன் காரணமாக, அணுவை மிகவும் சிறிய சூரிய மண்டலமாக விளக்கலாம், அதற்குள்ளாக எதிர்மின் சக்தியுள்ள எலக்ட்ரான்கள்[91] நேர்மின் சக்தி கொண்ட எலக்ட்ரானைக்[92] குறிப்பிட்ட திசைவேகத்தில் நாம் ஏற்கெனவே பார்த்ததுபோல (மிகவும் அதிகமான) சுற்றி வருகின்றன. ஏராளமான ஆக்கக் கூறுகளிலிருந்து பௌதிக உலகத்தினை, இரண்டு அல்லது மூன்று ஆக்கக்கூறுகளாகக் குறைத்து விடலாம் (இயற்பிய லாளர் பெல்லாட் கூறுவதுபோல, "இரண்டு வேறுபட்ட வகைப் பொருளாகக்'' காட்டலாம் - ரே, மே.நூ. பக். 294 - 95). எனவே, இயற்கை விஞ்ஞானம் "*பொருளின் ஒருமைக்குச்*" செல்கிறது, (மே. நூ).* பருப்பொருளின் மறைவு, மின்சாரம் அதன் இடத்திற்கு வருதல் போன்றவற்றின் உண்மையான அர்த்தம் இதுதான். இது பலரைக் குழப்பத்திற்கு உள்ளாக்கியுள்ளது. "பருப்பொருள் மறைகிறது"

---

* ஒப்பீடு செய்ய. ஆலிவர் இலாட்ஜே, *எலக்ட்ரான்கள் பற்றி* பாரீசு, 1906, பக். 159. ''பருப்பொருள் பற்றிய மின்சாரக் கோட்பாடு'', ''மின்சாரத்தை அடிப்படையான பொருள்'' என்று அங்கீகரிப்பது. ''தத்துவவியலாளர் பருப்பொருளின் ஓர்மை'' என்பதற்காக எப்போதும் பெரும் முயற்சி செய்தார்களே அதை நோக்கிய ஒரு பெரிதும் ஒத்த முடிவான செயலாகும்''; அகஸ்டோ ரிகி எழுதிய *''பருப்பொருளின் கட்டுமானம் பற்றி''* நூல் லீப்சிக் 1908இல் வெளியிடப்பட்டதையும், ஒப்பீடு செய்க; *J.J.* தாம்சன் *''பருப்பொருள் பற்றிய நுண்துகள் கோட்பாடு, லண்டன், 1907; P.* லாங்எவின் ''எலக்ட்ரான்களின் இயற்பியல்'' விஞ்ஞானத்திற்கான பொதுவான சஞ்சிகை, 1905, பக்.257-76.) [93] நூல்களையும் காண்க.

என்பதன் அர்த்தம், நமக்கு இதுவரை தெரிந்த பருப்பொருள் பற்றிய வரம்புள்ள தன்மை மறைகிறது; நமது அறிவு இன்னும் ஆழமாகச் செல்கிறது; இதற்கு முன்னர் முழுமையானது, மாற்ற முடியாதது, அடிப்படையானது என்று கருதப்பட்ட பண்புகள் இப்பொழுது மறைகின்றன (சிதைக்க முடியாமை, சடத்துவம், பொருண்மை[94] போன்றவை). இவை சார்பியலானவை என்றும் பருப்பொருளின் சில நிலைகளின் பண்பு என்றும் இப்பொழுது அவை தோன்றுகின்றன. பொருள்முதல்வாதத்துடன் இணைந்துள்ள பருப்பொருளின் ஒரே "பண்பு" என்பது மனதிற்குப் புறத்தே உள்ள, *புறவய எதார்த்தம்* என்பது மட்டும் தான்.

பொதுவாக, மாக்கியத்தின் புதிய இயற்பியல் பற்றிய மாக்கியத்தின் பிழை என்னவென்றால், இயக்க மறுப்பியல் பொருள்முதல் வாதம் இயங்கியல் பொருள்முதல்வாதம் ஆகியவற்றிற்கு உள்ள வேறுபாடு, பொருள்முதல்வாதத் தத்துவத்தின் அடிப்படை ஆகியவற்றைப் புறக்கணிப்பது ஆகும். மாறாத ஆக்கக்கூறுகள், "பொருளின் மாறாத சாராம்சம்" ஆகியவற்றை ஏற்றுக் கொள்வது பொருள்முதல் வாதம் அல்ல. அது *இயக்க மறுப்பியலானது, எதிர் இயங்கியல் பொருள்முதல்வாதம்* ஆகும். அதனால் தான் ஜே. டியட்ஸ்ஜென், "விஞ்ஞானத்தின் உட்கிடைப் பொருள் எல்லையற்றது" என்றும், *அது எல்லையற்றது மட்டுமல்ல* "மிகச் சிறு அணுவைக்" கூட அளக்க முடியாது, அதனை இறுதி வரை அறிந்துகொள்ள முடியாது, குறைவற்றது, "இயற்கைக்குத் தொடக்கமும் இல்லை முடிவும் இல்லை" என்றெல்லாம் கூறினார். *(தத்துவ ரீதியான சிறு படைப்புகள், பிரிவு. 229 - 30). அதனால்தான் தார் எண்ணெயில் அலிசரின் கண்டுபிடிக்கப் பட்டதைக் கூறி, இயந்திரகதியிலான பொருள்முதல்வாதத்தை எங்கெல்ஸ் விமர்சனம் செய்தார். சரியான முறையில் இந்தக் கேள்வியைக் கேட்க வேண்டும் என்றார். அதாவது, இயங்கியல் பொருள்முதல்வாதக் கண்ணோட்டத்திலிருந்து பின்வருமாறு கேட்க வேண்டும்: எலக்ட்ரான்கள், ஈதர் போன்றவை மனித மனதிற்குப் புறத்தே புறவய மெய்மையாக உள்ளனவா இல்லையா? தயக்க மின்றி விஞ்ஞானிகளும் இந்தக் கேள்விக்குப் பதில் கூற வேண்டும். மனிதனுக்கு முன்பே, உயிர்ப்பொருள் கூறான பொருட்களுக்கு முன்பே இயற்கை இருந்தது என்பதை ஏற்றுக் கொள்வதைப் போல, இந்தக் கேள்விக்கும், நேர்மறையாகவே பெரும்பாலும், பதில் கூறுகின்றனர். இவ்விதமாகப் பொருள்முதல்வாதத்திற்குச் சாதகமாக இதற்குப் பதில் உள்ளது. நாம் ஏற்கெனவே கூறியபடி, பருப்பொருள் என்ற கருத்து, அறிவுத் தோற்றவியல் ரீதியாக மனித மனதிற்குப் புறத்தே உள்ள, அதனால் பிரதிபலிக்கப்படுகிற புறவய மெய்மையையே குறிக்கிறது.

ஆனால், பருப்பொருளின் அமைப்பு, அதன் பண்புகள் ஒவ்வொரு விஞ்ஞானக் கண்டுபிடிப்பின் தோராயமான, சார்பியலான தன்மையை இயங்கியல் பொருள்முதல்வாதம் வலியுறுத்துகிறது, இயற்கையிலும், பருப்பொருள் ஒரு நிலையிலிருந்து மற்றொன்றிற்கு மாறுவதிலும், முழுமையான எல்லை இல்லை என்று அது வலி யுறுத்துகிறது. நமது கண்ணோட்டத்தின்படி, இது பொருத்தமற்றது, என்று அது கூறுகிறது. "பொது அறிவுக்கு'' எண்ணிப் பார்க்க முடியாத ஈதர், எண்ணிப் பார்க்கும் பருப்பொருளாக மாறுவது, பருப்பொருள் ஈதராக மாறுவது, மின்காந்தப் பொருண்மை தவிர எலக்ட்ரானில் வேறு எந்த வகையான பொருண்மை இருப்பதும் "வினோதமாகத்'' தோன்றுவது, இயக்கம் பற்றிய இயந்திரவியல் விதிகள் ஒரு குறிப்பிட்ட தோற்றப்பாட்டுக்கு மட்டும்தான் உள்ளவை, மின்காந்த தோற்றப்பாட்டின் ஆழமான விதிகளுக்கு அவை உட்பட்டவை ஆகியன எல்லாம் இயங்கியல் பொருள்முதல் வாதத்தை *உறுதிப்படுத்தும்* மற்றொரு முறையாகும். இதற்குக் காரணம், இயற்பியலாளர்களுக்கு இயங்கியல் தெரியாது. எனவே, புதிய இயற்பியல் கருத்துமுதல்வாதத்திற்கு வழிதவறிச் சென்றது. அவர்கள் இயக்க மறுப்பியல் பொருள்முதல்வாதத்தை எதிர்த்தார் கள் (எங்கெல்சின் கருத்தை ஹியூமிய நேர்க்காட்சிவாத உலகு கருத்தை அல்ல), மற்றும் அதன் ஒரு பக்கச் சார்பை "இயந்திர கதியில்" எதிர்த்தார்கள். இவ்வாறு செய்யும்பொழுது தவிட்டோடு அரிசியையும் தூக்கி வெளியே எறிந்தார்கள். ஆக்கப்பொருட்களின் மாறாத் தன்மை, பருப்பொருள்களின் பண்பு ஆகியவற்றை மறுத்ததன்மூலம் அவர்கள் பருப்பொருளையே மறுத்தார்கள். அதாவது, பெளதிக உலகத்தின் புறவய எதார்த்தத்தை மறுத்தார்கள். சில அடிப்படையான விதிகளின் புறவயத் தன்மையை மறுப்பதன் மூலம், இயற்கையில் உள்ள எல்லா விதிகளையும் மறுத்தார்கள். இயற்கையின் விதிகள் என்பன வெறும் மரபு சார்ந்தவை, "எதிர்பார்ப்பின் எல்லை", "பகுத்தறிவுக்குப் பொருத்தமான இன்றி யமையாமை" என்றெல்லாம் கூறினார்கள். நமது அறிவின் சார்பியல், தோராயத் தன்மையை மறுப்பதன் மூலம் தோராயமாகச் - சரியாகப் பிரதிபலிக்கப்படுகிற, சார்பியல் - உண்மையாகப் பிரதிபலிக்கிற மனதைச் சாராத பொருளை மறுத்தார்கள்.

1899 ஆம் ஆண்டு, "பொருள்களின் மாறாத் தன்மையின் சாராம்சம்" என்பது பற்றி போக்தனோவ் கூறியது, பொருள் பற்றி வாலன்டினோவ், யுஷ்கேவிச் கூறியது ஆகியன எல்லாம் இயங்கியலைப் பற்றி ஒன்றும் தெரியாமையின் விளைவே ஆகும். மனது என்ற ஒன்று இருக்கும்பொழுது, அது, ஏற்கெனவே இயங்கிக் கொண்டிருக்கின்ற ஒரு புற உலகைப் பிரதிபலிப்பது, அப்புற உலகம்

மனித மனதைச் சாராமல் தனித்து வளர்வது என்பன மட்டும் தான் மாறாதது என்று எங்கெல்ஸ் கூறுகிறார். தொழில் ரீதியான பேராசிரியர்கள் கூறுவது போன்ற வேறு எந்த "மாறாதது", "சாராம்சம்", "முழுமையான பொருள்" என்பன மார்க்சுக்கும் எங்கெல்சுக்கும் இல்லை. பொருள்களின் சாராம்சம் *என்பதும்* சார்பியலானதே. பொருள்கள் பற்றிய மனிதனது அறிவின் ஆழத்தை இது காட்டுகிறது. நேற்று இந்த அறிவு அணுவுக்கு அப்பால் செல்லவில்லை. இன்று அது எலக்ட்ரான், ஈதர் ஆகியவற்றிற்கு அப்பால் செல்லவில்லை. விஞ்ஞான முன்னேற்றம் காரணமாக, மனித அறிவில் உள்ள இந்த *மைல் கல்களின்* தோராயமான, ஒப்பீட்டு ரீதியான தன்மை மற்றும தற்காலிகத் தன்மையை இயங்கியல் பொருள்முதல்வாதம் வலியுறுத்துகிறது. அணுவைப் போன்றே எலக்ட்ரானும் *முடிவற்றது*. இயற்கை எல்லையற்றது. ஆனால், அது எல்லையற்று *இருக்கிறது*. மனித மனதிற்கு வெளியே இயற்கை *இருப்பது*, அதனை மனிதன் உணர்வது ஆகியவற்றை உறுதியாகவும் நிபந்தனையின்றியும் ஏற்றுக் கொள்வதுதான் இயங்கியல் பொருள்முதல்வாதத்தை சார்பியல் வாதிகளின் அறியொணாவாதம், கருத்துமுதல்வாதம் ஆகியவற்றி லிருந்து வேறுபடுத்துகிறது.

புதிய இயற்பியலானது தன்னுணர்வின்றியும் உள்ளூறித் தோய்ந்த வாறும் இயங்கியல் பொருள்முதல்வாதத்துக்கு இடையில் ஊசலாடும் இரு எடுத்துக்காட்டுகளை நாம் மேற்கோள் காட்டுவோம். முதலாளித்துவ அறிவியலாளர்கள் இதனை அறியாதவர்களாகவே உள்ளனர். ''அறிவின் அடிப்படை நிகழ்ச்சியுணர்வுகள் மட்டுமே'' என்ற கோட்பாடானது, தவிர்க்க முடியாதவாறு அகநிலை அனுமானங்கள் (அத்துடன், அடுத்ததாக, நேரடியாக நம்பிக்கை வாதம்) கொண்டும் அறியாமையில் தான் உள்ளது.

பொருள்முதல்வாதம் பற்றி அகஸ்டோ ரிகியிடம் வாலன்டினோவ் கேட்ட கேள்விக்கு ரிகியிடம் இருந்து பதில் பெற *முடியாமல்* போனது. ஆனால், அதே அகஸ்டோ ரிகி தனது புத்தகத்தின் முன்னுரையில் எழுதுகிறார்: "எலக்ட்ரான்கள் அல்லது மின் அணுக்கள் என்பன யாவை என்பது இன்றும் புதிராக உள்ளது; இருந்தபோதிலும், இந்தப் புதிய கொள்கை, பெரிய தத்துவ முக்கியத்துவத்தைப் பெறவிருக்கிறது. ஏனென்றால், சிந்தனைக்குரிய பொருளின் அமைப்பு பற்றிய ஒரு புதிய கருதுகோளை நோக்கி அது சென்று கொண்டிருக்கிறது. புற உலகின் எல்லாத் தோற்றப்பாடுகளையும் ஒரு பொது மூலத்திலிருந்து காண முயற்சிக்கிறது."

நமது காலத்தின் நேர்க்காட்சிவாதம் மற்றும் பயன்பாட்டுக் கொள்கையினருக்கு இந்தச் சாதகமான நிலையால் சிறிய

பின்விளைவையே ஏற்படுத்தும். ஒரு கோட்பாடானது, மேற்கொண்ட நிகழ்வுகள் பற்றிய தேடலுக்கு வழிகாட்டியாக இருக்கலாம்; உண்மைகளை ஒழுங்குபடுத்தவும், கண்டுபிடிக்கவும் உதவலாம். ஆனால், முன்னாட்களில் மனித மனதின் திறமை மீது அதிக நம்பிக்கை வைக்கப்பட்டது. எல்லாப் பொருள்களின் இறுதிக் காரணத்தைப் புரிந்துகொள்வது எளிது என்று கருதப்பட்டது. தற்பொழுது இதற்கு நேர்எதிரான தவறைச் செய்யும் வாய்ப்பு உள்ளது". (அதே நூல், பிரிவு 3).

இங்கு நேர்க்காட்சி வாதம், பயன்பாட்டுக்கொள்கை ஆகிய வற்றில் இருந்து ஏன் ரிகி தன்னைத் தனிமைப்படுத்திக் கொள்கிறார்? அவருக்கு என்று எந்தத் தத்துவ நிலைப்பாடும் இல்லை. இருந்த போதிலும், அவர் இயல்பாக உலகின் எதார்த்தத்தை ஏற்றுக் கொள்கிறார். மேலும், இந்தப் புதிய கொள்கையானது, "ஒரு வசதியானது" மட்டுமல்ல (பாயின்கர்), "அனுபவவாதக் குறியீடு" மட்டுமல்ல (யுஷ்கேவிச்), "அனுபவ ஒத்திசைவு" மட்டுமல்ல (போக்தனோவ்) மட்டுமல்ல, இந்த அகவயப் போக்குகள் எவ்வாறு அழைக்கப்பட்டாலும் எதார்த்தத்தைப் புரிந்து கொள்வதில் இது ஒரு முன்னேறிய பாதை என்றே அவர் கருதுகிறார். இந்த இயற்பிய லாளருக்கு இயங்கியல் பொருள்முதல்வாதம் தெரிந்திருந்தால், பழைய இயக்க மறுப்பியல் பொருள்முதல்வாதத்திற்கு நேர்எதிரான பிழை பற்றிய அவரது கருத்து என்பது சரியான தத்துவத்தின் ஆரம்பப் புள்ளியாக இருந்திருக்கும். ஆனால், இவர்களது சூழல் மார்க்ஸ், எங்கெல்ஸ் ஆகியோரிடமிருந்து இவர்களை அந்நியப் படுத்துகிறது; கொச்சையான அதிகாரபூர்வத் தத்துவத்தில் சேர்த்து விடுகிறது.

ரேவும் இயங்கியல் பொருள்முதல்வாதம் குறித்த பரிச்சயம் எதுவும் இல்லாதவர். ஆனால், தற்கால இயற்பியலாளர்களிடையே "இயந்திரவியலின்" (அதாவது, பொருள்முதல்வாதம்) பாரம்பரி யத்தைப் பின்பற்றுபவர்கள் இருக்கிறார்கள் என்று கூற வேண்டிய நிர்ப்பந்தம் அவருக்கு இருந்தது. அவர் கூறுகிறார்: இயந்திரவியலின் பாதையை கிர்ச்சாப், ஹெர்ட்ஸ், போல்ட்ஸ்மன், மாக்ஸ்வெல், ஹெல்ம் ஹோல்ட்ஸ், கெல்வின் பிரபு ஆகியோர் மட்டுமே பின்பற்றவில்லை. "தூய இயந்திரவியலாளர்களும், சில நேரங்களில் மற்றவர்களைவிட தீவிரமான இயந்திரவியலாளர்களும் லோரன்ஸ், லார்மர் போன்றவர்களைப் பின்பற்றுகிறார்கள். பருப்பொருள் பற்றிய ஒரு மின்கொள்கையை இவர்கள் உருவாக்குகிறார்கள். பொருண்மையின் மாறாத் தன்மையை மறுக்கிறார்கள். அது இயக்கத்தினுடைய வேலை என்கிறார்கள். இவர்கள் அனைவரும்

இயந்திரவியலாளர்கள். ஏனென்றால், உண்மையான இயக்கத்தை அவற்றின் தொடக்கப் புள்ளியாக இவர்கள் ஏற்றுக் கொண்டுள்ளனர். *(ரேவின் சாய்வு எழுத்து, பக்.290-291)*

"...லோரன்ட்ஸ், லார்மர், லாங்கெவின் ஆகியோரின் சமீபத்திய கொள்கை, இயற்பியலை ஒழுங்குபடுத்தப் போதுமான அடிப்படை யாக இருக்குமானால், சில பரிசோதனைகள் மூலம் உறுதியாகு மானால், இன்றைய இயந்திரவியலின் விதிகள் மின்காந்தவியல் விதிகளின் இணைப்பாகவே இருக்கும். நன்கு வரையறுக்கப்பட்ட எல்லைக்குள்ளாக, அதன் தனித்த வடிவமாகவே இருக்கும். பொருண்மையின் மாறாத்தன்மை, சடத்துவம் பற்றிய நமது விதிகள் ஆகியன பொருள்களின் மிதமான திசை வேகத்திற்கே பொருந்தும். நமது புலன் உணர்வுகள், நமது பொது அனுபவத்திற்கான தோற்றப் பாடுகள் ஆகியவற்றின் உறவு நிலையிலேயே 'மிதமான' என்ற சொல் பயன்படுகிறது. இயந்திரவியலை மறு கட்டமைப்புச் செய்வது இயற்பியலை ஒழுங்குபடுத்துவதில் முடிவடையும்.

இதன் பொருள் இயந்திரவியலைக் கைவிடுவதாகுமா? இல்லவே இல்லை. தூய இயந்திரவியல் பாரம்பரியம் எதிர்காலத்திலும் பின்பற்றப்படும். இயந்திரவியல் அதன் போக்கில் இன்னும் வளர்ந்து கொண்டே இருக்கும் (பக்.295)."

"மின்னணு இயற்பியல், இதனைப் பொதுவான இயந்திரவியல் நோக்கில் உள்ள கொள்கை எனலாம். தற்பொழுது, இயற்பியலை ஒழுங்குபடுத்துகிறது. இந்த மின்னணு இயற்பியலின் அடிப்படை விதிகளை இயந்திரவியல் அளிக்காவிட்டாலும், மின்சாரம் பற்றிய கொள்கை சார்ந்த பரிசோதனை விவரங்களால் ஆக்கப்பட்டாலும், அடிப்படையில் அதுவும் இயந்திரவியல் தன்மையையே கொண் டுள்ளது. ஏனெனில்: *(1) பௌதிகப் பண்புகளையும், அவற்றின் விதி களையும் படங்கள் மற்றும் பொருள் கூறு வடிவில் விளக்க முற்படு கின்றது. புலன் அறிவின் அடிப்படையில் விளக்கப்படுகிறது. (2) இனி மேலும் பௌதிக நிகழ்வுகளை இயந்திரவியல் நிகழ்வுகளின் குறிப்பிட்ட வடிவமாக அது கருதாவிட்டாலும், இயந்திரவியல் நிகழ்வுகளைப் பௌதிக நிகழ்வுகளின் குறிப்பிட்ட வடிவமாக அது காண்கிறது. இயந்திரவியல் விதிகள், இயற்பியலுடனான நேரடித் தொடர்ச்சியைப் பெற்றுள்ளதாக இருக்கிறது. இயந்திரவியலின் கருத்தாக்கங்கள் பௌதிக - வேதியியல் கருத்துகளைப் போன்றே உள்ளன. மரபுரீதியான இயந்திரவியலில் ஒப்பீட்டளவில் மெதுவான இயக்கத்திலிருந்து பிரதி செய்யப்பட்டவை தாம் மரபுரீதியான இயற்பியலில் உள்ள இயக்கங்கள். அவை மட்டுமே அறியப்படக் கூடியவை அத்துடன் மிகவும் நேரடி யாகக் காண முடியும்... இவை*

இயக்கங்களின் வகை மாதிரியாக எடுத்துக் கொள்ளப்பட்டன. மாறாக *அண்மைக்காலப் பரிசோதனைகள், சாத்தியமான இயக்கங்கள் பற்றிய நமது கருத்துகளின் எல்லையை விரிவாக்க வேண்டும் என்று காட்டுகின்றன. பாரம்பரிய இயந்திரவியல் மாறாமல் அப்படியே இருக்கிறது. ஆனால், அது சார்பளவில் மெதுவான இயக்கங்களுக்கே பொருந்தும்... பெரிய திசை வேகங்களுக்கான இயக்கவிதிகள் என்பது வேறு. பொருள் மின்துகள்களாக அணுக்களின் இறுதித் தனிமங்களாக மாறுகிறது... (3) இயக்கம், அதாவது வெளியில் இடப்பெயர்ச்சி என்பது மட்டுமே இயற்பியல் கொள்கையில் சித்திர வடிவமாக இருக்கிறது. (4) இறுதியாக, இயற்பியலின் பொதுவான நோக்கில், மற்ற எல்லா வற்றிற்கும் முன்னால் வருவது, இயற்பியல் பற்றிய கருத்தாக்கம், அதன் முறைகள், அதன் கொள்கைகள், அனுபவத்துடன் அதன் உறவு ஆகியன எல்லாமே இயந்திரவியல் கருத்துடன் முழுமையாக அடையாளம் காணப்படுகின்றன. மறுமலர்ச்சிக் காலத்தில் இயற்பியலை வரைவு செய்த நிலையுடன் அடையாளம் காணப் படுகின்றது"* (பக். 46 - 47).

ரேயிடமிருந்து இந்த நீண்ட மேற்கோளை நான் கொடுத்துள்ளேன். ஏனென்றால், "பொருள்முதல்வாத இயக்க மறுப்பியலை"த் தவிர்ப் பதற்காக, அவரால் இதனை வேறு எந்த வழியிலும் விளக்க முடிய வில்லை. ஆனால், ரேயும் மற்ற இயற்பியலாளர்களும் பொருள் முதல்வாதத்தைத் தவிர்த்தாலும், இயந்திரவியல் என்பது பொருள் களின் உண்மையான மெதுவான இயக்கத்தின் பிரதியாகும். அதே சமயத்தில் புதிய இயற்பியல் என்பது மிக அதிகமான திசைவேகம் உள்ள உண்மையான இயக்கத்தின் பிரதியாகும். பொருள்முதல் வாதம் எனப்படுவது கோட்பாட்டை ஓர் பிரதியாக அங்கீகரிப்பது, அதாவது புறவய எதார்த்தத்தின் ஓர் தோராயமான பிரதியாக அங்கீகரிப்பதுதான். தற்கால இயற்பியலாளர்களிடையே "கருத்தியல் வாதிகள் [மாக்கியர்கள்] மற்றும் ஆற்றல் ஆய்வியல் துறையினர்" ஆகியோருக்கு எதிர்ப்பு உள்ளது என்று ரே கூறும்பொழுது, இந்த எதிர்ப்பாளர்களுக்குள் எலக்ட்ரான் கொள்கையுள்ள இயற்பிய லாளர்களை அவர் சேர்க்கிறார் (பக்.46). எனவே, இங்கு போராட்டம் என்பது பொருள்முதல்வாத, கருத்துமுதல்வாதப் பிரிவுகளுக்குள்ளே உள்ள அற்பவாதிகளுக்கும் போராட்டம் என்பதற்கு இதைவிடச் சிறந்த உறுதியூட்டும் சான்று இல்லை. எல்லா படித்த அற்பவாதி களுக்கும் பொருள்முதல்வாதத்திற்கு எதிரான பொதுவான ஒருதலை பட்ச போக்கு அடிப்படையிலான வெறுப்பு இருந்தாலும் தலைசிறந்த கோட்பாட்டாளர்களுக்கு இயங்கியல் பற்றிய முழுமையான அறியாமை காரணமாகச் செயலற்று உள்ளனர்.

3. பருப்பொருள் இல்லாத இயக்கத்தை எண்ணிப் பார்க்க முடியுமா?

புதிய இயற்பியலை கருத்துமுதல்வாதத் தத்துவம் பயன்படுத்த முயற்சிப்பது அல்லது அதிலிருந்து கருத்துமுதல்வாத முடிவுகளைப் பெற முயற்சிப்பது, பருப்பொருள் மற்றும் இயக்கத்தின் புதிய பொருளையும் விசையையும் கண்டுபிடித்ததனால் அல்ல. மாறாக பருப்பொருள் இல்லாமல் இயக்கத்தை எண்ணிப் பார்க்க முடியும் என்பதால் ஆகும். இந்த முயற்சியின் சாராம்சத்தை நமது மாக்கியர்கள் ஆராய்வதில் தோல்வியடைந்துள்ளனர். "பருப்பொருள் இல்லாமல் இயக்கத்தை *எண்ணிப்பார்க்க முடியாது*" என்று எங்கெல்ஸ் கூறியதை அவர்கள் ஏற்றுக்கொள்ள விரும்பவில்லை. 1869இல் ஜே. டியட்ஸ்ஜென் *மனித மூளையின் செயல்படும் இயல்பு* என்ற நூலில் இதே கருத்தை வெளியிட்டார். ஆனால், பொருள்முதல்வாதத்தையும் ''கருத்துமுதல்வாதத்தையும்'' இணைக்க வேண்டும் என்ற முயற்சியால் அவரது கருத்துக் குழப்பமாகவே இருந்தது. இந்த முயற்சிகளை விட்டு விடுவோம். ஏனென்றால், டியட்ஸ்ஜென் புக்னரின் இயங்கியல் அல்லாத பொருள்முதல்வாதத்திற்கு எதிராக வாதமிடுகிறார். இங்கு உள்ள விஷயம் பற்றி டியட்ஸ்ஜென் என்ன கூறுகிறார் என்று காண்போம். அவர் கூறுகிறார்: "அவர்கள் [கருத்து முதல்வாதிகள்] உள்ளீடு அற்ற சூன்யத்தை, பருப்பொருள் இல்லாத மனதை, ''பொருள் இல்லாத விசையை, அனுபவம் அல்லது பொருள் இல்லாத விஞ்ஞானத்தை, சார்பு இல்லாத முழுமையை விரும்புகிறார்கள்." (மனித மூளை செயல்பாட்டின் இயல்பு, 1903, பிரிவு 108) பருப்பொருளிலிருந்து இயக்கத்தைப் பிரிக்க, சாரப் பொருளிலிருந்து விசையைப் பிரிக்க முயற்சிக்கையில், டியட்ஸ்ஜென் கருத்துமுதல்வாதத்துடன் இணைகிறார், மூளையிலிருந்து சிந்தனையைப் பிரிக்க வேண்டும் என்ற பேரவாவுடன் ஒப்பிடுகின்றார். அவர் தொடருகிறார்: "லெய்பிக் தனது விதி தரும் விஞ்ஞானத்திலிருந்து விலகி, ஊகம் என்ற பகுதிக்குச் செல்வதில் ஆர்வம் உள்ளவர். கருத்துமுதல்வாத நோக்கில், 'விசையைப் பார்க்க முடியாது' என்று கூறுகிறார்'' (பி.109). 'கருத்துமுதல்வாதி அல்லது ஆன்மீகவாதி ஆன்மாவை அதாவது இயற்கையில் விளக்க முடியாத ஆவிகளை *நம்புகிறான்*" (பி.110). "விசை, பொருள் ஆகியவற்றிற்கு இடையிலான முரணியல்பை, கருத்துமுதல்வாதம், பொருள்முதல்வாதம் ஆகியவற்றிற்கு இடையிலான முரணியல்பு போன்று பழைமையானது (பி.111)". "பருப்பொருள் இல்லாமல் விசை இல்லை; விசை இல்லாமல் பருப்பொருள் இல்லை; விசை இல்லாதப் பருப் பொருளும், பருப்பொருள் இல்லாத விசையும் அபத்தமானவை.

கருத்துமுதல்வாத இயற்கை விஞ்ஞானிகள் பொருள் இல்லாத விசையின் இருப்பினை நம்பினால், அவர்கள் இயற்கை விஞ்ஞானிகள் அல்லர்.... ஆவிகளின் பூசாரிகள். (பி.114)."

பருப்பொருள் இல்லாமல் இயக்கம் இருக்கலாம் என்று ஒப்புக் கொள்ளக்கூடிய விஞ்ஞானிகளை நாற்பதாண்டுகளுக்கு முன்பே காணமுடிந்தது. இந்தக் கருத்தில் டியட்ஸ்ஜென் அவர்களை ஆவிகளின் பூசாரிகள் என்று அழைத்தார். கருத்துமுதல்வாதத் தத்து வத்திற்கும், இயக்கத்தைப் பருப்பொருளிலிருந்து பிரிப்பதற்கும் பருப்பொருளிலிருந்து விசையைப் பிரிப்பதற்கும் உள்ள தொடர்பு என்ன? பருப்பொருள் இல்லாமல் இயக்கத்தைப் பற்றிச் சிந்திப்பது "மிகவும் சிக்கனமானது" அல்லவா?

உலகம் முழுவதும் தனது கருத்தாலும் புலன் உணர்வாலும் மட்டுமே ஆனது ("யாருடைய" புலன் உணர்வும் அல்ல என்று கருதினாலும், அது கருத்துமுதல்வாதத் தத்துவத்தின் இன்னொரு வகையை மட்டுமே குறிக்கும், சாராம்சமாக மாறுவதில்லை) என்று உறுதியாக கடைபிடிக்கும் ஒரு கருத்துமுதல்வாதியை எடுத்துக் கொள்வோம். உலகம் என்பது இயக்கம். அதாவது, அவனுடைய எண்ணங்கள், சிந்தனைகள், புலன் உணர்வுகளின் இயக்கம் என்பதை மறுப்பது பற்றி கருத்துமுதல்வாதி சிந்திக்கக் கூட மாட்டான். எது இயக்கு விக்கின்றது என்ற கேள்வியை கருத்துமுதல்வாதி முட்டாள்தனம் என்று கருதுவான்; அதனை மறுப்பான். கருத்துகள் வருகின்றன, போகின்றன; எனவே, இடம் பெறுவது அவனது புலன் உணர்வுகளின் மாறுதல் மட்டுமே ஆகும். அவனுக்குப் புறத்தே ஒன்றும் இல்லை. "அது இயங்குகிறது" என்பது மட்டும்தான். இதனைவிடச் "சிக்கனமாகச் சிந்திக்கும்" முறையைக் கண்டு பிடிப்பது கடினம். இந்தக் கருத்துகளை உறுதியாகப் பின்பற்றும் ஓர் ஆன்ம மையவாதியை சான்றுகளோ, முற்றொருமைகளோ (இரு கருதுகோள்களிலிருந்து ஒரு முடிவுக்கு வரும் வாதங்கள் - மொ.ர்.) வரையறைகள் என எதுவும் மறுக்க முடியாது.

பொருள்முதல்வாதம், கருத்துமுதல்வாதம் ஆகிய தத்துவங் களைப் பின்பற்றுபவர்களுக்கிடையிலான அடிப்படை வேறுபாடு பின் வருமாறு உள்ளது: பொருள்முதல்வாதி புலன் உணர்வுகள், புலன் அறிவு, கருத்து, மனது ஆகியன புறவய உலகத்தின் பிம்பம் என்று கருதுகிறான். கருத்துகள், புலன் அறிவு போன்றவற்றின் இயக்கத்திற்குச் சமமாக, புறத்தே உள்ள பொருள் உள்ளது. உலகம் என்பது நமது உணர்வில் பிரதிபலிக்கும் புற எதார்த்தம் ஆகும். நமது புலன் உணர்வு மூலம் புற உலகம் பற்றி நமக்குக் கிடைக்கும் கருத்துதான் பருப்பொருள் என்பது. எனவே, இயக்கத்தைப்

பருப்பொருளிலிருந்து பிரிப்பது என்பது புறவய எதார்த்தத்திலிருந்து சிந்தனையைப் பிரிப்பது, அல்லது எனது புலன் உணர்வுகளைப் புற உலகத்திலிருந்து பிரிப்பது என்பதற்குச் சமமாகும். சுருக்கமாகக் கூறினால், கருத்துமுதல்வாதத்திற்குச் செல்வதாகும். பருப்பொருளை மறுப்பது, பருப்பொருள் இல்லாமல் இயக்கம் பற்றிக் கூறுவது என்பதில் உள்ள தந்திரம் என்பவை பருப்பொருளுக்கும் சிந்தனைக்கும் உள்ள உறவை மறுப்பதில் உள்ளது. இத்தகைய உறவே இல்லை என்பது போல இது கூறப்படுகிறது. ஆனால் இது கள்ளத்தனமாக அறிமுகப் படுத்தப்படுகிறது. விவாதத்தின் ஆரம்பத்தில் இது வெளிப்படாமலேயே இருக்கிறது. ஆனால் பின்னர், அது சற்று ஏறக்குறைய தெரியாத வண்ணம் உள்ளே நுழைகிறது.

பருப்பொருள் மறைந்துவிட்டது என்று அவர்கள் கூறுகிறார்கள். இதிலிருந்து அறிவுத்தோற்றவியல் முடிவுகளைப் பெற விரும்புகிறார்கள். ஆனால், சிந்தனை மறையாமல் இருந்ததா? நாம் கேட்கிறோம். இல்லை என்றால், பருப்பொருள் மறையும் பொழுது சிந்தனையும் மறைந்துவிட்டது என்றால், மூளை, நரம்பு மண்டலம் ஆகியவற்றின் மறைவுடன் கருத்துகளும் மறைந்துவிட்டன என்றால், எல்லாம் மறைந்துவிட்டன என்றுதான் ஆகின்றது. "சிந்தனை" (அல்லது சிந்தனையற்ற நிலை) என்பதற்கு உதாரணமாக உள்ள உங்கள் வாதமும் மறைந்துவிடுகிறது.

ஆனால், சிந்தனை என்பது இருந்தால் - பருப்பொருள் மறைந்தாலும் சிந்தனை (அதாவது, கருத்து, புலனுணர்ச்சி இன்னபிற) மறைய வில்லை என்ற கருத்து இருந்தால், நீங்கள் மறைமுகமாகக் கருத்து முதல்வாதத் தத்துவத்திற்குச் சென்று விட்டீர்கள் என்பதாகும். "சிக்கனத்தின்" பொருட்டு, பருப்பொருள் இல்லாத நிலையில் இயக்கம் என்ற ஒன்றைப் பற்றி சிந்திப்பவர்களுக்கு இது எப்போதும் *நடக்கக் கூடிய* ஒன்றுதான். அவர்கள் *தந்திரமாகவும்* அப்பட்டமாகவும் தொடர்ந்து ஒரு விசயத்தை வலியுறுத்திக் கொண்டே இருக்கின்றார்கள். பருப்பொருளின் மறைவுக்குப் *பின்னாலும்* சிந்தனை என்ற ஒன்று நீடித்திருப்பதாக ஒத்துக்கொள்வதன் மூலம்; அதாவது, மிக எளிமையான அல்லது மிகச் சிக்கலான தத்துவார்த்த கருத்துமுதல்வாதத்தை அடிப்படையாக எடுத்துக் கொள்கின்றார்கள். முற்றாக அது ஆன்ம மையவாதமாக ('நான்' இருக்கிறேன், இந்த உலகம் என்பது *எனது* உணர்ச்சி மட்டுமே) இருந்தால், அது மிக எளிமையானது. மாறாக, வாழும் ஒரு மனிதனின் எண்ணம், சிந்தனை, உணர்வுகளுக்குப் பதிலாக, ஒரு உயிரற்றப் படிமநிலை சுட்டப்படுமானால், அதாவது யாருடைய சிந்தனையும் அல்ல, எண்ணமும் அல்ல, உணர்வுகளும் அல்ல, மாறாக எதையும் சாராத ஒரு *பொதுச் சிந்தனை* (முழு முதற்கருத்து, உலகப் பொது இச்சை

ஆகியன) பௌதிக வடிவத்தின் இடத்தில் மாற்றாக வைக்கப்படும் உறுதியற்ற "ஆக்க கூறு", சார்ந்த உணர்வு 'மனம்' என்று சொல்லப் படுமானால், அது மிகச் சிக்கலானது. ஆயிரக்கணக்கான வகையி லான கருத்துமுதல்வாதத் தத்துவம் சாத்தியமானது. ஆயிரத்தோரா வது வகையையும் உருவாக்க முடியும். இந்த ஆயிரத்தோராவது அமைப்பினை உருவாக்கியவருக்கு (எடுத்துக்காட்டாக, அனுபவ ஒருமை வாதம்), மற்றவற்றிலிருந்து அது வேறுபடுவது மிக முக்கியமாகத் தோன்றலாம். பொருள்முதல்வாதக் கண்ணோட்டத்தி லிருந்து கண்டால், இந்த வேறுபாடுகள் முற்றிலும் அவசியமற்றவை. முக்கியமானது எதுவென்றால், எங்கே இது பிரிகிறது என்பதுதான். பருப்பொருள் இல்லாத இயக்கம் என்பது பற்றிய *சிந்தனையில்,* பருப்பொருளிலிருந்து பிரிக்கப்பட்ட இயக்கம் என்பது நுழைக்கப் படுகிறது. இது கருத்துமுதல்வாதம் ஆகும்.

ஆகையினால், ஆங்கில மாக்கியரும், மாக்கியர்களில் மிகத் தெளிவானவரும், உறுதியானவரும் இத்தகைய சொல் அலங்காரங் களை விரும்பாதவருமான கார்ல் பியர்சன் அவரது புத்தகத்தின் பொருள் பற்றிய ஏழாவது அத்தியாயத்தினை "பொருள்" பற்றிய ஈடுபாட்டுடன் ஒரு பிரத்தியேகத் தலைப்புடன் தொடங்குகிறார்: "எல்லாப் பொருள்களும் இயங்குகின்றன - ஆனால், கருத்தில் மட்டும் தான்". "எனவே, புலன் அறிவு வட்டத்தில் எது இயங்குகிறது, ஏன் இயங்குகிறது என்பதைக் கேட்பது அர்த்தமற்றது" (*அறிவியலின் இலக்கணம்,* பக். 243).

போக்தனோவ் பற்றிய சிக்கலிலும்கூட, மாக்குடன் அவர் தொடர்பு கொள்வதற்கு முன்னரே, அவரது தத்துவார்த்த சாகசங்கள் தொடங்கி விட்டன. பிரபல வேதியியலாளரும் மோசமான தத்துவ வாதியுமான ஆஸ்வால்டின் கூற்றினை அவர் நம்பியபொழுது இவை ஆரம்பித்தன. அது, பருப்பொருள் இல்லாமலேயே இயக்கம் பற்றிச் சிந்திக்க முடியும் என்பது. போக்தனோவின் தத்துவார்த்த சிந்தனை வளர்ச்சியில் இந்த நீண்ட அத்தியாயத்தை, சற்றுக் கவனிப்பது பொருத்தமாக இருக்கும். ஏனென்றால், கருத்துமுதல் வாதத்திற்கும் புதிய இயற்பியலின் சில போக்குகளுக்கும் உள்ள சில உறவுகள் பற்றிக் கூறும் பொழுது ஆஸ்வால்டின் "ஆற்றல் ஆய்வியல் துறையைப்" புறக்கணிக்க முடியாது.

1899ஆம் ஆண்டு போக்தனோவ் எழுதினார்: "'பொருள்களின் மாறாத் தன்மை என்னும் சாராம்சம், பற்றிய பிரச்சனையைத் தீர்ப்பதில் பத்தொன்பதாம் நூற்றாண்டு வெற்றி பெறவில்லை என்று நாம் ஏற்கெனவே கூறியுள்ளோம். ஏனென்றால், 'பருப்பொருள்' என்ற பெயரில் சாராம்சம் என்ற அம்சம் அந்த நூற்றாண்டின் பிரபல

சிந்தனையாளர்களின் உலகக் கண்ணோட்டத்திலேயே இடம் பெற்றுள்ளது" (*இயற்கை பற்றிய வரலாற்றுக் கண்ணோட்டத்தின் அடிப்படை ஆக்கக்கூறுகள், பக். 38*).

இது ஒரு குழப்பம் என்று நாம் கூறினோம். வெளி உலகின் புறவய எதார்த்தத்தை ஏற்றுக் கொள்வது, நிரந்தரமாக இயங்கும், மாறும் பருப்பொருள் நமது மனதிற்கு வெளியே உள்ளது என்பதை ஏற்றுக் கொள்வது ஆகியன பொருள்களின் மாறாத சாராம்சம் என்பதுடன் குழப்பிக் கொள்ளப்படுகிறது. 1899ஆம் ஆண்டு, மார்க்சையும், எங்கெல்சையும் "சிறந்த சிந்தனையாளர்கள்" என்று போக்தனோவ் மதிப்பிட்டிருக்க முடியாது என்று உறுதியாகச் சொல்ல முடியும். ஆனால், அவர் இயங்கியல் பொருள்முதல் வாதத்தை அப்போது புரிந்து கொண்டிருக்கவில்லை என்பது உறுதி.

"...இயற்கையின் செயல்முறைகளில் இரு அம்சங்கள் இப்போதும் வலுவாக உள்ளன: பருப்பொருள் மற்றும் இயக்கம். பருப்பொருள் என்ற கருத்து தெளிவாக விளக்கப்பட்டுள்ளது என்று கூற முடியாது. பருப்பொருள் என்பதற்குத் திருப்திகரமான விளக்கம் அளிப்பது எளிதல்ல - பருப்பொருள் என்றால் என்ன? அது 'புலன் உணர்வுகள் தோன்றுவதற்கு காரணமானது' அல்லது "புலன் உணர்வின் நிரந்தர சாத்தியம்' என்று வரையறுக்கப்படுகிறது. ஆனால், இங்கு பருப்பொருள் என்பது இயக்கத்துடன் குழப்பிக் கொள்ளப்படுகிறது என்பது தெளிவு..."

இங்கு போக்தனோவின் வாதம் தவறு என்பது தெளிவாகிறது. அவர் புலன் உணர்விற்கான புறவய ஆதாரத்தை ("புலன் உணர்வுகள் தோன்றுவதற்கான காரணம்" என்ற சொற்றொடரில் தெளிவில்லை), புலன் உணர்விற்கான நிரந்தர சாத்தியம் பருப்பொருளே" என்ற மில்லின் அறியொணாவாத வரையறையுடன் குழப்பிக் கொள்வது மட்டுமல்லாமல், மாறாக புலன் உணர்விற்கான புறவய ஆதாரம் உண்டா இல்லையா என்ற பிரச்சனைக்குள்ளாக வந்த பின்னர், இதனைப் பாதியிலேயே விட்டுவிட்டு மற்றொரு பிரச்சனைக்குத் தாவுகிறார். அது, இயக்கம் இன்றி பருப்பொருள் இருக்கிறதா அல்லது இல்லையா என்ற கேள்வி. நமது புலன் உணர்வுகளின் *இயக்கம் தான் உலகம்*' என்று கருத்துமுதல்வாதி கருதலாம் ("சமூக ரீதியாக ஒருங்கமைக்கப்பட்டது" மிகச் சிறப்பான முறையில் "ஒத்திசை வாக்கப்பட்டது" என்றபோதிலும்). பொருள்முதல்வாதியோ, புறவய ஆதாரம், புலன் உணர்விற்கான ஒரு புறவய மாதிரியின் இயக்கமே இந்த உலகம் என்று மதிப்பிடுகின்றார். இயங்கியலை எதிர்க்கும், இயக்க மறுப்பியல் பொருள்முதல்வாதி என்பவன் இயக்கமற்ற பருப்பொருள் என்ற நிலையை ஏற்றுக் கொள்ளலாம் (தற்காலிக

மானதாக இருந்தாலும், "முதல் உந்துதல்" போன்றவற்றுக்கு முன்பாக இன்னபிற). இயங்கியல் பொருள்முதல்வாதி இயக்கம் என்பது பருப்பொருளின் பிரிக்க முடியாத பண்பு என்று கருதுவதோடு மட்டுமல்லாமல், இயக்கம் பற்றிய எளிமைப்படுத்தப்பட்ட கருத்தையும் பிறவற்றையும் மறுக்கிறான்.

"...இதில் மிகச் சிறந்த வரையறை இதுவாகவே இருக்கும்: 'எது இயங்குகிறதோ அதுவே பொருள்'. இது உள்ளடக்கமற்றதாக இருக்கிறது. பொருள் என்பது தான் ஒரு வாக்கியத்தின் எழுவாய், இயங்குகிறது என்பது அதன் பயனிலை என்று கூறுவது போல் இது உள்ளது. இயக்கமற்ற காலகட்டத்தில் இருந்தவர்கள், "பருப் பொருள்" என்ற எழுவாயை ஏற்றுக்கொள்ளப் பழக்கப்பட்டிருக்க வில்லை. 'இயக்கம்' என்ற இயக்கமற்ற சிந்தனை என்பதற்குப் பதிலாக அவர்கள் "பருப்பொருளின்" பல பண்புகளில் ஒன்றைப் பயனிலையாக ஏற்றுக் கொள்கிறார்கள்..."

இது இஸ்க்ராயிஸ்ட்களுக்கு எதிராக அகிமோவ் கொண்டு வந்த குற்றச்சாட்டைப் போன்று இருக்கிறது. அதாவது, அவர்களது செயல்முறைத் திட்டத்தில் பாட்டாளி என்ற சொல் எழுவாய் (முதலாம் வேற்றுமை) வேற்றுமையாக இல்லை என்று கூறுவது போல இது உள்ளது![95] உலகம் என்பது இயங்கும் பருப்பொருள் என்றோ அல்லது பொருள்சார் இயக்கம் என்றோ கூறினாலும் வேறுபாடு ஒன்றும் இல்லை.

"...ஆனால், பொருளை நம்புகிறவர்கள் ஆற்றலை முன்னெடுத்துச் செல்ல ஒரு சாதனம் வேண்டும் என்கிறார்கள். இதற்கான காரணம் மற்றும் ஏன் என்று ஆஸ்ட்வால்ட் கேட்கிறார். இயற்கைக்கு எழுவாயும் பயனிலையும் கட்டாயம் இருந்தே ஆக வேண்டுமா?" (பக். 39).

போக்தனோவை மகிழ்விக்கக் கூடியதாக இருந்து, 1899ஆம் ஆண்டில் ஆஸ்ட்வால்ட் அளித்த பதில் அப்பட்டமான சொற் புரட்டாக இருந்தது. நமது தீர்வில் எலக்ட்ரானும் ஈதரும் இருந்தே ஆக வேண்டுமா? என்று ஒருவர் ஆஸ்வால்ட்டை எதிர்த்துக் கேட்கலாம். உண்மையில், மனரீதியாக "இயற்கை"யிலிருந்து பருப் பொருள் என்ற "எழுவாயை" நீக்குவதன் அர்த்தம், *சிந்தனையின் த்த்துவம்* என்பதை எழுவாயாக ஏற்றுக் கொள்வது என்பதாகும். எழுவாய்க்கு பதிலாக (அதாவது, அடிப்படையான, தொடக்கப் புள்ளியான, பருப்பொருளைச் சாராத என்பதாக). புலன் உணர்விற் கான ஆதாரம் இங்கு அகற்றப்படுகிறது. புலன் உணர்வு எழுவாயாக மாறுகிறது. "புலன் உணர்வு" என்ற சொல் எப்படி எல்லாம் அலங்கரிக்கப்பட்டாலும், தத்துவம் பெர்க்கிலியமயமாகிறது.

பொருள்முதல்வாதம், கருத்துமுதல்வாதம் என்ற இந்த மையமான தத்துவத்தைத் தவிர்க்க ஆஸ்வால்ட் முயற்சித்தார். மாறாக, அதனிடத்தில் ஆற்றல் என்ற சொல்லை முடிவற்றப் பொருளில் பயன்படுத்த ஆர்வம் காட்டினார். ஆனால், இந்த முயற்சியானது இத்தகைய உத்திகள் பலனற்றவை என்பதையே மெய்ப்பித்தன. ஆற்றல் என்பது இயக்கம் என்றால், நீங்கள் சிக்கலை எழுவாயி லிருந்து பயனிலைக்கு மாற்றியுள்ளீர்கள். அதாவது, பருப்பொருள் இயங்குகிறதா? என்ற கேள்வியை, ஆற்றல்தான் பொருளா? என்ற கேள்வியாக மாற்றியுள்ளீர்கள். இந்த ஆற்றலின் மாறுதல், மனதைச் சாராமல் புறத்தே நிகழ்கிறதா அல்லது இது வெறும் கருத்துகள், குறியீடுகள், மரபுக் குறிகள் மட்டும் தானா? ஆற்றல் ஆய்வியல் துறையினருடைய தத்துவத்திற்கு இந்த முயற்சி ஆபத்தை விளை வித்தது. இத்தத்துவம், பழைய அறிவுத்தோற்றவியல் பிழைகளைப் "புதிய" சொற்களால் மூடிமறைக்க முயற்சிக்கிறது.

ஆற்றல் ஆய்வியல் துறையினரான ஆஸ்ட்வால்ட், குழப்பத்தில் அகப்பட்டுக் கொண்டதைக் காட்ட இங்கு சில உதாரணங்கள் உள்ளன. *தனது இயற்கைத் தத்துவத்தின் மீதான விரிவுரைகள்* என்பதன் முன்னுரையில் அவர் கூறுகிறார், "மனது, பருப்பொருள் ஆகிய கருத்துகளை இணைத்து அவற்றை ஆற்றல் என்ற கருத்தாக்கத்திற் குள்ளாக்குவதன் மூலம் பழைய சிக்கல்களை எளிதாகவும் இயல் பாகவும் தீர்ப்பதில் பெரும்பலன் உள்ளது." இது பலன் அல்ல; மாறாக, இழப்பு ஆகும். ஏனென்றால், பொருள் முதல்வாத அல்லது கருத்துமுதல்வாத வழியில்தான் அறிவுத்தோற்றவியல் ஆய்வு நிகழ்த்தப்பட வேண்டும் (அறிவுத்தோற்றவியல் பிரச்சனையைதான் எழுப்புகிறோம், வேதியியல் பிரச்சனை அல்ல என்பதை ஆஸ்ட்வால்ட் தெளிவாகப் புரிந்து கொள்ளவில்லை!) என்பது தீர்க்கப்படவில்லை. மாறாக, "ஆற்றல்" என்ற செயற்கையான சொல்லினைப் பயன்படுத்துவதன் மூலம் அது குழப்பப்படுகிறது. மனது, பருப்பொருள் ஆகியவற்றை இக்கருத்திற்கு உள்ளடக்கி விட்டால், *வாய்மொழிச் சொற்கள்* மூலம் எதிர்க் கருத்தை அழிப்பது என்பது கேள்விக்கு அப்பாற்பட்டதாகி விடுகிறது. ஆனால், ஆவிகளையும், குறளிப் பேய்களையும் "ஆற்றல்" ஆய்வியல் என்ற சொல்லால் அழைப்பதன் மூலம் அவற்றின் மீதான அசட்டுத் தனமான நம்பிக்கை நீங்கவில்லை.

ஆஸ்ட்வால்டின் *சொற்பொழிவுகளில்* 394ஆவது பக்கத்தில் நாம் காண்கிறோம்: "நமது சிந்தனைச் செயல்பாடுகள் எல்லாம் ஆற்றலாகவும், எல்லா புற நிகழ்வுகள் மீதும் இச்சக்தி செலுத்தப் படுவதாகவும் இருந்தால், எல்லா புற நிகழ்வுகளையும் ஆற்றல் களுக்கு இடையிலான செயல் என்று எளிதாக விளக்கலாம்." இது

தூய்மையான கருத்துமுதல்வாதம்: புறஉலகில் உள்ள ஆற்றல் மாற்றம் நிகழ்வதை பிரதிபலிப்பது நமது சிந்தனை அல்ல, மாறாக புற உலகம்தான் நமது மனதின் ஒரு ''பண்பைப்'' பிரதிபலிக்கிறது! ஹிப்பன் என்ற அமெரிக்கத் தத்துவவாதி, ஆஸ்ட்வால்டின் நூலில் உள்ள இது போன்ற பகுதிகளைச் சுட்டிக்காட்டி, "ஆஸ்ட்வால்ட் இங்கு கான்டிய மாறுவேடமிட்டுத் தோன்றுகிறார்" என்று சரியாகவே கூறுகிறார்: புறவுலகம் என்ற உண்மையைப் புரிந்து கொள்ளும் தன்மை, நமது சிந்தனையின் கூறுகளிலிருந்து பெறப்பட்டதாகும்!*

ஹிப்பன் கூறுகிறார்: "எனவே, ஆற்றல் என்பது பௌதிக இயக்க நிகழ்வைக் குறிக்கிறது என்ற அடிப்படை வரையறையை ஏற்றுக்கொண்டாலும், விஞ்ஞான வட்டாரங்கள் அல்லது *ஆற்றல் ஆய்வியல்* துறையினரிடம் கூட, எளிமையான கருத்து இல்லை என்பது தெளிவாகிறது..." விஞ்ஞானத்தில் ஆற்றல் மாற்றம் என்பது மனதினைச் சாராத புறவயச் செயல்முறை என்று அதாவது, பொருள்முதல்வாத அடிப்படையில் ஏற்றுக்கொள்ளப்படுகிறது. பல இடங்களில் ஆஸ்ட்வால்டே, ஆற்றல் என்பதைப் பெரும்பாலும் *பொருள்* சார்ந்த இயக்கம் என்று கூறுகிறார்.

ஆஸ்ட்வால்டின் மாணவராக இருந்து, மாக்கின் மாணவராக மாறிய போக்தனோவ், ஆற்றல் பற்றிய உறுதியான பொருள்முதல் வாதக் கண்ணோட்டத்தை ஆஸ்ட்வால்ட் பின்பற்றவில்லை என்பதற்காக விமர்சிக்கவில்லை. மாறாக ஆற்றல் குறித்த பொருள்முதல்வாதப் பார்வையை அவர் ஏற்றுக்கொண்டார் என்பதற்காக விமர்சிக்கிறார் (அதனை அடிப்படையாகக் கூட கொள்கிறார்). அவர் கருத்து முதல்வாதத்தை நோக்கிச் செல்கிறார், பொருள்முதல்வாதம்) கருத்துமுதல்வாதம் ஆகியவற்றுக்கு இடையே இசைவை உருவாக்க முயற்சிக்கிறார் என்பதற்காகப் பொருள்முதல்வாதிகள் அவரை விமர்சிக்கின்றனர். போக்தனோவ் *கருத்துமுதல்வாதக்* கண்ணோட்டத்தில் ஆஸ்ட்வால்டை விமர்சிக்கிறார். 1906ஆம் ஆண்டு அவர் எழுதினார்: "அணுக் கொள்கைக்கு எதிரான ஆனால் பழைய பொருள்முதல்வாதத்திற்கு நெருக்கமான ஆஸ்ட்வால்டின் கொள்கை மீது எனக்குப் பரிவு உண்டு. ஆனால், விரைவில் அவரது இயற்கைத் தத்துவவாதக் கொள்கையில் நான் முக்கியமான முரண்பாட்டைக் கண்டேன்:

---

* J.G. ஹிப்பன், ''ஆற்றல் ஆய்வியலின் கோட்பாடும் அதன் தத்துவ ரீதியிலான பொருளும்'', *ஒருமைவாதி* இதழ், தொகுதி - XIII, எண்.3, ஏப்ரல் 1903, பக்கம். 329 - 30.

'ஆற்றல்' என்ற கருத்தின் *முற்றான ஆராய்ச்சி* முறை சார்ந்த முக்கியத் துவத்தை அவர் அடிக்கடி வலியுறுத்தினாலும், பல இடங்களில் அவரால் அதனைப் பின்பற்ற இயலவில்லை. அனுபவங்களுக்கு இடையிலான உண்மைகளின் உறவுகளின் குறியீடான ஆற்றல் என்பதை அனுபவத்தின் *பொருளாக*, 'உலகப் பொருளாக' அவர் மாற்றுகிறார்'' (*அனுபவவாத ஒருமைவாதம்*, பகுதி III. பக். XV! - XVII).

ஆற்றல் என்பது ஒரு தூய குறியீடு! இதன் பின்னர் "அனுபவக் குறியீட்டாளர்" யுஷ்கேவிச், தூய மாக்கியர்கள், அனுபவவாத விமர்சகர்கள் ஆகியோருடன் போக்தனோவ் வாதிடலாம். பொருள் முதல்வாதியின் கண்ணோட்டத்திலிருந்து கண்டால், இது மஞ்சள் பிசாசை நம்புகிறவனுக்கும், பச்சைப் பிசாசை நம்புகிறவனுக்கும் உள்ள விவாதம் போன்றது ஆகும். இங்கு முக்கியமானது போக்த னோவ், மாக்கியர்கள் ஆகியோருக்கிடையிலான வேறுபாடு அல்ல. அவர்களுக்குப் பொதுவானது எது என்பதுதான் முக்கியம். "அனுபவம்", "ஆற்றல்" ஆகியன பற்றிய கருத்துமுதல்வாத அடிப் படையிலான விளக்கம், புறநிலையான எதார்த்தத்தை மறுத்தல், மனித அனுபவத்தை உட்கொண்டுள்ளவற்றை ஏற்றுக் கொள்ளுதல்... மற்றும் ஒரே அறிவியல் "முறையையும்", அறிவியல் வகைப்பட்ட "ஆற்றல் ஆய்வியலையும்" கொண்டவற்றை அப்படியே பிரதி எடுப்பது போன்றவையே.

"அது [ஆஸ்ட்வால்டின் ஆற்றல் ஆய்வியல்] பொருளாயத உலகைப் புறக்கணிக்கிறது. ஆனால், அது பழைய பொருள்முதல் வாதம் (கருத்துமுதல்வாதத் தத்துவம்?) ஆகியவற்றுடன் பொருந்து கிறது. குழப்பமிகு போக்தனோவ் பொருள்முதல்வாதப் பாதை மூலம் *அல்லாமல், கருத்துமுதல்வாதப் பாதை மூலமே* ஆற்றல் ஆய்வியலிலிருந்து பிரிந்தார்... "ஆற்றல் என்பதை சாரப் பொருளாகக் கொண்டால், அது முழுமையான அணுக்கள் இல்லாத பழைய பொருள்முதல்வாதம் ஆகும். அதாவது, (மே. நூ). ஆம், போக்தனோவ் ''பழைய'' பொருள்முதல்வாதத்தை அதாவது, விஞ்ஞானிகளின் இயக்க மறுப்பியல் பொருள்முதல்வாதத்தை விட்டு விட்டார். 1899இல் இருந்ததைப் போலவே 1906இலும் அவர் இதனைப் புரிந்து கொள்ளவில்லை. அவர் கருத்துமுதல்வாதம், நம்பிக்கை வாதம் ஆகியவற்றிற்குச் சென்றார். ஆற்றல் என்பது பற்றிய ''ஆராய்ச்சி முறை'' சார்ந்த கருத்தை தூய "அனுபவ உண்மைகளின் இணைப்பின் தூய குறியீடு" ஆகியவற்றை தற்கால நம்பிக்கை வாதிகள், இறைக் கோட்பாட்டாளர்கள், "புதிய விமர்சகர்கள்" என்று யாருமே மறுக்க மாட்டார்கள். பால் காரஸ் என்பவரை எடுத்துக் கொள்ளுங்கள். இவர் நமக்கு ஏற்கெனவே பரிச்சயமானவர். இந்த மாக்கியர் "*போக்தனோவைப் போன்றே ஆஸ்ட்வால்டை*"

விமர்சனம் செய்கிறார்: "பொருள்முதல்வாதமும் அற்றல் ஆய்விய லும் ஒரே சூழலில் உள்ளன" (*ஒருமைவாதி,* பகுதி. XVII, 1907. எண். 4, பக். 536). "எல்லாமே பருப்பொருள்தான்; சிந்தனைகள் என்பவை பருப்பொருளின் செயல்தான் என்று கூறும்பொழுது, பொருள்முதல் வாதம் நமக்குப் பெரிதாக உதவவில்லை. பருப்பொருள் தான் ஆற்றல், ஆற்றலின் ஒரு காரணிதான் ஆன்மா என்ற பேரா. ஆஸ்ட்வால்டின் ஆற்றல் ஆய்வியலும் நமக்கு எள்ளளவும் உதவ வில்லை" (பக். 533).

ஒரு "புதிய" சொல் எவ்வளவு விரைவாகப் பிரபலமாகி விடுகிறது என்பதற்கு ஆஸ்ட்வால்டின் ஆற்றல் ஆய்வியல் என்பது நல்ல உதாரணம். அடிப்படையான தத்துவப் பிரச்சனைகள், போக்குகள் ஆகியவற்றை அதனால் அகற்ற முடியாது என்பதையும் அது காட்டு கிறது. பொருள்முதல்வாதம் கருத்துமுதல்வாதம் ஆகிய இரண்டை யும், "அனுபவம்" மற்றும் இதுபோன்ற வகைகளில் வெளிப்படுத்த முடிவது போன்றே "ஆற்றல் ஆய்வியல்" வகை விதிமுறைகளிலும் (நிச்சயமாக, சற்றேறக்குறைய) வெளிப்படுத்த முடியும். ஆற்றல் ஆய்வியல் துறையினரின் இயற்பியலானது இயக்கமற்றப் பருப் பொருள் பற்றி எண்ணுவதற்குப் புதிய கருத்துமுதல்வாதத் தோற்று வாயாக உள்ளது. சிதைக்க முடியாதது என்று இதுவரை கருதப்பட்ட பருப்பொருள்களின் துகள்கள் சிதைக்கப்பட்டன, இதுவரை தெரியாத பொருள்சார் இயக்கங்கள் பல துகள்களாக உடைக்கப்படுவ தானது, இவ்வாறாகப் பருப்பொருள் இல்லாத இயக்கத்தைப் பற்றி எண்ணும் புதிய கருத்துமுதல்வாத முயற்சிகளின் தோற்றுவாயாக ஆற்றல் ஆய்வியல் துறையினரின் இயற்பியல் உள்ளது.

4. தற்கால இயற்பியலின் இரு போக்குகளும் ஆங்கிலேய ஆன்மீகவாதமும்

புதிய இயற்பியலிலிருந்து பெற்ற முடிவுகள் தொடர்பாக இன்றைய கருத்துலகில் நடந்து கொண்டிருக்கும் தத்துவப் போராட்டத்திற்குத் தீர்மானகரமான விளக்கத்தைச் சொல்லும் பொருட்டு, இந்த அரங்கில் பங்குபெறும் சிலரையே நாம் இங்கு பேசச் செய்வோம். ஆங்கிலேயர் களிடமிருந்து நாம் தொடங்குவோம். இயற்பியலாளரான, ஆர்தர் W.ருக்கர், இயற்கை விஞ்ஞானக் கண்ணோட்டத்திலிருந்து ஒரு போக்கினை ஆதரிக்கிறார்; அறிவுத்தோற்றவியல் கண்ணோட்டத்தி லிருந்து ஜேம்ஸ் வார்ட் என்பவர் வேறு ஒரு போக்கினை ஆதரிக்கிறார்.

1901ஆம் ஆண்டு, கிளாஸ்கோவில் நடைபெற்ற ஆங்கிலேயர் கழகத்தின் கூட்டத்தில், இயற்பியல் பிரிவின் தலைவரான

ருக்கர், இயற்பியல் கொள்கையின் மதிப்பீடு, குறிப்பாக அணுக்களின், ஈதரின் இருப்பு பற்றிய ஐயங்கள் ஆகியவற்றை அவரது சொற்பொழிவின் பொருளாகக் கொண்டார். பிரச்சனையை எழுப்பிய பாயின்கர், பாயின்டிங், (குறியீட்டியலாளர்கள் அல்லது மாக்கியர்களை ஒப்புக்கொள்ளும் ஆங்கிலேயர்கள்) தத்துவவாதி வார்ட்டுக்கும், ஹெக்கல் எழுதிய புகழ்பெற்ற நூலுக்கும் அறிமுகப் படுத்திய பின், தனது கருத்துகளையும் முன்வைக்க முயற்சித்தார்.*

ருக்கர் கூறினார், "பிரச்சனை என்னவென்றால், தற்பொழுது பெரும்பாலும் ஏற்றுக்கொண்டுள்ள விஞ்ஞானக் கொள்கைகளுக்கு அடிப்படையாக உள்ள கருதுகோள்கள், அண்டத்தின் அமைப்பினை சரியாக விளக்குபவையா அல்லது வெறும் வசதியான கற்பனையா என்பதாகும்." (போக்தனோவ், யுஷ்கேவிச் போன்றவர்களுடனான விவாதத்தில் பயன்படுத்தப்பட்ட கருத்து: புறவய எதார்த்தம், இயங்கும் பருப்பொருள் ஆகியவற்றின் பிரதியா அல்லது அவை வெறும் "ஆராய்ச்சி முறையியலா'', "சுத்தமான குறியீடா" அல்லது "அனுபவத்தின் அமைப்பு வடிவமா?) நடைமுறையில் இந்த இரு கொள்கைகளுக்கும் இடையில் வேறுபாடு இல்லை என்று ருக்கர் ஏற்றுக்கொள்கிறார். ஆற்றின் திசையை வரைபடத்தில் உள்ள ஒரு நீலக் கோட்டின் மூலம், உண்மையான ஆற்றை ஒருவன் அறிந்து கொள்வது போல, தீர்மானிக்கலாம். ஒரு வசதியான கற்பனையின் படி, கோட்பாடு என்பது "நினைவாற்றலுக்குத் துணையானது", சில செயற்கையான முறையின் மூலம் நாம் உற்று நோக்கியதை "நமது அறிவு ஒழுங்கு செய்வது", அதனைச் சூத்திரங்களாக்குவது என்பதாகும். வெப்பம் என்பது ஒருவகை ஆற்றல் அல்லது இயக்கத்தின் வடிவம் என்று நாம் கூறலாம். "இயங்கும் அணுக்கள் பற்றிய கருத்தை உருவமற்ற ஒரு கூற்றான வெப்பம் என்பதற்குப் பதிலியாகக் காட்டலாம். இதன் உண்மையான தன்மையை நாம் இன்னும் வரையறுக்கவில்லை." இந்த முறையில் பெரிய விஞ்ஞான வெற்றி பெற முடியும் என்று ருக்கர் கூறுகிறார். "உத்திகளைக் கொண்ட இத்தகைய ஓர் அமைப்பை விளக்குவதற்கு வலியுறுத்தும் முயற்சிகள், உண்மைக்கான போராட்டத்தில், விஞ்ஞானத்தின் இறுதி வார்த்தை என்று கூற முடியாது." இந்தப் பிரச்சனை இன்னும் நம்முன் இருக்கிறது. "பருப்பொருள் மூலம் கிடைக்கும் இயல் நிகழ்ச்சிகளிலிருந்து நாம் பருப்பொருளின் ஆக்க அமைவு நோக்கிச் செல்ல முடியுமா? அறிவியலானது ஏற்கெனவே தீட்டி வைத்திருக்கும்

* ஆங்கிலேயர் கழகம், கிளாஸ்கோவ், 1901, பேரா.ருக்கரின் தலைமை உரை, அமெரிக்க அறிவியல் பிற்சேர்க்கைக்கான இதழில், 1901. எண்.1345 மற்றும் 1346.

சித்திரம் குறிப்பிட்ட அளவுக்கு ஒரு பிரதியாக இருந்து அத்துடன் அது உண்மையின் வெறும் ஒரு வரைபடமாக இல்லை என்று ஒருவேளை நாம் நம்புவதற்கு ஏதேனும் காரணம் உள்ளதா?"

பருப்பொருளின் அமைப்பு பற்றிய பிரச்சனையை ஆராயும் பொழுது, ருக்கர் காற்றை உதாரணமாக எடுத்துக் கொள்கிறார். "விஞ்ஞானமானது வாயுவை, அணுக்கள் மற்றும் மூலக்கூறுகள் ஆகியவற்றின் கலவை என்று காட்டுகிறது என்று கூறுவதை நிறுத்துங்கள்! என்று கூறுபவர்கள் இருக்கிறார்கள்... மூலக்கூறு களையும் அணுக்களையும் நேரிடையாகக் காண முடியாது... இவை வெறும் கருத்துகளே, இவை பயன்படக் கூடியவை. ஆனால், இவற்றை உண்மை என்று கருத முடியாது." விஞ்ஞான வளர்ச்சியில் இடம் பெற்ற எண்ணற்ற உதாரணங்களைக் கூறி ருக்கர் இதனை மறுக்கிறார்: ஒரு தொலைநோக்கி மூலம் காணும்பொழுது, சனி வளையங்கள் ஒரு தொடர்ச்சியான பொருண்மை எனத் தோன்று கின்றன. கணிதவியலாளர்கள் கணக்கீடு மூலம் இது சாத்தியமற்றது என்று கூறினர். கணக்கீடு மூலம் பெற்ற முடிவுகளை நிறப்பிரிகை ஆய்வு உறுதி செய்தது. மற்றொரு மறுப்பு: நமது புலன் உறுப்புகள் சாதாரணப் பருப்பொருளில் காணாத பண்புகள், அணுக்களுக்கும் ஈதருக்கும் உள்ளதாகக் கூறப்படுகின்றன. வாயுக்கள், திரவங்கள் ஆகியவற்றின் வியாபகம் ஆகியவற்றைக் குறிப்பிடுகிறார். ஏராளமான உண்மைகள், உற்று நோக்கல்கள், பரிசோதனைகள் ஆகியன பருப்பொருளில் கண்ணுக்குத் தெரியாத துகள்கள் உள்ளன என்பதை மெய்ப்பிக்கின்றன. இந்தத் துகள்களும் அணுக்களும் சுற்றியுள்ள "சுயமான ஊடகத்திலிருந்து" அல்லது "அடிப்படை ஊடகத்தி லிருந்து" (ஈதர்) இவை வேறுபடுகின்றனவா அல்லது ஒரு குறிப்பிட்ட நிலையில் அவற்றின் ஒரு பகுதியா என்பது ஒரு பகிரங்கக் கேள்வி. இதற்கும் அணுக்கள் இருக்கின்றன என்ற கொள்கைக்கும் தொடர் பில்லை. சாதாரணப் பருப்பொருளிலிருந்து அணு மற்றும் ஈதர் வேறுபடக்கூடிய, "அரை - பொருள்கள்" உள்ளன என்பதைக் காட்ட *காரண காரிய தொடர்பு உள்ளது என்பதை மறுக்க எந்த ஆதாரமும் இல்லை. தனித்தனியான பிழைகள் தவிர்க்க முடியாதவை.* ஆனால், மொத்த விஞ்ஞான விவரங்கள், அணுக்கள், மூலக்கூறுகள் ஆகியவற்றின் இருப்பு பற்றி சந்தேகத்தை உருவாக்கவில்லை.

எதிர் மின் சக்தியுள்ள (எலக்ட்ரான்) மூலம் உருவாகும் அணுக்களின் அமைப்பு பற்றிய புதிய தரவுகளை ருக்கர் குறிப்பிடு கிறார். மூலக்கூறுகளின் அணுக்கள் பரிமாணம் பற்றிய பல்வேறு பரிசோதனைகள் கணக்கீடுகள் ஆகியவற்றின் முடிவில் உள்ள ஒற்றுமை பற்றி அவர் குறிப்பிடுகிறார். முதல் மதிப்பீடு, 100 மில்லி மைக்ரான்கள் (ஒரு மில்லி மீட்டரில் மில்லியன் பகுதி) அதன்

விட்டம் என்று காட்டுகிறது. புதிய புத்துயிர் கொள்கை[96] பற்றிய அவரது விமர்சனத்தையும், தனித்தனிக் கூற்றுகளையும் விட்டுவிட்டு நாம் ருக்கரின் முடிவுகளை மேற்கோளாகக் காட்டுவோம் :

"தற்கால முன்னேறிய விஞ்ஞானக் கொள்கைகளில் உள்ள கருத்துகளைக் குறைத்து மதிப்பிடுபவர்கள், அணுக்கள் மற்றும் ஈதர் ஆகியன விஞ்ஞானக் கற்பனை என்பதற்கும், அணு மற்றும் ஈதர் பற்றிய இயந்திரகதியிலான கொள்கை என்பதற்கும் ஒரு மாற்று இல்லை என்று எண்ணுகிறார்கள். இக்கொள்கை, தற்பொழுது முழுமையடைந்தால் அடித்தளத்தில் உள்ள எதார்த்தத்தைப் பற்றிய முழுமையான சித்திரத்தைக் கொடுக்கும். ஆனால், என்னைப் பொறுத்தவரை இவற்றிற்கு *இடைப்பட்ட ஊடகம்* ஒன்று உள்ளது." இருட்டறையில் உள்ள மனிதன், தட்டுமுட்டுச் சாமான் மீது மோதாமல் இருந்தால், கதவிற்குப் பதிலாகத் திசை தெரியாமல் முகம் பார்க்கும் கண்ணாடி வழியாக நடக்காமல் இருந்தால், அவன் எதையோ சரியாகப் பார்க்கிறான் என்று அர்த்தம். எனவே, இயற்கைக்கு உள்ளாக ஊடுருவிப் பார்க்க வேண்டும் அல்லது உலகின் ரகசியத்தை நாம் முற்றிலும் அறிந்து கொண்டோம் என்ற கோரிக்கைக்கு இடமேயில்லை. "அணு அல்லது அது இருக்கும் ஈதர் ஆகியவற்றின் தன்மை பற்றிய ஒரு தெளிவான கருத்தை நாம் உருவாக்கவில்லை. நமது கொள்கைகளின் தற்காலிகத் தன்மை, பெருமளவிலான சிக்கல்கள் ஆகியன இருந்தாலும், அணுக் கொள்கையானது, பல உண்மைகளை இணைக்கிறது, சிக்கலான பலவற்றை எளிதாக்குகிறது என்று காட்ட நான் முயற்சித்துள்ளேன் -(ஏற்றுக்கொள்ளத்தக்க ஒரு மாற்றுக் கருதுகோள் உருவாக்கப் படும்வரை - எனவே, நமது கொள்கையின் முக்கிய அமைப்பு உண்மையானது என்று வலியுறுத்த நமக்கு உரிமை உண்டு. அதாவது, குழம்பிய கணிதவியலாளர்களுக்கு அணுக்கள் உதவியானவை மட்டுமின்றி மாறாக அவை, இயற்பியல் விதிகளுக்குட்பட்ட எதார்த்தங்கள் என்பது நமது கொள்கை."

இந்த முறையில் ருக்கர் அவரது சொற்பொழிவை முடிக்கிறார். அவர் அறிவுத்தோற்றவியல் பற்றிக் கூறவில்லை. ஆனால், பல விஞ்ஞானிகளின் பெயரால், அவர் இயல்பான ஒரு பொருள் முதல்வாத நிலையை ஆதரிக்கிறார். அவரது நிலைப்பாட்டின் சுருக்கம் இதுதான்: இயற்பியலின் கொள்கை (துல்லியமாக) புறவய எதார்த்தத்தின் ஒரு பிரதியாகும். உலகம் என்பது இயங்கும் பருப் பொருள், அது பற்றிய நமது அறிவு வளர்ந்து கொண்டே இருக்கிறது. ருக்கரின் தத்துவத்தில் உள்ள குறைபாட்டிற்குக் காரணம், ஈதரின் இயக்கம் பற்றிய ''இயந்திரவியலை'' தேவையற்று ஆதரித்தது (ஏன் மின்காந்தவியலாக இருக்கக் கூடாது?), சார்பு உண்மை, முழு

உண்மை ஆகியவற்றிற்கு இடையிலான உறவினைப் புரிந்து கொள்ளத் தவறியது ஆகியனவாம். இந்த இயற்பியலாளர் *இயங்கியல்* பொருள்முதல்வாதத்தைப் புரிந்து கொள்ளவில்லை (ஆங்கிலேயப் பேராசிரியர்கள் தங்களை "அறியொணாவாதிகள்" என்று கூறிக்கொண்டதற்கான சமூகச் சூழலை நாம் புறக்கணித்தால்).

ஆன்மீகவாதியான ஜேம்ஸ் வார்ட் இந்தத் தத்துவத்தை எவ்வாறு விமர்சனம் செய்தார் என்று இப்பொழுது காண்போம்:

"இயற்கைவாதம் (Naturalism) என்பது விஞ்ஞானம் அல்ல. இயற்கை பற்றிய இயந்திரவியல் கொள்கையும் (அதன் அடித்தள மாக செயல்படும் கொள்ளை) விஞ்ஞானம் அல்ல... இயற்கை வாதம், இயற்கை விஞ்ஞானம், உலகம் பற்றிய இயந்திரவியல் கொள்கை ஆகியன விஞ்ஞானம் என்ற முறையில் தர்க்க ரீதியாக வெவ்வேறானவை. ஆனால், இவை இரண்டும் முதலில் ஒரே மாதிரியாகவும், வரலாற்று ரீதியாகத் தொடர்புள்ளவையாகவும் தோன்றும். இயற்கை விஞ்ஞானம், கருத்துமுதல்வாத வகைத் தத்துவங்கள் (அல்லது ஆன்மிகவாதம்) ஆகியவற்றிற்கு இடையே குழப்பத்திற்கு இடம் இல்லை. விஞ்ஞானத்தில் தன்னுணர்வின்றி இடம் பெறும், அறிவுத் தோற்றவியல் அனுமானங்களை இவை விமர்சனம் செய்கின்றன"* உண்மை! இயற்கை விஞ்ஞானங்களின் போதனைகள்தாம் இயல்பாகப் புறவய எதார்த்தத்தைப் பிரதிபலிக் கின்றன என்று தன்னுணர்வின்றி அனுமானிக்கின்றனர். இத்தகைய தத்துவம் *மட்டும்தான்* இயற்கை விஞ்ஞானத்துடன் பொருந்து கின்றன! "...இயற்கைவாதத்தில் இது அவ்வாறு அல்ல. விஞ்ஞானத் தைப் போலவே, எந்த அறிவுக் கொள்கையும் இதில் இல்லை. உண்மையில், இயற்கைவாதம் என்பது பொருள்முதல்வாதத்தைப் போல, இயக்க மறுப்பியல் தத்துவமாகக் கருதப்படும் இயற்பியல் ஆகும்... இறுதியான உண்மை பற்றிய அறியாமை காரணமாக, இயற்கைவாதம் பொருள்முதல்வாதத்தைப் போல் வறட்டு நம்பிக்கை கொண்டதாக இல்லை. ஆனால், தெரியாமல் இருப்பன வற்றின் பொருளாயதத் தன்மையை அது வலியுறுத்துகிறது."

ஒரு பொருள்முதல்வாதி இயற்பியலை இயக்க மறுப்பியல் தத்துவமாகக் கருதுகிறான்! இது ஒரு வழக்கமான விவாதம். மனிதனுக்குப் புறத்தே உள்ள *புறவய* எதார்த்தத்தை ஏற்றுக் கொள்வது, இயற்கை மறுப்பியல் தத்துவம் எனப் பொருள் கொள்ளப்படுகிறது. பொருள் முதல்வாதத்திற்கு எதிரான இத்தகைய

---

* ஜேம்ஸ் வார்ட், *இயற்கைவாதமும் அறியொணாவாதமும்*, 1906, தொ. 1, பக். 303.

விமர்சனங்களில் கான்டியர்கள், ஹியூமியர்கள் ஆகியோருடன் ஆன்மீகவாதிகள் ஒத்துப் போகின்றனர். இது புரிந்துகொள்ளக் கூடியதே. ஏனென்றால், எல்லோருக்கும் தெரிந்த பொருள்களின் புறவய எதார்த்தத்தை மறுக்காமல் ரெஹ்மன்கேயின் கருத்துப் படியான "உண்மையான கருத்தாற்றல்களுக்குப்" பாதையை அமைப்பது சாத்தியமாகாது!...

"அனுபவத்தை எவ்வாறு முழுமையாக ஒழுங்குபடுத்துவது [திரு.வார்ட் அவர்களே! போக்தனோவிடமிருந்து திருடியது] என்ற தத்துவக் கேள்வி வரும் பொழுது, இயற்கைவாதி... நாம் பௌதிகப் பக்கத்திலிருந்து தொடங்க வேண்டும் என்று கூறுகிறார். அப்பொழுதுதான் உண்மைகள் தெளிவாகின்றன, தீர்மானமடை கின்றன மற்றும் தொடராக இணைகின்றன. மனித மனதை எப்போதும் தூண்டிய ஒவ்வொரு எண்ணத்தினையும், பருப் பொருள், இயக்கம் ஆகியவற்றின் உறுதியான திட்டவட்டமான மறு பகிர்வுக்கு இணைத்துக் காட்டலாம். இயற்பியல் விஞ்ஞானத்தி லிருந்து முறையாகப் பெற்ற முடிவுகள், இத்தகைய தத்துவ ரீதியான பொதுமைப்படுத்தல் என்பதைச் சில தற்கால இயற்பியலாளர்கள் துணிச்சலாக ஏற்றுக்கொள்கிறார்கள். ஆனால், பிரபஞ்சத்தின் இயந்திரவியல் கோட்பாடு, நிலைகொண்டுள்ள இயற்பியல் ரீதியான எதார்த்தவாதம் என்ற மறைந்திருக்கும் இயக்க மறுப்பியலை வெட்டவெளிச்சமாக்க விழைவோரால் தமது அறிவியலே தாக்கப்படுவதாகப் பலர் கருதுகின்றனர்... இந்தக் கொள்கை பற்றிய விமர்சனம், முந்தைய சொற்பொழிவுகளில் இவ்வாறே கருதப்பட்டது [ருக்கரால்]. உண்மையில் எனது விமர்சனம் [மாக்கியர்களும் வெறுத்த, ''இயக்க மறுப்பியல் தத்துவம்"] எண்ணிக்கையிலும் தாக்கத்திலும் அதிகரித்து வரும் இயற்பியலாளர்களின் விளக்கத்தை ஓர் அடிப்படையாகக் கொண்டது. - அவர்களை அவ்வாறு அழைத்தால் - இவர்கள் மத்தியகால எதார்த்த வாதத்தை மறுக்கிறார்கள்... இந்த எதார்த்தவாதம் நீண்ட நாட்களாக எதிர்ப்பின்றி இருந்தது. இதனை எதிர்ப்பது என்பது பலருக்கு விஞ்ஞானத்தில் அராஜகத்தைக் கொண்டு வருவது என்பதாகும். கிர்ச்சாப், பாயின்கர் போன்றவர்கள் இதனை எதிர்க்கிறார்கள். அவ்வாறாயின் இவர்கள் 'விஞ்ஞான முறையைப் பயனற்றதாக்குகிறார்கள்' என்று கருதுவது மிகையான கூற்றாகும்'... நாம் இயற்பியல் ரீதியான எதார்த்தவாதிகள் என அழைக்கும் பழைய பிரிவினரிடமிருந்து அவர்களை வேறுபடுத்த, புதியவர்களை இயற்பியல் ரீதியான குறியீட்டாளர்கள் என அழைக்கலாம். இது ஒன்றும் சிறந்த சொல் அல்ல. ஆனால், தற்பொழுது நமக்கு முக்கிய மாக உள்ள இந்த இருவருக்குமிடையே உள்ள வேறுபாட்டைக்

கூறப் பயன்படுகிறது. இங்கு உள்ள பிரச்சனை மிகவும் எளிதானது. இந்த இரண்டு பிரிவினரும் ஒரே புலன் அறிவு அனுபவத்தி லிருந்துதான் தொடங்குகின்றனர்; இருவருமே அருவமான கருத்தமைப்பினையே பயன்படுத்துகின்றனர். இவை விவரங்களில் வேறுபடலாம். ஆனால், அடிப்படையில் ஒன்றேயாகும். இரண்டுமே ஒரே சரிபார்க்கும் முறையைப் பின்பற்றுகின்றன. ஆனால், அதில் ஒன்று தோற்றங்களைப் பின்னுக்குத் தள்ளிவிட்டு, இறுதி எதார்த்தத்தை நெருங்கினோம் என்று நம்புகிறது. மற்றொன்று, பருண்மையான மெய் நடப்புகளுடைய சிக்கலான தன்மைக்கு அறிவுரீதியாக நிர்வகிக்க இயலும் ஒரு பொதுமையான விரிவான திட்டத்தை மட்டும் மாற்றீடு செய்வதாக நம்புகிறது... இந்த இரண்டிலும் பொருள் *பற்றிய* [வார்டின் சாய்வு எழுத்து] முறையான அறிவு என்ற முறையில் இயற்பியலின் மதிப்பு பாதிக்கப் படவில்லை. இதன் வருங்கால விரிவாக்கம், நடைமுறைப் பயன் பாடு ஆகியனவற்றின் சாத்தியம் ஒரே மாதிரியானது ஆகும். ஆனால், இந்த இரண்டிற்கும் உள்ள யூக வேறுபாடு மிகவும் அதிகம். இந்த இடத்தில் எது சரியானது என்ற கேள்வி மிக முக்கியமானது."

இந்தத் திறந்த மனதுள்ள உறுதியான ஆன்மீகவாதி கேள்வியை உண்மையாகவும் தெளிவாகவும் கேட்கிறார். தற்கால இயற்பியலில் இந்த இரு பிரிவுகளுக்கும் உள்ள வேறுபாடு தத்துவ ரீதியானது *மட்டுமே;* அறிவுத் தோற்றவியல் சார்ந்தது மட்டுமே. அடிப் படையான வேறுபாடு என்னவென்றால், ஒன்று, நமது கோட்பாடு பிரதிபலிக்கும் ''இறுதி'' (புறநிலை என்று அவர் கூறியிருக்க வேண்டும்) எதார்த்தத்தை ஏற்றுக்கொள்கிறது. மற்றொன்று, அதனை மறுக்கிறது. கோட்பாடு என்பது அனுபவ ரீதியானக் குறியீடு, அனுபவங்களின் அமைப்பு என்று அதில் கருதப்படுகிறது. புதிய பருப்பொருள் வடிவங்களையும், இயக்கத்தினையும் கண்டுபிடித்த புதிய இயற்பியல் பழைய தத்துவக் கேள்வியைக் கேட்கிறது. ஏனென்றால், பழைய இயற்பியல் கருத்துகள் தகர்ந்துவிட்டன. இடைப்பட்ட இடத்தில் ''உள்ளவர்களால்'' (''நேர்க்காட்சி வாதிகள்''', ஹியூமியர்கள், மாக்கியர்கள்) இதனைத் தெளிவாகக் கூற முடியவில்லை என்றாலும், வார்ட் போன்ற கருத்துமுதல்வாதி இதன் முகத்திரையைக் கிழித்துக் காட்ட வேண்டியிருந்தது.

"...அண்மைக் காலத்தில் என்னுடன் இணைந்து பேராசிரியர்கள் பாயின்கர், பாயின்டிங் ஆகியோர் முன்வைத்த குறியீட்டியல் விளக்கங்களுக்கு எதிராக, இயற்பியல் ரீதியான எதார்த்தத்தை அவரது தொடக்க உரையில் ருக்கர் பேசினார்'' (பக். 305 - 306;

இந்தப் புத்தகத்தின் மற்றப் பகுதிகளில் வார்ட், டுஹெம், பியர்சன், மாக் ஆகியோர் பெயரை சேர்க்கிறார்; பார்க்க தொ. II, பக். 161, 63, 67, 75, 83).

"... அவர் [ருக்கர்] 'மனப் பிம்பங்கள்' பற்றித் தொடர்ந்து பேசுகிறார். அதே சமயத்தில் அணுக்களும் ஈதரும், இவற்றைவிட அதிகமாக இருக்க வேண்டும் என்பதையும் எதிர்க்கிறார். இது பின்வருமாறு கூறுவது போல் உள்ளது: இங்கு என்னால் வேறு ஒரு பிம்பத்தையும் உருவாக்க முடியாது. எனவே, எதார்த்தம் என்பது அதைப் போல் இருக்க வேண்டும்... அவர் [ருக்கர்] வேறு வகையான மனப் பிம்பத்தின் பொதுமையான ஒன்றை அனுமதித்தார்... இல்லை, 'நமது கொள்கைகளின் சில தற்காலிகத் தன்மையை' மட்டுமே அவர் அனுமதிக்கிறார். பல முக்கியமான சிக்கல்களை அவர் ஏற்கிறார். அவர் ஒரு செயல்படும் கருதுகோள் ஒன்றையே ஆதரிக்கிறார். அது கடந்த அரை நூற்றாண்டிலேயே மதிப்பிழந்த ஒன்றாகும். எனினும், பருப்பொருளின் ஆக்க அமைவு பற்றிய அணுவியல் கோட்பாடும் இதரக் கோட்பாடுகளும் செயல்படும் கருதுகோள்களாக இருக்குமேயானால், அக்கருதுகோள்களும் இயற்பியல் ரீதியான இயல் நிகழ்ச்சிகளுக்கு மட்டுமே வரம்பிடப் பட்டு இருக்குமேயானால், பருப்பொருள் மற்றும் இயக்கம் ஆகியவற்றை விட ஒரு குறைந்த அளவு மெய்மைக் கொண்ட தாகவோ, இயல் நிகழ்ச்சிகளைவிட கூடுதல் மெய்மைக் கொண்டவையாகவோ வாழ்வு மற்றும் மனதின் மெய்மைகளை சுருக்கும் இயந்திரவியல்தான் அடிப்படையானது என்கிற ஒரு கோட்பாட்டை நியாயப்படுத்த இயலாது. இதுதான் உலகம் பற்றிய இயந்திரவியல் கோட்பாடாகும். அவ்வாறாயின் (கவனக் குறைவாக ஆதரிக்கிறார் என்று நமக்குத் தோன்றாவிட்டால்) சர். ஆர்தர் ருக்கருடன் நமக்கு ஒன்றும் சண்டையில்லை" (பக். 314 - 315).

அதாவது உணர்வுநிலை எனப்படுவது ''குறைவான'' மெய்மை கொண்டது என்றோ அல்லது உலகின் இயங்கும் பருப் பொருளுடைய சித்திரமானது இன்றியமையாத வகையில் ஓர் ''இயந்திரவியல் தன்மை'' கொண்டது என்றோ, அத்துடன் ஒரு மின்காந்தத் தன்மையற்றது என்றோ இதரவை என்றோ, அளவிட முடியாத வகையில் மிகுந்த சிக்கலானது என்று பொருள்முதல்வாதம் எப்போதுமே நிலையெடுக்கிறது எனக் கூறுவது நிச்சயமாக அடிமுட்டாள்தனமாகும். நமது மாக்கியர்களை (அதாவது, குழம்பிய கருத்துமுதல்வாதிகள்) விட உண்மையில் மிகவும் தந்திரமான, தெளிவான, நேர்மையான கருத்துமுதல்வாதியான வார்ட், "உள்ளுணர்வு" சார்ந்த இயற்கை-அறிவியல் பொருள்முதல்வாதத்தின் பலவீனங்களைப் பற்றிக் கொள்கிறார். அது, முழு உண்மை, சார்பு

உண்மை ஆகியவற்றிற்கு இடையில் வேறுபாட்டை விளக்க முடியாமையின் எடுத்துக்காட்டாகும். தலைகீழாக தாவி யவார்ட் உண்மை என்பதை சார்பானது, தோராயமானது, "தற்காலிகமானது மட்டுமே". எனவே, அதனால் எதார்த்தத்தைப் பிரதிபலிக்க முடியாது! ஆனால், அணு போன்றவற்றை "செயல்திட்டக் கருது கோளாகக்" காட்டுவதை இந்த ஆன்மீகவாதி சரியாகவே செய்கிறார். இயற்கை விஞ்ஞானத்தின் கருத்துகள் செயல்திட்டக் கருதுகோள் என்று கோருவதைத் தவிர, தற்காலப் பண்பட்ட நம்பிக்கைவாதம் வேறு எதையும் கருதுவதில்லை. (இதனை வார்ட் அவரது ஆன்மீக வாதத்திலிருந்து பெறுகிறார்). ஐயாமார்களே! நீங்கள் அறிவுத் தோற்ற வியலையும், தத்துவத்தையும் எங்களுக்கு விட்டுக் கொடுத்தால் நாங்கள் விஞ்ஞானத்தை உங்களுக்கு விட்டுக் கொடுக்கிறோம் ஐயா - இது தான் மதவியலாளர்களும் பேராசிரியர்களும் "முன்னேறிய" முதலாளித்துவ நாடுகளில் ஒன்றாக இருப்பதற்கான சூழல் ஆகும்.

"புதிய" இயற்பியலுடன் வார்டின் அறிவுத்தோற்றவியலை இணைக்கும் இதர கருத்துகளுக்கு மத்தியில் *பருப்பொருள் மீதான* அவரது முனைப்பான தாக்குதல் கவனிக்கப்பட வேண்டியது. எது பருப் பொருள்? எது ஆற்றல்? என்று பல்வேறு கருதுகோள் அவற்றின் தொடர்புகள் ஆகியவற்றைக் கேலி செய்யும் முறையில் வார்ட் கேட்கிறார். அது ஈதரா அல்லது ஈதர்களா அல்லது செயற்கையான, நம்ப முடியாத பண்புகள் உள்ள "புதிய முழு நிறைவான திரவமா?" என்று கிண்டலாகக் கேட்கிறார். வார்டின் முடிவு இதுதான்: "...இயக்கம் தவிர வேறு எதையும் நாம் தெளிவாகக் காணவில்லை. வெப்பம் என்பது இயக்க முறை. ஒளி, காந்தம், நெகிழ்வுத் தன்மை ஆகியன எல்லாமே இயக்க முறைகள் ஆகும். நிகழ்வு என்பதே இறுதியில், திடப்பொருள் அல்லாத வாயு அல்லாத, திரவம் அல்லாத, பொருளும் அல்லாத ஒன்றின் இயக்க முறையாகும். அதாவது, ஒரு வரம்பற்ற அது புலன்களால் உணரப்படும் இயல் நிகழ்ச்சிகளாகவும் இல்லை. புலன்களால் அறியப்படாததாகவும் இல்லை. [கிரேக்க தத்துவ ஞானிகள் சொல்வது போன்ற முடிவில்லா, எல்லையற்ற ஒன்று]. அதன் மீது நாம் நமது விதிமுறைகளை திணிக்கலாம்" *(பாகம் I. பக். 140).*

பருப்பொருளில் இருந்து இயக்கத்தைப் பிரிப்பதில் ஆன்மீகவாதி தனக்கு உண்மையாக இருக்கிறான். இயற்கையில் பொருள்களின் இயக்கம் நிலைத்த நிகழ்வாக உள்ள பொருள் அல்லாத ஒன்றின் இயக்கமாக, தெரியாத ஈதரில் உள்ள தெரியாத மின்சாரத்தின் தெரியாத சக்தியாக மாற்றம் பெறுகிறது. தொழிற்சாலைகளிலும் சோதனைச் சாலைகளிலும் *பொருள்களின்* மாறுதல் பற்றிய இயங்கியல், கருத்துமுதல்வாதியின் கண்களுக்குப் (பெரும்பாலும்

பொது மக்களுக்கும், மாக்கியர்களுக்கும்) பொருள்முதல்வாத இயங்கியலை உறுதி செய்வதாகத் தோன்றவில்லை. பொருள் முதல்வாதத்திற்கு எதிரான ஆதாரமாகத் தோன்றுகிறது: "...உலகினை விளக்கும் இயந்திரவியல் கொள்கை, இயந்திரவியல் ரீதியான இயற்பியலின் முன்னேற்றத்தில் மரண அடி பெறுகிறது" (பக்.143). உலகம் என்பது இயங்கும் பருப்பொருள், இந்த இயக்க விதிகள் இயந்திரவியலில் மிதமான திசைவேகத்தில் பிரதிபலிக் கின்றன. அதிகமான திசை வேகத்தில் மின்காந்தக் கொள்கையில் பிரதிபலிக்கின்றன. "விரிவாக்கப்பட்ட, திடமான அழிக்க முடியாத அணுக்கள் என்பவை பிரபஞ்சம் பற்றிய பொருள்முதல்வாதக் கண்ணோட்டத்தின் அடித்தளமாக உள்ளன. ஆயினும், துயரத்துக் குரிய வகையில், விரிவாக்கப்பட்ட மற்றும் கடினமான அணு, அதிகரிக்கும் அறிவின் தேவைக்குச் சமமாக இல்லை" (பக்.144). அணுக்களை சிதைக்க முடியும், எல்லையற்ற தன்மை, பருப் பொருள்களின் எல்லா வடிவங்களும் மாறுதல் அடைவது, அவற்றின் இயக்கம் ஆகியன இயங்கியல் பொருள்முதல்வாதத்தின் வலுவான பகுதிகள் ஆகும். இயற்கையில் உள்ள எல்லைகள் எல்லாம் நிபந்தனைக்குட்பட்டவை, சார்பானவை இயங்குபவை. அறிவினை நோக்கித் தோராயமாக நாம் நகர்வதை இவை வெளிப் படுத்துகின்றன. ஆனால், பருப்பொருளே நமது மனதின் விளைவு அதாவது, ஒரு குறியீடு ஒரு மரபான குறி என்று இது மெய்ப்பிப்பது இல்லை. இந்தப் புத்தகத்தின் முற்றுப்புள்ளியானது 200 அடி நீளம், 100 அடி அகலம் 50 அடி உயரம் உள்ள கட்டிடத்துக்கு எவ்வாறோ, அவ்வாறே (அறை); அணுவிற்கு எலக்ட்ரான் அது வினாடிக்கு 2,70,000 கிலோமீட்டர் திசைவேகத்தில் இயங்குகிறது. அதன் நிறை என்பது அதன் திசைவேகத்தின் சார்புமுறை எண் (function) ஆகும். ஒரு வினாடியில் அது 500 டிரில்லியன் (1 டிரில்லியன் = 1 லட்சம் கோடி - மொ.ர்.) தடவை சுற்றுகிறது. பழைய இயந்திரவியலை விட இவை அனைத்தும் சிக்கலானவை. இருப்பினும் இது வெளி, காலம் ஆகியவற்றில் பருப்பொருளின் இயக்கம் ஆகும். மனித அறிவானது இயற்கையில் உள்ள பல அற்புதமானவற்றைக் கண்டுபிடித்துள்ளது. அது இன்னும் கண்டுபிடிக்கும்; இதன் மூலம் இயற்கையின் மீதான அதன் ஆற்றல் வாய்ந்த அதிகாரத்தை அது கூடுதலாக்கும். ஆனால், இதன் அர்த்தம் இயற்கை என்பது நமது மனம், அல்லது அருவமான மனம் (அதாவது, வார்டின் கடவுள்; போக்தனோவின் "பதிலீடு", இன்னபிற) என்பதன் படைப்பு என்பதல்ல.

"உண்மையான உலகின் கொள்கை என்று கண்டால், அக்கருத் தானது [அதாவது "இயந்திரவியலின்" கருத்தானது] நம்மை சூனிய

வாதத்திற்கு இட்டுச் செல்கிறது: எல்லா மாறுதல்களும் இயக்கங்கள். ஏனென்றால், இயக்கங்கள் என்ற மாறுதல்களை மட்டுமே நாம் புரிந்துகொள்ள முடியும். எனவே, எது இயங்குகிறதோ அதுவும் இயக்கம் தான் என்று புரிந்து கொள்ள வேண்டும்" (பக்.166). நான் காட்ட முயற்சித்தபடி, இயற்பியல் முன்னேற்றமானது பருப் பொருள், இயக்கம் ஆகியன தாம் அடிப்படையான சாராம்சம் என்ற நம்பிக்கைக்கு சரியான மருந்தாகும். இவை மொத்த இருத்தலின் மிக அருவமான குறியீடு ஆகும்... வெறுமனே இயந்திரவியலின் மூலம் மட்டுமே நாம் கடவுளை அடைய முடியாது" (பக். 180).

நல்லது. இது *மார்க்சியத் தத்துவத்தில் ஆய்வுகள்* என்பதில் உள்ளதைப் போன்று உள்ளது! வார்ட் அவர்களே, நீங்கள் லூனாசார்ஸ்கி, யுஷ்கேவிச், பசரோவ், போக்தனோவ் ஆகியோருக்கு இதைச் சொல்ல வேண்டும். உங்களை விடச் சற்று அவர்களும் கூடுதலான "வெட்கங்கெட்டவர்கள்." ஆனால், அவர்களும் இதே கொள்கை பற்றிப் பேசுகின்றனர்.

5. தற்கால இயற்பியலின் இரு போக்குகளும் ஜெர்மானியக் கருத்துமுதல்வாதமும்

1896 ஆம் ஆண்டில், பிரபலமான காண்டியரும், கருத்துமுதல் வாதியுமான ஹெர்மன் கோஹன் என்பவர், மிகுந்த மகிழ்வுடன் *பொருள்முதல்வாதத்தின் வரலாறு* என்ற ஆல்பர்ட் லாங்கேயின் நூலின் ஐந்தாவது பதிப்பிற்கு, முன்னுரை எழுதினார். இது பொருள் முதல்வாதம் பற்றிய பொய்யான வரலாறு ஆகும். "கருத்துமுதல் வாதக் கொள்கை, இயற்கை விஞ்ஞானிகளின் பொருள்முதல் வாதத்தைத் தகர்க்கத் தொடங்கிவிட்டது. அதனைத் தோற்கடிக்க இன்னும் சிறிது அவகாசம் வேண்டும்" என்று கோஹன் கூறினார் (பி.xxvi). புதிய இயற்பியலில் கருத்துமுதல்வாதம் ஊடுருவுகிறது. "அணுவியல் ஆற்றல் செயல்படும் முறைமைக்கு இடமளிக்க வேண்டும்..." "இங்கு முக்கியமான திருப்பம் என்னவென்றால், பொருள்களின் வேதியியல் பிரச்சனை பற்றிய ஆய்வு, பருப்பொருள் பற்றிய பொருள்முதல்வாதக் கண்ணோட்டத்தினை முக்கியமாக வென்றுள்ளது என்பதாகும். தாலஸ் என்பவர் பருப் பொருள் என்ற கருத்தின் மனக்கண் தோற்றத்தை முதலில் கண்டு எலக்ட்ரான் பற்றிய ஊகங்களுடன் அதனை இணைத்தது போல, மின்சாரம் பற்றிய கொள்கை, பருப்பொருள் பற்றிய கருத்தில் பெரிய புரட்சியை ஏற்படுத்தவிருக்கிறது. பருப்பொருளை விசையாக மாற்றுவதன் மூலம் கருத்துமுதல்வாதத்திற்கு வெற்றியளிக்க விருக்கிறது" (பக். xxix).

ஜேம்ஸ் வார்டைப் போன்று ஹெர்மன் கோஹனும் *அடிப்படையான* தத்துவப் போக்குகளைச் சுட்டிக்காட்டுவதில் மிகத் தெளிவாக இருக்கிறார். பலவகைப்பட்ட ஆற்றல் ஆய்வியல் துறையினர், குறியீட்டியல், அனுபவவாத விமர்சனம், அனுபவ ஒருமைவாத கருத்துமுதல்வாதம் போன்றவற்றின் வேறுபாட்டிற்குள் (நமது மாக்கியர்களைப் போல) இவர் சிக்கிக் கொள்ளவில்லை. மாக், பாயின்கர் போன்றவர்களது பெயர்களுடன் தொடர்புள்ள இயற்பியல் பிரிவின் *அடிப்படையான* தத்துவ நோக்கினை *கருத்துமுதல்வாதம்* என்று சரியாகவே இவர் கூறுகிறார். 1869 ஆம் ஆண்டு ''ஆவிகளைக் காணும்'' விஞ்ஞானிகளை டியட்ஸ்ஜென் வெளிச்சம் போட்டுக் காட்டினார். அதேபோன்று கோஹன் "பொருள் விசையாக மாறுவது" கருத்துமுதல்வாதத்தின் வெற்றியாக உள்ளது, மின்சாரம் *கருத்து முதல்வாதத்தின்* துணைவனாகி விடுகிறது. ஏனென்றால், அது பருப்பொருளின் அமைப்பு பற்றிய பழைய கொள்கையைத் தகர்த்து விட்டது, அணுக்களைப் பிளந்துவிட்டது; புதிய இயக்கங்களைக் கண்டுபிடித்துவிட்டது. முற்றிலும் ஆராய முடியாத வழக்கத்திற்கு விரோதமான, ''வினோதமான'' நிலையை அது காட்டுகிறது. எனவே, இயற்கை என்பது *பொருள் அல்லாதது* (ஆன்மா, மனம்) என்பதை நுழைக்கும் சாத்தியத்தைத் தருகிறது. மிகச் சிறு துகள்கள் பற்றிய நமது அறிவிற்கான நேற்றைய எல்லை மறைந்துவிட்டது. எனவே, கருத்துமுதல்வாதத் தத்துவவாதி பின்வரும் முடிவிற்கு வருகிறான் - பொருள் மறைந்து விட்டது (மாறாக எண்ணம் மட்டுமே இருக்கிறது). ஒவ்வொரு இயற்பியலாளருக்கும், ஒவ்வொரு பொறியியல் வல்லுனருக்கும் மின்சாரம் என்பது ஒரு (பொருள்) இயக்கம் என்று தெரியும். ஆனால், *எது* இயங்குகிறது என்று யாருக்கும் சரியாகத் தெரியாது. எனவே, தத்துவரீதியாக ஒன்றும் தெரியாதவனை, ஒரு "சிக்கனமான" கூற்றின் மூலம் ஏமாற்றலாம். அது *பருப்பொருள் இல்லாத* இயக்கம் என்று கருதுவதாகும்... என்று கருத்தியல்வாதி முடிக்கிறார்.

மாக்கியரான புகழ்பெற்ற இயற்பியலாளர் ஹென்ரிச் ஹெர்ட்ஸ் என்பவரை ஹெர்மன் கோஹன் தனது பக்கம் சேர்த்துக்கொள்ள முயற்சிக்கிறார். ஹெர்ட்ஸ் நம்மவர் - அவர் ஒரு கான்ட்டியர். சில சமயங்களில் *காரணகாரியத்* தொடர்புடையவற்றை அவர் ஏற்றுக் கொள்கிறார் என்று கூறுகிறார். ஹெர்ட்ஸ் நம்மவர், அவர் ஒரு மாக்கியவாதி. இவ்வாறு கிளையின் பீட்டர் கூறுகிறார். ஏனென்றால், "மாக்கிடம் காணப்படும் நமது கருத்துகள் பற்றிய அதே அகநிலைவாதியின் கண்ணோட்டம் 'ஹெர்ட்ஸிடம் உள்ளது."* ஹெர்ட்ஸ்

* *அமைப்பு சார்ந்த தத்துவத்திற்கான காப்பகம்,* 1898-99, பி.169-170.

எதைச் சார்ந்தவர் என்ற இந்த வினோதமான சர்ச்சைப் புகழ்பெற்ற விஞ்ஞானிகளின் மிகச் சிறு பிழை, கூற்றில் தெளிவின்மை ஆகியவற்றைக் கருத்துமுதல்வாதத் தத்துவவாதிகள் எவ்வாறு பிடித்துக் கொண்டு, நம்பிக்கைவாதம் பற்றிய அவர்களது புதிய வாதத்தை நியாயப்படுத்துகின்றனர் என்பதைக் காட்டுகிறது. உண்மையில் அவரது *இயந்திரவியல்** என்பதற்கான தத்துவ முன்னுரையில், பொருள்முதல்வாதத்தின் இயக்க மறுப்பியலுக்கு எதிரான பேராசிரியப் பெருந்தகைகளின் கூப்பாடு காரணமாக அச்சுறுத்தலுக்கு ஆளான விஞ்ஞானி வழக்கமாக வைக்கும் நிலைப்பாட்டை வெளிப்படுத்துகிறார். ஆனால், ஒரு விஞ்ஞானி என்ற முறையில் அவரால் புற உலகின் எதார்த்தத்தினை புறக்கணிக்க முடியவில்லை. இதனை கிளெயின் பீட்டரே ஒப்புக் கொண்டுள்ளார். ஒரு பக்கத்தில் *இயற்கை விஞ்ஞானம்* பற்றிய அறிவுக் கொள்கையில் வாசகர்களுக்குப் பொய்யான துண்டுப் பிரசுரங்களை அளிக்கிறார். இதில் மாக்கும், ஹெர்ட்சும் ஒருசேர இடம் பெறுகின்றனர். மற்றொரு பக்கத்தில், குறிப்பிட்ட சில தத்துவக் கட்டுரைகளில் மாக்கிடம் முரண்பட்டு, ஹெர்ட்ஸ் இயற்பியல் முழுவதையும் இயந்திரவியல் முறையில் விளக்க முடியும் என்று கூறுகிறார்.** ஹெர்ட்ஸ் தானாக உள்ள பொருள் என்ற கருத்தைப் பின்பற்றுகிறார். "இயற்பிய லாளர்களது வழக்கமான நிலைப்பாட்டைக் கொண்டுள்ளார்." "தானாக உள்ள பிரபஞ்சம்" என்ற சித்திரம் போன்ற இதரவற்றை ஹெர்ட்ஸ் இன்னும் பின்பற்றுகிறார்" இவ்வாறு அவர் கூறுகிறார்.***

ஆற்றல் ஆய்வுத் துறை பற்றி ஹெர்ட்ஸின் கருத்தைக் காண்பது ஆர்வமூட்டுவதாக உள்ளது. அவர் எழுதுகிறார்: "ஆற்றல் ஆய்வுத் துறைக் கொள்கை மூலம் இயற்பியல் தன்னை ஏன் விளக்குகிறது என்பதை ஆராய்ந்தால், அதற்குத் தெரியாத ஒன்றை அது பேசுவதைத் தவிர்க்க விரும்புகிறது என்று நாம் விடை கூறலாம். நமது சிந்தனைக்குட்பட்ட பருப்பொருள் அணுக்களால் ஆக்கப் பட்டது என்று நமக்கு உறுதியாக உள்ளது. சில இடங்களில் இந்த அணுக்களின் பருமன், இயக்கம் ஆகியன பற்றி உறுதியாகத் தெரியும். ஆனால், இந்த அணுக்களின் வடிவம், அவற்றின் தொடர்புகள், இயக்கங்கள் ஆகியன, பெரும்பாலான நேரங்களில் நமக்குப் புலப்படவில்லை... எனவே, அணு பற்றிய நமது கருத்து, மேற்கொண்டு ஆய்வு செய்வதற்கான முக்கியமான, ஆர்வமூட்டுகிற

---

* ஹெர்ட்ஸ்

** கான்ட்டிய ஆய்வுகள், VIII, 1903, பி.309.

*** ஒருமைவாதி, தொ. XVII, 1906, எண்.2, பக்.164; மாக்கின் "ஒருமைவாதம்" பற்றிய கட்டுரை.

குறிக்கோள் ஆகும். ஆனால், கணிதக் கோட்பாடுகளுக்கான தெளிவான, உறுதியான அடித்தளத்தை அமைக்க அது சரியானதாக இல்லை (மேற்கோள் காட்டியது, தொ.III, பக்.21)." ஈதர் பற்றிய கூடுதலான ஆய்வு, "பாரம்பரியமான பருப்பொருளின் தன்மை... அதன் சடத்துவம், ஈர்ப்பு விசை" தொ.I, பக்.357 ஆகியவற்றிற்கு விளக்கம் அளிக்கும் என்று ஹெர்ட்ஸ் எதிர்பார்த்தார்.

ஆற்றல் பற்றிய பொருள்முதல்வாதம் அல்லாத கருத்து ஹெர்ட் ஸிற்குத் தோன்றவே இல்லை என்பது இதிலிருந்து தெளிவாகிறது. பொருள்முதல்வாதத்திலிருந்து கருத்துமுதல்வாதத்திற்கு செல்வ தற்கு தத்துவவாதிகளுக்கு ஆற்றல் ஆய்வியல் துறை ஒரு வாய்ப்பாக இருந்தது. இயற்பியலாளர்கள் அணுவை விட்டு, எலக்ட்ரானுக்கு வராத ஒரு கட்டத்தில் பொருள்களின் இயக்கத்தை விளக்க, ஆற்றல் ஆய்வியல் வசதியானது என்று விஞ்ஞானிகள் கண்டனர். இந்தக் காலகட்டம் இன்னும் முடிவிற்கு வரவில்லை; ஒரு கருதுகோள், மற்றொன்றிற்கு இடமளிக்கிறது; நேர்மின் ஆற்றல் உள்ள எலக்ட்ரான் பற்றி இன்னும் ஒன்றும் சரியாகத் தெரியவில்லை; மூன்று மாதங்களுக்கு முன்னர் தான் (ஜூன் 22, 1908) ஜூன் பெக்குரல், பிரெஞ்சு விஞ்ஞானக் கழகத்தில் "பருப்பொருளின் ஒரு புதிய பகுதியைக் கண்டுபிடித்து விட்டேன்" என்று அறிவித்தார் (அறிவியல் சங்கத்தின் நடவடிக்கைகள் பற்றிய அறிக்கை, பக்.1311). மனித மனது பருப்பொருளை இன்னும் "தேடிக் கொண்டிருக் கிறது", அது ஒரு "குறியீடு" தவிர வேறு ஒன்றும் இல்லை என்ற இந்தச் சாதகமான சூழலை கருத்துமுதல்வாதத் தத்துவவாதி பயன்படுத்தாமல் இருக்க முடியுமா?

கோஹனைவிட மிகவும் பிற்போக்கான மற்றொரு ஜெர்மானியக் கருத்துமுதல்வாதி எட்வர்ட் வான் ஹார்ட்மன் என்பவர் தற்கால இயற்பியலின் உலகக் கண்ணோட்டம் பற்றி ஒரு முழு புத்தகமே எழுதியுள்ளார் (தற்கால இயற்பியல் மீதான உலக கண்ணோட்டம், லீப்சிக், 1902, தனது கருத்துமுதல்வாதத்திற்குச் சாதகமாக உள்ள அவரது வாதங்கள் நமக்கு முக்கியமல்ல. ரே, வார்ட், கோஹன் ஆகியோர் கூறிய அதே நிகழ்வினைத்தான் இவரும் குறிப்பிடுகிறார் என்பது முக்கியம். "தற்கால இயற்பியல் எதார்த்தவாத அடிப் படையில் வளர்ச்சிப் பெற்றுள்ளது" என்று கூறிய ஹார்ட்மன், "புதிய கான்டியர்களும் அறியொணாவாத இயக்கத்தினரும் தான், கருத்துமுதல்வாத அடிப்படையில் அதனை மறுபடியும் விளக்க வழி வகுத்தனர்" என்கிறார் (பக்.218). ஹார்ட்மனின் கருத்துப்படி மூன்று அறிவுத் தோற்றவியல் அமைப்புகள் தற்கால இயற்பியலில் உள்ளன. அவை: ஒன்று ஹைலோ - கினட்டிக்ஸ் (கிரேக்கத்தில் ஹைல் -

பருப்பொருள்; *கினிசிஸ்:* - இயக்கம். அதாவது, பௌதிக நிகழ்வினை இயக்கும் பருப்பொருள் என்று கருதுதல்), ஆற்றல் ஆய்வியல் மற்றும் ஆற்றல் செயல்படும் முறைமை (பொருள் இல்லாமல் விசையை ஏற்றுக் கொள்ளுதல்). கருத்துமுதல்வாதியான ஹார்ட்மன் "ஆற்றல் செயல்படும் முறையை" ஆதரிக்கிறார். இதன் மூலமாக இயற்கை விதிகள் என்பன "உலகச் சிந்தனை" பதிலிகள், பௌதிக இயற்கைக்குப் பதிலாக உளவியல் இயற்கை என்ற முடிவிற்கு அவர் வருகிறார். ஆனால், பெரும்பாலான இயற்பியலாளர்கள் இயங்கும் பருப்பொருள் என்ற கோட்பாட்டின் பக்கம் உள்ளனர் என்பதை அவர் ஒப்புக்கொள்ள வேண்டியிருக்கிறது. "இதுதான் பெரும்பாலும் பயன்படுத்தப் படுகிறது" (பக்.190). இதன் முக்கியக் குறைபாடு "பொருள்முதல் வாதமும் நாத்திகமும் ஆகும். இவை தூய பருப்பொருள் இயக்கம் என்ற கோட்பாட்டு அமைப்பு மூலம் அச்சுறுத்துகின்றன" (பக்.189). இவர் ஆற்றல் ஆய்வியல் துறையை இடைப்பட்டது என்று கருது கிறார். அதனை அறியொணாவாதம் என்கிறார் (பக்.136). ஏனென்றால், "இது பொருளை அகற்றிவிடுகிறது என்பதால் இது தூய ஆற்றல் செயல்படும் முறைமையின் ஓர் கூட்டம் ஆகும்". ஆனால், இந்த அறியொணாவாதத்தை "ஆங்கிலேய மோகத்தின்" ஒரு வடிவம் என்று அதனை அவர் வெறுக்கிறார். இது நேர்மையான ஜெர்மானிய பிற்போக் காளரின் உண்மையான கருத்து முதல்வாதத்திற்குப் பொருத்த மானதல்ல.

இந்த சமரசம் செய்து கொள்ளாத சார்புநிலைக் கருத்துமுதல்வாதி (தத்துவத்தில் சார்புநிலை இல்லாதவர்கள், அரசியலில் உள்ளது போன்று பலனற்ற வறட்டுத்தனமானவர்கள்), இயற்பியலாளர்களுக்கு ஏதேனும் ஓர் அறிவுத்தோற்றவியல் போக்கினைப் பின்பற்றுவது எப்படி என்று விளக்குகிறார். இயற்பியலில் உள்ள அண்மைக்கால முடிவுகளை விளக்கும் பொழுது ஹார்ட்மன் பின்வருமாறு கூறுகிறார். "இந்த வழியைப் பின்பற்றும் ஒரு சில இயற்பியலாளர்களே இந்த விளக்கத்தின் முழு இலக்கையும், விளைவுகளையும் புரிந்து கொண்டுள்ளனர். அதன் குறிப்பிட்ட விதிகளுடனான இயற்பியல், கருத்துமுதல்வாதமாக இருந்தாலும் அடிப்படையான எதார்த்தமான கூற்றுகளைக் கொண்டுள்ளது என்பதை இவர்கள் காண தவறி விட்டனர். அதாவது, தானாகவே உள்ள பொருள், காலத்தில் அதன் மாறுதல்கள், உண்மையான காரண காரியத் தொடர்புக் கோட்பாடு ஆகியவற்றைக் காணத் தவறி விட்டனர்... இந்த எதார்த்தக் கூறுகளை (காரண காரியத் தொடர்புக் கோட்பாட்டின் மாறும் தன்மையுடைய பொருத்தப்பாடு நிலை; காலம், முப்பரிமாண வெளி) அதாவது, இயற்பியல் பேசும் இயற்கை விதிகள் தானாக உள்ள பொருளுடன் பொருந்துகின்றன என்ற நிபந்தனையை ஏற்றுக்கொண்டால்தான், உளவியல் விதிகளில் இருந்து வேறுபடுத்தி இயற்கை விதிகள் பற்றி

ஒருவர் பேச முடியும். நமது மனதைச் சாராமல் இயற்கை விதிகள் வேலை செய்யும்பொழுது தான், நமது மனப் பிம்பங்களின் தர்க்க ரீதியான விளைவுகள், தெரியாத ஒன்றின் இயற்கையான, வரலாற்று ரீதியான விளைவுகள் என்று இயற்பியல் கூற முடியும். இவற்றை நமது உணர்வில் பிரதிபலிக்கிறது அல்லது உருவகமாக குறிப்பிடுகிறது. (பக். 218-19)."

புதிய இயற்பியலின் கருத்துமுதல்வாதம் உண்மையில் ஒரு *போக்கு* என்றும், இயற்கை - வரலாற்றுப் பொருள்முதல்வாதத்திலிருந்து பிரிந்தது அல்ல என்றும் ஹார்ட்மன் கருதுகிறார். எனவே இந்தப் போக்கை உறுதியான, ஒருங்கிணைந்த கருத்துமுதல்வாதத் தத்துவமாக மாற்ற வேண்டும் என்றால் காலம், வெளி, காரணகாரியத் தொடர் கோட்பாடு இயற்கை விதி ஆகிய புறவய எதார்த்தக் கொள்கையை சீர்திருத்த வேண்டும் என்று அவர் இயற்பியலாளரிடம் விளக்கமாக கூறுகிறார். அணுக்கள், எலக்ட்ரான், ஈதர் ஆகியவற்றை மட்டும் குறியீடுகளாக நாம் கருத முடியாது. காலம், வெளி, இயற்கை விதிகள், புறஉலகம் ஆகிய எல்லாவற்றையுமே ஒரு "செயல்திட்டக் கருதுகோளாகக்" கொள்ள வேண்டும். ஒன்று, பொருள்முதல்வாதமாக இருக்க வேண்டும் அல்லது பௌதிக இயற்கைக்குப் பதிலாக உளவியலை இடம்பெறச் செய்தல் வேண்டும்; இந்த இரண்டையும் கலக்க ஆர்வமுள்ளவர்கள் பெருந்திரளாக உள்ளனர். ஆனால், போக்தனோவும் நானும் இவர்களைச் சேர்ந்தவர்கள் அல்ல.

1906 ஆம் ஆண்டு காலமான ஜெர்மானிய இயற்பியலாளர்கள் மத்தியில் லுத்விக் போல்ட்ஸ்மன் மாக்கியப் போக்கினை எதிர்த்துப் போராடினார். "இந்தப் புதிய அறிவுத் தோற்றவியல் நம்பிக்கை வாதத்தை" எதிர்த்தவர்களுள், இவர் மாக்கியத்தை வெறும் ஆன்மீக வாதமாகக் கண்டார் என்று நாம் ஏற்கெனவே சுட்டிக்காட்டியுள்ளோம். (காண்க முதல் அத்தியாயம், பகு.6). போல்ட்ஸ்மன் தன்னை ஒரு பொருள்முதல்வாதி என்று கூறிக்கொள்ள அஞ்சினார். கடவுள் இருப்பதை மறுக்கவில்லை என்று அவர் வெளிப்படையாகவே கூறினார்.* ஆனால், இவரது அறிவுத் தோற்றவியல் பொருள்முதல் வாதத் தன்மையைக் கொண்டுள்ளது. பெரும்பான்மை விஞ்ஞானிகளின் கொள்கையான, பத்தொன்பதாம் நூற்றாண்டு இயற்கை விஞ்ஞானக் கொள்கையின் வரலாற்றியலாளர் எஸ். குந்தர் ஒப்புக் கொண்டபடி** போல்ட்ஸ்மன் கூறுகிறார், "நமது புலன்கள் மீது

---

* லுட்விக் போல்ட்ஸ்மன், *முக்கியமான படைப்புகள்,* லீப்சிக், 1905, பி. 187.

** சிக்மன்ட் குந்தர், *'பத்தொன்பதாம் நூற்றாண்டில் உயிர்வளர்ச்சியற்ற அறிவியல்களின் வரலாறு'* பெர்லின், 1901, பி. 942 மற்றும் 941.

அவை ஏற்படுத்தும் தடங்கள் மூலம் பொருள்கள் இருப்பதை நாம் அறிந்து கொள்கிறோம்" (மேற்கோள் காட்டப்பட்ட படைப்பு, பி. 29). "கோட்பாடு என்பது இயற்கையின் பிம்பம் (அல்லது பிரதி)" (பி.77). பருப்பொருள் என்பது புலன் அறிவுக் காட்சியின் கூட்டுத் தொகுதி என்று கூறுபவர்களுக்கு, மற்றவர்கள் கூறுபவனின் புலனுணர்ச்சி மட்டுமே ஆவர் என்று போல்ட்ஸ்மன் கூறுகிறார். போல்ட்ஸ்மன் சில நேரங்களில் தத்துவரீதியான கருத்துமுதல்வாதி களை அழைப்பது போல, இந்தச் சித்தாந்தவாதிகள் நமக்கு "உலகம் பற்றிய அகவயச் சித்திரத்தையே" தருகிறார்கள் (பி.176). ஆனால், இவர் "உலகம் பற்றிய ஒரு எளிமையான புறவய சித்திரத்தையே" விரும்புகிறார். அடிபட்ட கால் வலியை ஒரு குழந்தை உணர்வது போல, பருப்பொருளின் இருத்தலை வலியுறுத்துவதோடு கருத்துமுதல்வாதி ஒப்பிட்டுக் காட்டுகிறார். பொருளிலிருந்து எண்ணம் தோன்ற முடியும் என்பதையோ அல்லது அவை அணுக்களின் செயல்பாடு என்பது பற்றியோ நினைத்துப் பார்க்கவே முடியாது என்று வலியுறுத்திச் சொல்வதை, கல்வியறிவு இல்லாத மனிதர் சூரியனுக்கும் உலகிற்கும் இடையிலான தூரம் 2 கோடி மைல்கள் என்பதை அவரால் எண்ணிப்பார்க்க முடியாத காரணத்தால் அவ்வளவு தூரம் இருக்கவே முடியாது என்று கருத்து தெரிவிப்பதுடன் எதார்த்தவாதி ஒப்பிடுகிறார். மனதும் விருப்பமும் பருப்பொருளின் துகள்கள் ஆற்றும் சிக்கல்வாய்ந்த செயல்பாடுகள்" என்று போல்ஸ்ட்மன் அறிவியலின் இலக்காக வைப்பதை மறுக்க வில்லை (பி.396).

ஓர் இயற்பியலாளரின் கண்ணோட்டத்திலிருந்து ஆஸ்ட்வால்டின் ஆற்றல் ஆய்வியல் பற்றி, போல்ட்ஸ்மன் விவாதித்தார். ஆஸ்ட் வால்டால், இயங்காற்றல் (kinetic) சூத்திரத்தை இல்லை என்றோ அல்லது முற்றிலும் நீக்கவோ முடியாது (திசைவேகத்தின் வர்க்கத்தால் பெருக்கப்பட்ட பொருண்மையில் பாதி அளவு). முதலில், பொருண்மையிலிருந்து ஆற்றலைப் பெறுவது, (இயங் காற்றல் சூத்திரத்தைப் பயன்படுத்தி). பின்னர், பொருண்மையை ஆற்றல் என்று வரையறை செய்வது ஆகியவற்றின் மூலம் அவர் ஒரு மீள முடியாத சூழலில் சுற்றிக் கொண்டிருந்தார். "*அனுபவ ஒருமைவாதம்*" என்ற அவரது புத்தகத்தின் மூன்றாவது பாகத்தில் மாக்கிற்கு போக்தனோவ் எழுதிய விளக்கத்தை இது எனக்கு நினைவூட்டுகிறது. மாக்கின் *இயந்திரவியல்* நூல் குறித்து எழுதும் பொழுது போக்தனோவ் கூறுகிறார்: "விஞ்ஞானத்தில் பொருள் என்ற கருத்து, இயந்திரவியல் சமன்பாடுகளில் உள்ளது போன்று, பொருண்மையின் குணகமாகக் (co-efficient) காட்டப்படுகிறது. நுணுக்கமாக ஆராய்ந்தால், இது இரண்டு பௌதிக அமைப்புகள்

செயல்புரியும் பொழுது உள்ள முடுக்கத்தின் எதிரிடையாக உள்ளது என்றாகிறது" (பக். 146). ஒரு குறிப்பிட்ட பொருளை அலகாக எடுத்துக்கொண்டால் மற்ற எல்லாப் பொருள்களின் இயக்கமும் (இயந்திர) முடுக்கத்தின் உறவுகளாகவே கூறப்படுகின்றன. ஆனால், பொருள்கள் (அதாவது, பருப்பொருட்கள்) மறைகின்றன அல்லது நமது மனதைச் சாராமல் இருக்கின்றன என்பது இதன் பொருள் அல்ல. உலகம் முழுவதுமே எலக்ட்ரான்களின் இயக்கம் என்று எடுத்துக் கொள்ளப்பட்டால் எல்லாச் சமன்பாடுகளிலிருந்தும் எலக்ட்ரான்களை அகற்றிவிட முடியும். ஏனென்றால், அவை எல்லா இடத்திலும் இருக்கும் என்று அனுமானிக்கப்படுகிறது. எலக்ட்ரான் குழுக்களின் உறவு என்பது அவற்றின் பரஸ்பர முடுக்கமாகக் காட்டப்படும். ஆனால், இயந்திரவியலின் இயக்கம் போன்று எல்லா இயக்கங்களும் எளிமையாக இருக்க வேண்டும்.

மாக் மற்றும் அவரது கூட்டாளிகளின் "புலனுணர்வுத் திறனுக்கும் புறவய உலகத்துக்குமான தத்துவக் கோட்பாடு" (Phenomenalism) கொண்ட இயற்பியலை எதிர்க்கும்பொழுது. போல்ட்ஸ்மன் கூறினார்: "அணுக்கொள்கையானது வகையீட்டுச் சமன்பாட்டினால் (differential equation) அகற்றப்பட்டுவிட்டது என்று நம்புகிறவர்கள், மரங்கள் இருந்தாலும் காட்டைக் காண மாட்டார்கள்" (பக்.144). "வகையீட்டுச் சமன்பாட்டின் பிரமைகளை நாம் ஏற்றுக்கொள்ள விரும்பவில்லை என்றால், இந்த உலகம் அணுமயமானது என்ற சித்திரத்தை நாம் சந்தேகப்பட முடியாது. அதாவது, முப்பரிமாண வெளியில் அமைக்கப்பட்டுள்ள பொருள்களை ஒரு குறிப்பிட்ட விதிகளுக்கு உட்பட்டே நாம் சிந்திக்க வேண்டும். இதில் பொருள்கள் ஒரே மாதிரியாகவும் அல்லது வேறுபட்டும், மாறாமலும் அல்லது மாறுவதாகவும் இருக்கலாம்" (பக்.156). முனிச் நகரில் 1899ஆம் ஆண்டு நடைபெற்ற விஞ்ஞானிகள் மாநாட்டில் பேசும் பொழுது போல்ட்ஸ்மன் கூறினார், "மனிதனுடைய அகநிலையையும் புற நிலையையும் பற்றிய அனுபவத்தை ஆய்வு செய்வோர் வகையீட்டுச் சமன்பாட்டின்படி, அணுக்கள் போன்ற நுண்ணிய பொருள்களை அடிப்படையாகக் கொள்கின்றனர். இந்த அணுக்களுக்கு சில பண்புகள் உண்டு; சிலவற்றிற்கு வேறு பண்புகள் உண்டு, என்று கருதுகின்றனர். அவ்வாறாயின் எளிமையான அணு பற்றிய தேவை ஏற்படும்" (பக்.223). எலக்ட்ரான் கொள்கை என்பது "மின்சாரம் பற்றிய முழுமையான அணுக் கொள்கையாக வளர்ந்துள்ளது" (பக்.357). இயற்கையின் ஒருமை என்பது பல்வேறு துறைவாரியான குறிப்பிட்ட நிகழ்ச்சிகளுடைய வகையீட்டுச் சமன்பாட்டின் "வியத்தகு ஒப்பீட்டில்" வெளிப்படுகிறது. இதே சமன்பாட்டைக் கொண்டு "திரவ விசை இயக்கவியல்", "நிகழக்கூடிய வாய்ப்பு

பற்றிய கோட்பாடு" (Theory of potential - *அதாவது, நியூட்டன் அவர்களால் உருவாக்கப்பட்ட கோட்பாடு, புவியீர்ப்புக் களங்கள் பற்றிய கணிதவியல் சமன்பாடுகளை வழங்கிய கோட்பாடாகும். வெளியில் உள்ள புவியீர்ப்பு மாறுபாடுகள் குறித்த நடைமுறை ரீதியான ஆய்வுகளையும் கோட்பாடு ரீதியான ஆய்வுகளையும் இதன்படி செய்யலாம் - மொ.ர்.)* ஆகியவற்றின் பிரச்சனைகளைத் தீர்க்க முடியும். "திரவங்களுக்குரிய நீர்ச்சுழல் பற்றிய கோட்பாடு, வாயுக்களின் உராய்வுக் கோட்பாடு ஆகியன மின்காந்தவியல் கோட்பாட்டுடன் வியத்தகு முறையில் ஒத்துப்போகின்றன" (பக்.7). "உலகப் பொது பதிலீடு" என்ற கோட்பாட்டை ஒப்புக் கொள்ப வர்கள், ஒரே சீரான ஒருபடித்தான பௌதிகரீதியான இயற்கையை "மாற்றீடு" செய்யும் சிந்தனையைக் கொண்டது யார்? என்ற இக்கேள்வியில் இருந்து தப்பிக்க முடியாது.

"பழையமுறை இயற்பியலாளர்களை" ஒதுக்குபவர்களுக்குப் பதில் அளிப்பதுபோல, "பௌதிக வேதியியல்" நிபுணர்களில் சிலர் எவ்வாறு மாக்கியத்திற்கு எதிரான அறிவுத்தோற்றவியல் நிலைப் பாட்டை மேற்கொள்கிறார்கள் என்பதை போல்ட்ஸ்மன் விரிவாகக் கூறுகிறார்: "தற்காலத்தில் சிபாரிசு செய்யப்படும் அறிவின் அடிப்படை நிகழ்ச்சி உணர்வுகள் என்ற கோட்பாட்டுக்கு எதிரான நிலையை வாபல் என்பவர் மேற்கொள்கிறார் (பக்.381). இவர் 1903 ஆம் ஆண்டு "ஒரு சிறந்த நூலை" எழுதியவர் (போல்ட்ஸ்டனை பொறுத்தவரை). "இவர் அணுக்கள், மூலக்கூறுகள் ஆகியவற்றைப் பற்றியும், அவற்றிற்கு இடையே செயல்புரியும் விசைகள் மற்றும் செயல்பாடுகள் பற்றியும், ஒரு தெளிவான கருத்தைப் பெற விரும்பு கிறார். இந்தத் துறையில் உள்ள சமீபத்திய பரிசோதனைகளுக்குப் [அயனிகள், எலக்ட்ரான்கள், ரேடியம், சீமன் விளைவு (zeeman effect) இன்னபிற] பொருத்தமாக இக்கருத்தைக் கொண்டுவர விரும்பு கிறார். இந்த ஆசிரியர் பருப்பொருள், ஆற்றல் என்ற இருமையை தீவிரமாகப் பின்பற்றுகிறார்.* இவை இரண்டிற்கும் பொதுவான, ஒவ்வொன்றிற்கும் தனியான சேமிப்பு விதிகள் (Law of conservation) உண்டு. பருப்பொருளைப் பொறுத்தமட்டிலும் சிந்தனைக்குட்பட்ட

---

* இயக்கமில்லாதப் பருப்பொருளைப் பற்றி எண்ணுவதற்கு ஆசிரியர் முயற்சிப்பதில்லை என்று போல்ட்ஸ்மென் கூற விரும்புகிறார். இருமைவாதம் பற்றி இங்கு பேசுவது முட்டாள்தனமானது. தத்துவரீதியான ஒருமைவாதமும் இருமைவாதமும் பொருள்முதல்வாதத்துக்கோ அல்லது கருத்துமுதல் வாதத்துக்கோ நிலைபேறாகப் பற்றிக் கொண்டதாக இருக்கிறது அல்லது முன்னுக்குப் பின் மாறுபட்டதாக பற்றிக் கொண்டிருக்கிறது.

பருப்பொருள், ஈதர் ஆகியவற்றிற்கு இடையே உள்ள இருமையைப் பின்பற்றுகிறார். ஈதரையும் பொருள் என்று இவர் உறுதியாகக் கருது கிறார்" (பக். 381). அவரது நூலின் (மின்சாரம் பற்றிய கொள்கை) இரண்டாவது பாகத்தில் "மின்சார நிகழ்வுகளை அணுக்கள் போன்ற எலக்ட்ரான்களின் செயல்கள், இயக்கங்கள் தீர்மானிக்கின்றன" என்பதை ஆரம்பத்திலேயே கூறிவிடுகிறார் (பக். 383).

எனவே, இங்கிலாந்துக்கு சரியானது என்று ஒத்துக்கொண்டது ஜெர்மனிக்கும் கூட பொருந்தி இருப்பதை நாம் காண்கிறோம். அதாவது, எதார்த்தவாதப் பிரிவைச் சேர்ந்த இயற்பியலாளர்கள், குறியீட்டுயியல் பிரிவு இயற்பியலாளர்களைப் போன்றே உண்மைகள், அண்மைக்காலக் கண்டுபிடிப்புகள் ஆகியவற்றை வெற்றிகரமாகவே வகைப்படுத்தியுள்ளனர் என்பதை நாம் காண முடிகிறது. அறிவுத் தோற்றவியல் குறித்தான இவர்களின் அணுகு முறையில் ''மட்டுமே'' வேறுபாடு உள்ளது.*

---

* *துல்லியமான அறிவியல்களின் தத்துவரீதியான அடித்தளங்கள்,* லீப்சிக், 1907; என்ற தனது படைப்பில் எரிக் பெச்சர் குறிப்பிட்டவை பற்றி நான் எனது நூலை எழுதி முடித்த பின்னர்தான் கண்டேன். இந்தப் பத்தியில் சொன்னவற்றை அவரது படைப்பு உறுதிப்படுத்துகிறது. எல்ம் வோல்ட்ஸ் மற்றும் போல்ட்ஸ்மென் ஆகியோரது அறிவுத்தோற்றவியல் நோக்கு நிலைக்கு நெருக்கமாக உள்ள நிலையை ஒரு ''வெட்கப்படும்'' நோக்குநிலை என்றும் முழுமையற்ற பொருள்முதல்வாதம் என்றும் கூறலாம். இந்நூலாசிரியர் இயற்பியல் மற்றும் வேதியியலின் அடித்தளத்தை பாது காத்திடவும் அதை விரித்துரைக்கவும் தனது படைப்பை ஆக்கியுள்ளார். இந்தத் தற்காப்பு என்பது இயற்கையாகவே இயற்பியலில் மாக்கியப் போக்குக்கு எதிரான போராட்டமாக மாறுதல் அடைந்துவிட்டது. இதனை *''அகநிலையான நேர்க்காட்சிவாதம்''* (பி.III) என்று சரியாகவே அவர் குறிப்பிட்டிருக்கிறார். ''வெளி உலகைப் பற்றிய கருதுகோளின்'' ஒரு சான்றாக, ''மனிதப் புலன் உணர்வுத் திறன்களிலிருந்து அதன் சுயேச்சையான இருத்தலுக்கான'' ஒரு சான்றாகத் தனது மறுப்பின் மையப் புள்ளியைச் சுருக்கி விடுகிறார். ''இக்கருதுகோளை'' (அத்.ii-VIII) அவ்வப்போது மாக்கியர்கள் மறுப்பதானது அவர்களை ஆன்மீகவாதத்துக்கு இட்டுச் செல்கிறது (பி. 78-82). ''மாக்கின் பார்வையில் வெளி உலகம் என்பது இல்லை. புலனுணர்ச்சிகளும் புலனுணர்ச்சித் தொகுதிகளும்தான் உள்ளன'' (பக். 138), அவை அறிவியலின் ஒரே பாடப்பொருளாக உள்ளன, பெச்சர் இதை ''புலனுணர்ச்சித் திறனாளரின் ஒருமைவாதம்'' என்று அழைப்பதோடு அதைத் *''தூய மனச்சான்றியலாளரின் மனப் போக்குகள்''* என்கிறார். இந்த முட்டாள்தனமான சொல்லுக்கு இலத்தீன் வேர்ச்சொல்லான conscientia என்றால் உணர்வுநிலை ஆகும். அதாவது,

6. தற்கால இயற்பியலின் இரு போக்குகளும் பிரெஞ்சு நம்பிக்கை வாதமும்

மாக்கிய இயற்பியலின் ஊசலாட்டத்தை ஒரு சிறிய உறுதிப்பாடு இல்லாமல் பிரான்சில் கருத்துமுதல்வாதத் தத்துவம் உடனே பற்றிக் கொண்டது. புதிய விமர்சகர்கள் எவ்வாறு மாக்கின் *இயந்திரவியல்* நூலை வரவேற்றார்கள் என்பதை நாம் ஏற்கெனவே கண்டோம். இந்தத் தத்துவத்தின் கருத்துமுதல்வாத அடிப்படையை அவர்கள் விரைவாகக் கண்டு கொண்டனர். பிரெஞ்சு மாக்கியவாதியான ஹென்ரி பாயின்கர் இதில் கூடுதல் வெற்றி கண்டார். நம்பிக்கை வாதம் சார்ந்த பிற்போக்கான கருத்துமுதல்வாதத் தத்துவம், அவரது கொள்கையைப் பற்றிக் கொண்டது. இத் தத்துவத்தைப் பின்பற்றிய லே ராய் என்பவர் பின்வருமாறு வாதிட்டார்: விஞ்ஞானத்தின் உண்மைகள் யாவும் மரபான அடையாளங்கள், குறியீடுகள் ஆகியனவாம். புறவய எதார்த்தம் என்ற முட்டாள்தனமான "இயக்க மறுப்பியல் தன்மை கொண்ட உரிமைக்கோரல்களை" நீங்கள் கைவிட்டு விட்டீர்கள். நல்லது, தர்க்க ரீதியாகச் சிந்தியுங்கள். மனித நடவடிக்கையின் ஒரு துறைக்கு மட்டுமே விஞ்ஞான முடிவுகள் முக்கியத்துவம் வாய்ந்தவை. மதம் மற்றொரு பிரிவு *நடவடிக்கைக்கு முக்கியமானது* என்பதை ஒப்புக்கொள்ளுங்கள்; இறையியலை

தத்துவரீதியான கருத்துமுதல்வாதம் என்று பொருளாகும். நூலின் கடைசி இரு அத்தியாயங்களில் ஆசிரியர் பழைய இயந்திரவியல் கோட்பாட்டுடன் பருப்பொருள் மற்றும் உலக சித்திரத்தின் புதிய மின்சாரக் கோட்பாட்டை முற்றிலும் திறமையாக ஒப்பீடு செய்கிறார் (''இயக்கம்சார் - நெகிழும் தன்மை'' என்று நூலாசிரியர் முன் வைப்பதுடன் இயற்கையைப் பற்றிய ''இயக்கம்சார் - மின்சாரம்'' என்பதை). உலகின் ஓர்மை என்ற அறிவியல், ஓர் அடி முன்வைப்பதாக எலக்ட்ரான் கோட்பாட்டை அடிப்படையாகக் கொண்டு பின்னர் குறிப்பிடும் கோட்பாடு திகழ்கிறது; அதாவது இக்கோட்பாட்டின்படி ''பொருளாயத உலகின் ஆக்கக்கூறுகள் என்பவை மின்னேற்றம் ஆகும்.'' எலக்ட்ரான்கள் என்றோ அல்லது வேறு ஏதாகிலும் என்றோ அழைக்கப் பட்டாலும் ஒரு குறிப்பிட்ட எண்ணிக்கை கொண்ட நகரும் பொருட்களைத் தவிர இயற்கையைப் பற்றிய ஒவ்வொரு இயக்கம்சார் கருத்தியலும் வேறு எதையும் அறிந்திருக்கவில்லை. அடுத்தடுத்த கால இடைவெளிகளில் இவ்வாறான பொருட்களின் இடப்பெயர்வு நிலையை அதற்கு முன் இருந்த கால இடைவெளிகளில் அவற்றின் சூழ்நிலையும் இடப்பெயர்வு நிலையும் தீர்மானிக்கிறது. இயங்கியல் பொருள்முதல்வாதம் பற்றிய அவரது அறியாமைதான் அவருடைய குறைபாடு, இதன் காரணமாகவே அவருக்கு குழப்பம்.

மறுக்கும் உரிமை மாக்கிய விஞ்ஞானத்திற்கு இல்லை. பாயின்கருக்கு இந்த முடிவுகள் பிடிக்கவில்லை. அவரது நூலான *அறிவியலின் இயல்பு* என்பதில் இதனைச் சிறப்பாகத் தாக்கினார். ராய் போன்ற வர்களது உறவினைத் தவிர்க்க எத்தகைய அறிவுத் தோற்றவியல் நிலைக்கு அவர் சென்றார் என்பதைக் காணுங்கள். அவர் எழுதுகிறார்: "அறிவிற்கான பிற ஆதாரங்களுக்கு உதாரணமாக: இதயம், மிகை உணர்ச்சி, உள்ளுணர்வு நம்பிக்கை ஆகியவற்றுக்கு இடமளிக்க, அறிவானது வீரியமற்றுப் போய் விடுகிறது" (பக். 214 - 215). "அவரைக் கடைசிவரை என்னால் பின்பற்ற முடியவில்லை" என்று அவர் கூறுகிறார். "விஞ்ஞான விதிகள் என்பது நடைமுறை மரபுகள், குறியீடுகள் ஆகியனவாம். ஆனால், அறிவியல் வழிமுறைகளுக்கு செயல்பாட்டு விதிமுறைகளைப் போல ஒரு மதிப்பு இருந்தால், அவை வெற்றிகரமானவை என்று நமக்குத் தெரியும். இதனைத் தெரிந்து கொள்ள ஏற்கெனவே சிலவற்றைத் தெரிந்துகொள்வதாகும். அவ்வாறாயின், நமக்கு ஒன்றும் தெரிந்து கொள்ள முடியாது என்று நீங்கள் எவ்வாறு கூற முடியும்?" (பக். 219).

பாயின்கர், நடைமுறை என்ற அடிப்படைக்குச் செல்கிறார். ஆனால், தீர்வு காணாமலேயே அவர் இந்தப் பிரச்சனையை மட்டும் மாற்றுகிறார். ஏனென்றால், இந்த அடிப்படையை அகவயமாகவும் புறவயமாகவும் விளக்க முடியும். ராயும் இதனை விஞ்ஞானத் திற்கும் தொழிலுக்கும் பயன்படுத்துகிறார். இந்த அடிப்படையானது *புறவய உண்மையை நிரூபிக்கிறது* என்பதை இவர் மறுக்கிறார். ஏனென்றால், இவ்வாறு மறுப்பது மதத்தின் அகவய உண்மையை விஞ்ஞானத்தின் அகவய உண்மையுடன் ஏற்றுக் கொள்ளப் போது மானது (அதாவது, மனிதனைச் சாராமல் இருக்கவில்லை என்றால்). ராய்க்கு எதிராக வாதிடும்பொழுது, நடைமுறை என்பதை மட்டும் வைத்துக் கொண்டு எதிர்க்க முடியாது என்பதைப் பாயின்கர் புரிந்து கொண்டுள்ளார். விஞ்ஞானத்தின் புறவயத் தன்மைக்கு அவர் செல்கிறார். "புறவயத்தன்மை என்பதன் அடிப்படை எது? புறப் பொருளின் மீதான நமது நம்பிக்கையைப் போன்றது அது. நம்மீது இந்தப் புறப்பொருட்கள் தோற்றுவிக்கும் புலன் உணர்வுகள் ஏதோ ஒருவகையான அழிக்கவியலாத பசையினால் இணைக்கப் பட்டுள்ளது, ஒரு நிலையில்லாத விபத்து அல்ல என்று தோன்றும் அளவுக்கு இந்தப் பொருள்கள் உண்மையானவை" (பக். 269 - 70).

இந்தக் கூற்றின் ஆசிரியர் ஒரு பெரிய *இயற்பியலாளராக* இருக்கலாம். ஆனால், வோரோஷிலோவ்-யுஷ்கேவிச்கள் தாம் அவரை ஒரு தீவிரமான தத்துவவாதியாகக் கருதுவார்கள். பொருள் முதல்வாதம் ஒரு "கோட்பாட்டால்" அழிக்கப்பட்டுவிட்டது எனப்படுகிறது. ஆனால், அந்தக் கோட்பாடு நம்பிக்கைவாதத்தின்

முதல் தாக்குதலிலேயே, *பொருள்முதல்வாதத்தின் இறகிற்குள்ளாகப் பதுங்கிக் கொள்கிறது!* நமக்கு உண்மையான பொருள்கள் மூலம் புலன் உணர்வுகள் தோன்றுகின்றன என்பது சுத்தமான பொருள்முதல் வாதம் ஆகும். விஞ்ஞானத்தின் புறவயத் தன்மையை "நம்புவது" என்பது வெளியில் உள்ள பொருள்களின் புறவய இருப்பை "நம்புவதாகும்."

"...புறப்பொருளைப் போன்றே ஈதருக்கும் குறையாத அளவுக்கு மெய்மை உண்டு என சொல்ல முடியும்." (பக். 270).

ஒரு பொருள்முதல்வாதி இதனைக் கூறியிருந்தால் நமது மாக்கியர் எவ்வளவு கூச்சலிட்டிருப்பார்கள்! ''தூய்மையான பொருள்முதல் வாதம்'' என்ற கிண்டல்கள் எவ்வளவு தோன்றியிருக்கும். ஆனால், ஐந்து பக்கங்கள் கழித்து, சமீபத்திய அனுபவக் குறியீட்டு வாதத்தினை உருவாக்கியவர் கூறுகிறார்: "சிந்தனை செய்யப்படாதது எல்லாம் சுத்தமாகவே ஒன்றுமற்றது ஆகும். ஏனென்றால், சிந்தனையைத் தவிர வேறு எதையும் நம்மால் சிந்திக்க முடியாது" (பக். 276). பாயின்கர் அவர்களே, நீங்கள் தவறு செய்துவிட்டீர்கள். ஏனென்றால், உங்களது படைப்புகள், சிந்தனை இல்லாதவற்றையும் சிந்திக்க முடியும் என்று காட்டுகின்றன. மோசமான குழப்பல் வாதியான ஜார்ஜ் சோரல் என்பவர் இந்த வகையைச் சேர்ந்தவர். பாயின்கரின் அறிவியலின் மதிப்பு என்ற புத்தகத்தின் "முதல் இரண்டு பகுதிகள்", "லே ராயின் ஆன்மாவால்" எழுதப்பட்டுள்ளன. எனவே, இந்த இரு தத்துவவாதிகளையும் பின்வருமாறு சமரசம் செய்யலாம்: விஞ்ஞானத்திற்கும் உலகிற்கும் ஒரு ஒற்றுமையைக் காட்டும் முயற்சி ஒரு பிரமை; விஞ்ஞானத்திற்கு பொருள் பற்றிய அறிவு இருக்க வேண்டுமா அல்லது வேண்டாமா என்ற கேள்வியைக் கேட்க வேண்டியதே இல்லை. நாம் உருவாக்கிய அமைப்புகளுக்குச் சமமாக விஞ்ஞானம் இருந்தாலே போதும். (ஜார்ஜஸ் சோரல், *நவீன இயற்பியலாளர்களின் இயக்க மறுப்பியல் தன்மையிலான முற்சார்புகள்*, பாரீசு, 1907, பக். 77, 80, 81).

பாயின்கரின் "தத்துவத்தைப்" பொதுவாகக் கூறிவிட்டுக் கடந்து சென்றுவிடலாம். ஆனால், ரேயின் படைப்புகள் பற்றி சற்று விரிவாகக் காண வேண்டும். தற்கால இயற்பியலில் உள்ள இரு போக்குகளை ஏற்கெனவே சுட்டிக் காட்டியுள்ளோம். இவற்றை "பொதுமைக் கருத்து" (conceptualist) என்றும், "புதிய இயந்திரவியல்" என்றும் ரே அழைக்கிறார். கருத்துமுதல்வாத அறிவுத் தோற்றவியல், பொருள் முதல்வாத அறிவுத்தோற்றவியல் என்று இவற்றை வேறுபடுத்து கிறார். இப்பொழுது ஜேம்ஸ் வார்ட், கருத்துமுதல்வாதிகள் கோஹன், ஹார்ட்மன் ஆகியோர் முன்வைத்த

பிரச்சனைக்கு நேர் எதிரான ஒன்றிற்கு நேர்க்காட்சிவாதி ரே எவ்வாறு தீர்வு காண்கிறார் என்று காண்போம். இங்கு பிரச்சனை புதிய இயற்பியலின் தத்துவத் தவறுகளை அதன் கருத்துமுதல்வாதச் சார்பை, பற்றிக் கொள்வது அல்ல. இந்தக் குறைகளைத் தீர்ப்பது; புதிய இயற்பியலில் இருந்து பெறும் கருத்துமுதல்வாத (மற்றும் நம்பிக்கைவாத) முடிவுகளைத் திருத்துவது ஆகும்.

அகநிலைவாதம், அறிவு மற்றும் அறிவியலின் உரிமை பற்றிய ஐயுறவுவாதம், "தத்துவரீதியான கருத்துமுதல்வாதம்" (பக்.200) மற்றும் நம்பிக்கைவாதம் (பக்.ii, 17, 220, 362 இன்னபிற) போன்ற இதரவற்றால் "கருத்தியல்வாதி களின்" (மாக்கியர்கள்) புதிய இயற்பியல் கோட்பாடு ஆட்கொள்ளப்பட்டுள்ளது என்ற உண்மையை அங்கீகரிப்பதுதான் ரேயின் படைப்புகள் நெடுகிலும் ஊடோடிச் செல்லும் இழையாக உள்ளது. எனவேதான், "இயற்பியலின் புறவய ரீதியிலான செல்லுபடியாகும் தன்மை மீதான இயற்பியலாளர்களின் கருத்துகள்" (பக்.3) என்று ரே அவர்கள் முற்றிலும் சரியாகப் பகுத்தாய்வு செய்கிறார். ரேவின் படைப்புகளில் இது முதன்மையாக இருக்கிறது.

இந்த ஆய்வின் முடிவு என்ன?

அடிப்படையான கருத்தான, அனுபவம் என்பதை நாம் எடுத்துக் கொள்வோம். மாக்கின் அகவய ரீதியான விளக்கம் (எளிமை கருதியும் மற்றும் சுருக்கமாகச் சொல்லவும் நாம் மாக் அவர்களை ரே குறிப்பிட்டவாறு கருத்தியல்வாத பிரிவின் பிரதிநிதியாக எடுத்துக்கொள்ள வேண்டும்) என்பது முற்றிலும் தவறான புரிதல் ஆகும். "பத்தொன்பதாம் நூற்றாண்டின் இறுதியில் உள்ள தத்துவத்தின் முக்கியப் பண்பு" பின்வருமாறு: "நுணுக்கங்களின் வளமாகவும் சிறப்பாகவும் முன்னேறும் அனுபவவாதம், நம்பிக்கையின் மேலாதிக்கத்துக்கு இட்டுச் செல்லும் நம்பிக்கை வாதத்திற்கு இடமளிக்கிறது. இதே அனுபவவாதம் தான் ஒரு காலத்தில், இயக்க மறுப்பியல் தத்துவத்தின் கூற்றுக்கு எதிரான வலுவான ஆயுதமாக இருந்தது. கண்ணுக்குத் தெரியாத நுணுக்கங்கள் மூலம் 'அனுபவம்' என்பதன் உண்மையான அர்த்தம் படிப்படியாகச் சிதைக்கப்பட வில்லையா? இருப்பின் சூழ்நிலைக்கும், பரிசோதனை விஞ்ஞானத்திற்கும் பயன்படும் அனுபவம், அதனை துல்லிய மாகவும் சீராகவும் மாற்றுகிறது. உண்மைக்கு இடமளிக்கிறது" (பக்.398). மாக்கியம் முழுவதுமே, ஒரு பரந்த பொருளில் மாக்கியம் என்பது கண்ணுக்குத் தெரியாத நுணுக்கங்கள் மூலம், "அனுபவம்" என்ற சொல்லின் அர்த்தத்தை முழுவதுமாக சிதைத்தல் ஆகும். மாக்கியர்களைத் தவிர்த்து விட்டு, இவ்வாறு சிதைப்பது

நம்பிக்கைவாதிகளே என்று கூறும் ரே, இதனைச் சரி செய்கிறாரா? கவனியுங்கள். "அனுபவம் என்பதன் வரையறை பொருள் பற்றிய அறிவு ஆகும். இயற்பியல் விஞ்ஞானத்தில் இது மற்றதைவிட அதிகமாக இடம் பெறுகிறது... அனுபவத்தினை நமது விருப்பம் கட்டுப்படுத்த முடியாதது போல, நமது மூனது, நமது இச்சை, அதனைக் கட்டுப்படுத்த முடியாது. அது கொடுக்கப்பட்டது; ஆனால், நம்மால் உருவாக்கப்பட்டது அல்ல. அனுபவம் என்பது அறிவனைச் சந்திக்கும் பொருள் ஆகும்" என்கிறார் (பக். 314).

மாக்கியத்தை எவ்வாறு ரே பாதுகாக்கிறார் என்பதற்கு இது ஒரு உதாரணம்! அறியொணாவாதம், அறிவின் அடிப்படை நிகழ்ச்சி உணர்வுகள் மட்டுமே என்ற கோட்பாடு ஆகியவற்றை "வெட்கப்படும் பொருள்முதல்வாதம்" என்று எங்கெல்ஸ் கூறும்பொழுது அவர் எத்தகைய மேதை என்று தன்னைக் காட்டிக் கொண்டார். நேர்க்காட்சி வாதிகள் ஆர்வமிகு நிகழ்ச்சி உணர்வுவாதிகள் ஆகியோருக்கு ரே ஒரு சிறந்த உதாரணம் ஆவார். அனுபவம் என்பது "பொருள் பற்றிய அறிவு" என்றால், அனுபவம் "அறிவியலைச் சந்திக்கிறது என்றால்", அது "உறுதியாக புறத்தே உள்ளது" என்றால், இது பொருள்முதல்வாதம் ஆகும்! ரேயின் நிகழ்ச்சி உணர்வுகள், புலன் உணர்வுகள் தவிர வேறு எதுவும் இல்லை என்று அவர் தீவிரமாகக் கூறுவது, புறவயம் என்பது எப்பொழுதுமே செல்லுபடி யாகும் தன்மை கொண்டது என்று அவர் கூறுவது எல்லாம் பொருள் முதல்வாதத்தை மறைக்க உள்ள போர்வை போன்ற சொற் கட்டுமானம் மட்டுமே ஆகும்.

அவர் பின்வருமாறு கூறுகிறார்: "புறவயம் என்பது வெளியே உள்ளது. அனுபவத்தால் உண்டாகிறது. அது நம்மால் உருவாக்கப் பட்டது அல்ல. நம்மைச் சாராமலேயே அது உருவாக்கப்படுகிறது. அது ஓரளவிற்கு நம்மையே உருவாக்குகிறது" (பக். 320). "கருத்தியல் வாதத்தை அழித்து கருத்தியல்வாதத்தை ரே பாதுகாக்கிறார்! மாக்கியத்தின் கருத்துமுதல்வாதக் கூறுகளை மறுப்பது, வெட்கப் படும் பொருள்முதல்வாத முறையில் அதனை விளக்குவதிலேயே உள்ளது. தற்கால இயற்பியலில் இரண்டு போக்குகள் உள்ளன என்பதை ஒப்புக்கொண்ட பின்னர், பொருள்முதல்வாதத்திற்காக இந்த இரண்டு போக்குகளின் வேறுபாடுகளை மறுப்பதில் கடினமாக உழைக்கிறார். ரே கூறுகிறார்: புதிய இயந்திரவியல் துறையானது, இயற்பியலின் புறவயத் தன்மை பற்றி ''சிறிதுகூட சந்தேகப்பட வில்லை'' (பக். 237). ''இங்கு (அதாவது, இத்துறையின் கொள்கைப் படி) இந்த புறவயத் தன்மையை ஏற்றுக்கொள்வதற்கு, இயற்பியலின் மற்றக் கொள்கைகளுக்குள் நுழைந்து செல்ல வேண்டி இருப்பதை ஒருவன் அந்நியமாகக் கருதுகிறான்."

மாக்கியத்திலிருந்து இத்தகைய ''விலகல்களை'' மூடிமறைக்கிறார் ரே. பொருள்முதல்வாதத்தின் அடிப்படைப் பண்பு விஞ்ஞானத்தின் புறவயத் தன்மையிலிருந்தும் விஞ்ஞானம் பிரதிபலிக்கும் புறவய எதார்த்தத்திலிருந்தும் *அது தொடங்குகிறது*. அதே சமயத்தில், கருத்துமுதல்வாதத்திற்கு இத்தகைய விலகல்கள் ஏதோ ஒரு வழியில் *தேவைப்படுகிறது*. ஏனென்றால், அது மனம், உணர்வு, ''உள்ளம்'' ஆகியவற்றின் புறவயத் தன்மையைப் ''பெறவேண்டியிருக்கிறது''. "மனித குலம் புற உலகின் எதார்த்தத்தை நம்புவதுபோல, இயற்பியலின் புதிய இயந்திரவியல் துறை (அதாவது, தற்போது நிலவும்) இயற்பியல் கொள்கையின் *எதார்த்தத்தை நம்புகிறது*" என்று ரே கூறுகிறார். ''புறவயமான பொருளின் ஓர் பிரதியாக நிலவுவதற்கு கோட்பாடு இலக்காகக் கொண்டுள்ளது'' என்று இப்பிரிவினர் கருதுகின்றனர் (ப.235).

உண்மைதான். "புதிய இயற்பியலின்" இந்த அடிப்படையான கூறு, *பொருள்முதல்வாத* அறிவுத்தோற்றவியலின் அடிப்படையாகும். பொருள்முதல்வாதிகளிடமிருந்து தனிமைப்படுத்த ரே செய்யும் எந்த முயற்சியும் அல்லது புதிய இயற்பியலாளர்களும் நிகழ்ச்சியுணர்வுவாதிகளே என்று உறுதி செய்வதும், இந்த அடிப்படையான உண்மையைப் பலவீனப்படுத்தி விடாது. புதிய இயற்பியலாளர்கள் (இவர்களும் ஏறக்குறைய வெட்கப்படும் பொருள்முதல்வாதிகளே), மாக்கியர்கள் ஆகியோருக்கிடையிலான முக்கியமான வேறுபாட்டின் சாராம்சம் என்பது, மாக்கியர்கள் அறிவுத் தோற்றவியல் கொள்கையிலிருந்து *விலகுகிறார்கள்*; அவ்வாறு செய்கையில் நம்பிக்கைவாதத்தில் *வீழ்கிறார்கள்*.

மாக்கின் கொள்கையான காரண காரியத் தொடர்புக் கோட்பாடு, இயற்கையில் இன்றியமையா நிலை ஆகியவற்றினைப் பற்றி ரேயின் அணுகுமுறையை எடுத்துக் கொள்ளுங்கள். முதல் பார்வையில், மாக் ''ஐயுறவுவாதத்தையும்'', ''அகவயத்தையும்'' நோக்கிச் செல்கிறார் என்று ரே உறுதியளிக்கிறார். மாக்கின் போதனைகளை மொத்தமாக எடுத்துக் கொண்டால், இந்தப் பொருள் ''குழப்பம்'' மறைகிறது. ரே இதனை முழுமையாக எடுத்துக் கொள்கிறார். வெப்பநிலை மற்றும் *புலனுணர்ச்சி பற்றிய ஆய்வு* ஆகியவற்றிலிருந்தும், முதலாவது நூலின் காரணகாரியம் பற்றிய அதிகாரத்திலிருந்தும், நிறையப் பகுதிகளை மேற்கோளாகக் காட்டுகிறார். *ஆனால், முக்கியமான பகுதிகளைக் கவனமாக மேற்கோளாகக் காட்டவில்லை. மாக்கின் அறிவிப்பில் பௌதிக இன்றியமையாமை என்பது இல்லை. மாறாக தர்க்கரீதியான இன்றியமையாமைதான் இருக்கிறது* என்பதாகும்! இத்தகைய முறையானது, மாக்கை

விளக்கவில்லை. அவரை மூடிமறைக்கிறது. இது ''புதிய இயந்திரவியல்'', மாக்கியம் ஆகியவற்றிற்கு இடையிலான வேறுபாட்டை அகற்றி விடுகிறது. ரேயின் முடிவுப்படி, "மாக், ஹியூம், மில் மற்றும் பல நிகழ்ச்சியுணர்வு வாதிகள் ஆகியோரின் ஆய்வு முறை, முடிவுகள் ஆகியவற்றைப் பின்பற்றுகிறார். இதன்படி காரண காரிய உறவுக்கு *மெய்ப்பொருள்* என்பது இல்லை. அதில் புலனுணர்ச்சி வழக்கம் மட்டுமே உள்ளது. அவர் நிகழ்வியலின் அடிப்படைக் கொள்கையைப் பின்பற்றுகிறார். இதில் காரணகாரிய கோட்பாடு என்பது விளைவு மட்டுமே; புலன் உணர்வு தவிர வேறு எதுவும் இல்லை என்று உள்ளது. அவர் மேலும் தொடருகிறார், சுத்தமான புறவயப் போக்கின்படி, விஞ்ஞானம் புலன் உணர்வுகளை ஆராய்ந்து, அவற்றில் சில பொதுவான அம்சங்களைக் கண்டு பிடிக்கிறது. புலன் உணர்வுகளில் இருந்து பொதுமைப்படுத்திய இவற்றில் புலன் உணர்வுகளின் எதார்த்தம் உள்ளது. ஏனென்றால், புலன் உணர்வுகளில் இருந்து இவை புலன் அறிவால் காணப் பட்டவை. இந்த நிரந்தரமான, பொதுவான கூறுகள்தாம் (ஆற்றல், அதன் பல வடிவங்கள்) இயற்பியலை ஒழுங்குபடுத்தும் பொது அடிப்படையாகும்" (பக். 117).

ஹியூமின் அகநிலையான காரணகாரியக் கோட்பாட்டை மாக் ஒப்புக்கொள்கிறார் என்பதே இதன் பொருளாகும். ஆனால், இதை புறவய நோக்கில் விளக்குகிறார்! ரே இதனை மறைக்கிறார். அவரது முரண்பாடுகளைக் காட்டி அவரைப் பாதுகாக்கிறார். அனுபவம் பற்றிய ''உண்மையான'' விளக்கத்தில், அது ''அவசியத்தை'' நோக்கிச் செல்கிறது என்கிறார். அனுபவம் என்பது வெளியே இருந்து நமக்குக் கிடைக்கிறது. இயற்கையின் அவசியமும், அதன் விதிகளும் நமக்கு வெளியே இருந்து கிடைக்கும் என்றால், மாக்கியம், பொருள்முதல்வாதம் ஆகியவற்றிற்குள்ள வேறுபாடு மறைகிறது. "புதிய - இயந்திரவியல்" வைக்கும் குற்றச்சாட்டி லிருந்தும், ரே மாக்கியத்தைக் காப்பாற்றுகிறார். இதற்கு "நிகழ்ச்சி யுணர்வுவாதம்" என்ற சொல்லை மட்டும் வைத்துக்கொண்டு - மாறாக அந்தப்போக்கின் சாரத்தை விட்டுவிடுகிறார்.

எடுத்துக்காட்டாக, பாயின்கர் மாக்கியக் கண்ணோட்டத்தில், இயற்கை விதிகளை - முதலாக வெளியின் முப்பரிமான தன்மை உட்பட "வசதி" என்பதிலிருந்து பெறுகிறார். ஆனால், இது "மனம் போன போக்கில்" என்று பொருள் அல்ல என்று ரே இதனைத் "திருத்துகிறார்." ''வசதி'' என்பது இங்கு "*பொருளுக்கு அனுசரித்தல்*" என்பதாகும் (ரேவின் சாய்வு எழுத்து). பொருள்முதல்வாதத்தை ''மறுப்பதற்கும்'' வேறுபடுத்துவதற்கும் இந்த இரண்டு பிரிவு

களையும் எவ்வளவு சிறப்பாக வேறுபடுத்துகிறார்!... "பாயின்கரின் கோட்பாடானது இயந்திரவியல் பிரிவினரின் மெய்ப்பொருள் மூல ஆராய்ச்சி ரீதியான உட்பொருளை விளக்குவதிலிருந்து ஒரு கடக்க முடியாத இடைவெளியுடன் பகுத்தறிவுக்குப் பொருந்துகிறவாறு பிரிக்கப்பட்டிருந்தால் [அதாவது இயந்திரவியல் பிரிவினர் பொருளின் ஒரு பிரதியாகக் கோட்பாடுள்ளது என்று அவர்களது ஏற்பில் இருந்து]... பாயின்கரின் கோட்பாடானது தத்துவரீதியான கருத்துமுதல்வாதத்துக்குத் தனது ஆதரவை அளித்தால், அறிவியல் தளத்தில் குறைந்தது அது, செவ்வியல் இயற்பியலின் கருத்துகளுடைய பொதுவான பரிணாமத்துடன் மிகச் சரியாக இசைந்து விடுகிறது, ஒரு புறநிலை ரீதியான அறிவு என்று இயற்பியலைக் கருத வேண்டிய போக்கு, அனுபவத்தைப் போலவே புறநிலையானதாகக் கருதுவது. அதாவது, புலனுணர்ச்சிகளிலிருந்து அனுபவம் தோன்றுகிறது என்பதுடன் ஒத்துச் செல்கிறது.

ஒருபுறம், நம்மால் இதை ஏற்க முடியாது. மற்றொரு பக்கத்தில் இதனை ஒத்துக் கொள்ள வேண்டும். ஒரு பக்கத்தில், பாயின்கரை, கடக்க முடியாத ஒரு பள்ளம் புதிய - இயந்திரவியலில் இருந்து பிரிக்கிறது. ஆனால், பாயின்கர் "கருத்தியல் வாதம்" என்பதற்கும், புதிய இயந்திரவியலுக்கும் *நடுவில்* இருக்கிறார். ஆனால், மாக் புதிய இயந்திரவியலிலிருந்து எந்த இடைவெளியாலும் பிரிக்கப்பட வில்லை என்று தோன்றுகிறது; மறுபுறம், செவ்வியல் இயற்பியலுடன் பாயின்கர் ஒத்துப்போகிறார். ரேயின் கருத்துப்படி, அவர் இயந்திரவியல் கண்ணோட்டத்தை முற்றிலும் ஏற்றுக் கொள்கிறார். ஒருபுறம், பாயின்கரின் கொள்கை கருத்துமுதல்வாதத்திற்கு ஆதரவாக உள்ளது. மற்றொரு பக்கத்தில் இது "அனுபவம்" என்ற சொல் பற்றிய புறவய விளக்கத்திற்கும் ஒத்துப் போகிறது. ஒருபுறம், இந்த மோசமான நம்பிக்கைவாதிகள், நுணுக்கமான விலகல்கள், "அனுபவம்தான் பொருள்" என்ற சரியான அர்த்தத்திலிருந்து விலகியுள்ளனர். மறுபுறம், அனுபவத்தின் புறவயத் தன்மை என்பது புலன் உணர்ச்சிதான் என்பதாகும். இந்தக் கருத்தைப் பெர்க்கிலியும் பிச்டேயும் முழுவதுமாக ஏற்றுக் கொள்கின்றனர்!

இயற்பியலில் உள்ள பொருள்முதல்வாதக் கண்ணோட்டம், கருத்துமுதல்வாதக் கண்ணோட்டம் ஆகியவற்றிற்குள்ள வேறு பாட்டைத் தீர்க்கும் அசாத்தியமான காரியத்தில் ஈடுபட்டு ரே குழப்பம் அடைந்துள்ளார். புதிய இயந்திரவியல் பிரிவினரின் பொருள்முதல் வாதத்தைக் குறைக்க அவர் முயற்சிக்கிறார். கோட்பாடு என்பது பொருளின் பிரதி என்று கருதும் இயற்பியலாளர்களது கருத்தினை

அவர் அறிவின் அடிப்படை நிகழ்ச்சி உணர்வுகள் மட்டும் என்ற கோட்பாட்டை இயற்பண்பாகக் காட்டுகிறார்.*

மேலும், கருத்தியல்வாதிகளின் கருத்துமுதல்வாதத்தை அதனை ஆதரிப்பவர்களது கூற்றுகளை அகற்றிவிட்டு, வெட்கப்படும் பொருள்முதல்வாதக் கண்ணோட்டத்தில் மிதப்படுத்த அவர் முயற்சிக்கிறார். மாக்ஸ்வெல், ஹெர்ட்ஸ் ஆகியோரது வகையீட்டுச் சமன்பாடுகளின் கோட்பாட்டு ரீதியான முக்கியத்துவம் பற்றிய அவரது கருத்து என்பது எவ்வளவு கற்பனையாகவும் கடினமாக உருவாக்கியதாகவும் உள்ளது. மாக்கியர்களது கருத்துப்படி, இந்த இயற்பியலாளர்கள், அவர்களது கோட்பாட்டை ஒரு சமன்பாட்டு அமைப்பிற்குள்ளாக அடக்குவது பொருள்முதல்வாதத்தை மறுக்கிறது: சமன்பாடுகள் மட்டுமே உள்ளன. இதைத் தவிர வேறு ஒன்றும் இல்லை - பருப்பொருள் மற்றும் புறவய எதார்த்தம் என்பது இல்லை, குறியீடுகள் மட்டுமே உள்ளன. போல்ட்ஸ்மன் இந்தக் கருத்தை மறுக்கிறார். புலன்களால் அறியப்படும் நிகழ்ச்சி உணர்வுகளே சரி என்போரின் இயற்பியலை அவர் மறுக்கிறார் என்று

---

* ''சமரசவாதியான'' ரே இந்தப் பிரச்சனையைப் பொருள்முதல்வாத தத்துவம் எவ்வாறு உருவாக்குகிறது என்பதை மறைக்கிறார். பிரெஞ்சு இயற்பியலாளர்களின் கூற்றை அவர் புறக்கணிக்கிறார். 1902 ஆம் ஆண்டு காலமான ஆல்பிரட் கார்னு பற்றி அவர் கூறுவதேயில்லை. அந்த இயற்பியலாளர், ''விஞ்ஞானப் பொருள்முதல்வாதத்தை'' ஆஸ்ட்வால்ட் அழித்து விட்டார் அல்லது முற்றுகையிட்டார் என்பதை வெறுப்பாக விமர்சனம் செய்தார். 1900ஆம் ஆண்டு இயற்பியலாளர்களின் சர்வதேச மாநாட்டில் கார்னு கூறினார்: ''...இயற்கை நிகழ்வுகளை ஆழமாகக் காணும்பொழுது, பிரபஞ்சத்தின் இயந்திரவியல் பற்றிய கார்ட்டிசிய கருத்தானது, மிகவும் சரியாகிக் கொண்டு வருவதைக் காண முடியும். அதாவது, பௌதிக உலகில் பருப்பொருள், இயக்கம் ஆகியன தவிர வேறு எதுவும் இல்லை. இந்த நூற்றாண்டின் இறுதியில் இடம் பெற்ற கண்டுபிடிப்புகளுக்குப் பின்னர் பௌதிக ஆற்றல்களின் ஒருமை பற்றிய பிரச்சனை முன்னுக்கு வந்துள்ளது. தற்காலத் தலைவர்களான ஃபாரடே, மாக்ஸ்வெல், ஹெர்ட்ஸ் (இன்னும் பலர்) ஆகியோருக்கு உலக ஆற்றலின் கொள்கலனாக உள்ள இயற்கையை மேலும் சரியாக விவரிப்பதும், இம்மாயமான பொருளுடைய பண்புகளை வெளிப்படுத்திக் காட்டுவதும் எப்போதுமே நீடித்துள்ள அக்கறை உள்ளது... கார்டிசியர் கருத்துகளுக்குத் திரும்புவது ஐயத்திற்கிடமற்றதாகும்... *(பாரிசில் நடைபெற்ற உலக இயற்பியல் பேராயத்தில் வைத்த அறிக்கை)* கார்ட்டிசியக் கருத்துகளுக்குச் செல்வது அவசியம்.'' *தற்கால இயற்பியல்* என்ற அவரது நூலில் லுசியன் பாயின்கர், கார்ட்டிசியன் கருத்தை 18ஆம் நூற்றாண்டு கலைக்களஞ்சிய வாதிகள் வளர்த்தெடுத்தனர் என்கிறார். ஆனால், இந்த இயற்பியலாளருக்கோ அல்லது கார்னுவுக்கோ மார்க்ஸ், எங்கெல்ஸ் ஆகியோர் *இயந்திரவியல்* பொருள்முதல்வாதத்தின் ஒருதலைப்பட்சமான தன்மையிலிருந்து பொருள்முதல்வாதத்தின் அடிப்படையையே தம்முடைய இயங்கியல் பொருள்முதல் வாதத்தால் விடுவித்துள்ளனர் என்பது தெரியாது.

அவருக்கு நன்று தெரியும். அறிவின் அடிப்படை நிகழ்ச்சி உணர்வுகள் மட்டுமே என்ற கோட்பாட்டை ஆதரிப்பதாக நினைத்துக்கொண்டு, ரே இதனை மறுக்கிறார்! அவர் கூறுகிறார்: "மாக்ஸ்வெல், ஹெர்ட்ஸ் ஆகியோரை அவர் 'இயந்திரவியலாளர்கள்' என்று வகைப்படுத்துவதை நாம் மறுக்க முடியாது. ஏனென்றால், அவர்கள் லாக்ரேன்ஜின் இயக்க ஆற்றலுக்கு சமமாக வகையீட்டுச் சமன்பாடுகளுக்குள் அவர்கள் தம்மை வரம்பிட் டுள்ளனர். உண்மையான ஆக்கக் கூறுகளின் அடிப்படையில் மின்சாரம் பற்றிய இயந்திரவியல் கொள்கையை அமைக்க முடியாது என்பது மாக்ஸ்வெல், ஹெர்ட்ஸ் ஆகியோரின் கருத்து இல்லை என்று கூற முடியாது. இதற்கு நேர்மாறாக, மின்சார நிகழ்வை நாம் ஒரு கொள்கை மூலம் வெளியிடுகிறோம். இதன் வடிவம் செவ்வியல் இயந்திரவியலின் பொது வடிவத்தைப் போன்றே உள்ளது. இது இந்த சாத்தியத்திற்கான சான்று ஆகும்" *(பக்.253)*. சிக்கலின் தற்போதைய தீர்வின் தெளிவற்றத் தன்மையானது அளவுகளின் *இயற்பண்புக்கு* ஏற்ப தகவுப் பொருத்தத்தில் குறையும். அதாவது, சமன்பாடுகளில் இடம் பெறும் ஆக்கக் கூறுகள் மிகத் துல்லியமாகத் தீர்மானிக்கப் படுவதன்படி நடைபெறும். பொருளின் இயக்கத்தில் ஏதேனும் ஒன்று ஆராயப்படவில்லை என்ற உண்மையை ரே இயக்கத்தின் பொருட் தன்மையை மறுப்பதற்கான காரணமாக ஏற்றுக்கொள்ள வில்லை. "பருப்பொருளின் ஓரினத்தன்மை" *(பக்.262)* என்பதை ஒரு அடிப்படை நிலையாக வைக்காமல், அனுபவத்தின் ஒரு விளை வாகவும் அறிவியலின் வளர்ச்சியாகவும் "இயற்பியலுடைய குறிக் கோளின் ஓரினத் தன்மையை" வைப்பதும்தான் அளவீடுகளை செயல்படுத்துவதற்கும் கணக்கியல் சார்ந்த மதிப்பீடுகளை செயல்படுத்துவதற்கும் சாத்தியப்படுத்தும் நிபந்தனையாகும்.

அறிவுத்தோற்றவியல் கொள்கையில் நடைமுறை என்ற அளவுகோல் பற்றிய ரேயின் மதிப்பீடு பின்வருமாறு: "ஐயுறவு வாதத்தின் கூற்றுகளுக்கு மாற்றாக, விஞ்ஞானம் அதன் நடைமுறை மதிப்பைக் கோட்பாட்டு ரீதியான மதிப்பிலிருந்து பெறுகிறது" *(பக்.368)*. இந்தக் கூற்றுகளை மாக், பாயின்கர் மற்றும் அவரது ஆதர வாளர்கள் ஆகியோர் மறுப்பு எதுவுமின்றி ஏற்றுக் கொண்டதைப் பற்றி ரே மௌனம் சாதிக்கிறார். "அவை [விஞ்ஞானத்தின் நடைமுறை ரீதியான மதிப்பும் கோட்பாட்டு ரீதியான மதிப்பும்] புறவய மதிப்பின் பிரிக்க முடியாத இணையான இருவேறு அம்சங்கள் ஆகும். இயற்கையின் விதிக்கு நடைமுறை மதிப்பு உண்டு என்று கூறுவது... இயற்கை விதிகளுக்கு புறவயத்தன்மை உண்டு என்பதைப் போன்றது ஆகும். பொருள் மீது செயல்புரிவது என்பது பொருளை மாற்றுவது என்பதாகும். இதன் பொருள் நமது கூற்றில்

உள்ள எதிர்பார்ப்புக்கு ஏற்ப நாம் பொருள் மீது செயல்புரிகையில் பொருள் எதிர்வினை புரிவதை இது உறுதிப்படுத்துகிறது. எனவே, இந்த எதிர்பார்ப்பு பொருளால் அல்லது அதில் இடம்பெறும் ஆக்கக் கூறுகளால் கட்டுப்படுத்தப்படுகிறது. இந்தப் பல்வேறு கோட்பாடு களில் புறவயத் தன்மையின் ஒரு பகுதி இருக்கிறது." இதுதான் முழுவதுமான மற்றும் ஒரே பொருள்முதல்வாத அறிவுத்தோற்றவியல் கொள்கை ஆகும். மற்றக் கொள்கைகள், குறிப்பாக மாக்கியம், நடை முறைக்குப் புறவய முக்கியத்துவம் உண்டு என்பதை மறுக்கின்றன. அதாவது, அது மனிதனையும் மனிதக் குலத்தையும் சாராமல் இருப்பதில்தான் அதன் முக்கியத்துவம் அடங்கியுள்ளது.

தொகுத்துக் கூறினால், வார்ட், கோஹன் ஆகியோரது கண் ணோட்டத்திலிருந்து வேறுபட்ட ஒன்றிலிருந்து பிரச்சனையை ரே அணுகினார். ஆனால், அவரும் அதே முடிவுக்கு வந்தார். அதாவது, அது தற்கால இயற்பியலில் உள்ள இரு அடிப்படையான போக்கு களுக்குப் பொருள்முதல்வாதம், கருத்துமுதல்வாதம் ஆகியன அடிப்படையாக உள்ளன என்பதாகும்.

7. ஒரு ரசிய "கருத்துமுதல்வாத இயற்பியலாளர்"

நான் வேலை செய்யும் சில சிக்கலான சூழ்நிலை காரணமாக, இப்பொழுது நாம் விவாதத்துக் கொண்டிருக்கும். பொருள் பற்றிய ரசிய நூல்களைப் படிக்கும் வாய்ப்பு அதிகம் கிடைக்கவில்லை. நான் ஒரு கட்டுரையை மட்டுமே மையமாகக் கொண்டு எனது கருத்தை வெளிப்படுத்துகிறேன். நான் எடுத்துக்கொண்ட கருத்திற்கு இது முக்கியமானது. திரு.லோபாடின் என்ற நமது மோசமான பிற்போக்குத் தத்துவவாதியால் இது எழுதப்பட்டது. "ஒரு கருத்து முதல்வாத இயற்பியலாளர்" என்ற கட்டுரை, உளவியல் மற்றும் தத்துவத்தின் சிக்கல்கள்[97] என்ற இதழில் (1907, செப்டம்பர் - அக்டோபர்) வெளிவந்தது. ஒரு உண்மையான ரசியக் கருத்துமுதல் வாதியான லோபாடின் சமகால ஐரோப்பியக் கருத்துமுதல்வாதி களுடன் தொடர்புள்ளவர். இது ரசிய மக்களின் ஒன்றியம்[98] மேற்கத்திய பிற்போக்குக் கட்சிகளுடனான உறவைப் போன்றது. இதுபோன்ற தத்துவப் போக்குகள் முற்றிலும் வித்தியாசமான கலாச்சார சமூகச் சூழல்களில் எவ்வாறு வெளிப்படுகின்றன என்பதைக் காண்பது ஆர்வமூட்டுவதாகும். இக்கட்டுரை பிரெஞ்சுக் காரர்கள் கூறுவதுபோல, காலஞ் சென்ற ரஷ்ய இயற்பியலாளர் என்.ஐ. சிஷ்கினைப் (1906இல் இவர் இறந்தார்) பற்றிய புகழ் மாலை ஆகும். லோபாடின் இவரால் ஈர்க்கப்பட்டார். இதற்குக் காரணம் இந்தப் பண்பாளர் ஹெர்ட்ஸின் கொள்கை, புதிய இயற்பியல்

ஆகியவற்றில் ஆர்வம் உள்ளவர் என்பதோடு, அவர் வலதுசாரி அரசியல் அமைப்பு ஜனநாயகவாதி மட்டுமல்ல, அவர் ஆழ்ந்த மத நம்பிக்கை உள்ளவர்; விளாதிமிர் சோலோவியோவினுடைய தத்துவத்தின் ஆர்வலர். காவல் துறைக்கும், தத்துவத்திற்கும் நடுவில் காலஞ்சென்ற சிஷ்கினின் முக்கியமான வாதங்கள் இருந்த போதிலும், இவர் கருத்துமுதல்வாதத்தின் *அறிவுத்தோற்றவியல்* பற்றிய கருத்துகளையும் வெளியிட்டுள்ளார். திரு.லோபாடின் எழுதுகிறார்: ஒருமித்த, முழுமையான உலகக் கண்ணோட்டத்தினை உருவாக்க, விஞ்ஞானத்தின் ஆய்வுகள், அனுமானங்கள், உண்மைகள் பற்றிய ஒரு நேர்க்காட்சிவாத விமர்சனத்தை இவர் வைத்தார். இதில், என்.ஐ.சிஷ்கின் அவரது சமகாலத்தவர்கள் பலருக்கு நேர் எதிரானவர். இதே பத்திரிக்கையில் எனது முந்தைய கட்டுரையில் நான் விஞ்ஞான உலகக் கண்ணோட்டம் என்பது பலதரப்பட்ட, உறுதியற்ற விஷயங் களில் இருந்து எவ்வாறு உருவாக்கப்பட்டது என்று கூற முயற்சித் துள்ளேன். இவற்றில் நிறுவப்பட்ட உண்மைகள், ஏறக்குறைய துணிவான பொதுமைக் கருத்துகள், ஏதேனும் ஒரு விஞ்ஞானப் பிரிவுக்குப் பொருத்தமான கருதுகோள்கள், விஞ்ஞான புனை கதைகள் ஆகியன அடங்கும். இவை அனைத்தும் மறுக்க முடியாத புறநிலை உண்மைகள் என்ற அளவுக்கு உயர்த்தப்படுகின்றன. இவற்றின் அடிப்படையில் மற்ற எல்லாக் கருத்துகளும், நம்பிக்கை களும், தத்துவங்களும், மதக் கருத்துகளும் மதிப்பிடப்பட வேண்டும் என்கின்றனர். இவற்றில் இல்லாதவற்றை மறுக்க வேண்டும்.

நமது திறமையான இயற்கை விஞ்ஞானியும், சிந்தனையாளரு மான பேரா. வி.ஐ. வெர்னட்ஸ்கி ஒரு குறிப்பிட்ட காலகட்டத்தின் விஞ்ஞானக் கருத்துகளை மாறாத் தன்மையுள்ள, எல்லோருக்கும் கட்டாயமான வறட்டுச் சித்தாந்தமாக மாற்றுவது மேம்போக்கானது, பொருத்தமற்றது என்பதை எடுத்துக் காட்டியுள்ளார். மேலும் இத்தகைய மாறுதலைப் பரந்த வாசகர் குழு மட்டும் ஏற்படுத்தியது என்பது மட்டுமல்லாமல் ஒரு குறிப்பிட்ட துறையில் உள்ள சில விஞ்ஞானிகளும் ஏற்படுத்தினர். *திரு. லோபாடினுடைய அடிக் குறிப்பு:* "பரந்த வாசகர் குழுவினருக்கு ஏராளமான ஜனரஞ்சக விஞ்ஞான நூல்கள் எழுதப்பட்டன. இவற்றின் நோக்கம், எல்லாக் கேள்விகளுக்கும் பதில்தரும் விஞ்ஞான போதனை நூல் ஒன்று உள்ளது என்று நம்பச் செய்வது ஆகும். இத்தகைய புத்தகங்க ளானவை: உதாரணங்கள் புக்னரின் *விசையும் பருப்பொருளும்,* (Force and Matter) ஹெக்கலின் *பிரபஞ்சத்தின் புதிர்* (The Riddle of the Universe);" வினோதமானது என்னவென்றால், இந்தப் பாவம் அடிக்கடி அதிகாரம்மிக்க தத்துவவாதிகளால் செய்யப்பட்டது. இவர்களது நோக்கமெல்லாம், பல்வேறு விஞ்ஞானத் துறையைச்

சார்ந்தவர்களால் இவை ஏற்கெனவே கூறப்பட்டவை என்றும், அவர்கள் இவற்றைத் தங்களது சொந்த மொழியில் கூறுகிறார்கள் என்பதும் ஆகும்.

“என். ஐ. சிஷ்கினுக்கு ஒருதலைப்பட்சமான வறட்டு வாதம் என்பது கிடையாது. அவர் இயற்கை செயல்புரிவது பற்றிய இயந்திர வியல் விளக்கத்தில் நம்பிக்கை உள்ளவர். ஆனால், அவருக்கு இது ஒரு ஆய்வு முறை மட்டுமே....” இது வழக்கமான பின்வாங்கும் முறையே! “ஆய்வு செய்யப்பட்ட நிகழ்வின் உண்மையான தன்மையை இயந்திரவியல் கொள்கை வெளிக்காட்டும் என்பதை அவர் நம்பவில்லை. இது விஞ்ஞானத்தின் நோக்கங்களுக்காக வசதியான வளமான, ஒருங்கிணைக்கும், விளக்கும் ஒரு முறை யாகும். எனவே, இயற்கை பற்றிய இயந்திரவியல் கருத்தும், பொருள்முதல்வாதக் கருத்தும் எந்த வழியிலும் ஒன்றாவதில்லை...” இது *மார்க்சியத் தத்துவத்தில் ஆய்வுகள்* என்பதன் ஆசிரியர்களிடம் உள்ளதைப் போன்றது. “இதற்கு முற்றிலும் மாறாக, உயர் மட்டத்தில், இந்த இயந்திரவியல் கொள்கை ஒரு விமர்சன ரீதியான, ஏன் முரண்பட்ட அணுகுமுறையையே பின்பற்ற வேண்டியுள்ளது.”

மாக்கிய மொழியில் இது பொருள்முதல்வாதம், கருத்துமுதல் வாதம் ஆகியவற்றிற்கு இடையிலான “ஒருதலைப்பட்சமான, காலா வதியான, குறுகலான” எதிர் நிலையை வெற்றி கொள்ளும் முறை யாகும். “பொருள்களின் ஆரம்பம், முடிவு, மனதின் உள் அமைப்பு, விருப்பத்துக்கான சுதந்திரம், ஆன்மாவின் அழியாதத் தன்மை ஆகியவற்றை இதன் எல்லைக்குள் கொண்டுவர முடியாது. ஏனென்றால், ஓர் ஆய்வு முறை என்ற நிலையில், பௌதிக அனுபவ உண்மைகள் என்ற இயற்கையான எல்லைக்குள்ளாகவே இது உள்ளது...” கடைசி இரு வரிகள் எ. போக்தனோவின் *அனுபவவாத ஒருமை* என்பதிலிருந்து திருடப்பட்டவை.

“இயந்திரவியல் கோட்பாட்டின் நோக்குநிலையில் இருந்து பௌதிக - உளவியல் நிகழ்வு” என்ற கட்டுரையில் சிஷ்கின் பின்வரு மாறு எழுதினார் (*உளவியல் மற்றும் தத்துவத்தின் சிக்கல்கள் நூல் I, பக். 127*): “ஒளியை பருப்பொருள், இயக்கம், மின்சாரம், புலன் உணர்ச்சி என்றெல்லாம் கருதலாம்.”

லோபாடின், சிஷ்கினை நேர்க்காட்சிவாதிகளில் ஒருவராக இணைத்தது முற்றிலும் சரியானது என்பதில் ஐயமில்லை. இவர் புதிய இயற்பியலின் மாக்கியத் துறையைச் சார்ந்தவர். ஒளி பற்றிய இந்தக் கூற்றின் மூலம், வெவ்வேறு விதமாக ஒளியைக் காண்பது “அனுபவத்தை வெவ்வேறுவிதமாக அமைப்பது” என்று சிஷ்கின்

கூற விரும்புகிறார் (எ.போக்தனோவின் சொற்களின்படி). இது பல்வேறு கண்ணோட்டத்திலிருந்து சரியானது அல்லது "ஆக்கக் கூறுகளின் வெவ்வேறு தொடர்புகள்" என்பதாகிறது. அதாவது இயற்பிய லாளரின் ஒளிக் கொள்கை புறவய எதார்த்தத்தின் பிரதி இல்லை என்பதாகிறது. ஆனால் சிஷ்கின் மோசமாக வாதிடுகிறார். அவர் கூறுகிறார்: "ஒளியை பருப்பொருள் என்றும் கருதலாம்; இயக்கம் என்றும் கருதலாம்..." ஆனால், இயற்கையில் இயக்க மில்லாத பருப்பொருள் இல்லை. பருப்பொருள் இல்லாத இயக்கம் இல்லை என்ற சிஷ்கினின் முதல் "கூற்று" அர்த்தமற்றது... "மின்சாரம் என்பது..." மின்சாரம் என்பது பருப்பொருளின் இயக்கம் ஆகும். எனவே, சிஷ்கின் இங்கும் கூட தவறு செய்கிறார். மின்காந்தவியல் கொள்கை, ஒளி, மின்சாரம் ஆகியன ஒரே பருப்பொருளின் (ஈதர்) இயக்க வடிவங்கள் என்று காட்டியுள்ளது... "புலன் உணர்ச்சி" என்பது இயங்கும் பருப்பொருளின் பிம்பம். புலன் உணர்ச்சி இல்லாமல் நமக்குப் பருப்பொருளின் வடிவம் பற்றியோ அல்லது பருப்பொருள் பற்றியோ ஒன்றும் தெரியாது. பருப்பொருள் நமது புலன் உறுப்புகள் மீது செயல்புரிவதால் புலன் உணர்ச்சிகள் தோன்றுகின்றன. இவ்வாறே விஞ்ஞானம் கருதுகிறது. சிவப்பு என்ற புலன் உணர்ச்சி வினாடிக்கு 450 டிரில்லியன் (1 டிரில்லியன் = 1 லட்சம் கோடி; மொ.ர்.) ஈதர் அதிர்வுகளைப் பிரதிபலிக்கிறது. நீலம் என்ற புலன் உணர்ச்சி வினாடிக்கு 620 டிரில்லியன் ஈதர் அதர்வுகளைப் பிரதிபலிக்கிறது. ஈதர் அதிர்வுகள் ஒளி பற்றிய புலன் உணர்வுகளைச் சாராமல் இருக்கிறது. ஈதரின் அதிர்வுகள் கண்ணில் செயல்புரிவதைச் சார்ந்துள்ளன. நமது ஒளி பற்றிய புலன் உணர்வு அதாவது, மனித மனது, புலன் உணர்ச்சி ஆகியவற்றைச் சாராமல் இருக்கும் புறவய எதார்த்தத்தை நமது புலன் உணர்ச்சிகள் பிரதிபலிக்கின்றன. இவ்வாறு விஞ்ஞானம் இதனைக் காண்கிறது. பொருள்முதல்வாதத்திற்கு எதிரான சிஷ்கினின் வாதம் மலிவான சொற்புரட்டு ஆகும்.

8. "இயற்பியல்" ரீதியான கருத்துமுதல்வாதத்தின் முக்கியத்துவமும் சாராம்சமும்

புதிய இயற்பியலில் இருந்து அறிவுத் தோற்றவியல் முடிவுகளைப் பெறுதல் பற்றி பல்வேறு கோணங்களில் ஆங்கிலேய, பிரெஞ்சு, ஜெர்மானிய நூல்களில் விவாதிக்கப்பட்டுள்ளன. நமக்கு முன்னால் சில சர்வதேச தத்துவப் போக்குகள் உள்ளன. இவை எந்தவொரு தத்துவ அமைப்பினையும் சார்ந்து இல்லை. ஆனால், தத்துவத்தின் எல்லைக்கு அப்பால் உள்ள சில காரணங்களை இவை சார்ந்துள்ளன.

உண்மைகளை பற்றிய மேலே உள்ள ஆய்வு என்பது மாக்கியம் புதிய இயற்பியலுடன் "தொடர்புள்ளது" என்பதை ஐயத்துக்கிடமின்றி காட்டுகிறது. அதே சமயத்தில் இந்தத் தொடர்பு பற்றி மாக்கியர்கள் பரப்பும் கருத்து *அடிப்படையில் தவறானது* ஆகும். தத்துவத்தில் உள்ளது போலவே, இயற்பியலிலும், மாக்கியர்கள் ஒரே *பாணியைப்* பின்பற்றுகின்றனர். அவர்களது மார்க்சியக் கண்ணோட்டத்திலிருந்து குறிப்பிட்ட போக்குகளையும் அவற்றின் இடத்தையும் பொதுவாகக் கூறக் கூட அவர்களால் முடியவில்லை.

மாக்கின் தத்துவம் "இருபதாம் நூற்றாண்டு இயற்கை அறிவியலின் தத்துவம்", "விஞ்ஞானங்களின் அண்மைக்காலத் தத்துவம்", "அண்மைக்கால இயற்கை விஞ்ஞான நேர்க்காட்சிவாதம்" என்றெல்லாம் கூறுவதில் இரட்டைப் பொய்மைகள் உள்ளன. *(புலனுணர்ச்சிகளின் பகுப்பாய்வு என்பதன் முன்னுரையில் போக்தனோவ், பக். IV. XII; மேலும் காண்க: யுஷ்கேவிச், வாலன்டினோவ்)*. முதலாவது, மாக்கியம் என்பது தத்துவ ரீதியாகத் தற்கால இயற்கை விஞ்ஞானத்தின் ஒரு பிரிவில் உள்ள ஒரு துறையுடன் மட்டுமே தொடர்புடையது. இரண்டாவது (இதுதான் முக்கியமானது), இந்தத் துறையுடன் மாக்கியம் தொடர்பு கொண்டுள்ளது என்பது மற்ற எல்லா கருத்துமுதல்வாதத் தத்துவப் போக்குகளிலிருந்தும் எது இதனை வேறுபடுத்துகிறது என்பதல்ல. அது கருத்துமுதல்வாதத் தத்துவத்திற்குள் பொதுவாக எது உள்ளது என்பதாகும். இந்தக் கூற்றில் சந்தேகம் எதுவும் ஏற்படாமல் இருக்க, இங்குள்ள முழு தத்துவப்போக்கினையும் ஒரு தடவை பார்ப்பது போதுமானது. இந்த இயற்பியலாளர்களை எடுத்துக் கொள்ளுங்கள்: ஜெர்மானிய மாக், பிரெஞ்சு பாயின்கர், பெல்ஜியர் பி. டுஹெம், ஆங்கிலேய கார்ல் பியர்சன். இவர்களுக்குள் பொதுவானவை அதிகம்: இவர்களுக்கு ஒரே அடிப்படை உள்ளது. இவர்கள் ஒரே பாதையில் செல்கின்றனர். இவற்றை இவர்கள் ஒப்புக் கொள்கின்றனர். ஆனால், இவர்களுக்குப் பொதுவானதில் அனுபவவாத விமர்சனமோ, மாக்கின் கொள்கையான "உலக ஆக்கக் கூறுகளோ" இடம்பெறவில்லை. முன்னர் கூறிய இந்த மூன்று இயற்பியலாளர்களுக்கும், இந்தக் கொள்கைகள் பற்றி ஒன்றும் தெரியாது. இவர்களுக்குப் பொதுவாக "ஒன்றே ஒன்று" உள்ளது. அது கருத்துமுதல்வாதத் தத்துவம். இதனை நோக்கி இவர்கள் எல்லோரும் வேறுபாடு இல்லாமல், உணர்வுபூர்வமாக அல்லது திட்டமிட்டுச் செல்கின்றனர். இந்தத் துறையை அடிப்படையாகக் கொண்டுள்ள தத்துவவாதிகளை எடுத்துக் கொள்ளுங்கள். இவர்கள் ஓர் அறிவுத்தோற்றவியல் அடித்தளத்தைக் கொடுக்க, அதனை வளர்க்க விரும்புகிறார்கள். அப்பொழுது நீங்கள் ஜெர்மானிய ஆவி நம்பிக்கைவாதிகள், மாக்கின் சீடர்கள், பிரெஞ்சு

புதிய விமர்சகர்கள், கருத்துமுதல்வாதிகள், ஆங்கிலேய ஆன்மீக வாதிகள், ரஷ்யராகிய லொபாடின், ஒரே ஓர் அனுபவ ஒருமைவாதியான எ.போக்தனோவ் என்போரைக் காண முடியும். இவர்கள் எல்லோருக்கும் பொதுவாக ஒன்று உள்ளது. இவர்கள் எல்லோரும் தீவிரமாக அல்லது தீர்மானகரமாக, நம்பிக்கைவாதம் நோக்கி சாய்கின்றவர்கள் அல்லது அதன் மீது தனிப்பட்ட வெறுப்புடன் (போக்தனோவ்) இருப்பினும் தத்துவ ரீதியான கருத்துமுதல்வாதத்தின் கருவிகள் ஆவர்.

இந்தப் புதிய இயற்பியலின் அடிப்படைக் கருத்து புலன்கள் மூலமாக நமக்குக் கிடைக்கும், நமது கோட்பாடுகளில் பிரதிபலிக்கின்ற புறவய மெய்மையை மறுப்பதும், அதனை சந்தேகிப்பதும் ஆகும். இங்கு *பொருள்முதல்வாதத்திலிருந்து* இந்தத் துறையினர் பிரிகின்றனர் (இது தவறுதலாக எதார்த்தவாதம், புதிய இயந்திர வியல், ஹைலோ -கினட்டிசம் (hylo-kinetism = hylotheism + kinetism - அதாவது இயற்கையும் இறையும் ஒன்றெனும் கோட்பாடு; kinetism என்பது அதாவது நவீன ஓவிய பாணி. அதில் மெய்மையைக் காட்டுவதைவிட கலையும் தொழில்நுட்பமும் இணைந்து ஓவியங்களில் உள்ள கருப்பொருள் இயக்காற்றலுடன் வெளிப்படச் செய்யும் கலைக்கோட்பாடாகும் (மொ.ர்.) என்று அழைக்கப் படுகிறது. இதனை இயற்பியலாளர்கள் சிறப்பாகவோ, உணர்வு பூர்வமாகவோ வளர்க்கவில்லை), இது இயற்பியலாளர்களிடம் *பொதுவாக உள்ளது,* "இது "இயற்பியல்" ரீதியான கருத்து முதல்வாதம் - என்று பிரிகிறது.

வினோதமாக உள்ள இந்தக் கடைசிச் சொல்லை விளக்க நாம் தற்காலத் தத்துவம், நவீன விஞ்ஞானம் ஆகியவற்றின் வரலாற்றில் இருந்து ஒரு நிகழ்ச்சியை நினைவுகூர வேண்டும். 1866 ஆம் ஆண்டு எல்.ஃபூயர்பாக் தற்கால உடலியலை உருவாக்கிய புகழ்பெற்ற ஜோஹன்னஸ் முல்லர் என்பவரைத் தாக்கினார். "உடலியல் ரீதியிலான கருத்துமுதல்வாதி" என்று அவரை வகைப்படுத்தினார். இந்த உடற்கூறு இயலாளரின் கருத்துமுதல்வாதம் பின்வருவதில் உள்ளது: நமது புலன் உறுப்புகளின் செயல்பாட்டின் முக்கியத் துவத்தை ஆராயும் பொழுது (உதாரணமாக, ஒளி என்ற உணர்வு கண் மீது செயல்புரியும் பல்வேறு தூண்டல்களின் விளைவு), அவர் நமது புலன் உணர்ச்சிகள் பொருள்களின் பிம்பங்கள் என்பதை மறுக்கும் முடிவிற்குச் செல்கிறார். "உடலியல் ரீதியிலான கருத்து முதல்வாதம்" என்ற போக்கினை நமது விஞ்ஞானிகளில் ஒரு பிரிவினர் மேற்கொள்வதை (அதாவது, உடற்கூறு இயலின் பல விவரங்களை விளக்குவது) எல்.ஃபூயர்பாக் சரியாகவே கண்டு

பிடித்தார். உடற்கூறு இயல், கருத்துமுதல்வாதத் தத்துவம் (கான்டிய வகை) ஆகியவற்றிற்கு இடையிலான தொடர்பை, பிற்போக்குத் தத்துவம் பயன்படுத்தியது. கான்டியக் கருத்துமுதல்வாதத்தை ஆதரித்தும், பொருள்முதல்வாதத்தை மறுத்தும் எப்.எ.லாங்கே உடற்கூறு இயலைப் பயன்படுத்தினார். இறை நம்பிக்கையாளர்கள் மத்தியில் (இவர்களை போக்தனோவ் தவறுதலாக மாக், கான்ட் ஆகியோருக்கு நடுவில் வைக்கிறார்), ஜே. ரெஹ்ம்கே, 1882இல் உடற்கூறு இயல் கான்டியத்தை உறுதி செய்துள்ளது என்று பிரச்சாரம் செய்தார்.* அந்தக் காலத்தின் பல பிரபல உடற்கூறு அறிஞர்கள் கருத்துமுதல்வாதம், கான்டியம் ஆகியவற்றை நோக்கிச் சென்றனர். இது இன்றைய இயற்பியலாளர்கள் கருத்துமுதல்வாதத்தை நோக்கிச் செல்வது போன்ற மறுக்க முடியாத உண்மையாகும். இயற்பியல் கருத்துமுதல்வாதம் (அதாவது, பத்தொன்பதாம் நூற்றாண்டின் இறுதியிலும் இருபதாம் நூற்றாண்டின் ஆரம்பத்திலும் சில இயற்பியலாளர்களின் கருத்துமுதல்வாதம்) லாங்கே மற்றும், ''உடலியல்'' ரீதியிலான கருத்துமுதல்வாதிகளும் செய்ததைப் போன்றே பொருள்முதல்வாதத்தை ''மறுத்தனர்''; கருத்துமுதல் வாதத்திற்கும் (அல்லது அனுபவவாத விமர்சனத்திற்கும்), இயற்கை விஞ்ஞானத்திற்கும் இடையில் தொடர்பு ஏற்படுத்தினர். இயற்கை விஞ்ஞானத்தின் ஒரு துறை அல்லது இயற்கை விஞ்ஞானத்தின் ஒரு பிரிவு ஆகியவற்றில் இடம் பெற்ற கருத்துமுதல்வாதப் போக்கு ஒரு தற்காலிக விளைவு ஆகும். இது விஞ்ஞானத்தின் வரலாற்றில் மாறும் கட்டத்தில் உள்ள ஒரு நோய். வளர்ச்சியின் ஒரு நோய்; இதற்கு நிறுவப்பட்ட பழைய கருத்துகள் திடீரென சிதைந்து போனதுதான் காரணமாகும்.

தற்கால "இயற்பியல் ரீதியிலான" கருத்துமுதல்வாதம், தற்கால இயற்பியலில் ஏற்பட்டுள்ள நெருக்கடி ஆகியவற்றிற்குள்ள தொடர்பு நாம் ஏற்கெனவே கூறியபடி பொதுவாக ஒப்புக்கொள்ளப்பட்டுள்ளது. ரே எழுதுகிறார் (இவர் ஐயுறவுவாதிகளை அதிகம் குறிப்பிடாமல், புருனெட்டியர் போன்ற நம்பிக்கைவாதிகளை அதிகம் குறிப்பிடு கிறார்): "தற்கால இயற்பியலுக்கு எதிராக வைக்கப்படும் வாதங்கள் எல்லாமே ஐயுறவுவாதிகளின் வாதங்களுக்கு இணையாக உள்ளன''. அது (இயற்பியலாளர்களிடையே) பல்வேறு கருத்துகளாக உள்ளன. ஆனால், இக்கருத்துகள் "இயற்பியலின் புறவயத் தன்மைக்கு எதிராக எதையும் மெய்ப்பிக்கவில்லை". பொதுவாக வரலாற்றிலும் இயற்பியலின் வரலாற்றிலும் கோட்பாடுகளின் வடிவம், தன்மை ஆகியவற்றில் வேறுபடும் காலகட்டங்களை நாம் காண முடியும்...

---

* ஜோகன்னஸ் ரெஹ்ம்கே, *தத்துவமும் கான்டியமும்*, எய்சனாக், 1882, பிரிவு. 15.

ஆனால், இதுவரை சரியாகக் கண்டுகொள்ளப்படாத ஒரு உண்மை பற்றிய ஒரு பெரிய கண்டுபிடிப்பு இயற்பியலில் இடம்பெற்ற உடன், இயற்பியலின் தன்மை முழுவதுமே மாற்றம் பெறுகிறது. ஒரு புதிய காலக்கட்டம் தோன்றுகிறது. நியூட்டன், ஜூலே - மேயர், கர்னட்- கிளாசியஸ் ஆகியோரது கண்டுபிடிப்புகளுக்குப் பின்னர் இது தான் நிகழ்ந்தது. கதிரியக்கம் கண்டுபிடிக்கப்பட்ட பின்னர் இதே தான் இடம்பெற்றுக் கொண்டிருக்கிறது... பிற்காலத்தில், தொலைவிலிருந்து இவற்றைக் காணும் வரலாற்று ஆசிரியன், சமகாலத்தில் மோதல்கள், முரண்பாடுகள், பல்வேறு பிரிவுகள் ஆகியன இருந்ததை எளிதாகக் கண்டுகொள்வான். அண்மைக் காலத்தில் இயற்பியலில் இடம் பெற்றுள்ள நெருக்கடி (தத்துவ ரீதியான விமர்சனம் இதிலிருந்து பெற்ற முடிவுகள் இருந்த போதிலும்) என்பது இதிலிருந்து வேறுபட்டதல்ல. தற்காலத்தின் பெரிய கண்டுபிடிப்புகளின் மூலம் இடம்பெறும் நெருக்கடிக்கு இது உதாரணமாக உள்ளது. இயற்பியலின் மறுக்க முடியாத மாறுதல் (இவ்வாறு இல்லாமல் பரிணாமமும் முன்னேற்றமும் இருக்க முடியுமா?) விஞ்ஞான மனப்பான்மையை மாற்றாது."

சமரசவாதியான ரே, தற்கால இயற்பியலின் பிரிவுகளை நம்பிக்கைவாதிகளுக்கு எதிராக ஒன்றுசேர்க்க முயற்சிக்கிறார்! இது ஒரு பொய். ஏனென்றால், மாக் - பாயின்கர் - பியர்சன் பிரிவினர் களது இயக்கக் கருத்துமுதல்வாதத்தை நோக்கிச் சென்றது (அதாவது தூய்மைப்படுத்தப்பட்ட நம்பிக்கைவாதம்) விவாதத்திற்கு அப்பாற் பட்டது. "விஞ்ஞான உணர்வை" அடிப்படையாகக் கொண்ட ரே மிகத் தீவிரமாக ஆதரிக்கிற நம்பிக்கைவாதத்திலிருந்து வேறுபட்ட, இயற்பியலின் புறவயத் தன்மை என்பது பொருள்முதல்வாதத்தின் "வெட்கப்படும்" தயாரிப்பாகும். எல்லா தற்கால விஞ்ஞானங் களைப் போல, இயற்பியலின் அடிப்படையான பொருள்முதல் வாதத் தன்மை எல்லா நெருக்கடிகளையும் வெற்றி கொள்ளும். ஆனால், இது இயக்க மறுப்பியல் பொருள்முதல்வாதத்திற்குப் பதிலாக இயங்கியல் பொருள்முதல்வாதத்தை இடம்பெறச் செய்வதன் மூலம் மட்டுமே நெருக்கடிகளைக் கடந்து செல்லும்.

நேரிடையான, உறுதியான மாற்ற முடியாத கொள்கைகளின் புறவயத் தன்மையிலிருந்து விலகியதுதான் தற்கால இயற்பியலில் உள்ள நெருக்கடிக்கு காரணம் என்ற உண்மையை ரே அடிக்கடி மூடி மறைக்க முயற்சிக்கிறார். ஆனால், சமரசம் செய்யும் முயற்சிகளை விட, உண்மைகள் வலுவாக உள்ளன. ரே எழுதினார்: விஞ் ஞானத்தின் பாடப்பொருள் விஞ்ஞானிகளின் மனதால் உருவாக்கப் பட்டவை. மேலும், விதி மீதான ஆய்வுகளில் இதில் பருண்மை

யான நிகழ்வுகள் ஆய்வு செய்யும் பொழுது இடம்பெறவில்லை. இந்த விஞ்ஞானம் பற்றி கணிதவியலாளர்கள் அதிகப் பொதுமையான கருத்தை உருவாக்கியுள்ளனர். இதனைக் கணிதத்திற்கு நெருக்கமாகக் கொண்டுவர முயற்சிகள் மேற்கொள்ளப்பட்டன. கணிதத்தின் பொதுக்கருத்துகள் இயற்பியலின் பொதுக் கருத்துகளுக்கு மாற்றப்பட்டன. இயற்பியலைப் புரிந்து கொள்ள கணித முறைகள் நுழைக்கப்பட்டன... இது அனைத்துப் பரிசோதனையாளர்களால் மறுக்கப்பட்டது. அடிக்கடி ஐயப்பாடான நிலைமைகளில் அவ்வாறு மறைக்கப்படும் பொழுதுகளில், இயற்பியலுடைய புறநிலைத் தன்மை பற்றி மனது ஊசலாடுகிறது. அத்துடன், அதைப் பறைசாற்ற வேண்டி எடுக்கப்படும் சுற்றுவழிகளோ அல்லது தாண்டப்படும் தடைக்கற்களோ உள்ள காரணத்தினால் இந்த செல்வாக்கானது ஆற்றல் குறைந்ததாக இல்லை அல்லவா?..."

இது மிக நன்றாகக் கூறப்பட்டுள்ளது. "இயற்பியலின் புறவயத் தன்மை காரணமான மன ஊசலாட்டம்" - இதுதான் "இயற்பியல்" ரீதியான கருத்துமுதல்வாதத்தின் சாரம் ஆகும்.

"...பௌதிக எதார்த்தம், இந்த எதார்த்தத்தின் அறிவியலை கணிதவியலாளர்கள் புரிந்து கொள்ளும் முறை ஆகியவற்றிற்கு இடையே கணிதத்தின் பொதுமையான கற்பனைகள் ஒரு திரையை உருவாக்கியுள்ளன. இயற்பியலின் புறவயத் தன்மையை அவர்கள் தெளிவற்றே உணருகிறார்கள்... இருப்பினும், இயற்பியலில் ஈடுபடும் பொழுது அவர்கள் புறவயமாகவே இருக்க விரும்புகிறார்கள். எதார்த்தத்தில் ஒரு கால் வைக்க அவர்கள் விரும்பினாலும், அவர்களைப் பழைய வழக்கங்கள் தொடருகின்றன. ஆற்றல் ஆய்வியல் பற்றிய கருத்துகள் உறுதியாக அமைக்கப்பட வேண்டும். பழைய இயந்திரவியலைவிடக் குறைந்த கருதுகோள்களே உள்ளன - புலன் உணர்வுக்குட்படும் உலகினை அவை பிரதிசெய்கின்றன; மறு நிர்மாணம் செய்யவில்லை - இங்கும் நாம் கணிதக் கோட்பாடு களையே கையாளுகிறோம். அவர்கள் [கணிதவியலாளர்கள்] புறநிலைத் தன்மையைக் காப்பாற்ற எல்லாம் செய்துள்ளனர். ஏனென்றால், புறநிலைத் தன்மை இன்றி, இயற்பியல் இல்லை என்று அவர்களுக்குத் தெரியும்... ஆனால், அவர்களது கொள்கைகளின் நுணுக்கங்கள், ஓர் இறுக்கமான உணர்வை ஏற்படுத்துகின்றன. அவை மிகவும் செயற்கையாகவும், சுற்றி வளைத்துப் பேசுபவையாகவும், இறுக்கமாகவும் இருக்கின்றன; பௌதிக இயற்கை அளிக்கும் இயல்பான நம்பிக்கையை இதில் பரிசோதனை செய்பவன் உணர்வதில்லை... அடிப்படையில் இயற்பியலாளர்களாக உள்ள எண்ணற்றவர்கள் எல்லோரும் கூறுவது இதுதான். இதனைத் தான் புதிய இயந்திரவியல் பிரிவினரும் கூறுகின்றனர்... இயற்பியலில் உள்ள

நெருக்கடி, அதில் கணிதம் மேலோங்கியிருப்பதில் உள்ளது. இயற்பியலின் முன்னேற்றம் கணிதவியலின் முன்னேற்றம் இவை இரண்டையும் பத்தொன்பதாம் நூற்றாண்டு நெருக்கமாக இணைத்தது... கோட்பாட்டு இயற்பியல், கணித இயற்பியலாக மாறியது... பின்னர் ஒழுங்குமுறை தவறாத காலகட்டம் தொடங்கியது. அதாவது, தூய கணித இயற்பியலின் காலக்கட்டம் தொடங்கியது. இது இயற்பியலின் ஒரு பகுதியாக அல்லாமல், கணிதவியலாளர்கள் வளர்த்த கணிதத்தின் ஒரு பகுதியாகவே மாறியது. இந்தப் புதிய கட்டத்தில் சுத்தமான கணிதவியலாளர்கள் கருத்தியல் ஆக்கக் கூறுகளுக்குப் (தூய்மையான காரண காரிய பொருத்தமுடைய) பழக்கப்பட்டனர். இந்தக் கூறுகள் அவர்களது செயலின் உள்ளடக்கமாக இருந்தன. அவர்கள் பண்படாத, பொருளாயத ஆக்கக்கூறுகளால் ஒடுக்கப்பட்டவர்களாக உணர்ந்தனர். இந்த ஆக்கக் கூறுகள் போதுமானவை அல்ல என்பதனால், அவர்கள் பொதுமைகளை நோக்கிச் சென்றனர். எனவே, பொருள் அல்லாத கருத்துசார்ந்த முறையில் இவற்றை வெளியிட்டனர். இவற்றைப் புறக்கணிக்கும் எல்லைக்கும் சென்றனர். ஆக்கக் கூறுகள் என்பது, மெய்யானவையாக, புறநிலையான தரவுகள், *இயற்பியல் ரீதியான ஆக்கக் கூறுகளாக,* இவ்வாறு கூறப்பட்டவை முற்றிலும் மறைந்தன. வகையீட்டு சமன்பாடுகளால் பிரதிநிதித்துவம் செய்யப்படும் ஒழுங்கு முறை தவறாத உறவுகள் மட்டுமே நிலைத்தன... அவனது செயல் களில் ஏமாறாமல் இருந்தால், கணிதவியலாளன், கோட்பாட்டு இயற்பியலை ஆராயும் பொழுது... அதற்கும் அனுபவத்திற்கும் உள்ள உறவைப் புதுப்பிக்க முடியும். ஆனால், ஒன்றும் தெரியாத ஒருவனுக்கு முதலில் ஒரு தன் மனப்போக்கான வளர்ச்சி மட்டுமே தோன்றும்... கருத்து, கருத்துரு ஆகியன எல்லாம் உண்மையான ஆக்கக் கூறுகளுக்குப் பதிலாக இடம்பெற்றன... இவ்வாறு வரலாற்று ரீதியாக, கோட்பாட்டு இயற்பியல் எய்திய கணிதவியல் வடிவத் திலிருந்து விளக்கம் எழுகிறது... பிணி, இயற்பியலின் நெருக்கடி, அத்துடன் அது புறநிலை மெய்நடப்புகளில் இருந்து மேலீடாக பின்வாங்கிச் செல்வது ஆகியவற்றுக்கும் விளக்கம் எழுகிறது."

"இயற்பியல்" கருத்துமுதல்வாதத்தின் முதல் காரணம் இதுதான். விஞ்ஞான முன்னேற்றம் பிற்போக்கு முயற்சிகளுக்குத் தடையாகவே உள்ளது. இயற்கை விஞ்ஞானத்தில் இடம்பெற்ற வெற்றிகள், ஒரே மாதிரியான, எளிமையான பொருளின் ஆக்கக் கூறுகளை அணுகியது போன்றவை, அவற்றின் இயக்க விதிகளைக் கணித ரீதியாகக் கூற முடியும் என்று காட்டின. இது கணிதவியலாளர்கள் பருப் பொருளைப் புறக்கணிக்கக் காரணமாயிற்று. "பருப்பொருள் மறைகிறது", சமன் பாடுகள் மட்டுமே இருக்கின்றன. வளர்ச்சியின் புதிய கட்டத்தில், ஒரு

புதிய முறையில் பழைய கான்டியக் கருத்து இடம்பெறுகிறது. அறிவுதான் இயற்கைக்கு விதிகளை அளிக்கிறது. நாம் ஏற்கெனவே கண்டபடி, ஹெர்மன் கோஹன் என்பவர் புதிய இயற்பியலின் கருத்துமுதல்வாத உணர்வைப் பற்றி மகிழ்ச்சி அடைகிறார். பள்ளிக் கூடங்களில் உயர் மட்டக் கணிதத்தை அறிமுகப்படுத்த வேண்டும் என்று அவர் கூறுகிறார். உயர்நிலைப் பள்ளி மாணவர்களுக்கு நமது பொருள்முதல்வாத காலத்தினால் இல்லாதொழிக்கப்பட்ட கருத்து முதல்வாதக் கண்ணோட்டத்தை இதன் மூலம் அளிக்க வேண்டும் என்கிறார். (எஃப்.எ.லாங்கே, பொருள்முதல்வாதத்தின் வரலாறு, 1896பி.xiix) இது ஒரு பிற்போக்காளரின் கேலிக்குரிய கனவாகும். சிறிய எண்ணிக்கையுள்ள நிபுணர்களிடம் காணப்படும் கருத்துமுதல் வாதத்தின் மீதான தற்காலிக மோகத்தைத் தவிர இது வேறு இல்லை. இது மூழ்கும் மனிதன் வைக்கோலைப் பற்றிக் கொள்வதுபோல உள்ளது. படித்த முதலாளி வர்க்கத்தினர் செயற்கையான நம்பிக்கை வாதத்தைப் பாதுகாக்க அல்லது அதற்கு ஒரு இடம் கொடுக்கச் செய்யும் முயற்சியாகும். இந்த நம்பிக்கைவாதம் முதலாளித்துவத்தின் கொடூரமான முரண்பாடுகள் காரணமாகவும், அறியாமை, ஏழ்மை ஆகியவற்றாலும் வளர்ச்சி பெறுகிறது.

"இயற்பியல்" கருத்துமுதல்வாதத்தின் தோற்றத்திற்கு மற்றொரு காரணம் *சார்பியல்* (relativism-சூழ்நிலைக்கு ஏற்ப மாறுபடும் உண்மை என நம்பும் கோட்பாடு - மொ.ர்) கொள்கை ஆகும். இது நமது அறிவின் சார்பியல் ஆகும். பழைய கோட்பாடுகளின் சிதைவு காலகட்டத்தில், இது இயற்பியலாளர்களிடம் வலுவான ஆதிக்கம் செலுத்துகிறது. இவர்கள் இயங்கியல் அறியாதவர்களாக இருந்தால், தவிர்க்க முடியாமல் இது கருத்துமுதல்வாதத்திற்கு இட்டுச் செல்கிறது.

மாக்கியத்தின் கொள்கைக் குழப்பங்களை விளக்குவதற்கு சார்பியல், இயங்கியல் ஆகியவற்றிற்குள்ள உறவு முக்கியமான பங்கு பெறுகிறது. உதாரணமாக, ரேயை எடுத்துக் கொள்ளுங்கள். இவருக்கு மற்ற எல்லா ஐரோப்பிய நேர்க்காட்சிவாதிகளைப் போல, மார்க்சிய இயங்கியல் பற்றி ஒன்றும் தெரியாது. இவர் கருத்துமுதல் வாத தத்துவ ஊகங்கள் என்ற அர்த்தத்தில் இயங்கியல் என்ற சொல்லைப் பயன்படுத்துகிறார். இதன் விளைவாக, சார்பியல் என்பதில் புதிய இயற்பியல் வழி தவறிவிட்டது என்று இவர் உணர்ந்தாலும், ஆதரவின்றித் தடுமாறுகிறார். சராசரியான சார்பியல், மிகையான சார்பியல் என்பவற்றை வேறுபடுத்துகிறார். "மிகையான சார்பியல், நடைமுறையில் இல்லாவிட்டாலும், தர்க்கரீதியாக அல்லது காரணகாரிய பொருத்தமுடைய உண்மையான ஐயுறவு

வாதத்தை நெருங்குகிறது" (பக்.215). ஆனால், பாயின்கரிடம் மிகை யான சார்பியல் என்பது இல்லை. ஒரு மருந்துக் கடைக்காரனைப் போல் ஒருவன் கூடக் குறைவாக சார்பியலை நிறுத்திக் காட்டி, மாக்கியத்தினை காப்பாற்றுவதைக் கற்பனை செய்து பாருங்கள்!

உண்மையில் சார்பியல் பற்றிய சரியான கொள்கை விளக்கம் மார்க்ஸ் எங்கெல்சின் இயங்கியல் பொருள்முதல்வாதத்தில் தான் உள்ளது. இதனை *அறியாமல்* இருப்பது, சார்பியல்வாதத்திலிருந்து கருத்துமுதல்வாத தத்துவத்திற்கு இட்டுச் செல்லும். இந்த உண்மை யைப் புரிந்து கொள்ளத் தவறியது, பெர்மனின் அபத்தமான நூலான *அறிவு பற்றிய நவீன கோட்பாட்டின் ஒளியில் இயங்கியல்* என்பதை அறவே மதிப்பிழக்க வைக்க இதுவே போதுமானதாகும். பெர்மன், அவரே புரிந்து கொள்ள முற்றிலும் தவறிய இயங்கியல் பற்றிய பழைய அபத்தங்களைத் திரும்பக் கூறுகிறார். அறிவுத்தோற்றவியல் கொள்கையில் *ஒவ்வொரு கட்டத்திலும்*, மாக்கியர்கள் இந்தப் புரியாமையை வெளிப்படுத்துகின்றனர் என்பதை நாம் ஏற்கெனவே கண்டோம்.

உறுதியாக நிறுவப்பட்டவை, கேள்விக்கு அப்பாற்பட்டவை என்று உள்ள உண்மைகள் உட்பட, இயற்பியலின் எல்லா பழைய உண்மைகளும் சார்பியல் உண்மைகள் என்று மெய்ப்பிக்கப் பட்டுள்ளன. எனவே, மனிதனைச் சாராத புறவய உண்மை என்பது இல்லை. இது மாக்கியர்கள், "இயற்பியல்" கருத்துமுதல்வாதிகள் ஆகியோரின் பொதுவான வாதமாகும். இது வளர்ச்சியில் உள்ள சார்பியல் உண்மைகளின் மொத்த முழு உண்மை. சார்பியல் உண்மை, மனிதனைச் சாராமல் உண்மையாக ஒரு பொருளைப் பிரதிபலிக் கிறது. இந்தப் பிரதிபலிப்புகள் உண்மையாகிக் கொண்டே வரு கின்றன. ஒவ்வொரு விஞ்ஞான உண்மையிலும், அதில் சார்பியல் உண்மைத்தன்மை இருந்தாலும், முழு உண்மையின் கூறு உள்ளது - எங்கெல்சின் *டூரிங்கிற்கு மறுப்பு* நூலைப் படித்தவர்களுக்கு இந்த முன்மொழிவுகள் எல்லாம் தெரிந்திருக்கும். அது ''தற்கால'' அறிவுத்தோற்றவியல் கொள்கைக்குரிய புனித நூலாகும்.

டுஹெமின் *இயற்பியல் கோட்பாடு** அல்லது ஸ்டலோவின் நூல்,** ஆகிய படைப்புகள் எல்லாம் இந்த "இயற்பியல்" கருத்து முதல்வாதிகள் அறிவின் சார்பியல் தன்மைக்கு அதிக முக்கியத்துவம்

---

* பி.டுஹெமின், இயற்பியல் கோட்பாடு - அதன் நோக்கம், அதன் அமைப்பு, பாரிஸ், 1906.

** J.B.ஸ்டலோ, தற்கால இயற்பியலின் கருத்துக்கள் மற்றும் கொள்கைகள், லண்டன் 1882. பிரெஞ்சு மற்றும் ஜெர்மன் மொழிபெயர்ப்பு இருக்கிறது.

கொடுக்கின்றனர் என்பதைக் காட்டுகின்றன. இவர்களை மாக் சிபாரிசு செய்கிறார். இவர்கள் கருத்துமுதல்வாதம், இயங்கியல் பொருள் முதல்வாதம் ஆகியவற்றிற்கு இடையே ஊசலாடுகின்றனர். வெவ்வேறு காலகட்டத்தினைச் சேர்ந்த, வெவ்வேறு கோணங்களில் இருந்து இந்தப் பிரச்சனையை அணுகும் இந்த ஆசிரியர்கள் (டுஹெம் இயற்பியலில் நிபுணர். இதில் அவர் இருபது ஆண்டுகள் வேலை செய்துள்ளார். ஸ்டலோ என்பவர் முன்னாள் தீவிர ஹெகலியர். பழைய ஹெகலியச் சாயல் உள்ள இயற்கைத் தத்துவம் பற்றிய அவரது நூல் பற்றி அவரே வெட்கப்பட்டார்) இயற்கைப் பற்றிய அணு - இயந்திரவியல் கருத்தினை எதிர்த்தனர். இந்தக் கருத்தின் குறுகலான தன்மை, நமது அறிவின் எல்லையாக இதனை ஏற்றுக்கொள்ளும் சாத்தியமின்மை, இந்தக் கண்ணோட்டம் உள்ள பல எழுத்தாளர்களின் இறுக்கம் ஆகியவற்றை இவர்கள் எடுத்துக் காட்டினர். பழைய பொருள் முதல்வாதத்தில் இந்தக் குறை இருந்தது என்பது மறுக்க முடியாதது. எல்லா விஞ்ஞானக் கொள்கைகளின் சார்பியல் தன்மையை உணராமை, இயங்கியலை அறியாமை, இயந்திரகதியான கண்ணோட் டத்தை மிகைப்படுத்துவது ஆகிய குறைகளுக்காக எங்கெல்ஸ் இவர்களை விமர்சனம் செய்தார். ஆனால், எங்கெல்ஸ் (ஸ்டலோவைப் போல் அல்லாமல்) ஹெகலின் கருத்துமுதல்வாதத்தைத் தவிர்த்து விட்டு, அவரது இயங்கியலைப் புரிந்துகொண்டார். சார்பியல்வாதம் கருத்துமுதல்வாதத்தில் மூழ்கி விடுவதால், எங்கெல்ஸ் *இயங்கியல் பொருள்முதல்வாதத்தின்* காரணமாக அதை ஏற்று இயக்க மறுப்பியல் பொருள்முதல்வாதத்தை மறுத்தார், அதேபோல அவர் அகநிலை வாதத்தில் மூழ்குகிற சார்பியல் - வாதத்தைத் தேர்வு செய்யவில்லை. ஸ்டலோ கூறுகிறார், "இயந்திரவியல் கொள்கை, இயக்க மறுப்பியல் தத்துவக் கொள்கைகளுடன், எடுத்துக்காட்டாக அனைத்து இயக்க மறுப்பியல் கோட்பாடுகளுக்கும் பொதுவான பகுதியாக, கற்பனையாக மெய்யுருப்படுத்தி உருவக மாக்குகிறது, அவ்வாறு செய்யும்போது இயற் பண்புகள் ஒற்றையாகவும் இருக்கலாம் அல்லது இயற்பண்புகளின் தூய்மையான மரபுசார் குழுக்களாகவும் இருக்கலாம், அவற்றைத் தான் புறநிலை மெய்மையின் பலவகைகளாக நடத்துகிறது" (பக்.150). புறவய எதார்த்தத்தை நீங்கள் மறுக்காமல் இருந்தால், இயக்க மறுப்பியல் தத்துவம் இயங்கியலுக்கு முரணானது என்பதை எதிர்த்தால் இது உண்மையாகும். அவர் இயங்கியல் பொருள்முதல்வாதத்தைப் புரிந்துகொள்ளவில்லை. எனவே, சார்பியல்வாதத்தின் வழியாக அவர் அடிக்கடி அகநிலைவாதம், கருத்துமுதல்வாதம் ஆகியவற்றிற்குள் சறுக்கி விடுகிறார்.

இது டுஹெம் அவர்களிடத்திலும் உண்மையானதே. கடுமையாக உழைத்து, இயற்பியலின் வரலாற்றிலிருந்து பல ஆர்வம் தரும்

ஏராளமான உதாரணங்கள் கொடுத்து (மாக்கிடம் காணப்படுவது போல) இவர், "இயற்பியலின் ஒவ்வொரு விதியும் தற்காலிகமானது, சார்பியலானது. ஏனென்றால், அது தோராயமானது" என்று காட்டு கிறார் (பக்.280). மனிதர் திறந்த கதவைத் தட்டிக் கொண்டிருக்கிறார்! - இந்த விஷயம் பற்றிய நீண்ட உரைகளைப் படிக்கும்பொழுது மார்க்சியரின் சிந்தனையாக இருக்கும். ஆனால், இதுதான் டுஹெம், ஸ்டலோ, மாக், பாயின்கர் ஆகியோரிடம் உள்ள பிரச்சனையே. அதாவது, இயங்கியல் பொருள்முதல்வாதத்தினால் கதவு திறக்கப் பட்டு இருப்பதை இவர்கள் காணவில்லை. சார்பியல் பற்றிய சரியான விளக்கம் கொடுக்க இயலாமையினால் இவர்கள் கருத்துமுதல் வாதத்திற்குச் செல்கிறார்கள். "இயற்பியலின் விதி உண்மையும் அல்ல பொய்யும் அல்ல. ஆனால், அது தோராயமானது" என்று டுஹெம் எழுதுகிறார் (பக். 274). இந்த "ஆனால்" என்பது பொய் என்பதின் தொடக்கமாகும். *பொருளைத் தோராயமாகப் பிரதிபலிக்கிற* அதாவது, புறவய உண்மையை நெருங்குகிற ஒரு விஞ்ஞானக் கொள் கைக்கும், செயற்கையான, வினோதமான, மரபு வழியிலான உதாரண மாக ஒரு மதக் கொள்கைக்கோ அல்லது செஸ் விளையாட்டுக் கொள்கைக்கோ உள்ள எல்லைக் கோட்டை இது மறைப்பதின் தொடக்கமாகும்.

"பொருளாயத மெய்மை", கண்டுணர்தல் சார்ந்த நிகழ்விற்குப் பொருத்தமாக இருக்கிறதா என்ற கேள்வி *இயக்க மறுப்பியல்* தன்மையுள்ளது என்று கூறும் அளவிற்கு டுஹெம் சென்று விடுகிறார். எதார்த்தம் என்ற பிரச்சனையைத் துறந்து விடுங்கள்! நமது கருத்துகள், கருதுகோள்கள் யாவுமே வெறும் அடையாளங்கள், மனம் போன போக்கிலான *செயற்கையான* கட்டமைப்புகள் ஆகியனவாம். இதிலிருந்து அடுத்தப் படிநிலைக் கருத்துமுதல்வாதம், "நம்பிக்கை யாளர்களின் இயற்பியல்" ஆகும். இதனையும் டுஹெம் கான்டிய நோக்கில் போதிக்கிறார் (ரே, பக். 162, 160). ஆனால், நல்லவரான அட்லர் - இவரும் மார்க்சியராக விரும்புகிற ஒரு மாக்கியர்தான்! - டுஹெம்மிடம் அறிவுபூர்வமாக எதையும் காண முடியவில்லை எனவே. அவரைப் பின்வருமாறு "சரி செய்கிறார்": "தோற்றப்பாடு களுக்குப் பின்னர் மறைந்திருக்கிற மெய்மைகளைக் கோட்பாட்டின் செயல் இலக்குகளாக மட்டும் காண்பது, மாறாக அவற்றை *மெய்மையின் செயல் இலக்குகளாகக் காணாமல் இருத்தல்*" என்பதை டுஹெம் நீக்கியதாக வாதாடுகிறார்.* இது ஹியூம் மற்றும் பெர்க்லியின்

---

* டுஹெமின் படைப்பின் ஜெர்மானிய மொழிபெயர்ப்பின் மொழி பெயர்ப்பாளரின் குறிப்பு, லீப்சிக், 1903, J. பார்த்.

நோக்குநிலையிலிருந்து காண்டியத்தின் மீது வைக்கப்படும் வழக்கமாக சொல்லப்படும் விமர்சனம்தான்.

ஆனால், டுஹெம்மிடம் உணர்வுபூர்வமான காண்டியம் இல்லை என்பது உண்மை. மாக்கைப் போலவே சார்பியல் என்பதற்கு எதை அடிப்படையாகக் கொள்வது என்பதில் அவர் *ஊசலாடிக்* கொண்டிருக்கிறார். பல இடங்களில் அவர் இயங்கியல் பொருள்முதல் வாதத்திற்கு அருகில் வருகிறார். "நமக்குத் தெரியும் முறையில் அதாவது, நமக்குச் சார்பான முறையில் நமக்கு ஒலி என்பது என்ன என்று தெரியும் எனினும் ஒலியைத் தோற்றுவிக்கும் தானாகவே உள்ள ஒலியைத் தெரியாது. இந்த எதார்த்தத்திற்குப் புலன் உணர்வுகள் ஒரு புறத்தே உள்ள ஒரு போர்வையைத் தருகின்றன. இது ஒலியியல் கொள்கைகள் மூலம் நமக்குத் தெரிய வருகிறது. இந்தத் தோற்றத்தை நமது புலன் அறிவு பதிவு செய்யும் பொழுது அதனை நாம் ஒலி என்கிறோம். இதில் மிகக் குறைந்த, விரைவான ஒழுங்குமுறையிலான இயக்கம் உள்ளது" (பக்.7). பொருள்கள் புலன் உணர்வுகளின் குறியீடுகள் அல்ல. ஆனால், புலன் உணர்ச்சிகள் பொருள்களின் குறியீடுகள் அல்லது படங்கள் ஆகும். "இயற்பியலின் வளர்ச்சி, புதிய தகவல்களை அலுப்பின்றித் தரும் இயற்கைக்கும், அவற்றைப் புரிந்து கொள்ளச் சலிக்காத அறிவிற்கும் உள்ள நிரந்தரப் போராட்டத்தைத் தோற்றுவிக்கிறது". இயற்கை (எலக்ட்ரான் உட்பட) அதன் பகுதியான மிகச் சிறு துகளும் எல்லையற்றது என்பது போல, எல்லையற்றது. ஆனால் அறிவானது மிக நுணுக்கமான "தாமாகவே உள்ள பொருள்களையும்" "நமக்கான பொருட்களாக மாற்றுகிறது." "இவ்விதமாக எதார்த்தத்திற்கும், இயற்பியல் விதிகளுக்குமான போராட்டம் முடிவில்லாமல் இடம்பெறும். இயற்பியல் உருவாக்கும் ஒவ்வொரு விதியையும், இயற்கை விரைவில் ஓர் உண்மையின் மூலம் உடனடியாகவோ காலம் தாழ்த்தியோ வலுவாக எதிர்க்கும். ஆனால், தளர்ச்சியடையாத இயற்பியல் தன்னை மேம்படுத்திக் கொள்ளும்; மாற்றிக் கொள்ளும்; மறுக்கப்பட்ட விதியை நுணுக்கமானதாக்கும்." இந்த ஆசிரியர் மனிதனைச் சாராமல் எதார்த்தம் இருக்கிறது என்பதை உறுதியாகப் பின்பற்றியிருந்தால், இது இயங்கியல் பொருள்முதல்வாதம் பற்றிய சரியான விளக்கமாக இருக்கும். "இன்றைக்குச் சரியாக இருக்கிற, நாளைக்குப் பொருத்தமற்றதாகிய செயற்கையான ஓர் அமைப்பு இயற்பியல் கோட்பாடு அல்ல. "மேலும் மேலும் இயல்பாகிற ஒரு வகைப்பாடு அது. பரிசோதனை முறையே நேருக்கு நேர் சந்திக்க முடியாத எதார்த்தங்களை மேலும் மேலும் தெளிவாகப் பிரதிபலிப்பது ஆகும்'' (பக்.445).

இந்தக் கடைசி வாக்கியத்தில் மாக்கியரான டுஹெம், கான்டியக் கருத்துமுதல்வாதத்துடன் உறவாடுகிறார். பரிசோதனை முறையல் லாத வேறு ஒரு முறைக்கு இடம் உள்ளது போலவும், நம்மால் "தானாக உள்ள பொருளை" அறிந்து கொள்ள முடியாது என்பது போலவும், ஒரு தோற்றத்தை உருவாக்குகிறார். ஆனால், இயற்பியல் கொள்கை மேலும் மேலும் இயல்பாக மாறுவது அதாவது, நமது உணர்வைச் சாராமல் இக்கொள்கை பிரதிபலிக்கும் எதார்த்தம் இருப்பது என்பதுதான் இயங்கியல் பொருள்முதல் வாதக் கண்ணோட்டம் ஆகும்.

சுருக்கமாகக் கூறினால், இன்றைய "இயற்பியல்" கருத்துமுதல் வாதம், கடந்த கால "உடற்கூறு இயல் (அல்லது உடலியங்கியல்)" கருத்துமுதல்வாதம் போன்று, இயற்கை விஞ்ஞானப் பிரிவின் ஒருவகை இயற்கை விஞ்ஞானிகள், பிற்போக்குத் தத்துவத்திற்குள் சென்று விட்டார்கள் என்பதைக் காட்டுகிறது. இயக்க மறுப்பியல் பொருள்முதல்வாதத்திலிருந்து அவர்களால் இயங்கியல் பொருள் முதல்வாதத்திற்குச் செல்ல முடியவில்லை.* தற்கால இயற்பியலில் இந்த முயற்சி மேற்கொள்ளப்படுகிறது, மேற்கொள்ளப்படும்.

---

* வில்லியம் ராம்சே என்ற பிரபல வேதியியலாளர் கூறுகிறார்: ''என்னிடம் அடிக்கடி ஒன்றைக் கேட்கிறார்கள். மின்சாரம் ஓர் அதிர்வுதானே? சிறு துகள்கள் அல்லது சடலங்கள் செல்வதன் மூலம் கம்பியில்லாத் தந்தி என்பதனை எவ்வாறு விளக்குவது? இதற்கு விடை: ''மின்சாரம் என்பது ஒரு *பொருள்.* இந்தச் சிறு துகள்கள், ஒரு பொருளிலிருந்து வெளிவரும் பொழுது, ஒளி அலை போன்று ஓர் அலையாக ஈதர் மூலம் வெளிப்படுகிறது. இந்த அலை கம்பியில்லாத் தந்திக்குப் பயன்படுத்தப்படுகிறது.'' (William Ramsay. *Essays, Biographical and Chemical,* London, 1908. 126). ரேடியம் ஹீலியமாக மாறுவது பற்றிப் பேசிய பிறகு ராம்சே கூறுகிறார்: இந்த ஒரு ஆக்கக் கூறு என்பதை இறுதியான பருப்பொருளாகக் கருத முடியாது. இதுவும் இன்னும் எளிய பருப்பொருள் வடிவமாக மாறுதலடைந்து கொண்டிருக்கிறது (பக்.160). எதிர்மின்சாரம் என்பது பருப்பொருளின் ஒரு குறிப்பிட்ட வடிவம் என்பது பெரும்பாலும் உறுதியாகிவிட்டது. நேர்மின்சாரம் என்பது எதிர்மின்சாரம் இல்லாத ஒன்று. அதாவது, இந்தப் பருப்பொருள் இல்லாத ஒன்று'' (176). ''மின்சாரம் என்பது என்ன? இதற்கு முன்னர், நேர்மின்சாரம், எதிர்மின்சாரம் என்று இரண்டு மின்சாரங்கள் இருந்ததாக நம்பினர். அந்தச் சமயத்தில் இந்தக் கேள்விக்குப் பதில் சொல்ல முடியாது. ஆனால், அண்மைக்கால ஆய்வுகள் எதிர் மின்சக்தி எனப்படுவது பொருள்தான் என்பதை நிரூபித்துள்ளன. உண்மையில் அதன் துகள்களின் சார்பியல் எடை அளக்கப்பட்டுள்ளது. ஹைட்ரஜன் அணுவின் பொருண்மையில் எழுநூற்றில் ஒரு பகுதியாக அவை ஒவ்வொன்றும் உள்ளன... மின்சாரத்தின் அணுக்கள் 'எலக்ட்ரான்கள்' எனப்படுகின்றன'' (ப.196). தத்துவம் பற்றி கட்டுரைகள் நூல்கள் எழுதும் நமது மாக்கியர்கள்

ஆனால், இது ஒரே ஓர் உண்மையான முறை நோக்கி ஒரே ஓர் இயற்கைத் தத்துவம் நோக்கி முன்னேறுகிறது. ஆனால் இது நேர்க் கோட்டில் இடம் பெறுவதில்லை. குறுக்கும் நெடுக்குமான வழியில் இடம் பெறுகிறது. உணர்வுபூர்வமாக இடம் பெறுவதில்லை. இயல்பூக்க அடிப்படையில் இடம் பெறுகிறது. அதன் இறுதி லட்சியத்தைத் தெளிவாகக் காணாமல், ஆனால் தட்டுத்தடுமாறி அதற்கு அருகில், சீரற்று, சில சமயங்களில் பின்வாங்கியும், இது செல்கிறது. தற்கால இயற்பியல் சோதனைக் காலத்தில் உள்ளது. இது இயக்கவியல் பொருள்முதல்வாதத்தைப் பிரசவித்துக் கொண்டிருக்கிறது. குழந்தை பிறப்பு என்பது வலி தருவதாகும். திடகாத்திரமான மனிதர்களுடன், சில உபயோகமற்ற பிறப்பும் நிச்சயமாக உண்டு. இவை குப்பைத் தொட்டியில் வீசப்பட வேண்டியவை. இயற்பியல் ரீதியான கருத்துமுதல்வாதம், அனுபவவாத - குறியீட்டியல், அனுபவவாத ஒருமைவாதம் ஆகியன எல்லாமே இத்தகைய கழிவுப் பொருள்கள் ஆகும்!

சிந்திக்க முடியுமானால், ''பருப்பொருள் மறைகிறது'' ''பருப்பொருள் மின்சாரமாக மாறுகிறது'' போன்ற கூற்றுகள் அறிவுத் தோற்றவியல் ரீதியான பலனற்ற கூற்றே ஆகும் என்பதைக் காண்பர். அதாவது, இது விஞ்ஞானம் புதிய வடிவிலான பருப்பொருள்களை, புதிய இயக்கங்களை, பழையனவற்றை புதியனவாக மாற்ற முடியும் என்பன பற்றிய பலனற்ற கூற்றாகும்.

அத்தியாயம் ஆறு

அனுபவவாத விமர்சனமும் வரலாற்றுப் பொருள்முதல்வாதமும்

நாம் ஏற்கெனவே கண்டபடி, ரசிய மாக்கியர்கள் இரு பிரிவு களாக உள்ளனர். செர்னோவும், Russian wealth[99] இன் ஆதரவாளர் களும் இயக்கவியல் பொருள்முதல்வாதத்தை தத்துவ ரீதியாகவும் வரலாற்று ரீதியாகவும் நேரிடையாகவும் தீவிரமாகவும் எதிர்ப்ப வர்கள். மாக்கியத்தின் மற்றொரு பிரிவினர் வருங்கால மார்க்சியர் களாக விரும்புகிற மாக்கியர்கள். இவர்கள், மார்க்ஸ், எங்கெல்சின் வரலாற்றுப் பொருள்முதல்வாதம் மாக்கியத்துடன் பொருந்துகிறது என்று வாசகர்களுக்கு உறுதியளிக்கிறார்கள். இவர்களைப் பற்றித் தான் நாம் காண வேண்டும். மார்க்சியர்களாக விரும்புகிற மாக்கியர் களில் ஒருவர் கூட, அனுபவவாத விமர்சனத்தை உருவாக்கிய வர்களின் முக்கியமான போக்குகளை சமூக விஞ்ஞானத்திற்குப் பயன்படுத்தி, எந்தவொரு முறையான விளக்கத் தையும் கொடுக்க வில்லை. இது பற்றி சுருக்கமாக நாம் காண்போம். முதலில் ஜெர்மானிய அனுபவவாதிகளின் கூற்றுகள் பின்னர் அவர்களது ரசிய சீடர்களின் கூற்றுகள் ஆகியவற்றை எடுத்துக் கொள்வோம்.

1. ஜெர்மானிய அனுபவவாத விமர்சகர்கள் சமூக விஞ்ஞானத்தில் பயணித்தமை

அவெனரியஸ் வாழ்ந்து கொண்டிருக்கும் பொழுது, 1895 ஆம் ஆண்டு, அவர் பதிப்பித்த தத்துவப் பத்திரிகையில் அவரது மாணவர் பிளெய் என்பவர் "அரசியல் பொருளாதாரத்தில் இயக்க மறுப்பியல் தத்துவம்"* என்ற கட்டுரையை எழுதினார். அனுபவவாதத்தின் ஆசிரியர்கள் எல்லோருமே "இயக்க மறுப்பியலை" எதிர்த்துப் போராடுவது என்று பொருள்முதல்வாதத் தத்துவம் மட்டு மல்லாமல், அறிவு பற்றிய பொருள்முதல்வாத கோட்பாட்டை

---

* *அறிவியல் தத்துவத்திற்கான காலாண்டு இதழ்,* 1895 XIX, எஃப். பிளெய், அரசியல் பொருளாதாரத்தில் இயக்க மறுப்பியல் தத்துவம், பி. 378 - 90.

இயல்பாக மேற்கொள்ளும் இயற்கை விஞ்ஞானத்தினையும் வெளிப்படையாகவும், உணர்வுபூர்வமாகவும் எதிர்த்துப் போராடு கின்றனர். இவர்கள் அரசியல் பொருளாதாரத்தில் இயக்க மறுப் பியல் நிலையை எதிர்க்கின்றனர். இந்தப் போராட்டம் அரசியல் பொருளாதாரத்தின் பல பிரிவுகளுக்கு எதிராக இடம் பெறுகிறது. ஆனால், இங்கு நாம் மார்க்ஸ், எங்கெல்சின் கோட்பாட்டு முறைக்கு எதிராக உள்ள அனுபவவாத விமர்சனங்களை மட்டுமே எடுத்துக் கொண்டுள்ளோம்.

பிரான்ஸ் பிளெய் எழுதுகிறார், "இந்த ஆய்வின் நோக்கம் என்பது இதுவரைக்கும் அரசியல் பொருளாதாரம் முழுவதுமே, பொருளாதார வாழ்வின் நிகழ்வுகளை இயக்க மறுப்பியல் தத்துவக் கூறுகளின் வழியில் விளக்கவே முற்பட்டது என்று காட்டுவதாகும்; அதாவது... பொருளாதார வாழ்வைக் கட்டுப்படுத்தும் ''விதிகளைப்'' பொருளாதாரத்தின் தன்மையிலிருந்தே, பெற்றனர். இந்த விதிகளைப் பொறுத்தமட்டிலும் மனிதன், ஒரு தற்செயல் நிகழ்வு ஆவான். இதுவரைக்கும் அரசியல் பொருளாதாரக் கோட்பாடுகள்யாவும் இயக்க மறுப்பியல் தத்துவத்தை அடிப்படையாகக் கொண்டிருந்தன. அதன் கோட்பாடுகள் யாவும், உயிரியலுக்கு எதிரானவை. எனவே, விஞ்ஞானத் தன்மையற்றவை. அறிவுக்குப் பொருத்தமற்றவை... எதன் மீது இந்தக் கோட்பாடுகளை வளர்க்கிறோம், எந்த விளைநிலத்தில் இதனைப் பயிரிடுகிறோம் என்பது இந்தக் கோட்பாட்டாளர்களுக்குத் தெரியாது. எந்த அடிப்படையும் இல்லாத ஒன்றின் மீது செயல் புரியும் எதார்த்தவாதிகளாக அவர்கள் தங்களைக் கருதுகிறார்கள். ஏனென்றால், அவர்கள் உண்மையான தன்னடக்கம் மிக்க 'நடைமுறை சார்ந்த' 'தொட்டறியக் கூடிய' பொருளாதார நிகழ்வை ஆராய்கி றார்கள். உடற்கூறு இயலில் உள்ள பல்வேறு போக்குகளின் குடும்ப குணத்தை அவை கொண்டுள்ளன. அதாவது, இயக்க மறுப்பியல் தத்துவம், ஊகம் ஆகியன பெற்றோர்கள் மூலம் வருகின்றன. இங்கு உடற்கூறு இயலாளர்களும், பொருளாதார அறிஞர்களும் பெற்றோர்கள் ஆவர். ஒரு பிரிவு பொருளாதார அறிஞர்கள், 'பொருளாதார நிகழ்வினை' ஆராய்கிறார்கள். [அவெனரியசும் அவரது ஆதரவாளர் களும், சாதாரண சொற்களை அடைப்புக் குறிக்குள் கொடுத்துள்ளனர். "இந்த அறிவுத் தோற்றவியல் ஆய்வினால்" பண்படுத்தப்படாத இந்தச் சொற்களின் ''இயக்க மறுப்பியல் தன்மையை'' அவர்கள் புரிந்து கொண்டார்கள் என்று காட்ட இவ்வாறு செய்கின்றனர்]. கண்டு பிடித்ததை தனி நபர்களின் செயல்களுடன் தொடர்புப்படுத்தி கூறுவதில்லை. அவர்களது ஆய்விலிருந்து தனிநபர்களை அகற்று கின்றனர். ஏனென்றால், அது 'ஆன்மாவின் செயல்', 'பொருளா தாரத்தின் இறுக்கமான விதிகளைப்' பொறுத்தமட்டிலும் இந்தத்

தனிநபர் *செயல்கள் ஒன்றுமற்றது* என்று அவர்கள் கூறுகிறார்கள்"
(பக்.378 - 79). மார்க்சைப் பொறுத்தமட்டிலும் உய்த்துணரும் செயல் முறைகளில் இருந்து "பொருளாதார விதிகளை" கோட்பாடு நிறுவியது, அத்துடன் இந்த "விதிகள்தான்" சார்ந்திருக்கிற உயிராதாரமான தொடர் நிலையின் தொடக்கக் கட்டத்தில் தோன்று கிறது. அதேபோன்று இறுதிக்கட்டத்தில் பொருளாதார செயல்முறைகள் தோன்றியது... "பொருளாதாரம்" என்பதை பொருளாதாரவாதிகள் ஓர் அறிவெல்லை கடந்த வகையினமாக மாற்றியுள்ளனர். இதில் அவர்கள் அத்தகைய "விதிகளை"க் கண்டுபிடித்தனர். ஏனென்றால், அவர்கள்: "மூலதனம்", "உழைப்பு", "வாடகை", "கூலி", "லாபம்" ஆகியவற்றின் விதிகளைக் கண்டுபிடிக்க விரும்பினர். "முதலாளி", "தொழிலாளி" போன்றவாறு பொருளாதார அறிஞர்கள் மனிதனை ஆன்மீகரீதியான கருத்தாக மாற்றினர். "முதலாளி லாப ஆசை பிடித்தவன்" என்று சோசலிசம் கூறியது; தாராளவாதம் உழைப் பாளியை "நெருக்கடிப்படுத்துபவன்" என்று கூறியது. இந்த இரு பாத்திரங்களும் "மூலதன விதியின் செயல் மூலம்" விளக்கப்பட்டன" (பக். 381 - 82).

"சோசலிச உலகக் கண்ணோட்டத்துடன் மார்க்ஸ் பிரெஞ்சு சோசலிசம் மற்றும் அரசியல் பொருளாதாரம் பற்றி ஆராய்ந்து வந்தார். அவரது 'ஆரம்ப நிலைப்பாட்டைப்' பாதுகாக்க அறிவைப் பொறுத்த மட்டிலும் அவரது உலகக் கண்ணோட்டத்திற்கு ஒரு 'கோட்பாட்டு ரீதியான அடித்தளம்' அமைப்பது அவரது நோக்கமாகும். மதிப்பு விதியை அவர் ரிக்கார்டோவிடம் கண்டார்.... ஆனால், பிரெஞ்சு சோசலிசவாதிகள் அதிலிருந்து பெற்ற முடிவுகள் மார்க்சிற்குத் திருப்தியளிக்கவில்லை. அவரது E மதிப்பைப்* 'பாதுகாக்க', அவர் உலகக் கண்ணோட்டம் என்பதைக் கொண்டு வந்தார். 'உழைப்பாளி களைக் கொள்ளையடித்தல்' என்பன போன்றவற்றில் அவரது ஆரம்ப நிலை மதிப்பின் உள்ளடக்கம் ஏற்கெனவே இதில் இடம் பெற்றுள்ளது. பொருளாதார ரீதியாக இவை பொய்யானவை என்று இந்த முடிவுகள் மறுக்கப்பட்டன. ஏனென்றால், இவை ஒழுக்க வியலை அரசியல் பொருளாதாரத்திற்குப் பயன்படுத்துவதாகும். ஆனால், பொருளாதார ரீதியாகப் பொய்யாக உள்ளது உலக வரலாற்றுக் கண்ணோட்டத்தில் உண்மையாக இருக்கலாம். மக்களது ஒழுக்க உணர்வு ஒரு பொருளாதார விதி அநியாயமானது என்று

---

* அவெனரியஸின் கருத்துப்படி, E - மதிப்பு value என்ற பதமானது "தூய அனுபவத்தின் விமர்சனம்" என்ற அவரது நூலில் பயன்படுத்தப்பட்டுள்ளது. அனுபவம், அறிவு போன்ற இரண்டு சொற்களுக்கும் இணையான ஜெர்மானிய மொழிச் சொல்லின் முதல் எழுத்து E ஆகும் - மொ.ர்.)

அறிவித்தால், அந்த விதியே காலாவதியாகிவிட்டது என்பதற்கு சான்றாகும். வேறு சில பொருளாதார உண்மைகள் தோன்றிவிட்டன என்பதாகும். இதன் காரணமாக பழைய விதி பொறுத்துக் கொள்ள முடியாததாகிவிட்டது. காலாவதியாகிவிட்டது. எனவே, உண்மை யான பொருளாதார உள்ளடக்கமானது உருவ ரீதியாக சரியற்றப் பொருளாதாரக் காரணியால் மறைக்கப்பட்டிருக்கும்." (*மார்க்சின் தத்துவத்தின் வறுமை* என்ற நூலிற்கு எங்கெல்ஸ் எழுதிய முன்னுரையிலிருந்து).

எங்கெல்சின் இந்தக் கூற்றை மேற்கோளாகக் காட்டிய பின்னர் பிளெய் தொடருகிறார்: "இந்த மேற்கோளில் சார்பு வரிசை பற்றிய நடுப்பகுதி நமக்கு முக்கியமானது. இது பிரிக்கப்பட்டுள்ளது. [abgehoben - அவெனரியஸ் பயன்படுத்தும் ஒரு கலைச் சொல். இதன் பொருள்: உணர்வை அடைந்துவிட்டது; பிரிக்கப்பட்டுவிட்டது]. 'பொருளாதார உண்மை' என்பது 'அநியாயம் என்ற ஒழுக்கப் பிரச்சனைக்குப் பின்னால் மறைந்திருக்கும்' என்ற "அறிவு"க்கு பின், இறுதிப் பகுதி வருகிறது (மார்க்சியக் கோட்பாட்டின் கூற்று: அதாவது, E மதிப்பு முக்கிய வேறுபாடு மூன்று கட்டங்கள், மூன்று பிரிவுகள், ஆரம்பம், நடு, இறுதி என்பதன் மூலம் செல்கிறது)... அதாவது, இந்தப் பொருளாதார உண்மைகளில் புரிந்து கொள்ளுதல் ஆகும். வேறுவிதமாகக் கூறினால், ஆரம்ப மதிப்பைப் (அதாவது, உலகக் கண்ணோட்டத்தை) 'பாதுகாப்பதற்காகப்' 'பொருளாதாரக் காரணிகளில்' அதனை 'மறுபடியும் கண்டுபிடிப்பது' இப்பொழுது வேலையாகும். இந்தச் சார்புநிலை வரிசையில் உள்ள மாறுதல், இறுதி நிலையில் 'புரியப்பட்டது'. எவ்வாறு இருந்தாலும் இது மார்க்சிய இயக்க மறுப்பியல் தத்துவத்தில் ஏற்கெனவே உள்ளது. சுதந்திரமான E மதிப்பான 'சோசலிச உலகக் கண்ணோட்டம்', 'முழுமையான உண்மை', பின்னோக்கிய நிலையில் ஓர் அடிப்படை யாகிறது. இது மார்க்சின் பொருளாதார அமைப்பு, வரலாறு பற்றிய பொருள்முதல்வாதக் கொள்கை என்ற 'பிரத்தியேகமான' அறிவுத் தோற்றவியல் கொள்கை மூலம் அடிப்படையாக்கப்படுகிறது... மார்க்சிய உலகக் கண்ணோட்டத்தில் 'அகவய உண்மையான' உபரி மதிப்பு கருத்தானது, 'பொருளாதார வகையினங்கள்' என்ற அறிவு பற்றிய கோட்பாட்டில் 'புறவய உண்மையாக' மாறுகிறது. ஆரம்ப நிலை மதிப்பினைப் பயன்படுத்துதல் முடிவடைந்துவிட்டது. இயக்க மறுப்பியல் தத்துவமானது மறுபடியும் அறிவுப்பூர்வ விமர்சனமாக மாறுகிறது" (பக். 384-86).

இந்த அற்பமான நீண்ட வெற்று உரையை மேற்கோளாகக் காட்டியதற்கு வாசகர்கள் கோபிக்கலாம். இது அவெனரியசின் கலைச் சொற்களால் அலங்கரிக்கப்பட்ட கோமாளித்தனமான

ஏமாற்று வேலை ஆகும். ஆனால், ''*எதிரியைத் தெரிந்தவனே எதிரியின் கோட்டைக்குள் செல்ல வேண்டும்.*''[100] அவெனரியசின் தத்துவப் பத்திரிக்கை மார்க்சியர்களுக்கு எதிரியின் பிரதேசமாகும். முதலாளித்துவ விஞ்ஞானத்தின் கோமாளிகள் மீதான அவரது வெறுப்பைச் சற்று மறந்துவிட்டு, அவெனரியசின் சீடரது வாதங் களை ஆய்வு செய்ய அழைக்கிறோம்.

வாதம் ஒன்று: மார்க்ஸ் ஒரு "இயக்க மறுப்பியல் தத்துவவாதி." "கருத்துகள் பற்றிய அறிவுத் தோற்றவியல் விமர்சனத்தினை'' அவர் புரிந்துகொள்ளவில்லை. அறிவுத்தோற்றவியலின் பொதுவான கோட் பாட்டை அவர் உருவாக்கவில்லை. "தனிச்சிறப்பான அறிவுத் தோற்ற வியல் கோட்பாட்டில்" பொருள்முதல்வாதத்தை அவர் நுழைத்தார்.

தனிப்பட்ட முறையில் பிளெய்க்கு இந்த வாதம் எதுவும் இல்லாத ஒன்று. அனுபவவாத விமர்சனத்தின் நிறுவனர்கள், *எல்லா* ரசிய மாக்கியர்கள் நூற்றுக்கணக்கான தடவை, பொருள்முதல் வாதத்தை ''இயக்க மறுப்பியல் தத்துவம்'' என்றதையும் அல்லது கான்டியர்கள், ஹியூமியர்கள், கருத்துமுதல்வாதிகள் ஆகியோர் பொருள்முதல்வாதத்தின் ''இயக்க மறுப்பியல் தத்துவம்'' என்று கூறியுள்ளதையும் நாம் ஏற்கெனவே கண்டோம்.

இரண்டாவது வாதம்: இயற்கை விஞ்ஞானம் (உடற்கூறியல்) போன்றே மார்க்சியமும் "இயக்க மறுப்பியல் தத்துவம்" ஆகும். இங்கும் இந்த வாதத்திற்குப் பிளெய் ''பொறுப்பானவர்'' அல்ல. மாக்கும், அவெனரியசும் தான் பொறுப்பானவர்களாவர். இவர்கள் தாம் "இயற்கை - வரலாற்று இயக்க மறுப்பியல் தத்துவத்தை" எதிர்த்துப் போரிட்டனர். இந்தப் பெயரை இயல்பாக, பொருள் முதல்வாதத் தத்தவத்திற்குப் பயன்படுத்தினர். இதனைப் பெரும் பாலான விஞ்ஞானிகள் பின்பற்றுகின்றனர் (ஏதோ ஒரு வகையில் இந்த சிக்கலை நன்கு தெரிந்தவர்களின் ஒப்புதல்படியும் அவர்களது மதிப்பீட்டின் படியும்).

மூன்றாவது வாதம்: ''ஆளுமை'' என்பது *அற்பமான அளவு* கொண்டது; மனிதன் தற்செயலானவன்; சில "இயல்பானப் பொருளாதார விதிகளுக்கு" உட்பட்டவன்; கொடுக்கப்பட்டதை மற்றும் அறிந்ததை ஆராய்வது என்பது இதில் இல்லை. இவ்வாறு மார்க்சியம் அறிவிக்கிறது. இந்த வாதம் அனுபவவாத விமர்சன்மான "முதன்மை ஒருங்கிணைப்பு" என்பதை *முழுவதுமாக* மறுபடியும் கூறுவது ஆகும். இது அவெனரியசின் கோட்பாட்டுடைய *கருத்து முதல்வாத* தனிப்போக்காகும். மார்க்ஸ், எங்கெல்சிடமிருந்து இத்தகைய கருத்துமுதல்வாத முட்டாள்தனத்தின் சிறிய தன்மையைக் கூட காண முடியாது என்பதோடு இந்த முட்டாள்தனமான நோக்கு

நிலையிலிருந்து மார்க்சியத்தை தொடக்கத்திலிருந்து, அதன் தத்துவ ரீதியான அடித்தளத்திலிருந்து *முற்றிலுமாகப்* புறந்தள்ள வேண்டும் என்று சொல்வதையும் மறுக்கும்போது பிளெய் முற்றிலும் சரியாகவே உள்ளார்.

நான்காவது வாதம்: மார்க்சின் கொள்கை "உயிரியலுக்கு நேர் எதிரானது." "உயிராதாரமான வேறுபாடுகள்" என்பன போன்ற போலியான உயிரியல் கலைச்சொற்கள் என்பது பற்றி மார்க்சியக் கொள்கையில் ஒன்றும் இல்லை. இந்தச் சொற்கள் தாம் அந்தப் பிற்போக்குப் பேராசிரியர் அவெனரியசிடம் நிறைய உள்ளன. மாக்கியக் கண்ணோட்டத்தின்படி, பிளெயின் வாதம் சரியானதே. மார்க்சின் கொள்கைக்கும், அவெனரியசின் "உயிரியல்" அற்பத்தனங் களுக்கும் உள்ள இடைவெளி மிகவும் தெளிவானதே. மார்க்சியர் களாக வர விரும்பும் ரசிய மாக்கியர்கள் பிளெயின் பாதையைப் பின்பற்றுவதை நாம் விரைவில் காண்போம்.

ஐந்தாவது வாதம்: சார்புநிலை, மார்க்சின் கொள்கையில் ஒரு சார்புடைய, தீர்விற்கான அவரது முன்கூட்டியே செய்த முடிவு: பிளெய் உட்பட *எல்லா* அனுபவவாத விமர்சகர்களும் தத்துவத் திலும், சமூக விஞ்ஞானத்திலும் தங்களைச் சார்பற்றவர்கள் என்றே காட்டிக் கொள்கின்றனர். தத்துவத்தில் பொருள்முதல்வாதம், கருத்துமுதல்வாதம் ஆகியவற்றிற்கு இடையே உள்ள சமரசம் செய்ய முடியாத அடிப்படை வேறுபாட்டை இவர்கள் கண்டு கொள்வ தில்லை. ஆனால், அவற்றிற்கு *மேலாக* அவர்கள் இருப்பது போல் காட்ட முயற்சிக்கிறார்கள். அறிவுத் தோற்றவியல் பிரச்சனைகள் மூலமாக மாக்கியத்தின் இந்தப் போக்கினை நாம் ஆராய்ந்துள் ளோம். இதனை சமூகவியலிலும் காணும்பொழுது நாம் வியப்படைய வேண்டியதில்லை.

ஆறாவது வாதம்: "புறவய" உண்மையைக் கேலி செய்யும் பிளெய், சரியாகவே மார்க்சின் வரலாற்றுப் பொருள்முதல்வாதம், பொருளாதாரக் கொள்கை ஆகியன புறவய உண்மையைப் புரிந்து கொள்வதில் முழுக்க முழுக்க ஊடுருவியுள்ளன என்பதை உணர்ந்தார். மாக், அவெனரியஸ் ஆகியோரின் கொள்கைப் போக்குகளை பிளெய் சரியாகவே கூறினார். ஏனென்றால், புறவய உண்மை காரணமாக அவர் மார்க்சியத்தை மறுத்தார். மார்க்சியப் போதனையில், மார்க்சின் ''அகவயக்'' கருத்துகள் தவிர வேறு எதுவும் இல்லை என்று அவர் அறிவித்தார்.

நமது மாக்கியர்கள் பிளெயைக் கைவிட்டார்கள் என்றால் (நிச்சயம் கைவிடுவார்கள்), நாம் அவர்களுக்குக் கூறுவோம்: ஒரு கண்ணாடி கோணலான முகத்தைக் காட்டினால் அதனை. நீங்கள்

குறைகூறக் கூடாது. பிளெய் ஒரு கண்ணாடி. அது அனுபவவாத விமர்சனத்தை *சரியாகவே* பிரதிபலிக்கிறது. மாக்கியர்கள் அவரைக் கைவிடுவது, அவர்களது நல்ல எண்ணத்திற்கு சாட்சியமாகும். அதேபோல, மார்க்சையும் அவெனரியசையும் இணைக்க வேண்டும் என்ற முட்டாள்தனமான திருப்பணி போன்ற முயற்சிக்கும் சாட்சிய மாக உள்ளது.

இப்பொழுது பிளெயை விட்டுவிட்டு பெட்சோல்ட்டிற்கு வருவோம். முன்னவர் வெறும் சீடர் என்றால், லெசெவிச் போன்ற விமர்சகர்களால் பின்னவர் குரு என்று ஏற்றுக் கொள்ளப்பட்டவர். பிளெய் மார்க்சியத்தை வெளிப்படையாகவே கூறினார் என்றால், பெட்சோல்ட் மார்க்ஸ் அல்லது எங்கெல்சைப் பற்றிக் கூறி தன்னைத் தரந்தாழ்த்திக் கொள்ள விரும்பாதவர் சமூகவியல் பற்றிய அனுபவவாத விமர்சனத்தின் கருத்துகளை ஆக்கபூர்வமான முறையில் கூறுகிறார். அவற்றை மார்க்சியத்துடன் ஒப்பிட நமக்கு இது வசதியாக உள்ளது.

பெட்சோல்டின் *தூய அனுபவத்தின் தத்துவத்திற்கு அறிமுகம்* என்ற நூலின் இரண்டாவது பாகத்தில் "*உறுதித்தன்மை சார்ந்த*" போக்கினை தனது வாதத்திற்கு இந்த ஆசிரியர் அடிப்படையாக ஏற்றுக்கொண்டுள்ளார். "மனித குலத்தின் உறுதித்தன்மையின் முக்கியப் பண்புகளை அதன் உருவப் பண்புகளிலிருந்து பெற முடியும். இவ்விதமாக ஒழுக்கவியல், அழகியல், அறிவுத் தோற்ற வியல் வடிவங்கள் ஆகியவற்றிற்கு வருகிறோம்'' (பிரிவு. iii). "மனித குல வளர்ச்சி, அதன் லட்சியத்தை அதற்குள்ளேயே கொண்டுள்ளது. அது ஒரு முழுமையான உறுதித்தன்மை நோக்கிச் செல்கிறது" (பிரிவு. 60). இதற்குரிய அடையாளங்கள் நிறைய உள்ளன. அவை பலதரப் பட்டவை. உதாரணமாக, தீவிரமான புரட்சியாளர்கள் முதுமையில் "புத்தியுள்ளவர்களாகவும்" அடக்கமானவர்களாகவும் மாறவில் லையா? இந்த முதிராத உறுதித்தன்மை தான் அற்பவாதியின் தனிச் சிறப்பான பண்பு என்பது உண்மை. ஆனால், இந்த அற்பவாதிகள் "பெரும்பான்மையானவர்களாக" இருக்கவில்லையா? (பிரிவு. 62).

நமது தத்துவவாதியின் முடிவுரையை சாய்வு எழுத்துகளில் பின்வருமாறு எழுதுகிறார் : "நமது அறிவு, படைப்புச் செயல் ஆகிய வற்றின் மிக முக்கியமான பண்பு உறுதித்தன்மை ஆகும்'' (பி.72). இதன் விளக்கம் வருமாறு: "ஒரு சாவி கோணலாக மேஜை மீது இருப்பதையோ, சுவரில் ஒரு படம் தாறுமாறாகத் தொங்குவதையோ யாரும் பார்த்துக் கொண்டிருக்க மாட்டார்கள்.... அவர்கள் ஒன்று மறியாதவர்கள் அல்ல. *ஏதோ ஒன்று ஒழுங்காக இல்லை என்ற உணர்வு உள்ளவர்கள் அவர்கள்*" (பிரிவு.72). சுருக்கமாகக் கூறினால்,

"உறுதித்தன்மை நோக்கிய போக்கு இயல்பாக அதன் இறுதி நிலை யாகும்'' (பி.73). இரண்டாவது பாகத்தின் ஐந்தாவது அத்தியாயம் "உறுதித்தன்மை நோக்கிய உளவியல் போக்கு" என்ற அத்தியாயத் திலிருந்து இவையாவும் எடுக்கப்பட்டுள்ளன. இந்தப் போக்கிற்கான ஆதாரம் மிகவும் வலுவானது. உதாரணமாக, "மலை ஏறுபவர் களிடையே அதிக உயரம் ஏறுவதற்கான முயற்சி (உண்மையான இடக் கண்ணோட்டப் படி) பெரும்பாலோரால் மேற்கொள்ளப்படுகிறது. இடம் பார்ப்பது அல்லது சுத்தமான காற்றில் மலை ஏறுவதன் மூலம் உடற்பயிற்சி செய்வது ஆகியன அவர்களைச் சிகரம் நோக்கிச் செல்ல தூண்டுவதில்லை. ஒவ்வொருவரது மனதிலும் அங்கீகரிக்கப்பட்டப் பாதையில் இயல்பான லட்சியத்தை அடையும் வரை உள்ள இயல் பான உந்துதலும் இதற்குக் காரணம்'' (பி.73). மற்றொரு உதாரணம்: "தபால் தலைகளை ஏராளமாகச் சேர்க்க மக்கள் செலவழிக்கும் பணம்... இந்த உறுதித்தன்மைக்கான உந்துதல் தவிர வேறு எதுவும் இயல்பானதும், புரிந்துகொள்ளக் கூடியதும் அல்ல" (பிரிவு.74).

தத்துவரீதியாகப் பயிற்சிப் பெறாதவர்களுக்கு உறுதித்தன்மை விதியின் பரப்பு, சிந்தனைச் சிக்கனம் ஆகியன பற்றி ஒன்றும் தெரியாது. சாமானியர்களுக்காக பெட்சோல்ட் அவரது "கொள் கையை" விரிவாகக் கூறுகிறார். "உறுதித் தன்மையின் உடனடித் தேவைக்கு அனுதாபம் என்பது ஒன்று". "அனுதாபம் என்பது ஒரு துன்பம் திரும்ப இடம் பெறுதல், அதன் மறுபிரதி என்பது அல்ல. அது துன்பத்திற்கான துன்பம் ஆகும். அனுதாபத்தின் உடனடித் தன்மைக்கு அதிக முக்கியத்துவம் அளிக்க வேண்டும். இதனை நாம் ஏற்றுக் கொண்டால், மற்றவர்களது நலன்களை அவனது சொந்த நலன்கள் போல ஒரு மனிதன் உணர முடியும். அதே சமயத்தில் நாம் ஒழுக்கவியலுக்கான பயன்பாட்டு அடித் தளத்தை மறுக்க முடியும். உறுதித் தன்மை, சமாதானம் ஆகியவற்றின் மீதான விருப்பம் காரண மாக மனித இயல்பானது, அடிப்படையில் கெட்டதாக இல்லை; உதவி செய்யும் மனப் பக்குவம் உள்ளதாகவே இருக்கிறது."

"அனுதாபத்தின் அவசியம் அடிக்கடி உதவியின் அவசியத்தின் மூலம் வெளிப்படுகிறது. ஒரு மூழ்கும் மனிதனைக் காப்பாற்ற யோசிக்காமலேயே ஒருவன் தண்ணீருக்குள் குதித்து விடுவான். ஒருவன் மரண வேதனையில் இருப்பதை அவனால் பார்த்துக் கொண்டிருக்க முடியாது. மற்றக் கடமைகளை மறந்து விடுகிறான். தனது உயிரையும், தனக்கு நெருங்கியவர்களது உயிரையும் குடியால் சீரழிந்த ஒருவனைக் காப்பாற்றுவதற்காக ஆபத்துக்குள்ளாக்குகிறான். வேறுவிதமாகக் கூறினால் இரக்கம், என்பது ஒழுக்கரீதியாக நியாயப்படுத்த முடியாத செயல்களைச் செய்யக் கூட ஒருவனைத் தூண்டுகிறது."

அனுபவவாத விமர்சனத்தின் ஆயிரக்கணக்கான பக்கங்கள் இத்தகைய வெளியில் கூற முடியாத வெற்றுரைகளைக் கொண்டுள்ளன!

ஒழுக்கம் என்பது "உறுதித்தன்மை என்பதன் ஒழுக்க நிலையிலிருந்து" பெறப்படுகிறது. (இரண்டாவது பாகத்தின் இரண்டாவது பகுதி: "ஆன்மாவின் உறுதி நிலைகள்", முதல் அத்தியாயம், "ஒழுக்க ரீதியான உறுதித் தன்மை பற்றி") "அதன் உள்ளடக்கத்தின்படி, ''உறுதித்தன்மை என்பது அதன் பகுதிகளின் மாறுதலுக்கான எந்த நிபந்தனையும் கொண்டிருக்கவில்லை. இதிலிருந்து *போர்* என்பதற்கான சாத்தியத்தை அது கொண்டிருக்கவில்லை என்று தெரிகிறது." "இறுதியான உறுதித்தன்மை என்பதிலிருந்து பொருளாதார சமத்துவம், சமூக சமத்துவம் ஆகியன தோன்றுகின்றன." உறுதித்தன்மை என்பது மதத்திலிருந்து வரவில்லை, விஞ்ஞானத்திலிருந்து வருகிறது. சோசலிசவாதிகள் கூறுவதுபோல, ''பெரும்பான்மையோர்'' இதனைக் கொண்டுவர முடியாது; சோசலிசவாதிகளின் அதிகாரத்தால் ''மனித குலத்திற்கு உதவ முடியாது''. இல்லை! ''சுதந்திரமான வளர்ச்சிதான்'' முழுமையானக் கொள்கை நோக்கிச் செல்லும். முதலாளிகளின் லாபம் குறைந்து கொண்டிருக்கவில்லையா? (பி.282). தொழிலாளிகளின் ஊதியம் உயர்ந்து கொண்டிருக்கவில்லையா? "கூலி அடிமைத்தனம்" என்பது பற்றிப் பேசுவதெல்லாம் உண்மையல்ல. ஒரு காலத்தில் ஒரு அடிமையின் காலை உடைத்து விடலாம். ஆனால், இன்று? இல்லை. "ஒழுக்க முன்னேற்றம்" சந்தேகமில்லாமல் இருக்கிறது. இங்கிலாந்தின் பல்கலைக்கழகக் குடியிருப்புகளைக் காணுங்கள்; இரட்சண்ய சேனையைப் பாருங்கள்; ஜெர்மானிய "ஒழுக்கக் குழுக்களைப்" பாருங்கள். "அழகியல் உறுதித்தன்மை" என்ற பெயரால் புனைவியல் மறுக்கப்பட்டிருக்கிறது. ஆனால், புனைவியலில், "*நான்*" என்பதன் எல்லையற்ற பரப்பு, கருத்துமுதல்வாதம், "ஆன்மீக வாதம், இயக்க மறுப்பியல், ஆன்மவாதம், தன்னலவேட்கை, பெரும்பான்மையோரை சிறுபான்மையோர் அரசு மூலமாகக் கட்டாயப்படுத்துதல்" ஆகியவற்றுடன் "அனைத்து உழைப்பையும் அரசே ஒழுங்கமைக்கும் சமூக ஜனநாயகக் குறிக்கோள் போன்றவையும் அடங்கும்."*

---

* இதே உணர்வுடன் தான் மாக் 'தனி நபர்களுக்கு சுதந்திரம்' என்பதை உத்தரவாதம் செய்யும் பாப்பர் மற்றும் மெங்கர் அவர்களின் அதிகார வர்க்க சோசலிசத்துக்கு சாதகமாகத் தனது கருத்தை வெளியிடுகிறார். ஆகையால், சமூக-ஜனநாயகவாதிகளுடைய கோட்பாடு இந்த சோசலிசத்துக்கு 'பாதகமாக ஒப்பீடுசு செய்கிறது. மேலும், 'முடியாட்சி அல்லது எதேச்சதிகார அரசு என்பதை விட மிக அதிகபட்ச ஒடுக்குமுறையை, மேலும் அதிகமான அனைத்தும் தழுவிய அடிமைத்தனமும் இருக்கும்' என்று அச்சுறுத்தி கருத்துக் கூறுகிறார். பார்க்க *அறிவும் பிழையும்*, 1906, பி. 80-81.

அற்பவாதிகளின் எல்லையற்ற முட்டாள்தனம், மோசமான குப்பைகளைப் புதிய "அனுபவவாத அமைப்பு", கலைச் சொற்கள் மூலம் மூடிமறைத்தல் - ஆகியனதாம் பிளெய், பெட்சோல்ட், மாக் ஆகியோரின் சமூகவியல் செயல்களில் அடங்கியுள்ளன. சொற் ஜாலம், முற்றொருமைகளின் குழப்பமான முறைகள், நுணுக்கமான நூற்புலமைவாதம் - சுருக்கமாக, அறிவுத் தோற்றவியலில் உள்ளது போல, சமூகவியலிலும், அதே பிற்போக்கு உள்ளடக்கம், கவர்ச்சி கரமான அறிவிப்புப் பலகைக்குக் கீழ் உள்ளது.

இப்போது நாம் ரசிய மாக்கியர்களைப் பற்றி பார்ப்போம்.

2. போக்தனோவ் எவ்வாறு மார்க்சை திருத்தி "வளர்த்தெடுக்கிறார்"

"இயற்கை, சமுதாயம் ஆகியவற்றில் உயிரின் வளர்ச்சி" என்ற தனது கட்டுரையில் ("*சமுதாயத்தின் உளவியலிலிருந்து*" 1902, பக். 35), zur kritik[101] க்கான பங்களிப்பில் பிரபலமான பத்தி ஒன்றை போக்தனோவ் மேற்கோள் காட்டுகிறார். "பெரிய சமூகவியலாளர்" அதாவது, மார்க்ஸ் எழுதிய பிரபலமான வரிகளில் வரலாற்றுப் பொருள்முதல்வாதத்தின் கொள்கைகளை விளக்குகிறார். அதைத்தான் மேற்கோளாக போக்தனோவ் காட்டுகிறார். மார்க்சின் சொற்களை மேற்கோளாகக் காட்டிய பிறகு போக்தனோவ் கூறுகிறார்: "அடிப்படையில் உண்மையாக இருந்தாலும், வரலாற்று ஒருமை வாதத்தின் பழைய வடிவம் நமக்குத் திருப்தியளிப்பதாக இல்லை" (பக்.37). எனவே, இந்த ஆசிரியர் இக்கொள்கையைத் திருத்த அல்லது வளப்படுத்த விரும்புகிறார் அல்லது இக்கொள்கையின் அடிப்படையிலிருந்து ஆரம்பித்து அதனை வளர்க்க இவர் விரும்புகிறார். இந்த ஆசிரியரின் முக்கிய முடிவுகள் வருமாறு:

"சமூக வடிவங்கள் ஒரு தெளிவான இனத்தைச் சார்ந்தவை - உயிரியல் தகவமைப்பு என்று நாம் காட்டியுள்ளோம். இதன் மூலம் சமூக வடிவங்களை நாம் வரையறுக்கவில்லை. ஒரு வரையறைக்கு, இனம் மட்டுமல்ல *சிற்றினமும்* கண்டுபிடிக்கப்பட வேண்டும்... வாழ்க்கைப் போராட்டத்தில் மனிதர்கள் உணர்வின் உதவியுடன் தான் ஒன்றுபட முடியும். உணர்வு இல்லாவிட்டால் உறவுகள் இருக்க முடியாது. எனவே, *சமுதாய வாழ்க்கை என்பது அதன் எல்லாக் கட்டங்களிலும், உணர்வுபூர்வமாக உளவியல் சார்ந்தவை ஆகும்...* சமூகம் என்பது உணர்விலிருந்து பிரிக்க முடியாத ஒன்று. சமூக வாழ்நிலை, *சமூக உணர்வு* என்ற பதங்கள் இந்த அர்த்தத்தில் ஒன்றானவையே" (பக். 50, 51, சாய்வு எழுத்து போக்தனோவுடையவை).

இந்த முடிவுரைக்கும் மார்க்சியத்திற்கும் எந்தத் தொடர்பும் இல்லை என்கிறார் பழைமைவாதி *(தத்துவரீதியான கட்டுரைகள், புனித பீட்டர்ஸ்பர்க், 1906, பக். 183)*. இந்த மேற்கோளில் உள்ள ஒரு *பிழையை* எடுத்துக்கொண்டு கேவலப்படுத்தும் முறையில், இதன் சரியான அர்த்தத்தைக் காணாமல், போக்தனோவ் பதில் அளித்தார். பழைமைவாதி என்பவர் இதனை அதன் முழு அர்த்தத்தில் மேற்கோளாகக் காட்டியுள்ளார். இந்தப் பிழை இடம்பெற்றுவிட்டது. இதன் ஆசிரியர் இதனைத் திருத்த கடமைப்பட்டவர். ஆனால், "சிதைத்தல்", "பதிலீடு" போன்று கூச்சல் போடுவது *(அனுபவ ஒருமைவாதம், பக். xiiv)*. இந்தச் சிக்கலின் சாராம்சத்தை விட்டு விடுவதாகும். "சமூக வாழ்நிலை", "சமூக உணர்வு" ஆகியவற்றிற்குப் போக்தனோவ் எந்த அர்த்தத்தை எடுத்துக் கொண்டிருந்தாலும், நாம் மேற்கோளாகக் காட்டிய *கூற்று சரியானதல்ல* என்பதில் சந்தேக மில்லை. பொதுவாக வாழ்நிலையும் பொதுவான உணர்வும் எவ்வாறு ஒன்றுபோல் இல்லையோ அதே போன்று சமூக வாழ் நிலை, சமூக உணர்வு ஆகியன ஒன்றுபோல் இருப்பதில்லை. மனிதர்கள் உணர்வு மூலமாகத் தான் தொடர்பு கொள்கிறார்கள் என்ற உண்மையிலிருந்து சமூக வாழ்நிலையும் சமூக உணர்வும் ஒன்று போல உள்ளன என்று கூற முடியாது. எல்லா சமுதாய அமைப்பு களிலும் (குறிப்பாக முதலாளித்துவ சமுதாய அமைப்பில்), மக்களுக்கு எத்தகைய சமூக உறவுகள் உருவாகின்றன என்பது பற்றிய உணர்வு இருப்பதில்லை. எத்தகைய விதிகளை உருவாக்குகிறார்கள் என்ற உணர்வு இல்லை. உதாரணமாக, ஒரு விவசாயி அவனது *தானியத்தை விற்கும் பொழுது, உலக தானிய வணிகர்களுடன் உறவு கொள்கிறான்*. ஆனால், அவன் அதனை உணர்வதில்லை. பரி வர்த்தனையை அடிப்படையாகக் கொண்ட *சமூக உறவுகள்* பற்றியும் அவன் உணர்வதில்லை. சமூக உணர்வு சமூக வாழ்நிலையைப் *பிரதிபலிக்கிறது* - இதுதான் மார்க்சின் போதனை. பிரதிபலிப்பு என்பது தோராயமாகப் *பிரதிபலிக்கப்படுவதன்* ஓர் உண்மையான பிரதியாக இருக்கலாம். இரண்டும் ஒன்றுபோல இருக்கிறது என்பது முட்டாள்தனமானது. பொதுவாக உணர்வு என்பது வாழ்நிலையை *பிரதிபலிக்கிறது*. இது பொருள்முதல்வாதத்தின் பொதுவான கொள்கை ஆகும். சமூக வாழ்நிலையை சமூக உணர்வு தீர்மானிக் கிறது என்ற வரலாற்றுப் பொருள்முதல்வாதத்தின் கொள்கையுடன் *பிரிக்க முடியாதபடி* நேரடியான தொடர்பினைக் காணாமல் இருப்பது சாத்தியமில்லை.

தனது கருத்துகளின் அடிப்படையில் மார்க்சை மிக நுட்பமாகத் திருத்த போக்தனோவ் முயற்சிப்பது இந்தப் *பொருள்முதல்வாத அடிப்படையை கருத்துமுதல்வாத உணர்வுடன் சிதைப்பதாகும்.*

இதனை மறுப்பது என்பது கேலிக்கூத்தாக இருக்கும். நாம் பசரோவின் அனுபவவாத விமர்சனத்தை நினைவுகூர்வோம் (இது அனுபவவாத ஒருமை வாதம் அல்ல! - இந்த "அமைப்புகளுக் கிடையே" மிகப் பெரிய வேறுபாடு உள்ளது!). "அதாவது, நமக்குப் புறத்தே உள்ளது புலன் அறிவுக் காட்சி மட்டும் *தான் என்பது அது*." இது தெளிவான கருத்துமுதல்வாதம். உணர்வும் வாழ்நிலையும் ஒன்றுதான் என்ற கொள்கை இது. இறைமைக் கோட்பாட்டாளர் ஷுப்பே (பசரோவும் அவரது கூட்டாளிகளும் செய்தது போல, தான் கருத்துமுதல்வாதி இல்லை என்று சத்தியம் செய்தார். ஆனால், போக்தனோவைப் போன்றே, அதே குறையாத வெறியுடன் அவரது சொற்களையே பயன்படுத்தினார்) "வாழ்நிலைதான் உணர்வு" என்கிறார். இப்பொழுது இறைக் கோட்பாட்டாளரான ஷுப்பர்ட்-சோல்டர்ன் மார்க்சின் வரலாற்றுப் பொருள்முதல்வாதத்தை *மறுப் பதை* இதனுடன் ஒப்பிட்டுப் பாருங்கள்: "உற்பத்திச் செயல்முறை யின் ஒவ்வொரு பகுதியும் உற்றுநோக்குபவரின் பங்கில் உணர்வின் செயல் ஆகும். அறிவுத் தோற்றவியல்படி, உற்பத்தியின் வெளிச் செயல்முறை என்பது *முதன்மையானது* அல்ல. மாறாக, அறிவன் அல்லது அறிவர்கள் தாம் முதன்மையானதாகும். வேறு விதமாகக் கூறினால், தூய பொருளாயத ரீதியான உற்பத்திச் செயல்முறை உணர்வின் பொதுவான தொடர்பிலிருந்து (நம்மை) வெளியே கொண்டு வருவதில்லை" (காண்க, *மனித இன்பம் மற்றும் சமூக சிக்கல்கள்*, பி. 293, 295 - 296).

"தனது சிந்தனைகளைச் சிதைத்ததற்காகப் பொருள்முதல் வாதிகளைப் போக்தனோவ் அவர் விருப்பப்படி சபிக்கலாம். ஆனால், எந்தச் சாபமும் வெளிப்படையான எளிய உண்மையை மாற்ற முடியாது. மார்க்சின் நோக்கப்படியே மார்க்சியக் கொள்கையை "அனுபவ ஒருமைவாதி" போக்தனோவ் திருத்துவது என்பது கருத்து முதல்வாதியும், அறிவுத் தோற்றவியல் ஆன்மீகவாதியுமான ஷுப்பர்ட்- சோல்டன் மறுப்பதிலிருந்து எந்த வழியிலும் வேறுபட வில்லை. தான் ஒரு கருத்துமுதல்வாதி இல்லை என்று போக்தனோவ் உறுதியளிக்கிறார். ஷுப்பர்ட்-சோல்டன் தன்னை ஒரு எதார்த்தவாதி என்று கூறிக் கொள்கிறார் (பசரோவ் இவரை நம்பவும் செய்தார்). நமது காலத்தில் ஒரு தத்துவவாதி தன்னை "எதார்த்தவாதி" என்று அழைத்துக் கொண்டால், "கருத்துமுதல்வாதத்தின் எதிரியாக" அவர் இருக்க வேண்டும். மாக்கியப் பெரியோர்களே, இந்தக் காலத்தைப் பற்றி நீங்கள் புரிந்து கொண்டிருப்பீர்கள்.

இறைக் கோட்பாட்டாளர்கள், அனுபவவாத விமர்சகர்கள், அனுபவ ஒருமைவாதிகள் ஆகிய எல்லோரும் சிறு விவரங்கள் பற்றி, நுணுக்கங்கள் பற்றி, *கருத்துமுதல்வாத உருவாக்கம் பற்றி* விவாதிக்

கிறார்கள். ஆனால், *நாங்கள் ஆரம்பத்திலிருந்தே* இந்த மூவருக்கும் பொதுவான அவர்களது தத்துவத்தின் கொள்கைகளை மறுக்கிறோம். நல்ல நோக்கத்துடன், மார்க்சின் *எல்லா முடிவுகள்* பற்றிய நல்ல நோக்கத்துடன் "*சமூக வாழ்நிலை*" மற்றும் "*சமூக உணர்வு*" ஆகிய வற்றின் ஒருமை பற்றிப் போதிக்கட்டும். போக்தனோவிடமிருந்து அனுபவ ஒருமைவாதத்தை *கழித்தால்* (அல்லது மாக்கியத்தை) அவர் ஒரு மார்க்சியவாதிதான். ஏனென்றால், உணர்வு, வாழ்நிலை ஆகியவற்றின் ஒருமை என்ற இந்தக் கொள்கை *அப்பட்டமான முட்டாள்தனமும், முழுக்க முழுக்க பிற்போக்கான கோட்பாடும்* ஆகும். சிலர் இதனை மார்க்சியர்களின் பாணியில் மார்க்சியத்துடன், இவர்கள் தங்களது கோட்பாட்டை விட நல்லவர் என்று நாம் ஏற்றுக் கொள்ள வேண்டும். ஆனால், கோட்பாடு ரீதியாக நாம் மார்க்சியத்தைச் சிதைப்பதை நியாயப்படுத்த முடியாது.

இந்த முடிவுகளுக்காக, சாதாரண உறுதியைக் கூட தியாகம் செய்து விட்டு, போக்தனோவ் அவரது கோட்பாட்டை மார்க்சின் முடிவுகளுடன் சமரசம் செய்து வைக்கிறார். உலகப் பொருளாதார அமைப்பில் ஒவ்வொரு உற்பத்தியாளரும், உற்பத்தி முறையில் ஏதேனும் ஒரு மாறுதலை அறிமுகப்படுத்துகிறோம் என்று உணர் கிறார். ஒவ்வொரு உரிமையாளரும், சில பொருள்களை மற்றவர் களுடன் பரிமாறிக் கொள்கிறோம் என்று உணருகிறார். ஆனால், இந்த உற்பத்தியாளர்களும் உரிமையாளர்களும், இதன் மூலம் *சமூக வாழ்நிலையை* மாற்றுகிறோம் என்று புரிந்து கொள்ளவில்லை. இந்த மாறுதல்கள், உலக முதலாளித்துவ அமைப்பில் பரவலாகும் பொழுது இதனைப் புரிந்துகொள்ள எழுபது மார்க்சுகள் வந்தாலும் முடியாது. இதில் முக்கியமானது, இந்த மாறுதல்களுக்கான *விதிகள்* கண்டுபிடிக்கப்பட்டுவிட்டன. இதன் *புறவயமான* தர்க்கம், அதன் வரலாற்று வளர்ச்சி ஆகியவற்றின் முக்கியப் பண்புகள் வெளிப் படுத்தப்பட்டுள்ளன. இம்மாறுதலுக்கான விதிகள் புறநிலையானது என்று சொல்லும்போது உணர்வுள்ள வாழ்நிலைகள் என்கிற மனிதர்கள் உணர்வுள்ள வாழ்நிலைகள் என்பதை விடுத்து சுயேச்சை யாக நிலவவும் வளரவும் முடியும் என்பதல்ல (அத்துடன் இவ்வாறான சில்லறையானவைகளைத்தான் தன்னுடைய "கோட்பாடு" என்று போக்தனோவ் வலியுறுத்துகிறார்), மாறாக மனிதர்களுடைய *சமூக உணர்விலிருந்து* சமூக வாழ்நிலையானது *சுயேச்சையாக உள்ளது* என்ற பொருளில்தான் சொல்லப்படுகிறது. நீங்கள் வசிக்கிறீர்கள், மக்களைப் பெறுகிறீர்கள், பொருள்களை உற்பத்திச் செய்கிறீர்கள், பரிவர்த்தனை செய்கிறீர்கள் ஆகியன புறவயமான சம்பவத் தொடர் களை ஏற்படுத்துகின்றன. இவை உங்களது சமூக உணர்வைச் சாராதவை. அதனால், முற்றிலும் உணரப்படாதவை. மனிதகுலத்தின்

மிக உயர்ந்த கடமை இந்தப் பொருளாதாரப் பரிணாமத்தில் (சமூக வாழ்வின் பரிணாமம்) புறவயமான தர்க்கத்தினை அதன் பொதுவான அடிப்படைப் பண்புகளுடன் புரிந்து கொள்வது ஆகும். இவ்வாறு உள்வாங்கிக் கொள்ளும் உயர்ந்தபட்ச கடமையை திட்டவட்டமாக, தெளிவாக ஒரு விமர்சன ரீதியான பாணியில் நிறைவேற்ற சாத்தியமுள்ள வகையில் ஒருவருடைய சமூக உணர்வுக்கேற்ப இதை ஏற்கும் சாத்தியம் இருக்கலாம் என்பதோடு, அனைத்து முதலாளித் துவ நாடுகளுடைய முன்னேறிய வர்க்கங்களின் உணர்வுக்கேற்ப இதை ஏற்கும் சாத்தியமும் இருக்கலாம்.

போக்தனோவ் இதனை ஏற்றுக் கொள்கிறார். இதன் அர்த்தம் என்ன? "சமூக இருப்பு, சமூக உணர்வு ஆகியவற்றின் ஒருமை" என்ற அவரது கொள்கையை அவர் தூக்கி எறிந்து விட்டார் என்பதாகும். இது வெறும் நூற்புலமைவாத எச்சமாகவும், "பொதுப் பதிலீட்டுக் கோட்பாடு அல்லது "ஆக்கக் கூறுகளின்" கோட்பாடு, "உயிரல்லாத வற்றுக்கு உயிர்ப் பண்பேற்றும்" கோட்பாடு மற்றும் பிற மாக்கிய சுற்று வளைவுப்பேச்சு போன்ற வெறுமையான உயிரற்ற பயனற் றவை உள்ளன. ஆனால், "இறந்தவர்கள் உயிருள்ளவர்கள் மீது ஆதிக்கம் செலுத்துகிறார்கள்"; இந்தக் காலம் கடந்த நூற்புலமை வாத எச்சம், போக்தனோவின் *விருப்பத்திற்கு எதிராகவும், அவரது உணர்வைச் சாராமலும்* அவரது தத்துவத்தை ஷுப்பர்ட்- சோல்டன் மற்றும் உள்ள பிற்போக்கர் ஆகியோருக்குப் *பயன்படும் கருவியாக* மாற்றுகிறது. நூற்றுக்கணக்கான பேராசிரிய இருக்கைகளில் இருந்து கொண்டு வெவ்வேறு ராகங்களில் *இந்த* உயிரற்றதை உயிருள்ளதாக இவர்கள் பரவச் செய்கின்றனர். மேலும், இதனை உயிருள்ள வற்றிற்கு எதிராகத் திருப்புகின்றனர். இதன் நோக்கம் உயிருள்ளவர் களை அடக்கி வைப்பதாகும். தனிப்பட்ட முறையில் போக்தனோவ் பொதுவாகப் பிற்போக்குக்கு, குறிப்பாக முதலாளித்துவப் பிற்போக்கிற்கு எதிரி, போக்தனோவின் "பதிலீடு" என்பதும், ''சமூக வாழ்நிலை, சமூக உணர்வு ஆகியவற்றின் ஒத்த தன்மை'' என்ற கோட்பாடு இந்த பிற்போக்கிற்கு பயன்படுகின்றன. இது வருந்தத் தக்கது என்றாலும் உண்மை.

பொதுவாகப் பொருள்முதல்வாதம் புறவயமான உண்மையான வாழ்நிலை (பருப்பொருள்) என்பது மனிதனின் உணர்வு நிலை, புலன் உணர்ச்சி, அனுபவம் ஆகியவற்றைச் சாராதது என்று கூறுகிறது. வரலாற்றுப் பொருள்முதல்வாதம் சமூக வாழ்நிலை மனிதகுலத்தின் சமூக உணர்வு நிலையைச் சாராதது என்று ஏற்றுக் கொள்கிறது. இந்த இரண்டிலும் உணர்வு என்பது வாழ்நிலையின் பிரதிபலிப்பு மட்டுமே; சரியாகக் கூறினால், தோராயமான

(போதுமான, சரியான) உண்மையான பிரதிபலிப்பாகும். ஒரே ஒற்றை எஃகு போல வார்க்கப்பட்ட இம்மார்க்சிய தத்துவத்திலிருந்து, புறவயமான உண்மையிலிருந்து தடம் மாறாமல், முதலாளித்துவப் பிற்போக்கின் பொய்மைக்கு இரையாக முடியாது என்ற ஓர் அடிப்படையான முற்கூற்றை, ஓர் அத்தியாவசியமான பகுதியை உங்களால் நீக்க முடியாது.

இந்தக் காலாவதியான கருத்துமுதல்வாத தத்துவம் உயிருள்ள மார்க்சியர் போக்தனோவ் மீது எவ்வாறு ஆதிக்கம் செலுத்துகிறது என்பதற்கு இங்கு மேலும் உதாரணங்கள் உள்ளன.

"கருத்துமுதல்வாதம் என்றால் என்ன?" என்ற கட்டுரையில் (மே. நூல். பக். 11) பின்வருமாறு உள்ளது: "நாம் பின்வரும் முடிவுகளுக்கு வருகிறோம்: முன்னேற்றம் பற்றிய தீர்மானத்தினை மக்கள் ஏற்றுக் கொள்வதிலும், வேறுபடுவதை ஏற்றுக்கொள்வதிலும் முன்னேற்றம் என்ற கருத்தின் அடிப்படை பொருள் ஒன்றுதான். அதாவது இது *உணர்வுபூர்வ வாழ்க்கையின் முழுமையை, சீரான நிலையை அதிகரிப்பதாகும்*. இதுதான் முன்னேற்றம் என்ற கருத்தாக்கத்தின் புறவய உள்ளடக்கம் ஆகும்... இவ்வாறு பெற்ற முன்னேற்றம் பற்றிய உளவியல் ரீதியான கருத்தினை, உயிரியல் ரீதியானவற்றுடன் ஒப்பிட்டால் [*உயிரின் மொத்த எண்ணிக்கையின் அதிகரிப்புதான் உயிரியல் முன்னேற்றமாகும்*, பக்.14], முதலில் கூறப்பட்டது பின்னால் கூறப்பட்டதுடன் முற்றிலும் இசைவாக உள்ளது என்ற ஊகத்துக்கு நாம் வரலாம்... சமூக வாழ்க்கை என்பது அதன் உறுப்பினர்களின் உளவியல் வாழ்க்கையாக இருக்கும் காரணத்தால், இங்கும் முன்னேற்றம் என்பதன் உள்ளடக்கமும் அதேதான். அதாவது, வாழ்வின் முழுமைத்தன்மையையும் ஒத்திசைவையும் பெருக்குவது; நாம் சேர்க்க வேண்டியது இதை மட்டும்தான்: மனிதர்களுடைய *சமூக* வாழ்வு. அத்துடன், நிச்சயமாக, சமூக முன்னேற்றம் என்ற கருத்துக்கு வேறு எந்த உள்ளடக்கமும் இருக்காது, இருக்கவும் முடியாது" (பக். 16).

"கருத்துமுதல்வாதம் மனித ஆன்மாவில், அதிக சமூகத் தன்மை யுள்ள மனநிலை குறைந்த சமூகத் தன்மையுள்ள மனநிலையை வெற்றி கொள்வதைக் காட்டுகிறது என்று நாம் கண்டோம். ஒரு முற்போக்கான லட்சியம் என்பது சமூக ரீதியான முற்போக்கான போக்கின் பிரதிபலிப்பு என்று கருத்துமுதல்வாத உளவியலில் உள்ளது" (பக்.32).

உயிரியல், சமூகவியல் ஆகியவற்றுடன் விளையாடுவதில் ஒரு *சிறு துளிகூட* மார்க்சியம் இல்லை என்பதைக் கூறவேண்டிய

தில்லை. ஸ்பென்சர், மிக்கைலோவ்ஸ்கி ஆகியவர்களிடம் இதனை விட மோசமான ஏராளமான விளக்கங்களை நாம் காண முடியும். அவை, ஆசிரியரின் "நல்லெண்ணத்தைக்" காட்டுபவை. "எது கருத்து முதல்வாதம்," எது பொருள்முதல்வாதம் என்பது பற்றி *புரியாமல்* இருப்பதை இவை காட்டுகின்றன.

அனுபவவாத ஒருமை வாதம் என்ற நூலின் மூன்றாம் பாகத்தை இந்த ஆசிரியர் "சமூகத் தேர்வு" (அடிப்படை முறை) என்ற கட்டுரையுடன் ஆரம்பிக்கிறார் (1906). லாங், பெர்ரி, வோல்ட்மன் ஆகியோரின் "பல்திரட்டு சமூக உயிரியல் முயற்சிகளை" இதில் மறுக்கிறார் (பக்.1). 15ஆவது பக்கத்தில் நாம் பின்வரும் முடிவினை காண்கிறோம்: "ஆற்றல் ஆய்வியல்துறை, சமூகத் தேர்வு ஆகிய வற்றிற்கு இடையிலான அடிப்படைத் தொடர்பை நம்மால் பின்வருமாறு உருவாக்க முடியும்:

"சமூகத் தேர்வின் ஒவ்வொரு செயலும், சமூக அமைப்பின் சக்தி, கூடுவது அல்லது குறைவது என்பதைப் பிரதிநிதித்துவப்படுத்து கிறது. முதலில் உள்ளது நமக்கு 'நேர்மறையான தேர்வாக' உள்ளது. பின்னால் உள்ளதில் நமக்கு 'எதிர்மறைத் தேர்வு' உள்ளது." (போக்தனோவின் சாய்வு எழுத்து)

வெளியில் கூற முடியாத இத்தகைய குப்பைதான் மார்க்சியம் என்ற பெயரால் அளிக்கப்படுகிறது! சமூக அறிவியல் பிரிவில், ஒன்றுக்கும் உதவாத உயிரற்ற, புலமைவாதம் மிகுந்த உயிரியல், ஆற்றல் ஆய்வியல் போன்ற சொற்களை யாரேனும் கற்பனை செய்ய முடியுமா? இங்கு பொருளாதார ஆய்வின் நிழல் கூட இல்லை. மார்க்சிய *முறை* பற்றி ஒரு குறிப்பும் இங்கு இல்லை. இயங்கியலின் முறை பொருள்முதல்வாதத்தின் உலகக் கண்ணோட்டம் ஆகிய எதுவும் இங்கு இல்லை. மார்க்சியத்தின் ஆயத்தமான முடிவுகளில் *நுழைப்பதற்கான* வரையறைகள் மட்டுமே இங்கு உள்ளன. "முதலாளித்துவ சமுதாய உற்பத்திச் சக்திகளின் விரைவான வளர்ச்சி சமுதாய வளர்ச்சியின் ஆற்றலை அதிகரிப்பதாகும்..." இந்த சொற்றொடரின் இரண்டாவது பகுதி இந்தக் கேள்விக்கு ''அழுத் தத்தைக்'' கொடுக்கும் அர்த்தமற்ற சொற்கள் உள்ள முதல் பகுதியை திரும்பக் கூறுவதாகும். ஆனால், இது எதார்த்தத்தில் லாங்கே அவரது ஆதரவாளர்கள் ஆகியோரது பல் திரட்டு உயிரியல் - சமூகவியல் முயற்சியின்றி வேறில்லை! "ஆனால், இந்தச் செயல் முறையின் சீரற்றத் தன்மை இறுதியில் நெருக்கடியை உருவாக்கு கிறது. அதாவது, உற்பத்திச் சக்திகளை வீணாக்குதல், ஆற்றலை விரை வாகக் குறைத்தல் ஆகியன அவை. இங்கு நேர்மறைத் தேர்விற்குப் பதிலாக எதிர்மறைத் தேர்வு இடம் பெறுகிறது." (பக். 18).

இது லாங்கேயிடமிருந்து எந்த முறையில் வேறுபடுகிறது? நெருக்கடிகள் பற்றிய விவரங்கள் அளிக்காமல், அதன் தன்மையை விளக்காமல், ஓர் உயிரியல் - ஆற்றல் ஆய்வியல் அடையாள அட்டையை ஆயத்த நிலையில் உள்ள முடிவுகளுடன் இணைக் கிறார்கள். இந்த முயற்சிகள் முழுவதும் நல்ல நோக்கத்துடனேயே செய்யப்படுகிறது. ஏனென்றால், மார்க்சின் முடிவுகளுக்கு வலு வூட்டவும் மாபெரும் ஆழத்தை அளிக்கவும் ஆசிரியர் விரும்பு கிறார்; ஆனால், உண்மையைப் பொறுத்தவரையில் அவற்றை அவர் உயிரற்ற மயிர்பிளக்கும் வாதத்தையும், பொறுத்துக்கொள்ள முடியாத வறட்டுத்தனத்தையும் கொண்டு *நீர்த்துப்போக* மட்டுமே வைக்கிறார். இங்குள்ள "மார்க்சியம்" என்பது ஏற்கெனவே அறியப்பட்ட ஒரு முடிவு பற்றிய ஒரு *கூறியது கூறலாக* உள்ளது மட்டுமேயாகும். அத்துடன் "புதியச்'' சான்றாக இதற்குள்ளது யாதெனில், *"சமூக ஆற்றல் - ஆய்வியல்"* (பக். 34) மற்றும் "சமூகத் தேர்வு" ஆகியன எல்லாம் வெறுமனே *சொற்களின் தொகுப்பாகவும்* மார்க் சியத்தைப் படுமோசமாக இகழ்வதாகவும் இருக்கிறது.

போக்தனோவ் மார்க்சிய ஆய்வுமுறையிலேயே முற்றிலுமாக ஈடுபடாமல் உள்ளார்; மார்க்சிய ஆய்வு முறையில் ஏற்கெனவே அடையப்பெற்ற முடிவுகளுக்கு ஓர் உயிரியல் ரீதியான சொற்றொடர் களையும், ஆற்றல் ஆய்வியல் துறை ரீதியான சொற்களையும் கொண்டு மேல்பூச்சு செய்கிறார். தொடக்கத்திலிருந்து முடிவு வரை அவரது ஒட்டுமொத்த முயற்சியும் பயனற்றவையாகவே உள்ளன. ஏனென்றால், "தேர்வு முறை", "ஆற்றலின் ஒன்றுபடல் பிரிதல்", "ஆற்றலின் சமநிலை" போன்றவற்றை சமூக விஞ்ஞானப் பிரிவுக்குப் பயன்படுத்தும் பொழுது அவை *வெறும் சொற்றொடர்களே.* உண்மையில் சமூக விஞ்ஞானங்களில் இத்தகைய நிகழ்வு பற்றிய ஆய்வு, இந்த விஞ்ஞானங்களின் *முறை* பற்றிய விளக்கம் ஆகியவற்றை இந்தக் கருத்துகளைக் கொண்டு ஆய்வு செய்ய *முடியாது.* நெருக்கடிகள், புரட்சிகள், வர்க்கப் போராட்டம் போன்ற வற்றை "ஆற்றல் ஆய்வியல்" அல்லது "உயிரியல் - சமூகவியல்" என்ற பெயர்கள் சூட்டி விளக்குவது அவ்வளவு எளிதான செயல் அல்ல. ஆனால், இதுபோன்ற பலனற்ற மயிர் பிளக்கும் வாதம் போன்ற உயிரற்ற செயல் வேறு எதுவும் இருக்க முடியாது. முக்கிய மானது என்னவென்றால், போக்தனோவ், அவரது *எல்லா* முடிவு களையும் மார்க்சியக் கோட்பாட்டில் பொருத்தப் பார்க்கிறார். (அல்லது ''பெரும்பாலும்'' சமூக வாழ்நிலை, சமூக உணர்வு ஆகிய வற்றின் உறவில் அவர் செய்த திருத்தத்தை நாம் ஏற்கெனவே கண்டோம்). ஆனால், இந்தச் "சமூக ஆற்றல் ஆய்வியலின்" *முறைகளை* இதில் பொருத்துவது முற்றிலும் பொய்யானது. இது லாங்கேயின் முறையிலிருந்து எந்தவிதத்திலும் வேறுபடவில்லை.

குகல்மனுக்கு, மார்க்ஸ் (ஜூன் 27, 1870) எழுதினார்: திருவாளர் லாங்கே (*தொழிலாளர் சிக்கல் பற்றி*, 2ம் பதிப்பு) என்னை வானளாவப் புகழ்கிறார். இதன் நோக்கம் அவரை முக்கியமானவர் என்று காட்டுவதாகும். லாங்கே மிகப் பெரிய கண்டுபிடிப்பு ஒன்றைச் செய்துள்ளார். வரலாறு முழுவதையும் ஒரு பெரிய இயற்கை விதிக்கு உள்ளாகக் கொண்டு வரலாம். இந்த இயற்கை விதி 'வாழ்க்கைக் கான போராட்டம்' என்ற *சொற்றொடர்* (இங்கு டார்வின் பயன்படுத் தியது வெறும் சொற்றொடராக மாறுகிறது). இந்தச் சொற்றொடரின் உள்ளடக்கம் மால்தூசின் மக்கள்தொகை விதி அல்லது அதிக மக்கள் தொகை. வாழ்க்கைப் போராட்டத்தை ஆய்வு செய்வதற்குப் பதிலாக செய்ய வேண்டியதெல்லாம், தூலமான ஒவ்வொரு போராட்டத்தை யும் 'வாழ்க்கைப் போராட்டம்' என்ற சொற்றொடராக மாற்ற வேண்டும். இதனை 'மால்தூசியக் கற்பனையாக' மாற்றுவதுதான். இது மிகவும் கவர்ச்சிகரமான முறை என்று நாம் ஏற்றுக் கொள்ளத்தான் வேண்டும். ஏனென்றால், இது அலங்காரமான, போலி விஞ்ஞானத் தன்மையுள்ள, பகட்டான அறியாமையும், அறிவுத்துறை ரீதியான சோம்பேறித்தனமும் ஆகும்." [102]

லாங்கேயை மார்க்ஸ் விமர்சிப்பதன் அடிப்படை, சமூகவியலில் மால்தூசியத்தை நுழைக்கிறார் என்பதற்காக அல்ல. *பொதுவாக* உயிரியல் கருத்துகளை சமூக விஞ்ஞானங்களுக்கு மாற்றுவது *வெறும் சொற்சிலம்பம்* ஆகும் என்பதற்காக விமர்சனம் செய்கிறார். இவ்வாறு மாற்றுவது "நல்ல" நோக்கத்திலா அல்லது பொய்யான சமூகவியல் முடிவுகளை மூடிமறைப்பதற்கா என்றிருந்தாலும், இந்தச் சொற் சிலம்பம், சொற்சிலம்பமாகவே இருக்கிறது. இதே போன்று, போக்தனோவின் "சமூக ஆற்றல் ஆய்வியல்", சமூகத் தேர்வை மார்க்சியத்துடன் இணைப்பது என்பது இதேபோன்ற சொற்சிலம்பமே ஆகும்.

அறிவுத்தோற்றவியலிலும், மாக், அவெனரியஸ் ஆகியோர் கருத்துமுதல்வாதத்தை வளர்த்தெடுக்கவில்லை. மாறாகப் *பழைய* கருத்துமுதல்வாதப் பிழைகளை அலங்காரமான கலைச் சொற்களால் மூடிமறைத்தனர் ("ஆக்கக்கூறுகள்", "முதன்மையான ஒருங்கிணைப்பு", "உயிரற்றவைக்கு உயிர்ப்பண்பேற்றுவது" போன்ற இதரவை). இதே போன்று தான் சமூகவியலிலும் மார்க்சிய முடிவுகளின் மீது உண்மையான அனுதாபம் இருந்தாலும் அனுபவவாத விமர்சன மானது ஆடம்பரமான, வெற்று ஆற்றல் ஆய்வியல், உயிரியல் சொற்களால் வரலாற்றுப் பொருள்முதல்வாதத்தைச் சிதைக்கிறது.

தற்கால ரசிய மாக்கியத்தின் ஒரு வரலாற்றுத் தனித்தன்மை (சமூக ஜனநாயகவாதிகளிடையே உள்ள மாக்கியத் தொற்று நோய்)

பின்வருமாறு உள்ளது: ''ஃபூயர்பாக் ஒரு கீழே பொருள்முதல்வாதியாகவும், மேலே ஒரு கருத்துமுதல்வாதியாகவும் இருந்தார்.'' இது ஓரளவிற்கு புக்னர், வாக்ட், மோலேஸ்சூட், டூரிங் ஆகியோருக்குப் பொருந்தும். ஒரு வேறுபாடு என்னவென்றால் இந்தத் தத்துவ வாதிகள் எல்லோரும், ஃபூயர்பாக்குடன் ஒப்பிடும் பொழுது மிகச் சிறியவர்கள், மோசமான குழப்பவாதிகள் ஆவார்கள்.

ஃபூயர்பாக்கிடமிருந்து விடுபட்டு குழப்பவாத எழுத்தாளர் களுக்கு எதிராகப் போராடும்பொழுது முதிர்ச்சிப் பெற்ற மார்க்சும், எங்கெல்சும் பொருள் முதல்வாதத் தத்துவத்தின் உயர்ந்த அமைப்பில் அதிக கவனம் செலுத்தினர். அதாவது பொருள்முதல்வாத அறிவுத் தோற்றவியல் அல்லாமல், வரலாறு பற்றிய பொருள்முதல்வாதக் கருத்தாக்கத்தில் அதிக கவனம் செலுத்தினர். அதனால் தான் தமது படைப்புகளில் மார்க்சும் எங்கெல்சும் இயங்கியல் *பொருள்முதல் வாதத்திற்கும்* வரலாறுப் *பொருள்முதல்வாதத்திற்குப்* பதிலாக *இயங்கியல்* (அழூத்தம்) பொருள்முதல்வாதம் *வரலாற்றுப்* (அழூத்தம்) பொருள்முதல்வாதம் என்பதற்கு முக்கியத்துவம் அளித்தார்கள். ஆனால், மார்க்சியர்களாக வர விரும்புகிற நமது மாக்கியர்கள் மார்க்சியத்தை முற்றிலும் வேறு ஒரு காலகட்டத்தில் அணுகினர். அப்பொழுது முதலாளித்துவ மெய்யியலாளர்களின் அறிவுத் தோற்றவியலில் முனைப்பாகச் செயல்பட்டது. ஒருதலைப்பட்ச மாக, சிதைந்த வடிவில் இயங்கியலின் சில பகுதிகளை (சார்பியல்) உள்வாங்கிக் கொண்டு, கருத்துமுதல்வாதத்துக்குக் கீழே இருந்து அதற்கு ஒரு தற்காப்பாகவோ அல்லது மீட்டுருவாக்கத்துக்கோ தமது கவனத்தை முதன்மையாக குவித்ததேயன்றி கருத்துமுதல்வாதத் துக்கு மேலே செல்லவில்லை. பொதுவாக நேர்க்காட்சிவாதமும், குறிப்பாக மாக்கியமும், அறிவுத் தோற்றவியலைப் பொய்யாக்கு வதில், ஈடுபட்டன. பொருள்முதல்வாதத்தைப் போன்று போலியாக நடித்து, கருத்துமுதல்வாதத்தைப் பொய்யான பொருள்முதல்வாதக் கலைச் சொற்களில் மறைத்தது, வரலாற்றின் தத்துவம் பற்றி அவை கவனம் செலுத்தவில்லை. நமது மாக்கியர்கள் மார்க்சியத்தைப் புரிந்து கொள்ளவில்லை. ஏனென்றால், அவர்கள் *வேறு பக்கத் திலிருந்து* அதனை அணுகினர். அவர்கள் மார்க்சின் பொருளாதாரக் கொள்கை, வரலாற்றுக் கொள்கை ஆகியவற்றை உள்வாங்கிக் கொண்டனர். சில சமயங்களில் புரியாமல் மனப்பாடமாகப் படித்தனர். ஆனால், அதன் அடிப்படையை, பொருள்முதல்வாதத் தத்துவத்தை அவர்கள் புரிந்து கொள்ளவில்லை. எனவே போக்த னோவின் கூட்டத்தினரை எல்லாம் தெரிந்த ரசிய புக்னர்கள், டூரிங்குகள் என்று அழைக்கத் தகுதி படைத்தவர்களாகின்றனர். வெளித்தோற்றத்தில் பொருள்முதல்வாதியாக இருக்க அவர்கள்

விரும்புகின்றனர். ஆனால், அடித்தளத்தில் உள்ள கருத்துமுதல்வாத குழப்பத்தை அவர்களால் தவிர்க்க முடியவில்லை! போக்தனோவை பொறுத்தமட்டிலும் மேலே உள்ளது கொச்சைப்படுத்தப்பட்ட வரலாற்றுப் பொருள்முதல்வாதம் என்பது உண்மை. ஆனால், உள்ளே இருப்பது கருத்துமுதல்வாதம். இது மார்க்சியக் கலைச் சொற்களால், அதன் சொற்களைப் போலியாகக் கையாண்டு மூடி மறைக்கப்பட்டுள்ளது. "சமூக ரீதியாக அமைக்கப்பட்ட அனுபவம்", "கூட்டு உழைப்புச் செயல் முறை" ஆகியன மார்க்சியச் சொற்கள். ஆனால், இவை *வெறும் சொற்களே*. இவை, "ஆக்கக் கூறுகளின் கூட்டுத்தொகுதி அமைப்பு", "புலன் உணர்ச்சிகளின் அமைப்பு", "புற உலகம் என்பது அனுபவம்" அல்லது "அனுபவக் குறியீடு", "பௌதிக இயற்கை" என்பது "உளவியலின் விளைவு" என்று கூறும் கருத்துமுதல்வாதத் தத்துவத்தை மறைக்கும் சொற்களே ஆகும்.

மிக நுணுக்கமாக மார்க்சியத்தைப் பொய்யாக்குதல், பொருள் முதல்வாதத்திற்கு எதிரானக் கொள்கைகளை மார்க்சியப் போர்வை யில் வெளியிடுதல் போன்றவை தான் அரசியல் பொருளாதாரத்திலும் செயலுத்தி அது தொடர்பான பிரச்சனைகளிலும் பொதுவாக தத்துவத்திலும், அறிவுத்தோற்றவியல் மற்றும் சமூகவியல் ஆகிய இரண்டிலும் காணப்படும் நவீன திரிபுவாதத்தின் தனிச்சிறப்பு வாய்ந்த பண்பாகும்.

௩. சுவரோவின் "சமூகத் தத்துவத்திற்கான அடிப்படைகள்"

மார்க்சிய தத்துவத்தில் ஆய்வுகள் என்பது மேலே குறிப்பிட்ட தோழர் எஸ். சுவரோவின் கட்டுரையுடன் முடிகிறது. இதன் தொகுப்புத் தன்மை வழக்கத்திற்கு விரோதமான வாசனை அளிக்கும் மலர்க்கொத்துபோல் உள்ளது. இதில் அருகருகே, எங்கெல்சின் கருத்துப்படி "புலன் அறிவுக் காட்சிதான் நமக்குப் புறத்தே நிலவுகிற மெய்மை ஆகும்," என்று பசரோவ் கூறுகிறார். மார்க்ஸ், எங்கெல்ஸ் ஆகியோரின் இயங்கியல் பொருள்முதல்வாதத்தை இறையுணர்வு கோட்பாடு என்று பெர்மன் கூறுகிறார். மதத்தின் அளவுக்கு இறையுணர்வுக் கோட்பாடு என்று லூனாசார்ஸ்கி விளக்கமாகச் சொல்கிறார். "அனுபவத்தின் பகுத்தறிவுக்கு மாறான போக்கில் சொல் முத்திரையை" அறிமுகம் செய்தவர் என்கிறார் யுஷ்கேவிச். மார்க்சியத்தின் தத்துவமே கருத்துமுதல்வாதம் தான் என்கிறார் போக்தனோவ். ஹெல்பான்ட் என்பவரோ J.டியட்ஜெனை பொருள் முதல்வாதத்திலிருந்து துடைத்தெறிந்துவிட்டதாகக் கூறுகிறார். இறுதியாக சுவரோவ் அவர்கள் "சமூகத் தத்துவத்திற்கான அடிப் படைகள்" என்ற கட்டுரையுடன் முடிக்கிறார். இவ்வாறு கலவை

யான நெடியை ஒருவரால் உணர முடியும். அளவு என்பது பண்பாக மாறிவிட்டது. இதுவரை உண்மையான தேவாலயத்தைத் தேடு பவர்கள் போன்ற பேரார்வம் மிக்கவர்கள் தனித்தனியான கட்டுரை களிலும் நூல்களிலும் புரட்டிப் பார்த்துக் கொண்டிருந்தோர் ஓர் அசலான அறிவிப்பை உரைக்கிறார்கள். மார்க்சியத் தத்துவத்திற்கு *எதிராக*, கூட்டுக் குரலாக ஒலிக்கும் பொழுது இவர்களிடையே உள்ள தனித்தனி வேறுபாடுகள் மறைந்துவிட்டன. ஒரே போக்காக உள்ள மாக்கியத்தின் பிற்போக்குத் தன்மை இவற்றில் மேலோங்கியுள்ளன.

இத்தகைய சூழ்நிலையில் சுவரோவின் கட்டுரை ஆர்வமூட்டுவ தாக உள்ளது. ஏனென்றால், அவர் அனுபவ ஒருமைவாதியும் அல்ல, அனுபவவாத விமர்சகரும் அல்ல. அவர் ஓர் "எதார்த்தவாதி". பசரோவ், யுஷ்கேவிச், போக்தனோவ் ஆகியோரிடம் இருந்து இவரை வேறுபடுத்துவது என்பது இவர்களுக்குள்ள தொடர்பு அல்ல. இவர்கள் எல்லோரும் இயங்கியல் பொருள்முதல்வாதத்திற்குப் பொதுவான *எதிரிகள்* என்பது தான் அந்தத் தொடர்பாகும். இந்த "எதார்த்தவாதியின்'' வாதங்களை, அனுபவ ஒருமைவாதிகளின் வாதங்களுடன் ஒப்பிடுவது இவர்களது *பொதுவான* போக்கினை விளக்க நமக்கு உதவியாக இருக்கும்.

சுவரோவ் எழுதுகிறார்: "உலகச் செயல்முறையை ஒழுங்குபடுத் தும் விதிகளை வரிசைப்படுத்தும்பொழுது, சிக்கலானதும், தனித்ததுமான விதிகள், பொதுவானதும் எளிமையானதுமாக காட்டப்படுகிறது. இந்த விதிகள் எல்லாம் வளர்ச்சியின் பிரபஞ்சம் தழுவிய விதிக்கு உட்பட்டவை ஆகும். *விசைகளின் சிக்கனம்* என்பது இந்த விதியின் சாராம்சம், *இந்த விதியின் சாராம்சம் என்ன வென்றால் ஒவ்வொரு விசைகளின் அமைப்பும் பாதுகாத்தலையும் வளர்ச்சியையும் கூடுதலாகச் செய்யும் திறன் கொண்டிருக்கையில் அதன் செலவீனமானது குறைகிறது, சேர்மானமானது பெருகுகிறது அத்துடன் செயல்திறன் கொண்ட செலவீனமானது சேர்மானத்துக்கு உதவுகிறது. பயன்பாடு குறைவாக இருப்பதைப் பொறுத்து ஒவ்வொரு அமைப்பும் சேமிப்பு, வளர்ச்சி ஆகியவற்றை அதிகம் பெறும். பயன் பாடு சேமிப்பிற்கு வலுவாக உதவும் பொழுது அதிகமான சேமிப்பு இருக்கும்.* புறவயமான பொருத்தப்பாட்டை பல காலத்திற்கு முன்னரே தோற்றுவித்த இயங்கும் நடுநிலை அமைதி (Equlibrium) வடிவங்கள் (சூரிய மண்டலம், பூமியில் உள்ள நிகழ்வுகளின் சுழற்சி, வாழ்க்கைச் செயல்முறை), அவற்றில் உள்ள ஆற்றலின் காரணமாகத் தோன்றி வளருகின்றன.

உயிரற்ற, உயிரியல் ரீதியிலான, சமூக ரீதியிலான அனைத்து வளர்ச்சிகளுடைய ஒன்றுபடுத்தும், ஒழுங்குமுறைப்படுத்தும்

கொள்கையாக விளங்குவது விசைகளின் சிக்கனம் என்ற விதியாகும் (பக்.293, ஆசிரியரின் சாய்வு எழுத்து).

நமது "நேர்க்காட்சிவாதிகளும்" "எதார்த்தவாதிகளும்" எவ்வளவு எளிதாகப் "பிரபஞ்சம் தழுவிய விதிகளை" தயாரிக்கிறார்கள்! இதில் துயரம் என்னவென்றால், இந்த விதிகள் மிகவும் எளிதாகவும் வேகமாகவும் யுஜென் டூரிங் தயாரித்ததை விட சிறந்ததாகவும் ஒன்று மில்லை. டூரிங்கின் "பிரபஞ்சம் தழுவிய விதிகளைப்" போன்று சுவரோவின் விதிகளும் வெற்று சொற்றொடர் நாட்டத்தைக் காட்டுகின்றன. இந்த ஆசிரியர் குறிப்பிட்ட மூன்று பிரிவுகளில் உயிர்ப் பொருளற்ற வளர்ச்சி என்ற முதல் பிரிவிற்கு இந்த விதியைப் பயன் படுத்த முயன்று பாருங்கள். இங்கு ஆற்றலின் நிலைபெயராத தன்மையும் மாற்றமும் என்ற விதி தவிர "விசைகளின் சிக்கனம்" என்பதை இங்கு பயன்படுத்த முடியாது என்பதைக் காண்பீர்கள். ஆனால், இந்த ஆசிரியர் "ஆற்றலின் நிலைபெயராத் தன்மை (conservation of energy)" விதியைத் தனியாக ஒதுக்கிவிட்டார். இது ஒரு தனி விதி என்று கூறியுள்ளார்.*

இந்த விதி தவிர உயிர்ப்பொருளற்றவற்றின் வளர்ச்சியில் வேறு என்ன மிஞ்சியது? ஆற்றலின் நிலைபெயராத் தன்மை மற்றும் மாறுதலுக்கான விதி *"விசைகளின் சிக்கனம்"* என்ற விதியாக மாற்றும்(முழு நிறைவான)பொழுது, சேர்க்கப்பட்டவை அல்லது சிக்கல்கள் அல்லது புதிய கண்டுபிடிப்புகள் அல்லது உண்மைகள்

---

* ஆற்றலின் நிலைபெயராத் தன்மையும் மாறுதலும் என்ற விதியைக் கண்டுபிடித்ததை சுவரோவ்[103] "ஆற்றல் ஆய்வியலின் அடிப்படைகளை நிறுவியதுசு என்று கூறுகிறார். கொச்சையான பொருள்முதல்வாதிகள் புக்னரும் அவரது கூட்டாளிகளும், இயங்கியல் பொருள்முதல்வாதி எங்கெல்ஸ் ஆகியோர் இதனைப் பொருள்முதல்வாதத்தின் அடிப்படைகளை நிறுவியது என்று கூறியது பற்றி ''எதார்த்தவாதிகளான'' நமது மார்க்சியர்களாக வர விரும்புகிறவர்கள் கேள்விப்பட்டதேயில்லை. இந்த வேறுபாடு பற்றி நமது ''எதார்த்தவாதிசு எப்பொழுதேனும் சிந்திப்பாரா? இல்லை. அவர் ஒரு பாணியைப் பின்பற்றி ஆஸ்ட்வால்டைத் திரும்பக் கூறினார். அவ்வளவுதான். இதுதான் இங்கு உள்ள பிரச்சனை. இவர்கள் போன்ற எதார்த்தவாதிகள் ஒரு பாணிக்கு அடிபணிகிறார்கள். ஆனால், உதாரணமாக எங்கெல்ஸ் இந்தப் *புதிய சொல்* ஆற்றல் என்பதை உள்வாங்கிக் கொண்டார். அதனை 1885 ஆம் ஆண்டு பயன்படுத்தத் தொடங்கினார். (டூரிங்கிற்கு மறுப்பு 2வது பதிப்பு முன்னுரை), 1888 ஆவது ஆண்டில் (லுத்விக் ஃபூயர்பாக்) பயன்படுத்தினார். இதனை 'விசை', ''இயக்கம்'' என்ற கருத்துகளுடன் இணைத்துப் பயன்படுத்தினார். இதன் மூலம் அவரது *பொருள்முதல்வாதத்தில்* ஒரு புதிய பெயரைப் பொருத்தி அதனை வளப்படுத்தினார். பொருள்முதல்வாதம், ஆற்றல் ஆய்வியல் ஆகியவற்றிற்கு இடையிலான வேறுபாட்டைக் கண்டுகொள்ளாமல் 'எதார்த்தவாதிகள்சு குழப்பல்வாதிகள் மற்றும் பலர் இந்தச் சொல்லைப் பற்றிக் கொண்டனர்.

ஆகியன எங்கே உள்ளன? இத்தகைய உண்மைகளோ அல்லது கண்டுபிடிப்புகளோ இல்லை. சுவரோவ் தனது பேனாவை சுழற்றினார். துர்கனேவில் பசரோவ் கூறுவதுபோல[104] ஒரு புதிய "பிரபஞ்சம் தழுவிய விதி"யையும், "உண்மையான ஒருமைவாதத்" தத்துவத்தையும் அவர் வெளிக்கொண்டு வந்தார். நாம் எத்தகைய நல்லவர்கள் பாருங்கள்! டூரிங்கைவிட நாம் எவ்வளவு மோசமானவர்களாக இருக்கிறோம்?

வளர்ச்சியின் இரண்டாவது பிரிவான உயிரியலை எடுத்துக் கொள்ளுங்கள். இந்தப் பிரிவில் உயிரினங்களின் வளர்ச்சி வாழ்க்கைப் போராட்டம், தேர்வுமுறை ஆகியவற்றின் மூலம் நடைபெறுகிறது. "விசைகளின் சிக்கனம்" என்ற விதி அல்லது "விசைகளை வீணாக் குதல்" என்ற "விதி" ஆகியவற்றிற்கு எங்கு இடம் உள்ளது? ஆனால், கவலைப்படாதீர்கள்! "உண்மையான ஒருமைவாதத் தத்துவம்" ஒரு பிரபஞ்சம் தழுவிய விதியின் "அர்த்தத்தினை" ஒரு பிரிவில் ஒரு மாதிரியாகவும், மற்றொரு பிரிவில் மற்றொரு மாதிரியாகவும் விளக்க முடியும். உதாரணமாக, கீழ்மட்ட உயிரினங்களிலிருந்து *உயர்மட்டத்திற்கான வளர்ச்சி.* பிரபஞ்சம் தழுவிய விதியானது வெறும் சொற்றொடராக மாறிவிட்டால் என்ன? "ஒருமைவாத விதி" பாதுகாக்கப்படுகிறது. மூன்றாவது பிரிவில் (சமுதாயம்) "பிரபஞ்சம் தழுவிய விதி"யை ஒரு மூன்றாவது வழியில் விளக்க முடியும். அது உற்பத்திச் "சக்திகளின் வளர்ச்சி" - அதுதான் பிரபஞ்சம் தழுவிய விதி, இதனை எந்தப் பொருளையும் விளக்க நீங்கள் பயன்படுத்தலாம்.

"சமூக விஞ்ஞானமானது புதியதாக இருந்தாலும் அதில் உறுதியான அடிப்படைகளும் பொதுமைகளும் உள்ளன. பத்தொன்பதாம் நூற்றாண்டில் அதன் கோட்பாடு மட்டத்துக்கு அது உயர்ந்தது. இதில் தான் மார்க்சின் முக்கிய திறமை உள்ளது. அவர் சமூக விஞ்ஞானத்தை சமூகக் கொள்கையாக உயர்த்தினார்…" (மார்க்ஸ் கற்பனாவாதமாக இருந்த சோசலிசத்தை விஞ்ஞானமாக மாற்றினார் என்று எங்கெல்ஸ் கூறினார். இது சுவரோவிற்குப் போதவில்லை. *நாம் கோட்பாட்டை விஞ்ஞானத்திலிருந்து பிரித்தால் அது நல்லதாக இருக்கும்* (மார்க்சிற்கு முன்னர் சமூக விஞ்ஞானம் இருந்ததா?) இந்த வேறுபாடு அபத்தமாக இருந்தாலும் தீங்கொன்றுமில்லை!

"…சமூக இயக்கத்தின் அடிப்படை விதியை நிறுவியதன் மூலம் உற்பத்திச் சக்திகளின் வளர்ச்சி என்பது சமுதாய வளர்ச்சி, பொருளாதார வளர்ச்சி ஆகியவற்றினைத் தீர்மானிக்கும் விதி என்று மார்க்ஸ் காட்டினார். ஆனால், உற்பத்திச் சக்திகளின் வளர்ச்சி என்பது

உழைப்பின் உற்பத்தித் திறன் வளர்ச்சிக்கும் ஒத்திசைவு உள்ளது. செலவினங்களைக் குறைப்பதற்கும் அதிகரிப்பதற்கும் ஒத்திசைந்துள்ளது [இந்த "உண்மையான ஒருமைவாதத் தத்துவம்" எவ்வாறு உள்ளது என்று பாருங்கள். ஒரு புதிய ஆற்றல் ஆய்வியல் மார்க்சியத்தின் அடிப்படையாக உருவாக்கப்பட்டுள்ளது.]... இதுதான் பொருளாதாரக் கொள்கை. இவ்விதமாக மார்க்ஸ், விசைகளின் சிக்கனத்தை சமூகக் கொள்கைக்கு அடிப்படையாக வைத்தார்..."

இது உண்மையில் வியப்புக்குரியதுதான்! ஏனென்றால், மார்க்சிடம் அரசியல் பொருளாதாரம் இருந்தது. எனவே, நாம் இந்தப் "பொருளாதாரம்" என்ற சொல்லை அசைபோடுவோம். அதில் கிடைத்த அசை குழம்பை "உண்மையான ஒருமைவாதத் தத்துவம்" என்று அழைப்போம்!

விசைகளின் சிக்கன விதியை மார்க்ஸ் தனது கோட்பாட்டுக்கு அடிப்படையாகக் கொள்ளவில்லை. டூரிங்கின் புகழ்மாலையைப் பெறுவதற்காக, இவர்கள் கண்டுபிடித்த அபத்தங்கள் இவை. மார்க்ஸ் உற்பத்திச் சக்திகளைப் பற்றிய முழுமையான வரையறையைக் கொடுத்தார். அதன் வளர்ச்சிக்குரிய பருண்மையான செயல்முறைகளை அவர் ஆராய்ந்தார். ஆனால், மார்க்ஸ் ஆராய்ந்த கருத்திற்கு சுவரோவ் புதியதொரு சொல்லை அளித்தார். இவரது கண்டுபிடிப்பு வருத்தம் தருவதாகும். இது விவாதப் பொருளைக் குழப்பியது. ஏனென்றால், "விசைகளின் சிக்கனம்" என்பதன் அர்த்தம் என்ன வென்று அவர் விளக்கவில்லை. அதனை எவ்வாறு அளப்பது, அதை எவ்வாறு பயன்படுத்துவது, அது எந்தத் தெளிவான திட்டவட்டமான உண்மைகளைக் கொண்டுள்ளது என்று அவர் கூறவில்லை. இதனை விளக்க முடியாது. ஏனென்றால், இது ஒரு குழப்பம். இதைக் கவனியுங்கள்:

"...சமூகப் பொருளாதாரத்தின் இந்த விதி சமூக விஞ்ஞானத்தின் அக ஒருமைக்கானது என்பது மட்டுமல்ல [இதில் ஏதேனும் புரிகிறதா வாசகர்களே?], அது சமூகக் கோட்பாட்டையும் வாழ் நிலை பற்றிய பொதுவான கோட்பாட்டையும் இணைக்கும் சாதன மாகும்" (பக். 294).

சரி நல்லது, "வாழ்நிலை பற்றிய பொதுவான கோட்பாட்டை" புதியதாக சுவரோவ் கண்டுபிடித்தது இங்கு உள்ளது. இது பல்வேறு வடிவங்களில், மயிரிழைவாத தத்துவவாதிகளால், பலதடவை ஏற்கெனவே கண்டுபிடிக்கப்பட்டது ஆகும். இந்தப் புதிய கோட் பாட்டுக்காக நமது ரசிய மாக்கியரை நாம் பாராட்டுகிறோம்! இவர்களது அடுத்த கூட்டுவேலை, இந்த மாபெரும் கண்டுபிடிப்பை இடம்பெறச் செய்வதும், வளர்ப்பதும்தான் என்று நம்புவோமாக.

நமது எதார்த்தவாத அல்லது எதார்த்த ஒருமைவாதத் தத்துவத் தினர், மார்க்சியக் கொள்கையை விளக்கும் முறையைப் பின்வரும் உதாரணத்தில் காணலாம்: "பொதுவாக, மனிதர்களது உற்பத்திச் சக்திகள் மரபணுத் தன்மையிலான படித்தர வரிசையை [ஓ!] உருவாக்குகிறது. அவர்களது உழைப்புச் சக்தி, நெறிப்படுத்தப்பட்ட அடிப்படை சக்திகள் ஆகிய உற்பத்தி முறையை உருவாக்குவதை அவை கொண்டுள்ளன... உழைப்புச் செயல்முறையில் இவை சுத்த மான பொருளாதாரச் செயலையே புரிகின்றன. இவை உழைப்புச் சக்தியை சேமிக்கின்றன, அதன் உழைப்புத் திறனை அதிகரிக் கின்றன" *(பக். 298)*. உற்பத்திச் சக்திகளானது உழைப்புச் செயல் முறையைப் பொறுத்தமட்டிலும், ஒரு பொருளாதாரச் செயலைச் செய்கின்றன! இது வாழ்க்கைச் செயல்முறையில் உயிராதாரமான சக்திகள் ஓர் உயிராதாரமான செயலைச் செய்வது போன்றது ஆகும். இது மார்க்சை விளக்குவது அல்ல. இது நம்பமுடியாத சொற்களைக் கலைத்துப் போட்டு மார்க்சியத்தை திக்குமுக்காட வைப்பதுஆகும்.

சுவரோவின் கட்டுரையில் உள்ள எல்லா கசடுகளையும் பட்டிய லிட்டுக் காட்டுவது சாத்தியமற்றது. "மக்கள் மற்றும் அவர்களது சொத்துடைமை ஆகிய இரண்டின் மீதான ஒரு வர்க்கத்தின் கூட்டுத் தன்மையான அதிகாரத்தின் வளர்ச்சியில்தான் அதன் சமூகமயமாதல் வெளிப்படுகிறது" *(பக். 313)*. "சமூக சக்திகளுக்கு இடையில் நடு நிலை அமைதியின் வடிவங்களை நிறுவுவதை வர்க்கப் போராட்டம் தனது இலக்காகக் கொண்டுள்ளது" *(பக். 322)*. சமூக வெறுப்பு, பகைமை, போராட்டம் ஆகியவை நிச்சயமாகவே எதிர்மறைத் தன்மையிலான சமூக விரோதத் தோற்றப்பாடுகள் ஆகும். "சமூக முன்னேற்றம் என்பது அடிப்படையில் சமூகத்தன்மை, மக்களிடையே உள்ள தொடர்பு ஆகியவற்றின் வளர்ச்சியாகும்" *(பக். 328)*. இத்தகைய வெற்றுரைகளைப் பாகம் பாகமாக ஒருவர் சேகரிக்க முடியும். முதலாளித்துவ சமூகவியலின் பிரதிநிதிகள் இவற்றைப் பல பாகங் களில் நிரப்புகிறார்கள். ஆனால், இவற்றை மார்க்சியம் என்று கூறுவது எல்லை மீறுவது ஆகும். மார்க்சியத்தைப் பிரபலப்படுத்தும் கட்டுரைகள் என்று பசரோவின் கட்டுரைகள் இருந்தால் அவற்றைத் தீவிரமாக எடுத்துக்கொள்ள வேண்டியதில்லை. ஆசிரியரது நோக்கம் நல்லதுதான். ஆனால், பரிசோதனை வெற்றிகரமாக இல்லை என்பதோடு அதன் முடிவும் இவ்வாறே ஆனது. ஆனால், ஒரு மாக்கியக் குழுவினர் இத்தகைய கருப்பொருளை நம்முன் வைக்கும் பொழுது, அதனை *சமூகத் தத்துவத்தின் அடிப்படைகள்* என்று அழைக்கும்பொழுது, போக்தனோவின் புத்தகத்தில் மார்க்சியத்தை "வளர்ப்பதற்காக" உள்ள அதே முறையைக் காணும்பொழுது, பிற்போக்கான அறிவுத் தோற்றவியல், சமூகவியலில் பிற்போக்கான

முயற்சி ஆகியவற்றிற்கு இடையே பிரிக்க முடியாத தொடர்பு உள்ளது என்ற தவிர்க்க முடியாத முடிவிற்கு வருகிறோம்.

4. தத்துவத்தில் பல தரப்பினரும் தத்துவரீதியிலான முட்டாள்களும்

மாக்கியத்திற்கும் மதத்திற்குமான தொடர்பை நாம் ஆய்வுக்கு உட்படுத்த வேண்டியிருக்கிறது. ஆனால், இது பொதுவாகத் தத்துவத்தில் கட்சிகள் இருக்கின்றனவா மற்றும் தத்துவத்தில் சார்பற்றத் தன்மை என்பதன் பொருள் என்ன என்ற கேள்விக்கு நம்மை இட்டுச் செல்கிறது.

அறிவுத்தோற்றவியலின் ஒவ்வொரு பிரச்சனையைக் கூறும் பொழுதும், அது பற்றிய புதிய இயற்பியல் எழுப்பிய ஒவ்வொரு தத்துவப் பிரச்சனையிலும் நாம் *பொருள்முதல்வாதம், கருத்துமுதல்வாதம்* ஆகியவற்றிற்கு இடையிலான போராட்டத்தையே இதற்கு முன்னர் விவரித்தோம். புதிய கலைச்சொல் உத்திகளிலும், மேதாவிலாசமிக்க மயிரிழைவாத இரைச்சலிலும் நாம் இரண்டு முக்கிய அணிச் சேர்க்கையை, தத்துவப் பிரச்சனைகளுக்கான தீர்வில் *இரண்டு* அடிப்படைப் போக்குகளை நாம் காண முடிகிறது. இயற்கை, பருப்பொருள், பௌதிக உலகு, புறஉலகு என்பவற்றை அடிப்படையாக ஏற்றுக்கொள்ள வேண்டுமா; உணர்வு நிலை, மனது, புலன் உணர்ச்சி (அனுபவம் - இது நமது காலத்தில் *பிரபலமான* சொல்), உளவியல் போன்ற இதரவற்றை இரண்டாம்பட்சமாகக் கொள்ள வேண்டுமா என்பது உள்ளது. இது தத்துவவாதிகளை *இரண்டு முகாம்களாகப்* பிரிக்கும் *அடிப்படைப் பிரச்சனையாகும்.* இந்தத் துறையில் இடம் பெற்றுள்ள ஆயிரக்கணக்கான பிழைகளுக்குக் காரணம், இந்தக் கலைச் சொற்கள், வரையறைகள், சொற்ஜாலங்கள் ஆகியவற்றிற்குப் பின்னால் உள்ள இந்த இரண்டு அடிப்படைப் போக்குகள் *கவனிக்கப்படாமல் தவறிவிடுகிறது.* (உதாரணமாக, போக்தனோவ் தனது கருத்துமுதல்வாதத்தை ஒப்புக்கொள்ள மறுக்கிறார். ஏனென்றால், "இயக்க மறுப்பியல்" கருத்துகளான "இயற்கை", "மனது" என்பனவற்றிற்குப் பதிலாக பௌதிக, உளவியல் "பரிசோதனைகளை" அவர் எடுத்துக் கொள்கிறார். ஒரு வார்த்தை மட்டும் மாற்றப்பட்டுள்ளது!)

நீண்டகாலமாக, *ஏறக்குறைய அரை நூற்றாண்டு காலமாக,* பொருள்முதல்வாதத்தை வளர்ப்பதில் துல்லியமாக செலவிட்டதில் தான், மார்க்ஸ், எங்கெல்சின் மேதைமை உள்ளது. தத்துவத்தின் அடிப்படைப் போக்குகளை மேலும் முன்னெடுத்துச் சென்றனர். ஏற்கெனவே, தீர்க்கப்பட்ட அறிவுத்தோற்றவியல் பிரச்சனைகளுடன்

நின்றுவிடவில்லை. ஆனால், தொடர்ந்து இதே பொருள்முதல் வாதத்தை சமூக விஞ்ஞானங்களுக்கு *எவ்வாறு* பயன்படுத்துவது என்று காட்டினார்கள். எல்லா குப்பைக் கூளங்களையும், தயவுதாட்சண்ய மின்றி தூக்கி எறிந்தனர். தத்துவத்தில் *புதிய* போக்கினைக் கண்டு பிடிக்க மேற்கொள்ளப்பட்ட பல *புதிய* முயற்சிகள், அலங்காரமான கலவைகள் ஆகியவற்றைத் தூக்கி எறிந்தனர். இதில்தான் அவர்களது மேதமை உள்ளது. இத்தகைய முயற்சிகளின் சொல்லலங்காரம், புதிய "இயம்களுடனான" புலமைவாத விளையாட்டு, ஆடம்பர மான உத்திகள் மூலம் பிரச்சனைகளுக்குத் தடை ஏற்படுத்துதல், இந்த இரு அடிப்படையான தத்துவப் போக்குகளுக்கு இடையிலான போராட்டத்தைத் தெளிவாகக் கூற முடியாமை, புரிந்துகொள்ளாமை - இவற்றைத்தான் மார்க்சும் எங்கெல்சும் வெளிப்படுத்தினர்; அவர்களது செயல்கள் மூலம் தொடர்ந்து எதிர்த்துப் போராடினர்.

"ஏறக்குறைய அரை நூற்றாண்டு காலம்" என்று நாம் கூறி யுள்ளோம். 1843 ஆம் ஆண்டிலேயே, மார்க்ஸ், மார்க்சாக மட்டும் மாறிக் கொண்டிருந்த நேரத்தில், அதாவது அறிவியல் சோசலிசத்தை உருவாக்கியவராக மாறிய நேரத்தில், *தற்காலப் பொருள்முதல் வாதத்தை* உருவாக்கிய நேரத்தில், இது வளமான உள்ளடக்கத் தினைக் கொண்டிருந்தது. முந்தைய பொருள்முதல்வாத வடிவங் களைவிட, தெளிவாக இருந்தது. வியத்தகு தெளிவுடன் அவர் தத்து வத்தின் அடிப்படைப் போக்குகளை எடுத்துக் காட்டினார். 20.10.1843 தேதியிட்ட மார்க்சிடமிருந்து ஃபூயர்பாக்கிற்கான கடிதத்தை கார்ல்குரின் மேற்கோளாகக் காட்டுகிறார்.[105] இதில் ஜெர்மன் - பிரெஞ்சு ஆண்டு நூல்[106] ஷெலிங்கிற்கு எதிராக ஒரு கட்டுரை எழுதுமாறு ஃபூயர்பாக்கை மார்க்ஸ் வேண்டிக் கொள்கிறார். இதற்கு முன்னர் உள்ள எல்லாத் தத்துவப் போக்குகளையும் உள்வாங்கி, அவற்றைக் கடந்தவர் என்று கூறும் இந்த ஷெலிங் ஒரு சுய விளம்பரக்காரர் என்று மார்க்ஸ் எழுதினார். "பிரெஞ்சுப் புனைவியல்வாதிகளுக்கும் இறையுணர்வு கோட்பாட்டுவாதி களுக்கும் அவர் [ஷெலிங்] கூறுகிறார்: *நான் தத்துவம், இறையியல் ஆகியவற்றின் இணைப்பாளன், பொருள்முதல்வாதிகளுக்குப் பொருள், கருத்து ஆகியவற்றின் இணைப்பாளன். பிரெஞ்சு ஐயுறவு வாதிகளுக்கு: நான் வறட்டுவாதத்தை அழிப்பவன்.** இந்த "ஐயுறவு

---

* நேர்க்காட்சிவாதியான பீஸ்லி (Beesly) பற்றி மார்க்ஸ் டிசம்பர் 13 ஆம் நாள், 1870 ஆம் ஆண்டு கடிதத்தில் பின்வருமாறு குறிப்பிடுகிறார்: பேராசிரியர் பீஸ்லி ஒரு காம்டேயியவாதி என்பதால் இவ்வாறு அனைத்து வகைப்பட்ட தற்பெருமைகள் பற்றி நினைக்க கடமைப்பட்டவராகிறார்.[108] இதை 1892 ஆம் ஆண்டில் எங்கெல்ஸ், நேர்க்காட்சிவாதிகளான ஹக்ஸ்லி போன்றோர் பற்றி தெரிவித்தக் கருத்துகளுடன் ஒப்பிட்டுப் பாருங்கள்.[109]

வாதிகளை'' ஹியூமியர்கள் அல்லது காண்டியர்கள் என்று அழைக்கலாம் (அல்லது இருபதாம் நூற்றாண்டின் மாக்கியர்கள்), இவர்கள் பொருள்முதல்வாதம் அல்லது கருத்துமுதல்வாதத்தின் வறட்டுவாதத்தை எதிர்ப்பவர். இதனை மார்க்ஸ் அந்தக் காலத்தில் தெளிவாகவே கண்டார். ஆயிரக்கணக்கான சிறுசிறு தத்துவக் குழுக்களால் திசைதிருப்பப்படாமல் ஃபூயர்பாக் வழியாக கருத்து முதல்வாதத்திற்கு எதிரான பொருள்முதல்வாதத்திற்குச் சென்றனர். முப்பதாண்டுகள் கழித்து *மூலதனம்* பாகம் ஒன்றின் இரண்டாவது பதிப்பின் பின்னுரையில், மார்க்ஸ் தனது *பொருள்முதல்வாதத்தை* ஹெகலின் *கருத்துமுதல்வாதத்திலிருந்து* வேறுபடுத்திக் காட்டினார். காம்டேவின் "நேர்க்காட்சிவாதத்தை" அவர் வெறுப்புடன் ஒதுக்கி னார். தற்காலத் தத்துவவாதிகளை இழிவான துதிபாடிகள் என்று விமர்சனம் செய்தார். இவர்கள் ஹெகலை அழித்து விட்டோம் என்றார்கள். உண்மையில் இவர்கள் ஹெகலுக்கு முந்தைய காண்டிய ஹியூமியப் பிழைகளைத் திரும்பச் செய்தார்கள்.[107] 1870ஆம் ஆண்டு ஜூன் மாதம் 27ஆம் தேதி குகல்மன் என்பவருக்கு மார்க்ஸ் எழுதிய கடிதத்தில் அவர் புக்னர், லாங்கே, டூரிங், பெச்னர் போன்றவர்களை வெறுப்புடன் குறிப்பிடுகிறார். ஏனென்றால், அவர்கள் ஹெகலின் இயங்கியலைச் சரியாகப் புரிந்து கொள்ளவில்லை.* இறுதியாக *மூலதனத்திலும்* தனது இதர படைப்புகளிலும் மார்க்ஸ் தத்துவம் பற்றிக் கூறியதை எடுத்துக் கொண்டு பார்த்தால். இவற்றில் ஒரே அடிப்படை *நோக்கம்* இருப்பதை நாம் காண முடியும். பொருள்முதல் வாதத்தை வலியுறுத்தும் அதே சமயத்தில் இருண்மையை வெறுத்தல், கருத்துமுதல்வாதம் நோக்கிய விலகல்கள், குழப்பங் களை வெறுத்தல் ஆகியவற்றைக் காணமுடியும். மார்க்சின் எல்லாத் தத்துவக் கூறுகளும், இந்த இரண்டு தத்துவ எதிர்வுகளைச் சுற்றியே உள்ளன. பேராசிரிய தத்துவத்திலிருந்து காணும்பொழுது இந்தக் குறுகலான தன்மையில் இவற்றின் குறை உள்ளது என்பதாகும். உண்மையில் பொருள்முதல்வாதத்தையும், கருத்துமுதல்வாதத் தையும் சமரசப்படுத்தி இணைக்கும் இந்த ஒட்டுண்ணி திட்டங்களை ஏற்க மறுப்பதில் தான் மார்க்சின் சிறந்த நற்பண்பு உள்ளது. அவர் மிகத் தெளிவான தத்துவப் பாதையிலேயே *முன்னேறிச்* சென்றார்.

மார்க்சின் வழியிலேயே, அவருடன் நெருங்கி வேலை செய்து, எங்கெல்ஸ் அவரது எல்லாத் தத்துவ நூல்களிலும், சுருக்கமாகவும், தெளிவாகவும், பொருள்முதல்வாதத்தை கருத்துமுதல்வாதத்தி லிருந்து வேறுபடுத்திக் காட்டுகிறார். 1878 அல்லது 1888 அல்லது

---

* காஸ்குரின், லுத்விக் ஃபூயர்பாக்கின் கடிதங்கள் மற்றும் அவரது தத்துவவாத பண்பின் வளர்ச்சி, லீப்சிக்; 1874, பி.364.

1892[110] ஆகிய ஆண்டுகளிலும் பொருள்முதல்வாதம் கருத்து முதல்வாதம் ஆகியவற்றின் ஒருதலைப்பட்சத்தைக் கடந்து, ஒரு புதிய போக்கினைக் காட்ட முயற்சித்ததை அவர் கண்டுகொள்ளவே இல்லை. அந்தப் போக்கு ஒருவகை நேர்க்காட்சிவாதம், எதார்த்த வாதம், பண்டித போலித்தனமாகவே இருந்தது. டூரிங்கிற்கு எதிராக எங்கெல்ஸ் தன்னுடைய போராட்டம் முழுவதும் பொருள்முதல் வாதம் தத்துவத்தின் கீழ் எச்சரிக்கையுடன், உறுதியுடன் நடத்தினார். பொருள்முதல்வாதியான டூரிங் பிரச்சனைகளை சொற்களால் குழப்புகிறார். சொல்லலங்காரம் மிகுந்தவர், கருத்துமுதல்வாத பகுப்பாய்விற்கு இடமளிப்பவர், அதன் நிலைப்பாட்டை ஏற்றுக் கொண்டவர் என்று அவர்மீது குற்றம் சாட்டினார். இவ்வாறுதான் டூரிங்குக்கு மறுப்பு நூலின் ஒவ்வொரு பத்தியிலும் சிக்கலைப் பற்றி விளக்கப்பட்டுள்ளது; அத்துடன் பிற்போக்குப் பேராசிரியர் களுடைய தத்துவக் குப்பைகளால் ஏற்கெனவே மாசுபட்ட ஆட்களால்தான் இதை காணத் தவற முடியும். டூரிங்கிற்கு மறுப்பு நூலுக்கு கடைசி முன்னுரை எழுதிய 1894ஆம் ஆண்டு வரை, இந்த ஆசிரியரால் திருத்தப்பட்டு, விரிவாக்கப்படும்வரை தத்துவம், விஞ்ஞானம் ஆகியவற்றில் சமீபத்திய வளர்ச்சிகளை எங்கெல்ஸ் பின்பற்றினார். பழைய உறுதியுடன் தெளிவான உறுதியான நிலையை, பெரிய மற்றும் சிறிய, புதிய அமைப்புகளின் குப்பை களை ஒதுக்கிவிட்டுப் பின்பற்றினார்.

லுத்விக் ஃபூயர்பாக் நூலிலிருந்து எங்கெல்ஸ் தத்துவத்தில் புதிய வளர்ச்சியைப் பின்பற்றினார் என்பது தெளிவாகிறது. 1888ஆம் ஆண்டு முன்னுரையில் இங்கிலாந்து, ஸ்கான்டிநேவியா ஆகிய நாடுகளில் ஜெர்மானிய செவ்வியல் தத்துவம் மறுபடியும் தோன்றி யுள்ளதும் கூட குறிப்பிடப்படுகிறது. ஆனால், (முன்னுரையிலும் நூலிலும்) எங்கெல்ஸ் அக்காலத்தில் உள்ள புதிய கான்டியம் மற்றும் ஹியூமியம் போன்ற தத்துவங்களை முற்றிலும் வெறுத்தார். கான்டியத்திற்கு அல்லது ஹியூமியத்திற்கு முந்தைய பழைய தவறுகள் *பகட்டான* ஜெர்மானிய, ஆங்கிலேயத் தத்துவங்களில் திரும்ப இடம் பெறுவதைக் கண்ட எங்கெல்ஸ், ஹெகலை நோக்கித் திரும்புவதில் ஏதேனும் நன்மை ஏற்படுமா என்று எதிர்பார்த்தார். அந்த மிகப் பெரிய கருத்துமுதல்வாதியும், இயங்கியல்வாதியுமான ஹெகல், அற்பமான கருத்துமுதல்வாதத்தையும் இயக்க மறுப்பியல் நிலைப் பிழைகளையும் தவிர்க்க உதவுவார் என்று நம்பினார்.[111]

ஜெர்மனியில் இருந்த எண்ணற்றப் புதிய கான்டியம், இங்கிலாந்திலிருந்த ஹியூமியம் ஆகியவற்றைப் பரிசோதிக்காம லேயே, ஆரம்பத்திலிருந்தே அவர்கள் அடிப்படையிலேயே பொருள்முதல்வாதத்திலிருந்து விலகுவதை எங்கெல்ஸ் மறுக்கிறார்.

எங்கெல்ஸ் கூறுகிறார், இந்தப் பிரிவினரின் முழு போக்கே *"விஞ்ஞான ரீதியாகப் பின்னோக்கிச் செல்வதாகும்"*. தற்காலக் கலைச் சொற்களின்படி சந்தேகத்திற்கு அப்பாற்பட்டதாக உள்ள "நேர்க்காட்சி வாதி", இந்தப் புதிய கான்டியர்கள், ஹியூமியர்களின் "எதார்த்தவாதியான" ஹக்ஸ்லியைப் பற்றி என்ன கருத்தை அவர் கொண்டிருப்பார்? ''நேர்க்காட்சிவாதம்'', ''எதார்த்தவாதம்'' போன்றவை பலரைக் கவர்ந்தன. இன்னும் கவர்ந்து கொண்டிருக்கின்றன. இவற்றைச் சார்ந்த குழப்பல்வாதிகள் வெளிப்படையாகப் பொருள்முதல்வாதத்தை குறை கூறிக்கொண்டே, தான்தோன்றித்தனமாகத் தங்கள் கருத்துகளை உள்ளே கொண்டு வரும் முயற்சி இவர்களுடையது என்று எங்கெல்ஸ் கூறினார்![112] மாக், அவெனரியசைவிட ஒரு பெரிய விஞ்ஞானியும், தீவிர நேர்க்காட்சிவாதியும், தீவிர எதார்த்தவாதியுமான தாமஸ் ஹக்ஸ்லி பற்றிய இத்தகைய மதிப்பீடு பற்றிச் சிந்திக்க வேண்டும். அப்பொழுதுதான் இந்த ஒரு சில மார்க்சியவாதிகளின் "அண்மைக் கால நேர்க்காட்சி வாதம்" அல்லது "எதார்த்தவாதம்" மீதான அவர்களது வெறியை எங்கெல்ஸ் எவ்வளவு வெறுப்புடன் கண்டிருப்பார் என்பது விளங்கும்.

ஒவ்வொரு "புதிய" போக்கைப் பற்றியும், ஆரம்பத்திலிருந்து முடிவுவரை மார்க்சும் எங்கெல்சும் தத்துவத்தில் சார்புநிலை உள்ளவர்களாக இருந்துகொண்டே பொருள்முதல்வாதத்திலிருந்து விலகுவதையும், கருத்துமுதல்வாதத்திற்கு இடமளிப்பதையும் அவர்களால் கண்டுபிடிக்க முடிந்தது. எனவே, பொருள்முதல்வாதக் கண்ணோட்டத்திலிருந்து அவர்கள் ஹக்ஸ்லியை தனியாக மதிப் பிட்டனர். எனவே, பொருள்முதல்வாதத்தினை முழுவதுமாகப் பின்பற்றாமை, தனித்தனிப் பொருள்முதல்வாதிகளின் தவறுகளுக் காக அதனைக் கைவிடுதல், மதத்தை மறுசீரமைக்க வேண்டியோ அல்லது ஒரு புதிய மதத்தை கண்டுபிடிக்க வேண்டியோ மதத்தை எதிர்த்துப் போராட வேண்டிய காரணத்தினால், சமூகவியலில் கருத்துமுதல்வாத சொற்களில் இருந்து விடுபடாமை, பொருள்முதல் வாதியாக மாறாதது ஆகியவற்றிற்காக ஃபூயர்பாக்கை அவர்கள் விமர்சனம் செய்தனர்.

இயங்கியல் பொருள்முதல்வாதத்தை விளக்குவதில் பல தவறு களைச் செய்தபோதிலும், டியட்ஸ்ஜென் அவரது ஆசிரியர்களின் இந்த மதிப்பு மிகுந்த போதனைகளைப் பின்பற்றினார். பொருள் முதல்வாதத்திலிருந்து குழப்பமாக அவர் விலகினாலும், கொள்கை யளவில் அதிலிருந்து அவர் விலகியதே இல்லை. ஒரு தனிக்கட்சி ஆரம்பிக்க வேண்டும் என்று அவர் முயற்சித்ததே இல்லை. முக்கியமான கட்டங்களில் அவர் பின்வருமாறு உறுதியாகக் கூறினார்:

"நான் ஒரு பொருள்முதல்வாதி, நமது தத்துவம் பொருள்முதல்வாதத் தத்துவம்" ஜோசப் டியட்ஸ்ஜென் சரியாகவே கூறினார். "எல்லாக் கட்சிகளிலும் இந்த நடுநிலையான ஒரு கட்சி அருவருக்கத்தக்கது. அரசியலில் உள்ள கட்சிகள் இரு முகாம்களாகப் பிரிவது போல, விஞ்ஞானமும் இரு பொது பிரிவுகளாக உள்ளன. ஒரு பக்கத்தில் இயக்க மறுப்பியல் தத்துவவாதிகள், மற்றொரு பக்கத்தில் இயற்பியலாளர்கள் அல்லது பொருள்முதல்வாதிகள் உள்ளனர்.* ஆன்மீகவாதிகள், புலனுணர்ச்சிவாதிகள், எதார்த்தவாதிகள் போன்ற பல பெயர்களில் உள்ளவர்கள், நடுநிலையில் உள்ளவர்கள், சமரசம் செய்யும் போலிகள் இந்த வழியில் வருகிறார்கள். நாம் தெளிவினையும் உறுதியையும் எதிர்பார்க்கிறோம். பின்வாங்கும் பிற்போக்காளர்கள் தங்களைக் கருத்துமுதல்வாதிகள் என்று அழைத்துக் கொள்கின்றனர்.** இந்த இயக்க மறுப்பியல் ரீதியிலான மாயையிலிருந்து மனித மனதை விடுவிப்பவர்களைப் பொருள்முதல்வாதிகள் என்று அழைக்க வேண்டும். இந்த இரு பிரிவினரையும் திடப் பொருளுக்கும், திரவத்திற்கும் ஒப்பிட்டால் "அவற்றுக்கு இடையில் இருப்பது கஞ்சியாகத் தான் இருக்கும் (Mush)."***

உண்மை! "நேர்க்காட்சிவாதிகள்" உள்ளிட்ட எதார்த்தவாதிகள், மாக்கியர்கள் ஆகியோர் எல்லோருமே கஞ்சி போன்றவர்களே; இவர்கள் தத்துவத்தில் வெறுக்கத்தகுந்த இவர்கள் அனைவரும் தத்துவத்தில் வெறுக்கத்தக்க வகையிலான *நடுநிலையாளர்கள்.* ஒவ்வொரு பிரச்சனையிலும் பொருள்முதல்வாத, கருத்துமுதல்வாதப் போக்குகளை இவர்கள் குழப்புகிறார்கள். இந்த இரண்டு அடிப்படைப் போக்குகளிலிருந்தும் "தப்பிக்க முயற்சிப்பது" சமரசம் என்ற "ஏமாற்றுவேலை" தவிர வேறு எதுவுமில்லை.

கருத்துமுதல்வாதத்தின் "விஞ்ஞான ரீதியான பூசாரி வேலை" பகிரங்கமான பூசாரி வேலைக்கு முதல் அடிவைப்பு என்பது பற்றி டியட்ஸ்ஜெனுக்கு எந்தச் சந்தேகமும் கிடையாது. "விஞ்ஞான ரீதி

---

* இங்கும் சரியான சொற்கள் இல்லை. இயக்க மறுப்பியல் தத்துவவாதிகள் என்பதற்குப் பதிலாக, 'கருத்துமுதல்வாதிகள்சு என்றிருக்க வேண்டும். வேறோர் இடத்தில் டியட்ஸ்ஜெனே இயக்க மறுப்பியல் தத்துவவாதிகளை, பொருள்முதல்வாதிகளிடமிருந்து வேறுபடுத்துகிறார்.

** டியட்ஸ்ஜென் தம்மைத் தாமே சரிசெய்து கொண்டதை கருத்திற்கொள்க. அத்துடன், தற்போது பொருள்முதல்வாதிகளின் எதிரிகளாக எந்தக் கட்சியினர் உள்ளனர் என்பதை மிகத் தெளிவாக விளக்குகிறார்.

*** *"சமூக ஜனநாயக தத்துவம்''* என்ற கட்டுரையானது 1876ஆம் ஆண்டு எழுதப்பட்டது.

யான பூசாரிவேலை மதரீதியான பூசாரி வேலைக்கு உதவ முயற்சிக்கிறது" என்று டியட்ஸ்ஜென் எழுதினார் (பக். 51). "குறிப்பாக, அறிவுத்தோற்றவியலில் மனித மனதின் தவறான புரிதல் காரணமாக, இத்தகைய பேன்கூடு, இதில் இந்த இரண்டு வகைப் பூசாரிகளும் "முட்டையிடுகிறார்கள்." பின்பற்றத்தக்க வழிபாடு என்ற பேச்சின் மூலம் "படித்த எடுபிடிகள்", குழப்பமான "கருத்து முதல்வாதத்தின்" மூலம் மக்களை அதிர்ச்சிக்குள்ளாக்குகிறார்கள். இதுதான் தத்துவப் பேராசிரியர்கள் பற்றி டியட்ஸ்ஜெனின் கருத்து. "கடவுளின் எதிரி சாத்தான் என்பது போல, தொழில்ரீதியான பூசாரிக்கு பொருள்முதல்வாதி எதிரியாகிறான்." அறிவு பற்றிய பொருள்முதல் வாதக் கொள்கை, "மத நம்பிக்கைக்கு எதிரான பிரபஞ்சம் தழுவிய ஆயுதம் ஆகும்" (பக். 55). "இது பூசாரிகளின் பிரபலமான, சாதாரண மதத்திற்கு மட்டுமல்லாமல், குழப்பும் கருத்துமுதல்வாதிகளின் பண்பட்ட, உயர்ந்த மதத்திற்கும் எதிரியாகும் (பக். 58).

சுதந்திரமாகச் சிந்திக்கும் பேராசிரியர்களின் "அரைகுறை மனதை விட", "மத உண்மையை" டியட்ஸ்ஜென் ஏற்றுக் கொள்ளத் தயாராக இருந்தார். ஏனென்றால், எங்கு அமைப்பு உள்ளதோ அங்கு நடைமுறையைக் கோட்பாட்டிலிருந்து பிரிக்க முடியாத மக்களைக் காண முடியும். ஏனென்றால், "தத்துவம் என்பது ஒரு விஞ்ஞானமல்ல சமூக-ஜனநாயகத்திற்கு எதிரான தற்காப்பாகும்" என்பது இந்தப் பேராசிரியர்களுக்குரிய கொள்கையாகும் (பக். 107). "தங்களைத் தத்துவவாதிகள் என்று அழைத்துக் கொள்ளும் பேராசிரியர்கள் அவர்களிடம் சுதந்திரமான சிந்தனை இருந்தாலும் மூடநம்பிக்கையிலும், இறையுணர்வுக் கோட்பாட்டிலும் மூழ்கியுள்ளனர்... சமூக-ஜனநாயகத்தினைப் பொறுத்தமட்டிலும்... ஒரே பிற்போக்குக் கும்பலாக உள்ளனர் (பக். 108). "எல்லா வகையான மத, தத்துவ உளறல்களால் பாதை விலகாமல் இருக்க, உண்மையான பாதையைப் பின்பற்ற, பொய்யிலும், பொய்யான பாதையான தத்துவத்தைக் கற்க வேண்டியது அவசியமாகிறது" (பக். 103).

தத்துவத்தில் உள்ள பல தரப்பினரின் நோக்குநிலையின்படி, மாக், அவெனரியஸ் மற்றும் அவர்களது குழுவினர் பற்றி இப்பொழுது ஆராய்வோம். இந்தக் கனவான்கள் அவர்களது 'சார்பற்ற நிலை பற்றிப் பறை சாற்றுகிறார்கள். அவர்களுக்கு எதிர்ப்பு என்று ஒன்று இருந்தால் அது பொருள்முதல்வாதம் தான். பொருள்முதல்வாதி மட்டும்தான். எல்லா மாக்கியர்களின் எழுத்துகளில் இழையோடிக் கொண்டிருக்கும் ஒரு சிவப்பு நாடா கருத்துமுதல்வாதம், பொருள்முதல்வாதம் ஆகிய எல்லாவற்றிற்கும் மேலாகத் தாங்கள் உள்ளோம் என்று அவர்கள் கூறுவதுதான். இந்தக் காலாவதியான எதிர்க் கருத்துரையைக் கடந்து விட்டோம் என்பதுதான். ஆனால், இந்தக்

குழு முழுவதுமே *தொடர்ந்து* கருத்துமுதல்வாதத்தை நோக்கிச் செல்கிறது; பொருள்முதல்வாதத்தை எதிர்த்து, இடையறாது போராடுகிறது. அவெனரியஸ் போன்ற தத்துவ நிபுணர்களின் அறிவுத் தோற்றவியலின் நுணுக்கமான தற்பெருமை ஒரு பேராசிரியக் கண்டுபிடிப்பாகவே உள்ளன; இவை அவரது கண்டுபிடிப்புகளின் ஒரு சிறு குழுவை உருவாக்கும் முயற்சியாகும். ஆனால், *உண்மை யில்,* தற்கால சமுதாயத்தில் உள்ள கருத்துகள் மற்றும் போக்குகள் ஆகியவற்றிற்கு இடையிலான போராட்டத்தில், இந்த அறிவுத் தோற்றவியல் உத்திகள் ஒவ்வொரு நேர்விலும் பயன்படுவது ஒரே மாதிரியானது ஆகும். அதாவது, கருத்துமுதல்வாதம், நம்பிக்கை வாதம் ஆகியவற்றிற்கு வழிவகுப்பதாகும். அவற்றிற்குத் தொண்டு புரிவதாகும். உண்மையில், வார்ட் போன்ற ஆங்கிலேய ஆன்மீக வாதிகள் அனுபவவாத விமர்சகர்களின் சிறு பிரிவைப் பாராட்டு வதும், பிரெஞ்சு புதிய விமர்சகர்களும் ஜெர்மானிய இறைமைக் கோட்பாட்டாளர்களும் பொருள்முதல்வாதத்தின் மீது மாக் தாக்குதல் தொடுப்பதற்குப் பாராட்டுவதும் ஒரு தற்செயல் விபத்தாக முடியாது! "நம்பிக்கைவாதத்துக்குப் படித்த எடுபிடிகள்" என்று பகிரங்கமாகக் கூறி மாக் அவெனரியஸ் மற்றும் அவர்களது ஒட்டு மொத்த பிரிவினரின் தலையில் ஆணியே அடித்துவிடுகிறார் டியட்ஸ்ஜென்.*

---

* பிற்போக்கான முதலாளித்துவ தத்துவத்தின் பரவலான போக்கில் நடைமுறையில் மாக்கியம் எவ்வாறு பயன்படுத்தப்பட்டுள்ளது என்பதற்கு இங்கு ஓர் உதாரணம் உள்ளது. ''சமீபத்திய அமெரிக்கத் தத்துவத்தில்'' ''சமீபத்திய நாகரிகம்'' பயனீட்டு வாதம் (கிரேக்கச் சொல் - Pragma - செயல் அதாவது, செயலின் தத்துவம்). தத்துவப் பத்திரிகைகள் மற்றவற்றை விட பயனீட்டுவாதம் பற்றி அதிகம் பேசுகின்றன. பொருள்முதல்வாதம், கருத்துமுதல்வாதம் ஆகியவற்றின், இயக்க மறுப்பியல் நிலையை இது கேலிக்குள்ளாக்குகிறது. அனுபவத்தை மட்டுமே உயர்த்திப் பிடிக்கிறது. நடைமுறையை மட்டுமே அடிப்படையாகக் கொள்கிறது. நேர்க்காட்சிவாத இயக்கத்தைப் பொதுவாகக் குறிப்பிடுகிறது. *ஆதரவிற்காக, ஆஸ்ட்வால்ட், மாக், பியர்சன், பாயின்கர், டுஹெம் ஆகியோரை எடுத்துக் கொள்கிறது.* 'விஞ்ஞானம் என்பது எதார்த்தத்தின் அப்பட்டமான பிரதியல்ல... இதிலிருந்து நடைமுறை நோக்கங்களுக்காக ஒரு கடவுள் இருப்பதைக் காட்டுகிறது. அதாவது, நடைமுறை நோக்கங்களுக்காக மட்டுமே. எந்த இயக்க மறுப்பியல் தன்மையும் இல்லாதவர். அனுபவத்தின் எல்லைகளை மீறாதவர். பொருள்முதல்வாதத்தின் படி, மாக்கியம், பயனீட்டுவாதம் ஆகியவற்றிற்குள்ள வேறுபாடு அனுபவவாத விமர்சனம், அனுபவவாத ஒருமைவாதம் ஆகியவற்றிற்கு இடையே உள்ள வேறுபாடுபோல முக்கியமானதல்ல. உண்மை பற்றிய போக்தனோவின் வரையறையை, பயனீட்டாளரின் உண்மை பற்றிய வரையறையுடன் ஒப்பிடுங்கள். 'அனுபவத்தில் உள்ள எல்லாச் செயல் மதிப்புகளுக்கும் ஆன ஒரு வகை இனப்பெயர்தான் பயனீட்டு உண்மை'' (மே.நூல். ப.68).

ரசிய மாக்கியர்கள், மாக்கியத்துடன் மார்க்சியத்தை "சமரசம் செய்து" இணைக்க விழைந்தனர். இதில் கெடுவாய்ப்பு என்ன வென்றால், அவர்கள் பிற்போக்கான தத்துவப் பேராசிரியர்களை நம்பினர். முடிவு, சாய்வு தளத்தில் சறுக்கி விழுந்தனர். மார்க்சை விளக்குவதற்கு, விரிவாக்குவதற்கு அவர்கள் கையாண்ட முறைகள் சிறுபிள்ளைத் தனமானவை ஆகும். அவர்கள் ஆஸ்ட்வால்டைப் படித்தனர், நம்பினர்; பொழிப்புரை அளித்தனர். அதனை மார்க்சியம் என்று கூறினர். அவர்கள் மாக்கைப் படித்தனர், நம்பினர், பொழிப்புரை அளித்து அதனை மார்க்சியம் என்றனர். அவர்கள் பாயின்கரைப் படித்தனர், நம்பினர், பொழிப்புரை அளித்து, அதனை மார்க்சியம் என்றனர். வேதியியல், வரலாறு அல்லது இயற்பியல் ஆகிய துறைகளில் சிறந்த பங்களிப்புச் செய்யும் திறன் உள்ள இந்தப் பேராசிரியர்களில் ஒருவரைக் கூட தத்துவம் என்று வரும்பொழுது சிறிதளவுகூட நம்ப முடியாது, ஏன்? அதே காரணத்தினால்தான் அரசியல் பொருளாதாரத்தில் உண்மையான, தனிச்சிறப்பான ஆய்வுகளைச் செய்து மதிப்புமிக்க பங்களிப்புகளைச் செய்யும் திறன் படைத்த எந்த ஒரு பேராசிரியரையும் அரசியல் பொருளாதாரத்தின் பொதுக் கோட்பாடு என்று வரும் போது ஓர் எள்முனை அளவிற்கும் நம்புவதற்கு இடமில்லை. ஏனென்றால், இன்றைய சமுதாயத்தில் அரசியல் பொருளாதாரத்திலும் *சார்பு நிலை* உள்ளது. மொத்தத்தில், பொருளாதாரப் பேராசிரியர்கள் எல்லோரும் முதலாளித்துவ வர்க்கத்தின் படித்த விற்பனை பிரதிநிதிகள் ஆவர். தத்துவப் பேராசிரியர்கள் எல்லோரும் இறையியலின் படித்த விற்பனைப் பிரதிநிதிகள் ஆவர்.

இந்த இரு நேர்வுகளிலும் மார்க்சியர்களின் வேலை, "இந்த *விற்பனைப் பிரதிநிதிகளின்*" சாதனைகளைக் கற்று, மாற்றி அமைப்ப தாகும் (உதாரணமாக, இவர்களது படைப்புகளைப் பயன்படுத் தாமல் உங்களால், பொருளாதாரத் தோற்றப்பாடுகள் பற்றிய ஆய்வில் நீங்கள் முன்னேறவே முடியாது). இதன் மூலம் அவர்களது பிற்போக்குத் தன்மையை வெற்றிகொள்ளவும், நமக்கு எதிராக உள்ள வர்க்கம் முழுவதையும் நாம் வெற்றி கொள்ளவும் இதனைச் செய்ய வேண்டும். இதனைத் தான் நமது மாக்கியர்களால் செய்ய முடியவில்லை. அவர்கள் பிற்போக்கான தத்துவப் பேராசிரியர்களின் தலைமையை அடிமைத்தனமாகப் பின்பற்றுகிறார்கள். ஆய்வு என்பதன் ஆசிரியர்கள் பெயரால் லூனாசார்ஸ்கி எழுதினார்: "நாம் பாதை தவறிவிட்டோம், ஆனால், நாம் தேடிக் கொண்டிருக்கிறோம்." பிரச்சனை என்னவென்றால், நீங்கள் தேடவில்லை; உங்களைப் பிடித்துக் கொண்டார்கள் என்பது தான். முதலாளித்துவ தத்துவப்

போக்கில் உள்ள ஒவ்வொரு மாறுதலையும் உங்கள் மார்க்சிய நிலையில் நீங்கள் காணவில்லை (நீங்கள் மார்க்சியராக விரும்பு கிறீர்கள்). அந்த நாகரிகம் உங்களை நோக்கி வருகிறது. கருத்துமுதல் வாத ரசனைக்கு ஏற்ப அதன் புதிய பொய்களை உங்கள் தலை மீது ஏற்றுகிறது. ஒரு நாள் அது ஆஸ்ட்வால்ட், மற்றொரு நாள் அது மாக், அதன்பிறகு அது பாயின்கர் என்று அமைகிறது. இந்த அற்பமான கோட்பாட்டு ரீதியான கருவிகளை ("ஆற்றல் ஆய்வியல் துறை", "ஆக்கக் கூறுகள்", "உயிரில்லாதவற்றுக்கு உயிர்ப் பண்பேற்றுதல்") நீங்கள் அப்பாவித்தனமாக நம்புகிறீர்கள். இவை ஒரு குறுகிய சிறிய பிரிவுக்குரியவை. அதே சமயத்தில் இவற்றின் கருத்தியல், *சமூகவியல் போக்குகளை* உடனடியாக வார்ட்களும், புதிய விமர்சகர்களும், இறைமை பற்றிய கோட்பாட்டாளர்களும், லோபாடியர்களும், பயனீட்டுவாதிகளும், பற்றிக் கொள்கின்றனர். *அவர்களது நோக்கத் தினை இவை நிறைவேற்றுகின்றன.* அனுபவவாத விமர்சனம், பௌதிகக் கருத்துமுதல்வாதம் ஆகியவற்றின் மீதான மோகம், விரைவில் புதிய - கான்டியம், "உடற் கூறியல்" கருத்துமுதல்வாதம் மீதான மயக்கமாக மாறுகிறது. ஆனால், நம்பிக்கை வாதம் இந்த மயக்கத்தை சாதகமாக்கிக் கொண்டு கருத்துமுதல்வாதத் தத்துவத் திற்காக ஆயிரம் வழிகளில் அதன் கருவிகளை மாற்றிக் கொள்கிறது.

முதலாளித்துவ பிற்போக்காளர்களின் அனுபவவாத விமர்சனத்தின் *உண்மையான* வர்க்கப் பயன்பாடு என்பது மதம் மற்றும் இயற்கை விஞ்ஞானம் ஆகியன பற்றிய அவர்களது அணுகுமுறையில் வெளிப் படுகிறது.

முதல் பிரச்சனையை எடுத்துக் கொள்ளுங்கள். மார்க்சியத்தை *எதிர்த்த* ஒரு கூட்டு முயற்சி நூலில் லுனாசார்ஸ்கி, "மனிதனது உயர் மட்டத் திறமைகளைத் தெய்வீகத் தன்மை கொண்டதாக்குதல்", "மத நாத்திகம்" என்பன பற்றிப் பேசுவது ஒரு தற்செயல் நிகழ்ச்சி என்று நீங்கள் நினைக்கிறீர்களா?* நீங்கள் அவ்வாறு கருதினால், ரசிய மாக்கியர்கள் வாசகர்களுக்கு ஐரோப்பாவில் உள்ள மாக்கியப் போக்கு முழுவதையும் இப்போக்கின் மதம் பற்றிய அணுகுமுறை யையும் சரியாகக் கூறவில்லை என்பதாகும். இந்தப் போக்கு மார்க்ஸ், எங்கெல்ஸ், டியட்ஸ்ஜென், ஃபூயர்பாக் ஆகியோரது போக்கினைப் போன்றதல்ல. அதற்கு *நேர் எதிரானது.* "அனுபவவாத

---

* *ஆய்வுகள்* என்ற நூலின் பக். 157, 159. *Gazette Etrangere*[113], இதழில் அதே ஆசிரியர், ''மதரீதியான முக்கியத்துவத்தில் அறிவியல் சோசலிசம்'' மற்றும் *Education*[114], 1908 எண்.1, பக். 164. அவர் வெளிப்படையாகத் தெரிவிப்பது: ஒரு நெடுங்காலத்துக்கு ஒரு புதிய மதமானது என்னுள் முதிர்ந்து கொண்டே இருக்கிறது.

விமர்சனம் கடவுள் நம்பிக்கையையோ நாத்திகவாதத்தையோ எதிர்க்கவில்லை" என்ற பெட்சோல்ட்டின் கூற்றுடன் அது தொடங்கு கிறது. அல்லது "மதம் பற்றிய கருத்து என்பது தனிப்பட்ட செய்கை" என்ற மாக்கின் கருத்துடன் தொடங்குகிறது. *வெளிப்படையான நம்பிக்கைவாதம்,* கார்னிலியசின் *வடிகட்டின பிற்போக்குக்* கருத்துகள் ஆகியவற்றுடன் முடிவடைகிறது. கார்னிலியஸ் மாக்கைப் பாராட்டுகிறார். மாக் கார்னிலியசைப் பாராட்டுகிறார். இந்தப் பிரச்சனையில் *தத்துவவாதியின்* நடுநிலைமை என்பது நம்பிக்கைவாதம், மாக், அவெனரியஸ் கருத்துகள் ஆகியவற்றிற்கு அடிபணிவதாகும். ஏனென்றால், அறிவுத் தோற்றவியலின் அவர்களது ஒவ்வொரு கூற்றும் நடுநிலைக்கு அப்பால் செல்லாது, செல்ல முடியாது.

புலன்கள் மூலம் கிடைக்கும் புறவய எதார்த்தத்தை நீங்கள் மறுக்கும்பொழுது நம்பிக்கைவாதத்திற்கு எதிரான எல்லா ஆயுதங் களையும் நீங்கள் இழந்து விடுகிறீர்கள். ஏனென்றால், நீங்கள் அறி யொணாவாதம் அல்லது அகவயம் என்பதற்குச் சென்று விடு கிறீர்கள். இதனைத் தான் நம்பிக்கைவாதம் எதிர்பார்க்கிறது. புலன் அறிவுக்கு உட்பட்ட உலகம்தான் புறவய எதார்த்தம் என்றால், மற்ற எல்லா எதார்த்தங்களுக்கான அல்லது அரை எதார்த்தங்களுக்கான கதவுகள் அடைக்கப்படுகின்றன (கடவுள்தான் "உண்மையான" கருத்து என்ற இறைமைக் கோட்பாட்டாளர்களின் "எதார்த்தத்தை" பசரோவ் நம்பினார் என்பதை நினைவில் கொள்ளுங்கள்). உலகம் என்பது இயங்கும் பருப்பொருள் என்றால், இந்தப் பருப்பொருளை அதன் எல்லையற்ற அமைப்புகளில் விரிவான தோற்றங்களில் ஆராய வேண்டும். இயக்கத்தையும் ஆராய வேண்டும். ஆனால், எல்லோருக்கும் பழக்கமான, பௌதிகமான புறஉலகிற்கு அப்பால் எதுவும் இருக்க முடியாது. ஆனால், நாகரிகமான ஐரோப்பாவில் பொருள்முதல்வாதத்திற்கு எதிர்ப்பு, பொருள்முதல்வாதிகளைக் கேவலமாகப் பேசுதல் என்பன வழக்கமாகிவிட்டது. இவை என்றும் நடந்து கொண்டிருக்கின்றன. இவற்றை வாசகர்களிடமிருந்து ரசிய மாக்கியர்கள் *மறைத்துள்ளார்கள்.* இவர்கள் ஒரு *தடவைகூட,* பொருள்முதல்வாதத்தை மாக், அவெனரியஸ், பெட்சோல்ட் இவர்களின் கூட்டாளிகள் ஆகியோர் தாக்குவதைப் பொருள்முதல் வாதத்திற்கு *ஆதரவாக* ஃபூயர்பாக், மார்க்ஸ், எங்கெல்ஸ் மற்றும் ஜோ. டியட்ஸ்ஜென் ஆகியோர் கூறியதனுடன் ஒப்பிட்டுக் காட்டவில்லை.

நம்பிக்கைவாதம் பற்றிய மாக், அவெனரியஸ் ஆகியோரின் இந்த அணுகுமுறை பலனற்றது, உண்மைகள் தமக்காகவே பேசுகின்றன.

வார்ட், புதிய விமர்சகர்கள், ஷூப்பே, ஷுர்ட்- சோல்டர்ன் ஆகியோரின் முத்தங்களால் தூக்கு மேடையில் ஏற்றப் பட்ட இந்தப் பிற்போக்குப் பேராசிரியர்களை எந்த முயற்சியாலும் விடுவிக்க முடியாது. மேலே குறிப்பிட்ட தத்துவவாதிகள், பேராசிரியர்கள் ஆகியோரின் தாக்கம் அவர்களது படித்தவர்களிடையே (அதாவது, முதலாளித்துவத் தன்மை கொண்ட) கருத்துகள் பரவலாக இடம் பெறுவது, அவர்கள் படைத்த நூல்கள் ஆகியன மாக், அவெனரியஸ் சிறு குழுவை விட பத்து மடங்கு பெரியவை. அந்தச் சிறு குழு யாருக்குத் தேவையோ அவர்களுக்கு உதவுகிறது. அது எவ்வாறு சுரண்டப்பட வேண்டுமோ அவ்வாறே சுரண்டப்படுகிறது.

லூனாசார்ஸ்கி அடைந்துள்ள அவமானகரமான நிலை ஒன்றும் விதிவிலக்கானதல்ல. அது ரசிய அனுபவவாத விமர்சனம், ஜெர்மானிய அனுபவவாத விமர்சனம் ஆகியவற்றின் விளைவாகும். இந்த ஆசிரியரின் ''நல்ல நோக்கம்'' அவரது சொற்களுக்கான ''தனிப்பட்ட அர்த்தம்'' ஆகியவற்றின் மூலம் இதனைப் பாதுகாக்க முடியாது. இந்தக் கூற்றுகள் நேரடியானதாகவும் பொதுவாகவும் இருந்தால் அதாவது, நேரடியான நம்பிக்கைவாதமாக இருந்தால், இந்த ஆசிரியருடன் விவாதிப்பதை நிறுத்த வேண்டியதில்லை. அவ்வாறு இருந்தால் அனடோலி லூனாசார்ஸ்கியை பீட்டர் ஸ்டர்வுடன் எந்த மார்க்சியவாதியும் ஒன்றாகக் காணமாட்டான். இவ்வாறு இல்லாவிட்டால் (இவ்வாறு தான் இருக்கிறது) அதில் ஒரு தனிச்சிறப்பான பொருள் இருப்பதை நாம் காண்கிறோம். எனவே, *போராடுவதற்கு இடம் இருப்பதால்* இப்போராட்டத்தை தோழமை உணர்வுடன் செய்கிறோம். இது தான் லூனாசார்ஸ்கியின் கூற்றில் உள்ள அவமானம் ஆகும். அதாவது, அவர் தனது "நல்ல நோக்கங்களை இவற்றுடன் இணைக்கிறார்." இதுதான் அவரது கொள்கையின் கெட்ட அம்சம். இந்த நல்ல எண்ணங்களை நடைமுறைப்படுத்த சில முறைகளை அல்லது முடிவுகளை அது பயன்படுத்த இடமளிக்கிறது. இது தான் பிரச்சனையே. அதாவது நல்ல "எண்ணம்" என்பது ஒவ்வொரு டாம், டிக் அல்லது ஹாரிக்களின் தனிப்பட்ட செய்கை. இத்தகைய கூற்றுகளின் *சமுதாய முக்கியத்துவம்* உறுதியானது; மறுக்க முடியாதது. எந்த விளக்கமும் பாதுகாப்பும் அவற்றை நீக்கி விட முடியாது.

லூனாசார்ஸ்கியின் "உயர் மனித செயல்படும் திறனை தெய்வீக மயமாக்குதல்" மற்றும் போக்தனோவின் அனைத்து இயற்பியல் ரீதியான இயற்கையின் உளவியல் தன்மையால் "பொதுவான பதிலீடு" செய்தல் ஆகிய இரண்டுக்கும் இடையிலான சித்தாந்த ரீதியான நெருக்கத்தைப் பார்க்காமல் இருப்பதற்கு ஒருவர் பார்வைக்

கோளாறு உள்ளவராக இருக்க வேண்டும். இவை இரண்டும் ஒரே சிந்தனை தான். ஒரு நிலையில் இது அழகியல் நோக்கிலிருந்து கூறப்படுகிறது. மற்றொன்றில் இது அறிவுத்தோற்றவியல் நோக்கில் இருந்து கூறப்படுகிறது. விவாதப் பொருளை குறிப்பறிந்து அணுகும் "பதிலீடானது" அத்துடன் ஒரு வேறுபட்ட கோணத்திலிருந்து, மனிதனிடமிருந்து "உளவியல் தன்மையை'' பிரித்ததன் மூலமாக உயர் மனித செயல்படும் திறனை *ஏற்கெனவே* தெய்வீகமயமாக்கு கிறது. மேலும் அது அனைத்து இயற்பியல் தன்மை கொண்ட இயற்கைக்காக மனிதனுடைய "உளவியல் தன்மை" என்பதைத் தீவிரமாக விரிவுபடுத்தப்பட்ட அருவமான, தெய்வீகத்தன்மை கொண்ட "உயிரற்ற உளவியல் தன்மை கொண்ட பொதுவானது" என்பதால் பதிலீடு செய்யப்படுகிறது. அத்துடன், "அறிவுக்குப் பொருந்தா அனுபவத்தின் போக்கு" என்பதற்குள் யுஷ்கேவிச்சின் "சொற்கள்" அறிமுகப்படுத்தப்படுவதை என்னவென்பது? பொருள் மாற்றீடு என்பது மிகவும் விரிவான, தெய்வீகமான உணர்ச்சியற்ற "பொதுமையான உளவியலை" எல்லா *பௌதிக இயற்கைக்கும்* மாற்றாக முன் வைக்கிறது. "அதர்க்கமான அனுபவத் தொகுப்பில்" அறிமுகப்படுத்தப்பட்ட யுஷ்கேவிச்சின் "லோகோஸ்" (Logos) என்பது என்ன?

ஓர் ஒற்றைப் பிடியாகப் பொறியில் சிக்கவைக்கப்பட்டாலும், பறவை பறந்து போய்விட்டது. அத்துடன் நமது மாக்கியர்கள் கருத்துமுதல்வாதத்தில் அதாவது நீர்த்துப்போன, நுட்பமான நம்பிக்கைவாதத்தில் சிக்கிக் கொண்டு விட்டனர்; அவர்கள் "புல னுணர்ச்சியை" புறவயமான உலகின் ஒரு பிம்பமாகக் கருதாமல், அதை ஒரு தனிச்சிறப்பான "ஆக்கக் கூறாக" அவர்கள் எடுத்துக் கொண்ட தருணத்தில் பொறியில் சிக்கிக் கொண்டுவிட்டனர். ஒரு புறவயமான மெய்யான உலகை மனித மனம் *பிரதிபலிக்கிறது* என்ற பொருள்முதல்வாத கோட்பாட்டை ஒருவர் அங்கீகரிக்கவில்லை என்றால், தவிர்க்க முடியாமல் இதில் எந்த ஒருவருடைய புல னுணர்ச்சியும் இல்லை, எந்த ஒருவருடைய மனதும் இல்லை, எந்த ஒருவருடைய ஆன்மாவும் இல்லை, எந்த ஒருவருடைய விருப்பமும் இல்லை என்பதைப் புரிந்து கொள்வார்.

5. எர்னஸ்ட் ஹெக்கலும் எர்னஸ்ட் மாக்கும்

ஒரு *தத்துவப் போக்கு* என்ற முறையில், இயற்கை விஞ்ஞானம் பற்றிய மாக்கிய அணுகுமுறையை நாம் இப்பொழுது காண்போம். ஆரம்பத்திலிருந்து முடிவு வரை மாக்கியமானது இயற்கை விஞ்ஞா

னத்தின் இயக்க மறுப்பியல் நிலைக்கு எதிராகப் *போராடுகிறது*. இந்தப் பெயரைத்தான் அவர்கள் *இயற்கை விஞ்ஞானப் பொருள் முதல்வாதத்திற்குக்* கொடுத்துள்ளனர். இது இயல்பூக்கமானது, அறிவு சாராதது, முன் தகவல் இல்லாதது, தத்துவ ரீதியாக உணர்வு நிலை சாரா நம்பிக்கை ஆகும். நமது உணர்வால் பிரதிபலிக்கப்படும் புறவய எதார்த்தமான உலகு பற்றி பெரும்பாலான விஞ்ஞானிகள் கொண்டுள்ள கருத்து இது. நமது மாக்கியர்கள் இந்த உண்மையை தந்திரமாக மறைக்கின்றனர். இயற்கை விஞ்ஞானியின் இயல்பான பொருள்முதல்வாதத்திற்கும் *பொருள்முதல்வாதத் தத்துவப் போக் கிற்கும் உள்ள பிரிக்க இயலாத உறவைக்* குழப்புகின்றனர். இந்தப் போக்கு பற்றி வெகுகாலத்திற்கு முன்பே தெரியும். இதனை மார்க்சும் எங்கெல்சும் நூற்றுக்கணக்கான தடவை உறுதி செய்துள்ளனர்.

அவெனரியசை எடுத்துக் கொள்ளுங்கள். *தத்துவம் என்பது ஆற்றலின் மிகச் சிறிய அளவின் கொள்கையின்படி, உலகு பற்றிய சிந்தனை* என்ற அவரது முதல் நூலிலேயே (1876) இயற்கை விஞ்ஞானத்தின் இயக்க மறுப்பியல் தத்துவத்தை அதாவது, இயல் பான விஞ்ஞானப் பொருள்முதல்வாதத்தை அவர் தாக்கினார். 1891இல் அவரே ஒப்புக்கொண்டபடி (அவரது கருத்துகளைத் திருத்திக் கொள்ளாமலேயே!) கருத்துமுதல்வாத, அறிவுத் தோற்ற வியல் கண்ணோட்டத்திலிருந்து அதனைத் தாக்கினார்.

மாக்கை எடுத்துக் கொள்ளுங்கள். 1872ஆம் ஆண்டிலிருந்து (அல்லது அதற்கும் முன்னரே) 1906 ஆம் ஆண்டு வரை இயற்கை விஞ்ஞானத்தின் இயக்க மறுப்பியல் தத்துவத்தை அவர் தொடர்ந்து தாக்கினார். ஆனால், அவரது கருத்தினைப் பல தத்துவவாதிகள் பகிர்ந்து கொண்டனர் என்று ஒப்புக் கொள்ளும் அளவுக்கு அவர் உணர்வு உள்ளவராக இருந்தார் (இறைமைக் கோட்பாட்டாளர்கள் உட்பட). ஆனால், ஒருசில விஞ்ஞானிகளே ஒப்புக்கொண்டுள்ளனர் என்று அவர் கூறினார் *(புலனுணர்ச்சிகளின் பகுப்பாய்வு,* பக். 9). 1906ஆம் ஆண்டில் மாக் "பெரும்பான்மையான இயற்கை விஞ்ஞா னிகள் பொருள்முதல்வாதத்தையே பின்பற்றுகின்றனர்" என்று நேர்மையாக ஒப்புக் கொண்டார்.

பெட்சோல்ட்டை எடுத்துக் கொள்ளுங்கள். 1900 ஆம் ஆண்டில் "இயற்கை விஞ்ஞானங்களில் முற்றிலுமாக இயக்க மறுப்பியல் தத்துவம் நிரம்பியுள்ளது" என்று அவர் அறிவித்தார். "அவர்களது அனுபவம் இன்னும் சுத்தப்படுத்தப்பட வேண்டியுள்ளது" *(தூய அனுபவ தத்துவத்திற்கான ஒரு அறிமுகம்).* நமக்குப் புலன் உணர்வு மூலம் கிடைக்கும் புறநிலையான எதார்த்தத்தை அவெனரியஸ், பெட்சோல்ட் ஆகியோர் சுத்தப்படுத்துகின்றனர் என்பது நமக்குத் தெரியும். 1904ஆம் ஆண்டில் பெட்சோல்ட் கூறினார்: "தற்கால

விஞ்ஞானிகளின் இயந்திரகதியிலான உலகக் கண்ணோட்டம் பண்டைய இந்தியர்களை விடச் சிறந்தது ஒன்றுமில்லை... உலகம் ஒரு யானையின் மீது உள்ளது என்பதற்கும் கற்பனையான, அறிவுத் தோற்றவியல் ரீதியாக உண்மை என்று நம்பக்கூடிய மூலக்கூறுகள், அணுக்கள் ஆகியவற்றின் மீது உள்ளது என்பதற்கும் வேறுபாடு ஒன்றுமில்லை."

வில்லியை எடுத்துக் கொள்ளுங்கள். இறைமைக் கோட்பாட் டாளர்களுடனான தனது உறவு பற்றி வெட்கப்பட்ட ஒரே மாக்கியர் இவர். இருப்பினும், 1905இல் அவரே பின்வருமாறு கூறினார்: "...இயற்கை விஞ்ஞானங்களும் பல வழிகளில் அதிகாரமாக உள்ளன. இவற்றை நாம் தவிர்க்க வேண்டும்".

ஆனால், இது *அப்பட்டமான மூடத்தனம்* மற்றும் அப்பட்டமான பிற்போக்குவாதமாகும். அணுக்கள், மூலக்கூறுகள், எலக்ட்ரான்கள் ஆகியன *புறவயமான பொருளின் உண்மையான இயக்கத்தின்* தோராய மான பிரதிபலிப்பு என்று உள்ளதை யானையின் தலையில் உலகம் இருக்கிறது என்பது போல நம்புவதற்குச் சமமானது இது! எனவே நேர்க்காட்சிவாத நாகரிகமான தொப்பியால் அலங்கரிக்கப்பட்ட இந்த மூடநம்பிக்கைவாதிகளை இறைமைக் கோட்பாட்டாளர்கள் *இருகரம் கூப்பி* வரவேற்பதில் ஆச்சரியம் எதுவுமில்லை. இயற்கை விஞ்ஞானத்தின் இயக்கமறுப்பியல் நிலையை, அறிவியலாளர்களின் பொருள்முதல்வாதத்தைத் தாக்காத இறைக் கோட்பாட்டாளர் *ஒருவர்கூட* இல்லை. *ஏனென்றால்,* விஞ்ஞானிகள் பொருள், காலம், வெளி, இயற்கை விதிகள் ஆகியவற்றின் புறவய எதார்த்தத்தை *ஏற்றுக் கொள்கின்றனர்.* "இயற்பியல் ரீதியான கருத்துமுதல்வாதம்" என்பதற்கு இடமளித்த இயற்பியலில் கண்டுபிடிப்புகள் தோன்றுவதற்கு முன்னரே லெக்லெயர் "தற்கால இயற்கை விஞ்ஞானத்தில் விஞ்சி நிற்கும் பொருள்முதல்வாதப் போக்குகள்" என்பதில் இவற்றை எதிர்த்தார் (1879), ஷுப்பர்ட் - சோல்டன் "*இயற்கை அறிவியலின் இயக்க மறுப்பியல்தன்மை*" என்ற நூலில் இதனை எதிர்த்தார். ரெம்கே இயற்கை விஞ்ஞானப் பொருள்முதல்வாதத்தை *தெருவில் உள்ள இயக்க மறுப்பியல் தத்துவம்* என்று எதிர்த்தார் (1882) இன்னும் பல.

இயற்கை விஞ்ஞானப் பொருள்முதல்வாதத்தின் இயக்க மறுப் பியல் தத்துவப் பண்பான *மாக்கியக்* கருத்திலிருந்து இறைமைக் கோட்பாட்டாளர்கள் *நியாயமாக வெளிப்படையான* நம்பிக்கைவாத முடிவுகளை எடுத்தனர். அதன் கொள்கைகளில் இயற்கை விஞ்ஞானம் புறவய எதார்த்தத்தை சித்திரிக்காமல், உவமைகள், குறியீடுகள், மனிதனது அனுபவ வடிவங்கள் ஆகியவற்றை சித்திரித்தால், மனித குலத்திற்கே கடவுள் போன்ற *உண்மையற்ற* கருத்துகளைப் படைக் கும் உரிமை உண்டு என்பது சர்ச்சைக்கு அப்பாற்பட்ட கூற்றாகும்.

கிருத்துவ ஜூடாஸ் கிருத்துவுக்குக் கொடுத்த முத்தம் போன்றது விஞ்ஞானத்திற்கு மாக்கின் தத்துவம். கருத்துமுதல்வாதத் தத்துவத் திற்குச் செல்வதன் மூலம், மாக் விஞ்ஞானத்தை நம்பிக்கை வாதத்தின் கரங்களில் ஒப்படைக்கிறார். இயற்கையான விஞ்ஞானப் பொருள் முதல்வாதத்தை விட்டுவிடுவது, எல்லா வழிகளிலும் பிற்போக் கானது. பழைய தத்துவத்தின் நிலைப்பாட்டைப் பின்பற்றும் பெரும்பான்மையான இயற்கை விஞ்ஞானிகளுக்கு எதிராக "இயற்பியல் ரீதியான கருத்துமுதல்வாதிகள்" நடத்திய போராட்டத் தைப் பற்றிப் பேசும்பொழுது நாம் இதனைக் கண்டோம். புகழ்பெற்ற விஞ்ஞானியான எர்னஸ்ட் ஹெக்கலை, புகழ் பெற்ற தத்துவவாதியான (பிற்போக்கான அற்பவாதிகளிடையே) எர்னஸ்ட் மாக்குடன் ஒப்பிடும் பொழுது இதனை நாம் காணலாம்.

பிரபஞ்சத்தின் புதிர் என்ற எர்னஸ்ட் ஹெக்கலின் நூல் நாகரிக உலகில் உருவாக்கிய புயல், ஒரு பக்கத்தில் தற்கால சமுதாயத்தில் தத்துவத்தின் *சார்புநிலையையும்*, மற்றொரு பக்கத்தில் அறி யொணாவாதத்திற்கும், கருத்துமுதல்வாதத்திற்கும் எதிரான பொருள் முதல்வாதத்தின் போராட்டத்தின் உண்மையான முக்கியத்துவத்தை யும் வெளிக்கொணர்ந்தது. இந்தப் புத்தகத்தின் *இலட்சக்கணக்கான பிரதிகள் விற்பனையாயின*. இது எல்லா மொழிகளிலும் மொழி பெயர்க்கப்பட்டது. மலிவுப் பதிப்பாக வெளிவந்தது ஆகிய உண் மைகள், இந்த நூல் *மக்களிடம்* சென்றுள்ளது என்பதைத் தெளிவாகக் காட்டுகின்றன. இந்தத் துறையில் எர்னஸ்ட் ஹெக்கலுக்கு ஏராளமான வாசகர்கள் தோன்றினர். இந்த வெகுமக்களால் விரும்பப்படும் இச்சிறிய நூல் வர்க்கப் போராட்டத்தில் ஒரு முக்கிய ஆயுதமாக மாறியது. ஒவ்வொரு நாட்டிலும் உள்ள தத்துவப் பேராசிரியர்கள், இறையியலாளர்கள் ஆகியோர் ஹெக்கலை அழிக்க முழு முயற்சி செய்தனர். புகழ் பெற்ற லாட்ஜே எர்னஸ்ட் ஹெக்கலுக்கு, எதிராக எல்லா வழிகளிலும் கடவுளைக் காப்பாற்ற முயன்றார். ரசிய இயற்பியலாளர் சவோல்சன் ஜெர்மனிக்குச் சென்று, ஹெக்கலைத் தாக்கியும், மதிப்பான தோற்றமுடைய அற்பர்களைத் திருப்திப்படுத்த, "சூதுவாதற்ற எதார்த்தவாதத்தை" பெரும்பாலான விஞ்ஞானிகள் பின்பற்றவில்லை என்றும் காட்ட ஒரு பிற்போக்குப் பிரசுரத்தைக் கொண்டு வந்தார்.* ஏராளமான மதவாதிகள் ஹெக்கலுக்கு எதிரான இயக்கத்தில் பங்கு பெற்றனர். அதிகாரபூர்வமான தத்துவவாதிகளில்

---

* ஹெக்கலைக் கொல்வதற்குச் செய்த முயற்சியில் இதுதான் சோகமானது (1908). ''நாய்'', ''நாத்திகன்'' மற்றும் ''குரங்கு'' என்ற பல பட்டப் பெயர்களுடன் பல கடிதங்களைப் பெற்ற பிறகும் ஜெனாவில் ஹெக்கலின் படிப்பறை சன்னல் வழியாக உண்மையான ஒரு ஜெர்மானிய ஆத்மா மிகப் பெரிய கல்லை எறிந்தது.

அவர் மீது அவதூறு சுமத்தாதவர்களே கிடையாது.* வாடி வதங்கி உயிரற்ற மயிரிழைவாதச் சூழலில் புதைக்கப்பட்ட இந்த மம்மிகளின் கண்கள் எவ்வாறு பிரகாசித்தன என்று காண்பது நகைப்புக்குரிய தாகும். ஹெக்கல் கன்னத்தில் அறைந்த அறையால் புதை குழிக்குப் போன தத்துவவாதிகளான இவர்களது கன்னங்கள் எவ்வாறு சிவந்தன என்பதைக் காண்பது ஆர்வமூட்டுவதாகும். தூய விஞ்ஞானத்தின் பொதுமையான கொள்கையின் தலைமைப் பூசாரிகள் சினத்தால் உறுமினர். தத்துவப் பண்டிதர்களின் இந்த ஊளைகளுக்கு உள்ளாக (கருத்துமுதல்வாதி பால்சென், இறைமைக் கோட்பாட்டுவாதி ரெஹ்ம்கே, காண்டிய அடிக்கஸ் மற்றும் பலர்) ஓர் அடிப்படை நோக்கம் தெளிவாக இருந்தது: இவர்கள் எல்லோரும் இயற்கை விஞ்ஞானத்தின் இயக்க மறுப்பியல் நிலை, "வறட்டு நம்பிக்கை வாதம்", "இயற்கை விஞ்ஞானத்தின் மதிப்பும் முக்கியத்துவமும் மிகைப்படுத்தப்படுதல்", இயற்கையான விஞ்ஞானப் பொருள்முதல் வாதம் ஆகியவற்றிற்கு எதிராக இருந்தனர். அவன் ஒரு பொருள்முதல் வாதி! தன்னை அவ்வாறு நேரடியாகக் கூறாமல் அவன் மக்களை ஏமாற்றிக் கொண்டிருக்கிறான்! இதுதான் இந்த மேன்மையுள்ள பேராசிரியர்களின் கோபத்திற்குக் காரணம்.

இந்தச் சோக நகைச்சுவை நாடகத்தில் குறிப்பிடத்தக்கது என்ன வென்றால், ஹெக்கலே *பொருள்முதல்வாதத்தை விட்டுவிட்டு*, அந்தப் பட்டப் பெயரையும் மறுக்கிறார் என்பதாகும்.** சுருக்க மாகக் கூறினால், மதத்தை முற்றிலுமாக மறுப்பதற்குப் பதிலாக, அவர் தனது மதத்தைக் கண்டுபிடித்தார். (புல்காகோவின் "நாத்திக நம்பிக்கை" அல்லது லூனாசார்ஸ்கியின் "மத நாத்திகவாதம்" போன்றது). *கொள்கையின் அடிப்படையில்* மதம், விஞ்ஞானம் ஆகியவற்றின் இணைப்பினை அவர் முன்மொழிந்தார். இது என்ன? இப்பொழுது எத்தகைய தவறான புரிதல் கொந்தளிப்பை ஏற்படுத்தி விட்டது?

ஹெக்கலின் தத்துவத்தின் சூதறியாப் பேச்சு, திட்டவட்டமான, சார்புநிலையற்ற தன்மை, பொருள்முதல்வாதத்திற்கு எதிரான அற்பவாத தப்பெண்ணங்களுக்கு மதிப்புக் கொடுப்பதில் உள்ள

---

* சவோல்சன், ஹெகல், *ஹேக்கல், கொசுத் மற்றும் பன்னிரெண்டாவது கட்டளை*, 1906.

** ஹென்ரிச் ஷ்மிடின் *உலக மர்மங்களுக்கான போட்டி* (1900) என்ற துண்டு பிரசுரம், ஹெக்கலுக்கு எதிராக தத்துவயியல் மற்றும் இறையியல் பேராசிரியர் களின் எதிர்ப்பு பற்றி தெளிவான பார்வையை கொடுக்கும். ஆனால் இந்த பிரசுரம் ஏற்கெனவே நடப்பில் இல்லாததாக போய்விட்டது.

அவரது மனக்கவலை, மதம் பற்றிய சமரச மனப்பான்மை ஆகியன இந்தப் புத்தகத்தின் *பொதுவான தன்மைக்கும்*, இயற்கை விஞ்ஞானத்தினை *அழிக்க முடியாமைக்கும்*, அதிகாரபூர்வமான பேராசிரியர்களது தத்துவம் மற்றும் இறையியலுடன் *சமரசம் செய்யாமைக்கும்* முக்கியத்துவம் அளித்தன. தனிப்பட்ட முறையில் ஹெக்கல் அற்பவாதிகளுடன் சண்டையை நாடவில்லை. ஆனால், இயல்பான, அசைக்க முடியாத சூதறியாத நம்பிக்கையுடன் அவர் கூற விரும்புவது, கருத்துமுதல்வாதத் தத்துவப் பேராசிரியர்களுக்கு முரணானது ஆகும். ஹார்ட்மன்னின் பண்படாத கொள்கையிலிருந்து பெட்சோல்ட்டின் நேர்க்காட்சிவாதம் வரையிலான எல்லாக் கொள்கையாளர்களும் தங்களது கொள்கை தான் புதியது, முற்போக்கானது என்று கற்பனை செய்பவர்களும், அனுபவவாத விமர்சகரான மாக்கும் இயற்கையான விஞ்ஞானப் பொருள்முதல்வாதமே இயக்க மறுப்பியல் தத்துவம் என்கின்றனர். இந்தக் கொள்கைகளுக்கு அடிப்படையாக உள்ள புறவய எதார்த்தத்தை ஏற்றுக் கொள்ளுதல், விஞ்ஞானத்தின் முடிவுகள் ஆகியன "சூதறியாத எதார்த்தவாதம்" என்கின்றனர். எல்லா அதிகாரபூர்வத் தத்துவத்தின் ஒவ்வொரு பக்கத்திற்கும் புனிதமான இந்தக் கொள்கைகளின் முகத்தில் ஹெக்கல் அறைகிறார். பத்தொன்பதாம் நூற்றாண்டின் முடிவிலும், இருபதாம் நூற்றாண்டின் ஆரம்பத்திலும் இருந்த பெரும்பாலான விஞ்ஞானிகளிடையே நிலவிய உறுதியான, சரியாக வரையறுக்கப்படாத அபிப்பிராயங்கள், உணர்வுகள், போக்குகள் ஆகியவற்றை இந்த விஞ்ஞானி விளக்கினார். அதிகாரபூர்வத் தத்துவம், மக்களிடமிருந்தும், ஆயிரக்கணக்கான சிறு சிறு கருத்துமுதல்வாத, நேர்க்காட்சிவாத, எதார்த்தவாத அனுபவவாத குழப்பவாத குழுக்களிடமிருந்தும் எல்லாவிதமான முயற்சிகளும் ஒரு வளர்ந்து வரும் விசாலமான அடிப்படையும் தகர்கிறது என்பதை இவர் எடுத்துக் காட்டினார். இந்த அடிப்படைதான் *இயற்கையான விஞ்ஞான பொருள்முதல்வாதம்* ஆகும். சூதறியாத எதார்த்தவாதிகளின் நம்பிக்கையான (மனித குலத்தின் நம்பிக்கை) நமது புலன் உணர்ச்சிகள், புறவயமான உலகின் பிம்பங்கள் என்பது பெரும்பாலான விஞ்ஞானிகளின் நம்பிக்கை ஆகும். இது படிப்படியாக வளர்ந்து வலுப்பெற்று வருகிறது.

புதிய தத்துவப் பிரிவுகளை நிறுவுபவர்கள், புதிய அறிவுத் தோற்ற இயலில் "இயங்களை" உருவாக்குபவர்கள் ஆகியோரின் இலக்கானது எந்த நம்பிக்கைக்கும் இடம் தராமல், மீளமுடியாத வகையில் தகர்ந்துள்ளது. அவர்களது "அசலான" சில்லறை தத்துவக் கட்டமைப்புகள் பற்றி அவர்கள் பெருமை பேசலாம். சில ரசிகர்களின் கவனத்தை ஈர்க்க அவர்கள் முயற்சிக்கலாம். யார் இதனை முதலில்

கூறுவது. அனுபவவாத போப்சின்ஸ்கியா, அல்லது அனுபவ ஒருமைவாத டோப்சின்ஸ்கியா [115] என்று அவர்கள் போட்டியிடலாம் அல்லது இறைமைக் கோட்பாட்டுவாதிகளைப் போன்று ஏராளமான பிரத்தியேக நூல்களைப் படைக்கலாம். ஆனால், ஊசலாட்டங்கள் தயக்கங்கள் இருந்த போதிலும், இயற்கை விஞ்ஞானிகள் உணர்வு சாராத் தன்மையுள்ள பொருள்முதல்வாதம் இருந்தாலும் அல்லது உடற்கூறு சார்ந்த கருத்துமுதல்வாதமாக என்பதன் மீதான மோகமாக இருந்தாலும், இயற்கை விஞ்ஞானத்தின் வளர்ச்சி எல்லா சில்லறை தத்துவக் கட்டமைப்புகளையும் பின்னுக்குத் தள்ளிக் கொண்டிருக்கிறது; மறுபடியும் மறுபடியும் *இயற்கையான விஞ்ஞான பொருள்முதல்வாதத்தின் இயக்க மறுப்பியல் நிலையை* முன்னுக்குக் கொண்டு வருகிறது.

ஹெக்கலிடமிருந்து இதற்கு ஓர் உதாரணம் உள்ளது. *வாழ்க்கையின் விநோதங்கள்* என்ற அவரது நூலில் ஹெக்கல் ஒருமைவாத, இருமைவாத, அறிவு பற்றிய கோட்பாடுகளை ஒப்பிடுகிறார். இந்த ஒப்பீட்டின் ஆர்வமூட்டும் பகுதிகளை இங்கு தருகிறோம்.*

அறிவு பற்றிய ஒருமைவாத கோட்பாடு	அறிவு பற்றிய இருமைவாத கோட்பாடு
3. அறிதல் என்பது உடலியல் செயல், அதன் உடலியல் உறுப்பு மூளை.	3. அறிதல் என்பது உடலியல் செயல் அல்ல; அது ஆன்மீகச் செயல்.
4. மனித மூளையில் அறிவு தோன்றுகிற ஒரே பகுதி கார்டெக்ஸ் (cortex) எனப்படும் (மூளையின் சாம்பல்நிற மேல் பகுதி - மொ.ர்.) ஒரு வரம்புக் குட்பட்ட ஒளியான ஃபுரோநெமா Phronema	4. அறிவின் உறுப்பாக செயல்படுவதாகத் தோன்றுகிற மனித மூளையின் பகுதி என்பது மெய்யாகத் தன்னைத்தானே வெளிப்படுத்திக் கொள்ளும் கருவி மட்டும்தான்.

(Phronema - என்ற இச்சொல் கிரேக்க மொழிச் சொல். இது காலாவதியான சொல் - இதன்படி பெருமூளையின் கார்டெக்ஸ் பகுதியில் உணர்வு நிறைந்த சிந்தனையுடன் உள்ளதாகக் கருதப்பட்டது. மேலும் சிந்தனை, நோக்க விருப்பம் ஆகியவற்றுக்கு இணையான சொல்லாகப் பார்க்கப்பட்டது - மொ.ர்.)

---

* பிரெஞ்சு மொழிபெயர்ப்பை நான் பயன்படுத்துகிறேன். வாழ்வின் அதிசயங்கள், பாரிஸ் ஸ்கெலெய்ச்சர், அட்டவணை I பதிப்பு XVI.

5. ஃபுரோநெமா என்பது ஓர் உயர்ந்தபட்ச செம்மையான மின் ஆக்கப்பொறி (dynamo) அதன் தனித்தனிப் பகுதிகள் ஃபுரோநெடா (phroneta). எனப் படுகிறது அதில் கோடிக் கணக்கான செல்கள் உள்ளன. உடலின் ஒவ்வொரு உறுப்பு போன்றே மூளையியன்ற உறுப்பும், அதன் செயல் பாட்டை "மூளை" என்பதும் அதன் ஒட்டுமொத்த செயல் பாடும் மூளையை உருவாக்கிய செல்களின் செயல்பாடு களாகும்.	5. ஃபுரோநெமா என்ற பகுத்தறிவுக்கான *உறுப்பு* தன்னியக்கமுள்ளது அல்ல, மாறாக அதைப் ஃபுரோநெடா என்ற செல்கள் வாயிலாக பொருளாயதமில்லாத மூளை மற்றும் வெளிப்புற உலகுக்கு இடையில், இடைநிலையாளராக செயல்படுகிறது. மனிதனுடைய பகுத்தறிவானது உயர்மட்ட விலங்குகளின் மூளையிடமிருந்தும் தாழ்மட்ட விலங்குகளின் இயல்புணர்ச்சியிலிருந்தும் முற்றிலுமாக வேறுபடுகிறது.

ஹெக்கலின் படைப்புகளில் இருந்து இவ்வாறான மேற்கோளானது அவர் தத்துவரீதியான சிக்கல்கள் பற்றிப் பகுப்பாய்வு செய்ய முயற்சிக்காததைக் காட்டுவதோடு அறிவு பற்றிய பொருள்முதல் வாதக் கோட்பாட்டை அறிவு பற்றிய கருத்தமுதல்வாதக் கோட்பாட்டிலிருந்து முரண்படுத்த இயலாததையும் காட்டுகிறது. அவர் எல்லாக் கருத்துமுதல்வாதிகளையும் *கேலி செய்கிறார்*. இதனை இயற்கை விஞ்ஞானக் கண்ணோட்டத்தில் செய்கிறார். இயற்கை விஞ்ஞான பொருள்முதல்வாதக் கொள்கையை விட வேறு எந்தக் கொள்கையும் சாத்தியமில்லை என்று கூறுகிறார். ஒரு பொருள்முதல் வாதியின் கண்ணோட்டத்திலிருந்து தத்துவவாதிகளைக் கேலி செய்கிறார். ஆனால் *அவரது நிலைப்பாடு* பொருள்முதல்வாத நிலைப்பாடு என்று அவர் உணரவேயில்லை!

இந்த சர்வ வல்லமையுள்ள பொருள்முதல்வாத தத்துவவாதிகளிடையே தோற்றுவித்துள்ள வலுவற்ற கோபத்தைப் புரிந்து கொள்ள முடிகிறது. மேலே நாம் "உண்மையான ரஷ்யரான" லோபாடினின் கருத்தை மேற்கோளாகக் காட்டினோம். அனுபவவாத விமர்சகர்களிடையே முற்போக்கானவரும், கருத்துமுதல்வாதத்தை சமரசமின்றி எதிர்ப்பவருமான ருடால்ப் வில்லியின் கருத்து இங்கு உள்ளது (*சிரிக்காதீர்கள்!*). "ஹெக்கலது ஒருமைவாதம் என்பது பல்பொருள் கலவை, ஆற்றலின் நிலைபெயராத்தன்மை பற்றிய விதி போன்ற சில இயற்கை விஞ்ஞான விதிகளை... பொருள், தானாகவே உள்ள பொருள் ஆகியன பற்றிய மயிரிழைவாதப் பாரம் பரியத்துடன் இணைக்கிறது."

இந்த அண்மைக்கால நேர்க்காட்சிவாதிகளை எது கலவரமடையச் செய்துள்ளது? அவர்கள் கலவரமடையாமல் என்ன செய்வார்கள்? ஏனென்றால் ஹெக்கலின் நிலைப்பாட்டின்படி அவர்களது ஆசிரியர் அவெனரியசின் எல்லா நிலைப்பாடுகளும் - அதாவது, மூளை சிந்தனைக்கான உறுப்பு அல்ல, புலன் உணர்வுகள் புற உலகின் பிம்பங்கள் அல்ல, பருப்பொருள் (பொருள்) அல்லது தானாகவே உள்ள பொருள் என்பது புறவய எதார்த்தம் அல்ல என்பன போன்றவை - வெறும் *கருத்துமுதல்வாத உளறல்* என்று உணர்ந்த பின்னர் *கலவரமடையாமல்* எவ்வாறு இருக்க முடியும்? ஹெக்கல் இதனை ஏராளமான சொற்களில் கூறவில்லை. ஏனென்றால், அந்தத் தத்துவம் பற்றிக் கவலைப்படவில்லை. அவருக்கு அனுபவவாத விமர்சனம் பழக்கமில்லை. ஆனால், ஹெக்கலின் ஆயிரக் கணக்கான வாசகர்கள் மாக், அவெனரியஸ் ஆகியோரின் முகத்தில் காரி உமிழ்வதை ருடால்ப் வில்லியால் உணராமல் இருக்க முடிய வில்லை. *லோபாடினின் முறையில்* வில்லி தன் முகத்தை முன் கூட்டியே துடைத்துக் கொள்கிறார். ஏனென்றால், லோபாட்டின், வில்லி ஆகியோர் பொருள்முதல்வாதத்திற்கு எதிராகக் குறிப்பாக இயற்கை - விஞ்ஞான பொருள்முதல்வாதத்திற்கு எதிராகத் தொடுக்கும் வாதங்கள் ஒரே மாதிரியானவை தாம். மார்க்சிய வாதிகளான நமக்கு லோபாட்டின், வில்லி, பெட்சோல்ட், மாக் ஆகியோருக்குள்ளே உள்ள வேறுபாடு புராட்டஸ்டன்ட் மதவாதி களுக்கும் கத்தோலிக்க மதவாதிகளுக்கும் இடையே உள்ள வேறுபாட்டைப் போன்றதுதான்.

ஹெக்கல் மீது தொடுக்கப்பட்ட "போர்", நமது இந்தக் கண் ணோட்டமானது *புறவய எதார்த்தத்திற்கு* ஒத்திருக்கிறது. அதாவது, தற்கால சமுதாயத்தின் வர்க்கத் தன்மைக்கும், அதன் கருத்தியல் போக்குகளுக்கும் இணையாக உள்ளது என்பதை மெய்ப்பித்துள்ளது.

இங்கு மற்றொரு சிறு உதாரணம் உள்ளது. மாக்கியரான கிளெயின் பீட்டர், கார்ல் ஸ்னைடர் என்பவரின் *தற்கால இயற்கை அறிவியலின் நோக்கு நிலையில் இருந்து உலகைப் பற்றிய சித்திரம்* (World picture *from the stand point of Modern Natural science)* என்ற நூலை ஆங்கிலத் திலிருந்து ஜெர்மனில் மொழிபெயர்த்துள்ளார். இது அமெரிக்காவில் பிரபலமான ஒரு நூல். இந்த நூல் இயற்பியல், விஞ்ஞானத்தின் பல பிரிவுகள் ஆகியவற்றில் இடம்பெற்ற பல கண்டுபிடிப்புகளைக் கூறுகிறது. மாக்கியரான கிளெயின் பீட்டரை இதற்கு ஒரு முன்னுரை வழங்கக் கேட்டுக் கொண்டனர். அவர் விமர்சனங்களை முன் வைத்தார். உதாரணமாக, ஸ்னைடரின் "அறிவுத் தோற்றவியல்" திருப்திகரமாக இல்லை என்றார். ஏன்? ஏனென்றால், உலக சித்திரம் என்பது *பருப்பொருள்* எவ்வாறு இயங்குகிறது, எவ்வாறு *சிந்திக்*

கிறது என்பது பற்றி ஸ்னைடருக்குச் சந்தேகமேயில்லை. அவருடைய அடுத்த நூலான *உலக இயந்திரம்* (லண்டன், நியூயார்க், 1907) என்பதில் அவரது புத்தகம் கி.மு. 460 - 360 வரை வாழ்ந்த டெமாக்கிரிட்டசின் நினைவாக அவருக்கு அர்ப்பணிக்கப்பட்டுள்ளது என்று குறிப்பிடுகிறார். அவர் கூறுகிறார்: "டெமாக்கிரிட்டஸ் பொருள் முதல்வாதத்தின் மூதாதையர் என்று கூறப்படுகிறார். தற்காலத்தில் சிறிது வழக்கொழிந்துவிட்ட ஒரு தத்துவம் அது. ஆனால், முக்கியமானது என்னவென்றால், தற்காலத்தில் உலகம் பற்றிய நமது கருத்துகளில் ஏற்பட்ட முன்னேற்றம் யாவுமே இந்தக் கருத்தின் அடிப்படையில் தான் தோன்றியுள்ளன. இயற்பியல் ரீதியான ஆய்வுகளில் பொருள்முதல்வாத அனுமானங்கள் எளிதாகத் தப்பிச் செல்ல முடியாது என்பதை உண்மையாகச் சொல்லலாம் (பக். 140).

".... அவருக்கு விருப்பம் இருந்தால், சிறந்த பேராயரான பெர்க்லி பாதிரியாருடன் கனவு காணலாம். அதாவது, இது ஒரு கனவு மட்டும்தானே. இப்போதும்கூட ஒரு தலைசிறந்த கருத்துமுதல்வாதமானது செப்படி வித்தையாக சொகுசு தந்து வருகிறது. தற்போதும் நம்மிடையே உள்ள சிலர், புற உலகின் சிக்கலைப் பற்றி என்ன வேண்டுமானாலும் நினைக்கலாம், அவர்கள் தாம் நிலவுவது பற்றியே ஐயப்பாட்டுடன் உள்ளனர்; ஒருவருக்கு நம்பிக்கை அளிப்பதற்காக அதாவது, சிந்தித்து செயலாற்றாத ஒரு தருணமாக இருந்தால் நமக்கு நாமே ஓர் ஆளுமையையும், ஒரு வாழ்நிலையையும் ஊகிக்கிறோம், நமது புலன்களின் ஆறு நுழைவாயில்கள் வழியாகத் தோற்றங்களுடைய மொத்த ஊர்வலத்தை நாம் அனுமதிக்கிறோம். ஆகவே, இதனுடன் நான் இருக்கிறேன், நான் இல்லை என்பது போன்ற கொள்ளிவாய் பிசாசுக் கதையை (இருக்கிறதா, இல்லையா) நிலைநாட்டத் தேவையில்லை நெபுலா கருதுகோள் (வாயு மற்றும் துகளில் இருந்து சூரியக் குடும்பத்தின் தோற்றம் ஏற்பட்டது என்ற கருதுகோள் - மொ.ர்.) ஒளியைத் தரும் ஈதர், அணுக்கொள்கை போன்றவை வசதியான பயன்தரும் கருதுகோள்களாக இருக்கலாம். எனினும் எதிர்மறையான சான்று இல்லாத நிலையில் நீங்கள் "நீ" என்று அழைக்கும் ஓர் உயிருரு என்ற கருதுகோள் நிற்கும் அதே அளவுகோலில்தான் ஏறக்குறைய அவை நிற்கின்றன என்பதை நினைவில் கொள்வது சரியாக இருக்கும். கூர்ந்து படிக்கும் ஒரு வாசகர் இவ்வரிகளை உற்றுநோக்குகிறார்." (பக். 31-32)

விஞ்ஞானத்தின் வகையினங்களைப் பயனளிக்கும் கருதுகோள்களாகக் காட்டும் மாக்கியரின் உருவாக்கங்கள் பற்றி ஐரோப்பா விலும் இங்கிலாந்திலும் விஞ்ஞானிகள் சிரிக்கும் பொழுது ஒரு மாக்கியரின் மோசமான நிலையைக் கற்பனை செய்து பாருங்கள். 1905இல் வில்லி, ஓர் உயிருள்ள எதிரியாகக் கருதி டெமாக்கிரிட்டஸை

எதிர்த்துப் போராடியது, *தத்துவத்தில் சார்பு நிலைக்குச்* சிறந்த உதாரணமாக இருந்தது, இந்தச் சார்புநிலைப் போராட்டத்தில் அவரது உண்மை நிலையை வெளிப்படுத்தியது பற்றி ஆச்சரியப்பட லாமா? அவர் எழுதுகிறார்: "அணுக்கள், வெற்றிடம் ஆகியன கற்பனையான கருத்துகள் என்பது டெமாக்கிரிட்டஸிற்குத் தெரியாது. இவை தேவைக்கு ஏற்பத் இயங்குகின்றன. வசதிக்கு ஏற்ப தான் இவற்றின் இருப்பு உள்ளது. பயனுள்ளவரை இவை இருக்கும். டெமாக்கிரிட்டஸ் இதற்குக்கூட சுதந்திரம் இல்லாதவர், நமது தற்கால இயற்கை விஞ்ஞானிகளும் அவ்வாறே. பழைய டெமாக் கிரிட்டசின் நம்பிக்கை தான் நமது விஞ்ஞானிகளின் நம்பிக்கை ஆகும்."

இவ்வாறு சோகத்தில் ஆழ்வதற்கு நல்ல காரணம் உள்ளது! வெளி, அணு ஆகியன பயன்தரும் கருதுகோள்கள் என்ற "புதிய பாதையை" அனுபவவாத விமர்சகர்கள் காட்டியுள்ளனர். ஆனால் இயற்கை விஞ்ஞானிகள் இந்தப் *பெர்க்கிலியத்தை* மறுக்கிறார்கள், ஹெக்கலை பின்பற்றுகிறார்கள்! நாங்கள் கருத்து முதல்வாதிகள் அல்ல, இது ஒரு பொய். நாங்கள் டெமாக்கிரிட்டசின் அறிவுத் தோற்றவியல் போக்கினை (கருத்துமுதல்வாதிகளுடன் சேர்ந்து) மறுக்கிறோம். இதனை 2000 ஆண்டுகளாகச் செய்து வருகிறோம். ஆனால், பலன் எதுவும் இல்லை. அவரது கடைசி நூலான, அவரது வாழ்நாள் சாதனையான, '*அறிவும் பிழையும்*' என்ற நூலை *வில்ஹெம் ஷுப்பே*க்கு நமது தலைவர் எர்னஸ்ட் மாக் அர்ப்பணம் செய்ய வேண்டியது மட்டும் தான் உள்ளது. அதில் பெரும்பாலான இயற்கை விஞ்ஞானிகள் பொருள்முதல்வாதிகளே ஆவர். நாங்களும் ஹெக்கலுக்கு அவரது "சுதந்திரச் சிந்தனைக்கு" *ஆதரவளிக்கிறோம் (பக்.14).*

அத்துடன் அங்கு அவர் முழுவதுமாக தன்னைத்தானே ஏமாற்றிக் கொள்கிறார். இந்தப் பிற்போக்கான அற்பவாதத்தின் கருத்தியலாளர் கடைந்தெடுத்த பிற்போக்குவாதி ஷுப்பேவை *பின்பற்றிக்* கொண்டே ஹெக்கலின் சுதந்திர சிந்தனை மீது "அனுதாபம்" கொண்டிருக்கிறார். அவர்கள் அனைவரும் இப்படித்தான் இருக்கிறார்கள், ஐரோப்பாவில் உள்ள மனிதநேயமிக்க அற்பவாதிகளான இவர்கள்தான், தமது சுதந்திரத்துக்கான பேராவலுடன், வில்ஹெம் ஷுப்பேக்களுக்கு* சித்தாந்த ரீதியாக (அரசியல் மற்றும் பொருளியல் ரீதியிலும்)

---

* போல்சவியத்துக்கு பலத்த அடி கொடுப்பது என்பதைவிட குறைவான அக்கறை எடுத்துக் கொண்டுதான் பிளெக்கனோவ் மாக்கியத்தை விமர்சித்தார். அடிப்படையான கோட்பாட்டு வகைப்பட்ட வேறுபாடுகளை இவ்வாறு சில்லறைத்தனமாகவும் மோசமான வகையில் சுரண்டவும் மாக்கிய மென்சவிக்குகளால் எழுதப்பட்ட இரண்டு நூல்களால் அவர் ஏற்கெனவே தண்டிக்கப்பட வேண்டியவராக உள்ளார்.[116]

கட்டுண்டு கிடப்போராகவே உள்ளனர். தத்துவத்தில் யாதொரு சார்பு நிலையும் கொண்டவராக இல்லை என்பது கருத்துமுதல் வாதத்துக்கும், நம்பிக்கை வாதத்துக்கும் அடிபணிந்து கிடப்பதை மூடிமறைக்கும் அலங் கோலமான முகமூடியாக உள்ளது.

முடிவாக, பிரான்ஸ் மெஹ்ரிங், ஹெக்கல் பற்றிக் கொண்டுள்ள கருத்துடன் இதனை ஒப்பிடுவோம். இவருக்கு மார்க்சியவாதி யாவதற்கு விருப்பமிருப்பது மட்டுமின்றி மாறாக, இவருக்கு ஒரு மார்க்சியவாதியாக எவ்வாறு இருப்பது என்பதும் தெரியும். 1899இல் *பிரபஞ்சத்தின் புதிர்* என்ற புத்தகம் வெளியான உடன் மெஹ்ரிங் எழுதினார்: "ஹெக்கலின் *நூலில் குறை நிறைகள் இருந்தாலும், வரலாற்றுப் பொருள்முதல்வாதத்தின் முக்கியத்துவம் பற்றி கட்சியில் நிலவிய குழப்பத்தைத் தெளிவுபடுத்தப் பொருத்தமாக இருந்தது.* அதேபோல வரலாற்றுப் பொருமுதல்வாதம் பற்றிய குழப்பத்தையும் கூட தெளிவுபடுத்தியது. ஹெக்கலிடம் உள்ள குறை அவருக்கு *வரலாற்றுப் பொருள்முதல்வாதம் பற்றி ஒன்றும் தெரியாது.* இதனால் அவர் அரசியல், ஒருமைவாத மதம் போன்றவை பற்றி பல அபத்தமான கருத்துகளை வெளியிட்டார். "ஹெக்கல் ஒரு பொருள் முதல்வாதி, ஒருமைவாதி. *வரலாற்றுப் பொருள்முதல்வாதியல்ல* மாறாக இயற்கை விஞ்ஞானப் பொருள்முதல்வாதி."

"மனித குலத்தின் விடுதலைக்கான மாபெரும் போராட்டத்தில் மெய்யாகவே ஒரு வெல்லற்கரிய கருவியாக வரலாற்றுப் பொருள் முதல்வாதம் இருக்க வேண்டும் என்றால் அவ்வாறு எண்ணுபவர், இயற்கை அறிவியல் பொருள்முதல்வாதமானது வரலாற்றுப் பொருள்முதல்வாதமாக கட்டாயம் செம்மையடைய வேண்டும் என்று விரும்புபவர், சமூகச் சிக்கல்களை கையாள இயற்கை அறிவியல் பொருள்முதல்வாதமானது திறனற்று இருப்பதைத் தொட்டறிந்து உணர விரும்புபவர், ஹெக்கலின் நூலை நிச்சயமாகப் படிக்க வேண்டும்."

"எனினும் இந்த நோக்கத்திற்காக மட்டும் அவரை இதைப் படிக்க விடாதீர்! இதன் வழக்கத்திற்கு மாறான பலவீனமான பகுதியானது அதன் வழக்கத்திற்கு மாறான வலிய பகுதியுடன் பிரிக்க இயலாத வகையில் பிணைந்துள்ளது. அதாவது 19 ஆம் நூற்றாண்டில் இயற்கை அறிவியல்களுடைய வளர்ச்சியைப் பற்றி ஹெக்கல் விவரிப்பது புரிந்து கொள்ள எளிதானதாகவும், நல்விளக்கமாகவும் உள்ளது (நூலின் பெரும் பகுதியாகவும் கூடுதல் முக்கியத்துவமிக்க தாகவும் உள்ளது) அல்லது இதை இயற்கை அறிவியல் பொருள் முதல்வாதத்தின் வெற்றிப் பேரணி என வேறு சொற்களிலும் கூறலாம்."

★★★

முடிவுரை

அனுபவவாத விமர்சனத்தை ஒரு மார்க்சியவாதி நான்கு நிலைப்பாடுகளிலிருந்து தீர்மானிக்க வேண்டும்.

முதலாவதும் முக்கியமானதுமானது, இந்தத் தத்துவத்தின் கோட்பாட்டு அடிப்படையை, இயங்கியல் பொருள்முதல்வாதத்தின் கோட்பாட்டு அடிப்படையுடன் ஒப்பிட வேண்டும். முதல் மூன்று அத்தியாயங்களும் இத்தகைய ஒப்பீட்டிற்கென்றே உள்ளன. அறிவுத் தோற்றவியல் பிரச்சனைகளின் *போக்கு முழுவதிலும்* அனுபவவாத விமர்சனத்தின் *பிற்போக்குத் தன்மை* வெளிப்படுகிறது. அனுபவ வாத விமர்சனம் இதற்காகப் புதிய உத்திகளையும், கலைச் சொற் களையும், நுணுக்கங்களையும், பயன்படுத்தி கருத்துமுதல்வாதம், அறியொணாவாதம் ஆகியவற்றின் பழைய பிழைகளை மூடி மறைக் கிறது. பொருள்முதல்வாதத் தத்துவம், மார்க்ஸ் மற்றும் எங்கெல்ஸ் ஆகியோரின் இயங்கியல் முறை ஆகியன பற்றிய அறியாமைதான் அனுபவவாத விமர்சனத்தை, மார்க்சியத்துடன் "இணைக்கலாம்" என்று பேசத் தூண்டும்.

இரண்டாவதாக, தத்துவத்தில் ஒரு சிறு பிரிவினராக உள்ள இந் நிபுணர்கள் அனுபவவாத விமர்சனத்தின் இடத்தை, மற்ற தற்காலத் தத்துவப் பிரிவுகளுடனான உறவு நிலையில் தீர்மானிக்க வேண்டும். மாக்கும் அவெனரியசும் கான்டிடமிருந்து தொடங்கினர். ஆனால், பொருள்முதல்வாதத்தை நோக்கிச் செல்லவில்லை. நேர் எதிர்த் திசையில், ஹியூம், பெர்க்கிலி ஆகியோரை நோக்கிச் சென்றனர். "அனுபவத்தை தூய்மை செய்கிறேன்" என்று கற்பனை செய்து கொண்டு, அவெனரியஸ் கான்டின் அறியொணாவாதத்தைத் தூய்மை செய்தார். மாக், அவெனரியஸ் ஆகியோரின் குழு முழுவதுமே, உறுதியாக கருத்துமுதல்வாதத்தை நோக்கியே செல்கின்றனர். இதில் கருத்துமுதல்வாதத்தின் மிகப் பிற்போக்கான குழுவான இறைமைக் கோட்பாட்டாளர்களுடன் இணைந்து செயல்படுகின்றனர்.

மூன்றாவதாக, மாக்கியம் தற்கால இயற்கை விஞ்ஞானத்தின் ஒரு பகுதியில் ஒரு சிறு பிரிவு ஆகியவற்றிற்கு உள்ள சந்தேகத்திற்கு அப்பாற்பட்ட உறவை மனதில் கொள்ள வேண்டும். பொதுவாகவும் இங்கு ஆராய எடுத்துக் கொண்ட ஒரு சிறப்புப் பிரிவிலும் (இயற் பியல்) பெரும்பான்மையான விஞ்ஞானிகள், பொருள்முதல்

வாதத்தின் பக்கத்திலேயே எப்போதும் உள்ளனர். புதிய இயற்பிய லாளர்களில் சிறுபான்மையோர், அண்மைக்காலத்தில் இடம்பெற்ற புதிய கண்டுபிடிப்புகளால் பழைய கொள்கைகள் சிதைந்தமை, இயற்பியலில் ஏற்பட்ட நெருக்கடி, (இது நமது அறிவின் சார்பு நிலையை நிரூபித்துள்ளது) ஆகியவற்றின் தாக்கத்தினாலும், இயங்கியல் பற்றிய அறியாமையினாலும் சார்பியல்வாதத்தின் மூலம் கருத்துமுதல்வாதத்திற்குள் வீழ்ந்தனர். சமீபத்திய உடலியல் கருத்துமுதல்வாதம் போன்று தற்காலத்திய இயற்பியல் கருத்து முதல்வாதத்தின் மீதான மோகம் இன்றைய நாகரிகமாகும்.

நான்காவது, அனுபவவாத விமர்சனத்தின் அறிவுத் தோற்ற வியலின் மயிரிழைவாதத்திற்குப் பின்னால், தத்துவத்தில் உள்ள குழுக்களின் போராட்டத்தைக் காணத் தவறிவிடக் கூடாது. இந்தப் போராட்டம் தற்கால சமுதாயத்தின் பகைமை வர்க்கங்களின் போக்குகள், கருத்தியல் ஆகியவற்றைப் பிரதிபலிக்கிறது. இரண் டாயிரம் ஆண்டுகளுக்கு முன்னர் தத்துவம் சார்புநிலையில் இருந்தது போலவே அண்மைக் காலத் தத்துவமும் சார்புநிலையில் உள்ளது. இதில் போராடும் குழுக்கள் (இது போலியான, புலமை சார்ந்த புதிய சொற்களால் மறைக்கப்படுகிறது அல்லது பலவீனமான சார்பற்றநிலையால் மறைக்கப்படுகிறது) பொருள்முதல்வாதமும் மற்றும் கருத்துமுதல்வாதமும் ஆகும். இந்தக் கருத்துமுதல்வாதம் நம்பிக்கைவாதத்தின் ஒரு நுணுக்கமான பண்பட்ட வடிவம் ஆகும். இது ஆயுதங்களையும் கொண்டிருக்கிறது; மிகப் பெரிய அமைப்பு களை வழிநடத்திக் கொண்டிருக்கிறது; பொதுமக்கள் மீது தனது ஆதிக்கத்தைத் தொடர்ந்து செலுத்துகிறது; தத்துவ சிந்தனையில் உள்ள சிறு ஊசலாட்டத்தையும் கூட தனக்குச் சாதகமாக்கிக் கொள் கிறது. நம்பிக்கைவாதிகள் பொதுவாகப் பொருள்முதல்வாதத் திற்கும், குறிப்பாக வரலாற்றுப் பொருள்முதல்வாதத்திற்கும் எதிராக நிகழ்த்தும் போராட்டத்தில் அனுபவவாத விமர்சனத்தின் குறிக் கோளும் வர்க்கத் தன்மையும் உள்ளன. இது, நம்பிக்கைவாதி களுக்குச் சேவை செய்கிறது.

அத்தியாயம் நான்கில் பகுதி ஒன்றிற்கான இணைப்பு[117]

என்.ஜி. செர்னிஷேவ்ஸ்கி எந்தக் கோணத்திலிருந்து காண்டியத்தை விமர்சனம் செய்தார்?

நான்காவது அத்தியாயத்தின் முதல் பிரிவில் பொருள்முதல் வாதிகள் கான்ட்டை விமர்சித்ததை விரிவாகக் காட்டினோம். அவரைத் தொடர்ந்து விமர்சிக்கிறோம். இது மாக், அவெனரியஸ் ஆகியோரின் நிலையிலிருந்து நேர் எதிரான நிலையில் நின்று செய்யும் விமர்சனம் ஆகும். மிகப் பெரிய ரஷ்ய ஹெகலியரும் பொருள்முதல்வாதியுமான என். ஜி. செர்னிஷேவ்ஸ்கி மேற்கொண்ட அறிவுத் தோற்றவியல் நிலையை இங்கு சுருக்கமாகக் குறிப்பிட்ட போதிலும் மிகையானதாக இருக்காது.

ஃபூயர்பாக்கின் ஜெர்மானிய மாணவரான ஆல்பிரக்ட் ராவு, கான்ட் பற்றிய அவரது விமர்சனத்தை வெளியிட்ட பிறகு, மிகப் பெரிய ரஷ்ய எழுத்தாளர் என்.ஜி. செர்னிஷேவ்ஸ்கி (இவரும் ஃபூயர்பாக்கின் மாணவர்) ஃபூயர்பாக், கான்ட் ஆகியோர் பற்றிய அவரது நிலைப்பாட்டை பற்றி விரிவான அறிக்கை கொடுக்க முயற்சித்தார். ரஷ்ய இலக்கியத்தில் செர்னிஷேவ்ஸ்கி ஃபூயர்பாக்கினைப் பின்பற்றுபவராக அறிமுகம் ஆனார். ஆனால், நமது தணிக்கை முறை ஃபூயர்பாக்கின் பெயரைச் சொல்வதற்குக் கூட அனுமதிக்கவில்லை. *மெய்மை தொடர்பாக கலையின் அழகியல் உறவு* என்ற அவரது மூன்றாவது பதிப்பின் முன்னுரையில் (1888) அவர் ஃபூயர்பாக்கை நேரடியாகவே கூற முற்பட்டார். ஆனால், 1888இல் கூட, தணிக்கை முறை ஃபூயர்பாக்கைப் பற்றி குறிப்பிடு வதைக் கூட மறுத்தது! 1906ஆம் ஆண்டு வரை இந்த முன்னுரை வெளிவரவே இல்லை. (செர்னிஷேவ்ஸ்கியின் *தொகுப்பு நூல்கள்*, தொகுதி X, பகுதி II, பக். 190-97) இந்த முன்னுரையில் கான்ட்டை யும் அவரது முடிவுகளையும் அவரது தத்துவ முடிவுகளைப் பின்பற்றும் இயற்கை விஞ்ஞானிகளையும் விமர்சனம் செய்ய அரை பக்கம் செலவிடுகிறார்.

1888இல் செர்னிஷேவ்ஸ்கி முன்வைத்த சிறந்த வாதம் இதோ உள்ளது:

"அனைத்தும் தழுவிய கோட்பாடுகளை உருவாக்குகிறோம் என்று கற்பனை செய்யும் இயற்கை விஞ்ஞானிகள் எல்லோரும் உண்மையில் பண்டைய சிந்தனையாளர்களின் அப்பாவித்தனமான சீடர்களே ஆவர். இந்தச் சிந்தனையாளர்கள் இயக்க மறுப்பியல் தத்துவ முறைகளை உருவாக்கியவர்கள். இவர்களது தத்துவமுறைகளை பகுதியளவிற்கு செல்லிங் அழித்தார். இறுதியாக ஹெகல் அழித்தார். மனிதனது சிந்தனைக்கான விதிகளைப் பற்றிய கொள்கைகளை உருவாக்க முயற்சிக்கும் இயற்கை விஞ்ஞானிகள் நமது அறிவின் அகவயத் தன்மையை விளக்கும் கான்ட்டின் இயக்க மறுப்பியல் கொள்கையையே திரும்பக் கூறுகின்றனர்..." (எல்லாவற்றையும் குழப்பும் நமது ரஷ்ய மாக்கியர்களுக்காக நாம் ஒன்றைக் கூறுவோம். செர்னிவேஷ்ஸ்கி அவரது கலைச்சொற்களைப் பொறுத்த மட்டிலும் எங்கெல்சைப் போன்றவர் அல்ல. அவர் கருத்துமுதல்வாதம், பொருள்முதல்வாதம் ஆகியவற்றிற்கு இடையிலான எதிர்ப்பை இயக்க மறுப்பியல் சிந்தனை, இயங்கியல் சிந்தனை என்பதன் எதிர்ப்பாகக் குழப்பிக் கொள்கிறார். ஆனால், கான்ட்டை எதார்த்த வாதத்திற்கு அல்லாமல், அகவயம், அறியொணாவாதம் ஆகியவற்றிற்காகவும், "தானாக உள்ள பொருளை" ஏற்றுக்கொண்டதற்கு அல்லாமல், இந்தப் புற நிலையான மூலத்திலிருந்து அறிவைப் பெற முடியாமைக்காகவும் கான்ட்டை விமர்சிக்கும் பொழுது எங்கெல்சைப் போன்றே உள்ளார்.) "...கான்ட்டின் சொற்களை வைத்துக்கொண்டு, புலனறிவுக் காட்சியின் வடிவங்கள் உண்மையான இருப்பின் வடிவங்கள் போன்று இல்லை என்று அவர்கள் வாதிடுகிறார்கள்..." (அனைத்தையும் குழப்புகிற நமது ரசிய மாக்கியர்களின் வசதிக்காக ஒன்றைக் கூறுவோம், கான்ட் பற்றிய செர்னிஷேவ்ஸ்கியின் விமர்சனம் என்பது அவெனரியஸ், மாக், இறைமைக் கோட்பாட்டாளர்கள் ஆகியோரின் விமர்சனத்திற்கு நேர் எதிரானது. ஏனென்றால், செர்னிஷேவ்ஸ்கியின் கருத்துப்படி, எல்லாப் பொருள் முதல்வாதிகளைப் போல, புலன் அறிவுக் காட்சியின் வடிவங்கள், உண்மையான இருப்பின் வடிவங்களைப் போன்றே உள்ளன - அதாவது, புறநிலையில் மெய்மையான - நிலவும் பொருட்கள் என்பதாகும்.), "...எனவே உண்மையில் இருக்கும் பொருள்கள் அவற்றின் உண்மையான பண்புகள், அவற்றிற்கு இடையிலான உண்மையான உறவுகள் ஆகியன நமக்குத் தெரியாது... (எல்லாவற்றையும் குழப்புகிற ரஷ்ய மாக்கியர்களுக்கு ஒன்றைக் கூறுவோம், எல்லாப் பொருள்முதல்வாதிகளைப் போல, செர்னிஷேவ்ஸ்கிக்கும் பொருள் அல்லது கான்ட்டின் அலங்காரமான சொற்களின்படியான "தாமாகவே உள்ள பொருள்கள்" *உண்மையில்* இருக்கின்றன. இவற்றை *முற்றிலும்* அறிந்துகொள்ள முடியும்; அவற்றின் இருப்பு, பண்புகள், அவற்றுக்கு இடையிலான உறவுகள் ஆகியவற்றை

அறிந்துகொள்ள முடியும்.) "...அவற்றை நாம் அறிந்துகொள்ள முடியும் என்றால் அவை நமது சிந்தனைக்குரிய பொருள்களாக இருக்க முடியாது. இந்தச் சிந்தனை அறிவிற்கான எல்லாப் பொருள் களையும், உண்மையான இருப்பிலிருந்து வேறு பட்டவையாக உருவாக்குகிறது. மேலும் சிந்தனை விதிகளுக்கு அகவய முக்கியத் துவம் மட்டுமே உண்டு..." (மாக்கிய குழப்பவாதிகளுக்காக ஒன்றைக் கூறுவோம், எல்லாப் பொருள்முதல்வாதிகளைப் போல செர்னி ஷேவ்ஸ்கிக்கும், சிந்தனை விதிகள் வெறுமனே அகவய முக்கியத் துவம் உள்ளவை மட்டுமல்ல. வேறுவிதமாகக் கூறினால் சிந்தனை விதிகள் பொருள்களின் உண்மையான இருப்பைப் பிரதிபலிக் கின்றன. உண்மையான இருப்பின் வடிவங்களை முற்றிலுமாகப் பெற்றுள்ளன, வேறுபடவில்லை.) "...உண்மையில், காரண காரியத் தொடர்பு என்று நமக்குத் தோன்றுவது என்பது இல்லை. ஏனென்றால், முன்னால் உள்ளதோ அல்லது பின்னால் உள்ளதோ, முழுமை யானதோ அல்லது பகுதியோ என்று எதுவும் இல்லை... (மாக்கிய குழப்பவாதிகளுக்காக ஒன்றைக் கூறுவோம், செர்னிஷேவ்ஸ்கிக்கு எல்லாப் பொருள்முதல்வாதிகளையும் போல, காரண காரியத் தொடர்பு என்பது உண்மையில் இருக்கிறது. புறநிலையான காரண காரியக் கோட்பாடு அல்லது இயற்கையாகத் தவிர்க்க முடியாமை உள்ளது. ...இயற்கை விஞ்ஞானிகள் இத்தகைய முட்டாள்தனங் களைக் கூறுவதை நிறுத்தினால்தான் அவர்களால் இயற்கை விஞ்ஞான அடிப்படையில் ஃபூயர்பாக் கூறியதைவிடச் சரியான, முழுமையான கருத்துகளை உருவாக்க முடியும்..." (மாக்கிய குழப்பவாதிகளுக்காக ஒன்றைக் கூறுவோம், பொருள்முதல்வாதத்திலிருந்து விலகுவதை அது கருத்துமுதல்வாதத்தை நோக்கிய திசைவிலகலாகவும் அறி யொணாவாதத்தை நோக்கிய திசைவிலகலாகவும் இவ்வாறு இவ் விரண்டையும் செர்னிஷேவ்ஸ்கி இயக்க மறுப்பியல் வகைப்பட்ட முட்டாள்தனம் என்று கூறுகிறார்.) "...எனினும் இதற்கிடையில், மனிதனது ஆர்வத்தின் அடிப்படையான சிக்கல்கள் என்று சொல்லப் படுபவற்றின் தலைசிறந்த அறிவியல் கருத்துக்கள் ஃபூயர்பாக் தெரிவித்தவையாகவே உள்ளன" (பக்.195 - 196). மனிதனது ஆர்வம் பற்றிய அடிப்படைக் கூற்றுகள் என்று செர்னிஷேவ்ஸ்கி பொருள் கொள்வது தற்கால அறிவுத் தோற்றவியல் பிரச்சனைகள் ஆகும். ஐம்பதுகளில் இருந்து 1888 வரை செர்னிஷேவ்ஸ்கி மட்டும்தான் ஒருமித்த பொருள்முதல்வாதத் தத்துவத்தைப் பின்பற்றுபவராகவும், புதிய கான்டியர்கள், நேர்க்காட்சிவாதிகள், மாக்கியர்கள் மற்ற குழப்பல் வாதிகள் ஆகியோரின் கருத்துகளை விமர்சிப்பவராகவும் இருந்தார். ஆனால் ரஷ்ய வாழ்க்கையின் பிற்போக்குத் தன்மை காரணமாக மார்க்ஸ், எங்கெல்ஸ் ஆகியோரின் இயங்கியல் பொருள் முதல்வாத அளவுக்கு அவரால் முன்னேற முடியவில்லை.

குறிப்புகள்

1. *பொருள்முதல்வாதமும் அனுபவவாத விமர்சனமும்; ஒரு பிற்போக்குத் தத்துவம் பற்றிய விமர்சன ஆய்வுரை* என்ற இந்த நூலை லெனின் 1908இல் பிப்ரவரி மாதம் தொடங்கி அக்டோபர் வரை ஜெனிவா, லண்டனிலிருந்து எழுதினார். சுவ்னோ பதிப்பகத்தாரால் மாஸ்கோவில் 1909 மே மாதம் இது வெளியிடப்பட்டது. இந்த நூலின் கையெழுத்துப் பிரதி, தயாரிப்புக் குறிப்புகள் ஆகியன இதுவரை கிடைக்க வில்லை. ரஷ்ய மாக்கியர்களின் நூல்கள் வெளிவந்ததும் *"மார்க்சியத் தத்துவம் பற்றிய கட்டுரைகள்"* என்ற கட்டுரைத் தொகுப்பும் இந்த நூலை எழுதுவதற்கு உடனடிக் காரணம் ஆகும். இத்தொகுப்பில் வி. பசரோவ், ஏ. போக்தனோவ், ஏ.வி.லூனாசார்ஸ்கி, ஒய்.ஏ.பெர்மன், ஒ.எல்.ஜெல் போல்ட், பி.எஸ்.யுஷ்கேவிச், எஸ்.ஏ.சுவரோவ் ஆகியோ ரின் கட்டுரைகள் இருந்தன. இவர்கள் இயங்கியல் பொருள் முதல்வாதத்தை மறு வாசிப்பு செய்ய முற்பட்டனர்.

ஒன்பது மாதங்களாக லெனின் மேற்கொண்ட பிரம்மாண்ட மான, ஆக்கப்பூர்வமான விஞ்ஞான ஆய்வின் விளைவே இந்த நூல். இதற்கான முக்கியமான வேலையை ஜெனிவா நூலகங்களில் லெனின் செய்தார். ஆனால் தத்துவம், விஞ்ஞானம் ஆகியன பற்றிய சமீபத்திய நூல்களைப் பற்றிய அறிவைப் பெறுவதற்காக அவர் 1908 மே மாதம் லண்டன் சென்றார். அங்கு சுமார் ஒரு மாத காலம் பிரிட்டிஷ் அருங் காட்சியக நூலகத்தில் இருந்து வேலை செய்தார். லெனின் இந்த நூலில் மேற்கோளாகக் காட்டுகிற அல்லது குறிப் பிடுகிற ஆதாரங்களின் பட்டியல் 200 தலைப்புகளையும் மீறிச் செல்கிறது.

1908 டிசம்பர் மாதம் லெனின் ஜெனிவாவிலிருந்து பாரீஸ் சென்றார். ஏனென்றால், *புரோலிட்டேரி* செய்தித்தாளின் அலுவலகம் அங்கு மாற்றப்பட்டது. தனது நூலின் படிவங் களின் பிழைதிருத்தும் வேலையை 1909 ஏப்ரல் மாதம் வரை அங்கு செய்தார். மிகுந்த சிரமங்களுக்கிடையே இது ரஷ்யாவில் வெளியிடப்பட்டது. இது விரைவாக வெளிவர வேண்டும் என்று லெனின் வலியுறுத்தினார். "இலக்கிய அக்கறையுடன் மட்டுமல்லாமல் தீவிரமான அரசியல்

கடமைகளும் அக்கறையுடன் இந்நூலில் குறிப்பிடப் பட்டுள்ளன" என்று அவர் கூறினார்.

மார்க்சியத்தை மாக்கியர்கள் மாற்றுவதற்கு எதிராக லெனினது இந்த நூல் தீர்மானகரமான பங்கினை வகித்தது. கட்சி உறுப்பினர்களிடையே மார்க்சின் தத்துவக் கருத்துகளை இது பரப்பியது. கட்சியின் செயல்வீரர்கள், முற்போக்கான தொழிலாளிகள் ஆகியோர் இயங்கியல் பொருள்முதல் வாதம், வரலாற்றுப் பொருள்முதல்வாதம் ஆகியவற்றைத் தெரிந்து கொள்ள இது உதவியது.

லெனினது இந்த சிறந்த படைப்பு பல நாடுகளில் பிரபல மாயிற்று. இது 20 மொழிகளில் வெளியிடப்பட்டுள்ளது. 1909 ஆம் ஆண்டு மே மாதத்தில் 2000 பிரதிகளைக் கொண்ட ஒரு பதிப்பாக இந்நூல் வெளியானது. (முகப்புப் பக்கம்).

2. 1908 அக்டோபர் 26 (நவம்பர் 8) ஆம் தேதியிட்ட கடிதத்தில் லெனின் எ. ஐ. உலியனோவா - யெலிசரோவாவிற்கு எழுதி னார்: ''தணிக்கை மிகவும் கறாராக இருந்தால், ''திருச்சபை வாதம்'', (popovshchina) என்ற சொல்லை எல்லா இடத்திலும் 'நம்பிக்கைவாதம்' என்று மாற்றிக் கொள்ளலாம் (இது அறிவுக்குப் பதிலாக நம்பிக்கைக்கு அதிக முக்கியத்துவம் கொடுக்கும் கொள்கை அல்லது நம்பிக்கைக்கு அதிக முக்கியத் துவம் கொடுக்கும் கொள்கை). இது அவசர நிலைக் காக மட்டுமே. இது நான் கொடுக்கும் சில சலுகை களை விளக்கு வதற்காக" உள்ளது (பார்க்க, *தொகுப்பு நூல்கள்* 4-வது ரஷ்யப் பதிப்பு, பாகம் 37 பக். 395). அவரது சகோதரிக்கு எழுதிய மற்றொரு கடிதத்தில் "திருச்சபைவாதம்" என்பதை 'மாய வித்தை சூனியம்' என்பதற்குப் பதிலாகப் பயன்படுத்த முன்மொழிந்தார். அதற்கு அவரது சகோதரி: "மாயவித்தை - சூனியம் என்பது மிகவும் பின்னர் வந்தது. எப்படியோ, இது சிறந்ததா என்ன?'' என்று வினவினார். இந்நூலில் "நம்பிக்கை வாதம்" என்ற சொல்லானது "திருச்சபைவாதம்" என்று மாற்றீடு செய்யப்பட்டது, இருந்தபோதிலும் பின்னர் குறிப்பிடும் சொல்லானது சில இடங்களில் மாற்றப்படாமலே நீடித்தது. இருப்பினும் பின்னால் கூறப்பட்டது பல இடங்களில் உள்ளதையும் காணலாம். லெனின் பரிந்துரை செய்த இந்தக் குறிப்பு முதல் பதிப்பில் உள்ளது. இது பிந்தைய பதிப்புகளிலும் இடம்பெற்றுள்ளது. (பக்.25).

3. "கடவுளை உருவாக்குதல்" என்ற மத தத்துவப் போக்கினை இங்கு லெனின் குறிப்பிடுகிறார். இது மார்க்சியத்திற்கு

விரோதமானது. 1905-1907 புரட்சி தோல்வியடைந்த பின்னர், கட்சியை விட்டு விலகிய அறிவாளிகளில் ஒரு பிரிவினர், அந்தப் பிற்போக்கு காலத்தில், இதனை உருவாக்கினர். "கடவுளை உருவாக்குபவர்கள்" (எ.வி. லூனாசார்ஸ்கி, வி. பசரோவ் போன்றவர்கள்) ஒரு புதிய சோசலிச மதத்தை உருவாக்குவது பற்றிப் போதித்தார்கள். இதன் நோக்கம் மார்க்சியத்தை மதத்துடன் இணைப்பதாகும். ஒரு கட்டத்தில் மக்சிம் கார்க்கியும் இதனை ஆதரித்தார்.

"*புரோலிட்டேரியின்* (1909) விரிவாக்கப்பட்ட பதிப்புக் குழு கூட்டத்தில் இது கண்டிக்கப்பட்டது. ஒரு தனித் தீர்மானத்தில் போல்ஷ்விக் குழுவிற்கும் இத்தகைய "விஞ்ஞான சோசலிசத்தைச் சிதைப்பதற்கும்" எந்தத் தொடர்பும் இல்லை என்று கூறப்பட்டது. லெனின் இந்த நூலில் "கடவுளை உருவாக்கும்" குழுவினரின் பிற்போக்குத் தன்மையை வெளிப்படுத்துகிறார். 1908 (பிப்ரவரி-ஏப்ரல்), 1913 (நவம்பர்-டிசம்பர்) ஆகிய ஆண்டுகளில் கார்க்கிக்கு எழுதிய கடிதங்களிலும் வெளிப்படுத்துகிறார். (பக்.25).

4. "இயங்கியல் பொருள்முதல்வாதமும் இறந்துபட்ட பிற்போக்கின் தத்துவமும்" என்ற வி.ஐ. நெவ்ஸ்கியின் கட்டுரை 1920இல் *பொருள்முதல்வாதமும் அனுபவவாத விமர்சனமும்* நூலில் இரண்டாம் பதிப்பின் பின் இணைப்பாக வந்தது. (பக்.27).

5. 1909 வாக்கிலேயே, ஏ. போக்தனோவ் "பாட்டாளி வர்க்கக் கலாச்சாரம்" என்ற கருத்தை முன்வைத்தார். பழமைக்கு மாற்றாகப் பாட்டாளிகள் ''தங்களுக்கான'' ஒரு கலாச்சாரத்தை உருவாக்க வேண்டும் என்று அவர் கூறினார். அவரது கருத்து முதல்வாதத் தத்துவத்தை அழிக்க, பாட்டாளி வர்க்கம் அதன் தத்துவத்தை உருவாக்க வேண்டும். காப்ரி (1909) போலக்னா (1910-11) ஆகிய இடங்களில் அவர்கள் நடத்திய உழைப்பாளிகள் பள்ளிகளில் போக்தனோவும் அவரது ஆதரவாளர்களும் "பாட்டாளி வர்க்கக் கலாச்சாரம்" என்ற கருத்தைப் பரப்பினர். இந்தப் பள்ளிகளை அமைப்பதன் மூலம் அவர்களது வெளியே தெரியும் தாக்கம் ரஷ்யாவிலிருந்து வரும் உழைப்பாளிகளுக்கு கற்றுக் கொடுப்பது ஆகும். ஆனால் உண்மையில் இவர்கள் போல்ஷ்விய எதிர்ப்பின் ஒரு பிரிவினர் ஆவர்.

அக்டோபர் புரட்சிக்குப் பின்னர் போக்தனோவும், அவரது சக சிந்தனையாளர்களும் பாட்டாளி வர்க்க கலாச்சார கல்வி

மையங்களை ஏற்றுக்கொண்டனர் (Proletariat). இவற்றை அவர்களது செயற்களமாகக் கொண்டனர். இந்த அமைப்பின் மூலம் மார்க்சிய விரோதமான கருத்துகளைப் பரப்பினர்; பழங்காலத்தின் கலாச்சாரப் பாரம்பரியத்தை மறுத்தனர்; "சோதனைச் சாலை முறைகள் மூலம்" வாழ்விலிருந்து விலகி, பாட்டாளிகளுக்கு ஒரு கலாச்சாரத்தைப் படைக்க முற்பட்டனர். இந்தப் பாட்டாளிகளை விவசாயிகளுக்கு எதிராக நிறுத்தினர். மார்க்சியத்திற்கு சொல் அளவில் மரியாதை கொடுத்துவிட்டு, மாக்கிய வகையிலான கருத்து முதல்வாதத் தத்துவத்தை ஊக்குவித்தனர்.

புரோலெட்குல்ட்-ன் பிரிவினைவாதம் குறுங்குழுவாதம் மற்றும் அதன் சித்தாந்தவாதிகளுடைய மார்க்சிய எதிர்ப்புக் கருத்துகளுக்கு எதிராக லெனின் ஒரு விடாப்பிடியான போராட்டத்தை நடத்தினார். 1920ஆம் ஆண்டு கட்சியின் மையக் குழுவானது கல்விக்கான மக்கள் கமிசாரகத்திற்கு கீழ்ப்படிந்து புரோலெட்குல்ட் இருக்க வேண்டும் என்று சிறப்புத் தீர்மானம் நிறைவேற்றியது. இருபதுகளில் புரோலெட்குல்ட் வீழ்ச்சியுற்று 1932இல் மறைந்து போனது. (பக்.27).

6. எங்கெல்ஸ், *லுத்விக் ஃபூயர்பாக்கும் ஜெர்மானிய செவ்வியல் தத்துவத்தின் முடிவும்* (மார்க்ஸ், எங்கெல்ஸ் *தேர்வு நூல்கள்,* தொகுதி.3. மாஸ்கோ, 1970, பக். 346). (பக்.41).

7. பார்க்க. பி.எங்கெல்ஸ், *கற்பனாவாத சோசலிசமும், விஞ்ஞான சோசலிசமும்,* (மார்க்ஸ், எங்கெல்ஸ், *தேர்வு நூல்கள்,* தொகுதி 3. மாஸ்கோ, 1970, பக். 101-02) (பக்.41).

8. *புதிய கான்ட்டியம் :* இது முதலாளியத் தத்துவத்தில் உள்ள ஒரு பிற்போக்கான போக்கு ஆகும். கான்ட்டின் தத்துவத்திற்குத் திரும்புவதாகக் கூறிக்கொண்டு இது அகவயக் கருத்து முதல்வாதம் பேசியது. இது பத்தொன்பதாம் நூற்றாண்டின் நடுவில் ஜெர்மனியில் தோன்றியது. அப்பொழுது ஜெர்மனியில் கான்ட்டியத்தில் ஆர்வம் அதிகமாக இருந்தது. 1865இல் ஒட்டோ வெய்ப்மனின் புத்தகம் "*கான்ட்டும் அவரது சீடர்களும்*" என்பது வெளிவந்தது. அதன் ஒவ்வொரு அதிகாரமும் "கான்ட்டை நோக்கி செல்லுதல்" என்ற முழக்கத்துடன் முடிவடைந்தது. "*அவையாக* உள்ள பொருள்கள்" கான்ட்டின் முக்கியமான என்ற பிழையைத் திருத்த வெய்ப்மன் முற்பட்டார். கான்ட்டியத்தைப் புதுப்பிப்பதில்

கூனோபிஷர், எட்வர்ட் செல்லர் ஆகியோர் உதவினர். புதிய கான்ட்டியத்தின் ஆரம்பகாலப் பிரச்சாரகர்களில் ஒருவர் பிரெடரிக் ஆல்பர்ட் லாங்கே என்பவர். இவர் அறியொணா வாதத்திற்கு உடற்கூறியலை அடிப்படையாகக் கொண்டார்.

பின்னால், புதிய கான்ட்டியத்தில் இரு பிரிவுகள் தோன்றின. ஒன்று மார்பர்க் என்பவருடையது (ஹெர்மன் கோஹன், பால் நட்டார்ப் போன்றவர்கள்). மற்றொன்று பிரெய்பர்க் அல்லது பேடனுடையது. இயற்கை விஞ்ஞானத்தின் வெற்றி, குறிப்பாக இயற்பியலில் கணித முறை இடம்பெற்றது என்பதன் மூலம் கருத்துமுதல்வாதத்தை வலியுறுத்த முதலாவது பிரிவு முயன்றது. இரண்டாவது பிரிவு, சமூக விஞ்ஞானங்களை இயற்கை விஞ்ஞானங்களுக்கு எதிராக நிறுத்தி, வரலாற்றுச் செயல்கள் எல்லாமே தனி நபர் செயல்கள், விதிகளுக்கு உட்பட்டவை அல்ல என்று காட்ட முயற்சித்தது. வலதுசாரி நோக்கிலிருந்து கான்ட்டை விமர்சனம் செய்யும் பொழுது புதிய கான்ட்டியர்கள் "தானாக உள்ள பொருள்'' என்பது ''ஒரு பயன்படுத்துவதற்கு அரிதான கருத்து" இதனை நோக்கி அறிவு செல்கிறது என்று கூறினர். பொருளாயத உலகின் புறவய இருப்பை மறுத்து, இயற்கை விதிகள் மற்றும் சமுதாய விதிகள் ஆகியவற்றை அறிவின் இலக்காக அவர்கள் கொள்ளவில்லை; உணர்வு நிலை தோற்றப்பாடுகளை மட்டுமே அவ்வாறு கொண்டனர். இயற்கை விஞ்ஞானத்தின் அறியொணாவாதத்திற்கு மாற்றாக, புதிய கான்ட்டியர்களுடையது "வெட்கப்படும் பொருள்முதல்வாதம்" அல்ல. அது கருத்துமுதல்வாதத்தில் ஒரு வகை ஆகும். ஏனெனில், அது மெய்மையை அறிந்து கொள்வதிலும் அதை மாற்றுவதிலும் அறிவியலானது திறன் படைத்ததாக இல்லை என்று அடித்துப் பேசினார்கள். புதிய கான்ட்டியர்கள் மார்க்சியத்தைப் பகிரங்கமாகத் தாக்கினர். அதற்கு மாற்றாக ''ஒழுக்கவியல் சோசலிசத்தை''க் கொண்டு வந்தனர். அவர்களது அறிவுத் தோற்றவியல் கொள்கைப்படி சோசலிசம் என்பது மனித சமுதாய இருப்பின் ஒழுக்கவியல் லட்சியம் ஆகும். இந்த லட்சியம் நோக்கி மனிதகுலம் முன்னேறுகிறது. ஆனால், அதனை அடைய முடியாது. இந்தக் கொள்கையை திரிபுவாதிகள் பற்றிக் கொண்டனர். இவர்கள் எட்வர்ட் பெர்ன்ஸ்டெயின் தலைமையில், பின்வரும் முழக்கத்தை முன்வைத்தனர்: "இயக்கம் தான் எல்லாமே, இறுதி இலக்கு என்பது எதுவும் இல்லை." புதிய கான்ட்டியர்கள் மார்க்சியத்தை திரித்ததை, பிளெக்கனோவ்,

பால் லபார்க், பிரான்ஸ் மெஹ்ரிங் ஆகியோர் எதிர்த்தனர். புதிய காண்ட்டியத்தின் பிற்போக்குத் தன்மையை லெனின் எடுத்துக் காட்டினார். முதலாளிய தத்துவத்தின் மற்றப் போக்குகளுடனான அதன் தொடர்பினை (இறைமைக் கோட்பாடு, மாக்கியம், பயனீட்டுவாதம்) லெனின் எடுத்துக் காட்டினார். (பக்.41).

9. *டை நியூ சைட் (புதிய காலங்கள்)* - Die Neue zeit: இது ஜெர்மானிய சமூக ஜனநாயக கட்சியின் தத்துவார்த்த பத்திரிகை. 1883 - 1923 வரை ஸ்டுட்கார்ட் நகரிலிருந்து வெளியிடப்பட்டது. 1917 அக்டோபர் வரை இதனைப் பதிப்பித்தவர் கார்ல் கவுட்ஸ்கி. அதன் பின்னர் ஹென்றிச் குனோவ் பதிப்பித்தார். மார்க்ஸ் எங்கெல்ஸ் ஆகியோரின் பல படைப்புகள் இதில் வெளிவந்தன. உதாரணமாக, *கோதா வேலைத்திட்டம் மீதான விமர்சனம்,* எங்கெல்சின் 1891ஆம் ஆண்டு *சமூக-ஜனநாயகக் கட்சியின் 1891 ஆம் ஆண்டு நகல் வேலைத்திட்டம் பற்றிய விமர்சனம்* மற்றும் இதரவை. எங்கெல்ஸ் தனது ஆலோசனைகள் மூலம் பத்திரிக்கை ஆசிரியர்களுக்கு உதவினார். மார்க்சியத்திலிருந்து விலகும் பொழுது அவர்களை விமர்சனம் செய்தார். அந்த நூற்றாண்டின் இறுதியில் இருந்த ஜெர்மன் மற்றும் சர்வதேச உழைப்பாளர் இயக்கத்தின் புகழ்மிக்க தலைவர்கள் இதில் எழுதினர்: ஆகஸ்ட் பேபல், வில்ஹெல்ம் லீப்க்னெட், ரோசா லக்சம்பர்க், கிளாரா செட்கின், பால் லபார்க், ஜி.வி. பிளெக்கனோவ், பிரான்ஸ் மெஹ்ரிங் போன்றவர்கள் இவர்கள். எங்கெல்ஸ் மறைந்த பிறகு அதாவது, தொண்ணூறுகளுக்குப் பின்னர், எட்வர்ட் பெர்ன்ஸ் டெயின் போன்ற திரிபுவாதி களின் கட்டுரைகளை இது முறையாக வெளியிட்டது. மார்க்சியத்திற்கு எதிராகத் திரிபுவாதிகளின் தாக்குதல்களை “சோசலிசத்தின் பிரச்சனைகள்” என்ற பெர்ன்ஸ்டெயினின் தொடர்ச்சியான கட்டுரைகள் வெளிப்படுத்தின. முதல் உலகப் போரின் பொழுது இந்தப் பத்திரிகை நடுநிலை வகித்தது. குறுகிய தேசிய வெறியர்களை இது ஆதரித்தது. (பக்.41).

10. *கலைக்களஞ்சியவாதிகள்:* பதினெட்டாம் நூற்றாண்டு பிரெஞ்சு அறிவொளி இயக்கவாதிகளான பத்திரிகையாளர் கள், இயற்கை விஞ்ஞானிகள், தத்துவவாதிகள் ஆகியோர் இணைந்து கலைக் களஞ்சியம் அல்லது கலை, அறிவியல், தொழில்கள் பற்றிய விளக்க அகராதி என்பதைப் பதிப்பித் தனர் (1751 - 80). இதனை அமைத்து தலைமை தாங்கியவர் டேனிஸ் திதரோ என்பவர். இவரது நெருங்கிய உதவியாளர்,

ஜீன் லீ ரான்ட் டி. அலம்பர்ட் என்பவர். பால் ஹென்றி ஹால்பச், கிளாட் அட்ரியன் ஹெல்விட்டியஸ், வோல்டெய்ர் ஆகியோர் இந்தக் கலைக்களஞ்சியத்தைத் தயாரிப்பதில் உதவினர். ரூஸ்ஸோ இதன் முதல் பாகத்திற்கு முன்னுரை எழுதினார். இந்தக் கலைக்களஞ்சியவாதிகள் வெவ்வேறு விஞ்ஞான, அரசியல் கொள்கை உள்ளவர்கள். ஆனால் எல்லோரும் நிலப்பிரபுத்துவம், திருச்சபையின் ஆதிக்கம், வெறுப்பைத் தரும் மத்தியகால மயிரிழை வாதம் ஆகியவற்றை எதிர்த்தவர்கள் ஆவர். கலைக்களஞ்சியவாதிகளில் முக்கியமானவர்கள் பொருள்முதல்வாதத் தத்துவவாதிகள் ஆவர். இவர்கள் கருத்துமுதல்வாதத் தத்துவத்தை தொடர்ந்து எதிர்த்தவர்கள்.

புரட்சிகர முதலாளி வர்க்கத்தின் தத்துவவாதிகள் இந்தக் கலைக் களஞ்சியவாதிகள் ஆவர். பிரான்சில் இடம்பெற்ற பதினெட்டாம் நூற்றாண்டின் முதலாளியப் புரட்சிக்கு தத்துவார்த்தத் தயாரிப்பில் இவர்கள் முக்கியப் பங்கு பெற்றனர். (பக்.44).

11. பார்க்க எங்கெல்ஸ், *டூரிங்கிற்கு மறுப்பு,* மாஸ்கோ, 1959, பக். 29, 45-46. (பக்.51)

12. *Revue Neo - Scolastique* (Neo-Scholastic Review) லொவெயினில் (பெல்ஜியம்) உள்ள கத்தோலிக்க தத்துவ சபையினரால் ஆரம்பிக்கப்பட்ட மத-தத்துவயியல் பத்திரிக்கை. 1894 முதல் 1909 வரை. இதன் ஆசிரியர் கார்டினல் மெர்சியரால் இது வெளியிடப்பட்டது. (பக்.59).

13. Der Kampf *(The Struggle)* - இது ஒரு மாதாந்திரப் பத்திரிகை. இது ஆஸ்திரிய சமூக-ஜனநாயகக் கட்சியின் பத்திரிகை. 1907- 1934 வரை வியன்னாவிலிருந்து வந்தது. "இடது" வாய்ச்சொல் என்ற முகமூடியுடன் வந்த இவ்விதழானது சந்தர்ப்பவாத, மையவாத நிலைப்பாட்டை எடுத்தது. இதன் ஆசிரியர்களாக ஆட்டோ பாயர், அடோல்ஃப் பிரௌன், கார்ல் ரென்னர், பிரெடரிக் அட்லர் மற்றும் பலர் இருந்தனர். (பக்.65.)

14. *The International Socialist Review:-* பிற்போக்குத்தன்மையுள்ள அமெரிக்க மாதப் பத்திரிக்கை. 1900 - 1918 வரை சிகாகோவிலிருந்து வெளிவந்தது. (பக்.65).

15. அறிவியல் தத்துவத்திற்கான காலாண்டு இதழ் (Quarterly of Scientific Philosophy) அனுபவவாத விமர்சகர்களின்

(மாக்கியர்கள்) ஒரு பத்திரிக்கை. 1876 லிருந்து 1916 வரை லீப்சிக்கில் இருந்து வெளிவந்தது. (1902 லிருந்து இதன் தலைப்பு Quarterly of Scientific Philosophy and Sociology). இதனை நிறுவியவர் ரிச்சர்ட் அவெனரியஸ். 1896 வரை அவனெரியசை ஆசிரியராகக் கொண்டு இது வெளிவந்தது. 1896க்குப் பின் இதனைப் பதிப்பித்தவர் எர்னஸ்ட் மாக். இதில் எழுதியவர் களில் வில்ஹெல்ம் வன்ட், அலாய்ஸ் ரெயில், வில்லியம் ஷூப்பே ஆகியோர் அடங்குவர்.

இந்த நூலில் (அத். 6) இது பற்றிய லெனினின் மதிப்பீடு உள்ளது. (பக்.70)

16. *ஸ்பினோசாயிசம்* (Spinorism): *பதினேழாம் நூற்றாண்டு டச்சு நாட்டின் பொருள்முதல்வாத தத்துவவாதியான பெனடிக்ட் ஸ்பினோ சாவின் கருத்துகள் இவை. இதன்படி, எல்லாமே, கடவுளுக்குச் சமமான, அதற்கு அதுவே காரணமான, ஒரு பிரபஞ்சம் தழுவிய பொருளின் வெளிப்பாடுகளே எல்லாம் என்பதாகும். பொருளின் சாராம்சமானது பல பண்புகளும் தன்மைகளாலும் வெளிப்படுகிறது. இவற்றில் மிக முக்கிய மானவை விரிவாக்கம் மற்றும் சிந்தனை என்பன. இயற்கையின் தனித்தனி நிகழ்வுகளுக்கு இடையிலான தொடர்புதான் காரணகாரியத் தொடர்புக் கோட்பாடு என்று ஸ்பினோசா கருதினார். பொருளைக் காரணமாகக் கொண்ட பரஸ்பர செயல்தான் இது என்று அவர் அர்த்தப்படுத்தினார். செயல் புரியும் காரணங்களின் மொத்தத்தைப் பற்றிய அறியாமையிலிருந்துதான் தற்செயல் என்ற கருத்து தோன்று கிறது என்று அவர் கூறினார். மனிதன் உட்பட, எல்லாப் பொருள்களின் செயல்களும் அத்தியாவசியத்திற்குட் பட்டவை. பிரபஞ்சம் தழுவிய பொருளின் பண்புகளில் ஒன்று சிந்தனை என்பதால் கொள்கை ரீதியாக, கருத்துகளின் தொடர்பும் வரிசையும் பொருள்களின் தொடர்பு, வரிசை போன்றே உள்ளன. உலகம் பற்றிய மனித அறிவு எல்லை யற்றது. புலன் உணர்வு, பகுத்தறிவு, பகுத்தறிவு - உள்ளுணர்வு ஆகிய பகுத்தறிவு சார்ந்த புரிதலின் மூன்று வடிவங்களில் கடைசியில் உள்ளது மிகவும் நம்பகத் தன்மை உள்ளதாகக் கருதப்படுகிறது. இதன்படி, "ஒரு பொருள் அதன் சாராம்சத்தின் மூலம் அல்லது அதன் உடனடிக் காரணத்தின் மூலம் அறிந்து கொள்ளப்படுகிறது". இந்த முறையின் மூலம் மனிதன் தனது உணர்ச்சிகளை அறிந்து கொள்கிறான்; அதனைக் கட்டுப்படுத்துகிறான். இயற்கை*

யின் அத்தியாவசியத்தையும், அவனது ஆன்மாவின் ஆவல் களையும் அறிந்துகொள்வதில் தான் மனிதனின் சுதந்திரம் உள்ளது.

ஸ்பினோயிசம் என்பது ஒரு வகைப் பொருள்முதல்வாதம் என்பது மட்டுமல்லாமல் அது நாத்திகமும் கூட, அது இயற்கை கடந்த சக்தியான கடவுளை மறுத்தது. கடவுள் உலகினைப் படைத்தார் என்பதையும் மறுத்தது. அதே சமயத்தில் கடவுளையும் இயற்கையையும் ஒன்றாகக் கண்ட தால் அது இறையியலுக்கு இடமளித்தது. இந்தப் பின்னடை விற்கும் ஸ்பினோசாவின் பொருள்முதல்வாதத்தின் இயந்திர கதித் தன்மைக்கும், அக்கால கட்டத்தின் அறிவின் மட்டம், இளம் டச்சு முதலாளிய வர்க்கத்தின் அறிவின் குறைபாடுகள் ஆகியன காரணங்கள் ஆகும். இவர்களது நலன்கள் ஸ்பினோ சாவின் தத்துவத்தில் வெளிப்படுகின்றன. இதனையொட்டி, இந்தப் பெரிய டச்சுச் சிந்தனையாளரது தத்துவச் சிந்தனை யைச் சுற்றி இன்றுவரை அவரது கருத்துகளின் வரலாற்றுக் குறைபாடுகளைச் சாதகமாகக் கொண்டு ஒரு பெரிய போராட்டமே நடந்தது. கருத்துமுதல்வாதமானது ஸ்பினோ சாவின் கருத்துகளுடைய தவிர்க்க முடியாத வரலாற்று ரீதியான வரம்புகளை தனக்குச் சாதகமாகக் கொண்டு பொருள்முதல்வாத உலகக் கண்ணோட்டத்தின் வளர்ச்சியி னுடைய ஒரு முக்கியமான கட்டத்தில் ஸ்பினோசாவியத்தின் பொருள்முதல்வாத சாராம்சத்தை சிதைத்தது. (பக்.75).

17. *தத்துவ ரீதியான ஆய்வுகள் (Philosophical Studies)* உளவியல் சார்ந்த கேள்விகளுடன் கருத்துமுதல்வாதப்போக்குள்ள ஒரு பத்திரிக்கை. இதனைப் பதிப்பித்தவர் வில்ஹெல்ம் வன்ட், லீப் சிக்கிலிருந்து 1881-1903 வரை வெளிவந்தது. 1905லிருந்து இது Psychological Studies என்ற தலைப்பில் வெளி வந்தது. (பக்.75).

18. *பெட்ருஷ்கா:* என்.வி. கோகால்-இன் Dead Souls என்ற நாவலின் கதாபாத்திரங்களில் ஒன்று. இவன் ஒரு வீட்டு வேலை செய்யும் பண்ணை அடிமை. இவன் அர்த்தத்தைப் பற்றிக் கவலைப்படாமல் புத்தகங்களின் எழுத்துகளை இயந்திரகதியில் படிப்பவன். (பக்.76).

19. பார்க்க *எங்கெல்ஸ், லுத்விக் ஃபூயர்பாக்கும் ஜெர்மானிய செவ்வியல் தத்துவத்தின் முடிவும்* (மார்க்ஸ், எங்கெல்ஸ் *தேர்வு நூல்கள்,* தொ. III. மாஸ்கோ, 1970, பக்.335-36 (பக்.78).

20. *மனது* (Mind) : தத்துவம், உளவியல் ஆகியவற்றின் பிரச்சனைகள் தொடர்பாக வெளிவந்த கருத்துமுதல்வாதப் போக்குள்ள ஒரு பத்திரிக்கை. 1876லிருந்து இது லண்டனில் பதிப்பிக்கப்பட்டது. தற்பொழுது எடின்பர்கிவிலிருந்து வெளிவருகிறது. இதன் முதல் ஆசிரியர் பேரா. குரூம் ராபர்ட்சன் என்பவர். (பக்.87).

21. எ.ஐ. உலியனோவா - யெலிசரோவாவிற்கு டிசம்பர் 6, (19), 1908இல் லெனின் எழுதிய கடிதத்தில் பின்வருமாறு உள்ளது: "லூனாசார்ஸ்கி, 'மன ரீதியாக' அவருக்கு ஒரு கடவுளைப் படைத்துக் கொண்டார்" - தணிக்கையின் காரணமாக குரலைச் சற்றுத் தணித்துக் கொண்டார் - '(மன ரீதியாக கடவுளைப் படைத்துக் கொண்டார்) என்பதை சற்று மிதமான முறையில் 'மதக்கருத்து' அல்லது இதுபோன்றது என்று மாற்ற வேண்டும்" (*தொகுப்பு நூல்கள்*, பா. 37, பக். 403) (பக்.36).

22. பார்க்க, எங்கெல்ஸ், *டூரிங்கிற்கு மறுப்பு*, மாஸ்கோ, 1975, பக். 46. (பக்.107).

23. பார்க்க, *லுத்விக் ஃபூயர்பாக்கும் ஜெர்மானிய செவ்வியல் தத்துவத்தின் முடிவும்* (மார்க்ஸ், எங்கெல்ஸ் *தேர்வு நூல்கள்*, தொ.3, மாஸ்கோ, 1970, பக். 339-40, 348). (பக்.107)

24. துர்கனேவ் எழுதிய *''வாழ்வின் ஒரு விதி''* என்ற அவருடைய வசன கவிதையில் உருவாக்கிய இலக்கியப் படைப்பினை லெனின் குறிப்பிடுகிறார். (பக்.108)

25. *Archives of Systematic Philosophy* (முறையான தத்துவத்தின் காப்பகம்): கருத்துமுதல்வாதப் போக்குள்ள இந்தப் பத்திரிகை 1895லிருந்து 1931 வரை பெர்லினிலிருந்து வெளி வந்தது. இது Philosophical Archives என்பதன் இரண்டாவது தனியான பகுதியாகும் (77-வது குறிப்பினைப் பார்க்கவும்). இதன் முதல் ஆசிரியர் பால் நாட்ராப் என்பவர். 1925 லிருந்து இது *Archives of Systematic Philosophy and Sociology* (முறையான தத்துவம் மற்றும் சமூகவியலின் காப்பகம்) என்ற பெயரில் வெளிவந்தது. (பக்.116)

26. *Kantian Studies* (கான்ட்டிய ஆய்வுகள்): கருத்துமுதல்வாதப் போக்குள்ள ஒரு ஜெர்மானிய தத்துவப் பத்திரிகை. புதிய கான்ட்டியர்களது உறுப்பு. ஹான்ஸ் வைஹிங்கர் என்பவரால் இது நிறுவப்பட்டது. 1897லிருந்து 1944 வரை (ஹாம்பர்க் -

பெர்லின் - கோலோனிலிருந்து) விட்டுவிட்டு இது வெளி வந்தது. 1954இல் இது மறுபடியும் ஆரம்பிக்கப் பட்டது. கான்ட்டியத் தத்துவம் பற்றி எழுதுவதற்கு இது அதிக இடமளிக்கிறது. புதிய கான்ட்டியர்கள் தவிர இதில் எழுதிய வர்கள் மற்ற கருத்துமுதல்வாதப் போக்கு உள்ளவர்களும் ஆவர். (பக்.116)

27. Nature (இயற்கை): இயற்கை விஞ்ஞானத்திற்கான ஒரு வாராந்தரி. 1869 முதல் லண்டனிலிருந்து வெளிவந்தது. (பக்.117)

28. *பொருள் முதல்வாதமும் அனுபவவாத விமர்சனமும்* என்ற இந்த நூலின் முதல் பதிப்பைத் தயாரிக்கும் பொழுது, எ.ஐ. உலியனோவா - யெலிசரோவா "ஒரு அதிகப்படியான நேர்மை யான இலக்கிய எதிரி" என்பதை "ஒரு *அதிகப்படியான கொள்கை பூர்வமான இலக்கிய எதிரி*" என்று மாற்றினார். லெனின் இந்தத் திருத்தத்தை எதிர்த்தார், 27.12.1909 தேதியிட்ட கடிதத்தில் அவர் தன் சகோதரிக்கு எழுதினார்: "போக்தனோவ், லூனாசார்ஸ்கி ஆகியோருக்கு எதிராக உள்ள எந்தப் பகுதியையும் மாற்றிவிடாதே. இதனை மிதப்படுத்து வது என்பது சாத்தியமற்றது. இவர்களைவிட "செர்னோவ் இன்னும் நேர்மையான" எதிரி என்பதை நீ தவிர்த்து விட்டாய். இது மிகவும் வருத்தமளிக்கிறது. அந்தத் தொனி இதில் இல்லை. தற்போது எனது குற்றச்சாட்டுகளுக்கு ஒட்டு மொத்தத்தில் பொருத்தமாக இது இல்லை. இதில் முக்கிய மான விஷயம் என்னவென்றால் நமது மாக்கி யர்கள் நேர்மை யற்றவர்கள். தத்துவத்தில் மார்க்சியத்துக்கு கோழைத்தனமான எதிரிகள் ஆவர்". *(தொகுப்பு நூல்கள், தொகுதி. 37, பக். 416).* (பக்.121)

29. பார்க்க, பி.எங்கெல்ஸ், *லுத்விக் ஃபூயர்பாக்கும் ஜெர்மானிய செவ்வியல் தத்துவத்தின் முடிவும்* (மார்க்ஸ், எங்கெல்ஸ் தேர்வு நூல்கள், தொகுதி. III, மாஸ்கோ, 1970 பக். 345-347). (பக்.124)

30. இங்கு வோரோஷிலோவை லெனின் குறிப்பிடுகிறார். Smoke என்ற அவரது நாவலில் துர்கனேவ் உருவாக்கியுள்ள ஒரு பாத்திரம் இது. இவன் போலி அறிவுள்ள வறட்டுவாதி. (பக்.123)

31. பார்க்க, எங்கெல்ஸ், "*லுத்விக் ஃபூயர்பாக்கும் ஜெர்மானியச் செவ்வியல் தத்துவத்தின் முடிவும்*" (மார்க்ஸ், எங்கெல்ஸ் தேர்வு நூல்கள், தொகுதி. III, 1970, பக். 347). (பக்.124).

32. மஞ்சட்டிச் செடியின் வேரிலிருந்து உயிர்ப்பொருள் கூறான சாயப் பொருள் அலிசரின் என்பதை செயற்கையாக உற்பத்திச் செய்ய முடியும் என்ற அறிக்கையை ஜெர்மானிய வேதியிய லாளர்கள் கே. கிரெய்பே, கே. லைபெர்மன் ஆகியோர் 11.1.1869 அன்று ஜெர்மன் வேதியியல் சங்கத்தில் சமர்ப் பித்தனர். அலிசரினை உற்பத்திச் செய்ய முதல்பொருள் அன்ந்தரசின் என்பது. இது தார் எண்ணெயை 270°c - 400°c வெப்பத்தில் கொதிக்க வைத்துத் தயாரிக்கப்பட்டது. (பக்.126)

33. பார்க்க, ''மார்க்ஸ், ஃபூயர்பாக் மீதான ஆய்வறிக்கை'' (மார்க்ஸ், எங்கெல்ஸ் *தேர்வு நூல்கள்*, தொகுதி I, மாஸ்கோ, 1969 பக். 13, 1969). (பக்.128)

34. பார்க்க, எங்கெல்ஸ், *கற்பனாவாத சோசலிசமும் விஞ்ஞான சோசலிசமும்* (மார்க்ஸ், எங்கெல்ஸ்: *தேர்வு நூல்கள்*, தொகுதி.3 மாஸ்கோ, 1970, பக். 101.) (பக்.132)

35. பார்க்க எங்கெல்ஸ், *கற்பனாவாத சோசலிசமும் விஞ்ஞான சோசலிசமும்* என்பதற்கான அவரது சிறப்பு முன்னுரை யைப் பார்க்கவும். (மார்க்ஸ், எங்கல்ஸ் *தேர்வு நூல்கள்*, தொகுதி. III, மாஸ்கோ, 1970, பக். 101). (பக்.136)

36. பார்க்க, எங்கெல்ஸ், *டூரிங்கிற்கு மறுப்பு*, மாஸ்கோ, 1975, பக். 65. (பக்.145).

37. *என். பெல்ட்டோவ்:* ஜி.வி. பிளெக்கனோவின் புனைப் பெயர். (பக்.151)

38. பார்க்க, எங்கெல்ஸ், *லுத்விக் பூயர்பாகும் ஜெர்மானியச் செவ்வியல் தத்துவத்தின் முடிவும்* (*தேர்வு நூல்கள்,* பா. III, மாஸ்கோ, 1970, ப. 347). (பக்.158)

39. *ஐயுறவு வாதம்:* புறவய எதார்த்தத்தைப் புரிந்து கொள்ளும் சாத்தியம் பற்றி சந்தேகத்தை உருவாக்கும் ஒரு தத்துவப் போக்கு ஆகும். கி.மு. 4-வது நூற்றாண்டிலிருந்து 3-வது நூற்றாண்டு வரையுள்ள காலத்தில் இது கிரேக்கத்தில் தோன்றியது. இதனை உருவாக்கியவர் பைர்ஹோ என்பவர். அனஸ்டெமியுஸ், செக்ஸ்டஸ் மற்றும் எம்பிரிக்கஸ் ஆகியோர் இதனைப் பிரபலப்படுத்தியவர்களில் முக்கியமானவர் களாவர். பண்டைய ஐயுறவுவாதிகள் புலன் உணர்வு வாதத்திலிருந்து ஐயுறவுவாத முடிவுகளைப் பெற்றனர். புலன் உணர்வின் அகவயத் தன்மையை முதன்மையாக்கி

பொருள்கள் பற்றிய தெளிவான தீர்வு காண்பதைத் தவிர்க்க வேண்டும் என்றனர். மனிதன் அவனது புலன் உணர்விற்கு அப்பால் செல்ல முடியாது என்றும், அவற்றின் உண்மையைக் காண முடியாது என்றும் அவர்கள் வலியுறுத்தினர்.

மறுமலர்ச்சிக் காலத்திய பிரஞ்சுத் தத்துவவாதிகள், மிச்சல் மான்டெய்க்னே, பியர் சர்ரோன், பியர் பெய்லே ஆகியோர் மயிரிழை வாதத்தையும் திருச்சபையையும் எதிர்க்க ஐயுறவு வாதத்தைப் பயன்படுத்தினர்.

பதினெட்டாம் நூற்றாண்டில் ஹியூம், கான்ட் ஆகியோரின் ஐயுறவுவாதத்தில் இது புத்துயிர்ப் பெற்றது. பண்டைய ஐயுறவுவாதத்தை நவீனமயமாக்க கோட்லியுப் ஷுல்ஸ் (அனெசிடெமுஸ்) என்பவர் முயற்சித்தார். பத்தொன்பதாம் நூற்றாண்டின் நடுவிலிருந்து இருபதாம் நூற்றாண்டு ஆரம்பம் வரை மாக்கியர்கள், புதிய கான்ட்டியர்கள், மற்றும் பல கருத்துமுதல்வாதத் தத்துவவாதிகள் இதன் வாதங்களைப் பயன்படுத்தினர். (பக்.162).

40. *எபிக்யூரியனிசம்* (Epicureanism): கி.மு. 4 லிருந்து 3-வது நூற்றாண்டு வரையுள்ள காலத்திய கிரேக்கத் தத்துவவாதியும், அவரைப் பின்பற்றுபவர்களும் முன்வைத்த பொருள் முதல்வாதக் கொள்கை இது. இக்கொள்கைப்படி, தத்துவத்தின் நோக்கம் துன்பத்திலிருந்து விடுவித்து, இன்ப நிலையை அடைவதற்காக மனிதனுக்கு மகிழ்ச்சியைக் கொடுப்பது ஆகும். இன்பத்திற்கான தடைகளைத் தத்துவம் அகற்ற வேண்டும்: அத்தடைகள் இயற்கை விதிகள் பற்றிய அறியாமை காரணமாக மரணத்தைக் கண்டு அஞ்சுதல் மற்றும் இதனால் இயற்கைக்கு அப்பாற்பட்ட, தெய்வீகச் சக்திகளை நம்புதல்.

எபிக்யுரஸின் (Epicurus) கருத்துப்படி அணுக்களும் வெற்றிடமும் மட்டுமே உலகில் உள்ளன. அவற்றின் எடை காரணமாக அணுக்கள் இதில் தாழ்வாக நகர்கின்றன. அதே திசை வேகத்தில் விழும் பொழுது அணுக்கள் அவற்றின் நேர்க்கோட்டுப் பாதையிலிருந்து விலகுகின்றன, மோதுகின்றன, இணைகின்றன. வெவ்வேறு பொருள்களை உருவாக்குகின்றன. எபிக்யூரஸ் பொருள்களின் புறவயத் தன்மையை ஒப்புக் கொள்கிறார். உலகம் எல்லையற்றது என்கிறார். தெய்வீக விதிகள் அல்லாத இயற்கை விதிகள் என்று கூறியுள்ளார். ஆன்மாவின் நித்தியம் மற்றும் அதன் பொருளற்றத் தன்மை ஆகியவற்றை அவர் மறுத்தார். அது

மிக நுணுக்கமான பகுதிகள் கொண்ட பொருள் என்றும், அது உடல் முழுவதிலும் பரவியுள்ளது என்றும் அவர் கூறினார். ஆன்மாவின் பொருட்தன்மை பற்றிய இவரது கொள்கை அவரது நாத்திகவாதத்திற்குத் தொடர்புள்ளதாக இருந்தது. இயற்கை, மனிதன் ஆகியவற்றின் செயல்களில் கடவுள் குறுக்கிடுவதை அது மறுத்தது.

அறிவுத்தோற்றவியலின்படி, எபிக்யுரஸ் ஒரு புலனுணர்ச்சி வாதி. பொருள்களில் இருந்து வரும் ஒவ்வொரு நுணுக்க மான பிம்பங்களும், புலன் உறுப்புகள் மூலமாக மனித ஆன்மாவிற்குள் செல்கிறது என்று அவர் கருதினார். ஆன்மாவில் இடம் பெறும் புலனறிவுக் காட்சிகள் மூலம் கருத்துகள் உருவாகின்றன. இதில் நினைவானது பிம்பங் களின் பொதுவான தன்மைகளை சேமிக்கிறது. புலன் அறிவினையே உண்மைக்கு உரைகல்லாக எபிக்யூரஸ் கருதினார். பிழைகளுக்கான காரணம், தனித்தனி புலன் உணர்ச்சிகளின் தற்செயலான தன்மையில் உள்ளது அல்லது அவசரப்பட்ட முடிவில் உள்ளது என்று அவர் கருதினார். அறிதல் செயல் முறையின் அடிப்படைகளுக்கு சூதுவாதற்ற பொருள்முதல்வாத விளக்கத்தை எபிக்யூரஸ் கொடுத்தார்.

பண்டைக்கால கிரேக்கத்தின் இந்தப் பெரிய பொருள்முதல் வாதியின் போதனைகளைக் கருத்துமுதல்வாதிகள் சிதைத் தனர். மற்ற பண்டைய தத்துவங்களைவிட, எபிக்யுரியனிசத் தினை அதிகமாகத் தாக்கினர்.

புலன் உணர்ச்சி வாதம் பற்றிய லெனினது வரையறையில் ஃபிராங்க் என்பவர், எபிக்யூரியனிசத்தை சரியாக, இதன் ஒருவகையாகக் கருதுகிறார் என்றும், ஆனால் எபிக்யூரியனி சத்திற்கும் புறவயமான பொருள்முதல்வாத புலன் உணர்ச்சி வாதத்திற்கும் இடையே தவறான முடிவிற்கு வருகிறார் என்றும் கூறுகிறார். ஹெகலின் *தத்துவத்தினுடைய வரலாற்று மீதான விரிவுரைகள்* (Lectures on the History of Philosophy) என்பதன் குறிப்புகளில் லெனின், ஹெகல் எபிக்யுர ஸைப் புரிந்து கொள்ளவில்லை என்றும் அதனைச் சிதைத் தார் என்றும் கூறுகிறார். எபிக்யுரியனிசம் பண்டைய கிரேக்கப் பொருள் முதல்வாதத்தின் ஒரு வடிவம் என்று லெனின் எடுத்துக் காட்டினார். (பக்.162)

41. பார்க்க, எங்கெல்ஸ், *டூரிங்கிற்கு மறுப்பு*, மாஸ்கோ, 1975, பக். 103. (ப.166)

42. பார்க்க, எங்கெல்ஸ், *டூரிங்கிற்கு மறுப்பு*, மாஸ்கோ, 1975. பக். 107. (பக்.167)

43. எல். குகல்மனுக்கு 5.12.1868இல் மார்க்ஸ் எழுதிய கடிதத்தைக் காண்க. (பக்.168)

44. மார்க்சின் "ஃபூயர்பாக் மீதான ஆய்வுரைகளை" (1845) லெனின் குறிப்பிடுகிறார். எங்கெல்சின் "லுத்விக் ஃபூயர் பாக்கை" (1888) குறிப்பிடுகிறார். கற்பனாவாத சோசலிசமும் விஞ்ஞான சோசலிசமும் என்பதன் சிறப்பு முன்னுரையையும் (1888) குறிப்பிடுகிறார். (மார்க்ஸ், எங்கெல்ஸ் தேர்வு நூல்கள், தொகுதி. I, மாஸ்கோ, 1969, பக்.13-15, பா. 3, மாஸ்கோ, 1970 பக். 335 - 76, 95 -114). (பக்.171).

45. பார்க்க, எங்கெல்ஸ், *லுத்விக் ஃபூயர்பாக்கும் ஜெர்மானிய செவ்வியல் தத்துவத்தின் முடிவும், கற்பனாவாத சோசலிசமும் விஞ்ஞான சோசலிசமும்* (மார்க்ஸ், எங்கெல்ஸ் தேர்வு நூல்கள், தொகுதி. III, மாஸ்கோ, 1970, பக். 376, 101). (பக்.172)

46. பிஷப் யுலோஜியஸ்: அரசு டூமாவின் உறுப்பினர். முடியாட்சிவாதி; மிகவும் பிற்போக்கானவர். (பக்.174)

47. Review of Philosophy (தத்துவத்தின் மீளாய்வு): இது ஒரு பிரஞ்சு கருத்துமுதல்வாதப் பத்திரிக்கை; இதனை ஆரம்பித்தவர் ஈ.பெய்லாப்ட் என்பவர். 1900-1939 ஆண்டுகளில் பாரிசிலிருந்து வெளிவந்தது. (பக்.186)

48. பார்க்க, எங்கெல்ஸ், *டூரிங்கிற்கு மறுப்பு*, மாஸ்கோ, 1975, பக். 28, 30, 46. (பக்.194)

49. பார்க்க, *லுத்விக் ஃபூயர்பாக்* (மார்க்ஸ், எங்கெல்ஸ் தேர்வு நூல்கள், தொகுதி. III மாஸ்கோ, 1970. பக். 362, 364. (பக்.194)

50. *இயற்கை தத்துவத்தின் ஆண்டு பதிவேடு* (Annals of Natural Philosophy) - நேர்க்காட்சிவாதப் பத்திரிக்கை. இதனைப் பதிப்பித்தவர் வில்ஹெல்ம் ஆஸ்ட்வால்ட். 1901 - 1921 வரை லீப்சிக்கிலிருந்து வெளிவந்தது. இதில் எர்ன்ஸ்ட் மாக், பால் வோல்க்மன் போன்றவர்கள் எழுதினர். (பக்.205)

51. பார்க்க, எங்கெல்ஸ், *லுத்விக் ஃபூயர்பாக்* (மார்க்ஸ், எங்கெல்ஸ், தேர்வு நூல்கள், மாஸ்கோ, 1970, தொகுதி. III, பக். 345 - 46). (பக்.205)

52. பார்க்க, எங்கெல்ஸ், *டூரிங்கிற்கு மறுப்பு*, மாஸ்கோ, 1975, பக். 55. (பக்.214)

53. *புரோடிஸ்டா:* ஹெக்கலின் வகைப்பாட்டின்படி, இவை ஒரு செல் மற்றும் செல் அல்லாததுமான உயிரிகளின் பெருந்திரள் ஆகும். பல செல்கள் உள்ள விலங்குகள், தாவரங்கள் ஆகிய வற்றிலிருந்து வேறுபட்ட உயிரிகளின் பிரிவு ஆகும்.(பக்.216)

54. பார்க்க, எங்கெல்ஸ், *டூரிங்கிற்கு மறுப்பு*, மாஸ்கோ, 1975, பக். 63. (பக்.218)

55. *இயற்கை விஞ்ஞானம்* (Natural Science) : 1892-1899 வரை லண்டனிலிருந்து வெளிவந்த ஒரு பத்திரிகை. (பக்.228)

56. *தத்துவரீதியான மீளாய்வு* (The Philosophical Review): கருத்து முதல்வாதப் போக்குள்ள ஓர் அமெரிக்கப் பத்திரிகை. இதனை ஆரம்பித்தவர் ஜேகப் கோல்ட் ஷ்ரூமன் என்பவர். 1892இல் இது ஆரம்பிக்கப்பட்டது. (பக்.227)

57. "சிரிக்கத் தூண்டுகிறது என்பதற்குப் பதிலாக வெறுப்பு உண்டாக்குகிறது" என்ற சொற்களுக்குப் பதிலாக முதல் பதிப்பில் "சிரிப்பைவிட அதிகமாக வெறுப்பு உண்டாகிறது" என்று இருந்தது. பிழைதிருத்தப் படிவங்களைப் படித்த பின்னர் லெனின் எ.ஐ. உலியனோவா - யெலிசரோவாவை இந்த சொற்றொடரை மாற்ற அல்ல பிழைகள் பகுதியில் சேர்க்க வேண்டும் என்று கேட்டுக் கொண்டார். முதல் பதிப்பின் இணைப்பாக வந்த பிழைகள் பகுதியில் இது சேர்க்கப்பட்டது. (பக்.232)

58. பார்க்க, எங்கெல்ஸ், *டூரிங்கிற்கு மறுப்பு*, மாஸ்கோ, 1975, பக். 132-33. (பக்.233)

59. *சமூகவியலில் அகவயமுறை* (Subjective method in Sociology): இது வரலாற்றுச் செயல் முறை பற்றிய விஞ்ஞானத்திற்குப் புறம்பான கருத்துமுதல்வாத அணுகுமுறையாகும். இதில் சமுதாய வளர்ச்சி பற்றிய புறவய விதிகள் மறுக்கப்படு கின்றன. "முதன்மையான ஆளுமைகளின்" தன்னிச்சையான செயல்களாக அது கூறப்படுகிறது. பத்தொன்பதாம் நூற்றாண்டின் முப்பது, நாற்பதுகளில் சமூகவியலில் அகவயப் போக்கினை ஆதரித்தவர்களில், இளம் ஹெகலியர் களான புருனோ பாயர், டேவிட் ஸ்ட்ராஸ், மாக்ஸ் ஸ்டிர்னர் போன்றவர்கள் ஆவர். இவர்கள் மக்களை "விமர்சனமற்ற

கூட்டம்" என்றும் "விமர்சன ரீதியாகச் சிந்திக்கும் மனிதர் களை"க் கண்மூடித்தனமாக பின்பற்றுபவர்கள் என்றும் கூறினர். *புனிதக் குடும்பம், ஜெர்மானிய சித்தாந்தம்* என்ற நூல்களிலும், மற்ற படைப்புகளிலும், மார்க்சும் எங்கெல்சும் இளம் ஹெகலியர்களின் கருத்துகள் பற்றி விரிவாகவும், ஆழமாகவும் விமர்சித்தனர். பத்தொன்பதாம் நூற்றாண்டின் பிற்பாதியில், சமூகவியலில் அகவயக் கருத்தின் பிரதிநிதி களாக தாராளவாத நரோத்னிக்குகள் விளங்கினர் (பி.எல். லவ்ரோவ், என். கே. மைக்கேலால்ஸ்கி போன்றவர்கள்), இவர்கள் சமுதாய வளர்ச்சி விதிகளின் புறவயத்தன்மையை மறுத்தனர். தனிப்பட்ட மனிதர்கள் மற்றும் முதன்மையான ஆளுமைகளின், செயல்களாக வரலாற்றை இவர்கள் காட்டினர்.

சமூகவியலில் இருந்த அகவயக் கருத்துமுதல்வாதப் போக்கின் அர்த்தமற்ற தன்மையை மார்க்சிய - லெனினியம் எடுத்துக் காட்டியது. சமுதாய வளர்ச்சி பற்றிய உண்மை யான, விஞ்ஞான ரீதியான கொள்கையை அது உருவாக்கி யது. வரலாற்றில் வெகுமக்களின் பங்கையும், தனிநபர் செயல்களின் முக்கியத்துவத்தையும் அது எடுத்துக் காட்டியது. (பக்.237)

60. பார்க்க, குறிப்பு 8. (பக்.240)

61. *Constitutional - Democrats:* அரசியல் அமைப்பு - குடியரசுவாத கட்சியின் உறுப்பினர்களை இது குறிக்கும். தாராளவாத - முடியாட்சி முதலாளி வர்க்கத்தினரின் முக்கியமான கட்சி இது. கேடட் கட்சி 1905 அக்டோபர் மாதம் ஆரம்பிக்கப் பட்டது; இதில் முதலாளி வர்க்கம், பெரிய நிலச் சுவான் தார்கள், முதலாளிய அறிவாளிகள் ஆகியோர் இருந்தனர். மக்களை ஏமாற்றுவதற்காக, தங்களை இக்கட்சியினர் "மக்கள் விடுதலைக் கட்சி" என்று அழைத்துக் கொண்டனர். ஆனால் சட்டப்பூர்வ முடியாட்சி தவிர வேறு எதையும் இவர்கள் கோரவில்லை. புரட்சிகர இயக்கத்திற்கு எதிராகப் போராடுவது, ஜார், நிலப்பிரபுக்கள் ஆகியோருடன் அதிகாரத்தைப் பகிர்ந்து கொள்வது கேடட்களின் முக்கிய நோக்கமாக இருந்தது. முதல் உலகப் போரின் பொழுது, ஜார் அரசாங்கத்தின் ஆக்கிரமிப்புக் கொள்கையை இவர்கள் ஆதரித்தனர். பிப்ரவரி முதலாளியப் புரட்சிக்காலத்தில் இவர்கள் முடியாட்சியைக் காப்பாற்ற முயற்சித்தனர். முதலாளி வர்க்க தற்காலிக அரசில் முக்கியப் பங்கு பெற்று,

மக்கள் விரோத, எதிர்ப்புரட்சிக் கொள்கையைப் பின்பற்றினர். அக்டோபர் சோசலிசப் புரட்சியின் வெற்றிக்குப் பின்னர், சோவியத் அரசின் பகிரங்க எதிரிகளாக மாறினர். எதிர்ப்புரட்சியாளர்களின் எல்லா ஆயுதப் போராட்டத்திலும் பங்குபெற்றனர். குறுக்கீட்டாளர்களின் பிரச்சாரகர்களாக மாறினர். குறுக்கீட்டாளர்கள், வெண்படையினர் ஆகியோர் ஒழிக்கப்பட்ட பின்னர், இவர்கள் புலம் பெயர்ந்தனர். ஆனால் இவர்களது சோவியத் எதிர்ப்பு எதிர்ப்புரட்சி நடவடிக்கைகளை நிறுத்தவில்லை. (பக்.246)

62. பத்தொன்பதாம் நூற்றாண்டில் எழுபதுகளின் பிற்பாதியில், ஜெர்மானிய சமூக - ஜனநாயகக் கட்சியில் வளர்ந்த சந்தர்ப்ப வாதப் போக்கை இது குறிக்கிறது. இதன் முக்கிய கருத்திய லாளர்கள் கார்ல் ஹூச்பெர்க், எட்வர்ட் பெர்ன்ஸ் டெயின், கார்ல் ஆகஸ்ட் ஷ்ரம் ஆகியோர். இவர்கள் டூஹிரிங்கிய தாக்கத்திற்கு உள்ளானவர்கள். பெர்ன்ஸ்டெயின், லூயிஸ் வியரெக், ஜோஹன் மோஸ்ட் ஆகியோருடன் இணைந்து டூரிங்கின் பல்திரட்டுக் கருத்துகளை ஜெர்மன் ஜனநாயக வாதிகளிடையே பரப்பினர். ஹூச் பெர்க், ஒடுக்கப்பட்ட வர்களின் "நியாயமான நீதி" மேல் தட்டு வர்க்கத்தினரின் பிரதிநிதிகள் ஆகியவர்களின் ''பொதுவான மனிதகுல'' இயக்கமாக இருக்க வேண்டும் என்று கூறினார்.

பெர்லினில் வியரெக் என்பவர் Mauritanian Club என்ற குழுமத்தை உருவாக்க நடவடிக்கை எடுத்தார். இதில் டூரிங்கின் கருத்துகள் மேலோங்கி இருந்தன. இதன் நோக்கம் "படித்தவர்களை" "சோசலிசத்திற்குக்" கொண்டு வருதல் ஆகும். முதலாளிகளுக்கும், உழைப்பாளிகளுக்கும் இடையே வர்க்க ஒற்றுமையை வளர்த்தல் ஆகும். சோசலிச தடைச் சட்டம் (1878) ஜெர்மனியில் கொண்டு வரப்பட்ட பின்னர், இந்தக் கிளப்பின் தலைவர்கள் சூரிச்சிற்குச் சென்றனர். அங்கு முதலாளிகளை ''சோசலிசத்திற்குக்'' கொண்டுவர அவர்களது முயற்சிகளைத் தொடர்ந்தனர்.

ஹூச்பெர்க் குழுவினரின் சந்தர்ப்பவாத மார்க்சிய எதிர்ப்புத் தன்மை, சூரிச்சில் ஜெர்மன் சமூக - ஜனநாயகக் கட்சியின் மையப் பத்திரிக்கையை ஆரம்பித்ததில் தெளிவாகக் காணப் படுகிறது. இந்தப் பத்திரிக்கை, கட்சியின் புரட்சிகரக் கொள்கையை நிறைவேற்றக் கூடாது, சோசலிச லட்சியங் களைப் போதிப்பதுடன் நின்று விடவேண்டும் என்று ஹூச் பெர்க்கும், அவரது ஆதரவாளர்களும் கருதினர். ஆகஸ்ட்

பேபல், வில்ஹெல்ம் லீப்னெக்ட் போன்ற மற்ற தலைவர்கள் இந்த சூரிச் குழுவினரிடம் பத்திரிக்கை வெளியிடும் பொறுப்பை ஒப்படைக்கும் பொழுது, அதன் சந்தர்ப்பவாத ஆபத்தைக் குறைத்தே மதிப்பிட்டனர்.

1879ஆம் ஆண்டு ஜூலை மாதம் Annual of Social Sience and Social Politics (சமூக அறிவியல் மற்றும் சமூக அரசியல் ஆகியவற்றின் ஆண்டுப் பதிவேடு) என்ற பத்திரிக்கை ஹூச்பெர்க்கால் பதிப்பிக்கப்பட்டது. "ஜெர்மனியின் சோசலிஸ்ட் இயக்கத்தினைப் பற்றிய மறுவாசிப்பு" என்ற தலைப்பில் ஒரு கட்டுரையை அது வெளியிட்டது. இதில் கட்சியின் புரட்சிகரச் செயல் கண்டிக்கப்பட்டிருந்தது. இந்தக் கட்டுரையின் ஆசிரியர்களான ஹூச்பெர்க், ஷ்ரம், பெர்ன்ஸ்டெயின் ஆகியோர் சோசலிச எதிர்ப்புச் சட்டத்தை ஆதரித்ததன் மூலம் முதலாளிகளைத் தாக்கியது தவறு என்றனர், முதலாளிகளுடன் உறவு, அவர்களுக்குப் பணிந்து செல்லுதல் என்ற கொள்கையை முன்வைத்தனர். உழைக்கும் வர்க்கம் அதன் சொந்த முயற்சியில் தன்னை விடுவித்துக் கொள்ள முடியாது என்று கூறினர். இந்த சந்தர்ப்பவாத சீர்திருத்தவாதக் கருத்துகளை மார்க்சும் எங்கெல்சும் தீவிரமாக எதிர்த்தனர்; கட்சியைக் காட்டிக் கொடுப்பவர் களாக இவர்களைக் கருதினர். 1879 ஆம் ஆண்டு செப்டம்பர் மாதம் அவர்களது "சுற்றறிக்கை கடிதத்தை" வெளியிட்டனர். (பார்க்க, மார்க்ஸ், எங்கெல்ஸ் தேர்வு செய்யப்பட்ட கடிதங்கள், மாஸ்கோ, 1975, பக். 302-07). சந்தர்ப்ப வாதத்திற்கு எதிராக மார்க்சிய நிறுவனர்களின் போராட்டம் பற்றி எழுதும் பொழுது லெனின் கூறினார்: "சந்தர்ப்பவாதிகள் பின்வாங்கினர்; எண்ணிக்கையில் குறைந்தனர். 1879 நவம்பர் 19 ஆம் தேதி கடிதத்தில், ஹூச்பெர்க்கை ஆசிரியர் குழுவி லிருந்து நீக்கி விட்டதாக மார்க்ஸ் அறிவித்தார். கட்சியின் செல்வாக்குள்ள தலைவர்களான பேபல், லீப்னெக்ட் ஆகியோர் அவரது கருத்தை மறுத்தனர்" (வி.இ. லெனின், தொகுப்பு நூல்கள், பா. 12. பக். 367).

இதன் பின்னர் ஹூச்பெர்க், ஷ்ரம் ஆகியோர் தொழிலாளர் இயக்கத்திலிருந்து வெளியேறினர். ஆனால், சந்தர்ப்ப வாதத்தைத் தற்காலிகமாகத் தவிர்த்த பெர்ன்ஸ்டெயின் ஜெர்மன் ஜனநாயகக்கட்சியின் தலைவர்களில் ஒருவரானார். எனவே, எழுபதுகளின் முடிவில் பெர்ன்ஸ்டெயின் பின் பற்றிய சந்தர்ப்பவாதப் போக்கும் கொள்கைக் குழப்பமும்,

தற்செயலானவை அல்ல. எங்கெல்சின் மரணத்திற்குப் பின்னர், மார்க்சியத்தைத் திருத்துவதில் பகிரங்கமாகச் செயல் பட்டார். அவர் முன்வைத்த முழக்கம், "இயக்கம் தான் எல்லாமே, இறுதி லட்சியம் என்று ஒன்றும் கிடையாது". இது 1879 ஆம் ஆண்டு கட்டுரையின் அடிப்படைக் கூற்றுகளின் வளர்ச்சியே ஆகும். (பக்.252)

63. *சாசலிசவாதி* (The Socialist) : பிரஞ்சு உழைப்பாளர் கட்சியின் தத்துவார்த்த வாராந்தரப் பத்திரிகை ஆகும். 1902ஆம் ஆண்டிலிருந்து பிரஞ்சு சோசலிஸ்ட் கட்சியின் பத்திரிக்கை யாக இருந்தது. இது மார்க்ஸ், எங்கெல்ஸ் ஆகியோரின் கட்டுரைகளை மறுபதிப்புச் செய்தது. அந்த நூற்றாண்டின் ஆரம்பத்தில் இருந்த உழைப்பாளர் இயக்கத்தின் பல தலைவர்களது கட்டுரைகளை அது வெளியிட்டது: பால் லபார்க், வில்ஹெல்ம் லீப்னெக்ட், கிளாரா செட்கின், ஜி.வி. பிளெக்கனோவ் மற்றும் பலர். 1915 ஆம் ஆண்டு இந்தப் பத்திரிகை நின்றுவிட்டது. (பக்.253)

64. பார்க்க, எங்கெல்ஸ், *லுத்விக் ஃபூயர்பாக்* (மார்க்ஸ், *எங்கெல்ஸ் தேர்வு நூல்கள்,* தொகுதி. III, மாஸ்கோ, 1970, பக். 352. (பக்.255)

65. எங்கெல்சின் "*லுத்விக் ஃபூயர்பாக்கும் பண்டைய ஜெர்மன் தத்துவத்தின் முடிவும்* (1888) மற்றும் 1892 பதிப்பிற்கான பிரத்தியேக முன்னுரை; *கற்பனாவாத சோசலிசமும், விஞ்ஞான சோசலிசமும்* என்பனவற்றை லெனின் குறிப்பிடுகிறார். (மார்க்ஸ், எங்கெல்ஸ் *தேர்வு நூல்கள்,* தொகுதி. III, 1970, பக். 346, 100-02). (பக்.255)

66. பார்க்க, எங்கெல்ஸ். *லுத்விக் ஃபூயர்பாக்,* மார்க்ஸ், எங்கெல்ஸ் *தேர்வு நூல்கள்,* தொகுதி.3, மாஸ்கோ, 1970, பக். 353 - 54. (பக்.255)

67. பார்க்க, எங்கெல்ஸ், *கற்பனாவாத சோசலிசமும் விஞ்ஞான சோசலிசமும்* என்பதற்கான இரண்டாவது பதிப்பின் பிரத்தி யேக முன்னுரையைக் காணவும். (மார்க்ஸ், எங்கெல்ஸ் *தேர்வு நூல்கள்,* தொகுதி III, மாஸ்கோ, 1970. பக். 100). (பக்.257)

68. இறைமைக் கோட்பாட்டாளர்களின் தத்துவரீதியான சஞ்சிகை *Journal for Immanentist Philosophy* : இது ஒரு ஜெர்மானிய பிற்போக்குப் பத்திரிக்கை. பெர்லினிலிருந்து 1895 - 1900 வரை வெளிவந்தது. இதன் ஆசிரியர் எம்.ஆர்.

கௌஃப்மன். இவருடன் வில்லியம் ஷுப்பே, ரிச்சர்ட் வான்ட், ஷுப்பர்ட் - சோல்டன் பங்கு பெற்றனர். (பக்.261)

69. *The Philosophical Year Book (தத்துவ ரீதியான ஆண்டு நூல்): பிரஞ்சு "புதிய விமர்சகர்களின்" பத்திரிகை. 1890 லிருந்து 1913 வரை பாரிசிலிருந்து வெளிவந்தது. இதன் ஆசிரியர் எப். பில்லான் என்பவர்.* (பக்.262)

70. மந்திரி சபையின் தலைவரான பி.எ. ஸ்டோலிபின் என்பவர், ஜார் அரசாங்கத்தினால் சந்தேகப்பட்டவர்களது கடிதங்களை பரிசோதிப்பதற்காக இருக்கும் "cabinets noris" என்பதைப் பொய்யாக மறுத்ததை லெனின் குறிப்பிடுகிறார். (பக்.272)

71. Noz drev. கோகலின் நாவல் "*மரணமுற்ற ஆன்மாக்கள்*" (Dead souls) என்பதில் உள்ள ஒரு கதாபாத்திரம் இது. இந்த மனிதனை கோகல் ஒரு வரலாற்றுப் பிரமுகர் என்று அழைத்தார். ஏனென்றால், அவன் தோன்றிய இடங்களில் எல்லாம் "வரலாறுகள்" உருவாயின; அணிகள் திரண்டன. (பக்.276)

72. *Philosophical Review of France And Abroad. (பிரான்சு மற்றும் அயல் நாட்டின் தத்துவரீதியான மீளாய்வு): பிரஞ்சு உளவியலாளர் தியோடுல் ரிபாட் என்பவரால் 1871இல் ஆரம்பிக்கப்பட்ட ஒரு பத்திரிக்கை.* (பக்.277)

73. The Monist. (ஒருமைவாதி): கருத்துமுதல்வாதப் போக்குள்ள அமெரிக்கத் தத்துவவாதப் பத்திரிக்கை. இதன் ஆசிரியர் பால் கரஸ். 1890லிருந்து 1936 வரை இது சிகாகோவி லிருந்து வெளிவந்தது. (பக்.277)

74. The open court: மதவாதப் போக்குள்ள ஒரு பத்திரிகை. 1887 லிருந்து 1936வரை சிகாகோவிலிருந்து வெளிவந்தது. (பக்.277)

75. பார்க்க, எங்கெல்ஸ், *டூரிங்கிற்கு மறுப்பு*, மாஸ்கோ, 1975, பக். 361 - 63. (பக்.281)

76. 1892இல் ஜெனிவ்வாவில், எங்கெல்சின் *லுத்விக் ஃபூயர்பாக்கும் பண்டைய ஜெர்மன் தத்துவத்தின் முடிவும்* என்ற நூலின் பதிப்பு வெளியாயிற்று. இதனை மொழி பெயர்த்தவர் ஜி.வி. பிளெக்கனோவ். இதற்கு அவரே முன்னுரையும் குறிப்புகளும் எழுதினார். தத்துவத்தின் அடிப்படைப் பிரச்சனை, அறியொணாவாதத்தின் தன்மை ஆகியவற்றைப் பற்றி எழுதும்பொழுது பிளெக்கனோவ்

பல்வேறு கருத்துமுதல்வாதப் போக்குகளின் அறிவுத் தோற்றவியல் கொள்கையை (ஹியூம், கான்ட், புதிய கான்ட்டியர்கள்) விமர்சித்து, பொருள்முதல்வாத அறிவுத் தோற்றவியல் கொள்கையை அதற்கு மாற்றாக வைத்தார். அவர் அவ்வாறு செய்யும் பொழுது ஒரு தவறு செய்தார். “எதார்த்தத்தில் என்ன நடக்கிறது என்பதை நமக்குத் தெரிவிப்பது குறியீடுகள் அல்ல, நமது புலன் உணர்ச்சிகள் தான். அவை கூறும் நிகழ்வுகளைப் போன்று குறியீடுகள் இருப்பதில்லை. ஆனால், *முழுமையான மெய்ப்பற்றுடன்* சம்பவங்களையும், முக்கியமாக அவற்றுக்கிடையிலான உறவுகளையும் அவை கூறமுடியும் (ஜி.வி. பிளெக்கனோவ், *தேர்ந்தெடுக்கப்பட்ட தத்துவ நூல்கள்,* தொகுதி.I. மாஸ்கோ, 1960, பக். 536). 1905இல் எங்கெல்ஸின் நூலிற்கான இரண்டாவது பதிப்பின் குறிப்புகளில் பின்வருமாறு பிளெக்கனோவ் கூறினார்: “நான் மிகச் சரியாகக் கூறுவதில் தவறு இழைத்துவிட்டேன் (மே. நூ. பக். 515). கலைச் சொற்கள் பற்றியதாக இருந்தாலும் பிளெக்கனோவின் பிழை யானது, அறியொணா வாதத்திற்கு விட்டுக் கொடுப்பதாக இருந்தது; அறிதலின் இயங்கியல் முறையை அவர் போது மான அளவிற்குப் புரிந்து கொள்ளவில்லை என்பதைக் காட்டுகிறது. (பக்.287)

77. Philosophical Archive (தத்துவ ரீதியான வரலாற்றுப் பதிவுகள்): கருத்து முதல்வாதப் போக்கு உள்ள ஒரு ஜெர்மானியப் பத்திரிக்கை. இது புதிய கான்ட்டியர்கள், மாக்கியர்கள் ஆகியோருடைய பத்திரிகை. 1895லிருந்து 1931 வரை பெர்லினில் இருந்து இது இரு பதிப்புகளாக வெளிவந்தது: Archives of the History of Philosophy - தத்துவத்தின் வரலாற்றுப் பதிவுகள் (ஆசிரியர் : எல். ஸ்டெயின்), Archives of Systamatic Philosophy - முறையான தத்துவத்தின் பதிவுகள் (ஆசிரியர் : பால் நடார்ப்). 1925லிருந்து இது Archives of Philosophy and sociology தத்துவம் மற்றும் சமூகவியலின் பதிவுகள் என்று வெளிவந்தது. (பக்.292)

78. பார்க்க, எங்கெல்ஸ், *லுத்விக் ஃபூயர்பாக் மற்றும் பண்டைய ஜெர்மன் தத்துவத்தின் முடிவும்* (மார்க்ஸ், எங்கெல்ஸ் *தேர்வு நூல்கள்,* பா. 3, மாஸ்கோ, 1970, பக். 351. (பக்.295)

79. மார்க்சிய - லெனினிய ஆவண நூல் நிறுவனத்தின் காப்பகத்தில் ஜோசப் டியட்ஸ்ஜெனின் நூல் சிறிய தத்துவ

எழுத்துகள் - ஓர் தேர்வு (Smaller Philosophical Writings a Selection Stuttgart. Dietz. 1903) என்ற நூல் உள்ளது. இதற்கு லெனின் அடிக் குறிப்புகள் எழுதியுள்ளார். *மக்களின் அரசு* என்ற பத்திரிகையில் 1870-78களில் வெளிவந்த கட்டுரைகள் இதில் உள்ளன. Excursions of a Socialist in the field of the Theory of Knowledge (அறிவுக் கோட்பாட்டின் தளத்தில் ஒரு சோசலிசவாதியின் பயணங்கள்) மற்றும் *Forward* என்ற புத்தகமும் உள்ளது. இது 1887இல் ஒரு துண்டுப் பிரசுரமாக வெளியாயிற்று. "*பொருள் முதல்வாதமும் அனுபவவாத விமர்சனமும்*" என்ற நூலிற்காக தயாரித்துக் கொண்டிருந்தபோது லெனின் பெரும்பாலான அடிக்குறிப்புகளை எழுதினார். அதில் அடிக்கோடுகளும், ஓரங்களில் குறிப்புகளும் உள்ளன. டியட்ஸ்ஜெனின் சரியான கருத்துகளை லெனின் பல இடங்களில் "α" - *ஆல்ஃப* என்ற எழுத்தால் குறிப்பிடுகிறார்; இயங்கியல் பொருள்முதல் வாதத்திலிருந்து விலகிய இடங்களை "β" - *பீட்டா* என்ற எழுத்தால் குறிப்பிடுகிறார். லெனினது குறிப்புகள், தத்து வத்தின் சார்புநிலை, தத்துவத்திற்கும் இயற்கை விஞ்ஞானத் திற்கும் உள்ள உறவு, தத்துவத்தின் பொருள், தத்துவத்தின் அடிப்படையான வகையினங்கள், உலகினைப் புரிந்து கொள்வது பற்றிய பிரச்சனை, கான்ட், ஹெகல், ஃபூயர்பாக் பற்றிய மதிப்பீடு, மார்க்ஸ் மற்றும் எங்கெல்ஸ் பற்றிய அணுகு முறை, தீவிரமான நாத்திகவாதம் ஆகியன பற்றிய டியட்ஸ் ஜெனின் விளக்கங்கள் எடுத்துக்காட்டப்படுகின்றன. தத்துவ வகையினங்கள் பற்றிய டியட்ஸ்ஜெனின் குழப்பம், "எதார்த் தத்தின் எல்லா தோற்றப் பாடுகளையும், நமது அறிதல் திறனை யும் உள்ளடக்கி பருப்பொருள் பற்றிய அவரது விரிவாக்கம்" ஆகியவற்றையும் லெனின் குறிப்பிடுகிறார். (பக்.300)

80. *அகிலத்தின் உறுப்பினரான குகல்மனுக்கு மார்க்ஸ் எழுதிய கடிதத்தை* லெனின் குறிப்பிடுகிறார். செயின்ட் பீட்டர்ஸ் பர்க், 1907. (பார்க்க மார்க்ஸ், எங்கெல்ஸ் *படைப்புகள்*, 1965.) (பக்.303)

81. ஜோசப் டியட்ஸ்ஜெனின் *தத்துவயியலை கையகப் படுத்து தல்* என்பதன் இரண்டாவது ரஷ்யப் பதிப்பிற்கு பி.டாக் "ஜோசப் டியட்ஸ்ஜெனும் அவரது விமர்சகர் ஜி. வி.பிளெக்க னோவும்" என்பது பற்றி ஒரு பின்னுரை எழுதினார். (பக்.305)

82. *X rays, Bequerel rays radium,* X கதிர்கள், பெக்குரல் கதிர்கள், ரேடியம்) : அணு இயற்பியலின் அடிப்படைகளை வகுத்த கண்டுபிடிப்புகள் இவை.

X கதிர்கள் (ரான்ட்ஜென் கதிர்கள்) கட்புலனாகும் ஒளிக் கதிர்கள் புகமுடியாத ஊடகங்கள் வழியாகப் புகும் குறுகிய அலைவரிசை உள்ள மின்காந்தக் கதிர்வீச்சு. இதனைக் கண்டுபிடித்தவர் ஜெர்மானிய இயற்பியலாளர் வில்ஹெல்ம் கான்ராட் ரான்ஜன் என்பவர். 1895 டிசம்பரில் இதனைக் கண்டுபிடித்தார்; இதன் முக்கியப் பண்புகளை விவரித்தார்; பின்னர் இந்தக் கதிரியக்கத்தின் தன்மை கண்டுபிடிக்கப்பட்டது.

1896 இல் பிரெஞ்சு இயற்பியலாளர் பெக்குரல், ஒளிப்பட சுருள்கள் மீது ஃபுளோரசன்ட் ஒளி உமிழும் பொருட்களின் செயல்பாடுகளை ஆய்வு செய்யும்போது உரேனியத் தாதின் உப்புகள் - இருளில் அத்தகைய சுருளின் மீது முன்னர் ஒளியின் தாக்கம் இல்லாத போதிலும் பாதித்ததைக் கண்டு பிடித்தார். கூடுதலான பரிசோதனைகள் வாயிலாக இச்செயல் பாடுகளுக்கு X கதிர்களிலிருந்து வேறுபட்ட புதிய வடிவி லான கதிர்வீச்சுதான் காரணம் என்பதை எடுத்துக்காட்டினார்.

இந்தப் புதிய வகைக் கதிரியக்கத்தைப் பற்றி ஆராய்ந்த பியர் கியூரி, மேரி கியூரி ஆகியோர் கதிரியக்கம் என்று அவர்கள் அழைத்த அதுவரை தெரியாத பொருளின் பண்பு இதற்குக் காரணம் என்று கூறினர். அவர்களது பரிசோதனைகளின் மூலம், இரண்டு புதிய கதிரியக்க தனிமங்களான பொலோனியம், ரேடியம் என்பன கண்டுபிடிக்கப்பட்டன (*1898*). பின்னர் பெக்குரல் கதிர்களில் மூன்று பகுதிகள் உள்ளன என்று கண்டுபிடிக்கப்பட்டது (ஆல்பா, பீட்டா மற்றும் காமா). (பக்.308)

83. இதனைக் கண்டுபிடித்தவர் ஜேம்ஸ் கிளார்க் மாக்ஸ்வெல் என்பவர். மின்காந்தச் செயல் பற்றி மைக்கேல் பாரடேயின் பரிசோதனைகளைப் பொதுமைப்படுத்தும் பொழுது, அவர் மின்காந்த புலம் என்ற கொள்கையை உருவாக்கினார். இதிலிருந்து மின்காந்த புலத்தில் ஏற்படும் மாறுதல்கள் ஒளியின் வேகத்துடன் பரவுகின்றன என்று அறியப்பட்டது. அவரது ஆய்வுகளின் அடிப்படையில் மாக்ஸ்வெல் 1865 ஆம் ஆண்டு ஒளி மின்காந்த அதிர்வுகளால் ஆனது என்று முடிவெடுத்தார். 1886-89களில் ஹென்றி ஹெர்ட்ஸ் என்பவரால் இந்தக் கொள்கை பரிசோதனைகள் மூலம் உறுதி செய்யப்பட்டது. இவர் மின்காந்த அலைகள் இருப்பதை நிரூபித்தார். (பக்.309)

84. கதிரியக்கம் பற்றிய ஆய்வு பிரத்தியேகமான கதிர்வீசல் இருப்பதை எடுத்துக்காட்டியது. அவை: ஆல்பா, பீட்டா, காமாக் கதிர்கள். 1903 ஆம் ஆண்டில் ஏர்னஸ்ட் ரூதர் போர்டும், பிரெடெரிக் சோடியும் ஒரு வேதியியல் மூலகம் மற்றொன்றாகத் தானாகவே மாறும் செயல் இது என்று கூறினர். இதனை வில்லியம் ராம்சேயும், பிரெடெரிக் சோடியும் விரைவாக உறுதி செய்தனர். ஹீலியம் என்பது ரேடான் என்பதன் கதிரியக்கச் சிதைவின் விளைவு என்று கண்டுபிடித்தனர் (1903). இதன் பின்னர், ஹீலியம் என்பது ரேடியம், ஆல்பா கதிர்வீசல் உள்ள மற்ற தனிமங்களின் சிதைவு மூலம் உருவாகிறது என்று கண்டுபிடிக்கப்பட்டது. கதிரியக்க மாறுதல்கள் பற்றிய கொள்கையில் ஹீலியம் உருவாவது ஒரு முக்கியமான கட்டம் ஆகும். ஆல்பாக் கதிர்கள் தாம் ஹீலியம் அணுக்களின் அணுக்கருவாக இருக் கின்றன என்று ஊகித்துக் கொண்டு விளக்கப்படுகிறது. இதனை 1909இல் இ. ரூதர்போர்டு, டி. ராயிட்ஸ் ஆகியோ ரின் பரிசோதனைகள் உறுதி செய்தன. (பக்.309)

85. இருபதாம் நூற்றாண்டின் ஆரம்பத்தில் இயற்பியலில் பொதுவாக ஒப்புக் கொள்ளப்பட்ட ஈதர் என்ற கருத்தாக்கத்தை லெனின் பயன்படுத்துகிறார். ஒளி, ஈர்ப்பு விசை ஆகியவற்றை எடுத்துச் செல்லும், ஒளியை நிரப்பும் ஒரு பொருள் ஊடகமாக ஈதர் உள்ளது என்ற கருத்து பதினேழாம் நூற்றாண்டில் முன்வைக்கப்பட்டது. பின்னர் பல்வேறு தோற்றப்பாடுகளை விளக்க வெவ்வேறு வடிவ மான ஒன்றையொன்று சாராத, ஈதர் (மின்காந்தம், காந்தம் போன்ற) என்ற கருத்து முன்வைக்கப்பட்டது. ஒளி பற்றிய அலைக் கோட்பாட்டின் வெற்றி காரணமாக, ஒளிரும் ஈதர் என்ற கருத்து (கிரிஸ்டியன் ஹுஜென்ஸ், அகஸ்டின் பிரஸ்னல் போன்றவர்கள்) வளர்த்தெடுக்கப்பட்டது. இதன் பின்னர் ஒரே ஈதர் என்ற கருதுகோள் தோன்றியது, விஞ்ஞானம் வளர்ச்சி பெற்ற பொழுது ஈதர் என்ற கருத்து புதிய உண்மைகளுடன் முரண்பட்டது. பிரபஞ்சம் தழுவிய இயந்திர ஊடகமாக ஈதர் உள்ளது என்ற கருதுகோள் பொருத்தமற்றது என்பதை சார்பியல் கொள்கை நிரூபித்துவிட்டது. ஈதர் என்ற கருது கோளில் உள்ள அறிவுசார் கூறுகள் குவான்டம் கொள்கை யில் (வெற்றிட கருதுத்தாக்கம்) பிரதிபலிக்கிறது. (பக்.309)

86. மாக்கியம் பற்றிய பிளெக்கனோவின் விமர்சனத்தின் குறுகிய தன்மையை லெனின் அடிக்கடி சுட்டிக் காட்டியுள்ளார். 1905இல் எங்கெல்சின் லுத்விக் ஃபூயர்பாக்கும் பண்டைய

ஜெர்மன் தத்துவத்தின் முடிவும் நூலின் இரண்டாவது ரஷ்யப் பதிப்பின் முன்னுரையில் லெனின் எழுதினார். "மாக்கியர்களுக்கு எதிரான அவரது கிண்டல்களும், தாக்குதல்களும் எவ்வளவு அற்பமாக இருக்கின்றன, "என்னைப் பொறுத்த வரை, இது வருத்தப்பட வேண்டியது ஆகும். ஏனென்றால், மாக் பற்றிய பிளெக்கனோவின் விமர்சனம் மிகவும் சரியானதே ஆகும்" (*லெனின் இதர படைப்புகள்,* XXVI, பக்.21) 1907-8இல் *மார்க்சியத்தின் அடிப்படை பிரச்சனைகள் பொருள்முதல்வாத போராளிகள்* போன்றவற்றில் பிளெக்கனோவ் மாக்கியத்தையும், அதனை ரஷ்யாவில் பின்பற்றுபவர்களையும் விமர்சனம் செய்துள்ளார் (போக்தனோவ், லூனாசார்ஸ்கி மற்றும் பலர்) மார்க்சியத்தையும், மாக், அவெனரியஸ் ஆகியோரின் அகவயக் கருத்துமுதல் வாதத்தையும் இணைக்கும் அவர்களது முயற்சியின் வெற்றுத் தன்மையைச் சுட்டிக் காட்டியுள்ளார். அவ்வாறு செய்யும் பொழுது "மாக்கியத்தைத் தாக்குவதை விட போல்ஷ்வியத்தை அதிகம் தாக்கியுள்ளார்.'' (பார்க்க இத்தொகுதியின் பக்கம் 301)

மார்க்சியம் மீதான திரிபுவாதிகளின் தாக்குதல்களிலிருந்து அதனைப் பாதுகாப்பதில் பிளெக்கனோவின் எதிர்ப்பு ஆக்கப்பூர்வமாகப் பணியாற்றியது. ஆனால், அவர் அதன் கொள்கையை ஆழமாக விமர்சிக்கவில்லை. அது இயற்கை விஞ்ஞானத்தின் நெருக்கடியுடன் நேரடித் தொடர்புள்ளது என்பதை எடுத்துக் காட்டவில்லை. அதனைப் பின்பற்றும் சிலரது கருத்துமுதல்வாத அறிவுத் தோற்றவியல் கண்ணோட்டங்களை மட்டுமே அவர் விமர்சனம் செய்தார். (பக்.309)

87. பார்க்க, எங்கெல்ஸ், *லுட்விக் ஃபூயர்பாக்கும் பண்டைய ஜெர்மன் தத்துவத்தின் முடிவும்*, மார்க்ஸ், எங்கெல்ஸ் *தேர்வு நூல்கள்,* தொகுதி. 3, மாஸ்கோ, 1970, பக். 371. (பக்.310)

88. பார்க்க, எங்கெல்ஸ், *டூரிங்கிற்கு மறுப்பு*, மாஸ்கோ, 1975, பக். 73. (பக்.310)

89. நிறை என்ற கருத்தாக்கம் பற்றி ஹென்றி பாயின்கர் கூறுவதை லெனின் மேற்கோளாகக் காட்டுவது அக்காலத்திய இயற்பியலின் வளர்ச்சிக்கு ஏற்ப உள்ளது ஆகும். எலக்ட்ரான் கண்டுபிடிக்கப்பட்ட பின்னர் எலக்ட்ரான் கொள்கையில் ஏற்பட்ட வளர்ச்சி எலக்ட்ரானின் நிறை (Mass)

பற்றி விளக்குவதை சாத்தியமாக்கிற்று. ஜோசப் ஜான் தாம்சன் என்பவர், எலக்ட்ரானின் உண்மையான நிறை என்பது மின்காந்தப் புலத்தின் சக்தியால் தீர்மானிக்கப் படுகிறது என்ற கருதுகோளை முன்வைத்தார். (அதாவது எலக்ட்ரானின் சடத்துவம் (inertia) என்பது புலத்தின் சடத்துவ நிலையைப் பொறுத்தது). எலக்ட்ரானின் மின்காந்த நிறை என்பது அறிமுகப்படுத்தப்பட்டது. இந்த நிறை எலக்ட்ரான் இயக்கத்தின் திசை வேகத்தைப் பொறுத்து உள்ளது என்று கண்டறியப்பட்டது. மற்ற எல்லாத் துகள்கள் போலவே, எலக்ட்ரானின் இயந்திரவியல் நிறை, மாறாமல் இருக்கிறது என்று கருதப்பட்டது. எலக்ட்ரானின் நிறை அதன் திசை வேகத்தைச் சார்ந்துள்ளது என்பது பற்றிய பரிசோதனைகள் மூலம் இந்த நிறை பற்றி அறிந்திருக்க வேண்டும். இருப்பினும், வால்டர் காஃப்மன் என்பவர் *1901-1902* இல் செய்த பரிசோதனைகள் அதன் நிறை முழுவதும் மின்காந்த தன்மையுள்ளதுபோல் எலக்ட்ரான்கள் காட்டின. பொருளின் பிரிக்க முடியாத பண்பு என்று இதற்கு முன்னர் கருதப்பட்ட இயந்திரவியல் நிறை எலக்ட்ரானைப் பொறுத்தமட்டிலும் "இல்லை" என்பது தெரிந்தது. இந்தச் சூழல் பல்வேறு தத்துவ ஊகங்களைத் தோற்றுவித்தது. பருப்பொருள் மறைந்துவிட்டது என்ற கருத்தும் முன் வைக்கப்பட்டது. இதன் வெறுமையை லெனின் நிரூபித்துள்ளார். இயற்பிய லில் ஏற்பட்ட வளர்ச்சி (சார்பியல் கொள்கை) இயந்திரவியல் நிறையையும், இயக்கத்தின் திசை வேகத்தையும் பொறுத்து உள்ளது என்றும், எலக்ட்ரானின் நிறையை முற்றிலுமாக மின்காந்த நிறையாக மாற்ற முடியாது என்றும் காட்டியது. *(பக்.311)*

90. *L'Annee psychologique* (உளவியலுக்கான ஆண்டு நூல்) : பிரஞ்சு தேசத்து முதலாளியக் கருத்துமுதல்வாத உளவியலாளர் களில் ஒரு பிரிவினரது பத்திரிக்கை. இது *1804*லிருந்து பாரிசில் வெளியிடப்பட்டது. முதலில் இதனைப் பதிப் பித்தவர் ஆல்பர்ட் பினட், பின்னர் எச். பியரன். *(பக்.318)*

91. மெண்டலியேவின் அணு எண் அமைப்பு, ஒளியின் மின்காந்தத் தன்மை, எலக்ட்ரான், கதிரியக்கம் ஆகியன கண்டுபிடிக்கப்பட்ட பின்னர் பத்தொன்பதாம் நூற்றாண்டின் இறுதியில் அணு பற்றிய ஒரு கூட்டு அமைப்புக் கருத்து தோன்றியது. அணு பற்றிய வெவ்வேறு மாதிரிகள் வைக்கப் பட்டன. இவற்றில் கோள் அமைப்பினை லெனின் மிகவும்

சரியானது என்று கருதினார். பத்தொன்பதாம் நூற்றாண்டின் இறுதியில் இந்தக் கருத்து முன்வைக்கப்பட்டது. இதனைப் பரிசோதனைகள் மூலம் எர்னஸ்ட் ரூதர்போர்டு உறுதி செய்தார். பல்வேறு பொருள்களை ஆல்பா துகள்கள் (நேர்மின் சக்தி கொடுக்கப்பட்ட ஹீலியம் உட்கரு) ஊடுருவிச் செல்வதை அவர் ஆராய்ந்தார். இதன் மூலம் நேர்மின் சக்தி அணுவின் மையத்தில் குவியம் கொண்டுள்ளது என்ற முடிவிற்கு அவர் வந்தார். இது அணுவின் கன பரிமாணத்தில் மிகச் சிறு அளவே உள்ளது. 1911இல் மையத்தில் நேர்மின் சக்தியுள்ள, அணுவின் நிறை முழுவதற்கும் சமமான நிறை உள்ள, உட்கருவினையும், அதனைச் சுற்றி, சூரியனைச் சுற்றி வரும் கிரகங்களைப் போன்று சுற்றும் எலக்ட்ரான்களையும் கொண்டுள்ள மாதிரியை அவர் முன்வைத்தார். ஆனால் இந்த மாதிரியின் மூலம் அணுவின் ஸ்திரத்தன்மையை விளக்க முடியவில்லை. அணுவின் அமைப்பு பற்றி ஒரு கொள்கையை உருவாக்கிய முதல் வெற்றிகரமான முயற்சி ரூதர்போர்டு மாதிரியை அடிப்படையாகக் கொண்டிருந்தது. இதில் நீல்ஸ், போரின் (1913) குவாண்டம் கருத்துகள் பயன்படுத்தப்பட்டன. அணு பற்றிய இந்த குவாண்டம் கொள்கைப்படி, எலக்ட்ரான் ஒரு நிலைத்த பாதையில் சுற்றுகிறது. (இது திட்டவட்டமான தனியான ஆற்றல் மதிப்பு மிக்கதாக உள்ளது) இதில் கதிர்வீசல் இல்லை. எலக்ட்ரான் ஒரு பாதையிலிருந்து மற்றொரு பாதைக்குச் செல்லும் பொழுது, அணு சக்தியின் ஒரு பகுதியை உறிஞ்சுகிறது அல்லது கதிர்வீசல் இடம் பெறுகிறது.

இயற்பியலில் மேற்கொண்டு ஏற்பட்ட முன்னேற்றம், அணுவின் அமைப்பு பற்றிய விளக்கத்தை வகைப்படுத்தியது. லூயிஸ் டி புரோக்லியின் நுண்பொருள்களின் அலைப் பண்புகள் பற்றிய ஊகங்கள், எர்வின் ஷ்ரோடிங்கர், வெர்னர் ஹெய்சன்பர்க் ஆகியோரின் குவாண்டம் இயந்திரவியல் ஆகியன முக்கியமான பங்கு பெற்றன. தற்காலக் கருத்துப் படி, அணு உட்கருவைச் சுற்றி நிறைய எலக்ட்ரான்கள் உள்ளன. குறிப்பிட்ட சக்தி மதிப்புகளுக்குச் சமமான பாதைகளில் அவை சுற்றுகின்றன. இவை உட்கருவுடன் சேர்ந்து ஒன்றுடன் ஒன்று தொடர்புள்ள ஓர் அமைப்பை உருவாக்குகின்றன.

அணு உட்கருவில் நியூக்லியான்கள் என்ற அடிப்படையான துகள்கள் (புரோட்டான்கள் மற்றும் நியூட்ரான்கள்) உள்ளன என்பதை இயற்பியலின் வளர்ச்சி காட்டியுள்ளது.

இருபதாம் நூற்றாண்டின் ஆரம்பத்திலேயே தெரிந்திருந்த இவற்றின் நிறை, மின்னேற்றம் ஆகியன தவிர, எலக்ட்ரான் களின் புதிய பண்புகள் கண்டுபிடிக்கப்பட்டன. இதில் ஒரு துகள் மற்றொரு துகளாக மாறும் சாத்தியம் உண்டு. எலக்ட்ரான் தவிர, பல்வேறு பண்புகள் உள்ள பல அடிப் படைத் துகள்கள் (போட்டான்கள், புரோட்டான், நியூட்ரான், நியூட்ரினோ, பல்வேறு வகையான மீசான்கள் மற்றும் ஹைப்பரான்கள்) கண்டுபிடிக்கப்பட்டன. ஏற்கெனவே, உள்ள அடிப்படைத் துகளின் பண்புகள் போன்றவற்றைக் கொண்டுள்ள புதிய துகள்கள் கண்டுபிடிக்கப்பட்டன. மேலும் எதிர் அடையாளம் (எதிர்த் துகள்கள் என்ற பெயரால் அறியப்படுகிறது) கொண்ட துகள்களுக்குச் சமமான வேகம் கொண்ட பொருள்களும் கண்டுபிடிக்கப்பட்டன.

பருப்பொருளின் அமைப்பு பற்றி மனிதனது அறிவின் வளர்ச்சியானது, அணுச் செயல்முறையில் மனிதனது மேலாதிக்கத்திற்கு இடமளித்தது. இது அணு சக்தியைப் பயன்படுத்துவதற்கும், இடமளித்தது. இது மனிதகுலத்தின் வருங்காலத்திற்கு ஒரு பெரிய தொழில்நுட்பப் புரட்சிக்கு இடமளிக்கும். *(பக்.320)*

92. *நேர்மின் எலக்ட்ரான் :* பத்தொன்பதாம் நூற்றாண்டின் இறுதியில் நேர்மின் சக்தியுள்ள துகள்களுக்குக் கொடுக்கப் பட்ட பெயர் இது. தற்காலக் கருத்துப்படியான நேர்மின் சக்தியுள்ள எலக்ட்ரான்கள் (பாசிட்ரான்) 1928இல் இருப்பதை ஊகித்துக் கூறியவர் இங்கிலாந்து விஞ்ஞானி பால் டிராக் என்பவர். 1932இல் அமெரிக்க இயற்பியலாளர் கார்ல் ஆன்டர்சன் காஸ்மிக் கதிர்களில் பாசிட்ரான் இருப்பதைக் கண்டுபிடித்தார். *(பக்.320)*

93. *General Review of pure and applied Sciences* (தூய அறிவியல் மற்றும் செயல்பாட்டு அறிவியல் ஆகியவற்றின் பொதுவான மீளாய்வு): 1890 லிருந்து பாரிசில் வெளிவந்த ஓர் இயற்கை விஞ்ஞானப் பத்திரிக்கை. இதனை ஆரம்பித்தவர் லாரன்ஸ் ஓலிவியர் என்பவர். *(பக்.320)*

94. இது இயந்திரவியல் நிறையைக் குறிக்கிறது. செவ்வியல் இயற்பியலாளர்கள் பருப்பொருளின் நிரந்தரமான, மாறாத பண்பாக இதனைக் கருதினர். *(பக்.320)*

95. இரகசிய சமூக ஜனநாயக தொழிலாளர் கட்சியின் இரண் டாவது காங்கிரசில் ''பொருளாதார அறிஞர்'' அகிமோவ்

பேசியதை லெனின் இங்கு குறிப்பிடுகிறார். அவர் இஸ்கரா இதழ் முன்வைத்த கட்சித் திட்டத்தை எதிர்த்தார். அவரது வாதங்களில் ஒன்று "பாட்டாளி" என்ற சொல் வாக்கியத்தின் பயனிலையாக உள்ளது, எழுவாயாக இல்லை என்பதாகும். (பக்.332)

96. *புத்துயிர் கொள்கை* (Neo vitalism): இது பத்தொன்பதாம் நூற்றாண்டின் இறுதியில் பொருள்முதல்வாதக் கண்ணோட்டம் உள்ள டார்வினயத்திற்கு எதிராகத் தோன்றிய கருத்து முதல்வாத உயிரியல் கருத்து ஆகும். இதன் பிரதிநிதிகள் (வில்ஹெல்ம் ருக்ஸ், ஹான்ஸ் டிரையெஷ், ஜேக்கப் உக்ஸ்குல் மற்றும் பலர்) விட்டலிசம் என்பதன் விஞ்ஞான விரோதமான கருத்துகளுக்குப் புத்துயிர் கொடுத்தனர். உயிர், உயிரிகளின் இலக்கு ஆகியவற்றைப் பிரத்தியேகமான பொருள் அல்லாத சக்திகளின் செயல் மூலம் அவர்கள் விளக்க முற்பட்டனர். ("உயிர்ச் சக்தி, பொருளின் நிறை நிலை பொருண்மை" போன்றவை) இதன் மூலம் உயிருள்ள வற்றை உயிரற்றவற்றிலிருந்து வேறுபடுத்தினர். இதன் போலியான விஞ்ஞான எதிர்ப்புத் தன்மை பொருள்முதல் வாத உயிரியலாளர்களால் எடுத்துக் காட்டப்பட்டது (ஏர்னஸ்ட் ஹெக்கல், கே.எ. டிமிரியசேவ், ஐ.பி. பாவ்லோவ் போன்ற இதரர்). (பக்.338)

97. *Problems of Philosophy and Psyhology.* (தத்துவம் மற்றும் உளவியலின் பிரச்சினைகள்): பேராசிரியர் என். ஒய். கிராட் என்பவரால் வெளியிடப்பட்ட, கருத்துமுதல்வாதப் போக்குள்ள ஒரு பத்திரிகை. இது 1889 நவம்பரில் இருந்து 1918 ஏப்ரல் வரை மாஸ்கோவிலிருந்து வெளிவந்தது (1894இல், இது மாஸ்கோ உளவியல் கழகத்திலிருந்து வெளி வந்தது). இதில் தத்துவம், உளவியல், தர்க்கம், அறவியல், அழகியல், மேற்கத்திய தத்துவவாதிகள், உளவியலாளர்கள் ஆகியோரின் கொள்கைகள் பற்றிய ஆய்வு, குறிப்புகள், தத்துவ நூல்கள், வெளிநாட்டு தத்துவப் பத்திரிக்கைகள் ஆகியன பற்றிய மதிப்புரைகள் போன்றவை இருந்தன. எதிர்ப்புரட்சி காலகட்டத்தில் (1907-10) இதில் எழுதியவர் களில் எ.போக்தனோவ், மற்றும் பல மாக்கியர்கள் அடங்குவர். 1894 இல் இதனைப் பதிப்பித்தவர் எல்.எம். லோபாட்டின் ஆவார். (பக்.366)

98. *ரஷ்ய மக்களின் ஒன்றியம்* : இது, புரட்சிகர இயக்கத்தை எதிர்ப்பதற்காக, முடியாட்சிவாதிகளால் அமைக்கப்பட்ட

அதிதீவிர கறுப்பு - நூற்றுவர் (Black Hundred) என்ற பிற்போக்கு அமைப்பாகும். 1905இல் செயின்ட் பீட்டர்ஸ்பர்க்கில் இது அமைக்கப்பட்டது. இதில் பிற்போக்கான நிலப்பிரபுக்கள், பெரிய வீட்டு உரிமையாளர்கள், வணிகர்கள், காவல்துறை அதிகாரிகள், மத குருமார்கள், நகர்ப்புற குட்டி முதலாளிகள், குலாக்குகள், வர்க்க நீக்கம் செய்து கொண்டவர்கள் மற்றும் குற்றப் பின்னணி கொண்டவர்கள் ஒன்றிணைந்தனர். இதன் பத்திரிகைகள் (Russian flag) ரசியக் கொடி, (Union) ஒன்றியம், (strom) சூறாவளி போன்றவை ஆகும். பல ரஷ்ய நகரங்களில் இதன் கிளைகள் ஆரம்பிக்கப்பட்டன.

ஜாரின் எதேச்சதிகாரம், அரை நிலப்பிரபுத்துவ சக்திகளைப் பாதுகாத்தல், நிலப்பிரபுக்களின் சலுகைகளைத் தொடருதல் ஆகியவற்றை இந்த ஒன்றியம், ஆதரித்தது. "பழைமை மதம், எதேச்சதிகாரம், தேசியம்" என்ற முடியாட்சி சார்ந்த முழக்கம் தான் அதன் லட்சியம். கொலை, சதி ஆகியவற்றைப் புரட்சிக்கு எதிரான திட்டமாக அது தெரிவு செய்தது. போலீசின் ஆதரவுடன் அதன் உறுப்பினர்கள், முன்னணியில் உள்ள புரட்சிகரத் தலைவர்களைத் தாக்கினர். கொலை செய்தனர். இதில் ஜனநாயக அறிவாளிகளும் அடங்குவர். கூட்டங்களைக் கலைத்தனர். அவற்றின் மீது குண்டு வீசினர். யூத எதிர்ப்புக் கலவரங்களை நடத்தினர். ரஷ்யர் அல்லாத இனங்களைத் துன்புறுத்தினர்.

இரண்டாவது டூமா கலைக்கப்பட்ட பின்னர் (1907), இந்த ஒன்றியம் இரண்டாகப் பிளந்தது. புரிஷ்கேவிச் தலைமையில் ஆர்க்கேஞ்சல் மைக்கல் பிரிவு என்பது தோன்றியது. இது மூன்றாவது டூமாவை, எதிர்ப்புரட்சிக்குப் பயன்படுத்த வேண்டும் என்று கூறியது. மற்றொரு பிரிவு டூப்ரோவின் தலைமையில், பகிரங்கமான தீவிரவாதத்தைத் தொடர்ந்தது. 1917 பிப்ரவரி மாத முதலாளித்துவ ஜனநாயகப் புரட்சியின் பொழுது கறுப்பு நூற்றுவரின் இந்த அமைப்பு ஒழிக்கப் பட்டது. அக்டோபர் சோசலிசப் புரட்சிக்குப் பின்னர் சோவியத் அரசுக்கு எதிராக இந்த அமைப்புகள் எதிர்ப் புரட்சி கலகங்கள், சதிகள் ஆகியவற்றில் ஈடுபட்டன. (பக்.356)

99. Russian wealth (ரசிய செல்வம்) : செயின்ட் பீட்டர்ஸ்பர்க்கில் 1876 - 1918 வரை வெளிவந்த ஒரு மாதப் பத்திரிக்கை. தொண்ணூறுகளின் ஆரம்பத்திலிருந்தே இது என்.கோ. மிக்கேய்லோவ்ஸ்கியின் தலைமையிலான தாராளவாத நரோத்னிக்குகள் கரங்களுக்குச் சென்றது. இந்தப்

பத்திரிக்கையைச் சுற்றி இருந்தவர்கள் பின்னாளில் சோசலிசப் புரட்சிகரக் கட்சி, வெகுமக்கள் சோசலிசக் கட்சி, அரசு டூமாவின் ட்ருடோவிக் குழுவினர் என்று மாறினர். 1905இல் இது அரை கேடட் வெகுமக்கள் சோசலிசக் கட்சியின் பத்திரிக்கையாக மாறியது. (பக்.383)

100. கதேயின் ஈரடிக் கவிதையின் ஒரு மாறுபட்ட வடிவத்தை இது குறிக்கிறது. லெனின் இதனை துர்கனேவின் *கன்னி நிலம்* (Virgin Soil) என்ற நூலில் இருந்து எடுத்துக் கொண்டுள்ளார். (பக்.387)

101. மார்க்சின் *அரசியல் பொருளாதார விமர்சனத்துக்கு ஒரு பங்களிப்பு* என்ற நூலின் முன்னுரை என்பதை இது குறிக்கிறது. (பக்.392)

102. பார்க்க, மார்க்ஸ், எங்கெல்ஸ் "*தேர்வு செய்யப்பட்ட கடிதங்கள்*", மாஸ்கோ, 1975, பக். 225. (பக்.400)

103. பத்தொன்பதாம் நூற்றாண்டின் நாற்பதுகளில் ஆற்றலின் நிலைபெயராத் தன்மை விதி மற்றும் ஆற்றலின் உருநிலை மாற்ற விதி ஆகியன கண்டுபிடிக்கப்பட்டன. (ராபர்ட் மேயர், ஜேம்ஸ் ஜோல், ஹெர்மன் ஹெல்ம்ஹோல்ட்ஸ் ஆகியோரின் செயல்பாடுகள்) இதற்கான அடிப்படையை இயற்கை விஞ்ஞானம், குறிப்பாக லோமனசோவின் செயல்பாடுகள் வகுத்திருந்தது. அதன் தற்கால அர்த்தத்தில் 1853 இல் வில்லியம் ரான்கின் என்பவர் ஆறறல் என்ற சொல்லை அறிமுகப்படுத்தினார். ஆனால் எழுபது, எண்பதுகளில்தான் அது பொதுவான பயன்பாட்டிற்கு வந்தது. பெரும்பாலான இயற்பியலாளர்கள் இந்த விதியை முதலில் விமர்சனம் செய்தனர். ஆனால் இயற்கை விஞ்ஞானத்தில் இது சரியானதுதான் என்பது விரைவில் நிரூபிக்கப்பட்டது. பத்தொன்பதாம் நூற்றாண்டின் மிகப் பெரிய சாதனைகளில் ஒன்றாக எங்கெல்ஸ் இந்த விதியைக் கருதினார். இயற்பியலின் மொழியில் "உலகின் பொருளாயத ஒருமையைக் கூறும் விதி என்று அதனை அவர் கருதினார்." அவர் எழுதினார்: "இயற்கையில் உள்ள இயக்கம் எல்லாம் வெறும் தத்துவக் கூற்று அல்ல. அது இயல்பான விஞ்ஞான மெய்நடப்பாகும்". (*இயற்கையின் இயக்கயியல்*, மாஸ்கோ, 1972, பக். 197).

சில விஞ்ஞானிகள் ஆற்றலின் நிலைபெயராத் தன்மை மற்றும் ஆற்றலின் உருநிலைமாற்ற விதியின் அனைத்தும் தழுவிய தன்மையைச் சந்தேகப்பட்டனர். இதனை

கருத்துமுதல்வாத நோக்கில் விளக்க முற்பட்டனர். இதனை ஓர் அனைத்தும் தழுவிய விதியாக ஏற்றுக்கொள்ள மாக் மறுத்தார். இது தோற்றப்பாடுகளின் காரணச் சார்பை மட்டுமே ஏற்றுக் கொள்கிறது என்று அவர் கூறினார். வில்ஹெல்ம் ஆஸ்ட்வால்ட் இதனை இயற்கையின் பிரபஞ்சம் தழுவிய விதி என்று கூறினார்; அதே சமயத்தில் அவர் பருப்பொருளின் புறவயத் தன்மையை மறுக்க முயற்சித்தார்; பொருள் என்ற கருத்தை உதறித் தள்ள முயன்றார்; பருப்பொருள் இல்லாமல் ஆற்றல் இருக்கிறது என்று அவர் நிரூபிக்க முயன்றார்; இயற்கை, சமுதாயம், சிந்தனை ஆகிய எல்லா நிகழ்வுகளையும் ஆற்றலாக அவர் கண்டார். சமுதாய மாறுதல்கள் என்பதே ஆற்றல் கூடுவது அல்லது குறைவது என்று எ. போக்தனோவ் சித்திரிக்க முயன்றார்.

இந்த "ஆற்றல் ஆய்வியல்" என்பது "இயற்பியல் கருத்து முதல் வாதத்தின் வெளிப்பாடுகளில் ஒன்று" என்று லெனின் இதனை விமர்சனம் செய்தார். இயற்கை விஞ்ஞான விதிகளை சமூகத் தோற்றப்பாடுகளுக்கு மாற்றுவதன் பொருத்தமின்மையை லெனின் எடுத்துக் காட்டினார். விஞ்ஞானத்தின் மேற்பட்ட வளர்ச்சி, நுண் உலகம் பற்றிய ஆய்வு ஆகியன இந்த விதியின் பிரபஞ்சம் தழுவிய தன்மையை உறுதி செய்தன. *(பக்.404)*

104. *பசரோவ்:* இவான் துர்கனேவின் *"தந்தையும் தனயர்களும்"* என்ற நாவலின் முக்கிய கதாபாத்திரம். *(பக்.405)*

105. *பார்க்க, மார்க்ஸ், எங்கெல்சின் தொடக்க கால படைப்புகள்,* 1956, ரஷ்யப் பதிப்பு, பக். 257 - 58. *'(பக்.409)*

106. German - French year books *(ஜெர்மன் - பிரெஞ்சு ஆண்டு நூல்):* பாரிசிலிருந்து வெளிவந்த ஆண்டுப் பத்திரிக்கை. இதனை மார்க்ஸ் மற்றும் ஆர்னால்டு - ருஜ்ம் பதிப்பித்தனர். 1844 ஆம் ஆண்டு இதன் முதல் இரட்டை வெளியீடுகள் மட்டுமே வந்தன. இதில் "யூதர்கள் பிரச்சனை", "ஹெகலின் சட்டம் பற்றிய தத்துவத்தின் விமர்சனத்திற்கான ஒரு பங்களிப்பு" என்ற மார்க்சின் இரு கட்டுரைகள் இருந்தன. எங்கெல்சின் "அரசியல் பொருளாதார சுருக்கமான விமர்சனம்" இதோடு "இங்கிலாந்தின் நிலைமை மற்றும் *பழமையும் நிகழ்கால மும்"* என்ற தாமஸ் கார்லைல் எழுதிய இரு கட்டுரைகள் இருந்தன. இந்தக் கட்டுரைகள், பொருள்முதல்வாதம்,

கம்யூனிசம் ஆகியவற்றின் நிலைப்பாட்டை மார்க்சும் எங்கெல்சும் ஏற்றுக்கொண்டதைக் காட்டுகின்றன. முதலாளிய முற்போக்காளரான ரூஜ்ஜுடன் உள்ள மார்க்சின் கருத்து வேறுபாடு இந்தப் பத்திரிக்கை நின்றதற்கு முக்கியக் காரணம் ஆகும். (பக்.409)

107. பார்க்க, மார்க்ஸ், *மூலதனம்*, பா. 1, மாஸ்கோ, 1972, பக். 29. (பக்.410)

108. பார்க்க, மார்க்ஸ், எங்கெல்ஸ், *தேர்வு செய்யப்பட்ட கடிதங்கள்*, 1965, பக். 290, 306. (பக்.409)

109. பார்க்க, எங்கெல்ஸ், "ஆங்கிலப் பதிப்பின் (1892) பிரத்தியேக முன்னுரை" - *சோசலிசம்: "கற்பனாவாதமும் விஞ்ஞானமும்"* (மார்க்ஸ், எங்கெல்ஸ், *தேர்வு நூல்கள்*, தொகுதி.III, மாஸ்கோ, 1970, பக். 100-102.). (பக்.4409)

110. *டூரிங்கிற்கு மறுப்பு, ஃபூயர்பாக்கும் ஜெர்மானிய செவ்வியல் தத்துவத்தின் முடிவும், கற்பனாவாத சோசலிசமும், விஞ்ஞான சோசலிசமும்* (1892) ஆங்கிலப் பதிப்பின் பிரத்தியேக முன்னுரை ஆகிய எங்கெல்சின் படைப்புகளை லெனின் குறிப்பிடுகிறார். (பார்க்க, மார்க்ஸ் எங்கெல்ஸ், *தேர்வு நூல்கள்*, தொகுதி III, மாஸ்கோ, 1970, பக். 355- 76, 95 - 114.). (பக்.411)

111. பார்க்க, மார்க்ஸ், எங்கெல்ஸ் *தேர்வு நூல்கள்*, தொகுதி III, மாஸ்கோ, 1970, பக். 335.

பல ஐரோப்பிய நாடுகளிலும், அமெரிக்காவிலும், பத்தொன்பதாம் நூற்றாண்டின் இரண்டாவது பாதியில் *ஹெகலை நோக்கித் திரும்புவது*, 'The secret of Hegel' என்ற ஜேம்ஸ் ஹட்சிசன் ஸ்டிர்லிங்கின் புத்தகம் 1865இல் இங்கிலாந்தில் வெளிவந்ததிலிருந்து இது தொடங்கியது. முதலாளிய கருத்தியலாளர்கள் ஹெகலின் கருத்துமுதல் வாதத்தினால் முழுமையாக கவரப்பட்டனர். இது மதத்தைக் கோட்பாட்டு ரீதியாக நியாயப்படுத்த வாய்ப்பினை அளித்தது. ஒரு பிரத்தியேக தத்துவப் போக்குத் தோன்றியது. அதற்கு ஆங்கிலோ - ஹெகலியம் என்று பெயர் கொடுக்கப் பட்டது. இதன் பிரதி நிதிகள் (தாமஸ் கிரீன், எட்வர்ட், ஜான் கெயிர்ல் சகோதரர்கள், பிரான்சிஸ் பிராட்லி மற்றும் பலர்). பொருள்முதல்வாதத்தையும், இயற்கை விஞ்ஞானத் தையும், குறிப்பாக டார்வினியத்தையும், தீவிரமாகத் தாக்கினர். ஆங்கிலோ - ஹெகலியம் ஹெகலின் பிற்போக்குக்

கொள்கைகளான முழு முதல் ஆவி, முழுமை போன்ற வற்றைப் பயன்படுத்தினர். பெர்க்கிலி, ஹியூம் ஆகியோரின் அகவயக் கருத்துமுதல்வாதத்தின் தாக்கத்தினால் இவர்கள் ஹெகலின் பகுத்தறிவுவாதம், வளர்ச்சி பற்றிய கருத்து ஆகியவற்றை கைவிட்டனர். ஹெகலிய இயங்கியலின் கூறுகளைக் கொண்டு அறியொணாவாதத்தை வாதப் புரட்டுகள் வழியாக நியாயப்படுத்தினார்கள்.

பத்தொன்பதாம் நூற்றாண்டின் பிற்பாதியில் ஸ்காண்டி நேவிய நாடுகளிலும் (சுவீடன், நார்வே, டென்மார்க்) ஹெகலியத் தத்துவம் செல்வாக்கு மிகுந்ததாக மாறியது. சுவீடனில் ஜோஹான் போரிலியஸ் என்பவர் இதற்குப் புத்துயிர் அளித்தார். அக்காலத்தில் இருந்த அகவயக் கருத்து முதல்வாதத் தத்துவத்திற்கு (கிருஸ்டோபர் ஜேகப் போஸ்ட்ராம், மற்றும் பலர்) மாற்றாக இதனை அவர் முன்னிறுத்தினார். நார்வேயில், வலதுசாரி ஹெகலியர் களான மார்க்கஸ் ஜேகப் மான்ராட், ஜி. டபுள்யு. லிங் போன்றவர்கள் அறியொணா வாதத்திற்குப் பொருத்தமாக இதனை விளக்கினர். அதன் பகுத்தறிவு வாதத்தைப் புறக்கணித்து, விஞ்ஞானத்தை மதத்திற்குக் கீழ்ப்படுத்தி னார்கள். டென்மார்க்கில் ஹெகலின் வாழ்நாளிலேயே இத்தத்துவம் பரவியது. அங்கும் இதே கண்ணோட்டத்தில் விமர்சிக்கப்பட்டது. ஹெகலியத் தத்துவம் பரவியது அதன் மறுமலர்ச்சிக்கு இடமளிக்கவில்லை. அதில் உள்ள முரண்படும் தன்மை, அதனை விமர்சிப்பதில் இரு எதிர் எதிரான போக்குகளைத் தோற்றுவித்தது. மார்க்சும் எங்கெல்சும் மற்றும் சில ரஷ்ய ஜனநாயகவாதிகளும், அதன் புரட்சிகர அம்சமான இயங்கியலை வளர்த்தனர். ஹெகலின் முதலாளிய ஆதரவாளர்கள் ஹெகலின் பிற்போக்குத் தத்துவ அமைப்பை முக்கியமாக அதன் அகவயக் கருத்துமுதல் வாதத்தை வளர்த்தனர். பின்னால் கூறப்பட்ட போக்கு, இந்த நூற்றாண்டின் ஆரம்பத்தில் புதிய ஹெகலியத்தைத் தோற்று விக்க வழிவகுத்தது. ஏகாதிபத்திய சகாப்தத்தில் உள்ள இத்தத்துவப் போக்கானது பாசிசக் கருத்தியலுக்கு ஹெகலின் தத்துவத்தைப் பயன்படுத்த முயற்சித்தது. *(பக்.411)*

112. *பார்க்க, எங்கெல்ஸ், லுத்விக் ஃபூயர்பாக்கும் செவ்வியல் ஜெர்மன் தத்துவத்தின் முடிவும்* (மார்க்ஸ், எங்கல்ஸ் தேர்வு நூல்கள், மாஸ்கோ, தொகுதி III, 1970, பக். 347). *(பக்.412)*

113. *Gazette Etrangere* : ரஷ்யாவிலிருந்து புலம் பெயர்ந்தவர்களில் ஒரு பிரிவினரது வாரப் பத்திரிக்கை. மார்ச் 16 லிருந்து ஏப்ரல் 13, 1908 வரை ஜெனிவாவிலிருந்து வெளிவந்தது. இக்காலத்தில் வெளிவந்த நான்கு இதழ்கள் புலம்பெயர்ந்த ரஷ்யர்கள் வாழ்வைப் பற்றியதாக இருந்தது. மார்ச் 18, 1908இல் ஜெனிவாவில் நடந்த சர்வதேசக் கூட்டத்தில் லெனின் ஆற்றிய உரையான "கம்யூன் தந்த படிப்பினைகள்" என்பது இதன் இரண்டாவது இதழில் வெளிவந்தது. இந்த இதழ் கடவுள் - உருவாக்கம் என்பது பற்றி பிரச்சாரம் செய்தது. மாக்கியம் பற்றியும் பிரச்சாரம் செய்தது. (ஏ. போக்தனோவ் மற்றும் எ.வி. லூனாசார்ஸ்கியின் கட்டுரைகள்)

"தற்கால ரஷ்ய இலக்கியம் பற்றிய ஆய்வுகள்" என்ற எ.வி. லூனாசார்ஸ்கியின் கட்டுரையிலிருந்து லெனின் மேற்கோள் காட்டுகிறார். இது இந்தப் பத்திரிகையின், 2-வது 3-வது இதழ்களில் வெளிவந்தது. (பக்.417)

114. *Education* : ஜனரஞ்சக விஞ்ஞானம், சமூக - அரசியல் ஆகியன கொண்ட சட்டபூர்வமான ஓர் இலக்கியப் பத்திரிக்கை. 1892 லிருந்து 1909 வரை செயின்ட் பீட்டர்ஸ்பர்க்கிலிருந்து இது வந்தது. 1902-8இல் சமூக - ஜனநாயகவாதிகளின் கட்டுரை களை வெளியிட்டது. 1906இல் இதன் 2-வது இதழில் லெனினின் படைப்புகளான "விவசாயப் பிரச்சனையும்" மார்க்சியத்தை விமர்சிப்பவர்களும்" என்ற லெனினுடைய படைப்பின் அத்தியாயம் V முதல் அத்தியாயம் IX வரை வெளியிடப்பட்டது. (பக்.417)

115. *Bobchinsky, Dobch insky: Inspector General* என்ற கோகாலின் நகைச்சுவை நாடகத்தில் உள்ள கதாபாத்திரங்கள். (பக்.426)

116. மாக்கிய மென்ஷ்விக்குகள் வெளியிட்ட இரு புத்தகங்களை லெனின் குறிப்பிடுகிறார்: என். வாலன்டினாவின் (பக்.330), *மார்க்சியத்தின் தத்துவ கட்டமைப்புகள்,* பி. யுஷ்கேவிச்சின் *பொருள்முதல்வாதமும் விமர்சன ரீதியான எதார்த்தவாதமும்* என்பன அவை. 1908இல் வெளிவந்தவை. (பக்.430)

117. *"நான்காவது அத்தியாயம், பகுதி ஒன்றிற்கான பின்னி ணைப்பு.* என்.ஜி செர்னிஷேவ்ஸ்கி எந்தக் கோணத்திலிருந்து *கான்ட்டை விமர்சிக்கிறார்?"* என்பதன் கைப்பிரதியை மார்ச் பிற்பாதியில் லெனின் எ.ஐ. உலியனோவா - யெலிசரோவா விற்கு அனுப்பினார். புத்தகம் அப்பொழுதுதான் அச்சாகிக்

கொண்டிருந்தது. இந்தப் பின்னிணைப்பு பற்றி லெனின் அவரது சகோதரிக்கு எழுதினார் (மார்ச் 10 அல்லது 11. 23 அல்லது 24). இதன் தொடர்பாக "நான் ஒரு பின்னிணைப் பினை உனக்கு அனுப்புகிறேன். இதன் காரணமாக புத்தகத்தினைத் தாமதப்படுத்துவது சரியல்ல. ஆனால் நேரம் இருந்தால் முடிவுரைக்குப் பின்பு, சிறிய எழுத்துகளில் இதனை நூலின் முடிவில் இணைக்கவும். மாக்கியர்களுக்கு எதிராக செர்னிஷேவ்ஸ்கியைக் காட்டுவதில் இது மிக முக்கியமானது என்று நான் கருதுகிறேன்." (தொகுப்பு நூல்கள், 4-வது இரசியப் பதிப்பு, தொகுதி 37, பக். 419 - 420). (பக்.434)

கலைச்சொற்கள்

1	Abstraction	மனக்கண் தோற்றம்
2	Apriori	காரண காரியத் தொடர்புடைய, விதிதரு முறையில் அமைந்த
3	Balderdash	சொற்கதம்பம், பயனில்சொல்
4	Consciousness	உணர்வு நிலை, நனவுநிலை, எண்ணம், மனத்தின் விழிப்பு நிலை
5	Clericalism	திருச்சபைவாதம்
6	Correspondence	பொருத்தம், ஒத்திசைவு
7	Case	ஆராய்ச்சிக்குரிய பொருண்மை, நிகழ்ச்சி, நிலை, நேர்வு, நேர்ச்சி
8	Casual	காரண காரியத் தொடர்புடைய, விளைவு உண்டாக்குகிற, காரணமாயிருக்கிற
9	Casualty	காரண காரியத் தொடர்பு, காரண காரியத் தொடர்புக் கோட்பாடு
10	Contradistinction	மாறுபட்ட, தனிப் பண்பு, வேறுபடுத்திக் காட்டும் தனிச்சிறப்பு
11	Conceptualist	கருத்தியல்வாதிகள், கருத்தியலாளர்கள்
12	Conceptualism	கருத்துகள் மனதில்தான் உள்ளன
13	Element	ஆக்கக்கூறு
14	Epistemology	அறிவாதார முறை
15	Energeticist	ஆற்றல் ஆய்வியல் துறையினர்
16	Energetus	ஆற்றல் ஆய்வியல் துறை
17	Equilibrium	நடுநிலை அமைதி
18	Freewill	விருப்ப சுதந்திரம்
19	loc.cit	in the place citate
20	Logical	காரண காரியப் பொருத்தமுடைய, பகுத்தறிவுக்கு பொருத்தமான, வாதப் பொருத்தமுடைய, சரியான வாதத்துக்கு இடந்தருகிற, உய்த்துணரும் இயல்புடைய
21	Mystify	நம்ப வைத்து ஏய், புதிரிடு, புரியாததாக்கு, திகைக்க வை.
22	Mysticism	கடவுளை ஆராய்வுகளற்ற உள்ளுணர்வால் நேரடியாக பெறமுடியும் என்பது, இறைநிலை இணைவு மனப்பான்மை, இறையுணர்வுக் கோட்பாடு, இறைமை இணைவு பண்
23	Mystery	புதிர்நிலை, தெளிவின்மை, மறைபொருள்
24	Necessity	தவிர்க்க முடியாமை, கட்டாய நிலை, அவசியம் விலக்க முடியா நிகழ்வு
25	Necessary	இன்றியமையாமை
26	op.cit	மேற்கோள் காட்டப்பட்ட படைப்பு

27	Organic	உயிர்ப்பொருள் கூறான
28	Ontology	இருத்தலின் தத்துவார்த்த ஆய்வு, மெய்ப்பொருள் மூல ஆராய்ச்சி
29	Phenomenal	புலன்களால் அறியப்படும் நடப்புகள், புலன்களால் உணரத்தக்க ஆராய்ச்சிக்குரிய செய்தி, இயற்காட்சி, குறிப்பிடத்தக்க நிகழ்ச்சி, இயற்கையில் அல்லது சமூகத்தில் காணப்படும் மெய்யான நிகழ்வுகள்
30	Perceptual	கண்டுணர்தல் சார்ந்த
31	Perception	ஒன்றைக்கருத்தூன்றிப் பார்த்தல் அல்லது உணர்ந்தறியும் ஆற்றல், புலனுணர்வுத் திறன், புலனுணர்வு மூலம் ஏற்படும் உள்ளத்தின் புறக்காட்சி
32	Premise	அறிவார்ந்த வாதத்தின் அடிப்படையாக அமையும் கூற்று
33	Perceive	மனத்தால் உணர், கூர்ந்து கவனி, உணர், காண், புலனால் உணர்.
34	Predication	**Affirmation, Insistence,** வலியுறுத்தல்
35	Phenomenalism	அறிவின் அடிப்படை நிகழ்ச்சியுணர்வுகள் மட்டுமே என்ற கோட்பாடு, புலனுணர்வுத் திறனுக்கும் புறவய வாதத்துக்கான தத்துவக் கோட்பாடு.
36	Phenomenology	மனிதனுடைய அகநிலை மற்றும் புறநிலைகள் பற்றிய, அனுபவத்தின் ஆய்வு
37	Reason (Noun)	பகுத்தறிவின் முடிவு, வாத ஆதாரம், நியாயம், நேர்மை, பொருத்தமுடைமை, முரணின்மை, விவேகம், மெய்யறிவு
38	Reason (Verb)	காரண காரியத் தொடர்பாக ஆராய்ச்சி செய், பரிசீலனை செய், எண்ணிப்பார், வாதிட்டு முடிவு செய்
39	Sensation	புலனுணர்ச்சி
40	Sense Perception	புலனறிவுக் காட்சி
41	Sophistry	சொற்புரட்டு, போலிவாத நுணுக்கம், குயுக்திவாதம், குதர்க்கம்
42	Substantiality	புறப்பொருள் வாய்மைக் கோட்பாடு
43	Transcendental	அறிவெல்லைக் கடந்த கருத்து, கனவியலான, புறநிலை அறிவு தாண்டிய, பகுத்தறிவுக்கு எட்டாத, மனித எல்லைக்கு அப்பாற்பட்ட
44	Valid	நியாயப்படுத்தத்தக்க, பொருத்தமான, பொருளுடைய, காலாவதியாகாத,
		Used in the place ibid
		Immediately preceding but also refers to same page
45	Will	விருப்பம், மனத்திட்பம், உரம், தற்கட்டுப்பாடு

குறிப்புகளுக்காக